இலங்கையில் தமிழர்
ஒரு முழுமையான வரலாறு
(கி.மு. 300 – கி.பி. 2000)

முருகர் குணசிங்கம்
B.A. Hons (Jaffna), Dip.Lib.Sc., M.Lib.Sc., (London),PhD (Sydney)

MV வெளியீடு
தென் ஆசியவியல் மையம் – சிட்னி
2008

எம்.வி. வெளியீடு
தென் ஆசியவியல் மையம்
தபாற் பெட்டி எண் – 5317
சுலோறா-சிட்னி
நியூசவுத்வேல்ஸ் 2190
அவுஸ்திரேலியா

பதிப்புரிமை: ஆசிரியர் ©
முதற்பதிப்பு: 2008
ISBN: 978-0-646-49455-5

M.V. Publication
South Asian Studies Centre
P.O. Box 5317
Chullora
Sydney, NSW2190
Australia

Copyright: Author ©

First Edition: 2008

ISBN: 978-0-646-49455-5

Print at: Walter Perspektiven GmbH, Germany

தமிழ் ஈழத்
தேசிய விடுதலைப்
போராட்டத்தில் தமது இன்னுயிரை
அர்ப்பணித்த அனைவருக்கும் இந்நூல் காணிக்கை

பொருளடக்கம்

முன்னுரை V

நன்றியுரை VIII

குறுக்கங்கள் X

அறிமுகவுரை 1

அத்தியாயம்

1. தமிழர் தோற்றமும், ஆரம்ப வரலாறும் 29
கி.மு. 300 – கி.பி. 300

2. இருண்ட வரலாற்றுக் காலம் 67
கி.பி. 300 – கி.பி. 900

3. சோழர் ஆக்கிரமிப்பும், அதன் விளைவுகளும் 91
கி.பி. 900 – கி.பி. 1200

4. யாழ்ப்பாண இராச்சியமும், வன்னிச் சிற்றரசுகளும் 117
கி.பி. 1200 – கி.பி. 1500

5. போத்துக்கீசரின் ஆக்கிரமிப்பும், தமிழ்ப் பிரதேசங்களின் அழிவும் 153
கி.பி 1505 – கி.பி. 1658

6. டச்சுக்காரின் ஆக்கிரமிப்பும், தமிழ்ப் பிரதேசங்களைச் சுரண்டியமையும் 211
கி.பி. 1658 – கி.பி. 1796

7. பிரித்தானியரின் ஆரம்ப ஆட்சியும், தமிழரும் 279
கி.பி. 1796 – கி.பி. 1850

8. தமிழர்களின் விழிப்புணர்வும், எழுச்சியும்: சமயம், கலாசாரம், மொழி, சமூகம், பொருளாதாரம் 337
கி.பி. 1850 – கி.பி. 1900

9. பிரித்தானியரின் அதிகாரமும், தமிழரின் ஆட்சி உரிமை நிராகரிப்பும் 451
கி.பி. 1833 – கி.பி. 1948

10. சுதந்திரத்தின் பின் இலங்கை அரசின் நடவடிக்கைகளும், தமிழ்த் தேசியவாதத்தின் எழுச்சியும் 567
கி.பி. 1948 – கி.பி. 1983

முடிவுரை 641

நூற்பட்டியல் 653

சுட்டிகள் 667

முன்னுரை

இந் நூலை எழுதுவதற்கான முக்கிய நோக்கம், இலங்கைத் தமிழரைப் பற்றி ஒரு முழுமையான வரலாற்றை எழுதவேண்டும் என்பதாகும். வரலாற்றைக் கற்பதில் ஏற்பட்ட ஆர்வம் கல்லூரி நாட்களிலிருந்து இன்றுவரை என்னுடன் தொடர்கின்றது. 1965 களில் இருந்து, கல்லூரியில் இலங்கை வரலாற்றை ஒரு பாடமாக நான் கற்றபொழுது அறிந்தவைகளெல்லாம் இலங்கை வரலாறு சிங்கள பெரும்பான்மை யினரைப் பிரதானமாக உள்ளடக்கியிருந்த ஒரு வரலாறாகத்தான் காணப்பட்டது. அவ் வேளையில் இலங்கையின் சிறுபான்மை மக்களான தமிழரின் வரலாறோ அல்லது தமிழ்ப் பாரம்பரியப் பிரதேசங்களின் வரலாறோ, பாடவிதானத்திற் சேர்க்கப்படவும் இல்லை, கற்பிக்கப்படவுமில்லை.

1977 இல், யாழ்ப்பாணப் பல்கலைக் கழகம் சென்று படிக்கும் அரிய வாய்ப்பும், அவ் வேளையில் அங்கு தலைசிறந்த கல்விமான்களாகிய பேராசிரியர்கள் இந்திரபாலா, கைலாசபதி, சிவத்தம்பி, சிவசாமி போன்றவர்களிடம், சிறப்பாக இலங்கை, இந்திய வரலாறுபற்றிய விடயங்களைக் கற்கின்ற வாய்ப்பும் கிடைத்தது. அக் காலகட்டத்தில்தான் இலங்கைத் தமிழர் பற்றியும், இலங்கைத் தமிழரின் பாரம்பரியப் பிரதேசங்கள் பற்றியும் அறிந்துகொள்ளும் சந்தர்ப்பம் எனக்குக் கிடைத்தது. அவ் வேளையிற்கூட இலங்கைத் தமிழர்பற்றிய முழுமையான வரலாற்றை அறிந்து கொளவதற்கு எதுவித புலமைசார் நூல்களும் கிடைக்கப் பெறவில்லை.

அன்றுவரை இலங்கைத் தமிழர்பற்றி எழுதப்பட்டவைகள் யாவுமே யாழ்ப்பாணக் குடாநாடு பற்றிய புராதன வரலாறாகவும் அல்லது இலங்கையில் தமிழருடைய பூர்வீகம் பற்றி எழுதப்பட்டவையாகவே காணப்பட்டன. யாழ்பாணக் குடாநாடு பற்றிய வரலாற்றில், யாழ்ப்பாண இராச்சியக் காலம் வரை ஆய்வுசெய்து எழுதப்பட்டிருந்த போதும், யாழ்ப்பாண இராச்சியத்துக்குப் பின்பு, தமிழ்ப் பிரதேசங்களில் இடம்பெற்ற போத்துக்கீசர், டச்சுக்காரர் ஆக்கிரமிப்புப் பற்றியோ, அவர்களது ஆட்சிபற்றியோ அறிவதற்கு, எதுவித புலமைசார் நூல்களும் கிடைக்கப் பெறவில்லை. இந் நிலைமை, 1948இல் இலங்கை சுதந்திரம் அடைந்தபின்பும் தொடர்ந்து காணப்பட்டது.

1977 ஆம் ஆண்டு வரை இலங்கையின் பூரண வரலாறு பற்றி ஆய்வுசெய்து எழுதிய மேலைத் தேசத்துக் கல்விமான்களும், இலங்கையில் உள்ள கல்விமான் களும், இலங்கைத் தமிழர் பற்றிய வரலாற்றுக்கு முக்கியத்துவம் வழங்காமல், இலங்கையின் பெரும்பான்மையினரான சிங்கள மக்களையும், சிங்கள அரசுகளை யும், சிங்களப் பிரதேசங்களையும் உள்ளடக்கிய வரலாற்றுக்கே முக்கியத்துவம் கொடுத்திருந்தனர். ஆனால் தேவை ஏற்படும்போது தமிழர் வரலாறு பற்றியும், தமிழ்ப் பிரதேசங்களின் வரலாறு பற்றியும் குறிப்புக்களை அங்கொன்றும், இங்கொன்றுமாகத் தமது ஆய்வு நூல்களிற் சேர்த்துள்ளனர்.

ஆனால் 1970களிலிருந்து தமிழருடைய தேசிய விடுதலைப் போராட்டம் முனைப்படைந்து சென்றபோது, பல கல்விமான்கள் தமிழருடைய நவீன அரசியல்

விடயங்களைப் பற்றியும், அவர்களின் சமூக, சமய, மொழி, கலை, கலாசாரம் பற்றிய ஆய்வுகளையும் மேற்கொண்டனர். இவ் ஆய்வுகள்கூட பூரணத்துவம் நிறைந்தவை யாக அமையாது, அக் கல்விமான்களின் விசேட துறைசார்ந்த பங்களிப்புக்காகவே வெளிவந்தன. 1977 களிலிருந்து இற்றைக்குச் சுமார் மூன்று தசாப்தங்களாக இலங்கைத் தமிழர்பற்றி, அவர்களின் தமிழ்ப் பிரதேசங்களை உள்ளடக்கி, தொடக் கத்திலிருந்து நவீன காலம் வரையிலான பூரணமான வரலாறு எழுதப்படவில்லை எனத் துணிந்து கூறலாம். எனவே, இலங்கைத் தமிழர் பற்றி, அவர்களின் பாரம்பரியப் பிரதேசங்கள் பற்றி, அரசியல், சமூக, சமய, மொழி, கலை, கலாசாரம் ஆகிய விடயங்கள் அனைத்தையும் உள்ளடக்கி, ஒரு பூரண வரலாற்றை எழுதவேண்டியது காலத்தின் கட்டாயமாக எனக்குத் தோன்றியது. அதுவே இவ் ஆய்வு நூல் வெளிவருவதற்கான அடிப்படைக் காரணமாக அமைந்தது.

தமிழர் இலங்கையின் பூர்விக மக்கள் ஆவர். அவர்கள் தனித்துவமான இன, மொழி, சமய, கலலை, கலாசாரப் பாரம்பரியங்களையும், தொடர்ச்சியான வரலாற்றை யும் கொண்டு, தமது பாரம்பரியப் பிரதேசங்களாகிய வடக்கு, கிழக்கு, வடமேற்குப் பகுதிகளில் வரலாற்றுக்காலம் தொட்டு இன்றுவரை தொடர்ச்சியாக வாழ்ந்து வருப வர்கள். மேலும், தமது பிரதேசங்களில் தமக்கான தனியான சிற்றரசுகளையயும், பேரரசு ஒன்றையும் உருவாக்கித் தம்மைத் தாமே ஆண்டு வந்தவர்கள். அவ் அரசு கள் ஐரோப்பியரின் ஆக்கிரமிப்பு நடவடிக்கைகளின் விளைவாக பதினாறாம் நூற் றாண்டில் பறிக்கப்பட்டன. இலங்கையிலிருந்து இறுதி ஐரோப்பியரான பிரித்தானியர் வெளியேறும் பொழுது, சனத்தொகையில் எண்ணிக்கை கூடியவர்கள் என்ற ஒரேயொரு காரணத்திற்காகச் சிங்களப் பெரும்பான்மையினரிடம் இலங்கையின் ஆட்சிப் பொறுப்பை 1948 இல் கையளித்துவிட்டுச் சென்றனர். அன்றிலிருந்து இன்றுவரை இலங்கைச் சிறுபான்மைத் தமிழ் மக்கள் பல்வேறுபட்ட அரச அடக்கு முறைகளுக்கும், இன, மொழி, மத, கலை, கலாசார அழிப்புக்களுக்கும், பொருளா தார தடைகளுக்கும் உட்பட்டு, மிகப் பெரிய மனித அவலத்தை அனுபவித்து வருகின்றார்கள் என்பது உலகம் அறிந்த உண்மையாகும். இழந்த தமது சுதந்தி ரத்தைப் பெற்று, தமது மண்ணில் சுதந்திரமாக வாழ, தமிழ் அரசியற் தலைவர்கள் 1948 களிலிருந்து சனநாயக வழிகளில் தமது போராட்டங்களை நடாத்தித் தோல்வி கண்டனர். இந் நிலையில் கடந்த மூன்று தசாப்தங்களுக்கு மேலாக தமிழ் இளந் தலைமுறையினர் தொடர்ந்து, ஆயுதமுனையில் இலங்கை அரசாங்கத்திற்கு எதிராகப் போராடி வருகின்றனர்.

இச் சந்தர்ப்பத்தில், ஆராய்ச்சி மாணவர்களிடத்தும், சாதாரண மக்களிடத்தும், பெரும்பாலான கல்விமான்களிடத்தும், தமிழரின் தேசியவிடுதலைப் போராட்டத்தைச் சரியாக விளங்கிக் கொள்ள முடியாத ஒரு நிலைமையினைப் பரவலாக அவதானிக்க முடிகிறது. இதற்கான அடிப்படைக் காரணம், இலங்கைத் தமிழர் பற்றிய பூரணமான, தெளிவான வரலாறு, வரலாற்றுச் சான்றுகளின் அடிப்படையில் எழுதப்படாமையே யாகும்.

எனவே இலங்கைத் தமிழர் வரலாறு பற்றி சரியான முறையில் ஆய்வுசெய்து பூரணமான வரலாறு ஒன்றை எழுதுவதற்கு இலங்கையில் போதுமான முதலாதாரச் சான்றுகள் இல்லாததன் காரணமாக, இலங்கையோடு வரலாற்று ரீதியாகத்

தொடர்புடைய இந்தியா, போத்துக்கல், நெதர்லாந்து, ஐரோப்பா, அமெரிக்கா ஆகிய நாடுகளிலுள்ள பல ஆவணக் காப்பகங்கள், நூல் நிலையங்கள், அரச தாபனங்கள், பல்கலைக்கழக ஆராய்ச்சி மையங்கள் ஆகிவற்றிற்குச் சென்று, இலங்கைத் தமிழர் பற்றி, தமிழ்ப் பிரதேசங்கள் பற்றி, அங்குள்ள ஆவணங்களைத் தேடிப் பெற்று, அவை உரியமுறையில் ஆய்வுசெய்யப்பட்டு இந் நூல் வெளிவந்திருகின்றது.

இந் நூல் சகல மட்டத்திலும் உள்ளவர்களைக் கருத்திற் கொண்டு, விடயங்களை இலகு படுத்தியும், அதேவேளை புலமைநிலை தவறாது, உள்ளதை உள்ள வாறே, சான்றுகளின் அடிப்படையில், ஆங்கிலத்திலும், தமிழிலும் எழுதப்பட்டுள்ளது.

இலங்கைத் தமிழர், தமது தேச விடுதலைக்காகப் போராடிக் கொண்டிருக்கும் இவ் வேளையில், அப்போராட்டத்திற்கான அடிப்படைக் காரணங்களையும், உடனடிக் காரணங்களையும், தெளிவாக அறிந்து கொள்வதற்கும், அவர்களின் தேசிய அடையாளத்தையும், சுயநிர்ணய உரிமையையும், அதற்கான போராட்டத்தையும் சகலரும் தெளிவாக விளங்கிக் கொள்வதற்கும், அதன் விளைவாக, சொல்லொணாத் துன்பத்தில் வாடும் இலங்கைத் தமிழரின் துன்பம் நிரந்தரமாக நீங்க இந் நூல் நிச்சயம் வழிவகுக்கும் என எதிர்பார்க்கின்றேன்.

மு. குணசிங்கம்
19.7.2008

நன்றியுரை

மூன்று வருட முழுநேர முயற்சியின் விளைவாக இந்நூல் வெளிவருகின்றது. ஒரு பல்கலைக்கழகம் – அதன் பல்துறை சார்ந்த கல்விமான்கள் சேர்ந்து ஆய்வுசெய்து எழுதவேண்டிய இந்நூலைத் தனியொரு மனிதனால் ஆய்வு செய்து வெளியிடுவது என்பது மிகக் கடினமான ஒரு விடயமாகும். பல நாடுகளுக்குச் சென்று தமிழர் தொடர்பான பல்தரப்பட்ட மூல ஆவணங்களைத் தேடி எடுத்து அவைகளை ஆய்வு செய்தும், வேறு மொழிகளில் உள்ளவற்றை மொழி பெயர்த்தும் அவ் ஆவணங்களை எல்லாம் சான்றாதாரங்களாகக் கொண்டு ஆய்வு செய்தும் பலரின் நன்மை கருதி ஆங்கிலத்திலும், தமிழிலும் இந்நூல் வெளியிடப்பட்டுள்ளது. இவ் ஆய்வு முயற்சியிலும், இந் நூலை வெளிக் கொண்டுவருவதிலும் பல ஆயிரக்கணக்கான டாலர்களும், பெறுமதிமிக்க மனித வளங்களும் செலவு செய்யப்பட்டுள்ளன. எனவே இச் சந்தர்ப்பத்தில் இம்முயற்சி தொடர்பில் எனக்கு உதவியவர்களுக்கு நன்றி சொல்ல வேண்டியது எனது கடமையாகும்.

நீண்டகாலமாக இலங்கைத் தமிழர் பற்றிய ஒரு முழுமையான ஆய்வு நூல் வெளிவரமாட்டாதா? என அங்கலாய்த்த எனக்கு, அவ்வாறான ஒரு ஆய்வு நூலை எழுத வேண்டிய ஒரு சந்தர்ப்பம் ஏற்பட்டது. இதன் பொருட்டு எனக்கு முழு ஆதரவையும், நல்லாசியையும் வழங்கிய அத்தனைபேருக்கும் முதற்கண் எனது நன்றிகள். இவ் ஆய்வு நூல் ஒரே நேரத்தில் தமிழிலும், ஆங்கிலத்திலும் வெளி வருவது என்பது நடைமுறையில் இயலாத காரியம் என்பது ஆய்வு செய்பவர்களுக்கு நன்கு தெரியும். இந்நூலை இரு மொழிகளிலும் ஆக்குவதற்கு கடந்த இரண்டு வருடங்களுக்கும் மேலாக என்னுடன் தொடர்ச்சியாகப் பக்க பலமாக இணைந்து பணியாற்றிய திரு. அ. பாலமனோகரன் அவர்கள் பல வழிகளில் எனது நன்றிக் குரியவர். அதே போன்று திரு. திரு ஆறுமுகம் அவர்களும் கடந்த ஒரு வருடத்திற்கும் மேலாக எதுவித பிரதிபலனையும் எதிர்பார்க்காது தொடர்ச்சியாகப் பலவழிகளில் இவ் ஆய்வுக்கு நல்லாதரவை நல்கினார். குறிப்பாகப் பிரித்தானியர் ஆட்சிக்காலத் துக்குரிய ஆங்கில எழுத்துப்பிரதிகளை Micro film Machine உதவிகொண்டு பூரண மாகப் பார்வையிட்டு தேவையானவற்றைப் பிரதிபண்ணியும், ஆங்கிலத்தில் எழுதப் பட்ட எனது ஆய்வை மிக அவதானமாக வரிவரியாகப் பார்வையிட்டு ஒப்பு நோக்கியும் உதவிய அவர்களுக்கும் எனது பாராட்டுதல்களும், நன்றிகளும் உரித்தாகும். கடந்த பல மாதங்களாக இந்நூல் இறுதிவடிவம் பெறுவதன் பொருட்டு மிகவும் விருப்பத் துடன், தமிழில் எழுதப்பட்ட எனது ஆய்வை மிகவும் அவதானமாகப் பார்வையிட்டு தேவையான திருத்தங்களைச் செய்து உதவிய திருமதி. பராசக்தி சுந்தரலிங்கம் அவர்களுக்கும் மிக்க நன்றி. எனது குருவும், யாழ்ப்பாணப் பல்கலைக்கழக முன்னாள் வரலாற்றுத்துறைப் பேராசிரியரும், கலைப் பீடாதிபதியுமான கா. இந்திரபாலா அவர் களுக்கு பல வழிகளில் நான் பெரிதும் கடமைப்பட்டவன். இவ் ஆய்வு முயற்சியின் போது எனது சந்தேகங்களைத் தீர்ப்பதன்பொருட்டு அடிக்கடி தொலைபேசியில் தொடர்புகொண்டு உதவி கேட்கும் பொழுதெல்லாம் சலிக்காமல் எனக்கு உதவியவர். அவருக்கு நன்றி சொல்ல வார்த்தைகளே இல்லை. இம்முயற்சியின்போது என்னைத்

தொடர்ச்சியாக ஊக்குவித்தவர்களுள் திரு. ம. தனபாலசிங்கம், திரு. அ. ஜெகதீஸ்வரன் ஆகிய இருவருக்கும் நான் மிகவும் கடமைப்பட்டவன். அவர்களுக்கும் எனது நன்றிகள்.

டச்சு, போத்துக்கீச மொழிகளிலுள்ள பெருந்தொகையான ஆவணங்களைப் பல மாதங்களாகப் பார்வையிட்டு இவ் ஆய்விற்குத் தேவையானவற்றை ஆங்கிலத்தில் மொழி பெயர்த்துத் தந்துதவிய திரு. Walter Hellabrand (Holland), திருமதி R. Pia இருவருக்கும் மற்றும் பேராசிரியர் K.M. மத்தியூ அவர்களுக்கும் நான் பெரிதும் கடமைப்பட்டவன். அவர்களுக்கும் எமது நன்றிகள்.

இவ் ஆய்வு முயற்சியின்போது ஆங்கிலத்திலும், தமிழிலும் உள்ள பெருந் தொகையான ஆவணங்களை Micro film இயந்திரம், கணிணி ஆகியவற்றின் உதவியுடன் தேவையானவற்றை பிரதிபண்ணியும், ஒழுங்கமைத்தும் தந்துதவிய திரு. த. பிரபாகரன், செல்வன் பி. பிரியந்தன், செல்வி பா. பூரணி, திருமதி. ச. வாசுகி, திரு. N. யோகராசா ஆகியோருக்கும் எனது நன்றிகள் உரித்தாகுக.

பல்வேறு நாடுகளுக்குச் சென்று அங்குள்ள ஆவணக் காப்பகங்களிலும், நூல் நிலையங்களிலும் இவ் ஆய்வுக்கான மூலாவணங்களைத் தேடும் முயற்சியில் பலா பல்வேறு வழிகளில் உதவி செய்துள்ளனர். அவர்கள் எல்லோருக்கும் எனது உள மார்ந்த நன்றிகள். குறிப்பாகத் திரு. அருமைநாயகம் (Holland), திரு. லிங்கம் (Holland) திரு ஜோ. சிமோஸ் (Lisbon), திரு. குகன் (London), செல்வி. றஞ்சினி (London) ஆகியோருக்கும் இச்சந்தர்ப்பத்தில் விசேடமாக நன்றி கூறக் கடமைப்பட்டுள்ளேன்.

கணிணி சம்பந்தமாக எழுந்த தொழில் நுட்பப் பிரச்சினைகளுக்கு எனது பெறாமகன் திரு இ. கருணாநிதி, எனது மருமகன் ஜெ. அருண், எனது அன்புக்குரிய திரு. குலசேகரம் சஞ்சயன் ஆகியோர் நான் கேட்டபோதெல்லாம் தமது ஆதரவை வழங்கி உதவினார்கள். அவர்களுக்கும் எனது நன்றிகள்.

இரு மொழிகளில் இந்நூலை அச்சிட்டு வெளியிடுவதற்கு அதிக பணம் தேவைப் பட்டது. ஆச்சிடும் செலவின் ஒரு பகுதியை அன்பளிப்பாகத் தந்துதவிய திருமதி கற்பகம் கனகசபை (கனடா) அவர்களுக்கும் நான் பெரிதும் கடமைப்பட்டவன்.

இறுதியாக மூன்றுவருடமாக நான் இந்த ஆய்வு முயற்சிகளுக்காக் பல வெளிநாட்டுப் பயணங்களை மேற்கொள்ளவேண்டி ஏற்பட்டது. மேலும் வீட்டில் இருந்து ஆய்வு செய்யும் காலங்களிலும் எனது ஆய்வுக்கூடத்துக் குள்ளேயே இராப் பகலாக என் நேரங்கள் சென்றுவிடும். இவ்வாறான ஒரு பிரிவுச் சூழல் எவ்வளவு தூரம் எனது மகன் முகுந்தனையும், மகள் வாசுகியையும், எனது மனைவி இரஞ்சினியையும் பல வழிகளிற் பாதித்திருக்கும் என்று எனக்கு நன்கு தெரியும். இருந்த போதிலும் அவர்கள் மூவரும் எனது இந்தப் புனிதமான பணியை மேற்கொள் வதற்கு முழு ஆதரவையும், ஒத்துழைப்பையும் தொடர்ச்சியாக வழங்கினார்கள். இல்லாவிடின் இன்று இவ் ஆய்வு நூல் வெளிவந்திருக்கவே முடியாது. அவர்களுக்கு எப்படி நன்றி சொல்வதென்று தெரியவில்லை.

நன்றி

முருகர். குணசிங்கம்
சிட்னி
19.07.2008

ABBREVIATIONS

ACM	American Ceylon Mission
CC	Christianity in Ceylon
CI	Collective Identities
CJHSS	Ceylon Journal of Historical and Social Studies
CML	Ceylon Morning Leader
CMS	Church Missionary Society
CO	Ceylon Observer
CP	Ceylon Patriot
CSP	Ceylon Sessional Paper
HO	Hindu Organ
IC	Inthu Catanam
IN	Ilankai Necan
JCC	Jaffna Catholic Guardian
MS	Morning Star
PAC	Public Administration in Ceylon
ASCB	Royal Asiatic Society (Ceylon Branch)
UT	Utaya Tarakai
WMS	Wesleyan Missionary Society
MV	Mahavamsa
CV	Culavamsa
EZ	Epigraphia Zeylanica
UCHC	University of Ceylon History of Ceylon
UPHS	University of Peradeniya History of Ceylon
AN/TT	Arquivos Nacionals Torre do Tombo
AJUDA	Private Library, Lisbon
AHU	Arquivo Historica Ultramaria, Lisbon
BNL	Bibliothegue National Lisbon
GOA	Government Archives in Goa
HAGUE/ARCH	Hague Archives- Netherland
ITAK	Ilankai Tamil Arasu Kadchi

(Note: The transliteration of Tamil names is based on the system commonly used in scholarly publications)

அறிமுகவுரை

முன்னர் இலங்கை என அறியப்பட்டிருந்த இன்றைய சிறீலங்கா, வரலாற்று ரீதியாக இரண்டு வேறுபட்ட தேசங்களாகவே இருந்தது. ஆயினும் இத் தீவின் வரலாறு ஒரே தேசம் என எழுதப்பட்டும், குறிப்பிடப்பட்டும் வருகின்றது. இங்கு சிங்களவர், தமிழர் என்ற இரு தேசிய இனங்கள் வரலாற்றுக் காலத்திலிலிருந்தே தொடர்ச்சியாக வாழ்கின்றன. இவை இரண்டுக்குமே தெளிவான, வேறுபட்ட சுய மத, மொழி, கலாசார, சமூக, பொருளாதார, அரசியல் விழுமியங்கள் உண்டு. பதின்மூன்றாம் நூற்றாண்டுக்கு முன்னர், மத்திய காலத்துக்கும் முன்னதாகவே, இவர்கள் தத்தமது வேறுபட்ட இராச்சியங்களைத் தமது பாரம்பரிய தாய் நிலங்களில் திட்டமாக நிறுவியுள்ளனர். இருந்தபோதிலும், தமிழருக்கு அவர்களது சுயநிர்ணய உரிமைக் கான நியாயபூர்வமான உரிமைகள் எதுவுமே இல்லையென்ற வாதம் சிங்கள மக்கள் மத்தியில் பலமாகவே ஒலிக்கின்றது.

வரலாற்று ரீதியான பரம்பரைக் கதைகளையிட்டுப் பேசுவது இங்கு நோக்க மில்லை. இலங்கையின் பெரும்பான்மை இனமான சிங்களவருக்கு உள்ள அதே உரிமைகள் இலங்கைத் தமிழருக்கும் உண்டு. அவர்கள் தமது தேசத்தில் ஒரு தனித்தேசியமாக வாழவும், அதை ஆளவும் உரிமையுள்ளவர்கள். இதை வரலாறு, தொல்லியல், மானுடவியல், சமூகவியல், மொழியியல் என்ற துறைகளைச் சேர்ந்த அறிஞர் சந்தேகத்துக்கு இடமின்றி நிறுவியுள்ளனர். யாழ்ப்பாணப் பல்கலைக்கழகத்தின் முன்னாள் வரலாற்றுப் பேராசியர் கலாநிதி கே. இந்திரபாலா, தனது அண்மைக்கால நூலான Tamils in Sri Lanka: Evolution of Ethnic Identity – C.300BCE to C.1200CE (Sydney) எனும் நூலில், இந்த உண்மையைப் பாரபட்சமின்றி வெளிப் படுத்தியுள்ளார். உண்மையான வரலாற்று நிலைமையைப் புரிந்து கொள்ளவும், அதையிட்டுத் தெளிவான அறிவைப் பெறவும் விரும்புவோர் இந்த ஆய்வினை அவசியம் படித்தல் வேண்டும். சிறந்த ஆய்வின் அடிப்படையில் அமைந்தவொரு புலமைசார் ஆக்கம்

இதுவாகும். அறிஞர்களும், குறிப்பாக அரசியல் வாதிகளும் இந்த நூலை நுணுக்கமாகக் கற்றுத் தமது கருத்துகளை மறு பரிசீலனைக்கு உட்படுத்துதல் அவசியமாகும்.

இச் சந்தர்ப்பத்தில் பல வினாக்கள் எம்முள் எழக்கூடும். எதற்காக இலங்கைத் தமிழர் தமது சுயநிர்ணய உரிமைக்காக அல்லது சுய ஆட்சிக்காகத் தற்சமயம் போரிடுகின்றனர்? இலங்கையில் உள்ள தமிழ்த் தேசியத்துக்கு என்னதான் நிகழ்ந்துள்ளது? அவர்கள் இலங்கையைச் சேர்ந்தவர்கள் இல்லையா? அவர்களுக்கு சுயநிர்ணயத்துக்கான அல்லது சுய ஆட்சிக்கான உரிமையே இல்லையா? இவற்றுக் கெல்லாம் பொதுவான பதில் ஒன்றுதான். இலங்கையின் வரலாறு ஆதியிலிருந்து இன்றுவரை சிங்களவரின் வரலாறாகவே கற்பிக்கப்பட்டும், பதியப்பட்டும் வந்துள்ளது. எனவே பொதுவான வாசகர் எவரும், இலங்கையிலுள்ள தமிழ்ச் சமூகம் சம்பந்தமான உண்மைகளைப் புரிந்து கொள்ளவோ, அவற்றைச் சிலாகிக்கவோ வழியெதுவும் இல்லை எனலாம்.

இலங்கையின் தமிழ்ச் சமூகம் கல்வியில் மேம்பாடுடையது என்பதிற் சந்தேக மில்லைத்தான். அவர்கள் எப்போதுமே தங்கள் கல்வித் தகைமைகளையிட்டுப் பிரதாபம் பேசுபவர்கள் — மருத்துவம், பொறியியற்றுறை அல்லது தொழில்நுட்பவியல் என்பவைதான் பெரும்பாலும் இவர்களின் கல்வி மோகத்துக்கான காரணிகளாக இருந்துள்ளன. ஒருவேளை இந்தப் பதவிசார் இலட்சியங்கள் செல்வம் குவிப்பதற் காகவும், சமுதாயம் வகுத்த தடைகளை மீறவும், மேல்நிலை பெற்று, அதன் எதிர் பார்ப்புக்களை அடைவதற்காகவும் அவர்களால் விரும்பப்பட்டிருக்கலாம். இதன் காரணமாக மானுடவியல், சமூகவியல், விஞ்ஞானம் என்ற துறைகள் பெரும் பாதிப்பை ஏற்படுத்தும் வகையில் அவர்களது கல்வியில் இடம்பெறத் தவறியுள்ளன. அவர்களில் மிகச் சில கல்விமான்களே இத் துறைகளில் நாட்டம் கொள்கின்றனர். இதற்கு மாறாகச் சிங்கள மக்கள் எப்போதுமே இக் குறிப்பிட் துறைகளில் பெரும் ஆர்வம் காட்டியுள்ளனர்.

வெளிப்படையான உண்மை என்னவெனில், தமிழர் தமது கடந்த காலத்தை யிட்டு ஒழுங்கான முறையான ஆய்வில் தீவிரமாக ஈடுபடவில்லை என்பதுதான். அவ்வாறு செய்திருந்தால் அவர்கள் பெருமளவுக்கு, தமிழ் ஆய்வுகளின் தற்கால, எதிர்கால ஆய்வுகளுக்கு வளம் சேர்த்திருப்பார்கள். இதன் காரணமாக, இலங்கைத் தமிழரின் வரலாறு முழுமையாகப் பதியப்படவில்லை. ஆனால், சிங்களவரோ தமது வரலாற்றை ஆதியிலிருந்து வெற்றிகரமாகப் பதிவுசெய்து பேணிக் காப்பாற்றி வந்துள்ளனர். இந்த நாடு தமக்கே சொந்தமென உரிமை கொண்டாட அவர்களுக்கு ஆதாரபூர்வமான அடிப்படைகள் உண்டு. இந்த நாட்டில் தமக்குள்ள உரிமைகள் நியாயமானவை எனச் சொந்தம் கொண்டாடும் அளவுக்கு, சிங்களவருக்கு நம்பத் தகுந்த அடிப்படைகள் இருக்கின்றன என்பதை மறுக்க முடியாதுதான். ஆயினும், புலம்பெயர் சமூகத்தின் இளந் தலைமுறையினர், அதுவும் குறிப்பாக 1980 களிலிருந்து மேற்கு நாடுகளில் வாழ்ந்து வருபவர்கள், இப்போது மானுடவியலிலும், சமூக விஞ்ஞானத் துறைகளிலும் தீவிர ஆர்வம் காட்டி வருவதும், அவற்றுக்குப் பங்களிக்கத் திடங்கொண்டிருப்பதும் போலத் தோன்றுகின்றது. வரலாற்று வெறுமை எனக் கருதக்கூடிய ஒரு வெற்றிடத்தை இந்த இளம் சந்ததியினரின் உழைப்பு விரைவில் நிரப்ப உதவும் என்ற பலமான நம்பிக்கை நிலவுகின்றது.

இலங்கைத் தமிழருக்கு, அவர்களுக்கே சொந்தமான மொழி, மதம், கலாசாரம், பாரம்பரிய தாய்நிலம் என்பவற்றுடன், உன்னதமிக்க ஒரு கடந்தகாலம் உண்டு. வலிமை வாய்ந்ததொரு தேசிய அடையாளத்தை நிலைநாட்டுவதற்கு இந்த உண்மைகள் உறுதி செய்யப்படல் வேண்டும். இருந்தபோதும், அவர்கள் தமது அரசியல் உரிமைகளுக்கான குரல் கொடுப்பதற்கு ஏதுவான, வரலாற்று ரீதியிலான ஆதாரப் பிரக்ஞை அவர்களிடம் இல்லை. அப்படியாயின் தமிழ் மக்கள் எதற்காகத் தமது வரலாற்றைப் பேணிப் பாதுகாக்கவும், மேம்படுத்தவும் தவறிவிட்டனர்? இவ் விடயத்தில் சிங்கள மக்கள் வெற்றிகரமாகத் தமது வரலாற்றைப் பேணிப் பாதுகாத்து மேம்படுத்தியுள்ளனரே? என்ற வினாக்கள் மறுபடியும் எழுகின்றன.

இந்த வினாக்களுக்கு விடை காணவேண்டுமெனில் நாம் அந்தப் புராதனக் காலத்துக்கு மறுபடியும் செல்லல் வேண்டும். இலங்கையின் வரலாறு ஏறக்குறைய 2500 ஆண்டுகளைக் கொண்டது. அனுராதபுர, யாழ்ப்பாண, வன்னி, பொலனறுவை, தம்பதெனியா, கண்டி, கோட்டை இராச்சியங்கள் புராதன காலத்தைச் சேர்ந்தன. போத்துக்கேய, டச்சுக் குடியேற்றவாத ஆட்சிகள் மத்திய காலத்தைச் சேர்ந்தவை. இறுதியான நவீனகாலம் பிரித்தானியாவின் குடியேற்றவாத ஆட்சிக் காலத்திலிருந்து இன்றுவரை தொடர்கின்றது.

இன்று வடமத்திய, தென் மாகாணங்கள் என அழைக்கப்படும் பிரதேசங் களிலேயே சிங்களவர் முதலில் குடியமர்ந்தனர். அனுராதபுரமும் பொலனறுவையும் தமிழர்களினதும், சிங்களவர்களினதும் புராதன இராசதானிகளாகும். தமிழ் மக்களும் வடமத்திய, வடமேல் மாகாணங்களில் சிங்கள மக்களுடன் தமது குடியிருப்புகளை நிறுவியிருந்தனர். இவை பிரதானமாக அனுரதபுரத்திலும், பொலனறுவையிலும் அமைந்தன. தமிழ் மன்னரும் இந்த இராச்சியங்களைக் காலத்துக்குக் காலம் ஆட்சி செய்தனர். ஆயினும் அவர்களது ஆட்சி, பிரதானமாக இலங்கையின் வட, வடகிழக்கு மாகாணங்களிலேயே செறிந்திருந்தது. அந் நாளைய அவர்களுடைய தலைநகரங் களான அனுராதபுரமும், பொலனறுவையும் இன்றுகூடப் பிரமிக்க வைக்கும் தொல்லியற் சான்றுகளைக் கொண்டுள்ளன. பௌத்தம், சைவம் என்ற சித்தாந் தங்களின் செல்வாக்கும், ஆளுமையும் பெற்ற உன்னதமான நாகரிகத்தின் மையங் களாகத் திகழ்ந்தன.

பின்னர் இந்த நாகரிகம் வீழ்ச்சியடைந்து, அனுராதபுரதத்தையும், பொலனறு வையையும் காடுகள் மூடிக்கொள்ள, சிங்களவர் தென்மேற்கில் கண்டி, கோட்டை ஆகிய இடங்களுக்குக் குடிபெயர, தமிழர் இயல்பாகவே வடக்கு, கிழக்கு நோக்கி நகர்ந்தனர்.

இந்த வரலாற்றுப் பின்னணியை நாம் மனதிற் பதித்து, இந்த வரலாறு எவ்விதமாக இவ்விரு இன மக்கள் மத்தியிலும் பேணப்பட்டு வந்தது என்பதை ஆராயலாம். இலங்கையின் அரசியல், மதம் சம்பந்தமான வரலாறு, நம்பக்கூடிய ரீதியிலும், வியப்பளிக்கும் வகையிலும் எழுதப்பட்டுள்ளது. முன்னர் பாளி மொழி யிலும், பின்னர் சிங்களத்திலும் இந்த வரலாற்றுக் குறிப்பேடுகள் எழுதப் பட்டுள்ளன. ஆனால், தமிழரைப் பொறுத்தவரையில் பதின்மூன்றாம் நூற்றாண்டில் தமிழ் இராச்சியம் தாபிக்கப்பட்டு ஏறத்தாழ 300 ஆண்டுகள் கழிந்தபின்னர் எழுதப்பட்டுள்ள வரலாற்றுக் குறிப்பேடுகளே உள்ளன. பாளி, சிங்களக் குறிப்பேடுகள் சிங்களவரின்

வரலாற்றை ஆரம்ப வரலாற்றுக் காலத்திலிருந்தே காப்பாற்றிவர, தமிழரின் ஆரம்பக் குடியமர்வுகளின் வரலாறு அவ்வாறு பாதுகாக்கப்பட்டிருக்கவில்லை. இருந்த போதிலும், இலங்கையின் ஆரம்பக் குடியமர்வுகள் சம்பந்தமான சான்றுகளை அளிப்பதில் பாளிமொழி வரலாற்றுக் குறிப்பேடுகள் முக்கியமும், பெறுமதியும் வாய்ந்தவையாகும்.

பௌத்தமதம் கி.மு. மூன்றாவது நூற்றாண்டின் நடுப்பகுதியில் இந்தியாவி லிருந்து இலங்கைக்குக் கொண்டு வரப்பட்டது. அந்த நாட்களிலிருந்தே வரலாற்றுப் பதிவுகளைப் பேணும் பாரம்பரியம் என்ற பெரும்பணியை, பௌத்த விகாரைகளும், தலங்களும் செய்து வந்துள்ளன. மேலும், பௌத்தம் அரச மதமாக ஏற்றுக் கொள்ளப்பட்டு, அரசவையின் முக்கிய அம்சமாக இடம் பெற்றிருந்தது. அரசவை, அரசன், பௌத்தம் என்பன ஒருவகைக் கூட்டு அமைப்பாக இருந்தன. பௌத்த நிறுவனங்களாலேயே வரலாற்றுப் பாரம்பரியங்கள் உள்வாங்கப்பட்டும், பேணப் பட்டும், ஒழுங்கு முறையாகத் தொகுக்கப்பட்டும் வந்துள்ளன. இதன் பின்னர் பாளி மொழியில் எழுதப்பட்ட தீபவம்சம் (நான்காம் நூற்றாண்டு, மகாவம்சம் (ஐந்தாம் நூற்றாண்டு) என்ற வரலாற்றுக் குறிப்பேடுகள், இலங்கையினதும், சிங்கள பௌத்த மக்களினதும் முழுமையான ஆரம்ப வரலாற்றைக் கொண்டுள்ளன. பின்னரான மத்தியகாலத்து போத்துக்கேய, டச்சுக்கார ஆட்சிகள் பற்றியும், அவர்களைத் தொடர்ந்து ஆட்சிசெய்த பிரித்தானியக் குடியேற்றவாதக் காலம் பற்றியும் போதுமான வரலாற்று ஆதாரங்களைக் கொண்டுள்ளன. சிங்கள மக்களின் இரண்டாவது காலப்பகுதியை முழுமையான வரலாறாக எழுதுவதற்கு இவை பயன்படுத்தப் பட்டுள்ளன.

பாளி மொழியில் எழுதப்பட்ட வரலாற்றுக் குறிப்பேடுகள் அனுராதபுரம், பொலனறுவை ஆகிய பிரதான இராசதானிகளிலுள்ள பௌத்த நிறுவனங்களிலேயே பாதுகாத்து வைக்கப்பட்டிருந்தன. மேற்குலகினர் இலங்கையின் ஆரம்பகால வரலாற்றை எழுதுவதற்கு இந்த இராசதானிகளிலும், அவற்றின் மக்களிலுமே தமது கவனத்தைச் செலுத்தினர். தமிழரையிட்டு எப்போதாவது ஒரு சில குறிப்புக்களைத் தவிர, வேறு எந்தத் தகவல்களையுமே இந்தப் பௌத்தமதக் குறிப்பேடுகள் தராமலிருப்பது, புரிந்து கொள்ளக்கூடிய விடயந்தான். ஆனால் நாம் முன்னர் குறிப்பிட்டது போன்று, மத்திய நவீனகாலப் பகுதிகளில் தமிழர், தீவின் வடக்கு, கிழக்குப் பகுதிகளிலேயே அதிகளவு வாழ்ந்தனர். இருந்தபோதிலும், இலங்கையின் வரலாற்றை எழுதப்புகுந்த மேற்குலகினர், அனுராதபுர, பொலனறுவை இராசதானி களிலேயே தமது கவனத்தைக் குவித்தனர் என்பது இங்கு குறிப்பிடப்படல் வேண்டும்.

இங்கு இன்னுமோரு முக்கிய விடயம் கவனிக்கப்படல் வேண்டும். ஆரம்ப சிங்கள இராச்சியப் பிரதேசங்களில், வலிமையானதும், நீடித்து நிலைக்கக்கூடிய கருங்கல் போதியளவு இருந்தது. இதைக் கொண்டே அரசர்கள் தமது மாளிகை களையும், பௌத்த துறவிகள் தமது விகாரைகள், தலங்கள், கட்டிடங்கள் என்பவற் றையும் நிறுவினர். இக் கற்களிலேயே அரசவையின் சாசனங்கள், விதிமுறைகள் என்பன செதுக்கப்பட்டன. பௌத்தமதப் போதனைகள், போர்ப் பிரதாபங்கள் மற்றும் முக்கியமான சம்பவங்கள் என்பன அழியாத வகையில் பதிவு செய்யப்பட்டன. ஏறத் தாழ ஓராயிரம் வருடங்கள் கழிந்த பின்னருங்கூட, பாறைகளிலும், கற்றூண்களிலும்

காணப்பட்ட சான்றுகளும், கல்வெட்டுக்களும் கடந்தகால வரலாற்றை முழுமை யாகத் தொகுப்பதற்குச் சிறந்த சாதனங்களாக அமைந்தன. ஆனால், ஆரம்ப காலத்தில் தமிழர் செறிந்து வாழ்ந்து, தமது நாகரிகத்தை நிறுவிய வடபகுதிகளில், துரதிர்ஷ்டவசமாக நீடித்து நிலைக்கக்கூடிய கருங்கற்கள் அதிகமாக இருக்க வில்லை. இருப்பினும், வடக்கின் மத்திய பகுதிகளிலும், வன்னியிலும், கிழக்கில் திருகோணமலையை அண்மித்தும் கருங்கல் காணப்பட்டது. இருபதாம் நூற்றாண்டின் இறுதிப் பகுதியில் இங்கு முக்கியமான கற்சாசனங்கள் தொல்லியலாளராலும், வரலாற்றாசிரியர்களாலும் கண்டுபிடிக்கப்பட்டுள்ளன. திருகோணமலையில் இன்று முள்ள புராதன சைவக்கோயிலும், அதைச் சார்ந்த வழிபாட்டு அமைப்புக்களும் இதற்குச் சான்றுகளாகும். ஆயினும், இலங்கையின் புராதனத் தமிழர் சம்பந்தமான, பெறுமதிவாய்ந்த தகவல்களைத் தரக்கூடிய, ஒழுங்குமுறையான தொல்லியில் அகழ்வுகள் இப் பிரதேசங்களில் இன்னமும் மேற்கொள்ளப்படவில்லை.

வடபகுதித் தமிழர் தமது கட்டிட வேலைகளுக்கு, பொதுவாக, சுண்ணாம்புக் கற்களையே பயன்படுத்தினர். இவை, சிங்களவர் எழுதவும், செதுக்கவும் பயன்படுத்திய கருங்கற்களைப் போன்று வலிமையாக இருக்கவில்லை. வன்னிப் பெருநிலப் பரப்பிலிருந்தே வலிமையான கற்கள் கொண்டுவரப்பட வேண்டியிருந்த மையால், வடக்கே உள்ள தமிழர் தமது கோயில்களையும், அரசவைக் கட்டிடங் களையும் கட்டுவதற்குக் கருங்கற்களைக் குறைவாகவே பயன்படுத்தினர். மேலும், தமிழரின் புராதனக் கட்டிடங்களும், நினைவுச் சின்னங்களும் போத்துக்கேயரினால் முதலில் முற்றாக அழிக்கப்பட்டன. பின்னர் பதினேழாம் நூற்றாண்டில் டச்சுக்காரர் யாழ்ப்பாண இராச்சியத்தைக் கைப்பற்றியபோது, அவற்றைச் சிதைத்து எஞ்சியதைக் கொண்டு தமது கோட்டைகளையும், ஆலயங்களையும் அமைப்பதற்குப் பயன் படுத்தினர். போத்துக்கேயர் புராதனக் கட்டிடங்களையும், கோவில்களையும் அழித்த போதும், அவர்களால் நாணயங்கள், முத்திரைகள், செப்பேடுகள், சாசனங்கள் போன்ற ஏனைய தொல்லியற் சான்றுகளை அழிக்கமுடியவில்லை.

அதிர்ஷ்டவசமாக, புராதனத் தமிழர் உபயோகித்த பல நாணயங்கள், நன்கு பாதுகாக்கப்பட்ட இலச்சினைகள், சில குறிப்பேடுகள் என்பனவற்றுடன் வேறுபல பொருட்களும், அண்மையில் மேற்கொள்ளப்பட்ட தொல்லியல் அகழ்வுகளின்போது கிடைத்துள்ளன. இவை தமிழரின் வரலாற்றை ஆய்வு செய்வதற்குரிய மூலாதாரங் களாகும். அத்துடன் சிங்கள, பாளி வரலாற்றுக் குறிப்பேடுகளில் காணப்படும் சான்றுகளுடனும், வேறு தமிழ் வரலாற்று ஆதாரங்களுடனும் ஒப்பிடவும், நிச்சயப் படுத்திக் கொள்ளவும், இவை பெருமளவுக்கு உதவும். இத்தகைய முயற்சிகளில் சிங்களக் கல்விமான்களே ஆர்வம் மிக்கவர்களாக இருந்துள்ளனர் என்பது கவனிக்கப்பட வேண்டிய ஒன்றாகும். ஆனால், தமிழ்க் கல்விமான்கள் இவ் விடயத்தில் அக்கறை காட்டாதது கவலைக்குரியது. இளந்தமிழ்க் கல்விமான்கள் இதுபோன்ற ஆய்வுகளில் ஈடுபடாமைக்குக் காரணம், 1974 இல் யாழ்ப்பாணப் பல்கலைக் கழகம் உருவாக்கப்பட்ட காலத்திலிருந்து தீவிரமடைந்து வரும் உள்நாட்டுப் போராக இருக்கலாம்.

நாம் முன்னர் குறிப்பிட்டதுபோன்று, கி.பி. பதின்மூன்றாம் நூற்றாண்டு வரை, தமிழரின் ஆரம்பகால வரலாறுபற்றி எதுவுமே எழுதப்படவில்லை. எனவே, அதுவரை இலங்கையில்

எழுதப்பட்ட வரலாறு என்பது உண்மையில் சிங்களவரின் வரலாறாகவே இருந்தது. இந்த நிலை பெரும்பாலும் வடக்கில் பல்கலைக்கழகம் தாபிக்கும்வரை நீடித்தது.

மேலும், இப் புராதனகாலத்துத் தமிழர், காலம் காலமாக தொடர்ந்து நிலத்தில் விவசாயச் செய்கையிலும், வேறு முயற்சிகளிலும் ஈடுபட்ட வேளைகளிலும், தொல்லியல் படிமங்களையும், சின்னங்களையும் சிதைத்திருந்தனர். கி.பி. பதின்மூன்றாம் நூற்றாண்டிலிருந்து தமிழர் தொகை அதிகரித்ததன் காரணமாக இவர்கள் வடக்கில் வன்னியிலும், கிழக்கிலும் உள்ள நிலப்பரப்பில் பெருமளவில் பயிர் செய்யவும், குடியமரவும் செய்தனர். தமிழரின்ப் புராதன எச்சங்களுக்கு நிகழ்ந்த கதி சிங்கள வரின் ஆதாரங்களுக்கு நிகழவில்லை. அனுராதபுரமும், பொலனறுவையும் வீழந்த போது, சிங்கள இராச்சியம் தெற்குநோக்கி நகர்ந்தது. சிங்களவரின் புராதன வரலாற்றிடங்கள் அடியோடு கைவிடப்பட்டு, காடு மூடி, எவருமே உள்நுழைய முடியாத பிரதேசங்கள் ஆகிவிட்டிருந்தன. பிரித்தானிய ஆட்சிக்கு இலங்கை உட்படும் வரையில், அவர்களது தொல்லியல் எச்சங்கள் நிலைகுலையாமல் இருந்திருக் கின்றன. பிரித்தானிய அரசு, கலாசாரச் சின்னங்களைப் பாதுகாத்துப் பேணுவதில் தீவிர அக்கறை காட்டியபோது, அவையெல்லாம் மீண்டும் வெளியரங்கமாயின. இலங்கையின் வரலாற்றை ஆதாரபூர்வமாக நிறுவுவதற்கு இவை பெறுமதிமிக்க சான்றுகளாயின. துரதிர்ஷ்டவசமாக, பதினேழாம் நூற்றாண்டில், போத்துக்கேயர் தமிழ்ப் பிரதேசங்களின் கட்டிடங்களையும், நூற்றுக் கணக்கான கோவில்களையும் அழித்ததுடன் நிற்கவில்லை. அவர்கள், யாழ்ப்பாண அரசனின் பாதுகாப்பிலிருந்த மதிப்புவாய்ந்த கையெழுத்துப் பிரதிகளையும், ஓலைச் சுவடித் தொகுப்புக்களையும் சிதைத்து அழித்திருந்தனர். மீண்டும் இதேபோன்று 1981இல், சிறீலங்காவின் சிங்களப் படைகளினால் யாழ்ப்பாணப் பொது நூலகம் முற்றாக எரிக்கப்பட்ட பொழுது, பதினெட்டாம் நூற்றாண்டிலிருந்து பேணிப் பாதுகாக்கப்பட்டு வந்த எண்ணற்ற பெறுமதிவாய்ந்த தொகுப்புக்கள் மற்றும் சுவடிகள் எரியுண்டு போயின என்பது ஆழ்ந்த கவலைக்குரிய விடயமாகும்.

முழு இலங்கையினதும் நிர்வாகத் தலைமைப்பீடம் கொழும்பில்தான் இருந்தது. எனவே, போத்துக்கேய, டச்சு, பிரித்தானியக் குடியேற்றவாதக் காலத்துப் பதிவுகள் அனைத்தும் கொழும்பில் பேணப்பட்டிருந்தன. அதேசமயம் அவர்களது முக்கியமான

1981 இல் எரிக்கப்பட்ட யாழ் நூலகம்

தேசிய ஆவணக் காப்பகம் - கொழும்பு

தேசிய அரும் பொருளகம் - கொழும்பு

ஆவணங்கள், பதிவுகள் அனைத்தும் முறையே, அவரவர் தேசத்தின் தலைநகர்களாகிய லிஸ்பன், ஹேக், இலண்டன் ஆகிய இடங்களுக்கு அனுப்பப்பட்டு, அங்குள்ள குடியேற்றவாதக் காரியாலயங்களில் பேணப்பட்டுப் பயன்படுத்தப்பட்டன. 1948 இல் பிரித்தானியர் இலங்கைக்குச் சுதந்திரம் வழங்கியபோது, பெரும்பான்மை இனத்தவரான சிங்களவரே, வெஸ்ற்மினிஸ்ரர் முறையில் அமைந்த புதிய பாராளுமன்றத்தில் ஆட்சியதிகாரம் பெற்றனர். அப்போதிருந்து, குடியேற்றவாத காலத்தின் பெரும்பாலான ஆவணங்கள், வெளியீடுகள் யாவும் நுவரெலியாவிலிருந்த ஆவணக் காப்பகத்தில் வைக்கப்பட்டன. பின்னர் இவை, 1970 இல் கொழும்பிலுள்ள தேசிய ஆவணக் காப்பகத்துக்கும், தேசிய அரும்பொருள் நூலகத்திற்கும் கொண்டு

வரப்பட்டன. இருந்த போதிலும், தொடர்ந்த பல வருடங்களில், அங்கிருந்த சில பெறு மதிமிக்கத் தமிழ்ப் பதிவுகளும், ஆவணங்களும், தமிழர் சம்பந்தமான சில மூலா தாரங்கள்கூட கிடைக்க முடியாமல் போயின.

எனவே, இந்த அரிய மூலாதாரங்களைப் பெறுவதற்குரிய ஒரேயொரு வழி, லிஸ்பன் தேசிய ஆவணக் காப்பகம், ஹேக் நகரம், பிரித்தானியாவின் பிரதான நூலகங்கள் ஆகியவற்றை அணுகுதலாகும். போத்துக்கேயர் காலத்திலிருந்து பல கிறிஸ்தவ மிஷன்களும் இலங்கையில் இயங்கின. இவை விசேடமாக வடக்கிலும், கிழக்கிலும் அமைந்திருந்தன. இவை கத்தோலிக்க மிஷன், அமெரிக்கன் மிஷன், இங்கிலாந்து திருச்சபை மிஷன், வெஸ்லியன் மிஷன் என்பவையாகும். இவை யாவுமே மதத்தைப் பரப்புவதிலும், அது சார்ந்த கல்வி முயற்சிகளிலும் ஈடுபட்டிருந்தன. காலக்கிரமத்தில்

அரச ஆவணக் காப்பகம் - கோவா

தேசிய ஆவணக் காப்பகம் - லிஸ்பன்

வரலாற்று ஆவணக் காப்பகம் - லிஸ்பன்

தேசிய நூலகம் - லிஸ்பன்

இயல்பாகவே இவர்களிடம் பெருமளவு ஆவணத் தகவல்கள் குவிந்தன. தமிழர் சம்பந்தமான ஆய்வுகளுக்கான மூலாதாரங்களைக் கொண்ட களஞ்சியங்களாக இவை உள்ளன. இவற்றில் அனேகமானவற்றை மிஷனரிமார் தத்தம் நாடுகளுக்கு எடுத்துச் சென்றுவிட்டனர். பல பிரித்தானிய நூலகங்களில், குறிப்பாக ஒக்ஸ்போட் பல்கலைக் கழகம், இலண்டன் பல்கலைக்கழகம், பேர்மிங்ஹாம் பல்கலைக்கழகம், மற்றும் அமெரிக்காவில் ஹவாட் பல்கலைக்கழகம், பொஸ்ரனில் உள்ள வெளிநாட்டு மிஷன் ஆகிய இடங்களில் இந்தத் தொகுப்புகள் பேணப்பட்டு வருகின்றன. இவற்றை எவரும் பார்க்க விரும்பின், இலவசமாகவேப் பார்க்க இயலும்.

ஆயினும் முதலில் செய்யப்பட வேண்டியது என்னவெனில், இலங்கையின் வடக்கு, கிழக்குப் பிரதேசங்களின் ஒவ்வொரு பகுதியிலும், தொழிற்றிறன் வாய்ந்த

தொல்லியல் ஆய்வுகளும், அகழ்வுகளும் மேற்கொள்ளப்படல் வேண்டும். நிலத்தின் கீழ் மறைந்து கிடக்கும் முக்கியமான ஆரம்பகாலத்து மூலாதாரங்கள் அகழ்ந்து எடுக்கப்படல் வேண்டும். கல்வெட்டுக்கள், நாணயங்கள், பாவனைப் பொருட்கள், சின்னங்கள், சிற்பங்கள், சிதைந்த கட்டிட எச்சங்கள் போன்றவை இந்த மூலா தாரங்களாகும். இப் புதிய கண்டுபிடிப்புகள் தொல்லியலாளர், வரலாற்றிஞர், மானிட வியலாளர், மொழியியலாளர் ஆகியோர் கொண்டதொரு கூட்டுக் குழுவினால் ஆய்வு செய்யப்படல் வேண்டும். முன்னைய கண்டுபிடிப்புக்களுக்கும், புதியவற்றுக்கும் உள்ள தொடர்புகளை நிறுவுதல் வேண்டும்.

இத்தகைய புதிய சான்றுகளைப் பூரணமாக ஆய்வு செய்வதற்கு தமிழ், சிங்களம், பாளி, சமஸ்கிருத மொழியறிவு இருத்தல் அவசியம். வரலாற்று உண்மைகள் பார

தேசிய ஆவணக் காப்பகம் - நெதர்லாந்து

தேசிய ஆவணக் காப்பகம் - லண்டன்

பட்சமின்றி வெளியிடப்படுவதற்கு இது முக்கியமாகும். அதே போன்று இந்த ஆரம்ப கால ஆக்கங்களுடன், ஆரம்பகால இலக்கியப் படைப்புகளும், இலங்கைத் தமிழரின் ஆரம்பகால வரலாற்றை மத்திய காலப்பகுதிவரை உருவாக்கு வதற்கு முக்கியமான வையாகும். மத்தியகாலம், முன் குறிப்பிட்டது போன்று, போத்துக்கேய, டச்சு ஆட்சிக் காலமாகும். போத்துக்கேயர் தமிழரை ஆட்சி செய்தது ஒரு குறுகிய காலம் மட்டுமே. (1619-1659). டச்சுக்காரர் இலங்கையை ஆக்கிரமித்த காலத்தில் இலங்கைத் தமிழர் சம்பந்தமான போத்துக்கேயரின் ஆவணங்கள் பெரும்பாலும் இல்லாது ஒழிக்கப் பட்டன. இவற்றில் இப்போது எஞ்சி யிருப்பவை, பெரும்பாலும் இந்தியாவில் கோவா விலும், போத்துக்கல்லில் லிஸ்பன் நகரிலும், உள்ளன. டச்சுக்காரர் எப்போதுமே

தேசிய நூலகம் - லண்டன்

ஆசிய, ஆபிரிக்க நாடுகளுக்கான நூலகம் - ஒக்ஸ்போட் பல்கலைக்கழகம்

தமது பதிவுகள், அதிகாரபூர்வமான ஆவணங்கள் என்பவற்றைப் பேணிப் பாதுகாப் பதில் மிகவும் அக்கறை கொண்ட வர்கள். இவை இப்போதும், பிரதானமாகக் கொழும்பில் பாதுகாக்கப்பட்ட நிலையில் உள்ளன. இருப்பினும், பிரித்தானிய குடியேற்றவாதக் காலத்து ஆவணங்களில் அனேகமானவை (அறிக்கைத் தொகுப்புக்களும், நூல்களும்) இப்போதும் பிரித்தானி யாவின் பல்வேறு நூலகங்கள், ஆவணக் காப்பகங்கள், அரச திணைக்களங்கள், பல்கலைக்கழக நூலகங்கள் என்பவற்றில் வைப்புச் செய்யப் பட்டுள்ளன. இலங்கையில் பிரித்தானியர் ஆட்சி, இலங்கையின் நவீனகால வர லாற்றுக்குக் கட்டியம் கூறுவது போன்று அமைந்தது. அவர்களது ஆட்சியின் ஆரம்ப காலத்திலிருந்தே, தகவல்களைப் பாதுகாப்பதில், அவர்களுடைய நிர்வாகி களும், கல்விமான்களும், ஏனையோரும் மிகுந்த அக்கறை செலுத்தினர். அவர்களது ஆட்சிக் காலத்தில் கையெழுத்துப் பிரதிகள், நூல்கள், தினக் குறிப்பேடுகள், பத்திரிகைகள், வரைபடங்கள், சிறு பிரசுரங்கள், உடன்படிக்கைகள் மற்றும்

ஒக்ஸ்போட் பல்கலைக்கழக நூலகம்

கீழைத்தேச, ஆபிரிக்க நாடுகளுக்கான நூலகம் லண்டன் பல்கலைக்கழகம்

வேறு பத்திரங்கள் போன்ற பெறுமதிவாய்ந்த, ஏராளமான ஆவணங்கள் பாது காக்கப்பட்டுள்ளன. இலங்கைத் தேசிய ஆவணக் காப்பகத்திலும், தேசிய அரும் பொருள் நூலகத்திலும், இலங்கைத் தமிழர் தொடர்பான ஆவணங்கள் ஓரளவு காணப்படுகின்றன. இவற்றில் பெரும்பான்மையான ஆவணங்கள், பிரித்தானி யாவில் உள்ள வெவ்வேறு நூலகங்கள், ஆவணக் காப்பகங்கள், அரச திணைக்

தென்னாசியவியல் நூலகம் - கேம்பிறிட்ஜ் பல்கலைக்கழகம்

பேர்மிங்காம் பல்கலைக்கழக நூலகம்

காவார்ட் பல்கலைக் கழக நூலகம் - போஸ்டன் அமெரிக்கா

அமெரிக்கன் மிசன் நூலகம் - போஸ்டன் அமெரிக்கா

களங்கள், பல்கலைக்கழக நூலகங்கள் என்பவற்றில் இப்போதும் வைக்கப் பட்டுள்ளன. 1948 இல் இலங்கை சுதந்திரம் பெற்றதிலிருந்து நிலைமைகள் வெகுவாக மாறியுள்ளன. சுயபாஷை உத்தியோக மொழியாகவும், எல்லாக் கல்வித்தர மட்டத் திலும் போதனா மொழியாகவும் அறிமுகப்படுத்தப்பட்டதும் இம் மாற்றத்துக்குரியக் காரணமாகும். இதன் பெறுபேறாக வரலாற்று ஆய்வுகளின் எல்லா அம்சங்களுமே

குறிப்பிடும் அளவுக்கு விருத்தியடைந்தன. தமிழறிஞரும், கல்விமான்களும் பல ஆக்கங்களை வெளியிட்டனர். 1921 இல் கொழும்புப் பல்கலைக்கழகக் கல்லூரியின் உதயத்தின் பின்னர் பூரண அந்தஸ்து கொண்ட பல்கலைக் கழகங்கள் ஒரு சிலவே ஆரம்பிக்கப்பட்டன. கொழும்புப் பல்கலைக்கழகம் (1936), பேராதனைப் பல்கலைக் கழகம் (1942), யாழ்ப்பாணப் பல்கலைக்கழகம் (1974) என்பன அவையாகும். ஆயினும், 1983 இலிருந்து நாடெங்கிலும் பல பல்கலைக்கழகங்கள் தோன்றியுள்ளன. இதன் பயனாக இப்போது ஆய்வாளர்கள் பலர் உள்ளபோதும், மிகமிகச் சிலரே இலங்கைத் தமிழரின் வரலாற்றில் காணப்படும் இடைவெளியை நிரப்புவதில் ஈடுபட்டுள்ளனர். அத்துடன், அனேகமாக எல்லா வரலாற்று ஆய்வுகளுமே இரண்டாம்நிலை ஆதாரங் களை அடிப்படையாகக் கொண்டே மேற்கொள்ளப்படுகின்றன.

எந்தவொரு தொல்லியலாளரோ, வரலாற்றாசிரியரோ அல்லது சமூகவிஞ்ஞான ஆசிரியரோ, அவர் தமிழராக இருந்தாலும் சரி, சிங்களவராக இருந்தாலும் சரி, இலங்கைத் தமிழரின் முழுமையான வரலாற்றை எழுதவில்லை என்பதுதான் இன்றைய நிலையில் காணப்படும் பெரிய குறைபாடு. இதற்கு மாறாகச் சிங்கள அறிஞர், இலங்கையின் சிங்களவரின் வரலாறு சம்பந்தமான ஆய்வுகளிலும், அதனை முழுமையாக எழுதுவதிலும் பெரும் முயற்சிகள் செய்துகொண்டு இருக் கின்றனர். இவர்களுக்கு இந்த முயற்சியில் ஏராளமான ஆதாரங்களும், எல்லா மட்டங்களிலும் அரசாங்க உதவிகளும் உண்டு. ஆனால், தமிழ் அறிஞர்களோ இவ் விடயத்தில் பாரிய தடைகளை எதிர்கொள்ள வேண்டியுள்ளனர். தமிழர் வரலாறு சம்பந்தமாக ஆய்வுசெய்யும் தமிழ் அறிஞர்களுக்கு ஏற்படும் சிரமங்களையும், பெருந்தடைகளையும் இங்கு கருத்துக்கு எடுப்பது அவசியமாகும்.

இவ் விடயத்தில் மிகப்பெரும் தடையாகவிருப்பது நிதிப் பற்றாக்குறையேயாகும். தொல்லியல் சான்றுகளான தமிழ்க் கல்வெட்டுக்கள், சின்னங்கள், நாணயங்கள் போன்றவை ஒரு சில அறிஞரால் ஆய்வு செய்யப்பட்டுள்ளன. இவ் ஆய்வுகள் இலங்கைத் தமிழர் வரலாறு சம்பந்தமான அறிவைப் பெருமளவுக்கு வழங்கியுள்ளன. இருந்தபோதிலும், வடக்கிலும், கிழக்கிலும், அனுராதபுர, பொலனறுவை இராசதானிகள் உட்பட, தொல்லியல் முயற்சிகள் இன்னமும் மேற்கொள்ளப்பட வேண்டியுள்ளன. ஆனால், போர் காரணமாகவும், இனப்பகை காராணமாகவும் இத்தகைய முயற்சிகளில் ஈடுபடுவது இயலாத காரியமாகவே உள்ளது. இவற்றுக்கு அரசாங்கம் விதித்துள்ள கட்டுப்பாடுகளும் பெருந்தடையாக இருக்கின்றன. மேலும், சிறந்த தொல்லியல் கல்வித் திறமை இல்லாமை, புராதனக் கல்வெட்டுக்களிலுள்ள எழுத்தை விளங்கும் ஆற்றல் இல்லாமை, கண்டுபிடித்தவற்றை சிங்களம், பாளி, இந்திய மொழிகளுடன் ஒப்பிட்டு ஆய்வதற்கான திறமை இல்லாமை என்பனவும் முக்கிய தடைகளாகும்.

தொல்லியல் ஆய்வுச் சம்பந்தமான மேற்சொன்ன தடைகளைவிட, கை யெழுத்துப் பிரதிகள், வெளியீடு செய்யப்படாத ஆக்கங்கள் போன்ற மூலாதாரங்கள் இல்லாமை மிகப் பெருந்தடையாக உள்ளது. வடக்குக் கிழக்கில், ஒரு சில தனிப்பட்டவர்களிடத்தில் இருக்கும் மூலாதாரங்களைத் தவிர வேறு மூலாதாரங்கள் இல்லை. அத்துடன், கொழும்பில் தேசிய ஆவணக் காப்பகத்திலும், நூலகத்திலும் உள்ள மூலாதாரங்களைப் பயன்படுத்தும் முகமாகக் கொழும்புக்குச் செல்வதற்கு ஆய்வாளார்கள் மிகவும் தயங்குகின்றார்கள்.

பெரும்பாலான தமிழ் அறிஞருக்கு உள்ள இன்னுமோர் பிரச்சனை, சிங்களம், ஆங்கிலம், போத்துக்கேய, டச்சு மொழிகளில் போதிய திறமையின்மை ஆகும். இளந் தமிழ் ஆய்வாளர் இம் மொழிகளில் திறமை பெறாதவரை, தமிழரின் வரலாற்றை யிட்டுப் பூரணமாக எழுதுவது இயலாத காரியமாகும்.

எல்லாத் தடைகளிலும் தலையாயது, உலகெங்கும் சிதறிக்கிடக்கின்ற முக்கியமான மூலாதாரங்களை தேடிப் பெற்றுக்கொள்வதற்கானது. இவற்றை அணுகி,, ஒழுங்குமுறையாக ஆராய்ந்து பொருத்தமான தகவல்களைப் பெறுவது தமிழ் அறிஞரால் அனேகமாக இயலாத காரியமாகவுள்ளது. இப் பயணங்களுக்கான விசாவைப் பெறுவதும், நிதிப் பற்றாமையும் பெருந்தடைகளாகும்.

இன்றைய காலம்வரை, இலங்கைத் தமிழர் வரலாறு சம்பந்தமாக அறிஞரால் மேற்கொள்ளப்பட்ட ஆய்வுகளையும், எழுதப்பட்டுள்ள ஆக்கங்களையும் இங்கு கருத்துக்கு எடுப்பது முக்கியமாகும். இதனால் வரலாற்றில் உள்ள இடைவெளிகள், தவறுகள் என்பவற்றை ஆய்வாளர்கள் கண்டுகொண்டு, அவற்றை ஈடுசெய்யும் வகையில் தமது பணியை மேற்கொள்ள முடியும்.

எழுத்துருவில் உள்ள ஆவணங்களுடன்தான் வரலாறு ஆரம்பிக்கின்றது என்பது ஏற்றுக் கொள்ளப்பட்ட வரைவிலக்கணம் ஆகும். இதன்வழிப் பார்த்தால் இலங்கைத் தமிழரின் வரலாற்றின் பெரும்பகுதி வரலாற்றுக் காலத்துக்கு முற்பட்டதாகவும், வழிவழி வந்த கதைகளாகவுமே உள்ளன. இந்த நிலையில், தொல்லியற் சான்றுகள், கல்வெட்டுக் குறிப்புக்கள் போன்ற சான்றுகளே தமிழரின் ஆரம்பகால வரலாற்றைச் சரியாக வெளிக்கொணரமுடியும். ஐரோப்பியர் வருகைக்கு முன்னதான ஆரம்பகாலத் தமிழ் இலக்கியப் படைப்புக்களில், 'வையாபாடல்' தமிழர் வரலாறுபற்றி ஓரளவுக்குச் சொல்கின்றது. இது வையாபுரி ஐயரினால் கி. பி. பதினான்காம் நூற்றாண்டுக்கும், கி. பி. பதினாறாம் நூற்றாண்டுக்கும் இடைப்பட்ட காலத்தில் எழுதப்பட்டது. முத்துக் கவிராசரின் 'கைலாயமாலை' (கி.பி. பதினாறாம் நூற்றாண்டு), மயில்வாகனப் புலவரின் 'யாழ்ப்பாண வைபவமாலை' (கி.பி. பதினெட்டாம் நூற்றாண்டு) என்பன ஏனைய இரு இலக்கியப் படைப்புகளாகும். இவை யாழ்ப்பாண இராச்சியத்தையிட்டு அறிவதற்குச் சிறந்த ஆதாரங்களாகும். பிரித்தானியர் காலத்தில் எழுதப்பெற்ற வரலாற்று நூல்களில் பின்வருவன அடங்கும். எஸ். காசிச்செட்டியின் 'History of Jaffna' (1884), துரையப்பா பிள்ளையின் 'Jaffna Today and Yesterday' (1907), முத்துத் தம்பிப் பிள்ளையின் History of Jaffna (1912), க. வேலுப்பிள்ளையின் 'யாழ்ப்பாண வைபவ கௌமுதி' (1918), இராசநாயகத்தின் 'Ancient Jaffna' (1926), ஞானப் பிரகாசரின் 'Critiques of Jaffna' (1928), 'யாழ்ப்பாண வைபவமாலை', 'The Jaffna Kingdom', 'The Ancient People of Sri Lanka are Tamils', 'யாழ்ப்பாண பூர்வீக வைபவம்', 'யாழ்ப்பாணக் குடியேற்றம்' என்பவை இருபதாம் நூற்றாண்டின் முற்பகுதியைச் சேர்ந்தவை. அதன் பின்னர், கே. கணபதிப்பிள்ளையின், 'இலங்கை வாழ் தமிழரின் வரலாறு', சி. எஸ். நவரட்ணத்தின் 'Tamils and Ceylon' என்ற நூல்களும், இருபதாம் நூற்றாண்டின் நடுப்பகுதியில் வாழந்த தமிழரையிட்டு அறிந்து கொள்ளப் பெரிதும் பயன்படும். இருந்தபோதிலும், இந்த இலக்கிய ஆக்கங்கள் யாழ்ப்பாணம், அதன் இராச்சியம், அதன் மக்கள் என்பவை பற்றியே எடுத்துச் சொல்கின்றன. இவற்றில் வரலாற்றுச் சான்றுகள் இல்லாமையால் இவை பெருமளவுக்கு, பின்னர் வந்த வரலாற்று அறிஞர்களால் புறந்தள்ளப்படுகின்றன.

பிரதாபக் கதைகள், காவியங்கள், நாட்டார் கதைகள், இடங்களின் பெயர்கள் போன்றவற்றையே இவை பெரும்பாலும் அடிப்படையாகக் கொண்டுள்ளன. இராசநாயகம், ஞானப்பிரகாசர் ஆகியோரின் ஆக்கங்கள் ஓரளவிற்கு விதிவிலக்காக உள்ளன. முன்னைய ஆக்கங்களில் சொல்லப்பட்ட ஆதாரங்களை அடிப்படையாகக் கொண்டிருந்தாலும், இவர்கள் இரு வரினதும் திறமை காரணமாக ஒரு சில அரிய வரலாற்று உண்மைகள் வெளி வந்துள்ளன. இருந்தபோதிலும், இந்த ஆக்கங்கள் தொல்லியல் சான்றுகளுடன், ஆதார அடிப்படையில் அமையாத காரணத்தால், வரலாற்று அறிஞர் இவற்றை ஏற்றுக் கொள்ளத் தயங்குவதுபோல் தோன்றுகின்றது.

ஒப்பீட்டளவில், இருபதாம் நூற்றாண்டின் பின் அரைப்பகுதியில், இலங்கைத் தமிழர் வரலாறு ஒழுங்குமுறையாக ஆய்வு செய்யப்பட்டுள்ளதை அவதானிக்கலாம். பல்கலைக்கழக ரீதியாக முன்னெடுக்கப்பட்ட தொல்லியல் அகழ்வுகளும், ஆராய்ச்சி களும், புதிதாக வேகம் பெற்ற தமிழ்த்தேசிய உணர்வும், இந்த மாற்றத்திற்குக் காலாக அமைந்தன. மேற்கத்தியப் பல்கலைக்கழகக் கல்வி, அது சார்ந்த ஆய்வுக்கான வசதிகள் போன்ற நவீன வாய்ப்புகள் ஒழுங்கு முறையிலமைந்த ஆய்வுகளை மேற்கொள்ளக்கூடிய வகையில் கிடைக்கக்கூடியதாக இருந்தமையும், இதற்கு அனுசரணையாக இருந்தது.

இந்த அண்மைக்கால முன்னேற்றம் சம்பந்தமாகப் பின்வருவோர் முக்கியத்துவம் பெறுகின்றனர். பேராசிரியர்களான எஸ். அரசரட்ணம், கா. இந்திரபாலா, எஸ். பத்மநாதன், பி. பஸ்தியாம்பிள்ளை, எஸ். கே. சிற்றம்பலம் ஆகியோருடன் இளம் கல்விமான் களான பேராசிரியர். பி. இரகுபதி, கலாநிதி. பி. புஷ்பரட்ணம் தமது பங்கை அளித் துள்ளனர். அரசரட்ணமும், பஸ்தியாம்பிள்ளையும் இலங்கை வரலாற் றின் மத்திய, நடுப்பகுதிகளை அறிந்து கொள்வதற்குத் தமது பங்களிப்பைச் செய் துள்ளபோதும், அவற்றில் இலங்கைத் தமிழர் பற்றிய விசேடமான ஆய்வுகள் எதுவும் இல்லை. ஆயினும் அரசரட்ணத்தின் 'Ceylon (1964), Ceylon and the Dutch' (1984) என்பவை, இலங்கைத் தமிழர் பற்றிய சில பயனுள்ள தகவல்களைக் கொண்டுள்ளன. பத்மநாதனின் 'Kingdom of Jaffna' (1978), சிற்றம்பலத்தின், 'யாழ்ப்பாண இராச்சியம்' (1992), இரகுபதியின் 'Early Settlements in Jaffna', புஷ்பரத்தினத்தின் 'பூநகரி தொல்பொருள் ஆய்வு' என்பவை தமிழர் வரலாறுபற்றிய அறிவை வழங்கியபோதும், அவை யாவும் யாழ்ப்பாணத் தீபகற்பத்தின் ஆரம்பவரலாற்றைக் கூறுவதுடன் நின்றுவிடுகின்றன. இத்தகைய ஆக்கங்களுள் இந்திரபாலாவின் ஆக்கமே, தமிழர் பிரதேசங்களாகிய வடக்கு, கிழக்கு முழுவதையுமே தன்னுள் அடக்குவதால் தனித்து விளங்குகின்றது. இந்திரபாலாவின் வரலாற்று நூல்களில் 'Tamils in Sri Lanka: Evolution of an Ethnic Identity – C.330 BCE to C.1200 CE' (2005) என்னும் ஆக்கம் இதற்குச் சிறந்த உதாரணமாகும். இந்த வரலாற்றறிஞர் ஒருவரே தமிழரின் ஆரம்ப கால வரலாற்று ஆய்வின் முன்னோடியாகச் செயற்பட்டு, தமிழரின் ஆதிக் குடியமர்வு களிலிருந்து யாழ்ப்பாண இராச்சியத்தின் ஆரம்பகாலம் வரையான வரலாற்றை முழுமையாக எழுதியவர் ஆவர். அவரது இந்தக் குறிப்பிட்ட ஆக்கம் மத்திய, நவீன காலப்பகுதிகளைக் கொண்டிருக்காமை எமக்கு வருத்தத்தை அளிக்கின்றது. ஆயினும், இந்திரபாலாவின் புலமைசார் ஆக்கம் இலங்கைத் தமிழர் வரலாற்று ஆய்வுக்கு சிறந்த பங்களிப்பாகும்.

இந் நூலில் பொருத்தமான எல்லா ஆக்கங்களையுமே பட்டியலிடுவது இயலாது. ஆயினும் இலங்கைத் தமிழர் சம்பந்தமான நவீன அரசியல் வரலாற்றைக் குறிக்கும் சிறந்த படைப்புகள் சிலவற்றைக் குறிப்பிடல் வேண்டும். இவற்றில் அனேகமானவை, இருபதாம் நூற்றாண்டின் பிற்பாதியில், இனமுரண்பாடுகள் முற்றிக் கொண்டிருந்த காலத்தில் வெளியிடப்பட்டவை என்பதை இங்கே கூறுதல் அவசியம். உதாரணமாக, செல்லத்துரை மனோகரனின் 'The Sri LankanTamils: Ethnicity and Identity' (1994). இது அரசியற் பிரச்சனைகளை ஆழமாக ஆராய்கின்றது. இத் தொகுப்புக்குப் பல அறிஞர் தமது மேலான பங்களிப்பைச் செய்துள்ளனர். கே. கைலாசபதியைப் பத்திராதிபராகக் கொண்ட ஆறுமுகநாவலர் நூற்றாண்டு மலரும் இவ்வாறு அமைந் துள்ளது. இதில் யாழ்ப்பாணப் பல்கலைக்கழக அறிஞர் எழுதிய பல கட்டுரைகள் உள்ளன. இவை ஆறுமுகநாவலர் காலத்தில் ஏற்பட்ட முக்கியமான மாற்றங்கள் பற்றியும், சைவசமயம், தமிழ் இலக்கியம், தமிழ் மொழி போன்ற விடயங்கள் பற்றியும் பேசுகின்றன. இலங்கைத் தமிழரின் கலாசாரம், மொழி, சமூகநிலைகள் என்பனபற்றிய ஆய்வுகளுக்கு இந்த ஆக்கம் மிகச் சிறந்த வகையில் பங்களிப்புச் செய்கின்றது. கைலாசபதியின் 'Cultural and Linguistic Consciousness of the Tamil Community and Social Changes in Sri Lanka' (1985) என்ற கட்டுரை, தற்போதைய தமிழ் அரசியல் நிலைமைபற்றி ஆய்வதற்கு ஓர் அற்புதப் பங்களிப்பாகும். பேராசியர் கா. சிவத்தம்பியின் 'Sri Lanka's Tamil Society and Politics' (1995), அ. சிவராஜாவின் 'The Politics of Tamil Nationalism in Sri Lanka' (1996). ஏ. ஜே. வில்சனின் 'The Break-up of Sri Lanka – The Sinhalese and Tamil Conflict' (1988), எஸ். ஜே. வி. செல்வநாயகத்தின் 'The Crisis of Tamil Nationalism (1947-1977)' (1994), எஸ். ஜே. தம்பையாவின் 'Sri Lanka's Ethnic Genocide and the Dismantling of Democracy' (1996), எம். குணசிங்கத்தின் 'Sri Lankan Tamil Nationalism: A Study of its Origins' என்ற ஆக்கங்கள் யாவுமே, இலங்கைத் தமிழர் பற்றிய ஆய்வுகளின் சமூக-அரசியல் அம்சத்துக்குப் பங்களித்துள்ளன.

இலங்கைத் தமிழர் வரலாறு இன்னமும், எவராலும் முழுமையாக எழுதப்பட வில்லை என்பதை மேலே குறிப்பிட்டவை தெளிவாகக் காட்டுகின்றன. ஆய்வாளர்கள் பெரும்பாலும் தாம் விசேடத் திறமையும், ஆர்வமும் கொண்டுள்ள விடயங்களில் மட்டுமே ஆய்வுகளை மேற்கொள்வதுபோற் தோன்றுகின்றது. எனவே, ஒவ்வொரு துறையிலும் விசேட திறமை கொண்ட ஆய்வாளர், அறிஞர் யாவரும் ஒன்றிணைந்து, ஒரு குழுவாக, ஆராய்ச்சி, பகுப்பாய்வு எனபனவற்றைச் செய்தால் நிச்சயமாக, இலங்கைத் தமிழர் வரலாறு முழுமையாக எழுதப்படும் சாத்தியக்கூறு உண்டு.

இலங்கைத் தமிழரின் வரலாற்றை முழுமையாகவும், பூரணமாகவும் எழுத விரும்பும் அறிஞருக்கு இந்த ஆய்வு நூல் பெரும் பயன்தரும் உபகரணமாகவும், வழி காட்டி யாகவும் அமையும் என்பதில், இந் நூலாசியருக்குத் திடமான நம்பிக்கையுண்டு. யாராவது, உலகெங்குமுள்ள மூலாதாரங்களைச் சேகரித்து, அவற்றை இலங்கைக்குக் கொண்டு வந்து, எவரும் அவற்றை இலகுவாகப் பயன்படுத்தும் வகையில், ஒரு பாதுகாப்பான இடத்தில், ஒழுங்கமைத்துப் பேணும்வரையில் இது சாத்தியமானதல்ல என்பதையும் அவர் நம்புகின்றார். இந்தப் பாரிய முயற்சி வெற்றிகரமாக நிறைவேறும் வரையில் இலங்கைத் தமிழர் பற்றிய முழுமையான வரலாற்று நூல் எழுதப் படுவதற்கான சாத்தியங்கள் இல்லை.

அறிமுகவுரை 19

எதற்காக இப்படிப்பட்ட வரலாற்றை நாம் தொகுக்க வேண்டும்? தற்போதயை நவீன உலகின் தேவைகளுக்கு, எமது கடந்த காலத்தில் நடந்த கதைகளை நாம் ஏன் ஆராயவேண்டும்? என்பது போன்ற ஐயம், சிலருக்கு, அதுவும் குறிப்பாக இளந் தலைமுறையினருக்கு ஏற்படலாம். இந்த வினாக்களுக்கு விடை காண்பது சுவை யான விடயம் மாத்திரம் அல்ல, ஒரு சவாலான சங்கதியுமாகும்.

கடந்தகாலச் சம்பவங்கள், எவ்வாறு, ஏன் நிகழ்ந்தன என்பதை வாசகர்களுக்கு வெளிப்படுத்தி, மற்றையோரின் அனுபவங்கள் வாயிலாக அவர்களுக்கு அறிவூட்டுவது, எந்தவொரு வரலாற்று நூலினதும் முக்கியமான நோக்கமாகும்.

வரலாறு தன்னை மீண்டும் நிகழ்த்தும் என்ற கருத்தையும், அப்படியானால் மக்கள் ஒரு சந்ததியில் செய்த அதே தவறுகளை அடுத்த சந்ததியிலும் செய்வது விதியாகிவிடுமே என்ற வாதத்தையும் நாம் அடிக்கடி கேட்பதுண்டு. இதிற் சிறிதளவு உண்மையுண்டு என்று கருதும் அளவுக்கு நெப்போலியனுடைய ரஷ்ய ஆக்கிரமிப்பு அவனுக்குப் பாதகமாய் முடிவுற்றதும், பின்னர் அதே நிலைமை ஹிட்லருக்கு நேரிட் டதும் குறிப்பிடத்தக்க விடயமாகும். ஆனால் வரலாற்றைப் பற்றிய இந்தக் கருத்து நலிவடைந்து எவ்வளவோ காலமாகிவிட்டது. வரலாறு எப்போதுமே தன்னைத் திரும் பவும் நிகழ்த்தியது கிடையாது. இருந்தபோதிலும், சிலசமயங்களில், இன்றைய பிரச்சனை களையிட்டுச் சிந்திக்காமல், சண்டைகளைத் தொடர்வதற்கு, மக்களை வரலாறு ஈர்க்கக் கூடும். இந்தப் போக்கினால் நேற்றையத் தவறுகளை இன்று திருத்திக் கொள்வதற்குப் பதிலாக அவற்றை மீண்டும் இழைக்கவும் நேரிடும்.

'வரலாற்றைக் கற்பித்தல்' என்ற தொடர், வரலாறு ஒரு தனிப்பட்ட விடயத்தைச் சுற்றிய வட்டத்துக்குள் நிற்பதுபோன்ற தோற்றத்தை அளிப்பதனால், அது தவறான புரிதலுக்கு வழிகோலும். இதற்கு நேரெதிராக, கல்வித் துறையில் வரலாற்றின் செல்வாக்கு எங்கும் பரந்ததாய், யாவற்றையும் தழுவியதாய் உள்ளது. எப்போதெல் லாம் எண்களுக்கோ, விஞ்ஞானத்துக்கோ, மதத்துக்கோ, சமுதாயத்திற்கோ ஒரு வரலாறு இருக்கின்றதோ, அப்போதெல்லாம் அங்கு வரலாற்று அனுபவங்களுக்கும் இடமுண்டு. எங்கெல்லாம் கணிதம், எழுத்து, ஓவியம், இசை, நடனம் என்பனபோன்ற துறைகளில் திறமை உண்டோ, அங்கெல்லாம் அவற்றைப் புரிந்து கொள்ளவும், பரிமாறவும் வரலாறு உதவிக்கு வருகின்றது. எந்தவொரு ஒன்றிணைக்கப்பட்ட கல்வித் திட்டத்திலும் வரலாறு அதன் அத்தியாவசியமான அம்சமாகலாம். "வரலாற்று விடயத்தை" விடுத்து, 'வரலாற்று அனுபவத்தை'ப் பேணுவதே முக்கியமாகும்.

நாம் யாரென நாம் அறிவதற்கு முன்பாகவே, நாம் ஏதோவொன்றின் உடமையாக உள்ளோம். எமது பிறப்பின்போது எம்முடன் கூடவே இருந்த மற்ற அன்னை வரலாறு தான். ஏனெனில், எல்லா மனிதப் பிறவிகளுக்கும் ஒரு வரலாறு உண்டு என்பது ஓர் அறிவார்ந்த உண்மையாகும். அந்தத் தாய் நன்மைக்கான சக்தியா, தீமைக்கான சக்தியா என்பதே முக்கியமான வினாவாகும். எமது வரலாறு எமக்கோர் உதவியா? உபத்திரவமா?. உலக சக்திகள் கோடிக்கணக்கான மக்களை அவர்களுடைய வரலாற்றிலிருந்து பிடுங்கி வீசியுள்ளன. இன்னும் பலர், விலகிச் செல்வதே மேல் எனத் தமது வரலாற்றை விரும்பிக் கைகழுவி விடுகின்றார்கள்.

நாம் இன்னாரைச் சேர்ந்தவர் அல்லது இன்னார் என்ற பாதுகாப்புணர்வு, பிள்ளைகளை ஆரோக்கியமாக உருவாக்குவதற்கு அத்தியாவசியமான ஆரம்பத்

தேவையாகும். யூதப் பிள்ளைகள் தமது சொந்தங்களிலிருந்து பிய்த்தெடுக்கப்பட்டு, அந்நியமானதும், குழப்பம் மிகுந்ததுமான ஓர் உலகினுள் வீசியெறியப்பட்டது, இதற்குச் சிறந்த உதாரணமாகும். ஆனாலும், இந்த யூத மக்களையிட்டுப் பிரமிக்க வைக்கும் விடயம் ஒன்றுண்டு. சந்ததி சந்ததியாக அவர்கள் சந்திக்க நேர்ந்த பகைமை நிறைந்த நிலைமைகளினூடாகவும், அவர்கள் தமது வரலாற்றைக் கூடவே சுமந்து சென்றார்கள் என்பதே அதுவாகும். எனவே, மனித உள்ளத்தின் ஆரோக்கியத்துக்கு, எமது தனிப்பட்ட பிரத்தியேக அனுபவங்கள் யாவற்றைச் சுற்றியும், செறிந்தும் நிலவுகின்ற, "நாம் இன்னார்" என்ற, எம்முடன் கூடவே பிறந்த அந்த முன்னுணர்வு அத்தியாவசியமான அம்சமாகும். அகதிகள் உளரீதியாகச் சிதைந்து போவதும், யாருமே அற்ற பராரிச் சிறுவர்களின் இழிநிலையும், பட்டினியால் ஏற்படும் நலிவு போன்று, வெளிப்படையாக எமது கண்களுக்குத் தெரிவதில்லை. நாதியற்று அலையும் ஒருவருக்கு, அவனது பெற்றோர் பற்றிய கடந்தகால ஞாபகங் களையோ, அவரின் சொந்த வீட்டைப் பற்றியோ ஒரு தொடர்பை ஏற்படுத்துவதன் மூலம், அவருக்கு ஒரு சுய அடையாள உணர்வை உருவாக்க முடியுமென உளவியல் நிபுணர்கள் கண்டிருக்கின்றார்கள். ஆனாலும் ஒரு தனிப்பட்ட ஆணோ, பெண்ணோ தனது ஞாபகசக்தியைப் பயன்படுத்தி, அதை விருத்தி செய்து, அதன்மூலம் தனது வாழ்க்கைக்கு ஒரு தொடர்ச்சி, மாண்பு, நோக்கம் உண்டு என்பதைக் கண்டு கொள்வது அவரவர் தனித்துவத்தைப் பொறுத்த விடயமாகும்.

வரலாறு என்னும் பதத்தை நாம் சில குறிப்பிட்ட அர்த்தங்களில்தான் பயன் படுத்துகின்றோம் என்பது தெரிந்த விடயமாகும். ஓர் அர்த்தத்தில் பார்க்கையில், கடந்தகால நினைவுகள்தான் வரலாறு என்பதில்லை. முதலாவதாக, இன்றுவரை எவை மறக்கப்படாது நிலைத்து நிற்கின்றனவோ அவைதான் வரலாறு என வரை விலக்கணம் வகுக்கலாம். மறக்கப்படாதவை விருப்புடன் பாதுகாக்கப்பட்ட பொருட் களாக இருக்கலாம். மறக்கப்படாதிருக்க, வேண்டும் என்றே தேர்ந்தெடுத்த விடயங் களாகவும் இருக்கலாம். அதனால் இந்த இரு வழிகளிலுமே, மறக்கப்படாதவையை ஞாபகப்படுத்திக் கொள்ள, அவை எமக்குக் கிடைக்கக்கூடியவையாகவே உள்ளன. இரண்டாவதாக, அதிசயிக்க வைக்கும் இந்தக் கடந்த காலத்தினுள் நாம் எதை விரும்பி, உணர்வுபூர்வமாக நமது ஞாபகத்தில் இருத்திக் கொள்கின்றோமோ அதுவே வரலாறு எனலாம்.

கடந்தகாலச் சம்பவங்களைப் பற்றிய ஆய்வென்பது, அக் காலத்தில் எதைச் சொன்னார்கள், எதை எழுதினார்கள், பின்னர் அவற்றின் காரணமாக என்ன போக்கு உருவாகியது அல்லது என்ன நிகழ்ந்தது என்பவற்றை உள்ளடக்கும். இத்தகைய சம்பவங்களை மாணவர்கள் எவ்வளவுக்கு நெருங்கிக் காண்கின்றனரோ, அவ்வளவுக்கு அவர்களுக்கு அந்தச் சம்பவங்களை நேரடியாக அவதானிக்க முடிகின்றது. அந்தச் சம்பவங்களுக்குச் சாட்சிகள் என்ற வகையில் எவ்வளவுக்கு அவற்றுடன் அவர்களுக்கு நெருக்கமுண்டோ, அவ்வளவுக்கு தமது கற்பனா விவேகத்தைப் பயன்படுத்தி இச் சம்பவங்களைப் புரிந்து கொள்ளவும், அவற்றின் மெய்மையை உருவகித்து உணரவும் இயலும்.

இச் சந்தர்ப்பத்தில் 'மூலாதாரம்' (primary sources) என்ற சொல்லை வரைவு செய்வது முக்கியமாகும். 'அசல்' (original), 'ஆதாரம்' (source), 'ஆரம்பம்' (primary), எல்லாமே

'முதல் முதலான' (first-hand) என்ற அர்த்தம் கொண்டவையாகும். இவற்றுள் 'ஆதாரம்' என்ற சொல்லே மிகவும் அதிகமாகப் பயன்படுத்தப் படுகின்றது. எங்கிருந்து நாம் தகவல்களைப் பெறுகின்றோமோ, அவற்றுக்கெல்லாம் ஆதாரம் என்ற சொல் பொருந்தும். ஆரம்பம் அல்லது ஆதிமூலம் என்பவற்றைக் குறிக்கும் போது ஆய்வுகளில் இச் சொல் அடிக்கடி பயன்படுத்தப் படுகின்றது. 'நதிமூலம்' என்ற சொல்லை இது ஒத்திருந்த போதும், முழுக்க முழுக்க 'உருவாகும் இடம்' என்ற வரைவிலக்கணத் தினுள் இச் சொல் கட்டுப்படாது. 'அசல்' என்ற சொல் வேறு பல விடயங்களையும் குறிக்கும். ஆய்வுத் துறையிலும் அவ்வாறே அதற்குப் பல அர்த்தங்கள் உண்டு. இவ்விரு சொற்களுமே தனித்து நின்று பயன்படும் வகையில் போதுமான திடமான கருத்துருவை ஏற்படுத்துவதில்லை. 'ஆரம்ப' என்ற அடைமொழி, 'இரண்டாம் நிலை' என்ற சொல்லிலிருந்து வேறுபடுத்தி ஒன்றைப் புலப்படுத்துகின்றது. ஆய்வுசெய்யப் படும் நபரிடமிருந்து அல்லது நிகழ்வுகளிலிருந்து நேரடியாகப் பெறப்பட்டது என்ற கருத்திலேயே, 'ஆரம்ப' என்ற சொல் ஆய்வுகளில் பயன்படுத்தப்படுகின்றது.

மூலாதாரங்கள், ஓர் அர்த்தத்தில், ஓர் அமைப்பினால் வேண்டுமென்றே பாது காக்கப்பட்டவையாகவும் இருக்கலாம். இந்த அமைப்பானது, அரசாங்கம், வியாபாரம், சமயம், நிறுவனம் என்பவற்றின் அமைப்பாகவோ, அல்லது தனிப்பட்டதொரு குடும்பமாகவோ இருக்கலாம். தமது எதிர்காலத் தேவைகளுக்கான செயற்பாடுகளின் சான்றாக அல்லது தமது கதையை அழியாது நீடிக்கச் செய்யும் முயற்சியாக இது உள்ளது. இத்தகைய மூலாதாரங்கள் ஈற்றில் ஒரு முகவரிடம் சென்றடையக்கூடும். இந்த முகவரின் கடும்பணி இந்த மூலாதாரங்களைப் பேணிப் பாதுகாப்பதாகும். இவை பல்வேறு மூலங்களிலிருந்து கிடைக்கலாம். (இவற்றில் சில, வரலாற்று இயல் புடைய பொருட்களை உடைமையாக்கும் ஆர்வங் கொண்டவர்களினால் சேகரிக்கப் பட்டவை.) யாராவது, அவர்கள் விரும்பும் பட்சத்தில் இவற்றைப் பயன்படுத்துவதற் காக வைப்பில் இருப்பவை இவையாகும்.

பழைய கையெழுத்துப் பிரதிகள் குறித்து ஒரு பிரேமை உண்டு. இவற்றுக்கு ஒரு தனிப்பட்ட தன்மை என்பன இருப்பதனால், நாம் அவற்றை ஆக்கியோனுடன் நெருங்க முடிவதுபோற் தோன்றுகின்றது. இந்த உண்மையுணர்வு, மேலோட்டமாக எழும் அபிப்பிராயத்தைவிடக் கனமானது. இந்த உணர்வுதான், வரலாற்றாசிரியர் அசல் ஆதாரங்களில் கொள்கின்ற நம்பிக்கைக்கு அடிப்படையாகும். அத்துடன், கடந்த காலத்தையிட்ட தீவிரமான ஆய்வின் பெரும்பகுதிக்கு இதுவே அத்திவாரமும் ஆகும். முன்னொரு சகாப்தத்தின் பங்காளர் தமது செயல்முறைகளை, தமது எண்ணங்களை, தமது செயல்களை, தமது எதிர்வினைகளைப் பதிவு செய்துள்ள இந்த ஆவணங்களைவிட, வேறெந்த வகைச் சான்றுமே அவற்றை அவ்வளவு விளக்கமாகச் சொல்வதில்லை. மூலதாரங்களைப் பலன்தரும் வகையில் பயன் படுத்த வேண்டுமெனில், சம்பந்தப்பட்ட ஆய்வாளர், அவர் தொழில்சார்ந்த வல்லுன ராக இருந்தாலும் சரி, சாதாரண வாசகனாக இருந்தாலும் சரி, அந்த மூலாதாரங் களின் இயல்பு, பின்னணி, அவற்றின் பௌதீக குணாதிசயங்கள் என்பனவற்றுடன், அவை எழுப்பும் பிரச்சனைகளையும் அறிந்திருத்தல் அவசியம். மூலாதாரங்களில் தமது நோக்கத்தை நிறைவு செய்யக்கூடிய அம்சங்களைக் கண்டு, அவற்றினுள் உரியதை, விவேகத்துடன் தெரிவுசெய்யும் திறன் அவர்களுக்கு அவசியம்.

இலங்கைத் தமிழரின் தற்போதைய நிலைமையைக் கருத்துக்கு எடுக்கையில், உலகெங்கும் உள்ள இவர்கள் சம்பந்தமான மூலாதாரங்களை ஆராய்ச்சி செய்வது முக்கியமானது என்பது இப்போது தெளிவாகின்றது.

இந்தக் கடுமையான பணி இலகுவான ஒன்றல்லத்தான். இருந்தபோதும் இது இலங்கைத் தமிழர்பற்றிய ஆய்வுகளுக்கு மிகவும் பெறுமதி வாய்ந்ததாகவும், முக்கியமானதாகவும் உள்ளது. இந்த நூலாசிரியர், யாழ்ப்பாணப் பல்கலைக் கழகத்தில் வரலாற்று மாணவனாக இருந்த காலத்திலிருந்து, கே. இந்திரபாலா அவர்கள் இவருக்கு மூலாதாரங்களின் அவசியத்தையும், அவற்றை ஆய்வு செய்ய வேண்டிய கடமைப்பாட்டையும் வலியுறுத்தி வந்துள்ளார். அதுவே இவரை இன்று வரை ஊக்குவித்தும், புத்தூக்கம் அளித்தும் வந்துள்ளது. உண்மையில் இவரை இந்த முயற்சியில் ஈடுபடுத்துவதற்கு முதலில் தூண்டியது மட்டுமல்லாது, தொடர்ந்தும் இன்றுவரை தனது ஆதரவை அளித்து வருவது இந்திரபாலாவேயாகும். 1954 இல் வெளிவந்த 'Tamil Culture' என்னும் ஏட்டில், சேவியர் தனிநாயகம் அடிகளார் எழுதி யிருக்கும் கட்டுரையைப் படிப்பது, மேற்குலகில் உள்ள பொருத்தமான மூலாதாரங் களின் தொகுப்புக்கள் பற்றிய தகவல்களை அறிவதற்கு மிக உதவியாக இருக்கும் என இந்திரபாலா அவர்கள் ஆலோசனை வழங்கினார். சிலகாலம் இக் கட்டுரையைத் தேடியலைந்து, ஈற்றில் அதனை ஜெர்மனியிலுள்ள ஹெய்டில்பேர்க் பல்கலைக்கழக நூலகத்தில் கண்டுபிடிக்க முடிந்தது. ஆர்வத்தை மிகவும் தூண்டும் இந்தக் கட்டுரை இரண்டே பக்கங்கள் கொண்டதாயினும், ஒரு புத்தூக்கத்தை நூலாசிரியருள் ஏற் படுத்தியது. ('Xavier Thaninayagam: Tamil Manuscripts in European Libraries, in Tamil Culture: vol 111, Nos. 3-4', October 1954)

இந்த ஏட்டின் பத்திராதிபர், அடிகளாரின் கட்டுரையின் சாராம்சத்தைப் பின்வருமாறு தன் முன்னுரையில் கூறுகின்றார்.

இந்த ஆசிரியர், ஐரோப்பாவிலுள்ள அதிமுக்கியமான நூலகங்களில் உள்ள தமிழ் ஆதாரங்கள்பற்றிய ஆரம்பக் கணிப்பொன்றை மேற்கொள்ளும் நோக்குடன் அவற்றுக்குச் சென்றிருந்தார். ஒரு குறுகிய காலமே அவர் இந்தப் பணியில் ஈடுபட் டிருந்தபோதும், எடுத்த முயற்சிக்கு மேலாகவே அவருக்குப் பலன் கிடைத்தது...... எனவே அவர் தனது கண்டுபிடிப்புகள், ஐரோப்பாவையிட்டு எழுதப்புகும் எதிர்காலத் தமிழ் அறிஞர்களைத் தமது ஆய்வை விஸ்தரிக்கத் தூண்டும். ஐரோப்பிய நூலகங் களைத் தேடிச் செல்லத் தயாராக இருக்கும் ஊக்கம் மிகுந்த தமிழ் அறிஞருக்கு அங்கே, மேலும் முக்கியமான, ஆர்வத்தைத் தூண்டக்கூடிய கண்டுபிடிப்புக்கள் காத்திருக்கின்றன.....

மேற்காணும் இந்தச் சில வசனங்களே இந்த நூலாசிரியனைத் தூண்டியது மட்டுமல்லாமல், கடந்த இரண்டு வருட காலமாகத் தொடர்ந்த இந்த ஆய்வுப் பணியில் இடையறாத புத்தூக்கத்தையும் அளித்து வந்தது.

இந்த நூலாசிரியருக்குத் தொடர்ந்தும் புத்தூக்கம் அளித்துவரும் இன்னுமொரு சக்தியாகத் தமிழ் அறிஞர் சி. வை. தாமோதரம்பிள்ளை அவர்களின் வாசகங்கள் அமைகின்றன.

... கனவான்களே, இந்த ஓலைச் சுவடிகள் சிதைந்து போகின்றனவே என்ற கவலை உங்களுக்கு இல்லையா? இறந்து கொண்டிருக்கும் உங்கள் தாய்க்கு

நீங்கள் எதுவுமே செய்கின்றீர்கள் இல்லை. தேசிய உணர்வு, மதவுணர்வு, மொழி யுணர்வு என்பன இல்லாமையைப் பெருமைக்குரிய விஷயம் என எண்ணுகிறீர் களா? தயவுகூர்ந்து இதனை ஆழ்ந்து சிந்தியுங்கள். (சி. வை. தாமோதரம்பிள்ளை, பதிப்புரை, யாழ்ப்பாணம், 1971, பக். 45-46) (மொழி பெயர்ப்பு)

இந்த நூலாசிரியர், கிடைத்தற்கரிய தமிழ் நூல்களையும், கையெழுத்துச் சுவடிகளையும் ஆராய்ந்தது மட்டுமல்லாது, இலங்கைத் தமிழர் தொடர்பாக போத்துக் கேய, டச்சு, ஆங்கிலக் கையெழுத்துப் பிரதிகளையுங்கூட ஆராய்ந்துள்ளார்: ஐரோப்பிய நூலகங்களுக்கும், ஆவணக் காப்பகங்களுக்கும் சென்றது மாத்திரமல்லாது, இலங்கை, இந்தியா, அமெரிக்கா ஆகிய நாடுகளுக்கும் சென்று, எவ்வளவுக்குத் தமிழர் ஆய்வு தொடர்பான மூலாதாரங்களையும், கிடைத்தற்கரிய நூல்களையும் தேடவேண்டுமோ, அவ்வளவுக்குத் தேடுதல் செய்துள்ளார்.

இந்த ஆய்வின் நோக்கத்தை அடைவதற்கு, இலங்கையின் அரச தேசிய ஆவணக் காப்பகம், தேசிய அரும்பொருள் நூலகம், றோயல் ஏசியற்றிக் சொசயிற்றி நூலகம் என்பவற்றிலுள்ள முக்கிய தொகுப்புக்கள் பூணமாக ஆராயப்பட்டுள்ளன.

இந்தியாவின் தமிழ்நாட்டில், சென்னையில் மறைமலையடிகள் நூலகம், சுவாமி நாத ஐயர் நூலகம், றோஜா முத்தையா நூலகம், சென்னை கன்னிமாரா நூலகம் என்பவற்றிலும் தேடல் நிகழ்ந்தது. மேலும் தமிழ்நாட்டில், திருநந்தவன ஆதீனம், தீருவாவடுதுறை ஆதீன நூலகம், அங்குள்ள ஆறுமுகநாவலர் சம்பந்தமான குறிப்பு கள், தஞ்சாவூரிலுள்ள தமிழ்ப் பல்கலைக்கழகத் தொகுப்புகள் என்பன யாவும், இன்றைய தமிழர் சம்பந்தமான மூலாதாரங்கள் உள்ளனவா என அறிவதற்கு, ஒழுங்கு முறை யான ஆராய்ச்சிக்கு உட்படுத்தப்பட்டன.

மேற்குறிப்பிட்ட நூலகங்களும், ஆவணக் காப்பகங்களும் ஆராயப்பட்ட பின்னர் தேடுதல் ஐரோப்பாவில் தொடர்ந்தது. அங்கு, பிரான்ஸ் தேசிய ஆவணக் காப்பகம், பாரிஸ் தேசிய நூலகம், ஜெர்மனி தேசிய ஆவணக் காப்பகம், ஜெர்மன் பல்கலைக் கழகங்களான ஹெய்டில்பேர்க், கொலோன் நூலகங்கள், சுவிற்சலாந்து தேசிய ஆவணக் காப்பகம் என்பவற்றிலும் தமிழர் தொடர்பான பயனுள்ள ஆதாரங்கள் உள்ளனவா என ஆராயப்பட்டது.

இருப்பினும் இவ் ஆய்வின் பெரும்பகுதி போத்துக்கல், நெதர்லாந்து, பிரித்தானியா, அமெரிக்கா போன்ற நாடுகளிலேயே நிகழ்ந்தது. இங்கு பூரணமான ஆய்வை மேற் கொள்ளப் பல மாதங்கள் எடுத்தன. போத்துக்கல்லில் லிஸ்பன் நகரிலுள்ள தேசிய ஆவணக் காப்பகம், தேசிய வரலாற்று மையம், தேசிய நூலகம் என்பவற்றில் ஆராய்ச்சி மேற்கொள்ளப்பட்டது. நெதர்லாந்தில், ஹேக்கிலுள்ள தேசிய ஆவணக் காப்பகத்திலும் ஆராய்ச்சி நிகழ்த்தப்பட்டது.

இவ்வாறான சூழ் நிலையில் இலங்கைத் தமிழர் பற்றி ஒரு பூரணமான ஆய்வை மேற்கொண்டு எழுத வேண்டிய ஒரு கட்டாய நிலைமையின் விளைவாக இந் நூல் வெளிவந்திருக்கிறது. இந் நூலில், கி.மு. 300 களில் இருந்து நவீன காலம் வரையுள்ள இலங்கைத் தமிழர்களின் வரலாறு பத்து அத்தியாயங்களில் உள் ளடக்கி எழுதப்பட்டுள்ளது. இந் நூலில் கால வரன்முறையின்படியே (Choronological) தமிழர்களின் வரலாறு ஆராயப்பட்டுள்ளது. முதலில் இந்நூல் ஆய்வுபற்றிக் குறிப்பிட வேண்டிய முக்கிய விடயம் யாதெனில் முதல் நான்கு அத்தியாயங்களும் மிக அரி

தாகக் கிடைக்கப் பெற்ற மூலாதாரங்கவைத்துக் கொண்டு ஆய்வு செய்யப்பட்ட வையாகும். ஆதலினால் கூடுதலாக ஆதாரங்களை முதலில் எடுத்துக் காட்டி அவற்றி னூடாகப் பெறக்கூடிய வரலாற்று உண்மை களை இனங்கண்டு தொடர்புபடுத்தி எடுதப்பட்டவையாக அமைகிறது. எனவே வரலாற்று ஆதாரங்கள் பற்றிய விபரங் களைக் மேற்படி அத்தியாயங்கள் கூடுதலாக உள்ளடக்கி இருக்கும். அத்துடன் தமிழர்களின் ஆதிகால வரலாறுபற்றி விஞ்ஞான ரீதியாக ஆய்வுகளை மேற்கொண்டு பேராசிரியர்கள் கா. இந்திரபாலா, S. பத்மநாதன், P. இரகுபதி, ஸுதர்சன் செனவி ரத்தினா, டிரான் தரணியகல, L. குணவர்த்தனா ஆகியோரின் ஆய்வுகளிலிருந்தும் மிக முக்கியமான தரவுகளை இந் நூல் கொண்டுள்ளது என்பதும் குறிப்பிடத்தக்கது. ஆனால் வருகின்ற அத்தியாயங்கள் அனைத்தும் பல வகையான மூல ஆதாரங்கள் கிடைக்கப் பெற்றதன் விளைவாக, நேரடியாக வரலாற்று விடயங்களை விளக்கிச் செல்கின்ற போக்கினைக் கொண்டதாக அமையும். அத்தோடு போத்துக்கிச, டச்சு மொழிகளில் உள்ள சில சொற் பதங்களுக்கு உரிய கருத்து பெறமுடியாமலும் இருக்கும் என்பதனை முன்கூட்டியே தெளிவுபடுத்துவது முக்கியமானதாகும்.

முதலாவது அத்தியாயம் வரலாற்றுக் காலத்திற்கு முன்பு, அதாவது கி.மு. 300 களுக்கு முன்பு இலங்கையிற் தமிழர்கள் எவ்வாறு தோற்றம் பெற்றார்கள், எந்தெந்தப் பிரதேசங்களில் அவர்கள் தமது வாழ்கையை (Settlement) ஆரம்பித் தார்கள் போன்ற பூர்வீக விடயங்கள் பற்றி இதுவரை கிடைக்கப் பெற்ற தொல்லியல் ஆதாரங்கள், புராதன வரலாற்றுக் குறிப்புக்கள், இலக்கிய ஆதாரங்கள், புலமைசார் அறிஞர்களின் ஆய்வு முடிவுகள் என்பவற்றை ஆதாரமாகக் கொண்டு எழுதப்பட்டவை யாகும். அத்துடன் கி.மு. 300 தொடக்கம் கி.பி. 300 வரையுள்ள வரலாற்றுக் காலம் பற்றியும் இவ் அத்தியாயத்தில் தொடர்ந்து ஆய்வு செய்யப்பட்டுள்ளது. முறையாக ஆராய இக்கால கட்டம் பற்றி எதுவித கல்வெட்டுக்களும் இதுவரை கிடைக்கப் பெறவில்லை. அதனால் முக்கியமாக இதுவரை கிடைக்கப்பெற்ற தொல்லியல் ஆதாரங் களையும், பாளி நூல்களில் உள்ள குறிப்புக்களையும், தென்னிந்திய இலக்கியக் குறிப்புக்களையும் மேலும் வரலாறு, தொல்லியல், மானிடவியல் துறை சார்ந்த அறிஞர்களின் ஆய்வு முடிவுகளையும் அடிப்படையாகக் கொண்டு ஆராயப்பட்டுள்ளது. முக்கியமாக இதுவரை இவ்விடயம் பற்றி ஆய்வு செய்த வரலாற்று ஆசிரியர்களின் பாரம்பரிய வரலாற்று அணுகுமுறைகளில் இருந்து சற்று விலகி, கிடைக்கப் பெற்ற ஆதாரங்களின் அடிப்படையில் தமிழரின் புராதன வரலாறு சில புதிய அணுகுமுறை களைக் கையாண்டு எழுதப்பட்டுள்ளது. இவ் அத்தியாயம் தமிழரின் ஆரம்பகால ஆட்சி அமைப்புக்கள் அவர்களின் அதிகார மையங்கள் எவ்வெப் பிரதேசங்களில் எவ்வாறு இடம்பெற்றது என்பதுபற்றி ஆதாரங்களின் அடிப்படையில் ஆய்வுசெய்து எழுதப்பட்டுள்ளது. குறிப்பாகத் தமிழர்களின் பாரம்பரிய பிரதேசங்களான வடக்கு, கிழக்கு, வடமத்தி, வடமேற்கு ஆகிய பிரதேசங்களை உள்ளடக்கிய வரலாறாக, இவ் அத்தியாயம் அமைகிறது. அத்தோடு தமிழர்களின் புராதன கால மத, மொழி, சமூக, பொருளாதார நிலைமைகள் பற்றியும் இவ் அத்தியாயத்தில் கலந்துரையாடப் பட்டுள்ளது.

இரண்டாவது அத்தியாயம் கி.பி. 300 களிலிருந்து கி.பி. 900 வரையுள்ள காலப் பகுதியை உள்ளடக்கியுள்ளது. இக்காலகட்ட இலங்கை வரலாறு குறிப்பாகத் தமிழர்கள்

வரலாறு ஒரு இருண்ட காலப் பகுதியைக் கொண்டதாகவே வரலாற்றாசிரியர்கள் கருதுவதுண்டு. இருந்தபோதிலும் பல்வேறு வரலாற்று மூல ஆதாரங்களையும், வரலாற்று அறிஞர்களின் முடிவுகளையும் அடிப்படையாகக் கொண்டு ஆய்வு செய்து எழுதப்பட்டுள்ளது. இவ் அத்தியாயம் தென் இந்தியாவில் முதன்மை பெற்றிருந்த பல்லவர் ஆட்சிக் காலத்தில் அவர்களின் செல்வாக்கும், தலையீடும் இலங்கையின் அரசியலில் குறிப்பாகத் தமிழரின் அரசியலில் மத, மொழி, கலை, கலாசார, பொருளாதார விடயங்களில் எவ்வாறான தாக்கங்களையும், விளைவுகளையும் ஏற்படுத்தியது என்பதனையே முக்கிய கருப்பொருளாகக் கொண்டுள்ளது. இவ்விடயங்கள் தொடர்பாகத் தமிழ் நாட்டில் இதுவரை கிடைக்கப் பெற்ற இலங்கை தொடர்பான பல்லவர் காலக் கல்வெட்டுக்கள், இலக்கியங்கள், சிற்பங்கள், கட்டிடக் கலை என்பவற்றை, இலங்கையிற் கிடைக்கப்பெற்ற மேற்குறிப்பிட்ட வரலாற்று மூலங்களோடு தொடர்புபடுத்தி இருண்டகாலத் தமிழரின் வரலாறுபற்றிய ஒரு தெளிவினைக் கொடுக்க முடியுமானவரை முயற்சி செய்யப்பட்டுள்ளது.

மூன்றாவது அத்தியாயம் கி.பி. 900–1200 வரையுள்ள காலப் பகுதியைக் கொண்டதாகவும், குறிப்பாகச் சோழர் ஆதிக்கம் இலங்கையில் இடம்பெற்றமை பற்றிய வரலாற்று நிகழ்வுகளைக் கொண்டதாகவும் காணப்படுகின்றது. அத்தோடு இலங்கையில் சோழராட்சி முடிவுக்கு வந்தபின் எவ்வாறு தமிழர் தமது ஆரம்ப அரச அமைப்புக்களை ஒருங்கிணைத்து, 13ம் நூற்றாண்டில் எழுச்சி பெற்ற யாழ்ப்பாண இராச்சியத்தின் தோற்றத்திற்கு வழிவகுத்தனர் என்பது பற்றிய விடயங்கள் முக்கியத்துவம் பெறகின்றன. அத்தோடு தமிழர்களின் சமூக, சமய, மொழி, கலாசார, பொருளாதார அபிவிருத்திகள் சோழர் ஆட்சிக் காலத்திலும், அதன் பின்னரும் எவ்வாறு செழிப்படைந்து ஒரு பலம் வாய்ந்த யாழ்ப்பாண இராச்சியத்தின் தோற்றத்திற்கு வழிவகுத்தன என்பன பற்றிய விடயங்களும் இதில் முக்கியத்துவம் பெறுகின்றன. இவ் அத்தியாயத்தில் சிறப்பாக இலங்கையிலும், தென் இந்தியாவிலும் சோழர் காலத்திலுள்ள கல்வெட்டு ஆதாரங்கள் பெருமளவிற் பயன்படுத்தப்பட்டுள்ளன என்பதுவும் குறிப்பிடத்தக்கது.

நான்காவது அத்தியாயம் கி.பி. 1200 தொடக்கம் கி.பி. 1500 வரையுள்ள காலப் பகுதியை உள்ளடக்கியதாகும். இது சிறப்பாக, யாழ்ப்பாண இராச்சியத்தின் எழுச்சி, மேலாண்மை, வன்னிச் சிற்றரசுகளின் அரச கட்டுமானங்கள், பொருளாதாரச் செழிப்பு, சமய, மொழி, கலாசார எழுச்சி போன்ற விடயங்கள் முக்கியத்துவம் பெறுகின்றன.

ஐந்தாவது அத்தியாயம் கி.பி. 1505–1658கள் வரை இலங்கையில் ஐரோப்பியரான போர்த்துக்கீசரின் ஆக்கிரமிப்பு நடவடிக்கைகளும், அவர்கள் எவ்வாறு தமிழ்ப் பிரதேசங்களில் தமது கால்பதித்தார்கள் என்பது பற்றியும், சிறப்பாகப் போத்துக்கீச மூலாதாரங்களில் உள்ள முக்கியமான குறிப்புக்களை ஆதாரமாக வைத்து ஆராயப்பட்டுள்ளது. அத்தோடு போர்த்துக்கீசர் எவ்வாறு யாழ்ப்பாண இராச்சியத்தையும், கிழக்கிலுள்ள தமிழர் அரசுகளையும் அழித்துத் தமது ஆட்சியை ஏற்படுத்தினார்கள் என்பது பற்றியும் மிகத் தெளிவாக ஆய்வு செய்யப்பட்டு எழுதப்பட்டுள்ளது. போத்துக்கீசர் ஆக்கிரமிப்பு நடவடிக்கையின்போது எவ்வாறு தமிழ் அரசர்களின் மாளிகைகளும், அரச நிறுவனங்களும், நூற்றுக் கணக்கான இந்துக் கோவில்களும், கல்வி கலாசார மையங்களும் அழித்தொழிக்கப்பட்டு அவர்கள் மதமாகிய கத் தோலிக்

கத்தை வலுக்கட்டாயமாக தமிழ் மக்களிடம் பரப்புகின்ற விடயத்தில் மிகக் கொடூர மாக நடந்துகொண்டார்கள் என்பது பற்றி மிகவும் தெளிவாக ஆய்வு செய்யப்பட் டுள்ளது. எல்லாவற்றிற்கும் மேலாகத் தமிழர்களின் பொருளாதார வளங்களை எவ்வெவ் வழிகளிலெல்லாம் சுரண்டமுடியுமோ அவ்வவ் வழிகளிலெல்லாம் சுரண்டித் தமிழ் மக்களின் செல்வங்களையெல்லாம் சூறையாடித் அவர்களையும், தமிழ்ப் பிரதேசங் களையும் வறுமைக்குள் தள்ளிவிட்டு, இறுதியில் அடுத்த ஆக்கிரமிப்பாளரான டச்சுக் காரர்களிடம் நாட்டைப் பறிகொடுத்துவிட்டு ஓடிப்போய்விட்டார்கள் என்பதுபற்றி பெறுமதி வாய்ந்த விபரங்களை ஆதாரமாகக் கொண்டு ஆய்வு செய்யப்பட்டு எழுதப் பட்டுள்ளது. மிகவும் திடுக்கிடும் வரலாற்றுச் சம்பவங்களையும், ஆச்சரியப்படக்கூடிய நடவடிக்கைகளையும், அருவருக்கத்தக்க முறைகேடான நடைமுறைகளையும் போத் துக்கீச இராணுவமும், போத்துக்கீச அதிகாரிகளும், கத்தோலிக்க மதகுருமார்களும் தமிழ்ப் பிரதேசங்களில் தமிழர் மத்தியில் நிகழ்த்தியிருக்கிறார்கள் என்பதை முதன் முறையாக உலகத்திற்குக் கூறுகின்ற அத்தியாயமாக இது அமைகிறது என்று துணிந்து கூறலாம்.

ஆறாவது அத்தியாயம் கி.பி. 1658 தொடக்கம் 1796 கள் வரை, இரண்டாவது ஐரோப்பிய ஆக்கிரமிப்பாளரான டச்சுக்காரர் போர்த்துக்கீசரை நாட்டைவிட்டு வெளி யேற்றித் தமிழ்ப் பிரதேசங்களில் எவ்வாறு நிலை கொண்டார்கள் என்பது பற்றியும் தமிழர் மத்தியிலும் சுமார் 150 வருடங்களாகத் தமிழர் பிரதேசங்களை எவ்வாறு ஆட்சி செய்தார்கள் என்பது பற்றியும் கூறும் அத்தியாயமாகக் காணப்படுகிறது. இவ் அத்தி யாயம் பெருந்தொகையான டச்சு ஆவணங்களை ஆதாரமாகக் கொண்டு எழுதப் பட்டவையாகும். முதற் தடவையாக டச்சுக்காரரின் மூலாதாரங்களைப் பூரண மாக ஆய்வு செய்து முழுக்க முழுக்க அவைகளை ஆதாரமாகக் கொண்டு இவ் அத்தியாயம் எழுதப்பட்டுள்ளது. தமிழர் மத்தியிலும், தமிழ்ப் பிரதேசங்களிலும் உள்ள வளங்களை யெல்லாம் சுரண்டிச் செல்வம் சேர்ப்பதிலேயே டச்சுக்காரரின் முழுக் கவனம் குவிந்திருந்தது. அவை பற்றிய மிகத் தெளிவான விளக்கங்கள் புள்ளி விபரங் களோடு இவ் அத்தி யாயத்திற் கொடுக்கப்பட்டுள்ளன. அத்தோடு அவர்கள் எவ்வாறு தமது புரட்டஸ்தாந்து மதத்தைத் தமிழர் மத்தியிலும், தமிழ்ப் பிரதேசங்களிலும் பரப்பினார்கள் என்பது பற்றியும் மிகவும் தெளிவாகக் கலந்துரையாடப்பட்டது. இது வரையும் தமிழ்ப் பிரதேசங் களில் டச்சுக்காரர் ஆதிக்கம், அவர்களின் பொருளாதாரச் சுரண்டல், தமிழர் மத்தியில் மதப் பரம்பல் நடவடிக்கைகள் என்பனபற்றி எதுவித புலமைசார் வெளி யீடுகளும் வெளிவராத நிலையில் இவ் அத்தியாயம் பல புதிய திடுக்கிடும் தகவல்களை உள் ளடக்கி வரலாற்று அறிவுக்கு மேலும் வலுச்சேர்த்துள்ளது என்று துணிந்து கூறலாம்.

ஏழாவது அத்தியாயத்தில் கி.பி. 1796 இல் இருந்து 1850 கள் வரையுள்ள காலப்பகுதியைக் கொண்டுள்ளது. போத்துக்கீசரும், டச்சுக்காரரும் தமது பொருளா தார நலன்களுக்காகவும் தமது மதங்களைப் பரப்புவதற்காகவும் இலங்கையைக் கைப்பற்றி, தமது நோக்கங்களை நிறைவேற்றினர். ஆனால் பிரித்தானியரின் மேற்படி நோக்கங்களுடன் இலங்கையை நிரந்தரமாக ஆள வேண்டும் என்ற தமது காலனித் துவக் கொள்கையையும் மிகவும் பிரதானமாகக் கொண்டு காணப்பட்டார்கள். ஐரோப் பியரான பிரித்தானியர் டச்சுக்காரரிடமிருந்து இலங்கையைக் கைப்பற்றிக் குறிப்பாகத் தமிழ்ப் பிரதேசங்களை ஆட்சி செய்தமைபற்றியும், அக் காலகட்டத்தில் தமிழரின்

சமய, கலாசார, சமூக, மொழி, பொருளாதார நிலைமைகள் எவ்வாறு காணப்பட்டன என்பது பற்றியும் அமைந்த வரலாற்றை உள்ளடக்கியதாகும். இவ் அத்தியாயம் பெரும்பாலும் பிரித்தானிய காலத்துக்குரிய மூலாதாரங்களை ஆதாரமாகக் கொண்டு இந் நூலாசிரியரால் ஏற்கெனவே ஆய்வு செய்து வெளியிடப்பட்ட நூலில் உள்ள வற்றையும், புதிதாகக் கண்டுபிடிக்கப்பட்டவற்றையும் உள்ளடக்கிய அத்தியாயமாக அமைகிறது. இவ் அத்தியாயம் பிரித்தானியர் ஆட்சிக் காலத்தில் தமிழரும், தமிழ்ப் பிரதேசங்களும் எவ்வாறான பாதிப்புக்களை அடைந்துள்ளன என்பதை விளங்கிக் கொள்வதற்கு மிக முக்கியமாக அமைகிறது.

எட்டாவது அத்தியாயம் கி.பி.1850 களிலிருந்து 1900 ம் ஆண்டுவரையுள்ள காலப்பகுதியில் தமிழர் பிரதேசம் எவ்வாறு பிரித்தானிய ஆதிக்கவர்க்கத்தினால் சீரகுலைக்கப்பட்டது என்பது பற்றியதாக அமைகிறது. அத்தோடு அவ்வாறான ஒரு நிலை தமிழர்களின் சுய எழுச்சிக்கும், தேசிய எழுச்சிக்கும் எவ்வாறு வித்திட்டது என்பது பற்றி மிகத் தெளிவாகக் கூறுகின்ற அத்தியாயமாக அமைகிறது.

ஒன்பதாவது அத்தியாயம் 1900களில் இருந்து 1948ல் இலங்கை பிரித்தானியரிட மிருந்து சுதந்திரம் அடைந்தது வரையுள்ள காலப் பகுதியைக் கொண்டது. இவ் அத்தியாயம் குறிப்பாக பிரித்தானிய ஆட்சியாளரின் புதிய அரசியற் சீர்திருத்த நடவடிக்கைகள் பற்றியும், அச் சீர்திருத்தங்கள் எவ்வாறு தமிழரின் அரசியற் சுதந்திரத்தை வெகுவாகப் பாதித்தது என்பது பற்றியும், தமிழர் தமது பாரம்பரியப் பிரதேசத்தின் அடையாளத்தை எவ்வாறு இழந்தனர் என்பது பற்றியும் உள்ள விடயங்களைப் பல முதற்தர ஆவணங்களை ஆதாரமாகக் கொண்டும், அரசியல் அறிஞர்களின் ஆய்வுகளின் முடிவுகளை ஆதாரமாகக் கொண்டும் எழுதப்பட்டது. தமிழர் தமது சுதந்திரத்தை இழந்த நிலைமை இன்றுவரை தொடர்வதற்கும், தமிழர் படும் சொல்லொணாத் துயரங்களுக்கும் அடிப்படைக் காரணம் பிரித்தானியரின் ஆட்சியும், அவர்களின் அதிகாரமும், அவர்களின் தவறான அரசியல் அணுகு முறைகளும், அரசியற் சீர்திருத்தங்களுமே என்பனபற்றி மிகத் துல்லியமாகவும், தெளிவாகவும் பலவகையான முதற் தரவுகளின் மூலம் விளக்கப்பட்டுள்ளன.

இறுதியான பத்தாவது அத்தியாயம் 1948 இல் இலங்கை பிரித்தானியரிடமிருந்து சுதந்திரம் பெற்றதில் இருந்து 1983 கள் வரையுள்ள காலப்பகுதியை உள்ள டக்கியதாக அமைகிறது. இவ்விடயம்பற்றி பல்வேறு ஆய்வு நூல்கள் வெளிவந்ததன் விளைவாக மிகவும் சுருக்கமாகவும், தெளிவாகவும் மேற்படிக் காலகட்டத்தில் சிங்கள பெரும்பான்மை அரசுகள் எவ்வாறு தொடர்ந்து தமிழர்களின் அரசியல் உரிமையையும், மொழி, மத, கல்வி, பொருளாதார உரிமைகளையும் திட்டமிட்ட முறையில் பறித்தது என்பது பற்றியும், தமிழருடைய பாரம்பரியப் பிரதேசங்கள் எவ்வாறாக திட்டமிட்ட சிங்களக் குடியேற்றங்களாக அரச உதவியுடன் மாற்றப் பட்டது போன்ற முக்கியமான விடயங்கள்பற்றியும் தெளிவாக விளக்குகின்ற அத்தியாய மாக அமைகிறது. அத்தோடு மலையகத்தில் வாழும் இந்தியத் தமிழர்களின் பிரஜா வுரிமையைச் சட்ட மூலம் பறித்து அவர்களை நாடற்றவர்களாக்கியதோடு, தமிழரின் பாராளுமன்றப் பிரதிநிதித்துவத்தை எவ்வாறு குறைத்தது என்பது பற்றிய விபரமும் மிக முன்னுரிமை கொடுக்கப்பட்டு, முதற்தர ஆவணங்களின் சான்றுகளுடன் விளக்கப் பட்டுள்ளது. இறுதியாக இவ்வாறான பெரும்பான்மைச் சிங்கள அரசின் பார பட்ச

நடவடிக்கைகளால் தமிழர் தமது உரிமைகளை இழந்த நிலையில், சமஷ்டி ஆட்சி அமைப்பு முறையின் கிழ் அவற்றை மீளப்பெறுவதற்காக முதலில், ஜனநாயக வழிமுறைகளில் தொடர்ச்சியாக 1972 கள் வரை போராடினர் என்பது பற்றி காலவரன் முறைப்படி நடைபெற்ற முக்கியமான வரலாற்று சம்பவங்களை எடுத்துக்காட்டி விளங்க வைக்கப்பட்டுள்ளது. ஜனநாயக வழிகளில் போராடி சமஷ்டி ஆட்சி முறையின் கீழ், தமிழர் தாயகப் பிரதேசங்களாகிய வடக்கு, கிழக்கிற்கு தனி நிர்வாக அமைப்பு முறையை ஏற்படுத்த முடியாமற்போன கட்டத்தில், 1972 இல் தமிழீழக் கோரிக்கையை முன்வைத்துப் போராடுவதைத் தவிர வேறு வழி யில்லை என்ற நிலைக்குத் தமிழ்த் தலைவர்கள் தள்ளப்பட்டனர். இறுதியாக 1976 இல் தமிழரின் அரசியல் பிரச்சினைகளுக்கு தனியான தமிழ் ஈழம் அமைப்பதே வழி என்ற முடிவுக்கு வந்தனர். இவ்வேளையில் தமிழ் இளைஞர்களும், யுவதிகளும் ஜனநாயக வழிமுறைகளில் போராடிச் சிங்கள பெரும்பான்மை அரசிடம் இருந்து எதனையும் பெறமுடியாது என்று திடமாக நம்பியதன் விளைவாக ஆயுதம் ஏந்திப் போராடித் தமிழர் பாரம்பரியப் பிரதேசங்களை மீட்டெடுத்து தமிழ் ஈழம் அமைப்பது என்ற முடிவிற்கு வந்தனர். இதன் விளைவாக தமிழ் அரசியல் தலைவர்கள் பின்தள்ளப்பட்டு இளந் தலைமுறையினர் தமிழரின் தேசிய விடுதலைப் போராட்டத் தைத் தமது கைகளில் எடுத்துக்கொண்டனர். இவ்வாறான அரசின் நடவடிக்கை களும், தமிழ் அரசியற் தலைவர்களின் ஜனநாயக வழிமுறையில் அமைந்த போராட் டங்களும், தமிழ் இளைஞர், யுவதிகளின் அரசியற் சிந்தனைகளும், அணுகுமுறை களும் தமிழர் தேசியவாத எழுச்சியை மிக வேகமாக முன்னெடுத்துச் சென்றன. மேற்படி காலகட்ட முக்கிய அரசியல் நிகழ்வுகளை காலவரன்முறைப்படி மிகவும் சுருக்கமாகவும், அதேவேளை எவரும் விளங்கக்கூடிய முறையிலும் தெளிவாக ஆராய்ந்து எழுதப்பட்டுள்ளது. 1983லிருந்து தமிழர்களின் தேசிய விடுதலைப் போராட்டம் மிகவும் தீவிரம் அடைந்து இன்றுவரை நடைபெற்றுக்கொண்டிருக்கின்றது. எனவே இக்கால அரசியல் வரலாறு பற்றி ஆராய வேண்டியது எதிர்கால அரசியல் வரலாற்று மாணவர்களுக்குரிய மிகப் பாரிய பொறுப்பாகும்.

அத்தியாயம் ஒன்று

தமிழரின் தோற்றமும், ஆரம்ப வரலாறும் (கி.மு. 300–கி.பி. 300)

'History begins with written documents.' எழுத்து ஆதாரங்களுடன் வரலாறு ஆரம்பிக்கின்றது என்பது வரலாற்று அறிஞர்களால் பொதுவாக ஏற்றுக் கொள்ளப்பட்ட ஒரு கோட்பாடு. மனிதவர்க்கத்தின் பரிணாம வளர்ச்சியின் ஓர் உயர்நிலையிற்தான் எழுத்து வடிவம் தோற்றம் பெறுகின்றது. இதுவே வரலாற்றுக் காலமாகப் பரிண மிக்கின்றது. எழுத்து வடிவம் தோன்றுவதற்கு முன்னதான மனித வரலாறு, வரலாற்றுக்கு முந்திய காலம் எனக் கருதப்படுகின்றது.

'Lands without people are lands without history'.[1] மக்கள் இல்லாத பிரதேசம் வரலாறு இல்லாத பிரதேசமாகின்றது. எனவே, மனிதனின் ஆரம்பத் தோற்றத்துடன் தான் ஒரு தேசத்தினுடைய வரலாறு, வரலாற்றுக்கு முந்திய காலமாக (Pre-historic Period) வரலாற்றில் இடம் பெறுகின்றது. எனவே மனிதனின் ஆரம்பத் தோற்றம் ஒரு பிரதேசத்தில் அல்லது நாட்டில் எப்பொழுது? எங்கே? எவ்வாறு? தோற்றம் பெற்றது என்ற கேள்விகளுக்கு விடை காண்பது, வரலாறு, தொல்லியல், புவியியல், மானிடவியல், மொழியியல், சமூகவியல் துறைகள் சார்ந்த அறிஞர்களுக்கு ஒரு பிரச்சனைக்குரிய விடயமாக இருந்து வருகின்றது.

வரலாற்று ஆசிரியர்கள் ஒரு தேசத்தின் வரலாற்றை ஆய்வு செய்யும் பொழுது வரலாற்றுக்கு முந்திய காலம், வரலாற்றுக் காலம் என இரு பெரும் பிரிவுகளுக்குள் பொதுவாக பகுப்பது வழக்கம். வரலாற்றுக்கு முந்திய காலமானது எதுவித எழுத்து ஆதாரங்களும் அற்ற ஒரு தேசத்தினதும், மக்களினதும் வரலாறாக இருக்கும்.

மேலும், வரலாற்று ஆசிரியர்கள் வரலாற்றுக்கு முந்திய காலத்தையும், வரலாற்றுக் காலத்தையும் பல காலப்பிரிவுகளாக வகுத்து ஆய்வுகளை மேற்கொள்வர். சிறப்பாக, வரலாற்றுக்கு முந்திய காலத்தை, பழைய கற்காலம் (Palaeolithic age), இடைக் கற்காலம் (Mesolithic Age), புதிய கற்காலம் (Neolithic Age), இரும்புக் காலம் (Iron Age) என்ற பகுப்பினுள்ளும், வரலாற்றுக் காலத்தைப் புராதன வரலாற்றுக் காலம், மத்திய வரலாற்றுக் காலம், நவீன வரலாற்றுக் காலம் எனவும் பொதுவாகப் பகுத்து ஆய்வுகளை மேற்கொண்டு வரலாற்றை எழுதுவர்.

ஆதிமனிதன் தன் பரிணாம வளர்ச்சிப் பாதையில் நாடோடியாக, நாகரிகம் அற்ற வனாகக், கற்களைப் பயன்படுத்தி வேட்டையாடி வாழ்ந்த நீண்ட காலப்பகுதியைக் கொண்டதாக, அதாவது பல்லாயிரக் கணக்கான வருடங்களை உள்ளடக்கியதாக, இக் கற்காலங்கள் காணப்படுகின்றன. ஆதிமனிதனின் பரிணாம வளர்ச்சியின் ஒரு காலகட்டத்தில், கற்களுக்குப் பதிலாக இரும்பைப் பயன்படுத்தி, நாடோடி வாழ்க்கையிலிருந்து முன்னேறி, இயற்கை வளங்கள் உள்ள இடங்களில் தனது வாழ்க்கையை நிலையாய் அமைத்து வாழத் தொடங்கிய காலமாக இரும்புக்காலம் காணப்படுகின்றது. இதனை இரும்புக்காலப் பண்பாடு என்று வரலாற்று ஆசிரியர் பொதுவாக அழைப்பர். மேலும், மனிதன் நிலையான வாழ்க்கை வாழத்தொடங்கி நாகரிகம் அடைகின்ற ஒரு நிலையில், அவனால் பேசப்பட்டுவந்த மொழி எழுத்து வடிவம் பெறும் வேளையில், எழுத்தாதாரங்கள் கொண்ட வரலாற்றுக் காலம் தோற்றம் பெறுகின்றது.

இவ் ஆய்விற், குறிப்பாக, வரலாற்றுக்கு முந்தியகாலம், வரலாற்றுக் காலம் எனும் இரு பெரும் பிரிவுகளுக்குள் நின்றே இலங்கைத் தமிழரின் ஆரம்பத் தோற்றம் பற்றி, அவர்களுடைய அடையாளம் பற்றி ஆய்வு செய்யப்படும். தேவை கருதிக் கற்காலம், இரும்புக் காலம் என்ற காலப்பிரிவுகளுக்குள் நின்றும் ஆய்வுகள் மேற்கொள்ளப் படும். இவ்வாறான அணுகுமுறை, இலங்கைத் தமிழர் பற்றிய ஒரு பூரணமான வரலாற்றினை விளங்கிக் கொள்வதற்கு மிக அத்தியாவசியமாகின்றது.

இலங்கையில் ஆதிமனிதர் பற்றி, குறிப்பாக இலங்கைத் தமிழர்பற்றி அறிவியல் கண்ணோட்டத்துடனும், விஞ்ஞான ரீதியாகவும் ஆய்வுகளை மேற்கொண்ட வரலாற்று அறிஞர் பேராசிரியர் இந்திரபாலா அவர்கள் வெளியிட்ட நூலாகிய "இலங்கைத் தமிழர்: ஓர் இனக்குழு ஆக்கம் பெற்ற வரலாறு" என்ற நூலிற் கீழ்க் கண்டவாறு கூறப் பட்டுள்ளது, இலங்கையில் தமிழர்களின் ஆரம்பத் தோற்றம் பற்றி விளங்கிக் கொள் வதற்கு மிக இன்றியமையாததாகின்றது.

> "இதுவரை கிடைத்துள்ள சான்றுகளைக் கொண்டு, ஆபிரிக்கக் கண்டத்தி லேதான் ஆதிமனிதர் தோன்றி பிற இடங்களுக்குச் சென்று குடியேறினர் என அறிவியலாளர் கருதுவர். மனிதவர்க்கத்தைச் சேர்ந்தோர் என்று கருதக் கூடிய பண்புகளைக் கொண்ட ஆதிமனிதருடைய எச்சங்கள் ஆபிரிக்காவில் பல இடங்களில் கண்டு பிடிக்கப்பட்டுள்ளன. இவற்றுள் மிகப் பழமையாகக் கருதப்படுவது 2001 இல் சட் (Chad) நாட்டில் கிடைத்த சான்றாகும். இது ஏறத்தாழ ஏழு மில்லியன் (எழுபது இலட்சம்) ஆண்டுகளுக்கு முற்பட்டது. அந்நிலையில் இன்றைய மனித வடிவம் காணப்படவில்லை. அப்படியான

வடிவம் உருவாகப் பல இலட்சம் ஆண்டுகள் சென்றன. நீண்டகாலப் பரிணாம வளர்ச்சியின் பின் இன்றைய மனிதவடிவம் தோன்றியது. இதன்பின் இற்றைக்கு 60,000 ஆண்டுகளுக்கு முன், ஆபிரிக்காவில் இருந்து மனித வர்க்கத்தினர் வேறிடங்களுக்குச் செல்லத் தொடங்கினர். இவர்களே இன்று உலகின் பல் வேறு நாடுகளில் வாழும் மக்களுடைய முன்னோர்கள்".

மேலும், அவர் தொடர்ந்து கூறுவதாவது ...

"இவ்வாறு நவீன அறிவியலாளர்கள் எடுத்துரைக்கும் மனிதப் பரிணாம வளர்ச்சிக் கோட்பாட்டை ஏற்றுக் கொண்டால், இன்றைய உலகின் இன வேறுபாடுகள் இற்றைக்கு 60,000 ஆண்டுகளுக்கு முன் காணப்படவில்லை. அப்பொழுது கறுப்பர் என்றும், வெள்ளையர் என்றும் வேறுபடுத்தக்கூடிய வர்க்கங்கள் இருக்கவில்லை. தோல் நிறத்தாலும், தலைமுடியின் தன்மை யாலும், கண் அமைப்பாலும் வேறுபடுகின்ற சீனர், ஐரோப்பியர், மற்றும் ஆபிரிக்கர் என்று பிரித்துக் காட்டக்கூடிய இனங்கள் இருக்கவில்லை. இந்த உண்மையை ஏற்றுக் கொண்டால், பல்லாயிரம் ஆண்டுகளாக உலகில் மனித வர்க்கத்தினுள் ஏற்பட்டு வந்த மாற்றங்களும், கலப்பும், வெளியுலகக் காரணிகளும் செயற்பட்டு இன்றைய இனக் குழுக்கள் உருவாவதற்கு உதவின என்பதை விளங்கிக் கொள்ள முடியும்."[2]

ஆதிமனிதர் தோற்றம் பற்றி வேறும் சில கருத்துக்கள் இருந்தபோதிலும், அறிவியல் கண்ணோட்டத்தில் ஆய்வுகளை நடத்திய அறிஞர் பலர், ஆபிரிக்காவில் இருந்து தோற்றம் பெற்று இடம் பெயரத் தொடங்கிய ஆதிமனிதர் செங்கடலின் தென்பாகத்தைக் கடந்து, அராபியாவின் தென்கரை வழியாக இந்தியாவின் தென் கரையை அடைந்து, அங்கிருந்து இந்துனேஷியா வழியாக ஆஸ்திரேலியா வரை சென்றனர் என்றும் இப் பெயர்ச்சி 60,000 ஆண்டுகளுக்கு முன்னர்தான் தொடங்கியது என்றும் பொதுவாக ஏற்றுக் கொண்டுள்ளனர்.[3]

மேற்கூறியவாறு ஏற்பட்ட இனப்பரம்பல், தென் இந்தியா, இலங்கைப் பிரதேசங் களைப் பொறுத்தவரையில், ஒரு முக்கிய நிகழ்வாகக் காணப்படுகின்றது. ஆபிரிக்காவில் இருந்து ஏற்பட்ட இவ் இனப்பரம்பல் இந்தியாவைப் பொறுத்தமட்டில் தென் இந்தியா விற்தான் முதலில் ஏற்படுவதைப் பூகோளரீதியாகப் பார்க்க முடிகின்றது. இதன்படி வட இந்தியப் பிரதேசங்களில் மனிதர் நடமாட்டம் ஏற்படுவதற்கு முன்னதாகவே தென் இந்தியா, இலங்கைப் பிராந்தியத்தில் மனிதர் வாழத் தொடங்கியிருக்கின் றார்கள் எனத் தெரிகிறது. இக்காலப்பகுதியில், குறிப்பாக இலங்கைத் தீவு, இந்தியத் துணைக் கண்டத்துடன் புவியியல் ரீதியாக ஒருங்கிணைக்கப்பட்ட பிரதேசமாக இருந்திருக்கின்றது. இலங்கைத் தீவு இந்திய நிலப்பகுதியில், இருந்து இற்றைக்கு 7000 ஆண்டுகளுக்கு முன்புதான் இறுதியாகப் பிரிந்து வேறு நிலப்பகுதி ஆகியிருக் கின்றது.[4]

இவ் அடிப்படையில் நோக்கின், தென் இந்தியப் பூர்வீக இனங்களும், இலங்கையின் பூர்வீக இனங்களும் ஒரே இனக் குழுவைச் சேர்ந்தவையாக, வரலாற்றுக்கு முந்திய

காலத்தில் இருந்திருக்கின்றன என்பதைக் காண முடிகின்றது. எனினும் காலப் போக்கில் பல்வேறுபட்ட இனங்களும் அப் பூர்வீக மக்களுடன் இணைந்து கலந்து வருவதையும் அண்மைக்காலம் வரை அவதானிக்கமுடிகின்றது.

இந்நிலையில், உலகின் பல பாகங்களில் ஏற்பட்ட மனித தோற்றம் பற்றியோ, அல்லது இந்தியத் துணைக் கண்டத்தில் காணப்பட்ட ஆரம்பகால இனப்பரம்பல் பற்றியோ ஆய்வு செய்வதைத் தவிர்த்துக் குறிப்பாகத் தென் இந்தியாவிலும், சிறப்பாக இலங்கையிலும் ஏற்பட்ட ஆதிகால இனப்பரம்பல் பற்றியும், அவற்றின் ஆரம்பக் கட்டம் பற்றியும் சுருக்கமாக ஆராய்வதன் மூலம், இலங்கைத் தமிழர் தோற்றம் பற்றியும், அவர்களின் தனித்துவமான இன அடையாளத்தைப் பற்றியும் அறியமுடியும்

பல்லாயிரம் ஆண்டுகளுக்கு முன் ஆதிகால மனிதர் தென் இந்திய, இலங்கைப் பிராந்தியங்களில் வாழ்ந்திருக்கின்றார்கள் என்ற கருத்து அறிஞர்களிடம் இருந்த போதும், இற்றைக்கு 28,500 வருடங்களுக்கு முன் வாழ்ந்திருக்கின்றார்கள் என்பதனைச் சான்றுகளினூடாகத் திட்டவட்டமாகக் கூறக் கூடியதாக உள்ளது.[5] இவ் ஆரம்பகால மனிதரின் தோற்றம் பற்றியோ, உருவ அமைப்பு பற்றியோ எதுவித விடயங்களையும் அறிய முடியவில்லை. ஆனால் இவர்கள் கற்கருவிகளைப் பாவித்து, தமது வாழ்க் கையை நடாத்தியிருக்கின்றார்கள் என்பதை மட்டுமே தொல்லியல் ஆய்வுகள் காட்டி நிற்கின்றன.

இலங்கையின் ஆதிகால மக்கள் பற்றித் தீவிர ஆய்வுகள் கடந்த 50 வருடங் களாக நடைபெற்றுக் கொண்டிருக்கின்றன. இவ் ஆய்வு முயற்சியில் சில மேலைத் தேசப் பல்கலைக் கழகங்களும், யுனெஸ்கோ (UNESCO) நிறுவனமும், இலங் கையில் உள்ள பல்கலைக்கழகங்களும், தகுதி பெற்ற தொல்லியலாளர்களும் ஈடுபட்டு வருவதைக் காணமுடிகின்றது. இவர்கள் மேற்கொண்ட ஆய்வுகளுக் கூடா கவும் தென்னிந்தியாவில் மேற்கொள்ளப்பட்ட ஆய்வுகளினூடாகவும் கிடைக்கப்பெற்ற அறிக்கைகளும், தொல்லியல் சான்றுகளும், கல்வெட்டுக்களும், புராதன இலக்கிய ஆதாரங்களும் இவ்விடயம் பற்றிய செய்திகளைத் தருகின்ற முக்கிய ஆதாரங் களாகக் காணப்படுகின்றன. இச்சந்தர்ப்பத்தில், அண்மைக் காலமாக இலங்கையிற் குறிப்பாக, வடக்கு, கிழக்கு, வடமேற்குப் பிரதேசங்களில் இடம்பெற்ற சில முதன் மையான அகழ்வாராய்ச்சி முயற்சிகள் பற்றியும், ஒரு சிலரால் மேற்கொள்ளப்பட்ட மேலாய்வுகள் பற்றியும் சுருக்கமாகக் குறிப்பிடுவது அவசியமாகின்றது.

1970களில், அமெரிக்க பென்சில்வேனியாப் பல்கலைக் கழகம் இலங்கையின் வடக்கு, வடமேற்குப் பகுதிகளில் ஆய்வொன்றை மேற்கொண்டது. இந்த ஆய்வுகள் கந்தரோடையிலும், பொம்பரிப்பிலும் கலாநிதி விமலா பெக்லி தலைமையின் கீழ் முறையே நடைபெற்றன.[6] 1980-81 களில் யாழ்ப்பாணப் பல்கலைக்கழக வரலாற்றுத் துறையினர், பேராசிரியர் இந்திரபாலா அவர்களின் தலைமையின் கீழ், ஆனைக் கோட்டையில் வரலாற்று முக்கியத்துவம் வாய்ந்த அகழ்வாராய்ச்சியொன்றை நடாத்தினர்.[7] 1988–1991 களில் இலங்கை களனிப் பல்கலைக் கழகத்தின் தொல் லியல் ஆய்வு நிறுவனம், இப்பன்கட்டுவ என்னும் இடத்தில் பேராசிரியர் ஸேனக பண்டாரநாயக்க தலைமையில் அகழ்வாய்வை நடாத்தியது.[8] 1981ல் யுனெஸ்கோ பண்பாட்டு முக்கோணவலயத் திட்டத்தின் கீழ் அனுராதபுரம், பொலன்னறுவை, சிகிரியா ஆகிய இடங்களில் அகழ்வாய்வுகள் மேற்கொள்ளப்பட்டன.[9] 1980-84 இல்

அமெரிக்க சிக்காகோ பல்கலைக் கழகம் மன்னாரில் உள்ள மாதோட்டப் பகுதியில் அகழ்வாராய்ச்சியை மேற்கொண்டது.[10] 1990-91 இல் பிரித்தானிய தொல்லியலாளர் களாகிய பேராசிரியர் எவ். ஆர். அல்ச்சின், கலாநிதி ரொபின் கோனிகாம் தலைமையில் அனுராதபுரத்தில் அகழ்வாய்வுகள் மேற்கொள்ளப்பட்டன.[11] 1972-1990 இல் தொல்லியலாளர் ஸிரான் தரணியகல அனுராதபுரத்தில் பல ஆய்வுகளை நடத்தியிருக்கின்றார்.[12]

இவ் அகழ்வாராய்ச்சிகளைவிடக் கடந்த சில தசாப்பதங்களாக சில முக்கிய மான மேலாய்வுகளும் தொல்லியலாளர்களால் மேற்கொள்ளப்பட்டு வருகின்றன. இவ் அகழ்வாராய்ச்சிகள், மேலாய்வுகள் மூலம் பல்வேறுபட்ட தொல்லியற் சான் றுகள், தடயங்கள், முத்திரைகள், நாணயங்கள் ஆகியன கிடைத்திருக்கின்றன. இதே போன்று தென்னிந்தியாவிலும் அகழ்வாராய்ச்சிகளும் மேலாய்வுகளும் நடைபெற் றிருக்கின்றன. இவ் ஆய்வுகளின் மூலம் இலங்கைத் தமிழரின் தோற்றம் பற்றி அறிவதற்கான பல தரவுகளும், தடயங்களும் கிடைத்திருப்பது இவ் ஆய்வைப் பொறுத்து மிக முக்கியமாகின்றது.

குறிப்பாக, கற்காலமனிதர் இலங்கைப் பிராந்தியத்தில் வடக்கு, வடமேற்கு, வடகிழக்குப் பகுதிகளில் பயன்படுத்திய கற்கருவிகளும் தென்னிந்தியாவில் குறிப் பாகத் தமிழ்நாட்டில், திருநெல்வேலிக் கரையிற் பயன்படுத்திய கற்கருவிகளும் அனேகமாக ஒரே தன்மையுடையனவாகக் காணப்படுகின்றன. இதனால் இப் பிரதேசங் களில் வாழ்ந்த ஆதி மக்கள் கூடுதலாக ஒத்ததன்மை கொண்ட பண்பாடு உடையவர் களாக இருந்திருக்கின்றார்கள் என்பதை அறியமுடிகின்றது. இக் கற்காலப் பகுதியில் இலங்கையில் இவ்வாறான மக்கள் பரவலாக வாழ்ந்திருந்தாலும், வடக்கில் யாழ்ப் பாணத் தீபகற்பத்திலும், வடகிழக்கில் மாவலி நதியின் தாழ்வடிநிலப் பகுதிகளிலும் இம் மக்களின் நடமாட்டங்கள் இருந்ததற்கான அறிகுறிகள் காணப்படவில்லை. இதற்கான காரணம், யாழ்ப்பாணப் பிரதேசத்தில் கற்காலக் கருவிகளான குறுங்கற் கருவிகளை (Microlithic tools) ஆக்குவதற்கு உகந்த கருங்கற்கள் இல்லாமையும், அங்கு சுண்ணாம்புக்கல் அமைப்புமுறை இருந்தமையுமே எனக் கருதலாம். நன்னீர் வசதி இல்லாமையாலும் ஆரம்பகால கற்கால மனிதர் அங்கு சென்று வாழ்வதற்கு இரும்புக்காலம் வரை சாத்தியமான சூழ்நிலை உருவாகவில்லை எனக் கொள்ளலாம்.

கற்கருவிகளைப் பயன்படுத்தி நாடோடி வாழ்க்கை வாழ்ந்த கற்கால மனிதர் இற்றைக்கு 3000 ஆண்டுகளுக்கு முன்பு தென்னிந்தியாவிலும், இலங்கையிலும் இரும்புக் கருவிகளைப் பயன்படுத்தத் தொடங்குவதை தொல்லியல் சான்றுகள் காட்டி நிற் கின்றன. இரும்பை உபயோகிக்கத் தொடங்கிய காலந்தொட்டு வாழ்ந்த மனிதர், முன்னைய நாடோடி வாழ்க்கையிலிருந்து விலகி ஒரு நிலையான வாழ்க்கையை ஏற் படுத்தி வாழத் தொடங்குவதை அவதானிக்க முடிகின்றது. இவர்கள் இரும்புப் பிரயோகத்தின் மூலம் நிலங்களைப் பண்படுத்தி விவசாயம், வேட்டை, மீன்பிடி போன்ற பல்வேறு தொழிற்றுறைகளில் ஈடுபட்டு வாழ்வதையும் அறிய முடிகின்றது. இவர்கள் உபயோகித்த கருவிகள், உபகரணங்கள் என்பன இவர்கள் வாழ்ந்த நிலையான இடங்களில் அகழ்வாய்வுகள் மூலம் கிடைக்கப்பெற்று இம் மக்களைப் பற்றி அறிய உதவுகின்றன.

இவ் இரும்புக்காலப் பண்பாடு, இற்றைக்குச் சுமார் 3000 ஆண்டுகளுக்கு முன் இந்திய தீபகற்பத்தின் மேற்குக்கரை வழியாகத் தென் இந்தியாவிலும், இலங்கையிலும் பரவத் தொடங்கியிருக்கின்றது. இரும்புக்காலப் பண்பாடு, இப் பிராந்திய மக்களிடையே பரவியிருப்பதை ஆய்வாளர்கள் கடந்த 30 ஆண்டு காலப்பகுதியில் ஆய்வுகளை மேற்கொண்டு, அம்மக்கள் பற்றிய விபரங்களை வெளிக்கொண்டு வந்தபோதிலும், அவர்கள் பற்றியும், அவர்களது பண்பாடுகள், இன அடையாளங்கள் பற்றியும், ஆய்வாளர்கள் மத்தியில் சில கருத்து வேறுபாடுகளும் இருப்பதனை அவதானிக்க முடிகின்றது. உதாரணமாக, இக் காலப்பகுதியில் காணப்பட்ட தாழி சவ அடக்க முறையைக் கொண்டு அக்காலம் பெருங்கற்பண்பாட்டுக்காலம் (Megalithic culture) எனப் பரவலாக ஆய்வாளர்கள் கருதினர். ஆனால் தாழி சவ அடக்கம் இரும்புக்காலப் பண்பாட்டுக் கூறுகளுடன் எப்பொழுதும் காணப்படும் ஒரு பொதுவான பண்பாட்டுக் கூறாக இல்லையென சில ஆய்வாளர்கள் கருதுகின்றனர். இருப்பினும், இரும்புக் காலப் பண்பாடும், பெருங்கற்காலப் பண்பாடும் பெரும்பாலும் அனேக ஒற்றுமைகளை உடைய அக்காலப் பண்பாடாகக் கொள்ள முடிகின்றது. தாழி சவ அடக்க முறையான பெருங்கற்பண்பாடு என்பது, மட்பாண்டத்தில் செய்யப்பட்ட பெரிய தாழிகளில் மறைந் தவரின் உடலையோ, சாம்பரையோ போட்டு, அவர் பாவித்த முக்கியமான உபகரணங் களையும் அதனுள் இட்டு நிலத்தில் அடக்கம் செய்யும் முறையாகும்.[13] இந்தப்பண் பாட்டுப் பரவல் தென் இந்தியாவிலும், இலங்கையிலும் வாழ்ந்த இரும்புக்காலத்துக் குரிய மக்கள் மத்தியில் மிகவும் செறிவாக உட்புகுந்துள்ளமையையும், அம்மக்கள் அப்பண்பாட்டுக்குரிய மக்களாக மாறுவதையும் காணமுடிகின்றது.

மேலும், இப் பண்பாடு பற்றித் தென் இந்தியாவிலும் இலங்கையிலும் ஆய்வுகளை மேற்கொண்ட ஸுதர்ஸன் ஸெனிவரத்தன அதன் முக்கிய கூறுகளை பின்வருமாறு காட்டியுள்ளார்.

> “அடிப்படை உலோகத் தொழில்நுட்பம், இரும்பின் உபயோகம், மட்பாண்டச் செய்கை உபகரணங்கள், நெற்பயிர்ச் செய்கை உபகரணங்கள், நீர்ப்பாசன முறைகள், சிறுகைத் தொழில், புதிய நிலையான ஆரம்ப குடியிருப்புக்கள், பண்டமாற்று வர்த்தக மையங்கள், குறுநில அரசுகளின் தோற்றம், குதிரையின் அறிமுகம், புதிய சவஅடக்க முறை என்பனவாகும்”[14]

இவை இப் பிராந்தியங்களில் பல்வேறு இடங்களில் பல்வேறு அளவுகளில் காணப்படுகின்றன. குறிப்பாக இப் பண்பாடு இற்றைக்கு 3000 ஆண்டுகளுக்கு முன் தொடங்கி கி.மு. 200 வரை படிப்படியாக வளர்ச்சி பெற்று பரவியிருக்கின்றது என்பதை அறிய முடிகின்றது. தென் இந்தியாவில் தமிழ்நாடு, கேரளம், கர்நாடகம், ஆந்திரா போன்ற பிரதேசங்களிலும், இலங்கையில் மன்னார் பகுதியிலும், யாழ்ப்பாணப் பிரதேசத்தில் கந்தரோடை, ஆனைக்கோட்டை, வேலணை, காரைதீவு ஆகிய பகுதிகளிலும், வடமேற்குக் கரையில் புத்தளம், பொம்பரிப்பு பகுதிகளும் கிழக்கில் திருகோணமலை, மட்டக்களப்பு கதிரவெளி, அம்பாறை பகுதிகளும் மற்றும் வன்னிப் பெருநிலப் பரப்பில் பூநகரி, முல்லைத்தீவு, வவுனியா, மாமடு, பறங்கியாறு, அனுராதபுரம் போன்ற இடங்களிலும் இப் பண்பாட்டு அம்சங்கள், அப்

பிரதேசங்களில் வாழ்ந்த மக்கள் மத்தியில் மிகச் செறிவாகக் காணப்படுகின்றன.[15] இப் பிரதேசங்களுக்கு வெளியே இப் பண்பாட்டுக் கூறுகள் மிகவும் அருமையாகவே சில இடங்களில் கண்டுபிடிக்கப் பட்டுள்ளன.

மன்னார்ப் பகுதியில் ஏழு தொல்லியற் தளங்கள் இரும்புக்காலப் பண்பாட்டைக் கொண்ட இடங்களாக இதுவரை தொல்லியலாளர்களால் அடையாளம் காணப் பட்டுள்ளன. குறிப்பாக மன்னார் பிரதேசத்திலுள்ள மாதோட்டப் பகுதியில் இற்றை க்குச் சுமார் 4000 ஆண்டுகளுக்கு முன்பே இப் பண்பாட்டைக் கொண்ட மக்கள் வாழ்ந்திருப்பதாகச் சான்றுகள் காட்டி நிற்கின்றன. மாதோட்டம் ஒரு தொன்மையான நகரமாகக் காணப்பட்டபோதும், அங்கு இரும்புக்காலத் தடயங்கள் மிகக் குறை வாகவே காணப்படுகின்றன. புராதன வரலாற்றுக்காலம் தொட்டு இப் பிரதேசம் ஒரு முக்கிய நகர மையமாக இருந்துவந்தபடியால் பெருமளவு சான்றுகள் அழிந்து போயிருக்க வேண்டுமெனத் தொல்லியலாளர்கள் கருதுகின்றனர். இப் பிரதேசத்தின் முக்கியத்துவத்தை உணர்ந்து 1980–1984 களில் சிக்காகோ பல்கலைக்கழகப் பேராசிரியர் ஜோன் கார்ஸ்வெல் தலைமையில் அங்கு அகழ்வாராய்ச்சி நடாத்தப் பட்டுக் கொண்டிருந்த வேளை, எதிர்பாராத அரசியல் நிலை காரணமாக, அவ் ஆய்வு முயற்சி இடைநிறுத்தப்பட்டது.[16] முறையான அகழ்வாராய்ச்சி இப் பிரதே சத்தில் நடத்தப்பட்டால் பல வரலாற்று தடயங்களைப் பெறக்கூடியதாக இருக்கும்.

மன்னார் பிரதேசம் போன்று புத்தளப் பகுதியும் மிக முக்கியமான இரும்புக்காலப் பண்பாட்டு பிரதேசமாகும். குறிப்பாக அலுத்தோம்புவ, கல்லாற்றுப் பகுதியில் உள்ள தேக்கம், மோதரகம் ஆற்றுப் பகுதியிலுள்ள பூக்குளம் போன்றவை இக் காலத்துக்குரிய முக்கிய தொல்லியற் தளங்களாகக் காணப்படுகின்றன. இங்கும் முக்கியமான ஆய்வுகள் மேற்கொள்ளப்பட வேண்டும்.

ஆதி இரும்புக்காலத் தளங்களுள் மிக முக்கியமான இடமாகக் கருதப்படுவது வடமேற்கில் அமைந்துள்ள பொம்பரிப்பு ஆகும். இங்கு ஏறக்குறைய 8000 சவ அடக்கங்கள் இருப்பதாக மதிக்கப்பட்டுள்ளது. பொம்பரிப்பில் 1920 களிலிருந்து அகழ்வாராய்ச்சிகள் நடைபெற்றபோதும், 1970 களில் அமெரிக்க பென்சில்வேனியப் பல்கலைக் கழகத்தினால் கலாநிதி விமலா பெக்லி தலைமையின் கீழ் நடைபெற்ற ஆய்வு மிகவும் முக்கியம் வாய்ந்தது. மேலும் முக்கியமான தொல்லியற் தளங்களான பொம்பரிப்புப் பிரதேசத்தை அண்டிய பகுதிகளான கரம்பன் குளம், கொல்லன் கனத்தை, தேக்கம் போன்ற இடங்களும் முக்கியத்துவம் வாய்ந்த அக்காலக் குடியிருப்புக்களாகக் காணப்படுகின்றன. தமிழ்நாட்டின் ஆதிச்சநல்லூர் ஒரு முக்கிய ஆதி இரும்புக் காலக் குடி யிருப்பாக 2005 இல் நடாத்தப்பட்ட அகழ்வாய்வினால் மேலும் உறுதியாகி யுள்ளது.[17] அதற்கு அண்மித்த பகுதியாக இலங்கையின் வடமேற்கில் இருக்க கின்ற பொம்பரிப்புப் பிரதேசத்தில் அதே

பிராமி எழுத்துப் பொறித்த மட்பாண்ட ஓடு கந்தரோடை

பண்பாடு விரைவாகவும், செறிவாகவும் பரவியிருப் பதில் ஆய்வாளர்களுக் கிடையில் முரண்பாடுகள் காணப்படவில்லை.

சவஅடக்கம்

பிராமி எழுத்துப் பொறித்த முத்திரை

யாழ்ப்பாணத் தீபகற்பத்தில், கடந்த 30 ஆண்டுகளாகக் கூடுதலான ஆதி இரும்புக் காலத் தொல்லியற் தளங்கள் கண்டுபிடிக்கப்பட்டுள்ளன. ஆதி இரும்புக் காலத்தில் மிகப் பிரபல்யம் வாய்ந்து விளங்கிய கந்தரோடையில் 1970 களில் அமெரிக்கப் பென்சில்வேனியாப் பல்கலைக்கழகத்து அரும் பொருளகத்தினர் நடத்திய அகழ்வாய்வில் இரும்புக்காலப் பண்பாட்டு எச்சங்கள் பல கண்டுபிடிக்கப் பட்டதோடு, அவற்றுள் காணப்பட்ட பிராமி எழுத்துப் பொறித்த மட்பாண்ட ஓட்டின் காலக்கணிப்பும் விஞ்ஞானரீதியாக மேற்கொள்ளப்பட்டது. ஆனால் இவ் ஆய்வின் முடிவுகள் பற்றியஅறிக்கைகள் இன்னமும் வெளியிடப்படவில்லை. அதேபோன்று யாழ்ப்பாணப் பல்கலைக்கழக வரலாற்றுத் துறையினர் பேராசிரியர் இந்திரபாலா அவர்களின் தலைமையின் கீழ் ஆனைக்கோட்டையில் அகழ்வாராய்ச்சியை 1980 களில் நடாத்தினர். அப்போது, ஒரு சவஅடக்கமும், பிராமி எழுத்துப் பொறித்த முத்திரை ஒன்றும் கண்டு பிடிக்கப்பட்டன.

இங்கு அடக்கம் செய்யப்பட்டவர் ஒரு குறுநிலத் தலைவராகக் காணப்பட்ட துடன், வர்த்தக நடவடிக்கைகளிலும் அவர் ஈடுபட்டு இருந்தமைக்கு அவரது முத்திரை சான்று பகர்கின்றது. இம் முத்திரையில் "கோவேத" என எழுதப்பட்டிருக் கின்றது. பிராமி எழுத்து வடிவத்தில் இது எழுதப்பட்டிருக்கின்றது. 'கோ' என்பது மன்னனைக் குறிக்கும் ஆதித் தமிழ்ச் சொல்லாகும். "கோவத" என்பது கோ ஆதன், கோபூதி ஆகிய தமிழ்ச் சொற்களுடன் ஒப்பிடக் கூடியதெனப் பேராசிரியர் இந்திர பாலா அவர்கள் கணித்துள்ளார்.[18] துரதிர்ஷ்டவசமாக இவ் ஆய்வினைத் தொடர அவ் வேளையில் அரசாங்கம் தடைபோட்டிருந்தது.

மேலும் 1981–1982 களில் காரைதீவுப் (இன்று காரைநகர் என அழைக்கப்படும்) பகுதியிலும், சந்திரத்தை, வேலணை போன்ற இடங்களிலும் பேராசிரியர் ரகுபதி மேற்கொண்ட மேலாய்வுகள் மூலம் இரும்புக்காலப் பண்பாட்டுத் தடயங்கள் கண்டறியப்

பட்டுள்ளன. அதேபோன்று, 2004 களில் கலாநிதி புஷ்பரத்தினம் தனது மேலாய்வுகள் மூலம் சாட்டியிலும், பூநகரிப் பகுதிகளிலும் குறிப்பாக மண்ணித்தலை, கல்முனை, வெட்டுக்காடு, பள்ளிக்குடா, ஈழவூர் பகுதிகளிலும் இருந்து இப் பண் பாட்டுக்குரிய தடயங்கள் பலவற்றைக் கண்டறிந்துள்ளார்.[19]

பாக்கு நீரிணை – சேதுசமுத்திரம் வழியாகத் தமிழ் நாட்டிலிருந்து பரவிய இவ் இரும்புக்காலப் பண்பாட்டுச் செல்வாக்கு, நதியோரம் வழியாக இலங்கையின் பல்வேறு இடங்களுக்கும் பரவியதுபோல, பறங்கியாறு வழியாக வவுனியா மாவட்டத்திலும் பரவியமையைக் காணலாம். கிழக்கில் பாயும் மாஓயா, யான் ஓயா வழியாகவும் வவுனியா மாவட்டத்திற்கு இப் பண்பாட்டுச் செல்வாக்கு பரவும் வாய்ப்பு இருந்தி ருக்கின்றது. மாமடுவில் பெருங்கற்களால் அமைக்கப்பட்ட இரு பெரும் சவ அடக் கங்கள் கண்டுபிடிக்கப்பட்டுள்ளன. இவை இதுவரை இலங்கையில் வேறெங்கும் கண்டறியப்படாத தனித்துவமுள்ள கல்வட்ட சவ அடக்கங்கள் என்பதனைப் பேராசிரியர் ஸெனிவரத்ன அவர்கள் சுட்டிக் காட்டியுள்ளார்.[20]

கிழக்கு இலங்கையில் யான் ஓயாப் பகுதியிலேதான் இதுவரை கூடுதலான இரும்புக்காலப் பண்பாட்டுத் தடயங்கள் கண்டறியப்பட்டுள்ளன. தம்மன்னகொடல்ல, குருஹல்ஹின்ன, வடிகவவ, கொக்கப, திவுல்லவ, ராபாவ போன்ற இடங்கள் முக்கியமான தளங்களாகும். இதையொத்த சவ அடக்கங்கள், மல்வத்து ஓயாவுக்கு அருகாமையில் மச்சகம என்ற இடத்திலும், தெற்கே, இப்பன்கட்டுவ, மற்றும் பின்வவ ஆகிய இடங்களிலும், கிழக்குக் கரையில் கதிரவெளியிலும் கண்டறியப்பட்டுள்ளன.[21] மேலும், சேருவில என்ற இடத்திலுள்ள பிராமிக் கல்வெட்டு ஒன்று திருகோணமலை மாவட்டத்தில் இந்த சவ அடக்க காலத்தில் தமிழ் இனக்குழுவினர் இருந்தமைக்கு சான்று பகர்கின்றது.[22]

மேலும் கிழக்கு இலங்கையில் மட்டக்களப்பு மாவட்டமும் இப் பண்பாட்டு அம்சங்களை உள்வாங்கிய ஒரு பிரதேசமாகக் காணப்படுகிறது. காவிரி ஆற்றின் கழிமுகத்தில் இருந்து வட இலங்கைக்குக் கடற்பயணங்கள் அக்காலத்தில் மேற் கொள்ளப்பட்டமை போலவே, ஈழத்தின் கிழக்குக் கரைக்கும் பூம்புகார் வழியாகத் தொடர்புகள் ஏற்பட்டு இருக்கின்றன. மட்டக்களப்பு மாவட்டத்தில் காணப்படும் ஆதி இரும்புக்காலத் தடயங்களும், இப் பிரதேசத்திலுள்ள கதிரவெளியிற் கிடைத்த தொல்பொருட்களும், இதனை உறுதிப்படுத்துகின்றன. கதிரவெளியை அண்மித்த, சேருவில, இலங்கைத்துறை, ஈச்சிலம்பத்தை ஆகிய இடங்களிற் கண்டெடுக்கப்பட்ட கல்வெட்டுக்களும், தொல்லியல் பொருட்களும், இவை ஆதி இரும்புக்காலப் பண்பாட்டுக்குரியவை என்பதனை மேலும் உறுதி செய்கின்றன.[23]

இதேபோன்று அம்பாறை மாவட்டத்திலும், கும்புக்கன் ஓயா ஆற்றுக்கு வடக்கேயும் இப் பண்பாட்டுத் தடயங்கள் கிடைக்கப் பெற்றிருக்கின்றன. ஆதி இரும்புக் காலச் சவ அடக்கங்கள் காணப்படும் பானமத்துக்கு தெற்கே ஓகந்த என்னும் இடத்திலும் இத் தடயங்கள் இருப்பதாக 1920 களில் தெரிய வந்துள்ளது. மேலும் மேற்கூறிய இடங்களுக்கு அண்மித்த பகுதிகளில் பிராமிக் கல்வெட்டுக்களும் கிடைத்துள்ளன. அம்பாறை மாவட்டத்தில கண்டெடுக்கப்பட்ட அவ்வாறான ஒரு பிராமிக் கல்வெட்டில், தமிழ்ப்பெண் பற்றிய குறிப்பொன்று உள்ளது. இக் கல்வெட்டு குடுவில் என்ற இடத்தில் உள்ளது. பிராகிருத மொழியில், 'தமெட' என்றழைக்கப்பட்ட தமிழ் மக்கள்

அக்கரைப்பத்துப் பகுதியில் இற்றைக்கு 2000 ஆண்டுகளுக்கு முன் இருந்தமைக்கு இது சான்றாக உள்ளது.[24]

மேற்கூறப்பட்ட வடக்கு, வடமேற்கு, வன்னிப்பெருநிலப் பரப்பு, கிழக்குப் பிரதேசங்களைவிடத் தென்னிலங்கையிலும், மேற்கு இலங்கையிலும் இப் பண்பாட்டு தடயங்கள் மிகவும் அருகியே காணப்படுகின்றன. ஒருசில இடங்களிலேயே இப் பண்பாட்டுக்குரிய தடயங்கள் கிடைத்திருக்கின்றன. ஆனால் மத்திய இலங்கையில் வன்னிப் பெருநிலப் பரப்பை அண்மித்ததாக உள்ள அனுராதபுரப் பிரதேசம் ஆதி இரும்புக்காலப் பண்பாட்டை இறுதியாக உள்வாங்கிய ஒரு நிலப்பரப்பாகக் காணப் படுவதை உறுதிப்படுத்தக் கூடியதாக உள்ளது. பெருங்கற் பண்பாட்டு அம்சத்தின் முக்கிய கூறான தாழி சவஅடக்க முறைகள் இப் பிரதேசத்தில் கண்டெடுக்கப் படாவிட்டாலும், ஏனைய இரும்புக் காலத் தடயங்கள் பல இங்கு அகழ்ந்து எடுக்கப்பட்டுள்ளன என்பது கருத்திற் கொள்ளத்தக்கதாகும். பொம்பரிப்பு, ஆதி இரும்புக் காலத்தில் ஒரு முக்கிய குடியிருப்பாக இருந்திருக்கிறது. இங்கு சுமார் 8000 சவ அடக்க இடங்கள் இருப்பதாகவும் அவற்றிலே 12,000 உடல்கள் அடக்கம் செய்யப்பட்டு இருப்பதாகவும் மதிப்பிடப்பட்டுள்ளது.[25] எனவே இப்பிரதேசத்தில் இரும்புக்காலத்தில் நகரமயப்படுத்தப்பட்ட ஒரு செறிவான குடியிருப்பு மையம் இருந்திருக்கின்றது என்பதை அறியமுடிகின்றது. பாளி வரலாற்று நூல்களில் இற்றைக்கு சுமார் 2500 வருடங்களுக்கு முன் இலங்கையின் வடமேற்குக் கரையில் தம்பபண்ணி (சமஸ்கிருத மொழியில் “தாம்ரபர்ணி”) என்ற இடம் இருந்தது எனக் குறிப்புக்கள் உள்ளன. இது பொம்பரிப்பின் அருகாமையில் இருந்திருக்க வேண்டும். அக் காலகட்டத்தில் இப் பிரதேசத்தில் குடியிருப்புக்கள் அதிகரிக்க, மக்கள் பரம்பல் இயற்கைவளம் நிறைந்த அனுராதபுரப் பிரதேசத்திற்கு நகர்ந்தது. அங்குள்ள இயற்கை வளங்களைக் கூடுதலாகப் பயன்படுத்துவதன் மூலம் கூடுதலான மக்கள் வாழும் பிரதேசமாக இது கி.மு.900 அளவில் மாறியிருக்க வேண்டுமென வரலாற்று ஆசிரியர்கள் கருதுகின்றனர்.

மன்னாரில் உள்ள மாதோட்டப் பகுதிகளிலும், வடமேற்குக் கரையிலுள்ள பொம்பரிப்பு, தம்பபண்ணி பிரதேசங்களிலும் இவ் ஆதி இரும்புக்காலப் பண்பாட்டுக்குரிய மக்கள் பரவலாக, செறிவாக வாழ்ந்திருக்கின்றார்கள் என்பது நிச்சயமாகின்றது.

மேலும், இப் பிரதேசங்களிற்தான் ஆதி இரும்புக்காலத்திலே குறுநில (Chiefdoms) அரசுகள் முதலில் தோற்றம் பெற்றதையும் காணமுடிகின்றது. இப் பிரதேசங்களில் வாழ்ந்த மக்களை அனுராதபுரச் சூழல் ஈர்த்து இழுக்க, இக் குறுநில அரசுகள் குறிப்பிடத்தக்க அளவு வலுவிழந்துபோக, அனுராதபுரம் ஒரு வலுவான அரசாக மாறியதாகக் கொள்ளப்படுகின்றது. அதேபோன்று தமிழ்நாட்டுக் கரையில் திருநெல்வேலியில் இவ்வாறான ஒரு அரசு தோற்றம் பெற்று அது பின்னர் மதுரையை மையமாகக் கொண்ட பாண்டிய அரசாகக் காணப்படுகின்றது. கி.மு. 1000 ஆம் ஆண்டுக்கும், கி.மு. 300ஆம் ஆண்டுக்கும் இடையில் இந்நிலை காணப்படுகின்றது. பின்பு கி.மு. 300ஆம் ஆண்டுத் தொடக்கத்தில் மதுரையும், அனுராதபுரமும் இரு தனி இராச்சியங்களாக எழுச்சிபெற்று விளங்குகின்றன. இலங்கை வரலாற்றின் ஆரம்பக் காலமாக இக்காலத்தைக் கொள்ளலாம்.[26]

மேற்குறிப்பிட்ட பிரதேசங்களிற் கிடைத்துள்ள ஆதி இரும்புக்காலத் தடயங்கள் மூலம், தென்னிந்தியாவுக்கும், இலங்கைக்கும் இடையேத் தொடர்புகள் இருந்தமை உறுதிப் படுத்தப்படுகின்றது. இதன் விளைவாக மக்கள் புலம்பெயர்ச்சி ஏற்பட்டிருக்கும் என்பதில் ஐயமில்லை.

உதாரணமாக பொம்பரிப்பிலும், அனுராதபுரத்திலும் உள்ள அக்கால மனித எலும்புக்கூடுகளை ஆய்வுசெய்த மானிடவியலாளர்கள் இப் பிரதேசங்களில் வாழ்ந்த கற்கால மனிதர்களுக்கும், புதிய பண்பாட்டைச் சேர்ந்த இரும்புக்கால மக்களுக்கும் இடையில் உள்ள உயிரியல் (Biological similarities) ஒற்றுமைகளைக் கண்டறிந் துள்ளனர். இதன்மூலம் இரு விடயங்களை அறியக்கூடியதாக உள்ளது. முதலாவதாக, இரும்புக்காலப் பண்பாடு இப் பிரதேசங்களில் இருந்த கற்கால மக்கள் மத்தியில் பரவி இருக்கவேண்டும் என்பது. இரண்டாவது, இரும்புக்காலப் பண்பாட்டுக் கால கட்டங்களில் தென் இந்தியாவில் இருந்து இலங்கையிலுள்ள இப் பிரதேசங்களுக்கு வந்தவர்களும், இலங்கையின் கற்கால மனிதர்களும் ஒரே இனத்தைச் சேர்ந்தவர் களாக இருந்திருக்க வேண்டும் என்பது. எனவே இலங்கையின் மேற்கூறப்பட்ட பிரதேசங்களில் ஆதியிலிருந்து தொடர்ச்சியாக வாழ்ந்த மக்கள் மத்தியில், புதிய பண்பாடாகிய இரும்புக்காலப் பண்பாட்டை உள்வாங்கியவர்களும், தென் இந்தியாவிலிருந்து புலம்பெயர்ந்து வந்தவர்களும் இரண்டறக் கலந்துள்ளார்கள் என்ற முடிவுக்கு வர முடிகின்றது. மேலும், தென்னிந்திய மக்களும், இலங்கையின் வடக்கு, வன்னிப் பெருநிலப்பரப்பு, கிழக்கு, வடமேற்குப் பகுதிகளில் வாழ்ந்த கற்கால ஆதிமனிதர்களும் ஒரே இனத்திலிருந்து வந்தவர்கள் என்பதால் அக்கால கட்டத்தில், இப் பிரதேசங்களில் வாழ்ந்த மக்கள் மத்தியில் இனரீதியான மாற்றங்கள் பெரிதும் ஏற்படாமல், பண்பாட்டு அடிப்படையில் மாற்றங்கள் ஏற்பட்டு இருந்திருக்கின்றன.

கற்கால மனிதர் மேற்கூறப்பட்ட பிரதேசங்களில் என்ன மொழியைப் பேசினார்கள், என்று அறிய எதுவித சான்றுகளும் இல்லை. ஆனால் ஆதி இரும்புக்காலப் பண் பாட்டுக்குரிய, குறிப்பாக, இப்பண்பாட்டின் சிறப்பு அம்சமான தாழி அடக்க முறை யிலான பெருங்கற் பண்பாட்டுக்குரிய மக்கள் பேசிய மொழியாகத் திராவிட மொழி இருந்திருக்கின்றது என்பதைத் தொல்லியலாளர்களும், வரலாற்றாசிரியர்களும், மொழி யியலாளர்களும் கருத்திற் கொள்கின்றனர்.

உவில்லியம் ஜோன்ஸ் என்பவர் பதினெட்டாம் நூற்றாண்டில், ஐரோப்பிய மொழிகளுக்கும், வட இந்திய மொழிகளுக்கும் நெருங்கிய உறவு இருக்கின்றது என்றும், அவை அனைத்தும் ஒரு மொழியில் இருந்து வந்தவை என்றும் கூறியதோடு ஆரியமொழி பற்றிய கருத்தை இந்தியாவில் முதன்மைப்படுத்தினார். அதன் விளை வாக அம்மொழிக் குடும்பத்திற்கு ஆரியமொழிக் குடும்பம், இந்து ஐரோப்பிய மொழிக் குடும்பம், ஜெர்மனிய மொழிக் குடும்பம் என்றெல்லாம் பல பெயர்களை ஆய்வாளர் கள் வழங்கி வந்தனர். ஆனால் இறுதியில் இந்து ஐரோப்பிய (Indo European Language) மொழியென்பது பரவலாக ஏற்றுக் கொள்ளப்பட்டதை கி. பி 1800 களிலிருந்து அவதானிக்க முடிகின்றது. வட இந்தியாவில் இந்து ஐரோப்பிய மொழிகள் நீண்ட காலமாகப் பரவியதன் விளைவாக அக் காலகட்டங்களில் அப் பிரதேசங்களில் பேசப்பட்ட ஆதி மொழிகளாகிய திராவிட மொழி, ஆஸ்திரோ-ஆசிய மொழி என்பன

முக்கியத்துவம் இழந்து விடுவதை இந்திய வரலாற்று ஆசிரியரான பேராசிரியர் ரோமிலா தாபர் அழுத்திக் கூறுகின்றார்.[27]

இவ்வாறு புராதன மக்கள் பேசிய மொழிகள் மறைந்துபோக இந்து-ஐரோப்பிய மொழியாகிய சமஸ்கிருத வழிவந்த பிராகிருத மொழி அம்மக்களின் தாய் மொழியாகியது. பின்னர் பிராகிருதம் இறந்து போகின்ற ஒரு நிலையில் அதிலிருந்து வழிவந்த ஹிந்தி போன்ற நவீன மொழிகள் வட இந்தியப் பிரதேசங்களில் தோன்றின. இவ்வாறு இரும்புக் காலத்தில் வட இந்தியாவில் செல்வாக்குப் பெற்ற வட இந்திய மொழிகள் இலங்கையின் இரும்புப் பண்பாட்டுக் காலப் பகுதியிலும், அதனைத் தொடர்ந்து வட இந்தியாவில் இருந்து பௌத்தமதம் இலங்கையில் அறிமுகம் செய்யப்பட்ட வரலாற்று ஆரம்ப காலப் பகுதியிலும் செல்வாக்குப் பெறத் தொடங்கின. இம் மொழிகளின் தாக்கம், வடக்கு, கிழக்கு, வடமேற்குப் பகுதிகளில் பெருமளவு செல்வாக்குப் பெறாதபோதிலும், இலங்கையின் ஏனைய தெற்குப் பகுதிகளிலும், வடமத்திய பகுதிகளிலும் செல்வாக்குப் பெற்றன.

சமஸ்கிருதம், பாளி, பிராகிருதம் ஆகிய மொழிகள் வட இந்தியாவில் செல்வாக்கற்றுப் போக, இலங்கையிலும் அம் மொழிகள் தமது செல்வாக்கை இழக்கின்ற நிலை ஏற்பட்டு, இதன் பின்னர் வருகின்ற காலப்பகுதியில் மேற்கூறப்பட்ட மொழிகளில் இருந்தும், தமிழ் மொழியில் இருந்தும் வளர்ந்த ஒரு கலப்பு மொழியான சீஹள என்னும் மொழி பின்னர் சிங்கள மொழியாக மலர்வதைக் காணமுடிகிறது. தொல்லியற் சான்றுகளை உற்று நோக்கும் போது, வட இந்திய மொழிகளின் செல்வாக்கு இலங்கையில் இரும்புக்காலத்தின் இறுதிப் பாகங்களில் இருந்து, அங்கு வாழ்ந்த பூர்வீக மக்கள் மத்தியில் அறிமுகப்படுத்தப்பட்டு செல்வாக்குப் பெற்றதேயன்றி, அம் மொழியைப் பேசிய வட இந்திய ஆரிய இனம் என்று அழைக்கப்படும் மக்களின் புலப்பெயர்ச்சி இடம்பெறவில்லை என்பதை அறியமுடிகிறது.

தென் இந்தியாவைப் பொறுத்தமட்டில், அங்கு நடைமுறையில் இருந்த பல்வேறு மொழிகளை வரலாற்று ஆசிரியர்கள் திராவிடமொழிக் குடும்பம் என்ற பொதுப் பெயரால் குறிப்பதைக் காணமுடிகிறது.[28] திராவிடமொழி பேசுவோரைத் திராவிட இனமக்கள் என்றும் அடையாளப் படுத்துவதையும் அவதானிக்க முடிகின்றது. இக் கோட்பாட்டை கருத்திற்கொண்ட அறிஞர்கள், மேலும், இந்து-ஐரோப்பிய இனத்தவர் (ஆரியர்) இந்தியாவுக்குள் வரமுன்னரே திராவிடர்கள் இந்தியத் துணைக்கண்டத்தில் வாழ்ந்தனர் என்பதையும் ஏற்றுக் கொள்கின்றனர். தென்னிந்தியத் திராவிட மொழிகளாக தமிழ், கன்னடம், தெலுங்கு, மலையாளம் போன்றவை உள்ளடங்குகின்ற போதும் இலங்கையின் ஆதி இரும்புக் காலத்தின் பிற்பகுதியில் தமிழ் மொழியே வடக்கு, கிழக்கு, வடமேற்குப் பிரதேசங்களிலும், ஏனைய இடங்களிலும் செல்வாக்குப் பெற்ற மொழியாக இருந்திருக்கின்றது.[29]

மேலும், 1920 களிலே ஜோன் மார்ஷல் என்பவரால் சிந்துவெளி நாகரிகம் கண்டறியப்பட்ட போது அங்கு வாழ்ந்த மக்கள் திராவிட மொழியைப் பேசினர் என்ற கருத்தும் முன்வைக்கப்பட்டது என்பதும் குறிப்பிடத் தக்கதாகும். கூடவே, இற்றைக்கு 3000 ஆண்டுகளுக்கு முன் சமஸ்கிருதமும், பிற இந்து ஆரிய மொழிகளும் வடமேற்கு இந்தியாவிற் பரவத்தொடங்கியபோது, திராவிட மொழிகளும், ஆஸ்திரோ-ஆசிய மொழிகளும், வேறு பிற மொழிகளும் வட இந்தியாவில் பேசப்பட்டு

வந்திருக்கின்றன. தென்னிந்தியாவில் இற்றைக்கு 2000 ஆண்டுகளுக்கு முன்னர் தமிழ்மொழி ஓர் இலக்கிய மொழியாக வளர்ச்சி பெற்றிருப்பதைச் சங்ககால நூல்கள் வாயிலாக மிகத் தெளிவாகக் கணமுடிகிறது. அவ்வாறெனின் அதற்கு பல நூற்றாண்டுகளுக்கு முன்பே திராவிட மொழிகள் தென்னிந்தியாவில் பேசப்பட்டு வளர்ச்சி அடைந்திருக்க வேண்டும் என்று கொள்வதில் தவறில்லை. தென்னிந் தியாவில் தமிழ்மொழி எவ்வாறு பேசப்பட்டு, எழுதப்பட்டு வளர்ச்சிபெற்ற ஒரு செம் மொழியாக கி.பி. முதல் நூற்றாண்டுகளில் மக்கள் மத்தியில் காணப்பட்டதோ, அதே அளவுக்கு இலங்கையின் ஆதி இரும்புக் காலப் பண்பாட்டுப் பிரதேசங்களிலும் மக்கள் மத்தியில் புழக்கத்தில் இருந்திருக்கும் என்று கொள்வதிற் தவறில்லை. தொடர்ச்சியான, விஞ்ஞான ரீதியான அகழ்வாராய்ச்சிகளை அப் பிரதேசங்களில் விருப்பு-வெறுப்பு இன்றி மேற்கொள்வதன் மூலம் மேற்கூறப்பட்ட கூற்றுக்கு ஆதாரம் கிடைக்கக்கூடும்.

இச் சந்தர்ப்பத்தில் மேற்கண்டவாறு மொழி வளர்ச்சிகள் ஏற்படுவதற்கு முன்பு இப் பிரதேசங்களில் எழுத்து வடிவங்கள் தோற்றம் கண்ட ஒரு பின்னணியையும் அவதானிக்க வேண்டியது முக்கியமாகின்றது. ஆதிக் கற்கால மனிதர்கள் எதுவித எழுத்துக்களையும் பாவித்தமைக்கு சான்றுகள் தென் இந்தியாவிலோ இலங்கையிலோ இதுவரை கிடைக்கப் பெறவில்லை. இதனால் அவர்கள் பேசிய மொழிகள் பற்றி அறியமுடியாமல் உள்ளது. ஆனால் இரும்புக் காலத்தில் வாழ்ந்த மக்கள் குறியீடுகளை முதலில் பாவித்திருப்பதை அவர்கள் பாவித்த மட்பாண்ட ஓடுகளிலிருந்து அறிய முடிகின்றது. இதனைக் 'கீறல் குறிகள்' (Garaffiti Symbols) என மொழியிலாளர்கள் அழைப்பர். கீறல் குறிகளைத் தொடர்ந்து பல நூற்றாண்டுகளுக்குப் பின் "பிராமி" எழுத்து முறையைப் பயன்படுத்தி இருப்பதைக் காணமுடிகிறது. தமிழ்நாட்டில் ஆதிச்சநல்லூரிலும், இலங்கையில் அனுராதபுரத்திலும் கி.மு. 500 ஆண்டுகளை யொட்டிய பிராமி எழுத்து வடிவங்கள் இதுவரையில் கண்டு பிடிக்கப்பட்டுள்ளன. ஏனைய பிராமி எழுத்துக்கள் கி.மு. 300 ஆண்டுகளுக்குப் பிற்பட்டவையாகக் காணப் படுகின்றன. இவைகள் இலகுவாக மட்பாண்டங்களிலும், கற்களிலும் எழுதக்கூடிய எழுத்து முறையொன்று ஆகும். பேச்சு மொழி வளர்ச்சியடைந்த ஒரு நிலையில், இரும்புக்காலப் பண்பாட்டின் இறுதிக் காலங்களில் வழக்கத்துக்கு வந்த எழுத்து வடிவமாகப் பிராமி எழுத்துமுறை தென்னிந்திய, இலங்கைத் தீபகற்பப் பிரதேசங்களிற் பாவிக்கப்பட்டதைக் காணமுடிகிறது. எழுத்து வடிவம் பிராமி ஆகவும், மொழி, தமிழ்மொழி, பிராகிருத மொழி என்பனவாகவும் பாவிக்கப்பட்டுள்ள நிலைமையை இக் காலகட்டத்தில் பார்க்கக் கூடியதாக இருக்கின்றது. கி.மு. 300 ஆண்டு காலங்களில் இலங்கையில் காணப்படும் சில கல்வெட்டுக்கள் தமிழிலும், பிராகிருத மொழியிலும் இடம் பெற்றிருக்கின்றன. கி.மு. 300 ஆண்டுகளை அடுத்து வருகின்ற வரலாற்றுக் காலத்தில் தமிழ்நாட்டில் தமிழ்மொழி வளர்ச்சியடைந்ததும், செல் வாக்குப்பெற்றதுமான ஒரு மொழியாகப் பரிணமிப்பதைக் காணமுடிகிறது. இந்த நிலைமை இலங்கையைப் பொறுத்து வடக்கு, கிழக்கு, வடமேற்கு பிராந்தியங்களிலும் காணப்படுகிறது. சங்க இலக்கியங்கள் மூலம் இதனை அறியக்கூடியதாக உள்ளது.

இதே காலப்பகுதியில், வட இந்தியா, தென்னிந்தியப் பிரதேசங்களில் வணிகர் மத்தியிலும், உயர் வர்க்கத்தினர் மத்தியிலும் ஆதிக்கம் பெற்றிருந்த பிராகிருத

மொழியும், இலங்கையில் வணிகர்கள் மத்தியிலும், உயர் வர்க்கத்தினர் மத்தியிலும் முக்கியத்துவம் பெறுவதைக் காணமுடிகிறது. கி.மு. 200 களில் வட இந்தியாவி லிருந்து பௌத்த மத வருகையுடன் இலங்கையில் பாளி மொழி முக்கியத்துவம் பெறுகின்றது. ஆனால் பாளிமொழி ஒரு இறந்த மொழியாக வட இந்தியாவில் மாறிக் கொண்டிருந்த அக் காலகட்டத்தில், அம் மொழி மக்கள் மொழியாக வளரக் கூடிய சாத்தியங்கள் காணப்படவில்லை. இந்நிலையில் பாளி மொழியைப் பிரதியீடு செய்யக் கூடிய ஒரு மொழியாக, வட இந்தியப் பிராகிருத மொழிகளின் வழிவந்த ஹெள மொழி முக்கியத்துவம் பெறுவதைக் காணமுடிகின்றது. இந்த ஹெள மொழியே கி.பி. எட்டாம் நூற்றாண்டிலிருந்து சிங்கள மொழியாக விருத்தி பெற்று வளர்வதையும் காணமுடிகிறது. மேலும் சிங்கள மொழி பிராகிருதம், பாளி, தமிழ் போன்ற மொழிகளையும் உள்வாங்கி வளர்ச்சி பெறுவதையும் காணமுடிகிறது.[30]

சிங்களமொழி இலங்கையில் தோற்றம் பெறுவதற்கு முன்பு இலங்கையிலோ, இந்தியாவிலோ, வேறு பிரதேசங்களிலோ பேசப்படாத ஒரு மொழியாகக் காணப் படுகின்றது. ஏற்கெனவே கூறியது போன்று இரும்புக் காலத்தில் முக்கியத்துவம் பெற்றிருந்த தம்பபண்ணியும், அங்கிருந்த சிற்றரசும் முக்கியத்துவம் இழக்க, அனுராதபுரம் பலம் வாய்ந்த ஒரு பிரதேசமாக மாற்றம் அடைந்தது.

இரும்புக் காலத்தை அடுத்து வருகின்ற வரலாற்றுக் காலத் தொடக்கத்தில் அனுராதபுரம் எழுச்சி பெறுவதோடு, வட இந்தியாவிலிருந்து வருகை தந்து அறிமுகப் படுத்தப்பட்ட பௌத்த மதத்தின் எழுச்சியும் அனுராதபுரத்தை மையமாகக் கொண்ட அரசை மேலும் வலுப்படுத்தத் தவறவில்லை. புதிதாகத் தோற்றம் பெற்ற சிங்கள மொழி, கி. பி எட்டாம் நூற்றாண்டு காலமளவில், மேற்படி இராச்சியத்தில் முதன்மை பெறுவதையும் காணமுடிகிறது. மேலும் சிங்கள மொழியைப் பேசியவர்கள் சிங்கள இன மக்களாக முதன்மை பெறுவதையும் காணமுடிகிறது.

இலங்கையின் வட பாகத்திலும், வடகிழக்கு, வடமேற்குப் பகுதிகளிலும் வாழ்ந்துவந்த கற்கால மனிதர்கள் தென்னிந்தியாவில் இருந்து வந்த இரும்புக்காலப் பண்பாடுகளை உள்வாங்கியதோடு, கி.மு. 500 களிலிருந்து தென்னிந்தியாவில், குறிப்பாகத் தமிழ்நாட்டில் ஆதிக்கம் பெற்றிருந்த தமிழைத் தாய் மொழியாகவும் ஆக்கிக் கொண்டனர். இற்றைக்கு 2000 வருடங்களுக்கு முன்பு தமிழ்மொழி ஓர் இலக்கிய மொழியாக வளர்ச்சி பெற்றிருப்பதை நோக்கும் போது, இம் மொழி இரும்புககாலத்திலேயே தமிழ் நாட்டிலும், மேற்கூறப்பட்ட இலங்கைப் பிரதேசங் களிலும் வழக்கில் இருந்திருக்கின்றது. எனவே ஆதிக்கற்காலம் தொட்டு இலங்கையின் வடக்கு, கிழக்கு, வடமேற்குப் பகுதிகளில் வாழ்ந்த மக்கள் தென்னிந்தியாவிலிருந்து வந்த இரும்புக் காலப் பண்பாடுகளை உள்வாங்கிக் கூடவே அப் பண்பாட்டுக் காலத்திற்கான திராவிட மொழிக் குடும்பத்தைச் சேர்ந்த தமிழ் மொழியையும் தமதாக்கி, இலங்கையின் வரலாற்றுக்காலம் கி.மு. 300 களில் தொடங்கும்போது, ஓர் அரசை அமைக்கும் அளவுக்கு வளர்ச்சி பெற்று, ஒரு தனித்துவமான இனமாக அப் பிரதேசங்களில் வாழ்வதை, இதுவரை எடுத்துரைக்கப்பட்ட தொல்லியல் மற்றும் இலக்கிய ஆதாரங்கள் நிரூபிக்கின்றன.

இவ்வாறான ஒரு வரலாற்றுப் பின்னணியை வைத்துக்கொண்டு பேராசிரியர் இந்திரபாலா அவர்கள் தனது நீண்டகால ஆய்வின் பிரகாரம் அண்மையில் வெளி

யிடப்பட்ட தனது நூலில் பின்வருமாறு கூறுவது இன்றைய இலங்கையின் அரசியல் நிலைமையில் மிகவும் முக்கியமானதாகும்.

> “மொழி, எழுத்து, தொழில்நுட்பம், பயிர்ச்செய்கை போன்ற முக்கியமான துறைகளில் பெரும் முன்னேற்றங்களும், மாற்றங்களும் ஏற்பட்ட காலம் ஆதி இரும்புக்காலம். அரசியல், சமூக, பண்பாட்டு மாற்றங்கள் பல அக் காலத்தில் நிகழ்ந்தன. கற்கால மக்கள் இம் மாற்றங்களால் பெரிதும் முன்னேறினர். இதனால் இலங்கை மக்களுடைய வரலாறு தொடக்கம் பெற்றது. இத்தகைய வளர்ச்சியை ஆரியர் வந்து குடியேறியதன் விளைவாகத் தொடங்கிய வரலாறாக இதுவரை வரலாற்று அறிஞர்கள் கூறிவந்தமை பொருத்தமற்றது. ஆரியர் என்போர் இலங்கைக்கு வந்து குடியேறினர் என்ற கருத்துக்கு இடமேயில்லை. வெளியிலிருந்து பெருந்தொகையான மக்கள் வந்து குடியேறியதற்கோ, முன் வாழ்ந்த மக்கள் அழிக்கப்பட்டமைக்கோ தொல்லியல் சான்றுகள் இல்லை.”[31]

மேற்கூறப்பட்ட, பேராசிரியர் இந்திரபாலா அவர்களின் கூற்றுமூலமும், ஆதாரங்களின் அடிப்படையில் இவ் அத்தியாயத்தில் கூறப்பட்டதன் மூலமும் அறிவியல் பூர்வமாகச் சிந்திக்கக்கூடிய எவரும், இலங்கை மக்கள் பற்றிய பூர்வீகத்தைத் தெளிவாக விளங்கிக்கொள்ள முடியும். பேராசிரியர் இந்திரபாலா மட்டுமன்றி, இலங்கையின் தலைசிறந்த பேராசியரான லெஸ்லி குணவர்த்தனா, புகழ்பெற்ற தொல்லியல் நிபுணரான பேராசிரியர் தரணியகல, பேராசியர்கள் ஸிரான் தரணியகலை, ஸூதர்ஸன் ஸெனிவரத்தன போன்றோரும் இதே அடிப்படையிலான கருத்தையே தங்கள் ஆய்வுகள்மூலம் வெளிப்படுத்தி இருக்கிறார்கள்.

முடிவாக மேற்கூறப்பட்ட சுருக்கமான, தெளிவான தொல்லியல் மற்றும் பிற ஆதாரங்கள் மூலமும் கண்டுகொள்வது என்னவெனில், இலங்கையின் பூர்வீக மக்கள், தென்னிந்திய பிரதேசங்களில் வரலாற்றுக்கு முந்திய ஆதிகாலத்தில் வாழ்ந்த தென்னிந்திய மக்களான திராவிடமொழிக் குடும்பத்தைச் சேர்ந்த திராவிட இன மக்கள் என்பதை ஆய்வாளர்கள் ஏற்றுக் கொண்டிருக்கிறார்கள். அத்தோடு தென்னிந்தியாவும், இலங்கையும் புவியியல் ரீதியாக இற்றைக்கு சுமார் 7000 வருடங்களுக்கு முன் ஒரே நிலப்பகுதியாக இருந்திருக்கின்றன என்பதையும் ஆய்வாளர்கள் ஏற்றுக் கொண்டிருக்கிறார்கள் இயற்கை அனர்த்தத்தினால் தென்னிந்தியாவிலிருந்து இலங்கைப் பிரதேசம் பிரிந்து ஒரு தீவாக மாற்றம் அடைந்தபோது, அப் பிரதேசம், அதே மக்களையே தன்னகத்தே நிச்சயம் கொண்டு பிரிந்திருக்கும். காலப்போக்கில் வேறு இனங்களும் இலங்கையில் வந்து, முன்பு இருந்த ஆதிகால மக்கள் இனத்தோடு இரண்டறக் கலந்திருக்கும் என்பதிலும் ஐயப்பாடுகள் இருக்க முடியாது. மேலும் தென்னிந்தியாவிலும், இலங்கையிலும், தொடர்ச்சியாகக் கடந்த 50 வருட காலத்திற்கு மேலாக, நடைபெற்ற தொல்லியல் ஆய்வுகளில் கிடைக்கப்பெற்ற ஆய்வுச் சான்றுகளும் அதனையே உறுதிப்படுத்துகின்றன.

எனவே இலங்கையில் உள்ள கல்விமான்களும், அரசியல்வாதிகளும், இன்றைய இளந் தலைமுறையினரும் மேற்கூறப்பட்ட வரலாற்றுப் பின்னணியை தேசத்தின்

எதிர்காலம் கருதி மிகவும் அறிவுபூர்வமாகச் சிந்திக்கவேண்டிய காலம் இது. தவறும் பட்சத்தில், இலங்கைத் தேசத்தின் பாரிய அழிவுகளுக்குப் பொறுப்பாளர்களாக அமைவதோடு, எதிர்காலச் சந்ததியினரின் வெறுப்புக்கும் ஆளாவார்கள். 19ஆம், 20ஆம் நூற்றாண்டுகளில் ஜேர்மனி போன்ற பல நாடுகளில் நடந்து முடிந்த, பாரிய அழிவுகளை ஏற்படுத்திய வரலாற்று நிகழ்வுகளை வரலாறு கற்பித்த பாடமாகக் கொள்ளத் தவறக்கூடாது.

வரலாற்று உதயம்

எழுத்து ஆதாரங்களுடன் இலங்கையின் வரலாற்றுக் காலம் கி.மு. 300 ஆண்டு அளவில் ஆரம்பமாகின்றது. இன்றுவரை இலங்கையின் வரலாற்றை ஆய்வுசெய்து எழுதிய வரலாற்று அறிஞர்களில் ஒரு சிலரைத் தவிர, ஏனையோர் வரலாற்று ஆரம்பகாலமாக, அனுராதபுரத்தை மையமாகக் கொண்ட இராச்சியத்தையே கருத்திற் கொள்வது மரபாகி வந்திருக்கின்றது. அனுராதபுர இராச்சியத்தின் தோற்றம், சிங்கள அரசர்களின் ஆட்சி, பௌத்தமதம் இந்தியாவிலிருந்து மௌரியப் பேரரசன் அசோகன் காலத்தில் இலங்கைக்கு அறிமுகம் செய்து வைக்கப்பட்ட வரலாறு, பௌத்த மதத்தை மன்னர்கள் தழுவுதல், பௌத்தமதம் மடாலயங்களை மையமாகக் கொண்டு வளர்வது, பௌத்த மதத்திற்கு மன்னர்கள் வழங்கும் தானங்கள் கொடைகள், பௌத்தமதக் குருமார் மன்னரைப் புகழ்ந்து போற்றுவது, அரச கட்டிலுக்காக அதிகார வர்க்கத்தினரிடையே அடிக்கடி நடைபெறும் போர்கள் என்பவற்றை ஆரம்பகால வரலாற்று நிகழ்வுகளாகப் பேணி வருகின்ற ஒரு வரலாற்று மரபையே புலமைசார் ஆய்வுகளினூடாக அறியமுடிகின்றது. மொத்தத்தில், இலங்கையின் ஆரம்ப வரலாற்றுக் காலம் ஒரு பௌத்த, சிங்கள வரலாறாகத்தான் எழுதப்பட்டிருக்கின்றது என்பதனை அறியமுடிகிறது. ஆனால், இலங்கையின் பூர்வீக மக்கள், தென்னிந்தியாவில் வாழ்ந்த பூர்விக மக்களாகிய திராவிட மொழிக் குடும்பத்தைச் சேர்ந்தவர்கள் என்பது ஏற்கெனவே தொல்லியற் சான்றுகளூடாக நீரூபிக்கப்பட்டுள்ளது. மேலும் வடக்கு, வடகிழக்கு, வடமேற்கு, வடமத்திய பிரதேசங்களின் பூர்வீக மக்கள் திராவிடர்கள் என்றும், குறிப்பாகத் தமிழ்மக்கள் என்றும் நிரூபணமாகியுள்ளது.

அவ்வாறாயின், இன்றைய நவீன உலகில், விஞ்ஞான ரீதியாகவும், அறிவியல் ரீதியாகவும் விடயங்களை நுணுகி ஆய்வு செய்கின்ற ஒரு வரலாற்று மாணவனின் சிந்தனையில் மேற்கூறப்பட்ட விடயம்பற்றிச் சில கேள்விகள் எழுவது தவிர்க்க முடியாததாகின்றது. அதாவது, இலங்கையின் மேற்கூறப்பட்ட பிரதேசங்களில் வாழ்ந்த பூர்வீகத் தமிழ்மக்கள் இலங்கையின் ஆரம்பகால வரலாற்றில் ஏன் முக்கியத்துவம் பெறவில்லை? அடுத்ததாக, பௌத்தமதம் இந்தியாவிலிருந்து கொண்டுவரப்பட்டு, இலங்கையில் அறிமுகம் செய்யப்பட்டுள்ளது. அவ்வாறாயின் பௌத்தமதம் இலங்கைக்கு வருமுன் இலங்கையில் வாழ்ந்த பூர்வீக மக்களின் மதம் என்னவாக இருந்திருக்கும்? ஒரு சிங்கள இராச்சியமாக வரலாற்று நூல்களிற் சித்தரிக்கப் பட்டுள்ள அனுராதபுரம் எதுவிதமான ஒரு ஆரம்ப சிற்றரசுகளோ, அல்லது அரச அமைப்புக்களோ இல்லாமல் திடீரென அனுராதபுரம் இராச்சியம் என்னும் ஒரு வலுவான இராச்சியமாக எப்படித் தோற்றம் பெற்று வரலாற்றில் இடம் பெற்றிருக்க

முடியும்? இவ்வாறான அடிப்படையான கேள்விகளுக்கு வரலாற்று அறிஞர்கள் பதில் கொடுக்க வேண்டியது அவசியமாகின்றது.

மேற்கூறப்பட்ட வினாக்களுக்கு, இதுவரை கிடைக்கப்பெற்ற புராதன பாளி நூல்கள், தொல்லியல், கல்வெட்டு ஆதாரங்கள், பிறநாட்டு யாத்திரீகர்களின் குறிப்புக்கள், வெளிநாட்டு ஆதாரங்கள், தமிழ் இலக்கிய நூல்கள், தமிழ் வரலாற்று நூல்கள் என்பவற்றிலிருந்து குறிப்பிடத்தக்க அளவு விடைகளைக் காணக்கூடியதாக உள்ளது. ஆனால் பூரணமான, உறுதியான விடைகளைக் கண்டறிவதற்குரிய எழுத் தாதாரங்களும், தொல்லியல், கல்வெட்டு ஆதாரங்களும் மேற்கூறப்பட்ட பிரதேசங் களிலும், இலங்கையிலும் போதுமானதாக இல்லை என்பதனையும் அறியமுடிகின்றது.

முதலில், பூர்வீகக் குடிகளான தமிழர் இலங்கையின் ஆதிகால வரலாற்றில், குறிப்பாக அனுராதபுர இராச்சிய வரலாற்றில் ஏன் முக்கியத்துவம் பெறவில்லை என்ற கேள்விக்கு விடை காண்பதன்மூலம், இவ்விடயம் சம்பந்தமாகவுள்ள அடிப்படைப் பிரச்சனைகளை இலகுவாக விளங்கிக் கொள்ளமுடியும். சிங்கள மக்கள் ஆதி காலத்தில் இருந்து வரலாற்றைப் பேணிப் பாதுகாத்து வைத்திருந்தது போல், தமிழ்மக்கள் தமது வரலாற்றைப் பேணிப் பாதுகாத்து வைக்கும் மரபைக் கொண் டிருக்கவில்லை என்பதே அடிப்படைப் பிரச்சனையாகும். ஏற்கெனவே அறிமுக உரையிற் குறிப்பிட்டதுபோல், தமிழர்கள் கி.பி. பதினேழாம் நூற்றாண்டிலிருந்துதான் தமது வரலாற்றை எழுதும் மரபைக் கடைப்பிடித்து வந்திருக்கின்றார்கள். அதுவும், குறிப்பாக யாழ்ப்பாணக் குடாநாட்டை உள்ளடக்கிய வரலாறாக, சிறப்பாக, கி.பி. பதின்மூன்றாம் நூற்றாண்டிலிருந்து, யாழ்ப்பாண இராச்சியம் பற்றிய வரலாற்றை உள்ளடக்கியதாகவே காணப்படுகின்றது. இருந்தும் இந்நூல்கள் வன்னிப் பிரதேசம், திருகோணமலை பற்றிய சில வரலாற்றுச் செய்திகளையும் உள்ளடக்கியபோதும், முழுமையாகத் தமிழர் பிரதேசங்கள் பற்றிய தெளிவான வரலாற்று நிகழ்வுகளை உள்ளடக்கவில்லை. அத்தோடு முன்னுரையில் குறிப்பிடப்பட்டது போல் ஆரம்பகால தமிழ் வரலாற்று நூல்களின் நம்பகத்தன்மைகளும் கேள்விக் குறியாகவே அறிஞர்களாற் கொள்ளப்படுகின்றது. எனவே, வரலாற்றுக் காலத் தமிழர் வரலாறு பற்றி அறிய, புராதன பாளி நூல்களிலும், தமிழ்நாட்டு சங்க இலக்கியங்களிலும், பிறநாட்டவர் எழுதிவைத்த குறிப்புக்களிலும், இதுவரை வெளிக்கொணரப்பட்ட தொல்லியல், கல்வெட்டுச் சான்றுகளிலுமே சில வரலாற்றுக் குறிப்புக்களை மிக அரிதாகக் காணமுடிகின்றது. இவைகளுள், தமிழ்ப் பிராந்தியங்களில் மேற்கொள்ளப் பட்ட மேலாய்வுகளினூடாகவும், அகழ்வாராய்வுகளினூடாகவும் கிடைத்துள்ள சான்று களே தமிழர்களின் ஆதிகால வரலாற்றைப் பற்றி அறிய உதவும் முக்கிய சான்று களாக உள்ளன.

ஏற்கெனவே கூறியதுபோல், இலங்கையின் ஆரம்பகால வரலாறுபற்றி அறிய முனையும்போது, மிக முக்கியமாக வரலாற்றில் இடம்பெறுவது அனுராதபுர இராச்சியம் பற்றிய வரலாறாகும். அதற்குரிய முக்கிய காரணம் பாளி நூலாகிய மகாவம்சம் ஆகும். இந்நூல் எழுதப்பட்ட பின்னணியை விளங்கிக் கொள்வதன் மூலம், இலங்கையின் ஆரம்பகால வரலாறு ஏன் ஒரு பௌத்த சிங்கள வரலாறாக மட்டும் எழுதப்பட்டது என்பதை இலகுவாக விளங்கிக் கொள்ள முடியும். இந்நூல் எழுதப்பட்ட காலம் கி.பி. ஐந்தாம் நூற்றாண்டுக் காலப்பகுதி எனப் பொதுவாக

அறிஞர்கள் கருதுவர். இந்நூலை எழுதியவர் மகாநாம தேரர் என்னும் பௌத்த பிக்கு ஆவர். இந்நூல் கி.பி. ஐந்தாம் நூற்றாண்டில் எழுதப்பட்டபோதும், கி.பி. ஐந்தாம் நூற்றாண்டிலிருந்து முந்திய சுமார் 10 நூற்றாண்டுகால வரலாற்றுச் சம்பவங்களை உள்ளடக்கியதாகக் காணப்படுகின்றது. மகாவம்சம் ஒரு வரலாற்று நூல் என வரலாற்று அறிஞர்களால் ஏற்றுக் கொள்ளப்படாவிட்டாலும், அந்நூலில், கி.மு. 300 களைத் தொடர்ந்து வருகின்ற பல வரலாற்றுச் செய்திகளை, பிற கல்வெட்டு, இலக்கிய ஆதாரங்களுடன் ஒப்பிட்டு நோக்கும்போது சில நம்பகத் தன்மைகளை மகாவம்சம் கொண்டிருக்கின்றது என்பதையும் மறுப்பதிற்கில்லை.

இந்நூலின் அடிப்படை நோக்கம், பௌத்த மதத்தின் முக்கியத்துவத்தினை அக்கால மக்களின் தேவை கருதி, அவர்களின் ஆன்மீகத் திருப்திக்காக எழுதப்பட்டது என்பதை இந்நூலின் ஆசிரியரே இந்நூலில் குறிப்பிட்டுள்ளார். மேலும் மகாநாமதேரர், அனுராதபுரத்தில் அக் காலப்பகுதியிலப் பிரபல்யம் வாய்ந்து விளங்கிய பௌத்த நிறுவனமாகிய மகாவிகாரை என்ற பௌத்தப் பள்ளியைச் சேர்ந்தவராகையால், அவர் எழுதிய மகாவம்சமும் முழுக்க, முழுக்க மாகாவி காரையை மையப்படுத்தி எழுதப்பட்ட ஒரு தலபுராணமாகவே காணப்படுகின்றது. ஏற்கெனவே மகாவம்சம் குறிப்பிட்டது போல, முன்பிருந்து பேணப்பட்ட மரபுகளின் உதவியுடன் இலங்கையில் பௌத்த சங்கத்தார், பௌத்த வரலாற்றை ஒழுங்கு முறைப்படுத்தி அதைப் பேணுவதற்கான ஏற்பாடுகளையும் செய்தனர். இவ்வாறு பேணப்பட்ட வரலாற்றைக் கூறும்போது, அதற்கு ஒரு கால அடித்தளத்தைக் கொடுப்பதற்காகவும், பௌத்தச் சங்கம் ஆட்சியாளரிடமிருந்து பெற்ற ஆதரவை வரலாற்றில் சேர்த்துக் கொள்வதற்காகவும், பௌத்தம் தொடர்பான நிகழ்ச்சிகளுடன் பக்கம் பக்கமாக மன்னர் பற்றிய குறிப்புக்கள், மற்றும் மன்னர் வழங்கிய ஆதரவு பற்றிய செய்திகள் ஆகியவை எழுதி வைக்கப்பட்டன. இத்தகைய "வங்ஸ" நூலொன்றில் நாட்டின் வரலாற்றினை எடுத்துரைக்கும் நோக்கம் இருக்கவில்லை.

இதன் அடிப்படையில் நோக்கும்போது மகாவம்சம், சிறப்பாக பௌத்தமதம் சம்பந்தமாக எழுதப்பட்ட நூலென்பதை அறியமுடிகின்றது. இருந்தும் இந்நூலில், இலங்கைக்கு பௌத்தமதம் வருகை தரும்போது, மன்னனாக இருந்த தேவ நம்பியதிஸ்ஸ மன்னனுடைய வரலாறும், அதன்பின்னர் வருகின்ற துட்டகாமினி வரலாறும் பல அத்தியாயங்களில் இடம் பெறுகின்றன. இதற்கு முக்கிய காரணம், இவர்கள் இருவரும், மகாவிகாரையை ஆதரித்ததோடு, இலங்கையில் பௌத்தமதம் வேரூன்றி நிலைக்க ஆரம்ப கர்த்தாக்களாகவும் இருந்தவர்கள் என்பதாகும்.

இவை தவிர, வேறுபல மன்னர்கள் பற்றிய செய்திகளும் இந்நூலில் இடம் பெறுவதைக் காணமுடிகின்றது. அம் மன்னர்கள், ஏதோ விதத்தில் பௌத்த மதத்திற்கு உதவியவர்களாகவும், பௌத்தமதம் சாந்தவர்களாகவும் இருந்ததே இதற்குக் காரணம். மேலும், தேவநம்பியதிஸ்ஸ மன்னனே முதலில் பௌத்த மதத்தைத் தழுவி அனுராதபுர அரசின் மன்னனாக முடி சூடியவனாவான். அதற்கு முந்திய காலப்பகுதியாகிய கி.மு. 300 களிலிருந்து, கி.மு. 500 கள் வரையுள்ள காலப்பகுதிகளையும் இந்நூல் கொண்டுள்ளது. அந்த 200 ஆண்டு காலப்பகுதியில் தான் விஜயன் இந்தியாவிலிருந்து வந்து இலங்கையில் தம்பபண்ணியில் இறங்கி, அங்கு சிலகாலம் ஆட்சி செய்துவிட்டு, பின்னர் அனுராதபுர மன்னனான வரலாறு

இடம் பெறுகின்றது. இப்பகுதி வரலாற்றை முழுக்க, முழுக்க வெறும் ஐதீகங்களின் அடிப்படையில் புனையப்பட்ட வரலாறாகவே வரலாற்று ஆசிரியர்கள் கொள்வர். அதனால் விஜயன் வருகைபற்றி மகாநாம தேரர் இந்நூலில் கூறிய செய்திகளுக்கு எதுவித ஆதாரங்களும் இல்லை என்பதே உண்மையாகும். அத்தோடு இக் குறிப்பிட்ட காலத்தில், பௌத்த மதத்தைத் தோற்றுவித்த கௌதம புத்தரே தன் போதனைகள் எதிர்காலத்தில் நிலைக்கும் இடமாக இலங்கையைத் தெரிந்து, மும்முறை இங்கு வருகை தந்த வரலாறும், அவர் பரிநிர்வாணம் அடைந்தபின் அவருடைய மதத்தைப் பாதுகாப்பதற்கு எடுக்கப்பட்ட நடவடிக்கைகள் பற்றிய செய்திகளும், மகிந்தர் தனது சகாக்களுடன் இந்தியாவிலிருந்து இலங்கைக்கு வந்து பௌத்த மதத்தை நிலைபெறச் செய்த விடயங்களும், மகாவிகாரை நிறுவப்பட்ட சம்பவங்களும் முக்கியமாக இடம் பெறுகின்றன. இவ்வாறான பின்னணியில் மகாவம்சம் என்னும் நூலை நோக்கின், அந்நூல் அனுராதபுரம் இராச்சியம் தொடர்பான, பௌத்த மதத்தைக் கருப்பொருளாகக் கொண்டுள்ள நூலே தவிர, அது ஆரம்பகால இலங்கை வரலாற்றைக் கூறுகின்ற ஒரு முழுமையான நூல் அல்ல என்பது புலப்படுகின்றது.

ஆனால் தேவை கருதி, இந்நூலில் தமிழ் மன்னர்கள் பற்றியும், தென்னிந்திய குறிப்பாக, தமிழ்நாட்டு அரசுகளின் தொடர்புகள் பற்றியும், அனுராதபுரம் தவிர்ந்த ஏனைய சில பிரதேசங்கள் பற்றியும் ஆங்காங்கே குறிப்பிடப்படுவதையும் காண முடிகின்றது. அவ்வாறான குறிப்புக்களில் முக்கிய அம்சமாக, இற்றைக்கு 2100 வருடங்களுக்கு முன் அனுராதபுர இராச்சியத்தில் ஆட்சி செய்த தமிழ் மன்னனாகிய எல்லாளன் பற்றியும், எல்லாள மன்னன் ஆட்சிக்கு முன்னர் அனுராதபுரத்தில் ஆட்சி செய்த ஸேன, குத்தக என்னும் தமிழ் மன்னர்களைப் பற்றியும் மகாவம்சம் குறிப்பிடுகின்றது.[32] இவ்வாறான குறிப்புக்கள் மூலம், அனுராதபுரத்தில் தமிழர்களும் ஆட்சி செய்திருக்கின்றார்கள் என்பதை மகாவம்சம் மூலம் அறியமுடிகின்றது. இச் சந்தர்ப்பத்தில் எவ்வாறு நவீனகால வரலாற்று அறிஞர்களால், இலங்கையின் ஆரம்பகால வரலாற்றை, பௌத்த சிங்கள வரலாறாகவும் எழுத முடிந்தது என்ற பின்னணியை விளங்கிக் கொள்வது அவசியமாகின்றது.

இலங்கையின் நவீனகால வரலாற்றில், பத்தொன்பதாம் நூற்றாண்டு காலப்பகுதியாகிய பிரித்தானிய காலனித்துவ ஆட்சிக்காலம் இலங்கை வரலாற்றைப் பொறுத்தவரை மிக முக்கியத்துவம் வாய்ந்தது. பிரித்தானியர், 1796ல் இலங்கையில் தமது காலனித்துவ ஆதிக்கத்தை நிலைநாட்டத் தொடங்கினர். அக் காலத்திலிருந்து இலங்கையில் கடமை புரிந்த, பிரித்தானிய சிவில் அதிகாரிகளும், சில கல்வி மான்களும், இலங்கை வரலாற்றை அறிவதில் ஆர்வம் கொண்டவர்களாகக் காணப்பட்டனர். அதன் விளைவாக, அவர்கள் இலங்கையின் வரலாற்றையும் அறியத் தலைப்பட்டனர். அப்பொழுது அவர்களுக்குக் கிடைத்தவை மகாவம்சம், சூளவம்சம் போன்ற பாளி நூல்களும், அதன் பின்னர் அந்நூல்களையொட்டி எழுதப்பட்ட சிங்கள நூல்களுமாகும். தமிழர் வரலாறுபற்றிக் கூறும் நூல்களாகிய வையாபாடல், கைலாயமாலை, யாழ்ப்பாண வைபவமாலை போன்ற நூல்களை அவர்கள் கருத்திற் கொண்டதாகவோ அல்லது அறிந்திருந்ததாகவோ தெரியவில்லை. மேலும், இலங்கை யில் தென்னிந்திய சோழர் ஆதிக்கம் முடிவடைந்த கி.பி. பதினோராம் நூற்றாண் டிலிருந்து, புராதன சிங்கள இராச்சியங்களான அனுராதபுர இராச்சியம்,

பொலனறுவை இராச்சியம் என்பன கைவிடப்பட்டு, சிங்கள அரசுகள் தமது இராசதானி களைத் தெற்கு நோக்கி தம்பதெனியா, கண்டி, கோட்டை போன்ற பிரதேசங்களுக்கு நகர்த்தத் தொடங்கினர். இதன் விளைவாக புராதன நகரங்களான அனுராதபுரம், பொலனறுவை போன்றவை காடு சூழ்ந்த பிரதேசங்களாக மாறியிருந்தன. அந்த இடங்களில் இருந்த கட்டிடங்களும், சிற்பங்களும், ஓவியங் களும், கல்வெட்டுக்களும் எதுவித அழிவுகளுக்கும் உட்படாது கைவிடப்பட்ட நிலையில் இருந்தன. வரலாற்று ஆர்வம் கொண்ட ஆங்கிலேயர் அவ்விடங்களுக்குச் சென்று மேலாய்வுகள் மேற் கொண்டபோது, அவ் அழிபாடுகளும், கல்வெட்டுக்களும், சிற்பங்களும், ஓவியங் களும் அவர்கள் பார்வையில் தென்பட்டன. அச் சான்றுகள் பௌத்தமதம் பற்றிய செய்திகளையும், சிங்கள அரச வரலாறு பற்றிய தகவல்களையும் இயல்பாக அவர்களுக்கு வழங்கின. அதன் பயனாக அவ் அறிஞர்கள், பாளி நூல்களில் வரும் வரலாற்று நிகழ்வுகளோடு, மேற்கூறப்பட்ட தொல்லியல், கல்வெட்டு ஆதாரங் களையும் ஒப்பிட்டு நோக்கியபொழுது, அது பௌத்த சிங்கள வரலாறாகவே காணப்பட்டது. எனவே வரலாற்றை எழுத முற்பட்ட ஆங்கிலேயர், அனுராதபுர இராச்சியந்தான் இலங்கை முழுவதற்கும் ஒரேயொரு இராச்சியம் என்றும், பௌத்த மதந்தான் இலங்கை மக்களின் புராதன மதம் என்றும் கருதியிருக்கின்றனர். அத்தோடு, பிரித்தானியர் வருகையின்போது, சிங்கள மக்களே தெற்கில் மிகப் பெரும்பான்மையான மக்களாகவும் இருந்தனர். இவற்றின் விளை வாக, ஆங்கில அறிஞர்கள், குறுகிய நோக்கங்களை அடிப்படையாகக் கொண்டு எழுதப்பட்ட பாளி, சிங்கள நூல்களைத் தமது ஆய்வுக்கு ஆதாரமாகக் கொண்டு அனுராதபுர இராச்சி யத்தை மையப்படுத்தியும், பௌத்த மதத்தை உள்ளடக்கியும் காணப்பட்ட கட்டிட அழிபாடுகளையும், கல்வெட்டுக்களையும் மட்டுமே கருத்திற் கொண்டு இலங்கையின் ஆரம்பகால வரலாற்றை பௌத்த சிங்கள வரலாறாகவே எழுதிவைத்தனர்.

மேலும், பதினெட்டாம் நூற்றாண்டின் இறுதிப் பாகத்தில், போலந்தில் ஏற்பட்ட பிரிவினை, பிரான்சியப் புரட்சி, அமெரிக்கப் புரட்சி என்பன மேலைத்தேச நாடுகளில் தேசியவாதக் கருத்துக்களும், தேசவிடுதலைப் போராட்டங்களும் முனைப்படைவதற்கு வழிவகுத்தன. தேசவிடுதலைப் போராட்டங்களில் தேசங்களின் வரலாறும், இனக் கொள்கைகளும் முக்கிய ஆயுதங்களாக முன்வைக்கப்பட்டன. இதில் ஜேர்மனி போன்ற நாடுகள் முன்னணியில் நின்றன. அத்தோடு மேலைத்தேசப் பல்கலைக் கழகங்களில் ஆசிய, ஆபிரிக்க நாடுகளின் மொழிகளும், வரலாறுகளும் கற்கை நெறிக்கு உட்படுத்தப்பட்டு, ஆய்வுக் களங்களாக முன்னெடுக்கப்பட்டன. இவ்வாறான ஆய்வு முயற்சியின் விளைவாக, William Jones என்பவர் Structural Affinities Between Indian and European Languages என்ற நூலை 1788 களில் பிரசுரித்தமை, இந்திய-ஐரோப்பியா தொடர்பான ஆரியமொழி, ஆரிய இனம் பற்றிய சிந்தனையின் மைல் கல்லாக அமைந்தது. தொடர்ந்து 1819ல் Friedrich Schlegel என்பவர் ஆரிய இனம் பற்றியும், ஆரியமொழித் தொடர்புகள் பற்றியும், தனது ஆய்வுகளை வெளியிட்டார். அதேபோன்று, Hegel, Maxmuller போன்றவர்களும் தங்கள் ஆய்வுகளை இவ்விடயம் சம்பந்தமாக எழுதி வெளியிட்டனர். இதன் விளைவாக ஒரு புதிய, ஆரியர் இனம் சம்பந்தமான கொள்கையாக (Aryan Theory - as a new racial theory)

இந்திய-இலங்கை மக்கள் மத்தியிலும், ஐரோப்பாவிலும் பெரும் வரவேற்பைப் பெற்றது. இதே காலப் பகுதிகளில் குறிப்பாக, 1908ம் ஆண்டில் முதன்முதல் வில்ஹைம் கெய்கர் (Wilhelm Geiger) என்பவரால் மகாவம்சம் ஜெர்மன் மொழியில் மொழிபெயர்க்கப்பட்டது. பின்னர், மாபெல் ஹெனெஸ் பொடே (Maybel Haynes Bode) என்பவரால் மகாவம்சம் ஆங்கிலத்துக்கு மொழிபெயர்க்கப்பட்டது. பின்னர் இருபதாம் நூற்றாண்டின் முற்பகுதியில் பேராசிரியர் கெய்கர் அவர்கள் அவ் ஆங்கில மொழி பெயர்ப்பைத் திருத்திய பதிப்பாக ஆங்கிலத்தில் மொழிபெயர்த்தார்.[33] இதனால் மகாவம்சம் மிகவும் பிரபல்யமடைந்து காணப்பட்டது. இவ்வாறான நடவடிக்கைகளின் விளைவாக இலங்கையிலும் சிங்கள தேசியவாதத்தின் ஆரம்ப எழுச்சிகள் பத்தொன்பதாம் நூற்றாண்டின் நடுப்பகுதியிலிருந்து முளைவிடத் தொடங்கின. அதே நூற்றாண்டின் இறுதிக் காலப்பகுதிகளில், சிங்கள தேசியவாதத்தின் முக்கிய கர்த்தாவான அனகாரிக தர்மபால போன்றவர்கள் பௌத்த சிங்கள தேசியவாதத்தை முன்னெடுத்துச் சென்றமையைக் காணமுடிகின்றது. இதுபற்றி பேராசிரியர் குண வர்த்தனா அவர்கள், Ethnicity and Social Change in Sri Lanka (1979) என்ற நூலில், The People of the Lion; Sinhala Consciousness in History and Historiography என்னும் கட்டுரையில் பின்ருமாறு கூறுகின்றார்.

> "குடியேற்றவாதக் காலத்திலேதான், சிங்கள உணர்வு ஒரு புரட்சிகர மானமாற்றத்துக்கு உள்ளாகி அதன் தற்போதைய நிலையை அடையத் தொடங்கியது. தமது குழு உணர்வை மேம்படுத்தும் விஷயத்தில், குடியேற்றவாதம் உருவாக்கிய சமூக வர்க்கங்கள், ஐரோப்பிய சிந்தனை களிலிருந்து எவ்வளவுக்கு எடுத்துக் கொண்டார்களோ, அதே அளவு தமது கடந்தகால பாரம்பரியங்களிலிருந்தும் பெற்றுக் கொண்டனர். நவீன சிங்கள உணர்வு உருவாகிய இந்தக் காலகட்டத்திலேதான், ஐரோப்பாவில் இன ரீதியான சித்தாந்தங்கள் பிரபல்யமடைந்தன."

இவ்வாறான ஒரு பின்னணியில், இருபதாம் நூற்றாண்டின் ஆரம்ப கால கட்டங்களில், இலங்கையின் பௌத்த சிங்களத் தேசியவாதிகளால் பௌத்தமதம், ஆரிய இனக்கொள்கை, சிங்கள வரலாற்றுணர்வுகள் என்பன, பௌத்த சிங்களத் தேசியவாதத்தின் மூல ஆதாரங்களாக மிக வீறுடன் முன்னெடுக்கப்படுவதைக் காணமுடிகின்றது.

தொடர்ந்து இருபதாம் நூற்றாண்டின் நடுப்பகுதிகளில் இலங்கையின் தெற்கு பிராந்தியங்களில் தோற்றம் பெற்ற பல்கலைக் கழகங்களில் கற்ற பெரும் பான்மையான கல்விமான்கள், குறிப்பாக சமூக, சமய, மொழி, அரசியல் வரலாற்றுத் துறை சார்ந்த சிங்களக் கல்விமான்கள், இத் தேசியவாத உணர்வுகளால் உந்தப் பட்டும், கவரப்பட்டும் இலங்கையின் மதம், மொழி, இனம் சார்ந்த வரலாறுகளை, ஒரு குழு உணர்வு அணுகு முறைக்கு உட்படுத்துவதை, அவர்களுடைய நூல்களி னூடாக அறியமுடிகின்றது. இருந்தும், ஒரு சில கல்விமான்கள், சிறப்பாக, குண வர்த்தனா, தெரணியகல, செனிவரத்தன போன்ற வரலாற்று, தொல்லியல் அறிஞர்கள் இலங்கையின் ஆரம்பகால வரலாற்றை அறிவியற் கண்ணோட்டத்தில், நவீன

விஞ்ஞானமுறை ஆய்வுகளைப் பயன்படுத்தித் தமது முடிவுகளைக் கல்வித்துறை நேர்மையோடு, கடந்த மூன்று தசாப்தங்களுக்கு மேலாக எழுதி வருகின்றனர். ஏற்கெனவே காட்டப்பட்ட இக் கல்விமான்களின் புலமைசார் வெளியீடுகளினூடான, அவர்களின் பங்களிப்பு இலங்கையின் ஆதிகால வரலாறு சம்பந்தமாக மிக முக்கியத்துவம் பெறுகின்றது. அவ்வாறான ஆய்வுகளுக்கும், அணுகுமுறை களுக்கும் பெரும்பான்மையான சிங்களக் கல்விமான்களும், அரசியல்வாதிகளும் முக்கியத்துவம் கொடுக்காமல் இருப்பதுடன், அவர்களின் ஆய்வின் முடிவுகள் கண்டனத்திற்கு உள்ளாவதையும் அவதானிக்க முடிகின்றது. இந்நிலையில் இலங்கைத் தமிழ்க் கல்விமான்கள் ஆரம்பகால இலங்கைத் தமிழர் பற்றிய வரலாற்று ஆய்வில், பல்வேறுபட்ட அரசியல் சூழ்நில காரணமாகத் தங்கள் பங்களிப்பை முழுமையாகச் செய்யத் தவறியமையையும் காணமுடிகின்றது.

ஒரு சில தமிழ் வரலாற்று ஆய்வாளர்கள், இம் முயற்சியில் இறங்கியபோதும், அவர்கள் யாழ்ப்பாணக் குடாநாட்டை மட்டும் மையப்படுத்தி தமது பங்களிப்பைச் செய்தமை, இலங்கையின் பூர்வீகத் தமிழர் சார்ந்த, அவர்கள் வாழ்ந்த பிரதேசம் சார்ந்த, வரலாற்று உண்மைகளை வெளிக்கொணர முடியாமல் போய்விட்டது. இதற்கு விதிவிலக்காக, பேராசிரியர் இந்திரபாலா அவர்களின் அண்மைக்கால புலமைசார் வெளியீடு இவ் விடயத்தில் பாரிய பங்களிப்பைச் செய்துள்ளமையை எந்தக் கல்விமான்களும் மறுக்க மாட்டார்கள் என்பது திண்ணம்.

எனவே, மேற்கூறப்பட்ட சுருக்கமான பின்னணியின் மூலம், இலங்கையின் ஆரம்பகால வரலாற்றில் இலங்கையின் பூர்வீகத் தமிழர் பற்றிய வரலாறுகள் ஏன் முக்கியத்துவம் பெறவில்லை என்பதை விளங்கிக்கொள்ள முடிகிறது. இச் சந்தர்ப்பத்தில், பூர்வீகத் தமிழர்கள் எவ்வாறு இலங்கையின் ஆரம்பகால அரசியலிலும், ஆட்சியிலும் பங்கெடுத்துள்ளார்கள் என்று அறிவதன் மூலம், அவர்கள் பற்றிய ஆரம்பகால வரலாற்றினை அறிந்துகொள்ள முடியும். அத்துடன் இலங்கையின் ஆரம்பகால வரலாறு, சிங்கள பௌத்த வரலாறு மட்டுமல்லாது, தமிழ் சைவ வரலாறாகவும் இடம் பெறுகின்றதென்பதையும் அறியமுடியும்.

ஆரம்ப வரலாற்றுக் காலத்தில், கி.மு. மூன்றாம் நூற்றாண்டுகளில் வட இந்தியா வில் ஆட்சிபுரிந்த மௌரியப் பேரரசன் அசோகன், கலிங்கப் போரின் முடிவில் பௌத்த மதத்தைத் தழுவுகின்ற நிகழ்வு நடைபெற்றது. இதன் விளைவாக அசோக னால் இலங்கைக்கு மகிந்த தேரரின் தலைமையில் பௌத்த தூதுக்குழு ஒன்று பௌத்த மதத்தை நிலைநாட்டுவதற்காக அனுப்பி வைக்கப்பட்டது. அக்குழு இலங்கைக்கு வரும்பொழுது, அனுராதபுர இராச்சியத்தில் திஸ என்ற மன்னன் ஆட்சி செய்து கொண்டிருந்தான். மகிந்தரின் பௌத்த போதனைகளால் கவரப்பட்ட மன்னன் பௌத்த மதத்திற்கு மாறி, மீண்டும் இரண்டாவது தடவையாக முடிசூடிய சம்பவம் நடந்தேறியது. அசோக மன்னனின் விருப்பத்தின் பேரில் மதம் மாறிய திஸ மன்னன் அசோக மன்னனின் “தேவநம்பிய” என்ற விருதைப் பெற்று, தேவநம்பிய திஸ என்ற பெயரில் வரலாற்றில் இடம் பெறுகின்றான். இவ் வரலாற்று நிகழ்வு நடந்து, தேவநம்பிய திஸ மன்னனின் இறப்பிற்குப் பின்பு சில வருடங்களில் அனுராதபுர அரசில் ஸேன, குத்தக என்னும் இரு தமிழ் மன்னர்கள் இருபத்தியிரண்டு வருடங்கள் நல்லாட்சி நடாத்தினர். இவ்வாறு பாளி வரலாற்று நூல்களினூடாக அறியமுடிகின்றது.

இவ்விரு தமிழ் மன்னர்களின் பின் சிலகாலம் அஸேல என்னும் மன்னனின் ஆட்சியின் பின்னர், எளார என்று பாளி மொழியிலும், எல்லாளன் எனத் தமிழ் மொழியிலும் அழைக்கப்படும் தமிழ் மன்னன் நாற்பத்துநான்கு வருடங்கள் தொடர்ச்சியாக நல்லாட்சி புரிந்ததாகப் பாளி நூல்கள் கூறுகின்றன. இதுபற்றி, கி.பி. மூன்றாம் நூற்றாண்டில் எழுதப்பட்ட தீபவங்ஸ என்ற பாளி நூலில் பின்வருமாறு கூறப்பட்டுள்ளது.

> "எளார என்ற பெயருடைய சத்திரியன் அஸேலனை வெற்றிகொண்டு நாற்பத்துநான்கு ஆண்டுகள் அறவழியில் ஆட்சி நடத்தினான்."[34]

மேலும், தீபவங்ஸ கூறிய இதே விடயத்தை கி.பி. ஐந்தாம் நூற்றாண்டில், தீபவங்ஸத்தை அடிப்படையாகக் கொண்டு எழுதப்பட்ட மகாவம்ஸ நூல் மேலும் விரிவுபடுத்திப் பின்வருமாறு கூறுகின்றது.

> "சோழநாட்டிலிருந்து, இங்கு வந்த உயர்குடிப் பிறந்த எளார என்னும் தமிழன் அஸேல மன்னனை வென்று நாற்பத்துநான்கு ஆண்டுகள் தகராறு தீர்ப்பதில் நண்பர்களுக்கும், பகைவர்களுக்கும் சமநீதி செலுத்தி ஆண்டான்."[35]

இவ்வாறு நல்லாட்சி செய்த தமிழ் மன்னன்மீது, தெற்கில் மஹாகமவில் ஆட்சிசெய்த குறுநில மன்னனாகிய துட்டகாமினி, வடக்கு நோக்கித் தன் அரசை விரிவுபடுத்துவதன் நோக்கில் படையெடுப்புக்களை நடாத்தினான். இவன், பல குறுநில அரசுகளை வென்று, இறுதியாக அனுராதபுர அரசை நோக்கிப் படையெடுத்து, அங்கு எல்லாளனைக் கொன்று, அனுராதபுர அரசைக் கைப்பற்றியதாகப் பாளி நூல்கள் கூறுகின்றன. நல்லாட்சி புரிந்த எல்லாளனைக் கொன்ற இடத்தில், ஒரு சைத்தியம் எழுப்பி அதனை எல்லோரும் வழிபட்டுச் செல்ல வேண்டும் என்று துட்டகாமினி கட்டளை இட்டதாகவும் மேற்படி நூல்கள் கூறுகின்றன.[36]

மேற்கூறப்பட்ட வரலாற்றுச் செய்திகளில் இருந்து சில முக்கியமான விடயங்களைக் கருத்திற் கொள்ள முடிகின்றது. முதலாவதாக, அனுராதபுரத்தில் தமிழ் மன்னர்கள் நீண்டகாலமாக ஆட்சி செய்திருக்கின்றார்கள். மேலும், ஸேன, குத்தக, எல்லாளன் ஆகிய மன்னர்களைவிட வேறு தமிழ் மன்னர்களும், துட்டகாமினியின் ஆட்சியின் பின்னர் வருகின்ற மூன்று நூற்றாண்டு காலப் பகுதியில் அனுராதபுரத்தில் ஆட்சி செய்திருக்கின்றார்கள். ஆனால், அவர்களுடைய வரலாறு கள் ஸேன, குத்தக, எல்லாளன் மன்னர்கள் பற்றிய குறிப்புக்கள் வரலாற்றில் முக்கிய இடம் பெற்றதுபோல் இடம் பெறவில்லை. எனவே, தமிழ் மன்னர்களும், சிங்கள மன்னர்கள்போல் அனுராதபுர இராச்சியத்தில் நீண்டகாலம் ஆட்சி புரிந்திருக் கின்றார்கள் என்ற வரலாற்று உண்மையை, மேற்காட்டிய குறிப்புக்களினூடாக நிரூபிக்க முடிகின்றது.

இரண்டாவதாக, தமிழ்மன்னர்கள் அவ்வாறு நீண்டகாலம் நல்லாட்சி செய்திருப்பதை, பாளி வரலாற்று நூல்கள் குறிப்பிடும்போது, அம் மன்னர்கள் அம்மக்கள் மத்தியில்

அதிக செல்வாக்குப் பெற்றிருந்திருக்க வேண்டும். அத்தோடு அப் பிரதேசத்தில் பெருமளவு தமிழ் மக்களும் செல்வாக்குடன் வாழ்ந்திருக்க வேண்டும். அல்லாவிடில் தமிழ் மன்னர்கள் ஆட்சிக்கு வந்திருக்க முடியாமல் இருந்திருக்கும். சிங்கள, தமிழ் இன உணர்வுகள் இல்லாத ஆரம்பகால வரலாற்றுக் காலகட்டத்தில் சிங்கள, தமிழ் மக்கள் ஒன்றுசேர்ந்து சிங்கள மன்னர்களையும், தமிழ் மன்னர்களையும் பாகுபாடு இன்றி ஆதரித்து இருந்திருக்க வேண்டும். இதிலிருந்து இலங்கை வரலாற்றை எழுதிய பிற்கால வரலாற்று ஆசிரியர்கள் தமிழர்கள் ஆட்சி செய்தமை பற்றிய விடயங்களையும், தமிழர்கள் பற்றிய விடயங்களையும் வரலாற்றில் சேர்த்துக் கொள்ளவில்லை எனத் தெரிகின்றது.

அனுராதபுரப் பிரதேசத்தில், ஆதிகாலம் தொடக்கம் தமிழர்கள் வாழ்ந்திருக் கின்றார்கள் என்பது முன்னர் தெளிவாகக் கூறப்பட்டது. அத்தோடு இலங்கையில் 1658 லிருந்து ஆட்சிசெய்த ஒல்லாந்தரின் ஆட்சிக் காலத்தின் இறுதிப் பாகமாகிய பதினேழாம் நூற்றாண்டின் இறுதிப் பகுதியில் நடந்த ஒரு நிகழ்வு மேற்கூறப்பட்ட வரலாற்றுண்மையை நிருபிப்பதாக உள்ளது. வர்த்தகனான றொபெட் நொக்ஸ் (Robert Knox) என்ற ஆங்கிலேயன் இலங்கைக்கு வந்த வேளையில் கண்டி அரசனால் சிறைப்பிடிக்கப்பட்டான், பலவருடங்கள் சிறையில் இருந்த நொக்ஸ் இறுதியாக சிறையிலிருந்து தப்பி, காடுகளையும் மலைகளையும் கடந்து அனுராதபுரத்தை வந்தடைகிறான். அவன் சிறையில் இருந்தபோது சிங்கள மொழியில் தேர்ச்சி பெற்றிருந்தான். அனுராதபுரம் வந்த நொக்ஸ், அங்குள்ள மக்கள் சிங்கள மக்கள் என்று எண்ணிச் சிங்கள மொழியில் பேசியிருக்கின்றான். ஆனால், அனுராதபுரத்தில் இருந்த அப்போதைய மக்களுக்குச் சிங்களம் புரியவில்லை. அவர்கள் தமிழ்மொழி பேசுகின்ற மக்கள் என்பதை அவன் புரிந்து கொண்டான். இதனை றொபட் நொக்ஸ் தனது நூலாகிய “Historical Relation of Ceylon”[37]ல் எழுதியிருக்கின்றார். வரலாற்றுக் காலத்திலிருந்து, தமிழ்மக்கள் அனுராதபுர பிரதேசத்தில் செறிந்து வாழ்ந்திருக் கின்றார்கள் என்பதுவும், அங்கு பல தமிழ் மன்னர் ஆட்சி புரியும் அளவிற்கு அம் மக்கள் செல்வாக்குள்ளவர்களாக இருந்திருக்கின்றார்கள் என்றும் இதிலிருந்து அறிய முடிகின்றது. ஆனால் அவ்வாறான வரலாற்றுச் செய்திகள் பாளி, சிங்கள நூல்களில் பெரிதாகக் கருத்திற் கொள்ளப்படவில்லை என்றும் தெரிகிறது.

பௌத்த பிக்குவாகிய மகாநாம தேரர், பௌத்த வரலாறாகவே அனுராதபுர இராச்சி யத்தின் வரலாற்றை எழுதவேண்டிய தேவை இருந்ததே இதற்கு அடிப்படைக் காரணம். பௌத்தமதத்தின் எழுச்சியும், பிராகிருத மொழியின் செல்வாக்கும் மாகாநாம தேரர் காலத்துக்குப் பின் சிங்கள மொழியின் தோற்றத்திற்கும், சிங்கள இனக்குழுவின் அடை யாளத்துக்கும் வழிவகுத்தன. மேலும், தமிழ்நாட்டில், கி.பி. ஐந்தாம் நூற்றாண்டி லிருந்து எழுச்சிபெற்ற பல்லவ அரசு, தமிழையும், சைவத்தையும் மிக முன்னிலைப் படுத்தியிருந்தது. இதன் விளைவாக, கி.பி. மூன்றாம் நூற்றாண்டுகளிலிருந்து தமிழ் நாட்டில் வளர்ச்சியும், செல்வாக்கும் பெற்ற பௌத்தமதம் வீழ்ச்சியடையத் தொடங்கியது. மேலும், இந்நிலைமை சோழர் காலமாகிய கி.பி. எட்டாம் நூற்றாண்டிலிருந்து மிகத் தீவிரமடைந்தது. மேலும், கி.பி. பத்தாம் நூற்றாண்டின் இறுதிப் பாகத்தில், சோழர்கள் இலங்கைமீது படையெடுத்து, அனுராதபுர அரசைக் கைப்பற்றி, பொலனறுவையை தமது இராசதானியாக்கி சுமார் எழுபத்தியேழு வருடங்கள் இலங்கையை சோழ இராச்சி

யத்தின் ஒரு மாகாணமாக நிர்வகித்து ஆட்சி செலுத்தினர். இதன் விளைவுகளாக, கி.பி. எட்டாம் நூற்றாண்டுகளிலிருந்து, சிங்கள இனக்குழு முனைப்படைந்து, ஒரு தனிப் பிரிவினராகத் தம்மை அடையாளப்படுத்துவதை வரலாறு காட்டி நிற்கின்றது. அதேபோல, எழுபத்தியேழு வருட சோழ மன்னர்களின் ஆதிக்கம் இலங்கையில் இருந்ததன் விளைவாக இலங்கை வரலாற்றில் தமிழும், சைவமும், தமிழ்ப் பண்பாடும் ஒன்று சேர்ந்த ஒரு தனி இனமாகத் தமிழர் முக்கியத்துவம் பெறுகின்றனர். தமிழ்நாட்டில் பௌத்தமதம் நிலைகுலைந்து போகின்ற ஆபத்தை நோக்கிய மகாநாம தேரர், இலங்கையிலும் அவ்வாறான ஒரு நிலை வந்துவிடக்கூடாது என்ற காரணத்தினாற் போலும், எல்லாள மன்னன் சோழநாட்டில் இருந்து வந்து அனுராதபுர அரசைக் கைப் பற்றியதாக, தீபவங்ஸ நூலிற் குறிப்பிடப்படாத நிகழ்வை விரிவுபடுத்திக் கூறியிருக்க வேண்டும். இதன் உள்நோக்கம், இலங்கையிலும், தமிழ்நாட்டு மன்னர்களால் சைவம் முதன்மைப் படுத்தப்பட்டு, பௌத்த மதம் புறந்தள்ளப் பட்டுவிடுமோ என்ற பீதி காரணமாக எல்லாள மன்னனை ஒரு அந்நியனாகக் காட்ட மாநாம தோரர் முயன் றுள்ளார் போலத் தெரிகின்றது.

மகாவம்ச நூலுக்குப் பின்னர் கி.பி. எட்டாம் நூற்றாண்டுகளுக்குப் பின்னர் வருகின்ற பாளி, சிங்கள நூல்களும், குறிப்பாக, வங்ஸத்தப்பகாசினி, ஸத்தர்மஸங் காரய, ராஜாவலி, பூஜாவலி, சூளவம்சம் போன்றவையும், நவீனகால சிங்கள வரலாற்று ஆசிரியர்களால் எழுதப்பட்ட நூல்களும், பௌத்தம், சிங்களம் என்ற ஒரு குறுகிய வட்டத்தினுள் நின்றுகொண்டு அனுராதபுர இராச்சிய வரலாற்றை, முழு இலங்கைக்குமான வரலாறாக எழுத முனைந்ததன் விளைவே தமிழர் பற்றிய, தமிழ் மன்னர் பற்றிய உண்மையான வரலாறுகள் வெளிக் கொணரப்படாமைக்கு முக்கிய காரணங்களாகின்றன.

மேற்கூறப்பட்ட நவீனகால வரலாற்று ஆசிரியர்களின் இவ்வாறான போக்கிற்கு எடுத்துக் காட்டாகப் பின்வருவனவற்றை உதாரணமாகக் காட்டலாம். சிங்களத் தேசிய வாத உணர்வினால் கவரப்பட்ட நவீனகால வரலாற்றாசிரியர்கள், எல்லாளன் துட்டகாமினி யிடையே நடந்த போரினை, மகாநாம தேரரின் கருத்துக்கும் அப்பால் சென்று,சிங்கள மக்கள் மத்தியில் தமிழருக்கு எதிரான உணர்வைத் தூண்டும் வகையில், அவ்வரலாறு களைத் திரிபுபடுத்தி, தமது விருப்பு வெறுப்புக்களுக்கு ஏற்ப எழுதியுள்ளமையைக் காணமுடிகின்றது. உதாரணமாக, சிறந்த வரலாற்று அறிஞரான பரணவிதான, எல்லா ளனுக்கும் துட்டகாமினிக்கும் இடையில் நடைபெற்ற அரச அதிகாரத்துக்கான போரை, ஒரு சிங்கள விடுதலைப் போராட்டத்திற்கான, அந்நியருக்கெதிரான போராகத் திரித்து எழுதியிருக்கின்றார்.

ஒரு சிங்கள மன்னன், தன் எதிரிக்குச் சமாதி நிறுவி, எல்லோரையும் அச் சமாதியை வழிபடுமாறு கட்டளையிட்டிருக்கிறான். எதிரியான ஒரு தமிழ் மன்னனுக்குச் சமாதி நிறுவி எல்லோரையும் வழிபடுமாறு ஒரு சிங்கள மன்னன் எங்ஙனம் கட்டளையிடுவான் என்று கூட வரலாற்று அறிஞரான பரணவிதானவினால் உணர முடியாமல் போய்விட்டது. இன்று வரை ஒரு சிங்கள மன்னன் அவ்வாறு ஒரு தமிழ் மன்னனைக் கௌரவித்ததாக இலங்கை வரலாற்றிலே இல்லை. அவ்வாறான புகழ்மிக்க செயலை துட்டகாமினி செய்திருக்கிறான். தமிழரை அந்நியர், அல்லது சிங்கள மக்களின் எதிரிகளெனத் துட்டகாமினி நினைத் திருந்தால், அவ்வாறு அவனால் செய்திருக்க முடியுமா? அல்லது மகாநாமதேரர்கூட

தமிழர்களை இனரீதியாகப் பார்த்திருந்தால் அவ்வாறான ஒரு செய்தியை மகாவம்சத்தில் சேர்த்திருக்க முடியுமா?

இவைபோன்ற விடயங்களைக் கருத்திற் கொள்ளாது பரணவிதான அவர்கள், தமிழர்களை அந்நியர்கள் என்றும், அவர்கள் ஆட்சி அந்நிய ஆட்சியென்றும், துட்டகாமினி எல்லாளன் போர் ஓர் இனப்போர் என்றும் வரலாற்றைத் திரிபுபடுத்தி எழுதியிருக்கின்றார். பேராசிரியர் பரணவிதான ஒரு தொல்லியலாளர், கல்வெட்டியியலாளர், வரலாற்று அறிஞர். அப்படி இருந்தும் அவர் மேற்கண்டவாறு வரலாற்றைத் திரிபு படுத்தி எழுதிய செயல், இலங்கையின் அண்மைக்கால போரியல் வரலாற்றில் எத்தனை அப்பாவி மக்களின் உயிர்களைக் குடித்திருக்கின்றது என்பதனைச் சிங்கள வரலாற்று அறிஞர்களும், வரலாற்று மாணவர்களும் நிச்சயம் கருத்திற் கொள்ள வேண்டும்.

துட்டகாமினி மஹாகமவில் இருந்து அனுராதபுர இராச்சிய மன்னன் எல்லாளனுக்கு எதிராகப் படைதிரட்டிப் போர்புரிந்த சம்பவத்தை மகாநாம தேரர் கூறும்போது, முப்பத்திரண்டு சிற்றரசுகளை எதிர்கொண்டு, அவற்றைத் தாண்டி அனுராதபுர இராச்சியத்தின்மீது படையெடுத்து வெற்றிகொண்டான் என்று குறிப்பிடுகின்றார். இச் சம்பவம் மூலம் அக் காலகட்டத்தில் பல சிற்றரசுகள் இலங்கையில் இருந்திருக்கின்றன என்று தெரிகின்றது. பல்வேறு தொல்லியல் ஆராய்ச்சிகளும் இதனை உறுதிப் படுத்துகின்றன. இவற்றில் தமிழர்களுடைய சிற்றரசுகளும் இருந்திருக்கின்றன. இவைபற்றி ஆராய்வதற்கு முன்னர், ஏற்கெனவே கேட்கப்பட்ட இரண்டாவது கேள்விக்கு விடைகாண்பது முக்கியமாகின்றது.

அக் கேள்வியானது, பௌத்தமதம் இலங்கையில் அறிமுகப்படுத்தப்பட முன்பு, இலங்கையில் வாழ்ந்த மக்கள் என்ன மதத்தினராக இருந்திருக்கின்றனர் என்பதாகும். ஏற்கெனவே முதலாவது அத்தியாயத்தில் கூறப்பட்டது போன்று, இலங்கையின் ஆதி மக்கள், குறிப்பாக இரும்புப் பண்பாட்டுக்கால மக்களும், தென்னிந்தியாவில் உள்ள இரும்புப் பண்பாட்டுக்கால மக்களும், ஆதித்திராவிட இனத்தைச் சேர்ந்தவர்கள் என்பதாகும். வடநாட்டு வைதீகச் சமயக் கோட்பாடுகள், தென்னிந்தியாவில் முன்பிருந்த சமய நம்பிக்கைகளுடன் கலந்து சைவ, வைணவ மதங்களாகத் தோற்றம் பெற்று, குறிப்பாகத் தமிழ்நாட்டின் வரலாற்று ஆரம்ப காலகட்டத்தில் இடம் பெற்றன. தொல்லியற் சான்றுகளும், சங்க இலக்கியங்களும் இதனை உறுதிப்படுத்துகின்றன. அவ்வாறெனின், வரலாற்றுத் தொடக்க காலத்தில், இலங்கைக்கு பௌத்தம் வருமுன் மக்கள் மத்தியில் நிலவிய மதமும், இந்து மதத்தின் முக்கிய பிரிவுகளுள் ஒன்றான சைவ மதமாகவே இருந்திருக்க வேண்டும். சிவ வழிபாடு அக்காலத்தில் முக்கிய இடம் பெற்றிருந்தது என்பதைப் பல்வேறு வழிகளில் அறியமுடிகின்றது. உதாரணமாக, தேவநம்பியதிஸ மன்னன் பௌத்த மதத்தைத் தழுவிய நிகழ்வு அவன் வேறு ஒரு மதத்தில் இருந்து நீங்கியே பௌத்த மதத்தைத் தழுவியிருக்கிறான் என்பதை உணர்த்துகின்றது. அம்மதம் சைவ மதமாகத்தான் இருந்திருக்கின்றது என்பதை, அவனுடைய தந்தையின் பெயரை வைத்து அறியமுடிகின்றது. கி.மு. 247 இல் அரசனாக முடிசூடிக்கொண்ட தேவநம்பியதிஸவின் தந்தை பெயர் பாளி நூல்களில் மூதசிவன் (மூத்த சிவன்) எனக் குறிப்பிடப்பட்டுள்ளது. மூத்தசிவன் கி.மு. 307 தொடக்கம், கி.மு. 247 வரை[38] அனுராதபுர அரசனாக இருந்திருக்கின்றான். மேலும்,

மகாசிவன் என்பவன் கி.மு. 197-187 காலப்பகுதிகளில் அனுராதபுர அரசனாக இருந்திருக்கின்றான். சிவன் என்ற பெயர் வழக்கில் இருந்தமை, அக்காலத்தில் சிவ வழிபாடு இருந்திருக்கின்றது என்பதனை உணர்த்துகின்றது.[39] கடவுளின் பெயர்களை, சைவர்கள் தமக்குச் சூட்டிக் கொள்வது, சைவ, தமிழ் கலாசாரங்களில் அன்று தொடக்கம் இன்றுவரை நிலவும் பாரம்பரியமாகும். சிவன் என்ற பெயர் வழக்கில் இருந்தமைக்கு ஆதிப் பிராமிக் கல்வெட்டுக்களில் சிவ என்ற பெயர் பலமுறை காணப்படுகின்றமை ஆதாரமாகும். அத்தோடு பாளி வரலாற்று ஏடுகளிலும், அனுராத புரத்திலும், வேறு இடங்களிலும் சிவ வழிபாடு நடைமுறையில் இருந்தமைபற்றிய குறிப்புக்கள் காணப்படுகின்றன. இதற்கு மேலும் எடுத்துக்காட்டாக, வட்டகாமினியின் ஆட்சியின்போது (கிமு 103 – கிமு 89), பிராமணர்களின் குடியிருப்புக்களையும், வேதம் ஓதும் மண்டபங்களையும், யாக சாலைகளையும் அவன் அமைத்தான் என மகாவம்சத்திலிருந்து அறிய முடிகிறது.

திருக்கேதீஸ்வரம் (தற்காலம்)

இவை தவிர, புராதன காலத்திலிருந்து, இலங்கையைச் சுற்றி ஈஸ்வரன் கோவில்கள் இருந்தன என்று சைவமக்கள் மத்தியில் மரபுக் கதைகள் இருந்து வந்திருப்பதையும் அறியமுடிகின்றது. இம் மரபுக் கதைகளை உண்மைப்படுத்தும் வகையில், இலங்கையின் வடகரையில் மிகப் புராதன சிவாலயமாக நகுலேஸ்வரமும், மேற்குக்கரையில் முனீஸ்வரம், திருக்கேதீஸ்வரம் ஆகியவையும், கிழக்குக் கரையில் திருக்கோணேஸ்வரமும் தெற்கில் தெவிநுரவில் தொண்டேஸ்வரமும் மிகப் பழமை வாய்ந்த புராதன சிவாலயங்களாக அமைந்திருப்பதைக் காணமுடிகின்றது.

இக் கோவில்களைப் பற்றிய தொடக்ககால வரலாறுகள்பற்றி அறிய, எதுவித சான்றுகளும் இதுவரை கிடைக்கப் பெறவில்லை. ஆனால், கி.பி. 7ஆம் நூற்றாண்டுக் காலப்பகுதியில், திருஞானசம்பந்தர் அவர்கள் திருக்கேதீஸ்வரம், கோணேஸ்வரம் ஆகிய சிவதலங்களின் மீது தேவாரப் பதிகங்களைப் பாடிச் சிறப்பித்துள்ளார் என்பது

தொண்டேஸ்வரம் (தற்காலம்)

திருக்கோணேஸ்வரம் (தற்காலம்)

குறிப்பிடத்தக்கது. சைவமதத்தின் தொன்மை, அதன் வளர்ச்சி என்பன சம்பந்தமாக பிறிதோர் அத்தியாயத்தில் ஆராய இருப்பதனால் அவை பற்றி மேற்கொண்டு தொடர் வதை இங்கு நிறுத்துவது அவசியமாகின்றது. பௌத்தமதம் இலங்கைக்கு வருமுன் சைவ மதமே மக்களின் பிரதான மதமாகவும், அரச மதமாகவும் இருந்திருக்கின்றது என்பதனையே இவ்விடத்திற் கருத்திற் கொள்ளவேண்டும்.

வரலாற்று நூல்களில் அனுராதபுரம் ஏன் ஒரு புராதன இராச்சியமாகச் சித்தரிக்கப் பட்டுள்ளது என்பது இறுதிக் கேள்வியாகும். அவ்வாறாயின், எதுவிதமான ஓர் ஆரம்ப

தமிழரின் தோற்றமும், ஆரம்ப வரலாறும் 57

நகுலேஸ்வரம் (தற்காலம்)

அரசும் இல்லாமல் அனுராதபுர இராச்சியம் எவ்வாறு ஒரு வலுவுள்ள இராச்சியமாகத் தோற்றம் பெற்று ஆரம்பகால வரலாற்றில் இடம் பெற்றிருக்க முடியும்?. இதுவரை மேலே கூறப்பட்ட விடயங்கள் இக் கேள்விக்கான பதிலைக் குறிப்பிடத்தக்க அளவு அளித்திருந்தாலும் இவ் விடயத்தை மேலும் ஆழமாக நோக்குவது அவசியமாகின்றது.

கி.மு. 1000ஆம் ஆண்டளவில், இலங்கையின் வடக்கு, கிழக்கு, வடமேற்கு, வடமத்திய பகுதிகளில் இரும்புக்காலப் பண்பாட்டைக் கொண்ட திராவிட மக்கள் ஓரளவு சமூக, சமய, கலாசார, பொருளாதார, அரசியல் நிலைமைகளில் தம்மை வளர்த்துக் கொண்டிருந்தனர் என்பது தொல்லியல் தரும் சான்றுகளாகும். அவ்வா றான ஒரு சமூகக் கட்டமைப்பு, ஒரு நிர்வாக அமைப்பு முறையையோ அல்லது அரச அமைப்பு முறையையோ கொண்டிருந்திருக்கும். இந்த அடிப்படையில் அப் பிரதேசங் களின் நிலைமையை ஆராயும்போது, ஆரம்பகால அரசியல்பற்றிய விடயங்களைக் காணக்கூடியதாக உள்ளது. இதுபற்றி பேராசிரியர் இந்திரபாலா அவர்களின் முன்பு குறிப்பிட்ட நூலில் பின்வருமாறு கூறுகின்றார்.

"இப் புதிய பண்பாட்டின் (இரும்புக்காலப் பண்பாடு) வருகையால் தென்னிந்திய-இலங்கைப் பிராந்தியத்தில் பல மாற்றங்கள் ஏற்பட்டன. தென்னிந்தியா விலும், இலங்கையிலும் முக்கியமான நாகரிகப் பண்புகள் வளரத்தொடங்கின. தென்னிந்திய-இலங்கைப் பிராந்தியத்தின் நடுப்பகுதிகளில், அதாவது மன்னார்க் கடலின் இருமருங்கிலும், இப்பிராந்தியத்தின் முதலாவது குறுநில அரசுகள் எழுச்சி பெற்றன. தமிழ்நாட்டுக் கரையில் (இன்றைய திருநெல்வேலிக் கரையில்) மதிரை என்று பெயர்பெற்ற வர்த்தக பண்டமாற்று நிலையத்தை முக்கிய மையமாகக் கொண்டு ஒரு குறுநில அரசு (பாண்டிய அரசு எனப் பெயர் பெறும் அரசு) எழுந்தது. இலங்கையின் வடமேற்குக் கரையில் (மதிரை அமைந்திருந்த கரைக்கு எதிரே) தம்பப்பண்ணி (சமஸ்கிருத மொழியில்

தாம்ரபர்ணி) என்று பெயர்பெற்ற வர்த்தக பண்டமாற்று மையத்தை நிலை மையமாகக் கொண்ட இன்னொரு குறுநில அரசு தோன்றியது. சிறப்பாக தம்பப்பண்ணி வழியாகவும், பொதுப்பட மேற்குக்கரை, வடக்குக்கரை மற்றும் வடகிழக்குக்கரை ஆகியவற்றில் இருந்த பண்பாட்டுத் தளங்கள் வழியாகவும், புதிய பண்பாடு இலங்கையின் உட்பகுதிகளுக்கும் பரவியது. பின்னர் முக்கியத்துவம் பெறும் மாதோட்டம் (மன்னார் பகுதி), ஜம்புக்கோலப் பட்டினம் (யாழ்ப்பாணத் தீபகற்பத்தின் வடகரை) மற்றும் கோகர்ணம் (திருகோண மலை) ஆகிய துறைகள் இப்பண்பாட்டுத் தளங்களுள் அடங்கியிருக்கலாம்."[40]

பேராசிரியர் இந்திரபாலாவின் மேற்கூறப்பட்ட கூற்றுக்கள் பேராசிரியர் ஸெனி வரத்தன அவர்களின் ஆய்வுகளின் அடிப்படையிலும், 1980-1984 களில் சிக்காக்கோ பல்கலைக்கழகப் பேராசிரியர் ஜோன் கார்ஸ்வெல் அவர்களால் இப் பிரதேசங்களில் நடாத்தப்பட்ட அகழ்வாராய்ச்சியின் அடிப்படையிலும், அவரது ஆழ்ந்த துறைசார் புலமையின் அடிப்படையிலும் தெரிவிக்கப்பட்டவையாகும். இதன் அடிப்படையில் நோக்கும்போது, மேற்குறிப்பிட்ட பிரதேசங்களில் கி.மு. 1000க்கும் கி.மு. 200க்கும் இடைப்பட்ட காலகட்டங்களில் குறுநில அரசுகள் தோன்றின என்ற முடிவுக்கு வர முடிகின்றது.

இலங்கையின் வடமத்திய பிரதேசங்களில், குறிப்பாக அனுராதபுரப் பிராந்தியங் களில் இரும்புக்காலப் பண்பாடு கி.மு. 900[41] ஆண்டுக் காலப்பகுதிகளில் தொடங்கியது. அதே வேளையில், இலங்கையின் வடமேற்குக் கரையில் உள்ள பொம்பரிப்பு, தம்பபண்ணி, மன்னார் போன்ற இடங்களில் உள்ள அப் பண்பாடு, அனுராதபுரக்காலப் பண்பாட்டிற்கும் காலத்தால் முந்தியது.[42] பொம்பரிப்பு, தம்பப்பண்ணி போன்ற வடமேற்குக் கரைகளில் இப் பண்பாடு செறிந்து காணப்படுவதோடு, வர்த்தக நிலையங்களாகவும் இந்த இடங்கள் இருந்திருக்கின்றன. அத்தோடு தென்னிந்தியாவுக்கும், இலங்கைக் கும், ஏனைய தூர நாடுகளுக்குமிடையில் நடைபெற்ற வர்த்தக நடவடிக்கைகளின் மையப் பிரதேசமாக தம்பப்பண்ணியும் (புத்தளப் பகுதி), மாதோட்டமும் (மன்னார்ப் பகுதி) ஆதி வரலாற்றுக் காலத்தில் முக்கிய பங்கினை வகித்திருப்பதையும் காணக் கூடியதாக உள்ளது.[43] அவ்வாறான ஒரு காலகட்டத்தில், புவியியல் ரீதியாக உள் நிலமாக இருந்த அனுராதபுரப் பிரதேசத்தில் ஓர் ஆரம்ப இராச்சியக் கட்டமைப்புத் தோன்றுவதற்கு முன்னர் தம்பப்பண்ணி, மாதோட்டம் போன்ற பிரதேசங்களிற்தான் அவ்வாறான ஆரம்ப இராச்சிய நிறுவனங்கள் தோன்றியிருக்க வேண்டும் என்பதை அசோகனின் கல்வெட்டுக்கள் சிலவும், கிரேக்க, உரோம நூல்களில் வரும் தாம்ர பர்ணி பற்றிய குறிப்புக்களும், பாளி நூல்களிலிருந்து கிடைக்கும் குறிப்புக்களும் தெரிவிக்கின்றன. மேலும், தம்பப்பண்ணியில் கிடைக்கப்பெற்ற தொல்லியல் சான்று களை ஒப்பிட்டு நோக்கும்போது, தம்பப்பண்ணி ஓர் ஆரம்ப வர்த்தக நகர மைய மாகவும், தமிழர்கள் செறிவாக வாழ்ந்த இடமாகவும் இருந்தமையைக் காணமுடி கின்றது. மேலும், தம்பப்பண்ணியும், மாதோட்டமும் முத்துஇ சங்கு, ஆனைத் தந்தம், இரத்தினக் கற்கள் ஆகியவற்றிற்குப் பெயர்போன துறைமுகப் பிரதேசங்களாக அக் காலத்தில் காணப்பட்டன என்பதனையும், மேற்கூறப்பட்ட குறிப்புக்கள் மூலம் அறிய முடிகின்றது.

பழைய பாளி வரலாற்று ஏடுகளில் தம்பப்பண்ணியைப் பற்றிய குறிப்புக்கள் காணப்படுகின்றன. இலங்கைக்கு விஜயன் வரும்போது தனது குழாத்தினருடன் தம்ப பப்பண்ணி துறைமுகத்தில் வந்து இறங்கி, அங்கிருந்த அரக்கர்களை வென்று, சில காலம் அங்கு ஆட்சி நடத்திவிட்டுப் பின்னர் அனுராதபுரம் சென்று அங்கு அரசமைத்து ஆட்சி புரிந்தான் என மகாவம்சம் கூறுகின்றது. விஜயன் இலங்கைக்கு வந்த நிகழ்வு வெறும் ஐதீகம் என்பது வரலாற்று அறிஞர்கள் ஏற்றுக்கொண்ட விடயம். ஆனால் மேற் கூறப்பட்ட விடயத்தில் எமக்குக் கிடைக்கும் செய்தி யாதெனில், தம்பப்பண்ணியில் ஓர் அதிகார அமைப்பு முறை அல்லது ஒரு சிற்றரசு இருந்திருக்கின்றது என்பதாகும். அங்கிருந்தவர்களை மாகாவம்ச ஆசிரியர் அரக்கர்கள் என அழைப்பதற்குக் காரணம், விஜயனை இலங்கையின் முதல் மன்னன் எனக் கூறித் தனது கதையைத் தொடங்க, ஒரு நல்ல பின்புலத்தை ஏற்படுத்துவதற்கு என்று எண்ணத் தோன்றுகின்றது.

மேலும், தம்பப்பண்ணியில் இருந்த அதிகார வர்க்கம், மதிரையை மையமாகக் கொண்ட பாண்டிய அதிகார அமைப்புக்களுடன் வர்த்தக, அரசியல் தொடர்புகளை வைத்திருந்ததையும் விஜயன் கதை, பாண்டுகாபயன் கதைகளில் வரும் செய்திகளி னூடாகவும் அறியமுடிகின்றது. இவ்வாறான நிலைமைகளின் பின்னணியில் இருந்து பார்க்கும் பொழுது, மதிரைப் பாண்டி நாட்டு அதிகாரவர்க்கம், தம்பப்பண்ணி அதிகார வர்க்கத்தின்மேல், தமது ஆதிக்கத்தை ஏற்படுத்தி மேற்கொண்டு அனுராதபுரத்தில் தமது அரச அதிகாரத்தை வலுப்படுத்தியதாகவும் கொள்ள முடிகிறது. எது எப்படி இருப்பினும், தம்பப்பண்ணியில் ஆரம்பக்குறுநில அரசு ஒன்று இருந்திருக்கின்றது என்பதனையும், அங்கு வாழ்ந்த மக்கள் திராவிட இனத்தைச் சேர்ந்த தமிழ்மக்கள் என்பதனையும் தொல்லியியல் சான்றுகள் மூலம் அறிய முடிகிறது.

அனுராதபுரப் பிரதேசம் இரும்புக்காலப் பண்பாண்டின் ஒரு பிரதான அம்சமாகிய நீர்ப்பாசனத் தொழில்நுட்பத்தை ஏற்று, அப் பிரதேசத்திலுள்ள இயற்கையான வளங் களைப் பயன்படுத்தி விரைவாக முன்னேறியதன் விளைவாக, வடமேற்குக் கரை யோரத்தில் இருந்த மக்கள் அனுராதபுரப் பிரதேசத்தை நோக்கிப் புலம் பெயர்ந் திருக்க வேண்டும். இலங்கையின் ஆரம்பகால வரலாற்றில் அனுராதபுரப்பிரதேசத்தில் காணப்படும் சிறிய குளங்களும், கால்வாய்களும் மேற்கூறப்பட்ட பின்னணியின் ஓர் ஆரம்பக் கட்டத்தைக் காட்டுவதாக அமைகின்றது. அனுராதபுர இராச்சியத்தின் பிற் பகுதியில் ஆட்சிபுரிந்த மன்னர் பல குளங்களைப் புதுப்பித்ததாகவும், பல புதுக் குளங்களை கட்டியதாகவும் வரலாறு கூறுகின்றது. இவ்வாறு அனுராதபுரம், மக்கள் செறிந்துவாழும் ஒரு பிரதேசமாக மாறியதன் விளைவாக, அங்கு முதலில் ஒரு குறு நில அரசு தோன்றி, காலப்போக்கில் வலுப்பெற்று, தம்பப்பண்ணி போன்ற குறுநில அரசு களை உள்வாங்கிக் கி.மு. 300ஆம் ஆண்டளவில் ஒரு வலுவுள்ள அரசாக எழுச்சி பெற்றிருக்கின்றது என்றே கொள்ள முடிகிறது. இதனால் தம்பப்பண்ணி தனது வரலாற்று முக்கியத்துவத்தினை இழந்ததினால், இலங்கை வரலாற்றில் ஒரு நிலை யான தாக்கத்தினை ஏற்படுத்தவில்லை என்று கருதமுடிகிறது.

தம்பப்பண்ணி போன்று, மாதோட்டப் பகுதியும், ஒரு சுறுசுறுப்பான வர்த்தக மையமாகவும், நகர மையமாகவும், அதே காலப் பகுதியில் இருந்திருக்கின்றது. ஆனால் மன்னார் பிரதேசம் தொடர்ச்சியாக, மக்கள் செறிந்து வாழும் நகரமாக அபிவிருத்தி அடைந்து வந்தபடியால், புராதன தொல்லியல் மையங்கள் அழிபாடு

களுக்குள் அகப்பட்டு மறைந்து போயிருக்கின்றன. அதனால் தொல்லியற் சான்று களைப் பெருமளவு பெறமுடியாத ஒரு நிலை அங்கு காணப்படுகின்றது. ஆனால் மாதோட்டத்தில் இன்றுவரை புகழுடன் விளங்கும் புராதன சிவாலயமான திருக்கே தீஸ்வரம் கி.பி. ஏழாம் நூற்றாண்டிற் திருஞானசம்பந்தரினால் தேவாரத் திருப்பதிகம் பாடப்பட்ட மிகத் தொன்மையான திருத்தலமாகும். அவ்வாறாயின், அக் கோவில் கி.பி. ஏழாம் நூற்றாண்டுகளுக்கு முன்பே பல ஆண்டுகாலம் பல்வேறு வளர்ச்சிப் படிநிலைகளைத் தாண்டி வந்திருக்க வேண்டும். அவ்வாறான சிறப்பு வாய்ந்த, புராதன கோவிலைச் சாதாரணமான மக்கள் அக் காலத்தில் கட்டியிருக்க முடியாது. செல்வம் படைத்த வணிகர்களினாலோ, அல்லது அரசனாலோதான் அக்காலத்தில் அவ்வாறான ஒரு கோவிலைக் கட்டியிருக்க முடியும். அவ்வாறு கொள்வதாயின் வரலாற்றின் ஆரம்ப காலத்தில் வசதிபடைத்த செல்வந்தர்கள் இருந்திருக்கிறார்கள் என்பதுடன் முறையான அரச அமைப்பு ஒன்றும் இருந்திருக்கின்றது எனக் கொள்ள முடிகின்றது.

வடக்கு, கிழக்கு, வடமேற்கு பிராந்தியங்கள் மிகத் தொன்மை வாய்ந்த திராவிட இனமக்களின், குறிப்பாகத் தமிழ் மக்களின் ஆதிகால இருப்பிடங்கள் என்பது முன்பே கூறப்பட்டது. இப் பிரதேசங்களும், தமிழ்நாட்டில் இருந்து கடல்வழியாக இரும்புக் காலப் பண்பாட்டை உள்வாங்கக்கூடிய நிலையில் இருந்திருக்கின்றன. காவிரி ஆற்றின் கழிமுகத்தில் இருந்த காவிரிப்பூம்பட்டினத் துறையிலிருந்து இலங்கையின் கிழக்குக் கரைக்குப் போக்குவரத்துக்கள் இடம் பெற்றிருக்கின்றன என்பதை மட்டக்களப்புப் பிரதேசத்தில் காணப்படும் ஆதி இரும்புக்காலத் தொல்லியல் சான்றுகள் மூலம் அறியமுடிகின்றது.[44] அத்துடன் வரலாற்றுக் காலத்தில் இருந்து திருகோணமலையில் உள்ள ஈஸ்வரன் கோவில் மிக முக்கியத்துவம் வாய்ந்த சிவ தலமாக இருந்திருக் கின்றது. இத் திருத்தலமும், கி.பி. ஏழாம் நூற்றாண்டில் திருஞானசம்பந்தரால் தேவாரத் திருப்பதிகம் பாடப்பெற்ற தலமாகும். அத்தோடு திருகோணமலையில் உள்ள இயற்கை அமைப்புக்களைக் கொண்ட துறைமுகம் வரலாற்று முக்கியம் வாய்ந்த ஒரு வர்த்தக மையமாக அக் காலத்திலிருந்து விளங்கியிருக்கின்றது. கி.பி. பதினாறாம் நூற்றாண்டில், போத்துக்கீசர், இலங்கையைக் கைப்பற்றியபோது, இப் பிரதேசங்களில் இருந்த சிற்றர சர்கள் அவர்களைக் கடுமையாக எதிர்த்திருக்கின்றார்கள் என்பதைப் போத்துக்கீச ஆவணங்கள் கூறுவதிலிருந்து, பலமுள்ள சிற்றரசுகள் கிழக்குப் பிரதேசத்தில் இருந்தி ருக்கின்றன என உறுதியாக அறியமுடிகிறது. ஆனால் இப் பிரதேசங்களில் முறை யான அகழ்வாரய்ச்சிகள் இதுவரை நடைபெறாததன் விளைவாக போதுமான வரலாற்றுத் தடயங்களைப் பெறமுடியாமல் இருக்கிறது.

வன்னிப் பிரதேசத்தில் உள்ள முல்லைத்தீவு, வவுனியாப் பிரதேசங்களும் ஆதி இரும்புக்காலப் பண்பாடுகளைக்[45] கொண்ட பிரதேசங்களாகும். பாக்கு நீரிணை வழி யாகவும், பறங்கியாறு வழியாகவும் ஆதி இரும்புக்காலப் பண்பாடுகள் இப் பிரதேசங் களுக்குள் பரவியிருக்கின்றமையை அறியமுடிகிறது. வையாபாடலில் இருந்துவரும் செய்திகள் மூலம் வரலாற்றுக் காலத்திலிருந்து இப் பிரதேசத்தில் வாழ்ந்த மக்கள் மிக வலுவுள்ள குழுவினராக இருந்திருக்கின்றார்கள் என்று அறியமுடிகிறது. மேலாய்வு களின்போது கண்டெடுக்கப்பட்ட பல்வேறுபட்ட தொல்லியல் சான்றுகளும், குறிப்பாக வவுனியா மாவட்டத்திலுள்ள பெரிய புளியங்குளத்தில் கண்டெடுக்கப்பட்ட கல்வெட்டுக்

களும், இப் பிரதேசத்தில் ஆதிகாலம் முதல் மக்கள் வாழ்ந்துள்ளனர் என்பதைக் காட்டுகின்றன.[46] யாழ்ப்பாண இராச்சியத்தின் ஆரம்பத் தோற்றக் காலங்களில் வன்னிப் பிரதேசங்கள் மிகவும் பலம்வாய்ந்த ஒரு நிர்வாகக் கட்டமைப்புக்குள் இருந்திருக் கின்றன. மேலும் அங்கிருந்த வன்னிச் சிற்றரசுகள் யாழ்ப்பாண இராச்சியத்தின் ஆணைக்கு உட்பட்டு இருந்ததோடல்லாமல், யாழ்ப்பாண இராச்சியத்தின் பலத்திற்கும், அதன் விரிவாக்கத்திற்கும் பக்கபலமாக இருந்திருக்கின்றன என்பதனைப் போத்துக்கீசர் யாழ்ப்பாண இராச்சியத்தின்மீது படையெடுத்தபோது, அவர்கள் யாழ்ப்பாண அரசுக்குப் பாரிய படை உதவிகளைச் செய்திருப்பதை போத்துக்கீச ஆவணங்கள் உறுதிப்படுத்து கின்றன.

இவற்றிலிருந்து வரலாற்றுக் காலத்தில் ஏனைய இடங்களில் ஆரம்ப அரசுகள் இருந்ததுபோல் இப் பிரதேசங்களிலும், ஆரம்பச் சிற்றரசுகள் இருந்திருக்கின்றன என்று தெரியவருகின்றது. இதுவரை முறையான அகழ்வாராய்ச்சிகளோ, மேலாய்வு களோ இப் பிரதேசத்தில் இடம் பெறாமையினால் இப் பிரதேச வரலாறுகள் மண்ணுக் குள் மறைந்து இருக்கின்றன என்பதைத் திட்டவட்டமாகக் கூறமுடியும்.

இறுதியாக, யாழ்ப்பாணக் குடாநாட்டில் கடந்த முப்பது ஆண்டுகளாக பெருந் தொகையான இரும்புக்காலப் பண்பாட்டுக்குரிய தொல்லியற் தளங்கள் கண்டுபிடிக்கப் பட்டு இருக்கின்றன. அத்தோடு பாளி நூல்களிலும், இப் பிரதேசம் பற்றிய ஆதி வரலாற்றுக் குறிப்புக்கள் காணப்படுகின்றன. இவைகளிலிருந்து, யாழ்குடாநாட்டில், குறிப்பாகத் தீவுப் பகுதிகளான காரைதீவு, நயினாதீவு, புங்குடுதீவு, வேலணை போன்ற பகுதிகளில் இற்றைக்கு 2000 வருடங்களுக்கு முந்திய ஆதிக் குடியிருப்புக்கள் இருந்தமையை அறியமுடிகிறது. யாழ்ப்பாண மாவட்டத்திற் குறிப்பாக, கந்தரோடை, ஆனைக்கோட்டை போன்ற இடங்களில் ஆரம்ப வரலாற்றுக்கால நகர மையங்களும், அரச அமைப்புக்களும் கி.மு. 300 வருடங்களுக்கு முன்பே இருந்திருக்கின்றன என்பதை இவ்விரு இடங்களிலும் நடைபெற்ற விஞ்ஞானரீதியான அகழ்வாராய்ச்சியிற் கண்டெடுக் கப்பட்ட தொல்பொருட்கள் மூலம் அறியமுடிகின்றது.[47]

மிகப் பழமை வாய்ந்த நகர மையமாகக் கந்தரோடை விளங்கியிருக்கின்றது. வரன்முறையான அகழ்வாராய்ச்சியொன்று பென்ஸில்வேனியாப் பல்கலைக் கழகத்தினால் 1970 களில் முதல்முறையாகக் கந்தரோடையில் நடத்தப்பட்டது. இந்த ஆய்வின் முடிவுகள் இதுவரை பூரணமாக வெளியிடப்படவில்லை. இருந்தபோதிலும் இவ் ஆய்வை தலைமை வகித்து நடத்திய விமலா பெக்லி (Vimala Begley) என்பவரால் 1973ல் இவ் ஆய்வுபற்றி ஒரு கட்டுரை வெளியிடப்பட்டது.[48] ஆய்வின்போது கண் டெடுக்கப்பட்ட பிராமி எழுத்துப் பொறித்த மட்பாண்ட ஓடு பற்றிய தகவல்களும், மற்றும் தொல்லியல் சான்றுகளின் காலக்கணிப்புக்களும் அக் கட்டுரையில் தெரியப் படுத்தப்பட்டுள்ளன. மேலும், கந்தரோடை தமிழ் பௌத்தம் சம்பந்தமான ஒரு தலமாக கி.பி. முதல் இரு நூற்றாண்டு காலமாக இருந்திருக்கின்றது என்பதையும் அறியமுடிகிறது. ஆனால் பௌத்த நிறுவன அமைப்புக்கு முன்பே இங்கு இரும்புக் காலத்தை உள்ளடக்கிய பெருங்கற் பண்பாட்டு ஆதிக் குடியிருப்புக்கள் இருந்திருக் கின்றன என்பதும், அவை கி.மு. நான்காம் நூற்றாண்டுக்கு முன்னதாக உள்ள காலப்பகுதியைக் கொண்டவை என்பதும் C14 என்ற காலக்கணிப்பு முறை மூலம் கண்டுபிடிக்கப்பட்டுள்ளன.[49] இந்த விஞ்ஞானரீதியான C14 காலக்கணிப்பு மூலம்

பதினான்கு வகையான தொல்பொருட்களை ஆய்வுக்குட்படுத்தி, அத் தொல்லியற் சான்றுகள் கி.மு. 500-1000 காலப்பகுதிகளை உள்ளடக்கியதாக உள்ளன என்பதை உறுதிப்படுத்தியுள்ளார்.[50] இதுவே முதன்முதல் யாழ்ப்பாணக் குடாநாட்டில் காலக் கணிப்புக்கு உட்படுத்தப்பட்ட தொல்லியற் சான்றுகளாகும்.

இது தவிர இலங்கை அரசாங்கமும் கந்தரோடையில் அண்மைக் காலமாக பல ஆய்வுகளை நடாத்தியபோதிலும், இவ் ஆய்வு அறிக்கைகள் இதுவரை வெளிக்கொணரப் படவில்லை. இது ஒரு தமிழர் சம்பந்தப்பட்ட பௌத்தத் தலம் என்ற காரணத்தி னாலும், இங்கு பௌத்தமத இருப்புக்களுக்கு முன்பே, புராதன தமிழர்களின் ஆதி இருப்புக்கள் பற்றிய பண்பாட்டுச் சான்றுகள் இருந்ததினாலும் அவ் ஆய்வு அறிக்கைகள் வெளிக் கொணரப்படாமல் விடுபட்டு இருக்கலாம் என ஊகிக்க முடிகின்றது. ஏனெனில் அகழ் வாராய்வின்போது கண்டெடுக்கப்பட்ட நாணயத்தில் லஷ்மி எனக் கருதப்படும் பெண் தெய்வ உருவம் காணப்படுகின்றது. அத்தோடு அங்கு மேலும் கண்டெடுக்கப்பட்ட பானை ஓட்டில் தமிழ்ப் பிராமி எழுத்துக்களும் காணப்படுகின்றன. இந்த இரண்டு முக்கிய கண்டுபிடிப்புக்களும், தமிழ்நாட்டில் உள்ள பெருங்கற் பண்பாட்டுத் தாழி அமைப்புக்களில் உள்ளவற்றை ஒத்திருக் கின்றன. இவற்றின் மூலம் இது மிகப் பழமை வாய்ந்த, ஒரு நகர மையமாக இருந்திருக்கின்றது என்பதை நிரூபிக்க முடிகின்றது. அவ்வாறான ஒரு நகர அமைப்பு இருக்கும் பிரதேசத்தில் ஒரு அரச நிர்வாக அமைப்பும் நிச்சயமாக இருந்திருக்க வேண்டும் என்பதும் புலனாகிறது. பேராசிரியர் இரகுபதி அவர்களால் விஞ்ஞான ரீதியான ஆய்வுகளின் அடிப்படையில் வெளியிடப்பட்ட அவரது புலமைசார் வெளி யீடான ‘Early Settlement in Jaffna’ என்ற நூலில், பின்வருமாறு குறிப்பிடுவது, மேற் குறிப்பிட்ட கூற்றுக்களை உறுதிப்படுத்துவதாக அமைகின்றது.

> “யாழ்ப்பாணத்தில் இது (கந்தரோடை) ஒன்றே தீபகற்பம் அடங்கிலும் சுற்றுக் குடியிருப்புளையும், நுழைவாயில்களையும் (என்றி போஸ்ற்) கொண்ட நகர மையமாக இருந்ததுபோற் தெரிகின்றது. இலங்கைத் தீவின் ஆரம்ப வரலாற்றுக் காலகட்டங்களில், அனுராதபுரத்தின் தனியாட்சிக்கு முன்பதாகவே, யாழ்ப்பாணம் சுயமானதொரு அரசியல் அங்கமாக இருந்தமையை இது குறிக்கின்றது.”[51]

யாழ்ப்பாணத்தில் உள்ள ஆதி இரும்புக்காலப் பண்பாட்டுத் தளங்களுள் கந்த ரோடைக்கு அடுத்து முக்கியத்துவம் பெறுவது ஆனைக்கோட்டையாகும். யாழ்ப்பாணப் பல்கலைக்கழக வரலாற்றுத்துறை பேராசிரியர் இந்திரபாலா தலைமையில் 1980 களில் அகழ்வாராய்ச்சி ஒன்று இங்கு நடாத்தப்பட்டது. இந் நூலாசிரியரும், இவ் அகழ் வாராய்ச்சியில் பங்கெடுத்துக் கொள்ளும் ஒரு அரிய வாய்ப்பினை பெற்றதன் விளை வாக, இவ் ஆராய்ச்சியில் கண்டெடுக்கப்பட்ட முக்கிய தொல்பொருட்கள் தமிழர்களின் ஆரம்பகால வரலாறு பற்றி அறிய உதவியிருக்கின்றன என்பதை நேரடியாகக் கண்டு உணர்ந்துள்ளார். இவ் அகழ்வின்போது, ஒரு சவ அடக்க இடத்திலிருந்து ஒரு எலும்புக்கூடும், பிராமி எழுத்துப் பொறித்த முத்திரை ஒன்றும் கண்டெடுக்கப்பட்டன. அச் சவ அடக்கத்தில் உள்ள எலும்புக் கூட்டுடன் மேற்குறிப்பிட்ட முத்திரையும் ஒருங்கே காணப்பட்டது. அம் முத்திரையிலுள்ள பிராமி எழுத்தைப் பற்றியும், அவ்

எலும்புக்கூடு பற்றியும் பேராசிரியர் இந்திரபாலா அவர்கள் பின்வருமாறு தனது முடிவுகளைத் தெரிவித்துள்ளார்.

> "இங்கு அடக்கம் பெற்றுள்ளவர் ஒரு குறுநிலத் தலைவனாக அதிகாரம் செலுத்தியதுடன், வணிக நடவடிக்கைகளிலும் ஈடுபட்டு இருந்தமைக்கு அவரது முத்திரை சான்றாக உள்ளது. இதன் அடிப்படையில் இவர் அடக்கம் செய்யப்பட்டுள்ள ஆனைக்கோட்டைப் பகுதி ஒரு குறுநிலத்தலை வனின் அதிகாரபீடமாக இருந்திருக்கலாம் என ஊகிக்க இடமுண்டு. அல்லது கந்தரோடையை அதிகார பீடமாகக் கொண்ட குறுநிலத்தலைவன் ஆனைக் கோட்டைப் பகுதியில் வணிக நடவடிக்கைகளில் ஈடுபடுவதற்கான துறை ஒன்றைத் தன் ஆணைக்கு உட்படுத்தி இருக்கலாம்."[52]

பேராசிரியரின் கூற்றிலிருந்து இரண்டு முக்கியமான விடயங்களை அறியமுடிகிறது. முதலாவதாக ஆனைக்கோட்டைப் பிரதேசமும், அதன் காலமும், கந்தரோடைக்குரிய காலம் என்பதையும் அடுத்ததாக, யாழ்ப்பாணத்தில் குறுநில அரசுகள் கி.மு. காலப் பகுதியில் இருந்திருக்கின்றன என்பதையும் அறியமுடிகிறது.

பேராசிரியர் இரகுபதி அவர்கள் தனது, முற்குறிப்பிட்ட நூலில் இதுபற்றிக் குறிப் பிடும்போது, பின்வருமாறு தன் கருத்தை அல்லது முடிவைத் தெரிவிக்கின்றார்.

> "எமக்குக் கிடைக்கக்கூடிய, கி.மு. மூன்றாம் நூற்றாண்டிலிருந்து கி.பி. மூன்றாம் நூற்றாண்டு வரையிலான காலத்தைச் சேர்ந்த இரு தொகுதி (paleographical) சான்றுகளைக் கொண்டு பார்க்கையில், ஆனைக்கோட்டை அடக்கத் தலம் மட்டுமே குறைந்தது 600 ஆண்டு காலத்தைக் கொண்டிருப்ப தாகத் தெரிகின்றது. கந்தரோடை C14 காலக்கணிப்பு, இந்தப் பண்பாட்டுக் காலம் கி.மு. 500 ஆண்டுகள் வரை உள்ளதெனக் காட்டுகையில், இந்த அடக்கத் தலத்தில் இதைவிடப் பழமையான சவஅடக்கங்களைக் கண் டெடுப்பது சாத்தியமற்ற ஒன்றல்ல."[53]

மேற்கூறப்பட்ட பல்வகையான அடிப்படைகளிலிருந்து இரண்டு முக்கியமான முடிவுகளுக்கு வரக்கூடியதாக இருக்கின்றது. முதலாவது, அனுராதபுரம் இராச்சியம் தோன்றுவதற்கு முன்பே இலங்கையின் வடக்கு, வடகிழக்கு, வடமேற்குத் தமிழ்ப் பிரதேசங்களில் ஆரம்பச் சிற்றரசுகள் தோற்றம் பெற்றிருந்து, அவை காலப்போக்கில் செயலிழந்து போயிருக்க வேண்டும் அல்லது, அச் சிற்றரசுகள் பற்றிய தகவல்கள் கிடைக்காமற் போயிருக்க வேண்டும். இரண்டாவதாக, வரலாற்றுக் காலத்தில் அனுராதபுர இராச்சியத்தின் தோற்றமும், வளர்ச்சியும், பின்னர் கி.பி. பதின்மூன்றாம் நூற்றாண்டில் யாழ்ப்பாண இராச்சியத்தின் தோற்றமும், வளர்ச்சியும் இச் சிற்றரசு களை உள்வாங்கியதன் விளைவாக அவைகள் மறைந்து போயிருக்க வேண்டும்.

மேற்கூறப்பட்ட தமிழ்ப் பிரதேசங்களில் எதிர்காலத்தில் சுதந்திரமான அரசியல் நிலைமை ஏற்பட்டு, அப் பிரதேசங்களில் விஞ்ஞானரீதியான, அகழ்வாராய்ச்சிகள் பரவலாக, உரிய முறையில் நடாத்தப்பட்டு, அந்த ஆய்வின் முடிவுகள் நேர்மையுடன்

வெளிவரும் பட்சத்தில், ஈழத்தமிழர் வரலாறும், இலங்கையின் ஆரம்பகால வரலாற்றில் இருந்து தொடர்ச்சியான ஒரு பங்கினையும், முக்கியத்துவத்தினையும் பெறுவதை யாராலும் தடுக்க முடியாமலிருக்கும் என்பது நிச்சயம். வரலாற்று உண்மைகளை எல்லோராலும், எக்காலத்திலும் மறைக்க முடியாது என்பது உலக வரலாறு கற்றுத் தந்த பாடமாகும்.

குறிப்புகள்

1. J.R. Michell, Since Lands without People and Lands Without History. *Historical Geography*, London, 1954, p. 41.
2. K. Indrapala. The Ethnic Identity: The Tamils in SriLanka. C.300 BCE tC.1200CE, MV Publications: The South Asian Studies Centre, Sydney, 2005.
3. *The Economist*, 24th December, 2005, London, pp. 1–12.
4. S.U. Dereniyagala, The Pre Historical Perspective. Colombo, Department of Archaeological Survey, 1992, p. 61.
5. K. Indrapala, (2006. Tamil), p. 79.
6. Ibid., p. 48.
7. Ibid., p. 49.
8. Ibid., p. 49.
9. Ibid., p. 49.
10. Ibid., p. 49.
11. Ibid., p. 49.
12. Ibid., p. 49.
13. Ibid., p. 90.
14. Ibid., p. 89.
15. Ibid., pp. 91–111.
16. John Carswell, Research Report (Excavation Report of Mannar, 1991). Released in 2006, p. 198.
17. Indrapala, op.cit., p.101.
18. K. Indrapala, Anaikotoi Seal in Early Settlements in Jaffna: *An Archaeological Survey*, Madras, 1987, pp. 201–202.
19. P. Pushparatnam, Pantaya Ilankaiyil Tamilum Tamilarum, Colombo. 2001, p. 86.
20. K. Indrapala, op.cit., p. 107.
21. S. Seneviratne, The Archaeology of Megalithic Black and Red Ware Complex in Sri Lanka, Ancient Ceylon, 5, pp. 246–260.
22. K. Indrapala, op.cit., p. 102.
23. Ibid., p. 102.
24. S. Paranavitana, Inscription of Ceylon, *Inscription*, No. 480, Colombo, 1970.
25. K. Indrapala, op.cit., p. 109.
26. Ibid., p. 127.
27. Ibid., p. 147.
28. R. Caldwell, A Comparative Grammer of the Dravidian or South Indian Family, 1856, (Quoted by K. Indrapala).
29. B. Krishnamurti, Dravidian Languages, Cambridge University Press, 2003, p. 2.
30. K. Indrapla, op.cit., p. 130.
31. K. indrapala, The Evolution of an Ethnic Identity: The Tamils in Sri Lanka, C.300 BCE to C.1200CE, MV Publications, The South Asian Studies Centre, Sydney, 2005, p. 106.
32. K.Indrapala, op.cit., p. 184.

33. The MV. or The Great Chronicle of Ceylon, (tr.) by Wilhelm Geiger, 1912.
34. K. Indrapala, op.cit., Quoted from Dipavamsa.
35. W. Geiger, MV., (tr.), 1912, xxx, 13–14, p. 143.
36. Ibid., xxx, 69–74.
37. Knox. Robert, An Historical Relation of the Island Ceylon in the East Indies, London, 1681, p. 167.
38. *MV.*, Ibid., 11:1.
39. S. Pathmanathan, Ilankaiyil Inthu Samayam, Colombo, 2005. p.4.
40. K. Indrapala, op.cit., p. 91.
41. S. Seneviratna, Social Base of Early Buddhism in South East India and Sri Lanka (C. 3rd Century B.C. – 3rd Century A.D.), Jawarharlal Nehru University, New Delhi: PhD Thesis, 1985, p. 66.
42. Ibid., p. 9.
43. Ibid., p. 60.
44. K. Indrapala, 2006, op.cit., p. 102.
45. Ibid., p. 107.
46. S. Pathmanathan, 2006, op. cit., p. xxxviii.
47. P. Ragupathy, op.cit., pp. 66–67.
48. Vimala. Begley, "Protohistoric Material from Sri Lanka and Indian Contacts, Ecological Backgrounds of South Asian Prehistory, ed., Kenneth A.R. Kennedy And Others, Asian Occasional Papers and Thesis, South Asian Programme, Cornell University, 1973, p. 193.
49. P. Ragupathy, op.cit., pp. 57–58.
50. Ibid., p. 57.
51. K. Indrapala, p. 61, op.cit., (2006 Tamil).
52. Ibid., p. 105.
53. P. Ragupathy, op.cit., p. 122

அத்தியாயம் இரண்டு

ஓர் இருண்ட வரலாற்றுக் காலம் (கி.பி. 300–கி.பி. 900)

கி.பி. 300 களில் இருந்து, கி.பி. 900 வரையுள்ள காலப்பகுதி, இலங்கைத் தமிழர் களின் வரலாறுபற்றி ஒரு தெளிவற்ற காலப்பகுதியாகக் காணப்படுகின்றது. இலங்கை வரலாறு, தென்னிந்திய, குறிப்பாகத் தமிழ்நாட்டு வரலாறு, என்பன பற்றியும் இந்நிலை மையே பொதுவாகக் காணப்படுகின்றது. இருந்தும், சிங்கள மொழியின் பழைய வடிவமாகிய 'ஹெள' என அழைக்கப்படும் (Hela) 'எழு' (Elu) மொழியில், சிங்கள இனக்குழு பற்றிய பெயர் குறிக்கும் கல்வெட்டுகள் இக்காலப்பகுதியில் அனுராதபுரப் பகுதியில் காணப்படுகின்றன. அதேபோன்று, தமிழ் இனக்குழுவின் பெயராக 'தெமள' (Demela) என்ற பெயரும் இக்காலப் பகுதிக்குரிய கல்வெட்டுக்களில் காணப்படுகின் றன. மேலும், இக்காலப் பகுதியில் எழுத்து மொழியாக இருந்த பிராகிருதம் மாற்ற மடைந்து, பழைய சிங்கள மொழியான ஹெள மொழி தோற்றம் பெற்று, வளர்ச்சி அடைந்தமையையும், இக்காலக் கல்வெட்டுக்கள் மூலமாக அறியமுடிகின்றது. கூடவே, இக் காலப்பகுதிக்குரிய கல்வெட்டுக்களில் தமிழ்மொழி இடம் பெறுவதை யும் காணமுடிகிறது. ஆனால் கி.பி. 300 - கி.பி. 600 க்கும் இடைப்பட்ட காலங்களில், அனுராதபுரப் பிரதேசத்தில் கல்வெட்டுக்கள் கிடைக்கப் பெற்ற பொழுதும், அனுராத புரப் பிரதேசத்திற்கு வெளியே, இன்று தமிழர்கள் பரந்து வாழும் வடக்கு, கிழக்குப் பிரதேசங்களில் மேற்படி காலத்துக்குரிய கல்வெட்டுக்கள் இதுவரை கண்டுபிடிக்கப் படவில்லை. அதனால், இக் காலப்பகுதி தமிழர் வரலாற்றைப் பொறுத்த மட்டில் மிகவும் வரலாற்றுத் தெளிவற்ற காலமாகக் காணப்படுகிறது.

ஆனால் அடுத்து வருகின்ற கி.பி. 600 – கி.பி. 900 காலப் பகுதிகளில் கல்வெட்டு ஆதாரங்களை இலங்கையின் பல்வேறு இடங்களிலும் ஓரளவு பெறமுடிகிறது. இக்காலப் பகுதித் தமிழ், சிங்களக் கல்வெட்டுக்களின் ஊடாக, இம் மொழிகளின் பரிணாம வளர்ச்சியை ஓரளவு அறியக்கூடியதாக உள்ளது. அத்தோடு இக்கால கட்டத்தின் பிற்கூறுகளில் இவ்விரு மொழிகளும், தமது தனித்துவப் பண்புகளைக் கொண்ட மொழிகளாக வளர்ச்சியடைந்து, தமிழ் மொழியைப் பேசுபவர்கள் தமிழர் கள் எனவும், சிங்கள மொழியைப் பேசுபவர்கள் சிங்களவர் எனவும், இரு வேறுபட்ட இனங்களாகச் செல்லும் போக்கினை இக்காலகட்ட கல்வெட்டு ஆதாரங்கள் மூலம் அறியமுடிகிறது. இருந்தபோதிலும், தமிழ், சிங்கள இனங்களின் அரசியல் வரலாறு குறித்து ஒரு தொடர்ச்சியான வரலாற்று மரபினை அறிந்து கொள்வதற்குரிய கல் வெட்டு ஆதாரங்கள், இக் காலப்பகுதியில் மிக அரிதாகவே காணப்படுகின்றன. இருந்தபோதிலும், பாளி வரலாற்று நூலாகிய மகாவம்சத்தைத் தொடர்ந்து, சூளவம் சம் கி.பி. ஐந்தாம் நூற்றாண்டிலிருந்து சிங்கள வரலாற்றைக் கூறிச் செல்கின்றது. ஆனால் அவ்வாறான ஒரு வரலாற்று நிகழ்வுகளைக் கூறும் நூல் தமிழரைப்பற்றி இக்காலப் பகுதியில் எழுதப்படவில்லை.

வரலாற்று ஆதாரங்கள் கிடைக்கப் பெறவில்லை என்ற காரணத்திற்காக, இக் காலப்பகுதியில், வடக்குக் கிழக்கு, வடமேற்கு பிரதேசங்களில், குறிப்பாகத் தமிழர் பிரதேசங்களில், அரசாட்சி நடைபெறவில்லை என்றோ, மத, மொழி, கலை, கலாசார, சமூக, பொருளாதார நடவடிக்கைகள் இடம் பெறவில்லை என்ற ஒரு முடிவுக்கோ வருவது தவறானதாகும். ஏனெனில், கி.பி. 500 களைத் தொடர்ந்து, மேற்கூறப்பட்ட பிரதேசங்களில் தமிழர்கள் ஒரு பலமான சமூக, பொருளாதார அடித்தளத்தை நிறுவி யிருப்பதை இக்கால வரலாற்றை நுணுகி ஆராயும்போது காணமுடிகிறது. இவ்வா றான ஒரு நிலையினைத் தமிழர்கள் அடைவதற்கு, வரலாற்றுக் காலத்திலிருந்து, அவர்களின் தொடர்ச்சியான பல்வேறுபட்ட, செயற்பாடுகள் அடிப்படைக் காரணங் களாக அமைந்திருக்கின்றன. எனவே தமிழர் வரலாற்றில் இருண்டகாலம் என வர்ணிக்கப்படும் இக்காலம், மிக முக்கியமானதொரு காலப்பகுதியாக வரலாற்றில் இடம் பிடித்திருக்கின்றது. ஆகவே, வரலாற்று ஆதாரங்கள் தொடர்ச்சியாகக் கிடைக்கப் பெறாத காலம் என்பதன் அடிப்படையில் இக் காலப்பகுதியை அலட்சியம் செய்ய முடியாது. அனுராதபுரத்தில், தொடர்ச்சி யான மேலாய்வுகளும், அகழ்வா ராய்ச்சிகளும் நடைபெற்றதன் விளைவாக, மேற்கூறப்பட்ட காலப்பகுதியின், பிற் கூற்றுக்குரிய தமிழ்க் கல்வெட்டுக்கள் கண்டுபிடிக்கப்பட்டுள்ளன என்பதைச் சிறந்த உதாரணமாகக் கொள்ளலாம். அவ்வாறான ஒரு முயற்சி, இலங்கையின் தமிழ்ப் பிரதேசங்களில் இதுவரை முழுமையாக நடைபெறவில்லை. அவ்வாறான ஒரு முயற்சி சுதந்திரமாக இப் பிரதேசங்களில் எதிர்காலத்தில் நடைபெறுமேயானால், பல வரலாற்று உண்மைகளைக் கண்டறியமுடியும்.

இக் காலப்பகுதியின் தமிழர்பற்றிய வரலாற்று நிகழ்வுகள்பற்றி ஆராய்வதற்கு முன்பு, இலங்கையின் தமிழர் பிரதேசத்துடன் மிக அண்மித்துள்ள தென்னிந்திய, தமிழ்நாட்டுப் பின்னணியை அறியவேண்டியது அவசியமாகின்றது. இலங்கைத் தமிழர்களின் சமயம், மொழி, கலை, கலாசார, பொருளாதார, அரசியல் வாழ்வோடு, தமிழ்நாட்டின் வரலாறும் பின்னிப் பிணைந்துள்ளமையை மறுக்க முடியாது. கி.பி.

முதல் மூன்று நூற்றாண்டுகளில் தென்னிந்திய, தமிழ்நாட்டு அரசியலில் முக்கியம் பெற்றிருந்த சோழரும், பாண்டியரும் ஆட்சிபுரிந்த காலம் ஒரு பொற்காலமென வரலாற்று ஆதாரங்கள் மூலமாகவும், அக்காலததுக்குரிய தொல்லிலக்கியங்கள் வாயிலாகவும் அறியமுடிகிறது. ஆனால் கி.பி. 300 நூற்றாண்டின் பின் சோழரும், பாண்டியரும் வலுவிழந்து, அரசிழந்து, தற்காலிகமாக வரலாற்றிலிருந்து மறைந்து போன நிகழ்வுகளையும் ஆதாரங்கள் காட்டி நிற்கின்றன. இந்நிலை, கி.பி. 600 கள் வரை தொடர்வதையும், கி.பி. 600 களிலிருந்து பல்லவர், பாண்டியர் ஆதிக்கம் எழு வதையும், கி.பி. 900 களிலிருந்து மறுபடியும் சோழர் ஆதிக்கம் மேலோங்கி மீண்டும் ஒரு பொற்காலம் தமிழ்நாட்டை மையமாகக் கொண்டு தென்னிந்தியாவில் மலர்வதை யும் காணமுடிகிறது.

கி.பி. 300 – கி.பி. 600 களுக்கு இடைப்பட்ட காலம் தென்னிந்திய வரலாற்றில், குறிப்பாக தமிழ்நாட்டைப் பொறுத்து வரலாற்று இருள் சூழ்ந்த ஒரு காலப் பகுதியாகவே ஆய்வாளர்கள் கொள்கின்றனர். இக் காலப்பகுதிக்குரிய அரசியல் வரலாறுபற்றி அறியப் போதுமான சான்றுகள் இல்லை. ஆனால் இக்காலப் பகுதியில் களப்பிரர் என்ற பிரிவினர் ஆட்சி செய்ததாகப் பாளி இலக்கியங்களிலும், கல்வெட்டுக் களிலும் கிடைக்கும் சான்றுகள் மூலம் அறியமுடிகிறது[1] மேலும், இக் களப்பிரர் ஆட்சிக்காலத்தில் குழப்பங்கள் நிகழ்ந்தமை அவர்கள்மீது முன்னைய சோழ, பாண்டிய அரசுகள் படையெடுத்தமை போன்ற நிகழ்வுகள் இடம்பெற்றதாக அறியச் சான்றுகள் எதுவும் இல்லை.

இக்காலகட்ட இலங்கை வரலாற்றில், சிறப்பாகத் தமிழர்களுடைய வரலாற்றில், அரசியல் ரீதியாக பெருமாற்றங்களோ, குழப்பங்களோ இருந்ததாகத் தெரியவில்லை. ஆனால் அடுத்து வருகின்ற கி.பி. 600 - 900 ம் ஆண்டுகளுக்கு இடைப்பட்ட காலம் தமிழ்நாட்டு அரசியலில் மீண்டும் பெரும் மாற்றங்கள் இடம்பெறுவதைக் காண முடிகிறது. இரண்டு பேரரசுகளின் தோற்றம் முதன்முதலில் தமிழ்நாட்டில் ஏற்படுவ தைக் காணமுடிகிறது. முதலாவது, தொண்டை மண்டலத்தில் எழுச்சிபெற்று, வளர்ச் சியுற்ற பல்லவப் பேரரசு, மற்றையது, மதுரையை மையமாகக் கொண்டு எழுச்சி பெற்ற பாண்டியப் பேரரசாகும். இந்த இரண்டு அரசுகளும் தங்கள் ஆட்சியின்போது இலங்கைக்குப் படையெடுத்த நிகழ்வுகள் இடம் பெறுவதை வரலாற்று ஆதாரங்கள் மூலம் அறியமுடிகிறது. இதன் விளைவாக, இலங்கைத் தமிழர்களின் அரசியல் வரலாற்று நிகழ்வுகள் தொடர்பாக சில செய்திகளை அக்காலத்து ஆதாரங்கள் காட்டுகின்றன. மேலும், பல்லவர் காலத்தில் ஏற்பட்ட சமய மறுமலர்ச்சிகள், மொழி, கலை, கலாசார மேம்பாடுகள், வர்த்தக பொருளாதார நடவடிக்கைகள், நீர்ப்பாசன தொழில்நுட்ப அபிவிருத்திகள் என்பனவும் இலங்கைத் தமிழரின் சமய, மொழி, கலை, கலாசார, பொருளாதார, தொழில்நுட்பம் சார்ந்த துறைகளில் பெரும் மாற்றத் தையும், நிலையான தாக்கத்தையும் ஏற்படுத்தியிருந்தமையை மிகத் தெளிவாக அறியமுடிகிறது. இவ்வாறான மாற்றங்களும், நிலையான தாக்கங்களும் அடுத்து வருகின்ற கி.பி. 900 தொடக்கம் கி.பி. 1200 வரை தென்னிந்தியாவில் எழுச்சிபெற்று, தஞ்சை மாவட்டத்தைத் தலைநகராகக் கொண்டு ஆட்சி புரிந்த சோழப் பேரரசின் ஆட்சிக் காலத்தில், அவர்கள் இலங்கைமேல் மேற்கொண்ட ஆதிக்கப் படர்ச்சியின் வெற்றிக்கு நல்லதொரு அத்திவாரத்தை அமைத்துக் கொடுத்தமையையும் வரலாறு

காட்டி நிற்கின்றது. இந்த ஒரு பின்னணியை வைத்துக் கொண்டு, இதுவரை கிடைக் கப்பெற்ற, கல்வெட்டு ஆதாரங்கள், தொல்பொருட்கள், இலக்கிய ஆதாரங்கள், பிற நாட்டுக் குறிப்புக்கள் ஊடாக மேற்கூறப்பட்ட காலப்பகுதியிலான தமிழர் வரலாறு பற்றி நோக்குவது மிகப் பொருத்தமாகும்.

ஏற்கனவே முதலாவது அத்தியாயத்தில் கூறப்பட்டதுபோல், ஆதி வரலாற்றுக் காலத்தில் அனுராதபுர இராச்சியத்தின் எழுச்சி, ஏற்கெனவே வடக்கு, கிழக்கு, வட மேற்குப் பகுதிகளில் ஆதிகாலத்தில் இருந்து எழுச்சி பெற்ற தமிழ்ச் சிற்றரசுகளை முக்கியத்துவம் இழக்கச் செய்திருந்தன எனப் பொதுவாக வரலாற்று ஆசிரியர்கள் கருதுவது வழக்கம். கி. மு. 300 - கி.பி. 300 க்கு இடைப்பட்ட காலத்தில் மேற்படி நிகழ்வுகள் இடம் பெற்றுள்ளன எனவும் கூறப்பட்டது. இவ்வாறான தமிழ்ச் சிற்றரசுகள் முக்கியத்துவம் இழந்து காணப்பட்டன என்ற கூற்றிற்கு அடிப்படைக் காரணம், போதியளவு வரலாற்று ஆதாரங்கள் காணப்படாமையினாலேயே என்று கொள்வதில் தவறு இருக்க முடியாது. கூடவே, அச் சிற்றரசுகள் அவ்வாறு முக்கியத்துவம் இழந்து காணப்பட்டன என்ற முடிவுக்கு வருவதும் தவறானதாகும். காரணம், கி.பி. 300 களைத் தொடர்ந்து வருகின்ற காலப்பகுதிகளில், குறிப்பாக கி.பி. 600 களி லிருந்து, நடைபெற்ற வரலாற்று நிகழ்வுகளை, கிடைக்கப் பெறுகின்ற ஆதாரங்கள் ஊடாக நோக்குகின்ற பொழுது, மேற்படி பிரதேசங்களிலும், அனுராதபுரம் போன்ற வேறு பிரதேசங்களிலும் தமிழர் ஆதிக்கமும், செல்வாக்கும் தொடர்ச்சியாகவும், வலுவாகவும் வளர்ச்சிப் பாதையில் சென்றுகொண்டு இருந்திருக்கின்றன என்பதனை அறிந்துகொள்ள முடிகிறது.

முதலில் அனுராதபுர இராச்சியத்தில் தமிழர்களின் பங்களிப்பு எந்த அளவுக்கு இருந்திருக்கின்றது என்று நோக்குவது முக்கியமானது. காரணம், ஏற்கெனவே அனுராதபுர இராச்சியம் தனியே சிங்கள இனக்குழுவினால் மட்டும் ஆட்சி செய்யப்பட வில்லை என்றும், தமிழ் மன்னர்களும் அவ் ஆட்சி அதிகாரங்களில் நீண்டகாலம் இருந்து ஆட்சி செய்திருக்கிறார்கள் என்றும் கூறப்பட்டது. அதேபோன்று கி.பி. 300 களிற்குப் பின்னரும், தமிழ் மன்னர்களுடைய செல்வாக்கும், ஆதிக்கமும், உயர் குழாத்தினரான தமிழர்கள், இந்து, சைவமத பிராமணர்கள், வர்த்தகர்கள், கட்டிட வியலாளர்கள் என்போரின் செல்வாக்கும் தொடர்ந்து அனுராதபுர இராச்சியத்தில் இருந்திருக்கின்றன. தமிழர்களின் அரசியல் நிலமையை நோக்கும் பொழுது, அனுராதபுர இராச்சிய மன்னனாக, கி.பி. 406 ல் மஹாநாம என்ற சிங்கள மன்னன் பதவி ஏற்றதாகப் பாளி நூல்கள் கூறுகின்றன. அம் மன்னனுடைய அரசியருள் ஒருவராக தமிழ்ப் பெண் ஒருவர் வரலாற்றில் இடம் பெறுவதைக் காணமுடிகிறது. அப் பெண்ணரசி மிகுந்த அரசியல் செல்வாக்கு உள்ளவளாகக் காணப்பட்டிருக் கிறாள். காரணம், மஹாநாம மன்னன் கி.பி. 428 ல் இறந்தபோது, அத் தமிழ் அரசி யின் மகன் சொத்தி ஸேனன் என்பவன் அரசனாக முடி சூடிக்கொள்கின்றான். சொத்தி ஸேனனின் மறைவுக்குப் பின் பண்டு என்ற இன்னொரு தமிழ் மன்னன் கி.பி. 429 அளவில் ஆட்சியைக் கைப்பற்றி அனுராதபுரத்தை ஆண்டதாகப் பாளி வரலாற்று நூல்கள் வாயிலாக அறியமுடிகிறது. மேற்கூறப்பட்ட தமிழ் அரசியும், பண்டு என்ற மன்னனும் பாண்டிய பரம்பரையைச் சேர்ந்தவர்கள் எனவும் பாளி நூல்கள் கூறுகின்றன. பண்டு என்ற பெயர், பாளி மொழியில் பாண்டியரைக் குறிப்ப

தால் பாளி நூல்கள் அவ்வாறான ஒரு முடிவுக்கு வந்துள்ளதைக் காணமுடிகிறது. பாளி, சிங்கள நூல்களின் ஆசிரியர்கள் இலங்கைத் தமிழர் வரலாற்று நிகழ்வுகளைக் கூறும்போதெல்லாம், ஏதோ வகையில் அவர்களைத் தென்னிந்தியாவோடும், குறிப் பாகத் தமிழ் நாட்டோடும் தொடர்புபடுத்தி அவர்களை அந்நியராகக் காட்ட முற்படு வது இலங்கை வரலாற்று மரபாக இருந்து வந்திருக்கின்றதென்பது முன்னுள்ள அத்தியாயத்தில் குறிப்பிடப்பட்டது. அதற்கான அடிப்படைக் காரணம், அந்நூலாசிரி யர்களுக்கு, இலங்கை பூர்வீக மக்களின் வரலாற்றுக்கு முந்திய கால பரிணாம வளர்ச்சி பற்றிய விஞ்ஞானரீதியான அறிவு இருந்திருக்கவில்லை என்று கூறுவதில் தவறு இருக்க முடியாது. அத்தோடு, பௌத்தமதம் சார்ந்த, சிங்கள இனம் சார்ந்த குறுகிய உணர்வுகளுக்கு அந் நூலாசிரியர்கள் தம்மை உட்படுத்திய ஒரு வெளிப்பா டாக பாளி இலக்கியங்கள் வெளிக் கொணரப்பட்டுள்ளமையும் இன்னொரு காரண மாகக் கொள்ளலாம். இதற்குச் சிறந்த உதாரணம், ஆரம்ப அனுராதபுர அரசில் 44 ஆண்டுகள் நல்லாட்சி செய்த தமிழ் மன்னன் எல்லாளன், தமிழ்நாட்டில் இருந்து வந்த சோழ பரம்பரையைச் சேர்ந்தவன் என்று மகாவம்சம் கூறுவதையும், மகாவம்சத் தின் மூல நூலாகிய தீபவம்சம் அவ்வாறு கூறவில்லை என்பதையும் கருத்திற் கொள்ளவேண்டும்..

மேலும், இலங்கையிலுள்ள புராதன கால அரசர்களின் பெயர்களையோ, மத்தியகால, நவீனகாலப் பெயர்களையோ ஒப்பிட்டுப் பார்க்கும்போது, தமிழ்நாட்டில் பயன்படுத்திய பெயர்களையே இலங்கையில் உள்ள தமிழர்களும் பொதுவாகப் பயன்படுத்துவதைக் காணலாம். ஊர்ப்பெயர்கள்கூட அவ்வாறாகத்தான் பெரும்பாலும் காணப்படுகின்றன. இலங்கைத் தமிழர்கள் பொதுவான இனத்துவ, சமய, கலை, கலாசார, பாரம்பரிய, மொழி அடிப்படையில் தென்னிந்திய, குறிப்பாகத் தமிழ்நாட்டுத் தமிழர்களோடு, வரலாற்றுக்கு முந்திய, ஆரம்ப மனித பரிணாம வளர்ச்சிக் காலத்திலிருந்து ஒன்றுபட்டவர்கள். புவியியல் ரீதியாகவும் நெருங்கிய இணைப்பை உடையவர்கள். எனவே இரண்டு பிரதேச மக்களையும் வேறுபடுத்திப் பார்ப்பது பொருத்தமற்ற ஒரு விதிமுறையாகும். இதிலுள்ள முக்கியமான விடயம் என்ன வெனில், பாளி, சிங்கள நூல்கள் மட்டுமல்ல, மத்திய காலத்தில், அல்லது பதினெட் டாம், பத்தொன்பதாம் நூற்றாண்டுகளில் எழுதப்பட்ட தமிழர் வரலாற்று நிகழ்வு களைக் கூறும், தமிழ் நூல்களாகிய, வையாபாடல், கைலாயமாலை, யாழ்ப்பாண வைபவமாலை, அதனைத் தொடர்ந்து, இருபதாம் நூற்றாண்டின் முற்பாகத்தில் எழுதப்பட்ட யாழ்ப்பாணச் சரித்திரம் போன்ற நூல்கள் யாவுமே பாளி, சிங்கள நூல்களின் வரலாற்று மரபையே இவ்விடயம் தொடர்பாகப் பின்பற்றுவதை அவ தானிக்க முடிகிறது. இவ்வாறான நூல்கள் எல்லாமே, நவீன விஞ்ஞான ரீதியான ஆய்வுகளும், ஆராய்ச்சிகளும், கண்டுபிடிப்புக்களும், நவீன சிந்தனைகளும், சித்தாந் தங்களும் வெளிவரும் முன்னர் எழுதப்பட்ட காரணத்தினால் முற்கூறப்பட்ட எல்லா வரலாற்று ஆசிரியர்களுமே ஒரே பாரம்பரிய வரலாற்று மரபை பின்பற்றுவதைத் தவிர வேறுவகையில் அவர்களாற் சிந்திக்க முடியவில்லை என்று எண்ணுவதில் தவறில்லை.

இவ்வாறு ஒரு பின்னணியில் இருந்து நோக்கும்போது, பண்டு மன்னன் என்பவன் இலங்கைத் தமிழ் மன்னன் என்று மட்டுமே ஒரு முடிவுக்கு வரமுடிகிறது. மேலும்,

பண்டு மன்னனின் அரச பரம்பரையினர் தொடர்ந்து கால் நூற்றாண்டு காலமாக, சுமார் கி.பி. 429 தொடக்கம் கி.பி. 455 வரை அனுராதபுரத்தை ஆண்டிருக்கிறார்கள். குறிப்பாக, பண்டு மன்னன் ஆட்சிக்குப் பிறகு பரிதேவ, இளம் பாரிந்தன், திருதரன், தாடியன் என்போர் ஆட்சி செய்துள்ளனர். இத் தமிழ் மன்னர்களுக்கு பக்கபலமாக, அனுராதபுரத்திலும், வன்னிப் பிரதேசங்களிலும் இருந்த சிற்றரசர்களினதும், தமிழ் மக்களினதும் ஆதரவு கிடைத்திருக்கின்றது என்பதை வரலாற்றுச் செய்திகளி னூடாக அறியமுடிகிறது. மேலும், இக்காலத்துக்குரிய அனேக தமிழ் மன்னர், பௌத்தத்தை ஆதரிப்போராகக் காணப்படுகின்றனர். சிலர் பௌத்தர்களாகவும் விளங்கியுள்ளனர் சிங்கள மொழியையும் தமது கல்வெட்டுக்களில் பயன்படுத்தியும் உள்ளனர்.[2] பௌத்தமதம், இந்தியாவிலும், இலங்கையிலுள்ள வடக்கு, கிழக்குப் பிரதேசங்களிலும் இக்காலத்தில் முக்கியத்துவம் அடைந்திருந்த நிலையில் இத் தமிழ் மன்னர்கள் பௌத்தமதத்தைச் சார்ந்தவர்களாகவும், ஆதரித்தவர்களாகவும் இருந்ததில் வியப்பில்லை.

அறிவியல் பூர்வமாகச் சிந்தித்தால், எவ்வாறு இத் தமிழ் மன்னர்கள் இந்தியாவிலிருந்து வந்து, தொடர்ச்சியாகப் பல ஆண்டு காலம் அனுராதபுரத்தில் மக்கள் ஆதரவு இன்றி ஆட்சி செய்திருக்க முடியும்? மேலும், எவ்வாறு இவர்கள் எல்லோரும் ஒன்றாகவோ, அல்லது ஒருவர் பின் ஒருவாராகவோ அனுராதபுரத்திற்கு வந்து, இடைநடுவில் ஆட்சியைக் கைப்பற்றியிருக்க முடியும்? எவ்வாறு வன்னிச் சிற்றரசுகள் அந்நிய ஆட்சியாளாரை எதிர்க்காது அனுசரணையாக இருந்திருக்க முடியும்? எவ்வாறு இவர்களால் பௌத்த மதத்தை ஆதரித்து, அரசியல் நடத்தி யிருக்க முடியும்? என்கின்ற வினாக்கள் நிச்சயமாக எழும். இவ்வாறு இருந்த தமிழ் மன்னர், பாளி நூல்கள் கூறும் சிங்கள மன்னர்களைப்போல், அக் காலப்பகுதியில் வாழ்ந்த இலங்கைத் தமிழ் அரச வம்சத்தவர் என்ற முடிவுக்கு வருவதைத் தவிர வேறு காரணங்களை ஏற்க முடியாதுள்ளது. ஆக, பண்டு என்ற பெயரை மட்டும் வைத்துக்கொண்டு, அவர்கள் பாண்டிய அரச பரம்பரையைச் சேர்ந்தவர்கள் என்ற முடிவுக்குப் பாளி நூலாசிரியர்கள் வருவது எந்த வகையிலும் வரலாற்று யதார்த்த மாகாது. மேலும் ஓர் ஆரம்பகால வரலாற்றுப் பல்லின சமூகத்தில் இன, மத, மொழி, பிரதேச வேறுபாடுகள் அற்ற ஒரு சூழ்நிலையில், வலுவுள்ளவர்களும், செல் வாக்குள்ளவர்களும் அரசை ஆளுகின்ற நிலையினையே, இலங்கையின் ஆரம்பகால வரலாற்று ஆதாரங்கள் மூலம் அறியமுடிகிறது. அங்கே, மேற்கூறப்பட்ட வேறுபாடு களுக்கு இடம் இருந்ததாகத் தெரிய எதுவித வரலாற்று ஆதாரங்களும் இல்லை.

அத்தோடு, இலங்கையின் ஆதிகால மக்கள் தென்னிந்திய திராவிட மக்கள் என்று முதலாவது அத்தியாயத்தில் ஆதாரங்களோடு நிறுவப்பட்டிருக்கின்றது. இந்து மதம் அல்லது சைவமதமே அப் பூர்வீக மக்களுடைய மதமாக இருந்திருக்கின்றது என்பதும் அதே அத்தியாயத்தில் ஏற்கெனவே நிரூபிக்கப்பட்டுள்ளது. இந்நிலையில், மகாவம்ச நூலினை ஒரு வரலாற்று நூலாக இலங்கையிலுள்ள சிங்கள மக்கள் பெரும்பாலும் ஏற்றுக் கொண்டிருக்கின்றார்கள். ஆனால் அந்நூல், பௌத்தமதம் பற்றிய செய்திகளைக் கூறும் ஒரு நூலாகவே அறிவியல்பூர்வமாகச் சிந்திக்கும் வரலாற்று ஆசிரியர்கள் ஏற்றுக் கொண்டிருக்கிறார்கள். பௌத்தமதம் பற்றிக் கூறும் போது பல அரசியல் நிகழ்வுகளையும் அந்நூல் தன்னகத்தே கொண்டு காணப்

படுகின்றது. அந்நூலின்படி, அல்லது அதற்கு முந்திய நூலாகிய தீபவம்ஸ நூலின் படி, சிங்கள மக்கள் வட இந்தியாவிலிருந்து வந்த விஜய மன்னன் வழித்தோன்றல கள் என்று கூறப்பட்டிருக்கின்றது. அவ்வாறாயின் ஏன் பாளி, சிங்கள நூலாசிரியர்கள் விஜயன்வழி வந்த சிங்கள மக்களையும், சிங்கள அரசர்களையும், ஆட்சியாளர் களையும் ஓர் அந்நிய தேசத்தவர்கள் என்றும், இலங்கையின் பூர்வீகத் திராவிட மக்களின் நாட்டை ஆக்கிரமித்த அந்நிய படையெடுப்பாளர் என்றும் கருதவில்லை என்ற கேள்வியை, விஞ்ஞானரீதியாக வரலாற்றைக் கற்கும் மாணவர்கள் கேட்கலாம்.

மேலும், கி.பி. 455 இல் ஆட்சிக்கு வந்த தாதுஸேனன் ஆட்சி கி.பி. 473 வரை நீடித்தது. தாதுஸேனன் அவனது மகன் காஸ்யப என்பவனால் கொல்லப்பட்டான். காஸ்யப மன்னன் தொடர்ந்து 18 ஆண்டுகள் ஆட்சி செய்தான். காஸ்யப மன்னனின் தம்பி முகலன் என்பவன் தமையனுக்குப் பயந்து தென்னிந்தியாவுக்கு ஓடி அங்கு பதினெட்டு ஆண்டுகள் தங்கியிருந்து, படைதிரட்டி வந்து காஸ்யப மன்னனை வென்று ஆட்சியைக் கைப்பற்றினான். இந் நிகழ்வுகள் எதனைக் காட்டுகின்றன? இலங்கைச் சிங்கள மன்னர், அரசைக் கைப்பற்றத் தென்னிந்திய அரசுகளின் உதவி யை நாடுவதும், அங்கிருந்து படை உதவி பெற்று, இலங்கை வந்து போர் புரிந்து அரசைக் கைப்பற்றுவதும், கி.பி. 5ம் நூற்றாண்டுகளின் பின் முக்கியத்துவம் பெறு கின்றது. மேலும், கி.பி. 300 க்கும் கி. பி 600 க்கும் இடைப்பட்ட காலப்பகுதி அனுராதபுர அரசியல் வரலாற்றில் பல குழறுபடிகளும், குழப்பங்களும் நிறைந்த காலப்பகுதியாக இடம் பெற்றமையையே அதற்குக் காரணமாகும். மேலும், அனுராதபுர அரச வாரிசுகள் தென்னிந்தியாவிலிருந்து படைதிரட்டி வந்து அனுராதபுர அரசுரிமை பெறுவது கி.பி. ஏழாம் நூற்றாண்டிலிருந்து உச்சக் கட்டத்தை அடைந்திருக்கின்றது.

உதாரணமாக கி.பி. ஏழாம் நூற்றாண்டில் ஆட்சியைக் கைப்பற்ற விரும்பிய சிங்களத் தலைவர்கள் சுமார் எட்டுத் தடவைகள் தென்னிந்தியாவிலிருந்து படை திரட்டி வந்து அனுராதபுர அரசர்களுடன் போர் புரிந்தமையை வரலாற்று ஆதாரங்கள் மூலம் அறிய முடிகின்றது. கி.பி. முதலாம் நூற்றாண்டுகளிலிருந்தே இவ்வாறான ஒரு நிலைமை சிறிது சிறிதாக ஆரம்பித்து, கி.பி. ஆறாம், ஏழாம் நூற்றாண்டுகளில் மிக உச்சக் கட்டத்திற்குச் செல்வதைக் காணமுடிகிறது. இதன் விளைவாக இக் காலகட்டத்தில் அனுராதபுர இராச்சியத்தில் நடைபெற்ற முக்கிய நிகழ்வுகளில் ஒன்று தமிழ் நாட்டிலிருந்து சிங்கள மன்னர்களால் வருவிக்கப்பட்ட படைகளின் எண்ணிக்கை காலத்துக்குக் காலம் அதிகரித்து, அவர்கள் பலமுள்ளவர்களாகவும், அதிக செல்வாக்குப் பெற்றவர்களாகவும் திகழ்ந்தனர் என்பதாகும். இதனால் ஆட்சி யில் உள்ள சிங்களத் தலைவர்களுக்கும், இப் படையதிகாரிகளுக்கும் இடையில் அடிக்கடி குழப்பங்களும், தகராறுகளும் ஏற்பட்ட வண்ணம் இருந்தன. மேலும், இப் படைகளைக் கட்டுப்படுத்த முடியாத நிலையில் மன்னர்கள் காணப் பட்டனர். அத்தோடு, அனுராதபுரப் பிரதேசத்தில் ஏற்கெனவே ஆதிகாலத்திலிருந்து வாழ்ந்து வந்த தமிழர்களின் செல்வாக்கும் இக்காலப் பகுதியில் மிக உயர்ந்து காணப்பட்டது. பல தமிழர் உயர் பதவிகளில் இருந்தனர். உதாரணமாக, பொத்தக்குட, பொத்தயாத, மற்றும் மஹாகந்த ஆகிய அதிகாரிகள் உயர் பதவி களில் இருந்ததோடு அதிக செல்வாக்கும் பெற்றிருந்தனர். இதற்கு எடுத்துக்காட்டாக,

நான்காம் அக்ரபோதி மன்னன் ஆட்சிக்காலமாகிய கி.பி. 667 - 683 களில் பொத்த குட்ட என்பவன் அனுராதபுர இராச்சியத்தில் அதிக செல்வாக்குடன் விளங்கியதாகப் பாளி நூல்களில் குறிப்பிடப்பட்டுள்ளது. அக்ரபோதி மன்னன் இறந்தவுடன் பொத்த குட்ட தனது செல்வாக்கைப் பயன்படுத்தி, யுவராசாவாகிய தாட்டசிவ என்பவனைச் சிறையில் அடைத்துவிட்டு, தானே நிர்வாகத்தை ஏற்று நடத்தியிருக்கிறான்.

மேலும், பொத்குட்டவின் ஆதிக்கத்தின்போது, தமிழ் நாட்டில் முதன்முறையாக ஒரு பேரரசு எழுச்சி பெறுவதை கி.பி. ஆறாம் நூற்றாண்டின் இறுதியிலிருந்து காண முடிகிறது. தொண்டை மண்டலத்தில் எழுச்சிபெற்ற இந்தப் பல்லவ பேரரசு வரலாற்றில் இடம் பெறுகின்றது. பல்லவ மன்னன் முதலாம் நரசிம்மவர்மன் கால ஆட்சியின் போது, மானவர்மன் என்பவன் அனுராதபுர அரசியலில் வாரிசு உரிமைக்காகப் போராடுவதற்காக, பல்லவர் தலைநகர் காஞ்சியில் பலகாலம் தங்கியிருந்து, நரசிம்ம வர்மனின் படை உதவியுடன் இரண்டு முறை அனுராதபுர அரசின்மேல் படை எடுத்த தாகப் பல்லவ கல்வெட்டுக்கள் கூறுகின்றன. மானவர்மன் அனுராதபுர இராச்சியத்தின் மேலான தனது இரண்டாவது படையெடுப்பை பல்லவ மன்னன் இரண்டாம் நரசிம்மவர்மன் காலமாகிய கி.பி. 680 - 720 காலப்பகுதியில் நடத்தி, பொத்தகுட்டன் ஆதிக்கத்தை அடக்கி, ஆட்சி அதிகாரத்தைப் பெற்றான் எனவும் பல்லவ கல்வெட்டுக்களினூடாக அறியமுடிகிறது. தென்னிந்தியாவிலிருந்து குறிப்பாகத் தமிழ் நாட்டிலிருந்து காலத்துக்குக் காலம் வந்த படையினர், இலங்கையில் வாழ்ந்த பூர்வீகத் தமிழர்களோடும், சிங்கள மக்களோடும் இரண்டறக் கலந்திருப்பார்கள் என்பதை இந்நிகழ்வுகள் மூலம் அறியமுடிகிறது. பூர்வீகத் தமிழர்களோடு தென்னிந்தியப் படையினர் கலப்பதற்குரிய சந்தர்ப்பம் அதிகமாக இருந்திருக்கும். காரணம், மதத்தால், மொழியால், பண்பாட்டால் இவ்விரு பகுதியினரும் ஒன்றுபட்டவர்கள். இதன் விளைவாகத் தமிழ் இனக்குழு அபிவிருத்திக்கு இவை உதவியிருக்கும். இதனால் தமிழர்களின் செல்வாக்கு இக் காலப்பகுதியில் அனுராதபுரப் பிரதேசத்திலும், ஏனைய இடங்களிலும், அதிகரித்துக் காணப்பட்டிருக்கும். சமய, மொழி, வர்த்தக நிலமைகளும் செழிப்படைந்திருக்கும். அத்தோடு, தென்னிந்திய அரசியலில் இலங்கை, தன்னை வலிந்து இணைத்து ஒரு தொடர்ச்சியான அரசியல் சிக்கலில் அகப்பட்டுள்ளமையை அடுத்து வருகின்ற கால வரலாற்று நிகழ்வுகள் மூலம் அறிய முடியும். இறுதியாக, ஏற்கெனவே கலந்துரையாடப்பட்ட விடயமாகிய, அனுராதபுர அரசில் ஆட்சிசெய்த தமிழ் மன்னர்களை, இலங்கை பாளி, சிங்கள நூலாசிரியர்கள், தென்னிந்தியர் அல்லது தமிழ்நாட்டில் இருந்து வந்த அந்நிய ஆட்சியாளர்கள் என்று கூறுவதற்கும், மேற்கூறப்பட்ட பின்னணியும் ஒரு காரணமாக இருந்திருக்கலாம்.

மேலும், கி.பி. ஒன்பதாம் நூற்றாண்டில் தமிழ் நாட்டில் பாண்டியப் பேரரசு எழுச்சிபெற்று உச்சநிலையை அடைந்தபோதும், அண்டை நாடுகளை அடிமைப் படுத்தித் தமது ஆதிக்கப் படர்ச்சியினை விரிவாக்க விரும்பிய பாண்டியர் இலங்கை மீதும் படையெடுத்தனர். கி.பி. 833 - 853 காலப்பகுதியில் அனுராதபுர இராச்சியத்தை ஆண்ட முதலாம் ஸேன மன்னன் காலத்தில், ஸ்ரீமாற ஸ்ரீவல்லவன் என்னும் பாண்டிய அரசன் அனுராதபுர இராச்சியத்தின் மீது படையெடுத்தான். அவன் படையுடன் இலங்கையின் வடபகுதிக்கு வந்து, பின் அங்கிருந்து தனது படைகளை அனுராதபுரம் நோக்கி நகர்த்தியதாக பாண்டியக் கல்வெட்டுக்கள் கூறுகின்றன. எனவே பாண்டிய

அரசுக்கும், இலங்கையின் வடபகுதியில் இருந்த அரசுகளுக்கும் நெருக்கமான உறவு இருந்திருக்கின்றது என்பதனை இந் நிகழ்வுகள் எடுத்துக் காட்டுகின்றன. அடுத்து, பத்தாம் நூற்றாண்டுகளில் சோழர் ஆதிக்கப் படர்ச்சி இலங்கை அரசியலில் பெரும் மாற்றங்களை ஏற்படுத்திய நிகழ்வுகள் வரும் அத்தியாயத்தில் ஆராயப்படும். சுருங்கக் கூறின், தென்னிந்தியப் பல்லவ, பாண்டிய, சோழ அரசுகளின் தலையீடும், செல்வாக்கும் கி.பி. 600 களிலிருந்து, இலங்கை வரலாற்றைப் பொறுத்து பொதுவாக வும், தமிழர் வரலாற்றைப் பொறுத்துச் சிறப்பாகவும் சமய, மொழி, கலை, கலாசாரம், பொருளாதாரம், அரசியல் ரீதியாகப் பெரும் மாற்றங்களையும், நிலையான தாக்கங் களையும் ஏற்படுத்தியுள்ளன என்பது தெளிவு.

மேற்கொண்டு அனுராதபுர இராச்சியத்துக்கு அப்பால், வடக்கு, கிழக்கு, வடமேற்கு மக்களின், குறிப்பாகத் தமிழ் மக்களின் பாரம்பரியப் பிரதேசங்களின் அரசியல் வரலாறு குறித்து, எவ்வாறான நிலை மேற்குறிப்பிட்ட காலப்பகுதியில் இருந்திருக்கின்றது என்பதை அறிவதும் முக்கியமாகும். இப்பிரதேச அரசியல் விடயங்கள் பற்றி அறிய மிகக் குறைவான வரலாற்று, ஆதாரங்களே காணப்படுவத னால் இக் காலப்பகுதிக்குரிய அரசியல் நிலைமைகளைப் பற்றி அறிவது கடினமாக உள்ளது. ஆனால், சைவ, வைணவ, தேரவாத, மகாயான பௌத்த மதங்கள் பற்றி யும், சமஸ்கிருத, பாளி, சிங்கள, தமிழ், மொழிகள் பற்றியும், கட்டிட, சிற்ப, கலை, நீர்ப்பாசனம் தொடர்பாகக் காணப்படும் வரலாற்றுச் சான்றுகள், குறிப்பாக சில கல் வெட்டுக்கள், கட்டிடங்கள், சிற்பங்கள், நாணயங்கள், பாளி வரலாற்றுக் குறிப்புக்கள், கிரேக்க-ரோம நூல்களில் உள்ள குறிப்புக்கள் ஊடாக இக் காலத்திற்குரிய தமிழர் களின் சமய, மொழி, கலை, கலாசாரம், பொருளாதாரம், அரசியல் நிலைமைகளை அறியக்கூடியதாக உள்ளது.

ஏற்கனவே கூறப்பட்டது போன்று, இப் பிரதேசங்களில் வரலாற்றுக் காலத்தில் இருந்தே பல சிற்றரசுகள் ஆட்சி அதிகாரங்களுடன் இருந்திருக்கின்றன. அனுராதபுர இராச்சியத்தின் எழுச்சி, மேற்படி பிரதேசங்களிலுள்ள சிற்றரசுகளை ஓரளவு முக்கி யத்துவம் இழக்கச் செய்திருந்தபோதிலும், இச் சிற்றரசுகள் தொடர்ந்தும் செயலிழக் காது, வலிமையுடன் இருந்திருக்கின்றன என்பதை அப் பிரதேச சமய, மொழி, கலை, கட்டிடம், நீர்ப்பாசனம், வர்த்தக பொருளாதார நிலைமைகளைப் பார்க்கு மிடத்து புலனாகின்றது. மேலும், இச் சிற்றரசுகள், வலுவிழந்து போயிருக்குமேயா னால், அடுத்து வருகின்ற காலப்பகுதிகளில் வலிமை மிக்க ஒரு யாழ்ப்பாண இராச்சி யம் கி.பி. பதின்மூன்றாம் நூற்றாண்டுகளில் இடம் பெற்றிருந்திருக்க முடியாமல் போயிருக்கும். அத்தோடு கி.பி. பதினாறாம் நூற்றாண்டின் நடுப்பாகத்தில் இப் பிரதே சங்களில் ஊடுருவி, பின்னர் இப் பிரதேசங்களைக் கைப்பற்றிய போத்துக்கீசரின் ஆவணங்களில் இச் சிற்றரசுகளின் வலிமை பற்றியும், யாழ்ப்பாண இராச்சியத்தின் உச்சநிலை பற்றியும் பல குறிப்புக்கள் உள்ளன.

இலங்கையின் வடபகுதியில் நாகர் எனப்படும் ஒரு பிரிவினர் கி.பி. மூன்றாம் நூற்றாண்டில் முக்கியத்துவம் பெற்று விளங்கியதாக சில வரலாற்று ஆதாரங்கள் மூலம் அறியமுடிகிறது. அத்தோடு யாழ்ப்பாணக் குடாநாடு நாகர்களுடைய நாடு என்றும், கி.பி. இரண்டாம் நூற்றாண்டுகளிலே நாகர் எனப்படுவோர் அப் பிரதேசங் களில் முக்கியத்துவம் பெற்று இருந்தனர் எனவும் கல்வெட்டு ஒன்றின் மூலம் அறிய

முடிகிறது.[3] பாளி வரலாற்று நூல்களில் நாகதீப (Nagadipa) பற்றி கி.பி. ஐந்தாம் நூற்றாண்டுகளில் குறிப்பிடப் பட்டுள்ளது. மேலும், நாகதீப அரசன் தீபராஜா (Diparaja) எனப் பட்டம் சூட்டப்பட்டு, நாகநாட்டை ஆண்டதாக பாளி நூல்கள் கூறுகின்றன.[4] மேலும், இதேகால தமிழ்நாட்டுத் தமிழ் இலக்கியங்களில் நாகநாடு என்னும் இடம் தென்னிந்தியப் பிரதேசக் கடலுக்கு அப்பால் இருந்ததாகவும்[5] அங்கு நாகபுரம் என்னும் நகரத்தில் அரச கட்டிலில் இருப்பவர், சமஸ்கிருதப் பெயரைக் கொண்டு இருந்ததாகவும் கூறுப்படுகின்றது.[6] மேலும், கிரேக்க-உரோம வர்த்தகர் களின் பயணக் குறிப்புக்களிலும், தொலமியின் Geographic என்னும் நூலிலும், நாகதீபம் பற்றிக் குறிப்பிடப்பட்டுள்ளது. மேலும், தொலமியின் குறிப்புக்களின் இலங் கையில் (Taprabane) பதின்மூன்று பிரதான கரையோர நகரங்களில் நாகதீபவும் ஒன்று எனக் குறிப்பிடப்பட்டுள்ளது[7] எனவே மேற்குறிப்பிட்ட ஆதாரங்களின் அடிப் படையில் நாகர் என்ற ஒரு பிரிவினர் யாழ்ப்பாணக் குடாநாட்டில் கிறிஸ்துவின் ஆரம்ப நூற்றாண்டுகளிலிருந்து முக்கியம் பெற்று இருந்திருக்கின்றனர் என்பது உறுதியாகின்றது. கி.பி. ஒன்பதாம் நூற்றாண்டுகளிலிருந்து நாகர் என்ற பெயர் வரலாற்று மூலங்களில் இடம் பெறவில்லை. இதனால் நாகர் என்ற பிரிவினர் திராவிட இனத்தைச் சேர்ந்த ஒரு பிரிவினர் என்பதும், அவர்கள் காலப்போக்கில் தமிழ் பேசும் இனக்குழுக்களுடன் கலந்து, கி.பி. ஒன்பதாம் நூற்றாண்டுகளின் பின்னர் தமிழர் என்ற பெரும் பிரிவினுள் அடங்கியுள்ளனர் என்றும் கொள்வதில் தவறில்லை. அத்தோடு, வடபகுதியில் ஓர் அரச அமைப்பு வரலாற்றுக் காலத்திலிருந்து ஒரு தனித்தன்மை கொண்டதாக இயங்கி வந்திருக்கின்றது என்பதும் மேற்கூறப்பட்ட பின்னணியிலிருந்து தெரிய வருகின்றது. ஆனால், கிழக்கு இலங்கையிலுள்ள மட்டக் களப்புப் பிரதேசமும் ஒரு சிற்றரசாக, ஏனைய அரசுகள் போல் குறுநில மன்னர்கள் ஆட்சியின் கீழ் ஒரு தமிழர் பிரதேசமாக இருந்திருக்கின்றது என்பதனை போத்துக்கீச ஆவணங்களினூடாக அறியமுடிகிறது. மட்டக்களப்புப் பிரதேசம் புவியியல் ரீதியாக, தெற்கிலுள்ள பிரதேசங்களுடன் அண்மித்து இருந்ததன் விளைவாக, சில வேளை களில் தெற்கிலுள்ள அரசுகளுடன் நட்புறவு பூண்டும், சில சந்தர்ப்பங்களில் வடக்கி லுள்ள அரசுகளுடன் நட்புறவு பூண்டும் செயற்பட்டு வந்திருக்கின்றது. மேலும், மட்டக்களப்புப் பிரதேசத்தின் சமய, மொழி, கலை, கலாசாரம், பண்புகள் என்பவற்றை நோக்குமிடத்தும், தொல்லியல் சான்றுகளை நோக்குமிடத்தும், அப் பிரதேசம் சைவசமய மரபுகளையும், தமிழ் மொழி, தமிழ்க் கலாசாரப் பண்பாடுகளை யும் பேணி வந்துள்ளது என்பது வெளிப்படையான வரலாற்று உண்மையாகத் தெரிகின்றது. எனவே, மட்டக்களப்புப் பிரதேசமும், ஒரு தமிழ்ச் சிற்றரசாக, ஏனைய வடக்கு, கிழக்கு, வடமேற்கு பகுதிகளில் இருந்த அரசுகள் போன்று இக் கால கட்டத்தில் இருந்திருக்கின்றது.

மேற்குறிப்பிட்ட காலப்பகுதியில் உத்தரபிரதேசம், அதாவது வடஇலங்கை எனக் கருதப்படுகின்ற திருகோணமலை, வவுனியா, மன்னார், முல்லைத்தீவு, கிளிநொச்சி, மற்றும் யாழ்ப்பாணத் தீபகற்பம் ஆகிய பிரதேசங்களில் உள்ள அரசுகள் எந்த விதத்திலும், அனுராதபுர அரசுக்கோ, தெற்கிலுள்ள அரசுகளுக்கோ அடங்கவில்லை என்பதும் தெளிவாகத் தெரிகின்றது. இதுபற்றிப் பேராசிரியர் இந்திரபாலா, அவர்களது நூலில், பின்வருமாறு குறிப்பிடுகின்றார்.

"உத்தரதேசத்தைப் பற்றி (வடபிரதேசம்) குறிப்புக்களை ஆய்வு செய்தால் அப்பிரதேசம் ஏனைய பிரதேசங்களைவிட வேறுபட்டதாக இருந்தது என்பதை அறியலாம். அனுராதபுர மன்னர்கள் கட்டுப்பாட்டுக்குள் அடங்காத ஒரு பிரதேசமாகப் பலமுறை அதனைக் காணலாம். அனுராதபுர ஆட்சியை எதிர்த்தோர், அங்கு ஆதரவு பெற்றதையும் காணலாம். முற்பட்ட நூற்றாண்டு களைப் போலல்லாது, ஆறாம் நூற்றாண்டின் பின், தென் இந்தியாவிலிருந்து வந்த படைகள், வடபகுதியில் வந்து இறங்குவதையும் அவதானிக்க முடிகிறது. அப்படி வந்த படைகள் வடக்கில் தங்கள் அதிகாரத்தை உறுப் படுத்தியபின் அனுராதபுரத்தை நோக்கி முன்னேறின. இவற்றை நோக்கு மிடத்து, அனுராதபுர ஆட்சியாளருக்குச் சாதகமான சூழ்நிலை வடபகுதி யில் நிலவவில்லை என்பது தெளிவு"[8]

இந்திரபாலா அவர்களின் கூற்றுக்கு ஒரு சில முக்கிய வரலாற்று நிகழ்வுகளை உதாரணங்களாகக் காட்டலாம். கி.பி. 619 - 628 காலப்பகுதியில் அனுராதபுர அரசனாக இருந்த ஸிலாமேகவண்ண என்பவனை வெற்றி கொள்ள எண்ணிய ஸிரிநாக என்பவன் வடபிரதேசத்தில் உள்ள தமிழர் படையின் உதவியுடன் வடபிர தேசத்திலிருந்து, அனுராதபுர அரசை நோக்கி படையெடுத்துச் சென்றுள்ளான். மேலும், கி.பி. 650 - 659 களில், அனுராதபுர மன்னனாக இருந்த இரண்டாம் கஸ்ஸப மன்னன் இறந்தபோது, அவனின் மகன் மானவர்மன் அரசுரிமை பெற விரும்பியபோது, அனுராதபுர அரசில் குழப்பங்கள் எழுந்தன. அதனால் மானவர்மன் வடக்கு நோக்கிப் புறப்பட்டு அவ் அரசுகளிடம் அடைக்கலம் புகுந்தான். இவ்வேளை யில் ஹத்தாட்ட என்பவன் அனுராதபுர அரசைக் கைப்பற்றினான்.[9] மானவர்மன் வடக்கில் இருப்பதை அறிந்த ஹத்தாட்ட, மானவர்மனைக் கைதுசெய்ய முயன்ற போது, மானவர்மன் காஞ்சிக்குச் சென்று பல்லவ அரசர்களின் பாதுகாப்பைப் பெற்றுப் பலகாலம் அங்கு தங்கியிருந்து, படைதிரட்டி வந்து, வடக்கில் தங்கியிருந்து, அனுராதபுரம் நோக்கிப் படையெடுத்துச் சென்று அரசைக் கைப் பற்றினான். இந் நிகழ்வுகளிலிருந்து வடக்கில் ஒரு வலுவான அரசு இருந்திருக் கின்றது என்பதும் அடுத்து, வடக்கில் இருந்த அரசு அனுராதபுர அரசுக்குக் கட்டுப் பட்டு இருக்கவில்லை என்பதும், பல்லவர்களுடைய செல்வாக்கு, ஏற்கெனவே வடபகுதிப் பிரதேசங்களில் நிலைபெற்று இருந்திருக்கின்றது என்றும் தெரிய வருகின்றது.

கி.பி. ஆறாம் நூற்றாண்டில் தமிழ் நாட்டில் எழுச்சிபெற்ற பல்லவப் பேரரசு இலங்கையின் வடகிழக்குப் பிரதேசங்களில், அரசியலிலும் பார்க்க மதம், மொழி, கலை, வர்த்தகம், நீர்ப்பாசனம் தொடர்பாகப் பலமான தாக்கங்களையும், செல்வாக் கினையும் ஏற்படுத்தியிருக்கின்றது. அரசியல் நிகழ்வுகளை அறிந்து கொள்வதற்கான ஆதாரங்கள் மிகக் குறைவாகவே காணப்பட்டாலும், மேற்கூறப்பட்ட விடயங்கள் தொடர்பாக சற்று அதிகமாகவே ஆதாரங்கள் கிடைக்கப் பெற்றுள்ளன. எனவே, இவைகளின் துணைகொண்டு சில அரசியல் நிகழ்வுகளை மேலும் தெளிவு படுத்துவதோடு, சமயம், மொழி, கலை, வர்த்தகம், நீர்ப்பாசனம் சம்பந்தப்பட்ட விட யங்களையும் கூடுதலாக அறிந்துகொள்ள முடியும்.

முதலில் மதம் தொடர்பான செல்வாக்கினையும், நிகழ்வுகளையும் நோக்குவது பொருத்தமானது. கி.பி. 300 - கி.பி. 900 ஆண்டுக் காலப்பகுதிகளில் மதம் சம்பந்தமாக இரு முக்கிய வரலாற்று நிகழ்வுகளைத் தொல்லியல், கட்டிட, சிற்பக்கலை, இலக்கிய ஆதாரங்கள் காட்டி நிற்கின்றன. முதலாவதாக, பௌத்தமதம் வடக்கு, கிழக்குப் பிரதேசங்களில் ஒரு முக்கிய மதமாகத் தமிழர்கள் மத்தியில் நிலவியமை. இரண்டாவதாக, குறிப்பாகச் சைவசமயம், அதன் வரலாற்றுக்கால ஆரம்ப வளர்ச்சி நிலையிலிருந்து, கி.பி. ஆறாம் நூற்றாண்டுகளில் இப் பிரதேசங்களின் மக்கள் மத்தியில் மிகச் செல்வாக்குப் பெற்ற மதமாக வளர்ச்சி அடைந்து காணப்பட்டமை. தமிழ்நாட்டில் பல்லவர் காலத்திற்கு முந்திய கி.பி. 300 - 600 களுக்கு இடைப்பட்ட, சங்கமருவிய காலத்தில் பௌத்த, சமண மதங்கள் மிக்க நல்ல நிலையில் இருந்தன என்பது முன்னர் சுருக்கமாகக் கூறப்பட்டுள்ளது. பல்லவர் காலமாகிய கி.பி. 600 - கி.பி. 900 காலப்பகுதியில் தமிழ்நாட்டில் சைவ மறுமலர்ச்சியின் தாக்கத்தினால் பௌத்த, சமண மதங்களின் செல்வாக்கு மக்கள் மத்தியில் அதிவேகமாகக் குறையத் தொடங்கியது. கி.பி. மூன்றாம் நூற்றாண்டுகளில், தென்னிந்தியாவில் பௌத்த, சமண மதங்கள் மக்கள் மத்தியில் செல்வாக்குப் பெற்றிருந்த வேளையில், இலங்கையிலும், குறிப்பாக, வடக்குக் கிழக்குப் பிரதேசங்களிலும், அச் செல்வாக்கின் தாக்கத்தைக் காணமுடிகிறது. அதேபோல் கி.பி. ஆறாம் நூற்றாண்டுகளில் சைவசமயம் மீண்டும் தமிழ்நாட்டு மக்கள் மத்தியில் செல்வாக்கினைப் பெற்று, மறுமலர்ச்சி அடைந்த வேளையில் அதன் தாக்கம், இலங்கையின் வடக்குக் கிழக்குப் பிரதேசங்களில் மிகுந்து காணப் பட்டது. இந்நிலையில் குறிப்பாக பௌத்தமதம், கி.பி. ஐந்தாம் நூற்றாண்டின் பிற்பாதியில் இருந்தே அதன் செல்வாக்கை, இலங்கையின் வடக்கு, கிழக்குப் பிரதேசங்களில் இழந்து நிற்பதைக் காணமுடிகிறது. எனவே, கி.பி. 300 - கி.பி. 600 காலப்பகுதியில், இலங்கையின் வடக்கு, கிழக்குப் பிரதேசங்களில் பௌத்த மதத்தின் செல்வாக்கு இருந்திருப்பதை ஆதாரங்கள் வாயிலாக அறிய முடிகின்றது. ஆனால், யாழ்ப்பாணக் குடாநாட்டில் மேற்குறிப்பிட்ட காலப்பகுதியில், பௌத்தமதம் பெற்ற செல்வாக்கினை, வன்னிப் பிரதேசத்திலும், கிழக்குப் பிரதேசத்திலும் அவ்வள வாகப் பெற வில்லை என்பதனையும், அறியமுடிகிறது. சிலவேளை களில் இப்பிரதேசங்களில் அகழ்வாராய்ச்சிகள், மேலாய்வுகள் பரவலாக நடைபெறாமல் இருப்பதன் விளைவாக, அவ்வாறான ஒரு முடிவுக்கு வரவேண்டி இருக்கின்றது. ஆனால் எதிர்காலத்தில் இப் பிரதேசங் களிலும், பரவலாக ஆய்வுகள் நடக்கும் பட்சத்தில் நிலமை வேறாக மாறலாம்.

புத்தர் சிலை - சுண்ணாகம்

சில முக்கியமான உதாரணங்கள் மூலம் வடக்கு கிழக்குப் பிரதேசங்களில் மேற்குறிப்பிட்ட காலகட்டத்தில் பௌத்த மதம் தமிழர்கள் மத்தியில் நிலவியதனை அறியமுடிகிறது. யாழ்ப்பாணக் குடாநாட்டில், குறிப்பாகக் கந்தரோடை, வல்லிபுரம், பொன்னாலை, மாக்கியப்பிட்டி, நிலாவரை, உடுவில், நயினாதீவு, புங்குடுதீவு, நெடுந்தீவு போன்ற இடங்களில் பௌத்த சிலைகளும், பௌத்த அழிபாடுகளும் காணப்படுகின்றன.[10] இவற்றுள் கந்தரோடையில் உள்ள பௌத்த தலம், மிகவும் முக்கியமானதாகும் அதேபோன்று, உதாரணத்துக்கு, சுன்னாகப் பகுதியில் கண்டெடுக்கப்பட்ட புத்தர் சிலையைக் குறிப்பிடலாம். இச் சிலை இந்தியாவில் அமராவதியில் உள்ள சிற்பக்கலை வடிவத்தைக் கொண்டதாகும். இச் சிலை கி.பி. ஐந்தாம் நூற்றாண்டு காலப்பகுதிக்கு உரியதாகும் எனத் தொல்லியலாளர்கள் கருதுகின்றனர். இதேபோன்று கிழக்கு மாகாணத்தில், திருகோணமலைப் பிரதேசங் களிலும் புத்தர் சிலைகள் தொடர்பிற் இவ்வாறான ஒரு போக்குக் காணப்படுகின்றது.

பௌத்த தலம் — கந்தரோடை

சிறப்பாக, வடக்குப் பிரதேசங்களிலுள்ள புத்தர் சிலைகள், கூடுதலாக ஆந்திரப் பிரதேச செல்வாக்கினைக் கொண்டு காணப்படுகின்றன. திருகோணமலையில் உள்ள புத்தர் சிலைகள், பௌத்த மதத்தின் மறுபிரிவான மாகாயான பௌத்த கலை வடி வங்களைக் கொண்டதாகக் காணப்படுகின்றன. இவற்றில் உள்ள முக்கியமான விடயம் என்னவெனில், மேற்குறிப்பிட்ட புத்தர்சிலைக் கலை வடிவங்களைப் பொறுத் தவரை, அனுராதபுரப் பிரதேச பௌத்த கலை அம்சங்கள், வடக்கிலும், கிழக்கிலும் உள்ள பௌத்த கலை அம்சங்களிலிருந்து வேறாகக் காணப்படுகின்றன.[11] எனவே, வடக்கிலும், கிழக்கிலும் உள்ள தமிழர் மத்தியில் நிலவிய பௌத்தமதச் செல் வாக்கு தென்னிந்தியாவிலிருந்து பரவியதைக் காணமுடிகிறது. இவைகளிலிருந்து இரண்டு முக்கிய விடயங்களைத் தெரிந்துகொள்ள முடிகிறது. முதலாவது, அனுராதபுர அரசின் செல்வாக்கு அல்லது அதிகாரம், வடக்கு, கிழக்குப் பிரதேசங்

களில் மேற்குறிப்பிட்ட காலகட்டங்களில் இருக்கவில்லை என்று முன்பு கூறிய கூற்றினை மேலும் உறுதிப்படுத்துகின்றது. இரண்டாவதாக, இந்தியாவில் தோன்றிய பௌத்தமதம், வரலாற்றுக் காலத்தில் அனுராதபுர அரசையும், அம் மன்னனையும், மக்களையும் ஈர்த்து இழுத்தது என்பதாகும். அப் பிரதேசத்தில் சிங்கள, தமிழ் இனக்குழுக்கள் மத்தியில் அம்மதம் செழிப்புற்று வளர்ந்தது. அதேபோன்று, சற்றுக் காலம் தாழ்த்தி வடக்கு கிழக்குப் பிரதேசத்திலுள்ள தமிழர்கள் மத்தியிலுள்ள பௌத்தமதம், மேற்குறிப்பிட்ட காலகட்டத்தில் தென்னிந்திய பௌத்தமதச் செல்வாக்கினைப் பெற்றிருந்தது. எனவே, பௌத்தமதம் முற்றுமுழுதாக சிங்கள இன மக்களின் மதமாக வரலாற்றுக் காலகட்டத்திலும், அதனை அடுத்த நூற்றாண்டுகளிலும் இருந்திருக்கவில்லை. அது தமிழருக்கும் உரிய மதமாக அக் காலகட்டத்தில் இருந்திருக்கின்றது. இந்நிலமை, கி.பி. ஒன்பதாம் நூற்றாண்டுகளிலிருந்து மாற்றமடைவதனை வரலாற்று நிகழ்வுகள் காட்டி நிற்பது அடுத்த அத்தியாயத்தில் ஆராயப்படும்.

வரலாற்றுக்காலம் தொட்டு, இலங்கையில் சைவ சமயம் பரவலாக தமிழ்மக்கள் மத்தியில் நடைமுறையில் இருந்து வந்துள்ளமை ஏற்கெனவே முதலாவது அத்தியாயத்தில் சுருக்கமாக விபரிக்கப்பட்டுள்ளது. வரலாற்று ஆசிரியர் போல் இ பீரிஸ் (Paul E. Pieris) அவர்கள் தனது ஆய்வின்படி கி. மு. ஐந்தாம் நூற்றாண்டுகளுக்கு முன்பே இலங்கையில் வடக்கில் நகுலேஸ்வரமும், கிழக்கில் கோணேஸ்வரமும், மேற்கில் கேதீஸ்வரமும், முனீஸ்வரமும், தெற்கில் தொண்டேஸ்வரமும் வரலாற்றுக் காலத்தில் இருந்தே வளர்ந்துவந்த ஆலயங்கள் எனக் குறிப்பிட்டுள்ளார்.[12] ஈஸ்வரக் கடவுள் இலங்கைத் தீவை வடக்கு, கிழக்கு, மேற்கு, தெற்கு ஆகிய நாலு திசைகளிலுமிருந்து காவல் புரிந்து வருவதாக ஜதீகக் கதைகளினூடாகவும் அறியமுடிகிறது. இந்தச் சிவாலயங்கள் இன்றும் சிறப்புடன் விளங்கிவருகின்றன. ஆனால் தெற்கிலுள்ள தொண்டேஸ்வரம் போத்துக்கீசரினால் அழிக்கப்பட்டதன் விளைவாக அதன் அழிபாட்டு எச்சங்களே எஞ்சியிருப்பதை அண்மைக்கால அகழ்வாராய்ச்சிகள் நிரூபித்துள்ளன. கோணேஸ்வரர், திருக்கேதீஸ்வரர் கோவில்களும் போத்துக்கீசரினால் இடிக்கப்பட்ட போதிலும், அக் கோவில்கள் மீண்டும் புனர்நிர்மாணம் செய்யப்பட்டுள்ளன. மேலும், இவ்விரு ஈஸ்வர தலங்களும் கி.பி. ஆரம்ப நூற்றாண்டுகளில் இருந்திருக்கின்றன என்பதை மகாவம்சம் ஊடாகவும், வேறு பாளி நூல்கள் மூலமாகவும் அறியமுடிகிறது.[13] ஆனால், வடக்கிலுள்ள நகுலேஸ்வரம் பற்றி இந்நூல்கள் எதுவும் குறிப்பிடவில்லை. மேலும், திருகோணமலைப் பிரதேசத்தில் கோணேஸ்வரர் ஆலயத்தைவிட வேறும் சில சிவாலயங்கள் இருந்தமை பற்றி அனுராதபுரத்தில் கண்டெடுக்கப்பட்ட இரு தமிழ்க் கல்வெட்டுக்கள் குறிப்பிடுகின்றன.[14] அதேபோன்று, அனுராதபுரத்திலும் பல சைவ அழிபாடுகள் அகழ்வாராய்ச்சியின்போது கண்டுபிடிக்கப் பட்டுள்ளன.[15] அனுராதபுர அரசில் இருந்த, பௌத்த மதத்தைத் தழுவிய மன்னர்களும் சைவ சமயத்தைத் தொடர்ச்சியாக ஆதரித்து வந்துள்ளார்கள் என்பதை ஆதாரங்கள் மூலம் அறியமுடிகிறது. விதிவிலக்காக, கி.பி. மூன்றாம் நூற்றாண்டில் அனுராதபுர மன்னனாக இருந்த மகாசேனன் சைவ சமயத்திற்கு எதிரான போக்குடையவனாய், சைவக் கோவில்களை அழித்துள்ளான் என்பது இங்கு குறிப்பிடத் தக்கது.[16] மேலும் பதவியா, கந்தளாய் போன்ற

பகுதிகளிலும் புராதன சைவ வழிபாட்டுத் தலங்கள் கண்டு பிடிக்கப்பட்டுள்ளன. இவை கி.பி. ஒன்பதாம் நூற்றாண்டுகளுக்கு முந்திய சைவத்தலங்கள் என அடையாளம் காணப்பட்டுள்ளன.

இவற்றின் அடிப்படையில், வரலாற்றுக் காலத்திலிருந்து இலங்கை மக்கள் மத்தியில் சைவசமயம் முக்கியமான, நிலையான, தொடர்ச்சியான நடைமுறையில் உள்ள சமயமாக இருந்து வந்திருக்கிறது என்பதனை அறியமுடிகிறது. ஆனால் கி.பி. ஆறாம் நூற்றாண்டுகளிலிருந்து, கி.பி. ஒன்பதாம் நூற்றாண்டுகள் வரையுள்ள காலப்பகுதி, சைவத்தின் வரலாற்றில் மிகவும் முக்கியமானதொரு காலப்பகுதியாகக் காணப்படுகிறது. ஏற்கெனவே சுருக்கமாகக் கூறியதன்படி, இக் காலகட்டத்தில் தமிழ் நாட்டில் சைவசமயம் மிகவும் எழுச்சியுடன் மறுமலர்ச்சி அடைந்து, அங்கு ஒரு நிலையான இடத்தைப் பிடித்திருந்தது. ஏற்கெனவே கி.பி. மூன்றாம் நூற்றாண்டிலிருந்து செல்வாக்குப் பெற்றிருந்த பௌத்த, சமண மதங்களின் செல்வாக்கினை நிலைகுலைத்து, சைவசமயம் புத்துணர்ச்சி பெற்றுத் தமிழ்நாட்டில் மீண்டும் வளரத் தொடங்கியதைப் பல்லவர் ஆட்சிக்கால வரலாற்றுச் சான்றுகள், கல்வெட்டுக்கள், இலக்கியங்கள், கட்டிட, சிற்ப, ஓவிய, கலைகள் போன்றவற்றினூடாக அறிய முடிகிறது. இதன் தாக்கமும், செல்வாக்கும், புவியியல் ரீதியாக அண்மித்து இருந்த இலங்கையின் வடக்கு, கிழக்கு, வடமேற்குப் பகுதிகளிலும் ஏற்பட்டன. கி.பி. ஆறாம் நூற்றாண்டுகளின் இறுதிப் பாகத்தில் இருந்து தமிழ்நாட்டில் ஆரம்பமான நாயன்மார்களின் பக்தி இயக்கம், இலங்கையில் சைவம் மேலும் செழிப்புற்று வளர வழி அமைத்துக் கொடுத்தது. கி.பி. ஏழாம் நூற்றாண்டு காலப்பகுதியில் நாயன்மார்களில் முக்கியம் வாய்ந்தவரான திருஞானசம்பந்தர் இலங்கையின் புராதன தலங்களான கோணேஸ்வரம், திருக்கேதீஸ்வரம் ஆகிய தலங்கள்மீது தேவாரப்பதிகங்கள் பாடி அற்றைப் பெருமைப்படுத்தியிருந்தார்.[17] மேலும், கி.பி. எட்டாம் நூற்றாண்டில் வாழ்ந்த நாயன்மார்களில் ஒருவரான மாணிக்கவாசகர் அவர்களும் மன்னாரில் உள்ள மாதோட்டப் பெருந்துறைக்கு வந்து போனதாகவும், அப்பொழுது திருக்கேதீஸ்வர சிவனின்மேல் அவர் கொண்ட பக்தியினால் அவர் பாடியருளிய திருவாசகத்தில் பலமுறை, 'திருப்பெருந்துறை உறை சிவனே!' எனத் திருக்கேதீஸ்வரச் சிவனை முன்னிறுத்திப் பாடியுள்ளார் என்றும் கருதப்படுகிறது.[18] அவர் பாண்டிய மன்னனுக்காகக் குதிரை வாங்க வந்த இடம் திருப்பெருந்துறை, மாந்தை அல்லது மாதோட்டம் எனக் கருதப்படுகின்றது. அதேபோன்று கி.பி. எட்டாம் நூற்றாண்டில் வாழ்ந்தவரான சுந்தரமூர்த்தி நாயானாரும் திருக்கேதீஸ்வரம் மீது பாடல்களைப் பாடி சிறப்பித்திருக்கின்றார்.[19]

இவ்வாறான சான்றுகளின் அடிப்படையில் வரலாற்றுக் காலம் தொடங்கி, அல்லது வரலாற்றுக் காலத்துக்கு முன்பிருந்தே சைவசமயம் மக்கள் மத்தியில் இடம்பிடித்து, கி.பி. ஆறாம் நூற்றாண்டிலிருந்து, குறிப்பாக, வடக்கு, கிழக்கு, வடமேற்குத் தமிழ்ப் பிரதேசங்களில் செல்வாக்குடன் நிலைபெற்றுக் காணப்படுகிறது. மேலும், அடுத்து வருகின்ற கி.பி. ஒன்பதாம் நூற்றாண்டுகளிலிருந்து, குறிப்பாக சோழர் ஆதிக்கம் இலங்கையில் ஏற்பட்டதிலிருந்து, சைவசமயம் அதன் உச்சகட்ட வளர்ச்சி அடைவதையும், இலங்கைத் தமிழர்களுக்கு மதரீதியிலான ஒரு நிலையான அடையாளத்தை வழங்கியதனையும் காணமுடிகிறது.

அடுத்து, மேற்கூறப்பட்ட காலப்பகுதியில் சைவத்தைப் போன்று தமிழ் மொழியும் அதன் தொடர்ச்சியான வளர்ச்சியினைப் பெற்றிருக்க வேண்டும். ஆனால் தமிழ் மொழியின் தொடர்ச்சியான வளர்ச்சி பற்றி அறியப் போதிய கல்வெட்டு ஆதாரங்களோ, இலக்கிய ஆதாரங்களோ பரவலாகக் கிடைக்கப் பெறவில்லை. ஏற்கெனவே கூறியதுபோல, அனுராதபுரப் பிரதேசத்தில் பத்தொன்பதாம் நூற்றாண்டுகளிலிருந்து பரவலாக அகழ்வாராய்ச்சிகள் நடைபெற்றதன் விளைவாக சில தமிழ்க் கல்வெட்டுக்கள் மேற்குறிப்பிட்ட காலகட்டத்தின் இறுதியில் கிடைக்கப் பெற்றிருக்கின்றன. ஆனால், அனுராதபுரப் பிரதேசத்திற்கு வெளியே, வடக்கு, கிழக்கு, வடமேற்குப் பிரதேசங்களில், இக் காலத்துக்குரிய அவ்வாறான தமிழ் எழுத்துக்கள் கொண்ட கல்வெட்டுக்கள் இதுவரை கிடைக்கப் பெறவில்லை. ஆனால், இக் காலத்திற் பல்லவர்கள் பல்லவ கிரந்த எழுத்து முறையூடாக சமஸ்கிருத மொழியில் தென்பிராமி எழுத்துக்களைப் பயன்படுத்தித் தமது கல்வெட்டுக்களை எழுதினர். இதன் செல்வாக்கு இலங்கையிலும் ஏற்பட்டிருக்கின்றது. இலங்கையில் பொதுவாகப் பல்லவ கிரந்த எழுத்து அமைந்துள்ள சமஸ்கிருத மொழிக் கல்வெட்டுக்கள் கிடைத் துள்ளன. இவை கூடுதலாக வடக்கு, கிழக்குப் பிரதேசங்களிலேயே கிடைத்துள்ளமை குறிப்பிடத் தக்கது. எனவே பல்லவ கிரந்த எழுத்தில், சமஸ்கிருத மொழியை இக்காலத்தில் அதிகாரத்தில் இருந்தவர்கள் பயன்படுத்தியமை பற்றி அறியமுடிகிறது. வரலாற்றுக் காலத்தில், கி. மு. மூன்றாம் நூற்றாண்டில் இருந்து, கி.பி. மூன்றாம் நூற்றாண்டுவரை அல்லது அடுத்து வருகின்ற ஒரு சில நூற்றாண்டுகளை உள்ளடக்கியதாக, கல்மேற் பொறிக்கப்பட்ட எழுத்துக்கள், பிராமி எழுத்தில் எழுதப்பட்டிருக்கின்றன. இந்தக் காலப்பகுதியை

அபயகிரிவிளாகக் கல்வெட்டு

குமாரகணத்துப்பேரூரார் கல்வெட்டு

நான்கு நாட்டார் கல்வெட்டு

அடுத்து வருகின்ற நூற்றாண்டுகளிலிருந்து தமிழ், சிங்கள சமஸ்கிருத கல்வெட்டுக்கள் இலங்கையில் காணப்படுகின்றன. அனுராதபுரப் பிரதேசத்திலேயே, கி.பி. 600 - கி.பி. 900 காலப் பகுதிக்குரிய பதினொரு கல்வெட்டுக்கள் இதுவரை கண்டுபிடிக்கப்பட்டுள்ளன. இக் கல்வெட்டுக்கள் தமிழிலும், கிரந்த எழுத்திலான சமஸ்கிருதத்திலும் எழுதப்பட்ட கல்வெட்டுக்களாக மொழி விற்பன்னர்களாலும், தொல்லியல் வல்லுனர்களர்களாலும் அடையாளம் காணப்பட்டுள்ளன. ஏற்கெனவே குறிப்பிட்டது போல், இக் கல்வெட்டுக்களில் அனுராதபுர அரசுபற்றிய செய்திகளைக் காணமுடியவில்லை. அனேகமாக, வணிககணங்கள் என வரலாற்று ஆசிரியர்களால் குறிப்பிடப்படும், வர்த்தக நிறுவனங்கள் பற்றியும், கோவில்களுக்குத் தானம் கொடுக்கப்பட்ட, திருப்பணி செய்யப்பட்ட நிகழ்வுகள் பற்றியுமே காணப்படுகின்றன. எது எவ்வாறிருப்பினும், தமிழ் மொழி அக் காலகட்டத்தில் கல்வெட்டுக்களில் பயன்படுத்தப்பட்டமை குறித்து இக் கல்வெட்டுக்கள் மிக முக்கியம் வாய்ந்தவையாகத் திகழ்கின்றன.

உதாரணமாக, 'குமாரகணம', 'நான்கு நாட்டார்', என்ற வணிக கணங்களுடைய கல்வெட்டுக்கள் 1981ம் ஆண்டில் நடைபெற்ற ஆய்வின்போது அனுராதபுர நகரத்தின் வடக்குப் பகுதியில் கண்டெடுக்கப்பட்டன. இப் பிரதேசம் அக் காலத்தில் கூடுதலாகத் தமிழர்கள் வாழ்ந்த இடமாக ஆய்வுகள் காட்டி நிற்கின்றன.[20] இதே போன்று பங்குளிய விகாரைத் தமிழ்க் கிரந்தக் கல்வெட்டுக்கள், அபயகிரி விகாரை வளாகத்திற் கண் டெடுக்கப்பட்ட தமிழ்க் கல்வெட்டுக்கள் என்பன மிகவும் முக்கியமானவையாகும். பங்குளிய விகாரைக் கல்வெட்டு தானம் கொடுப்பதுப் பற்றியும், அபயகிரி வளாகக் கல்வெட்டு, அபயகிரித் தலத்தில் அமைந்துள்ள ஒரு களபடை மற்றும், போதிமரம் பற்றியதுமாகும். இக் கல்வெட்டு இலங்கையில் கிடைத்துள்ள தமிழ் சாசனங்களில்

மிகப் பழமையானதாகும். துரதிர்ஷ்டவசமாக, அக் கல்வெட்டு தெளிவாக வாசிக்க முடியாதவாறு சிதைந்த நிலையில் காணப்படுகிறது.

இதே போன்று, தமிழ்க் கல்வெட்டுக்களில் முக்கியமானது நான்கு நாட்டார் கல்வெட்டு. இதுவும் அனுராதபுரப் பகுதியில் உள்ள சைவ சமய நிறுவனங்களின் அழிபாட்டுப் பகுதியில் கண்டெடுக்கப்பட்டது.[21] இக் கல்வெட்டு, மாக்கோணப் பள்ளி என்னும் நிறுவனத்தின் அறக்கட்டளையின் விபரங்களைப் பற்றியதாகும். இதன் ஒரு பகுதி தமிழிலும், மறுபகுதி சமஸ்கிருத மொழியிலும் உள்ளது. இக் கல்வெட்டும் மிகவும் சிதைந்த நிலையிலேயே காணப்படுவதால் முற்றாக அதனை ஆய்வாளர்களால் வாசிக்க முடியவில்லை.[22]

அடுத்து மிக முக்கியமாகக் குறிப்பிடக்கூடிய கல்வெட்டு அனுராதபுரத்தில் 1892ம் ஆண்டு, அகழ்வு செய்யப்பட்டபோது எடுக்கப்பட்ட, குமாரகணத்துப் பேரூராரின் தமிழ்க் கல்வெட்டு ஆகும்.[23] இது பொதுவாகக் கி.பி. 750 - கி.பி. 850 காலப்பகுதிக்குரியது என ஆய்வாளர்கள் கருதுகின்றனர். இக் கல்வெட்டு, முக்கியமாக சேக்கிழான் செட்டி சிங்கன், என்பவனும் சேக்கிழான் சென்னை என்பவனும் முப்பது குமாரகணத்துப் பேரூரார்க்கு 30 ஈழக் காசும், நாள்தோறும் ஒரு திருவமுதும் கொடுத்து, அத்துடன் ஒரு நந்தா விளக்கும் ஏற்றுவதாக ஒப்புக் கொள்ளப்பட்ட உடன்படிக்கை சம்பந்தமானதாகும். இதில் உள்ள சிறப்பம்சம் என்னவெனில், ஏனைய தமிழ்க் கல்வெட்டுக்கள் பௌத்த விகாரைகளை அண்மித்ததாகக் காணப்பட, இக் கல்வெட்டு நான்கு நாட்டார் கல்வெட்டுப் போன்று, சைவ நிறுவனங்களின் அழிபாட்டுப் பகுதியில் காணப்பட்டமையாகும். அத்தோடு இக்கல்வெட்டில் உள்ள 'குமார கணத்துப் பேரூரார்' என்ற சொற்பதம், வேறு எங்கும் இதுவரை பயன்படுத்தப்பட்டதாகத் தகவல்கள் இல்லை. எனவே இப் பெயரைக் குறிக்கும் ஊர் அனுராதபுரப் பகுதியிலுள்ள ஊரையும், ஓர் அதிகார வர்க்கத்தையும் குறிக்கும் ஒரு சொல்லாகவும் அமைகிறது என ஆய்வாளர்கள் முடிவு செய்துள்ளனர்.

மேலே கூறப்பட்ட கல்வெட்டுக்களிலிருந்து, சில விடயங்களை அறியக் கூடியதாக உள்ளது. முதலாவதாக, மேற்குறிப்பிட்ட காலப்பகுதியில் தமிழ் மொழி, அனுராதபுர இராச்சிய காலத்தில் ஒரு முக்கியமான மொழியாக இருந்திருக்கின்றது. மேலும், மேற்கூறப்பட்ட கல்வெட்டுக்கள் கி.பி. ஆறாம், ஏழாம் நூற்றாண்டுகளுக்கும், கி.பி. ஒன்பதாம் நூற்றாண்டுக்கும் இடைப்பட்ட காலத்திற்கு உரியவையாகக் காணப்பட்ட போதும், அதற்குப் பல நூற்றாண்டுகள் முன்பிருந்தே, அம் மொழி வழக்கில் இருந்து வந்தபடியாற்தான் மேற்குறிப்பிட்ட காலப்பகுதியில், கல்வெட்டுக்களில் எழுதும் அளவிற்கு வளர்ச்சி பெற்ற மொழியாக இருந்திருக்கின்றது என்பது தெளிவு. அடுத்து, தமிழர்கள் சைவத்தையும், பௌத்தத்தையும் ஆதரிப்பவர்களாகவும், அம் மதங்களைச் சார்ந்தவர்களாகவும் இருந்திருக்கின்றார்கள் என்பதையும் இக் கல்வெட்டுக்கள் காட்டி நிற்கின்றன. அடுத்ததாக, தமிழர்கள் அனுராதபுர இராச்சியப் பிரதேசத்தில் அல்லது அனுராதபுர நகரில் செல்வாக்கும், அதிகாரமும் உடையவர்களாக அக்காலகட்டத்தில் இருந்திருக்கின்றார்கள் என்பதும் நிரூபிக்கப்பட்டுள்ளது.[24]

எனவே, அனுராதபுரத்தில் மேற்குறிப்பிட்ட காலகட்டத்தில் இவ்வாறான தமிழ்க் கல்வெட்டுக்கள் காணப்படும் போது, தமிழர்கள் வரலாற்றுக் காலத்திலிருந்து தொடர்ச்சியாக வாழ்ந்த வடக்கு, கிழக்கு, வடமேற்குப் பிரதேசங்களில் ஏன் அவ்வா

றான கல்வெட்டுக்கள் இதுவரை கண்டு பிடிக்கப்படவில்லை என்ற ஒரு கேள்வி எழுகின்றது. ஏற்கெனவே கூறியது போல் அனுராதபுரத்தில் அகழ்வாராய்ச்சிகளும், மேலாய்வுகளும் தொடர்ச்சியாகவும், விஞ்ஞான ரீதியாகவும் மேற்கொள்ளப்பட்டது போன்று, இப் பிரதேசங்களில் இதுவரை அவ்வாறு எதுவும் நிகழவில்லை. எனவே, எதிர்கால அகழ்வாராய்ச்சிகளும், மேலாய்வுகளும் சுதந்திரமாக இப் பிரதேசங்களில் நடைபெறும் போது ஏராளமான தமிழ்க் கல்வெட்டுக்களும், பல்வேறு தொல் பொருட்களும் நிச்சயமாகக் கிடைக்கும் என்பதில் எதுவித சந்தேகமும் இருக்க முடியாது. கல்வெட்டுக்கள் போன்று, புராதன நாணயங்களும், அக் காலங்களுக்குரிய சமய, மொழி, சமூக, பொருளாதார, அரசியல் என்பவற்றை அறிந்து கொள்வதற்கு வரலாற்றாசிரியர்களுக்குப் பெருமளவு உதவியாக உள்ளன. இவ்வாறான நாணயங்கள், பொதுவாக, அரச நிறுவனங்களாலும், வர்த்தக நிறுவனங்களாலுமே பெரும்பாலும் வரலாற்றுக் காலங்களில் இலங்கையில் வெளியிடப்பட்டிருக்கின்றன. இவ் வரலாற்றுக் காலத்துக்குரிய இலங்கை நாணயங்கள் பிராமி எழுத்துப் பொறித்த நாணயங்களாகவே கி. மு. இரண்டாம் நூற்றாண்டிற்கும் கி.பி. மூன்றாம் நூற்றாண் டிற்கும் இடைப்பட்ட காலத்துக்கு உரியவையாகக் காணப்படுகின்றன. அண்மைக் காலத்தில் நடைபெற்ற ஆய்வுகளின்போது, குறிப்பாக வட இலங்கையில், கந்த ரோடை, பூநகரி போன்ற இடங்களில் புராதன நாணயங்கள் மேற்குறிப்பிட்ட காலத் துக்கு உரியனவாகக் கண்டுபிடிக்கப்பட்டுள்ளன. இந் நாணயங்கள் அக் காலத்துக் குரிய தமிழ் மன்னர்களாலும், தமிழ் வணிகர்களாலும் வெளியிடப்பட்டுள்ளதாக அறியமுடிகிறது. ஆனால், கி.பி. பதின்மூன்றாம் நூற்றாண்டுகளில், யாழ்ப்பாண அரசு காலத்தில் யாழ்ப்பாண மன்னர்கள் 'சேது' நாணயங்களை வெளியிட்டுள்ளமை உறுதிப்படுத்தப்பட்ட விடயமாக உள்ளது. இந் நாணயங்களில் இலச்சினைகளும், தமிழ் எழுத்துக்களும் உள்ளன. புராதன மொழிபற்றி ஆய்ந்து சரியான வரலாற்று முடிபைக் கொடுப்பதற்கு, இலங்கை பற்றிய ஆய்வில் பாளி, சிங்கள, சமஸ்கிருத, தமிழ் மொழி போன்றவற்றில் ஆழ்ந்த அறிவும், வரலாறுபற்றிய ஆழ்ந்த புலமையும், நவீன விஞ்ஞான ரீதியான கண்ணோட்டமும், மிக அவசியம். இலங்கையில் தமிழ்ப் பிரதேசங்களிலும் ஏனைய பிரதேசங்களிலும் கிடைக்கப்பெற்ற புராதன தமிழர் தொடர்பான நாணயங்களைப் பற்றிய ஒரு தெளிவான விளக்கத்தைப் பெறக்கூடிய வகையில் அவ்வாறான ஒரு முயற்சி தமிழ் பிரதேசங்களில் நடைபெற்று, ஆய்வுகள் மேற்கொள்ளப்படும் பட்சத்தில், தமிழர் வரலாறு பற்றி மேலும் பல தெளிவான தகவல்களையும், விளக்கத்தினையும் பெறமுடியும்.

அடுத்து, இக் காலப்பகுதியில் முக்கியமாக இடம் பெறுவது வர்த்தக நடவடிக் கைகளாகும். கி.பி. ஒன்பதாம், பத்தாம் நூற்றாண்டுகளிலும், அதன் பின்னர் வருகின்ற காலங்களிலுள்ள கல்வெட்டுக்கள் சிலவற்றிற்தான் தமிழ் நாட்டிலும் சரி, இலங்கை யிலும் சரி இடம்பெற்ற வர்த்தக நடவடிக்கைகள் பற்றிக் காணமுடிகிறது. இருந்தும், ஆய்வுக்கு எடுத்துக் கொள்ளப்பட்ட மேற்படி காலப்பகுதியில், வடக்கு, கிழக்கு கரையோரத் துறைமுகங்களினூடாகத் தென்னிந்திய, தென்னாசிய, ஏனைய தூரகிழக்கு மற்றும், மேலைநாடுகளின் வியாபார நடவடிக்கைகள் தொடர்ச்சியாக நடைபெற்றதன் விளைவாகத்தான் ஒன்பதாம், பத்தாம் நூற்றாண்டுகளில், வணிக கணங்களின் வர்த்தக நடவடிக்கைகள் முக்கிய இடத்தினைப் பிடித்திருக்கின்றன

என்பதனைக் கல்வெட்டுக்கள், இலக்கிய ஆதாரங்கள் கூறுகின்றன. மேலும் சமயம், மொழி, கலை, கலாசாரம் என்பன பல்லவர் காலப் பகுதியில், இலங்கையில், குறிப்பாக வடக்கு, கிழக்குப் பிரதேசங்களில் பெரும் மாற்றங்களையும், வளர்ச்சி யையும் உள்வாங்கிய நிகழ்வுகளுக்கெல்லாம், அடிப்படையாக விளங்கியது இக் கால வர்த்தக நடவடிக்கைகளே எனலாம்.

கி.பி. ஒன்பதாம், பத்தாம் நூற்றாண்டுகளைச் சேர்ந்தவையான, தென்னிந்திய வணிக கணங்களுள் ஒன்றான மணிக்கிராமம் என்ற வணிக கணத்தைப் பற்றிய ஆவணங்கள் இலங்கையிற் கிடைத்துள்ளன.[25] மகியங்கனைக்கு அருகாமையில் ஹோபிடிகம என்ற இடத்தில் மணிக்கிராமத்தவர் வர்த்தக நடவடிக்கையில் ஈடுபட்டி ருந்தனர் என்பதற்கு கல்வெட்டுச் சான்றுகள் உள்ளன.[26] மேலும், நான்குநாடு என்ற வணிகக் கணத்தினரும் இலங்கையில் இதே காலப்பகுதியில் வர்த்தக நடவடிக்கை யில் ஈடுபட்டிருக்கின்றனர்.[27] இவ்வாறு, இவர்கள் இலங்கையின் வடமத்திய பிரதேசத் தில் வர்த்தக முயற்சிகளில் ஈடுபடுவதற்கு முன்னர், நிச்சயமாகக் கரையோர மையங் களான திருகோணமலை, மன்னார், கற்பிட்டி, யாழ்ப்பாணம் போன்ற முக்கிய துறை முகங்களைக் கொண்டுள்ள இடங்களில் தங்கள் வர்த்தக நடவடிக்கைகளை மேற் கொண்டதன் பின்னரே, இவர்கள் உட் பிரதேசங்களுக்குச் சென்றிருக்க முடியும். தென் ஆசியா, தென்கிழக்கு ஆசியா நாடுகளுக்கான வர்த்தக நடவடிக்கைகள் பல்லவர் காலத்திலும், அதனை அடுத்து வருகின்ற காலப் பகுதிகளிலும், மிக விறுவிறுப்பாக நடைபெற்றிருந்திருக்கின்றன. இதில் இந்து சமுத்திரப் பிராந்தியமும், அதன் கரையோரத் துறைமுகங்களும் முக்கிய பங்கு வகித்திருக்கின்றன. இந்து சமுத்திரப் பிராந்தியத்தில் முக்கியமான துறைமுகங்களாக, மன்னாரில் உள்ள மாதோட்டமும், திருகோணமலையில் உள்ள கொட்டியாரமும், தென்னிந்தியாவில் மாமல்லபுரமும் நாகபட்டினமும் இருந்திருக்கின்றன. இவ்விரண்டு தென்னிந்தியத் துறைமுகங்களுக்கும் அண்மித்த பகுதியாக, இயற்கைத் துறைமுகமான திருகோண மலையும், மாதோட்டமும் இருந்ததன் பயனாக, தென்னிந்திய வர்த்தகக் கணங்கள் இலங்கையின் வடக்கு, கிழக்கு, வடமேற்குப் பிரதேசங்களில் தங்கள் வர்த்தக நடவடிக்கைகளுக்கு மேற்படி துறைமுகங்களைத்தான் நிச்சயம் உபயோகித்திருக் கிறார்கள். ஆகவே மேற்படி பிரதேசங்களில் இக் காலப்பகுதியில் வர்த்தக நடவடிக் கைகள் நிச்சயம் செழிப்பான நிலையில் இருந்திருக்கின்றன என்ற முடிவுக்கு வருவ தில் தவறில்லை. உதாரணமாக தென்னிந்திய வர்த்தக கணங்கள் இலங்கையின் கிழக்குப் பிரதேசங்களில் தங்கள் வர்த்தக நடவடிக்கைகளில் ஈடுபட்டிருந்திருக்கிறார் கள் என்பதற்கு, திருகோணமலைப் பிரதேசத்தில் திரியாய் என்ற இடத்தில் சில ஆதாரங்கள் கிடைத்துள்ளன. மேலும், வடக்கு, கிழக்குப் பிரதேசங்களில் இவ் வாறான வர்த்தக நடவடிக்கைகள் கி.பி. ஏழாம் நூற்றாண்டிலிருந்து நடைபெற்ற தற்கான, பல்லவ கிரந்த எழுத்தில் எழுதப்பட்ட சில சமஸ்கிருத கல்வெட்டுக்கள் கிடைத்திருக்கின்றன. கிறிஸ்து சகாப்தத்தில் இருந்து, இவ்வாறான வர்த்தக முயற்சி கள் மேற்படி பிரதேசங்களில் தொடர்ச்சியாக நடைபெற்று வந்தபோதும், கி.பி. ஆறாம் நூற்றாண்டுகளுக்கும் கி.பி. ஒன்பதாம் நூற்றாண்டுகளுக்கும் இடைப்பட்ட காலத்திலேதான், இவ் வர்த்தக நடவடிக்கைளுக்கான ஆதாரங்கள் ஓரளவு அங் கொன்றும் இங்கொன்றுமாக, மேற்கூறப்பட்டவாறு கிடைத்திருக்கின்றன. இக் காலப்

பகுதியை அடுத்து வருகின்ற நூற்றாண்டுகளில் இவ் விடயம் பற்றி பல தரவுகளைப் பெறக்கூடியதாகக் காணப்படுகின்றது. திரும்பவும் கூறுவதானால், மேற்படி பிரதேசங்களில் மேலாய்வுகளும், அகழ்வாய்வுகளும் உரிய முறையில் நடைபெற்று, மேலும் ஆதாரங்கள் கண்டுபிடிக்கும் வரை மேற்கொண்டு இக்காலத்துக்குரிய வர்த்தக நடவடிக்கைகள் பற்றி மேலதிக விடயங்களை அறியமுடியாதிருக்கும்.

மேற்படி வணிக கணங்கள் வசதி படைத்தவர்களாகவும், செல்வாக்கு உள்ளவர்களாகவும் இருந்ததன் விளைவாகச் சமய நிறுவனங்களுக்கு உதவியோராய்க் காணப்பட்டனர். மேலும் சிற்பம், கட்டிடக் கலை, நீர்ப்பாசனம் போன்ற அபிவிருத்திக்கெல்லாம் தாராளமாக உதவியவர்களாகக் காணப்பட்டிருக்கின்றனர். இதன் விளைவாகக் கட்டிடக் கலைஞர்களும், சிற்பிகளும், பிராமணர்களும், தொழில் நுட்பவியலாளரும் பல்வேறு துறைகள் சார்ந்த முயற்சிகளில் ஈடுபட வாய்ப்பு ஏற்பட்டது. பல்லவ கால சமஸ்கிருத கல்வெட்டுக்களும், தமிழ்க் கல்வெட்டுக்களும் இவைகளுக்கான ஆதாரங்களாகக் காணப்படுகின்றன. மேற்படி நிகழ்வுகள் மதம், மொழி, கலை, கலாசாரம், தொழில்நுட்பம் போன்ற துறைகளில் பாரிய மாற்றங்களை இக் காலகட்டத்தில் ஏற்படுத்தியுள்ளன. இதனால் தமிழர்கள் இலங்கையில், குறிப்பாக வடக்கு, கிழக்கில், ஒரு நிலையான சமூக அடித்தளத்தைக் கட்டி எழுப்பக் கூடியதாக இருந்திருக்கின்றது. இந்நிலமை அடுத்து வருகின்ற சோழர் காலப்பகுதியில் பெருமளவில் முன்னேற்றமடைந்து, அதனை அடுத்து வருகின்ற நூற்றாண்டுகளில் பலமுள்ள ஒரு தமிழ் இராச்சியம் தோன்ற வழி சமைத்துக் கொடுத்திருக்கின்றது.

நீர்ப்பாசனத் துறையும், அதன் அபிவிருத்தியும் வரலாற்றுக் காலத்திலிருந்தே இலங்கையில் முக்கிய இடத்தைப் பெற்றிருக்கின்றன. தென்னிந்தியாவிலிருந்து இரும்புக்காலப் பண்பாடு இலங்கைக்குப் பரவியபோதே, அக்கால மக்கள் இரும்பை உபயோகப்படுத்தித் தமது ஆரம்பகால விவசாய நடவடிக்கைகளை மேற்கொண்டனர். நெற்பயிர்ச் செய்கை, நீர்ப்பாசனம், தொழில்நுட்பம், சிறு குளங்களையும், கால்வாய்களையும், அணைக்கட்டுக்களையும் அமைக்கும் நடவடிக்கைகள் என்பன இரும்புக்காலப் பண்பாட்டுக் காலத்தில் பரவியதைக் காணக்கூடியதாக உள்ளது. மக்கள் பெருக்கம் ஏற்பட, விவசாய முயற்சிகளின் தேவையும், அதற்கு ஆதாரமான நீர்ப்பாசன வசதிகளும் அதிகரிக்கப்பட வேண்டியதன் அவசியம் தென்னிந்தியாவிலும், இலங்கையிலும் உள்ள வரலாற்றுக்கால மன்னர்களால் உணரப்பட்டன. உதாரணமாக, தமிழ் நாட்டில் சங்ககாலச் செய்யுளில் 'குளம் தொட்டு வளம் பெருக்கிய' மன்னர்களைப் பற்றிப் புகழ்ந்துரைக்கப் பட்டுள்ளது.[28] சங்ககாலப் படடினப்பாலை,[29] மற்றும் பாளி நூல்கள் என்பன குளங்கள் பற்றிய பல தகவல்களைக் கொண்டுள்ளன. மன்னர்கள் வரலாறு பற்றிக் கூறும்பொழுது, அவர்கள் பௌத்த மதத்திற்குச் செய்த தொண்டுகளைப் பாளி நூல்கள், புகழ்ந்துரைப்பது போல், அம் மன்னர்கள் செய்த நீர்ப்பாசன வேலைத் திட்டங்களைப் பற்றியும் முக்கிய செய்தியாகக் கூறத் தவறவில்லை. இதனாற்தான் இலங்கையின் வரலாற்றுக்காலம் தொடக்கம் மன்னர்கள் நீர்ப்பாசனம் தொடர்பாக ஆற்றிய சேவைகளைப் பற்றி பல்வேறுபட்ட வரலாற்றுக் குறிப்புக்கள் தொடர்ச்சியாகக் காணப்படுகின்றன. மேலும், கி.பி. ஆறாம் நூற்றாண்டுகளுக்குப் பின்வருகின்ற

கல்வெட்டுக்களும் பெரும்பாலும் அச் செய்திகளைக் கொண்டவையாகக் காணப்படுகின்றன. உதாரணமாக சங்கச் செய்யுளாகிய பட்டினப்பாலை கரிகால மன்னன் பல குளங்களைத் தமிழ் நாட்டில் கட்டி வளம் பெருக்கினான் எனக் கூறுகின்றது. இலங்கையிலும் கரிகாலன் நீர்ப்பாசன அபிவிருத்திக்கு உதவியதாகச் சிங்கள வரலாற்று ஏடுகளில் கூறப்பட்டி ருப்பதையும் காணமுடிகிறது. கஜபாகு மன்னன், கரிகாலன் ஆட்சிக்காலத்தில், தென்னிந்தியாவில் இருந்து ஆட்களைக் கொணர்ந்து நீர்ப்பாசன வேலைகளில் ஈடுபடுத்தியதாகவும் பாளி நூல்கள் கூறுகின்றன.[30] ஆனால் இவ்விரு மன்னர்களும் இரு வேறுபட்ட காலங்களில் ஆட்சி செய்திருப்பதை ஆதாரங்கள் காட்டுகின்றன. இந் நிகழ்வுபற்றி வரலாற்று ஆசிரியர்கள் மத்தியில் கருத்து முரண்பாடுகள் காணப் படுகின்றன என்பதையும் கருத்திற் கொள்வது அவசியம். மேலும், போர்த்தொழிலில் ஈடுபட்ட அரசனின் காவலர்களும் இவ் வேலைத் திட்டங்களுக்குப் பயன்படுத்தப்பட்ட தாகக் குறிப்புக்கள் காணப்படுகின்றன. இவ்வாறான வேலைத் திட்டங்களில் வணிக கணங்களும் முக்கிய பங்கு வகித்திருக்கின்றன. உதாரணமாக, இலங்கையின் வடக்கு கிழக்குக் கரையோரங்களிற் குறிப்பாக, கொக்கிளாய் தொடங்கித் திரு கோணமலை வரையுள்ள பகுதிகளில் இவ்வகைக் கணங்களின் நீர்ப்பாசனம் தொடர் பான செய்திகள் கி.பி. ஆறாம் நூற்றாண்டிலிருந்து காணப்படுகின்றன. இப் பிரதேசங் களில் கி.பி. ஏழாம் நூற்றாண்டு காலப்பகுதியில் கட்டப்பட்ட இரு பெரும் குளங்க ளாக, பதவியாக் குளமும், வாஹல் எனத் தற்காலத்தில் அழைக்கப்படும் குளமு மென இரு பாரிய குளங்களின் கட்டுமானத்தில் வணிக கணங்களின் பங்கு அதிகமாக இருந்திருக்கின்றது என்று தெரிகிறது. காரணம், இக் குளங்களை அனுராதபுர அரசர் கட்டியதாக பாளி வரலாறுகளில் குறிப்புக்கள் எதுவுமில்லை.[31] எனவே, இக் குளங்கள் வணிக கணங்களின் உதவியுடன் தமிழ் அரசரே கட்டி யிருக்க வேண்டும். காரணம் வாஹல் குளம் எனத் தற்காலத்தில் அழைக்கப்படும் குளத்தின் அக்காலப் பெயர் 'காட்டன் ஏரி' என அக்காலத்துக்குரிய கல்வெட்டு ஒன்று கூறுகின்றது.[32]

இதுபோன்று, வடக்கு, கிழக்கில் கட்டப்பட்ட கந்தளாய்க் குளம், மின்னேரிக் குளம் போன்றவற்றின் வரலாறுகளும் காணப்படுகின்றன. சிங்கள மன்னர்கள், குறிப் பாக மகாசேனன் இக் குளங்களைப் பெருப்பித்து அல்லது புனருத்தாரணம் செய்தி ருக்கலாமே தவிர அவனால் இக் குளம் கட்டப்படவில்லை என்பதையும் அறியமுடிகி றது. வன்னிப் பிரதேசங்களில் கிறிஸ்துவுக்கு முற்பட்ட காலப் பகுதிகளிலிருந்தே பாரிய குளங்கள் அமைக்கும் நடவடிக்கைகளில் வன்னிச் சிற்றரசர் ஈடுபட்டிருக்கிறார் கள் எனத் தெரிகிறது. உதாரணமாக, வவுனிக்குளம், பாவற்குளம் ஆகிய குளங்கள் கிறிஸ்துவுக்கு முற்பட்ட காலத்தில் கட்டப்பட்டவை எனவும், பெரியகுளம், மாமடு, ஒலுமடு, கனகராயன்குளம், பண்டாரக்குளம் ஆகிய குளங்கள் கி.பி. ஆரம்ப நூற் றாண்டுகளிலே கட்டப்பட்டதாகவும் அறியமுடிகிறது.[33] இவற்றிலிருந்து மேலும் ஒரு விடயத்தை அறியமுடிகிறது. அதாவது, சிங்கள மன்னர்தான் குளங்களையும், கால் வாய்களையும், அணைக்கட்டுக்களையும் கட்டினார்கள் எனப் பாளி நூல்கள் கூறு வதை முழுதாக ஏற்றுக்கொள்ள முடியாது. தமிழ் மன்னர்களும் செல்வம் படைத்த வணிக கணத்தினர் உதவியுடன் புராதன காலம் முதல் பல குளங்களை அமைத்து

இலங்கையின் நீர்ப்பாசனத் துறைக்கும், விவசாய பயிர்ச்செய்கைக்கும் தமது பங்களிப்பினைச் செய்துள்ளார்கள் என்ற உண்மை இலங்கை வரலாற்றில் இடம் பெறுவது தவிர்க்கமுடியாத ஒன்றாகும்.

சுருங்கக் கூறின், கி.பி. 300-கி.பி. 900 களுக்கு இடைப்பட்ட கால தமிழர் களுடைய வரலாறுபற்றி மிகக் குறைவான வரலாற்று ஆதாரங்களே இதுவரை கிடைக்கப் பெற்றுள்ளன. இதுவரை மேலே கூறப்பட்ட விடயங்களின் அடிப்படையில் தமிழர்கள் இலங்கையின் வடக்கு, கிழக்கு, வடமேற்கு, வடமத்திய பிரதேசங்களில் தமது ஆதிக்கத்தையும், பங்களிப்பினையும் தொடர்ச்சியாகச் செய்து வந்திருக்கின் றார்கள் என்பது தெளிவாகின்றது. ஆனால், பாளி, சிங்கள வரலாற்று ஏடுகளில் துரதிர்ஷ்டவசமாக தமிழர்கள் பற்றிய வரலாற்றுச் செய்திகள் மிகவும் அருகியே காணப்படுகின்றன. நேர்மையோடும், சுதந்திரமாகவும், துறைசார்ந்த புலமைசார் கல்விமான்களால் ஒழுங்கான முறையில் எதிர்காலத்தில் மேற்படி பிரதேசங்களில், பரந்த அளவிலான மேலாய்வுகளும், அகழ்வாராய்ச்சிகளும் நடைபெறும் பட்சத்தில், தமிழர் பற்றிய வரலாறு மேலும் முழுமை அடையும் என்பதில் எதுவித கருத்து முரண்பாடுகளும் இருக்கமுடியாது.

குறிப்புகள்

1. Epigraphia India, xviii, p. 291.
2. Indrapala, (Tamil 2006), op. cit., p. 207.
3. S. Pathmanathan, (2006), op. cit., p. 31.
4. K. Indrapala, (Tamil), op. cit., p. 172.
5. Ibid., p. 172.
6. Ibid., p. 172.
7. Paranavitana, University of Ceylon: *History of Ceylon*, Vol. 1, No. 1, p. 235.
8. K. Indrapala, (Tamil), op. cit., p. 231.
9. *CV.*, 45: 19–21.
10. Ragupathy, op. cit., p. 17, 24–25, *Journal of Royal Asiatic Society Ceylon Branch*, Vol. xiii, No.1.
11. K. Indrapala, (2006 English), op. cit., p. 208.
12. P.E. Pieris, *Journal of Royal Asiatic Society Ceylon Branch*, Vol. xxvi, 1917, p. 17.
13. K. Indrapala, (Tamil), op. cit.
14. K. Indrapala, (English), op. cit., p. 218.
15. Ibid., p. 218.
16. *MV.*, xxxvii: 41.
17. Tirunanacampantar Tevara Tiruppatikankal, Tamil Kalakam, Chennai, pp. 810–812.
18. Tiruvacqkam.
19. Cuntarar Tevaram.
20. S. Pathmanathan, (2006), op. cit., pp. 37–38.
21. Ibid., p. 42.
22. Ibid., p. 44.
23. Ibid., p. 48.
24. Ibid., p. 51.
25. K. Indrapala, (English), op. cit., 195.
26. Ibid., p. 195.

27. Ibid., p. 196.
28. K. Indrapala, op. cit., p. 197.
29. Pattinapalai, 11. 283–284.
30. K. Indrapala, op. cit., p. 199.
31. Ibid., p. 221.
32. Ibid., p. 221.
33. H. Parker, Ancient Ceylon.

அத்தியாயம் மூன்று

சோழர் ஆக்கிரமிப்பும், அதன் விளைவுகளும் (கி.பி. 900–கி.பி. 1200)

கி.பி. 600 களில் தென்னிந்தியாவில் எழுச்சி பெற்ற பல்லவப் பேரரசின் வளர்ச்சியும், ஆதிக்கமும் இலங்கையின் சமூகம், மொழி, கலை, கலாசாரம், பொருளாதாரம், அரசியல் ஆகியவற்றில் பல்வேறுபட்ட தாக்கங்களையும், விளைவுகளையும் ஏற்படுத்தின. இதன் தாக்கம் குறிப்பாக இலங்கையின் வடக்கு, கிழக்கு, வடமேற்குப் பிரதேசங்களில் வாழ்ந்த தமிழர்கள் மத்தியில், சைவம், தமிழ்மொழி, கட்டிட சிற்பக்கலை, பொருளாதார வர்த்தக நடவடிக்கைகள், நீர்ப்பாசன விவசாய அபிவிருத்திகள், தொழில்நுட்பம் போன்ற துறைகளில் பல முன்னேற்றகரமான மாற்றங்களை ஏற்படுத்தியிருந்தது. மேலும், சிறப்பாக மேற்படி பிரதேசங்களில் வாழ்ந்த தமிழர், சைவ சமயத்தையும், பௌத்த மதத்தையும் தழுவியவர்களாகவும், தமிழைத் தமது மொழியாகக் கொண்ட, தமிழ்ப் பேசும் இனமாகத் தம்மை அடையாளப் படுத்துபவர்களாகவும் இருந்துள்ளதை இதற்கு முன்னைய அத்தியாயத்திற் ஆராயப்பட்டது. இந்நிலைமையில், அடுத்து வருகின்ற சோழர் ஆட்சிக்காலமும், அதனைத் தொடர்ந்து வருகின்ற சிங்கள மன்னர் ஆட்சிக் காலப்பகுதியுமாகிய கி.பி. 1100 - கி.பி. 1200 காலப்பகுதியும் பொதுவாக இலங்கையைப் பொறுத்தும், சிறப்பாக இலங்கையின் வடக்கு, கிழக்கு, வடமேற்குப் பிரதேசங்களில் வாழ்ந்த தமிழர்களைப் பொறுத்தும் பாரிய தாக்கங்களையும், விளைவுகளையும் வரலாற்றில் ஏற்படுத்திய காலமாகக் கொள்ளலாம். இதற்கு முக்கிய காரணம், தென்னிந்தியாவில் பல்லவ, பாண்டிய அரசுகளுக்குப் பின் கி.பி.

ஒன்பதாம் நூற்றாண்டில் எழுச்சிபெற்ற சோழப் பேரரசு, தனது ஆதிக்கப் படர்ச்சியை, இந்தியப் பிராந்தியங்களிலும், தென்னாசிய நாடுகளிலும், தென்கிழக்காசிய நாடுகளிலும் ஏற்படுத்திய நிலைமையேயாகும். இதன் விளைவாக, இலங்கையும் சுமார் 77 ஆண்டுகள் தொடர்ச்சியாக, சோழப் பேரரசின் ஒரு மாகாணமாக, சோழப் பேரரசின் பிரதிநிதிகளால் ஆளப்பட்ட ஒரு பிரதேசமாகக் காணப்பட்டது. இச் சோழராட்சிக் காலகட்டத்தில் இலங்கை வரலாற்றைப் பொறுத்து, குறிப்பாகத் தமிழர்கள் தொடர்பாக எவ்வாறான ஒரு நிலை காணப்பட்டது என்றும், அவர்கள் மத்தியில் அரசியல், சமயம், சமூகம், மொழி, கலை, கலாசாரம், பொருளா தாரம், தொழில்நுட்பம் என்பன பொறுத்து எவ்வாறான தாக்கங்களையும், மாற்றங் களையும், ஏற்படுத்தியது என்றும் ஆராய்வதே இவ் அத்தியாயத்தின் முக்கிய நோக்கமாகும்.

முதலில் மேற்கூறப்பட்ட நிலைமைகளை அறிந்து கொள்வதற்கு கி.பி. ஒன்பதாம் நூற்றாண்டுகளிலிருந்து தென்னிந்திய வரலாற்றில் ஏற்பட்ட அரசியல் பின்னணியையும், இலங்கையின் அரசியல் பின்னணியையும் ஆராயவேண்டியது மிக முக்கியாமானது. கி.பி. மூன்றாம் நூற்றாண்டுகளிலிருந்து தென்னிந்திய வரலாற்றிலிருந்து மறைந்த சோழ வம்சம், கி.பி. ஒன்பதாம் நூற்றாண்டின் நடுப்பகுதியில் உறையூர்ப் பிரதேசத்திலிருந்து எழுச்சிபெறத் தொடங்கியது. இதன் பயனாக, ஆதிக்கம் பெற்ற விஜயாலயச் சோழன், தஞ்சாவூரைக் கைப்பற்றி அதனைச் சோழரின் ஆதிக்க மையமாகக் கொண்டு, சோழப் பேரரசின் தோற்றத்திற்கு வழி கோலினான். கி.பி. ஆறாம் நூற்றாண்டுகளிலிருந்து தமிழ்நாட்டின் வடபாகத்தில் ஆதிக்கம் செலுத்திய பல்லவரும், தென்பாகத்தில் ஆதிக்கம் பெற்றிருந்த பாண்டியரும், கி.பி. ஒன்பதாம் நூற்றாண்டுகளில் வலுவிழக்கும் நிலை தோன்றியது. இவ்விரு சாராருக்கும் திருப்புறம்பியத்தூரில் நடைபெற்ற போரில் பல்லவருக்குச் சோழர் உதவி புரிந்தனர். இதன் விளைவாகப் பாண்டிய மன்னன் வரகுணன் தோற்கடிக்கப்பட்டு பாண்டிய அரசு வீழ்ச்சியுற்றது. பல்லவ மன்னன் அபராஜிதன் விஜயாலய சோழனின் உதவியுடன் வெற்றி பெற்றான். ஆனால், பல்லவ மன்னனுக்கு திருப்புறம்பியத்தூரில் உதவிய விஜயாலய சோழனின் மகன் முதலாம் ஆதித்த சோழன், விரைவாகவே பல்லவரையும் தோற்கடித்து தமிழ்நாட்டில் தனது ஆதிக்கத்தை நிறுவி, பல்லவரின் தொண்டை மண்டலத்தையும், சோழ மண்டலத்துடன் இணைத்துக் கொண்டான். இதன் விளைவாகப் பாண்டியப் பேரரசும், பல்லவப் பேரரசும் தமது வலுவினை இழந்தன. அதே வேளை, சோழவம்சத்தை ஒரு வல்லரசாக்கி, சோழருடைய ஏகாதிபத்தியத்தைத் தமிழ்நாட்டிற் தொடக்கி வைத்த மன்னனாக, ஆதித்த சோழன் தென்னிந்திய வரலாற்றில் முக்கிய இடம் பெறுகின்றான்.

ஆதித்த சோழனுக்குப் பின் அவனது மகன் முதலாம் பாராந்தகச் சோழன் கி.பி. 907 இல் பதவியேற்றான். இம் மன்னன் தனது நீண்டகால ஆட்சியில் பல எதிர்ப்புக்களைச் சந்தித்தவனாகக் காணப்படுகின்றான். வடக்கில் வலிமை வாய்ந்த ராஷ்டிரகூடரும், தெற்கில் பாண்டியர், சேரர், சிங்களவர் ஆகியோரும் ஒருங்கிணைந்து எதிர்ப்பைக் கொடுத்த வண்ணம் இருந்தனர். மேலும், இலங்கைச் சிங்கள மன்னர் பாண்டியருடன் நட்புப் பூண்டு அவர்களுடைய படையெடுப்புக்களுக்கு உதவி செய்தும் வந்தனர். இவ்வாறான எதிர்ப்புக்களையும் கடந்து பராந்தக சோழன் சோழப்

பேரரசை வலுவுள்ள ஓர் அரசாக மாற்றியமைத்தான். ஆனால் பராந்தகச் சோழனுக்குப் பின் 30 வருட காலமாக ஆட்சிசெய்த இரண்டாம் பராந்தகன், உத்தமசோழன் போன்றவர்களின் ஆட்சிக் காலத்தில் சோழராட்சியில் பல குழப்பங்களும், சூழ்ச்சிகளும் நடைபெற்ற காலமாக இருந்ததன் விளைவாகச் சோழராட்சியில் எதுவித முன்னேற்றமும் காணப்படவில்லை. இருந்தும், இரண்டாம் பராந்தகன் தனது ஆட்சிக் காலத்தில் சிங்களவரையும், பாண்டியரையும் அடக்கும் நடவடிக்கைகளில் ஈடுபட்டிருந்தான். அத்தோடு வடக்கில் ராஷ்டிரகூடர்களிடம் இழந்த நிலப்பரப்பு சிலவற்றையும் கைப்பற்றினான்.

உத்தமசோழனின் ஆட்சி கி.பி. 985 இல் முடிவுற அருமொழிவர்மன் என்ற முதலாவது ராஜராஜன் இந்திய வரலாற்றிற், குறிப்பாகத் தென்னிந்திய வரலாற்றில், சிறப்பாகத் தமிழ்நாட்டு வரலாற்றில், ஒரு புது யுகத்தைத் தொடக்கிவைத்த மன்னனாக இடம் பெறுகின்றான். ராஜராஜனின் வரலாற்றுக் காலத்திலிருந்து கோலோச்சி வந்த அனுராதபுர இராச்சியம் கி.பி. 992 இல் இவனால் வெற்றி கொள்ளப்பட்டமை ஒரு முக்கிய நிகழ்வாகும். ராஜராஜ சோழனுக்குப் பின் அவன் மகன் இராஜேந்திரசோழனின் ஆட்சிக் (1012 - 1044) காலம், சோழ சாம்ராஜ்யத்தின் உச்சக்கட்டத்தை அடைந்தது. இவனும் தன் தந்தையைப்போற் கடல் மார்க்க மாகவும், தரை மார்க்கமாகவும் பல படையெடுப்புக்களை நடத்தியவன். கிழக்குக் கரையோரமாகக் கங்கைவரை சென்று, 'கங்கைகொண்ட சோழன்' என்ற விருதைப் பெற்றவன். கடல்கடந்து வங்காள விரிகுடாவைச் சுற்றியுள்ள தென்கிழக்காசியத் துறைகள் பலவற்றைத் தாக்கி, வேறோர் இந்திய அரச வம்சமும், பெறாத புகழைச் சோழவம்சத்திற்குப் பெற்றுக் கொடுத்தவன் என்ற பெருமைக்குரியவன். மேலும், வடக்கில் சாளுக்கியர்களுடனும், தெற்கில் சேரர், பாண்டியருடனும், இலங்கையில் சிங்களவர்களுடனும் போர்புரிந்து வெற்றிகளைக் குவித்தவன். ராஜராஜன் இலங்கை-மீது படையெடுத்து அனுராதபுர இராச்சியத்தை வெற்றி கொண்டாலும், முழு இலங்கையையும் கைப்பற்றியதற்கான வரலாறுகள் காணப்படவில்லை. ஆனால், இராஜேந்திரன் கி.பி. 1017 இல் மீண்டும் இலங்கைமீது படையெடுத்து, சோழருக்கு எதிராக ரோகணத்தில் இருந்து செயற்பட்டுக் கொண்டிருந்த சிங்கள அரசனான மகிந்தனைக் கைதுசெய்து, முழு இலங்கையையும் சோழப் பேரரசின் ஒரு மாகாணமாகப் பிரகடனப்படுத்தினான். முதலாம் இராஜேந்திரன் இறந்தபின் வடக்கில் சாளுக்கியர் சோழ அரசுடன் அடிக்கடி போரில் ஈடுபட்டனர். இதனால் சோழப்பேரரசு வலு குன்றத் தொடங்கியது. இறுதியில் முதலாம் குலோத்துங்கச் சோழன் ஆட்சியின் போது, தெற்கில் சிங்கள மன்னர் சோழர்களை எதிர்க்கத் தொடங்கினர்.

இலங்கையில் சோழப் பேரரசை எதிர்த்த முதல் மன்னனாக முதலாம் விஜயபாகு காணப்படுகின்றான். சோழர் அனுராதபுர இராச்சியத்தைப் போரில் வென்றபின், தங்கள் இராஜதானியை பொலன்னறுவையிலேயே நிறுவிக் கொண்டனர். பொலன் னறுவையை மையமாகக் கொண்டு, சோழர் ஆண்ட காலத்தில், விஜயபாகு தெற் கிலுள்ள ரோகணப் பிரதேசத்தில் 1055 களில் அதிகாரத்தில் இருந்தான். தென் னிந்தியாவில் சோழப் பேரரசன் இரண்டாம் இராஜேந்திரன் 1063 இல் இறந்ததும், வீரராஜேந்திரன் பதவியேற்றான். இவ்வேளையில் இந்தியாவின் வடக்கில் செல் வாக்குப் பெற்றிருந்த மேலைச் சாளுக்கிய அரச வம்சத்தினர் சோழருக்கு எதிராகக்

கடும் எதிர்ப்புக் கொடுக்கத் தொடங்கினர். இதன் விளைவாக வீரராஜேந்திரன் சாளுக்கிய படைகளுடன் போரில் ஈடுபட நேர்ந்தது. இந் நிலைமையைச் சாதகமாகப் பயன்படுத்தி, விஜயபாகு தன் படையெடுப்பை சோழருக்கு எதிராக இலங்கையில் முதன்முதலில் ஆரம்பித்தான். ஆனால் இந்த முதலாவது படையெடுப்பில் விஜயபாகு வினால் சோழரை வெற்றிகொள்ள முடியவில்லை. சோழமன்னன் வீரராஜேந்திரன் 1070 இல் இறந்தபின். இவனுக்குப் பின் முதலாம் குலோத்துங்கன் சோழப் பேரரச னானான். குலோத்துங்கச் சோழன் மேலைச் சாளுக்கியருடன் போரில் ஈடுபடுவதில் கவனம் செலுத்த, விஜயபாகு சோழருக்கு எதிரான படையெடுப்பை இலங்கையில் நிகழ்த்தினான். 1070 இல் சோழப் படைகளை விஜயபாகு தோற்கடித்து, 1070 இல் தனது முடிசூட்டு விழாவினை அனுராதபுரத்தில் நடத்தி, தனது ஆட்சியைப் பொலன் னறுவையில் தொடங்கினான்.[1] தென்னிந்தியாவில் வீழ்ச்சியடையத் தொடங்கிய சோழப் பேரரசு விஜயபாகுவிற்கு எதிராக மேற்கொண்டு படையெடுப்புக்களை நடத்த முடியாது போய்விட்டது. கி.பி. பன்னிரண்டாம் நூற்றாண்டில் சோழ சாம்ராச்சியமும் வீழ்ச்சியடைந்தது.[2]

விஜயபாகுவைத் தொடர்ந்து, பொலன்னறுவை மன்னனாக விஜயபாகுவின் தம்பி ஜயபாகு சிலகாலம் பதவியில் இருந்தான். ஜயபாகுவின் பின் விக்கிரமபாகுவும், விக்கிரமபாகுவின் பின் அவன் மகன் கஜபாகுவும், கஜபாகுவைத் தொடர்ந்து முதலாம் பராக்கிரமபாகுவும் பொலன்னறுவை இராச்சிய மன்னர்களாக ஆட்சி புரிந்தனர். முதலாம் பாராக்கிரமபாகுவின் ஆட்சிக் காலத்துடன் பொலன்னறுவை இராச்சியத்தில் சிங்கள வம்ச ஆட்சி முடிவுக்கு வருகின்றது. முதலாம் பராக்கிரமபாகுவின் பின் பொலன்னறுவை அரசை, இந்தியாவின் கலிங்க நாட்டிலிருந்து வந்த நிஸ்ஸங்க மல்லன், ஆட்சிசெய்வதைக் காணமுடிகிறது. நிஸ்ஸங்கமல்லனின் ஆட்சியைத் தொடர்ந்து, கலிங்க வம்சத்தவனான கலிங்க மாகன் பொலன்னறுவையை ஆட்சி செய்தபோது, பொலன்னறுவை இராச்சியம் ஆட்டம் கண்டதுடன், கி.பி. பதின்மூன்றாம் நூற்றாண்டில் வீழ்ச்சியுற்றது. ஏற்கெனவே கி.பி. பத்தாம் நூற்றாண்டில் வீழ்ச்சியுற்ற அனுராதபுர இராச்சியமும், கி.பி. பதின்மூன்றாம் நூற்றாண்டில் வீழ்ச்சியுற்ற பொலன்னறுவை இராச்சியமும் நிரந்தரமாக இலங்கை வரலாற்றிலிருந்து மறைந்தன. இந்த இராச்சியங்கள் சார்ந்த பிரதேசங்களும், ஆட்சி அமைப்புக்களும் முற்றாகக் கை விடப்பட்டு அடர்ந்த காடுகள் சூழ்ந்த பகுதிகளாக பிரித்தானியர் 1796 களில் இலங்கைக்கு வந்து ஆட்சியைக் கைப்பற்றும்வரை காணப்பட்டன. மேற்கண்டவாறு தென்னிந்திய சோழர் ஆதிக்கம் இலங்கையில் கி.பி. பத்தாம் நூற்றாண்டிற் தொடங்கி, கி.பி. பதினோராம் நூற்றாண்டின் நடுப்பகுதிவரை சுமார் 77 ஆண்டுகளுக்கு மேலாகத் தொடர்ச்சியாக நடைபெற்றது. அதனைத் தொடர்ந்து கி.பி. பதின்மூன்றாம் நூற்றாண்டுவரை, சிங்கள வம்ச ஆட்சி நடைபெற்றதைக் காணமுடிகிறது.

மேற்கூறப்பட்ட தென்னிந்திய, இலங்கை வரலாற்றுப் பின்னணியிலிருந்து சில முக்கியமான வரலாற்று நிகழ்வுகளைக் காணமுடிகின்றது. முதலாவது, இலங்கை யின் அனுராதபுர சிங்கள அரசர், பாண்டிய அரசுடன் இணைந்து சோழ அரசை எதிர்த்தமை. இந்நிகழ்வு தென்னிந்திய அரசியலில் இலங்கையைச் சிக்க வைத்தது. இரண்டாவதாக, இலங்கை அரசர் பல்லவருடனும் பாண்டியருடனும் இணைந்து சோழ அரசை எதிர்த்தமை. இதுவும் இலங்கை அரசியல் வரலாற்றில் பாரிய தாக்கங்

களையும், விளைவுகளையும் நிரந்தரமாக ஏற்படுத்தியது. அவ்வாறான தாக்கங்களில் முதன்மையானது, பழமையான இராசதானியாகிய அனுராதபுர இராச்சியம் கை விடப்பட்டு, புதிய இராச்சியமான பொலன்னறுவை முக்கியத்துவம் பெற்றமை. பின்னர் பொலன்னறுவை இராச்சியமும் கைவிடப்பட, சிங்கள இராசதானிகள் தெற்கு நோக்கி இடம் பெயர்ந்தன. இதன் விளைவாக, மேற்கூறப்பட்ட இரண்டு புராதன இராச்சி யங்களும், நிரந்தரமாகக் கைவிடப்பட்டு, வடக்கு, கிழக்கு, வடமேற்கு இலங்கை யையும், தெற்கு இலங்கையையும் இருவேறுபட்ட புவியியற் பிரதேசங்களாக நிரந்தர மாகப் பிரிந்தன. மேலும், அந்நிய ஆட்சியாளர்களான நிஸ்ஸங்கமல்லன், கலிங்க மாகன் போன்றவர்கள், படையெடுத்து, பொலன்னறுவை இராச்சியத்தைக் கைப்பற்றி யமையும், குறிப்பாகக் கலிங்கமாகன் ஆட்சியும் பொலன்னறுவை இராச்சியத்தின் வீழ்ச்சிக்கு அடிகோலியது. பொலன்னறுவை இராச்சியத்தின் வீழ்ச்சி வடக்கில் ஒரு வலுவான இராச்சியம் கி.பி. பதின்மூன்றாம் நூற்றாண்டுகளில் எழுச்சி பெற வழி வகுத்தது. கலிங்கமாகன் படையெடுப்போடு, பொலன்னறுவை இராச்சியம் வீழ்ச்சி யடைய, சிங்கள அரசர் பாதுகாப்புக் கருதி தம்பதெனியா போன்ற தெற்கில் உள்ள இடங்களில் தமது ஆட்சியையும் நிறுவத் தொடங்கினர். இதன் விளைவாக, அனுராதபுரம், பொலன்னறுவை ஆகிய இராச்சிய மையங்கள் கவனிப்பாரற்றுக் காட டர்ந்த பிரதேசங்களாக மாறின. எனவே இலங்கையின் வடமத்தியப் பிரதேசங்களான அனுராதபுரம், பொலன்னறுவை ஆகிய இடங்கள், குறிப்பாக யாழ்ப்பாணத் தீபகற்பத் தில் கி.பி. பதின்மூன்றாம் நூற்றாண்டில் எழுச்சிபெற்ற யாழ்ப்பாண இராச்சியத் தோடும், ஏனைய வன்னிப் பெருநிலப் பிரதேசங்களிலிருந்த வன்னிச் சிற்றரசுக ளோடும், தெற்கில் தோன்றிய சிங்கள, அரசுகளோடும் வரலாற்றுக் காலத்தில் இருந்து வந்த தொடர்புகளை நிரந்தரமாகத் துண்டித்த பிரதேசங்களாகக் காணப் பட்டன. இதன் விளைவாகப் பொலன்னறுவை, அனுராதபுர பிரதேசங்களில் இருந்த மக்கள் இக் காலகட்டத்தின் பின் கூடுதலாகத் தமிழ்ப்பேசும் மக்களாகவே காணப்பட்டனர். உதாரணமாக, பதினேழாம் நூற்றாண்டில் கண்டி அரசில் பல ஆண்டுகள் சிறைக் கைதியாக இருந்த ஆங்கிலேயரான றொபர்ட் நொக்ஸ் என்பவர், சிறையிலிருந்து தப்பி கண்டியிலிருந்து வடமேற்காக மன்னாரை நோக்கிச் சென்று கொண்டிருந்தபோது, அனுராதபுரத்திற்கூடாகச் செல்லவேண்டி நேரிட்டது. சிறையில் இருந்தபோது இவர் சிங்கள மொழியைப் பேசக் கற்றுக் கொண்டார். அதனால், அனுராதபுரத்தில் உள்ள மக்களோடு சிங்களத்தில் பேச முனைந்தபோது, அம் மக்களுக்குச் சிங்களம் தெரியாமல் இருந்தது. காரணம், அங்கு வாழ்ந்த மக்கள் தமிழர்களாக இருந்தமையாகும். இந் நிகழ்வினை நொக்ஸ் பின்வருமாறு கூறுகின்றார்.

> “அனுராதபுரம் ஒரு பரந்த சமவெளி. அதுபோல் இத் தீவில் வேறெங்கும் நான் கண்டதில்லை. இச் சமவெளி காடுகளினால் சூழப்பட்டு, ஒவ்வொரு பக்கத்திலும் சிறு நகரங்களைக் கொண்டுள்ளது. இவற்றில் (மலபார்) தமிழ்மக்கள் வாழ்கிறார்கள். இவர்கள் சிங்களவரிலிருந்து வேறானவர்கள்”[3]

மேலும், நொக்ஸ் தனது ஆபத்தான நிலைமையினை சைகை மூலம் சிலருக்கு விளக்கியபோது, அவர்கள் ‘தம்பிரானே’ என ஆச்சரியப்பட்டதாகவும் அந்நூலில்

எழுதியுள்ளார். இவ்வாறு அனுராதபுரப் பிரதேசத்தில் சிங்கள மக்கள் இல்லாமல் போனதற்கு முக்கியமாக இரண்டு காரணங்கள் இருந்திருக்கலாம். ஒன்று, சிங்கள அரசு தெற்குநோக்கி நகர்ந்தபோது சிங்கள மக்களும் அங்கு சென்றிருக்கலாம். மற்றையது, அனுராதபுரத்தில் வாழ்ந்த சிங்கள மக்கள் தமிழ் இனத்தோடு சேர்ந்து, தமிழர்களாக மாறியிருக்கலாம்.

இவ்வாறான அரசியல் நிலைமைகளவிடச் சமூக, சமய, மொழி, கலை, கலாசாரம், பொருளாதாரம் என்பவை தொடர்பிலும், பல வகையான மாற்றங்களை யும், விளைவுகளையும் மேற்கூறப்பட்ட காலப்பகுதி சந்தித்தமையும் தவிர்க்க முடியாத தாகக் காணப்படுகிறது. இந்த நிலைமையில் இக் காலப்பகுதியில் அரசியல், சமூகம், சமயம், கலை, கலாசாரம், பொருளாதாரம் ஆகியவற்றில் எவ்வாறான மாற்றங் களையும், விளைவுகளையும் தமிழர் சந்தித்தனர் என்று மேற்கொண்டு நோக்குவது பொருத்தமானதாக இருக்கும்.

முதலில் அரசியல் நிலைமைகளை நோக்கும்போது, சோழருக்கும், சிங்கள அரசுக்கும் இடையிலான போராட்டம் முதலாம் பாராந்தகச் சோழன் காலத்தில், கி.பி. 915 அளவில் வெள்ளூரில் நடைபெற்றது. பராந்தகச் சோழன் பாண்டியருடன் போர் தொடுத்தபோது, பாண்டிய மன்னன் ராஜசிம்மனுக்கு உதவியாக அனுராதபுர மன்னன் ஐந்தாம் கஸ்ஸப (913-923) தன் படைகளை அனுப்பியிருந்தான். ஆனால் பாண்டியப் படைகளும், சிங்களப் படைகளும் தோல்வியைத் தழுவிக் கொண்டதாக சோழர் கல்வெட்டுக்கள் மூலம் அறிய முடிகிறது. இப் போர்பற்றி சூளவம்ஸ என்ற பாளி நூலும் குறிப்பிடுகின்றது. சோழ மன்னன் பராந்தகன் இவ் வெற்றியின் பயனாக 'மதுரையும் ஈழமும் கொண்ட' என்ற விருதைப் பெற்றான். போரில் தோல்வியுற்ற பாண்டிய மன்னன் தனது முடியையும், ஆரத்தையும், செல்வங்களையும் எடுத்துக் கொண்டு சென்று இலங்கை மன்னனிடம் தஞ்சமடைந்தான். அதன்பின்னர் மேற்படி தன் உடமைகளை இலங்கை மன்னனிடம் ஒப்படைத்துவிட்டு கேரளத்திற்குச் சென்று -விட்டதாக அறியமுடிகிறது. பராந்தகச் சோழன் தான் கைப்பற்றிய பாண்டிய நாட்டில் முடி சூடிக்கொள்ள பாண்டியர் முடி தேவைப்பட்டது. இந் நிலையில் பாண்டியரினதும், சிங்கள அரசினதும் நட்புறவும் சோழ அரசுக்கு விரும்பத்தகாத ஒன்றாக இருந்திருக் கிறது. பல வருடங்கள் கழித்து, அனுராதபுரத்தில் நான்காவது உதயனின் ஆட்சிக் காலத்தில் (945-953) பராந்தகச் சோழன் முதல் தடவையாக படையெடுத்துச் சென்றான். மன்னன் உதயன் அனுராதபுர அரசைவிட்டு தென் இலங்கைக்குச் சென்றுவிட்டதாகப் பாளி நூல்கள் கூறுகின்றன. இப் படையெடுப்பின் போது, பராந்தக னால் பாண்டியரின் முடி முதலான பொருட்களை பெற முடியாமல் போய்விட்டது. ஆனால் இவ்வேளையில் நடந்த முக்கிய சம்பவமாக, சோழர் அனுராதபுரத்தில் ஆட்சியைக் கைப்பற்றாவிட்டாலும், வடபகுதியிற் குறிப்பாக, அனுராதபுரம் தவிர்ந்த, திருகோணமலை உள்ளிட்ட யாழ்குடாநாடு ஈறாக உள்ள பகுதிகளில் தமது அதிகாரத்தை நிலைநிறுத்தினர் என வரலாற்று ஆசிரியர்கள் கொள்வர்.

மேலும், பராந்தகச் சோழன் வட எல்லையில் தன் கவனத்தைச் செலுத்திய வேளை பாண்டியர், சிங்களப் படைகளுடன் சேர்ந்து சோழருக்கு எதிராகப் படையெடுத்து தமது நாட்டைத் திருப்பிப் பெற்றனர். பராந்தகச் சோழன் மறைவுக்குப் பின் இரண்டாம் பராந்தகச் சோழன் பாண்டி நாட்டைத் திரும்பக் கைப்பற்றியதுடன்,

இலங்கை மீதும் படையெடுத்தான். இப் படையெடுப்பு தோல்வியில் முடிந்தது. ஆனால் இப் படையெடுப்பின் போது நடைபெற்ற நிகழ்வு முக்கியமானது. அதாவது, தாம் ஏற்கெனவே செல்வாக்குப் பெற்றிருந்த வடபகுதியை வந்தடைந்து, அங்கிருந்து தான் அனுராதபுரம் நோக்கிப் படையெடுத்திருக்கின்றார்கள். இந் நிகழ்வு மூலம் முதலாம் பராந்தகச் சோழன் காலத்திலிருந்தே இலங்கையின் வடபகுதி சோழரின் செல்வாக்குக்கு உட்பட்ட பிரதேசமாகவோ, அல்லது அதிகாரத்துக்கு உட்பட்ட பிரதேசமாகவோ வந்துவிட்டது எனத் தெரிகின்றது. இது சாத்தியப்படக் கூடிய ஒன்றாகும். காரணம், வடபகுதியில் இருந்த தமிழர்கள் தமிழ்நாட்டுச் சோழர்களுக்கு இயல்பாகத் தமது ஆதரவை வழங்கியிருப்பார்கள். அத்தோடு, பல்லவர் ஆட்சி தென்னிந்தியாவில் நிலவியபோதே, இலங்கையில் வடக்கு, கிழக்கு, வடமேற்குப் பிரதேசங்களில் தமிழர்கள் சமய ரீதியாகவும், மொழி ரீதியாகவும், கலை கலாசார ரீதியாகவும், ஒரு முழுமை பெற்ற இனமாக அடையாளம் காணப்படுவதற்குரிய நிலையினைப் பெற்றிருந்தமையை அவதானிக்க முடிகிறது. இலங்கைமீது சோழர் ஆரம்பப் படையெடுப்பை நிகழ்த்தியபோதே அவர்களது மேலாண்மையை வடக்கு, கிழக்கு, வடமேற்குப் பிரதேசத்தில் வாழ்ந்த தமிழர்கள் ஏற்றிருப்பார்கள் என்றே தோன்றுகிறது. ஏனெனில், சோழர் தமது இரு படையெடுப்புக்களையும் வடபிரதேசத்திற் கூடாகத்தான் நடத்தியிருக்கின்றார்கள். அப் பிரதேசங்களில் சோழருக்குச் செல்வாக்கு இல்லாது இருந்திருந்தால், சோழர் தமது படையை அப் பிரதேசத்தினூடாக அனுராதபுர அரசை நோக்கி நகர்த்தியிருக்க முடியாது. மேலும், முதலாம் பராந்தகச் சோழன் காலத்தில் பொலன்னறுவையில் சோழர் தமது அதிகார மையத்தை நிறுவாவிட்டாலும், கிழக்கில் பதவியா, கந்தளாய் போன்ற இடங்களில் முதலில் தமது அதிகார மையங்களை நிறுவிய பின்னர் பொலன்னறுவைக்கு அதனை மாற்றியிருந்தனர் என ஆதாரங்கள் காட்டி நிற்கின்றன. உதாரணமாக, மிகப் பழைய சோழர் காலக் கல்வெட்டுக்கள் மேற்குறிப்பிட்ட பகுதிகளிற்தான் கிடைத்திருக்கின்றன.[4]

மேலும், சிங்கள அரசுகள் பாண்டியப் படைகளுக்கு உதவ, சோழர்களோடு வெள்ளூரில் இடம்பெற்ற போரில் சோழ மன்னன் பராந்தகன் இவ்விரு படைகளையும் தோற்கடித்தமைக்காக, '**மதுரையும் ஈழமும் கொண்ட**'[5] என்ற விருதைப் பெற்றிருக்கின்றான் என ஏற்கெனவே குறிப்பிடப்பட்டுள்ளது. தென்னிந்திய மண்ணில் நடைபெற்ற போரில் பாண்டியரைத் தோற்கடித்துப் பாண்டிய அரசை வென்றமைக்காக தான் பெற்ற விருதில் '**ஈழமும்**' என்று சேர்த்திருக்க வேண்டிய அவசியம் இல்லை. எனவே, மேற்குறிப்பிட்டவாறு முதலாம் பராந்தகச் சோழன் காலத்திலேயே இலங்கையின் வடக்கு, கிழக்குப் பிரதேசங்கள் சோழரின் அதிகாரத்திற்கு உட்பட்ட பிரதேசங்களாக வந்துவிட்டன என்றே கொள்ள வேண்டியுள்ளது.

அடுத்த முக்கிய அரசியல் நிகழ்வாக இடம் பெறுவது, கி.பி. 985 இல் சோழ அரசனாகப் பதவியேற்ற ராஜராஜ சோழன் கி.பி. 992 அளவில் அனுராதபுரத்தைத் தாக்கி வெற்றி கொண்டமையாகும். இவ்வேளையில் அனுராதபுர அரசனாக இருந்த ஐந்தாவது மகிந்தன், அனுராதபுர அரசில் ஏற்பட்ட உட்பூசல்கள் காரணமாக ரோகணவிற்கு ஓடி ஒளிந்து கொண்டான். இவ்வேளையில், ராஜராஜன் இலகுவாக அனுராதபுர அரசை வெற்றிகொள்ள முடிந்தது எனப் பாளி நூல்கள் கூறுகின்றன. ஆனால், ராஜாஜன் இதனை ஒரு பெருவெற்றியாகக் கருதினான். ராஜராஜன்

வெற்றிகொண்ட நாடுகளின் பட்டியலில் இலங்கையும் சேர்க்கப்பட்டது. 'எண்டிசை புகழ்தர ஈழமண்டலம்' கைப்பற்றப்பட்டதாகச் சோழக் கல்வெட்டுக்களிற் குறிப்புக்கள் உண்டு. உதாரணமாக திருவாலங்காட்டுச் செப்பேட்டில் பின்வருமாறு ராஜராஜன் வெற்றி எடுத்துரைக்கப் படுகின்றது.

> "வலிமை வாய்ந்த வானரக் குழுவின் துணைகொண்டு அலைகடலில் அணைகட்டி இலங்கைக் கோனை கூரிய அம்பால் கொன்றொழித்தான் இராகவர் கோமான். அருமொழிவர்மனின் (ராஜராஜன்) பொல்லாப் போர்த் தலைவன் கப்பல்கொண்டு கடல் கடந்து இலங்கைக் கோனை எரித் தொழித்தான். இராமனை விஞ்சியவன் இவனேதான்."[6]

இராஜராஜ சோழனின் இலங்கை வெற்றி இலங்கையைச் சோழப் பேரரசின் ஒரு மண்டலமாக, **'மும்முடிச் சோழ மண்டலம'** என்ற பெயருடன் இணைத்தது. அனுராதபுரத்தின் வீழ்ச்சியைத் தொடர்ந்து சோழர் தமது அதிகார மையத்தை அனுராதபுரத்தில் அமைக்கவில்லை. சோழருக்கு ஏற்கெனவே கிழக்கிலங்கையில் இருந்த செல்வாக்கினால், அவர்கள் தமது ஆட்சியதிகாரத்தைப் பொலன்னறுவை யில் அமைத்தனர்.[7] பொலன்னறுவை **'ஜனநாத மங்கலம்'** என்ற பெயரினாலும் பின்னர் ராஜராஜனின் விருதுப்பெயரால் 'ஜனநாதபுரம்' என்றும் அழைக்கப்பட்டது.

அனுராதபுர அரசைக் கைப்பற்றி, பொலன்னறுவையில் சோழர் தமது ஆட்சியை அமைத்தபோதிலும், கூடவே இலங்கையின் வடகிழக்குப் பிரதேசத்தில் சோழராட்சி வலுவுள்ள ஒன்றாக இருந்த போதிலும், அனுராதபுர மன்னனாக இருந்த மகிந்தன் தொடர்ந்தும் தென்னிலங்கையில் அதிகாரத்துடன் விளங்கினான். ராஜராஜனுக்குப் பின் அவனது மகன் இராஜேந்திர சோழன் 1012 இல் சோழப் பேரரசனாகப் பதவி யேற்றான். இராஜேந்திரன், தென்னிலங்கையிற் செல்வாக்குப் பெற்றிருந்த மகிந்தனை அடக்கவும், ஏற்கெனவே பாண்டிய மன்னன் அனுராதபுர மன்னனிடம் கொடுத்திருந்த பாண்டிய முடி, செல்வம் போன்றவற்றை மீட்கவும், 1017 இல் பெரும் படையெடுப் பொன்றை ரோகணத்துக்கு எதிராக நடத்தி, மகிந்தனையும் கைதுசெய்து, பாண்டியரின் முடியையும், செல்வத்தையும் மீட்டு, வெற்றிகரமாக நாடு திரும்பினான். இம் முக்கிய படையெடுப்பு பற்றிச் சோழக் கல்வெட்டுக்கள் கூறுகின்றன.[8]

> "பொருகடல் ஈழத்தரசர் தம்முடியும், தங்கவர் தேவியர் ஒவ்வெழில் முடியும், முன்னவர் பக்கல் தென்னவர் வைத்த சுந்தரமுடியும், இரத்தினாரமும், தெண்புரை, ஈழமண்டல முழுதும் மாப்பொரு தண்டாற் கொண்ட கோப்பர கேசரி பன்மாரன் உடையார் ஸ்ரீராஜேந்திர சோழதேவர்."

என்று கல்வெட்டுக் கூறுவதில் இருந்து அறியமுடிகிறது. மேலும் இம் முக்கிய படை யெடுப்பைப் பற்றி இலங்கைக் கல்வெட்டுக்களிலும், பாளி, சிங்கள நூல்களிலும் குறிப்பிடப்பட்டுள்ளது.[9] இலங்கையின் வடபாகத்தின் ஊர்காவற்றுறையில் கிடைத்த இரண்டு கல்வெட்டுக்கள் இப் படையெடுப்பைப் பற்றியும், வெற்றி கொள்ளப்பட்டமை பற்றியும் கூறுகின்றன.

முதலாவது கல்வெட்டில்:

> "ஈழமுழுவதும் கொண்டு ஈழத்தரசையும் பெண்டிர் பண்டாரமும், பிடிச்சுக் கொடுபோன அதிகாரத் தண்ட நாயகனார், ஜயங்கொண்ட சோழ மூவேந்த வேளாளர்" எனவும்,

இரண்டாவது கல்வெட்டில்:

> "ஈழமான மும்முடி சோழ மண்டலத்து பாண்டியன் குலதனமாக வைத்த முடியும், ஈழத்தரையர் தம்முடியும், ஆங்கவன் தேவி முடியும், பெண்டிர் பண்டாரமும், பிடிச்சுக் கொடு போன"[10]

எனவும் எழுதப்பட்டள்ளது. எனவே மேலே கூறப்பட்ட கல்வெட்டு ஆதாரங்கள், இலங்கையில் இராஜராஜன் கால ஆட்சியின்போது பெரும்பாலும் வடக்கு, கிழக்கு, வடமேற்குப் பகுதிகளை உள்ளடக்கி ஆரம்பித்த சோழராட்சி இராஜேந்திரன் ஆட்சிக் காலத்தில், இலங்கை முழுவதையும் தமது பூரண கட்டுப்பாட்டிற்குள் கொண்டு வந்தமையைக் காட்டுகின்றன. ஏற்கெனவே முன்னொரு பகுதியில் குறிப்பிட்டது போன்று, பராந்தகச் சோழன் இலங்கைக்குப் படையெடுத்த போதிலிருந்தே இலங்கையின் வடக்கு, கிழக்குப் பிரதேசம் சோழ அரசின் ஆதிக்கத்தினை ஏற்று இருந்திருக்க வேண்டும் என்பது உறுதியாகிறது. மேலும், இராஜராஜன் அனுராதபுர அரசை 992 இல் கைப்பற்றியதிலிருந்து சுமார் 77 வருடங்கள் சோழர் இலங்கையை ஆட்சி செய்திருக்கின்றார்கள். ஆனால், பாராந்தகச் சோழன் 945-953 காலப்பகுதியில் முதல் தடவையாகப் படையெடுத்த பொழுதே இலங்கையின் வடக்குக் கிழக்குப் பிரதேசங்கள் சோழரின் செல்வாக்கிற்கு உள்ளிட்ட பிரதேசங்களாகக் காணப் படுகின்றன. சுமார் நூறு ஆண்டுகளுக்கு மேலாக, இலங்கையின் வடக்கு, கிழக்கு மற்றும் வடமேற்குப் பிரதேசங்கள் சோழர் ஆட்சியின் ஆதிக்கத்திற்கும், செல்வாக் கிற்கும் உட்பட்டு இருந்திருக்கின்றன என்பது மேற்கூறப்பட்ட அரசியல் நிகழ்வுகளி னூடாக அறியப்படுகின்றது. எனவே, இவ்வாறு ஒரு நூற்றாண்டுக்கு மேல் சோழப் பேரரசின் ஆதிக்கம் மேற்கூறப்பட்ட பிரதேசங்களில் நிலவியதன் விளைவாக, இப்பிரதேசங்களில் வாழ்ந்த தமிழ்மக்கள் அரசியல், நிர்வாகக் கட்டமைப்பு ரீதியாகச், சமயம், மொழி, கலை, கலாசாரம், பொருளாதாரம், தொழில்நுட்பம் சார்ந்த துறைகளில், தென்னிந்தியாவிற், குறிப்பாகத் தமிழ்நாட்டில் உள்ள தமிழ் மக்களைப் போன்று தனித்துவமான பண்புகளையும், அடையாளத்தையும் பெற்று, கட்டமைப்பு மிக்க ஒரு தேசமக்களாக வாழ்வதற்குரிய சகல அம்சங்களையும் பெற்றிருந்தார்கள் என்பதனைத் தெளிவாக அறியமுடிகிறது. அத்தோடு, அவர்கள் மேற்படி பிரதேசங் களில் வரலாற்றுக் காலம் தொடக்கம், பல அரச அமைப்புக்களை ஏற்படுத்தி, அவரவர்க்குரிய நிலப்பரப்புக்களில் சுயாட்சி செய்து வாழ்ந்து வந்திருக்கின்றனர் என்பது முன்னைய அத்தியாயங்களில் கூறப்பட்டது. இவ்வாறான அரச அமைப்புக் களில் அரசர்கள், அமைச்சர்கள், உயரதிகாரிகள், படைத்துறையினர், நிர்வாகப் பிரிவினர் எனப் பலர் இருந்திருப்பர். சோழர் மேலாண்மையை இப் பிரதேசம் ஏற்றதன்

பின் நிச்சயமாக மேற்குறிப்பிட்டவர்கள் எல்லோரும் சோழர் நிர்வாக அமைப்பு முறையில் இணைந்து நன்கு பயிற்சி பெற்றிருப்பார்கள். இவ்வாறான ஒரு பயிற்சி, சோழர் ஆட்சி இலங்கையிலிருந்து நீங்கி, கி.பி. பதின்மூன்றாம் நூற்றாண்டில் யாழ்ப்பாண இராச்சியம் ஒரு வலுவுள்ள இராச்சியமாக மலர்வதற்கு பங்களிப்புச் செய்தேயிருக்கும் என உறுதியாகக் கூறமுடியும்.

மேலும், இலங்கையில் சோழர் ஆட்சி 1070 களில் முடிவுக்கு வந்தபொழுது, மீண்டும் சிங்கள வம்சத்தவரின் ஆட்சி பொலன்னறுவையை மையமாகக் கொண்டு எழுச்சி பெற்றது என முன்னர் கூறப்பட்டது. இக் காலப்பகுதியில், தமிழ் மக்களின் வம்சத்தினர் பொலன்னறுவை அரசிலும், அதன் நிர்வாகத்திலும், உயர்பதவிகளிலும், படை அமைப்புக்களிலும் இடம் பெற்றிருக்கின்றார்கள். மேலும் கூறுவதானால், பொலன்னறுவையில் ஆண்ட மன்னர்களுள் இருவர் மட்டுமே தாய் வழியிலும், தந்தை வழியிலும் சிங்களக் குடும்பத்தைச் சேர்ந்தவர்கள். விஜயபாகுவும், அவன் தம்பி ஜயபாகுவுமே அவ்விருவர் ஆவர். இவர்களுள் ஜயபாகு ஒரு சில மாதங்கள் மட்டுமே ஆட்சி புரிந்தான். ஏனையோருள் ஒருவன் பாண்டிய வம்சத்தைச் சேர்ந்த தமிழன் (பாரக்கிரம பாண்டியன்). இருவர் பாண்டியரின் வழித்தோன்றல்கள் (பாராக்கி ரமபாகு, லீலாவதி - இவர்களுடைய ஒரு பேரனார் பாண்டிய இளவரசன்).[11] இதே போன்று, படைத்துறையைப் பொறுத்தமட்டில் விஜயபாகு அதிகமாகத் தமிழ்ப் படை யினரின் தயவிற் தங்கியிருந்தான். உதாரணமாக, போர்த் தொழிலுக்கும், விசுவாசத் திற்கும் பெயர்பெற்ற வேளைக்காரப் படையினர் விஜயபாகுவின் போர்களில் பெரிதும் பங்குபற்றினர்.[12] இதற்கு நல்ல எடுத்துக்காட்டாக, சோழருக்கு எதிராக விஜயபாகு நடத்திய போரில் அவனது படைத்தளபதியாகப் போர் நடாத்திய குருகுலத்தரையன் என்ற தமிழ்த் தளபதி உயிர் இழந்ததாக 1067 இல் பொறிக்கப்பட்ட சோழர் கல்வெட்டு ஒன்று குறிப்பிடுகின்றது. ஏற்கெனவே கூறப்பட்டது போன்று, கி.பி. 900 க்கும் கி.பி. 1200 க்கும் இடைப்பட்ட பொலன்னறுவைக்கால அரசியலில் தமிழர்களின் பங்கும் இலங்கை வரலாற்றில் இடம் பெற்றிருக்கின்றது.

மேற்கூறப்பட்ட காலப்பகுதியில் நிர்வாகக் கட்டமைப்பைப் பொறுத்தும், பல மாற்றங்களும், புதிய முறைகளும் இடம் பெற்றிருப்பதையும் காணமுடிகிறது. சோழர் இலங்கையை வெற்றி கொண்டதன் பின்னர் இலங்கை, சோழப் பேரரசின் ஒரு மாகாணமாக, சோழப் பிரதிநிதியினால் ஆட்சி செய்யப்பட்டது. சோழ அரசனால் நியமிக்கப்படும் இலங்கைப் பிரதிநிதிக்கு 'சோழ - லங்கேஸ்வர' என்ற வம்சப் பெயரும், அபயசலாமேகன் என சிம்மாசனப் பெயரும் கொடுக்கப்பட்டு, அவனே ஒரு மன்னனைப்போல் ஆட்சி செய்திருக்கின்றான் என்பதை சோழக் கல்வெட்டுக்கள் மூலம் அறியமுடிகிறது. இவ்வாறு சோழப் பிரதிநிதிகளுக்கு வம்சப்பெயரும், சிம்மாசனப் பெயரும் பொதுப் பெயராகக் கொடுக்கப்பட்டபடியால் எத்தனை பிரதிநிதிகள் சோழர்காலத்தில் இலங்கையில் ஆட்சி புரிந்தனர் என்று அறிய முடியவில்லை. இலங்கைத் தமிழர்கூட, சோழராட்சியின்போது இலங்கையின் அரசகட்டிலில் இருந்திருக்கவும்கூடும் என்று எண்ணுவதிற் தவறு இருக்கமுடியாது.

சோழ-லங்கேஸ்வரனைத் தலைவனாகக் கொண்ட இலங்கையின் அரச நிர்வாக அமைப்பு, தமிழ்நாட்டில் உள்ளது போல் வளநாடுகளாகப் பிரிக்கப்பட்டு ஆட்சி செய்யப்பட்டுள்ளது. அவ் வளநாடுகளுக்கு சோழ மன்னர்கள் பெயர்கள் வழங்கப்

பட்டன. சோழர்காலக் கல்வெட்டுக்களில் குறிக்கப்பட்டுள்ள வளநாடுகளாக, ராஜராஜ வளநாடு, அருமொழித்தேவ வளநாடு, நிகரிலி சோழவளநாடு, ராஜேந்திரசிங்க வளநாடு, விக்கிரம சோழவளநாடு, அபயாஸ்வர வளநாடு, பரகேசரி வளநாடு என்பன காணப்படுகின்றன. இவற்றுள் ராஜராஜ வளநாடும், விக்கிரமசோழ வளநாடும் கிழக்கிலங்கையில் உள்ள பிரதேசங்களாக இருந்திருக்கின்றன. மேலும், வளநாடுகள் நாடுகளாகப் பிரிக்கப்பட்டு, நாடுகள் ஊர்களாகப் பிரிக்கப்பட்டு நிர்வாகம் நடைபெற்றிருக்கின்றது.

சோழ நிர்வாக அமைப்பு முறையில் ஊர் நிர்வாகம் முக்கிய இடத்தைப் பெற்றது. உதாரணமாகக் கந்தளாயில் இருந்த தமிழ்க் குடியிருப்பு 'சதுர்வேதி மங்கலம்' என்ற பெயரைப் பெற்றிருந்தது. சதுர்வேதி மங்கலத்தின் சபைக்கு 'மஹாஸபா' என்று சமஸ்கிருதத்திலும், பெருங்குறி மக்கள் எனத் தமிழிலும் பெயர் கொடுக்கப்பட்டு இருந்தது. இச் சபை உறுப்பினர்கள் பெருங்குறிப் பெருமக்கள் என அழைக்கப்பட்டனர். இப் பெருங்குறிப் பெருமக்கள் நிர்வாகத்தினர் பல பொறுப்புக் களை ஏற்று ஊர் நிர்வாகத்தை நடத்தியிருக்கின்றனர். உதாரணமாக, கந்தளாய் நீர்ப்பாசனக் குளம், கண்ணாறு ஆகியவற்றின் நீர்ப்பாசன அபிவிருத்தியின் பொருட்டு, நிதி ஒதுக்கீடு செய்திருந்தனர். இத்தகைய நிர்வாகத்திற்கு 'மூத்தவகைமாணி' ஆகிய அலுவலர்கள் நியமிக்கப்பட்டிருந்தனர்.[13]

சோழர் ஆட்சியின்போது, பல நகரங்கள் வர்த்தக மையங்களாகவும், பண்பாட்டு நிகழ்ச்சிகள் நடைபெறும் இடங்களாயும் இருந்திருக்கின்றன என்பதனை, அக் காலத்தில் நடைபெற்ற சில நிகழ்வுகளைக் கொண்டு அறியமுடிகிறது. குறிப்பாக மாதோட்டம், வரலாற்றுக் காலத்திலிருந்து முக்கியத்துவம் பெற்ற ஒரு நகரமாகவும், வர்த்தகப் பரிவர்த்தனை மையமாகவும் செயற்பட்டது என்பது முன்னைய அத்தியாயங்களிற் கூறுப்பட்டுள்ளது. சோழராட்சிக் காலத்தில் மாதோட்டம் மிகவும் முக்கிய நகர மையமாகவும், விறுவிறுப்பான வர்த்தகப் பரிவர்த்தனை மையமாகவும் விளங்கியிருக்கின்றது. ராஜராஜன் பெயரால் மாதோட்ட நகரம் 'ராஜராஜபுரம்' என்று அழைக்கப்பட்டது. அங்கிருந்த ஒரு பிரதானவீதி 'ராஜராஜப் பெருந்தெரு' என்ற பெயரைப் பெற்றிருந்திருக்கின்றது. நகரம், கம்மாணச்சேரி போன்ற பல சேரிகளைக் கொண்டு காணப்பட்டது. இந்த நகரத்தில் பல செல்வந்தர்களின் மாளிகைகளும், வீடுகளும் இருந்திருக்கின்றன என்பதனையும் அறியமுடிகிறது. உதாரணமாக, குன்றக்காமன் என்ற செல்வந்தனுடைய மாளிகையும், வீடும் ராஜராஜப் பெருந்தெருவுக்குக் கிழக்கே காணப்பட்டன. மேலும் இந்த நகரத்திற் பலவகையான தொழில் புரிபவர்களும், வர்த்தகர்களும் இருந்திருக்கின்றார்கள்.[14] இக் காலத்தில் மிகவும் பெரிய நகரமாக பொலன்னறுவை இருந்திருக்கின்றது. சோழர் ஆட்சி தொடங்கியபோது அது ஜனநாதமங்கலம் என்றும், பின்னர் இராஜதானியாக விளங்கியபோது ஜனநாதபுரம் என்றும் அழைக்கப்பட்டது. அதேபோன்று, மண்டலகிரி என்னும் இடத்திலிருந்த நித்தவிநோதபுரம் என்னும் நகரமும் இக் காலத்தில் முக்கியம் பெற்றிருந்திருக்கின்றது. இந் நகரம் தற்காலத்தில் மிதிரிகிரியா என அழைக்கப்படுவதும் குறிப்பிடத் தக்கதாகும்.

மேற்கூறப்பட்ட நிகழ்வுகளின் மூலம், தமிழ்நாட்டில் நீண்டகாலம் நடைமுறைப் படுத்தப்பட்ட நிர்வாக அமைப்பு முறை இலங்கையில் சோழர்கால ஆட்சியின்போது

அறிமுகப் படுத்தப்பட்டதை அறியமுடிகிறது. வரலாற்றுக் காலத்திலிருந்து சோழர் ஆட்சி இலங்கையில் ஏற்படும்வரையான காலப்பகுதி எவ்வாறான ஒரு நிர்வாகக் கட்டமைப்பு நடைமுறை அக்கால அரசினால் ஏற்படுத்தப்பட்டு இருந்தது என்பதை அறிவதற்கான சான்றுகள் இதுவரை பொதுவாகக் காணப்படவில்லை. எனவே இலங்கையில் சோழராட்சியின் ஆரம்பத்திலிருந்தே, ஒழுங்கான நிர்வாகமுறை ஒன்று முதன்முதலில் அறிமுகப் படுத்தப்பட்டுள்ளது என்பது குறிப்பிடத் தக்கது. சோழர் இலங்கையைவிட்டு நீங்கிய பின்பும் அவர்கள் அறிமுகப்படுத்திய நிர்வாகக் கட்டமைப்பு முறை தொடர்ந்தும் நடைமுறைப் படுத்தப்பட்டு வந்திருக்கின்றது. உதாரணமாக, விஜயபாகு சோழருடைய நிர்வாக அமைப்பை மேல் மட்டத்தில் மாற்றியமைத்து, ஏனைய மட்டங்களில் பழைய நிர்வாக அமைப்பை தொடர்ந்து நடைமுறைப்படுத்தியதாக அறியமுடிகிறது. மேலும், முதலாம் பராக்கிரமபாகு தக்கிண தேசம் என்னும் பகுதியின் அதிபதியாகியபோது பன்னிரண்டு மண்டலிகரை நியமித்தான்.[15] சிங்கள மொழியில் மண்டலிக என்பது மண்டல அதிபருக்குரிய பதவிப் பெயராகும். எனவே சோழ நிர்வாகத்தில் இருந்ததுபோல், சோழருக்குப் பின்பும் பிரதேசங்களை மண்டலங்களாகப் பிரித்து நிர்வாகம் செய்யும் முறையை இலங்கை மன்னர் கடைப்பிடித்திருக்கின்றார்கள் என்பதனை இந்நிகழ்வு காட்டு கின்றது. தமிழ் லிகிதர் நூல் எனப்பட்ட ஒரு பதிவேடு விஜயபாகு ஆட்சியின்போது இருந்தமை, சோழராட்சியைத் தொடர்ந்தும் தமிழ் லிகிதர்கள் கடமை ஆற்றி யிருக்கின்றார்கள் என்பதனைக் காட்டுகின்றது. இவர்களுள் பலர் சோழராட்சியின் போது கடமை ஆற்றியவர்களாக இருந்திருக்க வேண்டும்.[16] மேலும், கி.பி. பதின் மூன்றாம் நூற்றாண்டில் வடக்கில் யாழ்ப்பாண இராச்சியம் உன்னத நிலையிலிருந்த வேளையில் நிச்சயமாக அவர்கள் சோழர் நிர்வாக முறையினைத்தான் பின்பற்றி யிருப்பார்கள். இதற்குக் காரணம், ஒரு நூற்றாண்டுக்கு மேலாக வடக்கு, கிழக்கு, வடமேற்குப் பிரதேசங்களில் வாழ்ந்த தமிழர் சோழர் ஆட்சியின்போது, சோழர் நிர்வாகத்தில் பெரும்பான்மையாகப் பங்குபற்றியிருந்திருப்பார்கள் என்பதேயாகும். இத்துடன் முக்கிய அம்சமாகக் காணப்படுவது மொழி ரீதியாக இரு பகுதியினருக்கும் இருந்த ஒற்றுமையாகும். அத்தோடு, யாழ்ப்பாண இராச்சியத்தில் ஆரம்பகால மன்னருக்கும், தமிழ்நாட்டைச் சேர்ந்த ஆரியசக்கரவர்த்தி வம்சத்தினர்க்கும் நெருக்கமான அரசியல் உறவுகள் இருந்திருக்கின்றன. அதன் விளைவாக அவர்கள் நிச்சயமாக, தமிழ்நாட்டு நிர்வாக முறையைத்தான் தமது இராச்சிய நடவடிக்கைகளி லும் ஏற்படுத்தியிருப்பார்கள். யாழ்ப்பாண இராச்சியம், போத்துக்கீசரினால் கி.பி. பதினாறாம் நூற்றாண்டில் கைப்பற்றப்பட்டபோதும், அவர்களைத் தொடர்ந்து கி.பி. பதினேழாம் நூற்றாண்டில், டச்சுக்காரர்களினால் இலங்கையின் வடக்கு, கிழக்கு, வடமேற்குத் தமிழ்ப் பிரதேசங்கள் ஆளப்பட்டபோதும், அவர்கள் ஏற்கெனவே யாழ்ப்பாண இராச்சிய மன்னர்கள் பின்பற்றிய நிர்வாக முறையினைத்தான் பெரும் பாலும் ஏற்று தமது ஆட்சியை நிர்வகித்திருக்கிறார்கள். போத்துக்கீச ஆவணங்களும், டச்சுக்காரர் ஆவணங்களும் மேற்படி கூற்றை உறுதிப்படுத்து கின்றன.

வரலாற்றுக் காலம் முதல் இலங்கையின் வரலாறு வெறுமனே ஒரு சிங்கள வரலாறாகத்தான் எழுதப்பட்டிருக்கின்றது. ஆனால், மேற்குறிப்பிட்ட நிகழ்வுகள், அது அவ்வாறன்றி, வரலாற்றுக்காலம் முதல் பொலன்னறுவை அரசின் வீழ்ச்சிக் காலம்

பதவியாக் கல்வெட்டு

வரை உள்ள வரலாறு, சிங்கள மக்களுக்கும், தமிழ் மக்களுக்கும் உரியது என்பதனை வலியுறுத்திக் காட்டுகின்றன. அதுமட்டுமல்லாமல், பொலன்னறுவை இராச்சியத்தின் வீழ்ச்சியுடன் இலங்கை வரலாறு ஒரு முக்கிய திருப்புமுனையைச் சந்திக்கின்றது. அதாவது இலங்கையின் வரலாறு, சிங்கள தேசத்திற்குரிய ஒரு தனி வரலாறாகவும், தமிழ்த் தேசத்திற்குரிய ஒரு தனி வரலாறாகவும் பிரிந்து செல்லும் நிலைமையினைக் காணமுடிகிறது.

தென்னாசிய, தென்கிழக்காசிய நாடுகளில் சோழமன்னரால் மேற்கொள்ளப்பட்ட படையெடுப்புக்கள் முற்றுமுழுதாக அரசியல் காரணங்களை மட்டும் கொண்டவை யாக இருந்திருக்கமுடியாது. அவர்கள் மேற்கொண்ட படையெடுப்புக்களுக்கு வர்த்த கமும் ஒரு முக்கிய காரணமாக இருந்திருக்கின்றது. ராஜராஜன், அவன் மகன் இராஜேந்திரன் ஆகியோரின் படையெடுப்புக்கள் இதனை எடுத்துக் காட்டுவதாக அமைகின்றன. உள்நாட்டு வர்த்தகமும், வெளிநாட்டு வர்த்தகமும் சோழராட்சிக் காலத்தில் மிகவும் உச்சநிலையில் காணப்பட்டன. இவ் வர்த்தக முயற்சியில் ஈடுபட்ட வணிக கணங்கள் இதிற் தமது பாரிய செல்வாக்கினைக் கொண்டிருந்த மையை, இவ் வணிக கணங்களின் கல்வெட்டுக்கள் காட்டி நிற்கின்றன. இந்தியா, இலங்கை, தென்கிழக்காசியா, மற்றும் அரேபியா, பாரசீகம், எகிப்து ஆகிய நாடுகளி லெல்லாம் இவ் வணிக கணங்கள் வர்த்தகத்தில் ஈடுபடுவதற்கான வழிவகைகளை சோழராட்சிக் காலம் ஏற்படுத்திக் கொடுத்திருப்பதைக் காணமுடிகிறது.

இலங்கையில் சோழராட்சிக் காலத்தில் உள்நாட்டு, வெளிநாட்டு வர்த்தகங் களில் ஐந்நூற்றுவர் என்ற வணிக கணத்தினர் பல்வேறுபட்ட வர்த்தக நடவடிக்கை களில் ஈடுபட்டிருந்தனர். அய்யப் பொழில், திசையாயிரத்து ஐந்நூற்றுவர், நானா தேசிகர், வீரவலஞ்சியர் போன்ற பல பெயர்களாலும் இவர்கள் அறியப்பட்டிருந்தனர்.

இலங்கையில் ஐந்நூற்றுவரைப் பற்றிய கல்வெட்டுக்கள் சோழர் ஆதிக்கம் ஏற்பட்ட காலத்திலிருந்தே கிடைக்கின்றன. பதவியாவிற் கண்டெடுக்கப்பட்ட கல்வெட்டுக் களிலே, நானாதேசி, தேசி என்னும் சொற்கள் காணப்படுகின்றன.[17]

இதேபோன்று சங்கரப்பாடியார், வாழைக்காய் வாணிபர், வெற்றிலை வாணிபர் போன்ற வணிகர்கள் பற்றித் திருக்கேதீஸ்வரத்தில் கண்டெடுக்கப்பட்ட கல்வெட்டு ஒன்றின் மூலம் அறியமுடிகிறது.[18] இவர்கள், துறைமுகப் பிரதேசங்களையும், நகரங்க ளையும் மையமாக வைத்து தமது வர்த்தக நடவடிக்கைகளை மேற்கொண்டு எறிவீர பட்டணம் என்ற நிறுவனங்களையும், வர்த்தக நிறுவனங்களையும் அமைத்திருந் தனர்.[19] இவ் வகையான வர்த்தக நிறுவனங்களோடு கொல்லர், நெசவுத் தொழிலில் ஈடுபட்ட சாலியர், சங்கரப்பாடியார், வெற்றிலை வாணிபர், வாழைக்காய் வாணிபர் போன்றவர்களும் தத்தமது தொழில்துறை சார்ந்த வர்த்தகங்களில் ஈடுபட்டனர்.[20] ஐந்நூற்றுவர் என்ற வணிக கணத்தினர் தொடர்பான கல்வெட்டுக்கள் இலங்கையில் பல இடங்களில் கிடைத்துள்ளன. இக் கல்வெட்டுக்கள் கூடுதலாக வடக்கு, கிழக்குப் பகுதிகளிலேயே கண்டு பிடிக்கப்பட்டுள்ளன. உதாரணமாக, அனுராதபுரம், பொலன்ன றுவை, பதவியா, வாஹல்கட, விஹாரேஹின்ன, புதுமுத்தாவ, இலக்கட்டுபெ, அதர கல்ல, தெற்றியாமுல்ல, மணற்கேணி, உளுவந்தாவ போன்ற இடங்களில் ஐந்நூற்று வர் பற்றிய கல்வெட்டுக்கள் கிடைத்துள்ளன. மேலும், ஐந்நூற்றுவரை விட, மணிக் கிராமம், அஞ்சுவண்ணம் போன்ற வணிக கணத்தினரும் தத்தமது வர்த்தக நடவடிக் கைகளில் ஈடுபட்டிருந்தனர். மணிக்கிராமத்தவர், பல்லவர் செல்வாக்கு இலங்கையில் ஏற்பட்ட காலத்திலேயே வர்த்தகத்தில் ஈடுபட்டிருந்தனர் என்பது முன்னைய அத்தி யாயத்திற் கூறப்பட்டது.

எனவே, மேற்கூறப்பட்டவற்றிலிருந்து சோழராட்சிக் காலத்தில் இலங்கையிற் குறிப்பாக, வடக்கு, கிழக்கு, வடமேற்குப் பிரதேசங்களை அண்டிய துறைமுக, நகர மையங்களிலும் இவ்வாறான வணிக கணத்தினரும், வர்த்தக நிறுவனங்களும், ஏனைய நகரமையங்களிலும் தமது வர்த்தக நடவடிக்கைகளில் ஈடுபட்டிருந்தமையை அறியமுடிகிறது. இவ் வணிக கணங்களின் பெயர்கள் தென்னிந்தியாவில், பல்லவர் காலத்திலும், கூடுதலாகச் சோழர் காலத்திலும் காணப்பட்ட பெயர்களாகக் காணப்படுகின்றன. இந்தப் பின்னணியை வைத்துக்கொண்டு, இவ்வணிக கணங்கள் யாவும், இலங்கையில் சோழர் ஆட்சிபுரிந்த காலத்திற் தென்னிந்தியாவிலிருந்து பெருமளவில் வந்து வர்த்தக நடவடிக்கைகளில் ஈடுபட்ட ‘தென்னிந்திய வணிக கணங்கள்’ என்று வரலாற்று ஆசிரியர்கள் பொதுவாகக் கூறும் ஒரு மரபு காணப்படு கின்றது. அவ்வாறான ஒரு வரலாற்று மரபினை முழுமையாக ஏற்றுக் கொள்வது கடினம். காரணம், இலங்கையில் வரலாற்றுக் காலத்திலிருந்து மன்னாரில் உள்ள மாதோட்டம், யாழ்ப்பாணத் தீபகற்பத்திலுள்ள முக்கிய துறைமுகங்கள், கிழக்கி லுள்ள திருகோணமலைத் துறைமுகம், வடமேற்கில் புத்தளத்திலுள்ள பொம்பரிப்பு போன்ற பிரதேசங்கள், அங்குள்ள துறைமுகங்கள் என்பன, முத்து, சங்கு மற்றும் ஏனைய வர்த்தகப் பண்டமாற்றங்களுக்கும் பெயர்போன இடங்களாக இருந்திருக் கின்றன என்பதாகும். இவை தொடர்பாக ஏற்கெனவே முன்னைய அத்தியாயங்களில் குறிப்பிடப்பட்டுள்ளது. இவ்வாறான நிலமை கி.பி. ஒன்பதாம் நூற்றாண்டுவரை தொடர்ச்சியாகக் காணப்படுகின்றது. உதாரணமாக, கி.பி. ஆறாம் நூற்றாண்டு

களிலிருந்து இலங்கையில் பல்லவர் செல்வாக்கு ஏற்பட்டிருந்த வேளையில் பல வணிக கணங்கள் தென்னிந்தியாவிலிருந்து வந்து வர்த்தக நடவடிக்கைகளில் ஈடு பட்டு இருந்திருக்கின்றார்கள். அவ்வாறு வந்தவர்களும், ஏற்கெனவே இலங்கையில் வர்த்தக நடவடிக்கைகளில் ஈடுபட்டிருந்த வர்த்தகர்களும், வர்த்தக நிறுவனங்களும் அவ்வாறான வர்த்தக முயற்சிகளில் கூட்டாகப் பங்குபற்றியிருப்பார்கள் என்பதுதான் நடைமுறைச் சாத்தியமானதாக இருந்திருக்கும். சோழர் காலத்தில் இந்நிலைமை நிச்சயமாகப் பன்மடங்கு அதிகரித்து இருப்பது மேற்கூறப்பட்ட நிகழ்வுகளிலிருந்து தெரியவருகிறது. அவ்வாறான ஒரு நிலையில், இவ் வணிக கணங்கள் அல்லது வர்த்தக நிறுவனங்கள், தொழில்சார் நிறுவனங்கள் முற்றும் முழுதுமாக தென் னிந்திய வணிக கணங்கள் என்று வரலாற்று ஆசிரியர்கள் அழைப்பது பொருத்தமற்ற தாகத் தெரிகிறது. இதற்குரிய அடிப்படைக் காரணம், அவ்வணிக கணங்களின் கல் வெட்டுக்களில் உள்ள பெயர்கள், அவர்களை எந்த வணிக கணத்தவர்கள் என்பதை அடையாளம் காட்டுவதாகக் காணப்படுகின்றது. அவ்வாறு அடையாளம் காணப்படும் வணிக கணங்களின் பெயர், பொதுவாகத் தென்னிந்திய பல்லவர், சோழர் காலக் கல்வெட்டுக்களில் உள்ள வணிக கணங்களின் பெயர்களாகவும், அப் பெயர்களை ஒத்ததாகவும் இருப்பதேயாகும். மேலும், இலங்கை வரலாற்றினை அதன் ஆரம்பகாலத்தில் இருந்து உற்று நோக்கினால், அரசர்களின் பெயர்கள், அரசவம்சப் பெயர்கள், சாதாரண மக்களின் பெயர்கள், ஊர்களின் பெயர்கள், நிர்வாக அமைப்பு முறைகளின் பெயர்கள், கோவில்களின் பெயர்கள் எல்லாமே பொதுவாக ஏதோ ஒரு வகையில் இந்தியப் பெயர்களை, குறிப்பாகத் தென்னிந்தியப் பெயர்களை, சிறப்பாகத் தமிழ்நாட்டுப் பெயர்களை ஒத்ததவையாகக் காணப்படுவதை அவ தானிக்க முடியும். அதேபோன்று இவ் வணிக கணங்களின் பெயர்களும், அமைந்தி ருக்கின்றன. ஆகவே, இவ் வணிக கணங்கள் முழுமையாகத் தென்னிந்திய வணிக கணங்கள் என்றோ, அல்லது சோழர் காலத்தில் வர்த்தகத் துறைகளில் ஈடுபட்ட வணிக கணங்களை தென்னிந்திய வணிக கணங்கள் என்றோ பொதுப்பட அழைப்பது பொருத்தமற்றதாகும். மேலும், சோழர் இலங்கையில் ஆட்சிசெய்த வேளையில் அல்லது அதற்கு முந்திய காலப்பகுதிகளில், தென்னிந்தியாவிலிருந்து வணிக கணங்களாக வந்திருந்தவர்கள், இலங்கையில் சோழராட்சி முடிந்தவுடன் எல்லோருமே திரும்பி தென்னிந்தியாவுக்குப் போய்விட்டார்கள் என்று கொள்ளவும் முடியாது. காரணம், இலங்கையிற் பல்லவர் செல்வாக்குப் பெற்றிருந்த வேளையில் வந்த வணிக கணத்தினர் தொடர்ந்தும் சோழர்கால ஆட்சியின்போதும், அதன் பின்னரும் தமது வர்த்தக நடவடிக்கைகளில் ஈடுபட்டிருப்பதனைக் காணமுடிகிறது. எனவே, வர்த்தக நடவடிக்கைகள் இலங்கையில் வரலாற்றுக் காலத்திலிருந்தே நடைபெற்று வந்த ஒன்றாகும். தென்னிந்தியாவின் தலையீட்டால் இவ்வாறான வர்த்தகத்துறையில் ஈடுபட்டவர்கள் காலத்திற்குக் காலம் இலங்கைக்கு வந்து, வர்த்தக முயற்சிகளில் ஈடுபட்டனர் என்பது வரலாற்று உண்மை. அவ்வாறானவர்கள் ஏற்கெனவே இலங்கையிலிருந்த வர்த்தகத்துறைச் சார்ந்தவர்களோடு இயல்பாகவே இணைந்திருப்பர். தென்னிந்தியாவிலிருந்து வந்த, கேரளர், தெலுங்கர், கன்னடர், தமிழர், வேறும் பலர் இவர்களிற் காணப்படுவதை தொல்லியற் சான்றுகள் மற்றும் இலக்கிய ஆதாரங்கள் மூலம் அறியமுடிகிறது. இவ்வணிக கணங்களின் வர்த்தக

நடவடிக்கைகள் பெரும்பாலும் வடக்கு, கிழக்கு, வடமேற்குப் பிரதேசங்களிலே நடைபெற்றமைக்கு ஆதாரமாகக் காணப்படும் சோழர்காலக் கல்வெட்டுக்கள் எல்லாமுமே, தமிழ் மொழியில் எழுதப்பட்ட கல்வெட்டுக்களாகவே உள்ளன. இக் காலகட்டத்தில், உள்நாட்டு, வெளிநாட்டு வர்த்தகத்தில் தமிழ்மொழி ஒரு முக்கிய தொடர்பு மொழியாகப் பயன்படுத்தப் பட்டிருக்கின்றது. இந்நிலை சோழராட்சி இலங்கையில் முடிவடைந்த பின்னரும் காணப்படுகிறது. உதாரணமாக, பொலன்னறுவை மன்னன் முதலாம் பராக்கிரமபாகு வெளிநாட்டு வர்த்தகம் தொடர்பாக, ஊர் காவற்றுறையில் ஏற்படுத்திய வர்த்தகப் பிரகடனம் தமிழ்மொழியில் கல்லிற் பொறிக்கப்பட்டுக் காணப்படுகிறது.[21] 1410 ம் ஆண்டு தென் இலங்கையின் காலித்துறையில சீன வர்த்தகர் ஒருவர் எழுதிவைத்த கல்வெட்டு ஒன்றில் தமிழ், சீனம், பாரசீகம் ஆகிய மூன்று மொழிகளும் காணப்படுகின்றன.[22] இம் மூன்று மொழிகளும் மேற்படிக் காலகட்டத்தில் இந்து சமுத்திரப் பிராந்தியத்தில் வர்த்தக மொழிகளாக விளங்கியிருக்கின்றன. மேற்கூறப்பட்ட விடயங்களின் பின்னணியிலிருந்து பார்க்கும்போது, கி.பி. 900 - கி.பி. 1200 காலப்பகுதிகளிலும், அதற்குப் பின்னரும், இலங்கையிற், குறிப்பாக, வடக்கு, கிழக்கு, வடமேற்குப் பிரதேசங்களிலும், ஏனைய பிரதேசங்களிலும், நடைபெற்ற வர்த்தக நடவடிக்கைகளில், தமிழ் வர்த்தகர்கள் கூட்டாகச் செயற்பட்டு, இயங்கி வந்திருக்கின்றார்கள் என்பதை அறிய முடிகிறது. அதுமட்டுமல்லாமல், இவ் வர்த்தக நிறுவனங்கள், நாட்டின் பொருளாதார விருத்தியின் பொருட்டு மேற்படி காலகட்டங்களில் விவசாய, நீர்ப்பாசனத் துறைகளுக்குப் பெரிதும் பங்களிப்புச் செய்திருக்கின்றார்கள். கூடவே சமய, கலை, கலாசார அபிவிருத்திகளுக்கும் பெரும்பங்கு ஆற்றியிருக்கின்றார்கள். எனவே, பொதுவாக இலங்கை வரலாற்றிலும், சிறப்பாகத் தமிழர் வரலாற்றிலும் மேற்படி வணிக கணங்களின் பங்களிப்பு ஒரு நிலையான இடத்தைப் பிடித்துள்ளமை வெளிப்படையாகத் தெரிகின்றது.

மேற்குறிப்பிட்ட காலப்பகுதியில், பொலன்னறுவை ஆட்சியின்போது வணிக கணங்கள் போன்று வேளைக்காரப் படையினர் என்போர் படைவீரர் மாத்திரமல்லாமல் நிறுவனங்களைப் பாதுகாக்கும் காவலர்களாகவும் இலங்கையில் முக்கியத்துவம் பெறுகின்றனர்.[23] முன்னைய அத்தியாயத்தில் கூறப்பட்டதுபோல் கி.பி. ஏழாம் நூற்றாண்டிற் குறிப்பிடத்தக்க எண்ணிக்கையில் தென்னிந்தியப் போர்வீரர்கள் இலங்கைக்கு வந்திருக்கின்றார்கள். அத்தோடு, இலங்கையில் அரசுரிமைக்காகப் போராடியவர்கள் தென்னிந்தியா சென்று படைதிரட்டி வந்தனர் என்பதுவும் வரலாற்று ஆதாரங்கள் மூலம் முன்னைய அத்தியாயத்தில் குறிப்பிடப்பட்டுள்ளது. அரசியல் உறுதியின்மை நிலவியதால், கி.பி. ஏழாம் நூற்றாண்டிலிருந்து இவ்வாறான நிகழ்வுகள் அடிக்கடி நடைபெற்றன. இலங்கையில் சோழராட்சியின் போது இந்நிலைமை மேலும் பன்மடங்காக உயர்ந்திருக்கின்றது. வர்த்தக நிறுவனங்களின் எழுச்சி, விவசாய நடவடிக்கைகளில் ஏற்பட்ட வளர்ச்சி, சமய நிறுவனங்கள், கோவில்கள் என்பவற்றின் புதிய தோற்றங்கள், உறுதியான அரசைக் கட்டிப் பாதுகாக்க வேண்டிய தேவை என்பன இந்நிலைமையின் அதிகரிப்புக்கான காரணங்களாக அமைந்தன. அத்தோடு ஐந்நூற்றுவர் போன்ற பாரிய வர்த்தக அமைப்புக்கள் தமது பாதுகாப்பிற்காகவும், தாங்கள் கட்டிய கோவில்கள், கட்டிடங்கள், நீர்ப்பாசனக்

குளங்கள் போன்றவற்றின் பாதுகாப்பு, மற்றும் கட்டிட வேலைகள் நிமித்தமும் பல படையினரைத் தென்னிந்தியாவிலிருந்து வருவித்தனர். வேளைக்காரப் படைப் பிரிவினரைவிட, வீரக்கொடியார், எறிவீரர், அங்கக்காரர், கருணாகரவீரர் போன்றோரும் இலங்கையில் சோழராட்சியின்போது படைத்தொழில், காவல் தொழில் போன்ற வற்றில் ஈடுபட்டிருந்திருக்கின்றார்கள். உதாரணமாக, மன்னர் மாளிகை போன்ற இடங்களில் காவலாளிகளாக இருந்த ஒரு பிரிவினர், அகம்படியார் என்ற பெயராற் சோழர்காலக் கல்வெட்டுக்கள், மற்றும் சிங்கள இலக்கியம் ஆகியவற்றிற் குறிப்பிடப்பட்டுள்ளனர்.

ஏற்கெனவே இலங்கையிலிருந்த தமிழ்ப் படைப்பிரிவினருடன், சோழர்காலத்தில் தென்னிந்தியாவிலிருந்து வந்த படைப்பிரிவினரும் ஒன்று சேர்க்கப்பட்டே அக்காலத்தில் இப் படைப்பிரிவுகள் நிச்சயமாக அமைக்கப்பட்டிருக்க வேண்டும். சோழர் ஆதிக்கம் இலங்கையில் முடிவடைந்த கி.பி. பதினோராம் நூற்றாண்டின் இறுதிக் காலகட்டத்தில் இப் படைப்பிரிவுகளில் உள்ளவர்கள் எல்லோருமே நாட்டைவிட்டுப் போயிருப்பார்கள் என்று கூறமுடியாது. சோழராட்சிக் காலத்தில் நன்னிலையில் காணப்பட்ட சமய, கலை, கலாசார, வர்த்தக செயற்பாடுகள் யாவும் தமிழ் மொழியினையே பிரதான மொழியாகக் கொண்டு வடக்கு, கிழக்கு, வடமேற்குப் பிரதேசங்களில் நிகழ்ந்திருக்கின்றன என்பதனை அக் காலத்துக்குரிய கல்வெட்டுக் கள் காட்டுகின்றன. எனவே, வேளைக்காரப் படைப் பிரிவினரும், மேற்கூறப்பட்ட ஏனைய படைப்பிரிவினரும் தமிழ்மொழி பேசுகின்றவர்களாகத்தான் இருந்திருப்பார் கள். இந்நிலையில் சோழராட்சி இலங்கையில் முடிவடைந்து, முதலாம் விஜயபாகு, பொலன்னறுவையில் மீண்டும் சிங்கள வம்ச ஆட்சியை ஆரம்பிக்கும் வேளையில், இவ்வாறான படைகளில் இருந்த பலர், விஜயபாகு மன்னனுக்கும், தொடர்ந்து ஆட்சிபுரிந்த மன்னர்களுக்கும் உதவியிருக்கின்றார்கள். இவற்றைவிட, விஜயபாகு சோழருக்கு எதிராகப் படையெடுத்த வேளையிலுங்கூட, தமிழ் படையினர் விஜயபாகு விற்கு உதவியிருக்கின்றார்கள். விஜயபாகு சோழருக்கு எதிராக மேற்கொண்ட படையெடுப்புக்கு, தமிழ்த் தளபதி ஒருவன் தலைமை தாங்கியிருக்கின்றான். உதாரணமாக, வீரராஜேந்திரன் படைகளுக்கு எதிராக விஜயபாகு போராடியபோது, அவனது படைத் தளபதியான குருகுலத்தரையன் உயிரிழந்தான் என 1067 இல் பொறிக்கப்பட்ட சோழக் கல்வெட்டுக் குறிப்பிடுகின்றது. வரலாற்று ஆதாரங்களின்படி, விஜயபாகு அதிகமாகத் தமிழ்ப் படைகளில் தங்கியிருந்தான் என்பதனை அறிய முடிகிறது. குறிப்பாக, நம்பிக்கைக்கு உரிய வேளைக்காரப் படையினர் விஜயபாகு வின் போர்களில் பெரும் பங்களிப்புச் செய்தனர். அத்தோடு, தந்ததாது கோவிலைப் பாதுகாப்பதற்கும் வேளைக்காரப் படையினர் அமர்த்தப்பட்டனர்.[24] மேலும், கஜபாகு, பாராக்கிரமபாகு ஆகியோரின் ஆட்சிக் காலத்திலும் வேளைக்காரப் படையினர் பெரிதும் உதவியிருக்கின்றனர். உதாரணமாக, பராக்கிரமபாகு நடாத்திய பல போர்களுக்கு வேளைக்காரப் படையினரையே நம்பியிருந்திருக்கின்றான்.[25] சுருங்கக் கூறின் தமிழ்ப்படைப் பிரிவினராகிய வேளைக்காரப் படையினர் பொலன்னறுவை ஆட்சிக் காலத்தில் மிகவும் வலுவுள்ளவர்களாகவும், தேவை ஏற்படும்போது அவர்கள் அரசை எதிர்க்கத் தயங்காதவர்களாகவும் இருந்துள்ளனர். எனவே, மேற்படி நிலைமைகளின் பின்னணியை நோக்கும்போது, தமிழ்ப் படையினர் வலுவுள்ளவர்

களாக இருந்திருக்கின்றார்கள் என்பது புலனாகிறது. அத்தோடு, பொலன்னறுவை ஆட்சிக் காலத்தில் விஜயபாகுவினால் சோழருக்கு எதிராகத் தொடுக்கப்பட்ட போர், தமிழ் மக்களுக்கு எதிராகத் தொடுக்கப்பட்ட ஒரு போராகக் கொள்ள முடியாது. அது சோழ ஆதிக்கத்துக்கு எதிராகத் தொடுக்கப்பட்ட போராகவே கொள்ள வேண்டும். எனவே, தமிழ்ப் படைகள் விஜயபாகு போன்றோருக்கு உதவிய நிகழ்வு களின் அடிப்படையில் நோக்கும்போது பொலன்னறுவை ஆட்சிக்காலம் தமிழரும், சிங்களவரும் சேர்ந்து நடத்திய ஆட்சிக்காலம் என்பது வரலாற்று ஆசிரியர் ஏற்றுக்கொள்ள வேண்டிய உண்மையாகும்.

மேலும், கி.பி. பதினோராம், பன்னிரண்டாம் நூற்றாண்டுகளில், நீர்ப்பாசனத் தொழில்நுட்பம் மிகவும் உச்ச நிலையினை அடைந்திருக்கின்றது. ஏற்கெனவே முன்னைய அத்தியாயத்தில் கூறப்பட்டதுபோல், பாரிய நீர்ப்பாசனத் திட்டங்களை மேற்கொள்வதற்காக தென்னிந்தியாவிலிருந்து கூலியாட்கள் வருவிக்கப்பட்டனர். இவ்வாறு வருவிக்கப்பட்டவர்களும், இலங்கையில் இருந்தவர்களும் சேர்ந்து இக்கால நீர்ப்பாசன அபிவிருத்தி வேலைகளில் ஈடுபட்டிருக்கின்றார்கள் எனக் கொள்ளமுடிகிறது. அத்தோடு வேளைக்காரப் படைப் பிரிவினரும், இவ்வாறான பாரிய வேலைத் திட்டங்களுக்குப் பயன்படுத்தப் பட்டிருக்கவேண்டும். இல்லாவிட்டால் உலகிலேயே இரண்டாவது இடத்தைப் பெறும் மிகப் பெரிய இரு செயற்கைக் குளங்களான பாரக்கிரம சமுத்திரம், Giants Tank என அழைக்கப்படும மன்னாரிலுள்ள கட்டுக்கரைக்குளம் ஆகியவற்றை, மேற்படி காலகட்டத்தில் இலங்கை மக்களாற் தனித்துக் கட்டியிருக்க முடியாது. மேலும், இதே காலப்பகுதியிற் தமிழ்நாட்டில் சோழராட்சியின் போது, வீராணம் குளம் என அழைக்கப்படும், பாரிய குளமும் தமிழ்நாட்டில் கட்டப்பட்டிருக்கின்றது. உலகிலே உள்ள பாரிய செயற்கைக் குளங்கள் என்ற வரிசையில் வீராணம் குளம் முதலாவது இடத்தையும், இவ்வரிசையில் பாராக்கிரம சமுத்திரமும், கட்டுக்கரைக் குளமும், இரண்டாவது இடத்தையும் பெறுமளவிற்கு அமைக்கப்பட்டிருக்கின்றன. இவ்வாறான பாரிய குளங்களை அமைக்க எவ்வளவு மனிதபலம் தேவைப்பட்டிருக்கும், எவ்வாறான தொழில்நுட்பம் தேவைப்பட்டிருக்கும் என்பது புலனாகின்றது. எனவே, இவ்வாறான பாரிய நீர்ப்பாசனத் திட்டங்கள் அமைக்கப்பட்ட விடயத்தில் தென்னிந்தியாவும், இலங்கையும் ஒன்றாக இணைந்துதான் வெற்றி ஈட்டியிருக்க முடியும். அந்த வகையில், சோழராட்சிக் காலம் இலங்கையில் நீர்ப்பாசன தொழில்நுட்ப, விவசாய அபிவிருத்திகளுக்கு அளப்பரிய பங்கை ஆற்றியிருக்கின்றது என்று கொள்ளலாம்.

தென்னிந்திய வரலாற்றின் பொற்காலம் என வர்ணிக்கப்படும் சோழராட்சியின் கி.பி. 900 - கி.பி. 1200 வரையிலான காலப்பகுதியில் சைவசமயம், தமிழ்மொழி, தமிழ்க் கலாசாரம், கட்டிட சிற்பக் கலைகள், இசை, நடனம், நாடகக் கலைகள், உள்நாட்டு வெளிநாட்டு வர்த்தகம், விவசாயம், தொழில்நுட்பம் போன்ற துறைகள் பாரிய முன்னேற்றம் அடைந்தன. இலங்கையிலும் குறிப்பாக வடக்கு, கிழக்கு, வடமேற்குப் பிரதேசங்களில் சைவசமயம், பௌத்தமதம் சார்ந்து பல கோவில்கள் கட்டப்பட்டு, அவை வழிபாட்டுத் தலங்களாகவும், கலாசார மையங்களாகவும் விளங்கின. மேற்கொண்டு அவைபற்றிச் சுருக்கமாக நோக்குவதன் மூலம், மேற் குறிப்பிட்ட காலப்பகுதியில் தமிழர்கள் மத்தியில் சிறப்பாக சைவமும், பொதுவாக

பௌத்தமும் எவ்வாறு செல்வாக்குப் பெற்ற மதங்களாகக் காணப்பட்டன என்பத னையும் கட்டிடம், சிற்பம், இசை, நடனம், நாடகம் போன்ற கலைத்துறைகளின் அபிவிருத்தியையும் அறியக்கூடியதாக வுள்ளது.

நடராஜர் சிலை - பொலநறுவை

இலங்கையின் வரலாற்றுக் காலத்தி லிருந்தே பிரசித்தி பெற்ற சிவதலங் களாக மாதோட்டத்தில் திருக்கேதீஸ் வரமும், திருகோணமலையில் கோணேஸ் வரமும், யாழ்ப்பாணத்தில் நகுலேஸ் வரமும், தேவி நுவரவில் உள்ள தொண் டேஸ்வரமும் சோழர் காலத்தில் தமிழ் மக்களின் பெரும் ஆதரவையும், செல் வாக்கையும் பெற்றிருக்கும் என்பதில் ஐயமில்லை. ஆனால் போத்துக்கீசர், கி.பி. பதினாறாம் நூற்றாண்டில் இலங்கை யைக் கைப்பற்றிய வேளையில் இப் புராதன சிவத்தலங்களை முற்றாக அழித்து, அத் தலங்களின் கற்களை அவர்களது கோட்டைகளைக் கட்டப் பயன்படுத்தி யிருக்கின்றனர். போத்துக்கீசரின் பல்வேறுபட்ட ஆவணங்களில் இக் கோயில்கள் அழிக்கப்பட்ட செய்திகளைக் காணமுடிகிறது. இதன் விளைவாக அக் கோவில்கள் பற்றிய பூரண விபரங்களை அறிந்து கொள்வதில் சிரமங்கள் உள்ளன. இருந்தும், அவர்கள் கட்டிய கோட்டைகளில் உள்ள கற்களிலிருந்து சில கல்வெட்டுக்களையும், தகவல்களையும் பெறமுடிகிறது.

மேற்கூறப்பட்ட சிவத்தலங்களைவிட மேலும் பல புராதன சைவ ஆலயங்களும், சோழர் ஆட்சிக்காலத்தில் இருந்ததற்கான ஆதாரங்கள் காணப்படுகின்றன. மாதோட் டத்தில் ராஜராஜேஸ்வரம், திருவிராமேஸ்வரம் என்ற இரு கோவில்கள் சோழ மன்னரின் பெயர்களைத் தாங்கியவையாக உள்ளன. ராஜராஜேஸ்வரம் தாழிகுமரன் என்ற சோழ அதிகாரியினாற் கட்டப்பட்டதென அறியமுடிகிறது.[26] இக் கோவில்களில் விழாக்களும், கிரியைகளும் ஒழுங்காக நடைபெற்றிருக்கின்றன. ராஜராஜேஸ்வரத்தில் வைகாசி விசாகத்தின்போது, ஏழுநாட்கள் விழா எடுத்துத் தீர்த்தமும் ஆடப்பட்டதாக அறியமுடிகிறது. மேலும் நடனம், இசை, நாடகம் ஆகிய கலைகளும், இக் கோவில் களை மையமாகக் கொண்டு வளர்க்கப்பட்டன. இக் கோவில்களில் பல்வேறுபட்ட இசைக் கலைஞர்கள், விழாக் காலங்களிலும், ஏனைய சிறப்பான நாட்களிலும் இசை விருந்துகளை வழங்கியிருந்தனர். தென்னிந்திய நாகரிகத்தின் முக்கிய கலை களான பரதநாட்டியம், கர்நாடக இசை ஆகியவற்றின் வளர்ச்சிக்கு இக் கோவில்கள் பெரும் பங்களிப்புச் செய்திருக்கின்றன என்பதனையும் அறியமுடிகிறது. இலங்கையில் சோழர் காலத்தில் கட்டப்பட்ட சைவ, வைணவ, பௌத்த கோவில்கள் என்பன

சோழர்கால கட்டிடப் பாணியிலேயே அமைந்துள்ளன. பொலன்னறுவையிலும், பதவியாவிலும் உள்ள சோழர்காலச் சைவக்கோவில்கள், திருகோணமலையில் பெரிய குளம் என்னுமிடத்தில் உள்ள பௌத்த பள்ளியாகிய இராஜராஜப் பெரும்பள்ளி என்பன சோழர்காலக் கட்டிடப்பாணியில் அமைந்துள்ளன.

இராஜராஜப் பெரும்பள்ளி – திருகோணமலை

இவ்வாறே பிற இடங்களிலும் கட்டப்பட்ட சைவ, வைணவ, பௌத்த கோவில்களும் சோழர் கட்டிடப் பாணியைப் பின்பற்றியதாகவே இருந்திருக்கும் என்பதில் ஐயமில்லை. மேலும், சிற்பக்கலை, குறிப்பாக உலோகச் சிற்பக்கலை சோழர்கால கலை வளர்ச்சியின் உச்சக் கட்டத்தை அடைந்திருக்கின்றது. உதாரணமாக, சோழர் கால உலோகச் சிற்பங்களுள் உன்னத இடத்தைப் பெறும் நடராஜர் சிற்பம் இதற்கான நல்லதொரு எடுத்துக்காட்டாகும்.

இருபதாம்நூற்றாண்டின் ஆரம்பத்திலிருந்து பொலன்னறுவை, அனுராதபுரம் போன்ற இடங்களில் நடைபெற்ற அகழ்வாராய்ச்சிகள் மூலம் சோழர் ஆட்சிக் காலத்துக்குரிய வெண்கலச் சிற்பங்கள் கண்டெடுக்கப் பட்டுள்ளன.[27] நடராஜச் சிற்பங் களோடு சோமஸ்கந்த மூர்த்தி, பார்வதி, சிவகாமசுந்தரி, பிள்ளையார், சண்டிகேசுவரர், சுந்தரமூர்த்தி நாயனார், காரைக்கால் அம்மையார் போன்றோரின் சிற்பங்களும் காணப்பட்டன. இலங்கையிற் சோழர்காலக் கட்டிடக் கலையில் திராவிடக் கட்டிடப் பாணி காணப்பட்டதுபோல், சிற்பங்களிலும் அவ்வாறான கலை அம்சங்கள் காணப்படுவதை ஆனந்தகுமாரசுவாமி போன்ற கலை விமர்சகர்கள் குறிப்பிட்டுள்ளார்கள். உதாரணமாக, கி.பி. பதினோராம், பன்னிரண்டாம் நூற்றாண்டைச் சேர்ந்த வெண்கலப் புத்தர் சிலைகள் கிழக்கு இலங்கையில் திருக்கோயில் என்னும் இடத்தில் கிடைத்துள்ளன.இப் புத்தர் சிலைகள் தென்னிந்தியாவில் நாகப்பட்டினத்தில் கிடைக்கப்பெற்ற சோழர் பாணியில் அமைந்த வெண்கலப் புத்தர் சிலையை ஒத்ததாகக் காணப்படுகின்றன. இதேபோன்று பொலன்னறுவை ஆட்சிக் காலப் பகுதிக்குரிய பௌத்தமதம் சார்ந்த கட்டிடம், சிற்பக் கலைகளின் கலை வடிவங்களும் வடக்கு, வடமேற்குப் பிரதேசங்களிலும் காணப்படுகின்றன.

சோழராட்சிக் காலத்தில் கந்தளாயிலும் ஈஸ்வரன் கோவில்கள் இருந்திருக்கின்றன. இக் கோவில்களுள் ராஜராஜேஸ்வரம் என்னும் கோயிலும் இருந்திருக்கலாம் எனக் கொள்ள இடமுண்டு. பதவியாவில் ரவிகுல மாணிக்க ஈஸ்வரம், மதிரிகிரியாவில் பண்டித சோழ ஈஸ்வரம் போன்ற கோவில்களும் இருந்திருக்கின்றன. எல்லாவற்றிற்கும் மேலாகப் பொலன்னறுவை சோழரின் ஆதிக்க மையமாக இருந்த தன் விளைவாக அங்கு பல சிவன்கோவில்கள் இருந்திருக்கின்றன. இவற்றுள் மிகமுக்கியமானது இராஜேந்திர சோழனின் தாயார் பெயரிற் கட்டப்பட்ட வானவன் மாதேவி ஈஸ்வரம் என்னும் சிவன்கோவிலாகும். இலங்கையில் உள்ள சோழர் பாணியில் கட்டப்பட்ட கட்டிடங்களுள் மிகச் சிறந்தது வானவன் மாதேவி ஈஸ்வரம் கோவிலாகும். இதன் சிறப்பு அக்கோவில் முழுமையாகக் கருங்கல்லாலும், சுண்ணாம்புக் கல்லினாலும் கட்டப்பட்டமையாகும். மேலும், இன்றுவரை அழியாது எஞ்சியுள்ள சோழர்காலக் கோவிலாக இது விளங்கு கின்றது.[28]

இவைகளைத் தவிர வேறும் பல கோவில்களின் அழிபாடுகள் பொலன்னறுவைப் பிரதேசங்களில் காணப்படு கின்றன. இவைகளுள் முக்கியமானது ஐந்தாவது ஈஸ்வர ஆலயம் எனப் பெயர்பெறும் சிவன் கோவிலாகும். இதன் உண்மையான பெயரை அறிந்து கொள்ளச் சான்றுகள் இதுவரை கிடைக்கவில்லை. இவ்வாறு தென்மேற்குப் பிரதேசங்களிலும் சிவன் கோவில்கள் சோழராட்சியின்போது கட்டப்பட்டுள்ளன. குருநாகல் மாவட்டத்திலுள்ள மாகல்ல என்னும் இடத்தில் விக்கிரம சலாகமேக ஈஸ்வரம் என்னும் கோவிலைப் பற்றிக் கல்வெட்டுக்கள் கூறுகின்றன. பிற்காலத்தில் இக் கோவில் இருந்த இடத்தில் ஒரு பௌத்த நிறுவனம் கட்டப்பட்டுள்ளது என்பது குறிப்பிடத்தக்கது.

சோழராட்சி இலங்கையில் நடைபெற்ற வேளையில் சைவசமயம் மிகவும் உன்னத நிலையில் இருந்திருக்கின்றது என்பதனை மேற்கூறப்பட்ட பல்வேறு கோவில்களின் தோற்றத்தைக் கொண்டும், அழிபாடுகளைக் கொண்டும் கூறக்கூடியதாக உள்ளது. சோழராட்சி நீங்கி, மீண்டும் விஜயபாகு சிங்கள வம்ச ஆட்சியை நிலைநாட்டிய வேளையிலும் சைவசமயம் தொடர்ந்தும் பேணப்பட்டு வந்திருக்கின்றது என்பது வரலாற்று உண்மையாகும். விஜயபாகு பௌத்த

வானவன் மாதேவி ஈஸ்வரம் – பொலநறுவை

மதத்தைக் கூடுதலாக ஆதரித்தபோதும், அவன் சைவமதத்திற்கு எதிரானவனாகச் செயற்பட்டதாக வரலாறுகள் இல்லை. விஜயபாகு பொலன்னறுவைப் பிரதேசத் திலிருந்த சைவக்கோவில்களைத் திருத்தி அமைத்ததோடு சைவக் கோவில்களில் இருந்த பிராமணர்களையும், ஏனையோரையும் ஆதரித்துள்ளான் என்பதனையும், கோவில்களிலும், அரச மாளிகைகளிலும் பிராமணர்களினாற் சைவக்கிரியைகள் மேற்கொள்ளப்பட்டன என்பதனையும் வரலாறு கூறுகின்றது. உதாரணமாக, விஜயபாகுவின் இரு மனைவிமார் இந்தியாவில் இருந்து வந்தவர்கள். அவர்களில் ஒருவர் அயோத்தியிலிருந்து வந்த இளவரசி லீலாவதி. மற்றவர் கலிங்கத்திலிருந்து வந்த இளவரசி திரிலோக சுந்தரி. இவர்கள் இருவருமே பௌத்தமதம் சாராதவர்கள். இவர்கள் இந்துமதத்தைச் சார்ந்தவர்கள். எனவே இவர்கள் நிச்சயம் தமது சமயக் கிரியைகளைத் தமது மதம் சார்ந்துதான் செய்திருப்பார்கள். அத்தோடு திரிலோக சுந்தரி பௌத்த மதத்தை எதிர்த்தாகப் பாளி வரலாறு கூறுகிறது. இவளுடைய மகன் விக்கிரமபாகு மணம் செய்த இளவரசியும் பௌத்தமதம் சாராதவள். விஜய பாகுவின் ஒரேயொரு மகனாக திரிலோகசுந்தரிக்குப் பிறந்த இவன் ஒரு சிவபக்தன் என்று வரலாற்றாசிரியர்கள் ஏற்றுக் கொள்கிறார்கள். இவன் தன்னை 'பார்வதீபதி தத்தாஸீர் மகாவிருஷ' (பார்வதியின் கணவனாகிய சிவனின் அருளைப் பெற்ற பேர் இடபம்) என்ற விருதைத் தாங்கி, தன்னை ஒரு சிவபக்தனாக உலகுக்குக் காட்டியவன்.[29] மேலும், விக்கிரமாபாகுவின் மகன் கஜபாகு, ஒரு சைவ சமயத் தவனாக ஆட்சி நடத்தியிருக்கின்றான்.[30] திருகோணமலைக் கோணேஸ்வரத்திலும், கந்தளாயில் இருந்த சதுர்வேதிமங்கலத்திலும் சைவக் கிரியைகள் நடாத்தி யிருக்கின்றான். தனது இறுதிக் காலத்தில் பொலன்னறுவையை விட்டு நீங்கி, கந்தளாயில் சைவனாகக் வாழ்ந்திருக்கின்றான்.[31] பொலன்னறு வைக்கால இலங்கை மன்னர்கள் வரிசையில் அடுத்து வருகின்ற பாராக்கிரமபாகு, நிஸ்ஸங்கமல்லன் போன்றவர்கள் பௌத்த மதத்தவர்களாக இருந்தபோதிலும் சைவத்தையும் ஆதரித் துள்ளார்கள்.[32] இவைதவிர, பொலன்னறுவையில் கடைசியாக ஆண்ட கலிங்கமாகன் சைவத்தை மட்டும் ஆதரித்த ஒரு மன்னனாகவும், பௌத்த மதத்திற்கு எதிராகச் செயற்பட்டவனாகவும் பாளி மற்றும் சிங்கள ஏடுகளிலிருந்து அறியமுடிகிறது. எனவே, பொலன்னறுவைக்கால சிங்கள வம்ச ஆட்சியின்போது, பௌத்தத்தைச் சார்ந்த மன்னர்களும், ஏனையவர்களும் சைவசமயத்தை ஆதரித்தது மட்டுமல் லாமல், பிராமணியக் கிரியைகளிலும் ஈடுபட்டுள்ளனர். அரச சபையில் நடைபெற்ற பிராமணியச் சடங்குகள் பற்றிய விபரங்களை பாளி வரலாற்று ஏடுகளிலும் காண முடிகிறது. அக்கால பிராமணிய விழாக்கள் பற்றிய தகவல்களைக் கல்வெட்டுக்கள் சிலவற்றிலும் காணமுடிகிறது. எனவே, சைவசமயம் அக்கால ஆட்சியாளர்கள் மத்தி யிலும், பொதுமக்கள் வாழ்விலும் மிக முக்கியமான இடத்தினைப் பிடித்திருந்திருக் கின்றது என்பதனை மேற்கூறிய நிகழ்வுகள்மூலம் அறியமுடிகிறது.

மேற்கூறிய ஒரு பின்னணியிலிருந்து நோக்கும்போது, இலங்கையில் வரலாற்றுக் காலம் தொடக்கம் சைவசமயம் இலங்கையின் ஆட்சியாளர்கள் மத்தியிலும், அவர்களது அரசுகள் மத்தியிலும், பொதுமக்கள் வாழ்விலும் தொடர்ச்சியாக நடை முறைப் படுத்தப்பட்ட, செல்வாக்குப் பெற்ற ஒரு மதமாக இருந்திருக்கின்றது. எனவே, பௌத்தமதம் மேற்கூறப்பட்ட காலப்பகுதிகளில் கொண்டிருந்த செல்வாக்கினை

விட, சைவசமயம் மிகவும் உன்னத நிலையில் இருந்திருக்கின்றது என்பது முக்கிய மான வரலாற்று உண்மையாகும்.

இலங்கையில் சோழராட்சியின் பொழுது சைவக் கோவில்கள் தவிர, தமிழர் களுடைய பௌத்த வழிபாட்டுத் தலங்களும் தோற்றம் பெற்றன. இதனாற் பௌத்த மதம் தமிழர்களுடைய மதமாகவும் இருந்திருக்கின்றது. ஆனால், கி.பி. 300 - கி.பி. 900 காலப்பகுதியில், பௌத்தமதம் தமிழர்கள் மத்தியில் முக்கியத்துவம் பெற்றிருந் தமைபோல், இலங்கையில் சோழராட்சிக் காலத்தில் பௌத்தமதம் சைவமதம்போல் செல்வாக்குப் பெற்றிருக்கவில்லை என்பது தெளிவாகத் தெரிகின்றது. அத்தோடு, பல பௌத்த தலங்கள் இக்காலப் பகுதியில் முற்றாக அழிந்து போயின. ஆனால் சில பௌத்த கோவில்கள் சோழராட்சியின்போது நன்றாகப் பேணப்பட்டும் இருந்திருக் கின்றன. உதாரணமாக, திருகோணமலைப் பிரதேசத்தில் பெரியகுளம் என்னு மிடத்தில் அமைந்துள்ள ராஜராஜப் பெரும்பள்ளியைக் குறிப்பிடலாம். பலகாலமாக அவ்விடத்திலிருந்த இப் பௌத்த கோவில், சோழராட்சியின்போது திருத்தி அமைக்கப்பட்டு, தமிழ்மக்கள் மத்தியில் பெருஞ் செல்வாக்கினைப் பெற்ற ஒரு தமிழ்ப் பௌத்த பள்ளியாக இருந்திருக்கின்றது என்பதனை அறியமுடிகிறது. அதன் கட்டிடப் பாணியும், திராவிடக்கலைப் பாணியைக் கொண்டு காணப்படுகின்றது. இத் தலத்திற்கு தானங்கள் வழங்கியோரால் சுமார் பதினைந்து தமிழ்க் கல்வெட்டுக்கள் பொறிக்கப்பட்டுள்ளன. இதேபோன்று, கிழக்கிலிருந்த இன்னுமொரு பௌத்த கோவில், விக்கிரம சலாமேகப் பெரும்பள்ளி ஆகும்.[33]

கிழக்கிலும், அனுராதபுரம், பொலன்னறுவை போன்ற பிரதேசங்களிலும், தென் மேற்கிலும், பௌத்தமதம் தமிழ்மக்கள் மத்தியில் முக்கியத்துவம் பெற்ற அளவுக்கு இலங்கையின், வடபுலமான, வன்னிப் பெருநிலம், யாழ்ப்பாணத் தீபகற்பம், மன்னார் பிரதேசம் போன்ற இடங்களிற் பௌத்தமதம் சோழராட்சிக் காலத்தில் முக்கியத் துவம் பெற்றதாகத் தெரியவில்லை. இப்பிரதேசங்களின் மக்கள் மத்தியில் சைவ சமயம் அதிக செல்வாக்கினைப் பெற்றிருந்தமையால் அவ்வாறான ஒரு நிலை ஏற்பட்டது என்று கூறமுடியும். அத்தோடு, சோழராட்சிக் காலத்தில் இப்பிரதேசங் களில் அமைக்கப்பட்ட கோவில்கள் பற்றிய விபரங்களும் கிடைக்காது போய்விட்டன. இதற்கு முக்கிய காரணம், ஏற்கெனவே குறிப்பிட்டதுபோல, போத்துக்கீசர் 600 க்கும் மேற்பட்ட கோவில்களை இடித்து அழித்தமையாகும்.

பௌத்த மதத்தைப் பொறுத்து, கி.பி. ஆறாம் நூற்றாண்டுக்கும் கி.பி. ஒன்பதாம் நூற்றாண்டுக்கும் இடைப்பட்ட காலத்திற், தென்னிந்தியாவிற் சைவ, வைணவ சமயங் களுக்கும், பௌத்த மதத்திற்கும் இடையில் ஏற்பட்ட போட்டிகள், பூசல்களின் போது, சைவ, வைணவ சமயங்கள் மக்கள் ஆதரவைப் பெற்றன. இதன் பின்னர் வருகின்ற சோழராட்சிக் காலத்தில் சைவ வைணவ சமயங்களின் உச்சக்கட்ட வளர்ச்சி ஏற்படுகிறது. இதன் விளைவாக அங்கு சமய அமைதிக்காலம் நிலவியதைக் காணமுடிகிறது. இந்நிலையில் பௌத்தமதம் தென்னிந்தியாவில் எதிர்ப்புக்களின்றிச் சிலகாலம் இயங்க முடிந்தது. எனவே, சோழராட்சிக் காலத்தில் ஏற்பட்ட சமய சகிப்புத்தன்மை காரணமாக அங்கு பல தமிழ்ப் பௌத்தர்கள் தோன்றினர். புகழ்வாய்ந்த தமிழ் பௌத்தத் துறவிகள் தமிழ்நாட்டிலிருந்து, இலங்கைக்கு வந்து சோழராட்சிக் காலத்தின்போதும், அதனைத் தொடர்ந்தும் தமது தொண்டினைப்

பௌத்த மதத்திற்கு ஆற்றியிருக்கின்றார்கள். அவ்வாறாக வந்தவர்களில் தீபங்கரர், காசியப்பர், புத்தமித்திரர், ஆனந்தர், அநுரத்தர் என்போர் முக்கியமான தமிழ் பௌத்த துறவிகளாக விளங்கியிருக்கின்றார்கள். எனவே, தமிழ்நாட்டுப் பௌத்த சங்கத் திற்கும், இலங்கையிலுள்ள பௌத்த சங்கத்திற்கும் இடையில் நெருங்கிய தொடர் புகள், நல்லுறவு இருந்திருக்கின்றன என்று பாளிநூல்கள் வாயிலாக அறிய முடிகிறது.[34] மேலும், கி.பி. பதினோராம், பன்னிரண்டாம் நூற்றாண்டுகளில் இலங்கையில் மிகச் சிறந்த பௌத்தப் பள்ளிகள் தமிழ்ச் சிற்பிகளாலும், சிங்களச் சிற்பிகளாலும் கட்டப்பட்டிருக்கின்றன. உதாரணமாக, பாராக்கிரமபாகு ஆட்சிக் காலத்தில் பொலன் னறுவையில் அமைக்கப்பட்ட ஒரு தூபிக்கு 'தமிழ்தூபம்' என்று பெயரிடப்பட்டுள்ளது.[35] இதேபோன்று, சோழராட்சிக் காலத்திற் பிரபலமாக விளங்கிய தமிழ்ப் பௌத்த தல மாகிய ராஜராஜப் பெரும்பள்ளி திருகோணமலை மாவட்டத்திற் பெரியகுளம் என்னு மிடத்தில் காணப்படுகின்றது. இப்பள்ளி அழிந்த நிலையிலிருப்பதைத் தொல்லியற் திணைக்களத்தினர், 1929 இல் கண்டுபிடித்தனர். 1953 இல் இங்கு அகழ்வாராய்ச்சி நடத்தப்பட்டபோது, இக் கட்டிடம் கவர்ச்சிகரமானதாக, சோழர் காலத்து சைவக் கோவில்களின் கட்டிடப் பாணியில் அமைந்திருந்ததனை ஆய்வாளர்கள் கண்டு கொண்டனர்.

எனவே மேற்கூறப்பட்ட ஒரு பின்னணியிலிருந்து பார்க்கும் பொழுது, சோழ ராட்சிக் காலத்தில் சைவம் அதன் உச்சக்கட்ட வளர்ச்சியினை அடைந்திருப் பதைக் காணமுடிகிறது. அத்தோடு, பௌத்த மதமும் தமிழர் மத்தியில் முக்கியத் துவம் பெற்ற ஒரு மதமாக இருந்திருக்கின்றது என்பதனையும் அறியமுடிகிறது. இருப்பினும், சோழராட்சிக்குப் பின்னர் ஏற்பட்ட அரசியல் மாற்றங்களினால் இலங்கையின் வடக்கு, கிழக்கு, வடமேற்குப் பிரதேசங்களிலுள்ள தமிழர்கள் மத்தியில் சைவசமயம் அவர்களின் வாழ்க்கையோடு பின்னிப் பிணைந்த மதமாக மாறுகின்றது. அனுராதபுரம், பொலன்னறுவை இராச்சியங்களின் வீழ்ச்சியும், தொடர்ந்து அப் பிரதேங்கள் ஏற்கெனவே குறிப்பிட்டதுபோற் காடு சூழ்ந்த பிரதேச மாக மாறிய நிலைமையும் சைவம், பௌத்தம் என்பன பொறுத்தும் பாரிய விளைவு களை ஏற்படுத்தத் தவறவில்லை. அதாவது, மேற்படி இராச்சியங்களின் வீழ்ச்சிக்குப் பின்னர், சிங்கள வம்சத்தவரின் ஆட்சி தெற்குநோக்கி நகர்ந்தபோது, பௌத்த மதமும் அவர்களோடு இணைந்து கொண்டது. இக் காலகட்டத்தில் வடக்கில் எழுச்சிபெற்ற யாழ்ப்பாண இராச்சியம் சைவத்தினைத் தன்பால் ஈர்த்துக் கொண்டது. ஆகவே, பௌத்தம் சிங்கள வம்சத் தவருடன் தெற்கில் சென்றடைய, சைவம், தமிழ் வம்சத்தவருடன் வடக்கு, கிழக்கு, வடமேற்குப் பிரதேசங்களில் நிலைத்துக் கொண்டது. இந்நிலையில் பௌத்தமதம், தமிழ்மக்கள் மத்தியில் நிரந்தரமாகச் செல்வாக்கிழந்த மதமாக வரலாற்றில் இடம் பெற்றமைக்கு சோழ ராட்சிக் காலம் முக்கியமான காரணியாக இருந்திருக்கின்றது. அதே வேளையில், இலங்கையில் மேற்கூறப்பட்ட பிரதேசங்களிலுள்ள தமிழர்கள் மத்தியில் சைவ சமயம் ஒரு நிலையான இடத்தையும், தனித்துவமான அடையாளத்தையும் பெற்றுத் தொடர்ச்சியாக இன்றுவரை வளர்ந்து செல்வதற்கு சோழராட்சிக் காலம் வழிவகுத்துக் கொடுத்திருக்கின்றது என்று கூறுவதில் தவறு இருக்கமுடியாது. இன்று, தமிழர்களின் தேசிய அடையாளங்களில் சைவசமயமும், தமிழ் மொழியும்,

தமிழ்க் கலாசாரமும் ஒரு பெரும் சக்தியாக வளர்ந்தமைக்கு இலங்கையிற் சோழ ராட்சிக் காலம் பெரும் பங்காற்றியிருக்கிறது.

குறிப்புகள்

1. University of Ceylon, *History of Ceylon,* Vol. 1, No. 1, pp. 417–425, K.A. Nilakanta Sastri Vijayabahu I, the Liberator of Lanka, *Journal of Royal Asiatic Society Ceylon Branch,* IV: 45–71.
2. K.A. Nilakanta Sastri, The Colas, Madras University, Madras, 1955.
3. Knox, Robert, op. cit.
4. K. Indrapala, (2006), op. cit., pp. 262–263.
5. Nilakanda Sastri, *Epigrophia Indica,* 1955. Vol. 1, No. 1, pp. 19–24.
6. Nilakanda Sastri, 1955, op. cit., p. 172.
7. K, Indrapala, op. cit., (2006), p. 265.
8. Ibid., pp. 265–266.
9. S. Pathmanathan, (2006), op. cit., p. 97, Cola incriptions.
10. K. Indrapala, op. cit.,, (2006), pp. 266–267.
11. K. Indrapala, op. cit., (2006), p. 291.
12. *CV*, op. cit., pp. 25–44.
13. K. Indrapala, op. cit., (2006, p. 272.
14. Ibid., p. 275.
15. S. Pathmanathan, op. cit., p. 284.
16. University of Ceylon, *History of Ceylon,* Vol. 1, No. 2, p. 419, 433, 441, *CV.,* 60: 24.
17. S. Pathmanathan, op. cit., p. 158.
18. Ibid., p. 158.
19. K. Indrapala, op. cit., p. 276.
20. Ibid., p. 275.
21. S. Pathmanathan, op. cit., p. 345.
22. K. Indrapala, op. cit., (2006), p. 278.
23. Ibid., p. 278.
24. *CV.,* op. cit., pp. 25–44.
25. Ibid., pp. 24–29.
26. K. Indrapala, op. cit., (2006), p. 272.
27. Ibid., p. 302.
28. Ibid., p. 273.
29. University of Ceylon, *History of Ceylon,* Vol. 1, No. 2, p. 509.
30. K. Indrapala, op. cit., (2006), p. 289.
31. Ibid., p. 290.
32. *Epigrophia Zeylanica,* II., p. 137, 148.
33. K. Indrapala, op. cit., (2006), p. 274.
34. Ibid., p. 294.
35. *CV.,* op. cit., p. 76–77, 103–104.

அத்தியாயம் நான்கு

யாழ்ப்பாண இராச்சியமும் வன்னிச் சிற்றரசுகளும் (கி.பி. 1200 – கி.பி. 1500)

இலங்கையின் வடபாகத்திலுள்ள யாழ்ப்பாணக் குடாநாடும், மன்னார் உள்ளிட்ட வன்னிப் பெருநிலமும், வடகிழக்கிலுள்ள திருகோணமலை, மட்டக்களப்புப் பிரதேசங்களும், வடமேற்கிலுள்ள புத்தளமும் அதனை அண்டிய பிரதேசங்களும் இவ் அத்தியாயத்திற் குரிய ஆய்வுக்களமாக அமையும். முதலில், வடபாகத்தில் எழுச்சிபெற்ற யாழ்ப்பாண இராச்சியம் பற்றியும், அதனைத் தொடர்ந்து மேற்குறிப்பிடப்பட்ட மற்றைய பிரதேசங்கள் யாவும் வன்னிச் சிற்றரசுகள் என்ற உபதலைப்பினுள்ளும் ஆய்வு செய்யப்படும். இவ் அத்தியாயம் குறிப்பாக கி.பி. 1200 களிலிருந்து கி.பி. 1500கள் வரையுள்ள காலப் பகுதியை உள்ளடக்கியதாக அமையும். இதனைத் தொடர்ந்து வருகின்ற மிகுதி யாழ்ப்பாண இராச்சிய வரலாறு அடுத்த அத்தியாயத்தில் விரிவாக ஆய்வு செய்யப்படும்.

யாழ்ப்பாண இராச்சியம், வன்னிச் சிற்றரசுகள் பற்றி அறிந்துகொள்வதற்கு எது விதக் கல்வெட்டு ஆதாரங்களும் இதுவரை கிடைக்கப் பெறவில்லை. நாணயங்கள், சிற்பங்கள், மட்பாண்ட ஓடுகள், முத்திரைகள், கொடிகள், கட்டிட அழிபாடுகள் போன்ற தொல்லியல் ஆதாரங்கள் என்பன மேற்படி பிரதேசங்களில் இடம்பெற்ற ஒரு சில அகழ்வாய்வுகள் மூலமும், மேலாய்வுகள் மூலமும் அரிதாகக் கிடைத்திருக்கின்றன. ஆனால் இவ்வாறான தொல்பொருட்களிலிருந்து இப் பிரதேச அரசியல் வரலாற்றைத் தெளிவாகவும், தொடர்ச்சியாகவும் பெறுவது சிரமமாகும்.

இருப்பினும், சில சிங்கள மன்னரால் எழுதப்பட்ட ஒருசில தமிழ்க் கல்வெட்டுக் கள், சிங்கள நூல்கள், பிறநாட்டார் குறிப்புக்கள், ஒருசில தமிழ்நாட்டுப் பாண்டியக்

கல்வெட்டுக்கள், போத்துக்கீச ஆவணங்கள் ஆகியவற்றிலிருந்தும் இப் பிரதேசங்கள் பற்றி சில முக்கியமான தகவல்களைப் பெறமுடிகின்றது.

வரலாற்று நூல்களைப் பொறுத்து, ஏற்கெனவே முன்னுரையில் கூறப்பட்டது போல் கி.பி. பதினேழாம் நூற்றாண்டின் பின்புதான் தமிழ் வரலாற்று நூல்கள் எழுதப் பட்டிருக்கின்றன. குறிப்பாக வையாபாடல், கயிலாயமாலை, யாழ்ப்பாண வைபவ மாலை, மட்டக்களப்பு பூர்வீக சரித்திரம் ஆகிய நூல்களைக் குறிப்பிடலாம். ஐதீகங் களையும், வாய்மொழியாகப் பேணப்பட்டுவந்த மரபுக் கதைகளையும் உள்வாங்கிப் பாளி, சிங்கள நூல்களில் இடம்பெற்ற கதைகளோடு சேர்த்தும், திரிபு படுத்தியும், அத்தோடு தமிழ்நாட்டுப் பாரம்பரிய வரலாற்று மரபுகளையும் தழுவி, கதைகளாகப் புனைந்து இவை எழுதப்பட்டிருக்கின்றன. வரலாற்று ஆதாரங்கள் இல்லாத ஒரு நிலையிலும், விஞ்ஞான பூர்வமான ஆராய்ச்சிகள் அறியப்படாத ஒரு நிலையிலும் சாதாரண புலவர்களால் மேற்படி நூல்கள் எழுதப்பட்டமையால் இந்நிலை காணப்படுகின்றது. இருந்தும் மேற்படி பிரதேசங் கள் பற்றியும், அப்பிரதேசங்களில் நிலவிய ஆட்சி, அதிகாரங்கள், அங்கு வாழ்ந்த மக்கள் பற்றியும், மேற்படி நூல்களிலிருந்து கிடைக்கப்பெறும் தகவல்களை ஏனைய வரலாற்று ஆதாரங்களுடன் ஒப்பிட்டு நோக்குவதற்கு அந் நூல்கள் பெரிதும் உதவுகின்றன.

ஆனால், பத்தொன்பதாம் நூற்றாண்டையடுத்து வெளிவந்த ஒருசில முக்கிய நூல்கள் ஓரளவு நம்பகமான வரலாற்றுத் தகவல்களைத் தருவனவாகக் காணப்படுகின்றன. உதாரணமாக, இராசநாயகம் எழுதிய Ancient Jaffna, ஞானப்பிரகாசர் எழுதிய யாழ்ப் பாண வைபவ விமர்சனம் ஆகிய நூல்கள் குறிப்பிடத் தக்கவை. இருந்தும், இந் நூலாசிரியர் களும், கூடுதலாக, மேற்கூறப்பட்ட தமிழ் வரலாற்று நூல்களிலுள்ள ஐதீகக் கதை களை அடிப்படையாகக் கொண்டு தமது ஆராய்ச்சிகளை நடத்தியுள்ளனர். இந்நூல்களில் உள்ள பல்வேறுபட்ட தரவுகளை விஞ்ஞானரீதியாக நோக்கும்போது, அவற்றைப் பெருமளவில் ஏற்றுக்கொள்ள முடியாமற் போகின்றது. அத்தோடு மேற்படி இரு ஆசிரியர்களும் வரலாற்று ஆய்வுத்துறை சார்ந்த புலமைசார் பயிற்சி அற்றவர்கள் ஆதலினால், அவர்களால் வரலாற்றை நம்பகமான ஆதாரங்களினூடாக விஞ்ஞானரீதியாகப் பார்க்க முடியவில்லை. மேலும், பேராசிரியர்கள் இந்திரபாலா, பத்மநாதன் ஆகிய இருவரும் இவ்விடயம் பற்றி முதன் முதலில் தமது புலமைசார் ஆய்வுகளை நடாத்தி பல ஆய்வுக் கட்டுரைகளையும், நூல்களை யும் எழுதியுள்ளார்கள். இந்திரபாலா அவர்களின், யாழ்ப்பாண இராச்சியத்தின் தோற்றம் (1973) என்னும் நூல் மிக முக்கியமானது. இருந்தும் இந்நூல் குறிப்பாக, யாழ்ப்பாண இராச்சியத்தின் தோற்றத்துடன் முடிவடைகின்றது. அவ் இராச்சியத்தின் ஆட்சிக்காலம்பற்றிய ஆய்வு இந் நூலில் இடம்பெறவில்லை. ஏனைய தமிழ்ப் பிரதேசங்கள் பற்றிய வரலாறு, இதில் இடம்பெறவில்லை. பத்மநாதன் அவர்கள் எழுதிய Kingdom of Jaffna (1969), என்னும் நூல் யாழ்ப்பாண இராச்சியம் பற்றிக் கூறும் முழுமையானதொரு ஆய்வு நூல். இது வன்னிச் சிற்றரசுகள் பற்றியும் ஆய்வுசெய்து எழுதப்பட்டுள்ளது. ஆனால், யாழ்ப்பாண இராச்சியத்தின் ஆரம்பத் தோற்றம்பற்றிய பகுதி முறையாக ஆய்வுசெய்து எழுதப்பட்ட போதிலும், யாழ்ப்பாண இராச்சிய, ஆரியசக்கர வர்த்திகள் ஆட்சிக்காலம் பற்றிய ஆய்வு தெளிவற்றுக் காணப்படுகின்றது. அத்தோடு, இப்பகுதி கூடுதலாக, ஏற்கெனவே கூறப்பட்ட ஆரம்ப தமிழ் வரலாற்று நூல்களிலுள்ள கதைகளை மீளாய்வு செய்வதாகவே காணப்படுகின்றது. வரலாற்றை அறியவிரும்பும்

ஒரு மாணவனுக்கு அல்லது ஆர்வமுள்ள ஒருவருக்கு இந்நூலை வாசித்து அதிலுள்ள விடயங்களை அறிவது பெருஞ் சிரமமாக அமையும். ஆனால், மேற்படி இரு நூல்களும் யாழ்ப்பாண, வன்னி வரலாறுகள் பற்றி அறிய மிக முக்கியமான ஆய்வு நூல்களாகும். இருந்தும், சுமார் நாற்பது வருடங்களுக்கு முன்னர் இவை எழுதப்பட்டமையால் அதன் பின்னர் ஏற்பட்ட பல்வேறு ஆய்வுகளினூடாக வெளிவந்த சில நம்பகமான தரவு களையும், விஞ்ஞான ரீதியாக அணுகப்பட்ட முடிவுகளையும் உள்ளடக்க முடியாமற் போய் விட்டன என்பதனையும் நினைவிற் கொள்ளவேண்டும். இறுதியாக, பத்தமநாதன் அவர்கள் 2003 இல் ஆய்வுசெய்து வெளியிட்ட 'இலங்கையில் வன்னியர்' என்ற ஆய்வுநூல், வன்னி வரலாறுபற்றிய பல நம்பகமான தரவுகளைக் கொண்டதாகக் காணப்படு கின்றது.

எனவே இந்நிலையில், மேற்கூறப்பட்ட தமிழ்ப் பிரதேசங்களில் இருந்த இராச்சியம் பற்றியும், சிற்றரசுகள் பற்றியும் ஆய்வுசெய்து இவ் அத்தியாயத்தை எழுதுவதற்கு, இந்திரபாலா, பத்மநாதன் ஆகியோரின் ஆய்வு நூல்களும், ஒருசில சிங்கள மன்னரால் எழுதப்பட்ட தமிழ்க் கல்வெட்டுக்களும், மேற்படி காலகட்டங்களில் எழுதப்பட்ட சில பாளி, சிங்கள வரலாற்று நூல்களும், பாண்டி நாட்டில் கிடைக்கப்பெற்ற ஒருசில தமிழ்க் கல்வெட்டுக் களும், சில தொல்லியற் சான்றுகளும், ஒருசில பிறநாட்டாரின் முக்கிய குறிப்புக்களும், போத்துக்கீச, ஒல்லாந்த ஆவணங்களிலிருந்து பெறப்பட்ட தரவுகளுமே இங்கு முக்கியமாகக் கருத்திற் கொள்ளப்பட்டு எழுதப்படுகின்றது. இருந்தபோதிலும், ஒப்பீட்டு நோக்கில் வரலாற்றை ஆய்வு செய்யும் பொழுது, ஏற்கெனவே கூறப்பட்ட, ஆரம்ப தமிழ் வரலாற்று நூல்களிலுள்ள விடயங்களும் கருத்திற் கொள்ளப்படும். முதலில் யாழ்ப்பாண இராச்சிய அரசியல் வரலாறு பற்றி நோக்குவது பொருத்தமானதாக அமையும்.

இலங்கையின் வடபாகத்தில் தோன்றிப் பின்னர் யாழ்ப்பாண இராச்சியம் எனப் பெயர் பெறும் அரசின் வரலாற்றை பரந்து விரிந்த தென்னாசிய வரலாற்றின் பின்னணியில் வைத்தே நன்கு விளங்கிக்கொள்ள முடியும். அப்படிப் பார்க்கும்போது, வல்லரசுகள் வீழ்ச்சி யடைந்த ஒரு காலகட்டத்தில் வெவ்வேறு பிராந்தியங்களில் சிற்றரசுகள் போன்று இயங்கிய அதிகார அமைப்புக்கள் தனியாதிக்கம் பெற்றுத் தலைதூக்குவதையும், அவை ஒன்றுக்கொன்று ஆதிக்கப் பெருக்கத்துக்காகப் போராட்டங்களில் ஈடுபடுவதையும், வல்லரசு காலத்து வளங்களும், செல்வமும் சீரழிவதையும் காணமுடியும். இதனால் மக்கள் பெரிதும் பாதிக்கப்பட்டு, அவர்களின் முன்னோர் ஈட்டிய சாதனைகளை ஒத்த முன்னேற்றங்களைப் பெறத் தவறுவதையும் கூடவே காணலாம். இதன் விளைவாக வெளியிலிருந்து வரும் வல்லரசுகள் இலகுவில் இச் சிற்றரசுகளை அடக்கித் தம் ஆதிக்கத்தை ஏற்படுத்துவதும் தவிர்க்க முடியாதவை.

பன்னிரண்டாம் நூற்றாண்டின் பின்னர், இந்நிலையைப் பொதுப்பட தென்னிந்தியா விற் குறிப்பாக தமிழ்நாட்டிலும், இலங்கையிலும் காணலாம். முன்பு வலுவுடன் விளங்கிய சோழப் பேரரசும், பொலன்னறுவை அரசும் வீழ்ச்சியுற, இலங்கையிற் சிறிய அரசுகள் தோன்றி ஒன்றுடன் ஒன்று போராடியது போல, தமிழ்நாட்டிலும் ஒவ்வொரு பிராந்தியத்திலும் சிறிய அரசுகள் தோன்றித் தொடர்ச்சியான போராட்டங்களில் ஈடுபட்டன. பழைய வம்சங்களுள் ஒன்றாகிய பாண்டிய வம்சம் ஓரளவு வலுப்பெற்றுச் சிறிதுகாலம் ஆதிக்கம் பெற்றிருந்தாலும், முன்னர் இருந்த சோழப்பேரரசுக்குச் சமமான வல்லரசு ஒன்றை உருவாக்கத் தவறிவிட்டது. இந்நிலையில் வெளியிலிருந்து முஸ்லிம்

படையெடுப்பாளர் தமிழ்நாட்டைத் தாக்கினர். அவர்களைத் தொடர்ந்து விஜயநகரப் பேரரசு தமிழ்நாட்டை அடிமைப்படுத்தியது. பழைய சோழ, பாண்டிய வம்சங்களும், பிற சிற்றரசுகளும் இருந்த இடம் தெரியாமல் மறைந்தன. ஆந்திரத்து நாயக்கர் தமிழ்நாட்டில் சிறிதுகாலம் ஆட்சி நடத்தியபின், சிதறுண்டு காணப்பட்ட தமிழ்நாடு இலகுவில் ஐரோப்பிய வல்லரசாகிய ஆங்கிலேயப் பேரரசின் வசமாகியது. இலங்கையில் பிளவுபட்டுக் காணப்பட்ட அரசுகள்மீது ஐரோப்பிய அரசுகள், முதலிற் போத்துக்கீசரும், தொடர்ந்து ஒல்லாந்தரும், இறுதியாக ஆங்கிலேயரும் தொடர்ச்சியாக ஆதிக்கம் செலுத்தின.

இலங்கையில் பன்னிரண்டாம் நூற்றாண்டிற் பொலன்னறுவையை ஆட்சிபீடமாகக் கொண்டிருந்த அரசு மேலாதிக்கம் பெற்றிருந்தது. சிங்கள வம்சத்தவர், தமிழ் வம்சத்தவர், மற்றும் காலிங்க வம்சத்தவர் ஆகியோர் ஆட்சி நடத்திய பின்னர் இந்த அரசு, பதின்மூன்றாம் நூற்றாண்டின் தொடக்கத்திற் தளர்வுற்று வீழ்ச்சியடைந்தது. வெகுவிரைவில் பொலன்னறுவை நகரமே கைவிடப்பட்டது. சிங்கள வம்சத்தைச் சேர்ந்தோர் இன்னோர் ஆட்சிப்பீடத்தை பொலன்னறுவைக்குத் தெற்கே தம்பதெனியாவில் அமைத்தனர். அதுவும் பல ஆண்டுகள் நிலைக்காது போக, படிப்படியாகத் தென்மேற்கு நோக்கி சிங்கள வம்சத்தவர்களுடைய ஆட்சிப்பீடம் நகர்த்தப்பட்டது. இந்த ஆதிக்கப்பீடத்திலிருந்து ஆட்சி நடத்தியவர்கள் தம்மை இலங்கை மன்னர் எனக் கூறிக்கொண்டாலும், இலங்கைத் தீவின் பெரும்பாகத்தை இவர்கள் ஆளவில்லை.

பொலன்னறுவையிலிருந்து வெளியேறிய கடைசி கலிங்க வம்சத்து மன்னனும் தன் ஆதிக்க பீடத்தை வடக்கே நகர்த்திக் கொண்டான். படிப்படியாக வடக்கே நகர்த்தப் பட்ட இந்த ஆதிக்கபீடம் இறுதியில் யாழ்ப்பாணக் குடாநாட்டில் நிறுவப்பட்டது. அவ்வாறு வடக்கு நோக்கிச் சென்ற ஆதிக்கபீடத்தில் ஆட்சி புரிந்தோரும் தம்மை இலங்கை மன்னர் என்றே கூறிக்கொண்டனர். சுருங்கக் கூறின் இலங்கை அரசு என்று முன்பு இருந்த அரசு பிளவுபட்ட போதிலும், பிளவுபட்ட பிரிவுகளில் அரசாட்சி புரிந்தோர் ஒருவரை யொருவர் அங்கீகரிக்காது, தாமே உண்மையான இலங்கை அரசர் என உரிமை கோரிக் கொண்டனர். இதன் விளைவாக, வாய்ப்பு ஏற்படும் போதெல்லாம் இவர்கள் ஒருவரை யொருவர் தாக்கிக் கொண்டனர். சில சந்தர்ப்பங்களில் இவர்களைத் தமிழ்நாட்டிலி ருந்து சிற்றரசர்களும், பேரரசர்களும் தாக்கினர். இலங்கையில் போத்துக்கீசர் ஆதிக்கம் பதினாறாம் நூற்றாண்டில் ஏற்படும்வரை இந்நிலை காணப்பட்டது.

பொலன்னறுவையில் ஆட்சிநடத்திய கலிங்க மன்னனாகிய நிஸ்ஸங்கமல்லன் 1196 இல் இறந்ததைத் தொடர்ந்து தென்னிந்தியாவிலிருந்து பல படையெடுப்புக்கள் தொடர்ந்தன. இவற்றால் பொலன்னறுவை அரசு பெரிதும் பாதிக்கப்பட்டது. ஒன்றன் பின் ஒன்றாக நடைபெற்ற படையெடுப்புக்களில் 1215 இல் கலிங்க தேசத்திலிருந்து மாகன் என்பான் நடத்திய படையெடுப்பு முக்கியம் பெறுகின்றது. இவன் தென்னிந்தியாவிலிருந்து பெருந்தொகையான படையினரைத் திரட்டி வந்து வெற்றிகரமாகப் பொலன்னறுவையைக் கைப்பற்றினான்.[1]

மாகன் பொலன்னறுவையைக் கைப்பற்றியதோடு அவ் அரசு அதன் வரலாற்றின் இறுதிக் கட்டத்தை அடைந்தது. அங்கு பெருமளவு அரசியற் குழப்பநிலை தோன்ற, சிங்கள வம்சத்தைச் சேர்ந்த சிலர் தம் ஆதிக்கத்தைச் சிங்கள மக்கள் அதிகமாக வாழ்ந்த தென்பகுதியில் நிறுவ முயன்றனர். அம் முயற்சியின் விளைவாகப் பராக்கிரம பாகு என்ற (இரண்டாம் பராக்கிரமபாகு) இளவரசன் 1236 இல் தம்பதெனியா என்ற

இடத்தில் ஒரு புதிய இராசதானியை அமைத்து இலங்கை மன்னனாக முடி சூடிக்கொள்கின்றான்.[2] இச் சம்பவத்துடன் இரண்டு மன்னர் நாட்டில் உரிமை கோரும் நிலை உருவாகியது.

தன்னை இலங்கையின் உண்மையான உரிமையுள்ள மன்னனாகக் கருதிய பராக்கிரமபாகு, உரிமையற்றவன் எனக் கருதப்பட்ட மாகனை எதிர்த்துப் போராட வேண்டிய கடமையைப் பெற்றான். பொலன்னறுவையில் மாகனுக்கு உதவியாக இருந்த தமிழர்களையும், கேரளர்களையும் கொண்ட பெரும்படை பராக்கிரமபாகுவினால் தகர்க்கப் பட்டது. பொலன்னறுவையிலிருந்து மாகன் அகற்றப்பட்டான். மாகன் பொலன்னறுவையை இழந்தாலும் வடக்கில் தனது அதிகாரத்தை இழக்கவில்லை என்றே தோன்றுகின்றது. இதனால் பொலன்னறுவை எந்த மன்னனுக்கும் பாதுகாப்பான இடமாக இருக்கவில்லை. இக் காரணத்தினால் பாராக்கிரமபாகு பொலன்னறுவையிலிருந்து ஆட்சி நடத்த முடிய வில்லை. போரில் மாகனை வெற்றிகொண்டபின், தனது புதிய தலைநகராகிய தம்ப தெனியாவுக்கு அவன் திரும்பிச் சென்று தன் ஆட்சியைத் தொடர்ந்து நடத்தினான். மாகன் தொடர்ந்து வடபகுதியில் தனது ஆட்சியை நடத்தினான். முதலில் மாகன் பதவியாவில் தனது ஆட்சியைப் பலப்படுத்தி பின்னர் யாழ்ப்பாணக் குடாநாட்டில் உள்ள அரசில் செல்வாக்குப் பெற்று, அங்கு மன்னனாகியிருந்திருக்க முடியும் எனத் தோன்றுகின்றது.

யாழ்ப்பாண அரசின் தோற்றம்பற்றி, பதினேழாம் நூற்றாண்டின் பின் தமிழ் வரலாற்று நூல்களை எழுதிய புலவர்கள் மத்தியிலும், நவீனகால வரலாற்று ஆசிரியர்கள் மத்தியிலும் பல கருத்து வேறுபாடுகள் இருப்பதைக் காணமுடிகிறது. யாழ்ப்பாண அரசு வரலாற்றுக் காலத்திலிருந்து தொடர்ச்சியாக இருந்து வந்திருக்கின்ற தென்பது, இரண்டாவது அத்தியாயத்தில் தெளிவாக விளக்கப்பட்டுள்ளது. ஆனால், அவ்வாறு தோற்றம் பெற்று வளர்ச்சிபெற்ற யாழ்ப்பாண இராச்சியம், சுதந்திர இராச்சிய மாக மிளிர்ந்தது கி.பி. பதின்மூன்றாம் நூற்றாண்டு காலப் பகுதிகளிலிருந்துதான் என்பதை ஆதாரங்களின் அடிப்படையில் கூறக்கூடியதாக உள்ளது. அதாவது, அனுராதபுர இராச்சியம், பொலன்னறுவை இராச்சியம் போன்ற வலுவான, சுதந்திர முள்ள இராச்சியம் என்ற பார்வையில் யாழ்ப்பாண இராச்சியமும் கி.பி. பன்னி ரண்டாம் நூற்றாண்டுகளை அடுத்துள்ள காலப்பகுதிகளில்தான் காணப்படுகின்றது. அவ்வாறான ஒரு இராச்சியம் கலிங்க மாகனுடன்தான் ஆரம்பித்திருக்க வேண்டும் என்று கொள்வதற்குப் பல சாதகமான சந்தர்ப்பங்களும், சூழ்நிலைகளும் காணப்படு கின்றன. வரலாற்று ஆதாரங்கள் எதுவும் இவ் விடயம் பற்றியும், இக் காலகட்ட நிகழ்வுகள் பற்றியும் கிடைக்காததன் விளைவாகச் சில மாற்றுச் சம்பவங்களினூடாக யாழ்ப்பாண இராச்சியத் தின் தோற்றம்பற்றிய சில விளக்கங்களையும், தெளிவையும் பெறமுடிகின்றது.

முதலாவதாக, அனுராதபுர இராச்சியத்தின் மறைவு சோழர் ஆதிக்கத்தின்போது நிகழ்ந்தமை பற்றி முன்பே கூறப்பட்டது. சோழர்கள் பொலன்னறுவையை இராசதானி யாக்கி இலங்கையை ஆண்டனர். கலிங்கமாகன் படையெடுப்புடன் பொலன்னறு வையும் கைவிடப்பட்டது. சிங்கள வம்ச ஆட்சியினர் தெற்குநோக்கி இடம்பெயர்ந்தனர் என்றும் கூறப்பட்டது. இதன் விளைவாக அனுராதபுரமும், பொலன்னறுவையும் காடு சூழ்ந்த பிரதேசங்களாக இலங்கையில் பிரித்தானிய ஆட்சி 1796 இல் இடம் பெறும்

வரை காணப்பட்டன. இதன் விளைவாக ஏற்பட்ட நிலை வடக்கில், குறிப்பாக யாழ்ப்பாணக் குடாநாட்டில் ஒரு வலுவுள்ள இராச்சியம் தோற்றம் பெற வழிவகுத்தது. அவ்வாறான ஒரு சுதந்திர, வலுவுள்ள ஒரு அரசு தோற்றம் பெறுவதற்கு மாகனின் பங்களிப்பும் முக்கியத்துவம் பெறுகின்றது. ஆதாரங்களற்ற நிலையில், பின்வரும் நிகழ்வினூடாக யாழ்ப்பாண இராச்சியத்தில் மாகன் ஆட்சி நடைபெற்றதென்பதை உறுதி செய்யக் கூடியதாக உள்ளது.

கி.பி. ஒன்பதாம் நூற்றாண்டில் யாழ்பாணத்தில் சுதந்திர இராச்சியம் சிறப்புடன் விளங்கியதையும், அதற்கு ஆதாரமாக யாழ்பாடி ஒருவனைப் பற்றிய கதை தொன்று தொட்டுக் கூறப்பட்டு வந்துள்ளதையும் அவதானிக்கக் கூடியதாக உள்ளது. இக் கதை யாழ்ப்பாண வைபவமாலையிலும், பிற தமிழ் வரலாற்று நூல்களிலும் கூறப்பட்டுள்ளது. இந் நூல்களில் கி.பி. எட்டாம் நூற்றாண்டுக்கு உரியதான உக்கிரசிங்கன் கதையுடன் யாழ்பாடிக் கதை தொடுக்கப்பட்டுக் காணப்படுகின்றது. யாழ்ப்பாண வைபவமாலையில் இக் கதை பின்வருமாறு கூறப்பட்டுள்ளது.

> "அக்காலத்திலே சோழநாட்டிலிருந்து அந்தகக் கவி வீரராகவன் என்னும் யாழ்ப்பாணன், செங்கட நகரிலிருந்து அரசாட்சி செய்த வாலசிங்க மகாராசன் பேரில் பிரபந்தம் இயற்றி யாழ் வாசித்துப் பாடினான். அரசன் அதைக் கேட்டு மகா சந்தோஷமாய் அவனுக்குப் பரிசிலாக இலங்கையின் வட திசையிலுள்ள மணற்றிடர் என்னும் இந்நாட்டைக் கொடுத்தான். யாழ்ப்பாணன் இதற்கு யாழ்ப்பாணம் என்று பெயரிட்டு, இவ்விடத்தில் வந்திருந்து, வடதிசையிற் சில தமிழ்க்குடிகளை அழைத்துக் குடியேற்றி இவ்விடமிருந்த சிங்களவர்களையும் ஆண்டு, முதிர் வயதுள்ளவனாய் இறந்து போனான்."[3]

மேற்கூறப்பட்ட கதையில் வரலாற்றுண்மை எதுவும் இருப்பதாகக் கொள்ள முடியாது. யாழ்ப்பாணம் எனும் இடப்பெயரை விளக்க எழுந்த நாடோடிக் கதையை யும், பதினைந்தாம் நூற்றாண்டுக்குப் பின் வாழ்ந்த குருட்டுப் புலவராகிய கவி வீரராகவரைப் பற்றிய கதையையும் சேர்த்துத் திரித்து எழுதப்பட்ட புனைகதையாகவே இது காணப் படுகின்றது. ஏனெனில், யாழ்ப்பாணம் என்னும் பெயர் எழுவதற்கு முற்பட்ட காலங்களில் இப்பிரதேசம் எவ்வாறு அழைக்கப்பட்டிருக்கும் என்பது தொடர்பாக, இலங்கையில் கிடைக்கப் பெற்றுள்ள ஆதாரங்களில் எதனையும் கண்டுகொள்ள முடியவில்லை. இப் பெயரின் பழைய வடிவங்கள் தென்னிந்தியச் சாசனங்களிலே பின்வருமாறு இடம் பெற்றுள்ளன. இஆழ்ப்பானாயந் பட்டினம் (கி.பி. 1435)[4], யாழ்ப்பாணம் (கி.பி. 1532)[5]இ யாட்பாணம் (கி.பி. 1603), யாள்ப்பாணம் (கி.பி. 1604), யாப்பாண பட்டனம் (கி.பி. 1685), கியால்பான தேசம் (கி.பி. 1715), யாட்பாணதேசம் (கி.பி. 1734). மேலும், கி.பி. 1450 ம் ஆண்டளவில் எழுதப்பட்ட நூல்களில் யாபா பட்டுன என்னும் பெயர் வடிவம் முதன்முதலாக இடம் பெற்றது.[6] பிரித்தானியர் காலம்வரை இதே வடிவம் பொதுவாக மாற்றமின்றிச் சிங்கள நூல்களிற் காணப்படுகின்றது. பதினேழாம், பதினெட்டாம் நூற்றாண்டுகளிலிருந்து வெளி வந்த தமிழ் நூல்களில் யாழ்ப்பாணம் என்னும் பெயரே பொதுவாகக் காணப்படுகிறது.[7] மேலும் போத்துக்கீச நூல்களிலும், ஆவணங்களிலும் ஜாபான படவ் (Jaffna potao)

என்று குறிப்படுவதைக் காணமுடிகிறது. ஒல்லாந்தருடைய ஆவணங்களில் யாழ்ப்பாணத்தைக் குறிக்கும் பெயர் பல வடிவங்களிலில் காணப்படுகின்றது. அவற்றுள் அடிக்கடி வருகின்ற பெயர் வடிவம் Jaffna Patam என்பதாகும்.[8] பிரித்தானியர் ஆட்சிக் காலத்திலேயே இது Jaffna எனக் குறுக்கப்பட்டது. எனவே யாழ்ப்பாண வைபவமாலை ஆசிரியர் யாழ்ப்பாணம் என்னும் பெயரை யாழ்பாடி என்னும் புனைகதையினூடாக வரலாற்றில் வலிந்து புகுத்த எத்தனித்திக்கின்றார் எனத் தெரிகிறது. அத்தோடு கி.பி. எட்டாம் நூற்றாண்டில் யாழ்ப்பாணத்தில் ஒரு சுதந்திர இராச்சியம் இருந்தமைக்கான எந்த விதமான ஆதாரங்களும் இல்லை. மேலும், ஈழத்து வரலாற்று ஏடுகளிலே யாழ்ப்பாண இராச்சியத்தின் தோற்றம்பற்றிப் பெறக்கூடிய ஒருசில சான்றுகளும் மேலே கூறியவற்றை உறுதிப்படுத்துவனவாய் அமைகின்றன.

> "யாழ்ப்பாண இராச்சியத்தைத் தாபித்தவனாகிய யாழ்ப்பாடி என்பான் புத்திரர் இல்லாது இறக்க, மதுரையில் இருந்து சிங்க ஆரியன் என்னும் இளவரசன் யாழ்ப்பாணத்திற்கு அழைக்கப்பட்டு மன்னனாக்கப்பட்டான்.[9] மேலும் அம் மன்னனுக்கு கூழங்கை ஆரியன் என்றும், விசய கூழங்கைச் சக்கரவர்த்தி என்றும், வேறு பெயர்கள் இருந்தன."

என்றும் இவனே யாழ்ப்பாண இராச்சியத்தை ஆண்ட முதல் மன்னன் என்றும் மேற்படி நூல்கள் கூறுகின்றன. அத்தோடு,

> "இம் மன்னன் தென்னிந்தியாவிலிருந்து பல உயர் குலத்தவரையும், வேறுபல சாதிப் பிரிவுகளைச் சேர்ந்தோரையும் வருவித்து யாழ்ப்பாணத்திலும், வன்னியிலும் குடியிருத்தினான்," எனவும் கூறுகின்றன.[10]

மேற் கூறப்பட்டவற்றிலிருந்து சில விடயங்களைக் கருத்திற் கொள்ளலாம். முதலாவதாக, ஆரம்பத்திலே கூறப்பட்ட யாழ்பாடிக் கதை கி.பி. எட்டாம் நூற்றாண்டில் யாழ்ப்பண இராச்சியத்தை ஆண்டவனாகக் கொள்ளப்பட்ட உக்கிரசிங்கன் கதையோடு தொடர்புபடுத்தப்பட்டுள்ளதாக யாழ்ப்பாண வைபவமாலையினூடாகக் காணமுடிகிறது.[11] இந்நூலில் இடம்பெற்றுள்ள உக்கிரசிங்கன் கதைக்கும், பாளி, சிங்கள நூல்களில் காணப்படுகின்ற விஜயன் கதைகளுக்கும் இடையில் மிக நெருங்கிய ஒற்றுமைகள் இருக்கின்றன. இந்நூல்களில் வரும் உக்கிரசிங்கன் பற்றிய கதைகளை ஒவ்வொன்றாக ஆராய்ந்து பார்த்தால், விஜயன் கதைகளில் வரும் பாத்திரமாகிய சிங்கபாகு தமிழ் நூல்களில் உக்கிரசிங்கனாக எவ்வாறு மாறியுள்ளான் என்பது புலனாகும். இவ்விடயம் சம்பந்தமாக ஆழ்ந்து நோக்குகையில் யாழ்ப்பாண வைபவமாலை ஆசிரியர், உக்கிரசிங்கன் என்ற ஓர் ஐதீகக் கதைக்கு பாளி, சிங்கள நூல்களில் கூறப்பட்ட விஜயன் பற்றிய ஐதீகக் கதைகளை, முன்மாதிரியாகக் கொண்டிருப்பார் என்பதனை அறிந்துகொள்ள முடியும். அதேபோன்றுதான் கி.பி. பதின்மூன்றாம் நூற்றாண்டில் இலங்கையின் வடபாகத்தில் ஆட்சி செய்த மாகன் கதையை, கி.பி. ஒன்பதாம் நூற்றாண்டில் யாழ்ப்பாண அரசை ஆட்சி செய்த கற்பனைப் பாத்திரமான யாழ்பாடியின் பின் வருகின்ற சிங்கை ஆரியன் கதையோடு தொடர்பு படுத்தியுள்ளார். ஏற்கெனவே கூறப்பட்டதுபோல யாழ்ப்பாடி கதையினூடாகக்

கலிங்க மாகன் யாழ்ப்பாண இராச்சியத்தை ஆண்ட மன்னன் என்பதைக் கண்டுகொள்ள உதவுவதாக அமைகின்றது.

மேற்கூறப்பட்ட யாழ்ப்பாடி கதையையொட்டி மதுரையிலிருந்து வரவழைக்கப் பட்ட சிங்கை ஆரியன் கதை கூறப்படுகின்றது. இச் சம்பவங்களை உற்று நோக்குமிடத்து, மதுரையிலிருந்து வரவழைக்கப்பட்டவனாகக் கருதப்படும் சிங்கை ஆரியன் அல்லது கூழங்கை ஆரியன் அல்லது கூழங்கை சக்கரவர்த்தி என்பவன் கலிங்க மாகனே எனவும், அவனே யாழ்ப்பாணச் சுதந்திர இராச்சியம் தோற்றம்பெற, கி.பி. பதின்மூன்றாம் நூற்றாண்டின் நடுப்பகுதியில் அடிகோலியவன் எனவும் கருதலாம்.

இவ்விடயம் பொறுத்து சற்று ஆழமாக நோக்குமிடத்து, விசய கூழங்கை என்ற பெயர் விசய காலிங்க என்ற பெயரின் திரிபாயிருக்கலாம் என ஞானப்பிரகாசர் தெரிவித் துள்ளமை மிக முக்கியமான ஒரு விடயமாகும்.[12] நிக்காய அங்க்ரஹய, சத்தர்மரத்னாகர ஆகிய பாளி, சிங்கள நூல்களிலே மாகனுக்குக் காலிங்க விஜயபாகு என்ற பெயர் இருந்தது எனக் குறிப்பிடப்பட்டுள்ளது.[13] இப் பெயர் தமிழிலே விசய காலிங்க என மாறியிருக்கலாம். மேலும் காலிங்க என்ற பெயர் காலிங்கை என மருவி, ஏட்டுப் பிரதிகளிலே கூழங்கை எனப் பிழையாக எழுதப்பட்டிருக்கலாம். இதன் பின், மன்னனுடைய ஒரு கை வழங்காதிருந்த காரணத்தினால் அவன் கூழங்கை என்ற பட்டப் பெயரைப் பெற்றான் என ஒரு கதை எழுந்திருக்க வேண்டும். இதனையே யாழ்ப்பாண வைபவமாலை ஆசிரியர் விசய கூழங்கை எனக் கூறியுள்ளார் எனக் கொள்ளமுடிகிறது.[14] எனவே, விசய கூழங்கைச் சக்கரவர்த்தி என்னும் பெயரில் விசய என்ற பெயருக்குப் பின்பு கூழங்கை என்பது இடம் பெறுவதால் அது ஒரு பட்டப்பெயராக இருந்திருக்க முடியாது. அப்படி அது பட்டப்பெயராக வந்திருப்பின், வழக்கமாகத் தமிழில் பட்டப்பெயர்கள் எழுதப்படுவதுபோல் அந்தகக் கவிவீரராகவர், கணைக்கால் இரும்பொறை, செவிட்டுப் பொன்னையன் என்ற பெயர்கள் போல் இம் மன்னனுடைய பெயரும் கூழங்கை விசய சக்கரவர்த்தி என்றே எழுதப்பட்டிருக்க வேண்டும். ஆனால் அது அப்படி எழுதப்படாமையினால் விசய கூழங்கை சக்கரவர்த்தி என்னும் பெயர் விசய காலிங்க சக்கரவர்த்தி என்னும் பெயராகவே இருந்திருக்க வேண்டும் எனக் கொள்வதே சரியானதாகும். மேலும், யாழ்ப்பாண இராச்சியத்தை ஆண்ட முதலாவது ஆரிய மன்னனாகப் பதவி பெற்றவனுடைய பெயர் காலிங்க ஆரியர் என மட்டக்களப்பு மான்மியத்தில் கூறப்பட்டுள்ளமை மேற்படி கூற்றை உறுதிப்படுத்துகின்றது.[15] அத்தோடு, தமிழ் வரலாற்று மரபிலே விசய காலிங்கன் என்ற பெயரைப் பெற்ற மன்னன் மாகன் யாழ்ப்பாண இராச்சியத்தை ஆண்ட ஆரியச் சக்கரவர்த்தி பரம்பரையினரின் முதலாவது மன்னன் எனப் பிழையாகக் கருதப்பட்டமையினால் அவனுக்கு ஆரியன் என்ற பெயரும் கொடுக்கப்பட்டிருந்தது எனக் கூறலாம். சிங்கை ஆரியன் என்ற பெயர், பதினான்காம் நூற்றாண்டளவிலேயே யாழ்ப்பாண இராச்சியத்தை ஆண்ட ஆரிய சக்கரவர்த்திகளுக்குக் கொடுக்கப்பட்ட ஒரு வம்சப் பெயராகும் என்பது இங்கு குறிப்பிடத்தக்கது.

மேலும், மாகன் பல தமிழரையும், கேரளரையும் இந்தியாவிலிருந்து வரவழைத்து வட இலங்கையில் குடியிருத்தினான் எனச் சிங்கள நூல்களிலே குறிப்பிடப் பட்டுள்ளது.[16] மேலே எடுத்துக் காட்டப்பட்டதுபோல, விசய கூழங்கை என்பவன்

இந்தியாவிலிருந்து குடிகளை வரவழைத்து வட இலங்கையிற் குடியேற்றினான் எனத் தமிழ் வலாற்று நூல்களிலும் கூறப்பட்டுள்ளது. இவ்வாறாக சிங்கை ஆரியன் எனப்படும் விசய கூழங்கைச் சக்கரவர்த்திக்கும், மாகன் என அழைக்கப்படும் விசய காலிங்க மன்னனுக்கும் இடையில் காணப்படுகின்ற மேற்படி ஒற்றுமை களிலிருந்து கி.பி. ஒன்பதாம் நூற்றாண்டுக்கு உரியதாக யாழ்ப்பாணத்து வைபவமாலையில் இடம்பெற்ற புனைகதையிற் சொல்லப்பட்ட யாழ்ப்பாண இராச்சிய முதல் மன்னன் விசய கூழங்கை சக்கரவர்த்தி என்ற பாத்திரம், கி.பி. பதின்மூன்றாம் நூற்றாண்டில் யாழ்ப்பாண இராச்சியத்தைத் தோற்றுவித்த விசய காலிங்க மன்னன் என்பது தெளிவாகின்றது.

இவ்வாறான ஒற்றுமைகளோடு, யாழ்ப் பாணத்து அரசர்களுடைய குலப்பெயர், நகரப் பெயர், சின்னம் ஆகிவற்றை நோக்குமிடத்து யாழ்ப்பாண இராச்சியத்தைத் தாபித்தவர்கள் கலிங்க நாட்டு டன்தொடர்பு கொண்டவர்கள் என்பது புலனாகின்றது. யாழ்ப்பாணத்து மன்னர்கள் நந்தி இலச்சினையைத் தங்களுடைய நாணயங் களிலும், கொடிகளிலும் பொறித்தனர். இந்த இலச் சினை கலிங்கத்தை ஆண்ட வம்சத்தின் முத்திரை யாகவே காணப்படுகின்றது.[17]

சேது, லஷ்மி நாணயங்கள் - யாழ்ப்பாண இராச்சியக் காலம்

இந்த முத்திரைகளில் காணப்படுவது போன்ற நந்தி இலச்சினை, பிறை, நட்சத்திரம் ஆகியன யாழ்ப்பாணத்து மன்னர்களுடைய நாண யங்களிலே பொறிக்கப்பட்டு உள்ளதைக் காணலாம்.

மேலும், யாழ்ப்பாண இராச்சியத்து மன்னர் கலிங்கத்துக் கங்கர்களுடன் தொடர் புடையவர்கள் என்பது அவர்க ளுக்குக் கொடுக்கப்பட்ட விருதுகளாகிய கங்கை ஆரியன்,[18] கங்க நாடர்[19] என்ற பெயர்கள் மூலம் தெரிகின்றது. கலிங்க மாகனுக்குப் பின் ஆட்சிசெய்த ஆரியச் சக்கரவர்த்திகளும் தொடர்ந்து அம் மரபு களையே பின்பற்றி யிருக்கின்றனர். மேலும், யாழ்ப்பாண இராச்சியத்தின் தலைநகராக விளங்கிய சிங்கை நகர் என்ற பெயரும் கலிங்கத் தொடர்பை எடுத்துக் காட்டுவதாக அமைகிறது. ஏனெனில், கலிங்க தேசத்திற் சில வம்சங்களின் தலைநகராக அமைந்த ஸிங்ஹபுர என்ற நகரத்தின் பெயரை ஒத்ததாக சிங்கைநகர் காணப்படுகிறது.[20] இதனால் யாழ்ப்பாண இராச்சியத்தைத் தோற்றுவித்தவர்கள், தங்கள் நாட்டின் தலைநகர் ஒன்றின் பெயரை யொத்த தாகப் புதிய தலைநகருக்கு பெயரிட்டார்கள் என்று கொள்ளவும் இடமுண்டு.

மேற்கூறப்பட்டவைகளின் பின்னணியில் யாழ்ப்பாண இராச்சியத்தின் தோற்றத்தைப் பற்றி நோக்கும் பொழுது, அவ் இராச்சியம் கலிங்க மாகனினால் தோற்றுவிக்கப்

பட்டது எனக் கொள்ள முடிகிறது. அவ்வாறெனில் கலிங்க மாகன் 1262 க்கு முன்பாக அவ் இராச்சியத்தைத் தோற்றுவித்திருக்க வேண்டும். ஏனெனில், 1262 ம் ஆண்டிலிருந்து, யாழ்ப்பாண இராச்சியத்திற் சாவக மன்னன் சந்திரபானுவின் ஆட்சி நடைபெற்றமையை பாண்டியக் கல்வெட்டினூடாக அறியமுடிகிறது. அதற்குப் பின் பதின்மூன்றாம் நூற்றாண்டின் இறுதிப் பகுதியில் ஆரியச் சக்கரவர்த்திகளின் ஆட்சி ஆரம்பித்தது. ஆகவே, ஆரியச் சக்கரவர்த்திகளும், சாவக மன்னனும் ஆட்சி புரிவதற்கு முன்பாகவே கலிங்க மாகன் ஆட்சி தொடங்கியிருக்க வேண்டும். இதுவரையில் கிடைக்கப்பெற்ற ஆதாரங்களின்படி, மாகனின் படையெடுப்புக்குப் பின்பாக கலிங்கர்களுடைய படையெடுப்பு எதுவும் இலங்கையில் ஏற்படவில்லை என்பது நிரூபணமாகிறது. ஆகவே யாழ்ப்பாண இராச்சியத்தின் ஆரம்ப வரலாற்றில் ஏற்பட்ட கலிங்கத் தொடர்புகள் மாகனின் படையெடுப்பின் விளைவாகவே ஏற்பட்டவை என்றே கூறவேண்டும். ஆகவே 1236 க்கும் 1262 க்கும் இடையில் யாழ்ப்பாண இராச்சியத்தை கலிங்க மாகனும் அவர்களுடைய சாகாக்களுமே ஆண்டிருக்கிறார்கள். கோணேஸ்வரர் கோவிலைத் திருத்தி அமைத்தவன், என்று சொல்லப்படுபவனாகிய குளக்கோட்டன் என்பவன் கலிங்க மாகனின் சகாக்களில் ஒருவனாகிய, சோழகங்கன் என்று திருகோணமலையிலுள்ள சமஸ்கிருத சாசனத்திலும், தமிழர் வரலாற்று ஏடுகளிலும் காணப்படும் குறிப்புக்கள் மூலமும், கலிங்க வம்சத்தவரே, கி.பி. பதின்மூன்றாம் நூற்றாண்டின் நடுப்பகுதியில் யாழ்ப்பாண இராச்சியத்தில் இருந்து ஆட்சி செய்தவர்கள் என்றும் அறிந்து கொள்ள முடிகிறது.[21] கி.பி. பதின்மூன்றாம் நூற்றாண்டுக்கு முன்பு யாழ்ப்பாணக் குடாநாட்டில் இருந்த யாழ்ப்பாண அரசு, ஒரு சுதந்திர அரசாக இல்லாமல், அக் காலகட்டங்களில் ஆட்சியிலிருந்த அனுராதபுர இராச்சியம், சோழர் ஆட்சி, பொலன்னறுவை இராச்சியம் போன்றவற்றின் ஆதிகக்த்துக்குட்பட்டுப் பல தடவைகள் இருந்திருக்கின்றது. ஆனால் கி.பி. பதின்மூன்றாம் நூற்றாண்டிற் தோற்றம் பெற்று, ஒரு இராச்சியமாக வளர்ச்சி பெற்ற யாழ்ப்பாண இராச்சியம் தொடர்ச்சியாக மூன்று நூற்றாண்டுகளுக்கு மேல் ஒரு சுதந்திர இராச்சியமாக இருந்திருக்கின்றது. அத்தோடு அது, இலங்கையிலுள்ள வடக்கு, கிழக்கு, வடமேற்குப் பகுதிகளையும், சில சந்தர்ப்பங்களில் தெற்கிலுள்ள சிங்கள அரசு களையும் தன் ஆளுகைக்கு உட்படுத்திய ஒரு சுதந்திர இராச்சியமாகவும் இருந்திருக்கின்றது. எனவே மேற்கூறப்பட்டவாறு, கலிங்க மாகன் யாழ்ப்பாண இராச்சியத்தின் தோற்றத்திற்கு வழிகோலியவன் என்ற கருத்தின் அடிப்படையின் பின்னணியில், மீண்டும் இக்காலத்து தென்னிந்தியப் பின் னணியினை நோக்குவது அவசியமாகின்றது.

நந்திக்கொடி - யாழ்ப்பாண இராச்சியம்

தம்பதெனியாவில் பராக்கிரமபாகு ஆட்சி நடத்திய வேளையில், மாகன் யாழ்ப்பாண இராச்சியத்தில் ஆட்சி நடத்திக் கொண்டிருந்தான். இக் கால கட்டத்தில் தமிழ்நாட்டு அரசுகளுடன் கொண் டிருந்த உறவுகளும் மேலும் பல அரசியற்

சிக்கல்களை உண்டுபண்ணின. பொலன்னறுவை வீழ்ச்சியடைந்தபோது, தமிழ்நாட்டில் சோழப் பேரரசு தன் வரலாற்றின் இறுதிக் கட்டத்தை அடைந்திருந்தது. சோழப் பேரரசர்களுடைய சாமந்த அரசர்களாக, அதாவது பேரரசிற்குத் திறை செலுத்தும் சிற்றரசர்களாக, நாட்டின் பல்வேறு பிராந்தியங்களில் அதிகாரம் பெற்றிருந்த சாம்புவராயர், காடவராயர், மலையமான் அரசர், தெலுங்குச் சோழர் என்ற பல்வகைப்பட் சிற்றரசர்கள் சோழர் ஆதிக்கத்திலிருந்து விலகி, சுதந்திரமாக இயங்கத் தொடங்கினர். இவ்வாறான நிகழ்வு பேரரசு ஒன்று தளர்ச்சியுறும்போது இடம்பெறுவது வழக்கம். சோழமன்னன் மூன்றாம் குலோத்துங்கன் 1216 இல் இறக்க, அவனுக்குப் பின் ஆட்சிக்கு வந்த மூன்றாம் ராஜராஜ சோழனால் அரசைப் பாதுகாக்க முடியாதுபோக, சோழ அரசு சீர்குலைந்தது.

இலங்கையிற் காணப்பட்ட குழப்பமான அரசியல் நிலைபோன்று தமிழ்நாட்டிலும் காணப்பட்டது. வடக்கிலிருந்து கன்னடப் படைகளும், தெலுங்குப் படைகளும் சோழ நாட்டைத் தாக்கின. போசளருடைய கன்னடப் படைகள் காஞ்சியிற் குழப்பம் விளைவித்தன. நெல்லூர்த் தெலுங்குச் சோழரும், காகதீயரும் சோழநாட்டுக்குத் தொல்லை கொடுத்தனர். ஒரிஸ்ஸாவைச் சேர்ந்த ஒரியாப் படைகள்கூட சோழநாட்டைத் தாக்கிக் குழப்பம் விளை வித்தன. காடவர் மன்னனாகிய கோப்பெருஞ்சிங்கன் தன் வலுவைப் பெருக்கிப், பாண்டியரு டன் சேர்ந்து சோழரை எதிர்த்தான்.

இத்தகைய சூழ்நிலையில் இலங்கையில் ஆட்சி நடத்தியோரும் தமிழ்நாட்டு அரசர் களுடைய போர்களில் பங்குபற்றினர். சோழரை எதிர்த்த காடவராயன் கோப் பெருஞ்சிங்கன், பாண்டிய மன்னன் ஆகியோருக்குத் துணையாகச் சிங்கள மன்னன் இரண்டாம் பாராக்கிரம பாகுவின் படைகள் போராடின. சோழனுக்கு உதவிபுரிய அனுப்பப்பட்ட கன்னட போசள மன்னனின் படைகள் சிங்கள மன்னனுடைய படைகளையும், கோப் பெருஞ்சிங்கன் படைகளையும் தோற்கடித்துச் சோழமன்னனைக் காப்பாற்றின.

தமிழ்நாட்டு அரசியலில் இலங்கை மன்னர் கொண்டிருந்த ஈடுபாட்டின் முக்கியத் துவம் என்னவெனில், தமிழ்நாட்டில் ஒரு வல்லரசு எழுச்சிபெறும் போது அவ் வல்லரசு தன் ஆதிக்கத்தை இலங்கையிலும் பரப்புவதைப் பார்க்கமுடிகிறது. இத் தென்னிந்தியப் பின்னணியிற் யாழ்ப்பாண அரசின் தோற்றம்பற்றி அறிவது அவசியமாகிறது. சோழப் பேரரசு எழுச்சி பெற்றபோது நடந்ததுபோல, பதின்மூன்றாம் நூற்றாண்டில் ஒரு பாண்டியப் பேரரசு மேற்கூறிய போராட்டங்களில் எழுச்சியடைய, இலங்கையிலும் அப் பேரரசின் தாக்கம் ஏற்படுகின்றது. ஆனால் இம்முறை ஏற்பட்ட தாக்கம் இலங்கையில் வடபகுதியில் ஒரு தனியரசு உறுதிபெற உதவியது. இதுவே யாழ்ப்பாண அரசின் தோற்றத்தின், வளர்ச்சியின் வரலாற்றை விளங்கிக்கொள்ள, தென்னிந்தியப் பின்னணி காட்டும் செய்தியாகும்.

பதின்மூன்றாம் நூற்றாண்டுக்கு முன்னரும் பலதடவைகள் அனுராதபுரத்தில் ஆட்சி நடத்திய மன்னர் வலுவிழந்தபோது, தூரப் பிரதேசங்களில் அதிகாரம் செலுத்தியோர் தனி அரசர் போல் நடந்துகொண்டனர். ஆனால் உறுதியான தனியரசுகள் தோன்றவில்லை. மீண்டும் வலிமை வாய்ந்த மன்னர் ஆட்சி அனுராதபுரத்தில் நடந்தபோது, பிராந்தியங் களிலும் எதிர்ப்பு இல்லாத நிலை காணப்பட்டது. ஆனால் பதின்மூன்றாம் நூற்றாண்டில் ஏன் இவ்வாறு நடக்கவில்லை என ஒரு கேள்வி எழலாம். மேலும், இரண்டாம் பராக்கிரமபாகு மாகனைத் தோற்கடித்திருந்தும், வடபகுதியில் அவனுடைய ஆதிக்கம் ஏன் பரவவில்லை என்றும், வடபகுதி அரசு சிங்கள அரசின் தாக்குதலுக்கு இலக்காகாது பதினைந்தாம்

நூற்றாண்டு வரை தனி அரசாக எவ்வாறு இயங்க முடிந்தது என்றும் கேள்விகள் கேட்கப்படலாம்.

இவற்றுக்கான விடைகளைக் காண இரண்டாம் பாண்டியப் பேரரசுக்கும், இலங்கையில் தோன்றிய புதிய அரசுகளுக்குமிடையில் ஏற்பட்ட உறவுகளை விளங்கிக் கொள்வது அவசியம். மேற்கூறிய தென்னிந்திய அரசியற் போராட்டங்கள் மூலம் எவ்வாறு மீண்டும் ஒரு பேரரசு தமிழ்நாட்டில் எழுச்சிபெற்றது என்பதனை விரிவாக இங்கு கூறவேண்டிய அவசியமில்லை. சுருங்கக் கூறின் கன்னட போசள மன்னருடைய உதவியைப் பெற்றதினாற் சோழ அரசின் வீழ்ச்சி சிறிது காலத்துக்குத் தாமதமாகியது. போசள மன்னன் இரண்டாம் நரசிம்மன், சோழருக்கு எதிர்ப்புக் கொடுத்த பாண்டியரையும், காடவராயன் கோப்பெருஞ்சிங்கன், மற்றும் சிங்கள மன்னன் பராக்கிரமபாகு ஆகியோரையும் தோற்கடித்து, சோழ மன்னன் மூன்றாம் ராஜ ராஜனின் ஆட்சி பதின்மூன்றாம் நூற்றாண்டின் நடுப்பகுதிவரை (1256) நீடிக்க உதவினான். இதே காலமளவில் பாண்டிய அரசில் வலிமை வாய்ந்த சில இளவரசர்கள் தோன்றினர். அவர்களுள் ஒருவன் 1251 இல் பதவிபெற்ற ஜடாவர்மன் சுந்தரபாண்டியன் என்பவனாவான்.

தென்னிந்திய வரலாற்றில் மிகவும் புகழ்வாய்ந்த மன்னனாகவும், படையெடுப்புக் களிற் சிறந்த வெற்றிகளைப் பெற்ற ஒருவனாகவும் போற்றப்படுபவன் ஜடாவர்மன் சுந்தர பாண்டியன். அவனுடைய வெற்றிகளின் விளைவாக இரண்டாம் பாண்டியப் பேரரசு எழுச்சி பெற்றது. இதுவே தமிழ்நாடு கண்ட கடைசிப் பேரரசு. ஜடாவர்மன் சுந்தரபாண்டியன் எல்லாத் திசைகளிலும் படையெடுத்துச் சென்று வடக்கே ராஜேந்திரச் சோழனை வெற்றிகொண்டு அவனைத் திறை செலுத்த வைத்தான். அப்பால் வடக்கே ஆந்திரத் தெலுங்குச் சிற்றரசுகளை அடக்கி நெல்லூர்வரை தன் ஆதிக்கத்தைப் பரப்பினான். வடமேற்கே கன்னட போசளரை மைசூர் சமவெளிக்குள் கட்டுப்படுத்தி வைத்தான். தென்மேற்கில் கேரளத்து வீரரவி உதயமார்த்தாண்டவர்மனை வெற்றிகொண்டதோடு, அப்பால் இலங்கை அரசுகளையும் தனது ஆதிக்கத்திற்கு உட்படுத்தினான். மேலும் இலங்கை அரசுகளிடமிருந்து முத்துக்களையும், யானைகளையும் திறையாகப் பெற்றான் என அறியமுடிகிறது.

இந்த இறுதி நிகழ்ச்சி இலங்கையின் வடபகுதி அரசின் வரலாற்றில் முக்கிய மானதாகும். இந்த நிகழ்ச்சியின் விபரங்கள் தெளிவாகக் கிடைக்காவிடினும், நடந்தது என்னவென்பதைப் பாண்டியருடைய கல்வெட்டுக்களிலிருந்து கிடைக்கும் சான்று களைக் கொண்டு விளங்கிக் கொள்ளலாம்.இப் பாண்டிய கல்வெட்டுக்களிலுள்ள விடயங்களை அறிவதற்கு, சாவக மன்னன் சந்திரபானு என்பவன்பற்றி சூளவம்சத்தில் கூறப்பட்ட விடயங்கள் முக்கியமானவையாகும்.[22,23] ஏற்கெனவே கூறப்பட்டதுபோல, கலிங்கமாகனின் ஆட்சி யாழ்ப்பாண இராச்சியத்தில் 1247 க்கு சற்று முன்பதாக முடிவடைந்திருக்க வேண்டும். இதற்குப் பின்னர், தென்கிழக்காசியாவிலுள்ள இன்றைய இந்தோனேசியாவின் சாவக அரசிலிருந்து வந்த சந்திராபானு என்பவன், பாண்டி நாட்டிலிருந்தும், சோழ நாட்டிலிருந்தும் தமிழ்க் கூலிப்படைகளைத் திரட்டிக்கொண்டு மாதோட்டத்தில் வந்திறங்கி, வடபகுதியிலிருந்த சிங்களப் படைகளையும் சேர்த்துக்கொண்டு, பராக்கிரமபாகு ஆட்சி செய்த தம்பதெனியா இராச்சியத்தைத் தாக்கியதாக சூளவம்சத்திலே கூறப்பட்டுள்ளது.[24] ஆனால் அப் படையெடுப்பில் சந்திரபானு வெற்றிபெற முடியவில்லை என அறியமுடிகிறது.

எனினும் பின்னர் சந்திரபானு வட இலங்கை இராச்சியத்திலே மாகனின் ஆதரவு பெற்று, யாழ்ப்பாண இராச்சிய மன்னனாகியிருக்கலாம் எனக் கொள்ளமுடிகிறது. இதனை உறுதிப்படுத்துவதாகவே மேற்கூறப்பட்ட பாண்டியக் கல்வெட்டு அமைகிறது.[25] இக் கல்வெட்டு பல விபரமான வர்ணனைகளைக் கொண்டு காணப்படுகின்றது. இதில் சந்திரபானு தொடர்பாக உள்ள முக்கியமான செய்தி, அவன் யாழ்ப்பாண இராச்சிய மன்னனாக இருந்தமைக்கான சான்றாகக் காணப்படுகின்றது. அத்தோடு ஜடாவர்மன் சுந்தரபாண்டியன் இலங்கைமீது படையெடுத்தபோது இங்கு இரண்டு மன்னர் ஆட்சி செலுத்தினர் என்பதை இக் கல்வெட்டுக்கள் உறுதிப்படுத்து கின்றன. முதலாவது தடவையாக, ஜடாவர்மன் சுந்தரபாண்டியன் இலங்கைக்குப் படை யெடுத்தபோது, அங்கு ஆட்சி நடத்தியோரை வெற்றிகொண்டு தனக்குத் திறை செலுத்தும்படி செய்தான். இங்கு தோற்கடிக்கப்பட்டுப் பதவிநீக்கப்பட்ட மன்னர்கள் கைதி களாக்கப்பட்டோ, கொல்லப்பட்டோ இருக்கவில்லை என்பது இங்கு கருத்திற் கொள்ளப்பட வேண்டிய முக்கிய விடயமாகும். பதினோராம் நூற்றாண்டில் சோழர் அனுராதபுரத்துச் சிங்கள மன்னனைத் தோற்கடித்தபோது, அவனைக் கைதியாகத் தமிழ்நாட்டுக்குக் கொண்டுசென்றதுடன், இலங்கையில் ஆட்சி நடத்த ஒரு சோழ இளவரசனை சோழ இலங்கேஸ்வரன் என முடிசூட்டி அனுப்பி வைத்தார்கள். இதனாற் தொடர்ச்சியாக இலங்கை அரசு ஒரு தனியரசு என்ற கோட்பாடு தொடர்ந்து பேணப்பட்டது. ஆனால், இரண்டாம் பாண்டியப் பேரரசு எழுச்சிபெற்ற காலத்தில், இவ்வாறு கைப்பற்றப் பட்ட அரசுகளில் நேரடி ஆட்சியை நடத்தும் முறை கைவிடப்பட்டு, கைப்பற்றப்பட்ட மன்னர்கள் பாண்டியனுடைய மேலாதிக்கத்தை ஏற்று அவனுக்குத் திறை செலுத்தும் சாமந்த அரசர்களாக இயங்க ஒப்புக் கொள்ளப்பட்டதையும், அவரவர் அரசுகளில் அவர்கள் தொடர்ந்து சுதந்திரமாக ஆட்சிநடத்த அனுமதிக்கப்பட்டதையும் காணக்கூடியதாக உள்ளது. அத்துடன் திறை செலுத்த மறுத்தோர் அல்லது திறை செலுத்தத் தவறியோர் கொல்லப்பட்டு, அவர்களுடைய வாரிசுகளுக்கு அரசுரிமை வழங்கப்பட்டது. சோழராட்சியின்போது இல்லாத இப் புதிய கோட்பாடு வட இலங்கையில் தனித் தமிழரசு உறுதிபெற உதவிய ஒரு முக்கிய காரணியாகும்.

இதனைப் பின்வருமாறு விளக்கலாம். ஜடாவர்மன் சுந்தரபாண்டியன் நடத்திய முதலாவது இலங்கைப் படையெடுப்பின்போது தம்பதெனியாவில் ஆண்ட சிங்கள மன்னனாகிய இரண்டாம் பராக்கிரமபாகுவும், வடபகுதியில் ஆண்ட சாவக மன்னனும் பாண்டியனுக்குத் திறை செலுத்தும் அரசர்களாயினர்.[26] இதனால் இலங்கை யிலிருந்த இரண்டு அரசுகளையும் வேறுவேறான அரசுகளாகப் பாண்டியப் பேரரசு அங்கீகரித்தது. இதுவே வடபகுதி அரசுக்குக் கிடைத்த முதலாவது முக்கியமான அங்கீகாரமாகும். வட இலங்கை அரசை அங்கீகரிக்காது, தானே முழு இலங்கையின் உரிமையுள்ள மன்னன் என்று இரண்டாம் பராக்கிரமபாகு முன்வைத்த கோரிக் கைக்கு இது மாறாக அமைந்தது. எனினும் சிங்கள அரசுக்கும் வடபுல அரசாகிய யாழ்ப்பாண அரசுக்கும் இடையிலான பகைமை நீங்கவில்லை. வடக்கிலிருந்த சாவக மன்னன் தொடர்ந்து சிங்கள அரசைத் தாக்கியிருக்கலாம். அல்லது பாராக்கிரம பாகு சாவக மன்னனைத் தாக்கியிருக்கலாம். அதுமட்டுமல்லாது சாவகன் பாண்டியனுக்குத் திறை செலுத்தவும் தவறினான். இந்த நிலைமையினைப் பயன்படுத்திய பராக்கிரமபாகு,

பாண்டியனிடம் தனது அமைச்சர் ஒருவரை அனுப்பி சாவகமன்னன் பற்றி முறை யிட்டதாகத் தெரிகின்றது.

பாண்டியப் பேரரசன் சாவகனைத் தண்டித்து வட இலங்கை அரசைப் பெறு வதற்குத் தனக்கு உதவுவான் எனப் பாராக்கிரமபாகு எண்ணியிருந்தால் அந்த எண்ணம் நிறைவேறவில்லை என்பதை அறியமுடிகிறது. இம்முறை மதுரையில் பாண்டியப் பேரரசனாக விளங்கிய ஜடாவர்மன் வீரபாண்டியன் இலங்கைக்குப் படையெடுத்தான். பாண்டியனைப் பொறுத்தவரையில் இலங்கை அரசர் இருவரும் பாண்டியருக்குத் திறைசெலுத்த உடன்பட்ட சாமந்த அரசர்கள். ஆகவே இருவரும் பகைமையில் ஈடுபட்டுப் போராடுவதை அவன் விரும்பவில்லை. இருவரும் தண்டிக்கப் பட வேண்டியவர்கள் ஆயினர். அதுமட்டுமன்றி, ஒருவனுடைய அரசை மற்றவனுக்கு வழங்கி அவனுடைய வலுவைக் கூட்டவும் பாண்டியன் விரும்பியிருக்க மாட்டான். ஆகவே தனக்குத் திறைசெலுத்த மறுத்துப் பகைமை காட்டிய யாழ்ப்பாண மன்னனாகிய சாவகனை எதிர்த்துப் போராடிய பாண்டிய மன்னன் போர்க்களத்தில் சாவகனைக் கொன்றான். 'பண்டு ஏவல் செய்யாது இகல் செய்து இருந்த' என்று தொடரும் குடுமியாமலைக் கல்வெட்டின் வாசகங்களின் மூலம் மேற்படி நிகழ்வுகளை அறிய முடிகிறது.[27] மற்றைய சிங்கள மன்னனை முன்னர்போல் தனக்கு யானைகளைத் திறையாகக் கொடுக்க வைத்தான். ஆனால் வட இலங்கை அரசு சிங்கள மன்னனுக்கு வழங்கப்படவில்லை. பாண்டியப் பேரரசு கடைப்பிடித்த கோட்பாட்டின்படி வட இலங்கை அரசு வேறாகவே இயங்கவேண்டி இருந்தது. அக் கோட்பாட்டின்படி இறந்த சாவகனின் யாழ்ப்பாண அரசு அவனின் மைந்தனுக்கு வழங்கப்பட்டது. 'தந்தை யாண்ட தடங்கடல் ஈழம் மைந்தன் ஆள்வது மரபென நினைப்பித்து' என்ற குடு மியாமலைக் கல்வெட்டு வாசகங்களில் கூறப்பட்டவாறு மேற்படி சம்பவம் நிரூபிக்கப் படுகின்றது.[28] ஜடாவர்மன் வீரபாண்டியன் முன்னிலையில் சாவகன் மைந்தன் வீழ்ந்து வணங்கி அரசுரிமையைப் பெற்றான் என மேற்படி கல்வெட்டு மேலும் விபரிக்கின்றது. இதனால் வட இலங்கை அரசு மீண்டும் பாண்டியர் அங்கீகாரத்தையும், பாது காப்பையும் பெற்று இயங்க முடிந்தது.

சாவகனின் மகன் அல்லது அவனுக்குப் பின் பதவியேற்ற ஒருவன் பாண்டிய னுக்குத் திறை செலுத்தத் தவறியிருக்கலாம். காரணம் எதுவாக இருந்தாலும், 1268 இல் பாண்டியப் பேரரசனாகப் பதவிபெற்ற மாறவர்மன் குலசேகரன் காலத்திற் பாண்டியர் மீண்டும் இலங்கைக்குப் படையெடுத்தனர். இதன் விளைவாக வட இலங்கை அரசில் ஆரியச் சக்கரவர்த்திகளுடைய ஆட்சி ஏற்பட்டது. மாறவர்மன் குலசேகரன் ஆட்சி நடத்தியபோது இலங்கையில் மீண்டும் குழப்பமான அரசியல் நிலை தோன்றியிருந் தது. இலங்கையில் மட்டுமன்றி கேரளத்திலும், வேறு இடங்களிலும் முன்னர் திறை செலுத்திய அரசர்கள் பாண்டியருக்குத் திறைசெலுத்தத் தவறினர் என அறிய முடிகிறது. இதனால் மாறவர்மன் குலசேகர பாண்டியன் இவ்விடங்களுக்குத் தனது படைகளை அனுப்பி மீண்டும் பாண்டியருக்குத் திறை செலுத்த ஏற்பாடு செய்தான். கன்னடப் பகுதிகள், கேரளம் மற்றும் இலங்கை ஆகிய இடங்களுக்குப் பாண்டியப் படைகள் சென்று வெற்றியீட்டியதன் பிரகாரம், பாண்டிய அரசிற்குத் தொடர்ந்தும் இந் நாடுகளிலிருந்து திறை கிடைத்தது. இலங்கைக்கு அனுப்பப்பட்ட படைக்குத் தளபதியாக விளங்கியவன் ஆரியச் சக்கரவர்த்தி என்ற விருதைப் பெற்ற ஒருவன்.

இவ் விருதைத் தாங்கிய தலைவர்கள் தமிழ்நாட்டில் இராமநாதபுரத்தைச் சேர்ந்தவர் கள்.[29] இலங்கைக்கு 1284 இல் படையெடுத்த ஆரியச் சக்கரவர்த்தி தெற்கிற் சிங்கள அரசையும், வடக்கிலிருந்த அரசையும் வெற்றிகொண்டதன் விளைவாக, அடுத்துவந்த இருபது ஆண்டுகளுக்கு மேலாக இலங்கை அரசுகள் பாண்டியருக்குத் திறை செலுத்தும் நிலைமை ஏற்பட்டது.[30]

வட இலங்கை அரசில், ஆரியச் சக்கரவர்த்திகள் எப்போது அதிகாரம் பெற்றனர் என்று திடமாகக் கூறச் சான்றுகள் எதுவுமில்லை. முதலாவது ஆரியச் சக்கரவர்த்தி, மாறவர்மன் குலசேகர பாண்டியன் நடத்திய படையெடுப்புக்குப் பின் பதின்மூன்றாம் நூற்றாண்டு முடிவடையும் கட்டத்தில் அரச பதவி பெற்றான் எனக்கூற இடமுண்டு. யாழ்ப்பாண இராச்சியம் எனப் பின்னர் நாம் குறிப்பிடும், வட இலங்கை அரசில் எத்தனை ஆரியச் சக்ரவர்த்திகள் ஆண்டனர் என்றோ, அவர்கள் பெயர்கள் எவையென்றோ கண்டுகொள்ள நம்பகமான சான்றுகள் இல்லை என்பதே உண்மையான நிலை. கைலாய மாலை, யாழ்ப்பாண வைபவமாலை ஆகிய தமிழ் வரலாற்று நூல்களில் யாழ்ப்பாண இராச்சியத்தை ஆண்ட ஆரிய சக்கரவர்த்திகளின் பெயர்கள் குறிப்பிடப்படுகின்றன. இத்துடன், இராசநாயகம் அவர்களும் Ancient Jaffna என்னும் நூலில் அம் மன்னர் களின் பெயர்ளையும், ஆண்டுகளையும் குறிப்பிட்டுள்ளார்.[31] குலசேகர சிங்கை ஆரியன் (1256 AD), விக்கிரம சிங்கை ஆரியன் (1279 AD), வரோதய சிங்கை ஆரியன் (1302 AD), மார்த்தாண்ட சிங்கை ஆரியன் (1325 AD), குணபூஷண சிங்கை ஆரியன் (1348 AD), வீரோதய சிங்கை ஆரியன் (1371 AD), செயவீர சிங்கை ஆரியன் (1394 AD), குணவீர சிங்கை ஆரியன் (1380 AD), கனகசூரிய சிங்கை ஆரியன் (1410 AD or 1440 AD) ஆகிய பெயர்களைக் கொண்ட மன்னர்கள், குறிப்பிட்ட காலகட்டங்களில் ஆட்சி செய்தனர் எனக் குறிப்பிடப்பட்டுள்ளது. மேலும் இவர்கள் ஆரியச் சக்கர வர்த்திகள் என்ற வம்சப் பெயரும், பரராசசேகரன், செகராசசேகரன் என்ற சிம்மாசனப் பெயரும் கொண்டு அழைக்கப்பட்டதாயும் மேற்படி நூல்கள் மூலம் அறியமுடிகின்றது. ஆனால் இவற்றை நம்பகரமான ஆதாரங்களாகக் கொள்வதில் பல்வேறு சிரமங்கள் காணப்படுகின்றன. இந் நிலையில் மேலும் புதிய சான்றுகள் கிடைக்கும்வரை, நம்பக மற்ற வரலாற்று நூல்களில் காணப்படும் பெயர்களையும், சம்பவங்களையும் வைத்துக் கொண்டு வெறும் வாதங்களில் ஈடுபடுவது பயனற்ற செயலாகும்.

அவ்வாறெனின் ஆரியச் சக்கரவர்த்திகளைப் பற்றித் தற்போது கூறக்கூடியவை என்ன? இவர்கள் பிரசித்தி பெற்ற இராமேஸ்வரம் கோவில் அமைந்துள்ள இராமநாத புரத்தில் அதிகாரம் பெற்றிருந்து, குலசேகர பாண்டியன் படையெடுப்புக்குப் பின்னர் யாழ்ப்பாண இராச்சியத்தில் ஆட்சி அதிகாரம் பெற்றிருக்கலாம் எனக் கொள்ளச் சில சான்றுகள் உண்டு. முதலாவதாக, சேது என்ற இலச்சினைப் பெயரை இவர்கள் தங்கள் ஆவணங்களில் உபயோகித்திருக்கின்றனர் எனக் காணமுடிகிறது. யாழ்ப்பாண இராச்சியத்தின் போது உபயோகத்திலிருந்த சேது இலச்சினை பொறிக்கப்பட்ட நாணயங்கள் ஆதாரங்களாகக் கிடைக்கப் பெற்றுள்ளன. மேலும், அவர்களுடைய ஆவணங்கள், சேது என்ற இலச்சினைப் பெயரைத் தாங்கியவையாகவும் காணப்படு கின்றன. இவர்களுடைய சிறப்புச் சின்னமாகிய நந்தி அவர்களது கொடிகளிலும் காணப் படுகின்றது. இருந்தும், நந்திச் சின்னம் ஏற்கெனவே கலிங்கச் சக்கரவர்த்தியாகிய மாகனால், யாழ்ப்பாணத்தில் பயன்படுத்தப்பட்டதாக முன்னர் குறிப்பிடப்பட்டுள்ளது.

ஆரியச் சக்கரவர்த்திகள் மாகன் விட்டுச்சென்ற பாரம்பரியத்தையும் பின்பற்றியிருக் கலாம் என்று கொள்ளலாம். மேலும், தமிழ்நாட்டு மற்றும் இலங்கை மன்னர்களுடைய மரபைப் பின்பற்றி, மாறிமாறி வரும் செகராசசேகரன் மற்றும் பரராசசேகரன் என்னும் இரு சிம்மாசனப் பெயர்களையும் இவர்கள் உபயோகித்திருக்கலாம் எனவும் கொள்ள முடிகிறது.

மேற்கூறப்பட்ட யாழ்ப்பாண இராச்சியத்திற்குள் காணப்படும் முத்திரைகள், இலச்சி னைகள், பெயர்கள் என்பவற்றைவிட, இவ் ஆரியச் சக்கரவர்த்திகள் யாழ்ப்பாண இராச்சி யத்தில் ஆட்சி செய்தமைக்கான ஆதாரங்கள் ஏதாவது இந்த இராச்சியத்துக்கு வெளியே உண்டா என ஆய்வதும் மிக அவசியமாகிறது. யாழ்ப்பாண மன்னர்களைப் பற்றி யாழ்ப்பாண அரசுக்கு வெளியே இருந்து பிறர் எழுதிவைத்த சான்றுகள் ஒரு சிலவே ஆயினும், இவை மிகவும் பயனுள்ளவையாகும். இவற்றுள் மிகவும் முக்கிய மானது இபின் பட்டுட்டா என்னும் இஸ்லாமிய யாத்திரீகன் எழுதிவைத்த குறிப்பாகும். வட ஆபிரிக்காவில் மொரொக்கோ நாட்டிற் பிறந்த இந்த முஸ்லீம் அறிஞர் பதினான்காம் நூற்றாண்டில் மேற்காசிய நாடுகளுக்கும், இந்தியா மற்றும் இலங்கை ஆகிய நாடுகளுக்கும் மேற்கொண்ட தனது பயணங்களைப் பற்றி விரிவான தகவல் களை எழுதி வைத்ததனால் மிகவும் பிரபல்யம் பெற்ற ஒரு பயணியாகக் கருதப்படுகின் றார். இபின் பட்டுடா இந்தியாவிலிருந்து மாலைதீவுக்குச் சென்று பின்னர் அங்கிருந்து இலங்கைக்கு சென்றபோது தன்னை மன்னனுடைய மாளிகைக்குச் சிலர் அழைத்துச் சென்றதாகவும், அம் மன்னன் தன்னை நன்கு உபசரித்து முத்துக்கள் போன்ற பரிசில் களை வழங்கியதாகவும் அவர் எழுதிவைத்த ரேஹ்லா என்ற நூலில் குறிப்பிட்டுள்ளார்.[32] அவர் எழுதிய குறிப்புக்கள் யாழ்ப்பாண இராச்சியத்தின் வரலாற்றில் முக்கியத்துவம் பெறுவதற்குக் காரணம் அவரை உபசரித்த மன்னன் யாழ்ப்பாணத்தில் ஆட்சிநடத்திய ஆரியச் சக்ரவர்த்திகளில் ஒருவனாக இருந்தமையேயாகும்.

மேலும் இபின் பட்டுட்டா, இலங்கையில் தான் சந்தித்த மன்னரின் பெயர் ஆரியச் சக்கரவர்த்தி என்பதை ஐயத்துக்கு இடமின்றிக் கூறியுள்ளார். மேலும், ஆரியச் சக்கரவர்த்தி குறிப்பிடத்தக்க செல்வமுடையவனாகக் காணப்பட்டான் என்றும், அவன் பயன்படுத்திய ஒரு சிறு கிண்ணம் மாணிக்கக் கல்லினால் இழைக்கப்பட்டதாக இருந்தது என்றும், அத்துடன் அவனிடம் பெருமளவு முத்துக்கள் இருந்தன என்றும் அவர் தனது குறிப்புக்களில் கூறியுள்ளார். வடமேற்குக் கரையில் முத்துக்குளிப்பு நடத்தப்பட்ட இடங்கள் (மன்னார் கடல்) ஆரியச் சக்கரவர்த்தியின் ஆட்சிக்குள் இருந்தது என்றும், அத்துடன் மேற்குக்கரைத் துறைகள் (புத்தளம், சிலாபம்) இவனுடைய ஆதிக்கத்துக்கு உட்பட்டிருந்தன என்றும் குறிப்பிட்டுள்ளார். இதன்மூலம் வடமேற்குத் துறைகள் வழியாக நடைபெற்ற வர்த்தகம், சிறப்பாக முத்து மற்றும் சங்கு ஆகிய பொருட்கள் தொடர்பாக நடைபெற்ற பன்னாட்டு வர்த்தகம், ஆரியச் சக்ரவர்த்தியின் கட்டுப் பாட்டிற்குள் இருந்தது என்றும், அவனுடைய செல்வம் இவ் வர்த்தகத்தின் வழியாக வந்தது என்றும் அறியலாம். இபின் பட்டுட்டா சிவனொளிபாத மலைக்கு யாத்திரை செய்ய விருப்பம் தெரிவித்தபோது, அப் பயணத்திற்கு வேண்டிய பாதுகாப்பையும், பணியாட்களையும் கொடுத்துதவியதுடன், அவரைப் பல்லக்கில் தூக்கிச் செல்வதற் கும் ஆரியச் சக்கரவர்த்தி ஏற்பாடுகளைச் செய்தான். இபின் பட்டுட்டாவின் பரிவாரம் யாழ்ப்பாணத்திலிருந்து மேற்குக் கரையோரமாக மன்னாரைக் கடந்து, சிலாபத்துறை

ஊடாக சிவனொளிபாத மலைக்குச் சென்று திரும்பியது என்பதனையும் இபின் பட்டுட்டாவின் குறிப்புக்களிற் காணமுடிகிறது. இலங்கையின் வடபாகங்களிலும், வடமேற்குப் பிரதேசங் களிலும் பதினான்காம் நூற்றாண்டில், வலிமையுடைய அரசனாக ஆரியச் சக்ரவர்த்தி ஆட்சி நடத்தினான் என்பதை இச் சான்றுகள் காட்டி நிற்கின்றன.

ஆரியச் சக்கரவர்த்தியின் வலுவுக்கு, அவன் தமிழ்நாட்டுடன் கொண்டிருந்த நல்லுறவும் ஒரு காரணம் என்பது இபின் பட்டுட்டா தரும் தகவல் மூலம் வெளிப் படுகின்றது. இக் காலகட்டத்தில் தமிழ்நாட்டில் பழைய பேரரசுகள் வீழ்ச்சியடைந்து முஸ்லீம் ஆட்சி பரவியிருந்தது. மதுரையிலிருந்த முஸ்லீம் ஆட்சியாளர் ஆரியச் சக்கரவர்த்தியுடன் நண்பர்களாக இருந்தனர் எனக் கூறப்படுவதால், தமிழ் நாட்டுடன் நட்பாக இருந்தது என்பதும், அத்தகைய உறவு யாழ்ப்பாண இராச்சியத்தின் செல் வாக்கு வளர உதவியிருக்கும் என்பதும் புலனாகின்றது.

இபின் பட்டுட்டா தரும் தகவலை உறுதிப்படுத்தும் வகையில் சிங்கள நூல்களும், கல்வெட்டுச் சான்றும் காணப்படுகின்றன. இதனாற் பதினான்காம் நூற் றாண்டில் யாழ்ப்பாணத்தில் ஆரியச் சக்ரவர்த்திகள் ஆண்ட அரசு ஒரு வலிமை வாய்ந்த இராச்சியமாக எழுச்சி பெற்றிருந்தது என்பதனைக் காணமுடிகிறது. ஆரியச் சக்கரவர்த்திகளுடைய கல்வெட்டுக்களோ, செப்பேடுகளோ யாழ்ப்பாணத்தில், அல்லது வேறெந்தத் தமிழ்ப் பிரதேசங்களில் இருந்தும் இதுவரை கிடைக்கவில்லை. எனினும் ஓர் ஆரியச் சக்கரவர்த்தியின் கட்டளையின்படி பொறிக்கப்பட்ட தெளிவான தமிழ்க் கல்வெட்டு ஒன்று, தெற்கே கேகாலை மாவட்டத்தில் உள்ள கொட்டகம என்ற இடத்திற் கிடைத்துள்ளது. தற்பொழுது கொழும்பு அரும்பொருளகத்தில் பேணப்பட்டு வைக்கப்பட்டுள்ள இக் கல்வெட்டு வாசகம் ஒரு செய்யுள் வடிவில் உள்ளது.

சேது:

“கங்கணம் வேற் கண்ணிணையாற் காட்டினார்
பங்கயக்கை மேற்திலகம் பாரித்தார் - பொங்காலிநீர்ச்
சிங்கை நகராரியரைச் சேராவனுரேசர்
தங்கள் மடமாதர் தாம்”[33]

மேலும் இச் சாசனத்தில் ஆரியச் சக்கரவாத்திகளுடைய இலச்சினைச் சொல் லாகிய சேது இடம் பெற்றிருப்பதானது, ஆரியச் சக்கரவர்த்தியின் ஆணையால் இது பொறிக்கப்பட்டது என்பதைக் காட்டுவதுடன், மேலும் அம் மன்னனின் ஆணை யுடன் பொறிக்கப்பட்ட கல்வெட்டு தெற்கிலங்கையிலும் இருந்தது என்பதனையும் புலப்படுத்துகின்றது. இதைவிட ஆரியச் சக்கரவர்த்தி சிங்கைநகர் மன்னன் என்பதும், அவன் சிங்கள மன்னனைத் தெற்கில் நடைபெற்ற போரில் தோற்கடித்தபின் இக் கல்வெட்டை வெற்றிப் பிரகடனமாகப்பொறித்துச் சென்றான் என்றும் அறியமுடிகிறது. யாழ்ப்பாணத்து ஆரியச் சக்கரவர்த்தி ஒருவன் தெற்குக்குத் தன் படைகளுடன் சென்று சிங்கள மன்னன் ஒருவனுடன் போர்தொடுத்து வெற்றிபெற்று மீண்டான் என்பதற்கு இதைவிட வேறு நம்பகமான சான்றைக் காட்ட முடியாது.

இந்த ஆரியச் சக்கரவர்த்தியின் பெயர் கல்வெட்டிலே குறிப்பிடப்படாமையால், இவன் யார் என்பதை உறுதிப்படுத்த முடியாமல் இருக்கிறது. அவன் பெயர் கல்

வெட்டில் இல்லை. இவன் மட்டுமல்லாமல் வேறு யாழ்ப்பாண மன்னர்களும் தெற்கிற் போர் நடத்தியிருக்கலாம். தெற்கில் மதவெல என்னுமிடத்தில் கிடைத்த சிங்களக் கல்வெட்டு ஒன்றில் தென் இலங்கையில் பதினான்காம் நூற்றாண்டில் ஆட்சிபுரிந்த சிங்கள மன்னனாகிய மூன்றாம் விக்கிரமபாகு, மார்த்தாண்டப் பெருமாள் என்ற பெயருடைய ஒருவனுடன் ஓர் உடன்படிக்கை செய்துகொண்டான் என்ற செய்தி வருகின்றது. மன்னன் ஒருவன் செய்த உடன்படிக்கை என்பதனால் அது இன்னொரு மன்னனுடன் அல்லது தலைவனுடன் செய்யப்பட்ட உடன்படிக்கை எனக் கொள்ளலாம். அப்படியெனின், மார்த்தாண்டப் பெருமாள் என்பவன் ஓர் ஆரியச் சக்கரவர்த்தியாக இருந்திருக்கலாம். ஏனெனில் யாழ்ப்பாணத்தில் ஆட்சிசெய்த மன்னர்களுள் ஒருவன் மார்த்தாண்ட சிங்கை ஆரியன் என யாழ்ப்பாண வைபவமாலை குறிப்பிடுவது இவ்விடத்திற் கவனிக்கத் தக்கது.

மேற்குறிப்பிட்ட கல்வெட்டுக்களைவிட சிங்கள வரலாற்று நூல்கள், குறிப்பாக, ராஜாவலிய, கோகில-சந்தேஸய,[34] நிக்காயஸங்க்ரஹய[35] ஆகியன யாழ்ப்பாணத்து ஆரியச் சக்ரவர்த்திகளைப் பற்றியும், அவர்கள் சிங்கள ஆட்சியாளர்களுக்கு எதிராகப் படையெடுத்தமை பற்றியும் கூறுகின்றன.

இவற்றையெல்லாம் ஒட்டுமொத்தமாகப் பார்க்குமிடத்து, யாழ்ப்பாணத்தில் ஆரியச் சக்கரவர்த்தி மன்னர் பதினான்காம் நூற்றாண்டில் ஆட்சி நடத்தியபோது, யாழ்ப்பாண அரசு வலிமையுடன் விளங்கியது என்று கூறமுடிகிறது. இந்த நூற்றாண்டிற் தமிழ்நாட்டில் இருந்த அரசுகளால் யாழ்ப்பாண அரசைத் தாக்கி அடக்க முடியவில்லை. மாறாக, மதுரையில் அதிகாரம் பெற்றிருந்த முஸ்லிம் ஆட்சியாளருடன் யாழ்ப்பாண அரசு நல்லுறவு கொண்டிருந்ததையே காணமுடிகிறது.

ஆனால் பதினைந்தாம் நூற்றாண்டில் இந்த நிலை மாறியது. அந்த நூற்றாண்டில் யாழ்ப்பாண அரசின் ஆதிக்கம் குன்றத் தொடங்கியிருக்க வேண்டும். ஏனெனில் தெற்கில் சிங்கள அரசாகிய கோட்டை அரசு மேலோங்கி நிற்பதைக் காணமுடிகிறது. அங்கு, சிறப்பாக ஆறாம் பராக்கிரமபாகு ஆட்சி நடத்தியபோது (1412 - 1467), அவன் முழு இலங்கையிலும் அதிகாரம் செலுத்தும் நோக்கம் உடையவனாகக் காணப்பட்டான். அத்தோடு, தமிழ்நாட்டிலும், பாண்டிய அரசின் ஆதிக்கம் முற்றாக இல்லாமற்போய், தமிழ்நாட்டுக்கு அப்பால், தென்னிந்தியாவில் பதினான்காம் நூற்றாண்டின் இறுதிக் காலத்திலிருந்து விஜயநகரப் பேரரசு வலிமைபெற்றுக் காணப்பட்டது. அத்தோடு பாக்கு நீரிணையூடாக, இந்திய-இலங்கை வர்த்தகத் தனியுரிமையையும் விஜயநகரப் பேரரசு தன் ஆதிக்கத்தின்கீழ் கொண்டு வந்தது. மேலும், விஜயநகர இராச்சியத்தின் ஆதிக்கம், யாழ்ப்பாண இராச்சியத்திலும் தனது மேலாண்மையை ஏற்படுத்தத் தவறவில்லை.[36,37] அத்தோடு இதுவரை காலமும் யாழ்ப்பாண ஆரியச் சக்ரவர்த்திகளின் ஆதிக்கத்துக்கு உட்பட்டிருந்த கடல் வர்த்தகமும், விஜயநகர மன்னரின் செல்வாக்கின் கீழ் வந்ததால் அதிக வருவாய் தந்த கடல் வர்த்தகத்தையும் யாழ்ப்பாண மன்னர் இழக்க நேரிட்டது. இந் நிகழ்வுகள் யாழ்ப்பாண அரசை வலிமை குன்றச் செய்தன. இவ்வேளையில் முதலில் பாரக்கிரமபாகு வன்னிமேல், படையெடுத்து வன்னிமைகளைக் கைப்பற்றிய பின், யாழ்ப்பாண அரசின்மேற் படையெடுத்ததாக ராஜவலிய மூலம் அறியமுடிகிறது.[38] ஆறாம் பராக்கிரமபாகு ஆட்சி நடத்தியபோது, யாழ்ப்பாண அரசின்மேல் படையெடுப்பு ஒன்றை நடத்தினான்.[39] அவன் அனுப்பிய

படைக்குத் தளபதியாகப் பொறுப்பேற்றவன் ஒரு மலையாள இளவரசன். பராக்கிரம பாகுவின் வளர்ப்பு மகனாகக் கருதப்படும் இவன் பெயர் செண்பகப் பெருமாள். இவன் 1450 இல் நடத்திய படையெடுப்பில், யாழ்ப்பாண மன்னன் தோல்வியுற்றான்.[40] பதினேழு ஆண்டுகள் யாழ்ப்பாணத்திலிருந்து ஆட்சி நடத்திய செண்பகப் பெருமாள், கோட்டையில் பராக்கிரமபாகு இறந்தபின் அதன் மன்னனாகப் பதவிபெற்று, புவனேகபாகு என்ற பெயருடன் அரசாண்டான் எனச் சிங்கள நூல்களிலிருந்து தெரிய வருகின்றது. இந் நிகழ்ச்சிக்குப் பின்பும், இக் காலப்பகுதிக்குப் பின்பும், யாழ்ப்பாண இராச்சியத்தை ஆட்சிசெய்த ஆரியச் சக்ரவர்த்திகளுக்கு என்ன நடந்தது என்பதை அறியமுடியவில்லை. இத்துடன் யாழ்ப்பாண இராச்சியத்தில் ஆரியச் சக்ரவர்த்தி களின் ஆட்சி முடிவடைந்தது என்றே கொள்ளவேண்டும். இருந்தபோதிலும், செண்பகப் பெருமாளின் ஆட்சி ஒரு குறுகியகால ஆட்சியாக இருந்ததன் விளைவாக, அது பாரிய தாக்கங்களைத் தமிழ் இராச்சியத்தில் ஏற்படுத்தியிருக்க முடியாது. ஆறாம் பராக்கிரமபாகுவின் ஆட்சி முடிவுக்கு வந்தவுடன் கோட்டை இராச்சிய மும் வீழ்ச்சியடைந்தது. ஆறாம் பராக்கிரமபாகுவின் மரணத்திற்குப் பின்பு செண்பகப் பெருமாள் யாழ்ப்பாண இராச்சியத்தைவிட்டு, கோட்டை மன்னனாகச் சென்றதன் பின்னர் மீண்டும், தமிழ் மன்னர் தமிழ்ப் பிரதேசங்களில் தமது அரசியல் ஆதிக்கத்தை வலுப்படுத்துவதைக் காணமுடிகிறது. செண்பகப் பெருமாளின் யாழ்ப்பாணப் படையெ டுப்பின்போது, யாழ்ப்பாண இராச்சிய மன்னர்களாக இருந்த கனகசூரிய சிங்கை ஆரியன் கொல்லப்பட்டதாகவும், அவன் இந்தியாவுக்குத் தப்பிச் சென்றதாகவும், வரலாற்று ஆசிரியர்களிடையே மாறுபட்ட கருத்துக்கள் காணப்படுகின்றன. ஆனால் யாழ்ப்பாண வைபவமாலையின் கூற்றுப்படி, கனகசூரிய சிங்கை ஆரியன் தென்னிந்தியாவிலிருந்து படைதிரட்டி வந்து யாழ்ப்பாண இராச்சியத்தைக் கைப்பற்றி மீண்டும் ஆட்சி செய்தான் என்றும் தெரிகிறது. கனகசூரிய சிங்கை ஆரியனுக்குப் பின் அவனுடைய மகன் பரராசசேகரன் என்பவன் 1519 வரை ஆட்சி செய்ததாகவும், அவனது நீண்டகால ஆட்சியின்போது யாழ்ப்பாண இராச்சியம் பல்வேறு வழிகளில் சிறப்புடன் விளங்கிய தாவும் வரலாற்று ஆசிரியர்கள் கருதுகின்றனர்.[41] ஆனால் கனகசூரிய சிங்கை ஆரியனுக்குப் பின் யாழ்ப்பாண இராச்சியத்தில் ஆரியச் சக்ரவர்த்தி வம்சம் என, தமிழ் வரலாற்று நூல்களில் கூறப்பட்ட அரசர்களின் ஆதிக்கம் முடிவடைந்துவிட்டது என்றே கூறவேண்டும். காரணம், செண்பகப் பெருமாளின் பின் யாழ்ப்பாண இராச்சியத்தை ஆண்ட அரசர்களின் பெயர்களை நோக்கின், அப் பெயர்கள் ஆரியர் என்ற ஆரியச் சக்கரவர்த்தி வம்சத்துக்குரிய அடைப்பெயர்களைக் கொண்டவையாகக் காணப்பட வில்லை. மேலும், பரராசசேகரன் என்ற பெயர் சிங்கைநகர் மன்னர்களினால் சூட்டப் படும் சிம்மாசனப் பெயராக மாறி வருவதை அவதானிக்க முடிகிறது. எனவே பரராசசேகரன் என்ற பெயர் ஒரு பட்டப்பெயர் என்றே கொள்ளமுடிகின்றது. பரராசசேகரனின் உண்மைப் பெயரை அறிய ஆதாரங்கள் எதுவுமில்லை. பரராசசேகரனுக்குப் பின் யாழ்ப்பாண இராச்சிய மன்னனாக 1519 இல் முதலாம் சங்கிலி மன்னன் வருகிறான்.[42] இவன் காலத்தில் போத்துக்கீசரின் தலையீடுகளும், படையெடுப்புக்களும் யாழ்ப்பாண இராச்சியத்தில் இடம்பெற்றன. முதலாம் சங்கிலியின் ஆட்சி 1565 வரை நடைபெற்றதாக போத்துக்கீச ஆவணங்கள் மூலம் அறியமுடிகிறது. 1565 களை அடுத்து, காசிநயினார், பெரியபிள்ளை, புவிராஜபண்டாரம், எதிர்மன்னசிங்க குமரன் போன்றோர் யாழ்ப்பாண

இராச்சிய மன்னராக இருந்தனர். போத்துக்கீசரின் தொடர்ச்சியான தலையீடுகளாலும், படையெடுப்புக்களாலும், இக் காலகட்ட யாழ்ப்பாண இராச்சிய மன்னர் பல நெருக்கடிகளை எதிர்நோக்கினர். இறுதியாக, 1591 இல் போத்துக்கீசருக்கும், யாழ்ப்பாண அரசருக்கும் இடையில் எழுதப்பட்ட நல்லூர் உடன்படிக்கையின்படி, யாழ்ப்பாண இராச்சியம் போத்துக்கீசருடைய மேலாண்மையை ஏற்றுக்கொண்டது என்று கொள்ள முடிகிறது. இறுதியாக, 1617 இல் எதிர்மனசிங்கன் இறக்க, சங்கிலிகுமாரன் என்பவன் யாழ்ப்பாண இராச்சியத்தின் மன்னனாகத் தன்னைப் பிரகடனப்படுத்தினான்.[43] இவன் வரலாற்றில் இரண்டாம் சங்கிலி என அழைக்கப்பட்டான். இவன் 1619 ம் ஆண்டில் போத்துக்கீசரினால் சிறைப்பிடிக்கப் பட்டு, கோவாவிற்கு கொண்டு செல்லப்பட்டு, அங்கே தூக்கில் இடப்பட்டதோடு யாழ்ப்பாண இராச்சியத்தின் கடைசி மன்னான இரண்டாம் சங்கிலி காலம் தொடக்கம் போத்துக்கீசர் 1656 கள் வரையில் ஆண்ட காலப்பகுதி வரையிலான வரலாறு அடுத்த அத்தியாயத்தில் ஆராயப்படும்.

வலிமையுள்ள ஓர் அரசு, வலிமை குறைந்த ஓர் அரசை அடிமைப்படுத்துவதும், பின்னர் வலிமை குறைந்த அந்த அரசு வலிமை பெறும்போது, ஏற்கெனவே வலிமை பெற்ற அரசை அடிமைப்படுத்துவதும் அரசியல் ஆதிக்கத்தில் இயல்பாக நடைபெறுபவை யாகும். இதற்கு இலங்கையின் சிங்கள - தமிழ் அரசியல் வரலாறுகள் சிறந்த ஓர் எடுத்துக்காட்டாகக் காணப்படுகின்றன. இந்தியாவிலும் குறிப்பாகத் தமிழ்நாட்டிலும் இதே மாதிரியான ஒரு நிலையே இருந்திருக்கின்றது என்பதை முன்னைய அத்தியாயங்களி லிருந்து அறியமுடிகிறது.

சுருங்கக்கூறின், யாழ்ப்பாண அரசு வரலாற்றுக் காலத்திலிருந்து தோன்றி வளர்ந்த ஓர் அரசாகும். அவ் அரசு கி.பி. பதின்மூன்றாம் நூற்றாண்டில் யாழ்ப்பாண இராச்சியமாக உயர்ச்சி பெறும்வரை வரலாற்றுக் காலங்களிலிருந்து ஒரு சிற்றரசு என்ற நிலைமையில் இருந்திருக்கின்றது. அக் காலங்களில், அனுராதபுர, பொலன்னறுவை இராச்சியங்களின் மேலாண்மை சிற்சில காலப்பகுதிகளில் இடம் பெற்றிருக்கின்றது என்பதனையும் வரலாற்று ஆதாரங்கள் மூலம் அறியமுடிகிறது. சோழர் ஆட்சி இலங்கையில் எழுபத்தியேழு வருடங்கள் தொடர்ந்து நடைபெற்றதன் விளைவாக, வடக்கு, கிழக்குப் பிரதேசங்களில் தனித்தன்மை கொண்ட தமிழ் இராச்சியமொன்று தோன்றி வளர அத்திவாரம் இட்டுக் கொடுக்கப்பட்டது என்பதில் ஐயமில்லை. ஆனால், மேற்படி காலத்தில் அவ்வாறான ஒரு சிற்றரசு, ஒரு பேரரசாக அல்லது ஒரு இராச்சியமாக வளர்நிலை அடையும்பொழுது, முதலில் கலிங்கத்திலிருந்து வந்த கலிங்க மாகனும், அவனைத் தொடர்ந்து சாவகத்திலிருந்து வந்த சந்திரபானுவும், பின்னர் அவனது மகனும் ஆட்சி செய்திருக்கின்றார்கள். இவ் வேளையில் தென்னிந்தியாவில் எழுச்சி பெற்ற இரண்டாம் பாண்டிய அரசு யாழ்ப்பாண இராச்சியத்தின்மேல் படையெடுத்து, அவ் இராச்சியத்தினை இராமேஸ்வரத்திலுள்ள ஆரிய சக்கரவர்த்தி வம்சத்தினர் ஆட்சி செய்யக்கூடிய ஒரு சூழ்நிலை உருவாக்கப் பட்டமை மேலே கூறப்பட்டது. இச் சந்தர்ப்பத்தில் வரலாற்று மாணவன் ஒருவனுக்கு சில கேள்விகள் எழுவது தவிர்க்க முடியாததாகும். அதாவது, யாழ்ப்பாண இராச்சியம், தோன்றி வளர்ச்சி பெறும்போது, இலங்கையில் உள்ள பூர்வீகத் தமிழ் அரசர்களால், அல்லது அவர்களது வம்சங்களி னால் அந்த யாழ்ப்பாண இராச்சியம் ஆளப்படவில்லையா? என்றும், ஆரியச் சக்கர வர்த்திகள், யாழ்ப்பாண இராச்சியத்தில் ஆட்சி செய்தமையை எந்த அளவுக்கு

ஏற்றுக்கொள்ள முடியும்? என்றும் எழுகின்ற இவ் இரண்டு முக்கியமான கேள்வி களுக்கும் பின்வருமாறு விடைகளைக் கூறுவது பொருத்தமா என்பது, எதிர்கால ஆய்வுக்குரியதாக அமைகின்றது.

முதலாவதாக, சோழர் பொலன்னறுவையை ஆட்சி பீடமாகக் கொண்டு இலங்கை முழுவதையும் ஆட்சி செய்தபோது, தமிழ்ப் பிரதேசங்களில், ஏற்கெனவே ஆட்சிசெய்த அரச அமைப்புக்களின் அரசர்கள், அல்லது அதிகாரிகள் அப் பிரதேசங்களுக்குரிய ஆளுனர்களாக சோழ அரசினால் நியமிக்கப்பட்டிருக்கலாம். இரண்டாவதாக, சோழ ராட்சியைத் தொடர்ந்து, பொலன்னறுவையில் சிங்கள மன்னர் ஆட்சி செய்தபோதும், தமிழ்ப் பிரதேசங்கள் தமிழரால் ஆளப்பட்டிருக்கலாம். மேலும், 1070 களில் சோழராட்சி இலங்கையிலிருந்து நீங்கிய பின்னர் விஜயபாகு பொலன்னறுவையில் தனது ஆட்சியைத் தொடர்கின்றான். அவனுக்குப் பின்னர் முறையே, ஜயபாகு, விக்கிரமபாகு, கஜபாகு என்போர் பொலன்னறுவை இராச்சியத்தை ஆள்கிறார்கள். அதன்பின் முதலாம் பாராக்கிரமபாகு ஆட்சியைத் தொடர்கின்றான். இவன் ஆட்சிக்காலத்தில் சிறிதுகாலம் யாழ்ப்பாண அரசு அவனது மேலாண்மையை ஏற்றிருந்தது. அதன் பின்னர் நிஸ்ஸங்க மல்லனின் ஆட்சி தொடங்கியது. இவன் தமிழர்களுக்கு எதிரானவன் அல்ல. எனவே சோழர் இலங்கையை விட்டுப் போனதில் இருந்து, பொலன்னறுவை இராச்சியம் வீழ்ச்சி யடையும்வரை யாழ்ப்பாண அரசை யாழ்ப்பாண அரசர்களே ஆண்டிருக்கலாம். மூன்றாவ தாக, பொலன்னறுவையில் சிங்கள இராச்சியம் வீழ்ச்சியடைந்து, அங்கிருந்து கலிங்கமாகன் நீக்கப்படுகின்றான். அவன் தன் படைபலத்தால், தமிழ் இராச்சியத்தைக் கைப்பற்றியி ருக்கலாம். அல்லது, தமிழ்ப் பிரதேசத்திலுள்ள ஆட்சியாளர்கள் மாகனை ஏற்றிருக்கலாம். அதேபோன்று, சாவக மன்னன் ஆட்சியும் இடம் பெற்றிருக்கலாம். பாண்டிய மன்னன் மாறவர்மன் குலசேகரன் இலங்கைமீது படையெடுத்து, யாழ்ப்பாண இராச்சியத்தை வெற்றி கொண்டு, திறைபெறும் உரிமையுடன் பாண்டி நாட்டுக்குத் திரும்புகின்றான். சிறிது காலத்திற்குப் பின் குலசேகர பாண்டியனின் படையெடுப்பின்போது படைத் தளபதிகளாக வந்த ஆரியச் சக்கரவர்த்திகள் யாழ்ப்பாண இராச்சியத்தில் அரசராகின்றனர் எனத் தமிழ் வரலாற்று நூல்கள் கூறுகின்றன. இவர்கள் இங்கு வந்து அரசர்களானதிற்கான எதுவித நேரடி ஆதாரங்களும் இதுவரை கிடைக்கப் பெறவில்லை. யாழ்ப்பாண இராச்சியத்திற்கு வெளியில் கிடைக்கப்பெற்ற ஒரு சில மூலாதாரங்களில், அவர்கள் பயன்படுத்திய இலச்சினை, கொடி போன்றவையும், ஆரியச் சக்கரவர்த்திகள் என்ற பெயர்களும் காணப்படுவதனால், இராமேஸ்வரத்திலிருந்து வந்த ஆரியச் சக்கர வர்த்திகளே யாழ்ப்பாண இராச்சியத்தில் பல ஆண்டுகாலம் ஆட்சி செய்தனர் என்று அனுமானத்தின் அடிப்படையில் கருதமுடிகிறது. அதனால் ஆரியச் சக்கரவர்த்திகள் என்ற தமிழ்நாட்டு வம்சப் பெயர்களையும், அவர்கள் உபயோகித்த சேது நாணயம், நந்திக்கொடி போன்றவற்றையும் யாழ்ப்பாணத்துத் தமிழ் அரசர்கள் ஏற்றிருக்கலாம். அவ்வாறு, யாழ்ப்பாணத் தமிழ் அரசர் ஆரியச் சக்கரவர்த்திகள் என்ற வம்சப் பெயரை பாவித்ததனால், அவ் ஆவணங்களில், அல்லது மூலாதாரங்களில் ஆரியச் சக்கர வர்த்தி என்ற பெயர் தொடர்ச்சியாகப் பாவிக்கப்படுகின்ற ஒரு வரலாற்று மரபு வந்திருக் கலாம். பதினேழாம், பதினெட்டாம் நூற்றாண்டுகளில் எழுதப்பட்ட தமிழ் வரலாற்று நூல்களில் ஆரியச் சக்கரவர்த்தி என்ற வம்சப் பெயர் வருவதற்கான காரணம், தென்னிந்திய, சிங்களப் பாரம்பரியங்களைப் பின்பற்றி, ஐதீகங்களையும் சேர்த்து

ஆரியச் சக்கரவர்த்திகள் என்ற வம்சப் பெயரை உட்புகுத்தி யாழ்ப்பாண இராச்சிய வரலாற்றை எழுதியமையாய் இருக்கலாம். இதற்கு சிறந்த உதாரணமாக, கைலாயமாலை, யாழ்ப்பாண வைபவமாலை போன்ற தமிழ் வரலாற்று நூல்களில் வரும் உக்கிரசிங்கன் கதை, மாருதப்புரவல்லி கதை, விசய கூழங்கைச் சக்கரவர்த்தி கதை என்வற்றைக் குறிப்பிடலாம். இறுதியாக, தென்னிந்தியாவில், பாண்டியப் பேரரசு வீழ்ச்சியுற்று, விஜயநகரப் பேரரசு எழுச்சி பெற்றது என்றும், ஆறாம் பராக்கிரமபாகுவின் கோட்டை இராச்சியம் வீழ்ச்சியுற்றது என்றும் மேலே கூறப்பட்டது. அத்தோடு பதினேழு வருடங் கள் யாழ்ப்பாண இராச்சியத்தை ஆண்ட செண்பகப் பெருமாள், கோட்டை அரசில் ஆறாம் பாரக்கிரமபாகு இறக்க, புவனேகபாகு என்ற பெயருடன் அதன் அரசனான் என்றும் கூறப்பட்டது. அதற்குப் பின் வருகின்ற எந்த ஒரு வரலாற்று ஏட்டிலும், ஆரியச் சக்கரவர்த்திகள் பற்றிய, வம்ச வரலாற்றுப் பெயர் காணப்படவில்லை. பாண்டிய அரசு தென்னிந்தியாவில் வீழ்ச்சியுற்றதனால், யாழ்ப்பாண இராச்சியத்தில் நீண்ட காலம் வலிமையுடன் ஆட்சிசெய்த இராமேஸ்வர ஆரியச் சக்கரவர்த்திகள் யாவரும் தொடர்ந்து யாழ்ப்பாண அரசை ஆட்சி செய்யாது, திரும்பவும் இராமேஸ்வரத்துக்குப் போய்விட்டார்கள் என்று கொள்ளலாகுமா? மேலும், போத்துக்கீசர் யாழ்ப்பாண இராச்சியத்தில் தலையிடும் காலமாகிய பதினாறாம் நூற்றாண்டின் நடுப்பகுதியில், அதாவது 1560 களில் மன்னார் போத்துக்கீசர்வசம் வந்தபோது, யாழ்ப்பாண இராச்சியத்தில் வலுவுடனிருந்த முதலாவது சங்கிலி மன்னன் பலத்த எதிர்ப்புக் கொடுப்பதை போத்துக்கீச ஆவணங்கள் காட்டி நிற்கின்றன. 1560 களில் மன்னாரைக் கைப்பற்றிய போத்துக்கீசர், பின்னர் 1619 ம் ஆண்டிற்தான் இரண்டாம் சங்கிலி மன்னனைச் சிறைப்பிடித்து சிரச்சேதம் செய்துவிட்டு, யாழ்ப்பாண இராச்சியத்தைத் தம்வசமாக்க முடிந்தது. இந்த இரு தமிழ் மன்னர்களுக்கு இடைப்பட்ட காலப் பகுதியில் புவிராஜபண்டாரம், காசிநயினார், பெரியபிள்ளை, எதிர்மனசிங்கன் போன்ற மன்னர்கள் யாழ்ப்பாண இராச்சியத்தை ஆண்டிருக்கின்றார்கள். அவ்வாறெனின், ஏன் மேற்கூறப்பட்ட சங்கிலி மன்னரும், மற்றைய தமிழ் மன்னரும் ஆரியச் சக்கரவர்த்தி கள் என்ற வம்சப் பெயரிட்டு அழைக்கப்படவில்லை? அவர்களையும் ஆரியச் சக்கர வர்த்திகள் என்று அழைத்திருக்கலாம் அல்லவா? ஏனெனில் போத்துக்கீச ஆவணங் களிற் சங்கிலி மன்னன் என்றே யாழ்ப்பாண இராச்சிய மன்னன் குறிப்பிடப்பட்டிருக் கின்றான். ஏனைய மன்னர்களின் பெயர்களும் உள்ளவாறே இடம் பெறுகின்றன. இதனால் பதினேழாம் நூற்றாண்டுக் காலப்பகுதியில் எழுதப்பட்டதாகக் கருதப்படும் கைலாயமாலை, யாழ்ப்பாண வைபவமாலை போன்றவற்றின் நூலாசிரியர்களால், தமது பாரம்பரிய வரலாற்று மரபைப் பேணமுடியவில்லைப் போலும். வரலாற்று ஆதாரங்கள் கிடைக்கப்படாத ஒரு நிலையில், தமிழ் வரலாற்று நூல்கள் வாய்வழி வந்த கதைகளையும், ஐதீகங்களையும் அடிப்படையாகக் கொண்டு, சிங்கள, தென்னிந்திய வரலாற்று மரபுகளைப் பின்பற்றி தமிழ்நாட்டிலிருந்து வந்த ஆரியச் சக்ரவர்த்தி வம்சம் யாழ்ப்பாண இராச்சியத்தை ஆண்டதாகக் கதையை வழிநடத்தி யிருக்கலாம் எனக் கொள்ளமுடிகிறது. மேற்கூறப்பட்டவற்றின் அடிப்படையில் இலங்கைத் தமிழர்கள்தான் யாழ்ப்பாண அரசையும், தொடர்ந்து யாழ்ப்பாண இராச்சி யத்தையும், அதன் முடிவுவரை தொடர்ச்சியாக ஆட்சி செய்திருக்கலாம் என்றே கருதமுடிகிறது. இடையிடையே வலுவுள்ள வேறு ஆதிக்க ஆட்சியாளர்களினால்

யாழ்ப்பாண அரசும், யாழ்ப்பாண இராச்சியமும் ஆளப்பட்டிருக்கலாம். எதிர்கால அகழ்வாராய்ச்சிகளும், மேலாய்வுகளும், வரலாற்றுத் தேடல்களுமே மேற்கூறப்பட்ட அனுமானங்களுக்குப் பதில் காணவேண்டும்.

வன்னிச் சிற்றரசுகள்

யாழ்ப்பாணப் பிரதேசத்தின் வரலாற்றைப் போன்றே வன்னிப்பிரதேச வரலாறும் மிகத் தொன்மை வாய்ந்ததென முதலாம், இரண்டாம் அத்தியாயங்களிற் கூறப் பட்டுள்ளது. வன்னி என்பது இலங்கையின் நிலப்பரப்பில் பெரும் பாகத்தில் பரந்து கிடக்கும் வரட்சிப் பிரதேசங்களை உள்ளடக்கிய, காடு சார்ந்த பிரதேசங்களைக் குறிக்கும் ஒரு பொதுச் சொல்லாகும். வன்னி என அழைக்கப்படும் சிற்றரசுகள் இலங்கையின் வடக்கு, கிழக்கு, வடமேற்கு, வடமத்திய, தெற்குப் பகுதிகளிலெல்லாம் இலங்கையின் வரலாற்றுக் காலந்தொட்டு இருந்திருக்கின்றன. இலங்கையின் மத்திய கால வரலாற்றில் முக்கியத்துவம் பெறும் யாழ்ப்பாணம், கண்டி, கோட்டை இராச்சியங் களில் பல்வேறுபட்ட வன்னிச் சிற்றரசுகள் இருந்திருக்கின்றன.[44] சில சிற்றரசுகள் மேற் கூறப்பட்ட இராச்சியங்களின் ஆதிக்கத்தின் கீழும், சில சிற்றரசுகள் சுதந்திரமாகவும் இருந்திருப்பதை அறியமுடிகிறது. தற்கால நடைமுறையில் வன்னி என்னும் பெயர் சிறப்பாக இலங்கையின் வடக்கிலுள்ள வன்னிப் பெருநிலப் பரப்பாகிய கிளிநொச்சி, வவுனியா, முல்லைத்தீவு, மன்னார் மாவட்டங்களையே குறிப்பதாகக் காணப் படுகின்றது. ஆனால் வன்னிப் பிரதேசம் எனப் பொதுப்படக் கருத்திற் கொள்வது மேற்கூறப்பட்ட ஒரு பரந்த பிரதேசத்தையேயாகும். இதனால், இலங்கைத் தமிழர் களின் வன்னிப் பிரதேசமாகிய கிளிநொச்சி, முல்லைத்தீவு, வவுனியா, மன்னார், திருகோணமலை, மட்டக்களப்பு, புத்தளம் ஆகிய வன்னிப் பிரதேசங்களிலுள்ள சிற்றரசுகள் பற்றியதாக இப்பகுதி இடம்பெறுகின்றது. அத்தோடு யாழ்ப்பாண இராச்சியத்தின் வரலாற்றோடு பின்னிப் பிணைந்ததாக இவ் வன்னிப் பிரதேச வரலாறு காணப்படுகின்றது. மேலும், யாழ்ப்பாண இராச்சியம் கி.பி. பதின்மூன்றாம் நூற்றாண்டிலிருந்து வலிமை பெறத் தொடங்கியதிலிருந்து, அவ் இராச்சியத்தின் கீழ் மேற்படி வன்னிச் சிற்றரசுகள் இயங்கி வந்திருக்கின்றன. குறிப்பாக கி.பி. பதினான்காம் நூற்றாண்டில் யாழ்ப்பாண இராச்சியம் மிக வலிமை பொருந்திய அரசாக எழுச்சிபெற்ற காலகட்டத்திலிருந்து, அது ஐரோப்பியர்களான போத்துக்கீசரின் ஆதிக்கத்துக்கு உட்படும் காலம்வரை, வன்னிச் சிற்றரசுகள் பொதுவாக, யாழ்ப்பாண இராச்சியத்தின் கீழ், அதன் ஆணையை ஏற்றுநடக்கும் ஒரு நிலையிலேயே இருந்தி ருக்கின்றன என்று கூறுவதில் தவறு இருக்கமுடியாது. இருந்தும், மற்ற இரு இராச்சியங்களான கண்டி, கோட்டை இராச்சியங்கள் பலம்பெற்ற வேளைகளில், இடையிடையே குறிப்பாக, கிழக்கில் உள்ள வன்னிச் சிற்றரசுகள், மேற்படி இராச்சியங் களின் மேலாண்மையை ஏற்ற நிலைமையினையும் காணமுடிகிறது. எது எப்படி யிருப்பினும், வரலாற்றுக் காலத்திலிருந்து, இலங்கையின் வடக்கு, கிழக்கு, வடமத்திய, வடமேற்குப் பிரதேசங்கள் தமிழர்களின் பாரம்பரிய பிரதேசங்களாக இருந்து வந்திருக்கின்றன என்பது முன்னைய அத்தியாயங்களில் மிகவும் தெளிவாகக் கூறப்பட்டுள்ளது. இப் பிரதேசங்கள் இலங்கையின் மத்திய காலத்திலும், அதனைத் தொடர்ந்தும் தமிழர் வாழ்கின்ற பிரதேசங்களாகவே இருந்து

வந்திருக்கின்றன. ஆனால் குறிப்பாக, வடமேற்குப் பிரதேசத்தின் புத்தளம், கற்பிட்டி, சிலாபம் உள்ளிட்ட பகுதிகள், வடமத்திய பிரதேசமாகிய அனுராதபுரம், பொலன் னறுவை ஆகிய பகுதிகள், வவுனியா மாவட்டத்தின் தெற்குப் பகுதிகள், இலங்கை சுதந்திரம் அடைந்த பின்னர் நடைபெற்ற திட்டமிட்ட சிங்களக் குடியேற்றத் திட்டங்களின் விளைவாகச் சிங்கள மயமாக்கப்பட்டிருக்கின்றன. மேலும், இப் பிரதேசங்களில் வாழ்ந்த தமிழர் சிங்களவர்களாகவும், முஸ்லிம்களாகவும் மாறி யிருக்கின்றார்கள் அல்லது மாறும் சூழ்நிலைக்கு இட்டுச் செல்லப்பட்டிருக்கிறார்கள் எனவும் கூறலாம். இவைபற்றிப் பிறிதோர் அத்தியாயத்தில் விரிவாக விளக்கப்படும்.

வன்னி, வன்னியர் என்ற சொல் இலங்கையிலும், தென்னிந்தியாவில் தமிழ்நாட்டிலும் உபயோகிக்கப்படுகின்ற ஒரு பொதுவான பெயராக இருப்பதைக் காணமுடிகிறது. வன்னியர் அல்லது வன்னி என்ற சொற்பதம் ‘வன்ய’ என்ற சமஸ்கிருதச் சொல்லின் தமிழ் வடிவமாகும். ‘காடவன்’ என்னும் தமிழ்ச் சொல் சமஸ்கிருதத்தில் ‘வன்ய’ என அமையும். காடவன், காடவர் என்பன இலக்கியத்திலும், சாசனங்களிலும் பொதுவாகக் காணப்படுகின்றன. காடவர் என்பது சங்க இலக்கியத்தில் வருகின்ற முல்லைநில மக்களைப் பொதுவில் குறிக்கும் ஒரு பெயராகக் கொள்ளலாம். காடும், காடுசார்ந்த நிலமுமாகிய முல்லைநில மக்களை ஆளுகின்ற மன்னனைக் ‘காடவர்கோன்’ என சிலை எழுபது என்னும் இலக்கியத்தில் காணமுடிகிறது.[45] மேலும், கல்லாடம், வன்னியர் புராணம் ஆகிய தமிழ்மரபு நூல்களிலும் வன்னியர் தோற்றம் பற்றிய விபரங்களைக் காணமுடிகிறது.[46] வன்னியரைப் பற்றிய சாசனக் குறிப்புக்கள் சோழர்காலத்துக் கல்வெட்டுக்களிலும் காணப்படுகின்றன. உதாரணமாக, இரண்டாம் இராசேந்திர சோழனுடைய காலத்தில் (1052 - 1064) வன்னியதேவன் என்னும் பிரதானி சாளுக்கிய ரோடு நட்புறவு கொண்டிருந்ததாயும், அவனைச் சோழர் தமது படையெடுப்பால் வெற்றி கொண்டதாகவும் அக்கால சோழர் கல்வெட்டுக் கூறுகின்றது.[47] அதேபோல் இரண்டாம் இராஜராஜன் காலத்து (1163 - 1178) கல்வெட்டு ஒன்று வன்னியப்பற்று என்னும் நிலப்பிரதேசத்தைக் குறிப்பிடுகின்றது.[48] அதேபோன்று, வன்னி, வன்னியப்பற்று நிலப்பகுதிகளை ஆட்சிசெய்த அரசர்களை, வன்னியர் மக்கள் நாயன், அதாவது, வன்னிமக்களின் அரசன் என்ற பொருளில் பொறிக்கப்பட்ட பல கல்வெட்டுக்கள் சோழர்கால ஆட்சியின் பொழுது எழுதப்பட்டவையாகக் காணப்படுகின்றன.[49] இவ் வன்னியர்களுக்கும், சோழர்கால ஆட்சியில் மிகவும் முக்கியத்துவம் வாய்ந்து விளங்கிய வேளைக்காரப் படையினருக்கும் இடையில் நெருங்கிய தொடர்புகள் இருப்பதனைச் சோழர்காலக் கல்வெட்டுக்கள் மூலம் அறியமுடிகிறது. சோழப் பேரரசின் காலத்திற் தென்னிந்தியாவிலும், இலங்கையிலும் இராணுவ சேவையில் ஈடுபட்டு இருந்தவர்களில் வேளைக்காரப் படையினர் முக்கிய இடம்பெறுகின்றனர். வேளைக்காரர் படைகள் பலவற்றின் பெயர்களைச் சோழர்காலக் கல்வெட்டுக்களில் காணமுடிகிறது.[50] அரண்மனை, இராசதானி, பெருங்கோவில்கள் ஆகியவற்றின் காவல் நிலையங்களில் வேளைக்காரர் நிலை கொண்டிருந்தனர். சோழர்காலத்துப் போர்ப்படைகளில் முன்னணியில் நின்ற படைகளாக இவை காணப்படுகின்றன. சோழ ராதிக்கம், இலங்கை, பாண்டிநாடு, கங்கபாடி ஆகியவற்றில் வெற்றியுடன் பரவுவ தற்கு, இவ் வேளைக்காரரின் பங்களிப்பு மிக முக்கியத்துவம் வாய்ந்த ஒன்றாகக் காணப் படுகின்றது. இலங்கைமீது சோழர் படையெடுத்த காலங்களில், இவ் வேளைக்காரப்

படையினரே முன்னணியில் செயற்பட்டவர்கள். அவ்வாறு இலங்கைக்குச் சென்ற வேளைக்காரப் படைப் பிரிவினர், நிரந்தரமாகவே அங்கு தங்கிவிட்டனர் எனக் கூறவும் இடமுண்டு. விஜயபாகு மன்னன் சோழரைத் தோற்கடித்துப் பொலன்னறுவையில் தனது ஆட்சியை நிறுவிய பின்னரும், இவர்கள், விஜயபாகு, பராக்கிரமபாகு ஆகியோரின் படைகளிற் தொடர்ந்தும் சேவையாற்றி வந்திருக்கின்றனர். மேலும், பொலன்னறுவை மன்னர்களின் ஆட்சிக்காலத்தில் இவ் வேளைக்காரப் படையினருக்கு நிலங்கள் நன்கொடையாக வழங்கப்பட்டும், சிற்சில வன்னிப் பிராந்தியங்களை அவர்களே நிர்வகித்ததாகவும் வரலாற்று ஆதாரங்கள் மூலமாக அறியமுடிகிறது. ஏற்கெனவே வன்னிப் பிரதேசங்களிலிருந்த அரச அமைப்புக்களும், இவ் வேளைக்காரப் பிரிவினரும் காலப்போக்கில் ஒருங்கிணைந்து, உருவாக்கப்பட்டதாகவே வன்னிமைகள் காணப் படுகின்றன. இவ் வன்னிப் பிரதேச மக்கள் வரலாற்றுக்காலம் தொட்டு இப் பிரதேசங் களில் வாழ்ந்து வந்ததுடன் அங்கு அரச அமைப்புக்களை ஏற்படுத்தியிருந்ததாகவும், முன்னைய அத்தியாயங்களில் கூறப்பட்டது. சோழராட்சியின் பொழுதும், அதனையடுத்த பொலன்னறுவை ஆட்சிக் காலத்தின்போதும், இவ் வேளைக்காரப் படையினரும், தென்னிந்தியாவிலிருந்து வரவழைக்கப்பட்ட வன்னியர்களும், ஏற்கெனவே, பல்லவர் காலத்திலிருந்து இலங்கைக்கு வந்த வணிக கணத்தினரும் மேற்படி வன்னிப் பிரதேசங்களில் குடியேறி அங்கிருந்த பூர்வீக வன்னி மக்களுடன் இணைந்து கொள்வ தனையே அவதானிக்க முடிகிறது. தென்னிந்தியாவிலிருந்து வந்தவர்களிற், தமிழர், கன்னடர், மலையாளிகள், தெலுங்கர் போன்ற இனக்குழுவினரும், பல்வேறு சாதிப் பிரிவுகளைக் கொண்டவர்களும் அடங்கியுள்ளனர் என்பதும் குறிப்பிடத்தக்கது. இவ் வாறாக, உருவாகிய வன்னியர்கள், இலங்கையின் வட பிரதேசங்களிலும், காடு சார்ந்த உள்ளூர் பகுதிகளிலும் உள்ள குறுநிலப் பிரிவுகளில் பரம்பரை உரிமையாக ஆட்சி புரிந்துவந்த ஒரு பகுதியினராகக் காணப்படுகின்றனர். உள்நாட்டு அரசியல் மாற்றங்களின் விளைவாக வன்னிச் சிற்றரசுகள் சில, மிகப் பலமுள்ள சிற்றரசு களாகவும் காணப்பட்டன. இலங்கையில் அடிக்கடி நடைபெற்ற உள்நாட்டு, வெளி நாட்டுப் படையெடுப்புக்களின் விளைவாகவும் இவ் வன்னிச் சிற்றரசுகளிற் சில, மிக முக்கியத்துவம் வாய்ந்த படையுதவி வழங்கும் அமைப்புக்களாக விளங்கியிருப்பதை வரலாற்று ஆதாரங்கள் மூலம் அறியமுடிகிறது.

பாளி மொழியில் எழுதப்பட்ட மகாவம்ச நூலில் வன்னி மன்னர்பற்றிப் பல இடங்களில் குறிப்பிடப்படுகின்றது. குறுநிலப் பிரிவுகளையும், அவற்றின் அரசர்களையும், வளங்கள் நிறைந்த நிலப்பகுதிகளையும் சிங்கள மொழி வழக்கில் வன்னி என்பர். மகாவன்னி, சிரிவன்னி என்னும் பிரிவுகள் பற்றியும், பதினெண் வன்னிகள் பற்றியும் உள்ள குறிப்புக்கள் கி.பி. பன்னிரண்டாம் நூற்றாண்டுக்குப் பின்னர் எழுதப்பட்ட சிங்கள நூல்களிற் காணமுடிகிறது. பதினாறாம் நூற்றாண்டு முதலாக எழுதப்பட்ட தமிழ் வரலாற்று நூல்களில் தமிழர் வாழ்ந்த பிரதேசங்களிலிருந்த வன்னிச் சிற்றரசுகள் பற்றிய மரபுவழிக் கதைகள் காணப்படுகின்றன. குறிப்பாக வையாபாடல், கோணேசர் கல்வெட்டு, மட்டக்களப்பு பூர்வ சரித்திரம் என்பவற்றில் வன்னிச் சிற்றரசுகள் பற்றிய விபரங்களைக் காணமுடிகிறது. இவைகளில் உள்ள விபரங்களில் வரலாற்று நம்பகத் தன்மை மிகவும் குறைவாகவே உள்ளன. போத்துக்கீசரினதும், ஒல்லாந்தரினதும் வரலாற்று நூல்களிலும், நிர்வாக அறிக்கைகளிலும், ஆவணங்களிலும் வன்னி பற்றிக் கிடைக்கின்ற

தகவல்கள், மேற்கூறப்பட்ட தமிழ் வரலாற்று நூல்களில் கூறப்பட்ட செய்திகளிலு மிருந்து பெரிதும் வேறுபடுகின்றன. போத்துக்கீச அதிகாரிகள் வன்னிபற்றியும், வன்னிமைகள் பற்றியும், தாம் பெற்றிருந்த நேரடி அனுபவங்களின் அடிப்படையில் எழுதிய அறிக்கைகளை ஆதாரமாகக் கொண்டு, போத்துக்கீச, ஒல்லாந்த நூல்கள் எழுதப்பட்டுள்ளன. அதனால் அவை குறிப்பிடத்தக்க அளவில் நம்பகமான செய்திக ளாகக் காணப்படுகின்றன. உதாரணமாக வன்னிபற்றி ஐரோப்பிய வரலாற்று ஆசிரியர் பெர்ணாலூ தே கேறோஸ் (Fernao de Queyroz) என்பவர் தனது The Temporal and Spiritual Conquest of Ceylon என்னும் நூலில், இலங்கையில் வன்னியர் என்னும் சிற்றரசர்களின் ஆட்சியின் கீழிருந்த எல்லா வன்னிகளின் பெயர்களையும் குறிப்பிட்டுள்ளார்.[51]

1200 - 1500 காலப்பகுதிகளில் இலங்கையில் இருந்த வன்னிச் சிற்றரசுகளை ஐந்து பிரிவுகளாகப் பிரிக்கலாம். அவையாவன, மகாவன்னி, திருகோணமலை வன்னிமைகள், மட்டக்களப்பு வன்னிமைகள், புத்தளத்து வன்னிமைகள், யாழ்ப்பாணத்து வன்னிமை கள் என்பனவாகும். மகாவன்னி, குறிப்பாக தென்னிலங்கையிலுள்ள சிங்கள வன்னிமை களைக் குறிப்பதால், அவைபற்றிய விபரங்கள் இங்கு தவிர்க்கப்படுகின்றன. ஏனைய வன்னிமைகள் தமிழ் பிரதேசங்களில் இருப்பதால் அவைபற்றிய நிலைமைகளே இங்கு சுருக்கமாகக் கருத்திற் கொள்ளப்படும்.

முதலிலே யாழ்ப்பாண இராச்சியத்தை அண்மித்த பகுதியாக விளங்கிய, வன்னிப் பிரதேசத்தைப் பற்றி நோக்குவது பொருத்தமுடையதாகும். ஏனெனில் இவ் வன்னிமைகளும், வன்னிச் சிற்றரசுகளும் யாழ்ப்பாண இராச்சியத்தோடு பல்வேறு துறைகளிலும் ஒருங்கிணைந்து செயற்பட்ட ஒரு நிலைமை காணப்படுகிறது. வட பகுதியில் இன்றுவரை வன்னி என்று அழைக்கப்படும் பிரதேசத்தில் ஏழு வன்னிப் பற்றுக்கள் இருந்ததாக லூயிஸ் என்பவர் தனது நூலில் குறிப்பிட்டுள்ளார்.[52] ஆனால் பதினாறாம் நூற்றாண்டிலே மன்னாரையும், அதற்கு அண்மித்த பகுதிகளையும், போத்துக்கீசர் கைப்பற்றியதன் விளைவாக, அவற்றின் தொகை ஆறாகக் காணப்படுகின்றது. இவ் வன்னிப் பற்றுக்களை ஆட்சிசெய்த வன்னிச் சிற்றரசர்கள், மேலாதிக்கம் செய்தோருக்குத் திறை செலுத்துவதற்கு எதிர்ப்புக் காட்டி கிளர்ச்சிகள் செய்தமையாலும், அவர்களுக்கு அடங்கி, அடிபணிந்து நடக்க மறுத்தமையாலும் அவர்கள் ஆட்சிசெய்த வன்னிப் பற்றுக்களை ஒருங்கு சேர்த்து ‘அடங்காப்பற்று’ என அழைக்கப்படும் ஒரு வரலாற்று மரபு இருந்திருப்பதை அறியமுடிகிறது. இவ் வன்னிச்சிற்றரசர்களின் ஆட்சி மிக நீண்டகாலம் நிலைபெற்றதால், இலங்கையில் வடபாகத்தில் அமைந்துள்ள வன்னிப்பிரதேசம் ‘வன்னி மாவட்டம’ என்னும் நிலப் பகுதியைக் குறித்து நிற்பதாக வரலாற்றில் இடம் பெறுகிறது எனப் போத்துக்கீச வரலாற்று ஆசிரியர் கேறோஸ் கூறுகின்றார்.[53] யாழ்ப்பாண இராச்சியத்திற்கும், வன்னிப்பற்றிற்கும் இடையில் உள்ள தொடர்புகளை கேறோஸ் பின்வருமாறு தனது நூலில் குறிப்பிடுகின்றார்.

“ஒரு கணிசமான அளவினைக் கொண்டதான இந்த இராச்சியம், யாழ்ப்பாணப் பட்டினம் என்னும் பிராந்தியத்துள் மட்டும் அடங்கவில்லை. அதற்கு அருகிலுள்ள வன்னியும் அதனுள் அடங்கும். நாங்கள் அதனைக்

கைப்பற்றுவதற்கு முன்பு வன்னியர் என்போர் அதனை ஆட்சி செய் தமையால் அதற்கு வன்னி என்று பெயர் ஏற்பட்டது. இடையில் அமைந் துள்ள உவர்நீர் பிரதேசம் அவற்றைப் பிரிக்கின்ற பொழுதிலும் அவை பச்சிலைப்பள்ளி மூலம் தொடர்பு படுகின்றன. வலிகாமம், தென்மராட்சி, வடமராட்சி, பச்சிலைப்பள்ளி ஆகிய பிரிவுகள் யாழ்ப்பாணக் குடாநாட்டில் உள்ளன. அதற்கு வெளியே அமைந்த வன்னிப்பகுதி மன்னார்ப் பக்கமாக பெருங்கழி ஆறு தொடக்கம் வன்னியின் மத்திய பகுதியினூடாகத் திருகோணமலைவரை பரந்து காணப்படுகின்றது."

கேறோஸ் அவர்கள் கூறிய மேற்சொல்லப்பட்ட பின்னணியை உறுதிப்படுத்தும் வகையில், ஒல்லாந்தர் ஆட்சிக்காலத்தில் தேசாதிபதியாக இருந்த வான் கூன்ஸ் (Van Goens) என்பவரின் வரலாற்றுக் குறிப்பு அமைகின்றது. வான்கூன்ஸ் கூறுவதாவது:

"இந்த நான்கு மாகாணங்களும், பதின்மூன்று தீவுகளும் யாழ்ப்பாணப் பட்டினம் என்று சொல்லப்படுகின்றது. வன்னியரால் ஆளப்பட்ட வன்னி என்ற நிலப்பகுதியும் அதற்குரியதாகும். வன்னி பரந்த பிரதேசமாகும். விக்கிரக ஆராதனைக்காரரான யாழ்ப்பாணத்து அரசர் அதனைத் தமது ஆணைக்குட் படுத்தி, அங்கிருந்து திறை பெற்றார்கள். போத்துக்கீசரின் கீழும் அந்தத் தொடர்பு நிலைத்திருந்தது. மாதோட்டத்திற்கு வடக்கிலுள்ள செட்டிகுளம் பற்றில் இருந்து ஆரம்பிக்கும் அதன் எல்லை, கொழும்புத்துறைக்கு எதிர்ப்பக்மாக உள்ள கல்முனைவரை சென்று, அங்கிருந்து நேர்கிழக்காகக் கடல்வரை பரந் துள்ளது. பின்பு அங்கிருந்து இலங்கையின் வடகிழக்குக் கரை முழுதும் பரந்து, தென்கிழக்கு நோக்கி திருகோணமலை வரையும் நீண்டு செல்கின்றது. அங்கிருந்து வளைந்து மேற்குநோக்கி பரந்த காடுகளினூடாகக் கற்பிட்டி, மாதோட்டம், மன்னார் ஆகிய பகுதிகள்வரை செல்கின்றது. இந்த இராச்சி யத்தை நாற்பத்தியிரண்டு வருடங்களுக்கு மேலாக சியங்கேரி (சங்கிலி) என்னும் அரசன் ஆண்டுவந்தான். அவன் இறைமை கொண்ட பழைய அரசவம்சம் ஒன்றைச் சேர்ந்தவனாவான். அவனுடைய வம்சாவழியினரை யும், இராச்சியத்தையும் போத்துக்கீசர் வேரோடு அழித்துவிட்டார்கள்."[54]

மேற்கூறப்பட்ட இரு வெளிநாட்டவர்களின் கூற்றுக்கள், யாழ்ப்பாண இராச்சியம், போத்துக்கீசர் ஆளுகைக்கு முன்பு, வன்னிப் பிரதேசத்தையும், இலங்கையின் வடக்கு, கிழக்கு, வடமேற்குப் பிரதேசங்களின் கீழுள்ள வன்னிப் பிரதேசங்களையும், வன்னிச் சிற்றரசுகளையும் உள்ளடக்கியதாக இருந்திருப்பதை மிகத் தெளிவாகக் காட்டுகின்றன. மேலும் கேறாஸ், 1635 களில் கோவாவில் ஒரு பேராசிரியராகவும், ஒரு தலைசிறந்த வரலாற்று ஆசிரியராகவும் இருந்திருக்கின்றார். இவர் போத்துக்கீச ஆவணங்களிலுள்ள விடயங்களைத் தனது சொந்த மொழியான போத்துக்கீச மொழியில் படித்து, அவைகளி லிருந்து பெற்ற தகவல்களின் அடிப்படையில் தனது ஆய்வுநூலை எழுதியிருக்கின் றார். அதேபோன்று வான் கூன்ஸ் என்பவரும், பதினேழாம் நூற்றாண்டின் நடுப்பகுதியில் ஒல்லாந்துத் தேசாதிபதியாக இலங்கையில் இருந்தவர். இவர் தேசாதிபதியாக

இருந்ததன் விளைவாக, ஒல்லாந்தத் தளபதிகளும், ஏனைய நிர்வாக உத்தியோகத் தர்களும் வழங்கிய தகவல்களையும், தரவுகளையும் நன்கு அறிந்திருப்பார். மேலும், நிர்வாக அலுவல்களைச் சரிவரச் செய்வதற்கு இலங்கையின் அப்போதைய நிலைமை களையும், போத்துக்கீச கால, அதற்கு முந்திய நிலைமைகளையும் நன்கு அறிந்து வைத்திருத்தல் வேண்டும். அந்த அடிப்படையில் அவர்களின் தரவுகள் மிகவும் நம்பகத்தன்மை கொண்டனவாகவும், எதுவித மாற்றங்களுக்கும் உட்படாத ஆவணங் களாகவும் இன்றுவரை காணப்படுகின்றன. அவ்வாறான ஒரு பின்னணியிலிருந்து, அவர்கள் விட்டுச் சென்ற மேற்கூறப்பட்ட தரவுகளை நோக்கும்போது, யாழ்ப்பாண இராச்சிய காலத்தில் அதனை அண்டிய வன்னிச் சிற்றரசுகளும், ஏனைய வடக்கு, கிழக்கு, வடமேற்குப் பிரதேசங்களிலுள்ள வன்னிச் சிற்றரசுகளும், அப் பிரதேசங்க ளும் யாழ்ப்பாண இராச்சியக் கட்டமைப்பின் கீழ் இருந்திருக்கின்றன என்பது உறுதிப் படுத்தப் படுகின்றது.

ஏற்கனவே குறிப்பிட்ட தமிழ் வரலாற்று நூல்களாகிய வையாபாடல், கைலாய மாலை, யாழ்ப்பாண வைபவமாலை போன்றவையும், குறிப்பாகப் பதினேழாம், பதினெட்டாம் நூற்றாண்டுகளில் எழுதப்பட்டவையாகக் காணப்படுகின்றன. இந் நூல்களில் வையா பாடல் காலத்தால் முந்தியது. பதினைந்தாம் நூற்றாண்டிற்கும், பதினேழாம் நூற் றாண்டிற்கும் இடைப்பட்ட காலத்தில் இது எழுதப்பட்டது என்பது தொடர்பாக வரலாற்று ஆசிரியர்களிடையே கருத்து முரண்பாடுகள் காணப்படுகின்றன. ஆனால் இந்நூல் பதினேழாம் நூற்றாண்டுக்கு முன்னர் எழுதப்பட்டிருக்க வேண்டும் எனக் கொள்ளக் கிடக்கின்றது. இந்நூல் யாழ்ப்பாண வரலாற்றைக் கூறும் அதே வேளை யில் வன்னியர், குறிப்பாக 'அடங்காப்பற்று' வன்னிமைகள் பற்றிய செய்திகளைக் கொண்டிருக்கின்றது. ஏற்கெனவே முகவுரையில் கூறப்பட்டதுபோல, இந்நூல் பல வாய்மொழிக் கதைகளையும், ஐதீகங்களையும் கொண்டு காணப்படுவதால் அதன் வரலாற்று நம்பகத்தன்மை மிகக் குறைந்தே காணப்படுகின்றது. வையாபாடல் நூல், யாழ்ப்பாண வரலாற்றைக் கூறும் அதேவேளையில் வன்னியர், குறிப்பாக 'அடங்காப் பற்று' வன்னிமைகள் பற்றிய செய்திகளைக் கொண்டிருக்கின்றது. இதில் வரும் அடங்காப்பற்று வன்னிமைகள் யாழ்ப்பாண அரசருக்குத் திறை கொடுத்து வந்தனர் என்ற செய்தி முக்கியமானதாகக் காணப்படுகின்றது.[55] முதலில், மேற்கோள் காட்டப் பட்ட கேறோஸ், வான்கூன்ஸ் ஆகியோரின் குறிப்புக்கள், வன்னிச் சிற்றரசுகள் யாழ்ப்பாண இராச்சிய மன்னனின் ஆதிக்கத்தின் கீழ் இருந்ததை நிரூபிக்கின்றன. அவ்வாறான ஒரு நிலையில், வன்னிச் சிற்றரசுகள், யாழ்ப்பாண மன்னனுக்குத் திறை கொடுப்பது வழக்கமான ஒரு நடைமுறையாகும். அந்த வகையிலேயே வையாபாடல் கூற்றை ஏற்க வேண்டியுள்ளது. யாழ்ப்பாண இராச்சிய மன்னன் பதினான்காம் நூற்றாண்டில், தெற்கு இலங்கையிற் படையெடுத்து சிங்கள மன்னனை வெற்றி கொண்டமை பற்றியும், திறை பெற்றமை பற்றியும் தமிழ்க் கல்வெட்டுக்களில் பொறிக்கப்பட்டமை பற்றி ஏற்கெனவே கூறப்பட்டது. எனவே, யாழ்ப்பாண மன்னன், தன் மேலாதிக்கத்தை ஏற்று நடக்கும் அடங்காப்பற்று வன்னிச் சிற்றரசனிடமிருந்தும் திறை பெற்றிருக்கின் றான் என்று வையாபாடல் கூறும் செய்தியை நம்பகமானதாகக் கொள்ளமுடிகிறது. ஆனால் அவ்வாறு கூறுமபோது, வன்னியர்கள் மதுரையிலிருந்து வந்து அடங்காப்பற்று வன்னி யைக் கைப்பற்றி ஆட்சி செய்தார்கள் என்ற நீண்ட செய்தியையும் வையாபாடல்

குறிப்பிட்டுள்ளது. ஆனால் காலவரையறை பற்றிய எதுவித விபரங்களோ, அவர்கள் வன்னியரின் அடங்காப்பற்றை எவ்வாறு கைப்பற்றினர் என்ற விபரங்களோ அதில் குறிப்பிடப்படவில்லை. அது பல ஐதீகங்களைக் கொண்டவையாகவும் காணப் படுகின்றது. மேலும், சில வன்னிப்பற்றுக்களின் பெயர்களும், அங்கு அதிகாரம் செலுத்தியவர்கள் பற்றிய விபரங்களும், அங்கு நிலவிய சமுதாயப் பிரிவுகளைப் பற்றிய விபரங்களும் அதிற் குறிப்பிடப்பட்டுள்ளன. வையாபாடல் எழுதப்பட்ட காலத்திற்கு அண்டியதான, குறிப்பாக, போத்துக்கீச ஆவணங்களையும், நூல்களை யும் உற்று அவதானிக்கும்போது, மேற்கூறப்பட்ட இடப்பெயர்கள், சமுதாயப் பிரிவுகள் சம்பந்தமாக வையாபாடல் கூறும் செய்திகளை நிராகரிக்க முடியாமலும் உள்ளது.

சுருங்கக் கூறின், கி.பி. 1200 - 1550 காலப்பகுதிக்குரிய அடங்காப்பற்று வன்னிச் சிற்றரசு யாழ்ப்பாண இராச்சியத்தின் ஆட்சியமைப்புக்கு உட்பட்டதாகவும், யாழ்ப்பாண இராச்சிய மேலாண்மையை ஏற்றிருந்ததாகவும் கேறோஸ், வான்கூன்ஸ் ஆகியோரின் வரலாற்று நூல்களிலிருந்தும், வையாபாடலில் இருந்தும் நம்பகமான முடிவுக்கு வர இயலுமாகின்றது. அடுத்து வருகின்ற அத்தியாயம், யாழ்ப்பாண இராச்சியத்தில் பதினாறாம் நூற்றாண்டின் நடுப்பகுதியிலிருந்து தொடங்கிய போத்துக்கீசரின் ஆதிக்கம் பதினேழாம் நூற்றாண்டின் நடுப்பகுதியில் இலங்கையில், குறிப்பாகத் தமிழ் பிரதேசங்களில் முடிவுறும்வரை உள்ளடக்கியதாக அமையும். அக் காலகட்ட வரலாறு ஆய்வு செய்யப்படும்போது, தொடர்ந்தும், யாழ்ப்பாண இராச்சிய அரசியல் நிலைமைகளும், ஏனைய வன்னிச் சிற்றரசுகளின் நிலைமைகளும் எடுத்துக் கூறப்படும்.

வடகிழக்கில் உள்ள திருகோணமலை வன்னிப்பற்றுக்களும், வன்னிச் சிற்றரசர்களும் வரலாற்றுக்காலம் தொட்டு தொடர்ச்சியாக இருந்து வந்தமைபற்றி ஏற்கெனவே முன்னைய அத்தியாயத்தில் கூறப்பட்டுள்ளது. 1200 களுக்கும், 1500 களுக்கும் இடைப்பட்ட யாழ்ப்பாண இராச்சிய காலகட்டத்தில் திருகோணமலை வன்னிச் சிற்றரசுகள் யாழ்ப்பாண இராச்சியத்தின் கீழ் இருந்ததற்கான ஆதாரங்கள் உண்டு. கோணேசர் கல்வெட்டு, திருகோணாசல புராணம் ஆகியவை பதினேழாம் நூற்றாண்டிற்கு உரியவை எனக் கருதப்படும் ஆதாரங்கள் மூலம் திருகோணமலை வன்னிமைகள் பற்றிய சில நம்பகமான செய்திகளைப் பெறமுடிகிறது. இருந்த போதிலும், மேற்படி இரு வரலாற்று ஆதாரங்களும், வரலாற்றுச் செய்திகளையும், புனைகதைகளயும், மரபுவழியாக வந்த வாய்மொழிச் செய்திகளையும் கலந்து எழுதப்பட்டமையால் அவைகளிலுள்ள செய்திகள் யாவற்றையும் முழுமையாக ஏற்பது கடினமாகின்றது. இருப்பினும், ஒரு சில சோழராட்சிக் காலக் கல் வெட்டுக்களையும், ஒரு சில சாசனங்களையும் அதில் வரும் குறிப்புக்களையும் ஒப்பிட்டு ஆராய்வதன்மூலம் சில உண்மையான நிலைமையினை அறியக்கூடிய தாகவும் உள்ளது. கவிராசவரோதயனால் பதினேழாம் நூற்றாண்டில் எழுதப்பட்ட தாகக் கருதப்படும் கோணேசர் கல்வெட்டு, மூன்று பகுதிகளைக் கொண்ட தொகுப் பாக அமைந்துள்ளது. இவற்றைக் கல்வெட்டு என்று அழைத்தபோதிலும், இவை கல்லில் எழுதப்பட்டவை அல்ல. கல்லில் எழுதப்படாது, ஓலையில் அல்லது நூல்வடிவில் எழுதப்படும் விடயங்களும் கல்வெட்டு எனக் கொள்ளப்படுவது இலங்கையில் வரலாற்று மரபாகிவிட்டது. எனவே கோணேசர் கல்வெட்டு நூல்வடிவில்

இருந்தபோதும், அதனைக் கல்வெட்டு என்றே வரலாற்று ஆசிரியர்கள் பொதுவாக அழைப்பர். இதில் உள்ள முதல் இரு பகுதிகளும் கோணேஸ்வர மன்னனான குளக்கோட்ட மன்னனும், பொல்லனறுவையில் 1132 - 1153 காலப்பகுதியில் மன்னனாக இருந்த இரண்டாம் கஜபாகு மன்னனும் (கயவாகு ராசா) கோணேசர் கோவிலுக்குச் செய்த திருப்பணிகள் பற்றிக் கூறுவதாக அமைகின்றன.[56] கோணேசர் கோவில் சம்பந்தமான பல விடயங்கள் மேற்படி நூற் பகுதிகளில் விபரிக்கப் பட்டுள்ளன. அதில் முக்கியமாக திருகோணமலைப் பிராந்தியத்திலே இருந்த நான்கு வன்னிப் பற்றுக்களிலே ஆட்சிபுரிந்த வன்னியர் வம்சங்களைப் பற்றியதாக அமைகின்றது. அந்த நான்கு பற்றுக்களாகிய திருகோணமலை பற்று, தம்பலகாமம் பற்று, கட்டுக்குளம் பற்று, கொட்டியாரம் பற்று ஆகியவற்றுள் திருகோணமலைப்பற்று கூடிய அதிகாரமுடையதாக இருந்திருக்கின்றது என்பதையும் ஊகிக்கக் கூடியதாக உள்ளது. கோணேசர் கோவில் அங்கு இருந்தமை அதற்குக் காரணமாக இருந்திருக்கலாம். அத்தோடு இலங்கையின் வடக்குக் கிழக்குப் பகுதியில் சோழராட்சி நடைபெற்றபோது, குளக்கோட்டன் என்று தமிழ் வரலாற்று நூல்கள் குறிப்பிடுகின்ற மன்னன் ஒருவன் ஆட்சி செய்ததாகவும் அறியமுடிகிறது.[57] அத்தோடு குளக்கோட்ட மன்னன் கோணேசர் கோவிலைப் பலவகையிலும் புனருத்தாரணம் செய்து, அதனை நன்முறையில் நடைபெற நிர்வாக ஒழுங்குகளை மேற்கொண்டிருந்தான் எனக் கோணேசர் கல்வெட்டில் கூறப்பட்டுள்ளது. மேலும், முதலிமை, தானம், வரிப்பற்று போன்ற பதவிப் பெயர்கள், கோணேசர் கோவில் நிர்வாகப் பதவிகளை ஏற்றுச் செயற்பட்டவர்களுக்கு கொடுக்கப்பட்டு இருந்தன எனவும் கோணேசர் கல்வெட்டுக் கூறுகின்றது. கங்குவேலியிலுள்ள கற்றூண் சாசனம் இதனை உறுதிப்படுத்துகின்றது. 'மலையில் வன்னியனாரும் ஏழூரில் அடப்பர்களும் கோணநாதருக்குப் புல்வெளி ஒன்றினால் வரும் வருமானங்களைத் தானமாக' வழங்கியமை பற்றி இது கூறுகின்றது.[58] அதில் வரும் மலையில் வன்னியனார் என்பது திருகோணமலை வன்னியனாருக்கு உரியதான பெயராகவும் கொள்ளமுடிகிறது.[59] அத்தோடு கோணேசர் கோவிலுக்குரிய வருமானத்தைப் பெறுகின்ற உரிமையையும் கோணேசுவர வன்னி யரசன் ஏனைய வன்னிப் பற்றுக்களிலிருந்து பெற்றான் என்பதனையும் மேற்படி சாசனம் மூலமாக ஊகிக்கமுடிகிறது. மேலும் இவ்விடயம் பற்றிக் கோணேசர் கல்வெட்டும் மிக விரிவாகக் கூறுகின்றது. பல அரசுகள், அரசர்கள், செல்வந்தர்கள், வணிக கணங்கள் கோணேஸ்வர தலத்துக்குக் கொடுத் தானங்கள், நன்கொடைகள் பற்றி விரிவான தகவல்களைச் சொல்கின்றது. இந் நிலையில் திருக்கோணமலை வன்னி அரசன் ஏனைய மூன்று வன்னிப்பற்று அரசர்களைவிட முக்கியம் வாய்ந்த வனாக வரலாற்றில் இடம்பெறுவதை அவதானிக்க முடிகிறது. யாழ்ப்பாண இராச்சியத் திலிருந்து அதிக தூரத்தில் திருகோணமலை வன்னிச் சிற்றரசர்கள் இருந்ததன் விளைவாக, அவ் வன்னி அரசர்கள் குறிப்பிடத்தக்க அளவு சுய ஆட்சி உரிமை கொண்டவர்களாகக் காணப்படுகின்றார்கள். போத்துக்கீசர் ஆட்சி இலங்கையில் ஆரம்பிக்கும்வரை அவர்கள் சுதந்திரமாக இயங்கியுள்ளனர் என்பதனை, வரலாற்று ஆவணங்களிலுள்ள குறிப்புக்களினூடாக அறியமுடிகிறது.

மட்டக்களப்பிலுள்ள வன்னிமைகள், மட்டக்களப்பு, அம்பாறை ஆகிய மாவட்டங் களைச் சேர்ந்த பெரும்பாலான ஊர்களைத் தன்னகத்தே அடக்கியுள்ளன. மத்திய

கால வரலாற்று நிகழ்வுகள், புவியியற் பின்னணிகள், சமூகப் பண்பாட்டு வழமைகள் ஆகியவற்றின் அடிப்படையில் மட்டக்களப்புப் பிரதேசம் ஒரு தனித்தன்மை கொண்ட பிரதேசமாகவும், ஏனைய வடக்கு, கிழக்கு, வடமேற்குப் பிரதேசங்களிலுள்ள சமய, கலை, கலாசார, பண்பாட்டு விழுமியங்களிலிருந்து சற்று மாறுபட்ட தன்மை கொண்ட தமிழர் வாழும் பிரதேசமாகவும் காணப்படுகின்றது.

எட்டுப் பற்றுக்களைக் கொண்ட மட்டக்களப்புப் பிரதேசத்தில், வன்னியரின் ஆட்சியின் கீழ் ஐந்து சிற்றரசுகள் இருந்திருக்கின்றன.[60] மட்டக்களப்பு, பழுகாமம், சம்மாந்துறை, ஏறாவூர், பாணமை ஆகியவற்றில் உள்ள வன்னிமைகள் பற்றி ஐரோப்பியர்கள் எழுதிய ஆவணங்களிலே குறிப்புக்கள் உண்டு. நாடு காடு பற்றிலிருந்த வன்னியர்கள் பற்றித் தமிழ் நூல்கள் மூலமாகவே அறியமுடிகிறது. மட்டக்களப்பு வன்னிமைகள்பற்றி போத்துக்கீச அறிஞர் கேறோஸ் அவர்களின் குறிப்புக்களும், ஒல்லாந்தர் காலத்தில் எழுதப்பட்ட மட்டக்களப்பு பூர்வ சரித்திரம் என்னும் நூலும், இப்பிரதேச வன்னிமைகள் பற்றிய பல தரவுகளைத் தருகின்றன. ஆனால், மட்டக்களப்பு பூர்வீக சரித்திரம் கூறும் கதைகளில் பெரும்பாலானவை, ஏனைய தமிழ் வரலாற்று நூல்களான வையாபாடல், கைலாயமாலை, யாழ்ப்பாண வைபவமாலை போன்ற நூல்கள் பின்பற்றிய வரலாற்றுப் பாரம்பரியத்தையே கொண்டிருந்தமையையும் அந் நூல்களில் வரும் செய்திகளினூடாக அறிய முடிகிறது. கேறோஸ் அவர்களும், வாய்மொழியாகக் கேட்டறிந்த பல வாய்மொழிக் கதை மரபுகளையும் தனது நூலில் சேர்த்துள்ளமை, சில வேளைகளில் அதன் நம்பகத்தன்மையை குறைப்பதாகவும் காணப்படுகிறது. புவியியல் ரீதியாக மட்டக் களப்பு வன்னிமைகள் யாழ்ப்பாண இராச்சிய ஆட்சிப்பீடமாகிய யாழ்ப்பாணத்தி லிருந்து அதிக தொலைவில் உள்ள ஒரு பிரதேசமாகும். ஆனால், இனத்தாலும், மொழியாலும், மதத்தாலும் வரலாற்றுக் காலத் திலிருந்து ஒரு தமிழர் தேசமாக இருந்து வந்திருக்கின்றது. அங்குள்ள சமூக, பண்பாட்டு, கலாசார விழுமியங்கள் ஏனைய தமிழ்ப் பிரதேசங்களைவிடச் சற்று வேறுபாடுகளைக் கொண்டிருந்தாலும் அப் பிரதேசம், ஏனைய தமிழ்ப் பிரதேசங்களோடு வரலாற்று ரீதியாக ஒருங்கிணைந்த பிரதேசமாகும். மத்தியகால இலங்கையில் இடம்பெற்ற பல்வேறு நிகழ்வுகளினால் பத்தாம் நூற்றாண்டின் இறுதிப் பகுதியிலிருந்து, அதாவது சோழர் ஆட்சியின்போது தமிழ், கேரளம், கன்னடம், மலையாளம், தெலுங்கு போன்ற பல்வேறு பிரிவினர் பெருந்தொகையாக வந்து இப் பிரதேசங்களில் குடியேறியமை, பின்னர், பதின் மூன்றாம், பதினான்காம் நூற்றாண்டுகளில் இந்தியாவிலிருந்தும், மத்தியகிழக்குப் பிரதேசங்களிலிருந்தும் கணிசமான முஸ்லிம்கள், வந்து குடியேறியமை, அதனைத் தொடர்ந்து கண்டி இராச்சியத்தின் எழுச்சி, யாழ்ப்பாண இராச்சியத்தின் வீழ்ச்சி என்பனவற்றினால் அப் பிரதேச மக்கள் பல சமய, சமூக, கலை, கலாசார மாற்றங்களுக்கு உட்படவேண்டிய ஒரு நிர்ப்பந்தத்தற்கு உள்ளாக்கப்பட்டிருக்கின்றார்கள் என்பது வரலாற்று உண்மையாகும். அவ்வாறான மாற்றங்கள் நிகழ்ந்த போதும், வடக்கு, கிழக்கு, வடமேற்குப் பிராந்தியங்கள் தமிழ்ப்பிரதேசம் என்ற தேசிய ஒருமைப்பாட்டிற்குள்ளும், தொடர்ச்சியான வரலாற்றுப் பாரம்பரியத்துக் குள்ளும் சுழன்று சுழன்று நிற்கும் ஒரு மாறாத் தன்மை கொண்டவையாக அமை வதையே மத்தியகாலத்திற்குப் பின்வருகின்ற நவீனகால வரலாற்று நிகழ்வுகள் காட்டி நிற்கின்றன.

யாழ்ப்பாண இராச்சியம் பதினான்காம், பதினைந்தாம் நூற்றாண்டுகளில் வலிமையுள்ள இராச்சியமாக இருந்த வேளையில், இலங்கையின் வடக்கு, கிழக்கு, வடமேற்குப் பிரதேசங்களிலுள்ள சிற்றரசுகள் அனைத்தும் யாழ்ப்பாண இராச்சியத்தின் சாமந்த அரசுகளாகவும், யாழ்ப்பாண இராச்சியத்தின் எழுச்சிக்குப் பக்கபலமாக இருந்திருப்பதையும் கேறோஸ், வான் கூன்ஸ் போன்ற போத்துக்கீச, ஒல்லாந்த அறிஞர்களின் ஆவணங்கள் மூலம் ஏற்கெனவே எடுத்துக் காட்டப பட்டுள்ளது. முன்னர் குறிப்பிட்டதுபோல, யாழ்ப்பாண இராச்சியத்தின் ஆதிக்கமும், செல்வாக்கும் கிழக்கில் மட்டக்களப்பிற்கு அப்பால் கல்முனைவரை பரந்து இருந்ததென ஒல்லாந்து தேசாதிபதி வான் கூன்ஸ் அவர்களின் ஆவணக் குறிப்பு இதனை உறுதிப்படுத்துவதாகவும் உள்ளது. மேலும், யாழ்ப்பாண இராச்சியத்தில் ஆரியச் சக்கரவர்த்திகளின் ஆட்சி பதினான்காம் நூற்றாண்டில் வீழ்சியடைந்து, பதினைந்தாம் நூற்றாண்டில் கோட்டை இராச்சியம் எழுச்சி பெற்றபோது, மட்டக்களப்பு அரசர்கள் கோட்டை இராச்சியத்துக்கு ஆதரவு அளித்தவர்களாகக் காணப்படுகின்றார்கள். வலு குறைந்த அரசுகள், வலுவுள்ள அரசுகளுடன் தொடர்புகளை ஏற்படுத்துவது பொதுவான வரலாற்று நியதியாகும். பின்னர் பதினைந்தாம் நூற்றாண்டின் இறுதிப் பகுதியில் யாழ்ப்பாண இராச்சியம் மீண்டும் வலுவுள்ள ஒரு அரசாக எழுச்சி பெற்றபோது, அதே மட்டக்களப்பு அரசர்கள் யாழ்ப்பாண அரசோடு இணைந்து செயற்பட்டனர். அதனையடுத்து, யாழ்ப்பாண இராச்சியம் பதினாறாம் நூற்றாண்டின் நடுப்பகுதியில் போத்துக்கீசர் தலையீட்டால் வீழ்ச்சியடைந்தபோது, மட்டக்களப்பு அரசுகள், பதினாறாம் நூற்றாண்டில் எழுச்சிபெற்ற கண்டி அரசுகளோடு உறவுகளை வலுப்படுத்தியிருந்தமையையும் காணமுடிகிறது. மேலும், ஐரோப்பியர் ஆட்சிக்காலம் இலங்கையில் 1948 இல் முடிவுக்கு வந்தபின் அதே மட்டக்களப்பு பிரதேசமும், அதன் அரசியல் தலைவர்களும் வடக்குகிழக்கு தமிழ்ப்பிரதேசம் என்ற ஒருமைப்பாட்டிற்குள் வந்தனர். காலாகாலமாக வந்த ஒரு வரலாற்றுப் பாரம்பரியத்திலிருந்து, ஓர் இனமோ, ஒரு தேசமோ இலகுவில் விலகியிருக்க முடியாது என்ற நியதியினை வலியுறுத்துகின்றன என்பதனை இவற்றின்மூலம் அறியமுடிகிறது.

இறுதியாக, வரலாற்றுக் காலம் தொட்டு, ஒரு வியாபார மையமாகவும், பிரதான துறைமுகப் பட்டினமாகவும் விளங்கிய புத்தளம் ஓர் அரச நிர்வாக அமைப்பு முறையின் கீழ் இயங்கிய ஒரு புராதன நகரமாகும். இலங்கை தென்னிந்திய அரசுகளுக்கிடையிலான வர்த்தகம் இத் துறைமுகத்தினூடாகவே நடைபெற்றிருக்கின்றது. உப்பளங்கள் உற்பத்தியாகின்ற இடமாதலால் புத்தளம் எனப் பெயர் பெற்றதாக ஒரு வரலாறு மரபு உண்டு. புத்தளம் நிர்வாகப் பகுதியிலே தெமள ஹத்பத்து என்னும் பிரிவொன்று அமைந்திருந்ததாக அறியமுடிகிறது. அவற்றிலே பண்டிதபற்று, கிரிமெட்டியாபற்று, கரம்பபற்று, பெருவெளிபற்று, முன்னேஸ்வரபற்று, ஆனைவிழுந்தான்பற்று, குமாரவள்ளிபற்று என்னும் ஏழு தமிழ்ப் பிரிவுகளைக் கொண்டிருந்தமையால் தெமளஹப்பத்து என்ற சிங்களப் பெயர் சிங்கள மன்னர் காலத்தில் விளங்கியது.[61] அதில் தமிழர், சிங்களவர், முஸ்லீம்கள் ஆகிய மூன்று பிரிவினரும் மேற்படி காலகட்டத்திலே வாழ்ந்தனர். ஆனால் இப் பிரதேசம் ஏறக் குறைய இரண்டாயிரம் வருடங்களுக்கு முற்பட்ட ஒரு புராதனத் தமிழ்ப் பிரதேசமாகும். இங்கு வாழ்ந்த பூர்வீக மக்கள் திராவிட மொழிக் குடும்பத்தைச் சேர்ந்தவர்கள் என முதலாவது, இரண்டாவது அத்தியாயங்களில் தொல்லியல் சான்றுகளின்

அடிப்படையில் கூறப்பட்டது. மேலும், குறிப்பாகக் கரையோரப் பகுதிகளில் அமைந்துள்ள ஊர்ப்பெயர்களில் பெரும்பாலானவை தமிழ்ப் பெயர்களாகவே காணப்படுகின்றன. அக்கரைப்பற்று, ஆண்டிமுனை, அம்பலாவெளி, அடப்பன்வில்லு, ஆலங்குடா, இலவங்குளம், எருக்கலையடி, ஈச்சங்காடு, சின்னக்குடியிருப்பு, செட்டிச்சேனை முதலிய ஊர்ப்பெயர்கள் மிகவும் பழங்காலத்திலிருந்து வழங்கிவந்த தமிழ்ப் பெயர்களாகும்.[62] இவ்வாறான தமிழ்ப்பெயர்கள் நவீனகாலத்தில் சிங்களப் பெயர்களாக மாறி வருவதும் இங்கே குறிப்பிடத்தக்கது. இதன் அடிப்படையில் இப் பிரதேசம் பூர்வீக தமிழர்கள் வாழ்ந்த பிரதேசமாகக் கொள்ளப்படுகின்றது. அத்தோடு அங்கு கண்டெடுக்கப்பட்ட பெருங்கற் பண்பாட்டுக்குரிய ஈமத்தாழிகள் இதனை மேலும் உறுதிப்படுத்துகின்றனவாக அமைகின்றன. புத்தளத்து வன்னியர்கள் பற்றிய ஆரம்ப அரசியல் வரலாற்றை அறிய எதுவித சான்றுகளும் இதுவரை கிடைக்கப் பெறவில்லை. மத்தியகால அரசியல் நிலமைபற்றி வரலாற்றாசிரியர் கேறோஸ் அவர்கள் கூறும் போது, புத்தளத்து வன்னியர் பற்றியும் குறிப்பிடுகின்றார்.

> "காலப்போக்கில், பல்வேறு சந்தர்ப்பங்களினால் ஏற்பட்ட மாற்றங்களின் விளைவாக, இலங்கை நான்கு இராச்சியங்களாகவும், மூன்று சிற்றரசுகளாகவும் பிரிந்தது. கோட்டை, சீதவாக்கை, கண்டி, யாழ்ப்பாணம் ஆகியவை இராச்சியங்களாகும். ஏழு கோறளை, ஊவா, மாத்தளை, என்பன மற்றைய பிரிவுகளாகும். அவற்றோடு வன்னியர் என்ற பட்டம் பெற்றவர்களை அரசர்களாகக் கொண்ட சிறு பிரிவுகளும் இருந்தன. அவை பாணமை, மட்டக்களப்பு, புத்தளம் முதலானவை."[63]

மேற்குறிப்பிட் கேறோஸ் அவர்களின் கூற்றுப்படி, புத்தளம் வன்னி அரசு பதினைந்தாம் நூற்றாண்டில் இருந்திருக்கின்றது என்பதை அறியமுடிகிறது. மேலும், சில சிங்கள வரலாற்று நூல்களில் உள்ள தகவல்களின்படி இவர்கள் வலுவுள்ள ஒரு அரசை உடையவர்களாகவும் இருந்திருக்கின்றனர். அத்தோடு தமிழர்களாகவும் இருந்திருக்கின்றார்கள் என்பதையும் காணமுடிகிறது. அவ்வாறு ஒரு பலமுள்ள அரசாக இருந்திருப்பின் அவ் அரசு நீண்டகாலம் தொடர்ச்சியாகத் தன்னை வளர்த்திருக்க வேண்டும். ஏனெனில் ஆறாம் பராக்கிரமபாகு பதினைந்தாம் நூற்றாண்டின் முன்பகுதியில் (1412 – 1467) கோட்டை அரசனாகப் பதவி பெற்றபோது, பதினெட்டு வன்னிமைகளை அவன் வென்றான் என அவனைப் புகழ்ந்து சிங்கள நூல்கள் கூறுகின்றன. அத்தகைய வன்னிமைகளிலே புத்தளத்து வன்னியும் ஒன்றாகும்.[64] பாராக்கிரமபாகுவிற்கும் புத்தளத்து வன்னியருக்கும் இடையில் நடந்த போர்பற்றி பரகும்பா சரித என்னும் சிங்கள நூல் கூறும்போது புத்தளத்து வன்னியர், புன்னால, நாகபட்டினம் என்னுமிடங்களில் பலமான கோட்டைகளை அமைத்து பாராக்கிரமபாகுவின் படைகளை மிகக் கடுமையாக எதிர்த்தனர் என்றும், ஆனால் பாராக்கிரமபாகு, தென்னிந்தியாவிலிருந்து பெரும் படைகளைக் கொண்டுவந்து வன்னியர்களை வெற்றிகொண்டான் எனவும் குறிப்பிடுகின்றது.[65]

மேற்கூறப்பட்டவற்றிலிருந்து தெரியவருவதாவது, கோட்டை அரசு ஆறாம் பாராக்கிரமபாகு காலத்தில் பலம் பொருந்திய அரசாக இருந்தபோதிலும், அவனது

படைபலத்தால் புத்தளத்து வன்னியர்களை வெற்றிகொள்ள முடியவில்லை. தென்னிந்தியாவில் இருந்து பெற்ற படைகளின் துணைகொண்டுதான் பராக்கிரமபாகு, புத்தளத்து வன்னி அரசர்களை வெற்றிகொள்ள முடிந்திருக்கிறது. அவ்வாறெனின் புத்தள வன்னி அரசன், ஆறாம் பாராக்கிரமபாகுவை விட வலுவுள்ளவனாகவும், அதிக படைபலம் கொண்டவனாக இருந்திருக்கின்றான் என்று கொள்ளலாம். ஆனால், தமிழர்கள் தமது வரலாறுகளை ஒழுங்கான முறையில் பேணி வைக்காததன் விளைவாக, புத்தளத்து வன்னியர்களின் வரலாறு மறைக்கப்பட்ட ஒரு வரலாறாக உள்ளது. மேற்குறிப்பிட்ட சிங்கள நூல் இந் நிகழ்வுகள் பற்றிக் கூறவில்லையெனில், புத்தளத்து வன்னியர் வரலாறுபற்றி எதுவுமே தெரியாமல் போயிருக்கும். மேலும், ஆறாம் பாராக்கிரமபாகுவின் வரலாற்று விடயங்களைக் கூறுகின்ற ஒரு சந்தர்ப்பத்திலேதான், புத்தளத்து வன்னியர்களுடன் பாராக்கிரமபாகு படையெடுத்து வெற்றி கொண்ட விடயம் கூறப்பட்டது. இல்லாவிடில் புத்தளத்து வன்னியரைப் பற்றிய எந்தத் தகவல்களும் வரலாற்றில் இடம் பெற்றிருக்கமாட்டாது. இவ்வாறு இலங்கையின் பூர்வீகத் தமிழர்களின் வரலாறும், அவர்கள் ஆண்ட பிரதேச வரலாறுகளும மறைந்து கிடக்கும் வரலாறாகவும், பெருமளவு மறைக்கப்பட்ட வரலாறாகவும் காணப்படுகின்றன என்று கூறுவதில் தவறு இருக்கமுடியாது.

குறிப்புகள்

1. S. Paranavitana, University of Ceylon, *History of Ceylon*, Vol. 1, Part 2, p. 616.
2. Ibid.,
3. Yalpana Vaibava Malai, p. 23–24.
4. K. Indrapala, Yalpana Irachchiyathin Tottram (The Origins of the Kingdom of Jaffna), Kandy, 1972, pp. 15–16.
5. Ibid.,
6. Ibid.,
7. Ibid.,
8. Ibid.,
9. Yalpana Vaibava Malai, p. 25, Kailyamalai, p. 6.
10. Vaiyapadal. 57, Yalpana Vaibava Malai, p. 30.
11. Yalpana Vaibava Malai, pp. 13–23.
12. Gnanaprakasar, Yalpana Vaipava Vimarsanam, p. 65.
13. K. Indrapala, (1972), p. 49.
14. Yalpana Vaibava Malai, p. 30.
15. Mattakkalappu Manmiyam, pp. 36–37.
16. *CV.*, p. 76.
17. *Ephigraphia Indica*, 111, p. 130, iv, p. 192.
18. K. Indrapala, (1972), op. cit., 51.
19. Ibid., 51.
20. Ibid., 52.
21. K. Indrapala, 'The Origins of the Tamil Vanni Cheiffaincies of Ceylon, (pp. 128–132), *The Ceylon Journal of the Humanities*, Vol. 1, No. 2.
22 K. Indrapala, (1972), pp. 42–43.
23. Ibid.,
24. *CV.* 88: op. cit., 63–64.

25. K. Indrapala, (1972), p. 42.
26. Ibid.,
27. Ibid., p. 43.
28. Ibid., p. 43.
29. Annual Report on Epigraphy, Madras, 1928, No. 21, p. 29.
30. *CV.*, p. 43–47.
31. C. Rasanayakam, Ancient Jaffna, pp. 370–371.
32. Ibn Batuta. The Rehla of Ibn Batuta, Trans. Mahdi Hussein Boroda, 1953. p. 217.
33. S.K. Sitrambalam, Yalppana Iracciyam, (Kingdom of Jaffna), Jaffna, 1992, p.50.
34. K. Indrapala, (1972), op. cit., p. 1.
35. Ibid.,
36. University of Ceylon, *History of Ceylon*, Vol. 1, Part II, pp. 687.
37. University of Ceylon, *History of Ceylon*, Vol. 1, Part II, p. 687.
38. S. Pathmanathan, Kingdom of Jaffna, Colombo, 1978, p. 264.
39. Ibid., p. 261.
40. Ibid., p.261.
41. *UCHC*. Vol. I. p. 701.
42. Ibid., p. 107.
43. S.K. Sitrampalam, op. cit., (1992), p. 76.
44. Queyroz, op. cit., p. 32.
45. S.Pathmanathan, Ilankaiyil Vanniyar, Colombo, 2003, p. 11.
46. Ibid., p. 8.
47. Ibid., p. 12.
48. K.A. Nilakanda Sastri, The Colas, University of Madras, 1958, p. 505.
49. S. Pathmanathan, (2003), op. cit., p. 14.
50. K.A. Nilakanda Sastri, op. cit., p. 454.
51. S. Pathmanathan, (2003), op. cit., p. 67.
52. J.P. Lewis, Mannual of the Vanni District, Colombo, 1805, p. 51.
53. Queyroz, op. cit., p. 51.
54. S.Pathmanathan,(2003),op. cit., p. 94.
55. Vaiyapadal, (1921), prose 20–40.
56. Konesan Kalrettu, prose 1–15.
57. S. Pathmanathan, (2003), op. cit., p. 79.
58. K. Indrapala, 'Elanattu Thamil Sacanm, Kilakkilankai Sacankal', Citanai, Malar 2, Ithal 1, Peradeniya, 1966, p. 40.
59. Konesar Kalvettu, proses 5–20.
60. S. Pathmanathan, (2003), op. cit., p. 88.
61. Ibid., p. 96.
62. Ibid., p. 96.
63. Instruction from the Governor General of India to the Governor General to Ceylon, 1656–1665, p. 89.
64. S. Pathmanathan, (2003), op. cit., p. 98.
65. M.D. Ragavan, The Kerava of Ceylon, Colombo, 1956, pp. 18–19.

அத்தியாயம் ஐந்து

போத்துக்கீசர் ஆக்கிரமிப்பும், தமிழர் பிரதேசங்களின் அழிவும் (கி.பி.1505 – கி.பி.1658)

பதினாறாம் நூற்றாண்டின் தொடக்கத்திலிருந்து தமிழ் மக்கள் வரலாற்றில் ஒரு பெரும் மாற்றம் ஏற்படத் தொடங்கியது. தென்னாசியாவில் தமிழருடைய அயலாராக வாழ்ந்த சிங்கள மக்கள், கேரள மக்கள், கன்னட மக்கள், தெலுங்கு மக்கள் ஆகியோரைப் போன்று தமிழ் மக்களும் ஐரோப்பியர் வருகையால் பெரிதும் பாதிக்கப் பட்டனர். இதுவரை காலமும், பெரும்பாலும் மேற்கூறிய அயலாருடன் கொண்டிருந்த உறவுகளே தமிழ் மக்களின் சமயத்தையும், பண்பாட்டையும், சமூகத்தையும், பொரு ளியலையும், அரசியலையும் பலவகையாலும் நெறிப்படுத்தி நின்றன. இலங்கைத் தமிழரைப் பொறுத்தவரை ஒருபுறம் சிங்கள அரசுடனும், மறுபுறம் தமிழ்நாட்டு மற்றும் கேரள அரசுகளுடனும் கொண்டிருந்த தொடர்புகள் பதின்மூன்றாம், பதினான்காம், பதினைந்தாம் நூற்றாண்டின் வரலாற்றுப் போக்கினை நிர்ணயித்தன. ஆனால் பதினாறாம் நூற்றாண்டு தொடங்கியபோது, திடீரெனப் புதிய தாக்கங்கள் தமிழர் வரலாற்றின் போக்கைத் திசை திருப்பின. உண்மையில் உலக வரலாற்றிலேயே அக் காலகட்டம் ஒரு திருப்பு முனையாக அமைகின்றது.

இதனால் பதினைந்தாம் நூற்றாண்டின் தொடக்கத்திலிருந்து ஒரு புதிய யுகம், சிறப்பாக நவீனயுகம் தொடங்குவதாகப் பலர் கருதுவர். இதற்கெல்லாம் காரணமாகப்

பதினைந்தாம் நூற்றாண்டின் நடுப்பகுதியில் ஒரு முக்கிய சம்பவம் ஐரோப்பாவில் நடைபெற்றது.

ஐரோப்பாவில் ஆயிரம் ஆண்டுகளுக்கு மேலாக மிக உன்னதமான, செல்வம் நிறைந்த பெருநகராகவும், உரோமப் பேரரசின் தலைநகராகவும் விளங்கிய கொன் ஸ்தாந்திநோப்பிள் (இன்றைய இஸ்தான்புல்), 1453 மே 29 இல் துருக்கியப் படைகளால் கைப்பற்றப்பட்டது. அந் நிகழ்ச்சி ஒரு நகரின் வீழ்ச்சியாக மட்டும் அமையாது ஐரோப்பாவிலும், அப்பாலும் பல்வகைப்பட்ட தாக்கத்தை ஏற்படுத்திய நிகழ்ச்சியாகக் காணப்பட்டது. ஏறத்தாழ 1500 ஆண்டுகளுக்கு மேலாக ஐரோப்பிய வர்த்தகர்கள் (யவனர் முதல் பிற்பட்ட இத்தாலியர் வரை) இந்தியாவுடன் நடத்திய வர்த்தகம் கொன்ஸ்தாந்திநோப்பிள் வீழ்ச்சி அடைந்ததன் விளைவாகத் தடைப் பட்டது. இந்தியா விலிருந்து வாசனைப் பொருட்களைப் பெற்றுச்சென்று பெருஞ் செல்வத்தை அனுபவித்த ஐரோப்பிய வர்த்தகர்கள் துருக்கியப் பேரரசைக் கடந்து இந்தியாவுக்குச் செல்ல முடிய வில்லை. ஐரோப்பிய வர்த்தகர்கள் நடத்திய வர்த்தகம் இஸ்லாமிய வர்த்தகர் கைக்கு மாறியது. இஸ்லாமிய வர்த்தகர்கள் இந்திய வாசனைப் பொருட்களை எடுத்துச் சென்று பெரும் இலாபத்தை ஈட்டினர். இதுவரை இவ் வர்த்தகத்தால் செல்வத்தை ஈட்டிய ஐரோப்பிய வர்த்தகர்கள், சிறப்பாக இத்தாலிய வர்த்தகர்கள், பெரிதும் பாதிக்கப் பட்டனர். இந்தியாவுக்குச் செல்ல வேறொரு கடல் மார்க்கத்தைக் கண்டுபிடிக்க முடியும் என்ற நம்பிக்கையுடன் இவர்கள் அத்திலாந்திக் சமுத்திரக் கரையை நாடினர்.

அத்திலாந்திக் சமுத்திரத்தின் கரையோர நாடுகளாகிய ஸ்பானியாவும், போத்துக் கல்லும் இந்தியாவுக்குச் செல்லப் புதிய வழியொன்றைக் கண்டுபிடிக்கும் முயற்சியில் முன்னின்று உழைத்த நாடுகள். இதன் விளைவாக, 1492 இல் முதன்முறையாக ஐரோப்பிய மாலுமிகள் கொலம்பஸ் தலைமையில் அத்திலாந்திக் சமுத்திரத்தைக் கடந்து அமெரிக்கப் பிரதேசங்களைக் கண்டுபிடிக்க உதவினர். கொலம்பஸ் அவ்விடங் களை முதலில் இந்தியா என எண்ணினார். போத்துக்கீச மாலுமிகள் ஆபிரிக்கக்கரை வழியாக இந்தியாவுக்குச் செல்ல எடுத்த முயற்சிகள் இறுதியில் வாஸ்கோ த காமா தலைமையில் 1498 இல் ஒரு புதிய வழியைக் கண்டுபிடிக்க உதவின. கேரளத் துறை யாகிய கள்ளிக்கோட்டையில் வாஸ்கோ த காமா (Vasco da Gama) வந்திறங் கியதுடன் ஒரு புதிய யுகம் உதயமாகியது.

வாஸ்கொட காம

வர்த்தகத்தைப் பிரதான நோக்கமாகவும், கூடவே கத்தோலிக்க மதத்தைப் பரப்பும் நோக்குடனும் போத்துக் கீசர் ஆசிய நாடுகளை நோக்கி கி. பி. பதினைந்தாம் நூற்றாண்டின் இறுதியில் தமது கடல் மார்க்கப் பிரயாணத்தை மேற்கொண்டனர். இம் முயற்சியில் பத்தலமேயு டயஸ் (Bartolomeu Dias) என்ற போத்துக்கீசன் முதலில் 1487 களில் தென்னாபிரிக்காவில் உள்ள நன் நம்பிக்கைமுனையை அடைந்து (Cape of Good Hope),

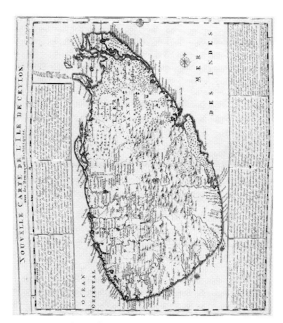

போத்துக்கீசர் கால இலங்கை வரைபடம்

மீண்டும் போத்துக்கல் திரும்பினான்.[1] அவனைத் தொடர்ந்து, தேசப் பற்றும், எதற்கும் அஞ்சாத தீவிர குணமும் உடைய வாஸ்கோ த காமா என்னும் போத்துக்கீச இராணுவத் தளபதி ஆசியநாடுகளைக் கண்டு பிடிக்கும் முயற்சியின் விளைவாக 1498 ல் இந்தியாவிலுள்ள கள்ளிக் கோட்டை (Calicut) என்ற மேற்குக்கரைத் துறைமுகத்தில் 180 ற்கும் அதிகமான போர்வீரர்களுடன், மூன்று கப்பல்களில் வந்து இறங்கினான்.[2] இந்நிகழ்வு, ஐரோப்பா விற்கும், ஆசிய நாடுகளுக்கும் இடையயோன கடல்வழிப் பாதைகளைத் திறந்து விட்டதோடு, ஆசியாவில், குறிப்பாக இந்தியாவில், போத்துக்கீசரின் ஆதிக்கப் படர்ச்சி யின் தொடக்கமாகவும் அமைந்தது. மேலும், போத்துக்கீசரின் வர்த்தக நடவடிக்கை களுக்கு மிக முக்கியம் வாய்ந்த இந்து சமுத்திரத்தின் கேந்திர நிலையமான இலங்கை, குறிப்பாக மேற்குக் கரைத் துறைமுகமான கோட்டை, மிக முக்கியமாகக் காணப்பட்டது. அத்தோடு இலங்கையில் அளவுக்கதிகமாகக் காணப்பட்ட வாசனைத் திரவியமான கறுவா, மற்றும் மிளகு, இஞ்சி போன்றவைகளும், முத்து, மாணிக்கங்கள் போன்ற விலைமதிப்பற்ற பொருட்களும், காட்டு யானைகளும் போத்துக்கீசரை இலங்கைக்கு ஈர்த்த காரணிகளுள் முக்கியமானவையாகும்.[3] அத்தோடு போத்துக்கீசரின் வர்த்தக நடவடிக்கைகளுக்கு கள்ளிக்கோட்டையிற் தடையாக இருந்த முஸ்லீம் வர்த்தகர் கள் கொழும்பில் தமது பலமான வர்த்தக நடவடிக்கைகளில் ஈடுபட்டிருந்தனர். போத்துக்கீசர், இம் முஸ்லீம் வர்த்தகப் போட்டியாளர்களைத் தடுத்தி நிறுத்திடக் கோட்டை தமது கட்டுப்பாட்டில் இருக்கவேண்டும் எனத் தீர்மானித்தனர். இதன் விளைவாக

லூறென்சோ டீ அல்மெய்டா (Lourenco. D. Almeida) 1506 இல் கோட்டைத் துறைமுகத் அடைந்தான்.4 போத்துக்கீசர் முதன்முதலில் இலங்கைக்கு வந்தது 1505 ம் ஆண்டின் இறுதிப்பகுதி எனப் பல வரலாற்று ஆசிரியர்கள் குறிப்பிட்டுள்ளனர். மூலாதாரங்களின் அடிப்படையில் ஆய்வு செய்யும்போது 1506 ம் ஆண்டு நடுப்பகுதியில்தான் போத்துக்கீசர் இலங்கைக்கு வந்தார்கள் என அறியமுடிகிறது.[5,6] என்பது குறிப்பிடத் தக்கது.

கோட்டைக்கு வந்த போத்துக்கீசர் அங்குள்ள வாசனைத் திரவியங்களையும், விலை மதிப்பற்ற மாணிக்கக் கற்களையும் கண்டு மகிழ்ச்சியடைந்தனர். உடனடியாகக் கோட்டை மன்னன் விஜயபாகுவுடன் வர்த்தக உடன்படிக்கை செய்ய முனைந்தனர். கோட்டை மன்னன், போத்துக்கீசரின் பலம் பொருந்திய படைபலத்தைக் கண்டும், கண்டி மன்னனின் எதிர்ப்பிலிருந்து தன்னைக் காப்பாற்றும் நோக்கம் கொண்டும் உடன்படிக் கைக்கு இணங்கியிருக்க வேண்டும். 150 பஹாஸ் (Bahars – பதினாறாம், பதினேழாம் நூற்றாண்டுகளில் கிழக்கில் எங்கும் பயன்படுத்தப்பட்ட நிறை அளவு அலகு – பொது வாக 400 லிருந்து 500 இறாத்தல்) கறுவா வருடந்தோறும் கோட்டை மன்னன், அல்மெய்டாவுக்கு தருவதாக உடன்படிக்கை செய்யப்பட்டது.[7] 1507 இல் கொழும்பில் ஒரு வர்த்தகக் களஞ்சியத்தையும் போத்துக்கீசர் நிறுவியிருக்கின்றனர்.[8] ஆனால் இவ் உடன்படிக்கையைக் கோட்டை மன்னனால் ஒழுங்காகக் கடைப்பிடிக்க முடியவில்லை. இவ் உடன்படிக்கை உடனடியாக மீறப்பட்டதன் விளைவாக, 1518 இல் லொப்போ சொஆ றெஸ் த அல்பேகாரியா (Lopo Soares de Albergaria) மிகப் பெரிய படை பலத்துடன் இலங்கைக்கு வந்து தமது வியாபார நலன்களுக்காகக் கொழும்பில் கோட்டை கட்ட மன்னனிடம் அனுமதி கேட்டான்.[9] கொழும்பில் கோட்டை கட்டுவதற்குப் பல்வேறு பட்ட அரசியல், வர்த்தகக் காரணிகள் போத்துக்கீசருக்கு இருந்திருக்கின்றன. அவை பற்றிய விளக்கம் இங்கு முக்கியமல்ல. 1518 இல் கோட்டை மன்னனாக இருந்த விஜயபாகு பல்வேறுபட்ட உள்நாட்டு அரசியற் குழப்பங்கள் காரணமாகவும், போத்துக்கீசரின் படைபலம் காரணமாகவும் கோட்டை கட்டுவதற்கு அனுமதியளித தான். அத்தோடு வருடந்தோறும் 10 யானைகளையும், மாணிக்கங்கள் பதித்த 20 மோதிரங்களையும், 400 பஹாஸ் நிறையான கறுவாவையும் தருவதாகவும் ஓர் உடன் படிக்கை செய்கொண்டான்.[10] மேற்கூறப்பட்ட நிகழ்வுகளின் விளைவாக, போத்துக்கீசர் இலங்கையில், குறிப்பாகக் கொழும்பில், தமது இருப்பை 1518 களில் உறுதி செய்து கொண்டார்கள். இந் நிகழ்வின் ஆரம்பம், பல்வேறுபட்ட அரசியல், சமய, சமூக, பொருளாதார விளைவுகளையும், அவர்கள் 1658 இல் இலங்கையிலிருந்து நீங்கும் வரை ஏற்படுத்தத் தவறவில்லை. மேற்கொண்டு போத்துக்கீசரின் நிலைப்பாடு இலங்கையின் வடக்கு, கிழக்கு, வடமேற்குத் தமிழ்ப் பிரதேசங்களில் எப்போது ஏற்பட்டது? எவ்வாறு இப்பிரதேசங்களில் போத்துக்கீசர் மேலாண்மை செய்தார்கள்? மேலும், எவ்வாறு இப்பிரதேசங்கள் போத்துக்கீசரின் ஆதிக்கத்தின் கீழ் அழிக்கப் பட்டன? இப்பிரதேசங் களின் அரசியல், சமய, சமூக, பொருளாதார விடயங்களில் போத்துக்கீசர் ஆதிக்கம் எவ்வாறான விளைவுகளை ஏற்படுத்தியது? என்பன போன்ற நிலைமைகளை முறையே தொடர்ந்து நோக்குவது பொருத்தமானதாகும்.

இதற்கு முன்னைய அத்தியாயத்திற் கூறப்பட்டது போன்று பரராசசேகர மன்னனின் ஆட்சி யாழ்ப்பாண இராச்சியத்தில் 1478 களில் தொடங்கி 1519 இல் முதலாவது சங்கிலி யாழ்ப்பாண இராச்சிய மன்னனாக வரும்வரை தொடர்ந்து நடைபெற்றது.

தெற்கில், சிங்கள அரசுகளுக்கிடையே நடைபெற்ற ஆதிக்கப் போட்டி, கோட்டை இராச்சியத்தின் வீழ்ச்சி, தென்னிந்தியாவில் ஏற்பட்ட அரசியற் குழப்பங்கள், பதினாறாம் நூற்றாண்டின் ஆரம்பத்தில் ஏற்பட்ட போத்துக்கீசரின் வருகை, அவர்கள் இந்தியா வினதும், இலங்கையினதும் மேற்குக் கரையோரங்களில் ஏற்படுத்திய ஆரம்பத் தலையீடுகள் என்பன பரராசசேகரன் ஆட்சிக் காலத்தில் யாழ்ப்பாண இராச்சியத்தில் ஒரு தற்காலிக அரசியல் அமைதியை ஏற்படுத்தின. இதன் விளைவாக, யாழ்ப்பாண இராச்சியத்தில் அரசியற் சுதந்திரமும், அரசியல் ஸ்திரமும், சமய, மொழி, சமூக, பொரு ளாதார அபிவிருத்திகளும் மிகவும் உச்சக் கட்டத்தில் இருந்திருக்கின்றன என்பதனைப் போத்துக்கீச ஆவணங்கள் மூலமாக அறியமுடிகின்றது. இக் காலகட்டத்தில் தமிழ்ச் சங்கம் ஆரம்பிக்கப்பட்டு தமிழ் மறுமலர்ச்சி அடைந்திருக்கின்றது. தமிழ் நூலகம் நிறுவப்பட்டு, கல்வி வளர்ச்சி மேம்பாடு எய்தியிருக்கின்றது. ஆயுர்வேத, சித்த (Ayurveda and Sidda) மருத்துவத் துறைகள் வளர்க்கப்பட்டு பரராசசேகரம் என்னும் மருத்துவ நூலும் எழுதப்பட்டுள்ளது.[11] மன்னார்த் துறைமுகத தினூடாகவும், சிலாபத் துறை முகத்தினூடாகவும் முத்து, சங்கு வர்த்தக நடவடிக்கை கள் மிகவும் விறுவிறுப்பாக நடைபெற்றன. பொருளாதார நிலைமை மிகவும் சீராகக் காணப்பட்டிருக்கின்றது என்ப தனைப் பதினேழாம் நூற்றாண்டுக் காலப் போத்துக்கீச ஆவணங்கள் மூலம் அறிய முடிகின்றது. சுமார் 35,000 சேராபிம்ஸ் (Xerafims) வருட வருமானமாகக் கிடைத்ததாக அவ் ஆவணங்கள் காட்டி நிற்கின்றன.[12]

கோட்டையில் போத்துக்கீசர் காசு

5 (றியல்) real - 1 (பகணம்) fanam
100 (றியல்) real - 1 (லறின்) larin
300 (றியல்) real - 1 (சேராபிம்ஸ்) xerafim
400 (றியல்) real - 1 (குறுஸடா) cruzada

இபின் பட்டுட்டா (1344) யாழ்ப்பாண இராச்சியத்துக்கு வந்தபோதும், யாழ்ப்பாண இராச்சிய மன்னன் இந்துசமுத்திர வர்த்தகத்தில் மிக முக்கியமாகப் பங்கெடுத்தான் என்றும், யாழ்ப்பாண அரசும், அரச மாளிகையும் செல்வத்தால் நிறைந்து காணப்பட்டன என இதற்கு முன்னைய அத்தியாயத்தில் குறிப்பிடப்பட்டுள்ளது. மேற்குறிப்பிட்ட பரராசசேகரன் ஆட்சிக் காலத்திலும் அவ்வாறானதொரு பொருளாதாரச் செழிப்பு இருந் திருக்கின்றது என்பதனை மேற்கூறப்பட்ட உதாரணங்கள் மூலம் அறியமுடிகின்றது. பரராசசேகரனைத் தொடர்ந்து யாழ்ப்பாண மன்னனாக வந்த முதலாம் சங்கிலி மன்னன் ஆட்சிக்காலத்திலும், யாழ்ப்பாண இராச்சியம் தொடர்ந்தும் பற்பல துறைகளிலும் உயர் நிலையில் காணப்பட்டிருக்கின்றது என்பதனையும் இவ் அத்தியாயத்தின் மூலம் அறிய முடியும். மேலும் இவ்வாறான நிலைமை 1591 ம் ஆண்டு யாழ்ப்பாண இராச்சியம் போத்துக்கீசரின் மேலாண்மையை ஏற்கும்வரை காணப்பட்டிருக்கின்றது என்பதையும் தொடர்ந்து இவ் அத்தியாயங்களிலிருந்து அறியமுடியும்.

போத்துக்கீசர் யாழ்ப்பாண இராச்சியத்தை 1619 இல் முழுமையாகக் கைப்பற்றும் வரை, இலங்கையின் வடக்கு, கிழக்கு, வடமேற்குப் பிரதேசங்கள் யாவும் யாழ்ப்பாண

இராச்சியத்தின் கீழ் இருந்ததெனவும், முன்னைய அத்தியாயத்திற் கூறப்பட்டுள்ளது. ஆனால், 1591 இல் யாழ்ப்பாண இராச்சியம் போத்துக்கீசரின் மேலாண்மை பெற்றதன் விளைவாக வலிமையிழந்து காணப்பட்டது. இக் காலப்பகுதியில் கிழக்கில், மட்டக் களப்பு பிரதேசம் கண்டி இராச்சியத்திற்கு திறை செலுத்தும் ஒரு சிற்றரசாக விளங் கியது. ஆனால் 1628 இல் போத்துக்கீசர் மட்டக்களப்பைத் தம்வசமாக்கியபோது, அப் பிரதேசம் போத்துக்கீசரின் மேலாண்மைக்குள் வந்தமையைக் காணமுடிகிறது. மேற்படி பிரதேசங்கள் யாவும் யாழ்ப்பாண இராச்சியத்தின் கீழ் இருந்தமை பற்றி இதற்கு முந்திய அத்தியாயத்தில் தெளிவாக விளக்கியுள்ளமை இங்கு குறிப்பிடத்தக்கது.

இவ்வாறு, சிறப்புற்று இருந்த யாழ்ப்பாண இராச்சியமும், அதன் சிற்றரசுகளும் எவ்வாறு போத்துக்கீசர் கையில் அகப்பட்டுச் சீரழிந்தது என்பதே இவ் அத்தியாயத் தில் ஆராயப்படும். போத்துக்கல்லிலும், கோவாவிலும் கிடைத்துள்ள போத்துக்கீச மூலாதாரங்கள் கூடுதலாக இவ் ஆய்வில் சான்றுகளாகப் பயன்படுத்தப்படும். அத்தோடு, போத்துக்கீசர் காலத்தில், போத்துக்கீச மொழியில் எழுதப்பட்ட சில முக்கியமான நூல் களும் இவ் ஆய்வுக்குரிய சான்றாதாரங்களாகப் பயன்படுத்தப்படும். மேலும், புலமைசார் நூல்களிலும், கட்டுரைகளிலும் இருந்து நம்பகமான தரவுகள் ஒப்பீட்டு அடிப்படையில் இவ் ஆய்விற் பயன்படுத்தப்படும்.

வடபகுதியிலுள்ள மன்னார் வளைகுடாவும்இ பாக்கு நீரிணையும் இக் காலப் பகுதியில் விறுவிறுப்பான கடல்வழிப் பாதைகளாக அமைந்திருந்தன. இதனால் இலங்கை யின் வடபாகம் ஒரு மிக முக்கியமான யுத்த தந்திரத்துக்கு உரியதும், வர்த்தக நடவடிக்கை க்கு உரியதுமான கேந்திர முக்கியத்துவம் வாய்ந்த ஒரு பகுதியாக விளங்கியது. தோமே பீறிஸ் (Thome Pires) என்ற போத்துக்கீச நோக்கர் பின்வருமாறு குறிப்பிடு கின்றார்:

> "மலபார் கரைகளிலிருந்து தென் கிழக்காசியாவுக்கோ, வங்காளத்துக்கோ புறப்பட்ட கப்பல்கள் (இலங்கை) தீவைச் சுற்றிச் செல்வதையே விரும்பிய போது, கோரமண்டலக் கரைகளோடு வர்த்தகத்தில் ஈடுபட்டிருந்த சிறிய மலபார் கலங்கள், இலங்கைக்கும், (இந்திய) பெருநிலத்திற்கும் இடையே உள்ள தூரம் குறைவான (கடற்) பாதையையே விரும்பின."

அத்துடன் குவைறோஸ் (Queiroz) என்பவர் பின்வருமாறு குறிப்பிடுகின்றார்:

"மன்னாரிலிருந்து இராமேஸ்வரம் வரையிலான பாக்கு நீரிணையில் காணப்பட்ட தொடர்ச்சியான தீவுகளும், ஆழமற்ற பகுதிகளும், மன்னார் வளைகுடாவிலிருந்து கோரமண்டலக் கரைக்கான கடற்பயணத்துக்குத் தடையாய் அமைந்ததால் இரண்டு கால்வாய்களினூடாகவே இப் பயணம் மேற்கொள்ளப்பட்டது. இவற்றில் ஒன்றான இராமேஸ்வரத்துக்கு அண்மித்ததான கால்வாய், இரண்டு பாகை (Fathoms) ஆழமே கொண்டிருந்தமையால், ஏனையவற்றைவிடப் பெரியதான துடுப்புச் செலுத்திக் கப்பல்கள், பாதுகாப்பாகச் செல்வதற்குப் பொதிகளை இறக்கவேண்டியிருந்தன. ஆயினும் மன்னாருக்கு அருகிலிருந்த இரண்டாவது கால்வாய், கலங்கள் பயணிப் பதற்கு உகந்த ஆழம் கொண்டதாக இருந்தது. ஆகவே, பெரும்பான்மையான கப்பல்கள் மன்னாருக்கு அண்மித்ததான கால்வாயையே தமது பயணத்துக்கு தெரிவு

செய்திருத்தல் வேண்டும். இதன் காரணமாக, இப் பிராந்தியத்தின் கடற்பயணம் தொடர்பாக, மன்னாரில் மேலாண்மை பெற்றிருந்த யாழ்ப்பாண ஆட்சியாளரே கேந்திர தானத்தை வகித்தனர்."[13]

எனவே போத்துக்கீச ஆட்சியாளருக்கு, மன்னார்த் துறைமுகத்தின் முக்கியத் துவம் மிகவும் நன்றாகத் தெரிந்திருந்தது.

இலங்கையின் தெற்குப் பிராந்தியத்தில் காணப்பட்டதுபோல், ஐரோப்பியர்களுக்கு மிக விருப்பமான கறுவா போன்ற வாசனைத் திரவியங்கள் இலங்கையின் வட பகுதியில் இல்லாதபோதும், மேற்படி மன்னாரின் கேந்திர முக்கியத்துவம் அவர்களின் இராணுவ, வர்த்தக நடவடிக்கைகளுக்கு மிக முக்கிய மையப்பகுதியாகக் காணப் பட்டது. அத்தோடு, மன்னார்க் குடாவிலுள்ள விலைமதிப்பற்ற உயர்ரக முத்துக்க ளால் போத்துக்கீசர் வெகுவாகக் கவரப்பட்டனர். உலகிலேயே பிரதானமாக முத்து உற்பத்தி ஆகும் இடங்களாக இலங்கையின் மன்னார்க் குடாவும், சீனாவிலுள்ள ஹைனன் (Hainan) தீவுமே இடம் பெறுகின்றன. எனவே இயற்கையாகவே, போத்துக் கீசரை மன்னார் குடாவிலுள்ள, முத்தும் சங்கும் விளையும் இடமாகிய காரைதீவு ஈர்த்திருக்கும். அத்துடன் இந்திய மேற்குக்கரையில் முத்து வர்த்தகம் நடைபெறும் இடங்களாகிய பழையகாயல், கீழக்கரை, ஆகிய இரு துறைமுகங்களும் போத்துக்கீ சரின் எதிரிகளான முஸ்லீம் சிற்றரசர்கள் வசம் இருந்தன. அதனால், போத்துக்கீசருக்கு அங்கு வர்த்தக வாய்ப்பு அரிதாகவே காணப்பட்டது. அத்தோடு இலங்கையின் சிலாபத்திலுள்ள முத்து வர்த்தகம் கோட்டை மன்னனின் கட்டுப் பட்டுக்குள் இருந்தது. அதனால் அங்கும் போத்துக்கீசருக்கு வாய்ப்புக்கள் இருக்க வில்லை. ஆனால் மன்னாரில் முத்துக்கள் உற்பத்தி செய்யப்பட்டதுபோல் சிலாபத்தில் இருந்தி ருக்கவில்லை. போத்துக்கீசர் ஆரம்பத்திலிருந்தே மன்னார் முத்து உற்பத்தியிலும், அதனால் வரும் அதிக வருமானத்திலும் மிக்க ஆர்வமாக இருந்திருக்கின்றார்கள். உதாரணமாக அந்தோனியோ த மிராண்டா த அசவெடோ (Antonio de Miranda de Azevedo) கார்த்திகை 1519 ஆண்டில் போத்துக்கீச ஆட்சி யாளருக்கு எழுதிய கடிதத்தில் பின்வருமாறு குறிப்பிடுகின்றார்:

> "இந்தத் தீவில் முத்து உற்பத்தியிடம் ஒன்று உண்டு. தங்களுடைய அனுமதியின்றி இங்கே முத்துக் குளிக்கக் கூடாதெனத் தடைசெய்தால், மாட்சிமை தாங்கிய உங்களால் பாரிய இலாபத்தைப் பெறமுடியும்."[14]

மேற்படி கூற்று, போத்துக்கீசருக்கு மன்னார் வளைகுடாவில் உள்ள முத்துக் களின்மேல் உள்ள அவாவினைத் துல்லியமாக எடுத்துக் காட்டுகின்றது. இருந்த போதிலும், போத்துக்கீசர் முதல் நான்கு தசாப்தங்களில் இலங்கையின் வடபிர தேசத்திலோ அல்லது யாழ்ப்பாண இராச்சியத்திலோ தமது தலையீடுகளை ஏற்படுத்த வில்லையென்று கூறலாம். 1540 களில் போத்துக்கீசர் இலங்கையின் வடபிரதேசத்தில் தமது பார்வையைத் திருப்புகின்ற ஒரு நிலைமை ஏற்பட்டது.

இவ்வாறு ஒரு பின்னணியை வைத்துக்கொண்டு, மேற்படி காலப்பகுதியில் யாழ்ப்பாண இராச்சியம், வன்னி அரசுகள், யாழ்ப்பாண இராச்சியப் பிரதேசம் என்ப வற்றில் போத்துக்கீசரின் வல்லாதிக்கம் எவ்வாறு நிகழ்ந்தது என்பது பற்றிய

அரசியல் நிலைமை குறித்து ஆராய்வது முக்கியமாகின்றது. பரராசசேகரனுக்குப் பின் யாழ்ப்பாண இராச்சிய மன்னனாக முதலாம் சங்கிலி ஆட்சிபீடம் ஏறுகின்றான். சங்கிலி மன்னன் 1519 ம் ஆண்டு தொடங்கி 1561 ம் ஆண்டுவரை, சுமார் 40 ஆண்டுகள் தொடர்ச்சியாக யாழ்ப்பாண இராச்சிய மன்னனாக ஆட்சி செய்துள்ளான்.[15] இவன் யாழ்ப்பாண மன்னனாகப் பதவியேற்றபோது, செகராசசேகரன் எனும் சிம்மாசனப் பெயரையும் தனக்குச் சூட்டிக் கொண்டான். மிகவும் தைரியமுள்ள, கடும் போக்குள்ள மன்னன் என வரலாற்று ஆசிரியர்கள் இவனை வர்ணித்துள்ளனர். அத்தோடு அந்நியர்களான போத்துக்கீசர் தனது இராச்சியத்துக்குள் காலடி எடுத்து வைப்பதை விரும்பாதவனாகவும், இந்து மதத்தின்மேல் இறுக்கமான நம்பிக்கை கொண்டவனாகவும், காணப்பட்டான் என்பதனை அவனுடைய செயற்பாடுகள் காட்டி நிற்கின்றன. அவனுடைய செயற்பாடு களிலிருந்து, அவன் ஆளுமைமிக்க, நாட்டுப் பற்றுக் கொண்ட அரசன் என்று கொள்ள முடிகின்றது. சங்கிலி ஆரம்பத்திலிருந்தே போத்துக்கீசரின் வருகையையும், அவர்கள் நடவடிக்கைகளையும், மதப்பரப்பலையும் எதிர்த்தவனாகவும், போத்துக்கீசருடன் உறவு கொண்டவர்களைத் தண்டிப்பவனாகவும் காணப்பட்டான். இதன் விளைவாகப் போத்துக்கீச நூல்கள் சங்கிலியைப்பற்றிக் கடுமையாக விமர்சித்து எழுதுகின்ற ஒரு நிலையும் காணப்பட்டது. போத்துக்கீசரான அந்நியர் எவ்வளவு தூரம் சங்கிலி மன்னனைத் தூற்றி எழுதுகின்றார்களோ அந்த அளவுக்கு சங்கிலி மன்னன் நாட்டுப் பற்று உள்ளவனாகவும், அந்நியர் ஆதிக்கத்தை வெறுப்பவனாகவும் இருந்திருக்கின் றான் என்பதனையே காட்டுவதாகக் கருதமுடியும்.[16]

சங்கிலி ஆட்சிப்பொறுப்பை ஏற்றதிலிருந்து போத்துக்கீசரின் தலையீடுகளினால் வரும் பாதிப்புக்களை எதிர்கொள்ள வேண்டியவனாகக் காணப்படுகின்றான். போத்துக்கீசரின் ஆக்கிரமிப்பு நடவடிக்கைகளுக்குக் கருவியாகக் கைக்கொள்ளப்பட்ட கத்தோலிக்க மதத்தை சங்கிலி மன்னன் முற்றுமுழுதாக வெறுத்தான். கடல் வாணிபத்தின் மூலம் அதிகளவு வருமானத்தைப் பெற்ற யாழ்ப்பாண இராச்சியம், கடற்பலம் கொண்ட போத்துக்கீசரின் வருகையினால் பாரிய விளைவுகளைச் சகல துறைகளிலும் சந்திக்க நேரிடும் என்பதனையும் சங்கிலி மன்னன் நன்றாக அறிந்திருந்தான். இதனால் ஆரம்பத்திலிருந்தே போத்துக்கீசர் தலையீட்டைச் சங்கிலியால் ஏற்றுக்கொள்ள முடியவில்லை. 1506 இல் கோட்டை அரசில் நிலைகொண்ட போத்துக்கீசர், 1540 ம் ஆண்டு வரை யாழ்ப்பாண இராச்சியப் பக்கம் தமது பார்வையைத் திருப்பியதற்குச் சான்றுகள் எதுவும் காணப்படவில்லை. யாழ்ப்பாண மன்னர்களுக்கும், போத்துக்கீசருக்கும் இடையிலான தொடர்பு 1540 இல் தான் முதன்முதலில் காணப்படுகின்றது.

போத்துக்கீசரின் தலையீடுகள் தனது இராச்சியத்தில் எந்நேரமும் நிகழும் என எதிர்பார்த்த சங்கிலி தனது படைபலத்தை நன்கு திட்டமிட்டுப் பலப்படுத்தியிருந்தான். மேலும், தென்னிந்தியாவிலிருந்து படைகளை வரவழைத்து பலாலி, வசாவிளான், மட்டுவில் போன்ற இடங்களில் அமர்த்தியிருந்தான்.[17] இந் நிலையில் 1540 களின் முற்பாகத்தில் போத்துக்கீசரின் சரக்குக் கப்பல்கள் யாழ்ப்பாண இராச்சியத்தின் துறைமுகப் பிரதேசங்களை வந்தடைந்தன.[18] சங்கிலி மன்னன் தனது படைகளை அனுப்பி அக் கப்பல்களில் இருந்த பொருட்களைப் பறிமுதல் செய்து கப்பல்களையும் அழித்தான். ஆரம்பத்திலேயே போத்துக்கீசரின் தலையீட்டைத் தடுத்து நிறுத்துவதன்

மூலம் மேற்கொண்டு அவர்களின் தலையீடு தமது இராச்சியம் சம்பந்தப்பட்டவரை இருக்காது என்ற நோக்கத்தின் அடிப்படையிலேயே சங்கிலி, போத்துக்கீசரின் பொருட் களைப் பறிமுதல் செய்ததோடு, கப்பல்களையும் அழித்திருக்க வேண்டும் என்று கொள்வதிற் தவறில்லை. ஆனால் வர்த்தகத்தின் மீது கொண்ட வெறியும், மன்னார் வளைகுடாவின் முக்கியத்துவமும் போத்துக்கீசரை மேலும் யாழ்ப்பாணம் நோக்கிச் செல்லத் தூண்டியது.[19] அத்தோடு மேற்படி நிகழ்வு போத்துக்கீசருக்குப் பாரிய இழப்பை யும், ஆத்திரத்தையும் ஏற்படுத்திய சம்பவமாக நிச்சயம் இடம் பெற்றிருக்கும். மாட்டின் அல்போன்சோ த சூசா (Martin Alfonso de Souza) என்பவன் 1543 இல், 20 கப்பல் களில் தம் படைகளை யாழ்ப்பாணத்திற்கு அனுப்பி வைத்து யாழ்ப்பாண மன்னனிடம், மேற்படி இழப்புக்களுக்கு நட்ட ஈடு தரும்படி கோரியுள்ளான்.[20] சங்கிலி மன்னன் இவ் வேளையில், அதிக கடற்பலமும், துப்பாக்கிகள், பீரங்கிகள் போன்ற நவீன போர் ஆயுதங்களைப் பாவிக்கும் போத்துக்கீசருடன் போர் புரிய விரும்ப வில்லை. சங்கிலி சமாதான முறையில் அவர்களுடன் கலந்துரையாடி, இழப்புக் களுக்கு நட்டஈடு தருவதாகவும், அத்தோடு 5000 பாதோஸ்களும், 2 யானைகளும் ஆண்டுதோறும் தருவதாகவும் வாக்களித்து, முன்னேற்பாடாக இரண்டு வருடத்துக் குரிய மேற்படி பணத்தையும், யானைகளையும் கொடுத்துப் போத்துக்கீசரை வழியனுப்பி வைத்தான்.[21] சங்கிலி இவ்வாறு நடந்துகொண்டது அவனது இராச தந்திரத்தையும், அரசியற் தூரநோக்குப் பார்வையையும் எடுத்துக் காட்டுகின்றது. ஏனெனில் பலம் பொருந்திய ஒரு கடற்படையுடன் அவன் மோத விரும்பவில்லை. அத்தோடு போத்துக்கீசரின் தலையீடு மேற்கொண்டு நடக்காமலிருக்க, ஒரு விட்டுக்கொடுப்பு உடன்படிக்கை செய்வதுதான் நன்மை பயக்கும் எனச் சங்கிலி நம்பி அவ்வாறு செய்தான் எனக் கருத இடமுண்டு. ஆனால் இவ் உடன்படிக்கை நீண்ட காலத்திற்கு நிலைக்கவில்லை எனத் தெரிகின்றது.

அடுத்த முக்கிய நிகழ்வாக, போத்துக்கீசரின் கத்தோலிக்க மத நடவடிக்கை மன்னாரில் 1543 ன் ஆரம்பத்தில் இடம்பெறுவதை போத்துக்கீச ஆவணங்களிலிருந்து அறியமுடிகிறது.[22] வண. பிரான்சிஸ் சேவியர் (St. Frances Xavior) தென்னிந்தியாவின் மேற்குக் கரையோரங்களில் வாழ்ந்த மீனவ சமூகத்தினர் மத்தியில் பதினாறாம் நூற்றாண்டில் கத்தோலிக்க மதத்தைப் பரப்பும் நடவடிக்கைகளில் மிகத் தீவிரமாக ஈடுபட்டிருந்தார். இந் நடவடிக்கையினால் மீனவ சமூகத்தினர் பலர் கத்தோலிக்க மதத்துக்கு மாற்றப்பட்டனர். வண. பிரன்சிஸ் சேவியர் பாதிரியார் 1543 ம் ஆண்டில் மன்னாரிலும் கத்தோலிக்க மதமாற்ற நடவடிக்கைகளில் ஈடுபட்டிருந்தார்.[23] இதன் விளைவாக 600 மீனவ சமூகத்தினர் கத்தோலிக்க மதத்திற்கு மாற்றப்பட்டார்கள். வர்த்தக நோக்கத்துடன், மதப்பரப்பல் நோக்கமும் பிரதான குறிக்கோளாகக் கொண்ட போத்துக்கீசருக்கு மேற்படி நிகழ்வு பெரும் வெற்றியைக் கொடுத்திருக்கும்.

இவ் ஆரம்ப மதமாற்ற நடவடிக்கை, மன்னாரிலுள்ள கிறிஸ்தவர்களை போத்துக் கீசரின் ஆதிக்கத்துள்ளும், கட்டுப்பாட்டிற்குள்ளும் கொண்டு வந்தது. தேசப்பற்றும் மதப்பற்றும் கொண்டு காணப்பட்ட சங்கிலி மன்னனுக்கு மேற்படி நிகழ்வு மிக்க ஆத்திரத்தையும், அதிர்ச்சியையும் நிச்சயம் ஏற்படுத்தியிருக்கும். மேலும் இந்நிகழ்வு, வரலாற்றுக் காலத்திலிருந்து தமிழ்ப் பிரதேசங்களில் பேணப்பட்டும், கடைப்பிடிக்கப் பட்டும் வந்த சைவம் முதன்முதலாக பெரும் அபாயத்தைப் பதினாறாம் நூற்றாண்டின்

நடுப்பகுதியிலே சந்திக்க நேர்ந்தமையைக் காட்டுகின்றது. மேலும், இது பாரிய அழிவைத் தமது சமயத்திற்கு ஏற்படுத்தும் என்பதும் சங்கிலி மன்னனுக்கு நிச்சயமாகத் தெரிந்திருக்கும். ஏனெனில் இவ்விடயம் சம்பந்தமாக சங்கிலி மிகவும் கொடூரமாக நடந்து கொண்டான் 1544 இல், 5000 போர்வீரர்களை மன்னாரை நோக்கி அனுப்பினான். கத்தோலிக்க மதத்திற்கு மாறியவர்களை மீண்டும் தமது சைவத்திற்கு மாறும்படி கட்டளையிட்டான். கட்டளையை ஏற்க மறுத்த 600 க்கு மேற்பட்ட தமிழ்க் கத்தோலிக்கர்களைச் சங்கிலியின் படை கொன்று குவித்தது.[24] அதுமட்டுமல்லாமல் மதமாற்ற நடவடிக்கைகளில் தீவிரமாக ஈடுபட்ட, பிரான்சிஸ் சேவியர் அவர்களின் சீடனும், சங்கிலி மன்னனின் நிர்வாகியாக இருந்த இளம்சிங்கம் என்பவனும் கொல்லப்பட்டனர். மதம் மாற்றப்பட்டவர்கள் போத்துக்கீசரின் கட்டுப்பாட்டுக்குள் சென்று தமது அரசுக்கும், நாட்டுக்கும் எதிர்காலத்தில் துரோகம் இழைப்பார்கள் என்ற அரசியல் நோக்கமே சங்கிலி மன்னன் இவ்வாறு நடந்தமைக்குரிய காரணமாக இருந்திருக்க வேண்டும். மேலும், தனது நிர்வாகியையும் சேர்த்துக் கொன்றமை, அவன் போத்துக்கீசரிடம் விலைபோய் விட்டான் என்ற வெறுப்பாக நிச்சயம் இருந் திருக்க வேண்டும். அத்துடன், இவ்வாறாகத் தமது தேசத்தையும், தமது மதத்தையும் அந்நியர்களின் அபிலாசைகளுக்காக விற்பவர்களைத் தண்டிப்பதன் மூலம், மேற் கொண்டு இவ்வாறான நிகழ்வுகள் தமது தேசத்தில் நடைபெற மாட்டாது என்ற தூரநோக்கமும் சங்கிலி மன்னனுக்கு நிச்சயமாக இருந்திருக்க வேண்டும் எனக் கொள்வதில் தவறு இருக்கமுடியாது. மேற்படி நிகழ்வு பாதிரியார் பிரான்சிஸ் சேவியரை மிக ஆத்திரமடையச் செய்திருக்கும். போத்துக்கீச அரசனையும் அதிர்ச்சிக்கு உள்ளாக்கியிருக்கும். பிரான்சிஸ் சேவியர் கோவாவிலுள்ள போத்துக்கீச ஆட்சியாளர்களுக்கு பாரிய அழுத்தங்களைக் கொடுத்து யாழ்ப்பாணம் மீது படையெடுத்து சங்கிலியைத் தண்டிக்குமாறு வேண்டிக் கொண்டார்.[25] ஆனால் போத்துக்கீச வர்த்தகர்கள் தமது வியாபார நலன் கருதி அவ்வாறான ஓர் படை யெடுப்பு நடப்பதைப் பெரிதாக விரும்பவில்லை. இவ்வாறான ஒரு அரசியற் கொந் தளிப்பான சூழ்நிலையில் சங்கிலி தான் கொண்ட கொள்கையில் சற்றும் சளைக் காதவனாக, தொடர்ந்தும் போத்துக்கீசருக்கு எதிரான நடவடிக்கைகளில் ஈடுபட்டான்.

இக் காலகட்டத்தில் கோட்டை அரசில் போத்துக்கீசரின் மேலாண்மை நிலை நிறுத்தப் பட்டிருந்தது. அத்தோடு, யாழ்ப்பாண இராச்சியத்தைத் தனதாக்கித் தந்தால், போத்துக்கீசர் தரவேண்டிய நிலுவையிலுள்ள கடன்களை இரத்துச் செய்வதாகவும், மேலும் 400 குவின்ரல்கள் (Quintals) கறுவா வருடந்தோறும் மேலதிகமாகத் தருவ தாகவும் கோட்டை மன்னன் புவனேகபாகு போத்துக்கீசருக்கு வாக்குறுதி அளித்தான்.[26] இவ்வேளையில் புவனேகபாகுவின் மகன்களில் ஒருவன் கத்தோலிக்க மதத்தைத் தழுவியதுடன் தனது பெயரையும் டொம் லூயிஸ் (Dom Louis) எனக் கிறிஸ்தவப் பெயராக மாற்றினான்.[27] அத்தோடு கோட்டை இராச்சியத்தின் கீழ் உள்ள மக்களையும் கிறிஸ்தவர்களாக மாற்றுவதாகவும் போத்துக்கீசருக்கு உறுதியளித் திருக்கின்றான். மேற்படி நிகழ்ச்சிகள் யாழ்ப்பாணத்திலும் சில தாக்கங்களை ஏற்படுத்தின. சங்கிலி மன்னனின் ஆட்சியை விரும்பாதவர்களுக்கும், யாழ்ப்பாண அரசுரிமை பெற விரும்பியவர்களுக்கும், கோட்டையில் நடந்த நிகழ்வுகள் ஊக்கத்தை அளித்திருக்க வேண்டும். ஏற்கெனவே மன்னாரில் நடந்தவைகளை

யெல்லாம் மறந்து, மேற்படி அதிருப்தியாளர்கள் தமது சுயலாபத்திற்காக நாட்டைப் போத்துக்கீசரிடம் விலைபேசத் தலைப்பட்டனர். குறிப்பாக சங்கிலியின் மூத்த சகோதரனான பரநிருபசிங்கன் அரசுரிமை பெற்றுக்கொள்ளும் குறிக்கோளுடன் போத்துக்கீசருடைய உதவியை நாடியதுடன், தன்னைக் கத்தோலிக்க மதத்திற்கும் மாற்றிக்கொண்டான்.[28] ஆனால் போத்துக்கீசரினால் பரநிருபசிங்கனுக்கு யாழ்ப்பாண அரசைப் பெற்றுக்கொடுக்க முடியவில்லை.

மேலும், சீதவாக்கை மன்னன் மாயாதுன்னை போத்துக்கீசருக்கு எதிராகப் படையெடுப்பதற்காக தென்னிந்தியாவிலிருந்து படைகளை வரவழைத்தபோது, அப் படைகளை யாழ்ப்பாணத்திற்கூடாகச் செல்லச் சங்கிலி மன்னன் உதவியளித்தான். அத்தோடு சங்கிலி மன்னன் மாயாதுன்னையுடன் இணைந்து, போத்துக்கீசரை ஆதரித்த புவனேகபாகுவிற்கு எதிராக 1545 களில் போரிட்டான்.[29] அத்தோடு, திருகோணமலையில் ஆட்சிசெய்த வன்னியன் 1551 இல் இறக்க, அடுத்து அரசுரிமை பெறவேண்டியவன் வயதில் இளையவனாக இருந்த காரணத்தினால், வேறு ஒரு வன்னியன் ஆட்சிபீடம் ஏறினான். ஆனால், திருகோணமலை அரசுரிமை யாழ்ப்பாண அரசுக்கு உரியதெனச் சங்கிலியன் அதில் தலையிட்டான். இவ் வேளையில் வன்னியன் கத்தோலிக்கனாக மாறிப் போத்துக்கீசரின் உதவியைப் பெற்று அரசகட்டில் ஏற முனைந்தான். ஆனால், சங்கிலியால் அது தடுத்து நிறுத்தப்பட்டது.[30] தொடர்ந்தும் சங்கிலி போத்துக்கீசருக்கு எதிராக வலிமையுடன் செயற்பட்டான். போத்துக்கீசருக்கு எதிரானவர்களுடன் நட்புறவு கொள்ளவும் அவன் பின் நிற்கவில்லை. 1552 இல் கோட்டை மன்னன் புவனேகபாகு இறக்க, அவனுடைய உறவினான தர்மபாலன் அரசனானான். தர்மபாலனின் தந்தையான விதியபண்டார என்பவன் போத்துக்கீசரைப் பகைத்துக் கொண்டு, புத்ததந்த தாதுவையும் எடுத்துக் கொண்டு வந்து சங்கிலியிடம் அடைக்கலம் புகுந்தான். சங்கிலியுடன் இணைந்து போத்துக்கீசருக்கு எதிராக விதியபண்டார யாழ்ப்பாண இராச்சியத்தில் இருந்து கொண்டு போரிட்டான்.[31]

மேற்படி நிகழ்வுகள் போத்துக்கீசரை ஆத்திரத்துக்கு உள்ளாக்கியிருக்கும். இருந்தும், போத்துக்கீசர் 1560 கள் வரை சங்கிலிக்கு எதிராகப் போர் தொடுக்க வில்லை. ஆனால், 1560 களில் போத்துக்கீசர் சங்கிலி மன்னனுக்கு எதிராகப் போர் தொடங்குவதற்கு ஒருசில உடனடிக் காரணங்கள் இருப்பதை அறியமுடிகின்றது.

இந்தியாவின் மேற்குக் கரையோரத்தில் ஏற்கெனவே கிறிஸ்தவர்களாக ஆக்கப் பட்ட மீனவர் சமூகத்தின்மீதும், மிசனரிகள் மீதும், அப் பிரதேசத்தில் அதிகாரத்தி லிருந்த, இந்து மதத்ததைச் சார்ந்த வடுகப் படையினர் தொடர்ச்சியாகத் தாக்குதல்கள் நடத்தினர். புன்னாலைக்காயலில் இருந்த போத்துக்கீசப் பாதுகாப்பு அரணிலுள்ள போத்துக்கீசப் படைகளால், அவ்வாறான தாக்குதல்களைத் தடுத்து நிறுத்த முடிய வில்லை. அத்தோடு, ஏற்கனவே மன்னாரில் இருந்த கிறிஸ்தவர்கள் கொலை செய்யப் பட்ட நிகழ்வும், மேற்படி தாக்குதல் அச்சுறுத்தல்களை அதிகரிக்கவிடாது தடுக்க வேண்டும் என்று போத்துக்கல் அரசு முடிவெடுத்தது. இதன் முடிவாக 1558 இல், இந்தியாவில் வைஸ்றோயாக இருந்த கொன்ஸ்தாந்தினோ த பிரகன்சா (Dom Constantino de Bragnza) விற்கு போத்துக்கீச அரசிடமிருந்து கட்டளை அனுப்பி வைக்கப்பட்டது. யாழ்ப்பாணத்தைக் கைப்பற்றி அங்குள்ள கிறிஸ்தவ கத்தோலிக்

கர்களை அமைதியான முறையில் வாழ வழி செய்யும்படியும், இந்தியாவின் மேற்குக் கரையோரத்திலுள்ள வடுகப் படையை அடக்கி, அங்குள் கத்தோலிக்கக் கிறிஸ்தவர் களின் பிரச்சனைகளையும் தீர்த்து வைக்கும்படியும் அக் கட்டளையிற் குறிப்பிடப் பட்டிருந்தது. இந்தக் கட்டளை கிடைக்கப்பெற்ற கொன்ஸ்தாந்தினோ பிரகன்சா துரிதமாக படையெடுப்பு ஆயத்தங்களை கோவாவில் மேற்கொண்ட வேளை, 1560 இல் வடுகப் படையினர் புன்னைக்காயலில் உள்ள போத்துக்கீசரின் கோட்டையைத் தாக்கி அழித்தனர்.[32] இதன் உடன் விளைவாக, 07 புரட்டாதி 1560 இல் கொன்ஸ்தாந்தினோ பிரகன்சா 1200 பேர் கொண்ட பாரிய கடற்படை ஒன்றை யாழ்ப்பாணம் நோக்கி நகர்த்தினான். போத்துக்கீசப் படைகள் ஐப்பசி 1560 இல் யாழ்ப்பாணத்தில், கொழும்புத்துறையை வந்தடைந்தன.[33] போத்துக்கீச ஆக்கிரமிப்புப் படைகள் மறுநாட் காலை நல்லூர் இராசதானியை நோக்கி நகர்ந்தன.

சங்கிலி மன்னனின் தளபதி போத்துக்கீசப் படைகளுக்கு எதிராகத் தமது தமிழ்ப் படைகளை வழிநடத்திக் கடுமையான சமரில் ஈடுபட்டான். ஆனால், போத்துக்கீசப் படைகள் அளவிற் குறைவாக இருந்தபோதிலும், அவர்களின் துப்பாக்கிகளின் முன்னால் தமிழ்ப் படைகள் கத்தி, வாள்களுடன் நின்று சமர் புரியவேண்டிய ஒரு நிலையில் போத்துக்கீசப் படைகளை வெல்லமுடியவில்லை. சங்கிலி மன்னன் பாதுகாப்புக் கருதி கோப்பாயிலுள்ள தனது கோட்டைக்குப் பின்வாங்கினான். போத்துக்கீசர் நல்லூர் இராசதானியைக் கைப்பற்றி அங்குள்ள செல்வங்களை யெல்லாம் சூறையாடினர். கோட்டை மன்னன் தர்மபாலனின் தந்தை விதியபண்டார சங்கிலி மன்னனிடம் அடைக்கலமாக வைத்த செல்வங்களும், புத்த தந்த தாதுக்களும் போத்துக்கீசர் வசமாயின.[34] கோப்பாயை நோக்கிப் பின்வாங்கிய சங்கிலி மன்னன், போத்துக்கீசருக்குத் தன்னைக் காட்டிக்கொடுக்க முனைந்த பல தமிழர்களையும் கொலை செய்யத் தவறவில்லை. போத்துக்கீசப் படைகள் நல்லூரிலிருந்து கோப்பாயை நோக்கிச் சங்கிலியனைப் பின் தொடர்ந்தன. சங்கிலி கோப்பாயிலிருந்து பச்சிலைப்பள்ளிவரை பின்வாங்கினான்.[35] சங்கிலி இவ்வாறு பின்வாங்கியதற்கான காரணம், போத்துக்கீசரை எப்படியாவது மீண்டும் அங்கிருந்து துரத்த வேண்டுமென்ற நோக்கமாக இருக்கலாம். எது எவ்வாறிருப்பினும் போத்துக்கீசப் படைகளினால் சங்கிலி மன்னனைத் தோற்கடிக்க முடியவில்லை. சங்கிலி, பாதுகாப்பற்ற நிலைமைகளை விளங்கிக் கொண்டதன் விளைவாக போத்துக்கீசருடன் சமாதான உடன்படிக்கை செய்ய முடிவு செய்தான். அதே வேளையில் போத்துக்கீசர் நிலைமையும் மிக நெருக்கடிக்கு உள்ளானதாக இருந்தமையையும் அறியமுடிகிறது. அவர்கள் கப்பலில் கொண்டுவந்த உணவுப் பண்டங்கள், வெடிபொருட்கள் என்பன இப் போரின்போது தீர்ந்துவிட்டிருந்தன. சங்கிலி நல்லூரிலிருந்து கோப்பாய்க்குப் பின்வாங்கும்போதே நல்லூர் இராசதானியிலிருந்த உணவுக் களஞ்சியத்தைத் தீக்கிரையாக்கி விட்டுச்சென்றான். இதனால் போத்துக்கீசப் படைகளுக்குப் பாரிய உணவுத் தட்டுப்பாடு ஏற்பட்டது. பலர் நோய்வாய்ப் பட்டனர். இந் நிலையில் தளபதி கொன்ஸ்தாந்தினோ த பிரகன்சா தனது லிஸ்பன் பயணத்தை மேற்கொள்வதற்காக கோவாவிற்குச் சென்று, அங்கிருந்து புறப்படத் தயாராக இருந்த கப்பலை உரிய நேரத்தில் அடையவேண்டியும் இருந்தது. இதனால் அவன் மேற்கொண்டு போர்புரிவதை நிறுத்திச் சங்கிலி மன்னனுடன் பேசி மிகக் கடுமையான உடன்படிக்கை ஒன்றிற்கு

சங்கிலியை உடன்பட வைத்தான். அந்த உடன்படிக்கை பின்வருமாறு காணப்படு கின்றது. யாழ்ப்பாண இராச்சியம் சங்கிலி மன்னனால் அல்லது அவனது மகனால் தொடர்ந்து ஆட்சி செய்யப்படலாம். ஆனால் தீவுப் பகுதியும், மேற்குக் கரையோரங் களும் போத்துக்கீசரின் கட்டுப்பாட்டுக்குள் இருக்கவேண்டும். யாழ்ப்பாண மன்னன் எந்தவொரு துப்பாக்கி முதலிய வெடிக்கும் போர்க்கருவிகளைப் பாவிக்கக்கூடாது. வெளிநாட்டுப் படைகளை அழைப்பதற்கு முற்றாகத் தடை விதிக்கப்படும். போத்துக் கீசப் பாதுகாப்புப் படைகளை உள்நாட்டில் அனுமதிக்க வேண்டும். சங்கிலி மன்னன் 100,000 பாதோஸ் பெறுமதியான தங்கமும், விதிய பண்டாரவின் செல்வங்கள் அனைத்தும் உடனடியாகப் போத்துக்கீசத் தளபதியிடம் கையளிக்க வேண்டும். வருடாவருடம் 10 யானைகள் கப்பமாக போத்துக்கீசருக்கு வழங்கப்பட வேண்டும். உள்;ர் மக்களைக் கத்தோலிக்க மதத்திற்கு மாற்றுவதற்கு எதுவிதத் தடைகளுமின்றி அனுமதிக்க வேண்டும். ஆனால் அவர்களிடமிருந்து வரிகளை யாழ்ப்பாண மன்னன் பெறலாம். இறுதியாக, யாழ்ப்பாண இராச்சிய இளவரசனும், இரண்டு முதலியார் மார்களும் பிணைக் கைதிகளாக போத்துக்கீசருக்கு வழங்கப்படவேண்டும்.[36,37]

சங்கிலி மன்னன் மேற்படி உடன்படிக்கையை ஏற்றுக்கொள்ள வேண்டிய நிலையி லேயே காணப்பட்டான். ஆனால், இவ் உடன்படிக்கையை அப்போதைய நிலைமையில் ஏற்று, போத்துக்கீசப் படைகள் யாழ்ப்பாணத்தை விட்டுச் சென்றவுடன், பின்னர் மேற்படி உடன்படிக்கையை அலட்சியம் செய்யலாம் எனச் சங்கிலி எண்ணியதன் விளைவாகவே இக் கடுமையான நிபந்தனைகளுக்கு அவன் ஒத்துக்கொண்டிருக்க வேண்டும். ஏனெனில் இவ் உடன்படிக்கையை அடுத்து நடைபெற்ற சம்பவங்கள் இதனையே எடுத்துக் காட்டுவனவாக அமைகின்றன. யாழ்ப்பாணத்திலிருந்த போத்துக்

யாழ்ப்பாண இராச்சிய மன்னர்கால அரண்மனையின் முன்புறத் தோற்றம்

கீசப் படைகள் தமிழ் மக்களுடைய வீடுகளை ஆக்கிரமித்து, அங்கிருந்த செல்வங் களையும், பொருட்களையும், உணவுப் பண்டங்களையும் அபகரித்தன. சைவ மக்கள் புனிதமாகக் கருதும் பசுக்களைக் கொன்று உண்டனர். சைவமக்கள் அனைவரும் கத்தோலிக்க மதத்தினைத் தழுவவேண்டும் எனக் கட்டாயப்படுத்தினார்கள். எல்லாவற்றிற்கும் மேலாக, போத்துக்கீச மிசனரிகளும், படையினரும் இந்துக் கோவில்களைச் சூறையாடி, அங்குள்ள விலைமதிப்பற்ற தங்கம், மற்றும் பொருட்கள் எல்லாவற்றையும் தம் வசப்படுத்தினர். கோவில்களில் உள்ள ஏட்டுச் சுவடிகள் எல்லாவற்றையும் எரியூட்டி அழித்தனர். இவ்வாறான அழிவுகளை ஏற்படுத்திய போத்துக்கீச மிசனரிமார்களையும், போர்வீரர்களையும் மேற்கொண்டு பொறுத்துக் கொண்டிருக்க முடியாத தமிழ் மக்கள் போத்துக்கீச பாதிரிமார்கள் சிலரையும், பல போர்வீரர்களையும் கொலை செய்தனர்.[38] அதே வேளையில் பிரகன்சாவுடன் சேர்ந்து யாழ்ப்பாணம் வந்த டொம் ஜோஜ் த ரெமுடோ (Dom Jorge de Temudo) என்ற கொச்சின் பிசப்பும், பல போத்துக்கீசப் படையினரும் கொல்லப்பட்டனர். யாழ்ப்பாண மக்கள் மேலும் கிளர்ந்து எழுந்தனர். எதிர்கொள்ள முடியாத போத்துக்கீசப் பாதிரிமார்களும், போர்வீரர்களும் நல்லூரைவிட்டுச் சிதறி ஓடினர். அவ்வேளையில் பலர் கொல்லப்பட்டனர். எஞ்சியவர்கள் கப்பல்களில் போய் ஏறிக்கொண்டனர். யாழ்ப்பாணத்தைத் தக்கவைப்பது மிகக் கடினமான விடயம் எனக் கண்ட தளபதி பிரகன்சா யாழ்ப்பாணத்திலிருந்து பின்வாங்கி மன்னார் சென்று மன்னாரைக் கைப்பற்றிக் கொண்டான்.[39] சங்கிலி மன்னனின் சாணக்கியமும், நாட்டுப்பற்றும், மதப்பற்றும், உறுதியான கொள்கையும் இறுதிவரை அவனை ஒரு பாரிய நவீன அந்நியப் போர்ப்படையுடன் மோதி தற்காலிகமாகவேனும் தனது அரசையும், மக்களையும் பெரும் அழிவிலிருந்து காப்பாற்ற முடிந்தது எனத் தெரியவருகிறது. மேலும், அந்நியர் ஆதிக்கத்துக்கு எதிராக, ஒட்டு மொத்தமாக மக்கள் கிளர்ந்து எழும்போது அந்நியர்களின் நவீன ஆயுதங்களோ அல்லது அவர்களின் படைபலமோ அதனை எதிர்கொள்ள முடியாது தோற்றுப் போகின்றது என்பதற்கு இந் நிகழ்வு வரலாறு தந்த ஒரு சிறந்த பாடமாகும். இருந்தும், ஒரு சில பிரிவினரின் சுயநலச் செயல்களினால் மறுபுறத்தில் அந்நாடே முழுமுழுக்க எதிரிகளின் கைக்கு மாறிவிடுகின்றது என்பதற்கும் மேற்படி நிகழ்வு நல்லதோர் உதாரணமாகும்.

போத்துக்கீசர் யாழ்ப்பாண இராச்சியத்தின்மேல் படையெடுத்த போதிலும் அவர்களின் குறிக்கோள் அங்கு நிறைவேறவில்லை. இருந்தும் மேற்படி ஒப்பந்தத்தின் படி மன்னார் போத்துக்கீசர் ஆளுகைக்கு உட்பட்ட பிரதேசமாக 1560 இல் மாறியது. மன்னாரில் அவர்கள் ஒரு கோட்டையைக் கட்டி அங்கு 150 போர் வீரர்களையும் 10 சிறிய கப்பல்களையும் தரிக்கவிட்டு பிரகன்சா தை 1561 இல் கொச்சினுக்குத் திரும்பினான்.[40] இவ் வேளையில் மன்னாரிலுள்ள திருக்கேதீஸ்வரம் ஆலயம் போத்துக்கீசரினால் இடிக்கப்பட்டதாக அறியமுடிகிறது. அவ்வாறே மன்னாரில் உள்ள கோட்டை 1561 இல் கட்டி முடிக்கப்பட்டதாக அறியமுடிகிறது.[41] அவ் வேளையில் திருக்கேதீஸ்வரம் ஆலயம் இடிக்கப்பட்டிருக்க வேண்டும். இவ் ஆலயம் இடிக்கப்பட்டதற்கான நம்பகமான தகவல்கள் கிடைக்கவில்லை. ஆனால், போத்துக்கீசர் 1623 இல் கோணேஸ்வர ஆலயத்தை இடித்துத்தான் அங்குள்ள கோட்டையைக் கட்டினார்கள். அதேபோன்று திருக்கேதீஸ்வரக் கோவிலுக்கும் நடந்திருக்

கலாம். நிர்வாக விடயங்களைக் கவனிப்பதற்கு ஒரு தளபதி நியமிக்கப்பட்டான். மன்னாரின் முத்துக்குளிப்பு பகுதிகளும், முத்து வர்த்தகமும் போத்துக்கீசர் வசமாயின. பலர் கத்தோலிக்கர்களாக மதம் மாற்றப்பட்டனர். இந்தியாவில், கத்தோலிக்கக் கிறிஸ்தவ மதத்திற்கு மாற்றப்பட்ட பலரும், தென்பகுதியில் கத்தோலிக்க மதத்திற்கு மாறியவர்களும் இங்கு குடியமர்த்தப்பட்டனர்.[42,43] இந்நிலை மன்னாரிலிருந்த போத்துக்கீசத் தளபதி, யாழ்ப்பாண அரசியல் விடயங்களில் தலையிட வாய் பளித்தது. மன்னாரிலிருந்து கடல்வழியாக இலகுவாக யாழ்ப்பாணப் பிரதேசத்தைக் கண்காணிக்க முடிந்தது. யாழ்ப்பாண அரசியலில் அதிருப்பதி கொண்டவர்களுக்கு மன்னாரில் உள்ள போத்துக்கீசத் தளபதியுடன் தொடர்பு கொள்வது இலகுவாக அமைந்தது. எனவே மன்னார் நிகழ்வு போத்துக்கீசர்களுக்குப் பலவழிகளிலும் சாதகமாக அமைந்தது. இந் நிலைமை, யாழ்ப்பாண இராச்சிய அரசியல், சமயம், சமூக, பொருளாதார நிலைமைகளைப் பெரிதும் பாதித்த காரணிகளாக அமைந் திருக்கும் எனக் கொள்வதற்கு இடமுண்டு.

இவ் வேளையில் 1561 ம் ஆண்டுக் காலத்தில் யாழ்ப்பாண அரசில் பல குழப்பங்கள் ஏற்படுவதை அவதானிக்க முடிகின்றது. போத்துக்கீசரின் பிணைக் கைதியாகச் சென்ற சங்கிலியின் மகனை மீளப்பெற்று ஆட்சி அதிகாரத்தை அவனிடம் ஒப்படைக்க சங்கிலி பல தடவைகள் முயன்றான். ஆனால் சங்கிலியின் இன்னோர் மகனான புவிராசபண்டாரம் என்பவன் அரசைக் கைப்பற்றிக் கொண்டான். புவிராசபண்டாரத்திடமிருந்து காசி நயினார் என்பவன் பலாத்காரமாக அரசைப் பறித்துக் கொண்டான். ஆத்திரமடைந்த புவிராபண்டாரம் இதுபற்றி மன்னாரிலிருந்த மனுவேல் றொட்றிகோஸ் கோட்டின்ஹோ (Manoel Rodriguez Coutinho) என்ற தளபதியைத் தொடர்ந்து புதிய தளபதியாகப் பதவியேற்ற ஜோர்ஜ் த மெலோ (Jorge de Mello) விற்கு மேன்முறையீடு செய்தான். புவிராசபண்டார மன்னனின் இம்முடிவு போத்துக்கீசர் மேலாதிக்கம் மீண்டும் யாழ்ப்பாண அரசில் இடம்பெற நல்ல வாய்ப்பைக் கொடுத்தது. மன்னார்த் தளபதி, காசி நயினாரைச் சிறையிற் போட்டுவிட்டு தமக்குச் சாதகமான ஒருவரிடம் யாழ்ப்பாண அரசைக் கொடுத்தான். ஆனால் காசி நயினாருக்குச் சார்பானவர்கள் புதிய மன்னனைக் கொன்றுவிட்டு, காசி நயினாரை மீண்டும் அரசனாக்கியதோடு மட்டுமல்லாமல் 1563 இல் மன்னாரையும் தாக்கினர். இவ் வேளையில் போத்துக்கீசரினால் கூலிக்கு அமர்த்தப் பட்ட ஒருவனால் காசி நயினார் கொலை செய்யப்பட்டார். இவ்வாறான குழப்பமான அரசியற் சூழ்நிலையைத் தமக்குச் சாதகமாகப் பயன்படுத்திய மன்னார்த் தளபதி ஜோஜ் டி மெலோ யாழ்ப்பாணத்துக்கு விஜயம் மேற்கொண்டு, தமக்கு ஆதரவான பெரியபுள்ளை என்பவனை அரசனாக்கினான். அரச கட்டில் ஏறிய பெரியபுள்ளை, செகராசசேகரன் என்ற சிம்மாசனப் பெயரைத் தாங்கி, 1570 லிருந்து யாழ்ப்பாண இராச்சியத்தை 1582 கள் வரை ஆட்சிசெய்தான். இவனுடைய ஆட்சிக்காலத்தில், போத்துக்கீசர் 13,700 பணம் (fanams) அல்லது 10 யானைகள் வருடாவருடம் திறையாகப் பெற்றிருக்கின்றனர்.[44,45] இந்நிகழ்வு போத்துக்கீசருக்கு மேலும் ஒரு குறிப்பிடத்தக்க ஆதிக்க வளர்ச்சியை யாழ்ப்பாண இராச்சியத்தில் ஏற்படுத்திக் கொடுத்தது.[46]

சங்கிலி மன்னனின் சாதுரியத்தாலும், மக்களின் கிளர்ச்சியினாலும் யாழ்ப்பாணத் திலிருந்து வெளியேற்றப்பட்ட போத்துக்கீசரை, தமது சொந்த நலன்களுக்காக

யாழ்ப்பாண அரசு வாரிசுகள் மீண்டும் வலிந்து உள்நாட்டு அரசியலுக்குள் இழுத்திருக்கின்றார்கள் என்று மேற்குறிப்பிட்ட நிகழ்வுகள் மூலம் அறியமுடிகிறது. இவ் வாய்ப்புக்களைப் பயன்படுத்திய போத்துக்கீசத் தளபதி யாழ்ப்பாண இராச்சியத்தில் தனது செல்வாக்கை மேலும் பலப்படுத்திட யாழ்ப்பாண அரசர்களே வழிவகுத்துக் கொடுத்திருக்கின்றார்கள். போத்துக்கீசரினால் விலைக்கு வாங்கப்பட்ட தமிழன் ஒருவனே தனது அரசனைக் கொன்று நாட்டை ஒட்டுமொத்தமாக அந்நியர்களுக்கு விற்கத் தலைப்பட்டிருக்கின்றான். இவ்வாறான தேசத்துரோகச் செயல்கள் தமிழ்மக்கள் வாழ்க்கையை தொன்றுதொட்டு இன்றுவரையும் அழித்துக் கொண்டே இருக்கின்றது என்பது உண்மையாகும். வரலாற்று அனுபவங்களிலிருந்து மனிதன் பாடம் கற்றுக் கொள்ளாதவரை இவை ஒரு தொடர்கதையாகவே அமைந்துவிடுகின்றன.

அடுத்த முக்கிய அரசியல் நிகழ்வாக, 1582 களில் சங்கிலியின் மகன் புவிராசபண்டாரம் மீண்டும் அரசைக் கைப்பற்றிக் கொண்டான். பரராசசேகரம் என்ற சிம்மாசனப் பெயரையும் தனதாக்கிக் கொண்டான். இவனது ஆட்சி 1591 கள் வரை யாழ்ப்பாண இராச்சியத்தில் இடம்பெற்றது. தான் ஏற்கெனவே விட்ட தவறுகளிலிருந்து தன்னை மீட்டெடுத்துப் போத்துக்கீசரைத் தமிழ்ப் பிரதேசத்திலிருந்து நிலையாக அகற்றி, தமிழ்ப் பிரதேசத்தையும், மக்களையும் அந்நிய ஆதிக்கத்திலிருந்து காப்பாற்ற வேண்டும் என்ற ஒரு முடிவுக்கு வந்தவனாக அவனது செயற்பாடுகள் காட்டி நிற்கின்றன. 1590 களில், போத்துக்கீசப் படையினர் மேற்குக் கரையோரங்களில் காவலில் ஈடுபட்டிருந்த வேளை புவிராசபண்டாரத்தின் 75 சிறிய கப்பல்களில் சென்ற படையினர் மன்னார்த் தளத்தில் திட்டமிட்ட திடீர்த் தாக்குதலை நடத்தினர். அங்கு காவலில் இருந்த சிறிய படை தமிழர்கள் படைகளோடு எதிர்த் தாக்குதல் நடத்தமுடியாது தளர்ந்திருந்த வேளை, கரையோரக் காவலுக்குச் சென்ற போத்துக்கீசப் படையினர் வந்து திடீரெனத் தமிழர் படையைத் தாக்கி அவர்களைப் பின்வாங்க வைத்தனர்.[47] இதனை அடுத்து 1591 இல், போத்துக்கீசரின் எதிரிகளாகவும், படைபலம் மிக்கவர்களாகவும் விளங்கிய கள்ளிக்கோட்டை சமோரினுடைய (Zamorin of Calicut) படை உதவியைப் புவிராசபண்டாரம் நாடினான். சமோரின் 22 கப்பல்களில் படைகளை அனுப்பி வைத்தான். மன்னார்த் தளபதி போத்துக்கீச வைஸ்ரோயிடம் அதிகளவு படைகளை டி மென்டொங்கா (De Mendonca) தலைமையில் பெற்று, பல சிங்களக் கூலிப்படைகளையும் கொழும்பிலிருந்து பெற்று, காரைதீவிலிருந்த தமிழர் படைகளையும், சமோரினின் படைகளையும் தோற்கடித்தான்.[48] இந்த நடவடிக்கையானது யாழ்ப்பாண அரசின்மீது மீண்டும் ஒரு பாரிய படையெடுப்பை நடத்த போத்துக்கீசருக்கு வாய்ப்பைக் கொடுத்தது.

த மென்டொங்கா 1400 போத்துக்கீச போர்வீரர்களையும், 3000 சிங்களப் கூலிப்படைகளையும், 43 கப்பல்களிலும், 200 க்கும் அதிகமான மீன்பிடி வள்ளங்களிலும் ஏற்றிச் சென்று 27 ஐப்பசி 1591 இல் யாழ்ப்பாணக் கொழும்புத்துறையை வந்தடைந்தான். அன்றும், மறுநாளும் இடம்பெற்ற போரில் யாழ்ப்பாண மன்னனின் படைகள் தோல்வி கண்டன.[49] புவிராசபண்டாரம் சிறைபிடிக்கப்பட்டு சிரச்சேதம் செய்யப்பட்டான். 800 க்கும் அதிகமான வடுகைப் படையினரும், சமோரினின் முஸ்லீம் படையினர் பலரும் கொல்லப்பட்டனர். பெரியபுள்ளையின் மகன் எதிர்மனசிங்கனை யாழ்ப்பாணத்து மன்னனாக்கினர். மேலும் 12000 பாதோஸ் அல்லது

12 யானைகளை வருடாவருடம் கப்பமாகப் போத்துக்கீசருக்கு வழங்குவதற்கும், கத்தோலிக்க மதத்தைப் பரப்புவதற்கும் ஒப்புக்கொண்ட எதிர்மனசிங்கன் மேற்கொண்டு வெளிநாட்டுப் படைகளின் உதவியைப் பெறமாட்டேன் என்றும் உறுதி செய்துகொண்டான். அத்தோடு, இரண்டு கப்பல்கள் தவிர யாழ்ப்பாண மன்னனுக்குச் சொந்தமான ஏனைய கப்பல்கள் அனைத்தையும் அழிப்பதற்கும் ஒப்புக்கொண்டான்.[50] இந்த உடன்படிக்கையில் எதிர்மனசிங்கனையும், பல முதலிமார்களையும், அதிகாரிகளையும் நல்லூரில் ஒன்றுகூட்டிய த மென்டொங்கா, மேற்படி உறுதிமொழிகளின் அடிப்படையில் ஓர் உடன்படிக்கை செய்து கொண்டான். இதுவே **'நல்லூர் உடன்படிக்கை 1591'** என அழைக்கப்பட்டது. மேற்படி நிகழ்வுகள் போத்துக்கீசரின் யாழ்ப்பாண அரசின் மீதான மேலாண்மையை மேலும் உறுதிப்படுத்தின. அத்தோடு, இந்த நிகழ்வுடன் யாழ்ப்பாண இராச்சியத்தின் இறுதிக்கட்ட வீழ்ச்சி ஆரம்பிக்கின்றது எனக் கொள்ளலாம். மேலும், தமிழர்களின் இராச்சியம், அவர்களின் மதம், பண்பாடு, கலை, கலாசாரம், கோவில்கள், சொத்துக்கள், அரச மாளிகைகள் யாவுமே அழிவுக்கு உட்படுத்தப்பட்டு, பலரின் உயிர்களும் போத்துக்கீச ஆக்கிரமிப்புக் காரரினால் பறிக்கப்படுகின்ற ஒரு மிகக் கொடுமையான சூழ்நிலைக்குத் தமிழர் தேசம் தள்ளப்படுவதற்கான ஆரம்பமாகவும் மேற்படி உடன்படிக்கை அமைந்தது.

எதிர்மனசிங்கன் ஒரு சிக்கலான சூழ்நிலைக்கு மேற்படி உடன்படிக்கையின் விளைவாகத் தள்ளப்பட்டான். போத்துக்கீசரின் மேலாதிக்கத்தை ஏற்று வருடாவருடம் திறை அனுப்ப வேண்டும். மன்னாரிலுள்ள முத்துக்குளிப்பு வர்த்தகம் போத்துக்கீசர் வசமாகியதால் பெருமளவு வருமானத்தை இழந்தான். அவனுடைய கப்பல்கள் யாவும் அழிக்கப்பட்டதன் விளைவாக வர்த்தக நடவடிக்கையில் மேற்கொண்டு ஈடுபடவோ அல்லது சிறந்த கடற்படையை வைத்திருக்கவோ அவனால் முடியவில்லை. எல்லாவற்றிற்கும் மேலாக மிசனரிமாரின் தீவிர மதமாற்ற நடவடிக்கைகளுக்கும், ஆக்கிரமிப்பு நடவடிக்கைகளுக்கும் எதிர்ப்புத் தெரிவிக்கவும் மன்னனால் முடியவில்லை. உதாரணமாக, 1604 ம் ஆண்டு ஊர்கவற்துறையில் இருந்த ஓர் ஆச்சிரமம் ஊர் மக்களின் எதிர்ப்பினால் எரிக்கப்பட்டது. ஆனால், கத்தோலிக்கப் பாதிரிமார் மன்னனைக் கொண்டு அதே இடத்தில் பாரிய தேவாலயமொன்றைக் கட்டாயப்படுத்திக் கட்டுவித்தனர். அதேபோன்று 1614 இல் பீற்றோ பெற்றான்சர் (Pedro Betancor) என்ற கத்தோலிக்கப் பாதிரியார் பண்ணைத்துறையில் முஸ்லீம்களுக்குச் சொந்தமாக இருந்த ஒரு பள்ளிக் கட்டிடத்திலும், அதன் நிலத்திலும் பேராசை கொண்டு, அதனைப் பெற முஸ்லீம்களை நாடினார். அவர்கள் அதைக் கொடுக்க மறுக்கவே, அம் முஸ்லீம் பள்ளியைத் தீயிட்டுக் கொளுத்தினார். அத்தோடு அரசனுக்கு அழுத்தம் கொடுத்து, அம் முஸ்லீம் மக்களையும் அங்கிருந்து அகற்றினார். மேற்படி மிசனரிமாரின் நடவடிக்கைகள் எவ்வளவு தூரம் நியாயமற்றதாகவும், கடும் போக்குள்ளதாகவும், கொடுமை நிறைந்ததாகவும் காணப்பட்டது என்பதை எடுத்துக் காட்டுகின்றன. அத்தோடு மன்னன் கத்தோலிக்கப் பாதிரிமாரின் கைப்பொம்மையாக, எதுவித வலுவுமற்றவனாகக் காணப்படுகின்றான். மேலும், இது மன்னனின் அரசியல் ஆதிக்கத்திற்கே பெருஞ் சவாலாக அமைவதையும் காட்டுகின்றது. சைவ சமயத்தவனான மன்னன் தனது சைவ மக்களின் துன்பங்களைக் களைய முடியாதவாறும், அவர்களைத் திருப்பதிப்படுத்த முடியாமலும் திண்டாடு

வதையும் அவதானிக்க முடிகின்றது. அத்தோடு, பெருகிவரும் உள்ளூர் கிறிஸ்தவர்களின் தொகை மன்னனுக்கு ஒரு பாதுகாப்பற்ற சூழ்நிலையையும், ஆபத்தையும் அளிப்பதாக பல வழிகளில் காணப்படுகின்றது. உதாரணமாக, இக் காலப்பகுதியில் யாழ்ப்பாணத்திலிருந்து 800 கிறிஸ்தவர்கள் ஊர்காவற்றுறைக்கு குடிபெயர்ந்து சென்ற நிகழ்வு போத்துக்கீசருக்குப் பலத்தையும், அவர்களின் கடற்பலத்தைப் பாதுகாக்கவும் உதவியது.

எதிர்மனசிங்கனின் விசுவாசத்தில் போத்துக்கீசருக்கு 1595 களில் இருந்தே சந்தேகங்கள் எழுந்த வண்ணம் இருந்ததை அவதானிக்க முடிகிறது. மன்னன் சைவர்களை ஆதரிப்பதை மிசனிரிமார்களினால் சகித்துக்கொள்ள முடியவில்லை. அத்துடன் போத்துக்கீசருக்கு எதிராகப் போராடிய விமலதர்மசூரியன் (1593-1604), செனரதன் (1604-1635) போன்ற கண்டி மன்னர்களுக்கு தென் இந்தியாவிலிருந்து ஆயுத உதவி, படையுதவி என்பன யாழ்ப்பாணத்திற்கு ஊடாகக் கொண்டு செல்வதற்கு, யாழ்ப்பாண மன்னன் எதிர்மனசிங்கன் அனுமதி வழங்கியிருந்தான். இவ்வாறான நடவடிக்கைகள் மூலம் போத்துக்கீசர் எதிர்மனசிங்கனின் மேல் மிகுந்த சந்தேகம் கொள்ளத் தொடங்கினர். இதன் விளைவாக 1614 இல், எதிர்மனசிங்கனை அரசிலிருந்து நீக்குமாறு போத்துக்கீச மன்னன் படைத்தளபதிக்குக் கட்டளை அனுப்பினான்.[51] ஆனால் தமக்கு வருமானம் குறைந்துவிடும் என எண்ணிய படைத் தளபதி உடனடியாக மன்னனின் கட்டளையை நிறைவேற்றவில்லை. ஆனால், எதிர்மனசிங்கன் 1617 இல் மரணமடைந்தான். எதிர்மனசிங்கனின் சகோதரன் அரசகேசரி தன்னை மன்னனாக்கும்படி கோவாவிலுள்ள போத்துக்கீச வைஸ்ரோ யிடம் வேண்டுகோள் விடுத்தான். ஆனால், போத்துக்கீசரை எதிர்த்தவர்களின் தலைவனான எதிர்மனசிங்கனின் மருமகன் சங்கிலிகுமாரன் அரசைக் கைப்பற்றிக் கொண்டான்.[52] சங்கிலிகுமாரன் தனது இரு சொந்தக் கிராமங்களைக் கிறிஸ்தவ மிசனிரிமாருக்கு வழங்கியதாலும், கண்டி மன்னனுக்கு உதவிகள் வழங்கமாட்டேன் எனப் போத்துக்கீசருக்கு உறுதிமொழி வழங்கியதாலும், அவன் அரசனாவதைப் போத்துக்கீசர் எதிர்க்கவில்லை. அதே வேளையில் போத்துக்கீசர், கோட்டை அரசில் தமக்கு எதிராக எழுச்சிபெற்ற கிளர்ச்சியாளர்களை அடக்குவதில் அதிகக் கவனம் செலுத்திக் கொண்டிருந்தமையும், அவர்கள் யாழ்ப்பாண அரச விவகாரத்தில் தலையிட முடியாமற் போயிற்று.[53] இதே வேளையில், 1618 இல், சின்ன மிகாப் புள்ளை ஆராச்சி (Sinna Migapulle Aracci) என்பவன் கிறிஸ்தவ மதத்தைத் தழுவி டொம் லூயி(Dom Louis) எனும் பெயருடன் பல கிறிஸ்தவ முதலிமாரையும் ஒருங்கிணைத்து சங்கிலிகுமாரனுக்கு எதிராகப் படையெடுத்தான். சங்கிலிகுமாரன் ஊர்காவற்றுறைக்குத் தப்பி ஓடி அங்கிருந்து மன்னாரிலுள்ள போத்துக்கீசத் தளபதி யிடம் படையுதவி கேட்டான். ஆனால் அவன் கிறிஸ்தவ முதலிமார்களுக்கு எதிராகச் செயற்படத் தயாராக இருக்கவில்லை. இதனால் சங்கிலிகுமாரன் தஞ்சாவூர் நாயக்கர்களிடம் 5000 போர்வீரர்களைப் பெற்று மேற்படி எதிரிகளை அடக்கினான்.[54] இந் நிகழ்வு போத்துக்கீச வைஸ்ரோய் டொம் ஜோ கொட்டினோ (Dom Joao Coutino) யாழ்ப்பாணத்தைக் கைப்பற்ற வேண்டிய அவசியத்தை உணர்த்தியது. இதே வேளையில் இலங்கைப் போத்துக்கீசத் தளபதி கொன்ஸ்தாந்தினோ த ச நொறன்கா (Constantino de Sa Noranha) யாழ்ப்பாண அரசைக் கைப்பற்றும் பொறுப்பை ஏற்றுக்கொண்டான்.[55]

இவ் வேளையில் யாழ்ப்பாண மன்னன் போத்துக்கீசருக்கு எதிராகக் கூலிப் படைகளையும், போர்க் கருவிகளையும் பெறுகின்றான் என்ற செய்தி நொறன்காவிற்கு எட்டியது. அத்துடன், போத்துக்கீசருக்கு எதிராகப் போர்புரிய கண்டி மன்னன் புலிக்கட்டில் (Pulicut) உள்ள மற்றுமொரு ஐரோப்பியரான டச்சுக்காரருடன் தொடர்பு களை ஏற்கெனவே ஏற்படுத்தியிருந்தான் என்றும், அவனுக்கு யாழ்ப்பாண மன்னன் உதவிகளை வழங்க உடன்பட்டுள்ளான் என்றும் நொறன்காவிற்குத் தகவல்கள் எட்டியதாகவும் அறியமுடிகிறது. இறுதியாக 1619 இல் சங்கிலிகுமாரனின் வேண்டு கோளின்படி கள்ளிக்கோட்டையிலிருந்து ஐந்து போர்க்கப்பல்களில் வந்த படையினர் யாழ்ப்பாணக் கரையோரங்களில் நங்கூரமிட்டு இருந்து போத்துக்கீசக் கப்பல்களைத் தாக்கி அழிப்பதாக மன்னாரில் உள்ள போத்துக்கீசத் தளபதி, நொறன்காவுக்குத் தெரிவித்தான். மேற்படி நடவடிக்கைகள் போத்துக்கீச ஆதிக்கம் இலங்கையில் அறவே இல்லாமற்போக வழிவகுக்கும் என்று நிச்சயம் நொறன்கா நம்பியிருப்பான். தமக்கு எதிரான அத்தனை எதிரிகளையும் ஒட்டுமொத்தமாக ஒழிக்க உடனே நடவடிக்கை எடுத்தான். அத்தோடு, இலங்கை முழுவதையும் தன் ஆதிக்கத்தின் கீழ் கொண்டு வரவேண்டும் என்றும் நொறன்கா பேராசைப்பட்டான்.[56]

சங்கிலி மன்னன் போத்துக்கீசருக்குச் செலுத்தவேண்டிய வருடாந்தக் கப்பமும் நிலுவையில் இருந்தது. இக் காரணத்தை வைத்து நொறன்கா, சிங்களக் கூலிப் படைகள் உள்ளிட்ட 5000 போர்வீரர்களைக் கொழும்பிலிருந்து பிலிப் த ஒலிவேறா (Filipe de Oliveira) தலைமையில் யாழ்பாணம் நோக்கி அனுப்பினான்.[57] ஒரு பிரிவினர் கடல் வழியாகவும், மறுபிரிவினர் தரைவழியாகவும் அனுப்பப்பட்டனர். கடல்வழியாக வந்த படை, மேற்குக் கரையோர வழியாக கடல்மார்க்கப் பாதுகாப்பை வழங்கியது. தரைவழியாக வந்த படை பூனேரி வழியாக வந்து யாழ்ப்பாணத்தை அடைந்தது. சங்கிலியின் கீழிருந்த தஞ்சாவூர்ப் படைகளை அடக்கி சங்கிலி தரவேண்டிய கப்பப் பணத்தை அறவிடும்படி நொறன்கா ஒலிவேறாவுக்குப் பணித்திருந்தான். சங்கிலி நிலைமையை அறிந்து உடனடியாக நிலுவையில் இருந்த கப்பத் தொகையில் ஒரு பகுதியை ஒலிவேறாவிடம் கையளித்தான். மேலும், ஒலிவேறா தஞ்சாவூர்ப் படைகளை உடனே தன்னிடம் ஒப்படைக்குமாறு பணித்தான். சங்கிலி தானே அப்படைகளை இந்தியாவுக்குத் திருப்பி அனுப்புவதாக உறுதிமொழி வழங்கினான். ஒலிவேறா, தனது படைகளை மீளப் பெற்றுக்கொள்வதற்குப் பதிலாக, வண்ணார் பண்ணையை நோக்கி நகர்த்தினான். அங்கிருந்த தமிழர் படைக்கும் போத்துக்கீசப் படைகளுக்குமிடையில் போர் தொடங்கியது. தமிழர் படை போத்துக்கீசப் படை களினால் அழிக்கப்பட்டது. தென்னிந்தியப் படைகள் தமது நாட்டிற்குத் திரும்பின. சங்கிலிகுமாரன் தன் குடும்பத்தினருடனும், செல்வங்களுடனும் இந்தியாவிற்குத் தப்பியோட முயற்சித்தான். அன்றைய சம்பவம் இயற்கையும் அவனுக்கு எதிரியாக அமைந்ததைக் புலப்படுத்தியது. சங்கிலிகுமாரனைக் கடலில் வைத்துப் போத்துக் கீசப் படைகள் கைதுசெய்து கோவாவிற்குக் கொண்டுசென்று, அங்கு அவனைத் தூக்கிலிட்டுக் கொன்றனர்.[58,59] கோவாவில் சங்கிலி மன்னனைத் தூக்கிலிடுவதற்கு முன்பு அவனைக் கத்தோலிக்க மதத்திற்கு மாறும்படி வற்புறுத்தியிருக்கின்றார்கள். ஆனால் சங்கிலிமன்னன் இறுதிவரை கத்தோலிக்க மதத்திற்குத் தன்னை மாற்றிக் கொள்ளவில்லை என்பதனையே ஆவணங்களின் மூலம் அறியமுடிகிறது. சங்கிலி

அவ்வாறு மதம் மாறியிருந்தால் அவன் கோவாவிலேயே கத்தோலிக்க முறைப்படி அடக்கம் செய்யப்பட்டிருப்பான். பதினேழாம் நூற்றாண்டிலே, கோவாவில் இருந்த அரச வம்சத்தினர், போத்துக்கீசத் தளபதிகள், வைஸ்ரோய்கள், கத்தோலிக்கப் பாதிரிமார்கள், உள்ளூர் அரசர்கள் யாவருமே பழைய கோவா என இன்று அழைக்கப்படும் இடத்திலுள்ள சென்ற். பிரான்சிஸ் தேவாலயத்திற்றான் அடக்கம் செய்யப்பட்டார்கள். அவ்வாறு அடக்கம் செய்யப்பட்ட அத்தனை பேர்களுடைய விபரங்களும் அடங்கிய பட்டியல் அங்கே இன்றும் இருக்கின்றது. அவற்றில் சங்கிலிமன்னன் பெயர் காணப்படவில்லை. மேலும், அடக்கம் செய்யப்பட்டவர் களுக்கெனத் தனித்தனியாகக் கல்லறைகள் எழுப்பப்பட்டு, அதில் அடக்கம் செய்யப் பட்டவர்களின் விபரங்களும் எழுதப்பட்டுள்ளன. முழுமையான ஆய்வுகளை நூலாசிரியர் மேற்கொண்டும், சங்கிலிமன்னன் அடக்கம் செய்யப்பட்டதற்கான ஆதாரம் எதுவும் அங்கு காணப்படவில்லை. மேலும், சங்கிலி கத்தோலிக்க மதத் திற்கு மாற்றப்பட்டதாக எவ்வித ஆவணங்களும் அங்கு காணப்படவில்லை என்பதும் குறிப்பிடத் தக்கது.

சங்கிலி தப்பியோடும்போது கொண்டு சென்ற விலைமதிப்பற்ற பொருட்கள், தங்க நகைகள், பணம் என்பன போத்துக்கீசப் படைகளினால் அபகரிக்கப்பட்டன. அப் பொருட்களின் விபரங்கள் ஒரு நீண்ட பட்டியலாக எழுதப்பட்டு, அது கோவாவிலுள்ள ஆவணக் காப்பகத்தில் பாதுகாக்கப்பட்டு வருகின்றது.[60] அவ்வாறு பறிமுதல் செய்யப்பட்ட செல்வத்தின் பெறுமதி பெருந்தொகையாக இருந்ததன் விளைவாக, சங்கிலியைக் கைப்பற்றிய ஒலிவேறாவுக்கு அதிக சன்மானம் அத் தொகையிலிருந்து வழங்கப்பட்டதாகவும், போர்வீரர்கள் ஒவ்வொருவருக்கும் குறிப்பிடப்பட்டளவு தொகை வழங்கப்பட்டதாகவும் அறியமுடிகிறது. மேலும் சங்கிலி யிடமிருந்து அபகரிக்கப்பட்ட செல்வம் ஒரு வருடத்திற்கு இலங்கையில் போத்துக் கீசருக்கு ஏற்படும் சகல செலவுகளையும் செய்வதற்குப் போதுமானதாக இருந்த தாகவும், மேற்படி ஆவணங்கள் மூலம் அறியமுடிகிறது.

சங்கிலிகுமாரனுடைய எதிர்ப்பு இத்துடன் முடிந்தது. ஒலிவேறா நல்லூரிலிருந்த சைவக் கோவிலில் தனது அலுவலகத்தை அமைத்துக் கொண்டான். 1619 இல், தமிழர்களின் சகலவிதமான எதிர்ப்புக்களும் முடிவுக்கு வந்தன. யாழ்ப்பாண இராச்சி யத்தின் ஆட்சி அதிகாரம் போத்துக்கீசரால் முற்றாக அழிக்கப்பட்டது. யாழ்ப்பாண இராச்சியம் போத்துக்கீச இராச்சியத்துடன் இணைத்துக் கொள்ளப்பட்டது என ஒலிவேறா பகிரங்கமாக அறிவித்தான்

இச் சந்தர்ப்பதில் யாழ்ப்பாணத்தைக் கைப்பற்ற வேண்டிய அவசியம் ஏன் போத்துக்கீசருக்கு ஏற்பட்டது என்பதனை நோக்குவது அவசியமாகும். முதலாவதாக, மன்னார் முத்து வர்த்தகத்தை எப்படியும் தம் வசமாக்க வேண்டுமென்ற பேராசை, கோட்டையில் போத்துக்கீசர் மேலாதிக்கம் ஏற்பட்டதோடு மிகத் தீவிரமடைந்தது. கோட்டையிலிருந்து பெறும் கறுவா போன்ற வாசனைத் திரவியங்களிலிருந்து பெற்ற அதிக வருமானமும், கோட்டை மன்னர்கள் கொடுத்த வருடாந்தத் திறைகளும் நிச்சயம் போத்துக்கீசருக்கு பெரும் பேராசையைத் தூண்டிய விடயங்களாகும். அவ்வாறான ஒரு பேராசை அவர்களை யாழ்ப்பாண அரசைக் கைப்பற்றி மன்னார் முத்து வர்த்தகத்தைத் தமதாக்கி, யாழ்ப்பாண மன்னனிடமிருந்து திறையாகப்

பெருந்தொகைப் பணத்தையும், விலைமதிப்பற்ற யானைகளையும் பெறலாம் என்ற அவா மேலோங்கி இருந்தது என்பதனை மேற்கூறப்பட்ட பல்வேறு விடயங்களிலிருந்து அறியமுடிகிறது. மன்னாரில் 1560 களில் போத்துக்கீசர் நிலைகொள்ள வாய்ப்பளித்த தன் பயனாக, அவர்கள் தென்னாசிய, தென் கிழக்காசிய வர்த்தகத்தில் தம்மை இலகுவாக ஈடுபடுத்த முடிந்தது. ஆனால் யாழ்ப்பாண அரசர்களின் தலையீடுகளும், படையெடுப்புக்களும் போத்துக்கீசருக்கு நெருக்கடியைக் கொடுத்தவண்ணம் இருந்தன. யாழ்ப்பாண இராச்சியத்தையும் கைப்பற்றிவிட்டால் அவ்வாறான நெருக்கடியிலிருந்து விடுபட்டு, இந்தியாவிலும் இலங்கையிலும் தாம் சுதந்திரமாக நடமாடி அந்நாட்டு வருமானங்களைப் பெற்று, வர்த்தத்தினூடாகவும் அதிக வருமானத்தை ஈட்டமுடியும் என்ற பேராசை ஒரு முக்கிய காரணமாக இருந்திருக்கின்றது. போத்துக்கீசருக்கு, இந்து சமுத்திரக் கடற்பிராந்தியத்தில், குறிப்பாக இந்தியாவின் மேற்கு, கிழக்குக் கரையோரத் துறைமுகங்களோடு தொடர்புகளை ஏற்படுத்துவது, ஒரு பாரிய சவாலாக இருந்தது. யாழ்ப்பாண அரசு கைப்பற்றப்பட்டால், அவ்வாறான இராணுவ, வர்த்தகப் போக்குவரத்துத் தொடர்புகளுக்கு மிக இலகுவானதாகவும், இந்தியா, இலங்கை, மலாக்கா, தென்கிழக்காசியா போன்ற நாடுகளைத் தொடர்ந்து அடிமைப் படுத்தவதற்கு மிகவும் வாய்ப்பாகவும் அமையும் என்பதைப் போத்துக்கீசர் கருதிய தன் விளைவும், யாழ்ப்பாண இராச்சியத்தைக் கைப்பற்றுவதற்குரிய முக்கிய காரணங்களில் ஒன்றாகும். மேலும், கோட்டை இராச்சியம், 1543 இல் போத்துக்கீச மேலாண்மையை ஏற்றிருந்தது. அத்தோடு கோட்டை மன்னன் தர்மபாலனின் மரண சாசனப்படி 1597 இல் கோட்டை போத்துக்கீச முடிக்குரியதாகியது. யாழ்ப்பாண இராச்சியத்தையும் கைப்பற்றிவிட்டால், இலங்கையின் கரையோரப் பிரதேசங்கள் அனைத்தும் தம்வசம் வந்துவிடும் என்ற எதிர்பார்ப்பும் அவர்களுக்கு இருந்தது. அவ்வாறான ஒரு நிலையில் தமக்கு எதிரான கண்டி இராச்சியத்தைக் கைப்பற்று வதற்கு மிக இலகுவாக அமையும் என்றும், கண்டி இராச்சியம் கைப்பற்றப்பட்டால் இலங்கை முழுவதும் தமது ஆளுகைக்கு உட்பட்ட நாடாக வரும் என்ற ஒரு பாரிய திட்டமும், யாழ்ப்பாண அரசைக் கைப்பற்றக் காரணமாக அமைந்தது. இவ்வாறான ஒரு நிலையில், தமது வர்த்தகத்துடன் போட்டியிடும் இலங்கை, தென்னிந்திய முஸ்லீம் வர்த்தகர்களின் மேலாதிக்கத்தைத் தடுத்து நிறுத்தி, தாமே வர்த்தகத்தின் ஏகபோக உரிமையைப் பெற்று அதிக இலாபம் பெறலாம் என்ற பேராசை போத்துக்கீசர் யாழ்ப்பாண அரசைக் கைப்பற்றக் காரணமாகவும் இருந்தது. செல்வம் சேர்ப்பதும், கத்தோலிக்க மதத்தைப் பரப்புவதுமே போத்துக்கீசரின் ஆசிய நாடுகளுக்கான பயணத்தின் முக்கிய நோக்கமாக இருந்தது. அரசியல், வர்த்தக நோக்கம் நிறைவேறும் பட்சத்தில் தமது மதத்தைப் பரப்புவதும் அவர்களுக்கு முக்கியமாக இருந்தது. மன்னாரில் ஏற்கெனவே கிறிஸ்தவ மதமாற்ற நடவடிக்கை களை மேற்கொண்டு, அங்கு வெற்றிபெற்ற போத்துக்கீசருக்கு, செறிவாக மக்கள் வாழும் யாழ்ப்பாணப் பிரதேசத்திலும் தமது மதத்தைப் பரப்ப வேண்டும் என்ற அதிதீவிர நோக்கமும், யாழ்ப்பாண அரசைக் கைப்பற்றக் காரணமாக அமைந்தது.

இவ்வாறான ஒரு பின்னணியில், எவ்வாறான காரணிகள் யாழ்ப்பாண இராச்சிய மன்னர் தமது இராச்சியத்தைப் போத்துக்கீசர் வசம் இழக்கவேண்டிய நிலைமை ஏற்பட்டது என்பதனையும் நோக்குவது அவசியமாகும். முதலாவதாக, 1560 இல்

யாழ்ப்பாண இராச்சிய மன்னர், போத்துக்கீசருக்குத் திறைசெலுத்த ஒப்புக் கொண்டமை, அவர்களின் பொருளாதாரத்தைத் தளர வைத்தது. அத்தோடு மன்னார் போத்துக்கீசர் வசமாகிய நிகழ்வினால், அதுவரையும் முத்து வர்த்தகத்தின் மூலம் பெற்ற பெருந்தொகை வருமானத்தை யாழ்ப்பாண அரசு இழந்தது. இதுவே யாழ்ப்பாண அரசு பொருளாதார ரீதியாக ஆட்டம் கண்டமைக்குரிய அடிப்படைக் காரணமாகும். அத்தோடு மன்னாரில் போத்துக்கீசர் தமது படைகளை நிறுத்தி, அப்படைகள் மூலம் கரையோரப் பிரதேசங்களை வேவு பார்த்து, யாழ்ப்பாண அரசனுக்கு எதுவித இராணுவ, பிற உதவிகள் தென்னிந்தியாவிலிருந்து வராத வண்ணம் பார்த்துக் கொண்டனர். தேவையான நேரத்தில், தென்னிந்தியாவிலிருந்து இராணுவ உதவிகளைப் பெறுவதில் யாழ்ப்பாண அரசர்கள் பெருஞ் சிரமப் பட்டார்கள். மேலும், கோட்டையும், மன்னாரும் போத்துக்கீசர் வசம் இருந்தபடியால் தரை மார்க்கமாகவும், கடல் மார்க்கமாகவும் போத்துக்கீசப் படைகள் இலகுவாக வந்து இருமுனைத் தாக்குதல்களை யாழ்ப்பாண அரசிற்கு எதிராகத் தொடுக்கக் கூடியதாக இருந்தது. கோட்டை இராச்சியம் கடற்கரையோரமாக இருந்ததன் விளைவே அவ் இராச்சியத்தைப் போத்துக்கீசர் இலகுவில் கைப்பற்ற வாய்ப் பளித்தது. யாழ்ப்பாண இராச்சியமும், சாதகமான ஒரு புவியியல் சூழ்நிலையைப் போத்துக்கீசருக்கு வழங்கியது. கண்டி இராச்சியம் இறுதிவரை போத்துக்கீசரால் கைப்பற்றப்படாமல் இருந்தமைக்கு, அவ் இராச்சியத்தின் புவியியற் பின்னணியும் ஒரு முக்கிய காரணமாக அமைந்தது. டச்சுக்காரர்களின் ஆசியா நோக்கிய பயணங்களும் அவர்கள் 1610 இல் இந்தியாவிலுள்ள புலிக்கட்டில் (Pulicat) தமது நடவடிக்கைகளில் ஈடுபட்டமையும், தெற்கிலுள்ள சிங்கள இராச்சியங்கள் போத்துக்கீசருக்கு எதிராக டச்சுக்காரரின் உதவியை நாடுவதாக போத்துக்கீசர் அறிந்தமையும், அவர்கள் யாழ்ப்பாண இராச்சியத்தைக் கைப்பற்றி அதனூடாக முழு இலங்கையையும் வசமாக்கத் தம்மைத் தயார்படுத்தியதாகவும் அறிய முடிகிறது. அத்தோடு போத்துக்கீசரின் இராணுவபலம், குறிப்பாக துப்பாக்கி, வெடி பொருள், கனரக ஆயுதங்கள் கொண்ட தரைப்படை, கடற்படைக்கு முன் யாழ்ப்பாண அரச படைகள் கத்தி, வாள், அம்பு, ஈட்டி போன்றவற்றை வைத்துக்கொண்டு அவர்களை எதிர்க்க முடியாமற் போய்விட்டது. போத்துக்கீசப் படைகள் எண்ணிக்கையில் குறைவாக இருந்தபோதிலும், கோட்டையிலிருந்து சிங்களக் கூலிப்படைகளை (lascarians) ஆயிரக்கணக்கில் போத்துக்கீசத் தளபதி பெற்று யாழ்ப்பாண இராச்சியத்தைத் தாக்கி அழிக்கப் பயன்படுத்தினான். அத்தோடு மட்டுமல்லாமல், மன்னாரில் மதம்மாறிய தமிழ்க் கத்தோலிக்கர்களும், யாழ்ப் பாணத்தில் மதம்மாறிய தமிழ்க் கத்தோலிக்கர்களும், குறிப்பாக மேல்மட்ட வர்க்கத் திலிருந்த முதலிமார்களும், போத்துக்கீச அந்நிய சக்திகளுக்கு விலைபோய், யாழ்ப்பாண இராச்சிய வீழ்ச்சிக்கும், அழிவுக்கும் காரணமாக இருந்திருக் கின்றார்கள். இறுதியாக, முதலாவது சங்கிலி மன்னனின் ஆட்சிக்குப் பின் ஒரு வலுவான, திறமையுள்ள, நாட்டுப் பற்றுள்ள அரசன் யாழ்ப்பாண இராச்சியத்தை ஆளவில்லை. அரச கட்டிலுக்காகவும், பதவிக்காகவும் தமக்குள்ளே போட்டி போடுகின்ற நிலைமையும், அரசகட்டில் ஏறுவதற்காகப் போத்துக்கீசரிடம் போய் உதவி கேட்கின்ற நிலைமையுமே காணப்பட்டது. இவ்வாறான பலவீனங்களும்

சுயநலப் போக்கும், யாழ்ப்பாண அரசர் போத்துக்கீசரிடம் தோற்றுப் போனதற்கு காரணங்களாக அமைந்தன. யாழ்ப்பாண அரசர், போத்துக்கீசருடனான சண்டைகளுக்கு, தஞ்சாவூர் நாயக்கரின் படை உதவிகளையும், கள்ளிக்கோட்டை சமோரினின் படை உதவிகளையும் அடிக்கடி பெற்றுப் போர் புரிந்தமைபற்றி மேலே கூறப்பட்டது. ஆனால் யாழ்ப்பாண அரசர் தம் சொந்த மக்களைத் திரட்டி, நல்ல கட்டுக்கோப்பான, திறமைவாய்ந்த, நாட்டுப்பற்றுள்ள ஓர் உளளூர் இராணுவத்தைக் கட்டியெழுப்பத் தவறியமை நிச்சயமாக அவர்கள் யாழ்ப்பாண இராச்சியத்தை இழந்தமைக்கு மிக முக்கியமான காரணங்களில் ஒன்றாக அமைந்திருக்கின்றது. எல்லாவற்றிற்கும் மேலாகப் போத்துக்கீசரை எதிர்த்துப் போராடுவதற்கு, யாழ்ப்பாண அரசர்கள் பல்வேறு வகைகளில் முயன்றுள்ளார்கள். ஆனால் அவர்களால் கண்டி இராச்சிய மன்னனினதும், படைகளினதும் உதவியைப் போத்துக்கீசருக்கு எதிரான போரில் பயன்படுத்த முடியாமற் போனதுடன், ஆயிரக்கணக்கில் சிங்களக் கூலிப்படைகளைப் போத்துக்கீசர் யாழ்ப்பாண அரசுக்கு எதிரான போரில் பயன்படுத்தியிருக்கின்றனர். ஒரு பொது எதிரியை, அந்நிய ஆதிக்கத்தை நாட்வைிட்டுத் துரத்துவதற்காக யாழ்ப்பாண அரசர்களால் மேற்படி சிங்களக் கூலிப்படைகளைத் தகுந்த முறையில் கையாள முடியாமற் போய்விட்டமையும் யாழ்ப்பாண அரசைப் போத்துக்கீசர் அழிக்கக் காரணமாக இருந்தவைகளில் ஒன்றாகும். எந்தவொரு இறைமையுள்ள தேசமும், நாட்டுப் பற்றுள்ள, தூரநோக்கம் கொண்ட, எந்தச் சந்தர்ப்பத்திலும் அந்நிய சக்திகளிடம் விலைபோகாத ஒரு தலைவனைக் கொண்டு காணப்படவில்லையோ, அந்தத் தேசம் அந்நியர்களிடம் அடிமையாவது தவிர்க்க முடியாததாகும். அதேபோன்று எத் தேசம் ஒரு கட்டுக்கோப்பான, தேசப்பற்றுக் கொண்ட, சொந்த இராணுவத்தைத் தன்னகத்தே கொண்டு காணப்படவில்லையோ, அத்சேம் அந்நியர்கள் கையில் அகப்படுவது தவிர்க்க முயடியாததாகி விடுகின்றது என்பதனையே யாழ்ப்பாண இராச்சியத்தின் வரலாறு புகட்டும் பாடமாக அமைகின்றது என்று கூறுவதில் தவறில்லை.

போத்துக்கீசர் ஆட்சியும், அழிவுகளும்

1619 ம் ஆண்டுடன் யாழ்ப்பாண இராச்சியம் முற்றாகப் போத்துக்கீசர் கைக்கு மாறியதுடன், யாழ்ப்பாண இராச்சியத்தின் கடைசி மன்னன் சங்கிலி குமாரனும், அவனுடைய அரசுரிமை வாரிசுகளும் யாழ்ப்பாண மண்ணிலிருந்து நிரந்தரமாகப் பிரிக்கப்பட்டு, கொழும்புக்குக் கொண்டுவரப்பட்டு, கோவாவிற்கு அனுப்பப்பட்டார்கள்.

> "அரச குடும்பம் சம்பந்தப்பட்ட யாவற்றையுமே இங்கிருந்து அப்புறப்படுத்தி விடுவதே மிகச் சிறந்தது."

என த ஒலிவேறா விளங்கப்படுத்தினான்.[61] இக்கூற்று அவன் யாழ்ப்பாண இராச்சியத்தை அடியோடு அழித்துவிட்டதை உணர்த்துகின்றது.

யாழ்ப்பாண இராச்சியத்தை ஒலிவேறா முற்றாக ஒழித்துக்கட்டி, தனது ஆதிக்கத்தின் கீழ் கொண்டு வந்துவிட்டதாகப் பெருமிதம் அடைந்த வேளையில், அவனுக்குச் சில அதிர்ச்சிகளும் காத்திருந்தன. 1619 களை அடுத்துவரும் இரண்டாண்டு

களில் தஞ்சாவூர் நாயக்கர்களின் படைகள், உள்ளூர் தமிழர்களுடன் சேர்ந்து போத்துக்கீசரை யாழ்ப்பாணத்திலிருந்து அகற்றப் படையெடுத்தமையே அவ் அதிர்ச்சி யாகும். யாழ்ப்பாண இராச்சியம் தமக்குச் சொந்தமாகிய நிலையில் ஒலிவேறா தனது படைகளிற் பலரையும், கூலிப்படைகளில் பெரும்பாலானவர் களையும் கோட் டைக்குத் திருப்பி அனுப்பிவிட்டான். குறைந்தபட்சம் 200 போத்துக் கீசப் படை களையும், 1000 த்துக்குக் குறைவான சிங்களக் கூலிப்படைகளையும் மட்டுமே அவன் யாழ்ப்பாணத்தில் வைத்திருந்தான். ஒலிவேறாவுக்கு பிரதான அனுகூலமாகக் கத்தோலிக்கர்களாக மாற்றப்பட்ட தமிழர் பெரும்பலமாக அவன் பக்கம் நின்றமை, கோட்டையிலிருந்தும், நாகப்பட்டினத்திலிருந்தும் எந்நேரமும் கடல்மார்க்கமாகக் கிடைக்கக்கூடிய போத்துக்கீசப் படையுதவிகளும், வெடி கருவிகளும் கிடைக்கக் கூடியதாக இருந்தமை என்பவற்றின் காரணமாக மேற்படி எதிர்ப்பை அவன் எதிர் கொள்ளும் நிலையில் இருந்தான் என்றே கூறவேண்டும்.

முதலாவது சவாலை சித்திரை 1620 இல் ஒலிவேறா எதிர்நோக்க வேண்டியிருந்தது. 1619 இல் போத்துக்கீசர் யாழ்ப்பாண இராச்சியத்தைத் தமதாக்கிக் கொண்டபோது டொம் லூயி (Dom Louis) என்ற தமிழ்க் கிறிஸ்தவ முதலியார் போத்துக்கீசர் தனக்கு வழங்கிய அதிகாரத்தில் அதிருப்தி கொண்டு காணப்பட்டான். இதன் விளைவாக அவன் தஞ்சாவூர் நாயக்கரிடம் சென்று படையுதவி பெற்று, போத்துக்கீசரை வெளியேற்ற முனைந்தான். தஞ்சாவூர்ப் படைகளையும், உள்ளூர்த் தமிழர்களையும் உள்ளடக்கிய 3000 படைகளுடன் போத்துக்கீசரை எதிர்த்தான். சிறிதளவு படைகளை யாழ்ப்பாணத்தில் இருந்த கிறிஸ்தவ ஆலயத்திலும், நல்லூர்க் கோவிலிலும் ஒலிவேறா நிறுத்தியிருந்தான். இந் நிலைமையில் ஒலிவேறாவுக்கு கோட்டையிலிருந்து போத்துக்கீசப் படைகளும், இலங்கைக் கூலிப்படைகளும் உரியநேரத்தில் யாழ்ப்பாணத்துக்கு வந்து சேர்ந்தன. அந்த வேளையில் நாகப்பட்டினத்திலிருந்து ஆயுத விநியோகமும் உரிய நேரத்தில் யாழ்ப்பாணம் வந்தடைந்தது. அதனால் டொம் லூயியின் படைகளை முற்றாக ஒழிக்க ஒலிவேறா வுக்கு மிக இலகுவாக இருந்தது.[62] ஆனால் டொம் லூயி தனது முயற்சியை இத்துடன் நிறுத்தவில்லை. 1621 இல் மறுபடியும் தஞ்சாவூர் நாயக்கர்களின் படை உதவியுடனும், உள்ளூர்த் தமிழர்களையும் ஒன்றுசேர்த்து ஒலிவேறா மீது போர் தொடுத்தான். ஆனால் ஒலிவேறா இப் போரிலிருந்து நல்லூருக்குப் பின்வாங்கினான். ஏற்கெனவே செய்ததுபோன்று, கோட்டையிலிருந்து போத்துக்கீசப் படைகளையும், சிங்களக் கூலிப்படைகளையும் அவசரமாக வரவழைத்தான். டொம் லூயியின் படைகளை, நல்லூரிலும், கோப்பாயிலும் வைத்து ஒலிவேறா தோற்கடித்தான். மேலும், தஞ்சாவூரிலிருந்து துணைப்படைகள் டொம் லூயியினால் வரவழைக்கப் பட்டன. அச்சுவேலியில் 11 மாசி 1621 இல் இருபகுதியினரும் போரில் ஈடுபட்டனர். அப் போரிலும் டொம் லூயியின் படைகள் ஒலிவேறாவின் படைகளால் தோற்கடிக்கப் பட்டன. இத்துடன் போத்துக்கீசரை யாழ்ப்பாணத்திலிருந்து வெளியேற்றும் டொம் லூயியின் முயற்சியும், தஞ்சாவூர் நாயக்கர்களின் முயற்சியும் கைவிடப்பட்டன.[63]

மேற்படி சம்பவத்தின் பின்னர் யாழ்ப்பாணப் பிரதேசத்தில் போத்துக்கீசர் எதுவித எதிர்ப்புமின்றி 1628 வரை ஆட்சிசெய்தனர். இக் காலப்பகுதியில் ஒலிவேறா, எல்லா வகையிலும் மேலாண்மை செலுத்தும் ஒரு தளபதியாகக் காணப்பட்டான். பல

நூற்றாண்டுகளாக நல்லூரிலிருந்த தமிழர்களின் இராசதானியை ஒலிவேறா 1621 இல் யாழ்ப்பாணத்துக்கு மாற்றினான்.[64] எதிரிகளின் போர் நடவடிக்கையைத் தடுப்ப தற்கும், தலைமயகத்துடன் தொடர்பு வைத்திருப்பதற்கும், தேவை ஏற்படும்போது உதவிப் படைகளைப் பெறுவதற்கும் கடலுக்கு அண்மித்த யாழ்ப்பாண நகர் நல்லூரைவிட முக்கியத்துவம் வாய்ந்து காணப்பட்டது.

மூகல் பெரேரா ஊர்காவற்றுறையில் கோட்டை ஒன்றைக் கட்டியபோதும், யாழ்ப்பாணமே தலைநகரமாக இருந்தது.[65] யாழ்ப்பாணத்தில் ஒரு பிரதான கோட்டையின் அவசியத்தை உணர்ந்த போத்துக்கீசர் 1624 இல் கோட்டை கட்ட ஆரம்பித்தனர்.[66] ஆனால் 1632 வரை அக் கோட்டை கட்டும் வேலை பூரணமாக்கப் படவில்லை என அறியமுடிகிறது.[67]

கோட்டை இராச்சியம் ஏற்கெனவே போத்துக்கீசர் வசமாகிவிட்டது என மேலே கூறப்பட்டது. 1617 களில் கண்டி மன்னனுடன் போத்துக்கீசர் செய்த சமாதான உடன்படிக்கையின்படி, அங்கு தற்காலிக அமைதி நிலவியது. தற்பொழுது மன்னார் உள்ளிட்ட யாழ்ப்பாணப் பிரதேசமும் போத்துக்கீசர் வசமாகிவிட்டது. இந் நிலையில் 1621 களில் இருந்து 1630 கள் வரை போத்துக்கீசரின் கீழ் இருந்த பிரதேசங்களை த ச நொறன்காவே ஆட்சிசெய்தான்.

ஒருபுறத்தில் இலங்கை நிலைமை போத்துக்கீசருக்கு ஒரு தற்காலிக அமைதியை ஏற்படுத்தியபோதிலும், மறுபுறத்தில் ஒரு பேரிடி காத்திருந்தது. ஆனி 1619 இல் ஆங்கிலேய - டச்சு (The Anglo-Dutch) உடன்படிக்கை ஐரோப்பாவில் கைச்சாத்திடப் பட்டது. அரசியல், வர்த்தகக் கூட்டு நடவடிக்கை சம்பந்தமாக இவ் உடன்பாடு ஏற்படுத்தப்பட்டது. இந் நிகழ்வு டச்சுக்காரரின் நடவடிக்கை ஆசிய, ஆபிரிக்க நாடுகளில் இடம்பெறப் போகிறது என்பதைத் தெளிவாகக் காட்டிநிற்கின்றது. 1620 இல் டச்சுக்காரர்கள் போத்துக்கீசரின் காலனித்துவ நாடுகளான பாகியா, அங்கோலா ஆகிய நாடுகளைத் தாக்கினர். இந் நிகழ்வு, போத்துக்கீசருக்கு அதிக செலவினங் களையும், பெரும் படை நகர்வுகளையும் ஏற்படுத்தின.[68] தொடர்ந்து 1622 இல் ஆங்கிலேய - டச்சுப் படையினர் மேலும் ஒரு போத்துக்கீசக் காலனியான மொசாம் பிக்கைத் தாக்கிப் போத்துக்கீசப் படைகளுக்குப் பெரும் அழிவை ஏற்படுத்தினர். மேலும் மேற்படி கூட்டுப்படையினர் கோவாவிலிருந்து வருடம் ஒருமுறை லிஸ்பனு க்குப் போகும் போத்துக்கீசரின் சரக்குக் கப்பல்களை 1622 - 1623 களில் தொடர்ச்சி யாக நான்கு மாதங்களுக்குச் செல்லவிடாது தடைபோட்டனர்.[69] இதேவேளை பாரசீகப் படையினருக்கு ஆங்கிலப் படையினர் 1622 களில் ஓமுஸ்ஸை (Ormuz) கைப்பற்ற உதவியிருந்தனர். பாரசீகக் குடாவில் போத்துக்கீசருக்கு இருந்த ஆதிக்கம் பறிக்கப் பட்ட நிகழ்வு, அவர்களுக்கு மிகப் பாரிய உளவியல் ரீதியான தாக்கத்தை ஏற் படுத்தக் காரணமாயிற்று. அடுத்து வருகின்ற வருடங்களில் பாரசீகக் குடாவைத் திரும்பப் பெற்றுத் தமது மேலாண்மையை அங்கு பாதுகாப்பது என்பது போத்துக் கீசருக்கு பெரும் சவாலாக அமையப் போகின்றது என்ற உளவியற் தாக்கமாகவே அது காணப்பட்டது. மேலும், இம் முயற்சியில் அதிகளவு போர்வீரர்களையும், படை பலத்தையும், பணத்தையும் செலவிட வேண்டியிருப்பதால் இலங்கையின் பாதுகாப்பு நிலை பாதிக்கப்பட்டு இலங்கையை டச்சுக்காரரிடம் இழக்கவேண்டி நேரலாம் என்ற அச்சமும் போத்துக்கீசரிடம் காணப்பட்டது.

இச் சந்தர்ப்பத்தில், கோவாவிலுள்ள போத்துக்கீச வைஸ்ரோய் எழுதிய கடிதம் 1622 இல் போத்துக்கீச மன்னனைச் சென்றடைந்தது. அதாவது, கண்டி மன்னனுக்கு உதவ போத்துக்கீசரை இலங்கையிலிருந்து விரட்டும் பொருட்டு டச்சுக்காரர்களின் கப்பல்களில் ஒன்று 1620 இல் இலங்கைக்கு ஏற்கெனவே வந்து நிலைகொண்டு விட்டதாக அக் கடிதத்தில் குறிப்பிடப்பட்டிருந்தது. இந் நிலையில் போத்துக்கீச மன்னன் உடனடியாக, இலங்கைக் கரையோரங்களைச் சுற்றியுள்ள துறைமுகப் பிரதேசங்களில், பாதுகாப்புக் கருதிக் கோட்டைகளைக் கட்டும்படி கோவாவிலுள்ள வைஸ்ரோயிற்கு கட்டளை அனுப்பினான். திருகோணமலை, மட்டக்களப்பு, வெலிகம, காலி, களுத்துறை, நீர்கொழும்பு, ஊர்காவற்றுறை ஆகிய துறைமுகப் பகுதிகளில் கோட்டை கட்டுவதற்குக் கட்டளையிடப்பட்டது. ஏற்கெனவே கொழும்பிலும் மன்னாரிலும் போத்துக்கீசர் கோட்டைகளைக் கட்டியிருந்தனர் என்பது இங்கே குறிப்பிடத்தக்கது.[70] முதலில் திருகோணமலையில் கோட்டையைக் கட்டும்படி வைஸ்ரோயால் நொறன்காவுக்கு அறிவிக்கப்பட்டது.[71] சித்திரை 1623 இல் நொறன்கா படைபலத்துடனும் ஆறு பீரங்கிகளுடனும் திருகோணமலையை நோக்கிப் புறப்பட்டான்.[72] மன்னார் வழியாக யாழ்ப்பாணம் சென்றடைந்த நொறன்கா ஓரிரு வாரம் அங்கு தங்கியிருந்து, படைகளை ஒழுங்கு படுத்திக்கொண்டு, யாழ்ப்பாணத்தில் இருந்த சிங்களக் கூலிப்படையையும் சேர்த்துக்கொண்டு திருகோணமலையை ஆடி, 1623 இல் சென்றடைந்தான்.[73]

படையைக் கொண்டும், பிரங்கிகளைக் கொண்டும் கோணேஸ்வரர் கோவில் நொறன்காவினால் முற்றாக அழிக்கப்பட்டு, அங்கிருந்த கருங்கற்கள் போத்துக்கீசரின் கோட்டையைக் கட்டப் பயன்படுத்தப்பட்டன.[74] யாழ்ப்பாணப் பிரதேசத்திலிருந்து சுண்ணாம்புக் கற்களும், சுண்ணாம்பும் ஒலிவேறாவினால் திருகோணமலைக்கு அனுப்பி வைக்கப்பட்டன.[75] மேலும் உணவுப் பண்டங்களும், வெடி மருந்துகளும், யாழ்ப்பாணத்திலிருந்த சிங்களப் படைகளும் ஒலிவேறாவினால் திருகோணமலைக்கு அனுப்பி வைக்கப்பட்டன.[76] நான்கு மாதங்களில் திருகோணமலையில் கோட்டை கட்டும் வேலை பூர்த்தியாக்கப்பட்டு, பிரான்சிஸ்கோ பின்ரோ பிமென்ரோ (Franscisco Pinto Pimento) தலைமையில் கோட்டையைக் கையளித்துவிட்டு, சிங்களக் கூலிப் படைகளையும் பாதுகாப்பின் நிமித்தம் இருத்திவிட்டு நொறன்கா கொழும் புக்குத் திரும்பினான்.[77] மேலும், ஏற்கெனவே போத்துக்கீச அரசினால் நொறன்காவிற்கு கட்டளையிட்டபடி, 1625 இல் கோட்டையை அண்மித்துள்ள கரையோரப் பகுதி களாகிய நீர்கொழும்பு, கொழும்பு, களுத்துறை, காலி ஆகிய துறைமுகங்களில் கோட்டைகள் கட்டி முடிக்கப்பட்டு, கோட்டையின் பாதுகாப்புப் பலப்படுத்தப்பட்டது.[78] மட்டக்களப்பில் துறைமுகம் இல்லாத காரணத்தினாலும், ஏற்கெனவே திருகோண மலையில் கோட்டை கட்டப்பட்டதன் விளைவாகவும், மட்டக்களப்பில் கோட்டை கட்டுவதிற் கருத்து முரண்பாடுகள் காணப்பட்டன.[79] இருந்தும் வைஸ்ரோய் கொண்டி த விடுகுவேறா (Conde de Vidiguerra) வின் கட்டளைப்படி, நொறன்கா, 2 ஆடி 1628 இல், 100 போத்துக்கீசப் படைகளுடனும், 2000 சிங்களக் கூலிப்படைகளுடனும் மட்டக்களப்பு ஏரியைச் சென்றடைந்து, அங்கிருந்து மூன்று மைல் தூரத்தில் ஊர்ப் பக்கமாக புளியந்தீவில் கோட்டையைக் கட்டிமுடித்தான்.[80,81] யாழ்ப்பாண இராச்சியத் தினது மறைவுடன், மட்டக்களப்பில் கண்டி மன்னர்கள் மேலாண்மை செலுத்தி

வந்தனர் என அறியமுடிகிறது. ஆனால் 1617 இல், போத்துக்கீசருக்கும் கண்டி மன்னன் செனரத்துக்கும் இடையில் இடம்பெற்ற சமாதான உடன்படிக்கையின் பின், போத்துக்கீசர் மட்டக்களப்புப் பிரதேசத்தையும் தமது ஆணைக்குள் கொண்டு வந்தனர். மேலும் 1628 களில் செனரத் போத்துக்கீசருடன் முரண்பட ஆரம்பித்ததன் விளைவாகவும், கரையோரங்கள் எங்கும் தமது பாதுகாப்பு அரண்கள் இருக்க வேண்டும் என்ற கொள்கையின் அடிப்படையிலும், போத்துக்கீசர் மட்டக்களப்பில் கோட்டையைக் கட்டினர்.

போத்துக்கீச யாழ்ப்பாணத் தளபதி ஒலிவேறா 1627 இல் மரணத்தைத் தழுவிக் கொள்கின்றான். யாழ்ப்பாணப் பிரதேசத்தில் இருந்து நூற்றுக்கணக்கான இந்துக் கோவில்களை இடித்து, அங்குள்ள விலைமதிப்பற்ற செல்வங்கள் யாவற்றையும் சூறையாடிய இத் தளபதியின் மரணம் நிச்சயம் அப் பிரதேச மக்களை மகிழ்ச்சியில் ஆழ்த்தியிருக்க வேண்டும். ஒலிவேறாவின் மரணத்தின்போது, யாழ்ப்பாணத்தில் நூற்றுக்கணக்கான போத்துக்கீசப் போர்வீரர்களும், 5000 க்கும் அதிகமான சிங்களக் கூலிப்படைகளும் இருந்திருக்கின்றார்கள்.[82] மன்னார், மட்டக்களப்பு, திருகோண மலை, நீர்கொழும்பு, புத்தளம் ஆகிய தமிழ்ப் பிரதேசங்களிலும் போத்துக்கீசரின் படைகளும், சிங்களக் கூலிப்படைகளும், போத்துக்கீசரின் காவற் படைகளாக அமர்த்தப்பட்டிருந்தன.[83]

இவ்வாறான ஒரு சூழ்நிலையில் 1627 களில் கண்டி மன்னன் செனரத் போத்துக்கீசரின் ஆதிக்கத்தை இலங்கையில் இருந்து அகற்றவேண்டும் என்ற தனது இறுதி முயற்சியைத் தொடங்குவதை அவதானிக்க முடிகிறது. மேலும் அவனது கண்டிய இராச்சியத்தின் கிழக்குக் கரையோரங்களில் இருந்த துறைமுகப் பகுதிகளான திருகோணமலையையும், மட்டக்களப்பையும் போத்துக்கீசர் முறையே 1623, 1628 களிற் கைப்பற்றியிருந்தனர். இவ்விரு துறைமுகப் பிரதேசங்களையும் விடுவிப்பதன் மூலமே கண்டியைப் போத்துக்கீசரிடமிருந்து பாதுகாக்க முடியும் என்பது செனரத்துக்கு நன்றாகத் தெரிந்திருக்கும். எனவே யாழ்ப்பாணப் பிரதேசத்தைப் போத்துக்கீசரிடமிருந்து கைப்பற்றுவதன் பொருட்டுத்தான் திருகோண மலை, மட்டக்களப்பு பிரதேசங்களை வென்றெடுக்க முடியும் என்றும் செனரத் நினைத்திருக்கக்கூடும் என்பதனையே அவனின் யாழ்ப்பாண, மட்டக்களப்புப் படை யெடுப்புக்கள் காட்டிநிற்கின்றன. யாழ்ப்பாண இராச்சியத்தின் இறுதி மன்னனாகிய சங்கிலிகுமாரனுடைய மகனின் இரு புதல்விகளை கண்டி மன்னன் செனரத்தின் இரு புதல்வர்கள் ஏற்கெனவே திருமணம் செய்திருந்தார்கள். இந்த அடிப்படையில் செனரத் யாழ்ப்பாண இராச்சியத்தின் முடிக்கு அரசுரிமை கோரிப் போரில் ஈடுபடத் திட்டமிட்டிருந்தான். மிகவும் திறமை வாய்ந்த தளபதியான ஒலிவேறாவின் மரணம் செனரத்துக்கு நல்ல சந்தர்ப்பமாகக் காணப்பட்டது. அத்தோடு யாழ்ப்பாணப் பிரதேச மக்கள், இயற்கையாகவே ஒலிவேறாமீது கொண்டிருந்த வெறுப்பினால் செனரத்தின் போர் நடவடிக்கைகளுக்கு மிக உற்சாகத்துடன் தமது பங்களிப்பைச் செய்ய முன்வந்தனர். 1628 இல் செனரத்தின் படையொன்று யாழ்ப்பாணம் சென்று, யாழ்ப்பாணத் தமிழர்களையும் சேர்த்து போத்துக்கீசருடன் போரில் ஈடுபட்டது.[84] 16 புரட்டாதி 1628 இல் இரண்டு பாதிரிமார்கள் கொல்லப்பட்டனர்.[85] 30 க்கும் அதிகமான கத்தோலிக்கத் தேவாலயங்கள் அழிக்கப்பட்டன.[86] ஆத்திரமடைந்த சைவ மக்கள் கத்தோலிக்க

சிலுவைகள், புனித சின்னங்கள் போன்ற கத்தோலிக்க அடையாளங்கள் யாவற்றையும் எரித்துச் சாம்பராக்கினர். ஒலிவேறாவின் பின் யாழ்ப்பாணத் தளபதியாக வந்த லங் கறேற் த செயிசாஸ் (Lan Carate de Seixas) சிங்கள, தமிழ் படைகளின் தீவிரம் கண்டு தனது படையுடன் பின்வாங்கிக் கோட்டைக்குள் ஒளிந்துகொண்டான். பதின் மூன்று நாட்களுக்கு மேலாக யாழ்ப்பாணம் சிங்கள, தமிழ்ப் போர்வீரர்கள் கையில் இருந்தது. சிங்கள, தமிழ்ப் படைகள் மீண்டும் கோட்டையைத் தாக்கின. அவ் வேளையில், செயிசாஸ் அப் படைகள் போருக்குப் பாவித்த ஆயுதங்களின் தன்மையைப் புரிந்துகொண்டு, தமது துப்பாக்கி மற்றும் வெடிபொருட்களை உபயோகித்து ஒரு திடீர்த் தாக்குதலை எதிர்த்தரப்பினர் மீது நடத்தி அதில் வெற்றிகொண்டான் செயிஸாஸ். சிங்களப் படைகள் யாழ்ப்பாணத்திலிருந்து விரட்டப்பட்டன.[87] மேலும், செனரத் 1629 இல் மட்டக்களப்பிற்கு படையெடுப்பொன்றை மேற்கொண்டான். டொம் நொறன்கா அப் படைகளை வெற்றிகொண்டான்.[88] இதே ஆண்டில் செனரத் மீண்டும் ஒரு படையெடுப்பை யாழ்ப்பாணத்தில் மேற்கொண்டான். இப் படையெடுப்பும் போத்துக்கீசரினால் வெற்றி கொள்ளப்பட்டது. சிங்களத் தளபதியும் போத்துக் கீசரினால் கொல்லப்பட்டான்.[89] இதுவே யாழ்ப்பாணத்தில் போத்துக்கீ சருக்கு எதிராக மேற்கொள்ளப்பட்ட இறுதிப் படையெடுப்பாகக் காணப்பட்டது. இதன் பின்னர் போத்துக்கீசர் 1658 இல் இருந்து டச்சுக்காரரினால் வெற்றி கொள்ளப்படும் வரை யாழ்ப்பாணப் பிரதேசம் அவர்களுக்குப் பாதுகாப்பான, பிரச்சனைகள் இல்லாத பிரதேசமாகக் காணப்பட்டது.[90] போத்துக்கீச யாழ்ப்பாணத் தளபதி அன்கொறோட் த செய்யன் (Ancorote de Seiyan) ஐக் கொழும்புக்குப் போகும்படி வைஸ்ரோய் கட்டளையிட்டான். அவனுக்குப் பதிலாக யாழ்ப்பாணத்துத் தளபதியாக மிக்கேல் பெரைறா பொறல்ஹோ (Miguel Pereira Borroalho) நியமிக்கப்பட்டான். போத்துக்கீச புதிய வைஸ்ரோயாக டொம் மிக்கேல் த நொறன்கா (Dom Miguel de Noranha) 1629 இல் நியமிக்கப்பட்டான். அம்புறோசியோ த பெறெயிற்றாஸ் த கமாறா (Ambrosia de Freitas de Camara) என்பவன் யாழ்ப்பாணப் பிரதேசப் புதிய தோம்பை (காணிப் பதிவேடு) தயாரிக்கும்படி புதிய வைஸ்ரோயினால் அனுப்பப்பட்டான். மேற்கண்ட மாற்றங்கள் யாவும் 1630 இல் முடிவடைந்தன.[91]

போத்துக்கீசர் தமிழ்ப் பிரதேசங்களில் எதுவித எதிர்ப்புமின்றி 1658 கள் வரை ஆட்சி செலுத்தினர். இதன் பின்னர் டச்சுக்காரரின் தலையீடு போத்துக்கீசருக்கு ஏற்பட்டது. வைகாசி 1656 இல் கொழும்பை அடுத்த ஐரோப்பியர்களான டச்சுக்காரர் கைப்பற்றிவிட்டனர். மேலும் டச்சுக்காரர் 18 மாசி 1658 இல் றிக்லாப் வன் கோயென்ஸ் (Rijcklaf Van Goens) தலைமையின் கீழ் 12 கப்பல்களிலும், 30 படகுகளிலும் 1100 படையினருடனும் மன்னாரில் வந்து இறங்கினர். 22 மாசி 1658 இல் டச்சுக்காரர் எதுவித சிரமமுன்றி மன்னாரைப் போத்துக்கீசரிடமிருந்து கைப் பற்றினர்.[92] இதன் பின்னர் 850 டச்சுக்காரப் படையினர் வன்னிப் பெருநிலப் பரப்பினூடாக பூநேரியைக் கடந்து யாழ்ப்பாணக் குடாநாட்டை வந்தடைந்தனர். பங்குனி 1658 இல், யாழ்ப்பாணக் கோட்டையைச் சுற்றிவளைத்து முற்றுகையிட்டனர். போத்துக்கீசப் படையினருக்குப் பின்வாங்குவதைத் தவிர வேறுவழி இருக்கவில்லை. காரணம், எதுவித உதவிப் படைகளும் இந்தியாவிலிருந்து வராதவாறு டச்சுக்காரர் தடை போட்டிருந்தனர். போத்துக்கீசப் படைகள் மூன்று மாதங்கள் உணவு, தண்ணீர்,

மருந்து என்பன முடிவுற்ற நிலையில், டச்சுக்காரரிடம் 24 ஆனி 1658 இல் சரணடைந்தனர்.[93] இலங்கையின் தமிழ்ப் பிரதேசமும், தமிழ் மக்களும் சட்டியிலிருந்து தவறி நெருப்புக்குள் வீழ்ந்தமைபோல், முதலாவது அந்நியரான போத்துக்கீசர் ஆதிக்கத்திலும், அழிவிலும் இருந்து தப்பிச் சுரண்டலுக்குப் பெயர்போன ஐரோப்பியரான டச்சுக்காரரின் வலையில் சிக்கினர். இவைபற்றி எதிர்வரும் அத்தியாயங்களில் ஆராயப்படும்.

ஏற்கெனவே குறிப்பிட்டதுபோன்று, போத்துக்கீசர் 1560 களில் மன்னாரைக் கைப்பற்றிக் கொண்டனர். பின்னர் 1591 இல் யாழ்ப்பாணத்தின் மேற் படையெடுத்து, அவ் இராச்சியத்தைத் தம் மேலாண்மையை ஏற்கச் செய்து, யாழ்ப்பாண மன்னனுடன் உடன்படிக்கையும் செய்துகொண்டனர். இறுதியாக 1619 இல் யாழ்ப்பாணப் பிரதேசம் முழுவதையும் போத்துக்கீசர் கைப்பற்றிக் கொண்டனர். மேலும், 1623 இல் திருகோணமலையும், 1628 இல் மட்டக்களப்பும் போத்துக்கீசரின் மேலாண்மையை ஏற்றிருந்தன. இதே காலகட்டத்தில் அப்போது தமிழ்ப் பிரதேசமாக இருந்த வடமேற்குப் பகுதியில், குறிப்பாக நீர்கொழும்பிலும் போத்துக்கீசர் கோட்டையைக் கட்டி அங்கு தமது போர்வீரர்களையும், சிங்களக் கூலிப்படைகளையும் பாதுகாப்பின் பொருட்டு அமர்த்தியிருந்தனர். எனவே இலங்கையின் முக்கிய வடபகுதியாகிய யாழ்ப்பாணக் குடாநாட்டுப் பிரதேசமும், இன்றைய வன்னிப் பெருநிலப் பரப்பின் முக்கிய துறைமுகப் பிரதேசமாகிய மன்னார்ப் பிரதேசமும், வடமேற்குப் பிரதேசங்களும், வடகிழக்குப் பிரதேசங்களின் முக்கிய இடங்களாகிய திருகோணமலை, மட்டக்களப்புப் பிரதேசங்கள் அனைத்தும் போத்துக்கீச ஆளுகைக்குள் விழுந்துவிட்டதைக் காணமுடிகிறது. ஆனால், இன்று வன்னிப் பெருநிலப்பரப்பு என்று அழைக்கப்படும் கிளிநொச்சி மாவட்டம், முல்லைத்தீவு மாவட்டம், வவுனியா மாவட்டம் போன்ற பிரதேசங்கள் போத்துக்கீசர் ஆளுகைக்கு அல்லது மேலாண்மைக்கு உட்படாத பிரதேசங்களாக இருந்திருக்கின்றன என்பதை அவதானிக்க முடிகிறது. இதற்கு முக்கிய காரணம் மேற்படி பிரதேசங்கள் கடற்கரையை அண்டிய பிரதேசங்களாக இல்லாத காரணத் தினாலும், காடுசார்ந்த பிரதேங்களாக இருந்ததாலும் போத்துக்கீசரினால் இப் பிரதேசங் களுக்குள் ஊடுருவ முடியாது இருந்திருக்கின்றன என்று கொள்ள முடிகிறது. அத்தோடு யாழ்ப்பாண மன்னனிடமிருந்து யானைகளையும் போத்துக்கீசர் திறையாகப் பெற்றிருந்தனர். இவ் யானைகள் வன்னிச் சிற்றரசுகளால் யாழ்ப்பாண மன்னருக்குத் திறையாக வருடாவருடம் கொடுக்கப்பட்ட யானைகளாகும். எனவே போத்துக்கீசர் யானைகளைப் பெறுவதோடு திருப்திப் பட்டிருக்கவேண்டும் எனத்தெரிகிறது. மேலும் வன்னிப் பிரதேசம் பரந்துவிரிந்த காடடர்ந்த பிரதேசம். அவ்வாறான பரந்த பிரதேசத்தைக் கட்டிக் காப்பதற்கான படைபலம் போத்துக்கீசரிடம் நிச்சயமாக இருக்கவில்லை என்பதைப் புள்ளிவிபரங்கள் காட்டி நிற்கின்றன. இதன் விளைவாக, போத்துக்கீசரின் ஆரம்ப ஆட்சிக் காலத்திலிருந்து அவர்களின் இறுதிக்கால ஆட்சியின் முற்பகுதிவரை, மேற்படி வன்னிச் சிற்றரசர்கள் தம்மை உரியமுறையில் பலப்படுத்தி, தன்னாதிக்கம் நிறைந்த சிற்றரசுகளாக இருந்திருக்கின்றன என்பதைப் போத்துக்கீச கால ஆட்சியை அடுத்து வருகின்ற டச்சுக்காரர், பிரித்தானியர் ஆட்சிக் காலங்களில் இடம்பெற்ற நிகழ்வுகள் மூலம் அறியமுடிகிறது. இதுபற்றி பேராசிரியர் பத்மநாதன் அவர்கள்,

> "யாழ்ப்பாண மன்னரைத் தொடர்ந்து அதிகாரத்தைப் பெற்றவர்களான போத்துக்கேயர் வன்னியின்மீது தம் மேலாட்சியை நிலைநாட்டுவதிலும், வன்னியரிடமிருந்து திறைபெறுவதிலும் அக்கறை கொண்டிருந்தனர். தங்கள் ஆட்சியின் ஆரம்பத்தில் அவர்களால் இதனைச் சாதிக்க முடியவில்லை. வன்னியர் போத்துக்கேயருக்கு அடங்காது கிளர்ச்சி புரிந்தனர். போத்துக்கேயரின் ஆதிக்கத்தை எதிர்த்த காலத்திலே வன்னியர் தங்கள் மத்தியிற் காணப்பட்ட பகை உணர்வுகளை மறந்து ஒற்றுமையாகச் செயற்பட்டனர். இலங்கையின் வடக்கிலும், வடகிழக்கிலும் உள்ள தமிழர் வாழ்ந்த பிரதேசங்களில் அரசியல், பண்பாடு என்பவற்றை அடிப்படையாகக் கொண்ட ஒருமைப்பாடு உணர்வு உருவாகியது. கருத்து நிலையில் அதன் பயனாக எழுந்த அடங்காப்பற்று என்னும் கோட்பாடானது அரசியல் ரீதியான ஒன்றாகவும், புவியியற் சார்புடைய ஒன்றாகவும் அமைந்தது. அரசியற் கண்ணோட்டத்தில் பார்க்குமிடத்து அது புதிதாக அமையப்பெற்ற அந்நியர் ஆட்சியின் மேலாதிக்க கோரிக்கைகளை நிராகரிக்கின்ற சுயாட்சி உரிமை கொண்ட சிற்றரசுகள் பலவற்றின் தொகுதியாக விளங்கியது. புவியியல் நோக்கில் அது வரையறையான எல்லைகளைக் கொண்ட பிரதேசமொன்றின் பெயராகிவிட்டது" [94]

என்று கூறுவதிலிருந்து, மேற்படி கூற்றை மேலும் விளங்கிக் கொள்ள முடிகிறது.

போத்துக்கீசர் கால வரலாறு பற்றியும், அவர்கள் எவ்வாறு குறிப்பாக யாழ்ப்பாணப் பிரதேசத்தையும், மன்னார், நீர்கொழும்பு, திருகோணமலை, மட்டக களப்பு ஆகிய தமிழ்ப் பிரதேசங்களையும் தமது சொந்த அரசியல், வர்த்தக, சமய நலன்களுக்காக பலாத்காரமாகப் போர்புரிந்து ஈற்றில் தமதாக்கிக் கொண்டார்கள் என்பது பற்றியும், நான்கு நூற்றாண்டுகளுக்கு மேல் வளர்ச்சியுற்று, எழுச்சி பெற்றிருந்த யாழ்ப்பாண இராச்சியத்தை எவ்வாறு அடியோடு அழித்தார்கள் என்பது பற்றியும், அவ் இராச்சியத்தின் கீழிருந்த பிரதேசங்களை எவ்வாறு பறித்தெடுத்தார்கள் என்பதனைப் பற்றியும் இதுவரை ஆராயப்பட்டது.

ஐரோப்பிய போத்துக்கீசரின் ஆசிய நாடுகளுக்கான பயணத்தில் மதமும், வர்த்தகமும் மிக முக்கிய குறிக்கோள்களாகக் காணப்பட்டன. எனவே மதம் சம்பந்தமான நிகழ்வுகளை முதலில் நோக்குவது அவசியமாகின்றது. 1540 களில் இந்திய கிழக்குக் கரையோரங்களில் உள்ள மீனவச் சமூகத்தினரிடையே போத்துக்கீச மிசனரிமார் தமது கத்தோலிக்க மதப்பரம்பல் முயற்சிகளை முன்னின்று நடத்தினர். அதனைத் தொடர்ந்து அவ்வாறான முயற்சிகள் 1543 களில் இலங்கைக் கரையோரங்களிலும் தொடங்கப்பட்டது. போத்துக்கீசரினால் கத்தோலிக்க மதத்தை இந்தியாவில் பரப்புவதன் பொருட்டு கோவாவிற்கு அனுப்பப்பட்ட வண. பிரான்சிஸ் சேவியர் என்ற கத்தோலிக்கப் பாதிரியார் மன்னாருக்கான தன் பயணத்தை மேற்கொண்டார். 1543 இல் போத்துக்கீசருக்கும், சங்கிலி மன்னனுக்கும் இடையில் ஏற்பட்ட உடன்படிக்கையின்படி, சங்கிலி மன்னன் போத்துக்கீசருக்கு வருடந்தோறும் கப்பம் கட்டுவதற்கு ஒப்புக் கொண்டமையின் பலவீனத்தின் அடிப்படையிலேயே போத்துக்கீசர் மன்னாருக்கு மேற்படி பாதிரியாரைக் கத்தோலிக்க மதப்பரம்பல்

நடவடிக்கைகளுக்கு அனுப்பி வைத்தனர்.[95] 600 க்கும் அதிகமான மீனவக் குடும்பத்தைச் சேர்ந்தவர்கள் கத்தோலிக்கராக மதம் மாற்றப்பட்டனர். 1544 இல் சங்கிலி மன்னன் 5000 படைவீரர்களை மன்னாருக்கு அனுப்பி கத்தோலிக்கராக மாறிய எல்லோரையும் கொன்றான். இதனையே போத்துக்கீச ஆவணங்கள் 'மன்னார்ப் படுகொலைகள்' எனக் குறிப்பிடுகின்றன. மன்னாரிலுள்ள தமிழர்கள் தமது சொந்த மதத்தைவிட்டு அந்நிய மதமான கத்தோலிக்க மதத்துக்கு மாறியமை வெறுமனே மதம் சார்ந்ததாக மட்டும் சங்கிலி மன்னனின் பார்வையில் பட்டிருக்க முடியாது. அந் நடவடிக்கை தமிழ் தேசத்தின் அரசியல், சமூக, பொருளாதார நிலைமைகளின் அடித்தளத்தையே தகர்த்தெறிந்து, நாட்டை அந்நியர் கைக்கு இட்டுச் செல்லும் என்பதை விவேகமும், ஆற்றலும், நாட்டுப்பற்றும், மதப்பற்றும் கொண்ட சங்கிலி மன்னனுக்கு நிச்சயம் விளங்காமல் இருந்திருக்க முடியாது. பல்வேறுபட்ட அரசியல், பொருளாதார, சமயக் காரணங்களின் அடிப்படையில் 1560 களில் போத்துக்கீசர் படை யாழ்ப்பாணத்தை நோக்கிப் படையெடுத்தது. சங்கிலியின் படைகள் தோல்வியைத் தழுவ நேர்ந்தது. போத்துக்கீசருக்கும், சங்கிலிக்கும் இடையில் மீண்டும் உடன்படிக்கை ஏற்பட்டது. அவற்றில் இங்கு முக்கியமானது, யாழ்ப்பாணப் இராச்சியத்தின் எல்லாப் பகுதிகளிலும் கத்தோலிக்க மதத்தைப் பரப்புவதற்கு எதுவித தடைகளும், இல்லாது அனுமதிக்கப்பட வேண்டும் என்பதாகும். தமிழ்ப் பிரதேசங்களில் கத்தோலிக்க மதப் பரம்பலுக்கு மேற்படி உடன்படிக்கை தமிழ் மக்களின் மதமான சைவத்தின் கதவுகளை முழுமையாகத் திறந்துவிட்டது என்றே கொள்ளவேண்டும். மேலும் இப் போர் நடவடிக்கையின்போது போத்துக்கீசப் போர்வீரர்கள் தமது பிரதான உணவாகச் சைவ மக்கள் புனிதமாகக் கருதும் பசுக்களைக் கொன்றது சைவர்களை உலுக்கிய சம்பவமாகவும், இதுவரை அறிந்திராத நிகழ்வாகவும் இருந்தது. அத்தோடு சைவக் கோவில்களிலிருந்த விலைமதிப்பற்ற பொருட்கள் சூறையாடப்பட்டு, அங்குள்ள ஆவணங்கள், ஏனைய யாவும் தீக்கிரையாக்கப்பட்டு பல நூற்றுக் கணக்கான சைவக்கோவில்கள் எரித்துச் சாம்பராக்கப்பட்டன.[96] மேற்கூறப்பட்ட சம்பவம் தொடர்பாக பின்வரும் குறிப்பு மிக முக்கியமான ஆதாரமாக அமைகிறது.

> "அரசன் இல்லாத வேளையில், போத்துக்கீசரும் அவர்களின் வாலிபர் களும், மாலுமிகளும் மக்களின் பொருட்களை அபகரித்தும், அவர்களுடைய பசுக்களைக் கொன்று அந்த மாமிசத்தில் புதிய கறிகளை ஆக்கியும், மக்களுடைய வீடுகளுக்குள் நுழைந்து அவர்களின் மனைவிமார்களையும் புதல்விகளையும் மானபங்கப்படுத்தியும் குற்றச்செயல்கள் புரிந்தார்கள் என்பதனால் மக்கள் புரட்சி செய்தனர் என மக்கள் ஓலைச் சுவடியில் தமது அரசனுக்கு எழுதினார்கள். இச் செயல்களுக்காக அவர்கள் கண்டிக்கப்படவோ, தண்டிக்கப்படவோ இல்லை."[97]

ஆத்திரமடைந்த சைவமக்கள் பல போத்துக்கீச போர்வீரர்களைக் கொன்றனர். போத்துக்கீச பாதிரி டொம் ஜோர்ஜ் த ரெமுடோ (Dom. Jorge de Temudo) என்பவரும் கொல்லப்பட்டார். நல்லூர்க் கோவிலை இடித்தவர்களையும் கொன்றனர்.[98] இக்

குறுகியகாலச் சண்டையின்போது கட்டாயத்தின் பேரில் கத்தோலிக்க மதத்துக்கு மாறிய தமிழர்கள் 300 க்கு அதிகமானவர்களும் இவர்களால் கொல்லப்பட்டனர். இந் நிகழ்வு யாழ்ப்பாண மண்ணில் இதுவரை காலமும் ஏற்பட்டிராத ஒரு பாரிய நிகழ்வாகும். தமிழ்ப் பிரதேசத்தின் அழிவின் ஆரம்பம் இங்குதான் முதன்முதலில் தொடங்கியிருக்கின்றது. இந்த அழிவுக்கு முதற் காரணியாக இருந்தவர்கள் அந்நியரான போத்துக்கீசர்களாகும் என்பதனைத் தமிழ்த் தேசம் என்றும் மறந்துவிடாது என்பதை எவராலும் மறுக்கமுடியாது.

பிரகன்சா யாழ்ப்பாணத்தில் ஒரு கத்தோலிக்கக் கோவிலைக் கட்டிவிட்டுத் தனது பார்வையை மன்னார்ப் பக்கம் திருப்பினான்.[99] யாழ்ப்பாணத் தேசத்தைத் தம்வசமாக்க மன்னார் ஒரு கேந்திர ஸ்தானமாகப் போத்துக்கீசத் தளபதி த பிரகன்சாவுக்குத் தோன்றியது. மேலும் பல்வேறு வகைகளில் மன்னாரின் முக்கியத் துவத்தையும் போத்துக்கீசர் அறிந்திருந்தனர். யாழ்ப்பாணத்தில் ஏற்பட்ட உடன் படிக்கையைத் தொடர்ந்து மன்னாரிலுள்ள கத்தோலிக்கர்களைப் பாதுகாக்கவும், தமது நலன்களைப் பேணவும், பிரகன்சா முதன்முதலாக ஒரு கோட்டையை 1561 இல் கட்டினான்.[100,101] அங்கு தனது படையினரில் ஒரு பகுதியை அமர்த்திவிட்டுக் கொச்சினை நோக்கிப் புறப்பட்டான். மேற்படி நிகழ்வு, போத்துக்கீசரின் நிலையான இருக்கையைத் தமிழ்ப் பிரதேசத்தில் உறுதிப்படுத்திய நடவடிக்கையாகவும், கத்தோலிக்க மதம் அரச பாதுகாப்புடன் தமிழர் தேசங்களில் பரவப்போகின்றது என்பதனையும் தெளிவாக எடுத்துக் காட்டும் நிகழ்வாகவும் அமைகின்றது. அது மட்டுமல்லாது, போத்துக்கீசரின் எதிர்கால நடவடிக்கைகளுக்கு மன்னாரிலுள்ள கத்தோலிக்கர்கள் மிக வலுவான சக்தியாக இருப்பார்கள் என்பதனையும் சுட்டிக்காட்டி நிற்கின்றது.[102] எல்லாவற்றிற்கும் மேலாக, தமிழர்களின் புராதன சைவக் கோவிலாகிய திருக்கேதீஸ்வரம் இக் காலகட்டத்திலேயே போத்துக்கீசரினால் இடித்து அழிக்கப்பட்டதாகவும் அறியமுடிகிறது.

யாழ்ப்பாண மன்னன் முதலாவது சங்கிலி போத்துக்கீசரையும், அவர்கள் மதத்தையும் தமிழ்ப் பிரதேசத்தில் நிலைகொள்ளாமல் தடுத்து நிறுத்துவதற்கு தன்னால் ஆன முயற்சிகளை எல்லாம் மனவுறுதியோடு செய்தான். ஆனால் அவனுடைய மரணத்திற்குப் பின்னர் சங்கிலிபோல் துணிவும், தேசப்பற்றும், மதப்பற்றுமுள்ள மன்னன் போத்துக்கீசர் ஆட்சிக்காலத்தில் தமிழ்த் தேசத்திற்குக் கிடைக்காமற் போய்விட்டதைக் காணமுடிகிறது.

1560 களில் நடைபெற்ற போரின் பின்னர் ஏற்பட்ட உடன்படிக்கையின்படி யாழ்ப்பாணப் பிரதேசத்திலும், தீவுப்பகுதிகளிலும், மன்னாரிலும் ஏனைய தமிழ்ப் பிரதேசங்களிலும் கத்தோலிக்க மதம் எவ்விதத் தடையுமின்றி மிசனரிமாரால் பரப்பப்பட்டது. போத்துக்கீசர்களுக்கு ஆதரவு நல்க மறுத்த காசி நயினார் போன்ற மன்னர்கள் கொலை செய்யப்பட்டார்கள். பெரியபுள்ளை போன்ற கைப்பொம்மை மன்னர்களை (1570–1581) போத்துக்கீசர், தமது மத நடவடிக்கைகளுக்கு நன்றாகப் பயன்படுத்தினர். பல, மேல்மட்டத்திலுள்ள முதலிமார்களும், யாழ்ப்பாண அரசுக்கு எதிரானவர்களும் கிறிஸ்தவ மதத்திற்கு மாறினர்.[103] தமிழர்கள் கட்டாயத்தின் பேரிலும், விரும்பியும் கத்தோலிக்க மதத்தைத் தழுவுகின்ற நிகழ்ச்சிகள் நாளுக்கு நாள் அதிகரித்தது. பாதிரிமார்களினதும், போத்துக்கீசப் போர்வீரர்களினதும்,

கிறிஸ்தவ மிசனரிமார்களினதும் தொடர்ச்சியான அச்சுறுத்தல்களுக்கும், கடுமையான சட்டதிட்டங்களுக்கும் ஆளான தமிழ் மக்கள் தாங்கொணாத் துயரை அனுபவித்தனர். கத்தோலிக்க மதத்திற்கு மாற மறுத்தவர்கள் தண்டிக்கப்பட்டார்கள். பலர் சிறையில் அடைக்கப்பட்டனர். கத்தோலிக்க மதத்திற்கு ஒருபோதும் மாற விரும்பாதவர்களும், கத்தோலிக்க மதமுறையின்படி மரணமான பின் மண்ணிற் புதைக்கப்படும் வழக்கத்தை ஏற்றுக்கொள்ள முடியாத சைவ மக்களுமாக எண்ணிக்கையில் பலர் யாழ்ப்பாண மண்ணைவிட்டு நிரந்தரமாக வன்னிப் பெருநிலப் பரப்புக்கும், தென்னிந்தியாவுக்கும் ஓடித் தப்பினர்.[104] உதாரணமாக:

> "போத்துக்கீசர் உணவிற்கு சைவமதத்தின் தெய்வீகப் பிராணி எனக் கருதப்பட்ட பசுவைக் கொன்று, வீட்டுக்கு ஒன்று என்ற வீதத்தில் வழங்க வேண்டும் என்ற போத்துக்கீசத் தளபதியின் கட்டளையை ஞானப்பிரகாசர் என்ற சைவத்தமிழர் வெளிப்படையாக மீறி யாழ்ப்பாணத்தைவிட்டு இரவோடு இரவாகத் தமிழகம் சேர்ந்து, அங்கு சிலகாலம் இருந்து சிதம்பரத்தில் சைவக் கோவிலும், ஒரு மடமும் அதனருகே ஒரு கேணியும் கட்டிவிட்டு, காசியிற் போய் மரணித்தார்."[105]

அடுத்த முக்கிய நிகழ்வாக இடம்பெறுவது போத்துக்கீசக் கைப்பொம்மை அரசனாகிய பெரியபுள்ளையைத் தொடர்ந்து 1582 இல் சங்கிலியின் மகன் புவிராசபண்டாரம் யாழ்ப்பாண மன்னனாகப் பதவியேற்றமையாகும். இவன், கத்தோலிக்கமத நடவடிக்கைகளை எதிர்க்காதவனாகவும், சைவத்தை விட்டுக் கொடுக்காதவனாகவும், போத்துக்கீசரை எவ்வாறாயினும் மண்ணிலிருந்து அகற்ற வேண்டும் என்று, போத்துக்கீச எதிர்ப்பாளர்களுடன் இணைந்து செயற்பட்ட ஒரு மன்னனாகக் காணப்பட்டான். இவனுடைய நடவடிக்கைமேல் சந்தேகப்பட்ட போத்துக் கீசர் 1591 இல் மீண்டும் பாரிய படையெடுப்பு ஒன்றை மேற்கொண்டு புவிராச மன்னனைக் கொன்று, அவனுடைய தலையைக் கொய்ததுடன், ஏனைய மன்னருக்கு ஒரு பாடம் கற்பிக்கும் பொருட்டு அதனை ஈட்டியிற் குத்தி தொங்கவிட்டு, தமது பிரதிநிதியாக எதிர்மனசிங்கனை அரச கட்டிலில் அமர்த்தினர். யாழ்ப்பாண அரசை வெற்றிகொண்டு 'நல்லூர் உடன்படிக்கை' என்று அறியப்படும் ஆவணத்தில் யாழ்ப்பாண மன்னனைக் கைச்சாத்திட வைத்தனர். இதன் பின்னர் மேலே கூறப்பட்ட கிறிஸ்தவ மிசனரிமாரின் நடவடிக்கைகள் அதிக வேகமாகவும், கொடுமையாகவும் தமிழ் மக்கள் மத்தியில் கட்டவிழ்த்து விடப்பட்டன. உதாரணமாக, ஏற்கெனவே குறிப்பிட்ட 1604 இல் நடைபெற்ற ஊர்கவற்றுறைச் சம்பவத்தையும், 1614 இல் பண்ணைத்துறையில் நடைபெற்ற சம்பவத்தையும் குறிப்பிடலாம். மேற்படி நிகழ்வு களுக்கு மிசனிரிமாருக்கும், போத்துக்கீசப் படையினர்க்கும், உள்நாட்டில் மதம் மாறிய தமிழர் தமது பாதுகாப்பையும், ஆதரவையும் அளித்தனர் என்பதனையும் அறியமுடிகிறது. இதற்கு உதாரணமாக, யாழ்ப்பாணத்தில் கத்தோலிக்கத்துக்கு மதம் மாற்றப்பட்ட 800 க்கும் அதிகமான தமிழ்க் கிறிஸ்தவர்கள் ஊர்காவற்று றைக்குக் கொண்டு செல்லப்பட்டுக் குடியமர்த்தப்பட்டார்கள். மேற்படி ஊர்காவற் றுறைச் சம்பவத்தின்போது மேற்படி தமிழ்க் கத்தோலிக்கர்கள் கத்தோலிக்கப் பாதிரி

ஞானப்பிரகாசாவெட்டுவித்த குளம்

ஞானப்பிரகாசர் கட்டிய கோயில்

மார்களின் கொடுமையான செயல்களுக்கெல்லாம் ஒத்துழைப்பும், பாதுகாப்பும் கொடுத்தவர்களாகக் காணப்படுகின்றார்கள்.[106] கத்தோலிக்க ஆலயங்களும், மிசனரிகளும் போத்துக்கீசரின் மத நடவடிக்கைகளுக்குக் காவல் மையங்களாகவும், மதம் மாற மறுக்கும் சைவ மக்களுக்குத் தண்டனை வழங்கும் நிறுவனங்களாகவும் இருந்து செயற்பட்டிருக்கின்றன.

மேலும் ஒரு முக்கிய நிகழ்வாக, 1619 இல் யாழ்ப்பாண இராச்சியத்தின் இறுதி மன்னன் சங்கிலி போத்துக்கீசரினால் தோற்கடிக்கப் பட்டபோது யாழ்ப்பாண இராச்சியத்தின் வரலாறும் முடிவுக்கு வந்தது. போத்துக்கீச இராணுவத் தளபதி ஒலிவேறா நல்லூரில் இருந்த சைவக் கோவிலைத் தனது தலைமையகமாக மாற்றினான். பின்னர் தனது தலைமையகத்தை யாழ்ப்பாணத்துக்கு மாற்றியபோது நல்லூர் சைவக்கோவில் இடிக்கப்பட்டதாக அறியமுடிகிறது.[107] உதாரணமாக ஒலிவேறா, தான் 500 க்கு மேற்பட்ட சைவக் கோவில்களை யாழ்ப்பாணக் குடா நாட்டில் அழித்து நாசமாக்கிவிட்டதாக பெருமிதத்துடன் கூறியிருக்கின்றான்.[108,109] முன்னர் 1560 களில் திருக்கேதீஸ்வரத் திருத்தலம் அழிக்கப்பட்டிருக்கின்றது. இவ்

ஆரம்பகால கட்டத்திலேயே தென்பகுதியில் தெவிநுவரவில் உள்ள தொண்டேஸ்வரமும் முற்றாகப் போத்துக்கீசரால் அழிக்கப்பட்டது.[110] கோணேஸ்வரர் ஆலயம் 1623 இல் நொறொன்காவினால் அழிக்கப்பட்டதற்குரிய பல்வேறு போத்துக்கீச ஆவணங்கள் கிடைக்கப் பெற்றிருக்கின்றன. அதேபோன்று ஒலிவேறாவும் யாழ்ப்பாணத்தில் 500 க்கும் மேற்பட்ட சைவக்கோவில்களை அழித்தமைக்கான ஆதாரங்கள் கிடைத்திருக்கின்றன. இவற்றின் அடிப்படையில் நோக்கும் போது, திருக்கேதீஸ்வர ஆலயமும் போத்துக்கீசனரினாற்றான் அழிவுற்றிருக்கின்றது என்று கொள்வதிற் தவறில்லை. மேலும், போத்துக்கீசரை அடுத்துவந்த டச்சுக் காரர்களும், பிரித்தானியர்களும் சைவம் சம்பந்தமாக கடும்போக்கைக் கடைப்பிடிக்கவில்லை என்பதை அவர்களின் ஆவணங்களினடாக அறியமுடிகிறது. அத்தோடு அவர்கள் எந்தச் சைவக் கோவில்களையும் அழித்ததாக ஆதாரங்கள் எதுவும் இதுவரை இல்லை. எனவே கடும்போக்காளர்களான போத்துக்கீசரே மேற்படி சைவக் கோவில்களின் அழிவுக்குக் காரணமானவர்கள் என்று கருதுவதிற் தவறில்லை.

1619 லிருந்து 1627 இல் ஒலிவேறா இறக்கும்வரை யாழ்ப்பாணப் பிரதேசமெங்கும் கத்தோலிக்க மதப்பரம்பல் நடவடிக்கை மிகத் தீவிரமாகக் கட்டாயத்தின்பேரில் இடம் பெற்றிருக்கின்றது என்பதனைப் புள்ளிவிபரங்கள் காட்டி நிற்கின்றன. மேலும் 1628 இல் கண்டி மன்னன் செனரத்தின் சிங்களப் படைகளும், யாழ்ப்பாணத்தில் இருந்த தமிழரும் போத்துக்கீசருக்கு எதிராகப் படையெடுத்தனர். ஒலிவேறாவின் மரணத்தில் மகிழ்ச்சியடைந்த தமிழர், சிங்களப் படைகள் யாழ்ப்பாணம் நோக்கிவந்து தம்முடன் சேர்ந்து போத்துக்கீசரை எதிர்க்கின்ற உணர்ச்சி வேகத்தில், ஒலிவேறாமீது கொண்ட ஆத்திரத்தின் நிமித்தம் இரண்டு கத்தோலிக்கப் பாதிரிமாரை 16 புரட்டாதி 1628 இல் கொலை செய்தனர்.[111] பல்வேறு இடங்களில் கட்டி எழுப்பப்பட்ட 30 க்கும் அதிகமான கத்தோலிக்கத் தேவாலயங்களை முற்றாக

மாதாசிலை வைக்கப்பட்டுள்ள கிறிஸ்தவ தேவாலயம் - கோவா

அழித்தொழித்தார்கள்.[112] மேலும், கத்தோலிக்கச் சின்னங்கள், அவர்களுடைய மத சம்பந்தப்பட்ட பொருட்கள் யாவும் அழிக்கப்பட்டன. கத்தோலிக்கச் சிலைகள் என்பவற்றை அடித்து நொறுக்கி, சிலவற்றைக் கடலிலும், குளத்திலும் போட்டார்கள். அவ்வாறு குளத்தில் போட்ட ஒரு மாதா சிலையைப் போத்துக்கீசர் கண்டெடுத்து அதனைக் கோவாவிற்கு கொண்டுசென்று, அங்கு ஓர் ஆலயம் அமைத்து அதனை இன்றுவரை பாதுகாத்து வருகின்றனர்.

இதன் பின்னர் 1630 களிலிருந்து, 1658 களில் போத்துக்கீசர் தமிழ்ப் பிரதேசங்களிலிருந்து வெளியேறும்வரை எதுவித எதிர்ப்புமின்றி இப் பிரதேசங்களில் கத்தோலிக்க மதத்தைத் தங்குதடையின்றி தமிழர் மத்தியில் பரப்புவதற்கு கத்தோலிக்க மிசனரிமாருக்கு வாய்ப்புக் கிட்டியது. குறிப்பாக மன்னார் பிரதேசம், தீவுப்பகுதிகள் உள்ளிட்ட யாழ்ப்பாணப் பிரதேசங்களிலுள்ள தமிழ் மக்களில் பெரும்பான்மையானோர் கத்தோலிக்க மதத்திற்கு மாற்றப் பட்டிருக்கின்றார்கள் என்பதைப் புள்ளிவிபரங்கள் காட்டி நிற்கின்றன.

திருகோணமலை, மட்டக்களப்புப் பிரதேசங்களில் போத்துக்கீசரின் மேலாண்மை, அவர்களின் ஆட்சியின் பிற்காலப் பகுதியில் நிகழ்ந்ததால் அங்கு குறிப்பிடத்தக்க அளவில் கத்தோலிக்க மதமாற்ற நடவடிக்கைகள் இடம் பெறவில்லை என்றே கூறவேண்டும். மேலும், வன்னிப்பெருநிலம் உள்ளூர்ப் பிரதேசத்தில் அமைந்திருந்த தன் விளைவாக, அங்கு போத்துக்கீசரின் மதமாற்ற நடவடிக்கைகள் இடம் பெற வில்லையெனத் தெரியவருகின்றது.

1627 இல் சுமார் 30 கத்தோலிக்கப் பாதிரிமார் யாழ்ப்பாணக் குடாநாட்டில் கத்தோலிக்க மதமாற்ற நடவடிக்கைகளில் ஈடுபட்டிருந்திருக்கின்றனர். மன்னார் மாதோட்டப் பகுதிகளில் 7 க்கும் அதிகமான பாதிரிமார் மேற்படி நடவடிக்கைகளில் ஈடுபட்டதாகவும், 10,000 சைவர்கள் அங்கு கத்தோலிக்க மதத்திற்கு மாற்றப் பட்டதாகவும் தெரியவருகின்றது.[113] 1627 இல், சுமார் 41 ஆயிரம் சைவர்கள் கத்தோலிக்க மதத்திற்கு மாற்றப்பட்டிருக்கின்றார்கள்.[114] ஆனால் பாதிரிமார்களின் அறிக்கையின்படி 1624 க்கும் 1626 க்கும் இடையில் 52 ஆயிரம் சைவர்கள் கத்தோலிக்க மதத்திற்கு மாற்றப்பட்டுள்ளதாகக் குறிப்பிடப்படுகின்றது.[115]

ஆனால், யாழ்ப்பாணக் குடாநாட்டு கத்தோலிக்கத் திருச்சபைக்குப் பொறுப்பாயிருந்த சிம்கோ த நாசரேத் (Simgo de Nazareth) அவர்கள் 13 மார்கழி 1629 இல் போத்துக்கீச மன்னனுக்கு அனுப்பிய அறிக்கையில், யாழ்ப்பாணக் குடா நாட்டில் 30 ஆயிரம் சைவர்கள் கத்தோலிக்கத்துக்கு மாற்றப்பட்டதாகக் குறிப் பிட்டுள்ளார்.[116] 1628, 1629 களில் கண்டி மன்னனும் அவனது சிங்களப் படைகளும், யாழ்ப்பாணக் குடாநாட்டிலுள்ள தமிழர் படைகளும் போத்துக்கீசருக்கு எதிராகத் தொடுத்த போரின் விளைவாக 13 க்கும் அதிகமான கத்தோலிக்கத் தேவால யங்களும், அதிகளவான அவர்கள் சொத்துக்களும் அழிக்கப்பட்டன. இதுவே யாழ்ப்பாணக் குடாநாட்டில் போத்துக்கீசருக்கு எதிராக நடைபெற்ற இறுதிப் போராகும். இதன் பின்னர் 1658 களில் போத்துக்கீசர், டச்சுக்காரர்களினால் தமிழ்ப் பிரதேசங்களிலிருந்து வெளியேற்றப்படும் வரை அரசியல் அமைதி நிலவியதன் விளைவாக பல தமிழர், கத்தோலிக்க மதத்திற்கு விரும்பியோ, விரும்பாமலோ கட்டாயத்தின் பேரில் மாற்றப்பட்டார்கள். 1632 இல், 37 க்கும் மேற்பட்ட

கத்தோலிக்கப் பாதிரிமார் தமிழ்ப் பிரதேசங்களில், குறிப்பாக யாழ்ப்பாணக் குடாநாட்டிலும், மன்னார்ப் பிரதேசத்திலும் கத்தோலிக்க மதப்பரப்பலில் ஈடுபட்டிருந் திருக்கின்றனர்.[117] 1624—1626 காலப் பகுதிகளில் யாழ்ப்பாணக் குடாநாட்டில் மட்டும் 52,000 தமிழ்ச் சைவர்கள் கத்தோலிக்க மதத்திற்கு மாற்றப்பட்டிருக்கின்றார்கள்.[118] 1634 இல் ஒரு இலட்சத்திற்கும் மேலான தமிழ்ச் சைவர்கள் யாழ்ப்பாணக் குடா நாட்டில் கத்தோலிக்க மதத்திற்கு மாற்றப்பட்டி ருக்கின்றார்கள்.[119] போத்துக்கீச ஆவணங்களின்படி, 1638 களில் பெரும்பான்மையான தமிழ்ச் சைவர்கள் யாழ்ப்பாணக் குடாநாட்டிலும், மன்னார் பிரதேசத்திலும் கத்தோலிக்க மதத்தைத் தழுவியவர்களாகக் காணப்படுகின்றனர்.[120] மேலும், 1619 களில் யாழ்ப்பாண இராச்சியம் போத்துக்கீசரால் கைப்பற்றப்பட்டதிலிருந்து 1638 கள் வரை, வருடாவருடம் கத்தோலிக்க மதப்பரப்பலை யாழ்ப்பாணக் குடாநாட்டிலும், மன்னார்ப் பிரதேசத்திலும் நிகழ்த்து வதற்காக 4900 சேறாபிம்கள் (xerafims) செலவு செய்திருப்பதைப் போத்துக்கீச ஆவணங்களிலிருந்து அறியமுடிகிறது. இந் நிலைமையில் வன்னிப் பிரதேசத்தில் சைவம் மிகவும் பலமாகவும், ஸ்திரமாகவும் இருந்திருக்கின்றது. இவைதவிர மிசனரிமார்கள் உளளூர் மக்களிடமிருந்து வாங்கும் பொருட்களுக்கு அரைவிலை மட்டுமே கொடுக்கும் சலுகையை போத்துக்கீச நிர்வாகம் அவர்களுக்கு வழங்கி யிருந்தது. கட்டாயப்படுத்திக் கத்தோலிக்கப் பாடசாலைகளில் சேர்க்கப்பட்டிருந்த தமிழ் மாணவர்கள், அங்குள்ள மிசனரிமாரின் தோட்டத்தில் இலவசமாக வேலை செய்யவேண்டிய நிர்ப்பந்த நிலையில் இருந்திருக்கின்றார்கள். மேலும், உளளூர் மக்கள் கத்தோலிக்கத் தேவாலயங்களையும், அவர்களது வீடுகளையும் கட்டுவதற்கு எதுவிதக் கூலியுமின்றி வேலை செய்யவேண்டிய நிலைக்குத் தள்ளப்பட்டார்கள்.[121]

தமிழ் மக்கள், கத்தோலிக்க மதத்திற்குக் கட்டாயத்தின் பேரில் மாற்றப் பட்டார்கள் என்பதனைப் பொதுவாக ஏற்றுக்கொள்வதில் தவறில்லை. ஆனால், தமிழ் மக்கள் மத்தியில் உயர்வகுப்பிலிருந்த முதலியார்களும், தலையர் என அழைக்கப்பட்ட விதானைமார்களும், நிர்வாக உத்தியோகத்தர்களும், யாழ்ப்பாண இராச்சியத்துக்கு எதிரானவர்களும் தமது சுயலாபத்திற்காகக் கத்தோலிக்க மதத் தினை விரும்பி ஏற்றிருக்கின்றார்கள்.[122] இது தவிர தமிழ்ச் சமூகத்தில் சாதிகளின் பெயரால் அடக்கி ஒடுக்கப்பட்ட, கீழ்மட்டத்தில் இருந்த தமிழர், மேல்சாதிக்காரரினால் கீழ்ச்சாதி என இழிநிலைப் படுத்தப்பட்டுத் தீண்டத்தகாதவராகக் கருதப்பட்டத் தமிழர்கள், மிகக் கொடுமையாக, கீழ்த்தரமாக, மனித உரிமைகளுக்கு மாறாக, அடிமைகளாக நடத்தப்பட்டதன் விளைவாக, அவர்களாக விரும்பியே கத்தோலிக்க மதத்திற்கு மாறியிருப்பதையும் காணமுடிகிறது. மேலும், சாதியின் பெயரால் சைவக் கோவில்களுக்குள் செல்ல அனுமதிக்கப்படாத நிலையில், அம் மக்கள் தங்களை விரும்பி ஏற்று, சமமாக மதித்து, மனித நேயத்துடன் நடாத்திக் கோவிலுக்குள் சென்று கௌரமாக கடவுள் வழிபாட்டியற்றும் உரிமையைக் கத்தோலிக்க மதம் அவர்களுக்கு வழங்கியபோது, அம் மக்கள் கத்தோலிக்கர்களாகத் தம்மை மாற்றிக் கொண்டதில் வியப்பேதும் இல்லை. அவர்கள், தமது சொந்த மதமான சைவத்தை விட்டு கத்தோலிக்க மதத்திற்கு மாறியமைக்கு போத்துக்கீசரோ அல்லது மிசனரிகளோ பொறுப்பாளர்கள் என்பதைவிட, அறிவியல் ரீதியாக ஏற்றுக்கொள்ள முடியாத தமிழ்ச் சமுதாயத்தின் சாதிக் கொடுமையையும், அச் சாதிப் பாகுபாட்டைக் கடைப்பிடித்த

அத் தமிழ்ச் சமுதாயமுமே பொறுப்பாளிகளாவர் என்பதை மறுப்பதற்கில்லை. இவை தவிர, தமிழ் மக்கள் மத்தியில் இருந்த நிர்வாகக் கட்டமைப்பு, முதலியார்கள், விதானைமார்களுக்கு இருந்த அதிகாரம், அந்தஸ்து என்பன சாதாரண மக்களை அடக்குமுறைக்கு உள்ளாக்கிப் பல கொடுமையான தண்டனைகளையும் அம் மக்கள்மேல் திணிக்கத் தவறவில்லை. இவ்வாறான அடக்குமுறைகளிலும், தண்டனை களிலும் இருந்து தம்மை விடுவிப்பதற்காக அம் மக்கள் கத்தோலிக்கர்களாக மாறியதில் வியப்பேதுமில்லை.[123]

இறுதியாக யாழ்ப்பாண இராச்சிய மன்னர் ஆட்சிக் காலத்தில் தமிழ் மக்கள் வளமாக வாழ்ந்ததாக ஆதாரங்கள் மூலம் தெரியவருகின்றது. யாழ்ப்பாண மன்னர்கள், அதிகளவு வருமானத்தை முத்து வியாபாரத்தின் மூலம் பெற்று அதிக செல்வத்தைக் கொண்டிருந்தனர். உள்ளூர் உற்பத்திகளிலிருந்து வரியாக வருமானம் பெற்றனர். ஆனால் போத்துக்கீசர் 1561 இல் மன்னாரைத் தம்வசப்படுத்தி முத்து வர்த்தகத்தைத் தமதாக்கிக் கொண்டனர். 1591 இல் யாழ்ப்பாண இராச்சியம் அவர்களது மேலாண்மையை ஏற்றதன் விளைவாக அதிகளவு வருமானத்தைக் கப்பமாக யாழ்ப்பாண மன்னரிடமிருந்து பெற்றனர். 1619 இல் யாழ்ப்பாண இராச்சியமும், ஏனைய தமிழ்ப் பிரதேசங்களும் போத்துக்கீசர் வசமானபோது, பல்வேறுபட்ட வரிகள் மூலம் தமிழ் மக்களின் வருமானத்தில் அதிகளவானவற்றைச் கவர்ந்து கொண்டனர். இதன் விளைவாக, தமிழ் மக்கள் மிக வறுமையின் நிலைக்குத் தள்ளப்பட்டனர். இவ் வறுமையின் கொடுமையால் பல தமிழர் விரும்பியோ, விரும்பாமலோ கத்தோலிக்க மதத்தவர் வழங்கும் அற்ப சலுகைக்களுக்காக அம் மதத்திற்கு மாறியிருக்கிறார்கள். இதன் விளைவாக இதுவரை தமிழ் மக்களின் மதமாகிய சைவம், முற்றுமுழுதாகத் தமிழர்களால் அனுசரிக்கப்படாது, அந்நியர்களின் மதமாகிய கத்தோலிக்கக் கிறிஸ்தவமதம் முதன்மை பெற்றது. அத்தோடு ஒரு புதியமதம் தமிழ் மக்களின் வாழ்க்கையோடு இணைக்கப்பட்டு, ஒரு புதிய மதத்தினை அடிப்படையாகக் கொண்டு ஒரு பிரிவினர் தமிழ் மக்களிடையேயும், தமிழ்ப் பிரதேசத்திலும் உருவாக்கப்பட்டனர். இது ஒரு நிலையான தாக்கத்தைத் தமிழர் வரலாற்றில் தொடர்ச்சியாக ஏற்படுத்தியது. மேலும், தமிழ் மக்களிடமிருந்தும், தமிழ்ப் பிரதேசங்களிலிருந்தும் பெறப்பட்ட பெருந்தொகையான பணத்தைப் பயன்படுத்தியே கத்தோலிக்க மதத்தைத் தமிழ் மக்களிடையே பரப்பும் முயற்சியில் ஈடுபட்டிருக்கின்றனர். இருந்தபோதும், மதச்சார்பற்ற நோக்கில் இருந்து பார்க்கின்றபோது, உள்ளூர்ச் சடங்குகளிலும், சாதி அமைப்பு முறையிலும் அகப்பட்டுத் தவித்த கீழ்மட்டத் தமிழ் மக்களுக்கு ஏதோ வகையில் மிசனரிமார் ஆறுதலளித்திருக்கின்றார்கள். அவர்கள் மதம் மாறிய தமிழ் மக்களை மனித நேயத்துடன் நடத்தியிருக்கின்றார்கள் என்பதும் புலனாகின்றது. இதன் விளைவாக ஏற்கெனவே தமிழச் சமூகத்தில் நன்கு புரையோடிப் போயிருந்த சாதிப் பாகுபாடுகள், ஏற்றத் தாழ்வுகள் என்பவற்றை அசைக்கும் நல்லதொரு பணியைக் கத்தோலிக்க மிசனரிகள் தமிழ்ச் சமூகத்தில் தொடங்கியிருக்கின்றனர். அவர்களின் வறுமைக்கு நிவாரணம் கிடைத்திருக்கிறது. கத்தோலிக்கப் பாடசாலைகளை ஆரம்பித்து அடிப்படைக் கல்வியைப் போதித்திருக்கின்றார்கள். 1634 இல் யாழ்ப்பாணக் குடாநாட்டில் மட்டும் 70.000 கத்தோலிக்க மாணவர்களுக்கு 25 நிலையங்களில்

கத்தோலிக்க மத அறிவும், அடிப்படைக் கல்வியும் போதிக்கப்பட்டிருக்கின்றன. தமிழர்களைத் திண்ணைப் பள்ளிகளில் கல்வி கற்கின்ற ஒரு நிலைப்பாட்டிலிருந்து வெளிக்கொண்டு வந்து பள்ளிக்கூடங்களில் கல்வி கற்கின்ற ஒரு புதிய வாய்ப்பினைக் கத்தோலிக்க மிசனரிப் பாடசாலைகள் வழங்கியிருக்கின்றன.[124,125] Holy House of Mercy என்னும் நலன்புரி நிலையத்தை யாழ்ப்பாணத்தில் நிறுவி பல்வேறுபட்ட தருமங்கள் புரிந்திருக்கின்றார்கள். தானும், தனது குடும்பமும் என்ற குறுகிய வட்டத்திற்குள் சுழன்று கொண்டிருந்த தமிழ்ச் சமூகத்தைச் சற்றுப் பரந்த நோக்கில் மனிதநேயத்தின்பால் பார்வையைச் செலுத்த இந்த நலன்புரிச் சங்கங்கள் அடியெடுத்துக் கொடுத்திருக்கின்றன.[126] ஊனமுற்றவர்களுக்கும், நோயாளிகளுக்கும் சிகிச்சை அளிப்பதற்காக மன்னாரில் இரு வைத்தியசாலைகளை நிறுவிச் சேவை செய்திருக்கின்றனர்.[127-129] இதுவரை ஆயுர்வேதம், சித்தமருத்துவம், உள்ளூர் வைத்தியம் என்பவற்றில் தங்கியிருந்த தமிழ் மக்களுக்கு முதன்முதலில் மேலைத் தேய வைத்தியசேவை முறைகளை இம் மிசனிரிமார்களின் கீழிருந்த நலன்புரிச் சங்கத்தினூடாக வழங்கியிருக்கின்றார்கள். இவற்றையெல்லாம் நோக்கும்போது போத்துக்கீசரும், கத்தோலிக்க மிசனரிமாரும் மதரீதியாக தமிழ் மக்கள் மத்தியில் பல்வேறுபட்ட அழிவுகளையும், நாசகார வேலைகளையும் செய்திருந்தாலுங்கூட, மனிதநேயம் என்ற ரீதியில், குறிப்பாகக் கத்தோலிக்க மிசனரிகள், தமிழ் கத்தோலிக்கர் மத்தியில் அவர்களுடைய துன்பங்களுக்குப் பரிகாரம் வழங்கி அவர் களுக்கு ஆறுதல் அளித்திருப்பதையும் காணமுடிகிறது. இவ்வாறான ஆரம்ப முயற்சிகள், தமிழ்ச் சமூகத்தின் மத்தியில் ஒரு நிலையான தாக்கத்தினை ஏற்படுத்தி உள்ளது என்பதனை மறுக்கமுடியாது. அடுத்து வருகின்ற டச்சுக்காரர் ஆட்சியில் அவ் ஆரம்ப முயற்சிகள் மெல்ல மெல்ல அதிகரித்து, அவர்களைத் தொடர்ந்து, இலங்கையை ஆண்ட பிரித்தானியர் ஆட்சிக்காலத்தில் உச்ச நிலையை அடைவதையும், தமிழ் மக்கள் அவ்வாறான வசதிகளையும், வாய்ப்புக்களையும் அதிகபட்சம் பயன்படுத்து வதையும், அவற்றால் பலனடைவதையும் காணமுடிகிறது.

எனினும் சைவத்திற்கு எதிரான, போத்துக்கீச ஆட்சியாளர் மற்றும் மிஷனரி மாரின் செயல்களை, தமிழ் மக்களின் மனங்களிலிருந்தும், இருள்சூழ்ந்த இவ் வரலாற்றிலிருந்தும் அழித்துவிட முடியாது என்பது வரலாறு காட்டும் உண்மை யாகும்.

இச்சந்தர்ப்பத்தில் போத்துக்கீசரின் சமூக, பொருளாதார நடவடிக்கைகளையும் ஆராய வேண்டியது மிக அத்தியாவசியமாகின்றது. ஏனெனில், போத்துக்கீசர் ஆட்சியின்கீழ் எவ்வாறான அழிவுகளுக்கு தமிழர்தேசம் இட்டுச் செல்லப்பட்டது என்பதனைத் தெளிவாக விளங்கிக்கொள்வதற்கு அவ்வாறான ஒரு ஆய்வும் மிக முக்கியமாகின்றது. போத்துக்கீசரின் நிர்வாக அமைப்புமுறை பற்றிச் சுருக்கமாக அறிவதன்மூலம் அவர்களின் பொருளாதார நிலைமைகளைத் தெளிவாக விளங்கிக் கொள்வதற்கு இலகுவாக அமையும். போத்துக்கீசர் தமிழ்ப் பிரதேசங்களைப் பூரணமாகக் கைப்பற்றுவதற்கு முன்னர் தமிழ்ப் பிரதேசங்களில் மலபார் என அழைக்கப்படும் தமிழர் வாழ்ந்ததாகவும், அப் பிரதேசங்கள் தமிழ் அரசர்களால் ஆளப்பட்டதாகவும் இருந்திருக்கின்றது என்பதனைப் பின்வரும் தோம்பு (நிர்வாக அறிக்கை) கள் கூறுகின்றன.

"1618 இல், இந்த இராச்சியமானது, மலபார்கள் வாழும் இடமாகவும், தமிழ் அரசர்களால் ஆளப்பட்டதாகவும் இருந்தது."[130]

மேலும், இன்னுமோர் அறிக்கையில் பின்வருமாறு கூறப்பட்டுள்ளது:

"மட்டக்களப்பிலிருந்து திருகோணமலை வரையும், திருகோணமலையில் இருந்து யாழ்ப்பாணம் வரையும் காணப்பட்ட இந்த மாவட்டத்தில், மலபார் அல்லது வேடர் என அழைக்கப்படும் ஒரு வகை மக்கள் வாழ்ந்தனர்."[131]

மேற்கூறப்பட்டவைகளில் இருந்து, யாழ்ப்பாண இராச்சிய ஆளுகையின்போது இலங்கையின் வடக்கு, கிழக்கு, வடமேற்குப் பிரதேசங்கள் தமிழர் பிரதேசங்களாகவும், அவை யாழ்ப்பாண இராச்சியத்தின் கீழ் ஒன்றுபட்டு இருந்திருக்கின்றன என்றும், அங்கு தமிழ்மொழியே பேசப்பட்டிருக்கின்றது என்றும் அறியமுடிகிறது. மேலும், போத்துக்கீசர் 1619 இல் யாழ்ப்பாண இராச்சியத்தைக் கைப்பற்றிய பின் மேற்படி பிரதேசங்கள் தனி மாகாணமாகப் போத்துக்கீசரினால் நிர்வகிக்கப்பட்டு இருக்கின்றது என்பதையும் அறியமுடிகிறது.

"நீர்கொழும்புத் துறைமுகத்திலிருந்து இப்பிரதேசம் கற்பிட்டி, மாதோட்டம், யாழ்ப்பாணம் வரை பரந்து காணப்பட்டதுடன் இங்கு மலபார்களின் தமிழ்மொழி பேசப்பட்டது."[132]

மேலும்,

"மட்டக்களப்பிலிருந்து திருகோணமலைக்கும், திருகோணமலையிலிருந்து மட்டக்களப்பிற்கும் வந்தவர்கள் யாவருக்கும், திருகோணமலையிலிருந்து யாழ்ப்பாணத்துக்குச் சென்றவர்க்கும் உதவிகள் அளிக்கப்பட்டதுடன், அவர்கள் இந்த இராச்சியத்துடன் ஒன்றிணைந்து வாழ்பவர்களாகவும் காணப்பட்டனர்"[133]

அத்தோடு,

"1619 இல், யாழ்ப்பாண இராச்சியம் எப்போதுமே போத்துக்கீசரினால் வேறாக நிர்வகிக்கப்பட்டது."[134]

1619 இல் யாழ்ப்பாண இராச்சியம் போத்துக்கீசரினால் முழுமையாகக் கைப்பற்றப்பட்ட பின், தமிழ்ப் பிரதேசத்தின் போத்துக்கீசப் பிரதம அலுவலராக இராணுவத் தளபதி நியமிக்கப்பட்டான். மேற்படி இராணுவத் தளபதியே தீவுகளை உள்ளடக்கிய யாழ்ப்பாணக் குடாநாட்டிற்கும், மன்னார் உள்ளிட்ட வன்னிப் பிரதேசங்களுக்கும், திருகோணமலை, மட்டக்களப்பு பிரதேசங்களுக்கும் பொறுப்பாக இருந்தான். இவ் இராணுவத் தளபதி இலங்கை முழுவதற்கும் பொறுப்பான பிரதம இராணுவத்

தளபதியின் மேற்பார்வையில் செயற்பட்டான். பிரதம இராணுவத் தளபதி, கோவாவிலுள்ள போத்துக்கீச தலைமை நிலைய அதிகாரியான வைஸ்ரோயுடன் நேரடித் தொடர்புகளை வைத்திருப்பதற்கான உரிமையைப் பெற்றிருந்தான்.[135] அத்தோடு அவனது அதிகாரத்திற்கு உட்பட்ட நாட்டிலுள்ள கிராமங்களை நன்கொடையாக அல்லது மானியமாகக் கொடுப்பதற்கான உரிமையையும், அதிகாரத்தையும் கொண்டு காணப்பட்டான்.[136] யாழ்ப்பாண இராச்சிய மன்னர்கள் பின்பற்றிய நடைமுறைகளையே யாழ்ப்பாண இராணுவத் தளபதியும் பின்பற்றியிருந்தமை பற்றியும் அறியமுடிகிறது. யாழ்ப்பாணத்தின் முதலாவது இராணுவத் தளபதி பிலிப் த ஒலிவேறா வருமான அலுவலகர்களைத் தானே நியமிப்பதற்கான உரிமையையும், தோம்பு எனப்படும் காணிப் பதிவேட்டை ஆரம்பித்துப் பூர்த்தியாக்கும் அதிகாரத்தையும் பெற்றிருந்தான். வருமானங்கள், செலவுகள் பற்றிய விடயங்களுக்கும் யாழ்ப்பாணத் தளபதியே பொறுப்பாக இருந்தான். எனினும் மேற்படி விடயம் சம்பந்தமாகக் கொழும்பிலுள்ள வருமானக் கட்டுப்பாட்டு அதிகாரியின் (Vedor) மேற்பார்வையின் கீழே, இடம்பெற வேண்டுமென எதிர்பார்க்கப்பட்டது. சிவில் நிர்வாகம் எவ்வாறு யாழ்ப்பாண இராச்சிய மன்னர் காலத்தில் முதலியார்களின் அதிகாரத்தின் கீழ் இருந்ததோ அதனையே போத்துக்கீசர் பின்பற்றினார்கள். ஏற்கெனவே யாழ்ப்பாண இராச்சிய அரச நிர்வாகத்தினரால் தேசவழமை (Thesa walamai - A customary law) எனும் சட்டநிர்வாகமுறை பல நூற்றாண்டுகளாக நடைமுறையில் இருந்திருக்கின்றது என்பதனைப் போத்துக்கீச ஆவணங்களிலிருந்து அறியமுடிகிறது. போத்துக்கீசர் ஆட்சியின்போது, ஏற்கனவே நடைமுறையிலிருந்த மேற்படி சட்ட விதிமுறைகளைத் தொடர்ந்தும் அவர்கள் பின்பற்றினர்.[137] மட்டக்களப்புப் பிரதேசத்தில் முக்குவர் (Mukkuwa) சட்டம் நடைமுறையில் இருந்திருக்கிறது.

"முக்குவச் சட்டம் மட்டக்களப்புப் பிரதேசத்தில் நீண்டகாலமாக நடைமுறையில் இருந்தது. அதனையே போத்துக்கீசர் நடைமுறைப் படுத்தினர்".[138]

மேற்படி இரு சட்ட விதிமுறைகளைப் போத்துக்கீசர் உள்ளூர் அதிகாரிகளின் துணையுடன் பெரும்பாலும் பயன்படுத்தித் தமது நிர்வாகமுறையை இலகுவாக வடக்கிலும், கிழக்கிலும் நடைமுறைப்படுத்தினர். யாழ்ப்பாண இராச்சிய காலத்தில் வருமான நோக்கத்தின் அடிப்படையில் ஏற்கனவே மாகாணப் பிரிவுகளான வலிகாமம், வடமராட்சி, தென்மராட்சி, பச்சிலைப்பள்ளி போன்றவை எதுவித மாற்றமுமின்றி அவ்வாறே நிர்வகிக்கப்பட்டன. ஏனைய தமிழ்ப் பிரதேசங்களான தீவுப்பகுதிகளும், மன்னார் வன்னிப் பிரதேசங்களும், திருகோணமலை மட்டக்களப்புப் பிரதேசங்களும் எவ்வாறு முன்பு இருந்தனவோ அவ்வாறே போத்துக்கீசர் காலத்திலும் இருந்தன. ஆனால் மன்னாரின் வருமானம் தனியாகக் கணக்கிடப்பட்டது. யாழ்ப்பாண மன்னனுக்குத் திறை செலுத்திய வன்னிச் சிற்றரசுகள் அதுபோற் தொடர்ந்தும் போத்துக்கீச இராணுவத் தளபதிக்கு திறை செலுத்தவேண்டும் என எதிர் பார்க்கப்பட்டது. ஆனால், இப் பிரதேசங்களில் சில வருமான அலுவலர்கள் போத்துக்கீசரினால் நியமிக்கப்பட்ட போதிலும், இப் பிரதேசச் சிற்றரசர்களிடமோ, அதிகாரிகளிடமோ எதுவித வரியோ, பணமோ அறிவிட்டதாகவோ கொள்ள இடமில்லை. அரச வருமானங்கள் வருமான அதிகாரிகள் (recebedores or collectors)

என்பவர்களால், அதிகார் (adigars) களின் உதவியுடன் அறவிடப்பட்டது. நிலவரிகள் (recebedor dosforos) என்ற அதிகாரிகளாற் தனியாக அறவிடப்பட்டது. இவர்களுக்கு, நிலவரிமூலம் பெறும் தொகையில் ஒரு வீதம் வழங்கப்பட்டது. மேலும், அதிகார்கள், விதானைகள் (Vidanes) ஆகியோரும் வரி அறவிடும் நடவடிக்கைக்குப் பொறுப்பாக இருந்தனர். இவர்களுக்கு தலையார் (talaiyars), பட்டங்கட்டி (pattangutties) போன்றவர்கள் துணையாக இருந்தனர்.[139]

போத்துக்கீசரின் மேற்படி நிர்வாக முறையானது அவர்களது வருமானத்தை எந்த அளவுக்குப் பெருக்கமுடியுமோ, அந்த அளவிற்கு முடுக்கி விடப்பட்டது. இதில் வெற்றி காண்பதற்கு அவர்கள் தமிழ்ப் பிரதேசங்களிலுள்ள நிலங்களையும்? இதர மூலாதாரங்களையும் பற்றிய விபரமான தகவல்களைத் திரட்டவேண்டிய கட்டாயத்தில் இருந்தனர். போத்துக்கீசர் படையெடுப்பின்போது, யாழ்ப்பாண மன்னர் மக்களிடமிருந்து வரி அறவிடுவதற்காகத் தயாரித்த **'தோம்பு'** என்னும் அறிக்கை முற்றாக அழிக்கப்பட்டு விட்டது.[140] எனவே போத்துக்கீசர் முதலி மார்களினதும், விதானை, அதிகாரி, தலையார், பட்டங்கட்டி போன்ற அனுபவம் மிக்க உள்ளூர் அதிகாரிகளினதும் துணையுடன் தோம்பு எழுதும் முயற்சியில் தீவிரமாக ஈடுபட்டனர்.

மன்னார் பிரதேசத்திற்கும், யாழ்ப்பாணப் பிரதேசத்திற்கும் தனித்தனியான தோம்பு தயாரிக்கப்பட வேண்டியதன் அவசியத்தைப் போத்துக்கீச அதிகாரிகள் உணர்ந் திருந்தனர். மன்னாரில் முத்து வர்த்தகத்திலிருந்துதான் கூடுதலான வருமானம் கிடைக்கப் பெற்றது. நிலத்திலிருந்து அதிக வருமானம் பெறமுடியாதென அவர்கள் கருதினர். 1620 இல் லங்கறோட் த செயிஸாஸ் (Lancarote de Seixas) என்ற வரி அறவிடும் அதிகாரி மன்னாருக்கு விஜயம் மேற்கொண்டபோது, அங்கு நிலங்கள் பதியப்படாமல் இருப்பதைக் கண்டுகொண்டான்.[141] 1627 இல் அம்ப்றோஸியோ த பிறெயிற்றாஸ் த கமோறா (Ambrosio de Freitas de Camora) மேற்படி விடயம் தொடர்பாக மன்னாருக்குப் போகும்படி வைஸ்றோயினால் பணிக்கப்பட்டான். அத்தோடு பதிவு செய்யப்படாமல் இருந்த காணிகளை நில உரிமையாளர்களிட மிருந்து பறிமுதல் செய்யும்படி பணிக்கப்பட்டது.[142] அமறோ றொயிஸ் (Amaro Roiz) என்ற அதிகாரி மேற்படி விடயமாக 1635 ம் ஆண்டிலும், 1636 ம் ஆண்டிலும் மன்னாருக்கு விஜயம் மேற்கொண்டான். இரு தடவையும் நிலவரி இறுப்பதற்கான கட்டளைகளையும், காணிப்பதிவு சம்பந்தமான அறிக்கைகளையுமே அவனால் தயாரிக்க முடிந்தது.[143] ஆனால் இவ் விடயத்தில் மன்னாரைவிட யாழ்ப்பாணப் பிரதேசம் அதிக முக்கியத்துவம் வாய்ந்ததாக அவர்கள் கண்களில் பட்டது. ஒன்றரை இலட்சத்துக்கு மேலான சனத்தொகையினரில் அனேகமானவர் சிறுசிறு காணி களுக்கும், தோட்டம் துரவுகளுக்கும் சொந்தக்காரர்களாய் இருந்தமை, இங்குள்ள வரின் சுறுசுறுப்பான விவசாய உற்பத்தி முயற்சிகள் என்பன போத்துக்கீச அதிகாரி களை ஈர்த்து இழுத்தன. வருமானத்துறைக்குப் பொறுப்பானவர்கள் உடனடி யாக யாழ்ப்பாணம் சென்று அங்குள்ள வருமானம் சம்பந்தமான நிலைமைகளைக் கவனிக்க வேண்டும் எனக் கோவாவிலுள்ள கவுன்சில் 1620 ன் ஆரம்பப் பகுதிகளில் வேண்டுகோள் விடுத்திருந்தது.[144] இதன் பிரகாரம் யூன் 1620 இல் த செயிஸாஸ் என்னும் வருமான அதிகாரி யாழ்ப்பாணம் சென்று சிலவாரங்கள் தங்கியிருந்து

நிலுவையாக இருந்த பட்டியல் (foral) ஒன்றை உள்;ர் முதலிமார்களின் உதவியுடன் தயாரித்தான்.[145]

கோவாவிலிருந்தும், லிஸ்பனிலிருந்தும் கிடைக்கப்பெற்ற அறிவுறுத்தல்களின் விளைவாக 1623 இல் பிறெயிற்றாஸ் த கமறா (Freitas de Camara) என்ற வருமான அதிகாரி யாழ்ப்பாணம் சென்றடைந்தார். எட்டுமாதங்களில் யாழ்ப்பாணத்துக்கான காணிப் பதிவேடும், நிலுவைப் பட்டியலும் பூர்த்தியாக்கப்பட்டன.[146] 1627 இல் தளபதி ஒலிவேறா மரணமடைந்ததைத் தொடர்ந்து லங்கறோட் த செயிஸாஸ் புதிய யாழ்ப்பாணத் தளபதியாக நியமிக்கப்பட்டார். இவ்வேளையில் தோம்பு வேலை களைத் தொடங்க மீண்டும் பிறெயிற்றாஸ் யாழ்ப்பாணம் சென்றபோதும் அவனால் அவற்றை பூர்த்தியாக்க முடியவில்லை. இறுதியாக 1635 இல் புதிதாக நியமிக்கப் பட்ட வருமான அதிகாரி அமறோ றொயிஸ் (Amaro Roiz) யாழ்ப்பாணத்திலிருந்த பழைய ஓலைச் சுவடிகளைத் தேடியெடுத்து உள்ளூர் அதிகாரிகளினது உதவியைப் பெற்று 7 மாதகாலமாக விபரங்களைத் திரட்டினான்.[147] இறுதியாக, இரண்டாவது தடவை 1637 இல் யாழ்ப்பாணம் சென்று தோம்பு வேலையை மிகவும் ஒழுங்காகச் செய்து முடித்தான். இத் தோம்பில் இருந்து எவ்வளவு வருமதிகள் நிலுவையாக இருக்கின்றன, யார் யார் காணிச் சொந்தக் காரர்கள், காணிகளின் தன்மைகள், அளவுகள், என்னென்ன பயிர்ச்செடிகள், மரங்கள் போன்ற பல்வேறு விபரங்களைப் பெறக்கூடியதாக இருந்தது. போத்துக்கீசரின் வருமானத்தை அதிகரிப்பதற்கு இத் தோம்பு பெருமளவு அவர்களுக்கு உதவியது. ஆறு தொகுதிகளாக இத் தோம்பு தாயரிக்கப்பட்டது. இவற்றில் இரண்டு தொகுதிகள் வலிகாமத்திற்கும், ஏனையத் தொகுதிகள் தென்மராட்சி, வடமராட்சி, பச்சிலைப் பள்ளி என்பவற்றிற்கு உரியன வாகவும், ஆறாவது தொகுதி தீவுப்பகுதிகளுக்காகவும் காணப்பட்டன. வன்னியும் மன்னாரும் இவற்றில் அடங்கவில்லை. மேலும், 1645 இல் முழு யாழ்ப்பாணத் திற்குமான நிலுவைப் பட்டியல் ஒன்று பூர்த்தியாக்கப்பட்டது. இவ்வாண்டில் இருந்து இவ் நில அறிக்கைகளின் பொறுப்பு வருமான அதிகாரிகளிடம் கையளிக்கப் பட்டது.[148] இன்றைய நிலையில் அவ்வாறான ஒரு விபரமான அறிக்கை தமிழ்ச் சமூகம் பற்றிய ஆய்விற்கு மிக உகந்ததாகும். ஆனால் துரதிர்ஷ்டவசமாக அத் தோம்பு டச்சுக்காரரினால் எரிக்கப்பட்டுவிட்டது. ஆனால் அதன் நிலுவைப் பட்டியல் லிஸ்பனில் உள்ள ஆவணக் காப்பகத்தில் இருக்கின்றது என்பது குறிப்பிடத்தக்கது.

அடுத்து போத்துக்கீசர் ஆட்சிக்காலத்தில் இருந்த பொருளாதார நிலைமை களைப்பற்றி ஆராய்வது பொருத்தமானதாக அமையும். இதற்கு முன்னைய அத்தியாயத்தில் 1500 கள் வரையிலான காலப்பகுதிகளில் யாழ்ப்பாண, வன்னியரசுகளின் பொருளாதார நிலைமைகள் பற்றிச் சுருக்கமாகக் கூறப்பட்டுள்ளது. 1543 இல் முதன்முதல் போத்துக்கீசரின் யாழ்ப்பாணத் தொடர்பும், 1560 களில் யாழ்ப்பாண அரசனிடமிருந்து திறைபெற்ற நிகழ்வுகளும், 1561 இல் மன்னாரில் தமது கோட்டையைக் கட்டித் தமது மேலாண்மையை நிலைநிறுத்திய நிகழ்வுகளும், யாழ்ப்பாண இராச்சியத்தின் வருமானத்தை வெகுவாகப் பாதித்தன. பதினேழாம் நூற்றாண்டு போத்துக்கீச ஆவணத்திற் குறிப்பிட்டதன்படி, யாழ்ப்பாண இராச்சிய மன்னர் 11800 பதகாஸ் (Patacas) வருடவருமானப் பணமாகவும், 851 கன்டில் (candils) நெல் உட்பட்ட தானியப் பொருட்களையும், வாழைப்பழம், எண்ணெய், வெற்றிலை,

நெய், பால், தேன் போன்ற பொருட்களையும், வருடந்தோறும் அரச வருமானமாகப் பெற்றனர். மேலும் பிடிக்கப்படுகின்ற யானை ஒவ்வொன்றுக்கும் அதிக வரியை அறவிட்டார்கள்.[149] அத்தோடு மன்னார்க் கடலில் முத்துக் குளிப்பின்மூலம் பெறப்பட்ட முத்து, சங்கு போன்ற விலைமதிப்பற்ற பொருட்களைத் தென்னாசியா, தென் கிழக்காசியா போன்ற நாடுகளுக்கு ஏற்றுமதி செய்து அதிகளவு வருமானத்தையும் யாழ்ப்பாண மன்னர்கள் பெற்றதனை இபின் பட்டுடாவின் நேரடி அனுபவத்திலிருந்தும், அவன் வெளியிட்ட விபரங்களிலிருந்தும் அறியப்பட்டமை முன்னைய அத்தி யாயத்தில் குறிப்பிடப்பட்டுள்ளது. 1591 இல் சங்கிலி மன்னன் பல கப்பல்களில் தனது பெருந்தொகைப் பணம், தங்கம், வைரம், முத்து என்பவற்றையும், ஏனைய திரவியங்களையும் ஏற்றிக்கொண்டு தமிழ்நாட்டுக்குத் தப்பிச் சென்றபோது போத்துக்கீசக் கடற்படையினால் மடக்கிப் பிடிக்கப்பட்டு, அவனுடைய சகல பொருட்களும் பறிமுதல் செய்யப்பட்டன. அப் பொருட்களில் தங்க நகைகளிலிருந்து மட்டும் கிடைத்த வருமானம், யாழ்ப்பாண இராச்சியத்தை வெற்றிகொண்டமையின் பொருட்டு படையினருக்கு வெகுமதியாகக் கொடுக்கப் பட்டமை பற்றி போத்துக்கீச ஆவணத்திலிருந்து தெரியவருவதாவது:

> "படையெடுப்பில் சென்ற அனைவருக்குமே யாழ்ப்பாணம் ஏதாவதொன்றை அளிக்கவே செய்தது. வெற்றியின் ஆனந்தத்தைவிட, அனுபவிக்கக்கூடிய வேறு பல பொருட்கள் அதிகமாக பரிசாகக் கிடைத்தன. ஒலிவேறாவுக்கு, அவனது சேவையைப் பாராட்டுமுகமாக, 1000 பாறோஸ், கோவாவிலுள்ள வரிக் கவுன்சிலின் தீர்மானத்தின்படி வழங்கப்பட்டது. சூறையாடப்பட்ட பணத்தில் ஒரு பங்கு அவனுக்கு உரிமை அளிக்கப்பட்டது".[150]

> "சங்கிலி தனது ஆட்களுடன் தப்பி ஓடுவதற்காக வாடகைக்கு அமர்த்திய கப்பலைக் கைப்பற்றிய போர்வீரர்களுக்கு மேலதிக பரிசாக 800 சேராபின்கள் வழங்கப்பட வேண்டுமெனவும் கவுன்சில் தீர்மானித்தது. யாழ்ப்பாணத்தைக் கைப்பற்ற மேற்கொண்ட படையடுப்பில் பங்குபற்றிய சாதாரண போர் வீரர்களுக்கும் விசேட பங்கு வெகுமதி பெற்றார்கள். இந்தச் செலவுகள் யாவும் சங்கிலியிடமிருந்து கைப்பற்றிய சொந்தப் பொருட்களிலிருந்தும், நகைகளிலிருந்துமே கொடுக்கப்பட வேண்டுமெனத் தீர்மானிக்கப்பட்டது."[151]

யாழ்ப்பாண இராச்சியத்தில் போத்துக்கீசர் தலையீடும், அவர்கள் மேலாண்மை 1560 களில் ஏற்பட்டபோது யாழ்ப்பாண மன்னன் அதிகளவு பணத்தை அல்லது பத்து கொம்பன் யானைகளை, போத்துக்கீசருக்குக் கப்பமாக வருடந்தோறும் கொடுக்க வேண்டிய நிலைக்குத் தள்ளப்பட்டான். அத்தோடு போத்துக்கீசரின் கப்பல்கள் கரையோரத் துறைகளில் தங்குதடையின்றிப் போக்குவரத்துப் புரிந்தமையும், யாழ்ப்பாண மன்னன், தென்னாசிய, தென்கிழக்காசிய வர்த்தகத்தி லிருந்தும் ஈட்டிய பெருந்தொகையான வருமானத்துக்குப் பெருந்தடையாக அமைந்தது. 1561 இல் முத்துக்குளிக்கும் துறைமுகமாகிய மன்னார்ப் பிரதேசம் போத்துக்கீசர் கைகளுக்கு

மாறியமையும், அவர்கள் மன்னார் முத்துக்குளிப்பின் ஏகபோக உரிமையைப் பெற்றுக் கொண்டமையும், யாழ்ப்பாண இராச்சிய மன்னனின் வருமானத்தைப் பாதித்தன. 1591 இல் யாழ்ப்பாணப் பிரதேசம் போத்துக்கீசரின் மேலாண்மையை ஏற்றதன் விளைவாக அதிகளவு பணத்தை அல்லது யானைகளை யாழ்ப்பாண அரசன் போத்துக்கீசருக்கு வருடாவருடம் கப்பமாக வழங்க வேண்டியிருந்தது. மன்னார்ப் பிரதேச வருமானம் போத்துக்கீசரின் கைக்கு முழுமையாக மாறியது. யாழ்ப்பாணப் பிரதேசத்திலிருந்து கிடைத்த வருமானங்களில் போத்துக்கீசர் கணிசமான பங்கை கிறிஸ்தவ மிசனரிமாரின் செலவுக்குக் கொடுத்தனர். மேலும் 1543 களிலும், 1560 களிலும், 1591 களிலும் யாழ்ப்பாண மன்னர் படைகளுக்கும் போத்துக்கீசப் படைகளுக்குமிடையில் ஏற்பட்ட போர்களில் யாழ்ப்பாண மன்னன் அதிகளவு பணத்தைச் செலவுசெய்ய வேண்டிய நிலை ஏற்பட்டது. இது நிச்சயம் யாழ்ப்பாண மன்னனின் திறைசேரியைப் பெருமளவு பாதித்திருக்கும். அத்தோடு 1591 ல் யாழ்ப்பாண இராச்சியம் போத்துக்கீசரின் மேலாண்மையை ஏற்று, பொருளாதாரம் ஆட்டங்கண்டு, நலிவுற்று, வலுவிழந்த வேளையில் திருகோணமலை, மட்டக்களப்பு, சிலாபம், புத்தளம் ஆகிய பிரதேசங்களிலிருந்து கிடைக்கின்ற வருமானங்களைக் கூட, அவை கண்டி, கோட்டை இராச்சியங்களின் மேலாண்மையை ஏற்கவேண்டிய ஒரு கட்டாய நிலைக்குத் தள்ளப்பட்டதனால் இழக்க நேரிட்டது. அதேபோன்று வன்னிப் பெருநிலப்பரப்பில் இருந்த சிற்றரசர்களும் யாழ்ப்பாண மன்னனுக்குத் திறை செலுத்தாது தன்னாதிக்கமுடைய அரசுகளாகத் தம்மை வளர்க்கத் தொடங்கின. இவ்வாறான முக்கிய காரணிகளினால் யாழ்ப்பாண இராச்சியமும், யாழ்ப்பாணப் பிரதேசமும் தவிர்க்கமுடியாதவொரு பொருளாதார வீழ்ச்சியை எதிர்நோக்கின. இவ்வாறு பலமிழந்து காணப்பட்ட வேளையில் உள@ர் அரசியலில் ஏற்பட்ட கிளர்ச்சிகளும், தமிழ்க் கத்தோலிக்கர்கள் போத்துக்கீசருக்குத் தம் ஆதரவை வழங்கியமையும் யாழ்ப்பாண இராச்சியத்தை வீழ்ச்சிப் பாதையை நோக்கி விரையவைத்தன. இந் நிலையில் 1619 ம் ஆண்டு போத்துக்கீசருடன் இடம்பெற்ற பெரும்போரில் யாழ்ப்பாண இராச்சியமும், தமிழ்ப் பிரதேசங்களும் போத்துக்கீசர் வசமாயின. போத்துக்கீசரின் ஆட்சிக்காலப் பொருளாதார நிலைமைகள் பொறுத்து, அவர்கள் தமிழ்ப் பிரதேசங்களில் ஈட்டிய வருமானங்களும், செலவினங்களும் முக்கியத்துவம் பெறுகின்றன. அவர்களது முக்கிய வருமான மூலங்களாக முத்து வர்த்தகமும், யானை வர்த்தகமும், காணிகள் மீதான வரிகளும், பலதரப்பட்ட உள்ளூர் உற்பத்திகளிலிருந்து கிடைக்கப்பட்ட வரிகளும் இடம்பெறுகின்றன. அத்தோடு யாழ்ப்பாண இராச்சியத்திலிருந்து பெறப்பட்ட கப்பங்களும் இவற்றில் அடங்கும். மேலும், தமிழ்ப் பிரதேசங்களிற் பெறப்பட்ட வருமானங்களில் போத்துக்கீசப் படையினருக்கும், நிர்வாக உத்தியோகத்தர்களுக்கும், கூலியாட் களுக்கும் வேதனம் வழங்கப்பட்டது. கோட்டைகள் கட்டுவதற்கும், கத்தோலிக்க மிசனரிமாரின் மதப்பரம்பல் நடவடிக்கைகளுக்கும் மேற்படி வருமானத்திலிருந்தே செலவு செய்யப்பட்டுள்ளது. அவர்கள் கோவாவிலிருந்து புழக்கத்தில் விட்ட நாணயம் கோவாறெயிஸ் (Goareis) என அழைக்கப்பட்டது. 24 கோவாறெயிஸ் 1 யாழ்ப்பாண பணம் (Jaffna Panam) ஆகவும், 270 கோவாறெயிஸ் 1 யாழ்ப்பாண செறாபின் (xerafim) ஆகவும், 450 கோவாறெயிஸ் 1 யாழ்ப்பாணம் பவக்கா (Jaffna pafaca) ஆகவும், 540 கோவாறெயிஸ் 1 யாழ்ப்பாணம் பாதோ (Jaffna Pardao) ஆகவும் பெறுமதியிடப்பட்டது.[152] இவ்வகையான நாணயப் பெறுமதிகள் போத்துக்கீச ஆட்சிக்காலத்தில் அவர்கள் பெற்ற வருமானத்தையும், செலவுகளையும் அறிந்து கொள்வதற்கு ஓரளவு உதவக்கூடியதாக அமைகின்றன.

முத்தும், சங்கும் இந்தியக் கரையோரங்களிலும், இலங்கையின் மன்னார்க் குடாக் கடலிலும் குறிப்பாக மாசி, பங்குனி, சித்திரை மதாங்களில் பெருமளவிற் கிடைக்கப் பெற்றன. யாழ்ப்பாண இராச்சியம் வீழ்ச்சியடைந்த காலகட்டத்தில் மதுரை நாயக்கர்கள் தென்னிந்திய-இலங்கைப் பிராந்திய முத்து வர்த்தகத்திற் தனியுரிமைப் பெற்று விளங்கினர். முத்துக் குளிப்பவர்களும், முத்து வர்த்தகர்களும் தமக்கு தீர்மானிக்கப்பட்ட விலைப்படி முத்துக்களை விற்பதற்கான நடைமுறையினை நாயக்கர்கள் மேற்கொண்டிருந்தனர்.[153] ஆனால் 1619 இல் யாழ்ப்பாண இராச்சியத்தைப் போத்துக்கீசர் தம்வசமாக்கியதன் பின் மேற்படி முத்துவர்த்தகம் அவர்கள் கைக்குப் போய்ச் சேர்ந்தது. மேலும், நாயக்கர்களை முத்து வர்த்தகத்திலிருந்து முற்றாகத் தடுப்பதற்காக போத்துக்கீசப் படைகள் கரையோரங்களைக் காவல் காக்கும் ரோந்து நடவடிக்கைகளில் தொடர்ச்சியாக ஈடுபட்டன.[154] குறிப்பிட்ட மாதங்களில் மன்னார்க் கடற்கரையோரங்களில் கடைகள், பொதி அறைகள், தங்குமிடங்கள் என்பன உள்ளடங்கிய தற்காலிகக் கட்டிடங்கள் கட்டப்பட்டு உள்நாட்டு, வெளிநாட்டு வர்த்தகர்கள் வந்து தங்கி முத்துக்களை வாங்க, விற்க ஊக்கப்படுத்தப்பட்டது.[155] முத்துக் குளிப்பிலும், முத்து வர்த்தகத்திலும் ஈடுபடும் சகலரது பெயர்களும் அதிகாரிகளினால் பதிவு செய்யப்பட்டது. குறிப்பிட்ட காலத்தில் முத்துவியாபாரம் முடிய மேற்படி தற்காலிக அமைப்பு முறைகள் யாவும் அடுத்த முத்துக் குளிக்கும் பருவகாலம் வரும் வரை அகற்றப்பட்டுவிடும். அடுத்த முத்துக்குளிக்கும் பருவகாலத்தில் மீண்டும் அவை அமைக்கப்படும். போத்துக்கீச நிர்வாகம் முத்து வர்த்தகத்திலிருந்து வருடாவருடம் அதிகளவு வருமானத்தைப் பெற்றது. மேலும் வருமானத்தை முத்துக் குளிப்பவர்களிடமிருந்து வரியாகப் பெற்றார்கள். யாழ்ப்பாண வருமானப் பதிவேட்டின்படி, ஒவ்வொரு தனிப்பட்ட கத்தோலிக்க முத்துக் குளிப்பவரும் 21.'.2 பதகாஸ் அல்லது 4 செறாபிம் வரியாகச் செலுத்தியே முத்துக்குளிப்பில் ஈடுபட முடிந்தது. கத்தோலிக்கர் அல்லாதவர்கள் இரண்டு மடங்கு வரியாகச் செலுத்த வேண்டியிருந்தது.[156] 1570 ம் ஆண்டு மேற்படி வரியிலிருந்து மொத்த வருமானமாக 5000 பாதோஸை போத்துக்கீசர் பெற்றனர்.[157] 1580 இல், இவ் வருமானம் 6400 பாதோஸாக உயர்ந்து காணப்படுகிறது.[158] போத்துக்கீசர் ஆட்சியின் இறுதிப் பாகங்களில் இவ் வருமானம் 7200 பாதோஸாக அதிகரித்துக் காணப்படுகின்றது.[159] அடுத்து முக்கிய வருமானமாக இருப்பது முத்து வியாபாரிகளிடமிருந்து பெற்ற வரிகளாகும். 1590 களில் 1375 பாதோஸை மொத்த வருமானமாகப் பெற்றார்கள். பதினாறாம் நூற்றாண்டில் முத்து வர்த்தகத்திலிருந்து சராசரி வருட வருமானமாக 10,000 செறாபிம்களைப் போத்துக்கீசர் பெற்றிருந்தனர்.[160]

நிலவரி மூலமும் போத்துக்கீசர் அதிக வருமானத்தைப் பெற்றனர். யாழ்ப்பாணப் பிரதேசத்திலுள்ள காணிகளுக்குத் தமிழர்களே உரிமையாளர்களாக இருந்தனர். போத்துக்கீசர் ஆட்சியின்போது காணிகளின் வரி வருடாவருடம் துரிதமாக அதிகரித்துக்

கொண்டுபோவதை அவதானிக்க முடிகிறது. போத்துக்கீசர் யாழ்ப்பாண இராச்சியத்தை 1619 இல் கைப்பற்றுவதற்கு முன்பாக நிலவரி வருடம் சுமார் 3500 பாதோஸாக இருந்திருக்கின்றது.[161] போத்துக்கீசர் 1619 களில் யாழ்ப்பாண இராச்சியத்தைக் கைப்பற்றியபின் உள்ள ஆரம்ப ஆண்டுகளில் நிலவரி சுமார் 10,000 பாதோஸாகக் காணப்படுகின்றது. இவ் வருமானம் 1634 இல் 13,500 ஆகவும், 1645 இல் 15,500 பாதோஸாகவும் காணப்படுகிறது.[162] 1624 ம் ஆண்டு ஒலிவேறாவின் கணக்கு அறிக்கையின்படி மூன்று வருடத்திற்கான நிலவரி 34,268 பாதோஸ் எனக் குறிப்பிடப்பட்டுள்ளது.[163] அன்ராஓ வாஸ் பிறெய (Antao Vaz Freire) என்பவனால் புதுத் தோம்பு பூர்த்தியாக்கப்பட்டபோது யாழ்ப்பாணக் குடாநாட்டிலுள்ள 4640 கிராமங்களிலிருந்து கிடைத்த நிலவரி 7,500 பாதோஸாக உயர்ந்தது.[164] 1646 இல் இத்தொகை 10,720 பாதோஸாக மேலும் உயர்ந்தது.[165]

25 வருடங்களில் நிலவரி மூலம் போத்துக்கீசருக்குக் கிடைத்த வருமானம் 55 வீதத்தினால் அதிகரித்திருக்கின்றது. இவை தவிர யாழ்ப்பாண அரசர்களிடமும், அரச பரம்பரையினரிடமும் இருந்து பறிமுதல் செய்யப்பட்ட காணிகள் ஒலிவேறா வினால் ஏலத்தில் விற்கப்பட்டன. அத்தோடு அரச நிலங்களாக இருந்த காணிகளும் ஏலத்தில் விற்கப்பட்டன. இவைகளிலிருந்தும் அதிக வருமானத்தைப் போத்துக்கீசர் பெற்றனர். ஒலிவேறா தனது நண்பர்களுக்கும், படையினருக்கும் அரச காணிகளைக் குறைந்த விலைக்கு விற்றான். அத்தோடு அரச காணிகளை மிசனரிமாரின் மதநிறுவனங்கள், விடுதிகள், பள்ளிகள் போன்றவற்றைக் கட்ட இலவசமாகவும் கொடுத்துள்ள மையையும் போத்துக்கீச ஆவணங்களிலிருந்து அறிய முடிகிறது. உதாரணமாக, சங்கிலி மன்னனுக்குச் சொந்தமாக ஊர்காவற்றுறையில் இருந்த காணிகளையே மிசனரிமாருக்கு ஒலிவேறா கொடுத்திருக்கின்றான். அக் காணிகளிலேயே மிசனரிமார் கத்தோலிக்க தேவாலயம் ஒன்றைக் கட்டியிருந்தார்கள் என்பது மேற்படி நடவடிக்கை களுக்கு நல்லதொரு எடுத்துக்காட்டாகும். இவை தவிர, காணி உரிமையாளரின் மரணத்தின் பின் அக் காணிகளுக்கு வாரிசு உரிமையாளர் இல்லாத பட்சத்தில் யாழ்ப்பாணத் தேசவழமைச் சட்டத்தின்படி அவை அரசாங்கத்துக்குச் சேரவேண்டிய நிலைமை காணப்பட்டது.[166] அவ்வாறான காணிகளையும் போத்துக்கீசர் ஏலத்தில் விற்று வருமானம் சேர்த்தனர். மேலும் 1640 களில் திருகோணமலை, மட்டக்களப்பு, காலி, நீர்கொழும்பு ஆகிய துறை முகங்களிலுள்ள போத்துக்கீசரின் கோட்டைகள் வீழ்ச்சி அடைந்ததன் விளைவாகக் குறிப்பிடத்தக்களவு போத்துக்கீசர்களை யாழ்ப்பாணத்தில் மீளக் குடியமர்த்த வேண்டிய நிலை ஏற்பட்டது. மேலும், 1641 களில் மலாக்காவை போத்துக்கீசர் இழந்ததன் விளைவாக அங்கிருந்து பல போத்துக்கீசர்கள் அகதிகளாக இலங்கைக்கு வந்தார்கள். இவர்கள் அனைவரும் யாழ்ப்பாணத்தில் மீளக் குடியேற்றுவதற்காக 1636 ம் ஆண்டில் யாழ்ப்பாணப் பிரதேசத்தில் காணிகள் பகிர்ந்தளிப்பு சம்பந்தமான முடிவுகளில் மாற்றங்களை ஏற்படுத்தி, அகதியாக வந்த போத்துக்கீசரை யாழ்ப்பாணப் பிரதேசங்களிலுள்ள அரச காணிகளில் குடியமர்த்த முடிவெடுக்கப்பட்டது.[167] இவ்வாறு வரவழைக்கப்பட்ட போத்துக்கீசருக்கு யாழ்ப்பாண நகரப் பகுதியிலும், நல்லூர்ப் பகுதிகளிலும், வடமராட்சி, தென்மராட்சிப் பகுதிகளிலும் உள்ள அரச காணிகள் பகிர்ந்தளிக்கப்பட்டு குறைந்த விலைக்கு விற்றகப்பட்டன.[168]

இலங்கையின் தென்மேற்குப் பகுதிகளிலும், வடமத்திய பகுதிகளிலும், வன்னிப் பெருநிலப் பரப்பிலும் உள்ள காடுகளில் காட்டு யானைகள் பெருமளவு காணப்பட்டன. உள்நாட்டுச் சண்டைகளில் பயன்படுத்துவதற்காகவும், விசேட வைபவங்களில் பயன்படுத்துவதற்காகவும், பாரங்களைத் தூக்குவதற்காகவும் காட்டு யானைகளுக்குப் பெருங் கிராக்கி, மத்தியகாலப் பகுதிகளில் இந்தியாவிற் காணப்பட்டது. இதனால் இலங்கையிலுள்ள காட்டு யானைகளுக்கு இந்தியாவில் தேவை அதிகரித்துக் காணப்பட்டது. அத்தோடு யானைத் தந்தமும் அதிக விலைமதிப்பானப் பொருளாகக் காணப்பட்டது. போத்துக்கீசர் யாழ்ப்பாண இராச்சியத்தை 1619 இல் கைப்பற்றுவதன் முன்பே 1560 களில் இரு தரப்பினர்க்கும் இடையில் ஏற்பட்ட உடன்படிக்கையின் பிரகாரம், யானைகளைத் திறையாக, யாழ்ப்பாண மன்னரிடமிருந்து பெற்றுவந்தனர் என்பதுபற்றி ஏற்கெனவே குறிப்பிடப்பட்டுள்ளது. 1591 இல் யாழ்ப்பாண இராச்சிய மன்னன் எதிர்மனசிங்கனும், போத்துக்கீசரும் செய்துகொண்ட உடன்படிக்கையின்படி, 10 யானைகளைத் திறையாக வருடாவருடம் யாழ்ப்பாண மன்னன் போத்துக்கீசருக்கு வழங்கவேண்டும் என்பதுபற்றியும் குறிப்பிடப்பட்டுள்ளது. 1619 இல் யாழ்ப்பாண இராச்சியத்தைப் போத்துக்கீசர் கைப்பற்றியபோது வன்னி அரசர் யாழ்ப்பாண மன்னனுக்கு வருடாவருடம் திறையாகக் கொடுக்கும் யானைகள் நிலுவையாக இருந்தன. 1645 ம் ஆண்டு வருமானப் பதிவேட்டின்படி வன்னி அரசரால் யாழ்ப்பாண மன்னனுக்கு 27 கொம்பன் யானைகள் கொடுக்கவேண்டிய நிலுவையாக இருந்திருக்கின்றது.[169]

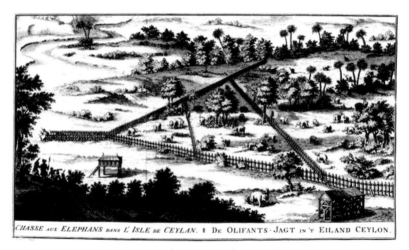

CHASSE AUX ELEPHANS DANS L'ISLE DE CEYLAN. ‡ DE OLIFANTS-JAGT IN 'T EILAND CEYLON.

யானை பிடிக்கும் பொறி - வன்னி

திருகோணமலையில் உள்ள வன்னி அரசர் வருடாவருடம் ஒரு குறிப்பிட்ட தொகையான யானைகளைக் கொழும்பிலுள்ள போத்துக்கீசத் தளபதிக்குக் கொடுத்து வந்தனர்.

கோட்டை இராச்சியமும், யாழ்ப்பாண இராச்சியமும் முறையே போத்துக்கீசர் வசமானபின் யானை வர்த்தகம் போத்துக்கீசருக்கு ஏகபோக உரிமையாக மாறியது.[170] பிடிக்கப்பட்ட யானைகள் எல்லாவற்றையும் கொழும்பிலும், மன்னார் அல்லது யாழ்ப்பாணத்திலும் வைத்து இந்திய வியாபரிகளுக்கு ஏலவிற்பனை செய்து பெரும் வருமானத்தைப் பெற்றனர்.[171,172]

1623 களில் தமிழ் பிரதேசத்தின் அரச வருமானங்கள் பற்றிய கொள்கைத் திட்டங்களை வகுத்த அம்பிறோசியோ த பிறெயிற்றாஸ் த கமரா (Ambrosio de Fretas de Camara) மேலும் புதிய வரிகளை அறிமுகப்படுத்தி அரச வருமானங்களை அதிகரிக்கச் செய்தான். இவற்றின் விளைவாக 1625 இல் அரச வருமானம் 12,000 செறாபிமாக அதிகரித்தது என்பதனை அறியமுடிகிறது.[173] தமிழ்ப் பிரதேசங்களில், குறிப்பாக யாழ்ப்பாணப் பிரதேசத்தில் செழிப்பாக வளர்ந்த பனைமரம் பலவகைகளில் அம் மக்களின் அடிப்படை உணவுத் தேவைகளையும், வருமானங்களையும் பெற்றுக் கொடுக்கின்ற ஒரு கற்பகதருவாக இருக்கின்றது. 1623 இல் அம்பிறோசியோ தோம்பின் பிரதான வேலைகளைச் சுருக்கமாகப் பூர்த்தி செய்திருந்தான். அதன்மூலம் தமிழ்ப் பிரதேசங்களிலுள்ள பனைமரங்களின் எண்ணிக்கையை ஓரளவு அவனாற் கணிப்பிட முடிந்தது. அவற்றிற்கு வரி அறவிடுவதன்மூலம் அதிக வருமானத்தைப் பெற்று அரச வருமானத்தை அதிகரிக்கலாம் என அவன் முடிவெடுத்தான். அதன் பிரகாரம் பனைமரங்களுக்கு வரி விதிக்கப்பட்டது.[174] யாழ்ப்பாண இராச்சிய காலத்தில் பனைமரங்களுக்கு வரி விதிக்கப்படவில்லை என்பது குறிப்பிடத்தக்கது.[175] அத்தோடு ஒலிவேறா காலத்தில் குறைவான விலைக்கு விற்கப்பட்ட அரச காணிகளை, மீண்டும் பறிமுதல் செய்து, அதிக விலைக்கு மீளவும் விற்று கூடுதல் வருமானம் பெற நடவடிக்கை எடுத்தான். ஆனால் அம்பிறோசியோவின் மேற்படி நடவடிக்கைகளினால் அரச வருமானம் பெருமளவில் அதிகரித்ததாகத் தெரியவில்லை. ஏனெனில் 1634 இல் அந்தோனியோ பக்கராவினால் (Antonio Bacarro) கணிக்கப்பட்ட கணக்கின்படி 1626–1627 களில் அரச வருமானம் 14,750 பாதோஸ் ஆகக் காணப்படுகின்றது.[176] 1625 கால அரச வருமானத்துடன் ஒப்பிடும்போது 6 வீதம் மட்டுமே அதிகரித்திருக்கின்றது. எது எப்படி இருந்தபோதிலும் 1619 களின் பின்வருகின்ற ஐந்து ஆண்டுகளில் போத்துக்கீசரின் வருமானம் யாழ்ப்பாணப் பிரதேசத்தில் பன்மடங்காக அதிகரித்திருக்கின்றது. செலவினங்களைவிட யாழ்ப்பாணப் பிரதேசத்தில் கிடைத்த மொத்த வருமானம் கூடுதலாகக் காணப்பட்டமையால் திருகோணமலையில் போத்துக்கீசருக்கு ஏற்படுகின்ற வருடாந்தச் செலவுகள் யாவும் ஈடுசெய்யப்பட்டன. வன்னிப் பிரதேசத்திலிருந்தும் கிடைக்கப்பெற்ற வருமான மிகையில் இருந்தும் செலவு செய்யப்பட்டிருக்கிறது.[177]

1630 களில் பிறெயிற்றாசுக்குப் பதிலாக அமாறோ றொயிஸ் (Amauro Roiz) என்பவன் பதவியேற்று தோம்பு தயார்ப்படுத்தும் வேலைகளை விரிவுபடுத்தினான். மேலும் யாழ்ப்பாணப் பிரதேசத்தில் உற்பத்தி செய்யப்பட்ட புகையிலைக்கும், சாராயம், கள்ளு போன்ற மதுபானங்களுக்கும் வரி விதிக்கப்பட்டது.[178] அத்தோடு மன்னாரிலும், யாழ்ப்பாணத்தில் சில பிரதேசங்களிலும் இருந்து பெறப்பட்ட, துணிகளுக்குச் சாயமூட்டும் சாயவேர் ஏற்றுமதிக்கும் சுங்கவரி விதிக்கப்பட்டது.[179]

சாயவேர் மன்னாரிலும், மட்டக்களப்பிலும் இருந்து கிடைக்கப்பெற்றது.[180] அச் சாயவேர்கள் யாழ்ப்பாணத்திலுள்ள புடவைத் தொழிற்சாலைகளுக்குக் கொண்டு வரப்பட்டது. வண்ணார்பண்ணையில் உள்ள சந்தையில் பெருந்தொகையான தரமான புடவைகள் ஏலத்தில் விற்கப்பட்டன. இப் புடவைகள் இந்தியா, எகிப்து நாட்டு வியாபாரிகளினால் வாங்கப்பட்டன. இத் தொழில் இலாபமீட்டும் வருமானத் துறையாக யாழப்பாண மன்னர், போத்துக்கீசர் காலங்களிலும் இருந்துள்ளன. மேலும் ஏற்றுமதி இறக்குமதிப் பொருட்களுக்கு அதிகளவு சுங்கவரியைப் போத்துக்கீசர் அறவிட்டார்கள். சுங்கவரி காலத்திற்குக் காலம் ஏனைய வரிகள்போன்று அதிகரிக்கப் பட்டது என்பதையும் அறியமுடிகிறது. இது மேலும் போத்துக்கீசரின் வருமானத்தை அதிகரிக்கச் செய்தது. இவைதவிர, யாழ்ப்பாண இராச்சிய காலத்தில் மன்னருக்கு தமிழ்மக்கள் அரிசி, பால், நெய், தேன், வெற்றிலை, வாழைப்பழம், மரக்கறி வகைகள் என்பவற்றை வருடாவருடம் கொடுத்து வந்துள்ளனர். போத்துக்கீசர் ஆட்சிக் காலத்திலும், மேற்படி பொருட்களைத் தமிழ் மக்கள் தொடர்ந்தும் போத்துக்கீச அதிகாரிகளுக்குக் கொடுக்க வேண்டியிருந்தது. யானை வியாபாரத்திலிருந்து கிடைக்கும் வருமானம் தவிர்த்து, யாழ்ப்பாணப் பிரதேசத்தில் மட்டும் கிடைக்கின்ற வருமானம் 20,000 பாதோஸ் என 1640 களில் எதிர்பார்க்கப்பட்டது.[181] 1645–1646 களில் தமிழ் பிரதேசங்களில், குறிப்பாக யாழ்ப்பாணக் குடாநாடு, மன்னார் உள்ளிட்ட வன்னிப் பிரதேசங்கள் பற்றிய தோம்பு பூர்த்தியாக்கப்பட்டது. இவ் ஆண்டில் யானை வர்த்தகத்தில் வன்னியிலிருந்து கிடைக்கப்பெற்ற வருமானம், மற்றும் வன்னி மன்னார்ப் பிரதேசங்களிலிருந்து கிடைக்கப்பெற்ற வருமானங்களைத் தவிர்த்து, யாழ்ப்பாணப் பிரதேசத்தில் இருந்து மட்டும் பெறப்பட்ட வருமானம் 28,000 பாதோஸ் ஆகக் காணப்படுகின்றது.[182] இது 40 வீத வருமான அதிகரிப்பாகக் கணக்கிடப் பட்டுள்ளது.

1624 லிருந்து திருகோணமலைப் பிரதேச போத்துக்கீசருடைய செலவுகள் யாவும் யாழ்பாணப் பிரதேசத்திலிருந்து கிடைக்கப்பெற்ற வருமானத்திலிருந்து பெறப்பட்டது. 1640–1644 காலப்பகுதிகளில் தென்பகுதிகளிலிருந்து போத்துக்கீச அரசுக்கு அதிக வருமானத்தைக் கொடுத்த கறுவா போன்ற வாசனைத் திரவியங்களின் வியாபாரம் டச்சுக்காரரின் கைகளுக்கு மாறியதைக் காணமுடிகிறது. இதன் விளைவாக போத்துக்கீசர் கோட்டைப் பிரதேசத்தில் தமது கட்டுப்பாட்டிற்குள் இருந்த செயற்பாடுகளை நிர்வகிப்பதற்குப் பணத் தட்டுப்பாடு ஏற்பட்டது. இவ் வேளையில் யாழ்ப்பாணப் பிரதேசத்திலிருந்து மேலதிகமாகக் கிடைத்த வருமானங் கள் மூலம் இது ஈடுசெய்யப்பட்டிருக்கின்றது. 1646 இல் 30,000 செறாபிம்கள், முதல் தவணைப் பணமாக யாழ்ப்பாணத்திலிருந்து கொழும்புக்கு அனுப்பப்பட்டிருக்கின்றது. மேலும், 1647 இல் கொச்சினில் மேற்கொள்ளப்பட்ட கத்தோலிக்க நடவடிக்கை களுக்கான செலவுகளைச் செலுத்துவதற்கு யாழ்ப்பாணத்தில் மேலதிகமாக இருந்த பணத்திலிருந்து அனுப்புமாறு கோவாவிலிருந்து கட்டளை அனுப்பப்பட்டிருக்கிறது.[183] சுருங்கக் கூறின், 1635 ம் ஆண்டுக் கணக்கறிக்கையின்படி போத்துக்கீசரினால் யாழ்ப்பாணப் பிரதேசத்திலிருந்து பணமாகப் பெற்ற தொகை வருடமொன்றுக்கு 25,000 செறாபின்கள் எனக் கணக்கிடப்பட்டுள்ளது.[184] 1645 இல் டொம் பிலிப்பே மஸ்கறன்ஹா (Dom Filipe Mascarenha) வின் கணக்குப்படி யாழ்ப்பாணப் பிரதேசத்

திலும், மன்னார்ப் பிரதேசத்திலும் கிடைக்கப்பெற்ற மேலதிக மொத்த வருமானம் 77,698 செறாபிம்கள் எனக் கணிக்கப்பட்டுள்ளது. ஆனால் அன்ரோனியோ பொக் காறாவோ (Antonio Bocarro) வின் 1634 ஆண்டுக் கணக்கறிக்கையின்படி யாழ்ப்பாணப் பிரதேசத்தில் போத்துக்கீசருக்கு ஏற்பட்ட மொத்தச் செலவு 14,572 செறாபிம்கள் எனக் கணக்கிடப்பட்டுள்ளது.[185] இதே ஆண்டில், மன்னார் பிரதேசத்தில் போத்துக்கீசருக்கு ஏற்பட்ட மொத்தச் செலவு 11,587 செறாபின்கள் எனக் கணக்கிடப்பட்டுள்ளது.[186]

இதுவரை கூறப்பட்ட போத்துக்கீசரின் பொருளாதார நடவடிக்கைகளில் இருந்து தெரிந்துகொள்ள வேண்டிய பல முக்கியமான விடயங்கள் இருப்பதை அவதானிக்க முடிகிறது. போத்துக்கீசர் தமது ஆட்சிக்காலத்தில் தமிழ்ப் பிரதேசங்களிலிருந்து பெருந்தொகையான பணத்தைப் பல்வேறு வழிகளில் பெற்றிருப்பதை மிகவும் துல்லியமாக அறியமுடிகிறது. மாறாக, அவ்வாறு கிடைத்த பெருந்தொகைப் பணத்தில் மிகவும் சிறு தொகையான பணத்தையே அவர்கள் தமிழ்ப் பிரதேசங்களிற் செலவு செய்தார்கள் என்பதனையும் மேற்கூறப்பட்ட புள்ளிவிபரங்களின் ஊடாக அறியமுடிகிறது. அவ்வாறு செலவு செய்த தொகையில் பெருமளவு, போத்துக்கீசரின் இராணுவச் செலவிற்கும், நிர்வாக உத்தியோகத்தர் சம்பளங்களுக்கும், கத்தோலிக்க மதப்பரப்பல் வேலைகளுக்கும், கோட்டை கட்டுவதற்கும், நிர்வாகக் கட்டிடங்கள், கத்தோலிக்கத் தேவாலயங்கள் கட்டுவதற்காகவுமே பயன்பட்டிருக் கின்றன என்பதும் அவர்களின் ஆவணங்களில் இருந்தே தெரியவருகிறது. தமிழ்ப் பிரதேசங்களில், குறிப்பாக யாழ்ப்பாணக் குடாநாட்டிலும், மன்னார்ப் பகுதியிலும், வன்னிப் பகுதியிலிருந்தும் கிடைத்த வருமானங்களில் மேலதிகமாகத் தேங்கியிருந்த பணத்தில் திருகோணமலைப் பிரதேசத்தில் போத்துக்கீசருக்கு ஏற்பட்ட செலவுகளை ஈடுசெய்வதற்குப் பயன்படுத்தியிருக்கின்றார்கள். மேலும், கொழும்பில் போத்துக கீசருக்குப் பணத் தட்டுப்பாடு ஏற்பட்ட காலத்தில், மேற்படி தேங்கியிருந்த பணத்திலிருந்து பெருந்தொகையை வருடாவருடம் தவணை அடிப்படையில் அனுப்பியிருக்கிறார்கள். அதுமட்டுமல்லாமல், கொச்சினிலுள்ள கத்தோலிக்க மிசனரிமார்களின் செலவுகளையும் தேங்கியிருந்த மேற்படி பணத்தில் இருந்தே ஈடுசெய்திருக்கின்றனர். இவ்வாறான போத்துக்கீசரின் நடவடிக்கையால் தமிழ்ப் பிரதேசமும், அப்பகுதி மக்களும் பல பொருளாதார அழுத்தங்களையும், பின்னடைவுகளையும், வறுமை நிலையையும் அடைந்திருக்கின்றார்கள் என்பது வெளிப்படையாகத் தெரிகின்றது. மேற்படி ஆய்வின் மூலம் சுட்டிக் காட்டப் பட்டதன்படி, பல்வேறுபட்ட வரிகளை மக்கள்மேல் சுமத்தியிருக்கின்றார்கள். ஏற்றுமதி இறக்குமதி வரிகளையும் கூடுதலாக அறிவிட்டிருக்கின்றார்கள். யானை வர்த்தகம், முத்துவர்த்தகம் போன்ற அதிக வருவாய் ஈட்டித்தரும் துறைகளைப் போத்துக்கீசர் ஏகபோக உரிமையாக்கி, அதிகளவு வருமானத்தைப் பெற்றிருக் கின்றார்கள். மக்களிடமிருந்து பல்வேறுபட்ட விளைபொருட்களை இலவசமாகப் பெற்றிருக்கின்றார்கள். மக்கள் தமது பொருட்களை மிசனரிமாருக்கு அரை விலையில் விற்கவேண்டும் என்றும் பணித்திருக்கின்றார்கள். மக்களிடமிருந்தும், மாணவர்களிடமிருந்தும் இலவசமாக ஊழியம் பெற்றிருக்கின்றனர். இவற்றின் விளைவாகவே போத்துக்கீசர் தமிழ்ப் பிரதேசங்களிலிருந்து அதிகளவு வருமானத்தைப்

பெறமுடிந்தது. யாழ்ப்பாண அரசர் காலத்திலிருந்து தமிழர் தமது வாழ்வாதாரங் களைப் பெரும்பாலும் தமக்கென உரித்தான காணிகளில் இருந்துதான் பெற்று வந்தார்கள். சிறுகுடியானவன் அல்லது சிறுவிவசாயி (Peasant Economy) என்ற நிலையிற் காணப்பட்ட தமிழர் தங்கள் காணிகளில் விளையும் பொருட்களை விற்றும், விற்றதுபோக எஞ்சியதைச் சேமித்து வைத்தும் தமது (Subsistence Economy) சீவனோபாயத்துக்குப் போதுமான அளவிலேயே அவர்களின் பொருளா தாரக் கட்டுமானம் இருந்து வந்துள்ளது. தங்கள் வருமானத்தில் குறைந்தளவு பகுதியையே யாழ்ப்பாண மக்கள் மன்னர்களுக்கு வரியாகவும், நன்கொடையாகவும் கொடுத்து வாழ்ந்து பழக்கப்பட்டவர்கள். அவர்கள் மத்தியில் வரிகளை அடிக்கடி அதிகரித்தும் புதிய வரிகளை அறிமுகப்படுத்தியும் வந்ததன் மூலம் போத்துக்கீசர், தமிழ் மக்களின் இரத்தத்தை உறிஞ்சியதோடு, அவர்களது ஆசைகளையும் நிராசையாக்கிக் கொடுமைப் படுத்தியுள்ளார்கள். தமிழ்ப் பிரதேசத்தில் ஏற்கனவே நடைமுறையில் இருந்த பொருளாதாரக் கட்டுமானம், போத்துக்கீசருக்கு வளமாகவும், வாய்ப்பாகவும் காணப்பட்டதன் விளைவாக அவர்கள் பணத்தை இலகுவாகவும், உடனடியாகவும் பெறக்கூடிய வாய்ப்பு ஏற்பட்டது. தமிழ்ப் பிரதேசத்தில், குறிப்பாக யாழ்ப்பாணப் பிரதேசத்திலுள்ள தமிழர் சமுதாயம் ஒரு நிலமானிய முறைச் சமுதாயமாக (Feudal set up) இருந்திருக்கவில்லை. நிலமானிய முறையின் கீழ், அதிகளவு காணிக்குச் சொந்தக்காரரான நிலச்சுவாந்தார்கள், அக் காணிகளில் குடியானவர் களையும், அடிமைகளையும் வேலைக்கு அமர்த்தி, உற்பத்தியைப் பெருக்கி அவ் உற்பத்தியிற் கிடைக்கும் பொருட்களை அடிமை குடிமைகளுக்குக் கொடுப்பார்கள். அவ்வாறான அடிமை குடிமைகளிடம் பணப்புழக்கம் மிக அரிதாகவே இருக்கும். நிலச்சுவாந்தார்கள் எண்ணிக்கையில் மிகக் குறைவாகவே இருப்பார்கள். அவர்கள் வலுவுள்ளவர்களாகவும், அதிகாரம், நாட்டாண்மை உடையவர்களாகவும் இருப்பார்கள். அவ்வாறான ஒரு தாழ்நிலை தமிழ்ப் பிரதேசத்தில், குறிப்பாக யாழ்ப்பாணக் குடாநாட்டில், இருந்திருக்குமேயானால், போத்துக்கீசருக்கு அவ்வாறான பெருந்தொகையான வருமானம் பணமாகக் கிடைத்திருக்கவே வாய்ப்பிருந்திருக்காது.

தமிழ்ப் பிரதேசத்திலிருந்த பொருளாதாரக் கட்டுமானம் போத்துக்கீசருக்கு நல்ல வாய்ப்பாக அமைந்தது. ஏற்கனவே இருந்த அமைப்பு முறையைத் தொடர்ந்து நடத்தியும், முடுக்கிவிட்டும், புதிய விதிமுறைகளை அறிமுகப்படுத்தியும் எடுத்த எடுப்பிலேயே அதிகளவு பணத்தை வருமானமாகப் பெறமுடிந்தது. வருமானத்தைப் பெருக்குவதற்காக தமிழ்ப் பிரதேசங்களின் ஒவ்வொரு கிராமமும், அக் கிராமத் திலுள்ள காணிகளும், அக் காணிகளிலுள்ள உற்பத்திகளும், அக் காணிகளுக்குச் சொந்தக்காரர் பற்றிய விபரங்களும், உள்@ர் உத்தியோகத்தர்களின் உதவியுடன் மிகவும் கச்சிதமாகவும், வரன்முறையாகவும் கணக்கிடப்பட்டு, தோம்பு என்ற அறிக்கையில் நிரந்தரமாகப் பதியப்பட்டு, அவற்றின் அடிப்படையிலேயே தமிழ் மக்களிடமிருந்து வரிகளையும், நன்கொடைகளையும் போத்துக்கீசர் பெற்றார்கள். யாழ்ப்பாண அரசர் காலத்திலிருந்த தோம்பு டச்சுக்காரர் கைப்பற்றுதலின்போது எரிக்கப்பட்டது. ஆனால் ஏற்கனவே கூறப்பட்டதுபோல் உள்ளூர் அதிகாரிகளின் உதவியுடன் போத்துக்கீசர் புதிதாகத் தோம்பை எழுதினர். பல தடவைகள் அத் தோம்பு போத்துக்கீசர் ஆட்சிக்காலத்தில் புதுப்பிக்கப்பட்டு எழுதப்பட்டது. எந்தெந்த

வழிகளில் வரி அறவிடலாம், எந்தெந்த வழிகளில் பணத்தைப் பெறலாம் என்ற பேராசையின் சின்னமாக போத்துக்கீசர் காலத்துத் தோம்பு காணப்படுகின்றது. துரதிர்ஷ்டவசமாக அத் தோம்புகள் யாவும் டச்சுக்காரர் யாழ்ப்பாணத்தைக் கைப்பற்றிய வேளையில் எரிக்கப்பட்டுள்ளன. அத் தோம்பின் ஒரு சுருங்கிய வடிவம் மட்டும் போத்துக்கல்லில் உள்ள ஆவணக் காப்பகத்தில் பாதுகாப்பாக வைக்கப்பட்டுள்ளது. தமிழ்ப் பிரதேச, சமய, சமூக, பொருளாதார நிலைமைகள் பற்றிய ஆய்வுக்கு மேற்படி தோம்பு மிக முக்கியமானதொரு மூலமாகவும், அத்தியாவசியமான ஆவணமாகவும் காணப்படுகின்றது என்பது இங்கு குறிப்பிடத் தக்கது.

ஒருபுறம் கத்தோலிக் மதமாற்றம் சம்பந்தமாக மிசனரிமாரின் அழுத்தங்களும், அச்சுறுத்தல்களும், இன்னொரு புறம் போர்வீரர்களினதும், அரச அதிகாரிகளினதும் தொல்லைகளும், தொந்தரவுகளும், மறுபுறம் தலைதூக்க முடியாத அளவிற்கு மேற்கூறப்பட்ட பொருளாதார அழுத்தங்களும், பின்னடைவுகளும் போத்துக்கீசர் ஆட்சிக்காலத்தில் தமிழ்ப் பிரதேசங்களிலிருந்த தமிழ் மக்களைத் தொடர்ச்சியாகத் துரத்திக்கொண்டே இருந்திருக்கின்றன. இதன் விளைவாகப் பல தமிழர், குறிப்பாக யாழ்ப்பாணப் பிரதேசத்தைவிட்டு வன்னிப் பெருநிலப்பரப்புக்கும், தென்னிந்தியா வுக்கும் புலம்பெயர்ந்து வாழவேண்டிய ஒரு துர்ப்பாக்கிய நிலைக்குத் தள்ளப் பட்டனர். இந் நிகழ்வுகளின் எதிர்விளைவாக யாழ்ப்பாணக் குடாநாட்டின் சனத் தொகை போத்துக்கீசர் ஆட்சிக்காலத்தில் வெகுவாகக் குறைந்தது. உற்பத்தி செய்யப்பட்ட விளைநிலங்கள் பல எதுவித உற்பத்தியும் செய்யப்படாது தரிசு நிலங்களாயின. உற்பத்தி செய்யப்படும் பொருட்களுக்கு விதிக்கப்பட்ட அதிகளவு வரியும் மேலும் பல உற்பத்தி நிலங்களைத் தரிசு நிலங்களாக்கின. இவற்றின் விளைவாக, உள்ளூர் உற்பத்தி வெகுவாகக் குறைந்தது. இந் நிலையில் போத்துக்கீசர் தமது வருமானத்தைச் சீர் செய்துகொள்ள வரிகளை அடிக்கடி உயர்த்தியதோடு, புதிய வரிகளையும் அறிமுகப்படுத்தினார்களே ஒழிய தமிழ்ப் பிரதேசத்திலுள்ள உண்மையான பொருளாதார மந்த நிலைமையினையும், அதற்குரிய காரணங்களையும் கண்டறிந்து நிவாரணம் எதுவும் தேட முற்படவில்லை. புதிய உற்பத்தி முறைகளையோ, அதற்கான ஊக்குவிப்புக்களையோ நாட்டுக்கும், மக்களுக்கும் அறிமுகப்படுத்த அவர்கள் முன்வரவில்லை. புதிய தொழில் நுட்பம், புதிய தொழிற்சாலைகள் போன்றவற்றை அறிமுகப்படுத்தவும் இல்லை. ஆக மொத்தத்தில், ஏற்கெனவே இருந்த வளங்களை மேன்மேலும் சுரண்டி எடுக்கக்கூடியவை எல்லாவற்றையும் அபகரித்துத் தமது வருமானத்தையும், இலாபத்தையும் அதிகரிப்பதிலேயே போத்துக்கீசர் கண்ணாயிருந்திருக்கின்றனர் என்பது மிகத் தெளிவாகத் தெரிகிறது. இதன் அதி உச்ச விளைவாக, தமிழ்ப் பிரதேசத்தில், குறிப்பாக அதிக சனத்தொகையை உள்ளடக்கிய யாழ்ப்பாணக் குடாநாட்டு மக்கள் மிகக் கொடுமையான வறுமைக்குள் வலிந்து தள்ளப் பட்டிருக்கின்றார்கள் என்பதனையே அவதானிக்க முடிகிறது.

போத்துக்கீசர் இலங்கையை, குறிப்பாகத் தமிழ்ப் பிரதேசத்தை, ஆட்சிபுரிந்த காலத்தின் இறுதிப் பாகத்தில் கோவாவில் நீண்டகாலம் வாழ்ந்த, இலங்கை நிலைமைபற்றி நன்கு அறிந்த, போத்துக்கீச வரலாற்று ஆசிரியரான பெனாஓ த

குவைறோஸ் (Fernao de Queiros) அவர்கள் தனது நூலில் குறிப்பிட்டிருப்பதை மேற்கோள் காட்டுவது இங்கு மிகவும் பொருத்தமானதாக இருக்கும்.

> "போத்துக்கீசரின் கீழ் யாழ்ப்பாண மக்கள் ஆகக்கூடிய துன்பத்திற்குள் ஆழ்த்தப்பட்டனர்."[187]

அவர் மேலும் கூறியதாவதுஇ

> "போத்துக்கிசர் அங்கு இழைத்த அநீதிகள், வன்முறைகள், தவறுகள் என்பவற்றை சுட்டிக் காட்ட நான் இங்கு முன்வருகிறேன். இறைவனால் அவர்களுக்கு (போத்துக்கீசர்களுக்கு) அளிக்கப்பட்ட இத்தண்டனை மிக நியாயமானதாகும்".[188]

மேலும், இதுபற்றி இலங்கை வரலாற்றாசிரியர்களில், தலைசிறந்த கல்விமான்களில் முதல் வரிசையில் வைத்துக்கொள்ளப்பட வேண்டிய பேராசிரியர் அபேசிங்க, தனது Jaffna Under Portuguese எனும் புலமைசார் ஆராய்சி நூலிற் பின்வருமாறு குறிப்பிடுவதும், இச் சந்தர்ப்பத்தில் மேற்கூறப்பட்ட, தமிழர்களின் பல்வேறான பொருளாதாரப் பின்னடைவுகளைச் சரியாகப் புரிந்துகொள்வதற்கு மிகவும் அத்தியாவசியமாகின்றது.

> "யாழ்ப்பாணத்தைப் பொறுத்த மட்டில் போத்துக்கீச ஆதிக்கமானது பேரழிவாகவே அமைந்தது. அதன் சனத்தொகை குறைந்தது, வர்த்தகம் பாதிக்கப்பட்டது, அதன் மக்கள் மேலும் ஏழைகளாயினர்."[189]

மேற்படி குறிப்புக்கள், எவ்வளவு தூரம் தமிழ்ப் பிரதேசங்களில் வாழ்ந்த தமிழர் போத்துக்கீச ஆட்சியாளர்களினால் பல்வேறு வழிகளில் பாதிக்கப்பட்டனர் என்பதைத் துல்லியமாக எடுத்துக் காட்டுகின்றன.

சுருங்கக் கூறின் அரசியல், சமூக, சமய, பொருளாதார நிலைமைகள் தொடர்பில் போத்துக்கீசர் ஒரு பாரிய அழிவையே ஒட்டுமொத்தத்தில் இலங்கைத் தமிழர் களுக்குப் பரிசாக விட்டுச் சென்றிருக்கின்றார்கள் என்பதே வரலாற்று உண்மை யாகும்.

குறிப்புகள்

1. Subrahmanyam. Sanjay, The Career and Legend of Vasco da Gama, Cambridge University Press, New Delhi, 1997, p. 21.
2. Ibid., p. 18.
3. Ibid., p. 151.
4. Ibid., p. 240–241.
5. AN/TT, Folio. 14, Gavetos, XV, pp. 21–30, Lisbon.
6. Ibid., Folio. 15, pp. 74–76.

7. University of Peradeniya, *History of Sri Lanka*, Vol. II, (C. 1500–C. 1800), edited by K.M. de Silva, 1995, p. 17.
8. Queyroz, op.cit., p. 183.
9. AN/TT. Folio. 39, LIV raria, 1115.
10. Queyroz, op.cit., pp. 190–195.
11. UPHS, op.cit., p. 105.
12. Ibid., p. 105.
13. Tom Pires, *The Suma Oriental of Tome Pires*, Vol. 1, p. 84, Queyroz, op.cit, pp. 1, 57.
14. HU/TT. Vol. iv, p. 142, (Lisbon, 1964).
15. Queyroz. op.cit., p. 53.
16. Ajuda, Folio. 81–84, MSS. p. 2.
17. Queyroz, op.cit., p. 53.
18. *UPHS*, op.cit., p. 107.
19. Ibid., p. 107.
20. Ibid., pp. 107–108.
21. Ibid., p. 108.
22. Queyroz, op.cit, p. 243–253.
23. Ajuda, (Lisbon), Doc. No. 17.
24. Ibid., Doc. No. 2.
25. Ibid., Doc. No. 4.
26. *UPHS*, op.cit., pp. 108–109.
27. Ibid., p. 108.
28. Ajuda, op.cit., Doc. No. 2.
29. *UPHS*, op.cit., p. 109.
30. Ajuda, op.cit., Doc. No. 12.
31. Ibid., Doc. No. 44.
32. Queyroz, op.cit., p. 386.
33. Ajuda, op.cit, Doc. No. 17.
34. Ibid., Doc. Nos. 12–117.
35. Ibid., Doc. No. 14. 36–37. Queyroz, op.cit., pp. 351–372, BNL, Lisbon, Doc. No. 48.
38. BNL, Doc. No. 15.
39. Ajuda, op.cit., Doc. No. 5.
40. Queyroz, op.cit., pp. 375–385.
41. *UPHS*, op.cit., p. 120, Ajuda, Folio. 341, p. 120.
42. Ajuda, Doc. No. 17–18, BNL. Doc. 21.
43. Ibid.
44. Regimentos das Forta lezas da India, Panduronga, s.s. Pissurlencar Bastora (ed.), 1951, pp. 359–360, T.B.H. Abeyasinghe, Jaffna Under the Portuguese, Colombo, 1986, p. 2.
45. Ibid.
46. Queyroz, op.cit., pp. 49–419.
47. *UPHS*, op.cit., p. 113.
48. Ajuda, Doc. 403, p. 19.
49. Pissurlenencar, op.cit., p. 485.
50. C.R. de Silva, op.cit., p. 7.
51. Queyroz, op.cit., pp. 458–463.
52. *UPHS*, op.cit., p. 116.
53. Ibid., p. 116.
54. Ibid., p. 116.

55. Abeyasinghe, op.cit., p. 8.
56. Ibid., pp. 6–9.
57. Ibid., p. 9.
58. Ibid., p. 24.
59. Assentos, 1, pp. 35, 139, GAG.
60. Assentos, 1, pp. 59, 136, UPHS, op.cit., p. 119.
61. *UPHS*. op.cit., pp. 118–119.
62. Ibid., p. 119–120.
63. Queyroz, pp. 633–645.
64. C.R. de Silva, The Portuguese in Ceylon 1617–1638, p. 55.
65. Ibid., p. 56.
66. ANTT. Liv., 15, f. 20, Liv., 16. f. 561.
67. Queyroz, op.cit., pp. 647–648.
68. Silva, op.cit., p. 63.
69. Ibid., p. 64.
70. ANTT. Liv., 16. f. 156.
71. Ibid., f. 161, Liv. 16. f. 66.
72. Ibid., Liv., 19. f. 6v.
73. Ibid., Liv., 1699, ff. 248, 260.
74. Ibid., Liv., 272. f. 72.
75. AHU, Lisbon, Caixa, 26.
76. Ibid: Caixa, 501. f. 36, Ajuda, Doc. 51, f. 228.
77. Queyroz, op.cit., p. 737.
78. Silva, op.cit., p. 75.
79. ANTT, Liv., 24. f. 1.
80. AHU, Caixa, 22, 32.
81. Ibid.,
82. ANTT, Liv, 1699, ff. 262–263.
83. Ibid.
84. *UPHS*, op.cit., p. 93, ANTT, Liv., 3. f. 65.
85. Ibid., p. 94.
86. AHU, Caixa, 10.
87. Ibid., Caixa, 501. f. 37v.
88. ANTT, Liv., 1699, f. 250.
89. Silva, op.cit., pp. 93–95, 97–98.
90. Queyroz, pp. 654–656, AHU, Caixa, 501. f. 37v.
91. GOA, Assentos, 1. f. 266.
92. Queyroz, op.cit., 993–998.
93. Ibid., pp. 996–998.
94. S. Pathmanathan, (2003), op.cit., p. 84–85.
95. Ajuda , Doc. No. 4.
96. Ibid: Doc. 46, BNL, op.cit., Doc. 14.
97. BNL, Doc. 15.
98. AHU, Caixa, 72, p. 11.
100. Ibid., p. 10.
101. GOA, Moncoes, 341, p. 120.
102. Queyroz, op.cit., pp. 414, 418.
103. BNL, op.cit., Doc. No. 21.

104. GOA, Doc. 24.
105. M. Gunasingam, Sri Lanka Tamil Nationalism, Sydney, 1999, pp. 124–125.
106. Ajuda, Doc. 403, p. 15, 19.
107. Queyroz, op.cit., p. 642.
108. M. Gunasingam, op.cit., p. 68.
109. Silva, op.cit., p. 94.
110. C.S. Navaratnam, A Short History of Hinduism in Ceylon, 1964, p. 52.
111. Silva, op.cit., p. 94.
112. AHU, Caixa, 10.
113. ANTT, Liv. 23. f.93, AHU, Caixa, 12.
114. Queyroz, op.cit., p. 659.
115. Silva, op.cit., p. 240.
116. ANTT, Liv. 13A. ff. 21–22.
117. Silva. op.cit., p. 241.
118. Abeyasinghe, op.cit., p. 54.
119. BNL, Doc. 140 . f. 276.
120. Abeyasinghe, op.cit., p. 54.
121. Ibid., pp. 56–57.
122. Ibid., p. 53.
123. ANTT, Liv.27. f. 114, Liv. 28, f. 274.
124. ANTT, Liv. 39. f. 97.
125. BNL, Doc. 140. f. 276.
126. ANTT, Liv. 46. f. 33.
127. BNL, Doc. 143. f. 20.
128. Queyroz, op.cit., pp. 1041–1042.
129. BNL, Doc. 453– f. 21.
130. AHU, Tombo, suppl. p. 146.
131. Ibid.,
132. Ibid.,
133. Ibid.,
134. Ibid.,
135. GOA, Assentos, No. 1, p. 50.
136. ANTT, Liv. 26. f. 291v.
137. H.W. Tambiah, The Law's and Customs of the Tamils of Jaffna, Colombo, 2000, p. 2.
138. Ibid., p. 2.
139. ANTT, Liv. 45. ff. 362, Liv. 45. ff. 362–363.
140. Ibid.
141. AHU, Caixa, 35. f. 24.
142. ANTT, Liv. 26. f. 292v.
143. ANTT, Liv. 41. ff. 253–254.
144. Assentos, op.cit., No. 1, p. 113.
145. AHU, Caixa, 35. f. 24.
146. ANTT, Liv. 23. f. 93.
147. ANTT, Liv. 41. ff. 253–255.
148. ANTT, Liv. 41. Ff. 253–255, Liv. 45. f. 361v., Liv. 43. f. 91, Liv. 40. ff. 31, 95, Liv. 39. f. 31, Liv. 44. f. 230v. (The Foral of Jaffna: a Summerised Version is Preserved as Codice 222 at Lisbon, AHU).
149. AHU, Doc. 246.

150. GOA, Codex, 1159. f. 147, Codex 969. f. 96.
151. GOA, Codex, 1159. f. 147, Assentos, no. 1. p. 56.
152. Silva, op.cit., p. 190.
153. Ibid., p. 212.
154. ANTT, Liv. 40. f. 69.
155. AHU, Tombo, Foral, p. 134.
156. Silva, op.cit., p. 214.
157. Ajuda, Codex. 51-v.36. f. 37.
158. Silva, op.cit., p. 214.
159. Ibid., 214.
160. AHU, Caixa. 500. f. 57, Ajuda, Codex. 51-v-36. f. 37.
161. Ibid: Caixa. 2. f. 246.
162. GOA, Codex 1159. f. 153, AHU, Codex, 220. f. 24.
163. Ibid.,
164. AHU, Caixa. 10.
165. AHU, Caixa. 220. f. 24v.
166. ANTT, Liv. 26. f. 291.
167. ANTT, Liv. 40. ff. 177–359.
168. AHU, Codex, 220. ff. 1–12.
169. AHU, Codex, 220. ff. 16–16v.
170. AHU, Tombo, Foral, p. 132.
171. AHU, Codex, 210. f. 124.
172. AHU, Tombo, Foral, p. 134.
173. ANTT, Liv. 26. f. 291.
174. ANTT, Liv. 26. f. 290.
175. Ibid.,
176. BNL, Doc. 140. f. 276.
177. ANTT, Liv. 26. f. 291.
178. Abesinghe, op.cit., p. 35.
179. AHU, Codex, 220. f. 17.
180. AHU, Tombo, Foral, p. 148.
181. GOA, Codex, 1163. f. 103.
182. AHU, Codex, 220. f. 24.
183. ANTT, Liv. 55. f. 476, Liv. 57. f. 408.
184. Silva, op.cit., p. 233.
185. GOA, Assentos, No. 11, p. 50.
186. Silva, op.cit., p. 234.
187. Queyroz, op.cit., p. 1000.
188. Ibid., p. 1005.
189. Abesinghe, op.cit., p. 63.

அத்தியாயம் ஆறு

டச்சுக்காரர் ஆக்கிரமிப்பும், தமிழ் பிரதேசங்களைச் சுரண்டியமையும் (கி.பி.1658 – கி.பி.1796)

போத்துக்கீச மாலுமி வஸ்கோ த காமா இந்தியாவுக்கு வந்த ஆண்டிலிருந்து ஒரு நூற்றாண்டு காலமாக, அதாவது பதினாறாம் நூற்றாண்டு முழுவதிலும் ஆசியாவில் நிலவிய ஐரோப்பிய மேலாதிக்கம் போத்துக்கீசர் மேலாதிக்கமாகவே விளங்கியது. அவர்களுக்கு எதிர்ப்புக் கொடுக்க வேறொரு வல்லரசும் ஐரோப்பாவிலிருந்து ஆசியாவுக்கு வரவில்லை. எதிர்ப்புக் கொடுக்கும் நிலையில் இருந்த இன்னோர் அத்திலாந்திக் கரையோர வல்லரசாகிய ஸ்பானியா, பசுபிக் கரையோர நாடுகளில் மட்டும் அதிகாரம் செலுத்தியது. இதற்குக் காரணம், கத்தோலிக்க வல்லரசுகளாகிய ஸ்பானியாவும், போத்துக்கல்லும் கத்தோலிக்கப் பாப்பரசரின் அனுசரணையுடன் உலகை இரண்டாகத் தமக்குள் பிரித்துத் தத்தம் ஆதிக்கத்தை வரையறுத்துக் கொள்ள உடன்பட்டமையே ஆகும். இதன் பிரகாரம் இந்து சமுத்திரப் பிரதேசங்களாகிய ஆசிய-ஆபிரிக்க நாடுகளில் போத்துக்கல்லும், பசுபிக் சமுத்திரத்தை அண்டிய அமெரிக்கப் பிரதேசங்களில் ஸ்பானியாவும் மேலாண்மை பெற்றிருந்தன. எனினும் புதிதாக எழுச்சிபெற்றுக் கொண்டிருந்த அத்திலாந்திக் கரையோர நாடுகளாகிய இங்கிலாந்து, ஒல்லாந்து, பிரான்சு ஆகிய நாடுகள் மேற்கூறிய ஸ்பானிய-போத்துக்கீச உடன்படிக்கைக்குக் கட்டுப்பட மறுத்தன. இந்நாடுகள் கத்தோலிக்கத்தை எதிர்த்து, புரட்டஸ்தாந்து மதத்தை ஆதரித்த நாடுகளாகையால் பாப்பரசரின்

ஆணைக்குக் கட்டுப்படவும் மறுத்தன. இதனால் பதினாறாம் நூற்றாண்டின் இறுதியில், இந்நாடுகளில் ஆசிய வர்த்தகத்தில் பங்குகொள்ளளும் நோக்கம் கொண்ட நிறுவனங்கள் அமைக்கப்பட்டன. இதன்விளைவாகப் போத்துக்கீசருடைய மேலாதிக்கத்தை ஆசியாவில் எதிர்க்கும் புதிய ஐரோப்பியச் சக்திகளாகப் பிரான்சு, ஒல்லாந்து, இங்கிலாந்து ஆகிய நாடுகள் பதினேழாம் நூற்றாண்டில் எழுச்சிபெற்றன.

இப் புதிய ஐரோப்பிய நாடுகளின் ஆதிக்கம், அந்நாடுகளின் அரசாங்கங்கள் செலுத்திய ஆதிக்கமாக அமையவில்லை. அந்த வகையில் போத்துக்கல் செலுத்திய ஆதிக்கம் இவற்றின் ஆதிக்கத்திலிருந்து வேறுபட்டதாகக் காணப்பட்டது. இப் புதிய வல்லரசுகளின் ஆதிக்கம் ஆசியாவில் வர்த்தக நிறுவனங்கள் மூலமாகவே முதலில் நிலைநாட்டப்பட்டது.

ஆசியாவில் வர்த்தகம் நடத்தும் நோக்குடன் இங்கிலாந்தில் 1600 இல் ஆங்கிலேயக் கிழக்கிந்தியக் கம்பெனி (English East India Company) நிறுவப்பட்டது. பத்தொன்பதாவது நூற்றாண்டுவரை இந்தியாவில் ஆங்கிலேயர் ஆட்சி இந்த வர்த்தக நிறுவனம் மூலமாகவே நடத்தப்பட்டது. பத்தொன்பதாம் நூற்றாண்டின் நடுப்பகுதியில் விக்டோரியா மகாராணி இந்தியாவின் பேரரசியாகப் பிரகடனப்படுத்தப்படும் வரை, ஆங்கிலேயர் ஆட்சி வர்த்தக நிறுவனத்தின் ஆட்சியாகவே அமைந்தது.

ஆங்கிலேய வர்த்தகர்களுடைய முன்மாதிரியைப் பின்பற்றி ஒல்லாந்த வர்த்தகர்களும் தங்கள் கிழக்கிந்திய வர்த்தக நிறுவனத்தை 1602 இல் அமைத்தனர். இது ஒல்லாந்த மொழியில், Veerenigde Ost-Indische Compagnie (VOC) எனப் பெயர்பெற்றது. அதாவது ஐக்கியக் கிழக்கிந்தியக் கம்பெனி என்பதாகும். ஒல்லாந்தர் நாணயங்களில் காணப்படும் VOC என்பது மேற்படி வர்த்தக நிறுவனத்தைக் குறிக்கும்.

ஒல்லாந்தரைத் தொடர்ந்து பிரெஞ்சு வர்த்தகர்களும் தங்கள் பிரெஞ்சுக் கிழக்கிந்திய வர்த்தக நிறுவனத்தை அமைத்தனர். இங்கு கிழக்கிந்தியா என்பது இந்தியா, இலங்கை மற்றும் மலேசியா, இந்துனீசியா ஆகிய நாடுகளை உள்ளடக்கிய ஆசியப் பிரதேசத்தைக் குறிக்கின்றது. இவ்வாறே, மேற்கிந்தியா என்பது அமெரிக்கப் பிரதேசங்களைக் குறிக்கின்றது.

மேற்கூறிய வர்த்தக நிறுவனங்கள் அமைக்கப்பட்டபின், ஆசியாவில் ஆங்கிலேய ஒல்லாந்த மற்றும் பிரெஞ்சுக்காரர் துரித வர்த்தக முயற்சியில் ஈடுபடலாயினர். இந் நடவடிக்கை போத்துக்கீசருக்குப் பாரிய தாக்கத்தை ஏற்படுத்தியது. இறுதியில் இந்த ஐரோப்பியர்களுடைய போராட்டங்களின் விளைவாக இந்தியாவில் ஆங்கிலேயரும், இலங்கையில் ஒல்லாந்தரும் ஆதிக்கம் பெற்றனர். ஆங்கிலேயர் பிரெஞ்சுப் படைகளை வெற்றிகொண்டதால் பிரெஞ்சு ஆதிக்கம் இந்தியாவில் ஏற்படவில்லை. அதேபோன்று ஒல்லாந்தர், பிரெஞ்சுப் படைகளைத் திருகோண மலையிலிருந்து விரட்டி அடித்ததாற் பிரெஞ்சு ஆதிக்கம் இலங்கையிலும் ஏற்பட வாய்ப்பு இல்லாமற் போயிற்று. பிரெஞ்சு ஆதிக்கம் இந்தியாவிலோ, இலங்கையிலோ ஏற்படாதுபோக, அப்பால் இன்றைய கம்போடியா, லாஓஸ், வியட்நாம் ஆகிய நாடுகளை உள்ளடக்கிய தென்கிழக்காசியப் பிரதேசங்களுக்குச் சென்ற பிரெஞ்சு வர்த்தகர்கள் தங்களுடைய ஆதிக்கத்தை அங்கு நிலைநாட்டினர். ஒல்லாந்தர்

இலங்கையிலிருந்து ஆங்கிலேயரினால் 1796 இல் அகற்றப்பட்ட பின், இந்துனீசியத் தீவுகளைத் தங்கள் ஆதிக்கப் பிரதேசமாகக் கொண்டிருந்தனர்.

இவ்வாறு பதினேழாம் நூற்றாண்டில் ஆதிக்கம் பெற்ற ஐரோப்பிய வல்லரசுகளுக்கிடையே ஆட்சிமுறை, மற்றும் கொள்கை ஆகியவற்றைப் பொறுத்துக் குறிப்பிடத்தக்க வேறுபாடுகள் காணப்பட்டன. முதலில் வந்த போத்துக்கீசர் நிலப்பகுதிகளைக் கைப்பற்றிப் பேரரசு அமைக்க விரும்பாது, முக்கியமான துறைமுகப் பகுதிகளை மட்டும் தங்கள் கட்டுப்பாட்டுக்குள் அடக்கி வர்த்தகத்தில் ஆதிக்கம் பெறமுயன்றனர். இதனால் இந்தியாவிற் கள்ளிக்கோட்டை மற்றும் கோவா போன்ற இடங்களிலும், இலங்கையிற் கொழும்பு, காலி, யாழ்ப்பாணம், மன்னார், மட்டக்களப்பு, திருகோணமலை போன்ற இடங்களிலும், தென்கிழக்காசியாவில் மலாக்கா போன்ற இடங்களிலும் தம் ஆதிக்கத்தை நிறுவினர். ஒல்லாந்தர் பெரும்பாலும் வர்த்தகப் பொருட்கள் விளைந்த இடங்களையும், பிரதான கடற்பிராந்தியத் துறைமுகப் பிரதேசங்களையும் கைப்பற்றி ஆட்சி நடத்தினர். ஆங்கிலேயர், அதிக மான அரசுகளைக் கைப்பற்றிப் பெரும் பேரரசு ஒன்றை அமைப்பதில் கவனஞ் செலுத்தினர்.

ஐரோப்பிய ஆட்சியாளர் கையாண்ட கொள்கைகளைப் பொறுத்துப் பல வேறுபாடுகளைக் காணலாம். போத்துக்கீசர் இந்தியாவுக்கு வந்த காலத்தில், பின்னர் காணப்பட்டதுபோல் இனவேறுபாட்டுக் கருத்துக்கள் மேலோங்கி இருக்கவில்லை. இன வேறுபாட்டைவிட, மதவேறுபாடு முக்கியத்துவம் பெற்றிருந்த காரணத்தினால், ஆசியாவிற் தங்கள் கத்தோலிக்க மதத்தைப் பரப்புவதில் போத்துக்கீசர் பேரார்வம் காட்டினர். ஆனால் அவர்கள் ஆசியப் பெண்களை மணமுடிப்பதையிட்டு இன வேறுபாடு காட்டவில்லை. போத்துக்கீசர் ஆசியாவில் குடியேறியபோது தமது நாட்டுப் பெண்களை அங்கு அழைத்துச் செல்லாதபடியினால், ஆசியப் பெண்களையே மணமுடித்தனர். பின்னர் வந்த ஒல்லாந்தரும், ஆங்கிலேயரும் இக் கொள்கையைக் கடைப்பிடிக்கவில்லை. ஒல்லாந்தர் தம் புரட்டஸ்தாந்து மதத்தைப் பரப்புவதில் ஈடுபட்டனர். எனினும் தம் நாட்டுப் பெண்களை வரவழைத்து அவர்களை மணமுடித்த ஒல்லாந்தர் தனித்துவமான ஒல்லாந்த இனக்குழுவாகச் சென்ற இடமெல்லாம் வாழ்ந்தார்கள். மேலாக, தாம் ஆதிக்கம் செலுத்திய நாடுகளிலிருந்து பொருளாதார வளங்களையெல்லாம் எந்தெந்த வழிவகைகளில் சுரண்டமுடியுமோ, அவ்வளவுக்குக் கச்சிதமாகச் செய்தனர். ஆங்கிலேயரோ மதப் பரம்பலில் பெரிதாக ஈடுபாடு கொள்ளவில்லை. எவரும் தம் மதத்தை விரும்பியவாறு அனுஷ்டிக்க அனுமதிக்கப் பட்டனர். ஆனால் தம்மை ஓர் உயர் இனமாகக் கூறிக்கொள்ளும் ஆங்கிலேயர் எப்போதும் ஆசிய மக்களைத் தாழ்ந்த இனத்தவராகக் கருதி அவர்களது பண்பாடு களைப் பின்தங்கியவையாகவும் கருதினர். இத்தகைய நோக்கங்களையும், கோட்பாடு களையும் ஒவ்வொரு வல்லரசும் பின்பற்றியதன் விளைவாக, அவர்கள் ஆதிக்கம் செலுத்திய நாடுகளில் அரசியல், சமயம், கலை, கலாசார, சமூக, பொருளாதார நிலைமைகள் பொறுத்துப் பலவகையான தாக்கங்களையும், விளைவுகளும் ஏற்படுத்தியிருப்பதை அவதானிக்க முடிகிறது. இவ்வாறான ஒரு பொதுவான பின்னணியை வைத்துக்கொண்டு எவ்வாறு ஒல்லாந்தர் இலங்கையில், குறிப்பாகத் தமிழ்ப் பிரதேசங்களில், தங்கள் கால்களைப் பதித்து, அப் பிரதேசங்களிலும், அப்

பிரதேச மக்களின் வாழ்க்கையிலும், பாரிய தாக்கங்களையும், விளைவுகளையும் ஏற்படுத்தினர் என்பதை மேற்கொண்டு நோக்குவது பொருத்தமானதாகும்.

போத்துக்கீசர், கோட்டை இராச்சியம், யாழ்ப்பாண இராச்சியம் இரண்டையும் கைப்பற்றித் தமது பூரண கட்டுப்பாட்டிற்குள் வைத்திருந்தனர் என்றும், எஞ்சிய இராச்சியமான கண்டியை இறுதிவரை அவர்களால் கைப்பற்ற முடியவில்லை என்றும் இதற்கு முன்னைய அத்தியாயத்தில் கூறப்பட்டது. இந் நிலைமையில் டச்சுக்காரர் பதினேழாம் நூற்றாண்டின் நடுப்பகுதியில் இலங்கை அரசியலில் தலையிட ஆரம்பித்தனர். அந்நியரான போத்துக்கீசரை இலங்கையிலிருந்து விரட்டுவதற்காக, கண்டி மன்னன் இரண்டாம் இராசசிங்கன் (Rajasinha II) இன்னுமொரு அந்நியரான டச்சுக்காரரின் உதவியை நாடினான். டச்சு அரசின் ஆணையைப் பெற்ற டச்சு ஐக்கியக் கிழக்கிந்தியக் கம்பனி, 1638 இல் இலங்கையிற் தனது கால்களைப் பதித்தது. போத்துக்கீசருடன் இருபது வருடங்களாகப் போர்புரிந்த டச்சுக்காரர் இறுதியாக 1658 இல் போத்துக்கீசரை இலங்கையிலிருந்து முற்றாக விரட்டிய பின் தமது ஆதிக்கத்தை நிலைநிறுத்திக் கொண்டனர்.

இலங்கைமீது தமது ஆதிக்கத்தை ஏற்படுத்தவேண்டும் என்ற எண்ணம் டச்சுக்காரருக்கு ஏற்கெனவே இருந்திருக்கின்றது. இதற்கான முக்கிய காரணமாக அமைந்தது அவர்களது வர்த்தக நோக்கமாகும். இலங்கையின் தென்பகுதியிலும், தென்மேற்குப் பகுதியிலும் அதிகளவில் காணப்பட்ட கறுவா போன்ற வாசனைத் திரவியங்களுக்கு ஐரோப்பிய நாடுகளில் நல்ல சந்தை காணப்பட்டது. அதிகளவு வருமானம் ஈட்டக்கூடிய வர்த்தகப் பொருட்களாகவும் இவை காணப்பட்டன. எனவே, அவ் வாசனைத் திரவியங்களின் ஏகபோக வர்த்தக உரிமையைப் பெறுவதற்கு, இலங்கையைத் தமது ஆதிக்கத்துக்குள் கொண்டு வருவதே ஒரேயொரு வழியென டச்சு அரசாங்கம் ஏற்கெனவே திட்டமிட்டிருந்தது. அத்தோடு, இந்துசமுத்திரப் பிராந்தியத்தில் கேந்திர முக்கியத்துவம் வாய்ந்த புவியியல் அமைவும், திருகோண மலை இயற்கைத் துறைமுகமும் கொண்டிருந்த இலங்கை, டச்சுக்காரரின் வர்த்தக நடவடிக்கைகளுக்கும், அரசியல் ஆதிக்கத்திற்கும் பொருத்தமான இடமாக அமைந்து காணப்பட்டது. அத்தோடு, இலங்கையிலிருந்து சகல வர்த்தகர்களையும் அகற்றி விட்டு, தாமே ஏகபோக வர்த்தக உரிமையாளர் எனப் பிரகடனப்படுத்துவதன் மூலம், பெருமளவிலான இலாபத்தைக் குவிக்கலாம் எனவும் டச்சுக்காரர் உறுதியாக நம்பினர். மேலும், தென்னிந்தியாவில் உள்ள கரையோரத் துறைமுகங்களைக் கைப்பற்றித் தமது வர்த்தக நடவடிக்கைகளை அதிகரிப்பதற்கு, இலங்கையைத் தமது ஆதிக்கத்தின் கீழ் கொண்டு வருவதே ஒரே வழியெனவும் அவர்கள் திடமாக நம்பினர். எல்லாவற்றிற்கும் மேலாக, தென்கிழக்காசிய நாடுகளில், குறிப்பாக இந்துனீசியா, மலேசியத் தீபகற்பங்களில் தமது ஆதிக்கத்தை நிலைநாட்டுவதற்கும், இலங்கை தமது ஆதிக்கத்திற்குள் வரவேண்டும் என்பதே அவர்களின் முழு நோக்கமாக அமைந்திருந்தது. அவ்வாறான ஒரு நிலைமையில், ஒல்லாந்து தேசத்திலிருந்து டச்சுக்காரரைக் கொண்டுவந்து இலங்கையில் குடியமர்த்துவதன் மூலம், கிழக்கில் தமது அதி உச்ச மேலாதிக்கத்தை நிச்சயம் பெறமுடியும் என்பதும் அவர்களது கொள்கைத் திட்டமாகக் காணப்பட்டது.[1] ஆகமொத்தத்தில், இலங்கையைப் முழுமையாகத் தமது ஆதிக்கத்தின் கீழ்க் கொண்டுவந்து, அதனை ஒரு டச்சுக்

காலனித்துவ நாடாக மாற்றி, அங்குள்ள பொருளாதார நலன்களையும், வளங்களையும் ஏகபோக உரிமையுடன் அனுபவிப்பதுடன் அங்கு, வேரூன்றிவிட்டிருந்த கத்தோலிக்க மதத்தை அடியோடு அகற்றி, தமது சீர்திருத்த மதமாகிய புரட்டஸ்தாந்தை நடை முறைப்படுத்த எண்ணினர். மேற்கில் அத்திலாந்திக் சமுத்திரப் பிராந்தியத்தில் உள்ள டச்சுக்காரர் கிழக்கில், இந்துசமுத்திரப் பிராந்தியத்தில் உள்ள இலங்கையை ஒல்லாந்த நாடாக்க வேண்டுமெனக் கனவு கண்டார்கள்.

போத்துக்கீசரை இலங்கையிலிருந்து முற்றாக விரட்டுவதற்கு, சிறந்த கடல் வலிமையை உடைய டச்சுக்காரரின் உதவியை நாடுவதைத் தவிர, கண்டி மன்னன் இராசசிங்கனுக்கு வேறுவழி தெரியவில்லை. இராசசிங்கன் டச்சுக்காரரின் உள்நோக்கத்தை தீவிரமாக ஆராய்வதை விட்டு, அவர்களின் உதவியுடன் போத்துக்கீசரை நாட்டைவிட்டு அகற்றிவிட வேண்டும் என்பதிலேயே கண்ணுங் கருத்துமாக இருந்தான். பல்வேறுபட்ட முற்றுப்பெறாத தீர்வுகளின் மத்தியில், கண்டி மன்னன் இராசசிங்கனுக்கும், நெதர்லாந்து (Netherland) நாட்டின் சார்பில், கடற்படைத் தளபதி வெஸ்ரர் வொல்ட் (Wester wold) க்கும் இடையில் 1638 இல், ஓர் ஒப்பந்தம் கைச்சாத்திடப்பட்டது.[2] இவ் இரு பகுதியினருக்குமான உடன் படிக்கையில் பல கொள்கை முரண்பாடுகளும், தெளிவின்மையும் காணப்பட்டன. அவைபற்றிய விபரங்கள் இங்கு அவசியமில்லை. ஆனால், தன்னை டச்சுக்காரர் முழு இலங்கைக்குமான மன்னன் என ஏற்றுக்கொள்ள வேண்டுமென்றும், போத்துக்கீசரை இலங்கையிலிருந்து நீக்கிவிட்டுத் தனது அரசுக்குப் பாதுகாப்பு அளிக்கவேண்டும் என்பவையான முக்கிய அம்சங்களை இவ் உடன்படிக்கை வாயிலாக மன்னன் இராசசிங்களன் எதிர்பார்த்தான். மாறாக, எந்தவொரு உள்நாட்டு, வெளிநாட்டு குறிப்பாக ஆங்கிலேய, பிரான்சு, ஜேர்மானிய, டென்மார்க் போன்ற ஐரோப்பிய வர்த்தகர்களோ, வர்த்தக நிறுவனங்களோ இலங்கையின் உள்நாட்டு, வெளிநாட்டு வர்த்தகங்களிற் தலையிடக்கூடாதென்றும், தாமே இலங்கையின் ஏகபோக வர்த்தக உரிமை பெற்றவர்களாக இருக்கவேண்டுமென்றும் இவ் உடன் படிக்கை மூலம் டச்சுக்காரர் எதிர்பார்த்தார்கள். அத்தோடு, பாதுகாப்புக் கருதிப் போத்துக்கீசரிடம் இருந்து கைப்பற்றும் துறைமுகப் பிராந்தியங்களில் தமது பாதுகாப்பு அரண்களை அமைக்கவும், தமது படைகளை அங்கு அமர்த்தவும் அனுமதிக்க வேண்டுமெனவும் இவ் உடன்படிக்கை மூலம் டச்சுக்காரர் எதிர் பார்த்தனர்.[3] மேற்கூறப்பட்ட உடன்படிக்கையிலிருந்து இராசசிங்கனின் எதிர் பார்ப்பு எவ்வளவு தூரம் பேராசையும், குறுகிய நோக்கமும் கொண்டதாகவும், அரசியல் தூரநோக்கு அற்றதாகவும் உள்ளது என்பது புலனாகின்றது. டச்சுக்காரர், ஏற்கெனவே தாம் வகுத்த தமது கொள்கைத் திட்டங்களை அடைவதற்காக எவ்வளவு கச்சிதமாகக் காரியத்தை முடித்திருக்கின்றார்கள் என்பதை அவர்கள் முன்வைத்த மேற்படித் தீர்வுத் திட்டங்களிலிருந்து நன்கு புலனாகின்றது. 1658 களிலிருந்து 1687 கள் வரையுள்ள காலப்பகுதியில் நடைபெற்ற வரலாற்று நிகழ்வுகள், இராசசிங்கனின் மேற்சொன்ன அரசியற் தூரநோக்கின்மையையும், அவனது அவசர அரசியல் நடவடிக்கையையும் துல்லியமாகக் காட்டி நிற்கின்றன. 1658 களிலிருந்து 1796 கள் வரை நடைபெற்ற வரலாற்று நிகழ்வுகள், டச்சுக்காரரின் திட்டமிட்ட கொள்கையின் அடிப்படையில் அமைந்தமையையும், தமது திட்டங்களை வென்றெடுப்பதற்காக

உடன்படிக்கையில் நயவஞ்சகமான அத்திவாரத்தைப் பலமாக இட்டமையையும் மிகத் தெளிவாகக் காட்டுகின்றன. இராசிங்கனின் மேற்படி தூரநோக்கற்ற அரசியற் செயற்பாடும், இலங்கை முழுவதற்கும் தானே அரசனாக வேண்டும் என்ற, எதுவித அரசியல் அடித்தளமுமற்ற பேராசையும், இறுதியில், அவன் மரணப்படுக்கைக்குச் செல்லும்வரை, டச்சுக்காரர்களுடன் தொடர்ச்சியாக ஈடுபட்ட பல போர்களில், பல உயிர்கள், சொத்துக்கள் என்பவற்றை இழந்தது மட்டுமல்லாமல், கண்டி இராச்சியத்தின் ஆளுகைக்கு உட்பட்டிருந்த பல நிலப்பரப்புக்களைப் பறிகொடுத்த துர்ப்பாக்கிய நிலைக்கும் தள்ளப்பட்டான். ஆனால் டச்சுக்காரர் திட்டமிட்டபடி, இலங்கையின் தென்மேற்குப் பிரதேசம், வடபிரதேசம், கிழக்குப் பிரதேசம் ஆகிய யாவற்றையும் போத்துக்கீசரிடமிருந்து கைப்பற்றித் தமதாக்கிக் கொண்டனர். போத்துக்கீசரிடமிருந்து டச்சுக்காரரினால் மீட்கப்பட்ட பிரதேசங்கள், உடன்படிக் கையின்படி தனக்குரியதென கண்டி மன்னன் வாதாடினான். ஏற்கெனவே அப் பிரதேசங்கள் கோட்டை இராச்சியத்தின் கீழிருந்தும், யாழ்ப்பாண இராச்சியத்தின் கீழிருந்தும் போத்துக்கீசரினாற் கைப்பற்றப்பட்டு அவர்களால் ஆளப்பட்ட பிரதேசங்க ளெனவும், தற்பொழுது போத்துக்கீசரோடு போராடியே தாம் அவற்றைப் பெற்றிருக் கின்றோம் எனக் கூறிய டச்சுக்காரர் அவற்றில் இராசசிங்கனுக்கு எதுவித உரிமையும் இல்லை என்று மறுத்துவிட்டனர். டச்சுக்காரர் மேற்படி பிரதேசங்களைக் கைப்பற்றி, அங்கு தமது பாரிய கோட்டைகளையும், படைகளையும், நிர்வாக அமைப்புக் களையும் ஏற்படுத்தியதுடன், அப் பிரதேசங்களில் தமது வர்த்தக ஏகபோக உரிமையை மிக இறுக்கமாக நடைமுறைப்படுத்தியும், புரட்டஸ்தாந்து மதத்தைத் தீவிரமாகப் பரப்பியும், தமது நீண்டகாலக் கனவை நனவாக்கினர். மூன்று நூற்றாண்டுகளுக்கு முன்பாக நடைபெற்ற மேற்படி வரலாற்று நிகழ்விலிருந்து, இன்றுவரை இலங்கை அரசியல் தலைவர்கள் எதுவித பாடங்களும் கற்றுக்கொள்ளாத துர்ப்பாக்கியமான அரசியல் நிலைமை, இந்த நிமிடம்வரை எத்தனையோ அப்பாவி உயிர்களையும், தேசத்தின் செல்வங்களையும் அழித்து ஒழிக்கக் காரணமாயிருந்தது. வரலாற்று நிகழ்வுகளை வெறும் சம்பவங்களாக மட்டும் கருத்திற் கொள்ளாது, அவ் வரலாற்று நிகழ்வுகளிலிருந்தும், அனுபவங்களிலிருந்தும், மனிதன் அறிவியல் பூர்வமாகச் சிந்தித்து, பாடங்கற்று, அவற்றைத் தூரநோக்கோடு செயற்படுத்தாதவரை, அவ் வரலாற்று நிகழ்வுகள் வெறும் ஏட்டுச் சுரைக்காயாகவே அமைந்துவிடுகின்றன.

தெற்கிலுள்ள கண்டி இராச்சிய மன்னர்களுடன், டச்சுக்காரர் மேற்கொண்ட உடன்படிக்கைகளும், நடத்திய போராட்டங்களும் இவ் ஆய்வின் நோக்கத்திற்கு அப்பாற்பட்டவை. அதுபோன்றே தென்மேற்குப் பகுதியில் கொழும்பு அல்லது கோட்டைப் பிரதேசங்களில் போத்துக்கீசருக்கும், டச்சுக்காரருக்கும் இடையே ஏற்பட்ட போராட்டங்களும், நடவடிக்கைகளும் இவ்வாய்வின் நோக்கத்திற்கு அப்பாற் பட்டன. எனவே இவ் ஆய்வின் நோக்கத்திற்கு இணங்க, தமிழ்ப் பிரதேசங்களாகிய வடக்கு, வடமேற்குப் பிரதேசங்களிலும், வன்னிப் பெருநிலப் பரப்பிலும், வடகிழக்குப் பிரதேசங்களிலும் எவ்வாறு டச்சுக்காரர் தமது ஆதிக்கத்தை நிலைநாட்டினார்கள் என்றும், அப் பிரதேசங்களில் எவ்வாறான ஒரு நிர்வாக அமைப்பு முறையை நடைமுறைப்படுத்தி, தமது வர்த்தக நோக்கங்களை நிறைவேற்றிச் செல்வம் குவித்தார்கள் என்பதுபற்றியும், மேலும், இப் பிரதேசங்களில் எவ்வாறு தமது

புரட்டஸ்தாந்து மதத்தைப் பரப்பினார்கள் என்பது பற்றியும் இவ் அத்தியாயத்திற் கருத்திற் கொள்ளப்படும். முதலில், மேற்படி பிரதேசங்களைப் போத்துக்கீசரிட மிருந்து பறித்துத் தமது ஆதிக்கத்தை டச்சுக்காரர் எவ்வாறு ஏற்படுத்தினார்கள் என்று நோக்குவது பொருத்தமானதாகும்.

1638 இல் டச்சுக்காரர், கண்டி மன்னன் இராசசிங்கனுடன் செய்துகொண்ட உடன்படிக்கையின்படி, கறுவா வர்த்தக ஏகபோக உரிமையைப் பெற்றிருந்தனர். தென்பகுதி, தென்மேற்குப் பிரதேசங்களில் உள்ள கரையோரங்களில் தமது பாதுகாப்பு அரண்களை அமைத்து, அதனை அண்மித்துள்ள, கண்டி இராச்சியப் பகுதிகளின் கீழுள்ள கறுவா விளையும் உளளூர்ப் பிரதேசங்களில், தமது கறுவா உற்பத்தி நடவடிக்கைகளிலும், அதன் ஏகபோக வர்த்தகத்திலும் தமது ஆரம்ப முயற்சியைத் தொடங்கியிருந்தனர்.[4] 1644 களிலிருந்து மாத்தறைப் பிரதேசங் களாகிய களுகோறளை, தொளஸ்தஸ் கோறளை, மொறவா கோறளை ஆகிய பிரதேசங்களில் கறுவாவைப் பெற்று, தமது வர்த்தக நடவடிக்கையைத் தொடங்கினர். 1656 இல் டச்சுக்காரர் கொழும்பை போத்துக்கீசரிடமிருந்து கைப்பற்றினர்.[5,6] இதனால் இலங்கையின் தென்மேற்குப் பகுதிகளும் டச்சுக்காரரின் ஆதிக்கத்தின் கீழ் வந்தன. இதன் விளைவாக டச்சுக்காரர் தமது வர்த்தக நடவடிக்கைகளை மிகவும் திட்டமிட்ட முறையில் முடுக்கிவிட நல்லதொரு வாய்ப்பைப் பெற்றனர். கொழும்பு கைப்பற்றப்பட்டு, அங்கு டச்சுக்காரர் தமது ஆதிக்கத்தை ஏற்படுத்திய நிகழ்வு, இலங்கையில் அவர்களினது நிரந்தர இருக்கையை உறுதிப்படுத்தியது.

1656 இல் கொழும்பு டச்சுக்காரரினால் கைப்பற்றப்பட்டதன் விளைவாக, அவர்கள் உடனடியாக மன்னார்மீதும், யாழ்ப்பாணத்தின்மீதும் படையெடுப்பார்கள் எனப் போத்துக்கீசர் எதிர்பார்த்தனர். ஆனால் டச்சுக்காரர், தெற்கிலும், தென் மேற்கிலும் தமது நிலைப்பாட்டை ஒருமுகப்படுத்துவதில் கவனம் செலுத்தினர். அதனை வெற்றிகரமாக நிறைவேற்றிய பின்னர் 18 மாசி 1658 இல் தளபதி வான் கோன்ஸ் (Rijcklof Van Goens) தலைமையில் 12 கப்பல்களிலும், 30 படகுகளிலும் 1100 டச்சுப் போர்வீரர்களுடனும், 2000க்கும் மேற்பட்ட கூலிப்படையினருடனும் டச்சுக்காரர் மன்னாரில் வந்து தரையிறங்கினர். 22 மாசி 1658 இல் மன்னார் டச்சுக் காரர் வசமாகியது.[7] போத்துக்கீசர் டச்சுக்காரரிடம் சரணடைந்தனர். போத்துக்கீசரின் ஆயுதங்கள் யாவும் களையப்பட்டன. போத்துக்கீசர் கேட்டுக்கொண்டதன்படி, திருமணமாகாத போத்துக்கீசப் போர்வீரர்களைப் போத்துக்கல் செல்ல வான் கோன்ஸ் அனுமதி வழங்கினான். ஏனைய போத்துக்கீசப் போர்வீரர்கள் கொழும் புக்கும், கோவாவிற்கும் அனுப்பப்பட்டனர்.[8]

தளபதி வான் கோன்ஸ் மன்னாரையும், யாழ்ப்பாணத்தையும் கைப்பற்றுவதற்கு தைமாதம் 1658 இல் திட்டமிட்டிருந்தான் என்பதனையும், இவ்விரு பிரதேசங்களையும் கைப்பற்றுவதற்கான காரணத்தையும் பின்வருமாறு தனது அறிக்கையிற் குறிப்பிடுகின்றான்.

> "இலங்கைத் தீவில் எதிரியின் வசமுள்ள பகுதிகளைக் கம்பெனியின் கட்டுப்பாட்டின் கீழ் கொண்டு வருதல். அதேவேளை, போத்துக்கீசரை

இங்கிருந்து வெளியேற்றி, கடவுளின் உண்மையான திருச்சபையை இங்கு நிலைநிறுத்தல்."[9]

மேலும், செல்வத்தைக் குவிக்கும் நோக்கோடு, மேற்கிலிருந்து கிழக்கு நோக்கி வந்த டச்சுக்காரருக்கு மன்னாரில் விளைந்த முத்துக்களும், வன்னிப் பெரு நிலப்பரப்பில் பெருவாரியாகக் காணப்பட்ட யானைகளும், அவற்றால் ஈட்டக்கூடிய பெருந்தொகைச் செல்வமும், நிச்சயம் அவர்களுக்குப் பேராசையை ஏற்படுத்தி யிருக்கும். இவையே அவர்கள் முத்து விளையும் மன்னாரையும், யானை வர்த்தகத்தில் பிரபலம் வாய்ந்த யாழ்ப்பாணப் பிரதேசத்தையும் கைப்பற்றுவதற்குக் காரணங்களாக அமைந்தன. அத்தோடு, தென்னிந்தியாவோடும், தென்கிழக்காசிய நாடுகளுடனும் வர்த்தகத் தொடர்புகளை அதிகரிப்பதற்கும், அரசியல் மேலாண்மையை விரிவுறச் செய்வதற்கும், தென்னிந்தியாவை அண்மித்துள்ள யாழ்ப்பாணக் குடாநாடும், மன்னார் பிரதேசமும் மிகவும் முக்கியம் வாய்ந்த துறைமுகப் பிரதேசங்களாகக் காணப் பட்டன. மேலும், மன்னாரிலும், யாழ்ப்பாணக் குடாநாட்டிலும் போத்துக்கீசர் ஆட்சிக் காலத்திற் தமிழ் மக்களில் பெரும்பான்மையானோர் கத்தோலிக்க மதத்திற்கு மாறியிருந்தனர். எனவே மேற்படி பிரதேசங்களைக் கைப்பற்றுவதன் மூலம் தமது புரட்டஸ்தாந்து மதத்தை அம்மக்கள் மத்தியில் இலகுவாகவும், வெற்றிகரமாகவும் பரப்பலாம் என்பதும் டச்சுக்காரருக்குத் தெரிந்திருக்காமல்விட நியாயமில்லை. இக் காரணங்களினாற்தான் டச்சுக்காரர் திட்டமிட்டு மேற்படி பிரதேசங்களை அபகரித்துக் கொண்டனர்.

மன்னார் கைப்பற்றப்பட்டு, அங்கிருந்து போத்துக்கீசர் வெளியேற்றப்பட்டு விட்டதால் அவர்களது அடுத்த நடவடிக்கையானது யாழ்ப்பாணத்தைக் கைப்பற்றுவதாகவே இருக்கும் என்பது வான் கோன்ஸின் அறிக்கையிலிருந்து புலனாகின்றது.

மன்னார் கைப்பற்றப்பட்ட பின்பு, 1100 டச்சுப் போர்வீரர் மாதோட்டத்திலிருந்து புறப்பட்டு, வன்னிப் பெருநிலப்பரப்பின் ஊடாக பூநகரியைச் சென்றடைந்தனர். 7 ம் திகதி பங்குனி மாதம் 1658 இல் போத்துக்கீசப் படைகளை எதிர்கொண்டனர். போத்துக்கீசர் பாரிய கருங்கற்களால் கட்டப்பட்ட சென்ற் போல் (St. Paul) கிறிஸ்தவத் தேவாலயத்திலிருந்து டச்சுக்காரப் படைகளைத் தாக்கினர். இச் சமரில் 40 டச்சுப் படைவீரர் மரணமடைந்தனர்.[10] இவ் வேளையில் 1100 போரைக்கொண்ட டச்சுத் துணைப்படையொன்று கொழும்பிலிருந்து அனுப்பி வைக்கப்பட்டது.[11] யாழ்ப்பாணக் கோட்டையைக் கைப்பற்றுவதற்கு முன்பே ஊர்காவற்றுறைக் கோட்டையை நோக்கிப் புறப்பட்ட டச்சுப் படையினர் அங்குள்ள போத்துக்கீசப் படைகளைச் சரணடையுமாறு கட்டளையிட்டனர். போத்துக்கீசப் படைகள் மறுக்கவே, கோட்டையினுள் நுழைந்த டச்சுப் படைகள் அவர்களைத் தாக்கி அதனை 26 சித்திரை 1658 இல் கைப்பற்றினர்.[12] தொடர்ந்து டச்சுக்காரர் போத்துக்கீசப் படைகளின் பாசறையாகிய யாழ்ப்பாணக் கோட்டையை நோக்கிப் படையெடுத்தனர். இதேவேளையில், இந்தியாவிலிருந்து எதுவித படை உதவிகளும் போத்துக்கீசருக்குக் கிடைக்காத வண்ணம் கோட்டையைச் சுற்றிப் பாதுகாப்பு நடவடிக்கைகளும் மேற்கொள்ளப்பட்டு இருந்தன. போத்துக்கீசர் சுமார் மூன்று மாதங்களாகக் கோட்டையைப்

பாதுகாத்தவண்ணம் டச்சுப் படைகளை எதிர்த்துப் போராடினர். வெளியிலிருந்து உணவு, குடிநீர், மருந்து போன்ற அத்தியாவசியப் பொருட்களைப் பெறுவதில் போத்துக்கீசர் பெருஞ்சிரமத்தைச் சந்தித்தனர். இறுதியில், இயலாத நிலையில் போத்துக்கீசப் படைகள் டச்சுப் படைகளிடம் 24 ஆனிமாதம் 1658 ம் ஆண்டு சரணடைந்தன.[13] இத்தோடு யாழ்ப்பாணத்தில் போத்துக்கீசரின் ஆதிக்கம் முடிவுக்கு வந்தது. இப் போரின்போது, போத்துக்கீசப் போர்வீரர்கள், கூலிப்படையினர், பாதிரிமார், அடிமைகள் உட்பட 2170 பேர் கொல்லப்பட்டிருக்கின்றனர். இவர்களில் 800 போத்துக்கீசரும், 200 படைவீரர்களும், 600 கூலிப்படைகளும், 300 அடிமைகளும் அடங்குவர். மேலும், டச்சுக்காரர் யாழ்ப்பாணக் கோட்டைமீது படையெடுத்தபோது மொத்தமாகச் சுமார் 3500 பேர் வரை அக் கோட்டைக்குள் இருந்திருக்கின்றனர் எனப் புள்ளி விபரங்கள் காட்டுகின்றன.[14] டச்சுக்காரருக்குப் பயந்து, பாதுகாப்புக் கருதி யாழ்ப்பாணக் கோட்டைக்குள் வேறும் பலர் தஞ்சம் புகுந்தனர் என்றும் மேற்படி அறிக்கை மூலம் அறியமுடிகிறது. கைப்பற்றப்பட்ட போத்துக்கீசரும், கூலிப்படையினரும், கொழும் புக்கும், கோவாவிற்கும் கொண்டு செல்லப்பட்டனர். சிலர் போத்துக்கல்லுக்கு அனுப்பப் பட்டனர். அத்தோடு, மேற்படி கோட்டையிலிருந்த 300 அடிமைகளையும், பல கயிற்றுக்கட்டுக் கோர்வைகளையும், 30,000 டச்சுக் கில்டர்கள் பெறுமதியான தங்கத்தையும் டச்சுக்காரர் தம் வசமாக்கிக் கொண்டனர்.[15] இப்போரில் டச்சுக்காரர் தமது 98 போர்வீரரையும், 100 கூலிப்படையினரையும் இழந்திருக்கின்றார்கள்.[16] இவ்வாறு மன்னாரிலும் பலர் இறந்திருக்கின்றனர் என்பதனையும் அறியமுடிகிறது.

யாழ்ப்பாணக் குடாநாடு டச்சுக்காரர் வசமாகிய பின், பூநகரியில் மரத்தாலான காப்பரண்கள் அமைக்கப்பட்டு, அங்கு காவலுகாகப் போர்வீரர் நிறுத்தப்பட்டனர். பின்னர், 1681 இல் இக் காப்பரண்கள் கற்களினாற் கட்டப்பட்டன. இக்காலப் பகுதியில் ஆனையிறவிலும், மரத்தாலான காப்பரண்கள் கட்டப்பட்டன. அரிப்பிலும், முதலில் மரத்தாலும் பின்னர் கற்களாலும் காப்பரண்கள் கட்டப்பட்டன.[17] யாழ்ப்பாணக் கோட்டையில் நல்ல குடிநீர் பெறுகின்ற வசதி இருக்கவில்லை. இதனால் அம்ஸ்ரடாம் தீவிலுள்ள (காரைதீவு) பல கிணறுகளைப் புதுப்பித்து அங்கு ஒரு கோட்டையையும் டச்சுக்காரர் கட்டினர். 1665 இல் பருத்தித்துறையிலும், 1675 இல் காங்கேசன்துறையிலும் கோட்டைகள் கட்டப்பட்டன.[18] மேற்படி நிகழ்வுகள், யாழ்ப்பாணக் குடாநாட்டிலும், மன்னார், பூநகரி உள்ளிட்ட வன்னிப் பெருநிலப் பரப்பிலும், குறிப்பாக வட இலங்கையில் டச்சுக்காரர் தமது ஆதிக்கத்தை நிரந்தரமாக உறுதிப்படுத்திக் கொண்டனர் என்பதனைத் தெளிவாகத் தெரிவிக்கின்றன. அத்தோடு அடுத்த முக்கிய தமிழ்ப் பிரதேசங்களாகிய புத்தளம், கற்பிட்டி பிரதேசங்கள் என்பன எதுவித இரத்தக் களரியுமின்றி, டச்சுக்காரரினால் 1659 இல் கைப்பற்றப்பட்டன.[19] மேற்படி பிரதேசச் சிற்றரசரும், மக்களும் டச்சுக்காரரின் மேலாண்மையை ஏற்றுக்கொண்டனர். கற்பிட்டியில் டச்சுக்காரர் கோட்டையையும் கட்டிமுடித்தனர்.[20]

1658 இல் தளபதி வான் கோன்ஸ் கண்டி மன்னன் இராசசிங்கனுடன் மீண்டும் பேச்சுக்களை ஏற்படுத்தியதன் விளைவாக, சில உடன்பாடுகளுக்கு இரு பகுதி யினரும் இணங்கினர்.

"யூலை 1658 இல் நடக்கவிருந்த பேச்சுவார்த்தை, தீவைச் சுற்றிலுமுள்ள துறைமுகங்கள் அனைத்தும் டச்சுக்காரரின் வசம் இருக்கவேண்டும், இவற்றினுள் கிழக்குக் கரையோரத்திலுள்ள திருகோணமலை, மட்டக் களப்பு துறைமுகங்கள் அரசன் ஒழுங்காக நடந்து கொள்ளும் பட்சத்தில், அவனுடைய வியாபார நடவடிக்கைகளுக்குத் திறந்திருக்க வேண்டும், என்ற அடிப்படையில் அமையவேண்டும்." என்று வான் கோன்ஸ் கருத்துத் தெரிவித்திருந்தான்.[21]

வான் கோன்ஸின் மேற்படி எண்ணம், டச்சுக்காரரின் பார்வை கிழக்குக் கரையோரமாகத் திரும்பியதைப் புலப்படுத்துகின்றது. 1638 இல் ஏற்படுத்திய வர்த்தக ஏகபோக உரிமையின்படி, தென்னிலங்கைப் பகுதியிலிருந்து கறுவா, ஏலம், மிளகு போன்ற வாசனைத் திரவியங்களை 1638 இல் தொடர்ச்சியாகப் பெற்று அதிக இலாபம் ஈட்டுவதன் பொருட்டும், கண்டி மன்னன் இராசசிங்கனின் எதிர்ப்புகளைச் சமாளிக்க வேண்டியும் இருந்த வான் கோன்ஸ், தனது ஆதிக்கக் காலத்தில் இராசசிங்கனுடன் சமாதானம் செய்யவேண்டியவனாகவே காணப்படுகின்றான். முதலில் டச்சுக்காரத் தளபதியாகவும் (1658-1663), பின்னர் தேசாதிபதியாகவும் (1664-1675) இருந்த வான் கோன்ஸ் சுமார் பதினைந்து வருடகாலம் டச்சுக்காரின் ஆதிக்கப் படர்ச்சியை கிழக்கிந்தியப் பிராந்தியங்களில் நிலைநாட்டத் திட்டமிட்டு அயராது உழைத்தவன் என டச்சு அரசின் பாராட்டுக்களைப் பெற்றவனாவான். எனவேதான் ஏகபோக வர்த்தக உரிமையைத் தாம் பெற்றிருந்தும், கண்டி மன்னன் இராசசிங்கன், இலங்கையின் கிழக்குப் பிரதேசத்தில் வர்த்தக நடவடிக்கைகளில் ஈடுபட இணங்கியிருக்கின்றான் என்று கொள்வதிற் தவறில்லை.

இலங்கையின் கிழக்கிலுள்ள திருகோணமலையையும், மட்டக்களப்பையும் தமது கட்டுப்பாட்டுக்குள் கொண்டுவருவதற்கு டச்சுக்காரர் 1638 லிருந்து பேரார்வம் கொண்டிருந்தனர். இதற்கு முக்கிய காரணம் வர்த்தகமும், பாதுகாப்புமாகும். திருகோணமலையிலுள்ள கொட்டியாரக்குடா ஓர் உன்னதமான இயற்கைத் துறைமுகமாகவும், எந்த வகையான கப்பல்களும் இலகுவாக வந்து தரித்துப் போவதற்கான சகல வசதிகளையும் கொண்டதாகவும் இருந்தது. பெருமளவிலான பாக்கு இத் துறைமுகத்தினூடாக இந்தியக் கரைகளுக்கு எடுத்துச் செல்லப் படுவதால், அதிக வருமானத்தைக் கொடுக்கின்ற துறைமுகமாகவும் காணப்பட்டது. தென்னிந்தியத் துறைகளிலிருந்து கொண்டுவரப்பட்ட பெருமளவிலான துணிவகை களும், ஏனைய பொருட்களும் மேற்படி துறைமுகத்தில் இறக்கப்பட்டே, இலங்கை முழுவதும் பரபரப்பாக விற்கப்பட்டன. மேற்படி உற்பத்திப் பொருட்களும் அதிக லாபம் ஈட்டும் வர்த்தகப் பொருட்களாக அக் காலத்தில் விளங்கின. மட்டக்களப்புத் துறைமுகம் மிகவும் வசதி குறைந்த துறைமுகமாகக் காணப்பட்டபோதும், இப் பிரதேசம் மக்கட் செறிவு மிகுந்ததாகவும், செழிப்பான நிலங்களைக் கொண்ட தாகவும், அதிகளவில் நெல் உற்பத்தியைத் தருவதாகவும், காட்டு யானைகள் நிறைந்ததாகவும் விளங்கியது. அத்தோடு, பல பயனுள்ள காட்டு மரங்களும், தேன், மெழுகு போன்ற பிற பொருட்களும் அதிகளவில் கிடைக்கும் பிரதேசமாகவும் காணப்பட்டது. இவற்றினூடாக அதிகளவு செல்வத்தைக் குவிக்கலாம் என

டச்சுக்காரர் நிச்சயம் எண்ணியிருப்பார்கள். மேலும், போத்துக்கீசரையும் அங்கிருந்து துரத்தித் தமது அதிகாரத்தை அங்கு நிலைநாட்டுவதன் மூலம் இலங்கையின் கரையோரத் துறைமுகங்கள் அனைத்தும் தங்கள் வசமிருக்க வேண்டும் என்ற அடிப்படை நோக்கத்தையும் நிறைவேற்றி, ஈற்றில் முழு இலங்கையையும் தமது ஆளுகைக்குரிய பிராந்தியமாக மாற்ற வேண்டும் என்ற ஆதிக்க வெறியே, கிழக்குப் பிராந்தியப் பக்கம் டச்சுக்காரின் பார்வையைக் குவியச் செய்தது.

1638 இல் கண்டி மன்னன் இராசசிங்கனுடன் உடன்படிக்கை செய்து திருகோணமலைத் துறைமுகத்தையும், 1639 இல் மட்டக்களப்புத் துறை முகத்தையும் டச்சுக்காரர் போத்துக்கீசரிடமிருந்து கைப்பற்றினர். ஆனால் அவர்கள் அத் துறைமுகங்களைக் கைப்பற்றிய பின், அவற்றைத் தம்வசப்படுத்த விரும்ப வில்லை. அதற்குக் காரணம், அது இராசசிங்க மன்னனை ஆத்திரப்படுத்தும் செயலாக அமைந்துவிடும் என்பதனாலாகும், ஆரம்பத்திலேயே, கண்டி இராச்சி யத்தின் எதிர்ப்புக்களைச் சம்பாதிக்க டச்சுக்காரர் விரும்பவில்லை. அதனால் அவர்கள் 1640 களில் மேற்படி இரு துறைமுகங்களையும் கண்டி மன்னன் இராச சிங்கனிடம் கையளித்தனர். இந் நிகழ்வு அவர்களின் அடிப்படை நோக்கத்திற்கு எதிர்மறையானதாக இருந்தும், இராசசிங்கனின் எதிர்ப்பைப் பெற விரும்பாத காரணத்தினால் ஏற்பட்டதாகவே கொள்ளவேண்டும். அத்தோடு, மேற்படி பிராந்தி யங்களில் கறுவா, ஏலம், கராம்பு போன்ற வாசனைத் திரவியங்கள் விளைவதில்லை. இதன் காரணமாகவும் டச்சுக்காரர் கிழக்குத் துறைமுகங்களில் தமது கவனத்தை, ஆரம்ப காலகட்டங்களிற் செலுத்தவில்லை என்று கொள்வதிலும் தவறு இருக்க முடியாது.

ஆனால், கண்டி மன்னன் இராசசிங்கனுடனான அரசியல், வர்த்தக உறவுகள் பாதிப்பு அடைந்துகொண்டு போன வேளையில், டச்சுக்காரரின் கவனம் கிழக்குத் துறைமுகங்களில் குவிந்தது. இதன் விளைவாக, மேற்படி துறைமுகங்களில் இராசசிங்கனுடைய வர்த்தக நடவடிக்கைகளுக்குத் தடைபோடுவதற்கு டச்சுக்காரர் திட்டமிட்டனர். இவ்வாறான நடவடிக்கைக்கு பற்றேவியா (Bativia) அரசும், டச்சு அரசும் அனுமதி வழங்கின. இதன் எதிர்விளைவாக இராசசிங்கனின் எதிர்ப்பும் அதிகரித்தது. இந்நிலைமை, கிழக்குத் துறைமுகங்களைக் கைப்பற்றும் டச்சுக் காரரின் ஆர்வத்தை மேலும் தூண்டவும் தவறவில்லை.[22] 1659 களில் தமக்கும் இராசிங்கனுக்கும் இடையிலான உறவில் அதிகளவு விரிசலும், நெருக்குவாரங்களும் ஏற்பட்ட நிலையில், டச்சுக்காரர் மேற்படி நடவடிக்கைகளில் ஈடுபடவில்லை. காரணம், டச்சுக்காரரிடம் போதிய படைபலம் இல்லாமையேயாகும். அத்தோடு, மேற்படி துறைமுகங்களைக் கைப்பற்றினால், அவற்றைப் பாதுகாப்பதற்கு அதிக செலவாகும் என்பது டச்சுக்காரருக்குத் தெரிந்த விடயமாகும். அதேநேரம், ஆங்கிலேய வர்த்தகர்கள், மேற்படி துறைமுகங்களுக்கு வருவதும், இராசசிங்கனுடன் தொடர்பு களை வைத்திருப்பதும் டச்சுக்காரருக்குத் தெரியவந்தது. இந் நிகழ்வுகள், மீண்டும் டச்சுக்காரரின் கவனத்தை இத் துறைமுகங்களின் பக்கம் திருப்பின. ஆங்கிலேய வர்த்தகக் கப்பல்கள் மேற்படி துறைமுகங்களுக்கு வந்து துணிகளை விற்றுவிட்டு, இந்தியத் துறைகளில் விற்பதற்காகப் பாக்கு ஏற்றிச்செல்ல இராசசிங்கன் ஏற்கெனவே அனுமதி அளித்திருந்தான் என அறியமுடிகிறது. இதன் பிரகாரம்,

றொபட் நொக்ஸ் என்ற ஆங்கிலேய வர்த்தகரின் ஆன் (Anne) என்னும் கப்பல், துணிகளை விற்கும் பொருட்டு, கொட்டியாரக்குடாத் துறைமுகத்தில் 1659 இல் நங்கூரமிட்டிருந்தது.[23] டச்சுக்காரருக்கு, மேற்படி கப்பல் நங்கூரமிட்டிருக்கும் செய்தி 1660 ன் ஆரம்பப் பகுதியில் தெரியவந்தது. இதனால், டச்சுக்காரர் உடனடியாக ஆங்கிலேயருடன் முரண்பட விரும்பவில்லை. ஆனால், ஆங்கிலேய வர்த்தகர்களின் வர்த்தக நடவடிக்கைகள் திருகோணமலைத் துறைமுகத்தில் அதிகரிக்கத் தொடங்கின. டச்சுத் தளபதி வான் கோன்ஸ், மேற்படி நடவடிக்கைகளை உடன் தடுத்து நிறுத்தவேண்டும் என யூலை 1660 இல் முடிவு செய்தான். இராசசிங்கனோடு தொடர்புகொண்டு இவ் விடயம்பற்றிக் கேட்டபோது, சகல வியாபாரிகளும் தமது பொருட்களைக் கொண்டுவந்து விற்பதற்கு எதுவிதத் தடையும் கிடையாதென அவன் பதிலளித்தான்.[24] ஆனால், டச்சுக்காரர் எதுவித எதிர்ப்புக்களையும் தொடங்க வில்லை. எனினும் இராசசிங்கனுடைய பதில் வான் கோன்சுக்கு நிச்சயம் பெரும் அதிர்ச்சியையும், ஆத்திரத்தையும் ஏற்படுத்தியிருக்கும்.

இந்நிலைமையின் மத்தியில், ஆங்கிலேயக் கிழக்கிந்தியக் கம்பெனி, கறுவா வர்த்தகத்தில் ஈடுபடவும், பாக்கு, துணி முதலிய வர்த்தகத்தைத் தென்னிந்தி யாவுடன் மேற்கொள்ளவும், கொட்டியாரத்தில் ஒரு வியாபார நிலையத்தை நிறுவிட இராசசிங்கனின் அனுமதியைப் பெற்றது. இது விடயமாகப் பேரம் பேசுவதற்கும், நேரடிப் பேச்சுவார்த்தைகளில் ஈடுபடவும் இராசசிங்கனுடன் தொடர்புகளை மேற்கொண்டனர்.[25] ஏற்கெனவே திருகோணமலைத் துறைமுகத்தில் நங்கூர மிட்டிருந்த றொபட் நொக்ஸ் என்ற ஆங்கிலேய வர்த்தகரையும், அவனுடன் சேர்த்து 29 ஆங்கிலேயர்களையும் சந்தேகத்தின் பேரிற் கைதுசெய்து கண்டி மன்னன் இராசசிங்கன் கண்டிச் சிறையில் அடைத்திருந்தான். அவர்களை விடுவிப்பதற் காகவும் ஆங்கிலேயக் கம்பனியார் இராசசிங்கனுடன் தொடர்ச்சியாகத் தொடர்பு களை மேற்கொண்ட வண்ணம் இருந்தனர். இந் நிகழ்வுகளை அவதானித்த டச்சுக் காரருக்கு, ஆங்கிலேய கிழக்கிந்தியக் கம்பெனியினர் திருகோணமலையில் நிலை கொள்ளப் போகின்றார்கள் என்ற அச்சம் தோன்றியது. இதுவிடயமாக டச்சுக்காரர் இராசசிங்கனுடன் தொடர்பு கொண்டபோது, அவன் மேற்படி விடயத்தில் அவர்கள் தலையிடக்கூடாது எனப் பதில் அனுப்பி வைத்தான்.[26] இவ்வாறான பதில், 1638 இல், இராசசிங்கனுக்கும், டச்சுக்காரருக்கும் இடையில் ஏற்பட்ட 'ஏகபோக வர்த்தக உரிமை' உடன்பாட்டை மீறுகின்ற செயலாகக் காணப்பட அது டச்சுக்காரரின் ஆத்திரத்தை மேலும் கிளறியது. இவ்வாறான, தொடர்ச்சியான முரண்பாடுகளுக்கு மத்தியில், இலங்கை நோக்கி வந்த இரண்டு ஆங்கிலேய வர்த்தகக் கப்பல்களை டச்சுக்காரர் பறிமுதல் செய்தனர்.[27] இக் காலகட்டத்தில் கிழக்குக் கரையோரம் தவிர்ந்த ஏனைய கரையோரப் பிரதேசங்கள் யாவும் டச்சுக்காரரின் இறுக்கமான கடற் பாதுகாப்பு வலயங்களாக மாற்றப்பட்டிருந்தன. இந் நிலையில் வான் கோன்ஸ் 1664 இல் இலங்கையின் தேசாதிபதியாகப் பதவியேற்றான்.[28] அவனுடைய முதல் நடவடிக்கையாக, மேற்படி இரு துறைமுகங்களையும் கைப்பற்றும்படி இராணுவத் தளபதிக்கு இட்ட கட்டளை அமைந்தது.[29] தளபதி டு பொன் (Du Pon) தலைமையின் கீழ்ச் சென்ற டச்சுப் படைகள் திருகோணமலையை 1665 களில் கைப்பற்றின.[30] 1668 இல் மட்டக்களப்புத் துறைமுகமும் டச்சுக்காரர் வசமாகியது.[31] மட்டக்களப்பும்,

திருகோணமலையும் யாழ்ப்பாணத் தளபதியின் பொறுப்பில் விடப்பட்டன.[32] ஆனால், 1669 களிலிருந்து மேற்படி இரு பிரதேசங்களுக்கும் தனியான தளபதிகள் நியமிக்கப்பட்டனர்.[33] 1670 இல் ஏற்படுத்திய டச்சுக்காரருடனான உடன்படிக்கையில் மேற்படி பிரதேசங்களில் உள்ள 26 தமிழ் வன்னிச் சிற்றரசரின் சார்பாக கலாவ, அம்பாந்துறை, அக்கரைப்பற்று வன்னிச் சிற்றரசர்கள் கைச்சாத்திட்டனர். அதாவது, டச்சுக்காரரின் மேலாண்மையை ஏற்பதாகவும், சகலவிதமான வரிகளையும், திறைகளையும் டச்சுக்காரருக்கு வழங்குவதாகவும், தங்கள் பிரதேசங்களில் விளையும் நெல்லையும், ஏனைய விளைபொருட்களையும் தீர்மானிக்கப்பட்ட விலைப்படி அவர்களுக்கு விற்பதாகவும், அவ் உடன்படிக்கை அமைந்தது.[34] இதற்குச் சன்மானமாக, வான் கோன்ஸ், மேற்படி பிரதேச மக்கள் சுதேச மதத்தைத் தாரளமாகப் பின்பற்றலாம் என்றும், அவர்களின் கோவில்களைத் தங்களின் சமய நடவடிக்கைகளுக்குத் தொடர்ந்து உபயோகிக்கலாம் எனவும் உறுதியளித்தான். இவ் உறுதிமொழி தாங்கிய ஓலைச்சுவடித் தமிழில் எழுதப்பட்டிருக்கின்றது என்பது குறிப்பிடத்தக்கது.[35]

டச்சுக்காரர் கோட்டையை முதலிற் கட்டாது, தடை முகாமை மரத்தினாலே அமைத்திருந்திருந்தனர்.[36] பின்னர் ஏற்கெனவே போத்துக்கீசர் கட்டிய கோட்டையின் அருகில் டச்சுக்காரர் தமது கல்லால் ஆன கோட்டையைக் கட்டினர்.[37] 15 வைகாசி 1638 இல் முதலில் மட்டக்களப்புத் துறைமுகத்தைப் போத்துக்கீசரிடமிருந்து கைப்பற்றி இராசசிங்கனிடம் கையளித்தபோது, அவன் அங்குள்ள போத்துக்கீசரின் கோட்டையை அழித்திருந்தான். வான் கோன்ஸினால் மட்டக்களப்புத் துறைமுகம் கைப்பற்றப்பட்டபோது, மீண்டும் அங்கு டச்சுக்காரரினால் கோட்டை கட்டப்பட்டது.[38]

சுருங்கக் கூறின் நெதர்லாந்து அரசாங்கமும், பற்றேவியா அரசாங்கமும் இலங்கை விவகாரத்தில் மிகவும் அவசரமான போக்கையே கடைப்பிடித்ததாக அறியமுடிகிறது. கண்டி மன்னனுடன் மோதிக்கொள்வதைப் பெரும்பாலும் தவிர்த்துக் கொள்ளவே மேற்படி அரசுகள் விரும்பின. வாசனைத் திரவியங்கள் அதிகமாக விளையும் கண்டியை அண்டிய பிரதேசங்களும், தெற்கு, தென்மேற்குப் பிரதேசங்களும் கண்டி மன்னன் ஆளுகையின் கீழேதான் இருந்தன. எனவே அவ் வாசனைத் திரவியங்களை எதுவித எதிர்ப்புமின்றிப் பெற்று, ஐரோப்பிய நாடுகளுக்கு ஏற்றுமதி செய்து அதிக இலாபத்தைப் பெறுவதே மேற்படி அரசுகளின் குறிக்கோளாக இருந்தது. ஆனால் வான் கோன்ஸ் அவ்வாறன்றி, இலங்கையின் கரையோரப் பிரதேசங்கள் யாவற்றையும் தமது ஆதிக்கத்தின் கீழ் கொண்டுவந்து, இலங்கையின் வர்த்தக ஏகபோக உரிமையை முழுமையாகப் பெற்று, பெருஞ்செல்வம் குவிப்பதோடு மட்டுமல்லாமல், இலங்கையை டச்சுக்காரருக்கு உரித்தான நாடாக்க வேண்டும் என்ற மேலாதிக்கப்படர்ச்சிக் கொள்கை உடையவனாகக் காணப்பட்டான் என்பது முதலில் அவதானிக்கப்பட்டது. இதன் விளைவாக 1669 களின் முடிவில், அவன் அதனைச் சாதித்திருப்பதை மேற்படி நிகழ்வுகளிலிருந்து அறிய முடிகின்றது.

மேற்கண்டவாறு 1669 களுக்கிடையில் கொழும்பு, புத்தளம், கற்பிட்டி, மன்னார், யாழ்ப்பாணம், திருகோணமலை, மட்டக்களப்பு துறைமுகப் பிரதேசங்களைக் கைப் பற்றித் தன் குறிக்கோளை அடைந்துவிட்டதாக நினைத்த வான் கோன்ஸ், அடுத்து வருகின்ற ஐந்து ஆண்டு காலப்பகுதியில் தன்னுடைய சாதனைகளுக்குச் சவாலாகப்

பலத்த எதிர்ப்பும், பின்னடைவுகளும் வரப்போகின்றன என்பதனை எதிர்பார்த்திருக்க மாட்டான்.

1670 களில் இராசசிங்கன், டச்சுக்காரருக்கு எதிராக ஒரு பாரிய தாக்குதலை நடத்தியுள்ளான். அவன் மேற்கிலும், தென்மேற்கிலும் அதேவேளை கிழக்கிலும் ஒரே நேரத்தில் பன்முனைத் தாக்குதலை நடத்தினான். றொபட் நொக்ஸ் என்பவர்,

"எனது காலத்தில், அவர்களுக்கிடையில் நிகழ்ந்த பாரிய யுத்தம்." [39]

இதுவெனத் தனது நூலில் குறிப்பிட்டுள்ளார். இப் படையெடுப்பின் போது பல அழிவுகளையும், இழப்புக்களையும் டச்சுக்காரர் சந்திக்கவேண்டி நேர்ந்தது. அவைபற்றிய விபரங்கள் இங்கு முக்கியமல்ல. ஆனால், டச்சுக்காரர் மேற்படி எதிர்ப்புக்களிலிருந்து தம்மைக் காப்பாற்றிக் கொள்வதற்கு உடனடி நடவடிக்கை யாக, சகலவிதமான அந்நிய வர்த்தக நடவடிக்கைகளுக்கும் தடைவிதித்தனர். இதற்கு முக்கியமாக அரசியல், பொருளாதாரக் காரணிகள் பின்னணியாகக் காணப் படுகின்றன. முதலாவதாக, மேற்படி கிளர்ச்சியை அடக்குவதற்கு, இப் பொருளாதாரத் தடை மிகவும் முக்கியமானது. அத்தோடு மேற்படி கிளர்ச்சியைக் காரணம் காட்டிப் பொருளாதாரத் தடையை விதித்ததன் மூலம், தமது வர்த்தக ஏகபோக உரிமையை மேலும் பலப்படுத்தலாம் என்பது வான் கோன்ஸின் தூரநோக்கு நடவடிக்கையாக அமைந்தது என்று கொள்ளலாம்.[40]

இவ்வாறாக 1670 களில், உள்நாட்டு அரசியல் நிலைமையினால் பாரிய பின்னடைவுகளை டச்சுக்காரர் சந்திக்கவேண்டி ஏற்பட்டது. இராசசிங்கனுக்கும், அவனது சகாக்களினாலும், உள்ளூர் அதிகாரிகளினாலும் பல எதிர்ப்புக்களும், இடையூறுகளும் ஏற்பட்டன. இவ்வேளையில் வான் கோன்ஸ் இராசசிங்கனுடன் தொடர்புகளை ஏற்படுத்த முனைந்தபோதும் அது பலனளிக்கவில்லை. இக் காலகட்டத்தில் நாடு ஒரு மந்தமான, அரசியல் ஸ்திரமற்ற நிலையிற் காணப்பட்டது. இவ்வேளையில், 1671 இல் டச்சுக்காரர்களுக்கு மேலும் பாரிய இடி ஒன்று காத்திருந்தது. டச்சுக்காரர் 1658 இல் போத்துக்கீசரை முற்றாக இலங்கையிலிருந்து வெளியேற்றியதன் பின், அவர்களது போர் நடவடிக்கை கண்டி மன்னனுடான உள்ளூர்ப் போர்களாகவே காணப்பட்டன. ஆனால் 1672 களில் டச்சுக்காரருக்கு இன்னொரு வெளிநாட்டு ஆதிக்ககாரர்களுடன் மோதவேண்டிய நிலை ஏற்பட்டது. மேற்படி காலகட்டத்தில் ஐரோப்பாவில் எழுச்சிபெற்ற நாடாகிய பிரான்ஸ் தேசம், கீழைத்தேச வர்த்தக நடவடிக்கைகளில் இறங்கியது. இலங்கையின் கேந்திர மையமும், திருகோணமலைக் கொட்டியாரக்குடாவில் உள்ள இயற்கைத் துறை முகமும் அவர்களது கவனத்தை ஈர்த்தது. அதனால் அவர்கள் இராசசிங்கனுடன் தொடர்புகளை ஏற்படுத்தினர்.[41] 21 பங்குனி 1672 இல், கடல் தளபதி டேகா ஹேக் (Deha Hage) தலைமையில் பிரெஞ்சுக் கப்பல் ஒன்று கொட்டியாரக்குடாக் கடலில் நங்கூரமிட்டது. கொட்டியாரக்குடா, இரு வாயில் முனைகளைக் கொண்ட இயற்கைத் துறைமுகமாகும். அதிலுள்ள பிரதான வாயிலான திருக்கோணேஸ்வரக் கோவிலை அண்டிய பகுதியிற்தான் போத்துக்கீசரும், அவர்களைத் தொடர்ந்து டச்சுக்காரரும் கோட்டை கட்டி நிலைகொண்டனர். மறு வாயிலான ஒஸ்ரன் பேக் (Osten-burg)

என்னும் பகுதியிலேயே பிரெஞ்சுக்காரர் தமது இராணுவப் பாதுகாப்பு நிலையத்தைக் கட்ட முயன்றனர். டச்சுக்காரர் கொட்டியாரக்குடாவிற்கு 'Dwers in de Weg' என்று சூட்டிய பெயருக்குப் பதிலாக பிரான்சுக்காரர் 'Isle of the Sun' எனப் பெயரிட்டு, தமது பாதுகாப்பு அரணை அங்கு அமைக்கத் திட்டமிட்டனர். இந் நிகழ்வு டச்சுக்காரருக்குப் பெரும் அதிர்ச்சியைக் கொடுத்திருக்கும். இராசசிங்கன்மீதும் ஆத்திரத்தை ஏற்படுத்தியிருக்கும். எப்படியாவது பிரெஞ்சுக்காரரை வெளியேற்றி விடவேண்டும் என்பதற்காக டச்சுக்காரர் இராசசிங்கனுடன் தொடர்புகளை ஏற்படுத்தினர்.[42] பிரெஞ்சுக்காரரைப் பயன்படுத்தி டச்சுக்காரரை வெளியேற்றும் திட்டத்தில் இருந்த இராசசிங்கன், டச்சுக்காரரின் வேண்டுகோளை ஏற்காததுடன், பிரெஞ்சுக்காரருக்குக் கொட்டியாரக்குடாவிற் தங்கியிருந்து வியாபாரம் செய்ய அனுமதியும் வழங்கியிருந்தான்.[43] வேறுவழியின்றிப் பிரெஞ்சுக்காரருடன் தொடர்பு கொண்ட டச்சுக்காரர் தாம் போத்துக்கீசரிடமிருந்து பெற்ற திருகோணமலையை விட்டு நீங்குமாறு பணிவாக வேண்டினர்.[44] ஆனால், பிரெஞ்சுக்காரர் அதனை ஏற்காது, கொட்டியாரக்குடாவிற் தமது பாதுகாப்பு அரண்களை அமைக்கத் தயாராகினர். இதனால் உள்நாட்டிலிருந்தும், வெளிநாட்டிலிருந்தும் எதுவித ஆயுத, மருத்துவ, உணவு வகைகளும் பிரெஞ்சுக்காரருக்குக் கிடைக்காத வண்ணம் டச்சுக்காரர் பொருளாதாரத் தடையை விதித்தனர். பிரெஞ்சுக்காரருக்கு இராசசிங்கனாற்கூட உதவி வழங்க முடியாமற் போய்விட்டது. மேலும், தென்னிந்தியக் கரையிலிருந்து வந்த பிரெஞ்சுக்காரரின் 3 கப்பல்களையும், டச்சுக்காரர் பறிமுதல் செய்தனர். அத்தோடு சிறிய அளவில் சில பிரெஞ்சுப் படைகளைத் தாக்கியதுடன், பிரெஞ்சுப் போர்வீரர் சிலரையும் கைதுசெய்தனர்.[45] எனினும் பிரெஞ்சுக்காரர் டச்சுக்காரருக்கு எதிராகப் போர்தொடுக்க முற்படவில்லை. பிரெஞ்சுக்காரரின் கப்பல்கள் பறிமுதல் செய்யப்பட்டதும் அவர்களின் போர்வீரர் சிலர் கைது செய்யப்பட்டதும், எதுவித உணவு, மருந்து விநியோகம் கிடைக்கப் பெறாத நிலையில், பல போர்வீரர் வருத்தத்தையும், மரணத்தையும் சந்தித்தமையும், அவர்களை இலங்கையைவிட்டு 1674 இல் வெளியேற்ற வைத்தன. டச்சுக்காரர் மீண்டும் 1674 இல் இலங்கையின் சகல கரையோரத் துறைமுகங்களையும் தமது பூரண கட்டுப்பாட்டுக்குள் கொண்டு வந்தனர்.[46] அத்தோடு சகல கரையோரத் துறைமுகங்களையும் மேலும் பலப்படுத்தி விரிவுபடுத்தினர்.[47]

1671 இல் வான் கோன்ஸ் இலங்கையிலிருந்து பற்றேவியா அரசின் தேசாதிபதியாகப் பதவி உயர்வு பெற்றுச் சென்றபோது, வான் கோன்ஸ் என்ற பெயரையே தாங்கிய தன் மகனை இலங்கையின் தேசாதிபதி ஆக்கிவிட்டுச் சென்றான். தந்தையும், மகனும் சேர்ந்து தமது கொள்கைளை மேலும் விரிவு படுத்துவதில் தீவிரமாக இயங்கினர். இராசசிங்கன் தொடர்ந்தும் டச்சுக்காரருக்கு எதிர்ப்புக் காட்டிய வண்ணமே இருந்தான். புதிய தேசாதிபதி வான் கோன்ஸ் இராசசிங்கனுடன் சமாதானம் செய்ய முற்பட்டபோதும், அது பயனளிக்கவில்லை. 1679 இல் வான் கோன்ஸ் இலங்கையிலிருந்து திருப்பி அழைக்கப்பட்டு, யாழ்ப்பாணத் தளபதியாக இருந்த லோறன்ஸ் பில் (Laurence PyL) இலங்கைத் தேசாதிபதியாக நியமிக்கப்பட்டான்.[48] இதற்கு முன்பே 1677 இல் பற்றேவியா கவுன்சில், இராசசிங்கனின் கண்டிப் பிரதேசத்தில் டச்சுக்காரரினால் கைப்பற்றப்பட்ட பிரதேசங்களைத் திரும்பவும்

அவனிடம் கொடுப்பது என்றும், அவனுடன் சமாதான உடன்படிக்கை செய்வதென்றும் முடிவு செய்திருந்தது.[49] இதேவேளையில் இராசசிங்கன் தனது 50 வருடகால தொடர்ச்சியான ஆட்சியின் இறுதிக் கட்டத்தை நெருங்கியிருந்தான். 1680 களிலிருந்து இராசசிங்கனால் டச்சுக்காரரிடம் தனது எதிர்ப்பைக் காட்ட முயல வில்லை. டச்சுக்காரரும், கண்டி இராச்சியத்திலிருந்து கைப்பற்றிய பிரதேசங்களை இராசசிங்கனிடம் கையளித்தனர். 1687 இல், இராசசிங்கனும் எதிர்பாராத வகையில் கண்டிச் சிறையில் அடைக்கப்பட்டிருந்த டச்சுக் கைதிகளை விடுவித்தான்.[50] அத்தோடு தனது நல்லெண்ணத்தையும் டச்சுக்காரருக்குத் தெரிவித்தான். இராசசிங்கன் மார்கழி 1687 இல், தனது வாரிசாகிய விமலதர்மசூரியனைக் கண்டி மன்னனாக்கினான். இச் செய்தியைத் தனது இரு அதிகாரிகளின் ஊடாகக் கொழும்பிலுள்ள டச்சுத் தேசாதிபதிக்கு அனுப்பினான். அவ்விரு அதிகாரிகளும் இராச மரியாதையுடன் டச்சுத் தேசாதிபதியால் வரவேற்கப்பட்டுக் கௌரவிக்கப்பட்டனர். இவ்விருவரும் கொழும்பிலிருந்து கண்டி அரச மாளிகைக்குத் திரும்பியவேளை இராசசிங்கன் மரணமடைந்திருந்தான். டச்சுத் தேசாதிபதி தனது அனுதாபச் செய்தியையும், புதிய அரசனான விமலதர்மசூரியனுக்கு வாழ்த்துச் செய்தியையும் தனது டச்சு அதிகாரி யான கூப்மன் அலபோஸ் (Koopman Alebos) என்பவன் ஊடாக அனுப்பிக் கௌர வித்தான்.[51] 1687 களுக்குப் பின், டச்சுக்காரருக்கும், கண்டி அரசனுக்கும் இடை யிலான உறவுகள் சமாதான அடிப்படையிலேயே அமைந்தன. இதன் பின் டச்சுக்காரர் 1796 இல் பிரித்தானியரால் வெளியேற்றப்படும் வரை அவர்கள், தமது வர்த்தகக் கொள்கைகளை மிகவும் தீவிரமாகச் செயற்படுத்தினர். அத்தோடு அவர்களது புரட்டஸ்தாந்து மதப்பரப்பல் வேலைகளும் தங்கு தடையின்றி நடைபெற்றன.

இதுவரை கூறப்பட்ட அரசியற் பின்னணியிலிருந்து சில முக்கியமான விடயங் களை அறிந்துகொள்ள முடிகின்றது. இலங்கையிற் தமிழர் பிரதேசங்களாகிய வடக்கு, கிழக்கு, வடமேற்குப் பிரதேச துறைமுகப் பகுதிகள் டச்சுக்காரரின் நேரடி ஆதிக்கத்தின் கீழ் கொண்டு வரப்பட்டன. வடக்கில் மன்னார், யாழ்ப்பாணக் குடாநாட்டுப் பகுதிகள் ஆகியவற்றை டச்சுக்காரர் அதிக போர் முயற்சிகளின்றி, குறுகிய காலப்பகுதியில் வெற்றிகரமாகப் கைப்பற்றிக்கொண்டனர். ஏற்கெனவே போத்துக்கீசரினால், பொருளாதார ரீதியாகவும், மதரீதியாகவும் அதிகளவு அழிவுகளைச் சந்தித்த மேற்படி பிரதேசமக்கள் டச்சுக்காரரை எதுவித எதிர்ப்புமின்றி ஏற்றிருக்கின்றனர் என்பதை அவதானிக்க முடிகிறது. மேலும் டச்சுக்காரர் மேற்படி பிரதேசத் தமிழ் மக்களுக்கு மதரீதியாகப் பாரிய அழுத்தங்களைக் கொடுக்காது, அவர்களை அனுசரித்து நடந்துள்ளனர் என்பதையும் அறியமுடிகிறது. ஆனால் டச்சுக்காரர் தங்களது பொருளாதார நடவடிக்கையினூடாக மேற்படி பிரதேசங்களை வெகுவாக சுரண்டப் போகின்றார்கள் என்பதனை அப் பிரதேச மக்கள் முன்கூட்டியே அறிந்திருக்க நியாயமில்லை. இதனால், வடபகுதியில் டச்சுக்காரரின் ஆரம்ப ஆதிக்கத்திற்கு எதிராக மக்கள் கிளர்ச்சிகள் செய்வில்லை எனக் கூறலாம். அதேபோன்று மேற்குக் கரையோரத் தமிழ்ப் பிரதேசங்களாகிய புத்தளம், கற்பிட்டி ஆகிய துறைமுகப் பகுதிகளும் டச்சுக்காரரினால் இலகுவாகக் கைப்பற்றப்பட்டன. ஆனால் டச்சுக்காரரின் ஆரம்ப ஆட்சிக்காலப் பகுதியில் இப் பிரதேசங்கள் கண்டி மன்னன் இராசசிங்கனின் படையெடுப்புக்களுக்கு இலக்காகின. காரணம், இப்

பிரதேசங்கள் கண்டி இராச்சியத்துக்கு அண்மித்தும், கண்டி மன்னனின் வர்த்தக நடவடிக்கைகளுக்கு உகந்த வாய்ப்பாகவும் இருந்தமையேயாகும். ஆனால், கிழக்குத் தமிழ்ப் பிரதேசங்களாகிய திருகோணமலையும், மட்டக்களப்பும் போத்துக்கீசரிட மிருந்து டச்சுக்காரர் வசம் சென்றபோதிலும், இப் பிரதேசங்கள் கண்டி மன்னனின் பல போர்களைச் சந்திக்கத் தவறவில்லை. இவ்விரு பிரதேசங்களும், கண்டி இராச்சியத்தை அண்மித்த பகுதிகளாக இருந்தமையும், யாழ்ப்பாண இராச்சியத்தின் வீழ்ச்சியைத் தொடர்ந்து மேற்படி பிரதேசச் சிற்றரசர்கள் கண்டி மன்னனின் மேலாண்மையை இடையிடையே ஏற்று இருந்தமையும் மேற்படி நிலைமைக்குக் காரணங்களாகின்றன. அத்தோடு, திருகோணமலையின் கேந்திர முக்கியத்துவம், கொட்டியாரத்திலுள்ள இயற்கைத் துறைமுகம், அதனூடாக நடைபெற்ற உள்நாட்டு, வெளிநாட்டு வர்த்தகத்தின்மூலம் பெற்ற வருமானம் என்பன, கண்டி மன்னனின் தலையீடு அடிக்கடி திருகோணமலையில் ஏற்படக் காரணமாக இருந்தன. இவை மட்டுமல்லாது, ஆங்கிலேயக் கிழக்கிந்தியக் கம்பனி வர்த்தகர்களும், பிரான்சு வர்த்தகக் கம்பனியினரும், திருகோணமலை, கொட்டியாரப் பகுதிகளில் தமது வர்த்தகத் தலையீடுகளை ஏற்படுத்தியதன் விளைவாக, இப் பிரதேசம், டச்சுக் காரருக்குப் பெரும் தலையிடியைக் கொடுத்த மையப்பகுதியாகக் காணப்பட்டது. அத்தோடு கண்டி மன்னன் இராசசிங்கன், ஆங்கிலேய வர்த்தகக் கம்பனி, பிரஞ்சு வர்த்தகக் கம்பனி என்பவற்றின் வர்த்தக நடவடிக்கைகளுக்குத் திருகோணமலைப் பிராந்தியத்தில் வாய்ப்புக்களையும், அனுமதியையும் வழங்கி, டச்சுக்காரரை அவர்களுக்கு நிகரான கடற் படையையும், இராணுவத்தையும் கொண்ட மேற்படி ஐரோப்பியர்களுடன் மோதவைத்தமை அவர்களை வெளியேற்றுவதற்கு நல்லதொரு வாய்ப்பாக அமைந்தது. ஆனால் இராசசிங்கனின் திட்டமோ, ஆங்கிலேய, பிரெஞ்சு ஊடுருவல்களோ வெற்றியளிக்கவில்லை. ஆகாய விமானங்கள் கண்டுபிடிக்கப்படாத இக் காலகட்டத்தில், பாரிய கப்பல் கட்டும் திறனும், மிகுந்த கடல் வலிமையுமே ஐரோப்பிய வல்லரசுகளின் கிழக்கிற்கான வெற்றிகளை இலகுவாக ஈட்டிக் கொடுத்தன. இந்து சமுத்திரப் பிராந்தியத்தில் இயற்கைத் துறைமுகமாகக் காணப் பட்ட திருகோணமலை, மேற்படிக் காலகட்டத்தில் ஐரோப்பியர்களின் கவனத்தை ஈர்த்ததில் வியப்பேதுமில்லை. இதனால் திருகோணமலைப் பிராந்தியம் பதினாறாம் நூற்றாண்டின் ஆரம்பப் பகுதியிலிருந்து அதிகமாகவும், துரிதமாகவும் சர்வதேசக் கப்பல்ககளைக் கையாளும் ஒரு மையப்பகுதியாகக் காணப்படுகின்றது. மட்டக் களப்புப் பிரதேசத்திலுள்ள துறைமுகம் அவ்வளவு முக்கியத்துவம் வாய்ந்ததாக அமையவில்லை. ஆனால் இது கண்டி இராச்சியத்தை அண்மித்த ஒரு தமிழ்ப் பிரதேசமாக இருந்தது. அத்தோடு அங்குள்ள செழிப்பான நிலவளம், நீர்வளம் என்பனவற்றால் அதிகளவு நெல் உற்பத்தியை உண்டுபண்ணும் பிரதேசமாகவும், மக்கள் செறிந்து வாழும் பிரதேசமாகவும் காணப்பட்டது. உற்பத்தியுடன் வியாபாரத்திற்கும் தகுந்த இடமாகவும் அது காணப்பட்டது. இதனால், மட்டக்களப்பு டச்சுக்காரரிடம் சென்றடைவதைக் கண்டி மன்னன் இராசசிங்கன் ஒருபோதும் விரும்பியிருக்க மாட்டான். அத்தோடு கொழும்பில் டச்சுக்காரர் பலமாக ஆதிக்கம் செலுத்தியதன் விளைவாகவே, அவர்கள் கண்டி இராச்சியத்தின் கறுவா விளையும் தென்மேற்குப் பகுதிக்குள் ஊடுருவி அப் பிரதேசங்களைத் தங்கள் ஆதிக்கத்தினுள்

கொண்டுவந்து கறுவா வர்த்தகத்தில் ஏகபோக உரிமை பெற்று பெருமளவு வருமானத்தைக் குவித்தனர். அதேபோன்று மறு எல்லையில் உள்ள பிரதேசங்கள், குறிப்பாக மட்டக்களப்பு டச்சுக்காரர்வசம் போகுமேயானால், கண்டி இராச்சியத்தின் தென்கிழக்குப் பிரதேசங்களிலும் அவ்வாறான ஆபத்து ஏற்படும் என்பது இராசசிங்கனுக்கு நன்கு தெரிந்திருக்கும். அதனால் டச்சுக்காரருக்கு எதிராகப் போரிட கண்டி மன்னன் இராசசிங்கன் மட்டக்களப்பு பிரதேசம் நோக்கியும் அடிக்கடி படையெடுப்புக்களை நடத்தினான். ஆக மொத்தத்தில், தமிழர் பிரதேசங்களான வடக்கு, வடமேற்குப் பிராந்தியங்களைவிட, கிழக்குப் பிரதேசமாகிய திருகோண மலையும், மட்டக்களப்பும் மேற்படி காலகட்டத்தில், பல போர்களையும் இழப்புக் களையும் சந்திக்க நேர்ந்தது. இறுதியாக அறியமுடிவது யாதெனில், இராசசிங்கனின் நீண்டகால ஆட்சியில், அவன் இறுதிவரை கண்டி இராச்சியத்தை டச்சுக்காரரிடம் கையளிக்காது காப்பாற்றியிருக்கின்றான் என்பதாகும். அதற்குக் கண்டிப் பிரதேச புவியியற் சூழ்நிலையும் அவனுக்குச் சாதகமாக இருந்திருக்கின்றது என்பதும் மறுப்பதற்கில்லை. ஆனால், அந்நியரான போத்துக்கீசரை நாட்டைவிட்டு வெளியேற் றுவதற்கு, மேலும் இன்னோர் அந்நியரான டச்சுக்காரரின் உதவியை நாடினான். இறுதியில் டச்சுக்காரருடனான போரிற் பல சுதேச மக்களைப் போரில் பலி கொடுத்ததோடு, பெரும் பொருளாதார வளங்களையும், அவர்களுக்குத் தாரை வார்த் திருக்கின்றான். ஆங்கிலேயக் கிழக்கிந்தியக் கம்பனியினருக்கும், பிரான்சு வர்த்தகக் கம்பனியினருக்கும் இலங்கை வர்த்தகத்தில் உரிமை கொண்டாட அனுமதி அளித்ததன் மூலம் மீண்டும் அதே தவறை இராசசிங்கன் புரிந்திருக்கின்றான். ஒன்றரை நூற்றாண்டுகள் கழித்து 1796 இல் இலங்கையை டச்சுக்காரரிடமிருந்து கைப்பற்றிய பிரித்தானியர், அவன் பெருமையோடு கட்டிக் காத்த கண்டி அரசை 1815 இல் அடியோடு தகர்த்து எறிந்தமைக்கு இராசசிங்கன் தூரநோக்கின்றி விட்ட தவறு காரணமாகின்றது. மேற்படி வரலாற்று அனுபவங்கள் இலங்கையின் இன்றைய அரசியல் தலைவர்களுக்கு, வரலாறு கற்றுத்தந்த நல்லதொரு பாடமாக அமையாது போனமை, நிச்சயம் மிகவும் துரதிர்ஷ்டமாகும். அரசியல் தூரநோக்கின்மையும், பதவிப் பேராசையும், மற்றவர்களின் வாழும் உரிமையை குறுகிய அரசியற் கண்ணோட்டம் காரணமாக கொடுக்க மறுக்கின்ற மனப்பாங்கும், உலகில் எத்தனை அனர்த்தங்களையும், பேரழிவுகளையும் ஏற்படுத்தியிருக்கின்றது என்பது கடந்தகால உலகவரலாறு தரும் பாடங்களாகும். இவ்வகையான வரலாற்றுப் பாடங்களை அரசியல் தலைவர்கள் கற்று, தெளிவு பெறாதவரை அனர்த்தங்களும், அழிவுகளும் தவிர்க்க முடியாதவாறு நிரந்தரமாகிவிடுகின்றன.

தமிழ்ச் சமூகமும் புரட்டஸ்தாந்து மதமும்

இதுவரை தமிழ்ப் பிரதேசங்களைப் போத்துக்கீசரிடமிருந்து டச்சுக்காரர் கைப்பற்றித் தமது மேலாதிக்கத்தை அப் பிரதேசங்களில் நிறுவினர் என்பதுபற்றி ஆராயப்பட்டது. டச்சுக்காரர் இலங்கையைக் கைப்பற்றுவதற்கு முக்கிய காரணமாக வர்த்தகமும், அதன் மூலமாகச் செல்வம் திரட்டும் நோக்கமும், கூடவே தமது புரட்டஸ்தாந்து மதத்தைப் பரப்பும் எண்ணமும் கொண்டவர்களாகக் காணப்பட்டார்கள் என்பதுபற்றி ஏற்கெனவே கூறப்பட்டுள்ளது. எவ்வாறு டச்சுக்காரர் வர்த்தகத்தின் மூலம் செல்வம்

குவித்தார்கள் என்பதுபற்றி தெளிவாக நோக்குவதற்கு முதலில் அவர்களது மதப்பரப்பல் நடவடிக்கை பற்றி அறியவேண்டி உள்ளது. காரணம், டச்சுக்காரர் தமிழ்ப் பிரதேசங்களிலுள்ள கரையோரப் பிரதேசங்களை முதலில் கைப்பற்றி யிருந்தாலும், 1680 களில் கண்டி மன்னனுடன் ஏற்பட்ட அமைதியான உறவுகளின் பலனாக, மேற்படி பிரதேசங்களை அண்டிய உள்ளூர் பகுதிகளையும் தமதாக்கிக் கொள்கின்றதை அறியமுடிகிறது. இதற்கு அடிப்படைக் காரணமாக அமைந்தது மேற்படி பிரதேசங்களின் உள்ளூர் பகுதிகளில் டச்சுக்காரர் மதப்பரப்பல் நடவடிக்கைகளை மேற்கொண்டமையேயாகும். உதாரணமாக, மேலே கலந்துரை யாடப்பட்ட டச்சுக்காரரின் அரசியல் வரலாற்றில் இன்றைய வன்னிப் பெருநிலப்பரப்பு இடம் பெறவில்லை. டச்சுக்காரர் தம் மதப்பரப்பல் நடவடிக்கை மூலமாகவே வன்னிப் பெருநிலப்பரப்பை முதலிற் சென்றடைய முடிந்தது. பின்னர் அப் பிரதேசங்களில் தமது நிர்வாக அமைப்பு முறைகளை அமுல்படுத்தியதன் மூலம் தமது வர்த்தக நலன்களை வென்றெடுக்கக் கூடியதாக அமைந்தது. அத்தோடு தமிழச் சமூகத்தின் பல்வேறுபட்ட சாதிகள், வர்க்கமுரண்பாடுகள் என்பவற்றிலுள்ள பலவீனங்களைப் பயன்படுத்தியே புரட்டஸ்தாந்து மதத்தைப் பரப்ப, டச்சுக்காரப் பாதிரிமாரும், கிறிஸ்தவ மிசனரிமாரும் முனைவதை அவதானிக்க முடிகிறது. அவ்வகையான சமுதாயச் சாதிப் பாகுபாடுகள், ஏற்றத் தாழ்வுகள், பின்னர் ஆய்வுக்கு எடுக்கப்படும் டச்சுக்காரரின் பொருளாதார நடவடிக்கைகளில் மிக முக்கிய பங்கெடுத்துக் கொள்வதனையும் காணமுடிகிறது. எனவே முதலில், தமிழ்ச் சமுதாயத்தில் புரட்டஸ்தாந்து மதம் எவ்வாறு பரப்பப்பட்டது என்பதனை அறிய, டச்சுக்கார ஆட்சியின்போது இருந்த தமிழ்ச் சமுதாயத்தின் கட்டமைப்புப் பற்றி சுருக்கமாக நோக்க வேண்டியுள்ளது.

யாழ்ப்பாணக் குடாநாட்டின் சனத்தொகை பற்றிய புள்ளி விபரங்களைப் பதினாறாம் நூற்றாண்டிலிருந்து, ஓரளவு பெறக்கூடியதாக உள்ளது. போத்துக்கீசரின் தோம்பு தயாரிக்கும் நடவடிக்கைகளும், மதப்பரப்பல் நடவடிக்கைகளும் தமிழ் மக்களின் சனத்தொகை பற்றிய விபரங்களை ஓரளவு அறியத் தருகின்றன. பதினேழாம் நூற்றாண்டிலிருந்து கிடைக்கப் பெறுகின்ற டச்சுக்காரரின் அறிக்கைகள் மூலம் யாழ்ப்பாணக் குடாநாட்டு மக்களினதும், வன்னிப் பெருநிலப் பரப்பினதும் சனத்தொகையை அறிய வாய்ப்புக்கள் நிறைய உண்டு. 1658 இல் யாழ்ப்பாணப் பிரதேசம் டச்சுக்காரரினால் கைப்பற்றப்பட்டதைத் தொடர்ந்து, யாழ்ப்பாணப் பிரதேசத்தின் டச்சு அதிகார அறிக்கையின்படி 120,000 மக்கள் மேற்படி பிரதேசத்தில் வாழ்ந்ததாகத் தெரிகின்றது.[52] 1658 களிலிருந்து ஒழுங்காகச் சனத்தொகை பற்றிய விபரங்கள் டச்சு அதிகாரிகளினால் திரட்டப்பட்டது. 1680 இல், மேற்படி பிரதேசத்தின் சனத்தொகை 169,299 ஆகக் காணப்படுகின்றது.[53] இச் சனத்தொகையில் 85 வீதமான மக்கள் யாழ்ப்பாணக் குடாநாட்டிலும், மிகுதி 15 வீதமான மக்கள் வன்னிப் பெருநிலப் பரப்பிலும் வாழ்ந்ததாக அறியமுடிகிறது. அத்தோடு ஒரு சதுர மைலுக்கு 350 மக்கள் வாழ்ந்ததாகவும் கொள்ளமுடிகிறது. அதே வேளையில் 1664 ம் ஆண்டு புரட்டஸ்தாந்து கிறஸ்தவமதம் சம்பந்தமான அறிக்கை ஒன்றில், யாழ்ப்பாணக் குடாநாட்டிலும், மன்னாரிலும் உள்ள மொத்த புரட்டஸ்தாந்து கிறஸ்தவர்களின்

தொகை 130,000 எனவும், அதில் யாழ்ப்பாணக் குடாநாட்டுக் கிறிஸ்தவர்கள் மட்டும் 104,000 பேர் எனவும் குறிப்பிடப்பட்டுள்ளது.[54] மேலும் 1666 ம் ஆண்டு டச்சு அறிக்கை ஒன்றில், 100,000 க்கும் மேற்பட்ட கிறிஸ்தவர்கள் வாழ்ந்ததாகக் குறிப்பிடப் பட்டுள்ளது.[55] இன்னுமோர் 1671 ம் டச்சு அறிக்கையில் யாழ்ப்பாணக்குடா நாட்டில் 142,357 மக்கள் வாழ்வதாகவும், அதில் 141,456 பேர் கிறிஸ்தவர்கள் எனவும் குறிப்பிடப்பட்டுள்ளது.[56] இப் புள்ளிவிபரங்கள் குறிப்பிடத்தக்க அளவு சரியாக இருக்கலாம். இதற்குச் சான்று கூறக்கூடியவாறு, 1659 ம் ஆண்டில் வான் கோன்ஸினால் தயாரிக்கப்பட்ட அறிக்கையொன்றில் பின்வருமாறு குறிப்பிடப் பட்டுள்ளது.

> "யாழ்ப்பாணத்திலும், அதன் தீவுகளிலும் உள்ள நான்கு மாகாணங்களிலும் வாழும் மக்கள் யாவரும் கிறிஸ்தவர்கள் ஆயினும் அவர்களில் பலர் இப்போதும் நாகரிகமற்ற மத பழக்கங்களைக் கடைப்பிடிப்பதில் விருப்பமாக உள்ளனர்."[57]

இதிலிருந்து தெரிய வருவதாவது, யாழ்ப்பாணக் குடாநாட்டில் அனேகமானோர் கிறிஸ்தவர்களாக மாற்றப்பட்டு இருக்கின்றார்கள் என்பதாகும். எனவே, ஏற்கெனவே கூறப்பட்ட சனத்தொகை புள்ளிவிபரங்களுடன், கிறிஸ்தவர்களின் எண்ணிக்கையை ஒப்பிடும்போது, அவற்றில் பெரிதாக வித்தியாசம் இருப்பதாகத் தெரியவில்லை. உதாரணமாக, 1680 இல் எடுக்கப்பட்ட புள்ளிவிபர அறிக்கையில், யாழ்ப்பாணக் குடாநாட்டின் சனத்தொகையும், வன்னிப் பெருநிலப்பரப்பின் சனத்தொகையும் 169,299 எனவும், அதில் 85 வீதமானோர்கள் யாழ்ப்பாணக் குடாநாட்டைச் சேர்ந்த வர்கள் என்றும், ஏனைய 15 வீதம் வன்னிப் பிரதேசத்தைச் சேர்ந்தவர்கள் எனவும் காணப்படுகின்றது. மேலே குறிப்பிடப்பட்டுள்ள 85 வீத யாழ்ப்பாணக் குடாநாட்டு மக்களின் சனத்தொகையைச் சுமாராகக் கணக்கிட்டால் 1,45,000 எனக் கொள்ளலாம். அதேவேளையில், 1671 ம் ஆண்டு யாழ்ப்பாணக் குடாநாட்டில் வாழ்ந்த மக்களின் தொகை 1,42,357 எனவும், அதில் 141,456 பேர் கிறிஸ்தவர் எனவும் மேலே குறிப்பிடப்பட்டுள்ளது. எனவே யாழ்ப்பாணக் குடாநாட்டில் வாழ்ந்த மக்கள் அனேமாகக் கிறிஸ்தவர்களாக இருந்திருக்கின்றார்கள் என்ற முடிவுக்கு வரமுடிகிறது. மேலும் 1671 ல் 142,357 பேர் யாழ்ப்பாணக் குடாநாட்டில் வாழ்ந்ததாக மேற்படி கிறிஸ்தவ ஆவணத்தினூடாகவும், சுமார் 145,000 மக்கள் யாழ்ப்பாணக் குடாநாட்டில் வாழ்ந்தார்கள் என்ற 1680 இல் எடுக்கப்பட்ட புள்ளிவிபர அறிக்கை யின்படியும், கால இடைவெளியைக் கருத்திற்கொண்டு பார்க்கும் பொழுது ஓரளவு நம்பகத்தன்மை கொண்டதாகவும், அனேகமாக ஒத்திருப்பதையும் அறியமுடிகிறது. எது எப்படியிருப்பினும், இவ்வாறான ஒரு ஆரம்ப முயற்சியின் போது, பல தவறுகள் ஏற்படச் சந்தர்ப்பம் இருந்திருக்கும். சில கிராமங்களில் உள்ள மக்களின் தொகை இப் புள்ளிவிபரங்களில் சேர்த்துக் கொள்ளப்படாமல் இருந்திருக்கலாம். அல்லது மேற்படி புள்ளிவிபரங்கள் செம்மையாகச் செய்யப் படாமல் ஒரு ஆரம்பகட்ட முயற்சியாக இருந்திருக்கலாம். இருந்தும், யாழ்ப்பாணக் குடாநாட்டில் மேற்படி காலகட்டங்களில் வாழ்ந்த சனத் தொகையை ஓரளவேனும் அறிந்து கொள்

வதற்கும், தொடர்ச்சியாக வருகின்ற காலகட்டங்களில் அச் சனத்தொகை எவ்வளவு விகிதாசாரத்தில் அதிகரித்துக் கொண்டு போயிருக்கும் என அனுமானிப் பதற்கும் மேற்படி புள்ளிவிபரங்கள் மிக முக்கியம் வாய்ந்த வையாகும். இச் சந்தர்ப்பத்தில், 1745 ம் ஆண்டில் யாழ்ப்பாணக் குடாநாட்டில் எடுக்கப்பட்ட ஒரு புள்ளிவிபர அட்டவணையை இங்கு சற்று விபரமாக தருவதன் மூலம், யாழ்ப்பாணக் குடாநாட்டின் மேற்படி காலகட்டச் சனத்தொகைபற்றிய ஒரு மேலெழுந்தவாரியான விளக்கத்தையும், தெளிவையும் பெற்றுக்கொள்ள முடியும்.[58]

யாழ்ப்பாணக்குடாநாட்டின் சனத்தொகை புள்ளிவிபரம் - 11.11.1745−28.02.1746

வலிகாமம்

கிராமம்	மக்கள் தொகை
தெல்லிப்பளை	3832
மயிலிட்டி	3414
புத்தூர்	1909
அச்சுவேலி	2068
கோப்பாய்	2738
நல்லூர்	3700
சென்ற் ஜோன்	2819
வண்ணார்பண்ணை	2827
மானிப்பாய்	3138
மல்லாகம்	2783
பண்டத்தரிப்பு	3594
சங்கானை	3796
வட்டுக்கோட்டை	3488
உடுவில்	2934

வடமராட்சி

கிராமம்	மக்கள் தொகை
கரவெட்டி	5765
பருத்தித்துறை	5611
உடுப்பிட்டி	4421

தென்மராட்சி

கிராமம்	மக்கள் தொகை
நாவற்குளி	2381
சாவகச்சேரி	6478
கச்சாய்	3077
எழுதுமட்டுவாள்	3126
வரணி	5495

பச்சிலைப்பள்ளி

கிராமம்	மக்கள் தொகை
புலோப்பளை	852
முள்ளிப்பற்று	887
தம்பகாமம்	1212
முகமாலை	1964

தீவுப்பகுதி

கிராமம்	மக்கள் தொகை
காரைதீவு	3139
ஊர்காவற்றுறை	1899
வேலணை	1055
அல்லைப்பிட்டி	656
புங்குடுதீவு	1099
நயினாதீவு	436
அனலைதீவு	812
நெடுந்தீவு	260
இரணைதீவு	170

வன்னி எல்லைகள்

கிராமம்	மக்கள் தொகை
பூனேரி	1871
பல்லவராயன்கட்டு	323
இலுப்பைக்கடவை	613
பிரிங்கல்லி	297

மன்னார், வன்னி, கற்பிட்டி, புத்தளம், திருகோணமலை, மட்டக்களப்பு ஆகிய தமிழ்ப் பிரதேசங்களில் வாழ்ந்த மக்கள் தொகைபற்றிய புள்ளிவிபரங்களை அறிவதிற் சிரமங்கள் காணப்படுகின்றன. ஆனால், 1671 ம் டச்சு அறிக்கையின்படி மன்னாரில் 9131 பேரும், வன்னிப் பிரதேசத்தில் 4316 மக்களும் வாழ்ந்ததாக அறியமுடிகிறது.[59] கண்டி மன்னனுக்கும் டச்சுக்காரருக்கும் இடையில் அடிக்கடி நடைபெற்ற போர் நடவடிக்கைகளினால் திருகோணமலை, மட்டக்களப்பு, புத்தளம், கற்பிட்டி ஆகிய தமிழ்ப் பிரதேசங்களில் 1687 கள் வரை அங்கு ஒரு நிர்வாகக் கட்டமைப்பை ஏற்படுத்தி, அதனூடாக அங்குள்ள மக்கள் பற்றிய புள்ளிவிபரங்களை டச்சுக்காரரினால் எடுக்கமுடியாது போயிருந்திருக்கும். மேலும் திருகோணமலைப் பிரதேசத்தில் ஆங்கிலேய, பிரெஞ்சு வர்த்தகக் கம்பனிகளின் ஊடுருவல்களும், அவைகளை எதிர்த்து, அவர்களின் தலையீட்டை இலங்கையிலிருந்து நீக்குவதற்கு டச்சுக்காரர் மேற்கொண்ட நடவடிக்கைகளும், போர்களும், மேற்படி நிர்வாக அறிக்கைகள், சனத்தொகை பற்றிய புள்ளிவிபரங்கள் ஆகியவற்றைத் திரட்ட முடியாமற் போனதற்கான காரணங்களாக இருந்திருக்கலாம். இருந்தும், வடக்கு, கிழக்கு, வடமேற்குப் பிரதேசங்களில் டச்சுக்காரர் மதப்பரப்பல் நடவடிக்கைகளில் ஈடுபட்டதன் விளைவாக, மேற்படி தமிழ்ப் பிரதேசங்களில் வாழ்ந்த மக்களில், எத்தனைபேர் கிறிஸ்தவர்களாகக் காணப்பட்டனர் என்ற புள்ளிவிபரங்களை ஓரளவு பெறமுடிகிறது. அப் புள்ளிவிபரங்களின் மூலம் மேற்படி தமிழ்ப் பிரதேசத்தில் வாழ்ந்த மக்களின் தொகையை சிறிதளவேனும் அறியமுடிகிறது. மேலே பார்க்கப்பட்டதுபோல, யாழ்ப்பாணப் பிரதேசத்திலும், மன்னார்ப் பிரதேசத்திலும் வாழ்ந்த தமிழர்களின் சனத்தொகைக்கும், அதே பிரதேசங்களில் வாழ்ந்த கிறிஸ்தவர்களின் எண்ணிக்கைக்கும் பெரிய அளவில் வித்தியாசம் காணப்பட வில்லை என்பதுபற்றி ஏற்கெனவே எடுத்துக் காட்டப்பட்டுள்ளது. ஆனால், வன்னிப் பெருநிலப்பரப்பு, திருகோணமலை, மட்டக்களப்பு, புத்தளம், கற்பிட்டி போன்ற பிரதேசங்களில் வாழ்ந்த தமிழர்களை இலகுவாகக் கிறிஸ்தவ மதத்திற்கு மாற்ற டச்சுக்காரரினால் முடியவில்லை என்பதனை அவர்களின் ஆரம்பக்கால அறிக்கை களிலுள்ள புள்ளிவிபரங்கள் மூலமாக அறிந்துகொள்ள முடிகின்றது.

அப் புள்ளிவிபரங்கள் பற்றி அறிவதற்கு முன்பு, மேற்படி தமிழ்ப் பிரதேசங்களில் வாழ்ந்த தமிழ் மக்களைத் தவிர வேறு இனமக்கள் பற்றிய விபரங்களையும் அறிந்துகொள்வது முக்கியமாகின்றது. டச்சுக்காரர் தாம் கைப்பற்றும் கீழைத்தேச நாடுகளில் தங்கள் நாட்டு மக்களைக் கொண்டுவந்து குடியேற்றுவதன் (colonial)

மூலம், தமது வியாபாரத்தைப் பெருக்குவதற்கும், நிர்வாக அலுவல்களைக் கவனிப்பதற்கும் மிக அனுசரணையாக இருக்கும் என நம்பினர். அதன் விளைவாக ஒல்லாந்து நாட்டு மக்களை இலங்கையில் வந்து குடியேறும்படி வரவழைக்க, பல சலுகைகளுடன் கூடிய கொள்கைகளை வகுத்திருந்தனர்.[60] ஆனால் ஒல்லாந்து தேசத்தவர் இலங்கையில் வந்து குடியேறுவதில் பெரும் ஆர்வம் காட்டவில்லை. குறிப்பிடத்தக்க தொகையினரே இலங்கையில் வந்து குடியேறினர். அவர்கள் பற்றிய சில புள்ளிவிபரங்களை இங்கு உள்ளடக்குவது பொருத்தமானதாகும். 1684 இல் யாழ்ப்பாணக் குடாநாட்டில் 494 டச்சுப் பறங்கியர் (Dutch Burghers) வாழ்ந்திருக் கின்றனர். அவர்களில் 132 மணமான டச்சுத் தம்பதிகள் இருந்ததாக அறிய முடிகிறது.[61] இதே ஆண்டில், மன்னாரில் 116 டச்சுப் பறங்கியர் இருந்திருக் கின்றார்கள். இவர்களில் 34 மணமான தம்பதிகள் காணப்படுகின்றனர்.[62] திருகோண மலை மாவட்டத்தில் மொத்தமாக எத்தனை டச்சுக்காரர் வாழ்ந்தார்கள் என்பதனை அறியமுடியவில்லை. ஆனால் அங்கு, மேற்படி ஆண்டில் 14 மணமான டச்சுத் தம்பதிகள் மேற்படி ஆண்டில் வாழ்ந்திருக்கின்றனர்.[63] அதேபோல் மேற்படி ஆண்டில் மட்டக்களப்பு மாவட்டத்திலும் எத்தனை டச்சுக்காரர் வாழ்ந்திருக்கின்றார்கள் என்பதனை அறியமுடியவில்லை. ஆனால் அங்கு 37 மணமான டச்சுத் தம்பதிகள் வாழ்ந்திருக்கின்றனர்.[64] மேற்படி ஆண்டில் புத்தளம், கற்பிட்டி, வன்னிப் பிரதேசங்களில் எத்தனை டச்சுக்காரர் வாழ்ந்தார்கள் என்பதனையும் அறிய முடியவில்லை. மேற்படி தரவுகள் மேலெழுந்தவாரியாக, இக் காலகட்டத்தில், வாழ்ந்த டச்சுக்காரர் பற்றி ஓரளவேனும் அறிந்துகொள்ளக் கிடைக்கப்பெற்ற முக்கிய மானதும், முதன்மையானதுமான புள்ளிவிபரங்களாகும். இச் சந்தர்ப்பத்தில் மேற்படி தமிழ்ப் பிரதேசத்தில் எத்தனை டச்சுப் போர்வீரர் இருந்தார்கள் என்பதனையும், டச்சு ஆவணங்கள் மூலமாக அறிந்துகொள்ள முடிகின்றது. 1762 ம் ஆண்டுப் புள்ளிவிபர அறிக்கையின்படி, இலங்கையில் மொத்தமாக 7294 இராணுவத்தினர் இருந்ததாகக் குறிப்பிடப்பட்டுள்ளது. இவர்களில், 264 டச்சுப் போர்வீரர் யாழ்ப்பாணத்திலும், மன்னாரிலும் நிறுத்தப்பட்டிருந்தனர். 52 டச்சுப் போர்வீரர் கற்பிட்டியிலும், 723 பேர் கொழும்பிலும் நிறுத்தப்பட்டிருந்தனர். ஏனைய இடங்களில் நிறுத்தப்பட்டிருந்த போர்வீரர் பற்றிய புள்ளிவிபரங்களை அறியமுடியவில்லை. ஆனால் மொத்தமாக 2447 ஐரோப்பிய போர்வீரர் இருந்ததாகக் குறிப்பிடப்பட்டள்ளது. மேலும் 2387 தென்னிந்தியா, மலாயா, யாவா போர்வீரருள் 114 பேர் கற்பிட்டியிலும், 314 பேர் யாழ்ப்பாணத்திலும், மன்னாரிலும் மற்றும் திருகோணமலை, மட்டக்களப்பில் 372 பேரும் அமர்த்தப்பட்டதாகவும் அறியமுடிகின்றது. மேலே கூறப்பட்ட மொத்த இராணுவத்தினரில் மிகுதிப்பேர் தென்னிலங்கையில் உள்ள இடங்களில் அமர்த்தப் பட்டிருக்க வேண்டும்.[65] 1772 ம் ஆண்டுப் புள்ளி விபரமொன்று இதுபற்றி முக்கியமான தகவல்களைத் தருகின்றது. கொழும்பு, கற்பிட்டி பிரதேசங்களில் அமர்த்தப்பட்ட நிரந்தர இராணுவப் படைவீரரின் தொகை 1529 ஆகவும், எல்லைப்புற வெளித் தரிப்புக்களில் (outposts) அமர்த்தப்பட்ட படைவீரரின் தொகை 1299 ஆகவும் காணப்படுகின்றது. யாழ்ப்பாணக் குடாநாடு, மன்னார் ஆகிய பிரதேசங்களில் நிரந்தரமாக அமர்த்தப்பட்ட படைவீரரின் தொகை 294 ஆகவும், எல்லைப்புறங்களில் அமர்த்தப்பட்ட படைவீரரின் தொகை 421 ஆகவும் காணப்படுகின்றது. திருகோணமலை,

மட்டக்களப்பு பிரதேசங்களில் நிரந்தரமாக அமர்த்தப்பட்ட படைவீரர் எண்ணிக்கை 228 ஆகவும், எல்லைப்புறங்களில் அமர்த்தப்பட்ட படைவீரர் எண்ணிக்கை 312 ஆகவும் காணப்படுகின்றது. மேலும், கொழும்பு, கற்பிட்டிக் கடற் பிரதேசத்தில் 617 கடற்படை வீரரும், யாழ்ப்பாணம் மன்னார்க் கடற்பிரதேசங்களில் 112 படைவீரரும், திருகோணமலை, மட்டக்களப்பு பிரதேசங்களில் 25 கடற்படை வீரரும் அமர்த்தப் பட்டதாக அறியமுடிகிறது. இவர்கள் அனைவரும் டச்சுப் போர்வீரராகும்.[66]

மேற்படி படையினரின் புள்ளி விபரங்களினூடாக, டச்சுக்காரரின் ஆட்சிக் காலத்தில் அவர்களின் படைபலம் எங்கு, எவ்வாறு அமைக்கப்பட்டருந்தது என்பதை ஓரளவுக்கு அறிந்துகொள்ள முடிகின்றது. அத்தோடு, டச்சுப்படைகளிற் பல ஐரோப்பிய போர்வீரரும் குறிப்பாக டச்சுப் போர்வீரரும், மலாயா, யாவா தீபகற்பங்களைச் சேர்ந்த போர்வீரரும் உள்ளடக்கப்பட்டு இருக்கின்றார்கள் என்பது மேற்கூறப்பட்ட படைவீரர் பற்றிய புள்ளி விபரங்களிலிருந்து தெரியவருகிறது. எனவே, டச்சுக்காரரின் ஆட்சிக் காலத்திற் பல நாடுகளின் பல இனங்களை உள்ளடக்கிய தான மேற்படி படையினர் இலங்கையின் தமிழ்ப் பிரதேசங்களில் வாழ்ந்திருக் கின்றார்கள் என அறியமுடிகிறது. இவர்கள், நிச்சயம் ஏதோ வகையில் தமிழர்களின் வாழ்விலும், அவர்களது கலாசாரத்திலும், ஓரளவு கணிசமான தாக்கத்தினை ஏற்படுத்தியிருப்பார்கள் எனக் கூறுவதில் தவறு இருக்கமுடியாது.

டச்சுக்காரர் இலங்கையைக் கைப்பற்றியவுடன் அங்குள்ள உற்பத்திகளைப் பெருக்கிப் பெரும் இலாபம் தேடுவதற்கும், கட்டுமான வேலைகளைச் செய்வதற்கும் மனிதபலம் போதாமையாக இருந்தது. 1658 - 1659 களில் தென்னிந்தியாவின் தஞ்சாவூர், மதுரை போன்ற இடங்களில் ஏற்பட்ட கடுமையான பஞ்சம் காரணமாக, அங்கு ஏராளமான அடிமைகளை விலைக்கு வாங்கக்கூடியதாக இருந்தது. இச் சந்தர்ப்பத்தைப் பயன்படுத்திய டச்சுக்காரர் அங்கிருந்து அடிமைகளை விலைக்கு வாங்கி இலங்கைக்குக் கொண்டு வந்தார்கள்.[67] அவ்வாறு கொண்டு வரப்பட்ட வர்களை தரிசுநிலமாகக் கிடந்த காணிகளிற் குடியமர்த்தி உற்பத்திகளைப் பெருக்கி னார்கள். மேலும் அவர்களைக் கட்டிட வேலைகளுக்கும் பயன் படுத்தினார்கள். 1676 – 1677, புள்ளிவிபர அறிக்கையின்படி யாழ்ப்பாணத்தில் 509 அடிமைகளும், மன்னார், கற்பிட்டிப் பிரதேசங்களில் 263 அடிமைகளும், திருகோண மலையில் 262 அடிமைகளும் டச்சுக்காரரின் வேலைகளுக்கு அமர்த்தப்பட்டதாகத் தெரிய வருகின்றது.[68] இவ்வாறாக டச்சுக்காரர் மேற்கொண்டும் அடிமைகளைத் தென்னிந்தி யாவிலிருந்து கொண்டுவந்து தமது ஊழியசேவைக்குப் பரவலாகப் பயன்படுத்தி இருக்கின்றார்கள் என்பதனையும் ஆவணங்கள் மூலமாக அறிய முடிகிறது. இவ்வாறு வரவழைக்கப்பட்ட தென்னிந்திய அடிமைகளும் காலப் போக்கில் இலங்கைப் பூர்வீகத் தமிழர்களுடன் கலந்திருப்பார்கள். மேலும், இலங்கையின் வரலாற்றுக் காலத்திலிருந்து, வர்த்தகர்கள், சிறுதொழில் முயற்சி யாளர்கள், தச்சர், கொல்லர், கட்டிடவியலாளர், சிற்பிகள், ஓவியர், நட்டுவர் போன்ற கலைஞர், மீன்பிடியாளர், குயவர், போர்வீரர், பிராமணர், குடிசைக் கைத்தொழிலாளர், நெசவாளர், பல்வேறு தொழில் நுட்பவியலாளர் போன்றோர் தென்னிந்தியாவிலிருந்து வந்து, இலங்கையில், குறிப்பாகத் தமிழ்ப் பிரதேசங்களிற் குடியேறித் தொடர்ச்சியாக வாழ்ந்து வருபவர்களாகக் காணப்படுகின்றார்கள்.

அவ்வாறானவர்கள் தொடர்ந்து டச்சுக்காரர் ஆட்சிக்காலத்திலும் தென்னியாவி லிருந்து வந்து, இலங்கையிலுள்ள பூர்வீகத் தமிழ் மக்களுடன் கலந்து வாழ்ந்திருக் கின்றார்கள் என்பதனைப் பல ஆதாரங்கள் மூலம் அறியமுடிகிறது. அதேபோன்று, கி. பி. பதினைந்தாம் நூற்றாண் டிலிருந்து இந்தியாவிலிருந்தும், ஏனைய மத்திய கிழக்கு நாடுகளிலிருந்தும் வியா பாரத்திற்காக முஸ்லிம் இனத்தவர்களும் அதிகளவில் வந்து இலங்கையின் தமிழர் பாரம்பரியப் பிரதேசங்களான வடக்கு, கிழக்கு, வடமேற்குப் பிரதேசங்களில் தொடர்ச்சியாக வாழ்ந்து வந்திருக்கின்றனர். போத்துக்கீசர் ஆட்சிக்காலத்தில் யாழ்ப்பாணத்தில் முஸ்லிம் மக்கள் வாழ்ந்ததாக இதற்கு முந்திய அத்தியாயத்தில் கூறப்பட்டுள்ளது. டச்சுக்காரர் ஆட்சிக்காலத் திலும், யாழ்ப்பாணத்தில் முஸ்லிம் மக்கள் இருந்தமைபற்றி பின்வரும் டச்சு ஆவணமொன்றிலிருந்து அறியமுடிகிறது.

> "பாதிரிமார் இஸ்லாமிய மதக் கொண்டாட்டங்களுக்குத் தடை விதிக்குமாறு வேண்டியபோதும் டச்சு அதிகாரிகள் அதனை ஏற்றுக்கொள்ளவில்லை. ஏனெனில் முஸ்லீம் மக்கள் யாழ்ப்பாணத்தில் தொன்றுதொட்டு வாழ்ந்து வருபவர்களாய் இருப்பதுடன், அவர்கள் திருக்குரானைப் படிப்பது எவ் வகையிலும் சட்டத்திற்கு எதிரானதாகக் கருதப்படவில்லை." [69]

டச்சுக்காரர் ஆட்சிக்காலத்தில், குறிப்பாக வடமேற்குப் பிரதேசங்களான, மன்னார் உள்ளிட்ட கற்பிட்டி, சிலாபம், புத்தளம் போன்றவற்றிலும், கிழக்குப் பிரதேசங்களான திருகோணமலை, மட்டக்களப்பு ஆகியவற்றிலும் முஸ்லிம்கள் வர்த்தகத்தில் தீவிர பங்கெடுத்திருப்பதையும், அவர்கள் வர்த்தகத்தில் டச்சுக் காரரோடு போட்டிபோடும் அளவுக்கு ஈடுபட்டிருந்தார்கள் என்பதனையும் டச்சு ஆவணங்கள் காட்டி நிற்கின்றன. குறிப்பாகப் புத்தளம், சிலாபம், கற்பிட்டி என்ற இடங்களில் நிலைகொண்ட முஸ்லிம்களிற் பலரும், கிழக்கில் மட்டக்களப்பு, திருகோணமலைப் பிரதேசங்களில் நிலைகொண்ட முஸ்லிம்களிற் பலரும் இலங்கையின் பூர்வீகத் தமிழர்களுடன் நிச்சயம் கலந்திருப்பார்கள். சுருங்கக் கூறின் இலங்கையின் நவீனகாலச் சமூகம், உலகின் பல நாடுகளிலிருந்து வந்த, பல்வேறு இனங்களின் ஒரு கலப்பு இனம் என்பதிற் தவறு இருக்கமுடியாது. இது இலங்கைத் தமிழருக்கு மாத்திரமல்ல, இலங்கையில் வாழ்கின்ற பெரும்பான்மைச் சிங்களச் சமூகத்திற்கும் பொதுவான ஒரு நியதியாகும். மேலும் கூறப்போனால், உலகில் காணப்படும் அத்தனை நாடுகளுக்கும், அங்கு வாழ்கின்ற அத்தனை இனங் களுக்குமே பொதுவான ஒரு நியதியாகும். எனவே இனத்தூய்மை என்பது, இன்றைய நவீன உலகில் சமூகவியல் ரீதியாக, அறிவியல் ரீதியாக ஏற்றுக்கொள்ள முடியாத வொரு கோட்பாடென்று பொதுவாகக் கூறலாம்.

இலங்கைத் தமிழரிடையே சாதியமைப்பு முறை, மிகவும் பழமை வாய்ந்தவொரு சமுதாய விதிமுறையாக இருந்து வந்திருக்கின்றது. தமிழருடைய புராதன வரலாற்றுக் காலங்களில் அல்லது மத்திய காலங்களில் சாதிமுறைகள் இருந்தமை பற்றியோ அல்லது இருந்த சாதிமுறைகள் பற்றியோ அறிந்துகொள்ளவோ சான்றுகள் எவையும் இல்லை. இவற்றுக்குக் காரணம், தமிழ் பிரதேசங்களிற் பேணிவைக்கப்பட்ட சகல ஆவணங்களும்

போத்துக்கீசரினால் அழிக்கப்பட்டமையாகும். ஆனால், போத்துக்கீசக் காலத்திலிருந்து கடைப்பிடிக்கப்பட்டு வந்த தோம்பு என்னும் காணிப்பதிவேடு எழுதும் முறை டச்சுக்காரர் காலத்தில் மிகவும் வரன்முறையாக்கப்பட்டதன் அடிப் படையில் அவர்கள் மக்களிடமிருந்து பல்வேறுபட்ட வரிகளையும், ஊழியம் என அழைக்கப்பட்ட இலவச உழைப்பையும் பெற்றார்கள். மேற்படி தோம்பு ஆவணங்கள், ஒவ்வொரு ஊரிலுமுள்ள காணிகள், உற்பத்தியாகும் பொருட்கள், அக் காணியின் உரிமையாளர், அதில் வசிப்பவர் போன்ற சகல விபரங்களையும் உள்ளடக்கி யிருந்தது. இவற்றினூடாகவே, தமிழ்மக்கள் மத்தியில் நிலவிய சாதி அமைப்புமுறை பற்றிய கூடுதலான விபரங்கள் தெரியவந்தன. இச் சாதி அமைப்புமுறை பற்றி அடுத்த அத்தியாயத்தில் ஆராயவிருப்பதால், இவ் அத்தியாயத்தில் சில முக்கியமான சாதிப்பிரிவுகள் பற்றியும், அவர்களின் சமூக அந்தஸ்து பற்றியும் சுருக்கமாகவே இங்கு ஆராயப்படுகின்றது.

யாழ்ப்பாணக் குடாநாட்டு மக்களுடன் வன்னிப் பெருநிலப்பரப்பு மக்களும், திருகோணமலைப் பிரதேச மக்களும் வரலாற்றுக்காலம் தொடக்கம், அரசியல் ரீதியாகவும், சமய, கலை, கலாசார ரீதியாகவும் மிக நெருங்கிய உறவுகளையும், தொடர்புகளையும் கொண்டிருந்திருக்கின்றனர். இதன் விளைவாக, மேற்படி தமிழ்ப் பிரதேசங்களில் வாழும் தமிழ் மக்களுடைய சாதியமைப்பு முறையிலும், வாழ்க்கை முறையிலும் பெருமளவு வேறுபாடுகளைக் காணமுடியவில்லை. ஏனைய தமிழ்ப் பிரதேங்களாகிய மட்டக்களப்பு, புத்தளம், கற்பிட்டி, நீர்கொழும்பு போன்ற பிரதேசங்களில் வாழும் தமிழ் மக்களுடைய சாதியமைப்பு முறையில் பல ஒற்றுமைகள் காணப்பட்டாலும், சில வேறுபாடுகளும் காணப்படுகின்றன. இதற்கான காரணம், மேற்படி வடக்கு, கிழக்கு, வடமேற்குப் பிரதேசங்களில் வரலாற்றுக்காலம் தொடக்கம் வாழ்ந்த தமிழ்மக்கள், இப் பிரதேசங்களுக்கு அண்மித்த பகுதியாக இருந்த தென்னிந்தியாவின் தென்முனை, தென்கிழக்கு முனை, தென்மேற்கு முனை ஆகியவற்றோடு கொண்டிருந்த, பல்வேறுபட்ட இறுக்கமான தொடர்புகளின் விளைவாக, அப் பிரதேசங்களில் வாழ்ந்த மக்கள் மத்தியில் காணப்பட்ட சாதியமைப்பு முறையின் செல்வாக்கின் தாக்கத்தின் விளைவெனலாம். உதாரணமாக, தமிழ் நாட்டிற் காணப்பட்ட சாதியமைப்பு முறைகள், யாழ்ப்பாணத்துக் குடாநாட்டு மக்கள் மத்தியிற் கூடுதலான செல்வாக்கு பெற்றதுபோல, கேரளப்பகுதியிற் காணப்பட்ட சாதியமைப்பு முறை மட்டக்களப்பு பிரதேச மக்கள் மத்தியிற் கூடுதலான செல் வாக்கை ஏற்படுத்தியிருப்பதை அவதானிக்க முடிகிறது.

யாழ்ப்பாணக் குடாநாட்டிலும், வன்னிப் பெருநிலப்பரப்பிலும், திருகோணமலைப் பிரதேசத்திலும் சுமார் பதினெட்டுக்கும் மேற்பட்ட சாதிப்பிரிவுகள் இருந்ததை அடையாளம் காணக்கூடியதாக இருக்கின்றது. அவற்றுள், பெரும்பான்மையான மக்களை உள்ளடக்கியதான வெள்ளாளச் சாதியும், கரையாரச் சாதியும் முக்கிய இடத்தைப் பெறுகின்றன. ஏனைய சாதிப் பிரிவினராக, கோவியர், சாணார் அல்லது நளவர், பள்ளர், பறையர், மடப்பள்ளியர், முக்குவர், தனக்காரர், அகம்படியார், தச்சர், கொல்லர், தட்டார், செட்டியார், பரதேசி, வடுகர், பிராமணர், அம்பட்டர், வண்ணார் போன்றவர்களை முக்கியமாகக் குறிப்பிடலாம். இவைதவிர மேலும் சிறுசிறு சாதிப் பிரிவுகளும், மேற்படி தமிழ்ச் சமுதாயத்தில் இருப்பதை அறியமுடிகிறது. உதாரணமாகச் சிவியார், கைக்குளர் போன்றவற்றைக் குறிப்பிடலாம்.

மேற்படி தமிழ்ப் பிரதேசங்களில் வாழ்ந்த தமிழ்மக்கள் மத்தியில், வெள்ளாளர் அதிகப் பெரும்பான்மையினராகவும், உயர்ந்த சமூக அந்தஸ்துக் கொண்டவர் களாகவும் காணப்படுகின்றார்கள். அவர்களை அடுத்துக் கரையார் முக்கியத்துவம் பெறுகின்றார்கள். வெள்ளாளர், யாழ்ப்பாண இராச்சியக் காலத்திலிருந்து உயர்ந்த சாதியினராகவும், அதிக நிலபுலங்களுக்குச் சொந்தக்காரர்களாகவும், ஆட்சி அதிகாரங்களுக்கு உரித்தானவர்களாகவும் காணப்படுவதை, சில போத்துக்கீச, டச்சு ஆவணங்கள் மூலம் அறியலாம்.[70]

எண்ணிக்கையில் மிகப் பெரும்பான்மையான ஒரு சாதி, ஏனைய சிறுபான்மைச் சாதியினர்மீது மேலாண்மை செலுத்துவதும், ஆட்சி அதிகாரங்களில் இடம் பெறுவது மாகிய நிகழ்வுகள் நவீன ஆட்சிக் காலத்துக்கு முன்னும், பின்னும் தொடர்ந்துவரும் ஒரு நிலை பொதுவாகக் காணப்படுகின்றது. இதற்கு மிக அடிப்படைக் காரணம், அப் பெரும்பான்மையான சாதியினர் கொண்டிருக்கும் பொருளாதார அடித்தளமும், பலமுமாகும். விவசாயத்தை அடிப்படையாகக் கொண்ட ஒரு சமுதாயத்தில், அதிகளவு நிலங்களையும், விவசாயத்துக்கு அவசியமான வளங்களையும் தம்வசம் கொண்ட நிலவுடமையாளர் உற்பத்தி வர்த்தகம் ஆகிய வற்றில் ஆதிக்கம் பெற்று, வர்த்தகம், உற்பத்திப் பொருட்கள், அதனால் கிடைக்கும் பெரும் வருமானம் என்பவற்றைக் கொண்டு அச் சமுதாயத்தில் நினைத்ததைச் சாதிக்கும் மேலாண்மை பெற்றவர்களாகவே காணப்படுவர். அவர்கள் வாழ்கின்ற பிரதேசத்தின் நிர்வாகத் திலும், பதவிகளிலும், இவர்களே ஏகபோக உரிமையை அனுபவிப்பது மாத்திரமன்றி, மதசம்பந்தமான தாபனங்களிலும், அவற்றின் ஆசாரச் சடங்குகளிலும் முதன்மை வகித்து தமது உயர்சாதி அந்தஸ்துக்கு ஒரு நியாய பூர்வமான தோற்றத்தையும் உருவாக்கிக் கொள்கின்றனர். இந்த வகையான மேலாதிக்கமானது, சாதியமைப்பு முறையில் மாத்திரமன்றி எந்த வகையான அரசியல் அமைப்பு முறையிலும் ஏற்பட முடியும். அது அரசவம்ச ஆட்சியாகவோ, குடியேற்றவாத சர்வாதிகார ஆட்சியாகவோ அல்லது அநேக நாடுகளில் நடை முறையில் உள்ள நவீன சனநாயக ஆட்சியாகவோ இருக்கலாம். இதற்கு நல்லதோர் எடுத்துக்காட்டு, மேற்கூறப்பட்ட இலங்கைத் தமிழர் மத்தியில் மேலாதிக்கம் செலுத்தும் வெள்ளாளச் சாதியினராகும். யாழ்ப்பாண இராச்சிய ஆட்சிக்காலத்தில், இவ் வெள்ளாளச் சாதியினர் எவ்வாறு அரச வம்சமாக இருந்து மேலாண்மை செலுத்தினர் என்பதனைப் பதினாறாம் நூற்றாண்டில் எழுதப்பட்ட கயிலாயமாலை என்னும் தமிழிலக்கிய வரலாற்று நூலில் இருந்து அறியமுடிகிறது. இவ் அரசவம்சத்தின் கீழ் நிர்வாகப் பொறுப்புக்களில் இருந்த அதிகாரிகள், குறிப்பாக முதலியார் (Mudaliyar)இ தலையார் (Talaiyar), மணியகாரர் (Maniyakarar), விதானைமார் (Vidane) போன்றவர்கள், தமது சேவை வழங்கலின் நிமித்தம், பல அரச காணிகளை நன்கொடையாகப் பெற்றார்கள். ஏனைய உயர் வெள்ளாளச் சாதியினரும், தமது பொருளாதாரச் செல்வாக்கினாற் காணிகளுக்குச் சொந்தக்காரர் ஆயினர். காலப்போக்கில், மேற்கூறப்பட்ட தமிழ்ப் பிரதேசங்களில், போத்துக்கீசரும், டச்சுக்காரரும் அரச காணிகளை விற்றபோது, இவர்களின் பரம்பரையினர் அக் காணிகளை வாங்கி நிலச் சொந்தக்காரர் ஆகினர். அக் காணிகளில் அடிமைகளை வைத்து உற்பத்திகளைப் பெருக்கினர். அதன்மூலம் நவீன காலத்தில் தமிழ்ச் சமூகத்தில் பெரும் செல்வாக்கு உள்ள சாதியினராக

மாறினர். 1670 ம் ஆண்டில் டச்சுக்காரர் புதுப்பித்த தோம்பில் (காணிப்பதிவேட்டில்) 12,000 அடிமை குடிமைகளை யாழ்ப்பாண வெள்ளாளச் சாதியினர் தமது காணிகளில் சேவைக்காக அமர்த்தியிருந்தனர் என்பது குறிப்பிடப்பட்டுள்ளது.[71]

1658 ம் ஆண்டு டச்சுக்காரர் தமிழ்ப் பிரதேசங்களைக் கைப்பற்றியபோது, வெள்ளாளருக்கு அந் நிகழ்வு பெரும் சாதகமாக அமைந்தது. வெள்ளாளருக்கு அடுத்த முக்கிய சாதியினராகவும், செல்வாக்கு உள்ளவராகவும் காணப்பட்ட கரையார், மடப்பள்ளியர் என்ற சாதியினர் வெள்ளாளருக்குச் சமமாக நிர்வாக அலுவல்களில் போட்டியிடும் நிலையில் இருந்தனர். இதற்குக் காரணம், போத்துக்கீச ஆட்சியின்போது பெரும்பான்மையான கரையார், மடப்பள்ளியினர் கத்தோலிக்க மதத்துக்கு மாற்றப்பட்டு, அதனூடாகக் கல்விபெறும் வாய்ப்பினையும் பெற்றிருக் கின்றனர் என்பதாகும். மேலும், அவர்கள் போத்துக்கீசரின் நம்பிக்கைக்கு உரியவர் களாகவும், அதன் பலனாகப் போத்துக்கீச நிர்வாகத்திற் பங்குபற்றியவர்களாகவும் காணப்பட்டார்கள். இதனால், டச்சுக்காரர் போத்துக்கீசரிடமிருந்து ஆட்சியைக் கைப்பற்றும் வேளை, கரையார், மடப்பள்ளியர் ஆகிய இரு சாதியினரும் போத்துக் கீசருக்குப் பல்வேறு வழிகளில் உதவி புரிந்ததோடு, டச்சுக்காரருக்கு எதிராகக் கிளர்ச்சியும் செய்தனர். மேற்படிக் கிளர்ச்சியை அடக்கிய டச்சுக்காரர், சில முக்கிய மான தலைவர்களைப் பகிரங்கமாகத் தூக்கிலிட்டனர்.[72] இந் நிலைமை வெள்ளா ளருக்கு மிகச் சாதகமாக அமைந்தது. அதனால் அவர்களுக்கு டச்சுக்கார ஆட்சியில் பல்வேறு நிர்வாகப் பதவிகளைப் பெறும் வாய்ப்புக் கிடைத்தது. அத்தோடு டச்சுக்காரர் தோம்பைப் புதுப்பித்து, அதன் அடிப்படையில் சீராக வரிகளை அறவிட்டு அதிக செல்வம் சேகரிப்பதற்காகத் தோம்பைப் புதுப்பிக்க, போத்துக்கீசர் காலத்திலிருந்தே தோம்பு தயாரிக்கும் விடயங்களில் அதிக அனுபவமும், அறிவும் பெற்ற மேற்படி வெள்ளாளரின் உதவி டச்சுக்காரருக்கு அத்தியாவசியமாகியது. அத்தோடு, ஏற்கெனவே போத்துக்கீசர் ஆட்சிக்காலத்தில் கத்தோலிக்கராக மாற்றப் பட்டு, அரச பதவிகளிலிருந்த வெள்ளாளர், டச்சுக்காரர் ஆட்சியின்போது அவர்களுடைய மதமாகிய புரட்டஸ்தாந்து மதத்துக்கு மாறியதுடன் அரச பதவிகளைப் பெரும்பான்மையாக அபகரித்துக் கொண்டார்கள். இதன்மூலம் டச்சுக்காரரின் ஆரம்ப ஆட்சிக்காலத்தின் போது, வெள்ளாளர் அதிகளவு நிலங் களுக்குச் சொந்தக்காரர் ஆனது மட்டுமன்றி, வர்த்தகத் துறையிலும் ஈடுபட்டுப் பெருஞ்செல்வம் சம்பாதித்தனர். வெகு விரைவிலேயே இந் நிலைமை தமக்கு நட்டத்தை ஏற்படுத்தும் எனக் கருதிய டச்சுக்காரர் 1690 களில் ஏனைய சாதியினரான கரையார், மடப்பள்ளியர், செட்டிமார், பரதேசி, தனக்காரர், சிவியார் போன்ற வர்களையும், அரச உயர்பதவிகளில் அமர்த்துவதன் மூலம் சமநிலை அதிகாரப் பகிர்வுக் கொள்கையைக் கடைப்பிடித்தனர். இதனை எதிர்த்து வெள்ளாளர் கிளர்ச்சி செய்யவும் தவறவில்லை.[73] 1760 ம் ஆண்டுக் கணக்கெடுப்பின்படி 516 முதலியார்கள் யாழ்ப்பாணத்திலுள்ள நான்கு மகாணங்களிலும் பதவியில் இருந்திருக்கின்றார்கள். இவர்களில் 317 வெள்ளாளர், 127 மடப்பள்ளியார், 37 செட்டிமார், 14 பரதேசியர், 10 மலையாளிகள், 6 கரையார், 3 சிவியார், 2 தனக்காரர் ஆகியோர் காணப்படுகின்றனர்.[74]

வெள்ளாளருக்கு அடுத்தபடியாகக் கரையார், முக்குவர் ஆகிய சாதியினர் கடற் தொழிலிலும், வியாபாரத்திலும், நிர்வாகத் துறைகளிலும் இடம் பிடித்துக்

கொண்டனர். இவ்விரு பிரிவினரும் வட இலங்கையைவிட, மன்னார் உள்ளிட்ட மேற்குக் கரையோரப் பகுதிகளான கற்பிட்டி, புத்தளம் பகுதிகளிலும், கிழக்குக் கரையோரத்தில் மட்டக்களப்பு முதல் பொத்துவில் வரையான பகுதிகளிலும் குறிப்பிடத்தக்க அளவு முக்கியத்துவம் பெற்ற சாதியினராகக் காணப்பட்டனர். இப் பகுதிகளில் இச் சாதியினர் அரசியல் அதிகாரத்திலும், நிர்வாகத் துறைகளிலும், வர்த்தகத்திலும், மீன்பிடித்துறைகளிலும், மத நிறுவனங்களிலும் அதிகளவு செல்வாக்குப் பெற்ற பிரிவினராகக் காணப்படுகின்றனர். கரையார் எப்போதுமே வெள ்ளாளரின் மேலாதிக்க சாதியமைப்புக்கு உட்படாதவர்களாகவும், அவர்களைத் தொடர்ச்சியாக எதிர்த்தவர்களாகவும் காணப்படுகின்றனர். அவர்கள் யாழ்ப்பாணக் குடாநாட்டில் தமக்கெனத் தனியான நிர்வாக, பிராந்திய, வரியிறுத்தல் சம்பந்தப்பட்ட உரிமைகளைக் கொண்டிருந்தனர். இதனால் அவர்கள், வெள்ளாளரின் மேலாதிக் கத்துக்கு உட்படாதவர்களாகவும், தமது காரியங்களைத் தாமே ஆற்றும் அதிகாரத்தை உடையவர்களாகவும் இருந்தனர். இதன் விளைவாகக் காலப் போக்கில், வடமராட்சிக் கரையோரக் கிராமங்கள் இவர்களது ஆட்சிப் பிரதேசமாகப் பலமடைந்துடன் இன்றுவரை நிலைத்தும் காணப்படுகின்றது. கரையாரின் தொழில் நடவடிக்கைகள் நிலம், விவசாயம் என்பன சம்பந்தப் பட்டவையாக இல்லாத காரணத்தினால் அவர்கள் தமது சுதந்திரமான அதிகார ஆட்சியைக் குடியேற்றவாத ஆட்சிக் காலத்தின்போதும், அதற்குப் பின்னரும்கூட, மிக உறுதியாகக் கடைப் பிடித்தனர். அவர்கள், மீன்பிடித்தொழில் செய்பவர் களாகவும், கடலோடிகளாகவும் சுதந்திரமாக இயங்கியதுடன், தென்னிந்தியாவில் உள்ள தமது சாதியினரான கரையாருடன் நெருக்கமான உறவுகளையும் தொடர்புகளையும் தொடர்ச்சியாகக் கொண்டிருந்தனர். மன்னார்ப் பிரதேசத்தில் வாழ்ந்த கரையாரச் சமூகங்களும், வடமராட்சிக் கரையாரைப் போன்றே தனித் தன்மைகளைக் கொண்டிருந்தனர். முக்குவர்கள் ஆரம்பத்தில் மீன்பிடியிலும், கடலோடுவதிலும் ஈடுபட்டிருந்தவர்கள் ஆயினும், கிழக்கின், மட்டக்களப்புப் பிரதேசத்தில் இவர்கள் குடியமர்ந்தபோது விவசாயிகளாயினர். இவர்களில் ஒரு சிறு பகுதியினரான முக்குவர் புத்தளத்தில் குடியமர்ந்து மீன்பிடித் தொழிலையே தொடர்ந்தனர். மட்டக்களப்பில் குடியமர்ந்த முக்குவர் காலப்போக்கில் வடக்கில் வாழ்ந்த தமிழர்களிலிருந்து வேறுபட்ட அடையாளங்களைப் பெறலாயினர். இவர்கள் மீன்பிடித்தலைக் கைவிட்டு விவசாயத்தை மேற்கொண்டனர். இவர்களில் ஊக்கம் மிகுந்த சிலர் பெரும் பொருள் சம்பாதித்து, அதன்வழி அதிகளவு காணிகளுக்குச் சொந்தக்காரராகி, சமூகத்தில் செல்வாக்கும் மதிப்பும் பெற்றனர். யாழ்ப்பாணத்திலும், ஏனைய தமிழ்ப் பிரதேசங் களிலுள்ள வெள்ளாள நிலச் சொந்தக்காரர் ஏனைய சாதியினரின் சேவையைப் பெற்றமை போன்று தாமும் பெற்றனர். கிழக்குப் பிரதேசங்களைச் சேர்ந்த இவர்கள் தாம் சாதியில் வெள்ளாளருக்குச் சமமானவர்கள் எனச் சொல்லிக் கொண்டார்கள் என அறியக் கிடக்கின்றது. மடப்பள்ளியர் என்ற சாதியினரும் அரச காப்பாளராகவும், அரச, பிரபுத்துவ மட்டத்தில் சேவை செய்பவராகவும் காணப்பட்டனர். 1827 ம் ஆண்டில் டச்சுக்கார சனத்தொகைக் கணக்கெடுப்புப் புள்ளிவிபரத்தின்படி 12,995 மடப்பள்ளியினர் இருந்ததாக அறியமுடிகிறது. இவர்கள் அரசாங்க நிர்வாகப் பதவிகளுக்காக, வெள்ளாளருடன் போட்டிபோடும் அளவுக்குக் காணப்பட்டனர்.

தனக்காரர் என்ற சாதியினரும், கோவியர் என்ற சாதியினரும் அரச மாளிகைகள், கோவில் நிறுவனங்கள் என்பவற்றில் சேவை செய்பவர்களாகக் காணப்படுகின்றார்கள். அகம்படியார் என்னும் சாதியினர் அரசமாளிகைக் காவலர்களாகவும், அரசனதும் அரச அதிகாரிகளினதும் தற்பாதுகாப்புப் படையினராகவும் பணிபுரிந்தனர். டச்சுக்காரரின் ஆட்சியின்போது இவர்களின் சேவைகளுக்கு அரச காணிகள் நன்கொடையாக வழங்கப்பட்டன. பரதேசி என்னும் சாதியினரும் அரச செல்வாக்குப் பெற்றவராகவும், வெள்ளாளச் சாதியினருடன் கூட்டுறவுகளைக் கொண்டவராகவும் காணப்பட்டனர்.[75] ஏற்கெனவே குறிப்பிட்டது போன்று, டச்சுக்காரர் ஆட்சிக்காலத்தில் மனிதவளம் மிகவும் அதிகமாகத் தேவைப்பட்டதன் விளைவாக, தென்னிந்தியாவிலிருந்து அடிமைகள் கொண்டுவரப்பட்டனர். அவர்களே தமிழ்ப் பிரதேசங்களிலுள்ள வெள்ளாளராற் கீழ் சாதியினர் எனக் கருதப்பட்ட நளவர், பள்ளர், பறையர், வண்ணார், அம்பட்டர் போன்ற சாதியினர் செய்யும், தத்தம் துறைசார்ந்த தொழில்களை மேல்மட்ட சாதியினருக்கு வழங்கியிருக்கின்றார்கள். அத்தோடு வெள்ளாளரின் காணிகளில் அவர்கள் குடியமர்த்தப்பட்டு, அடிமைகளாக வேலை வாங்கப்பட்டனர். அதற்காக மிகக் குறைந்த சன்மானங்களே அவர்களுக்கு வழங்கப்பட்டன. இவ் அடிமைகள் டச்சு ஊழியங்களிலும் பெருவாரியாக அமர்த்தப்பட்டனர். தமிழ்ப் பிரதேசத்திலுள்ள தேசவழமைச் சட்டம், வெள்ளாளருக்கு அடிமை குடிமைகளை வைத்திருப்பதற்கான உரிமையை வழங்கியிருந்தமையே மேற்படி, அடிமை குடிமைகளை மேல்மட்டச் சாதியினர் கொண்டிருந்தமைக்கு அடிப்படைக் காரணமாக அமைந்தது. மேற்படி அடிமை குடிமைகளிடமிருந்து இலவசமாக அவர்களின் உழைப்பைப் பெறுவதற்கு அதிகாரம் வழங்கப்பட்டது.[76] தமிழ்ச் சமுதாய அமைப்பில் நிலங்களைச் சொந்தமாக வைத்திருக்க முடியாத ஒரு துர்ப்பாக்கிய நிலை மேற்கூறப்பட்ட கீழ்மட்டச் சாதியினருக்கு இருந்திருக்கின்றது. ஏனைய, தொழிற் திறன் சார்ந்த தச்சர், கொல்லர், தட்டார், சிற்பிகள் போன்றவர்கள் தத்தம் துறைசார்ந்த தொழில்களைச் செய்துவருவது வழக்கமாக இருந்திருக்கின்றது.

மட்டக்களப்பு, புத்தளம் போன்ற பகுதிகளில் முக்குவர் என்னும் சாதியினர் பெரும்பான்மையினராகவும் ஆதிக்கம் செலுத்துகின்றவராகவும், நிலபுலங்களுக்குச் சொந்தக்காரராகவும், விவசாயம் செய்பவராகவும், வியாபாரம் போன்ற தொழில்களில் ஈடுபடுபவராகவும், அரசியல், சமய நடவடிக்கைகளில் முதன்மை பெற்றவராகவும் காணப்படுகின்றனர்.[77] வெள்ளாளச் சாதியினர் மேற்படி பிரதேசங்களிற் கணிசமான அளவினராக இருந்தபோதும், முக்குவச் சாதியினரே ஆதிக்கம் செலுத்துபவராகக் காணப்படுகின்றனர். முக்குவராலும், வெள்ளாளராலும் கீழ்மட்டச் சாதியினரெனக் கருதப்படுகின்ற ஏற்கெனவே குறிப்பிட்ட பிரிவினர் பல்வேறுபட்ட அடிமை குடிமைத் தொழில்களை மேற்படி பிரதேசங்களில் உள்ள முக்குவருக்கும், வெள்ளாளருக்கும் செய்துகொள்வதைக் காணமுடிகிறது. தமிழ்ப் பிரதேசங்களில் வெள்ளாளரும், முக்குவரும் உயர் சாதியினராகக் காணப்பட்டாலும், அவர்களுக்கு அடுத்த நிலையிலுள்ள மடப்பள்ளியர், தனக்காரர், கோவியர், செட்டிமார் போன்ற சாதியினர் காலவோட்டத்தில் வெள்ளாளச் சாதியினருடன் நிச்சயம் கலந்திருப்பர் என்பது தவிர்க்க முடியாததாகும். உதாரணமாக, 1827 ம் ஆண்டில், 12,995 மடப்பள்ளியர் யாழ்ப்பாணச் சமூகத்தில் இருந்திருக்கின்றார்கள். இச் சனத்தொகை அன்றைய

யாழ்ப்பாணச் சனத்தொகையில் 10 வீதமானதாகும். ஆனால் நவீனகாலத்தில் மடப்பள்ளியர் என்ற ஒரு சாதியினர் யாழ்ப்பாணச் சமுதாயத்திலிருந்து அற்றுப் போய்விட்டனர். நிச்சயம் அவர்கள் ஏனைய சாதியினருடன், குறிப்பாக, வெள்ளாளச் சாதியினருடன் கலந்திருப்பர் என்று கொள்வதிற் தவறில்லை. இச் சந்தர்ப்பத்தில் தமிழ்ப் பழமொழி ஒன்றை நினைவுபடுத்துவது பொருத்தமானதாகும். 'கள்ளர், மறவர், கனத்த அகம்படியார் மெல்ல மெல்ல வந்து வெள்ளாளர் ஆவர்'.

பயன்படுத்தாமல் இருந்த காணிகளை, கட்டாய ஊழியச் சேவைகளின் மூலமாகப் பயிர்ச்செய்கைக்கு உட்படுத்தியமை, அரச காணிகள் ஏலத்தில் விற்கப்பட்டமை போன்ற டச்சுக்காரரின் நடவடிக்கைகள் தமிழ்ப் பிரதேசங்களிலுள்ள காணிகளின் விலை உயர்வுக்குக் காரணமாகின. பல்வேறுபட்ட உற்பத்திகள் டச்சுக்காரர் ஆட்சிக்காலத்தில் முக்கியத்துவம் பெற்றன. உதாரணமாக நெல், புகையிலை, பருத்தி போன்றவைக்கு உள்ளூர் சந்தைகளிலும், வெளியூர்ச் சந்தைகளிலும் நல்ல விலை கிடைக்கப் பெற்றது. இதன் விளைவாக நிலச் சொந்தக்காரரான வெள்ளாளர் அதிக வருமானத்தைப் பெற்றனர். ஏற்கெனவே தமிழ்ச் சமூகத்தில் உயர் நிலையிலிருந்து நிலச் சொந்தக்காரரான வெள்ளாளர், டச்சுக்காரர் ஆட்சிக்காலத்தில் மேலும் அதிக வசதிகளையும், வாய்ப்புக்களையும், சமூக அந்தஸ்துக்களையும் பெற்றனர். ஏனைய மடப்பள்ளியர், தனக்காரர், கோவியர், கரையார், செட்டிமார் போன்றவர்களும் வெள்ளாளருக்கு அடுத்தபடியாக உயர்ச்சி யடைந்தனர். மேலும், அரச நிர்வாகங்களில் மேற்படி பிரிவினர்க்குக் கிடைத்த வாய்ப்பு மேலும் அவர்களை உயர்நிலைக்குத் தள்ளியது. இதனால் ஒரு உயர் குழாத்தினர் தோற்றம்பெற டச்சுக்கார ஆட்சிக்காலம் வழிசமைத்துக் கொடுத்தது. மேலும், அரசநிர்வாக அந்தஸ்தையும், பதவிகளையும் பெறுவதற்காக மேல் மட்டத்தினர் புரட்டஸ்தாந்து மதத்துக்கு மாறினர். கீழ்மட்டத்தில் உள்ளவர்களும் வாய்ப்புக்கள், வசதிகள் கருதி புரட்டஸ்தாந்தவராக மாறினர். இதன் விளைவாக கிறிஸ்தவ சமுதாயம் ஒன்று உருவாக டச்சுக்காரர் ஆட்சி வழியமைத்துக் கொடுத்தது. இதன் விளைவாக, நவீன மேலைத்தேசத்துக் கற்கை முறையிலான கல்வி தமிழ்ச் சமுதாயத்துக்குக் கிடைத்தது. இவற்றால், பழைய பாரம்பரிய நிலைகளிலிருந்து ஓரளவிற்கு விடுபட்ட தமிழ்ச் சமுதாயம் சமூக, சமய, கலாசார மாறுதல்களுக்கு உட்படுவதை அவதானிக்க முடிகிறது. இச் சந்தர்ப்பத்தில், எவ்வாறு புரட்டஸ்தாந்து மதம் தமிழ்மக்கள் மத்தியில் முக்கியத்துவம் பெற்றது என்பதனை அணுகுவது பொருத்தமானதாகும்.

மறுமலர்ச்சிக் காலத்தின் பின்னர், ஐரோப்பிய நாடுகள் கடல் கடந்து தமது ஆதிக்கத்தை விரிவுபடுத்தக் காரணமானவை பொருளாதாரம், மதம் என்னும் இரண்டுமாகும். கிழக்கு நோக்கி தம் பயணத்தை மேற்கொண்ட ஐரோப்பிய நாடுகள், இவ்விரு காரணிகளாலும் வெவ்வேறு அளவுகளில் உந்தப்பட்டன. இந் நாடுகளின் ஆதிக்க விரிவாக்கத்தற்கு முதன்மையான காரணமாக இருந்தது நிச்சயமாக வர்த்தக நலனேயாகும். ஆயினும், இந் நாடுகள் தாம் உட்புகுந்த கிழக்கத்திய நாடுகளில், வர்த்தகத்தில் மேலாதிக்கத்தைப் பெற்று, அதன்வழியாக அந்நாடுகளில் அரசியல் அதிகாரத்தையும் கைப்பற்றிக் கொண்டபோது, வியாபாரிகளைத் தொடர்ந்து கிறிஸ்தவ மிசனரிமார் அந்நாடுகளில் தமது மதப்பரப்பல் நடவடிக்கை

களை மேற்கொண்டனர். கிழக்கில், போத்துக்கீச சாம்ராச்சியம் வர்த்தகத்திலும், கத்தோலிக்கத்திலுமே கட்டி எழுப்பப்பட்டதாகும். எனவே, கிழக்கில் போத்துக்கீசரை அடிபணியச் செய்வதற்கு இவ்விரு ஆதார அடிப்படைகளையும் டச்சுக்காரர் அழிக்கவேண்டிய நிலையில் இருந்தனர். இலங்கையின் மேற்குக் கரையோரப் பகுதிகள் சிலவற்றைக் கைப்பற்றிய டச்சுக்காரர், கத்தோலிக்க மதத்துக்கு மக்களை மாற்றுவதில் போத்துக்கீசர் பெற்றிருந்த பெருவெற்றியை, அங்கு போத்துக்கீசப் பெயர்களைக் கொண்ட பெருந்தொகையான கத்தோலிக்கர் வாழ்வதைக் கண்டு அறிந்து கொண்டனர். வடக்கில் மன்னாரையும், யாழ்ப்பாணத்தையும் நோக்கி டச்சுக்காரர் நகர்ந்தபோது, அவ்விடங்களில் கத்தோலிக்கமதச் செல்வாக்கு மேலும் அதிகமாக வேரூன்றியிருப்பதை அவதானித்தார்கள். இவ்வாறான ஒரு நிலைமை டச்சுக்காரரை வெகுவாகக் கவர்ந்திருக்கும். சுதேச மதத்திலிருந்து பெருந்தொகை யானவர்கள், ஒரு குறுகியகால போத்துக்கீசர் ஆட்சிக் காலத்தில் கத்தோலிக்கராக மதம் மாறியிருக்கின்றார்கள். எனவே, கத்தோலிக்க மதத்தின் மூடநம்பிக்கைகளை அவர்களுக்கு எடுத்து விளக்கி, அவர்களை இலகுவாக தமது சீர்திருத்தக் கொள்கையுடைய புரட்ஸ்தாந்து மதத்துக்கு மாற்றிவிடலாம் என அவர்கள் நம்பினார்கள். இதன் விளைவாக, உடனடியாகவே இலங்கையில் புரட்டஸ்தாந்து மதத்தைப் பரப்பவேண்டியது அவர்களின் தலையாய பணியாக இருந்தது. டச்சுக்காரரின் இம் மதச் சீர்திருத்த முயற்சியில் மிக முக்கிய பங்கு வகித்தவர் பல்தேயு பாதிரியாராகும். (Rev. Baldaeus). 1656 ம் ஆண்டு இலங்கைக்கு வந்த இவரே, டச்சுக்காரர் இலங்யைக் கைப்பற்றுகின்ற இறுதி முயற்சிகளில் அவர்களுக்கு ஆன்மீக வழிகாட்டியாகச் செயற்பட்டவர் எனச் சொல்லப்படுகின்றது. இவரே 1658 களின் பின்னர், 1665 இல் இலங்கையை விட்டுப் போகும்வரை, கத்தோலிக்க மதத்தின் செல்வாக்கை இலங்கையிலிருந்து அகற்றி, அதன் இடத்தில் டச்சுக்கார புரட்டஸ்தாந்து மதத்தை அமர்த்தும் நடவடிக்கைகளின் முன்னோடியாக இருந்தவராகும்.

டச்சுக்காரர் தமது புரட்டஸ்தாந்து மதத்தை இலங்கையில் வேரூன்றச் செய்வதில் மும்முரமாக ஈடுபட்டனர். பல்தேயு பாதிரியாரைத் தவிர, பற்றேவியாவி லிருந்தும், ஒல்லாந்திலிருந்தும் நான்கு பாதிரிமார் வரவழைக்கப்பட்டு, இலங்கையின் பிரதான நகரங்களில் அமர்த்தப்பட்டனர். தமது மதத்தைப் பரப்புவதற்கு யாழ்ப்பாணம் மிகவும் உகந்த இடமெனக் கண்ட டச்சுக்கார மேலிடம் பல்தேயு பாதிரியாரையே அங்கு அனுப்பி வைத்தது. அங்கு கத்தோலிக்க ஆலயங்களும், பாடசாலைகளும் பெருமளவில் காணப்பட்டதனால், அந்த அமைப்புக்களை அப்படியே புரட்டஸ்தாந்துக் கிறிஸ்தவத்துக்கு மாற்றுவது இலகுவான காரியமாகவே இருந்தது. எனவே, யாழ்ப்பாணத்தில் இரு பாதிரிமாரும், காலியில் ஒருவரும், கொழும்பில் ஒருவருமாக நியமிக்கப்பட்டனர். இவர்களை விட, நோயாளர்களைப் பராமரிப்பதற்கான ஆலய ஊழியர்களும், மத சம்பந்தமான போதனைகளை நிகழ்த்தும் உபதேசிமாரும் இந் நகரங்களில் பணிபுரிந்தார்கள். யாழ்ப்பாணம், மன்னார், காலி, கொழும்பு என்ற சபைகள் பிரதான புரட்டஸ்தாந்துத் திருச்சபையின் உறுப்பினராக இயங்கின. இச் சபைகள் ஒவ்வொன்றிலும் போதகர் ஒருவரும், சபை உறுப்பினர்களுள் முக்கியமானவர்கள் மத்தியிலிருந்து தேர்ந்தெடுக்கப்பட்ட ஆலயச்

சிற்றதிகாரிகளும், சபையில் பிரதான பாத்திரத்தை வகித்த அரச பிரதிநிதி ஒருவரும் இருந்தார்கள். இச் சபைகள் மதசம்பந்தமான காரியங்களையே கவனித்தன. அரச பிரதிநிதியே இச் சபைகளில் அதிக அதிகாரத்தைக் கொண்டிருந்தார்.

மேற்படி டச்சு பாதிரிமாருக்கும், உபதேசிமாருக்கும் காணப்பட்ட சவால்கள், எவ்வாறு புரட்டஸ்தாந்து மதத்தை மக்கள் மத்தியில் பரப்புவது, எப்படியான வழிவகைகளைப் பிற்பற்றுவது என்பனவாகும். பல்தேயு பாதிரியார் அவர்கள், போத்துக்கீசர் கத்தோலிக்க மதத்தைத் தமிழ் மக்கள் மத்தியிற் பரப்புவதற்குக் கைக்கொண்ட வழிமுறைகளையே தாமும் பயன்படுத்தவேண்டும் என எண்ணிய வராகக் காணப்பட்டார். கத்தோலிக்கர் தமது மதக் கொள்கைகள் சம்பந்தமான மிக இலகுவான வினா, விடைகளைத் தயாரித்து அதன்மூலம் தமது மதத்தைப் பரப்பினார்கள். அத்தோடு சுதேச மொழிகளிலும் தமது மதக் கொள்கைகளைப் பரப்புவதிலும் முன் நின்றார்கள். இது சம்பந்தமாக அவர் கூறியதாவது:

"....கத்தோலிக்கப் பாதிரிமாரினால் வெற்றிகரமாகப் பின்பற்றப்பட்ட இம் முறையை, தகுந்த மாற்றங்களுடன், டச்சுக்காரரினால் பயன்படுத்த முடிந்தது." அவர் மேலும் சொல்கையில்,

> "மன்னாரிலும், யாழ்பாணத்திலும் உள்ள ஆலயங்கள், பாடசாலைகள் யாவற்றிலும் சீர்திருத்தத்தைக் கொண்டு வருவதற்கு, உள்ளூர் வழக்கங் களின் இயல்புகளுடன் முரண்படாத வகையில், கத்தோலிக்க பாதிரிமாரின் நடைமுறையை விரும்பியே பின்பற்றினேன் என்பதை நான் மறுக்கமாட்டேன்."[78]

பல்தேயு அவர்கள் தயாரித்த இலகுவான வினாவிடை முறை, 24 மாசிமாதம் 1659 இல் திருச்சபைப் போதகர்களின் பொதுக்கூட்டத்தில் முன்மொழியப்பட்டு அவை நடைமுறைப்படுத்தப்படுவதற்காக அங்கீகரிக்கப்பட்டது. பற்றேவியா அரசாங்கமும், இலங்கை அரசாங்கம் அவ்வாறு செய்வதற்கு அதிகாரம் வழங்கியது.[79] மேலும், மதபோதகர்களைத் தமிழிற் போதிக்க வேண்டுமென்று சொன்ன பல்தேயு அவர்கள் அதற்குத் தானே முன்மாதிரியாகத் திகழ்ந்தார். புரட்டஸ்தாந்து மத அடிப்படைக் கோட்பாடுகளைத் தமிழுக்கு மொழிபெயர்க்கவும் அவர் தயங்கவில்லை.[80] கத்தோலிக்கர் தமது மதத்தைப் பிரத்தியேகமாகவே கடைப்பிடித்திருப்பார்கள். காரணம், கத்தோலிக்க குருமார் நாட்டுக்குள் வருவதற்கு டச்சுக்காரர் அனுமதிக்க வில்லை என்பதாகும். சைவ மக்களும் தமது மதத்தை, உள்ளூர் பிரதேசங்களிலும், மறைவான இடங்களிலுமே கடைப்பிடிக்கக்கூடியதாக இருந்தமையும் அவதானிக்க முடிகிறது. போத்துக்கீசரைப் போலல்லாது, டச்சுக்காரர் 1658 இல் தமிழ்ப் பிரதேசங்களிற் தமது ஆட்சியை ஏற்படுத்தியபோது சைவ மக்களுக்குச் சற்று ஆறுதல் கிடைத்திருக்கிறது. டச்சுக்காரர், இவர்களின் மத நடவடிக்கைகளை ஓரளவு ஆதரித்தவர்களாகவும், சைவக் கோவில்களைத் திருத்தியமைக்க அனுமதித்தவர் களாகவும் காணப்பட்டனர். பிராமணர் இந்தியாவி லிருந்து வந்து கிரியைகள் நடத்த ஓரளவு அனுமதிக்கப்பட்டனர். புரட்டஸ்தாந்து மதத்தை மக்கள் மத்தியிற் பரப்பவேண்டும் என்ற உறுதியான கொள்கையுடனிருந்த டச்சுக்காரர் சைவ மத

நடவடிக்கைகளுக்கு இறுக்கமான கட்டுப்பாட்டை விதிக்காமைக்கு காரணம், சுதேச மக்களின் எதிர்ப்பைச் சம்பாதிக்க விரும்பாததே என்பதை அவர்களின் ஆவணங்கள் மூலம் அறியமுடிகிறது. இதன் காரணமாக சைவ மதங்களின் மறுமலர்ச்சிக் காலமாக டச்சுக்காரர் ஆட்சியின் தொடக்கக் காலம் அமைந்து காணப்படுகின்றது என்பதை மறுப்பதிற்கில்லை. மேலும் டச்சுக்காரர், பொது இடங்களிலும், நகர மையப் பகுதிகளிலும், அவர்களின் நிர்வாக மையங்களிலும் சைவ மத நடவடிக்கைகள் நடைபெறுவதை முற்றாகத் தடை செய்திருந்தார்கள். ஏற்கெனவே கத்தோலிக்கராக மாறிய தமிழரும், அதிலிருந்து புரட்டஸ்தாந்து மதத்திற்கு மாற விரும்பாதவர்களும், கண்டி மன்னன் ஆதரவைப் பெற்றுக் கண்டி இராச்சியத்தில் அடைக்கலம் புகுந்து வாழ்ந்ததாக அறியமுடிகிறது.[81] கண்டி இராச்சியத்தில் இராசசிங்க மன்னன் கத்தோலிக்க, சைவ மக்களுக்கு, பௌத்த மதத்தவர்களோடு சம உரிமையும், அந்தஸ்தும் கொடுத்திருந்தான் என றொபட் நொக்ஸ் தனது நூலிற் குறிப்பிட்டுள்ளார்.[82] டச்சுக்காரரினாலும், புரட்டஸ்தாந்து மத நடவடிக்கைகளில் ஈடுபட்டவர்களினாலும் திரட்டப்பட்ட இப் புள்ளிவிபரங்களை உற்று நோக்கும்போது, அப் புள்ளிவிபரங்கள் பல்வேறு வழிகளில் வித்தியாசப்படுபவையாகவும், முரண்பட்ட தரவுகளைக் கொண்டவைகளாகவும் காணப்படுகின்றன. ஆனால் டச்சுக்காரர் ஆட்சியில், தமிழர் கத்தோலிக்க மதத்திலிருந்தும், சைவ மதத்திலிருந்தும் எந்த அளவிற்குப் புரட்டஸ்தாந்து மதத்திற்கு மாறியிருக்கின்றனர் என்பதனை மேலெழுந்தவாரியாக அறிவதற்கு, இப் புள்ளிவிபரங்கள் மிகவும் முக்கியம் வாய்ந்தவையாகக் காணப்படுகின்றன. அத்தோடு, யாழ்ப்பாணக் குடாநாட்டிலும், மன்னாரிலும் புரட்டஸ்தாந்து மதம் பரப்பப்பட்ட அளவிற்கு, வன்னிப் பிரதேசத்திலும், புத்தளம், கற்பிட்டி, திருகோணமலை, மட்டக்களப்புப் பிரதேசங்களிலும் பரப்பப்படவில்லை என்பதனையும் இப் புள்ளிவிபரங்கள் மூலம் அறியக்கூடியதாக உள்ளது. ஏற்கெனவே குறிப்பிடப்பட்டது போன்று, வன்னிப் பெருநிலப்பரப்பு உள்ளூர்ப் பிரதேசமாக இருந்ததன் விளைவாக அப்பிரதேசங்களில் டச்சுக்காரர் ஆதிக்கம் அவ்வளவாக ஏற்படவில்லை. ஏனைய மேற்படி பிரதேசங்களில் 1687 கள் வரை, கண்டி மன்னன் இராசசிங்கன், டச்சுக்காரருடன் அடிக்கடி சண்டையில் ஈடுபட்டுக் கொண்டிருந்தான். அத்தோடு, மேற்படி பிரதேசங்களிலுள்ள துறைமுகப் பகுதிகளிற்றான் டச்சுக்காரரின் ஆதிக்கம் இருந்தது. உளளூர் பகுதிகளுக்கு அவர்களாற் செல்ல முடியவில்லை. அத்தோடு மேற்படி பிரதேசத் தமிழ் மக்கள் தமது சுதேச மதத்தில் அசைக்கமுடியாத நம்பிக்கை கொண்டவர்களாகவும், அந்நிய மதத்தை ஏற்க விரும்பாதவர்களாகவும் காணப்பட்டார்கள். இக் காரணங்களினால், மேற்படி பிரதேசங்களிற் புரட்டஸ்தாந்து மதம் தனது செல்வாக்கைச் செலுத்த முடியாமற் போய்விட்டது. ஆனால் யாழ்ப்பாணக் குடாநாடும், மன்னார்ப் பிரதேசமும் போத்துக்கீசர் ஆட்சியின் கீழ் வந்தபோது, அவர்களின் மதமாகிய கத்தோலிக்க மதம் அப் பிரதேச மக்கள் மத்தியில், அவர்கள் விரும்பியோ விரும்பாமலோ திணிக்கப்பட்டது. பல நூற்றுக் கணக்கான கத்தோலிக்க ஆலயங்களும், கத்தோலிக்க மதப்போதனை நிலையங்களும் கட்டப்பட்டும் இருந்தன. அத்தோடு, மேற்படி இரு பிரதேசங்களும் அதிக சனத்தொகை நிறைந்ததாகவும், குறுகிய நிலப்பரப்பையும், போக்குவரத்து வசதிகளையும் கொண்டதாகவும் காணப்பட்டதால், அங்கு உடனடியாகவே தமது

புரட்டஸ்தாந்து மதத்தைப் பரப்புவதில் எதுவிதத் தடைகளும் இருக்கவில்லை.[83] இந்தப் பின்னணியில் கீழ்வரும் புள்ளிவிபரங்களை நோக்கும்போது, அப் புள்ளிவிபரங்களின் உயர்வு தாழ்வுகளை இலகுவாக விளங்கிக்கொள்ள முடியும்.

யாழ்ப்பாணத்தில் மட்டும் 25 கிறிஸ்தவ ஆலயங்கள் காணப்பட்டன. இவை கத்தோலிக்கரினால் கட்டப்பட்டவை. இவை அனைத்தும், 1657 களில் பல்தேயு பாதிரியாரின் நேரடிக் கண்காணிப்பின் கீழ்க் கொண்டுவரப்பட்டன.[84] அதிக சனத்தொகையைக் கொண்டிருந்த வலிகாமத்தில் மட்டும் 14 கிறிஸ்தவ ஆலயங்கள் இருந்தன. தெல்லிப்பளை, மல்லாகம், மயிலிட்டி, அச்சுவேலி, உடுவில், வட்டுக் கோட்டை, பண்டைத்தரிப்பு, சங்கானை, மானிப்பாய், வண்ணார்பண்ணை, நல்லூர், சுண்டுக்குளி, கோப்பாய், புத்தூர் ஆகிய ஊர்களிலும் மேற்படி தேவாலயங்கள் நிறுவப்பட்டிருந்தன. தென்மராட்சியில் 5 ஆலயங்கள் காணப்பட்டன. நாவற்குளி, சாவகவச்சேரி, கச்சாய், வரணி, எழுதுமட்டுவாள் போன்ற இடங்களில் மேற்படி கிறிஸ்தவ தேவாலயங்கள் காணப்பட்டன. வடமராட்சியில் 3 தேவாலயங்கள் காணப்பட்டன. கட்டைவேலி, உடுப்பிட்டி, பருத்தித்துறை ஆகிய இடங்களில் இத் தேவாலயங்கள் கட்டப்பட்டிருந்தன. பச்சிலைப்பள்ளியில் 4 தேவாலயங்கள் காணப் பட்டன. அவை தம்பகமம், முகமாலை, முள்ளிப்பற்று போன்ற இடங்களில் அமைக்கப் பட்டிருந்தன. மேற்படி தேவாலயங்களைப் பயன்படுத்தி, பல்தேயு அவர்கள் மிக உற்சாகத்துடன் நிர்வாக அமைப்புக்களை நிறுவி, மதமாற்ற நடவடிக்கைகளில் ஈடுபட்டார்.

1663 ம் ஆண்டு டச்சுக்காரரின் கணக்கெடுப்பின்படி யாழ்ப்பாணக் குடாநாட்டில் மட்டும் 62,558 கிறிஸ்தவர்கள் இருந்தனர். 42 கிறிஸ்தவ ஆலயங்களும் காணப்பட்டன.[85] 1664 இல் இத்தொகை 103,831 ஆக உயர்ந்து காணப்பட்டது.[86] இதே ஆண்டில் யாழ்ப்பாணக் குடாநாட்டிலும், மன்னாரிலும் சுமார் 104,000 புரட்டஸ் தாந்துக் கிறிஸ்தவர்கள் இருந்திருக்கின்றார்கள் என இன்னோர் அறிக்கையிற் காணப் படுகின்றது.[87]

1669 ம் ஆண்டில் எடுக்கப்பட்ட கணக்கெடுப்பின்படி யாழ்ப்பாணக் குடாநாட்டிலும், வன்னிப் பெருநிலப் பகுதியிலும் மொத்தமாக 121,102 பேரும், மன்னார் பிரதேசத்தில் 4,094 பேரும், திருகோணமலையில் 1048 பேரும், மட்டக்களப்பில் 326 பேரும் புரட்டஸ்தாந்தினராகக் காணப்பட்டிருந்திருக்கின்றார்கள்.[88] 1671 இல் யாழ்ப்பாணக் குடாநாட்டில் 141,456 பேரும், மன்னாரில் 9,131 பேரும், வன்னிப் பிரதேசத்தில் 4,316 பேரும் புரட்டஸ்தாந்து மதத்தினராகக் காணப்பட்டனர்.[89] 1707 ம் ஆண்டுக் கணக்கெடுப்பின்படி, யாழ்ப்பாணக் குடாநாட்டிலுள்ள கிறிஸ்தவர்களின் தொகை 172,951 ஆக உயர்ந்து காணப்பட்டது.[90] மேலும் இத்தொகை 1739 களில் 186,091 ஆக உயர்ந்து செல்கின்றதனை அறியமுடிகிறது.[91] அதேபோன்று 1756 இல், இத்தொகை 190,385 ஆகவும்[92] 1760 களில், 193,148 ஆகவும் அதிகரித்துச் செல்வதனை டச்சுக்காரரின் புள்ளிவிபரங்கள் காட்டிநிற்கின்றன.[93] 1764 இல், தென்மராட்சி, பச்சிலைப்பள்ளி, வலிகாமம், வடமராட்சிப் பிரதேசங்களிலுள்ள தமிழ் மக்களிற் கிறிஸ்தவர்களாக மாற்றப்பட்டவர்களின் வயது, பருவநிலைகளை வைத்துக் கணக்கிடப்பட்டுள்ள புள்ளிவிபரங்கள் பின்வரும் டச்சு ஆவணத் தினூடாகக் கிடைக்கப் பெற்றுள்ளன.[94]

மொத்தமாக 175,112 கிறிஸ்தவர்கள் மேற்படி நான்கு பிரதான பிரிவுகளிலும் காணப்படுகின்றனர். இவற்றிற் தீவுப்பகுதிகள் சேர்க்கப்படவில்லை என்பது குறிப்பிடத் தக்கது.

பிரதேசம்	வளர்ந்தோர்	பிள்ளைகள்	குழந்தைகள்	அடிமைகள்	அடிமைப் பிள்ளைகள்
தென்மராட்சி, பச்சிலைப்பள்ளி	27460	8086	9587	414	350
வலிகாமம், வடமராட்சி	82810	21529	22030	1816	1030

1773 இல் எடுக்கப்பட்ட புள்ளிவிபரங்களின்படி, திருகோணமலை, மட்டக்களப்புப் பிரதேசங்களில் 1743 புரட்டஸ்தாந்தரும், கற்பிட்டியில் 26 புரட்டஸ்தாந்தரும் காணப்படுகின்றனர்.[95] அதேவேளையில் 1778 இல் எடுக்கப்பட்ட புள்ளிவிபரப்படி, திருகோணமலை, மட்டக்களப்புப் பிரதேசத்தில் 2029 புரட்டஸ்தாந்தர்கள் இருந்திருக் கின்றார்கள்.[96]

மேற்படி புள்ளிவிபரங்களை நோக்கும் பொழுது, அதிகச் சனத்தொகை கொண்ட யாழ்ப்பாணக் குடாநாட்டில், மிகப் பெரும்பான்மையான தமிழ் மக்கள் கிறிஸ் தவர்களாக மாறியிருக்கின்றார்கள் என்பதனை அறியமுடிகிறது. ஏற்கெனவே குறிப்பிட்ட, மேற்படி பிரதேசத்திலுள்ள சனத்தொகைக்கும், அப் பிரதேசத்திற் கிறிஸ்தவர்களாக மாற்றப்பட்டவர்களின் சனத்தொகைக்கும் இடையில் பாரிய வித்தியாசங்களைக் காணமுடியவில்லை. எனவே, மிகப் பெரும்பான்மையான மேற்படி பிரதேச மக்கள் புரட்டஸ்தாந்து மதத்துக்கு மாறியிருக்கின்றார்கள் என்பது தெளிவாகத் தெரிகின்றது. அதேபோன்று மன்னார்ப் பிரதேசமும் அவ்வாறான ஒரு நிலையிலேயே காணப்படுகின்றது. வன்னிப் பெருநிலப்பரப்பும், கிழக்கு மற்றும் மேற்குப் பிரதேசங்களும், சனத்தொகை குறைவாகவும், நிலப்பரப்புக் கூடுதலாகவும் உள்ள இடங்களாகும். அத்தோடு, ஏற்கெனவே குறிப்பிட்டதுபோல பதினேழாம் நூற்றாண்டின் இறுதிப் பகுதியில் அப் பிரதேசங்களில் டச்சுக்காரரின் மேலாதிக்கம் அவ்வளவாக இடம் பெறாததன் விளைவாக அவ்விடங்களில் புரட்டஸ்தாந்துப் பிரிவினரின் ஆரம்ப மதப்பரப்பல் நடவடிக்கைகளுக்கு அதிக வாய்ப்பும், வசதிகளும் இருக்கவில்லை. அத்தோடு அவர்கள் தமது சுதேச மதத்தில் இறுக்கமான நம்பிக்கை உள்ளவர்களாகவும் இருந்திருக்கின்றார்கள் என்பதனைப் போத்துக்கீச, டச்சு ஆவணங்கள் மூலமாக அறியமுடிகிறது. இவ்வாறான ஒரு நிலைமையில் மேற்படி பிரதேசங்களிற் புரட்டஸ்தாந்து மதப்பரம்பல் நடவடிக்கை வெற்றி அளிக்கவில்லை என்பதனை மேற்படி புள்ளிவிபரங்கள் காட்டிநிற்கின்றன. ஆனால், வன்னி, திருகோண மலை, மட்டக்களப்பு, புத்தளம், கற்பிட்டிப் பிரதேசங்களில் வாழ்ந்த வன்னிச் சிற்றரசரும், அவர்களின் உறவினர்களும், மேல்தட்டு வர்க்கத்திலிருந்த வசதி படைத் தவர்களும் புரட்டஸ்தாந்து மதத்தைத் தழுவியிருக்கின்றார்கள். தமது நிலைப் பாட்டை உறுதி செய்வதற்கும், டச்சுக்கார அரசின் செல்வாக்கைப் பெறுவதற்கும்

அவர்களிற் பெரும்பான்மையினர் மதம் மாறியிருக்கின்றனர் என்பதனையும் பல்வேறு சந்தர்ப்பங்களில் டச்சு ஆவணத்தினூடாக அறியமுடிகிறது.

இவைதவிர, தொழில் ரீதியாகக் கிடைக்கப்பெற்ற சலுகைகளும், புரட்டஸ்தாந்து சபையினால் வழங்கப்பட்ட இலவச, மேலைத்தேசக் கற்கை முறையிலான கல்வியும் நிச்சயமாக அவர்களை ஈர்த்திருக்கும். மட்டுப்படுத்தப்பட்ட நிலம், வசதிகள், இறுக்கமான சாதிக் கட்டுப்பாடுகள், கொடுமையான சீதனமுறை என்பன, அம் மக்களை அந்நியரிடம் கல்வி கற்கவும், அதனூடாக, அவர்களிடம் வேலைவாய்ப்புப் பெறவும் நிச்சயம் தூண்டியிருக்கும். இவையே அப் பிரதேசமக்கள் ஒட்டு மொத்த மாகத் தமது மதத்தை விட்டு, அந்நிய மதமான புரட்டஸ்தாந்து மதத்தைச் சார்ந் தமைக்குரிய சமூக, பொருளாதாரக் காரணங்களாக அமைந்துவிட்டன என்று கூறுவதிற் தவறு இருக்கமுடியாது. ஏனெனில், டச்சுக்காரரைத் தொடர்ந்து ஆட்சியைக் கைப்பற்றிக்கொண்ட பிரித்தானியர் ஆட்சிக்காலத்தில் நடந்தவைகள் மேற்படி கூற்றை உறுதிப்படுத்துவனவாக அமைகின்றது. பிரித்தானியர் ஆட்சிக் காலத்தில், பல்வேறுபட்ட ஆங்கில, அமெரிக்க மிசனிரிமாரால் வழங்கப்பட்ட மேலைத் தேச இலவசக் கல்வி வாய்ப்பை மேற்படி பிரதேசமக்கள் மிக ஆர்வத்தோடு பயன்படுத்தி யிருக்கிறார்கள். அதன் விளைவாகத் தென்பகுதியிலுள்ள முக்கிய தலைநகரான கொழும்பிலும், ஏனைய முக்கிய நகரங்களான கண்டி, காலி போன்ற இடங்களிலும், பிரித்தானியரின் மலையகத் தேயிலை, இறப்பர் தொழில் நிறுவனங்களிலும் காணப்பட்ட அலுவலக உத்தியோகங்களில் யாழ்ப்பாணக் குடாநாட்டு மக்கள் பெருமளவில் பணிபுரிந்திருக்கிறார்கள். மேற்படி நகரங்களில் வேலை வாய்ப்புக்கள் குறைவடைய, படித்த யாழ்ப்பாணத் தமிழர் மலேசிய தீபகற்பத்திற்கு வேலை தேடிச் சென்றனர். கடந்த நூற்றாண்டின் அரையிறுதிப் பாகத்தில், இலங்கையில் ஏற்பட்ட அரசியற் கொந்தளிப்புக்கள், இன முரண்பாடுகள், இனக் கலவரங்கள் என்பவற்றின் நிமித்தம் மேலைத்தேச நாடுகள் இலங்கைத் தமிழருக்குத் தங்கள் குடிவரவுக் கதவுகளைத் திறந்துவிட்டிருந்தன. அவ் வேளையிலும் பெருமளவான யாழ்ப்பாணக் குடாநாட்டு மக்களே தமது தாய்நாட்டிலிருந்து மேலைத்தேச நாடு களுக்குச் சென்று அங்கு தமது வாழ்வை நிரந்தரமாக்கிக் கொண்டனர். இப் பின்னணியிலிருந்து பார்க்கையில், டச்சுக்காரர் ஆட்சியின்போதுதான் யாழ்ப்பாணக் குடாநாட்டு மக்களில் மிகப் பெரும்பான்மையினர் புரட்டஸ்தாந்து மதத்துக்கு மாறியிருக்கின்றார்கள் என்பதனை மேற்படி புள்ளிவிபரங்கள் காட்டி நிற்பதில் ஆச்சரியப்படுவதற்கு ஒன்றுமில்லை. அப்பிரதேச மக்கள் முழுக்க முழுக்க அவர்களின் குறைந்த அளவிலான நிலத்தை நம்பி யிருக்கும் நிலையை மாற்றி, அங்கு பாரிய தொழிற்சாலைகளை அமைத்து சகல மட்டத்தினருக்கும் தொழில் வாய்ப்புக்கள் கிடைக்கும் நிலையை உறுதிசெய்து, உள்நாட்டு, வெளிநாட்டு வர்த்தகத்துறையின் தங்குதடையின்றிய அபிவிருத்தியினை ஏற்படுத்துவதன்மூலம் அவர்களின் வருமானத்தைப் பெருகிடச் செய்து அதன் வாயி லாகக் கல்வி வாய்ப்புக் களும், வாழ்க்கை வசதிகளும் கிடைத்துப் பாதுகாப்பாகவும், சுதந்திரமாகவும் வாழக் கூடிய நிலைமை ஏற்படும்வரை மேற்படி மதமாற்றங்களும், இடப் பெயர்வுகளும், புலப்பெயர்வுகளும், கலாசாரச் சீரழிவுகளும் நிகழ்வதை எச் சக்தியாலும் தடுத்து நிறுத்த முடியாது என்பதனையே தமிழரின் கடந்த 500 வருட வரலாறு கோடிட்டுக்

காட்டி நிற்கின்றது. அத்தோடு, அச் சமூகத்தின் இறுக்கமான சாதிப்பாகுபாடும், கொடுமை யான சீதனமுறைமையும் அடியோடு அழிக்கப்படும் வரை, மேற் பரிந் துரைக்கப்பட்ட, ஒரு நிலையான அரசியல், சமூக, பொருளாதார அடித்தளத்தினை அமைப்பதென்பது இலகுவான காரியமாகக் கொள்ளமுடியாது.

மேற்கொண்டு, டச்சுக்காரர் ஆட்சியின்போது தமிழரின் கல்வி நிலைமைபற்றியும் இச் சந்தர்ப்பத்திற் சுருக்கமாக ஆராய்வது பொருத்தமானதாகும்.

டச்சுக்காரரின் மதமாற்றக் கொள்கைகளுக்காகப் பிள்ளைகளுக்கு அவர்களது ஆரம்ப வயதுகளிலேயே கிறிஸ்தவக் மதநம்பிக்கை ஊட்டப்பட வேண்டியிருந்தது. வயதில் மூத்த கத்தோலிக்கர் அந்த நம்பிக்கையில் ஊறிவிட்டதால், அவர்களைப் புரட்டஸ்தாந்து மதத்துக்கு மாற்றலாம் என்ற டச்சுக்காரர் எதிர்பார்த்ததைவிட இளஞ் சந்ததியினரை அதிகமாகத் தமது மதத்துக்குத் திருப்பமுடியுமென நம்பினர். கிறிஸ்தவ தேவாலயங்கள் எண்ணிக்கையில் அதிகமாக இருந்ததுடன், அவை ஒவ்வொன்றினோடும் ஒரு சிறிய பாடசாலையும் இருந்தது. யாழ்ப்பாணம், மன்னார் ஆகிய பிரதேசங்களின் ஒவ்வொரு கிராமத்திலும் இவ்வாறான பல பாடசாலைகள் காணப்பட்டன. ஆரம்பக் கல்வியின் நோக்கமே மதமாற்றத்தை அடிப்படையாகக் கொண்டிருந்தது. கிறிஸ்தவ மதத்தின் கொள்கைகளே கற்பித்தலில் பிரதான இடத்தை வகித்தன. ஏனைய மதச்சார்பற்ற கல்விக்கு இரண்டாவது இடமே அளிக்கப் பட்டது. கிறிஸ்தவ மதத்தைப் போதிக்கும் தராதரமுள்ள ஆசிரியர்களுக்குத் பெரும் தட்டுப்பாடு நிலவியது. இப் பாடசாலைகளில் ஏற்கனவே கடமையாற்றிய உளளூர் ஆசிரியர்களே இப் பணியிலும் ஈடுபடுத்தப்பட்டனர். ஆனால் போதகர்கள் அவர் களுக்கு முதலில் கிறிஸ்தவ மதபோதனை சம்பந்தமாகக் கற்பிக்க வேண்டி யிருந்தது. போதகர்களும், கிறிஸ்தவ அதிகாரிகளும் பாடசாலைகளிற் கிறிஸ் தவத்தைக் கற்பித்தலில் பெருமளவு பங்காற்றினர். அரசாங்கம் கல்வியையும், மதமாற்றத்தையும் ஊக்குவித்தபோதும், அவற்றுக்கான நிதியை அளிக்க பின் வாங்கியது. இதற்கென வழங்கப்பட்ட பணம் மிகவும் குறைவாக இருந்ததுடன், இப் பாடசாலைகள் தமது சொந்த வருமானத்திலேயே நடத்தப்பட வேண்டுமெனவும் எதிர்பார்க்கப்பட்டது. பாடசாலை ஆசிரியர்களுக்குத் தண்டப் பணத்திலிருந்தே ஊதியம் வழங்கப்பட வேண்டியிருந்தது.[97] போதகர்களுக்கான செலவுகளே அரசினால் கொடுக்கப்பட்டது. ஒவ்வொரு போதகரும் அவருக்குக் கீழுள்ள பாடசாலைகளைக் கிரமமாக மேற்பார்வையிட வேண்டும் என்றும், அவற்றை நடத்தும் பணிக்குப் பொறுப் பானவர்களாக இருக்கவேண்டும் என்றும், 1659 இல் நடந்த திருச்சபைப் பொதுக் கூட்டத்தில் தீர்மானம் நிறைவேற்றப்பட்டிருந்தது.

ஆரம்பத்திலிருந்தே, சிறுவர்களைப் போன்றே சிறுமிகளும் கல்வி கற்பிக்க வேண்டுமென விரும்பிய போதகர்கள் அதைக் கட்டாயமாக்க வேண்டும் என வலியுறுத்தியபோதும், அரச அதிகாரிகள் இவ் விடயத்தில் நிதானத்தைக் கடைப் பிடித்தார்கள் என அறியக் முடிகின்றது.[98] ஆயினும், பெண்கள் குறிப்பிடத் தக்க எண்ணிக்கையில் பாடசாலைகளில் சேர்க்கப்பட்டதைக் காண முடிகின்றது. ஆனால் பெண்கள் ஆண்களைவிட முன்பாகவே பாடசாலையிலிருந்து விலகிக் கொள்வது காணப்படுகின்றது. இலங்கையில் டச்சுத் தேசாதிபதியாக இருந்த வன் கோன்ஸ்தான் உள்ளூர் இளைஞர்களைப் பாடசாலை ஆசிரியர்களாகப் பயிற்ற வேண்டுமென்ற

திட்டத்தை முதலில் முன்வைத்தவராகும். இப் பயிற்சிப் பாடசாலை யாழ்ப்பாணத்தில் உருவாக்கப்பட்டு அங்கு டச்சு, தமிழ் ஆசிரியர்கள் கற்பித்தலில் ஈடுபடவேண்டு மெனவும், இப் பயிற்சிப் பாடசாலையை டச்சுத் தளபதி மேற்பார்வை செய்ய வேணடும் என்பது அவரது இலட்சியமாக இருந்தது. இங்கு மொழியும், மதமுமே பிரதானமாகக் கற்பிக்கப்படவேண்டும் என்பதும் அவரின் திட்டமாக இருந்தது.[99] ஆனால் இத் திட்டம் இரண்டு தசாப்தங்களுக்கு மேலாகக் கவனிக்கப் படாமலிருந்து பின் விசேட ஆணைாளர் அட்றியன் வான் ரேடினால் (Adrian Van Rhede) மீண்டும் கவனத்துக்கு கொண்டுவரப்பட்டது. இப் பயிற்சிப் பாடசாலை யிலிருந்து வெளியேறும் ஆசிரியர்கள் பாடசாலை ஆசியர்களாக நியமிக்கப் படுவதுடன், உள்ளூர் தேவால யங்களில் பிரசார ஊழியர்களாகவும் கடமையாற்றி, பின் போதகர்களாகப் பதவி யுயர்வு பெறவேண்டும் என்றும் எதிர்பார்க்கப்பட்டது. மேலும், இங்கு கல்வியிற் தேர்ச்சியடைந்தவர்களை டச்சு அரச சேவையில், உள்ளூர் மொழிபெயர்ப்பாளர் களாவும், லிகிதர்களாகவும், நியமித்ததுடன், இவர்களுக்கே முதலியார், விதானை போன்ற உள்ளூர் உயர்நிலைப் பதவிகளுக் கான நியமனங்களில் முன்னுரிமை கொடுக்கப்பட வேண்டுமென்றும் எதிர்பார்க்கப் பட்டது.

இந்தத் திட்டங்களின் அடிப்படையில் 1690 இல் நல்லூரில் ஒரு தமிழ்ச் செமினரி நிறுவப்பட்டது. இலங்கைத் தீவில் டச்சுக்காரர் தமது முதலாவது உயர் கல்வி நிலையத்தைத் தாபிப்பதற்கு யாழ்ப்பாணத்தைத் தேர்ந்தெடுத்தது மிகவும் பொருத்த மானதேயாகும். ஏனெனில் இங்குதான், அதிகமான மாணவர்களைக் கொண்ட பெருந்தொகையான பாடசாலைகள் கிராமங்கள் தோறும் காணப்பட்டன. இவற்றில் உள்ள திறமையும், ஆர்வமும் மிக்க மாணவர்களைச் செமினரியிற் பயிற்சி பெறுவதற்குத் தெரிவு செய்ய முடியும் என எதிர்பார்த்தார்கள். இந்தச் செமினரியில் ஆண்பெண் இரு பாலாருமே சேர்த்துக் கொள்ளப்படவேண்டும் எனவும், அங்கு பாதி நாள் டச்சு மொழிக் கல்விக்கும், மீதிப் பகுதி தமிழ் மொழிக் கல்விக்கும் ஒதுக்கப்படவேண்டும் என்றும் வகுக்கப்பட்டது. அதன்படி காலையில் டச்சு மொழியும், மதியத்தில் தமிழும் கற்பிக்கப்பட்டன. இப் பயிற்சிப் பாடசாலை யாழ்ப்பாணத்தின் உயர்மட்டச் சமூகத்தினரை மாத்திரமன்றி, வன்னி உயர்மட்ட வகுப்பினரையும் கவர்ந்தது. செல்வாக்கு மிக்க பல குடும்பங்கள் தம் பிள்ளைகளை இப் பயிற்சிக் கல்லூரியிற் சேர்ப்பதற்குப் போட்டியிட்டன. வன்னியிற் பனங்காமத்தில் வன்னியராக இருந்த டொன் பிலிப் நல்லமாப்பாணர் (Don Philip Nallamapanar), விசேட ஆணையாளர் அட்றியன் வான் ரேடின் சிபாரிசுடன் தனது மகனை இப் பயிற்சிப் பள்ளியிற் சேர்த்திருந்தார். 1696 இல், முதன் முதலில் பயிற்சிக்கு தெரிவு செய்ப்பட்ட 28 மாணவர்களில், 3 வன்னியர், 2 பிராமணர், 1 செட்டி, 13 வெள்ளாளர், 2 அகம்படியார், 1 மடப்பள்ளியர், 1 மலையாளி, 3 பரதேசி என்போர் காணப்பட்டனர். இவர்கள் வன்னி, அச்சுவேலி, உரும்பிராய், நல்லூர், சங்கானை, உடுவில், தெல்லிப் பளை, ஆனைக்கோட்டை, மட்டுவில், முகமாலை, வரணி, கைதடி, காரைதீவு, ஊர்காவற்றுறை, அராலி, துன்னாலை, சாவகச்சேரி, மானிப்பாய், புங்குடுதீவு ஆகிய கிராமங்களைச் சேர்ந்தவர்களாகும்.[100] இக் கிராமங்கள் யாழ்ப்பாணப் பிரதேசத் தினதும், வன்னியினதும் பரந்துபட்ட கிராமங்களாக இருப்பதைக் கொண்டு, மாணவர் தெரிவானது இரு பிரதேசங்களையும் சிறந்த முறையில் பிரதிநிதிப்படுத்துவதாகக்

காணப்பட்டது. ஏற்கெனவே குறிப்பிட்டது போன்று, செமினரிப் பயிற்சிக் கல்வியானது, தம் நிலையை மேலும் உயர்த்திச் செல்வதற்கு ஒரு படியாகவும், அதன்வழி டச்சுக் குடியேற்றவாத ஆட்சி நிர்வாகத்தின் உயர் பதவிகளை அடைவதற்கு ஒரு மார்க்கமாகவும் இருக்கும் என இக் கிராமங்களின் செல்வாக்கு மிக்கவர்கள் கருதினர் என்பது தெளிவாகத் தெரிகின்றது.

இச் செமினரி தாபிக்கப்பட்டு முதற் பத்து ஆண்டுகளில், அரசின் ஆதரவு பெற்றுச் சிறந்து முன்னேறி, திறன்மிக்க பல இளம் மாணவர்களை உருவாக்கியது. இவர்களிற் சிலருக்கு, 1696 இல் கொழும்பில் தாபிக்கப்பட்டிருந்த இன்னோர் செமினரியிற் பயிலும் வாய்ப்புக்கூடக் கிடைத்திருந்தது. துரதிர்ஷ்டவசமாக நல்லூர்ச் செமினரி, வண. தி மே (Rev. de. Mey) அவர்களின் மறைவின் காரணமாகத் தரம் இழந்தமையால் ஈற்றில் இங்கு எஞ்சியிருந்த மாணவர்கள் கொழும்புச் செமினரியிற் சேர்த்துக் கொள்ளப்பட்டார்கள்.

வண்ணார்பண்ணையிலும் ஒரு தமிழ்ப் பாடசாலை 1769 களில் இருந்திருக்கின்றது. இது சுதேச பாடசாலையாகவும், இங்கு சுமார் 50 மாணவர்கள் கல்வி கற்றதாகவும் அறியமுடிகிறது.[101] அதேபோன்று சிலாபத்திலும் ஒரு தமிழ்ப்பாடசாலை சுமார் 80 மாணவர்களைக் கொண்டு இயங்கியிருக்கின்றது. இவ்விரு பாடசாலைகளிலும் தமிழ்மொழி போதிக்கப்பட்டது.[102]

புரட்டஸ்தாந்து மத நடவடிக்கைகளை வெற்றிகரமாக மக்கள் மத்தியில் மேற்கொள்வதற்கும், அவர்களை மதம் மாற்றுவதற்கும், கல்வியை ஓர் ஆயுதமாக யாழ்ப்பாணம், மன்னார் பிரதேசங்களிற் பயன்படுத்தியமைபோல் கிழக்குப் பிரதேசத் திலும், வன்னி மற்றும் மேற்குப் பிரதேசங்களிலும் பயன்படுத்தினர். ஆனால் ஏற்கனவே கூறப்பட்டதுபோல, மதநடவடிக்கை அங்குள்ள மக்கள் மத்தியிற் பெரும் வரவேற்பைப் பெறவில்லை. அதன் விளைவாகக் கல்வியும் அங்கு முறையாக வழங்கப்படவில்லை. மேற்படி பிரதேச மக்களின் அரசியற், சமூக, சமய, பொருளாதாரப் பின்னணிகள் அதற்கு அடிப்படைக் காரணங்களாக அமைந் திருக்கலாம் எனக் கூறுவதிற் தவ றில்லை. பல்தேயு பாதிரியார், 1659 களிற் புரட்டஸ்தாந்து மத நடவடிக்கைகளை, வெறுமையாகக் காணப்பட்ட கத்தோலிக்கத் தேவாலயங்களில் தொடங்கி வைப் பதற்கு எதுவிதச் சிரமங்களும் ஏற்பட்டிருக்காது. அவ்வாறாகக் காணப்பட்ட கத் தோலிக்கத் தேவாலயங்களில் ஒருபகுதியாகக் காணப்பட்ட கத்தோலிக்கப் பாடசாலைகளைப் புரட்டஸ்தாந்துக் கல்வி நிலையங் களாக மாற்றுவதிலும் அதிக சிரமம் இருந்திருக்காது. யாழ்ப்பாண இராச்சியத்தை டச்சுக்காரர் போத்துக் கீசரிடமிருந்து 1658 களில் கைப்பற்றியபோது அங்கு சுமார் 50,000 கத்தோலிக்கர் இருந்திருக்கின்றனர்.[103] சுமார் 34 பாடசாலைகளும் அவ்வேளையில் யாழ்ப்பாணக் குடாநாட்டில் இருந்திருக்கின்றன. மேற்படிப் பாட சாலை நிர்வாக முறைகள் ஒழுங்கு செய்யப்பட்டு பாடங்கள் மிகவும் திறமையாக நடைபெறுவதிற் கல்விக்குப் பொறுப்பான ஆணையாளர் அக்கறையுடையவராக இருந்திருக்கின்றார். 1663 இல், மொத்தமாக 15,012 மாணவர்கள் யாழ்ப்பாணப் பிரதேசத்திலும், மன்னாரிலும் உள்ள பாடசாலைகளில் கல்வி கற்றிருக்கின்றார்கள். இத்தொகை 1665 இல், 18,000 மாக உயர்ந்து காணப்பட்டது.[104] மேலும் இத்தொகை, 1669 களில், யாழ்ப்பாணப் பிரதேசத்தில் குறிப்பாக நான்கு மகாணங்களில் 28,639 ஆக உயர்ந்து காணப்பட்டது.

மன்னாரிற் கல்விகற்ற மாணவர்களின் தொகை 2,220 ஆகக் காணப்படுகின்றது.[105] 1756 இல் திருகோணமலையிற் கல்விகற்ற மாணவர்களின் தொகை 219 ஆகவும், மட்டக்களப்பிற் கல்வி கற்றவர்களின் தொகை 142 ஆகவும் காணப்படுகின்றது.[106] மேலும் 1756 ம் ஆண்டில் யாழ்ப்பாணப் பிரதேசத்திலும், திருகோணமலையிலும், மட்டக்களப்பிலும் கல்விகற்ற மாணவர் களின் தொகை 30,859 ஆகக் காணப் படுவதைப் புள்ளிவிபரங்கள் காட்டி நிற்கின்றன.[107] 1766 ம் ஆண்டிற் சிலாபத்திலுள்ள நான்கு பாடசாலைகளில் 80 மாணவர்கள் கல்வி கற்றிருக்கின்றார்கள்.[108]

மேலும் பெண்பிள்ளைகளுக்கும் கல்வி வாய்ப்பு அளிக்கப்பட்டபோது, யாழ்ப்பாணப் பிரதேசத்திற் கல்வி கற்கும் மாணவர்களின் தொகை மிகவும் அதிகரித்துக் காணப்பட்டது. பாடசாலைக் கல்வி ஆரம்பித்த ஒரு நூற்றாண்டுக் காலகட்டத்தில், அதாவது 1760 களில் வலிகாமம், வடமராட்சி, தீவுப்பகுதி என்பவற்றிலுள்ள பாடசாலைகளில் 20886 மாணவ, மாணவிகளும் தென்மராட்சி, பச்சிலைப்பள்ளிப் பிதேசப் பாடசாலைகளில் 9994 மாணவ, மாணவிகளுமாக மொத்தம் 30880 பேர் கல்வி கற்றிருக்கின்றார்கள்.[109,110] போத்துக்கீசரினாற் கட்டப்பட்ட தேவாலயங்களையும், அவற்றின் ஒரு பாகமாக அமைந்திருந்த பாட சாலைகளையும், டச்சுக்காரர் தமது மதக் கொள்கையைப் பரப்புவதற்கு உடனடி யாகப் பயன்படுத்துவதற்குச் சந்தர்ப்பம் கிடைத்திருக்கின்றது. இருந்தும், தமிழ்ப் பிரதேசங்களில் மேலும் பல பாடசாலைகளை டச்சுக்காரர் அமைத் திருக்கின்றனர் என்பதனை மேற்படி புள்ளிவிபரங்கள் காட்டுகின்றன. ஆனால், டச்சுக்காரர், தமிழ்ப் பிள்ளைகளுக்குக் கல்வியை வழங்குவதற்குத் தமது பணத்தைச் செலவு செய்யாது, அப் பாடசாலைகளிலிருந்து கிடைக்கும் சிறிய தொகை வருமானத்திலிருந்தே செய்திருக்கின்றார்கள். சுருங்கக் கூறின், இலவச மாகக் கிடைக்கப்பெற்ற பள்ளிக்கூடக் கட்டிடங்கள், எதுவித செலவுமின்றி வழங்கப் பட்ட கல்விமுறை, இவற்றினூடாகவே அவர்கள் தமது கல்வி நடவடிக்கைகளைக் கூடுதலாகச் செய்திருக்கின்றார்கள். உண்மையாகவே, கல்வியை அம் மாணவர் களுக்கு வழங்கவேண்டுமென்ற கொள்கை டச்சுக்காரருக்கு இருந்திருந்தால், அவர்கள் அதற்கான பணத்தை உரியமுறையில் ஒதுக்கி, நல்லாசிரியர்களை அமர்த்தி ஒரு தரமான கல்வி முறையினைக் கூடுதலானவர்களுக்கு வழங்கியிருக்க முடியும். இலவசமாகக் கிடைக்கப்பெற்ற வசதிகளைப் பயன்படுத்தி, எதுவிதச் செலவுமின்றித் தமது கல்வி முயற்சியைச் செய்திருக்கின்றார்கள். தமது மதமாற்று நடவடிக்கை களுக்கு இவ்வாறான ஒரு அணுகுமுறைக் கொள்கையைத் தமக்குச் சாதகமாகப் பயன்படுத்தி யிருக்கின்றார்கள் என்று எண்ணுவதிலும் தவறு இருக்கமுடியாது. மேலும் டச்சுக்காரரின் கல்வித் திட்டத்தின் மூலம் விஞ்ஞானரீதியான பாடங்கள் எதுவும் மாணவர்களுக்குப் போதித்ததற்கான ஆதாரங்கள் எதுவும் காணப்பட வில்லை. முழுக்க முழுக்கத் தமது மதக் கொள்கைகளைப் பரப்புவதற்கான கல்வித் திட்டத்தையே முன்வைத்தனர் எனக் காணமுடிகிறது. மதமாற்றத்தின் பொருட்டு இளைய தலைமுறையினரின் திறன்கள் டச்சுக்காரரினால் சுரண்டப்பட்டுள்ளது என்று கொள்வதிற் தவறு இருக்கமுடியாது.

இருந்தும், டச்சுக்காரர்களுடைய கல்வி நடவடிக்கைகள் தமிழ்ப் பிரதேசங் களிற் பரவலாக நடைமுறைப்படுத்தப்பட்டு, இளம் தலைமுறையினரின் அறிவு

வளர்ச்சிக்குப் பங்களிப்புச் செய்திருக்கின்றது என்பதனை மேலே காணப்படும் புள்ளிவிபரங் களிலிருந்து அறியமுடிகிறது. சாதாரண மட்டத்திலிருந்து மேல் மட்டம் வரையுள்ள மக்கள் மத்தியில் நிச்சயம் இவ்வாறான செயற்பாடுகள் அறிவியல் ரீதியாகவும், சமய, மொழி, பொருளாதார ரீதியாகவும் குறிப்பிடத்தக்களவு மாற்றத்தையும், தாக்கத்தையும் ஏற்படுத்தத் தவறியிருக்க மாட்டாது. குறிப்பாக யாழ்ப்பாணக் குடாநாட்டின் உயர்மட்டத்தினரின் பிள்ளைகள், நல்லூர்ச் செமினரி போன்ற தரமான பாடசாலைகளிற் படிக்கின்ற வாய்ப்பையும், லத்தீன், கிரேக்க, டச்சு மொழிகளுடன் சமயக் கல்வி போன்ற பாடங்களையும் படிக்கின்ற வாய்ப்பைப் பெற்றமை, அவர்கள் மேலைத்தேக் கலாசார விழுமியங்களைத் தழுவிக்கொள்ள உதவியிருக்கும். அத்தோடு, அதிக திறமை வாய்ந்த மாணவர்கள் உயர்கல்வியின் பொருட்டு, நெதர்லாந்திலுள்ள லெய்டன், (Leiden), உற்றெக் (Utrech) போன்ற உயர்கல்வி நிலையங்களுக்கு அனுப்பப்படும் வாய்ப்பையும் பெற்றிருக்கின்றார்கள். இவ்வாறான நிகழ்வுகள், உயர்மட்டத் தமிழர்கள் மத்தியில் ஒரு மேலைத்தேசக் கலாசாரத்தை ஏற்படுத்தியிருக்கக் காரணமாக இருந்திருக்கிறது என்று கருதலாம். இதனால், மேற்படி வர்க்கத்தினர் டச்சுக்காரரை அடுத்து இப் பிரதேசங்களை ஆட்சிசெய்ய வந்த பிரித்தானியரின் செல்வாக்கை மிகவும் இலகுவாகப் பெற முடிந்தது. எது எப்படியிருந்தும், தமிழ்ப் பிரதேசங்களிலுள்ள இளந் தலைமுறை யினருக்கு சகல மட்டத்திலும், கல்வி வாய்ப்பினைப் பெறுவதற்கான சந்தர்ப்பமும், வசதியும் டச்சுக் காரர் ஆட்சிக்காலத்திற் கிடைத்திருந்தது என்பது குறிப்பிடத்தக்க விடயமாகும். அத்தோடு, பெண்கள் கல்வி கற்கின்ற வாய்ப்பினை முதன் முதலில் ஏற்படுத்தி யவர்கள் டச்சுக்காரர்தான் என்பதும் குறிப்பிடத்தக்க ஒரு முன்னேற்றமான நிலை யாகக் காணப்படுகின்றது. டச்சுக்காரர் தமது புதிய மதத்தை மக்கள் மத்தியிற் பரப்புவதற்கே கல்வியை ஓர் ஆயுதமாக பயன்படுத்தியபோதும், அது தமிழர் களுக்குப் பெரும் வரப்பிரசாதமாக அமைந்துள்ளது. மேலும், மேலைத்தேசக் கற்கை முறைகள், சிந்தனைகள் என்பன தமிழரின் இளந் தலைமுறையினருக்கு சகல மட்டத்திலும் கிடைத்ததன் விளைவாக, அடுத்து வருகின்ற பிரித்தானியர் ஆட்சிக் காலத்திலும், இத் தலைமுறையினர் அவ்வாறான வாய்ப்பைத் தொடர்ந்தும் பெற்றி ருக்கிறார்கள். சுருங்கக் கூறின், மேற்படி தலைமுறையினர் ஒரு நவீன யுகத்திற் காலடி எடுத்து வைப்பதற்கு, டச்சுக்காரரின் பரவலான கல்விக் கொள்கையும், செயற் பாடுகளும் பாரிய பங்களிப்பைச் செய்திருக்கும் என்பதனை மறுப்பதற் கில்லை. அத்தோடு, தமிழரின் சமூக, சமய, கலாசார, பொருளாதார நிலைகள் தொடர்பான இவ்வாறான தாக்கங்களும், விளைவுகளும் அடுத்து வரப்போகின்ற பிரித்தானியர் ஆட்சிக்காலத்தில் மிகவும் துலாம்பரமாக வெளிப்பட்டு நிற்பதனையும் காண முடிகிறது.

பதினேழோம் நூற்றாணடுக் காலப் பகுதியிலேயே, தமிழும், இலக்கியமும் ஓரளவு பேணிக் காக்கப்பட்டிருக்கின்றன என்பதனையும் டச்சு ஆவணங்களின் மூலமாக அறியமுடிகிறது. புரட்டஸ்தாந்து மதத்தைப் பரப்புவதற்கு, கல்வியை வளர்க்க வேண்டிய ஒரு கட்டாயத் தேவை டச்சுக்காரருக்கு ஏற்பட்டதுபற்றி மேலே ஆராயப் பட்டது. முக்கியமாக, புரட்டஸ்தாந்து பாதிரிமாரும், போதகரும் தமிழைக் கற்க வேண்டிய கட்டாய நிலையிற் காணப்பட்டார்கள். தமிழ்மொழி மூலமாகவே தமது

மதத்தை இலகுவாகப் பரப்ப முடியும் என்பது, பல்தேயு பாதியாரினதும், கல்விக்குப் பொறுப்பான ஆணையாளரினதும் கொள்கையாகக் காணப்பட்டது. இதனை நடைமுறைப்படுத்துவதிற் பல்தேயு அவர்கள் முன்னுதாரணமாக இருந்தார். அவர் தமிழைக் கற்பதில் மிகவும் ஆர்வத்துடன் செயற்பட்டார். மேலும், பெருந்தொகையான தமிழ் மக்களும், தமிழ் மாணவர்களும் டச்சுமொழியைக் கற்பதைவிட, எண்ணிக்கையில் மிகக் குறைந்த டச்சுக்காரப் பாதிரிமாரும், போதகரும், ஆசிரியர்களும் தமிழ் மொழியைக் கற்பதே சரியான முறையெனத் திடமாக நம்பினார்.[111] ஏற்கெனவே கூறப்பட்டதுபோல யாழ்ப்பாணத்திலும், சிலாபத்திலும், நீர்கொழும்பிலும் தமிழ்ப் பாடசாலைகள் ஆரம்பிக்கப்பட்டன. மேலும் 30,000 க்கு மேலான தமிழ் மாணவர்களுக்கு டச்சு மொழியிலும், தமிழிலும் கல்வி போதிக்கப்பட்டது. அத்தோடு வண்ணார்பண்ணையிற் சுதேசமக்களே தமிழ்ப் பாடசாலையொன்றையும் ஆரம்பித்து நடத்தியிருக்கின்றனர். மேலும் டச்சுக்கார ஆதாரங்கள் மூலமாக அறியப்படாத இன்னும் எத்தனையோ தமிழ்ப் பாடசாலைகள் தமிழ்ப் பிரதேசங்களில் அமைக்கப்பட்டிருக்கலாம். அத்தோடு பல்தேயு அவர்கள், பல கிறிஸ்தவ நூல்களைத் தமிழில் மொழிபெயர்த்து வெளியிட்டார். உதாரணமாக, அவர் 1671 இல் தனது சொந்த ஆக்கமான 'Beschrgving Van Malabar en Coromandel' என்னும் நூலை 1671 இல் தமிழில் வெளியிட்டார்.[112] மேலும், புரட்டஸ்தாந்த மதம் சம்பந்தமான சிறிய நூல்களும் தமிழ் மொழியில் வெளியிடப்பட்டன. தேசாதிபதி வான் இம் கொப் (Van Im Hoff) (1736-1740) கொழும்பில் முதன்முறையாக ஒரு அச்சுக்கூடத்தை ஆரம்பித்தார். தமிழ் இலக்கியத்தின் ஒரு முக்கிய மைற்கல்லாக இந் நிகழ்வு அமைந்தது. இங்கு பல தமிழ் நூல்கள், அச்சிட்டு வெளியிடப்பட்டன. மேலும், டச்சுக்கார அதிகாரிகளின் வேண்டுகோளுக்கு இணங்க, பதினேழாம் நூற்றாண்டின் இறுதிப் பகுதியில் மாதகலைச் சேர்ந்த மயில்வாகனப் புலவர் யாழ்ப்பாண வைபவமாலை என்னும் ஒரு வரலாற்று இலக்கிய நூலினை எழுதி வெளியிட்டார். எனவே மேற்படி நிகழ்வுகளின் மூலம் தமிழ் மொழியும், தமிழ் இலக்கியமும் டச்சுக்காரர் ஆட்சிக்காலத்திற் குறிப்பிடத் தக்களவு அபிவிருத்தியடைந்து காணப்பட்டது என்பது புலனாகின்றது. இது தமிழ் மொழி, தமிழ் இலக்கியம் என்பன பொறுத்து ஒரு மறுமலர்ச்சிக் காலத்தின் ஆரம்பக் கட்டம் எனக் கூறுவதிற் தவறில்லை. அடுத்து வருகின்ற பிரித்தானியர் ஆட்சிக் காலத்திற் சைவ சமயம் மட்டுமல்லாது, தமிழ் மொழியும், தமிழ் இலக்கியமும் வளர்ச்சிப் பாதையை நோக்கி மிக விரைவாகச் சென்று, ஒரு முழுமையான வளர்ச்சிக் கட்டத்தை அடைவதைப் பார்க்க முடிகின்றது. இதுபற்றி அடுத்த அத்தியாயத்தில் விசேடமாக ஆராயப்படும்.

எது எப்படி இருப்பினும், தமிழ்ப் பிரதேசங்களில் உள்ள டச்சுக்காரர் ஆட்சிக் கால நிர்வாக அமைப்பு முறைகளை மிகச் சுருக்கமாக ஆராய வேண்டியுள்ளது. இதன் மூலம், டச்சுக்காரர் எவ்வாறு தங்கள் வர்த்தக, பொருளாதாரக் கொள்கைகளைத் தமிழ்ப் பிரதேசங்களில் நடைமுறைப்படுத்தி, அப் பிரதேசத்துப் பொருளாதார வளங்களையெல்லாம் அபகரித்துச் செல்வத்தைக் குவித்துக் கொண்டார்கள் என்பதனை விளங்கிக் கொள்ள முடியும்.

டச்சுக்காரர் 1658 இல் யாழ்ப்பாணத்தையும், மன்னாரையும் கைப்பற்றி யதுடன், 1659 இல் பல்தேயு பாதிரியாரை மேற்படி பிர தேசங்களிற் புரட்டஸ்தாந்து மதத்தைப்

பரப்புவதற்கு பொறுப்பாக விட்டனர் என்பது பற்றி ஏற்கெனவே கூறப்பட்டது. மேற்படி கால கட்டத்தில் இலங்கையின் உள்ளூர் நிலவரங்களைப் பற்றித் தெளிவாக அறிந்த பல்தேயு பாதிரியார், இலங்கையின் வடக்கு, கிழக்கு, வடமேற்குப் பிர தேசங்கள் யாவும் தமிழர்களுடையதெனவும், அவை தமிழர்களாலேயே ஆளப் பட்டதெனவும் தனது நூலிற் குறிப்பிட்டுள்ளமை பற்றி, ஏற்கெனவே முன்னைய அத்தியா யங்களில் மேற்கோளாகக் காட்டப் பட்டுள்ளது. அதேவேளை டச்சுக்காரர் ஆட்சியின்போது, இங்கிலாந்திலிருந்து ஆன் (Anne) என்ற கப்பலில் வந்த றொபட் நொக்ஸ் என்ற வர்த்தகர் கண்டி மன்னன் இராசசிங்கனாற் சிறைப்பிடிக்கப்பட்டு சுமார் பதின்மூன்று வருடங்கள் சிறையில் இருந்திருக் கின்றான். அவன் பதினேழாம் நூற்றாண்டின் நடுப்பகுதியிற் சிறையி லிருந்து தப்பியோடியபின் எழுதிய, ஏற்கெனவே குறிப்பிட்ட நூலில் இலங்கை வரைபடம் ஒன்றை வரைந்துள்ளார். அதிற் போத்துக்கீசர் வருகையின்போது இருந்த முன்னைய இராச்சியங்களான கோட்டை இராச்சியம், கண்டி இராச்சியம், யாழ்ப்பாண இராச்சியம் ஆகிய நிர்வாகப் பகுதிகள் மிகவும் தெளிவாக வரையப்பட்டுள்ளன. யாழ்ப்பாண இராச்சியத்தின் நிர்வாகப் பிரிவின் கீழ் வடக்கு, வடகிழக்கு, வடமேற்குப் பகுதிகள் தனியாக வரையப் பட்டுள்ளன. இதிலிருந்து பல்தேயு பாதிரியாரின் கூற்று உறுதி செய்யப்படுகின்றது. மேலும், றொபட் நொக்ஸ் கண்டிச் சிறையிலிருந்து தப்பிக் காட்டு மார்க்கமாக அனுராத புரத்தை வந்தடைகின்றார். அவர் கண்டிச் சிறையில் பல வருடங்கள் சிங்களக் கைதிகளுடன் வாழ்ந்ததன் பயனாகச் சிங்கள மொழியை நன்கு அறிந்திருந்தார். இந்நிலையில் அனுராதபுரம் ஒரு சிங்கள இராசதானி என்றும், அங்கு வாழ்ந்த மக்களிற் பெரும்பான்மையினர் சிங்கள மக்கள் எனவும் அவர் பாளி, சிங்கள நூல்கள் மூலம் நிச்சயம் அறிந்திருப்பார். இதனால் அவர் அனுராத புரத்தை அடைந்தவுடன் அங்குள்ள மக்களுடன் சிங்களத்தில் உரையாட முனைந்திருக்கின்றார். ஆனால் அம் மக்களுக்கு சிங்களம் தெரிந்திருக்க வில்லை என்றும், அவர்கள் மலபார் மொழி யாகிய தமிழ் மொழியிலேயே பேசுகின்றனர் என்றும் குறிப்பிட் டுள்ளார். இதன்படி, அனுராதபுரம் ஒரு தமிழ்ப் பிரதேசமாகவே பதினேழாம் நூற்றாண்டின் இறுதிப் பாகத்தில் இருந்திருக்கின்றதென்பதை றொபட் நொக்கிஸின் கூற்றிலிருந்து தெரிய வருகின்றது. மேலும், இலங்கையில் டச்சுக்காரர் ஆட்சிபற்றி ஆய்வுகளை உரியமுறையிற் செய்வதற்காக, டச்சு மொழியைக் கற்று, ஒல்லாந்து தேசத்தி

டச்சுக் கால இலங்கை வரைபடம்

லுள்ள டச்சு ஆவணங்களை விஞ்ஞானரீதியாக ஆய்வுசெய்து, பல புலமைசார் நூல் களையும், கட்டுரைகளையும் எழுதிய வரலாற்றாசிரியர் பேராசிரியர் அரசரத்தினம் அவர்களும் மேற்படி பிரதேசங்கள், டச்சுக்காரர் ஆட்சியின்போதும், தனியாக நிர்வகிக்கப்பட்டன என்று குறிப்பிட்டுள்ளார்.

> "யாழ்ப்பாணத்தின் ஆட்சியதிகாரம் புத்தளத்திலிருந்து வடக்காகப் பரந்து வடமேற்குக் கரையோரம், வடகிழக்குக் கரையோரம் ஆகியவற்றைத் தொடர்ச்சியாகச் சுற்றிவந்து மட்டக்களப்பின் தென்பாகம் வரை விரிந் திருந்தது.".[113]

மேலும் அவர், மட்டக்களப்பு 1671 இல் ஒரு தனி தளபதியினால் நிர்வகிக்கப்பட்டது எனவும் குறிப்பிட்டுள்ளார்.

இச் சந்தர்ப்பத்தில் மேலும் ஒரு விடயத்தைக் குறிப்பிடவேண்டியது அவசிய மாகின்றது. 1639 இல், மட்டக்களப்பு போத்துக்கீசரிடமிருந்து டச்சுக்காரரினால் முதலில் கைப்பற்றப்பட்டபோது கண்டி மன்னன் இராசசிங்கனுடன் ஒரு வர்த்தக உடன்படிக்கையிற் கைச்சாத்திட்டனர். அதன்படி மட்டக்களப்புப் பிரதேசம் கண்டி மன்னனின் மேலாண்மையை ஏற்க வேண்டியதாயிற்று. இக் காலகட்டத்தில் மட்டக் களப்புப் பிரதேசத் தமிழ் மக்களும், சிற்றரசரும், தம்மைக் கண்டி மன்னனின் மேலாதிக்கத்திலிருந்து விலக்கி விடும்படி வேண்டுகோள் விடுத்ததைப்பற்றி டச்சு ஆவணத்திற் குறிப்பிடப்பட்டுள்ளது.[114] இலங்கையின் வடக்கு, கிழக்கு, வடமேற்குப் பிரதேசங்கள், டச்சுக்காரர் ஆட்சிவரை தனியான நிர்வாக அமைப்புக்களைக் கொண் டிருந்தன என்பதனை இதிலிருந்து அறியமுடிகிறது. இவைதவிர, யாழ்ப் பாணத்தி லிருந்து, பூநகரிக் குடாவினூடாக மன்னாருக்குப் போகக்கூடிய தரைவழிப் பாதையும், யாழ்ப்பாணத்திலிருந்து யானையிறவுக் கால்வாயின் ஊடாக வன்னிப் பெரு நிலப்பரப்புக்குப் போகக்கூடிய தரைவழிப் பாதையும் இருந்திருக்கின்றன. அத்தோடு யாழ்ப்பாணத்திலிருந்து பருத்தித்துறை ஊடாக, திருகோணமலைக்கும், திருகோண மலையிலிருந்து மட்டக்களப்பிற்கும் போக்குவரத்துச் செய்யக்கூடிய தரைவழிப் பாதைகளும் இருந்திருக்கின்றன. மேலும் திருகோணமலையிலிருந்து புத்தளத்துக்குச் செல்லக்கூடியதான தரைவழிப் பாதையும் இருந்திருக்கின்றது. பல டச்சு ஆவணங்கள், மேற்படி தமிழ்ப் பிரதேசங்களை இணைக்கும் தரைவழிப் பாதைகள் பற்றிய விபரங் களைத் தருகின்றன.[115-121] 1796 இல், பிரித்தானியர் கைக்கு இலங்கை மாறும் வரையில், போத்துக்கீசரும், டச்சுக்காரரும் இலங்கையின் தமிழ்ப் பிரதேசங்களைத் தனி நிர்வாகத் தின் கீழ் ஆட்சி செய்தனர் என்பது பல்வேறுபட்ட போத்துக்கீச, டச்சு ஆவணங்களி லிருந்தும் தெளிவாகப் புலப்படுகின்றது. பிரித்தானியரும் 1833 இல், தமது நிர்வாக வசதிக்காக இலங்கை முழுவதையும் ஒரே நிர்வாகத்தின் கீழ் கொண்டுவருவதன் பொருட்டே மேற்படி பிரதேசங்களின் தனித்துவமான நிர்வாக அமைப்பு முறை, இலங்கை வரைபடத்தில் இருந்து அகற்றப்பட்டது என்பது குறிப்பிடத்தக்கது. இதுபற்றி அடுத்து வரும் அத்தியாயத்தில் ஆராயப்படும்.

டச்சுக் கிழக்கிந்திய கம்பனியின் ஆசியப் பிராந்தியத்துக்கான மேலாதிக்க நிர்வாகம், நெதர்லாந்து அரசின் வழிகாட்டலுக்கு அமைய, பற்றேவியாவிலிருந்து

நடைமுறைப்படுத்தப்பட்டது. தேசாதிபதியையும், இந்தியப் பிராந்தியச் சபையையும் கொண்ட மத்திய அதிகார பீடம் பற்றேவியாவில் அமையப் பெற்றிருந்தது. விரிவு படுத்திய டச்சு ஆட்சியின் எல்லைகளுள் காணப்பட்ட பல்வேறு ஆட்சிப் பிரதேசங்கள் இந்த மத்திய அதிகார பீடத்தின் கீழ்ச் செயற்படும் அந்தந்த அரசாங்கங்களால் நிர்வகிக்கப்பட்டன. பொதுவாக இந்த அரசுகளும் மத்திய அரசைப் போன்றே நிர்வகிக்கப்பட்டன. தேசாதிபதியின் தலைமையில் மூத்த அதிகாரிகளைக் கொண்ட சபை ஒன்று இந்த அரசாங்கங்களை நிர்வகித்தது. இந்துனீசியாவிலுள்ள பற்றேவி யாவே மேற்படி டச்சுக்காரர்களின் ஆசியப் பிராந்தியங்களுக்கான நிர்வாக மையப் பகுதியாக அமைந்திருந்தது. அதன் அதிகாரத்துக்குட்பட்ட நாடுகளில் இலங்கை மிக முக்கியமான இடத்தைப் பெற்றுக் காணப்பட்டது.

இலங்கைக்கான நிர்வாகத் தலைமை அதிகாரியாகத் தேசாதிபதியும், அவருக்கு உதவியாக டச்சு கிழக்கிந்திய கம்பனியின் கவுன்சில் அதிகாரிகளும் பற்றேவியா அரசினால் நியமிக்கப்பட்டார்கள். றிக்ளொப் வான் கோன்ஸ் (Rijklof van Goens) என்பவர் 1658 இல் தளபதியாகவும் பின் 1665 இல் தேசாதிபதியாகவும் நியமிக்கப் பட்டார். இலங்கையில் டச்சுக்காரர் பெற்ற வெற்றிக்கும், பொருளாதார நலன்களுக்கும், சமய அபிவிருத்திக்கும், நிர்வாகக் கட்டமைப்புக்களுக்கும் வான் கோன்ஸின் பங்களிப்பு மிகவும் முக்கியம் வாய்ந்ததாகக் காணப்படுகின்றது. அதேபோன்று அடுத்து முக்கியமானவர்களுள், லோறன்ஸ் பில் (Laurens pyl) (1680-1692), பறொண் வொன் இன்கொப் (Baron Von Inhoff) (1736-1740), யன் சுருடர் (Jan Schreder) (1757-1763), ஆகியோர் குறிப்பிடத் தக்கவர்களாவர். டச்சுக்காரரின் நிர்வாகத்தின் அதிகார மட்டம், இலிகிதரிலிருந்து சிவில் அதிகாரிகளை உள்ளடக்கியதாகக் காணப்பட்டது. கடற்படை, தரைப்படைக்குப் பொறுப்பாகவும், நிர்வாகத்திற்குப் பொறுப்பாகவும் பிராந்தியத்துக்கான தளபதி ஒருவர் தேசாதிபதியால் நியமிக்கப் பட்டார். 1656 இல் கொழும்பு கைப்பற்றப்பட்டபோது, காலி நகரமே முதலில் தேசாதி பதியின் தலைமை நிலையமாக இருந்தது. பின்னர் 1658 இல் கொழும்புக்கு மாற்றப்பட்ட தலைமையகம், டச்சுக்காரின் ஆட்சி 1796 இல் முடியும்வரை நிலைத் திருந்தது. இலங்கை மூன்று பெரிய நிர்வாகப் பிரிவுகளாக்கப்பட்டது. அவை கொழும்பு, காலி, யாழ்ப்பாணம் என்பனவாகும். கொழும்பு தலைமையகமாகவும், காலி, யாழ்ப்பாணம் ஆகியன ஒவ்வொரு தளபதியின் கீழும் விடப்பட்டு நிர்வாகம் நடைபெற்றது. யாழ்ப்பாணத்தின் ஆட்சியதிகாரம் புத்தளத்திலிருந்து வடக்காகப் பரந்து வடமேற்குக் கரையோரம், வடகிழக்குக் கரையோரம் ஆகியவற்றைத் தொடர்ச்சியாகச் சுற்றிவந்து மட்டக்களப்பின் தென்பாகம் வரை விரிந்திருந்தது. ஆனால், 1671 இல், மட்டக்களப்புக்குத் தனியாக ஒரு இராணுவத் தளபதி நியமிக்கப்பட்டார். இவைதவிர உயர்மட்ட அதிகாரிகளும், மூன்று திசாவைமாரும் (Dissaves) கொழும்பு, யாழ்ப்பாணம், மாத்தறைப் பகுதிகளுக்கு நியமிக்கப்பட்டனர். அவர்களின் கீழ் உதவி திசாவைமார் நியமிக்கப்பட்டிருந்தனர். இத் திசாவைமார் நிதி நிர்வாக அலுவல்களுக்குப் பொறுப்பாக, இராணுவத் தளபதியின் கீழ் இயங்கினர். வியாபார மையப்பகுதிகள் உட்பட, கேந்திர முக்கியத்துவம் வாய்ந்த பகுதிகளுக்கு, ஓவர்கூத (opperhoofd) என்ற உயர் அதிகாரிகள் நியமிக்கப்பட்டனர். மேற்கூறப்பட்ட முக்கிய மூன்று நிர்வாகப் பிரிவுகளுக்கான அதிகார மையப் பகுதியிலிருந்து தூரமாகவுள்ள

பிரதேசங்களுக்கு மேற்படி அதிகாரிகள் நியமிக்கப் பட்டார்கள். குறிப்பாகக் கற்பிட்டி, மன்னார், திருகோணமலை, மட்டக்களப்பு போன்ற பகுதிகளுக்கு அவ்வாறான அதிகாரிகள் நியமிக்கப்பட்டனர்.

டச்சுக்காரர் தமது பிராந்திய நிர்வாக அமைப்பு முறைகளுக்கு, ஏற்கனவே யாழ்ப்பாண இராச்சியக் காலத்திலும், அதனைத் தொடர்ந்துவந்த போத்துக்கீசக் காலத்திலும் இருந்த, மரபுரீதியான நிர்வாகக் கட்டமைப்பையே பெரும்பாலும் பின் பற்றினர். உள்ளூர் சிவில் நிர்வாகிகளின் அறிவும், அனுபவமும், அவர்களின் சுதேச மொழியறிவும் டச்சுக்காரருக்கு உடனடித் தேவையாகக் காணப்பட்டது. மேலும், அவர்களின் நிர்வாகச் செலவினங்களைக் குறைப்பதற்கும், உள்ளூர் அதிகாரி களைத் தமது நிர்வாக அமைப்பினுள் சேர்ப்பது வாய்ப்பாகப்பட்டது. இதன் காரண மாக ஏற்கெனவே நிர்வாக சேவையில் அனுபவம் வாய்ந்த முதலியார்களையும், விதானைமார்களையும் தமது நிர்வாக அமைப்பினுட் சேர்த்துக் கொண்டார்கள். இவ் உள்ளூர் அதிகாரிகள் கிராம, நகர மட்டத்திலுள்ள நிதி, நிர்வாகக் கடமைகளுக்கு முக்கியத்துவம் வாய்ந்தவர்களாகக் காணப்பட்டனர். இவ் உள்ளூர் சிவில் நிர்வாக உத்தியோகத்தர்களுக்கு மிகக் குறைந்த ஊதியமே வழங்கப்பட்டது. பதினெட்டாம் நூற்றாண்டில், ஒரு வருடத்திற்குச் சராசரி 600,000 கில்டர்கள் (Guilders) டச்சுக் காரருக்கான சம்பளமாகச் செலவிடப்பட்டது. இது இலங்கைக்கான வருடாந்த மொத்தச் செலவுத் தொகையில் 50 வீதமாகக் காணப்படுகின்றது.[122] இவைதவிர இலவச நுகர்வுப் பொருட்களை மேற்படி நிர்வாகத்தினருக்கு வழங்குவதற்கு வருட மொன்றிற்கு 200,000 கில்டர்கள் மேலதிகமாகச் செலவு செய்யப்பட்டது. இதே வேளை உள்நாட்டு உத்தியோகத்தர்களுக்காகச் செலவிடப்பட்டது வருடமொன் றிற்குச் சராசரியாக 50,000 கில்டர்களாக மட்டுமே காணப்படுகின்றது. ஆனால், மூவாயிரத்துக்கும் அதிகமான டச்சு உத்தியோகத்தர்கள் கடமையில் அமர்த்தப் பட்டிருக்கின்றார்கள். எத்தனை உள்ளூர் அலுவலர்கள் பதவியில் அமர்த்தப் பட்டிருந்தனர் என்ற விபரத்தைப் பெறமுடியவில்லை. எது எவ்வாறிருப்பினும், உள்ளூர் அதிகாரிகளை மிகவும் குறைந்த சம்பளத்திலேயே வேலைக்கு அமர்த்திய டச்சுக் காரர், அவர்களை நிச்சயம் பொருளாதார ரீதியிற் சுரண்டியுள்ளார்கள் என்பதனை அவர்களின் ஆவணங்களிலிருந்து அறியமுடிகிறது.

இறுதியாக, டச்சுக்காரர் ஆட்சிக்காலத்திற் தமிழர் பிரதேசங்களில் எவ்வாறான, பொருளாதார நடவடிக்கைகள் இருந்தன என்பது பற்றியும், எவ்வாறு தமிழர் பிரதேசங்கள் டச்சுக்காரரினாற் சுரண்டப்பட்டன என்பது பற்றியும் ஆராய வேண்டியுள்ளது. டச்சுக்காரரின் ஆசியப் பயணத்துக்கான முக்கிய நோக்கம், வர்த்தக,, பொருளாதார நடவடிக்கைளும், அவற்றினூடாக பெருமளவு செல்வத்தைக் குவிப்பதுமேயாகும் என ஏற்கெனவே குறிப்பிடப்பட்டுள்ளது. இந்த இலக்கை அவர்கள் அடைவதற்கு முதலில் அவர்கள் செய்தது, இலங்கையின் வர்த்தகத்தில் ஏகபோக உரிமை கொண்டவர்கள் தாமேயெனப் பிரகடனப்படுத்தியமையாகும். இதன் விளைவாக, உள@ர், வெளியூர் வர்த்தகக் கம்பனிகளோ, தனியார் வர்த்தகர் களோ இறக்குமதி, ஏற்றுமதி வியாபாரத்தில் ஈடுபட முடியாமற் போயிற்று. அடுத்த முக்கிய நிகழ்வு, தமிழ்ப் பிரதேசங்களில் உற்பத்தி செய்யப்படும் பொருட்களுக்கு அதிக வரி அறவிட்டு வந்த டச்சுக்காரர் தமது வருமானத்தை மேலும் பெருக்கு

வதற்காக, உள்ளூர் உத்தியோகத்தர்களின் உதவியுடன் மிகவும் வரன்முறையாகத் தோம்பு புதிப்பிக்கப்பட்டு, பல்வேறு உற்பத்திப் பொருட்களுக்கும் வரியிறுக்கும் முறை அமுல்படுத்தியமையாகும். அதேபோன்று ஆட்களுக்கும், அவர்கள் செய்யும் தொழில்களுக்கும் தலைவரி, தொழில்வரி என்பன விதிக்கப்பட்டமையாகும். மேலும், இத் தோம்பின் உதவியுடன் தமிழ்ப் பிரதேசங்களிலுள்ள அடிமை, குடிமைகள் பற்றிப் பெறப்பட்ட விபரங்களினூடாக, 'ஊழியம்' என்னும் இலவச சேவைகளைப் பெற்று, அரச கட்டிடங்கள், கோட்டைகள் போன்றவற்றைக் கட்டுவதற்கும், அரச காணிகளில் உற்பத்தி முயற்சிகளை மேற்கொள்வதற்குமான கொள்கைத் திட்டங் களை டச்சுக்காரர் வகுத்தனர். ஒட்டுமொத்தமாக அவர்களின் பொருளாதாரக் கொள்கை, தமிழ்ப் பிரதேசங்களிலுள்ள பொருளாதார, மனித வளங்களை முற்று முழுதாக துடைத்தெடுப்பதற்காகவும், தமிழ் மக்களின் இரத்தத்தை உறிஞ்சும் ஒரு திட்டமாகவும், நடைமுறையாகவும் காணப்பட்டது.

டச்சுக்காரர் இலங்கையின் தென்பகுதியிலுள்ள கறுவா, ஏலம், கராம்பு போன்ற வாசனைத் திரவியங்களுக்கு ஐரோப்பியச் சந்தையில் நல்ல கிராக்கி இருப்ப தனையும், முஸ்லிம் வர்த்தகர்கள் அதனூடாக அதிக வருமானம் பெற்றதனையும் அறிந்திருந்தனர். எனவே, மேற்படி வாசனைத் திரவியப் பொருட்களின் வர்த்தக ஏகபோக உரிமையைப் பெறவேண்டும் என்பதுதான் அவர்களுடைய முதன்மையான இலக்காக இருந்தது. அதில் அவர்கள் வெற்றியும் கண்டார்கள். அவைபற்றிய விளக்கங்கள் இந்த ஆய்வின் தலைப்புக்கு அப்பாற்பட்டன என்பதனால் அவை இங்கு தவிர்க்கப்படுகின்றன. அதே வேளையில், தமிழ்ப் பிரதேசங்களை டச்சுக்காரர் கைப்பற்றியதன் விளைவாக, அப் பிரதேசங்களிலே மேற்கொள்ளப்பட்ட யானை வர்த்தகம், முத்து வர்த்தகம் என்பன அவர்களை வெகுவாகக் கவர்ந்தன. அத்துடன் திருகோணமலை, மட்டக்களப்பு, வன்னிப் பிரதேசங்களில் உற்பத்தி செய்யப்படும் நெல், புகையிலை, பருத்தி, பாக்கு, என்பனவும் பனம்பொருள் உற்பத்திகள், மேற்படி பிரதேசங்களில் இயற்கையாகக் கிடைக்கப்பெறும் உபயோகமிக்க பல்வேறு மரங்கள் என்பனவும் அவர்களை ஈர்த்திருந்தன.

யானை வர்த்தகத்தில் டச்சுக்காரர் எவ்வாறான நடவடிக்கைகளை மேற்கொண்டார்கள் என்பது பற்றியும், அதிலிருந்து எவ்வளவு வருமானத்தைப் பெற்றார்கள் என்பது பற்றியும் அறிவது முக்கியமானது. டச்சுக்காரின் ஆட்சி தொடங்கியபோது வன்னியில் ஆறு மாகாணங்களும், முன்னூறு கிராமங்களும் இருந்தன. இவ் வன்னிப் பெருநிலப்பரப்பிற் செழிப்பான பல வயல் நிலங்கள் இருந்தன. போத்துக்கீசரின் அழிவுகளின் விளைவாகப் பல செழிப்பான வயல் நிலங்கள் காடுகளாயின. நீர்ப்பாசனக் குளங்கள் பல கைவிடப்பட்டிருந்தன. இயற்கையாகவே காடுசார்ந்த வன்னிப்பகுதி மேலும் காடடர்ந்த பிரதேசமாகியது. இதனாற் காட்டு யானைகள் அப் பிரதேசங்களில் நிறையப் பெருகின. இந்தியாவில் இவ் யானைகளுக்கு எப்போதும் பெரும் சந்தைவாய்ப்பு இருந்தது. இதனால் வன்னியில் யானைகளைப் பொறிவைத்துப் பிடித்துக் கொண்டு வந்து யாழ்ப் பாணத்தில் உள்ள ஆனைப்பந்தியில் அடைத்துவைத்து, பின்னர் ஆனைக் கோட்டைச் சந்தையில் இந்தியர்களுக்கு விற்றனர்.[123] மேலும் மன்னாரிலும் யானைகள் சந்தையில் விற்கப்பட்டன. இது யாழ்ப்பாண மன்னர் காலத்திலிருந்து

காணப்படும் ஒரு வர்த்தக நடவடிக்கையாகும். இவ் வர்த்தகத்தால் உடனடியாகப் பணத்தைப் பெறலாமென அறிந்த போத்துக்கீசர், வன்னியிலிருந்து வரியாகப் பெறப்படும் பணத்திற்குப் பதிலாக யானைகளைத் திறையாகப் பெறத் தொடங்கினர். இது நல்லதொரு வாய்ப்பை டச்சுக்காரருக்கு ஏற்படுத்திக் கொடுத்தது. யாழ்ப்பாணம் கைப்பற்றப்பட்டபோது வன்னிப் பிரதேசமும் டச்சுக்காரரின் மேலாண்மையை ஏற்றிருந்தது. இருந்தபோதிலும், டச்சுக்காரர் அவர்களின் உள்ளூர் விவகாரங்களிற் தலையிடவில்லை. அத்தோடு, வன்னிச் சிற்றரசுகள் யாழ்ப்பாண இராச்சியத்தின் வீழ்ச்சிக்குப் பின்பு மிகவும் பலம் வாய்ந்த சிற்றரசுகளாகவும் எழுச்சி பெற்றிருந்தன. எனினும், டச்சு அரசாங்கத்திற்குக் கொடுக்கவேண்டிய வருடாந்த வரிகளுக்குப் பதிலாக யானைகளைக் கொடுக்குமாறு டச்சுக்காரர் வன்னியருக்குப் பணித்திருந்தனர். இதன் பிரகாரம் பின்வரும் முறையில் வன்னியர் கொடுக்கவேண்டிய யானைகளின் பெறுமதியும், தொகையும் நிர்ணயிக்கப்பட்டிருந்தன. ஆண் யானைகளுக்கு 300 றிக்ஸ் டொலர்களும் (Rix dollars), பெண் யானைகளுக்கு 250 றிக்ஸ் டொலர்களும் எனப் பெறுமதி நிர்ணயிக்கப்பட்டது. இதன்படி பனங்காமம் 16, கரிக்கட்டுமூலை 7, கருநாவற்பற்று 4, தென்னமரவடி 1, மேற்பற்று 1, முள்ளியவளை 1, என்ற கணக்கில் மொத்தமாக 30 யானைகளை வன்னியர் டச்சுக்காரருக்கு வழங்கினர். இதிலிருந்து டச்சுக்காரர் வருடமொன்றுக்குச் சராசரியாக 10,000 றிக்ஸ் டொலர்களைப் பெற்றிருக்கின்றனர். மேலும், 1663 களிலிருந்து, அதிகமான யானைகளை வரியாக டச்சுக்காரர் பெற்றுள்ளனர். உதாரணமாக, 1731 ம் ஆண்டில் 56 யானைகள் வன்னியிலிருந்து வரியாகப் பெறப்பட்டன. அதிலிருந்து 22,264 றிக்ஸ் டொலர்களை வருமானமாகப் பெற்றனர்.[124] வன்னியர், டச்சுக்காரரின் மேலாண்மைக்கு எதிர்ப்புத் தெரிவிப்பதற்காக, வருடாவருடம் கொடுக்கும் யானைகளைப் பல வருடங்களாகக் கொடுக்காது விட்டனர். இதனால் டச்சு அதிகாரிகளுக்கும், வன்னியருக்கும் இடையே பல சந்தர்ப்பங்களிற் முரண்பாடுகள் ஏற்பட்டன.[125] வருடா வருடம், வன்னித் தலைவர்கள் யாழ்ப்பாணத்திலுள்ள டச்சுக்காரரின் தலைமையகத்துக்குச் சென்று, வன்னிப் பிரதேசம் பற்றிய விடயங்கள், வருடாந்த வரியிறுப்புக்கள் பற்றிக் கலந்துரையாடுவது வழக்கமாக இருந்து வந்தது. ஆனால் பல தடவைகள், வன்னித் தலைவர்கள் அவ்வாறான வருடாந்தக் கூட்டங்களிற் சமுகமளிக்காது தமது எதிர்ப்பைக் காட்டியுள்ளனர். உதாரணமாக, மிகவும் பலம் வாய்ந்த வன்னித் தலைவனாக இருந்த கைலாயவன்னியன் தொடர்ச்சியாகப் பத்து வருடங்கள் அவ்வாறான வருடாந்தக் கூட்டத்திற்குப் போகாது தனது எதிர்ப்பை டச்சுக்காரருக்குக் காட்டியுள்ளான். இதனால் டச்சு அதிகாரிகள் அவனுக்குக் கண்டிப்பான கட்டளை அனுப்பிக் கூட்டத்திற்கு வருமாறு பணித்திருக்கின்றனர். அதற்கும் அவன் அடிபணியாது, தனது உறவினர் ஒருவரைத் தனக்குப் பதிலாக அனுப்பியிருக்கின்றான்.[126] 1671 இல் வான் கோன்ஸ் (Son of Rijkloff Van Goens) தனது படையுடன் முல்லைத்தீவுக்குச் சென்று, சகல வன்னியர்களையும் தன்னை வந்து சந்திக்குமாறு கட்டளையிட்டான். அந் நிலைமையிலும் கைலாயவன்னியன் போகவில்லை. இதனால், கைலாயவன்னியனின் ஊரான கற்குளத்தில் டச்சுப் படைகள் கூடாரமிட்டு, அவனையும், ஏனைய வன்னித் தலைவர்களையும் வருமாறு பணித்துள்ளனர். அதற்கும் கைலாயவன்னியன் போகாது தனது உறவினர் ஒரு

வரையே அனுப்பியிருந்தான். அன்றைய தினம் வன்னித் தலைவர்களுக்கும், டச்சு அதிகாரிகளுக்குமிடையில் எழுதப்பட்ட உடன்படிக்கையின்படி, வன்னியர்கள் அதிகாரபூர்வமாக டச்சுக்காரர் ஆட்சியை ஏற்று வருடாவருடம் யானைகளை வரியாக இறுப்பதற்கு ஒப்புக்கொண்டனர்.[127]

மேற்கண்டவாறு உடன்படிக்கை எழுதிய பின்பும், வன்னித் தலைவர்கள் வருடாவருடம் கொடுக்கவேண்டிய யானைகளைக் கொடுக்காது விட்டனர். டச்சுக்கார ஆட்சியை ஏற்றபின் 7 வருடங்களில் 74 யானைகள் நிலுவையில் இருந்திருக்கின்றன. 1671 இல் உடன்படிக்கை ஏற்படுத்தப்பட்டு 9 வருடங்களின் பின் 1680 இல், 313 யானைகள் கொடுக்கப்படாது நிலுவையாக இருந்திருக்கின்றன.[128] இருந்தும், டச்சுக்காரரின் கடுமையான நடவடிக்கைகள் மூலம் மேற்படி நிலுவையாக இருந்த கொடுப்பனவுகள் 1690 களில் ஓரளவு சீர்செய்யப்பட்டன.[129] வன்னியிலிருந்தும், மன்னாரிலிருந்தும் பெறப்படும் யானைகளைவிடத் திருகோணமலை, மட்டக்களப்புப் பிரதேசங்களிலிருந்தும் யானைகளை டச்சுக்காரர் வரியாகப் பெற்றனர். அங்கிருந்து பெறப்பட்ட யானைகள் யாழ்ப்பாணத்திற்குக் கொண்டுவரப்பட்டு ஏலத்தில் விற்கப் பட்டன.[130]. தென்னிலங்கையில் இருந்து பெறப்படும் யானைகளும் யாழ்ப்பாணத் திற்றான் சந்தைப்படுத்தப்பட்டன.[131] வன்னியிற் பெறப்படவேண்டிய நிலவரி, உற்பத்தி வரி போன்றவற்றிற்குப் பதிலாகக் குறைந்த விலைக்கு யானைகளை வாங்கிய டச்சுக்காரர் அவற்றைத் தென்னிந்திய வர்த்தகர்களுக்குக் கூடிய விலையில் விற்றிருக்கின்றனர் என மேற்படி புள்ளிவிபரங்கள் மூலம் தெரியவருகின்றது. இதனாற் சாதாரணமாக வன்னியிலிருந்து கிடைக்கும் வரியைவிடக் கூடிய வருமானத்தை அப்பகுதி யானை வர்த்தகம் மூலம் பெற்றுள்ளனர். அத்துடன் வன்னியிலிருந்து வருடாவருடம் வரி வசூலிப்பதற்காக ஏற்படும் நிர்வாகச் செலவினங்களையும் மிச்சப்படுத்தியுள்ளனர். இந்திய வியாபாரிகள் கப்பல்களில் யாழ்ப்பாணம் வந்து யானைகளை ஏலத்தில் வாங்கிச் செல்வது வழக்கம். இதுவும் டச்சுக்காரருக்கு வசதியாக இருந்தது. அதாவது இந்தியாவிலிருந்து வியாபாரிகள் வரும்போது, அரிசி போன்ற முக்கியமான நுகர்வுப் பொருட்களை ஏற்றிவர அனுமதி வழங்கப்பட்டது. அவ்வாறு கொண்டுவரும் பொருட்களை டச்சுக்காரர் மிகக் குறைந்த விலைக்கே வாங்கினர். ஏனெனில் அவ் வியாபாரிகள் அப் பொருட்களை ஏனைய வியாபாரி களுக்கு விற்கமுடியாது. குறைந்த விலைக்கு வாங்கப்பட்ட மேற்படி பொருட்களைப் பின்னர் கூடிய விலைக்கு உள்ளூர் வர்த்கர்களுக்கு விற்றனர். டச்சுக்காரர் எவ்வாறு தமது அதிகாரத்ததையும், வர்த்தக ஏகபோக உரிமையையும் பயன்படுத்தித் தமது வருமானத்தைப் பெருக்கியிருக்கின்றார்கள் என்பது இதிலிருந்து தெரிகின்றது. இவ்வாறான பொருளாதார நலன்களுக்காகவும், சுரண்டல்களுக்காகவும், டச்சுக்காரர் தமது ஏகபோக உரிமையை இந்திய வர்த்தகர்களுக்கு விட்டுக்கொடுக்கும் அளவிற்கு அவர்களின், செல்வம் சேர்க்கும் பேராசை இருந்திருக்கின்றது என்பதைத் தெளிவாக அறியமுடிகிறது.

வாசனைத் திரவிய வியாபாரத்திலும், யானை வர்த்தகத்திலும் டச்சுக்காரர் வர்த்தக ஏகபோக உரிமை பெற்றிருந்ததுபோல், வடக்கில் முக்கியமான உற்பத்திப் பொருளாக இருந்த புகையிலை வர்த்தகத்தில் ஏகபோக உரிமை கொண்டிருக்க வில்லை. புகையிலை யாழ்ப்பாணக் குடாநாட்டில் அதிக அளவிற் பயிரிடப்பட்டது.

வன்னியிலும், மன்னாரிலும் ஓரளவு புகையிலை உற்பத்தி செய்யப்பட்டது. தோம்பு அறிக்கையின் மூலம் யாழ்ப்பாணத்திற் தனியாருக்குச் சொந்தமான காணிகள் பற்றிய விபரங்கள் 1675 இல் பூர்த்தியாக்கப்பட்டன. இரண்டு வகையான காணிகள் இருந்தன. ஒன்று தோட்டக்காணி, மற்றது வீட்டுக் காணி. வீட்டுக் காணியிற் பிரதான குடியிருப்பாளரின் வீடும், அக் காணியின் எஞ்சிய பகுதியில் வீட்டுத் தோட்டமும் செய்யப்பட்டது. தோட்டக் காணிகள், சிறுசிறு துண்டுகளாக, தனியாருக்குச் சொந்தமானதாக இருந்தன. இக் காணிகளிலேயே புகையிலை மிகவும் அதிகமாகச் செய்கைபண்ணப் பட்டது. டச்சுக்காரர் ஆட்சிக் காலத்தின் முன்பே புகையிலை உற்பத்தி யாழ்ப்பாணப் பிரதேசத்திற் மேற்கொள்ளப்பட்டு இருந்தாலும் பதினேழாம், பதினெட்டாம் நூற்றாண்டுகளிற்றான் அதன் உற்பத்தியும், ஏற்றுமதியும் உச்சக் கட்டத்தை அடைந்திருக்கின்றன. இதற்கு அடிப்படைக் காரணம் தென்னிந்தியாவில் யாழ்ப்பாணப் புகையிலைக்கு இருந்த வரவேற்பாகும். நிரந்தரமான வர்த்தக உறவுகள் திருவாங்கூர் வர்த்தகர்களுக்கும், யாழ்ப்பாண புகையிலை உற்பத்தியாளர்களுக்கும் இடையில் இருந்ததை அறியமுடிகிறது. மேற்படி வர்த்தகர்கள் யாழ்ப்பாணத் துறை முகங் களுக்கு வந்து புகையிலையை வாங்கிச் சென்றனர். அத்துடன் யாழ்ப்பாணப் புகையிலை விவசாயிகளுக்கு முற்பணமும் கொடுத்து, அவர்களின் புகையிலை உற்பத்தியை ஊக்கப்படுத்தியுள்ளார்கள்.[132] இதை உற்றுநோக்கின் மேற்படி முற்பண உதவிக்காக, மிகக் குறைந்த விலையிலேயே புகையிலையை வாங்கி யிருக்கின்றனர். மேலும், இப் புகையிலை வியாபாரத்தில், தென்னிந்திய வர்த்தகர் களுக்கும், யாழ்ப்பாண விவசாயிகளுக்கும் இடையிற் தரகர்கள் ஈடுபட்டு அதிக இலாபம் ஈட்டியிருக்கின்றார்கள். புகையிலை உற்பத்தி பதினெட்டாம் நூற்றாண்டின் இறுதிப் பாகத்தில் உச்சக் கட்டத்தை அடைந்ததன் விளைவாக, யாழ்ப்பாணக் காணிகளின் விலை வெகுவாக உயர்ந்தது. தரிசாகக் கிடந்த காணிகள் உற்பத்தி நிலங்களாக்கப்பட்டன. மேலும், புகையிலை உற்பத்தி வன்னிக்கும், மன்னாருக்கும் விஸ்தரிக்கப்பட்டது. இதனால் டச்சுக்காரர் புகையிலை உற்பத்தி செய்யப்பட்ட காணிகளுக்கும் வரிவிதித்து, அதிக வருமானம் பெற்றனர்.

1783 ம் ஆண்டின் டச்சு அறிக்கையின்படி, 1,300,000 இறாத்தல் நிறையுடைய புகையிலை யாழ்ப்பாணத்திலிருந்து ஏற்றுமதி செய்யப்பட்டிருக்கின்றது.[133] தரம் வாய்ந்த 500 இறாத்தல் புகையிலைச் சிப்பம் ஒன்று 120 ரூபா பெறுமதிக்கு விற்பனையாகியுள்ளது. யாழ்ப்பாண விவசாயிகள் தரகர்களுக்கு 10 வீதம் தரகு கொடுக்க வேண்டியிருந்தது. இவைகளைவிட, டச்சு அரசாங்கமும் புகையிலை உற்பத்தி செய்யப்பட்ட காணிகளுக்கு வரி விதித்திருக்கின்றது. அத்தோடு புகை யிலை ஏற்றுமதி வரியாக 20 வீதம் அறவிட்டது. இவ்வாறு 1790 இல் அறவிடப்பட்ட வரி வருவாயின் பெறுமதி 80000 ரூபாவாகக் காணப்பட்டது.[134] யானை வர்த்தகம் நேரடியாக, டச்சுக்காரரின் ஏகபோக உரிமையாக இருந்ததன் விளைவாக அதன் வருமானம் தமிழ் மக்களிடையே போய்ச் சேரவில்லை. அவ்வாறன்றி புகையிலை உற்பத்தி மூலம் தோட்டச் சொந்தக்காரர், கூலிக்கு வேலைசெய்யும் தொழிலாளர், போக்குவரத்துக்களை நடத்துபவர், தரகர் எனத் தமிழ்ச் சமுதாயத்தின் பல்வேறு மட்டத்தினர் பணவருவாய் பெற்றனர். எல்லாவற்றிற்கும் மேலாக, உற்பத்தி செய்யும் விவசாயிகளைவிட டச்சு அரசாங்கம் நிலவரியாகவும், விற்பனை வரியாகவும் அதிக

வருமானத்தைப் பெற்றுள்ளது என்பதனைத் தெளிவாகக் காண முடிகின்றது. சுருங்கக் கூறின், யாழ்ப்பாண விவசாயிகள், தமது உற்பத்தியின் பொருட்டுத் தொழிலாளர்களுக்குக் கூலி, தரகர்களுக்குத் தரகு, தமது சொந்தக் காணிக்கு அந்நிய ஆட்சியாளருக்கு வரி, அதற்கும் மேலாக அக்காணியின் உற்பத்திப் பொருளுக்கு 20 வீத விற்பனைவரி எனப் பெருந்தொகையைக் கொடுத்திருக்கின்றனர். எவ்வளவு இலகுவாக, டச்சுக்காரர் யாழ்ப்பாண விவசாயிகளைச் சுரண்டித் தமது வருமானத்தை அதிகரிக்கச் செய்திருக்கின்றனர் என்பது வெளிப்படையாகத் தெரிகின்றது.

முத்துக் குளிப்பு மிகவும் அதிகமான வருமானத்தை டச்சுக்காரருக்குக் கொடுத்ததுடன், உள்நாட்டிலும் பணப்புழக்கத்தைக் கொடுக்கும் ஒரு வருவாய்த் துறையாகவும் காணப்பட்டது. ஆனால் முத்துக்குளிப்பு ஒரு குறிப்பிட்ட பருவகாலத் தொழிலாகவும், வர்த்தகமாகவும் காணப்பட்டது. மாசி, பங்குனி, சித்திரை மாதங் களிற்றான் கூடுதலாக முத்துக்குளிப்பு நடைபெறுவது வழக்கம். முத்து அதிகம் விளையும் இடங்களாக மன்னாரில் மாதோட்டமும், குதிரைமலையும் காணப் பட்டன. மேற்படி காலங்களில் இவ்விடங்கள் முத்துக்குளிப்பவர்களினாலும், வியாபாரி களாலும் நிரம்பிக் காணப்படும். சுமார் 700 தோணிகள், படகுகள் என்பவற்றுடன் சுமார் 10,000 பேர்வரை கொட்டகைகள் அமைத்துச் சுமார் இரண்டு மாதங்களுக்கு மேலாகத் தங்கியிருந்து இத் தொழிலில் ஈடுபடுவார்கள். 1697 இல், 472 படகுகளுடன், சுமார் 13,600 பேர், இங்கு முத்துக்குளிப்பிலும், அதன் வியாபாரத்திலும் ஈடுபட்டிருந் திருக்கின்றனர்.[135] இம் முத்துக்குளிப்பில் ஈடுபட்டோர் மன்னார், யாழ்ப்பாணம், கற்பிட்டி, தென்னிந்தியாவின் பகுதிகளான, தூத்துக்குடி, கீழக்கரை, ஆகிய பிரதேசங்கைளச் சேர்ந்தவர்களாகக் காணப்பட்டனர். அத்தோடு அங்கு பல்வேறு பொருட்களின் வியாபாரத்தின்மூலம் தமிழர் பணம்பெறும் வாய்ப்புக் கிடைக்கக் கூடியதாக இருந்தது. முத்து வியாபாரத்தின் பொருட்டு இந்திய, பாரசீக, அரேபியத் துறைமுகங்களிலிருந்து மிகவும் செல்வம் படைத்த வியாபாரிகள் மன்னாருக்கு வந்து முத்துக்களை வாங்கியதாக அறியமுடிகிறது.[136] இம் முத்து வியாபாரத்தின் மூலம், டச்சு அரசாங்கம் வரியாக அதிக வருமானத்தைப் பெற்றது. 1666 ல் தான் முதலில் டச்சுக்காரர் இம் முத்து வியாபாரத்திலிருந்து வரி அறவிடுவதற்கான அலுவலர்களை நியமித்தார்கள்.[137] இதே ஆண்டில் மன்னாரில் இடம்பெற்ற முத்துவியாபாரத்தின் மூலம் டச்சு அரசாங்கம் வரியாக 22,824 றிக்ஸ் டொலர்களைப் பெற்றுள்ளது.[138] 1753 ம் ஆண்டில், அரிப்புக் (Arrippu) கரையில் நடைபெற்ற முத்து வர்த்தகத்தின் மூலம், டச்சுக்காரர்கள் 65,000 பெறுமதியான இலங்கை ரூபாய்களை வரியாகப் பெற்றதாகவும் அறியமுடிகிறது.[139] எனவே, எதுவித செலவு களும் இல்லாமல், ஒருசில டச்சு நிர்வாகிகளை மாத்திரம் வேலைக்கு அமர்த்தி, விற்கப்பட்ட முத்துக்களுக்கு வரி அறவிட்டு, அதிகளவு வருமானத்தைப் பெற்றார்கள். அத்தோடு மட்டுமல்லாமல், முத்துக்குளிப்பில் ஈடுபடும் தொழிலாளர்களிடமிருந்து, தொழில் வரியும் அறவிப்பட்டது. கூடவே, முத்துவியாபார காலத்தில் மன்னார்ச் சந்தையில் வியாபாரம் செய்யப்பட்ட இதர பொருட்களுக்கும் வரி அறிவிடப்பட்டது. அதாவது, எந்த வழிகளிலெல்லாம் பணத்தை மக்களிடமிருந்தும், வியாபாரி களிடமிருந்தும் பெறமுடியுமோ, அந்த வழிகளிலெல்லாம் டச்சுக்காரர் அவர்களிட மிருந்து உறிஞ்சி

எடுத்திருக்கின்றனர் என்பது தெளிவாகின்றது. மேற்படி, வரிக்கு மேல் வரி விதிக்கும் முறைக்கு எதிராக யாழ்ப்பாண மக்கள் பலத்த கண்டனங் களையும், எதிர்ப்புக்களையும் டச்சுக்காரரின் நிர்வாகத்துக்குத் தெரிவித்திருக் கின்றனர் என்பதனையும் அறியமுடிகிறது.[140]

பதினேழாம், பதினெட்டாம் நூற்றாண்டுகளிற் பனைமரங்களிலிருந்தும் டச்சுக் காரர் குறிப்பிடத்தக்க வருமானத்தைப் பெற்றிருக்கின்றார்கள். பனையும், பனையி லிருந்து கிடைக்கும் பல்வேறு பொருட்களும் யாழ்ப்பாணம், மன்னார், வன்னிப் பகுதிகளில் வாழ்ந்த மக்களுக்குக் கிடைத்த கற்பகதருப் பொருட்களாக எப்போதுமே கருதப்பட்டன. பனைமரங்களைத் தறித்து, அவற்றை நீண்ட பலகைகளாக அரிந்து இந்தியாவுக்கு அதிகளவில் அக்காலம் ஏற்றுமதி செய்ப்பட்டன. பனையிலிருந்து கிடைக்கப்பெற்ற பனங்கிழங்கு, ஒடியல், பனாட்டு என்பன தென்னிலங்கையில் அதிகளவு விற்கப்பட்டன. பனையோலை, பனைநார் என்பவற்றால் பின்னப்பட்ட பாய், பெட்டி, சுளகு போன்ற கைவினைப் பொருட்களும், கருப்பனீரிலிருந்து பெறப்பட்ட பனங்கட்டி போன்ற இதர பொருட்களும் தென்னிலங்கையிலும், தமிழ்நாட்டிலும் விற்கப்பட்டன. 1680 ம் ஆண்டு அறிக்கையின்படி, 256 சிறிய, பெரிய படகுகளில் மேற்படி பொருட்கள் யாழ்ப்பாணத்திலிருந்து கொழும்புக்கும், இந்தியாவுக்கும் ஏற்றப்பட்டுள்ளன.[141] யானை வர்த்தகத்திற் கிடைக்கப்பெற்ற மொத்தவருமானம் டச்சுக்காரரிடமும், வன்னித் தலைவர்களிடமுமே சென்றடைந்தன. அதேபோன்று முத்து வியாபாரத்திற் கிடைக்கப்பெற்ற வருமானம், அத்தொழில் சார்ந்த மக்களிடமும், டச்சு அரசாங்கத்திடமும் சென்றது. ஆனால், புகையிலையினாலும், பனையினாலும் கிடைக்கப்பெற்ற வருமானம் சகல மக்கள் மத்தியிலும், குறிப்பாகச் சாதாரண மக்களிடம் போய்ச் சேர்ந்தது. இருந்தும் இவற்றுக்கும் அம் மக்கள் வரி செலுத்தவேண்டிய நிலையில் இருந்தார்கள் என்பதும் குறிப்பிடத்தக்கது. அந்நிய ராட்சிக் காலத்தில் பல்வேறு வகையான பொருளாதாரச் சுரண்டல்களுக்கும் மத்தியிற் மேற்படி இரு முக்கியமான உற்பத்திகளுமே சாதாரண தமிழ் மக்களை, குறிப்பாக யாழ்ப்பாண மக்களைக் காப்பாற்றிய உற்பத்திப் பொருட்களாக இருந்திருக்கின்றன.

நெசவு உற்பத்தி யாழ்ப்பாணத்திலும், மன்னாரிலும் பெரிய அளவிற் செய்யப்பட்டு, ஏற்றுமதி செய்யப்பட்டது. 1659-60 களிற் கைக்கோளர் என்று அழைக்கப்படும் நெசவுத் தொழிலாளர் பலர் நூற்றுக் கணக்கில் தென்னிந்தி யாவிலிருந்து வந்து யாழ்ப்பாணத்திலும், மன்னாரிலும் குடியேறியுள்ளனர்.[142] மன்னார்ப் பிரதேசத்தில் பருத்தி உற்பத்தி செய்யப்பட்டாலும், அதிக அளவு துணிகளை உற்பத்தி செய்வதற்குப் போதாமல் இருந்திருக்கின்றது. இதன் விளை வாக இந்தியாவிலிருந்து துணிகள் கொண்டுவரப்பட்டு, அவற்றிற்குச் சாயமிடப்பட்டு உள்ளூரில் விற்கப்பட்டது. மேலும், துணிப் பற்றாக்குறை ஏற்பட்டபோது, இந்தியாவிலிருந்து துணிகள் இறக்குமதி செய்யப்பட்டன. யாழ்ப்பாணத்திலும், வன்னியிலும், மன்னாரிலும் உற்பத்தியாகும் சாயம், தென்னிந்தியச் சாயத்தைவிட தரத்தில் மிக உயர்ந்ததாக இருந்தது.[143,144] இதனால் இந்தியாவிலிருந்து துணிகளை அதிகளவில் இறக்குமதி செய்த டச்சுக்காரர், யாழ்ப்பாணத்திற் சாயமிடுவித்து ஐரோப்பா, தென்கிழக்காசிய நாடுகளுக்கு ஏற்றுமதி செய்து அதிக இலாபம்

பெற்றனர். இதுவரை காலமும் சாயவேர் மர உரல்களில் இட்டுக் கைகளினால் குற்றப்பட்டு பொடியாக்கப்பட்டது. இதற்காக டச்சுக்காரர், இரண்டு எருதுகளைக் கொண்டு இயங்கும் ஆலையை அமைத்ததுடன், மட்பாண்டங்களுக்குப் பதிலாகப் பெரிய செப்புக் கலன்களைளையும் பயன்படுத்தினர். நீரைக் கொண்டிருக்கும் கழுவுவதற்கான தொட்டிகள் ஆழமாக்கப்பட்டு மண்ணகற்றப்பட்டன.[145] இதனால், சாயமேற்றும் வேலைக்கான செலவு குறைக்கப்பட, டச்சுக்காரருக்கு சாயமிட்ட துணி ஏற்றுமதியில் இலாபம் கிட்டியது. இவ்வாறு சாயமூட்டப்பட்ட துணிகள் யாழ்ப்பாணம், கொழும்பு, திருகோணமலை, மட்டக்களப்புப் போன்ற இடங்களில் பெருமளவு விற்கப்பட்டன என்பதையும் காணமுடிகின்றது. இவைதவிர, பிறிதோர் இடத்திற் குறிப்பிட்டதுபோல், யானை வர்த்தகத்தின் பொருட்டு இந்தியாவிலிருந்து வரும் வர்த்தகர்கள், தங்கள் கப்பல்களில் பெருந்தொகையான துணிகளை ஏற்றிவந்து, டச்சுக்காரருக்கு விற்றனர். டச்சுக்காரர் இத்துணிகளை மிகவும் மலிவான விலைக்கு வாங்கி, இலங்கையில் ஓரளவு குறைந்த விலைக்கு விற்றனர். இதனால் துணிகளின் விலையை அதிகம் உயர்த்த முடியாமலிருந்தது. இந் நிகழ்வு உள்ளூர் உற்பத்தியாளரின் வருமானத்தை வெகுவாகப் பாதித்தது என்பதும் குறிப்பிடத் தக்கது. டச்சுக்காரர் துணி வியாபாரத்தில் வருடமொன்றிற்கு 50,000 றிக்ஸ் டொலர் களை இலாபமாகப் பெற்றிருக்கின்றனர்.[146] இருந்தும், வன்னியிலிருந்து டச்சுக் காரருக்குத் தெரியாமல், பருத்தியைக் கொண்டுவந்த யாழ்ப்பாணத்து நெசவாளர்கள், நெசவாலைகளில் இட்டுத் துணிகளை நெய்து, தரமான சாயமிட்டு யாழ்ப்பாணம், மட்டக்களப்பு, திருகோணமலை போன்ற நகரங்களில் விற்றிருக்கின்றார்கள். டச்சுக் காரர் இத் துணி வியாபாரத்தைத் தமது ஏகபோக உரிமையாகக் கொண்டிருந்தனர். இதனாற் தமிழர் காட்டுப் பாதைகளால் மேற்குறிப்பிட்ட இடங்களுக்குத் தமது துணிகளைக் கொண்டு சென்று விற்றதன் மூலம், டச்சுக்காரரின் துணி வியாபாரத்தை ஓரளவு கட்டுப்படுத்தினர் என்றே கூறவேண்டும்.[147] 1665 ம் ஆண்டு அறிக்கையின்படி, யாழ்ப்பாணத்தில் 762 பேர் நெசவுத் தொழிலில் ஈடுபட்டதாக அறியமுடிகிறது.[148] 1733 ம் ஆண்டு அறிக்கையின்படி, 477 பேர் மன்னாரில் சாயத்தொழிலில் ஈடுபட்டிருந்தனர்.[149] வன்னிப் பிரதேசத்தில் இத் தொழிலில் ஈடுபட்டவர்களின் தொகையை அறியமுடியவில்லை. யாழ்ப்பாணத்திற் தீவுப்பகுதிகளில் தரமான பருத்தி உற்பத்தி செய்யப்பட்டதாக 1665 ம் ஆண்டு அறிக்கை குறிப்பிடுகின்றது.[150,151] வன்னிப் பிரதேசத்தில் மிகப் பாரிய அளவிற் பருத்தி உற்பத்தி செய்யப்பட்டமை பற்றியும் 1665 ம் ஆண்டு அறிக்கையில் குறிப்பிடப்பட்டுள்ளது.[152] மேலும், 1737 ம் ஆண்டுக் கணக்கறிக்கையிற் சாயவேர் எவ்வளவு பெறப்பட்டதென்பது பற்றியும் விபரங்களை அறியமுடிகிறது. 1735 ம் ஆண்டில் மன்னாரில் 23,447 இறாத்தல் சாயவேர் பெறப்பட்டுள்ளது. இதன் அளவு 1736 ம் ஆண்டில் 19,517 இறாத்தலாகக் குறைந்து காணப்படுகின்றது. யாழ்ப்பாணத்தில் 1735 ம் ஆண்டில் 10,769 இறாத்தல் சாயவேர் பெறப்பட்டது. இதன் அளவு 1736 இல், 7,948 இறாத்தலாகக் குறைந்து காணப்பட்டது.[153] மேலும், 600 இறாத்தல் சாயவேரை டச்சுக்காரர் 10 றிக்ஸ் டொலர்கள் கொடுத்து வாங்கியிருக்கின்றார்கள்.[154] இப் புள்ளிவிபரங்கள் எதனைக் காட்டுகின்றதெனில், சாயவேர் உற்பத்தி வெகுவாகக் குறைந்து செல்வதையும், சாயவேரை உற்பத்தி செய்யும் நடவடிக்கையை டச்சு அரசாங்கம் ஊக்கப்படுத்த

வில்லை என்பதனையுமாகும். ஏற்கெனவே இருந்த சாயவேர்களைப் பாவித்ததன் விளைவாகவும், மேற்கொண்டு சாயவேரைப் பெருக்கும் நடவடிக்கைகளில் டச்சு அரசாங்கம் அக்கறை கொள்ளாததாலும் மேற்படி நிலைமை ஏற்பட்டிருக்கின்றது. உதாரணமாக, 1733 ம் ஆண்டு அறிக்கையின்படி மன்னாரிற் சாயவேர் உற்பத்தி முழுமையாகப் பாதிக்கப்பட்டிருந்ததாக இன்னுமோர் அறிக்கை மூலமாக அறிய முடிகிறது.[155] டச்சுக்காரர் ஏற்கெனவே இருந்த இயற்கை வளங்களைப் பூரணமாகத் தமது சொந்த இலாபத்திற்காக பயன்படுத்தினார்களே ஒழிய, மேற்கொண்டு அவற்றை அபிவிருத்தி செய்வதற்கான முயற்சிகள் எதனையும் அவர்கள் எடுத்திருக்கவில்லை என்பதாகும். இந் நிலைமை காரணமாக டச்சுக்காரருக்குப் பின் மேற்படி தமிழ்ப் பிரதேசங்களிற் சாயவேர் உற்பத்தி பற்றியோ, பருத்தி உற்பத்தி பற்றியோ பேசுவதற்கே இடமில்லாமற் போயிருக்கின்றது. இவ் உற்பத்தி ஒரு மறக்கப்பட்ட உற்பத்திப் பொருளாகப் போயிருப்பதை அவதானிக்க முடிகிறது.

நெல் உற்பத்தி யாழ்ப்பாணத்திலும், வன்னி, மன்னார், திருகோணமலை, மட்டக்களப்பு பிரதேசங்களிலும் மேற்கொள்ளப்பட்டது. யாழ்ப்பாணத்தைவிட வன்னி, மன்னார், திருகோணமலை, மட்டக்களப்புப் பிரதேங்களிலேயே நெல் அதிகளவு உற்பத்தி செய்யப்பட்டது. ஆனால், சனத்தொகைப் பெருக்கம் அதிகளவு ஏற்படத் தொடங்கியதன் விளைவாக, உள்நாட்டில் உற்பத்தியாகும் அரிசி போதாக் குறையாகவே இருந்தது. யாழ்ப்பாணத்திற் தரிசாகக் கிடந்த காணிகள் நெற்பயிர்ச் செய்கைக்கு உட்படுத்தப்பட்டன. மேலும், தரிசாகக் கிடந்த அரச காணிகள் ஏலத்தில் விற்பனை செய்யப்பட்டன. இவ்வாறான காணி ஏலவிற்பனை யாழ்ப்பாணக் குடாநாட்டில் 1670 களிலிருந்து பத்தொன்பதாம் நூற்றாண்டின் ஆரம்பம்வரை நிகழ்ந்தது.[156] யாழ்ப்பாணக் குடாநாட்டிற்கு வெளியிலும், ஆனையிறவை அண்டிய வன்னிப் பிரதேசங்களிலுள்ள காணிகளும் இவ்வாறு ஏலத்தில் விற்கப்பட்டன. இதன் மூலமும் டச்சுக்காரர் அதிக வருமானத்தைப் பெற்றார்கள். மேற்படி ஆனையிறவை அண்டிய வன்னிப் பிரதேசங்களில் ஏலத்தில் விற்கப்பட்ட காணிகளிலிருந்து 1721 ம் ஆண்டில், 30,000 றிக்ஸ் டொலர்களை டச்சுக்காரர் வருமானமாகப் பெற்றுள்ளனர்.[157] ஆனால், டச்சுக்காரர் ஆட்சியின் நடுப்பகுதியிற் பணப்பயிர்கள் முக்கியத்துவம் பெற நெல் உற்பத்தி வீழ்ச்சியடைந்தது. இதன் விளைவாக, இந்தியாவிலிருந்து, குறிப்பாக வங்காளம், தென்னிந்தியா போன்ற இடங்களிலிருந்து அரிசி இறக்குமதி செய்யப்பட்டது. பதினெட்டாம் நூற்றாண்டில் அரைவாசிக்கும் மேலான அரிசி, யாழ்ப்பாணக் குடாநாட்டு மக்களின் பாவனைக்காக இறக்குமதி செய்யப்பட்டது.[158] வன்னிப் பிரதேசத்தில் நல்ல செழிப்பான நிலங்களில் நெல் உற்பத்தி செய்யப்பட்டது. ஆனால், யாழ்ப்பாண மன்னர் ஆட்சிக்குப் பின் நீர்ப்பாசனக் குளங்கள் பாழடைந்து போனதால், இப் பிரதேசத்து மக்கள் வானத்தை நம்பியிருக்க வேண்டிய நிலை ஏற்பட்டது. வானம் அடிக்கடி பொய்த்ததால் நெல் உற்பத்தி பொதுவாகப் பாதிக்கப்பட்டது. மன்னாரிலும் இதே நிலைமைதான் காணப்பட்டது. ஆனால், கட்டுக்கரைக் குளம் டச்சுக்காரரினால் ஓரளவு திருத்தி அமைக்கப்பட்டதன் காரணமாக மன்னார் நெல் உற்பத்தியிற் சிறிது முன்னேற்றம் காணப்பட்டது.[159] திருகோணமலை, மட்டக்களப்புப் பிரதேசங்களில் நல்ல செழிப்பான வயல் நிலங்கள் நெல் உற்பத்திக்கு உகந்த இடங்களாக இருந்தன. மட்டக்களப்பில் ஆகக்

கூடுதலான நெல் உற்பத்தி செய்யப்பட்டது. ஆனால், அவ் உற்பத்தி கிழக்குப் பிரதேச மக்களினதும், தென்பகுதி மக்களினதும் தேவையைப் பூர்த்தி செய்யும் அளவுக்கே இருந்திருக்கின்றது. மேலும், டச்சுக்காரர் தமக்குத் தேவையான அரிசியையும் மட்டக்களப்பிலிருந்து திறையாகப் பெற்றனர். 1682 இல், மேற்படி இரு பிரதேசங்களிலும் 15,830 பறை நெல் அறுவடை செய்யப்பட்டது. அதில் 4,500 பறை நெல்லை டச்சுக்காரர் திறையாகப் பெற்றுக் கொழும்புக்கு ஏற்றியிருக்கின்றார்கள்.[160] வன்னிப் பிரதேசங்கள்போல, திருகோணமலை, மட்டக்களப்புப் பிரதேசங்களும் மழை இன்மையால், அடிக்கடி வரட்சிக்குள்ளாவதால், நெல் உற்பத்தி பாதிக்கப்பட்டன. இவை தவிர, டச்சுக்காரர் ஆட்சிக்காலத்தில் வியாபாரம் செழிப்படைந்து காணப்பட்டதால், உள்ளூர்த் தமிழ் விவசாயிகளும், முஸ்லிம் விவசாயிகளும் நெல் உற்பத்தியைக் கைவிட்டு வியாபாரத்தில் நாட்டம் கொண்டனர். இதன் விளைவாகவும் நெல் உற்பத்தி மேற்படி பிரதேசங்களில் வீழ்ச்சியடைந்து கொண்டு போகும் நிலைமை காணப்பட்டது.[161] ஆனால், டச்சு நிர்வாகம், தமிழ்ப் பிரதேசங்களிலுள்ள பாழடைந்த குளங்களைத் திருத்தியமைத்து, நெல் உற்பத்தியைப் பெருக்குவதில் எதுவித அக்கறையையும் பெரிதாகக் காட்டவில்லை. பதிலாக, அரிசித் தட்டுப்பாட்டை ஒழிப்பதற்கு இந்தியாவிலிருந்து அரிசியை இறக்குமதி செய்தது. பாரிய செலவுகளைச் செய்து, உற்பத்தியைப் பெருக்கி, உள்நாட்டுப் பொருளாதாரத்திற் தன்னிறைவு அடையச் செய்வதற்கான எந்த நடவடிக்கைகளுக்கும் டச்சு அரசாங்கம் ஒருபோதும் தயாராக இருந்திருக்கவில்லை எனத் தெரிகிறது. உள்நாட்டில் உள்ளவற்றை எப்படித் தாம் சூறையாடலாம் என்பதிலேயே அவர்கள் கண்ணும் கருத்துமாக இருந்திருக்கின்றனர் என்பதனை மேற்படி நிலைமைகள் தெட்டத் தெளிவாகக் காட்டி நிற்கின்றன.

ஏற்கெனவே, பனைமரங்கள் இந்தியாவுக்கு ஏற்றப்பட்டமை பற்றிக் குறிப்பிடப் பட்டது. ஆண் பனைகள் மட்டுமே முதலில் வெட்டப்பட்டு ஏற்றுமதி செய்யப்பட்டது. பெண் பனைகளை வெட்டுவதை டச்சு அரசாங்கம் தடை செய்திருந்தது. அவற்றை வெட்டுவதனால் உள்ளூர் மக்களின் அன்றாட உணவுக்குத் தட்டுப்பாடு ஏற்படும் என்பதன் பொருட்டே அவர்கள் பெண் பனைகளை வெட்டுவதற்குத் தடை போட்டிருந்தனர். ஆனால் 1704 ம் ஆண்டு அறிக்கையின்படி, பெண் பனைகளும் வெட்டப்பட்டு ஏற்றுமதி செய்ய அனுமதிக்கப்பட்டது.[162] பனை மரங்கள் பரவலாக வெட்டப்படுவதன் மூலம், பனை மரங்களுக்கு விதிக்கப்பட்ட வரியைப் பெறமுடியாமற் போய்விடும் என்பதனாலேயே முதலில் டச்சுக்காரர் பெண் பனைகளை வெட்ட வேண்டாம் எனச் சட்டம் இயற்றினரோ என மேற்படி நிகழ்வு சந்தேகங்களை எழுப்புகின்றது. மட்டக்களப்பு, திருகோணமலை, வன்னிப் பிரதேசங்களிலிருந்து வெட்டப்பட்ட நல்ல தரமான கருங்காலி, முதிரை மரங்களை பற்றேவியா, நெதர்லாந்து நாடுகளுக்கு டச்சுக்காரர் அனுப்பியிருக்கின்றனர்.[163] 1669 களில் வான் கோன்ஸ் 100 குடும்பங்களை இந்தியாவிலிருந்து கொண்டு வந்து மேற்படி மரங்கள் வெட்டும் வேலையில் ஈடுபட வைத்துள்ளார்.[164] மேலும், கட்டிடங்கள் கட்டுவதற்கும், கப்பல்கள் கட்டுவதற்கும் தேவையான மரப் பலகைகளை அதிக செலவின்றிப் பெறுவதற்காக, வான் கோன்ஸ் மட்டக்களப்பில் மர அரியும் ஆலை ஒன்றை 1678 ம் ஆண்டில் நிறுவியிருக்கின்றார்.[165] அத்தோடு யாழ்ப்பாணத்தில் ஒரு வெடிமருந்து

ஆலையை நிறுவி வங்காளத்திலிருந்து கந்தகம் (sulphur) இறக்குமதி செய்யப்பட்டு, வெடிமருந்து தயாரிக்கப்பட்டது. இதற்கான காரணம், மேற்படி பிரதேசங்களில் நல்ல கரியைத் தரும் காட்டு மரங்கள் தாராளமாகக் கிடைக்கப் பெற்றமையாகும். இம் மரங்களை எரித்துப் பெற்ற கரி வெடிமருந்து உற்பத்தி செய்யும் ஆலையை இயக்கப் பயன்பட்டது.[166] இதன்மூலம், வெளிநாட்டிலிருந்து இறக்குமதி செய்யப்படும் வெடி மருந்துக்கான செலவைத் தவிர்த்திருக்கின்றனர். அதற்காகத் தமிழ்ப் பிரதேசங்களின் இயற்கை வளங்களை அழித்திருக்கின்றார்கள்.

போத்துக்கீசர் ஆட்சிக் காலத்திற் தோம்புப் பதிவேடு மிகவும் ஒழுங்காகச் செய்யப்பட்டு, அதன் மூலம் மக்களிடமிருந்து வரி அறவிடப்பட்டது. டச்சுக்காரர் ஆட்சியின்போது, அத் தோம்பு எரிக்கப்பட்டபோதும், அதன், போறல் (Foral) என அழைக்கப்படும் சுருங்கிய வடிவம் அவர்களுக்குக் கிடைக்கப்பெற்றது. அதனை அடிப்படையாகக் கொண்டு, டச்சுக்காரர் யாழ்ப்பாணக் குடாநாட்டிலுள்ள அத்தனை கிராமங்களையும் உள்ளடக்கி, 1674 இல் தோம்புப் பதிவேட்டை மிகவும் சீராகத் தயாரித்தார்கள்.[167] அதன் உதவியுடன் பல்வேறுபட்ட வரிகளை தமிழ் மக்களிட மிருந்து அறவிட்டனர். ஆனால், வன்னி, மட்டக்களப்பு, திருகோணமலைப் பிரதேசங் களில் இவ்வாறான தோம்பு பதிவேடு தயாரிக்கப்படவில்லை.

டச்சுக்காரரினால் விதிக்கப்பட்ட ஆள்வரியில் (personal tax) மிகவும் முக்கிய மானது தலைவரியாகும் (Poll-tax). இவ்வரி, இலங்கையிலுள்ள வயதுவந்த ஆண்கள் ஒவ்வொருவருக்கும் பொதுவாக விதிக்கப்பட்டு, இதன் மூலம் அதிக பணத்தை டச்சுக்காரர் பெற்றனர். ஒவ்வொருவரும் மூன்று பணங்களை வரியாகச் செலுத்த வேண்டியிருந்தது. வியாபாரிகளும், கலை வல்லுனரும் வருடமொன்றுக்கு ஆறு பணங்கள் வரியாகக் கொடுக்க வேண்டியிருந்தது. ஏழைகளுக்கும், செல்வந்தர் களுக்கும் தலைவரி ஒரே அளவிற்தான் விதிக்கப்பட்டது. யாழ்ப் பாணத்திற் 1677 இல் தோம்பு புதுப்பிக்கப்பட்டபோது, தலைவரி எட்டுப் பணங்களாக உயர்த்தப் பட்டது.[168] இவ் வரி மீண்டும் 1688 இல் உயர்த்தப்பட்டபோது, யாழ்ப்பாணக் குடா நாட்டு மக்கள் பெரும் எதிர்ப்பைத் தெரிவித்ததன் விளைவாக, தலைவரி மீண்டும் மூன்று பணங்களாகக் குறைக்கப்பட்டது.[169]

அடுத்த முக்கியமான ஆள்வரியாக, தொழில்வரி காணப்பட்டது. தனிப்பட்ட வர்களின் தொழில்சார் அடிப்படையில் அல்லது சாதி அடிப்படையில் இவ் வரி விதிக்கப்பட்டது. தோம்புப் பதிவேட்டிற் பெயர் பதியப்பட்ட அத்தனை பேர்களிடமிருந்தும், 1696 களிலிருந்து இவ் வரி அறவிடப்பட்டது.[170] அதிகாரி வரியானது (Adigari tax), உயர் சாதியிலுள்ள அதிகாரிகளுக்கு அவர்களின் அந்தஸ்தின் பொருட்டு விதிக்கப்பட்ட வரியாகக் காணப்படுகின்றது.[171] இவ்வாறான ஆள்வரியுடன், தனிப்பட்ட ஊழியர் வரியும் விதிக்கப்பட்டது. ஒரு வருடத்திற் பன்னிரண்டு நாட்களுக்கு அரசாங்கத்திற்கு இலவசமாக வேலை செய்ய வேண்டிய தற்கான வரியாக இது காணப்பட்டது. இவ்வாறாக ஊழியம் செய்ய விரும்பாதவர்கள், வருடமொன்றுக்குப் பன்னிரண்டு பணங்களை (Fanams) வரியாகச் செலுத்த வேண்டும். இவ்வாறு செலுத்தப்பட்ட பணத்தின் தொகை, பதினெட்டாம் நூற்றாண்டில் 75,000 புளோறின்களாகக் (Florins) காணப்பட்டிருக்கின்றது.[172] பொதுவாக உயர் சாதியினர், வியாபாரிகள் தாம் பன்னிரண்டு நாட்கள் இலவச வேலை செய்வதைத்

தவிர்த்து, அதற்குரிய பணத்தை வரியாகச் செலுத்தினர்.[173] இந்த ஊழிய சேவை மிகவும் தீவிரமாக நடைமுறைப்படுத்தப் பட்டது. பலவேறு வகையான கட்டிட வேலைகள், திருத்த வேலைகள், வீதிபோடுதல், கோட்டை கட்டுதல், வீதித்தடைகள் கட்டுதல், கிறிஸ்தவ ஆலயங்களைக் கட்டுதல், அரச காணிகளைப் பண்படுத்துதல் போன்ற வேலைகளுக்கு மனிதபலம் தேவைப்பட்டது என்பதே இதற்கு அடிப்படைக் காரணம். டச்சுக்காரர் இவ் வேலைகளுக்குத் தமது வருமானத்திலிருந்து செலவிட விரும்பவில்லை. ஊழிய சேவையைக் கட்டாய சேவையாக்கித் தமது வேலைத் திட்டங்களை இலவசமாகச் செய்து முடித்தார்கள்.[174]

இவ்வாறான ஆள்வரியை விட, மேலும் நிலங்களுக்கும், அதில் விளையும் பொருட்களுக்கும் வரி அறவிடப்பட்டது. தோம்பு அறிக்கையிலிருந்து, நிலங்களின் விபரங்கள் யாவும் திரட்டப்பட்டு, வரி அறவிடப்பட்டது. புதிய தோம்பு தயாரிக்கப்பட்டு, அத் தோம்பு பின்னர் 1677 இல் புதுப்பிக்கப்பட்ட பொழுது, அதனூடாகப் பெற்ற நிலவரி வருமானம், சுமார் 70,000 புளோறின்கள் (Florins) ஆகக் காணப்பட்டது.[175] மேலும், இந் நிலவரியைவிட, அந் நிலங்களில் உற்பத்தியாகும் உற்பத்திப் பொருட் களுக்கும், பழ மரங்களுக்கும் வரி விதிக்கப்பட்டது. அவ்வாறான உற்பத்திகளும், மரங்களும் கணக்கிடப்பட்டு அவற்றிற்குரிய வரித்தொகை, நிலவரியுடன் சேர்த்துக் காணி உரிமையாளரிடமிருந்து அறவிடப்பட்டது. இவற்றைவிட, தானிய வரியும் அறவிடப்பட்டது. நெல், பயறு, உழுந்து, எள்ளு, கொள்ளு, குரக்கன் போன்ற தானியங்களுக்கு வரி விதிக்கப்பட்டது. ஏற்கெனவே நிலவரி விதிக்கப்பட்ட போதும், மேலும் தானியவரி விதிப்பது, மேலதிகச் சுமையென விவசாயிகள் எதிர்ப்புக் காட்டியபோதும், இவ் வரி நடைமுறைப் படுத்தப்பட்டது. இவ் வரிக் கொடுமைகளைத் தாங்க முடியாத யாழ்ப்பாண விவசாயிகளும், சிறுகாணிச் சொந்தக்காரரும் யாழ்ப்பாணப் பிரதேசத்தைவிட்டு நிரந்தரமாக வன்னிப் பிரதேசத்துக்குச் சென்று வாழ்ந்ததாக டச்சு அறிக்கைகளிலிருந்து தெரிய வருகின்றது. வன்னியில், டச்சுக் காரருக்குப் பலத்த சவாலாக இருந்த கைலாயா வன்னியன் மேற்படி மக்களுக்கு ஆதரவு வழங்கி, நிலம் வழங்கி, அவர்களை டச்சுக்காரரின் அநீதியான வரியிறுப் பிலிருந்தும், வறுமையிலிருந்தும் காப்பாற்றி யிருக்கின்றான்.[176]

பல அடிமைகளை இந்தியாவில் விலைக்கு வாங்கி இலங்கைக்குக் கொண்டு வந்து, அவர்களுக்கு உணவும், உறைவிடமும், உடையும் கொடுத்த டச்சுக் காரர் அவர்களிடம் இலவசமாக வேலை வாங்கினார்கள். டச்சுக்காரர் விலைக்கு வாங்கிய அடிமைகளைவிட, யாழ்ப்பாணப் பிரதேச செல்வந்தர்கள், காணிச் சொந்தக்காரர் ஆகியோர் வாங்கிய அடிமைகளின் எண்ணிக்கை அதிகமாக இருந்திருப்பதைக் காணமுடிகிறது.[177] 1694 - 1696 காலப் பகுதிகளில் மட்டும் தனிப்பட்டவர்களினால் இறக்குமதி செய்யப்பட்ட அடிமைகளின் தொகை 3,589 ஆகக் காணப்படுகின்றது. ஓர் அடிமையை இறக்குமதி செய்யும்போது 11 (Fanams) பணங்கள் அல்லது இரண்டே கால் புளோறின்களை (Florins) அரசாங்கத்திற்கு இறக்குமதி வரியாகச் செலுத்த வேண்டியிருந்தது.[178] இவ்வாறு தனிப்பட்ட செல்வந்தர்களினால் இறக்குமதி செய்யப்பட்ட அடிமைகள், அவர்களின் எசமானரின் காணிகளில் வேலைக்கு அமர்த்தப்பட்டார்கள். அவர்களுக்கு எதுவிதச் சம்பளமும் கொடுக்கப்படவில்லை. உணவு, உடை, உறையுள் என்பனவே வழங்கப்பட்டன. அத்தோடு, ஊழிய சேவைக்குப்

போகவிரும்பாத, அல்லது அதற்கான வரியைச் செலுத்த விரும்பாத மேற்படி எசமானர், தமது அடிமைகளைத் தமக்காக அரச ஊழிய சேவைக்கு அனுப்பி அதிக பணத்தை மிச்சம் பிடித்திருக்கின்றார்கள். அடிமை இறக்குமதியை டச்சுக்காரர் மேலும் ஊக்கப்படுத்தியவர்களாகக் காணப்படுகின்றனர். இதன் மூலம் அவர்கள் இலவச ஊழிய சேவையைக் கூடுதலாகப் பெறக்கூடியதாகவும், அதிக வரிப் பணத்தைப் பெறக்கூடியதாவும் இருந்திருப்பதைப் புள்ளிவிபரங்களின் மூலம் அறியக்கூடியதாக உள்ளது. டச்சுக்காரர் சகல உள்ளூர் உற்பத்திகளிலிருந்தும், திறைகள் மூல மாகவும், வரிகள் மூலமாகவும் அதிக வருமானத்தைப் பெற்றனர். இந் நிலைமை தமிழ்ப் பிரதேச மக்களைப் பொருளாதார ரீதியாக நலிவுறச் செய்திருக்கும். யாழ்ப்பாணப் பிரதேச மக்கள் தங்கள் தோட்டங்களில் விளைந்த மரக்கறி வகைகள், பழ வகைகள், நெல், குரக்கன், எள், பயறு போன்ற சிறுதானிய உற்பத்திகள், பனை மரத்திலிருந்து கிடைக்கப்பெற்ற பல்வேறு உணவுப் பொருட்கள், கடலிலிருந்து பிடிக்கப்பட்ட மீன்கள் போன்றவற்றின் மூலம் தமது வாழ்க்கையின் சுயதேவைகளைப் பூர்த்திசெய்து வாழந்திருக்கின்றனர் என்பதனை பல்வேறு டச்சு ஆவணங்கள் வெளிப்படுத்துகின்றன. வன்னி, திருகோணமலை, மட்டக்களப்புப் பிரதேச மக்களும் மேற்படி சிறுதானிய உற்பத்திப் பொருட்களிலிருந்து கிடைக்கப் பெற்ற சிறிய வருமானம் மற்றும், தேன், தேங்காய், பாக்குப் போன்றவற்றை தென்னிந்திய வியாபாரி களுக்கு விற்றுக் கிடைத்த சிறிய வருமானத்தைக் கொண்டு சாதாரண வாழ்க்கை நடத்தியிருக்கின்றனர் என்பதனை உணரமுடிகின்றது.[179] சதாரண மக்கள் வாழ்க்கையில் எதுவித பொருளாதார அபிவிருத்தியையும் அடையாது வறியவர் களாகவே வாழ்ந்திருப்பது இதன் மூலம் நிதர்சனமாகிறது. டச்சு அரசாங்கத்தில் உயர் பதவிகளிலிருந்த முதலியார், திசாவ, விதானை போன்றவர்களும், வியாபார முயற்சிகளில் ஈடுபட்ட வர்த்தகரும், அரச பரம்பரையினரும், நிலச் சொந்தக்காரரும் அதிக செல்வாக்கைப் பெறும் வாய்ப்பை டச்சுக்கார ஆட்சியின்போது பெற்று, வசதி படைத்தவர்களாகவே வாழ்ந்திருக்கின்றனர் என்பதனைப் பல்வேறுபட்ட டச்சு ஆவணங்கள் வெளிப்படுத்துகிறன.

இச் சந்தர்ப்பத்தில், மேற்படி வர்த்தகம் மூலமாகவும், பல்வேறுபட்ட வரிகள் மூலமும் டச்சுக்காரர் பெற்ற வருமானங்களை, சில உதாரணங்கள் மூலம் நோக்கும்போது, எவ்வாறு அவர்கள் தமிழ்ப் பிரதேசங்களிலுள்ள சகல செல்வங் களையும் சுருட்டி எடுத்துச் சென்று, அப் பிரதேச மக்களை வறுமைக்குள் தள்ளியிருக்கின்றனர் என்பதனை ஓரளவு அறியமுடியும்.

வியாபாரத்தின் மூலம் டச்சுக்காரர் 1681 ம் ஆண்டிலும், 1682 ம் ஆண்டிலும் யாழ்ப்பாணம், மன்னார், கற்பிட்டி, மட்டக்களப்பு, திருகோணமலை ஆகிய பிரதேசங் களிலிருந்து எவ்வளவு வருமானத்தை பெற்றிருக்கின்றார்கள் என்பதனை 1683 ம் ஆண்டு டச்சுக்கார அறிக்கையின், கீழ்வரும் அட்டவணை தெளிவாக எடுத்துக் காட்டுகின்றது. அத்தோடு பல்வேறுபட்ட வரிகள் மூலமாகவும் எவ்வளவு வருமானத்தைப் பெற்றிருக்கின்றார்கள் என்பதனையும் அதே ஆண்டு அறிக்கை மூலம் அறியமுடிகிறது.[180]

வியாபாரத்திலிருந்து பெற்ற இலாபம் 1681 -1682

பிரதேசம்	1681 புளொறின்களில்	1682 புளொறின்களில்
யாழ்ப்பாணம்	35423.17	40074.09
மன்னார்	4666.12	5572.03
கற்பிட்டி	26766.14	26684.07
மட்டக்களப்பு	15063.14	12102.14
திருகோணமலை	11198.08	12973.12

வரிகள், திறைகள் என்பனவற்றினால் பெற்ற வருமானம் 1681 -1682

பிரதேசம்	1681 புளொறின்களில்	1682 புளொறின்களில்
யாழ்ப்பாணம்	148251.09	152936.09
மன்னார்	8775.10	8279.17
மட்டக்களப்பு	2084.44	3209.08
திருகோணமலை	1591.09	1871.16

மேலும், 1686 ம் ஆண்டு டச்சு அறிக்கையொன்றில் இருந்து, அவர்கள் யாழ்ப்பாணம், மட்டக்களப்பு, கற்பிட்டிப் பிரதேசங்களில் எவ்வளவு வருமானம் பெற்றிருக்கின்றார்கள் என்றும், எவ்வளவு செலவு செய்திருக்கின்றார்கள் என்றும் அறிய முடிகிறது. திருகோணமலை, மன்னார் ஆகிய இடங்களில் ஏற்பட்ட செலவு விபரங்களை அறியமுடியவில்லை.[181]

செலவுகளும், வருமானங்களும்

இடம்	செலவுகள் (புளொறின்களில்)		வருமானம் (புளொறின்களில்)	
	1685	1686	1685	1686
யாழ்ப்பாணம்	143673.9	158568.16	253163.01	223257.17
மட்டக்களப்பு	91544.10	83169.05	4725.07	7133.10
கற்பிட்டி	17974.19	18755.06	24819.10	3583.41

மேற்படி வருமானங்களும், செலவுகளும் டச்சுக்காரரின் ஆட்சி தொடங்கி, சுமார் 20 வருட காலத்தின் பின்னர் காணப்படுகின்ற புள்ளி விபரங்களாகும். வர்த்தக அதிகரிப்புக்களும், உற்பத்திகளின் பெருக்கமும், சனத்தொகை அதிகரிப்பு என்பவற்றின் காரணமாகப் பதினேழாம் நூற்றாண்டின் இறுதிப் பாகத்திலும், பதினெட்டாம்

நூற்றாண்டிலும், மேற்படி வருமானங்களும், இலாபங்களும் நிச்சயமாக அதிகளவு அதிகரித்திருக்கும். டச்சுக்காரரின் சிக்கனத்தால் நிர்வாகச் செலவீனங்கள் அவ்வள வாக அதிகரித்திருக்க மாட்டாது. ஏனெனில், கண்டி மன்னன் இராசசிங்கனின் மரணத் திற்குப் பின்னர், டச்சுக்காரருக்குத் தென்னிலங்கையில் எதிர்ப்புக்கள் இருந்திருக்க வில்லை. மட்டக்களப்பு, திருகோணமலை, புத்தளம், கற்பிட்டிப் பிரதேசங்களிலும் டச்சுக்காரருக்கு எதிர்ப்புக்கள் இருக்கவில்லை. யாழ்ப்பாணப் பிரதேசமும், வன்னிப் பிரதேசமும் பதினேழாம் நூற்றாண்டின் நடுப்பகுதியிலிருந்தே டச்சுக்காரரின் மேலாண் மையை ஏற்றிருந்ததனால், அங்கும் அவர்களது ஆட்சி அமைதியாக நடைபெற் றிருந்தது. இவ்வாறான நிலைமைகள் டச்சுக்காரரின் இராணுவச் செலவை நிச்சய மாகக் குறைத்திருக்கும். அத்தோடு, தமிழ்ப் பிரதேசங்களிற் கிறிஸ்தவ மிசனரிப் பாட சாலைகளில் கல்விகற்ற இளந் தலைமுறையினர் டச்சு நிர்வாகப் பதவிகளில் அமர்த்தப்பட்டிருப்பார்கள். இதனாற் குறைந்த சம்பளத்தில் உள்ளூரில் படித்த இளைஞர்கள் வேலைக்கு அமர்த்தப்பட்டிருப்பார்கள். இதனாலும் டச்சுக்காரர் பெரு மளவு பணத்தைச் சம்பாதித்திருப்பார்கள். அவர்கள் வர்த்தகத்தினாலும், வரிகளாலும் பெற்ற அதிக வருமானத்திலிருந்து குறைந்த தொகையையே செலவு செய்திருப் பார்கள். மேலும், மட்டக்களப்பு, திருகோணமலை, மன்னார், கற்பிட்டிப் பிரதேசங் களிலிருந்து வியாபாரத்தின் மூலம் அதிகளவு வருமானத்தை டச்சுக்காரர் பெற்றிருக் கின்றார்கள் என்பது மேற்படி புள்ளிவிபரங்கள் மூலம் தெரியவருகிறது. ஆனால், வரிகள் மூலம் கிடைக்கப்பெற்ற வருமானம் மிகக் குறைவாகவே காணப்படுகின்றது. இதற்குக் காரணம், மேற்படி காலகட்டத்திற் டச்சுக்கார் கண்டி அரசனுடன் போர்களில் ஈடுபட்டுக் கொண்டிருந்ததன் விளைவாக, மட்டக்களப்பு, திருகோண மலை, கற்பிட்டிப் பிரதேசங்களில் முழுமையாகத் தமது நிர்வாக அமைப்பு முறை களை அமுல் நடத்த முடியாமற் போய்விட்டதேயாகும். ஏனெனில், டச்சுக்காரர் மேற்படி பிரதேசங்களின் துறைமுகப் பகுதிகளைத்தான் தமது கட்டுப்பாட்டில் வைத்திருந்தனர். பரவலாக இப் பிரதேசங்களில் அவர்களது ஆதிக்கம் ஏற்படவில்லை. இதனாற்றான் வரி சம்பந்தமான வருமானம் மிகவும் குறைந்து காணப படுகின்றது. ஆனால், மேற்படி துறைமுகத்தினூடாக, அதிகளவு வர்த்தக நடவடிக் கைகள் மேற்கொள்ளப்பட்டதன் விளைவாக, அவற்றிலிருந்து கூடிய வருமானத்தைப் பெறமுடிந்தது.

ஆனால், யாழ்ப்பாணப் பிரதேசத்தின் நிலைமை முற்றிலும் வித்தியாசமாக இருப்பதை மேற்படி புள்ளிவிபரங்கள் காட்டி நிற்கின்றன. டச்சுக்காரர் 1658 இல் யாழ்ப்பாணத்தைக் கைப்பற்றிய நிலையில், போத்துக்கீசர் நடைமுறைப்படுத்திய நிர்வாக அமைப்பு முறையையே தொடர்ந்தும் கடைப்பிடித்தார்கள். உள்ளூர் அதிகாரிகளின் உதவியுடன் நிர்வாகக் கட்டமைப்பு சீரமைக்கப்பட்டு, தோம்புப் பதிவேடும் பூர்த்தியாக்கப்பட்டது. அத்தோடு யாழ்ப்பாணப் பிரதேசம் அதிகளவு சனத்தொகையைக் கொண்டு காணப்பட்டதன் விளைவாக, வியாபாரம் மிகவும் விறுவிறுப்பாக நடைபெற்றது. பல்வேறுபட்ட வரி முறைகளையும் உடனடியாக அமுல்படுத்தி மக்களிடமிருந்து அதிகளவு பணத்தைப் பெற அவர்களால் முடிந்தது. இதன் விளைவாக மேற்படி காலகட்டத்திற் யாழ்ப்பாணப் பிரதேசத்தின் வருமானம், ஏனைய தமிழ்ப் பிரதேசங்களைவிடப் பன்மடங்கு அதிகரித்துக் காணப்பட்டது. அதேவேளையிற் செலவும் வருமானத்துடன் ஒப்பிடும்போது பெருமளவு குறைந்து

காணப்பட்டது. சுருங்கக் கூறின், அதிகளவு சனத்தொகையையும், அதிகளவு நிலப்பரப்பையும் கொண்டு காணப்பட்ட கொழும்பு, காலிப் பிரதேசங்களிலிருந்து கிடைத்த வருமானத்தைவிட, யாழ்ப்பாணப் பிரதேசத்திலிருந்து கிடைத்த வருமானம், பன்மடங்கு உயர்ந்து காணப்பட்டது. அத்தோடு கொழும்பு, காலி போன்ற இடங்களில் வருமானத்தைவிடச் செலவினங்கள் இக் காலகட்டத்திற் அதிகரித்துக் காணப் பட்டன. யாழ்ப்பாணப் பிரதேசத்தின் வருமானம் பன்மடங்கு உயர்ந்தும், செல வினங்கள் குறைந்தும் காணப்பட்டு டச்சுக்காரரின் நிகர வருமானம் மிகையாகக் காணப்பட்டது. அத்தோடு, யாழ்ப்பாணப் பிரதேசத்திலிருந்து கிடைத்த நிகர வருமா னத்தின் மூலந்தான் டச்சுக்காரர் தமது நிதிப் பற்றாக்குறையை ஈடு செய்திருப்பதாக டச்சு ஆவணங்களிலிருந்தும், புள்ளி விபரங்களிலிருந்தும் தெளிவாகத் தெரிய வருகின்றது. சுருங்கக் கூறின், தமிழ்ப் பிரதேசங்களினூடாக நடைபெற்ற வர்த்தக நடவடிக்கைகளை டச்சுக்காரர் தமது ஏகபோக வர்த்தக உரிமைக் கொள்கையாக நடைமுறைப்படுத்தி, அதனால் கிடைக்கப்பெற்ற முழு இலாபத்தையும் தமதாக்கிப் பெருமளவு செல்வத்தைக் குவித்திருக்கின்றார்கள். தமிழ்ப் பிரதேசங்களிலுள்ள காணிகளிற் கணிசமான அளவினை அரச காணிகளாகப் பிரகடனப்படுத்தி, அவற்றை விற்று, எதுவித முதலும் இல்லாமல் நிகர இலாபம் பெற்றிருக்கின்றார்கள். தமிழ்ப் பிரதேசங்களில், நிலவரி, உற்பத்தி வரி, தானிய வரி, தலைவரி, ஆள்வரி, தொழில்வரி, அதிகாரிவரி என்பன போன்ற வரிகளை அறிமுகப்படுத்தி அதிக வருமானம் பெற்றிருக்கின்றார்கள். ஊழியம் எனும் இலவச வேலை வாங்கும் திட்டத்தைப் பயன்படுத்தி, தமக்கு வேண்டிய வேலைகள் யாவற்றையும் எதுவித செலவுமின்றி இலவசமாகச் செய்து முடித்திருக்கின்றார்கள். ஒட்டுமொத்தத்திற், தமிழ்ப் பிரதேசங்களிலுள்ள வளங்கள் அத்தனையும், டச்சுக்காரரின் நலன் களுக்காகப் பயன்படுத்தப்பட்டதுடன் அவர்களது செல்வத்துக்கும் அடிப்படை யானது. பல்வேறுபட்ட வரிகள் என்ற பேரில் தமிழ்ப் பிரதேச மக்களை மிகவும் கச்சிதமாகச் சுரண்டியிருக்கின்றார்கள் என்பதனையே மேற்படி ஆய்வும், புள்ளி விபரங்களும் தெளிவாகக் காட்டி நிற்கின்றன. குறிப்பாக யாழ்ப்பாணப் பிரதேசமும், அப் பிரதேச மக்களுமே இவ்விதத்திற் பாரதூரமாகப் பாதிக்கப்பட்வர்கள் என்ப தனையும் மேற்படி ஆய்வும், புள்ளிவிபரங்களும் காட்டுகின்றன. இறுதியாக இலங்கையின் கடைசித் தேசாதிபதி, வன்டர் கிறேப் (Vander Graef) அவர்களின் 1794 ற்கான ஆண்டு இறுதி ஆண்டறிக்கையிற் கூறப்பட்ட ஒரு முக்கியமான விடயத்தை இங்கு குறிப்பிடுவது மிகவும் பொருத்தமானதாகும்.

> "ஒருகாலம் யாழ்ப்பாணத் தீபகற்பத்து மக்களில் அனேகமானோர் மிகச் சிறந்த நிலையில் வாழ்ந்தனர். ஆனால் இன்று அவர்களில் அனேகமானோர் மேலும் மேலும் வறியவர்களாகின்றனர்."[182]

தமிழ்ப் பிரதேசமும், தமிழ் மக்களும் டச்சுக்காரினால் எவ்வளவு தூரம் சுரண்டப்பட்டுள்ளனர் என்பதற்கு இதைவிட வேறு என்ன ஆதாரம் வேண்டும்?

குறிப்புகள்

1. S. Arasaratnam, Dutch Power in Ceylon 1650–1687, New Delhi, 1958, p. 79.
2. S. Arasaratnam, Dutch Sovereignty in Ceylon: a Historical Survey of its Problems in *Ceylon Journal of Historical and Social Studies*, Peradeniya, 1958, No.1, p. 106.
3. Ibid., p. 108.
4. S. Arasaratnam, (1938), op.cit., p.2.
5. Ibid., p. 2.
6. Ibid., p. 2.
7. Ibid., p. 2–3.
8. Hague Arch., VOC. 1227. f. 238–246.
9. Hague Arch., VOC. 1226. f. 918.
10. Hague Arch., VOC. 1227. f. 242.
11. Ibid., 1227. ff. 243.
12. Ibid., 1227. ff. 307–308.
13. Queyroz, op.cit., pp. 996–998.
14. Hague Arch., VOC. 1227. Ff. 275–287.
15. Ibid., f. 275.
16. Ibid., f. 276.
17. Ibid., f. 411.
18. Ibid., VOC. 1251. f. 561.
19. Ibid., 1231. ff. 496–497.
20. Ibid., f. 496.
21. Van Goens Memo to Governor General of the 16 Apr. 1658, VOC. 1117. f. 278, Quoted by S. Arasaratnam, 1958, op.cit., p. 8.
22. Directors to Governor General on the 21 Aug. 1660, KA. VOC. 456. f. 620.
23. Knox, Robert, op.cit., pp. 117–119.
24. Van Goens to Governor of General on the 31 July, 1660. (KA), VOC. 1129. f. 1125.
25. S. Arasaratnam, (1958), op.cit., p. 19.
26. Ibid., p. 20.
27. Ibid.,
28. Hague Arch., VOC. Inv. 679. f. 310.
29. S. Arasaratnam, (1958), op.cit., p. 21.
30. Hague Arch., VOC. Inv. 1251. ff. 236–255.
31. Ibid., ff. 236–255.
32. Ibid., Inv. 1256. ff. 1138.
33. Ibid., Inv. 1226. ff. 599–603.
34. Ibid., VOC. Inv. 1274. ff. 212–213.
35. Ibid., Inv. 1174. ff. 212–213.
36. Ibid., Inv. 1251. ff. 266–255.
37. Ibid., Inv. 680. ff. 160–161.
38. Ibid., Inv. 1280. f. 41.
39. Knox, Robert, op.cit., p. 181.
40. S. Arasaratnam, (1958), op.cit., p. 57.
41. Ibid., p.62.
42. Ibid., p. 64.
43. Ibid.,
44. Ibid.,
45. Ibid., p. 65.
46. Ibid., p. 66.

47. Ibid., p. 71.
48. Ibid., p. 90.
49. Ibid., p. 96.
50. Ibid., p. 111.
51. Ibid., p. 112.
52. Memoir of Anthony Paviljeon, Commandeur of Jaffnapatnam to his Successor, Instructions from the Governor General and Council of India to its Governor of Ceylon 1656 to 1665, Transl. Sophia Pieters (Colombo, 1908), p. 108.
53. Memoir by Anthony Mooyaart, 1766, Transl. by Sophia Pieters, (Colombo, 1911), p.16.
54. Hague Arch., VOC. Inv. 1246. f. 19.
55. Ibid., Inv. 1256. f. 461.
56. Ibid., Inv. 1280. ff. 127–244.
57. Ibid., Inv. 1231. f. 1039.
58. Ibid., Inv. 10101. f. 16.
59. Ibid., Inv. 1280. ff. 127–244.
60. Colenbrander, Jan Pieters Coen (Hague, 1934), vi, p. 53.
61. Hague Arch., VOC. Inv. 1396. f. 590.
62. Ibid.,
63. Ibid.,
64. Ibid.,
65. Ibid., Inv. 11. f. 306.
66. Ibid., Inv. 3323.
67. Memoir of Van Govens., op.cit., pp. 20, 48.
68. Hague Arch., op.cit., Inv. 1330. ff. 891–891.
69. Ibid., Inv. 1383. f. 26.
70. Dag Register of Governor Simon's Journey to Jaffna, 17 Apr. 1704, Hague Arch., 1574.
71. Memoir of Rijcklof Van Goens to his Successors, E. Reimers (Trans.) Colombo, 1932, p.42.
72. P. Baldaens, Beschrijving der oost- Indische Kusten, Malabar en Choromandel, Amsterdams, 1672, pp. 159–160.
73. Memoir of Hendrick Zwaardecroon, Commandeur of Jaffnapatham, 1697, Colombo, 1911, p. 25.
74. Batavia Arch., Inv. 535, List of Office Holders among Tamils 7 Aug. 1760.
75. Queyroz, op.cit., Vol.1, p.53.
76. Dag Register of Governor Achreuder's Tour of the Island, 24 July, 1760, Batavia Arch., Inv. 2906.
77. M.D. Raghavan, Tamil Cultures in Ceylon, Colombo, pp. 152–160.
78. Bandeaus, op.cit., pp. 151, 167–172.
79. Ibid., p. 151.
80. Ibid., p. 174.
81. S. Arasaratnam, (1958), op.cit., p. 115.
82. Knox, Robert, op.cit., pp. 187–189.
83. Hague Arch., VOC. Inv. 1231. f. 88.
84. Bandeaus, op.cit., pp. 161–174.
85. Ibid., p. 173.
86. Colonial Arch., Inv. 1147. f. 118, Inv.1204. f. 130.
87. Hague Arch., VOC. Inc. 1246. f. 19.
88. Ibid., Inv. 1266. f. 871.
89. Ibid., Inv. 1280. f. 202.
90. Ibid., Inv. 1745. f. 284.

91. Ibid., Inv. 2456. f. 131.
92. Ibid., Inv. 2878. f. 310.
93. Colonial Arch., Inv. 1147. f. 118.
94. Hague Arch., VOC. Inv. 3110. f. 758.
95. Ibid., Inv. 3352. f. 472.
96. Ibid., Inv. 3434. f. 354.
97. S. Arasaratnam, (1958), op.cit., p. 221.
98. Colonial Arch., Instructions for Pavileon, Commandant of Jaffna, 31 Oct, Inv. 1121. f. 201.
99. Memoir of Van Goens to Vasch, 23 Oct. 1670, Colombo Arch., Inv. 1164. f. 223.
100. J. Van Goor, Jan Komponie as School Master (Groningen, 1978), pp. 38–56.
101. Hague Arch., Inv. 3263. ff. 677–678.
102. Ibid.,
103. Van Goens to the Governor General and Council, Colonial Arch., 16 July, 1658, Inv.1117. f. 287.
104. Baldeaus, op.cit., .p. 174.
105. Hague Arch., VOC. Inv. 1266. f. 4871.
106. Ibid., Inv. 2881. ff. 1139–1144.
107. Ibid., Inv. 2878. ff. 310–312.
108. Ibid., Inv. 3174.
109. Scheuder's Diary of Tour of the 10 June – 8 Sept. 1760, Colonial Arch., Inv.2906.
110. Hague Arch. VOC. Inv. 2878. f. 310.
111. Bandeaus, op.cit., p. 174.
112. Ibid., pp. 190–191.
113. Memoir of Baron Van Furhoff, (Colombo, 1911), p. 63.
114. Hague Arch., VOC. Inv. 1280. f. 71.
115. Ibid., Inv. 1268. ff. 1336–1138, 1668.
116. Ibid., Inv. 1256. ff. 169, 1665.
117. Ibid., Inv. 1256. ff. 446–456, 1665.
118. Ibid., Inv. 1251. ff. 948–954, 1668.
119. Ibid., Inv. 1259. ff. 2802–2825, 1665.
120. Ibid., Inv. 1259. f. 998.
121. Ibid., Inv. 649. f. 315.
122. Governor General and Council to its Governor and Council of Ceylon, 1656–1665, (Colombo, 1908), p. 43.
123. Van Goens to Governor General, 5 Apr. 1661, Colombo Arch., Inv.1124. f. 52.
124. Hague Arch., VOC. Inv. 746. f. 884.
125. Governor General and Council of India to Directors, 26 Nov. 1676, Hague Arch., VOC. Inv. 1204. ff. 163–164.
126. Instruction of Governor General and Council to Governor and Council of Ceylon, 1656 to 1665, p. 67.
127. Hague Arch., VOC. Inv. 2507.
128. Memoir of Hendrick Zwaadekroon, (1697), p. 4.
129. Ibid., p. 97.
130. Hague Arch., VOC. Inv.694. ff. 493, 1679.
131. Ibid., Inv. 553. f. 1732.
132. Schreuder to Van der Graaft, 7 Oct. 1784, Mackenzie Collection, Private, 72,111, (British Library, Oriental and African Studies), London.
133. Ibid.,
134. Memoir of Van der Graaft, 15 July, 1794, Hooge Regeering, VOC. Inc.577.

135. Hague Arch. VOC. Inv. 1837. ff. 1121–1128.
136. Van Dam, Beschryoinge Van de Oostindische Campagnie, S. Gravenhage 1932, Book 2, Part 2, pp. 412–433.
137. Hague Arch., VOC. Inv. 1259. f. 2798.
138. Ibid., Inv. 1259. f. 273.
139. Memoir of joan G'deon Loten, 1757, (Colombo, 1757), p. 41.
140. Hague Arch., VOC. Inv. 698. ff. 477, 1684.
141. Ibid., Inv. 1322. f. 576.
142. Ibid., Inv, 1120. f. 160.
143. Ibid., Inv. 1251. ff. 628–655.
144. Ibid., Inv. 2290. f. 1209.
145. Ibid., Inv. 798. f. 474.
146. Ibid., Inv. 809. f. 926.
147. Ibid., Inv. 1262. ff. 89–90.
148. Ibid., Inv. 1251. ff. 628–655.
149. Ibid., Inv. 2290. f. 1209.
150. Ibid., Inv. 1251. f. 948.
151. Ibid., Inv. 2053. f. 831.
152. Ibid., Inv. 1251. f. 205.
153. Ibid., Inv. 2463. ff. 1933–1936.
154. Ibid., Inv. 1251. ff. 628–655.
155. Ibid., Inv. 2290. f. 1209.
156. Memoir of Julius Steen Van Gollenesse, 1751, ed. By S. Arasaratnam, (Colombo, 1974), pp. 72–73.
157. Hague Arch., op.cit., Inv. 737. f. 226.
158. Ibid., Inv. 1244. f. 81.
159. Ibid., Inv. 770.
160. Ibid., Inv. 1364. f. 15.
161. Ibid., Inv. 1308. f. 113.
162. Ibid., Inv. 2600. f. 783.
163. Ibid., Inv. 753. f. 1183.
164. Ibid., Inv. 1269. f. 1669.
165. Ibid., Inv. 693. f. 283.
166. Ibid., Inv. 764. f. 646.
167. Memoir of Rijcklof Van Goens, 1675, (Colombo, 1932), p. 42.
168. Hague Arch., VOC. Inv. 1213. f. 261.
169. Ibid., Inv. 1322. f. 139.
170. Memoir of Zwaardecroon, 1679, (Colombo, 1911), p. 21.
171. Ibid., pp. 21–23.
172. Memoir of Van de Graaft, 15 July, 1794.
173. Memoir of Zwaardecroon, pp. 22–23.
174. Hague Arch., VOC. Inv. 1539. f. 444.
175. Ibid., Inv. 1213. f. 247.
176. S. Arasaratnam, Trade and Agricultural Economy of the Tamil's of Jaffna during The Second Half of the 19 Century, *Tamil Culture*, Vol.IX, No. 4(1961), pp.10–12.
177. Memoir of Zwaardecroon, pp. 20–21.
178. Ibid., p. 21.
179. Hague Arch., Inv. 1268. f. 1107.
180. Ibid., Inv. 383.

181. Ibid., Inv. 1420. f. 203.
182. Memoir of Van den Graaft, 15 July, 1794.

அத்தியாயம் ஏழு

பிரித்தானியரின் ஆரம்ப ஆட்சிக்காலமும், தமிழரும் (கி.பி. 1796 – கி.பி. 1850)

பதினாறாம் நூற்றாண்டில் ஆசியாவில் போத்துக்கீசருடன் தொடங்கிய ஐரோப்பிய ஏகாதிபத்தியம் பதினேழாம் நூற்றாண்டில் ஒல்லாந்தர் ஆதிக்கப் படர்ச்சியுடன் மேலும் ஒருபடி உயர்ந்து, பதினெட்டாம் நூற்றாண்டில் இன்னொரு புதிய கட்டத்தை அடைந்தது. புதிய ஐரோப்பிய வல்லரசுகளாகிய பிரித்தானியாவும், பிரான்சும் பதினேழாம் நூற்றாண்டில் ஆசியாவில் தத்தம் ஆதிக்கத்தைப் பரப்பத் தொடங்கின. போர்த்துக்கீசப் பேரரசும், ஒல்லாந்தப் பேரரசும் ஆசியாவில் வலுவிழக்கத் தொடங்கியதாலும், இந்தியப் பேரரசாகிய மொகலாயப் பேரரசு வீழ்ச்சியடையத் தொடங்கியதாலும், தென்னாசியாவில் ஒரு புதிய வல்லரசு எழுச்சிபெற வாய்ப்பு ஏற்பட்டது. இவ் வாய்ப்பினைப் பயன்படுத்த பிரித்தானியாவும், பிரான்சும் போட்டியிட்டன. தென்னாசியாவின் எதிர்காலம் மட்டுமன்றி, உலகின் எதிர்காலமே இப் போட்டியின் முடிவிற் தங்கியிருந்தது.

இந்த இரண்டு ஐரோப்பிய வல்லரசுகளுக்கிடையில் தோன்றிய போட்டியில் பிரித்தானியா வெற்றி பெறாது பிரான்ஸ் வெற்றி பெற்றிருந்தால் இன்று ஆசியாவில் ஆங்கில மொழியும், ஆங்கிலப் பாராளுமன்ற ஆட்சி முறையும் மேலோங்கியிருக்கமாட்டா. அது மட்டுமன்றி, உலகில் இன்று ஆங்கில மொழியும், ஆங்கிலேய அமைப்புக்களின் அடிப்படையில் எழுந்த அமெரிக்க ஆதிக்கமும்

இல்லாத ஒரு நிலை தோன்றியிருக்கும் என்று கூறக்கூடிய அளவுக்கு உலகின் போக்கு கடந்த மூன்று நூற்றாண்டுகளிலும் வேறாக அமைந்திருக்கும். சுருங்கக் கூறின், இன்றைய உலகில் ஆதிக்கம் பெற்றுள்ள சக்திகள் அவ்வாறான நிலைமையுற்றமைக்குக் காரணம் பிரித்தானியா, பிரான்சுக்கு எதிரான போராட்டத்தில் ஆசியாவிலும், வட அமெரிக்காவிலும் வெற்றி பெற்றதன் விளைவேயாகும்.

பதினெட்டாம் நூற்றாண்டின் நடுப்பகுதியிற் தென்னாசியாவில், அதாவது இந்தியாவையும், இலங்கையையும் உள்ளடக்கிய பிராந்தியத்தில், ஒல்லாந்து, பிரித்தானியா, பிரான்சு ஆகிய மூன்று ஐரோப்பிய வல்லரசுகளும் ஏறக்குறையச் சமமான வலுவுடன் காணப்பட்டன. இலங்கையின் கரையோரப் பிரதேசத்தில் மட்டுமன்றி தமிழ்நாட்டுக் கரையோரத்தில் நாகபட்டினம் போன்ற இடங்களிலும் டச்சுக்காரர் அதிகாரம் பெற்றிருந்தனர். ஆங்கிலேயர் தமிழ்நாட்டின் கரையோரத்திற் சென்னையிலும் (மதராஸ்), மேற்குக் கரையில் பம்பாயிலும் (மும்பாய்), வங்காளக் கரையிற் கல்கத்தாவிலும் (கொல்கத்தா), வேறுசில இடங்களிலும் தங்கள் அதிகார நிலையங்களை அமைத்திருந்தனர். பிரெஞ்சுக்காரர் இந்துசமுத்திரத்தில் மொரிசியஸ் தீவுகளிலும், தமிழ்நாட்டுக் கரையிற் புதுச்சேரி மற்றும் காரைக்கால் போன்ற இடங்களிலும் தங்கள் ஆதிக்கத்தை நிலைநாட்டியிருந்தனர். இக் காலகட்டத்தில் ஐரோப்பாவிற் தோன்றிய அரசியற் பிரச்சனைகளால், ஆங்கிலேயரும் பிரெஞ்சுக்காரரும் ஒருவருக்கொருவர் பகைவராகி விட்டனர். இவர்களுக்கிடையில் சிக்கிய டச்சுக்காரர் பல பிரச்சனைகளை எதிர்நோக்கினர். இவற்றின் தாக்கத்தை இலங்கையிலும், இந்தியாவிலும் பார்க்கமுடிகிறது.

இந்த மூன்று ஐரோப்பிய நாடுகளுக்கிடையில் நடந்த போராட்டத்தின் விளைவாகவே இலங்கையும், இந்தியாவும் பதினெட்டாம் நூற்றாண்டின் இறுதியில் ஆங்கிலேயராட்சிக்கு உட்பட்டன. இப் போராட்டத்திற் திருகோணமலை ஒரு முக்கிய இடத்தைப் பெற்றிருந்தது என்பது குறிப்பிடத் தக்கது. இந்தியாவில் ஆதிக்கம் பெறவிரும்பிய எந்த வல்லரசுக்கும் திருகோணமலைத் துறைமுகம் மிகவும் அத்தியாவசியமானதாக விளங்கியது.

இதனால் டச்சுக்காரரும், பிரித்தானியரும், பிரெஞ்சுக்காரரும் பதினெட்டாம் நூற்றாண்டில் மாறிமாறித் திருகோணமலையைக் கைப் பற்றினர். இதற்காக இலங்கையின் கண்டி மன்னனுடன் நல்லுறவு கொண்டிருப்பதும், இந்த ஐரோப்பிய வல்லரசுகளுக்கு அவசியமானதாக இருந்தது.

இலங்கையின் கரையோரப் பிரதேசம் டச்சுக் காரருடைய ஆட்சிக்கு உட்பட்டிருந்தது.

திருகோணமலை துறைமுகம்

ஆனால் இலங்கையின் மத்திய பகுதியிற் கண்டி அரசு தமிழ்பேசும் நாயக்கர் வம்சத்தின் ஆளுகைக்கு உட்பட்டிருந்தது. கண்டி மன்னனுடன் நல்லுறவு கொண்டிருப்பதற்காக பிரித்தானியர் பல தடவை அவனுக்குத் தூது அனுப்பினர். டச்சுக்காரரும் அவனுடன் உடன்படிக்கை செய்தனர். டச்சுக்காரரை இலங்கையிலிருந்து வெளியேற்ற விரும்பிய கண்டி மன்னன் தன் ஆதரவை பிரித்தானியருக்கு வழங்கினான். இந் நிலையில், ஐரோப்பாவிற் பிரான்சுக்கு எதிரான போராட்டத்தில் பிரித்தானியா வெற்றிபெற, இந்தியாவிலும், இலங்கையிலும் பிரித்தானியரின் ஆதிக்கம் மேலோங்கியது. பதினெட்டாம் நூற்றாண்டு முடிவடையும் காலகட்டத்தில் டச்சுக்காரர் இலங்கையிற் தாம் ஆண்ட நிலப்பகுதியை இழக்க, பிரித்தானியராட்சி தொடங்கியது.

இந்தியாவிலும் பிரெஞ்சுக்காரர் தோல்வியுற்றதன் விளைவாக, பிரித்தானியர் மேலாதிக்கம் எழுந்தது. இதன் விளைவாகப் படிப்படியாக இந்திய அரசுகளை அடக்கிப் பத்தொன்பதாவது நூற்றாண்டின் நடுப்பகுதியில் இந்தியாவில் தங்கள் பேரரசை பிரித்தானியர் நிறுவினர். இலங்கையிற் 1815 இல் கண்டி அசையும் பிரித்தானியர் கைப்பற்றியதன் விளைவாக முழு இலங்கையும் அவர்களது ஆட்சிக்கு உட்பட்டது.

பதினெட்டாம் நூற்றாண்டின் இறுதியில், பிரித்தானியர் டச்சுக்காரரிடமிருந்து இலங்கையைத் தமது கட்டுப்பாட்டினுள் கொண்டு வந்தனர்.[1] ஐரோப்பாவில் டச்சுக்காரர் தொடர்ந்தும் முதன்மைச் சக்தியாக இருந்த நிலை முடிவுக்கு வந்தது. ஐரோப்பாவிலும், கிழக்கிலும் ஏற்பட்ட நிகழ்வுகளினால், அதிக செலவை ஏற்படுத்திய ஐரோப்பிய கூலிப்படைகளைக் கொண்ட, பெரிய இராணுவ அமைப்பு ஒன்றை வைத்திருக்கவேண்டிய அவசியம் டச்சுக்காரருக்கு ஏற்பட்டது. நிதி ஒழுங்குகள் சீர்குலைந்ததுடன், அவர்களுடைய தேசத்து ஊழியர்களின் நடத்தைகூட சீரழிந்ததாகக் காணப்பட்டது. ஆர்வமும், உற்சாகமிக்கவராகவும் ஒருகாலத்தில் இருந்த அவர்கள் இப்போது அந் நிலையில் இருக்கவில்லை. எனவே இலங்கையைத் தங்களது கட்டுப்பாட்டினுள் கொண்டுவருவதற்கு பிரித்தானியருக்கு எதிர்ப்பே இருக்கவில்லை. ஓரளவு எதிர்ப்பை டச்சுக்காரர் காட்டியபோதும், திருகோணமலை 1795 ஆகஸ்ற்றிலும், மட்டக்களப்பு செப்ரெம்பரிலும், யாழ்ப்பாணம் சில நாட்களின் பின்னரும் பிரித்தானியரிடம் வீழ்ச்சியடைந்தன. குறுகிய காலத்தினுள் மன்னாரையும் தம்வசமாக்கிய பிரித்தானியர் கரையோரமாக முன்னேறினர். வழியில் நீர்கொழும்பைத் தமதாக்கி, கொழும்புக்கு அண்மையிலுள்ள களனி கங்கையை 1798 பெப்ரவரியில் கடந்தனர். அதே ஆண்டு பெப்ரவரி 15 ம் திகதியன்று கொழும்பு வீழ்ச்சியடைந்ததோடு இலங்யையில் டச்சுக்காரரின் ஆட்சி முடிவுக்கு வந்தது.[2]

திருகோணமலை, மட்டக்களப்பு, யாழ்ப்பாணம், மன்னார் ஆகிய தமிழ்ப் பிரதேசங்கள் மேற்குறிப்பிட்ட ஆண்டுகளில் பிரித்தானியர்வசம் வீழ்ந்தபோதும், வன்னிப் பெருநிலப் பரப்புப் பிரதேசமும், அவ்வேளையில் வன்னி அரசனாக இருந்த பண்டார வன்னியனும், பிரித்தானியருக்குப் பலத்த எதிர்ப்பைக் கொடுத்தனர். வன்னிப் பிரதேசம், போத்துக்கீசர், டச்சுகக்காரர் ஆகியோரின் ஆட்சியின் மேலாண்மையை ஏற்றிருந்தபோதும், வன்னி அரசர் தொடர்ச்சியாக எதிர்ப்புக் காட்டிய வண்ணமே இருந்தனர் என்பதுபற்றி முன்னர் குறிப்பிடப்பட்டது. அத்தோடு வன்னிப் பிரதேசம்

பரந்த நிலப்பரப்பையும், குறைந்தளவு சனத்தொகையையும், போக்குவரத்து வசதிகளற்ற நிலையையும் கொண்டு இருந்ததன் விளைவாகவும், போத்துக்கீசரும், டச்சுக்காரரும் மேற்படி பிரதேசத்திற் தங்கள் கவனத்தை அவ்வளவாகச் செலுத்த வில்லை. யானைகளை வரியாகப் பெற்றதோடு திருப்தி அடைந்து கொண்டார்கள். இதன் பயனாக, வன்னிச் சிற்றரசர் உள்ளூர் வருமானங்களைப் பெருக்கிப் பலமுள்ள அரசை அமைத்துக் கொண்டார்கள். ஏற்கெனவே பிறிதோர் இடத்திற் குறிப்பிட்டது போன்று, டச்சுக்காரர் ஆட்சிக்காலத்திற் கைலாயவன்னியன் மிகவும் பலத்துடனும், செல்வாக்குடனும் அவர்களுக்கு வரிகொடுக்காது, அவர்களை எதிர்க்கும் அளவுக்கு ஆட்சி செய்திருக்கின்றான். அதேபோன்று வன்னி அரசன் பண்டாரவன்னியனும் மிகவும் பலமும், செல்வாக்குமுள்ள அரசனாகவிருந்து, பிரித்தானிய இராணுவத்தைப் பலமாக எதிர்த்திருக்கின்றான். 1796 இல் பிரித்தானியர் இலங்கை முழுவதையும் கைப்பற்றியதாகவும், 1802 இல் இலங்கை, பிரித்தானியாவின் காலனித்துவ நாடாகப் பிரகடனப்படுத்தப்பட்டதாகக் கருதியபோதும், வன்னியும், கண்டி இராச்சியமும் சுதந்திரப் பிரதேசங்களாகவே இருந்தன. 1803 இல் பண்டாரவன்னியனுக்கும், பிரித்தானிய தளபதி (F. W. Von Drieberg) வொன் டிறிபேக்குக்கும் இடையில் ஏற்பட்ட நேரடி மோதலில் பண்டாரவன்னியன் தோற்கடிக்கப்பட்டான் என்ற செய்தி 1904 - 1905 காலப்பகுதியில் முல்லைத்தீவு உதவி அரசாங்க அதிபராக இருந்த வெஸ்றிங் (R. A. G. Festing) என்பவரால், பண்டாரவன்னியன் தோற்கடிக்கப்பட்ட இடமாகிய கற்சிலைமடுப் பகுதியில் நாட்டப்பட்ட ஒரு நடுகல் மூலம் தெரியவருகிறது. இந் நினைவுச் சின்னத்திற் பின்வரும் வாசகங்கள் பொறிக்கப்பட்டுள்ளன.

> "இந்த இடத்திற் கப்ரன் வொன்டிறிபேக் பண்டாரவன்னியனைத் தோற்கடித்தான். 1803 ம் ஆண்டு ஒக்டோபர் மாதம் 31 ம் திகதி."[3]

பண்டார வன்னியன் நடுகல் - வன்னி

இப் போரின்போது பலர் கைது செய்யப்பட்டு, பிரித்தானிய தளபதியின் கட்டளையின்படி தூக்கில் இடப்பட்டனர். பல சொத்துக்கள் எரியூட்டி நாசமாக்கப் பட்டன. இறுதியிற் கண்டி இராச்சியமும் பிரித்தானியர் வசமாகியது. ஆனால் தமிழ்

நூல்கள் கூறுவதுபோன்று, பண்டாரவன்னியன் பிரித்தானிய இராணுவத்தினாற் தோற் கடிக்கப்பட்டானே தவிர, அவன் அவர்களாற் கைப்பற்றப்பட்டதாகவோ, தூக்கிலிடப் பட்டதாகவோ எதுவித ஆதாரங்களும் இதுவரை கிடைக்கப் பெறவில்லை. இவற்றி லிருந்து பிரித்தானியர்களால் இறுதியாகக் கைப்பற்றப்பட்ட தமிழ்ப் பிரதேசமாக வன்னி இராச்சியம் இடம் பெற்றுள்ளது என்று தெரியவருகிறது.

போத்துக்கேயருக்கும், டச்சுக்காரருக்கும் வியாபாரமும், கிறிஸ்தவமதத்தைப் பரப்புவதுமே பிரதான செயல்களாக இருந்தன. இதற்கு மாறாக பிரித்தானியரோ இலங்கையிற் தமது அதிகாரத்தை நிரந்தரமாக்கிக் கொள்ளவேண்டும் என்ற நோக்கத்துடன் தமது குடியேற்றக் கொள்கைளை அமைத்தனர். இதே போன்று அவர்கள் பல ஆசிய, ஆபிரிக்க நாடுகளிலும் செய்திருந்தனர். இந்த நோக்கங்கள் இலங்கை வரலாற்றில் நீண்டு தொடரக்கூடிய பாதிப்புக்களை ஏற்படுத்தின. இவை தமிழரின் சமூக, பொருளாதார, அரசியல் வாழ்க்கையில் பாரிய பாதிப்புக்களை நிரந்தரமாக ஏற்படுத்திவிட்டன என்றே கூறவேண்டும்.

போத்துக்கீச, டச்சு ஆதிக்கத்தினின்றும் தன்னைக் காத்துக்கொண்ட கண்டி இராச்சியம் 1815 இல் பிரித்தானியரிடம் வீழ்ந்தது.[4] இந் நிகழ்வு இலங்கை முழுவதையும் ஒன்றுபடுத்தி, ஒரே நிர்வாக அலகினுள் கொண்டு வருவதற்கு பிரித்தானியருக்கு உதவியது. பிரித்தானியர் ஒரு மத்திய நிர்வாகத்தை உருவாக்கு வதில் ஈடுபடலாயினர். இதற்கான முதற் காரணம், நிர்வாகத்தின் செயற்திறனை அதிகரிப்பதற்காக இருந்த போதிலும், அதிகபட்சமான பொருளாதார, அரசியல் நலன்களைப் பெறுவதற்காகச் சட்டம் ஒழுங்கு என்பவற்றைக் கொண்டதொரு ஆட்சியை மேலும் முழுமையாக அமுல் செய்வதற்காகவுமே யாகும்.[5] இந்த ஒன்றுபடுத்தப்பட்ட மத்திய நிர்வாக ஏற்பாடுகள், தமிழரின் அன்றைய சமூக, பொருளாதார, அரசியல் வாழ்க்கையை மிகவும் அதிகமாகப் பாதித்தன. மேலும் இலங்கையிற் தமிழ்பேசும் ஆட்சியுரிமைப் பிரதேசங்களாக இருந்த வடக்கையும், கிழக்கையும் பிரித்தானியர் இருவேறு மாகாணங்களாக பிரித்தது மிகுந்த பாதிப்பை ஏற்படுத்தியது. இந்த வடக்கு, கிழக்குப் பிரதேசங்கள் நீண்டகாலமாக ஒரே ஆட்சியுரிமைப் பிரதேசமாக, ஏன், போத்துக்கீச, டச்சு ஆட்சியின்போதுங்கூடப் பேணப் பட்டு வந்திருந்தன. சனநாயக முறைமையும், வெஸ்ற்மினிஸ்ரர் பாணியிலமைந்த நாடாளுமன்றமும் அதையொட்டியிருந்த அரசியலமைப்பு, அரசியல் நடைமுறை களும் அறிமுகப் படுத்தப்பட்டதனால் அதிகாரம் பெரும்பான்மை இனமாகிய சிங்கள வரின் கைகளுக்கே சென்றது. ஐரோப்பியரிடமிருந்து தாம் இழந்த ஆட்சியுரிமைப் பிரதேசங்களைத் தமிழர் பின் எப்போதுமே மீளப்பெறவில்லை என்பதுடன், அவர்கள் கடந்த காலத்தில் கொண்டிருந்த சமூக, அரசியல் அந்தஸ்தைப் பின் ஒருபோதுமே அனுபவிக்க முடியாத நிலையும் ஏற்பட்டது.

இந்த மாற்றங்கள் இலங்கைத் தமிழர்களை எவ்வாறு பாதித்தது என்பதை இப்போது ஆராய்வது அவசியம். 1820 களில், பிரித்தானிய அரசாங்கம் இலங்கை யினது நிர்வாகத்தை விசாரிப்பதற்காக ஓர் ஆணைக்குழுவை நிறுவத் தீர்மானித்தது. இதன்வழி, மேஜர் கோல்புறூக்கை (Major Colebrooke) ஆணையாளராகக் கொண்ட அரச ஆணைக்குழுவொன்றை 1828 ஜனவரி 18 ம் திகதியன்று அது நியமித்தது. கோல்புறூக் இலங்கைக்கு 1829 ஏப்பிரல் 11 ம் திகதி வந்தார்.[6] தொடர்ந்து சார்ல்ஸ்

கமறோன் (Charles Hay Cameron) என்ற நீதிநிர்வாக ஆணையாளர் 1830 ஏப்பிரல் 30 ம் திகதி இங்கு வந்து கோல்புறூக்குடன் இணைந்து கொண்டார்.[7] நீதிநிர்வாக அறிக்கையின் பிரதான பொறுப்பு கமறோனுடையதாக இருக்க, எஞ்சிய வேலைகளுக்கு கோல்புறூக் பொறுப்பாக் இருந்தார். இவ் ஆணையாளர் 1831 பெப்ரவரி 3 ம் திகதி வரையில் இலங்கையில் தங்கியிருந்து அறிக்கைகளைத் தயாரித்ததுடன் பின்னர் அதனை இங்கிலாந்தில் பூரணப்படுத்தினர். இவர்கள் மூன்று பிரதான அறிக்கைகளை நாடாளுமன்றத்துக்குச் சமர்ப்பித்தனர். இவற்றில் முதலாவது, நிர்வாகம் பற்றியது (24 மார்கழி 1831), இரண்டாவது வருமானம் பற்றியது (31 ஜனவரி 1832), மூன்றாவது, நீதிநிர்வாகம் நடைமுறை பற்றியது (31 ஜனவரி 1832).[8] பிரித்தானியர் இலங்கையை ஆக்கிரமித்தபோது அறிமுகப்படுத்திய, தேசாதிபதியின் சபையை ஒழித்துப் பதிலாக சட்ட நிர்வாக, சட்ட நிரூபண சபைகளின் உருவாக்கத்தைக் கோல்புறூக் சிபாரிசு செய்தார். இவ்விரு சபைகளும் 10 பங்குனி 1833 இல் உருவாக்கப்பட்டு, ஒரு புதிய ஆணைக்குழுவும், அறிவுறுத்தல்களும் தேசாதிபதி ஹோட்டனுக்குக் (Governor Horton) கொடுக்கப் பட்டன.[9] ஐந்து பேர் கொண்டதொரு சட்ட நிர்வாகசபை ஏற்பாடு செய்யப்பட்டது. படைகளின் கட்டளையதிகாரி, குடியேற்றச் செயலாளர், இராச சட்டத்தரணி, குடியேற்றப் பொருளாளர், மத்திய மகாண அரசாங்க அதிபர் ஆகியோர் இச் சபையில் இருந்தனர். பிரதம நீதியரசர், தரைப் படைகளின் கட்டளையதிகாரி, குடியேற்றச் செயலாளர், கணக்காளர் நாயகம், மேல்மாகாண அரசாங்க அதிபர், நில அளவையாளர் நாயகம், கொழும்பிலுள்ள சுங்கக் காரியாதிகாரி என்போர் சட்ட நிரூபணசபையில் அங்கம் வகித்தனர். மதிப்புக்குரிய ஐரோப்பிய வணிகர் அல்லது வதிவோர் என்பவருடன், 'உயர் வகுப்பி'னராகக்[10] கருதப்பட்ட உள்ளூர் மக்கள் சிலரும், முடிந்த அளவுக்குச் சமவிகிதத்தில், ஆறு உத்தியோகப்பற்றற்ற அங்கத்தவர் இச் சபைக்கு நியமிக்கப் படல் வேண்டும் என கோல்புபுறூக் அரசியல் யாப்பில் விதந்துரைக்கப்பட்டது.

இலங்கையைக் கண்டி, கரையோரம் என்ற இரு மாகாணங்களாகப் பிரித்து, அவற்றுக்கு வெவ்வேறு வகையினதாக அரசாங்கத்தை அமைப்பதைக் கோல்புறூக் கடுமையாக எதிர்த்தார். கண்டியைத் தனியான அமைப்பாக நிறுவுவது 'அரசியலற்றது' எனவும், தீவு முழுவதும் தேசாதிபதியினதும், சபையினதும் நிர்வாகத்தின் கீழ் இருக்கவேண்டும் எனவும், அவற்றின் பெயரால் பிரகடனப்படுத்தப்பட்ட சட்டங்கள் நாடு முழுவதுமே செயற்பட வேண்டுமெனவும் இவர் விதந்துரைத்தார். பிரித்தானிய ஆட்சிக்கு எதிரான கண்டி எதிர்ப்பைத் தவிர்ப்பதும், நாட்டை அமைதியாக ஆட்சி செய்வதற்கு இலகுவான நிர்வாக முறையை நிறுவுவதும், கோல்புறூக்கின் இந்தத் திட்டத்திற்குக் காரணங்களாக இருந்தன. இவருடைய சிபாரிசு ஏற்கப்பட்டு, அக்டோபர் 1833 இல் அமுலுக்கு வந்தது. அக்காலத்திலிருந்து இலங்கை ஒரே நிர்வாக அலகாகத் தொடர்ந்து ஆட்சி செய்யப்பட்டது.[11] கண்டி, கரையோர மாகாணங்களின் இணைப்பினைத் தொடர்ந்து, அப்போதிருந்த பதினாறு மாவட்டங்களையும் ஐந்து மாகாணங்களாக மாற்ற வேண்டுமெனவும், அவை ஒவ்வொன்றும் ஒவ்வொரு அரசாங்க அதிபரின் கீழ் இயங்க வேண்டுமென்றும், தேவைக்கேற்ப அரசாங்க அதிபருக்கு ஐரோப்பிய அல்லது 'சுதேசி' உதவியாளர்கள் அமர்த்தப்பட வேண்டுமென்றும் கோல்புறூக் சிபாரிசு செய்தார். இந்த யோசனை, இதைத்

தொடர்ந்து ஏற்படுத்தப்பட்ட நிர்வாகத்துக்கு அடிப்படையாக ஏற்றுக்கொள்ளப்பட்டு, அதே காலத்தில் (ஐப்பசி 1833)[12] நடைமுறைக்கும் வந்தது. முழு நாட்டினதும் தேவைகளுக்குப் பொருத்தமான, ஒரே சீரான உள்ளூர் நிர்வாகத்தை நிறுவுவதே இதன் பிரதான நோக்கமாக இருந்தது. அனேகமான மாகாணங்கள் மாவட்டங்களாகப் பிரிக்கப்பட்டு, ஒவ்வொரு அரசாங்க அதிபரும் அம் மாகாணம் முழுவதற்கும் பொறுப்பாக இருந்தார். அரசாங்க அதிபரின் நேரடிக் கட்டுப்பாட்டில் இல்லாத மாவட்டங்கள், உதவி அரசாங்க அதிபர்களின் கட்டுப்பாட்டில் இருந்தன. அரசாங்க அதிபர்கள், உதவி அரசாங்க அதிபர்கள் யாவரும் பிரித்தானிய அதிகாரிகளாக இருந்ததுடன் அவர்கள் நம்பிக்கை, விசுவாசம் உள்ளவராய் இருப்பதுடன், பிரித்தானிய ஆட்சியை ஆதரிப்பவர்களாகவும் இருக்கவேண்டுமென எதிர்பார்க்கப் பட்டது. ஐந்து மாகாணங்களும் அவற்றின் பிரதான நகரங்களும் வருமாறு, மேல் மாகாணம் - கொழும்பு, மத்திய மாகாணம் - கண்டி, தென்மாகாணம் - காலி, வடமாகாணம் - யாழ்ப்பாணம், கிழக்கு மாகாணம் - திருகோணமலை என்பனவாகும். 1889 அளவில் ஒன்பது மாகாணங்கள் ஒன்பதாக இருந்தன. ஆனால் உள்ளூர் நிர்வாகத்தின் பொதுவான கட்டமைப்பு மாறாதிருந்தது. 1845 இல் வடமேல் மாகாணம், 1873 இல் வடமத்திய மாகாணம், 1886 இல் ஊவா மாகாணம், 1889 இல் சப்பிரகமுவ மாகாணம் என்பன புதிய மாகாணங்களாக உருவாக்கப்பட்டன.[13]

பிரித்தானியர் ஆட்சியில் அரசரினால் நியமிக்கப்பட்ட தேசாதிபதி நாட்டின் தலைவராக, தலைநகர் கொழும்பில் இருந்தார். அவர் தனது நிர்வாகசபை உறுப்பினரினதும், மாவட்ட அரசாங்க அதிபரினதும் உதவியுடன் நாடு முழுவதையும் நிர்வகித்தார். உள்ளூர் நிர்வாகத்தில், குடியேற்ற சிவில்சேவையைச் சேர்ந்த அரசாங்க அதிபரும், பல உத்தியோகபூர்வ உதவியாளரும், கொழும்பிலிருந்த குடியேற்ற ஆதிக்கத்தைப் பிரதிநிதிப்படுத்தினர். தமிழ்ப் பிரதேசத்தைப் பொறுத்த வரை மாவட்ட, கிராம மட்டங்களில் ஆழமாக வேரூன்றியிருந்த உள்ளூர் மக்களின் ஆதிக்க அமைப்பை நீக்கமுடியாத நிலையில், பிரித்தானியர், செல்வாக்கு மிக்க நிலவுடமையாளர்களையும், நடைமுறையிலிருந்த சாதிய அல்லது வகுப்பு அடிப்படையிலான கிராமக் கட்டமைப்பையும் உபயோகிக்கும் நிலைக்கு ஆளாகினர். இதன் பெறுபேறாக ஏற்கெனவே முதலியார், முகாந்திரம் என்ற பதவிகளைக் கொண்டிருந்த, அனுபவமிக்க அரசாங்க அதிகாரிகளின் கீழ் இயங்கும் உத்தியோகத் தாக பிரபல வெள்ளாளரை பிரித்தானியர் நியமித்தனர். பிரதேச அதிகாரத்தின் இருப்பிடமாகக் கச்சேரி, உதவி அரசாங்க அதிபர் பணிமனை என்பன இருந்ததனால் முதலியாருக்குச் செல்வாக்கு அதிகமாகவிருந்தது. கிராம மட்டத்தில் விதானை அல்லது கிராமத்தலைவரும் குறிப்பிடுமளவுக்குச் செல்வாக்கு உடையவர்களாக இருந்தனர்.[14] கிராமத்தின் எல்லா சிவில் குற்றவியல் காரியங்களும் முதலில் விதானையாரிடத்தில் வந்தே பின்னர் உயர் அதிகாரிகளிடத்துக்குப் போயின. விதானையார், ஏறக்குறைய காவல்துறை உத்தியோகத்தரின் அதிகாரத்துக்கு இணையான அதிகாரத்தைக் கொண்டிருந்தார். மேலும், விதானைமாரே அரசாங்கக் கட்டணங்களையும், வரிகளையும் அறவிடும் பொறுப்பைக் கொண்டிருந்தனர். அவர்களது சொந்தக் காணிகளுக்கு, அவர்களின் பதவிக்காலம் வரையில் வரிவிலக்கு அளிக்கப் பட்டிருந்தபோதும், அவர்கள் அறவிடும் வரியில் ஐந்து சதவீதத்தைவிட வேறெந்த

மேலதிக வருமானமோ, படிப்பணமோ அவர்களுக்கு வழங்கப்படவில்லை. இருந்த போதிலும் இச்சலுகை அவர்களைச் செல்வந்தராக மாற்றியது என்பதில் ஐய மில்லை.[15] முதலியார், முகாந்திரம், விதானையார் என்பபோர் பிரித்தானியரின் நம்பிக் கைக்குப் பாத்திரமாக இருந்து அரசாங்கத்திடமிருந்து அதிகூடிய நலன்களைப் பெற்றனர். இதனால் அவர்கள் சமூகத்தின் ஆகக்கூடிய செல்வந்தராகவும், செல்வாக் குள்ளவராகவும் விளங்கினர். மேற்கத்திய கல்வியும், வர்த்தகப் பொருளாதாரமும் நடைமுறைக்கு வந்தபோது, பெறுமதிமிக்க சொத்துக்களுக்கு இவர்கள் உடைமை யோராக இருந்ததனால் அவர்களுடைய பிள்ளைகளும், உறவினரும் அவர்களைவிட அதிகமான நலன்களை அடையமுடிந்தது. அத்துடன், அவர்கள் சமூகத்தில் செல்வாக்கு மிக்க உயர்குழுவினராகி, பத்தொன்பதாவது நூற்றாண்டின் நடுப் பகுதிக்குப் பின்னர் நாட்டினது சமய, கலாசார, அரசியல் முன்னெடுப்புக்களில் முக்கிய இடத்தைப் பெறத் தொடங்கினர்.

கோல்புறூக் சீர்திருத்தங்களுக்கு முன்னதாக, சட்டத்தையும் ஒழுங்கையும் நடைமுறைப்படுத்துவதற்காக புரட்டாதி 1799 லும், 14 ஐப்பசி 1799 லும்,[16] மேற்கொள்ளப்பட்ட இரண்டு பிரகடனங்கள் மூலம் குற்றவியல் நீதிநிர்வாகத்திற்காக அதியுயர் நீதிமன்றம் நிறுவப்பட்டது. தேசாதிபதியைத் தலைவராகவும், படைகளின் கட்டளையதிகாரி, பிரதம செயலாளர், மற்றும் மூவரைக் கொண்டதாகவும் இந்த நீதிமன்றம் இருந்தது. நூறு பவுண்களுக்கு அதிகமான குற்றப்பணம் சம்பந்தப்பட்ட வழக்குகளில், பிரித்தானியாவிலுள்ள பிரிவிக்கவுன்சிலுக்கு (Privy Council) மேன் முறையீடு செய்யும் உரிமையும் இருந்தது. அதியுயர் நீதிமன்றம் தனது முதலாவது அமர்வை, 6 மார்கழி 1799 இல்[17] ஆரம்பித்தது. 20 ஆனி 1800 இல் வெளியிடப்பட்ட பிரகடனம் மூலம், ஒரு பொதுவரி நீதிமன்றம் (Fiscal Court),[18] சிறிய குற்றவியல் காரியங்களைக் கையாளும் பொதுவரி நீதிமன்றம் என்ற உள்ளூர் நீதி நிர்வாக முறைமை நிறுவப்பட்டது. நியமிக்கப்பட்ட ஜூரிமாரைக் (jury) கொண்ட சிவில் நியாதிக்கமும் இந்த நீதிமன்றங்களுக்கு வழங்கப்பட்டன. ஜூரிமாரைக் கொண்ட வழக்கு விசாரணைகள் சிறப்பாக இயங்கி, அவை நீதிநிர்வாக முறைமையில் நிரந்தரமானதும், முக்கியமானதுமான ஓர் அம்சமுமாய் ஆயிற்று. 16 பங்குனி 1812 இல் ஒரு புதிய சாசனம் சேர் றொபட் பிறவுண்றிக்கினால் (Sir Robert Brownrigg)[19] பிரகடனப்படுத்தப்பட்டு, அதன்பின்னர் காவல்துறை கோரிக்கை நீதிமன்றம், மாவட்ட நீதிமன்றம், அதியுயர் நீதிமன்றம் என்பனவற்றினால் நீதி நிர்வகிக்கப்பட்டது. இவற்றில் முதலிரண்டினது அதிகாரமும், ஐந்து பவுண்களுக்கான குற்றப் பணத்தையும், மூன்று மாதங்களுக்குள்ளான சிறைத் தண்டனையையும் அளிக்கும் அளவில் மட்டுப்படுத்தப் பட்டிருந்தது. எல்லாக் குற்றவியல் தண்டனைகளும் அதியுயர் நீதிமன்றத்தில் மேன்முறையீடு செய்யக் கூடியதாக இருந்தன.[20]

இலங்கையின் இரண்டாவது தேசாதிபதியாகிய சேர். தொமஸ் மெயிற்லன்ட் (Sir Thomas Maitland) (1805) டின் கீழ், காவற்றுறை படையொன்று அறிமுகப்படுத்தப் பட்டது. ஆனால் இதில் இலங்கையர் எவரும் சேர்க்கப்படவில்லை. அன்றுவரை, நாடு முழுவதிலும் பாதுகாப்புக்காகப் பிரித்தானிய இராணுவம் இருந்தது. இப்போது ஒவ்வொரு மாவட்டமும், ஒரு காவல் அதிகாரியின் (constable) கீழ் காவற்றுறைப் பிரிவாக வகுக்கப்பட்டு, நகரங்களின் ஒழுங்கைப் பேண விதிகள் உருவாக்கப்பட்டன.

ஒவ்வொரு கிராமத்திலும் அங்குள்ள சமாதான நீதவானுக்குக் கீழ் ஒரு காவற்றுறை அதிகாரி நியமிக்கப்பட்டார். தேசிய பாதுகாப்புக்காக நாடு முழுவதும் இராணுவப் படை பயன்படுத்தப்பட்டது. இம் முறைமை, கிராம மட்டத்தில் முதலியார், கிராமத் தலைவர் ஆகியோரின் அதிகாரத்தைக் குறைக்கத் தலைப்பட்டது. இராணுவத் தினரும், காவற்றுறையினரும் எப்போதுமே முரட்டுத்தனமாக நடந்தபோதிலும், முன் எப்போதையும்விட இப்பொழுது மக்கள், மற்றும் தேசத்தின் பாதுகாப்பு சிறப்பாகவே இருந்தது. இந்த வகையிற் பிரித்தானியரின் ஆரம்பகால ஆட்சியில், அவர்களால் அறிமுகப்படுத்தப்பட்ட நிர்வாக, நீதி முறைமைகள் வெற்றியளித்தன. சட்டத்திற் கெதிரான செயல்கள் குறைந்து பொதுமக்களின் பாதுகாப்பும், அதற்கான உறுதியும் அதிகரித்தன. மதம், கலாசாரம், கல்வி என்பவற்றுக்கான சுதந்திரம் அனுமதிக்கப் பட்டிருந்தது. பொருளாதாரம் மலர்ச்சி பெற்று, சனத்தொகை பெருகியது. வேலை வாய்ப்புக்கள் உருவாகியதால் கல்வியில் சீர்திருத்தங்கள் ஏற்பட்டன. இந்தச் செயற்பாடுகள் யாவற்றிலும் பங்கேற்பதற்கு மக்களுக்கு வாய்ப்புகள் வழங்கப் பட்டமையால் மக்கள் மத்தியில் தன்னம்பிக்கை வளர்ந்தது.

இலங்கையில் பிரித்தானிய ஆட்சி வரலாற்றில், கோல்புறூக் ஆணைக்குழு ஒரு முக்கிய மைற்கல்லாக இருந்தது. இலங்கை மக்களும், ஐரோப்பியரும் உத்தியோகப்பற்றற்ற அங்கத்தவராகவிருந்த சபைகளை நிறுவி, நாட்டை ஒன்றிணைத்தன் மூலம் இந்த அங்கத்தவர் உத்தியோகபூர்வ அரசாங்கத்துடன் இணைந்து, அரசாங்கப் பொறுப்புக்களில் பங்கேற்றனர். ஆரம்பத்தில் இச்சபை, இலங்கையை ஆள்வதில் தேசாதிபதிக்கு ஆலோசனை வழங்குவதற்காகவே நிறுவப்பட்டிருந்தது. ஆயினும் நடைமுறையில், தேசாதிபதியே நாட்டினது அரசாங்க மாகத் தொடர்ந்தும் செயற்பட்டார். ஒருவேளை இப்படிப்பட்ட சட்டசபைகளை நிறுவு வதற்கான அத்தியாவசியமான காரணம், சுதந்திரமற்ற நாடொன்றின் மக்களைப் பிரதிநிதித்துவப் படுத்துவதற்காகவும், அரசாங்கச் செயலாளர் நம்பகமான தகவல் களைப் பெறுவதற்கு ஒரு மாற்று வழியாகவும், அதேசமயம் குடியேற்ற நாட்டின் பிரச்சனைகள்பற்றிய உள்ளூர் அபிப்பிராயங்களை அறிவதற்கும், அப் பிரச்சனை களுக்கான தேசாதிபதியின் தீர்வுகளை மதிப்பீடு செய்வதற்குமாகவும் இருந்திருக் கலாம். ஆயினும், உள்ளூர் இலங்கையரின் அனுபவக் குறைவினாலும், அரசியலில் அவர்களுடைய அணுகுமுறை முதிர்ச்சியடையாது காணப்பட்டதனாலும், சட்ட சபைக்கு நியமனப் பிரதிநிதிகளை நியமிக்க வேண்டும் எனக் கோல்புறூக் சிபாரிசு செய்தார். இதன் விளைவாக, இன அடிப்படையில் ஆறு உத்தியோகப்பற்றற்ற அங்கத்தவர் தெரிவுசெய்யப்பட்டனர். உள்ளூர் நிலவரங்களையிட்டு அறிந்து கொள் கின்ற அடிப்படையில் அமைந்திருந்தமை, இவ்வாறு செய்வது இயல்பானதே எனக் கோல்புறூக் நம்பியிருக்க வேண்டும். மூன்று ஐரோப்பிய அங்கத்தவரும், சிங்கள, தமிழ், பறங்கிய இனங்களில் தலா ஒரு அங்கத்தவராக மூன்று அங்கத்தவர் என்ற விகிதம் தொடரத் தீர்மானிக்கப்பட்டது.[21] இருந்தபோதும் இந்த முறைமை அடிக்கடி மாறி அமைந்து, உத்தியோகப்பற்றற்ற அங்கத்தவர்கள் நியமிக்கப்படுவதற்குப் பதிலாக, தேர்தல் மூலம் தெரிவு செய்யப்பட்டனர். 1833 இல் கோல்புறூக்கினால் சபை அறிமுகப்படுத்தப்பட்டதிலிருந்து, 1931-1947 களில் அமுலிலிருந்த டொனமூர் (Donoughmore) அரசியலமைப்புக் காலம்வரை, இலங்கை உயர்மட்டத்தினரது

ஆரம்பக் கருத்துவேறுபாடு, சட்டசபைப் பிரதிநிதித்துவம், அதிகாரப் பகிர்வு, என்பவற்றைக் குறித்தே இருந்ததன்றி, அரசாங்கத்தின் கட்டமைப்புப் பற்றியதாக இருக்கவில்லை. தமிழ்ச் சிறுபான்மை உயர்மட்டத்தினரும், பெரும்பான்மைச் சிங்கள உயர்மட்டத்தினருக்கும் இடையிலானதும், இரு இனங்களின் தேசியவாதிகளுக்கும் இடையிலானதுமான இந்த அதிகாரப் பகிர்வுப் பிரச்சனை, இனங்களுக்கிடையிலான போட்டியை அதிகரித்தது. அக் காலத்திலிருந்து இப்போட்டி தொடர்ச்சியாக வலுப் பெற்று வந்துள்ளது. இங்கு முக்கியமாகக் கவனிக்கப்பட வேண்டியது என்னவெனில், சட்டநிரூபண சபைக்கான இன அடிப்படையிலமைந்த பிரதிநிதித்துவத்தின் அறிமுகப் படுத்தலே, ஈற்றில் சிங்கள, தமிழ், தேசியவாதம் உருவாவதற்கான காரணமாக இருந்தது என்பதாகும்.

இலங்கையில் ஏற்பட்ட இன்னுமோர் பாரிய தாக்கம் பிரித்தானியர் ஏற்படுத்திய புரட்சிகரமான பொருளாதார மாற்றங்களாகும். வரலாற்றுக் காலத்திலிருந்து இலங்கை பாரம்பரியமான குடிசைப் பொருளாதாரம் அல்லது விவசாயப் பொருளாதாரத்தையும், அயல் பிரதேசங்களுடனான மட்டுப்படுத்தப்பட்ட வியாபாரத்தையுமே கொண்டிருந்தது. இதற்கு முன்னரான அத்தியாயத்தில் நாம் பார்த்ததுபோல், போத்துக்கீசரும் டச்சுக்காரரும் இந்த முறைமையைப் பெரிதளவு மாற்றவில்லை. இதற்கு மாறாகப் பிரித்தானியர் தொழிற்புரட்சியுடன் ஏற்பட்ட முதலாளித்துவம், சனநாயகம் என்பவற்றை நோக்கி முன்னேறியவர்களாய்ப் புரட்சிகர மாற்றங்களைப் புகுத்தத் தயங்கவில்லை. பல ஆண்டுகளாக நிலவிய குடிசைப் பொருளாதாரம், சுய உற்பத்தியிலமைந்த பொருளாதார முறைமை என்பவை இம் மாற்றங்களுக்கு மிகவும் அந்நியமாய் இருந்தன. பல நூற்றாண்டுகளாக நிலவிய பாரம்பரிய விவசாயப் பொருளாதாரம் பணப் பயிர்களுக்கும், வர்த்தகப் பொருளாதாரத்துக்கும் மாற்றப் பட்டது. கோப்பி, தேயிலை, இரப்பர், தென்னை போன்ற பெருந்தோட்ட வர்த்தகப் பயிர்களை உற்பத்தி செய்து, ஒரு முற்றுமுழுதான இறக்குமதி-ஏற்றுமதிப் பொரு ளாதாரம் தோன்றியது. தமிழ்ப் பிரதேசங்களின் சீதோஷ்ண, புவியியல் அமைப்பினால் தென்னையைத் தவிர, இவ்வகைப் பெருந்தோட்டங்கள், அங்கு நிறுவப்படவில்லை. எனவே ஏனைய இடங்களைப் போன்று தமிழ்ப் பிரதேசங்கள் இந்த மாற்றங்களினால் பாதிப்படை யவில்லை. ஆயினும், பெருந்தோட்டங்களின் வர்த்தகச் செயற்பாடுகளின் பாதிப்பு, வடபால் தமிழரை, தமது பிரதேசத்துக்குப் பொருத்தமான வேறுவகைப் பயிர்களில் கவனஞ்செலுத்தத் தூண்டியது. இந்தச் செயற்பாடுகளில் வன்னி மற்றும் இலங்கையின் கிழக்கிலிருந்த பிரதேசத்து மக்கள் அதிகமாக ஈடுபடவில்லை. அதிக அளவிலான நிலம், குறைந்த சனத்தொகை என்பனவற்றுடன், அவர்கள் தமது பாரம்பரிய விவசாய முயற்சிகளில் ஈடுபட்டமையே இதற்குக் காரணங்களாகும். இங்கெல்லாம் மேற்குலகச் செல்வாக்கு குறைவாகவே காணப்பட்டது. ஏனெனில் பிரித்தானியர், தமது நேரத் தையும், பணத்தையும் ஒரு சிறிய சனத்தொகைக்குப் பயன்படுத்தவோ, இந்த இடங்களுக்குக்கான நெடுந்தூரப் பயணங்களை மேற் கொள்ளவோ விரும்பவில்லை. இருப்பினும் வடக்கில் பிரச்சனைகள் இருக்கவே செய்தன. கிழக்கு மாகாணத்தைப் போலல்லாது, இங்கு நிலம், நீர்ப்பாசனவளம் ஆகியன குறைந்த அளவிலேயே இருந்தன. இப் பிரதேசம் குறைந்த அளவு மழைவீழ்ச்சி உடையதாக இருந்தபோதும், சனச்செறிவு மிக்கதாக இருந்தது. இருந்தபோதிலும் இங்கு, சட்டமும் ஒழுங்குமுள்ள

அமைதியான அரசியல் நிலவி யதுடன், ஒழுங்கான சிவில் நிர்வாக முறைமையும் இருந்தது. இந் நிலமைகளின் காரணமாக, வடமாகாணத்தில், குறிப்பாக யாழ்ப்பாணத் தீபகற்பத்தில் சனத்தொகை பெருகியதுடன், மக்கள் தமது பொருளாதாரத்தை மேம்படுத்தவும், தமது சமூக அந்தஸ்தையும், வாழ்க்கைத் தரத்தையும் மேலும் வலுப்படுத்தவும், இப் புதிய வர்த்தக முயற்சிகளில் விருப்புடன் ஈடுபட்டனர். மேலும், வடமேல் மாகாணத்தின் தோற்றத்துடன், புதிய பொருளாதார நடவடிக்கைகளும், துரித மக்கள் தொகை அதிகரிப்பும் ஏற்பட்டன. இதன் விளைவாக வடமேல் மாகாணம், அதிவேகமாக ஒரு சிங்கள, முஸ்லிம் பிரதேசமாக மாறிக் கொண்டிருந்தமையையும் அக்கால நிலைமை காட்டுகின்றது. இதன் விளைவாக, மேற்படி தமிழரின் பாரம்பரியப் பிரதேசத்திற் தமிழரின் எண்ணிக்கை விரைவாகக் குறைந்து சென்றுள்ளமையையும் அவதானிக்க முடிகின்றது.

பிரித்தானிய ஆரம்ப ஆட்சியிலான இந்த நிலைமாற்றக் காலத்தில், கோல்புறூக் சீர்திருத்தங்களின் விளைவாக யாழ்ப்பாணத் தீபகற்ப மக்கள் வர்த்தகப் பொருளா தாரத்தில் முனைப்புடன் பங்கேற்கலாயினர். டச்சுக்காரரின் காலத்திற் தனியார்துறை ஊக்குவிக்கப் படவில்லை. 1833 ன் பின்னர், தேசம் முழுவதும் பிரித்தானியரின் அமைதியான நிர்வாகத்தின் பின்னரே தனியார்துறை தலைதூக்கத் தொடங்கியது. அரசாங்கத் தனியுரிமைக்கும், எவ்வகையான வர்த்தகத் தடைகளுக்கும் கோல்புறூக் மிகவும் எதிர்ப்பு உடையவராக இருந்தார்.[22] எனவே அவர் தனியுரிமை ஒழிப்பையும், கட்டுப்பாடற்ற வர்த்தகத்தையும் சிபாரிசு செய்தார்.[23] அரசாங்கத்தினுடைய வர்த்தகத் தனியுரிமை ஒழிக்கப்படுவதனால் ஏற்படக்கூடிய அதன் வருமான இழப்பை ஈடு செய்வதற்காகக் கோல்புறூக் ஏற்றுமதி வரியொன்றைப் பரிந்துரைத்தார். இது அரச செயலாளரினாலும், திறைசேரியினாலும் லண்டனில் கவனத்துக்கு எடுக்கப்பட்டு, கட்டுப்பாடற்ற வர்த்தகத்திற்கான சகல தடைகளையும் நீக்குகின்ற திறைசேரியின் நிகழ்ச்சிக் குறிப்பு அனுப்பி வைக்கப்பட்டது. (18 செப்டெம்பர் 1832 குறிப்பு, அரசாங்க செயலாளருக்கான விநியோகம் இல. 92. 12 அக்டோபர் 1832 இல் உள்ளடங்கியது) இக் கொள்கை 'சுதேசிகள்' சுதந்திரமாகப் பயிரிட்டு விற்பனை செய்து அதிகபட்ச நலன்களைப்பெற உதவும் என அரசாங்க செயலாளர் நம்பினார். எங்கெங்கு இயலுமோ அங்கு ஏற்றுமதிவரிகளின் 'சமப்படுத்தலை' பரிந்துரைத்து அவற்றை வெறும் வருமான வரிகளாக ஆக்கினார்.[24] இது அரசாங்கத் தனியுரிமையையும், வர்த்தகத் தடைகளையும் முற்றுமுழுதாக முடிவுக்குக் கொண்டு வந்ததுடன், பாரிய அளவிலான விவசாயத்தையும், வர்த்தகச் செயற்பாடுகளையும் உருவாக்கி, தனியார் முதலீட்டுக்கான வாய்ப்புக்களையும் ஏற்படுத்தியது. ராஜகாரிய முறைமையையும் இது முடிவுக்குக் கொண்டு வந்தது.[25] இதுவரையில் இல்லாததோர் புதிய சுதந்திரத்தை தொழிற்சந்தையில் ஏற்படுத்தியது. மேலே ஆராயப்பட்டது போன்று நிர்வாகம் சீர்திருத்தப்பெற்று, தேசாதிபதி அஞ்சியது போலன்றி வருமான நிலைமை சீராகி, மேலதிக செல்வம் குவியலாயிற்று. 1833 ம் ஆண்டு இலங்கையில் ஒரு சகாப்தத்தின் முடிவாகவும், புதியதொன்றின் ஆரம்பமாகவும் இருந்தது.

தமிழர் இந்தப் புதிய பொருளாதார நிலைமைகளுக்கு எவ்வாறு முகங் கொடுத்தனர் என்றும், தமது பாரம்பரிய பொருளாதாரத்தைக் கைவிடாமலே எந்தளவுக்குப் புதிய வர்த்தகப் பொருளாதாரத்துக்கு ஏற்ற வகையில் தம்மை

மாற்றிக் கொண்டனர் என்பதையும் பார்க்கலாம். அடுத்துவரும் அத்தியாயத்திற் தமிழ் உணர்வு அடையாளம் உருவாவதற்குக் காரணிகளாக அமைந்த சமூக, பொரு ளாதார அம்சங்களை ஆராய்வதற்கான ஒரு பயனுள்ள அடித்தளத்தை அமைக்க இப் பார்வை வழிகோலும். புதிதாக அறிமுகப்படுத்தப்பட்ட வர்த்தகப் பொருளா தாரத்தினால் இலங்கையில் நெற்செய்கையின் முக்கியத்துவம் குறைந்து கிராமப் புறப் பொருளாதாரத்தின் முதுகெலும்பாக இருந்த நெற்செய்கை, படிப்படியாகப் பின்னடைந்தது. வன்னி மற்றும் கிழக்கு மாகாண மக்கள் தமது சேனைப் பயிர்ச்செய்கை[26] போன்ற பாரம்பரிய விவாசாயச் செயற்பாடுகளைக் கைவிடாத போதும், முழுநாட்டுக்கும் போதுமான உணவை அவர்களால் உற்பத்தி செய்ய முடியவில்லை. கிராமத்து மக்கள், குறிப்பாகத் யாழ்ப்பாணத் தீபகற்பத்து மக்கள், தமது வருமானத்துக்கு நெற்பயிர்ச் செய்கையில் தங்கியிருப்பது குறைவடைந்து, அவர்கள் பணப்பயிர்ச் செய்கையிலும், வர்த்தக நோக்கத்தைக் கொண்ட தோட்டச்செய்கையிலும் ஈடுபடவாரம்பித்தனர். உள்ளூரில் நுகரப்பட்ட அரிசியில் எழுபத்தைந்து சதவீதம் இறக்குமதி செய்யப்படவேண்டி ஏற்பட்டதுடன், மக்கள் அதைப் பணம் கொடுத்து வாங்கவேண்டிய நிலையும் ஏற்பட்டது.[27] அரிசியை இறக்குமதி செய்வது மலிவாக இருந்ததனால், அரசாங்கம் நெற்செய்கையில் ஊக்கமிழக்கச் செய்ததுடன், உள்ளூர் அரிசி உற்பத்தியை இலாபமற்றதாக்கியது.

நெற் செய்கையைவிட பணப்பயிர் உற்பத்தி அதிகரித்தது. ஏற்றுமதிச் சந்தைகள் முக்கியத்துவம் பெற்றன. ஏற்கெனவே இடம்பிடித்துக் கொண்டிருந்த புகையிலைச் செய்கை விரிவாக்கமடைந்தது. 1851 ல், யாழ்ப்பாணத் தீபகற்பத்தில் 10,000 ஏக்கர் நிலம் புகையிலைச் செய்கைக்குப் பயன்படுத்தப்பட்டு, கிடைத்த விளைச்சல் இந்தியாவுக்கு ஏற்றுமதி செய்யப்பட்டது.[28] வெங்காயம், மிளகாய், மரக்கறிவகை, தேங்காய், நிலக்கடலை, ஆமணக்கு விதை போன்றவற்றின் செய்கை விரி வடைந்தது.[29] விவசாயிகள் இதனால் வாழமுடிந்தது மட்டுமன்றித் தமது வாழ்க்கைத் தரத்தையும் உயர்த்தக் கூடியதாகவிருந்தது.

இத்துடன், பாரம்பரிய பொருளாதார வளங்களும் முக்கியமானவையாகி, ஆரம்ப பிரித்தானிய ஆட்சிக் காலத்தில் உள்ளூர் மக்களிடையே பணப்புழக்கம் அதி கரித்தது. மரவியாபாரம் மிகவும் பிரபலமாகி, விரிவான முறையில் நடைபெற்றதுடன், நாட்டுக்கும் மக்களுக்கும் பணவருவாயைத் தந்தது. வன உற்பத்திப் பொருட்களின் உற்பத்தியைப் பொறுத்தவரை, இலங்கை ஒரு விசேட நிலையில் இருந்தது. இங்கு காடும், வனநிலங்களும் பரந்து விரிந்திருக்க மக்கள்தொகை அயல்நாடாகிய இந்தியாவுடன் ஒப்பிடும்போது மிகக் குறைவாக இருந்தது. இக் குடியேற்ற நாட்டின், தரமான மரங்களின் உள்ளூர்ப் பாவனை மிகமிகச் சிறிய அளவிலேயே இருந்தது. மக்கள் தொகையில் பெரும்பகுதியினர் கிராமங்களில் வாழ்ந்து தரங்குறைந்த மரங்களைப் பயன்படுத்தித் திருப்தியடைந்தனர். கொழும்பு, காலி, கண்டி போன்ற இடங்களிலேயே தரமான மரங்கள் பொதுமக்களால் சிறிதளவு உபயோகப்படுத்தப் பட்டன. எனவே தரமான மரங்களில் பெரும்பகுதி வெட்டி வீழ்த்தப்பட்டுப் பிரதானமாக, அதிகளவு தேவையைக் கொண்டிருந்த இந்தியாவுக்கும், மொரிஷியசுக்கும் ஏற்றுமதி செய்யப்பட்டது. அன்றியும் சீனா, ஐரோப்பா, ஐக்கிய அமெரிக்க நாடுகளுக்கும் அனுப்பப்பட்டன.[30]

பனை, வருடம் முழுவதும் பல்வேறு வழிகளில் பயனளித்ததால்[31] வடபால் மக்களுக்கு அது பெரும் வரப்பிரசாதமாக இருந்ததுடன், பனை இந்தியாவுக்கும் பெருமளவில் ஏற்றுமதியாயிற்று. 1850 களில், 35,000 ஏக்கர் நிலத்தில் பனைகள் யாழ்ப்பாணத் தீபகற்பத்தில் மட்டும் காணப்பட்டதுடன், 600,000 பனைமரத் துண்டுகள் வருடாந்தம் ஏற்றுமதியாயின.[32] இவற்றில் சராசரியாக 297,973 துண்டுகள் இந்தியாவுக்கு அனுப்பப்பட்டன. வனப்பொருள் உற்பத்திகளான சாயப்பட்டை, பாலைப்பழவற்றல், வேலம்பட்டை என்பனவும் பிரதானமாக இந்தியாவுக்கு ஏற்றுமதி செய்யப்பட்டன. ஏனைய வகை மரங்களான சப்பன் மரம், கருங்காலி, முதிரை, பாலை என்பவை இந்தியா, சீனா, ஐரோப்பா, அமெரிக்காவுக்கு ஏற்றுமதி செய்யப்பட்டன. ஐரோப்பிய ஐக்கிய அமெரிக்க நாடுகளின் சந்தைகள், சீனாவினது போன்று நிலையானதாக இல்லாதபோதும், பெருமளவு இலங்கை மரங்களை வாங்கியதுடன், உயர்ந்த விலையையும் தொடர்ந்து கொடுத்துக் கொண்டிருந்தன.[33]

கோப்பிப் பயிர்ச்செய்கை 1830 - 1849 களில் ஆரம்பிக்கப்பட, சில தசாப்தங்களின் பின்னர் தேயிலை பயிரிடப்பட்டது. மரம் வெட்டுதல் பத்தொன்ப தாவது நூற்றாண்டின் பிற்பகுதியில் ஆரம்பித்தது. 1840 ன் பின்னர் மரவிற்பனை வழமையான வியாபாரமாகி, பல்வகை மரங்களும் உள்ளூர் பாவனைக்கும், ஏற்றுமதிக்காகவும் ஏராளமாகத் தொடர்ச்சியாக வெட்டப்பட்டன. மரந்தறிப்பதற்கு அனுமதிப்பத்திரம் பெறும் நடைமுறை வழக்கில் இருந்தது. இதன்கீழ், உள்ளூர் விலையின் அடிப்படையிலும், ஏற்றுமதி செய்வதானால், எந்தத் துறைமுகத்துக்கு அனுப்பப்படுகின்றதோ அங்கே உள்ள விலையின் அடிப்படையிலும், அனுப்பும் செலவு நீங்கலாக, ஓர் உரிமைப்பங்கு கணிக்கப்பட்டு அறிவிடப்பட்டது. மரந்தறிப் பதற்கு முன்னர் மாவட்ட வருமான அதிகாரியிடம், வைப்புப்பணம் செலுத்தி அனுமதிப் பத்திரம் பெறவேண்டியிருந்தது. எஞ்சிய பணம் மரம் தறிக்கப்பட்டதன் பின்னர், அதை இன்னொரு இடத்திற்கு கொண்டு செல்வதற்கான அனுமதிப்பத்திரம் பெறுகையில் செலுத்தப்பட்டது.[34] இருந்தபோதிலும் எல்லா இடங்களிலும் மரங்கள் களவாகத் தறிக்கப்பட்டன. வடக்கு, கிழக்கின் சகல மாவட்டங்களிலும் பழைய அனுமதிப்பத்திரப் பதிவேடுகள் முழுமையாக இல்லாதபோதும், முல்லைத்தீவுப் பதிவேடுகளில் 1844 லிருந்து 1873 வரை முழுமையான பதிவுகள் காணப்படுகின்றன. இக் காலத்தில் விற்கப்பட்ட மொத்த மரங்களின் மதிப்பு 1,959,537.00 ரூபாய்களாகும்.[35] ஒரு சிறிய இடத்தின் வருமானமே இவ்வளவு என்றால், மர வியாபாரத்தினால் மட்டும் இந்த இடங்களுக்கு வந்து குவிந்த பணம் கணிசமாக இருந்திருக்கும் என அனுமானிக்க முடிகின்றது.

யானை வியாபாரம் பிரித்தானியரின் ஆரம்ப ஆட்சிக் காலம்வரை அமோகமாகத் தொடர்ந்தது. நெசவு, சாயமிடுதல், பாய்மரம்கட்டுதல், கூடைபின்னுதல், சுருட்டு பீடித் தொழில், மட்பாண்டம், செங்கல்சுடல், தச்சுத்தொழில், தங்க, வெள்ளி, இரும்புக் கைத்தொழில் போன்ற பாரம்பரிய வினைத்திறன் மிக்க தொழில்களும் முக்கியத் துவம் பெற்றன.[36] இவ்வகை உற்பதிகளுள் தையல், நெசவு, சாயமிடுதல் என்பன மிகப் பிரபலமாகவிருந்தன. மலிவான தொழிற் சக்தியைப் பயன்படுத்தி ஆடைகள் உற்பத்தி செய்வதற்காக அரசாங்கத்தினால் பருத்திச்செய்கை ஊக்குவிக்கப்பட்டது. இவற்றின் இறக்குமதிக்கான பணச்செலவைத் தவிர்க்கவே இது மேற்கொள்ளப்

பட்டது. இந்தியாவிலிருந்து துணியும் இறக்குமதி செய்யப்பட்டு, இங்கு சாயமிடப் பட்டுப் பின்னர் இந்தியாவுக்கும், வேறு நாடுகளுக்கும் ஏற்றுமதி செய்யப்பட்டது. தையல் வேலைக்கும், நெசவுக்கும் பெரும் கிராக்கி இருந்ததனால் யாழ்ப்பாணத்துத் தீபகற்பத்துப் பெண்கள், 'யாழ்ப்பாண மாதர் தையல்வேலைச் சங்கம்'[37] என்ற அமைப்பை உருவாக்கினர். இங்கு, சில சொல்லப்பட்ட வழிமுறைகளில் தையல் வேலை உற்பத்தி செய்ய ஒழுங்குகள் மேற்கொள்ளப்பட்டன. இத் தொழில்களில் அனேகமானவை சாதியை அடிப்படையாகக் கொண்டிருந்தன. ஆனால் புதிய பொரு ளாதாரம் அபிவிருத்தி அடைந்த போது எல்லாச் சாதியினருக்குமே வாய்ப்புக்கள் உருவாக்கப்பட்டன. சில்லறை விற்பனை, சேவைத் தொழில்கள் என்பவை மூலம் வங்கி, உபசரணை, முகாமைத்துவத் துறைகளில் வேலைவாய்ப்புக்கள் கிடைத்தன. உள்ளூரில் கல்விபெற்ற மக்கள் சிவில் நிர்வாகத்தில் எழுதுவினைஞராகவும், பாடசாலை ஆசிரியராகவும், சிறாப்பராகவும் பணிபுரிய வாய்ப்புக்கள் வழங்கப்பட்டன. இவை தவிர, பிரித்தானிய ஆரம்ப ஆட்சிக் காலத்தில் தொழிற்றுறையில் அதிக மாற்றங்கள் நிகழவில்லை. ஆங்கில மொழித்திறன் இன்மையாலும், சிவில் நிர்வாக நடைமுறைகளில் அனுபவமின்மையாலும் இந்த நிலை ஏற்பட்டிருக்கலாம். பிரித்தானியர் ஆட்சியில் 1850 லிருந்து பொருளாதாரம் விரைந்து வளர்ச்சி யடைந்ததாலும், அதிகளவு கல்வி வாய்ப்புக்களினாலுமே, உண்மையான மாற்றம் ஏற்பட்டத் தொடங்கியது எனலாம்.

பணப்பயிர்ச் செய்கை, ஏற்றுமதிகள், வியாபாரம், பொருளுற்பத்தி, சிறு கைத்தொழில்கள் மூலம் தமிழர், பல வழிகளிலும் பணத்தை ஈட்டினர். இவ்வகையில் அவர்கள் சம்பாதித்துச் சேமித்தமையால் அவர்களில் பலர், குறிப்பாக யாழ்ப்பாணத் தீபகற்பத்தில் வசித்த தமிழர் பெரும் செல்வந்தராகினர். இதற்கும் மேலாக நிலவுடமையாளர், முதலியார், உடையார், விதானைமார் என்போர் பல்வேறு வழிகளில் வருமானம் பெற்றனர். இவர்கள் பிரதானமாக நிலம், உடமைகள் என்பன வற்றுடன் அரசாங்க ஊதியம் மூலமும் வருமானம் பெற்றனர். வடக்கு, கிழக்கு மாவட்டங்கள் குறிப்பாக யாழ்ப்பாணத் தீபகற்பம் பயிர்ச்செய்கை, வியாபாரச் செயற்பாடுகள் என்பவற்றில் காட்டிய ஈடுபாடு அதிகரித்ததன் காரணமாகத் தமிழரின் பொருளாதார நிலைமை மேலும் வலுப்பெற்றது. தீபகற்பத்திற் பணப்பயிர்ச் செய்கை காரணமாக நிலத்தைப் பயன்படுத்துதல் மேலும் முக்கியத்துவமடைந்து, நிலவுடமை யாளரான வெள்ளாளச் சாதியினர் தமிழ் சமுதாயத்தில் அதிகூடிய அதிகாரம், செல்வம், செல்வாக்கு உள்ள குழுவினராகக் காணப்பட்டனர். ஆயினும், சமுதா யத்தில் கீழ்மட்டத்தில் உள்ளவர்கள் பொருளாதாரரீதியில் தாழ்ந்த நிலையில் இருந்ததுடன், பௌதீகரீதியாகத் தனிமைப்படுத்தப்பட்டும், ஒதுக்கப்பட்டும் போயினர். காணி விலைகள் அதிகளவு உயர்ந்ததனால், தாழ்ந்த சாதியினர் மேலும் காணி யற்றவர்களாகும் நிலைமைக்கு ஆளாயினர். தொழிற்சந்தையில் அவர்கள் பிரவேசிக்க முடியாமலும், அவர்களுடைய கூலி குறைவாக இருந்ததுடன், சமுதாயக் கட்டுப்பாடு எப்போதும் வெள்ளாளர் கையிற்தான் இருந்தது. எனவே, பணப்பயிர்ச் செய்கையின் அறிமுகம் தமிழ்மக்களுடைய பாரம்பரியப் பொருளாதாரத்தில் பாதிப்பை ஏற்படுத்தியதோடல்லாமல், நிலவுடமையாளரின் பொருளாதார நிலையை வலுப்படுத்தி ஒரு புதிய உயர்மட்டக்குழு உருவாகக் காரணமாகவிருந்தது. பின்னர்

பத்தொன்பதாவது நூற்றாண்டின் அரையிறுதிப் பகுதியில், இவ் உயர்மட்டக் குழுக்கள் தமது செயற்பாடுகளையும், செல்வாக்கையும் நாட்டினது சமூக அரசியல் வாழ்விலும் விரிவாக்கிக் கொண்டன.

கோல்புறூக், வியாபாரத்தின் மீதான தனியுரிமைகளையும், தடைகளையும் ஒழித்த அதேசமயம் தானியம், அரிசி, பருத்திப்பொருள் ஆகியவற்றின்மீது ஏற்றுமதி வரியைப் புகுத்தியிருந்தார். முடிக்குரிய காணி விற்பனை, நெல்லினால் கிடைக்கும் நில வருமானம், உலர்தானியம், மரவிற்பனை வருமானம் என்பவற்றின்மீதும் வரிகள் விதிக்கப்பட்டன. இவற்றுடன் கலால் வரிகளும், முத்திரைகளும் அறிமுகப் படுத்தப்பட்டன. மற்றைய நேரடி வரியாக தலைவரி மட்டுமே இருந்தது. தலைக்கு ரூ.1.50 லிருந்து ரூ.2.00 வரை எல்லா ஆண்களும் வருடாந்தம் வீதிகள் அமைப் பதற்காக வரி செலுத்தினர். இத் தலைவரி, இலங்கையில் பல நூற்றாண்டுகாலமாக நிலவிய இராஜகாரிய முறைமைக்குப் பதிலாக இடம்பெற்றது.[38] இருந்தபோதிலும், பிரித்தானிய அரசாங்கம் இந்த வருமானங்களிலிருந்து சேகரிக்கப்பட்ட பணத்தில் கணிசமான தொகையை, மருத்துவ வசதிகளை ஏற்படுத்தவும் வீதி, நெடுஞ் சாலைகளை அபிவிருத்தி செய்யவும் பயன்படுத்தியது. இதனால் நாடு முழுவதும் மக்கள் நலன் பெற்றனர். யாழ்ப்பாணத் தீபகற்பத்துக்கென ஒரு வைத்திய சாலையையும், மருந்து நிலையத்தையும் நிறுவுவதற்கான பிரேரணை முன்வைக்கப் பட்டு, மார்ச் 1848 இல் Jaffna Friend-in-Need Society செயற்குழுவினால் ஒரு சுற்றறிக்கை வெளியிடப்பட்டது.[39] தீபகற்பத்தில் அபிவிருத்தியடைந்துவரும் சந்தைப் பொருளாதாரமும், ஆரம்ப நிலையிலிருந்த கைத்தொழில்களும் ஒரு சிவில் உட்கட்டு மானத்தின் (Civil infrastructure) தேவையை உருவாக்கின. பின்னர் மேற் கொள்ளப்பட்ட வீதி, நெடுஞ்சாலை வேலைகள் நாட்டினது பொருளாதார அபி விருத்தியை மேலும் விரிவாக்கின. இந்த வளர்ச்சியும், விரிவாக்கமும் தமிழரின் வாழ்க்கைத் தரத்தை மேம்படுத்திக் கல்வித்துறையில் உயர் தரங்களை எட்டுவதற்கு அவர்களை ஊக்குவித்தன. இச் சூழ்நிலை பத்தொன்பதாவது நூற்றாண்டின் அரையிறுதிப் பகுதிகளிற் தமிழரை, அரசாங்கத்தின் சிவில், நிர்வாக பதவிகளை அடைவதற்கும், தமது சொந்த மத, கலாசார அரசியல் எதிர்காலத்தையிட்டுச் சிந்திக்கவும் வைத்தது.

பிரித்தானியரின் ஆரம்ப ஆட்சியில் முக்கியமாக, வீதிகள் அமைப்பது, புகையிரத வீதிகள் அமைப்பது, சுகாதார வசதிகளை ஏற்படுத்துவது, நீர்ப்பாசனத் திட்டங்களை அபிவிருத்தி செய்வது, நீர்விநியோகத்தை ஏற்படுத்துவது போன்ற அடிப்படை அத்தியாவசிய கட்டுமான வேலைகள் தொடக்கப்பட்டன. இவற்றை நடைமுறைப்படுத்துவதற்காக 1820 இல் பொறியியற் பிரிவு ஆரம்பிக்கப்பட்டது. இப் பிரிவு, முதலில் வீதிகள் ஆணையாளரின் மேற்பார்வையில் இயங்கியது. பின்னர் பொதுவேலைத் திணைக்களம் எனப் பெயர் பெற்று, பொதுவேலைப் பணிப்பாளர் என்பவரின் மேற்பார்வையில் இயங்கியது. இப் பிரிவே வீதிகள், கட்டிடங்கள், றெயில்வே, குடிநீர் வநியோகம், நீர்ப்பாசனம் போன்ற சகலவிதமான பொறியியற் கட்டுமான வேலைகளுக்கும் பொறுப்பாக இருந்தது. இவற்றுள், நீர்ப்பாசன வேலைத் திட்டங்கள் குறிப்பாகக் குளங்கள், கால்வாய்கள் போன்றவற்றைத் திருத்துதல், புதிதாக அமைத்தல் போன்ற வேலைத் திட்டங்கள் 1850 கள் வரை தமிழ்ப்

பிரதேசங்களில் இடம் பெறவில்லை. 1860 களின் பின்னரே, தமிழ்ப் பிரதேசங்களில் நீர்ப்பாசனம் சம்பந்தமான பாரிய புனருத்தாரண வேலைகள் ஆரம்பிக்கப்பட்டன. இருபதாம் நூற்றாண்டின் ஆரம்பப் பகுதியிலேயே தமிழ்ப் பிரதேசங்களில் நீர்ப் பாசனத் திட்ட வேலைகள் பாரிய அளிவில் மேற்கொள்ளப்படுவதாகக் காண முடிகிறது. இதன் விளைவாக, 15 மே 1900 இல் நீர்ப்பாசனத் திணைக்களம் என்ற தனிப்பிரிவு தொடங்கப்பட்டு, நீர்ப்பாசன வேலைகள் யாவும், நீர்ப்பாசனத் திணைக்களப் பணிப்பாளரின் கீழ் வந்தன.[40]

கோல்புறூக் இலங்கைக்கு வந்தபோது இராஜகாரிய முறைமை முழுமையாக இயங்கியதையும், பொதுவாக இம் முறைமையின் மூலம் வீதிகள், பாலங்கள், பொதுவேலைகள் என்பன அமைக்கப்பட்டதையும் கண்டார். கோல்புறூக்கின் பொரு ளாதார இலட்சியங்கள் யாவற்றுக்கும் இராஜகாரிய முறைமை மாறு பட்டிருந்ததால், அதை ஒழிப்பதற்கான யோசனையை அரச செயலாளருக்கு எழுதியதே அவருடைய முதற் செயலாக இருந்தது. அதேசமயம், பொதுவேலை களுக்குத் தொழிலாளர் களைச் சம்பளத்துக்கு அமர்த்த வேண்டுமென்றும், அவசியமெனில் விளம்பரம் மூலம் இதைப் பெறவேண்டுமெனவும், இந்தியாவிலிருந்துகூட இறக்குமதி செய்யலாம் எனவும் இவர் அறிவுறுத்தினார். இவரது யோசனை ஏற்கப்பட்டு, செப்டெம்பர் 1832 இல் இது பிரகடனப் படுத்தப்பட்டது.[40] ஆயினும், 1848 இல், வீதி ஒழுங்குச் சட்டம் கொண்டுவரப்பட்டு அதன்கீழ்ப் பதினெட்டுக்கும் ஐம்பைத் தைந்து வயதுக்கும் இடையிலான ஆண்கள் யாவரும் பொதுவீதிகளில் வருட மொன்றுக்கு வேதனமின்றி ஆறு நாட்கள் கட்டாயமாக வேலை செய்யவேண்டுமென எதிர்பார்க்கப்பட்டனர்.[41] மோணிங் ஸ்ரார் (Morning Star) பத்திரிகைக்கு (ACM - அமெரிக்கன் சிலோன் மிஷனினால் (American ஊநலடழெ Mission) 1841 இல் நிறுவப்பட்டது) 13 ஜுன் 1850 எழுதப்பட்டதொரு கடிதம் பின்வருமாறு கூறுகின்றது.

> “பிரித்தானியரிடம் இலங்கை கையளிக்கப்பட்ட பின்னர் வீதிகள், பாலங்கள், வர்த்தகம் சம்பந்தமாக மாகாணத்தில் ஏற்பட்ட பெரும் மாற்றங்களும் சீர்திருத்தங்களும் அரசாங்கம் மக்களின் நலன்களில் காட்டும் அக்கறையைப் புலப்படுத்துகின்றன.”[42]

பிரித்தானியர் ஆட்சியின் ஆரம்ப காலப்பகுதியில் வீதிகள், பாலங்கள் என்பவற்றை அமைக்கும் வேலைகள் மேற்கொள்ளப்பட்டிருந்தன. சனவரி 1847 மோணிங் ஸ்ராரில் வந்த ஒரு செய்தி, புதிய நிலங்களை சுவீகரித்து, மாட்டு வண்டிகளும், பாதசாரிகளும் இலகுவில் பயணஞ்செய்யும் வகையில் ஒழுங்கைகளை விரிவாக்கியதைக் கூறுகின்றது. புதிய ஒழுங்கைகளை உருவாக்கவும், வீதியை விரிவாக்கவும், தமது சொந்த நிலங்களை விட்டுக்கொடுக்க மக்கள் ஆரம்பத்தில் மிகவும் தயங்கினர்போல் தோன்றுகின்றது. அவர்களுடைய நிலங்களின் பெறுமதி அதிகமாகவும், தீபகற்பத்தில் நிலம் கிடைப்பது குறைவாகவும் இருந்ததனாலேயே மக்கள் தயக்கம் காட்டியிருக்க வேண்டும். இருப்பினும், எதிர்ப்பையும் பொருட படுத்தாது, அவர்களின் நிலங்களை அரசாங்கம் சுவீகரித்து, தீபகற்பத்தில் வீதிகளை அமைப்பதற்குப் பணத்தையும், தொழிலாளரையும் பயன்படுத்தியது.[43] முடிவில்,

இந்தப் புதிய முன்னேற்றங்களை மக்கள் கண்டபோது, அவர்கள் தமது தியாகங்களையிட்டு மகிழ்ச்சியடைந்தனர். பெரிய வீதிகள் நாட்டின் பொருளாதார அபிவிருத்திக்குப் பயன்பட்டதுமன்றி, தீபகற்பத்துத் தமிழர் தம் மத்தியில் நெருக்கமான பரஸ்பரத் தொடர்புகளையும் ஏற்படுத்திக்கொள்ள வழிவகுத்தது. குடும்பம் மற்றும் கோவில் கொண்டாட்டங்களில் பங்குபற்றுவது, கலாசார செயற்பாடு, யாத்திரை, பரஸ்பரம் குசலம் விசாரித்தல், வெளிச் சந்தையில் பணப்பயிர் வர்த்தகம் என்ற வகையில் இத்தொடர்புகள் அமைந்திருந்தன. செப்பனிடப்பட்ட வீதிகள் செய்தித் தொடர்புகளை சீராக்கியதுடன், சமூகநீதியிலும் அபிவிருத்தியடை வதற்கான ஒற்றுமையுணர்வு தமிழரிடையே மேலும் வலுவடைய வழிவகுத்தன. வீதிகள் வன்னிப் பெருநிலத்திற்கும், கிழக்கு மாகாணத்துக்கும் விரிவாக்கம் பெற்றபோது, தமிழரிடையேயான தொடர்புகள் மேலும் வலுவடைந்தன. தீபகற்பத்தில் நிகழ்ந்த இந்த ஆரம்ப பொருளாதாரச் செயற்பாடுகள், முன்னேற்றங்கள் என்பனவற்றுடன், வீதி நெடுஞ்சாலை உருவாக்கமும் இணைந்தபோது யாழ்ப்பாணத் தீபகற்பம் பிரதானமானதொரு தமிழ் மையமாக மாறியது.

யாழ்ப்பாணத் தீபகற்பத்திலும், வன்னிப் பெருநிலப் பரப்பிலும் வீதிகளை அபிவிருத்தி செய்வதற்கான அரசாங்க வரவுசெலவுத் திட்டமொன்று தயாரிக்கப் பட்டிருந்தபோதும், கிழக்கில் இத்தகைய கட்டுமானங்கள் சம்பந்தப்பட்ட ஆவணச் சான்றுகள் எதுவும் கிடைக்கப் பெறவில்லை. 25 ஜுன் 1846 திகதிய மோணிங் ஸ்ரார் பத்திரிகைச் செய்தியின்படி, வெஸ்லியன் மதகுரு ஒருவர் பருத்தித் துறையிலிருந்து பயணம் மேற்கொண்டு திருகோணமலைக்கும், மட்டக்களப்புக்கும் சென்றுள்ளார்.[44] இவர் தரை வழியாகவோ, கடல் மார்க்கமாகவோ சென்றார் என்பது தெளிவில்லை. ஆயினும் இன்னுமோர் வெஸ்லியன் மதகுருவும், கத்தோலிக்கப் பாதிரியார் ஒருவரும் யாழ்ப்பாணத்திலிருந்து மாட்டு வண்டியில் ஆறு நாட்களாகப் பயணித்து மட்டக்களப்பை அடைந்தனர் என்பதைக் உணர்த்தும் சான்றுக் குறிப்பு உண்டு. ஆயினும் இந்தப் பாதை கற்கள் நிறைந்ததாகவும், இருமருங்கும் காடும், பற்றையும் கொண்டதாகவும் இருந்ததெனச் சொல்லப்படுகின்றது. 10 ஜுன் 1847 மோணிங் ஸ்ரார் பத்திரிகையின்படி, மலைநாட்டுப் பெருந்தோட்ட உரிமையாளர்கள் திருகோணமலைத் துறைமுகத்துக்கும், மலைநாட்டுக்கும் ஒரு வீதியை அமைக்கும் படி அரசாங்கத்தை வற்புறுத்தினர் எனத் தெரிகின்றது. இதேவேளை புத்தளம் ஊடாகக் கொழும்பிலிருந்து யாழ்ப்பாணத்துக்கு ஒரு வீதி ஏற்கெனவே அமைக்கப் பட்டுக் கொண்டிருந்தது.[45] இதே வருடத்தில், யாழ்ப்பாணத் தீபகற்பத்து வீதிகளின் அபிவிருத்திக்காகவும், யாழ்ப்பாண நகரில் ஒரு வைத்தியசாலையை நிறுவவும், நோயாளிகளுக்கான ஒரு புதிய மண்டபத்தைக் கட்டவும், அரசாங்கம் 4426.00 ஸ்ரேலிங் பவுண்களை ஒதுக்கியது.[46] 1850 ம் ஆண்டு, வடமாகாணத்துக்கான சட்ட வரவுசெலவுபற்றிய கூற்றொன்று, அரசாங்கத்தின் முயற்சிகளைத் தெளிவாகக் காட்டுகின்றது. 16 ஆகஸ்ட் 1854 மோணிங் ஸ்ரார், இக் கூற்றை மக்களின் நலன்கருதி மீளப் பிரசுரித்தது. அரசாங்கம் யாழ்ப்பாணத் தீபகற்பத்துக்கு 2609.09 ஸ்ரேலிங் பவுண்களும், மன்னாருக்கு 462.02 ஸ்ரேலிங் பவுண்களும், வன்னிக்கு 175.00 ஸ்ரேலிங் பவுண்களும் செலவிட்டது என இது பதிவு செய்கின்றது.[47] தரைவழிப் பாதைகள் ஊடாக மட்டும் போக்குவரத்து நடைபெறவில்லை. இக் காலகட்டத்தில்

போக்குவரத்துக்கு கால்வாய்களும், நதிகளும் உபயோகிக்கப்பட்டன. மேற்குக் கரையோரமாக தொண்ணூறு மைல்களுக்கும் கரையோரத்தை அண்டிய பிற இடங்களிலும் கால்வாய்கள், முகத்துவாரங்கள், குடாக்கடல்கள் வழியாக நீர்ப்பயணம் மேற்கொள்ளக்கூடியதாக இருந்தது. 1867 இல்,[48] மலைநாட்டில் புதிதாகத் திறக்கப்பட்ட புகையிரதப் பாதையைத் தவிர, இக் காலகட்டத்தில் வடக்கில் வேறெந்தப் புகையிரதப் பாதையோ, நெடுஞ்சாலையோ இருக்கவில்லை. 24 ஜுலை 1842 மோணிங் ஸ்ராருக்கு எழுதிய ஒரு வாசகர், "அரசாங்கத்தின், வீதி அபிவிருத்திக்கான செயற்பாடுகளையும், மக்களின் நலன்கருதி ஆற்றப்பட்ட ஏனைய சேவைகளையும்" புகழ்கின்றார். அரசாங்கம் நாட்டை மேம்படுத்துவதற்குப் பலவற்றைச் செய்ததென்பதில் ஐயமில்லை.

> "எமது தமிழ்ப் பிரதேசம் ஐம்பது ஆண்டுகளுக்கு முன்பிருந்த நிலையைத் தற்போதய நிலையுடன் ஒப்பிடுகையில், முன்னேற்றம் எவ்வாறு பலவழிகளில் நிகழ்ந்துள்ளது எனத் தெரிகின்றது. எமது பிரதேசங்களின் தற்போதைய அபிவிருத்தியடைந்த நிலைக்குக் காரணம், இலங்கை அரசாங்கத்தின் சிறந்த முயற்சியாகும்."[49]

புதிதாக அமைக்கப்பட்ட ஒழுங்கைகள், வீதிகள், பாலங்கள் என்பன அரசாங்கத்தின் பங்களிப்பாக இருந்ததுடன், நிர்வாகக் கட்டமைப்பை மேம்படுத்து வதற்கும் இவை அதிகமாக உதவியுள்ளன. 1842 இல் அமெரிக்கன் மிஷனால்

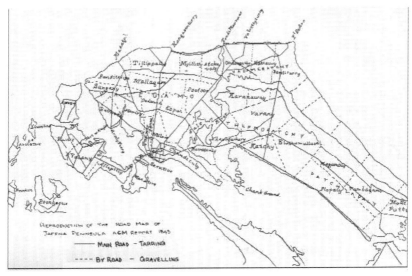

பிரித்தாணியர் ஆரம்ப ஆட்சிக்கால - யாழ்குடா - வீதி அமைப்பு

பிரித்தானியரின் ஆரம்ப ஆட்சிக்காலமும், தமிழரும்   297

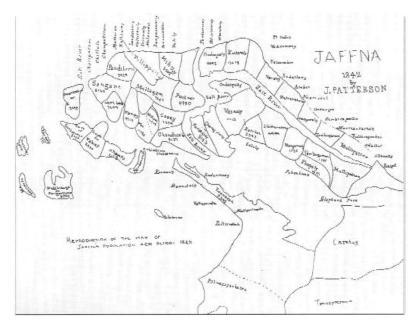

யாழ்ப்பாணகுடா - சனத்தொகை - பிரித்தானியர் ஆரம்ப ஆட்சிக்காலம்

தயாரிக்கப்பட்ட, யாழ்ப்பாணத்தின் வீதி அமைப்பு சம்பந்தமான வரை படத்தைப் பார்ப்பதன்மூலம், அங்கு ஏற்பட்ட அபிவிருத்தியை நன்கு புரிந்து கொள்ளலாம்.[50] திரும்பவும் கூறுவதானால், பத்தொன்பதாவது நூற்றாண்டின் நடுப்பகுதி முதற்கொண்டு தொடர்ந்து, யாழ்பாணத் தமிழரை வன்னிப் பெருநிலப் பரப்பிலிருந்த மக்களுடனும், ஓரளவுக்கு கிழக்கு மாவட்டங்களிலும், மலைநாட்டிலும், கொழும்பிலும் இருந்த தமிழருடன் ஒன்றிணைப்பதற்கு வீதித்தொடர்புகள் வழிவகுத்துள்ளன. வடக்கு, கிழக்கு மாகாணங்களுக்கு இடையேயும், தீவின் ஏனைய பாகங்களுடனும் நிலவிய ஆரம்ப இணைப்புக்கள் பின்னர், பத்தொன்பதாவது நூற்றாண்டில் ஒன்றிணைந்த தமிழ்ச் சமுதாயம் ஒன்று மீள உருவாவதற்கும், இலங்கையில் தமிழருக்கென ஒரு தனியான அடையாளம் உண்டு என்ற உணர்வை மீள ஏற்படுத்தவும் காரணமாய் அமைந்தன.

இவற்றைவிட, தமிழர் சனத்தொகை அதிகரிப்பு, அவர்களது தொழில்வாய்ப்பு நிலைமை, மதம், கல்வி போன்ற அம்சங்கள் ஆகியவற்றை மேலும் ஆழமாக நோக்குவது அவசியம். நாட்டில் நிலவிய அமைதியான அரசியல் நிலைமை, சட்டமும் ஒழுங்கும் சிறந்த முறையில் பேணப்பட்டமை, பொருளாதார அபிவிருத்தி

Abstract of the Returns of Population for the Jaffna Division of the Northern Province made in 1840.

Parishes and Subdivisions	No. of Houses	Male		Female		Total				
		Adult	Young	Adult	Young	Adult	Young	Grand Total	Census of 1814 Grand Total	Increase in 26 years
Nalloor	1174	2205	1752	2237	1577	4442	3329	7771	2495	5276
Vannarponne	1546	3323	2254	3527	2092	6850	5346	11196	5467	5729
Sundicooly	1627	2541	2069	2782	1747	5323	3816	9139	3582	5557
Jaffna	4347	8069	6075	8546	5416	16615	11491	28106	11544	16562
Kopay	1116	2155	1550	2183	1411	4338	2961	7299	3695	3604
Pootore	731	1596	920	1617	847	3213	1767	4980	3026	1954
Atchovaly	450	888	948	977	808	1865	1756	3621	1572	2049
Valligammo east	2297	4639	3418	4777	3066	9416	6484	15900	8293	7607
Mallagam	1197	2222	1650	2262	1711	4484	3361	7845	2738	5107
Tillipalle	1331	2717	2107	2710	1763	5427	3870	9297	3948	5349
Oodooville	1031	1827	1508	1850	1464	3687	3012	6699	2558	4141
Mylitty	720	1396	1276	1467	1063	2863	2239	5202	2755	2447
Valligammo north	4279	8162	6591	8289	6001	16451	12592	29043	11999	17044
Panduttiripo	920	1667	1328	1740	1199	3407	2527	5934	2808	3126
Sungane	1610	2683	1707	2724	1646	5407	3353	8760	3155	5605
Batticotta	1310	2218	1717	2247	1422	4465	3139	7604	4902	2702
Manepy	1590	2866	2177	2751	1925	5617	4102	9719	4211	5508
Valligammo west	5430	9434	6929	9462	6192	18896	13121	32017	15076	16941
Odopetty	1992	3104	2597	3665	2326	6769	4923	11692	6400	5292
Kattevally	2267	3408	3385	3891	2994	7299	6379	13678	7697	5981
Point Pedro	1634	2868	2286	3060	2163	5928	4449	10377	5739	4638
Vaddemoratchy	5893	9380	8268	10616	7483	19996	15741	35747	19836	15911
Navelcooly	784	1465	1181	1501	996	2966	2177	5143	1921	3222
Savagasery	2427	3391	3557	3781	2887	7172	6444	13616	6344	7272
Varene	1846	3016	2649	3203	2245	6219	4894	11113	4323	6790
Katchay	971	1612	1340	1595	1046	3207	2384	5593	3078	2515
Euludumurtuval	909	1393	1034	1273	799	2666	1833	4499	2283	2216
Tenmoratchy	6937	10877	9761	11535	7973	22230	17734	39964	17949	22013
Mogamale	328	531	406	485	310	916	816	1732	857	875
Tambogamo	338	667	259	557	258	1224	517	1741	957	784
Plopalle	264	532	272	433	238	965	510	1475	699	776
Mullepatto	500	900	522	793	456	1693	978	2671	2177	494
Patchellapally	1430	2630	1459	2268	1262	4898	2721	7619	4690	2929
Karatche	447	648	239	409	191	1057	430	1487		
Pomoreen	558	1061	695	980	659	2041	1354	3395	1226	2169
Pallewerayenkatto	92	305	208	262	195	567	403	970	175	795
Pomoreen	650	1366	903	1242	854	2608	1757	4365	1401	2964
Valane	498	697	815	769	707	1466	1522	2988	1163	1825
Kaits	942	1255	1423	1468	1206	2723	2629	5352	2802	2550
Allepetty	403	493	611	543	476	1035	1087	2123	1290	833
Karaitevoo	1128	1913	1110	1897	976	3810	2085	5895	4686	1209
Valane	2971	4357	3959	4677	3365	7724	8634	16358	9941	6417
Pungertivoo	673	1043	886	1092	688	2135	1574	3709	1406	2303
Nynativoo	138	178	225	211	180	389	405	794	294	500
Analativoo	224	272	332	320	258	592	590	1182	1148	34
Elowetivoo	37	42	44	49	42	91	86	177		
Islands	1072	1535	1487	1672	1168	3207	2655	5862		
Delft Islands	531	672	794	840	766	1512	1560	3072		

Note:-The grand total of the Jaffna Division is - 219540. of Monnar 27937. of Vanny 7000; of Nownrehalawya - 45204; total population of Northern Province - 299681.

Source: ACM Report of 1845 (Reproduction of the original document).

அளித்த செழிப்பு, சீர்பெற்ற மருத்துவ வசதிகள, இவை யாவுமே இயல்பாக சனத்தொகைப் பெருக்கத்தை ஏற்படுத்தின. முழுநாட்டினதும் மக்கட்தொகை பத்தொன்பதாம், இருபதாம் நூற்றாண்டுகளில் தொடர்ச்சியாக அதிகரித்தது. தமிழ்ப் பிரதேசங்களும் இதற்கு விதிவிலக்காக இருக்கவில்லை. 1871-1946 வரையிலான

Summary of the Village Census of the Parishes of Tillipally, Mallagam, Mylitty and Atchuvaly

Names of the villages	Number of Houses				Population					Education: Learnt formerly in Miss. Sch.			Now learning			Readers			Religion					
	Houses with stone walls	Mud walls	Huts	Total	Men	Women	Males unmarried	Females unmarried	Total	Males	Females	Total	Boys	Girls	Total	Males	Females	Total	Protestants	Romanists	Heathen	[illegible]	Scriptures given	Tracts given
Mavittapuram		221	39	260	380	359	399	325	1459	102	8	110	101	22	123	139		139	2		1457	2	148	146
Illavaly	1	9	99	109	188	189	154	137	668	52	6	58	46	35	79	61	5	66		59	609	1	36	85
Pannaly		181	20	201	342	366	398	314	1200	88	1	89	106	22	128	154	9	163	1		1199	2	110	65
Kangesantoory		37	54	91	106	99	138	101	444	31	15	46	38	8	44	34	14	68		21	423	1	54	79
Paly and Vemangamiam	5	134	36	175	204	221	239	153	817	94	33	127	43	25	68	37	66	103	7	37	833	1	55	82
Keerimaly	1	50	50	101	149	147	146	59	528	7		7	23	12	35	22	2	24		176	350	1	23	18
Cattagam		46	18	64	108	139	99	80	408	43	9	52	18	6	24	32	4	36		3	405	1	20	37
Do. west		21	16	37	72	61	45	54	131	40	16	56	17	21	38	55	15	70	29		202	1	14	12
Tillipally south		92	24	116	196	204	163	131	694	79	11	90	66	27	93	123	11	134	6	8	680	1	56	87
Do. south east	3	49	28	80	130	140	135	133	538	48	9	57	40	9	49	60	6	68	4	14	520	1	21	30
Do. east	1	20	22	32	43	36	45	34	158	18	4	22	33	8	41	34	5	39	8		150	1	8	9
Velangady	1	27	17	45	16	87	74	69	261	20	4	24	30	15	35	14	5	18		76	215		4	25
Culamangal		23	11	34	44	60	56	51	211	21	1	22	6	6	12	7	2	9		51	160		2	73
Total of Tillipally	16	995	363	1367	2006	2053	1981	1611	7651	667	15	709	550	180	368	851	100	929	36	409	7201	13	553	674
Mallagam west	1	126	23	150	249	199	333	166	985	70	5	75	80	17	97	143	6	149	5		950	2	49	120
Do. east		23	10	33	151	49	38	33	323	4		4	15	7	22	46	1	47			323		10	16
Alavetty west		139	16	155	236	251	305	151	885	44	2	50	52	10	62	73		73		58	806	1	60	37
Do. middle	1	79	30	110	185	198	187	110	630	36	4	40	37	16	49	75	7	82	4		624	1	34	9
Do. south		48	32	80	131	141	92	83	437	8	1	9	17	22	29	31	1	32		81	356	1		1
Do. south west		158	3	171	177	180	174	133	664	17	1	18	37		37	94	2	96	2	73	659		34	11
Alady 1st		136	15	151	148	361	340	225	834	139	12	150	55	31	86	201	40	241	1		833	1	98	80
Do. 2nd		110	83	193	232	293	394	236	1150	149	8	157	80	26	166	143	6	149	7	12	1131	4	79	77
Evony		33	4	35	46	44	54	73	217	22		22	30		30	21		21			217		13	37
Ponnalypattagam		58	48	102	170	161	278	275	680	81		81	42	15	57	79	2	81			789	1	56	37
Total of Mallagam	3	907	263	1170	1630	1715	1901	1358	6602	374	33	407	420	134	534	845	65	910	18	178	6588	10	418	493
Mylitty		29	6	35	67	50	47	40	254	10		10	10		10	10		10			254	1	18	32
Tiarty		76	33	109	185	199	160	123	660	36	4	60	33	14	47	82	3	85	1	12	647	1	47	73
Curumpitty		49	8	57	90	116	106	99	411	53	4	57	31	6	37	40	5	45	3		408	1	36	46
Varuttalyvelan		69	15	84	180	182	189	139	610	62	5	67	37	21	58	73		73	3		607	1	42	65
Mulavy		23	63	86	99	130	152	125	506	1		1	7	1	8	75		75			506		11	86
Palaly	2	82	30	114	202	23	248	226	900	45		45	1		1	297		297		136	385	1	30	34
Vajavelan		153	30	183	380	300	402	430	1512	36	8	44	8	10	18	116		116	5	329	978	1	62	98
Mylitty Church		107	22	129	136	172	171	330	649	15		15	21	22	43	38		38		146	503	1	15	27
Total of Mylitty	9	588	187	797	1309	1404	1476	1335	5503	298	21	319	138	74	212	685	6	691	19	833	4860	7	369	473
Purovanny north		49	10	59	69	35	89	96	309	54	19	73	30	13	43	65	11	76	2	6	395	1	64	51
Patthony		55	8	63	80	74	135	120	409	46	18	64	57	32	89	30	3	33		40	369		33	34
Cadiripay		33	3	36	46	47	79	76	248	17	11	28	34	4	38	20		20			248		20	32
Tambaly		20	13	33	45	40	71	54	210	7	22	29	16	15	31	10		10			210	1	15	16
Edicardu	1	89	13	103	141	136	227	208	712	29	12	31	50	20	70	39	4	89			712	1	48	84
Purovanny south		86	10	96	187	140	235	188	770	59	45	71	39	6	60	41	3	44			770		51	78
Nevathary		53	12	65	102	87	170	106	465	43	6	49	81	20	91	40	3	43			465	1	48	50
Total of Atchuvaly	1	385	68	454	670	582	1027	853	3117	265	100	367	258	111	409	285	26	331	9	46	3069	4	328	355
Grand total	15	2881	889	3768	5512	5835	6385	5341	23073	1804	269	2073	1466	517	1915	2686	203	2891	67	1457	21508	34	1339	1897

Source: ACM Report of 1845 (Reproduction of the original).

எழுபத்தைந்து ஆண்டுக் காலத்தில், இலங்கையின் சனத்தொகை 4.2 மில்லியன்களாக அல்லது 177.3 சதவீதமாக அதிகரித்தது. ஒவ்வொரு பத்தாண்டுக்கான அதிகரிப்பு வீதம் 14.7 சதவீதமாகவும், அல்லது வருடமொன்றுக்கு 1.4 சதவீதமாகவும் இருந்தது. இது உலகின், இதே காலத்துக்குரிய சனத்தொகைப் பெருக்கத்தின் இரு மடங்காக இருந்தது.[51] மேலும், இந்தியாவுக்கும், குறிப்பாகத் தென்னிந்தி

யாவுக்கும் இலங்கைத் தமிழ்ப் பிரதேசங்களுக்கும் இடையேயான வர்த்தகச் செயற் பாடுகளும் தமிழ் மக்கள் தொகை அதிகரிக்கக் காரணமாயிருந்தன. ஈற்றில், கோல்புறூக் சீர்திருத்தக் காலகட்டத்தில் மலைநாட்டில் அறிமுகப்படுத்தப் பட்ட பணப்பயிர் பெருந்தோட்டச் செய்கையின் காரணமாக, இது சம்பந்தப்பட்ட வேலைகளில் ஈடுபடுத்துவதற்குத் தென்னிந்தியாவிலிருந்து இலங்கைக்கு ஏராளமான தமிழ் மக்கள் பிரித்தானியரால் கொண்டுவரப்பட்டனர். இவர்களில் சிலர் ஈற்றில் வடக்கிலும், கிழக்கிலும் குடியேறினர். பிரித்தானியக் குடியேற்ற ஆட்சிக் காலத்துக்கு முன்னர், இலங்கையில் முறையான குடிசன மதிப்பு செய்யப்படாதிருந்தும், ஒல்லாந்தர் அவர்களது தேசாதிபதியாகிய வன்டா கிறாபின் (Van der Graaf)அதிகாரத்தின் கீழ் கரைதுறைப்பற்று என அழைக்கப்பட்ட கரையோர மாகாணங்களில் 1789 இல் ஒரு குடிசனமதிப்பைச் செய்திருந்தனர். அனேகமாக, கிடைக்கக்கூடியதாகவிருந்த காணிப் பதிவேடுகளின்படி, முழுச் சனத்தொகை 817,000 என அறியப்பட்டது.[52] பிரித்தானியர் ஆட்சியின் ஆரம்ப வருடங்களில் இருந்த சனத்தொகைபற்றி அறிவதற்கு ‘நீலப் புத்தகங்கள்’ (Blue Books) முக்கியமான ஆதாரமாக இருந்த போதிலும்,[53] இவ் விபரணம் மிகச் சரியானதெனக் கொள்ள முடியாதுள்ளது. இந்த ‘நீலப் புத்தகங்கள்’ இன்படி கரைதுறைப்பற்று, கண்டி மாகாணங்களில் 1814-1816 வரையிலானதும், 1821 லும், 1824-1827 வரையிலான காலத்திலும் மேற்கொள்ளப் பட்ட குடிமதிப்புக்களில் சனத்தொகை கணிக்கப்பட்டது. இந்த விபரங்களின்படி சிங்கள மாவட்டத்தின் சனத்தொகை 399,408 ஆகவும், தமிழ் மாவட்டத்தின் சனத்தொகை 195,697 ஆகவும் இருந்தது.[54]

1827 லிருந்து 1871 வரை குடிசனமதிப்பு மேற்கொள்ளப்பட்டதற்கான குறிப்பு எதுவும் இல்லை என்பது கவனத்திற்குரியது. அத்துடன், 1814, 1821, 1827 ம் ஆண்டுகளுக்கான குடிசனமதிப்புக்கள் எவ்வாறு நடத்தப்பட்டன என்றோ, அவற்றில் காணப்பட்ட கணக்கில் எவ்வளவுக்குத் தவறுகள் இருந்தன என்பதோ தெளிவாகக் காணப்படவில்லை. இதற்கு மாறாக, 1871 லும், 1881 லும் பிரித்தானியரால் நடத்தப்பட்டதும், இலங்கை முழுவதற்கானதுமான, நாட்டின் முதலாவது குடிசன மதிப்பு வெற்றிகரமாக நடத்தப்பட்டதுடன், கணிசமான அளவு சரியானதும் என்று சொல்லப்படுகின்றது. ஆயினும் திருமண அந்தஸ்து, மதப்பிரிவுகள் சம்பந்தப்பட்ட தகவல்கள் தவறாகவே உள்ளன.[55]

1901 குடிசனமதிப்பு இதைவிடச் சீரானதாக இருந்ததுடன், 1911, 1931, 1946 குடிசனமதிப்புக்கள் கணிசமான அளவில், பல்வகைப்பட்ட தகவல்களைக் கொண்டிருந்தன. வடமாகாண சனத்தொகைப் புள்ளி விபரங்களைப் பெறுவதற்கு ஓர் ஆரம்ப முயற்சி, அதுவும் யாழ்ப்பாணத் தீபகற்பத்தில் 1842 இல் அமெரிக்க மிஷனைச் சேர்ந்த தனிப்பட்ட ஒருவரின் ஆர்வத்தினால் மேற்கொள்ளப்பட்டது. மதப்பிசாரத்திலும், கல்விச் செயற்பாடுகளிலும் உதவும்பொருட்டு இம் முயற்சி மேற்கொள்ளப்பட்டிருக்கலாம். இம் முயற்சி, தீபகற்பத்துடன், மன்னாரையும், வன்னியையும் உள்ளடக்கியதாக இருந்தது. இதில், யாழ்ப்பாணத் தீபகற்பத்தின் சனத்தொகைபற்றி மிக விபரமான புள்ளிவிபரங்கள் காணப்பட்டன. 1842 ம் ஆண்டு ஏசிஎம் அறிக்கையில் உள்ள இந்த விபரங்கள், யாழ்ப்பாணத் தீபகற்பத்திலுள்ள வீடுகளின் தொகை, ஆண் பெண் தொகை என்ற விபரங்கள் காணப்பட்டன.[56]

இவ் அறிக்கை 1814 இல் நடந்த மேலுமோரு குடிசனமதிப்பை மேற்கோள் காட்டுகின்றது. 1814 நடந்த அந்தக் குடிசனமதிப்பின்படி மன்னார், வன்னி, யாழ்ப்பாணத் தீபகற்பம் என்னுமிடங்களின் தமிழர் சனத்தொகை 103,377 ஆகக் காணப்பட்டது. 1842 இல் சனத்தொகை 219,540 ஆக இருந்தது. உண்மையில், 28 வருடங்களில், இப் பிரதேசத்தின் சனத்தொகை 116,163 ஆல் அதிகரித்திருந்தது. இவ் அறிக்கையில் கிழக்கு மாகாணம் உள்ளடங்கவில்லை. 1842 ம் ஆண்டு குடிசனமதிப்பு யாழ்ப்பாணத் தீபகற்பத்தின் வரைபடத்தையும் கொண்டுள்ளது. இதில் கிராமம் கிராமமாக சனத்தொகை குறிப்பிடப்பட்டதுடன், இதனுடன் இணைக்கப்பட்ட பட்டியலில், வீடுகளின் எண்ணிக்கை, அவை எவற்றால் கட்டப்பட்டவை (கல் அல்லது மரம்) என்ற விபரத்துடன், எழுத்தறிவு, மதம் சம்பந்தப்பட்ட விபரங்களும் காட்டப்பட்டுள்ளன. இந்த அட்டவணைகள் தீபகற்பத்து மக்களின் வாழ்க்கைத் தரத்தைப்பற்றித் தெளிவாகக் காட்டுகின்றன.

சனத்தொகைப் பெருக்கம் சமூக, பொருளாதார, தொழில்வாய்ப்புத் துறைகளில் ஆழமான தாக்கத்தை ஏற்படுத்தியது. தீபகற்பத்தில் காணித் தட்டுப்பாடு ஏற்பட்டு, அது மக்களை வன்னிப் பெருநிலப்பரப்பு, கிழக்கு ஏன், இலங்கையின் மேற்குப் பிரதேசங்களை நோக்கியும் இடம்பெயர வைத்தது. பத்தொன்பதாவது நூற்றாண்டின் அரையிறுதிக் காலத்தில், அவர்கள் அரசாங்க, வர்த்தக, விவசாயத் துறைகளில் புதிய வேலைகளுக்கான வாய்ப்புக்களைத் தேடலாயினர். இச் செயற்பாடுகள் அவர்களை வன்னி பெருநிலப்பரப்பிலும், கிழக்கிலும் உள்ள தமிழருடன் ஒன்றிணையச் செய்ததோடு பெரும்பான்மைச் சிங்கள சமூகத்தினருடனும் நெருக்க மான தொடர்புகளை ஏற்படுத்த உதவின. தமது சுய இன அடையாளத்தையும், சிங்கள இன அடையாளத்தையும் ஒப்பிட்டுப் பார்க்கும் ஒரு நிலைக்கு அவர்கள் வந்தபோது, வடக்குக் கிழக்குத் தமிழர் தமது சுய அடையாளம் பற்றிய கூர்மையானதொரு உணர்வை விருத்தி செய்யலாயினர்.

இலங்கையில் போத்துக்கேயரும் ஒல்லாந்தரும், குறிப்பாகக் கரையோரப் பிரதேசங்களில் 300 ஆண்டுகளுக்கு மேலாக ஆட்சி செய்திருந்தபோதும், அவர்களால் தமிழர் மத்தியில் நிலவிய இறுக்கமான சாதியமைப்பை மாற்ற முடியவில்லை. போத்துக்கேய கத்தோலிக்க மிஷனரிமாரும், டச்சு புரட்டஸ்தாந்து மிஷனரிமாரும் தமது மதப் பிரசாரத்தில் சாதியத்துக்கு எதிராகப் போதித்தபோதும் பயன் எதுவும் கிட்டவில்லை. தொழிற்புரட்சிக்குப் பிந்தியதான பிரித்தானிய ஆட்சியினரும், அவர்களுடைய மிஷனரிமாரும் தமது நியாயவாத, விஞ்ஞானபூர்வ சிந்தனைகளினாற்கூட சாதியத்தை ஆட்சியின் ஆரம்ப காலத்தில் மாற்ற முடியவில்லை. பத்தொன்பதாவது நூற்றாண்டின் பிற்பகுதியிலும், இருபதாம் நூற்றாண்டின் ஆரம்பத்திலும் பெரும்பாலும் மிஷனரி கல்விச் செயற்பாடுகளினாலும், மதப் பிரசாரத்தினாலும், விடுதிப் பாடசாலைகளினாலும் மாத்திரமன்றி நவீன வர்த்தகச் செயற்பாடுகளினால் ஏற்பட்ட பொதுவான பொருளாதாரச் செழிப்பினாலும் சாதியம் சிறிதளவு ஒழியவே செய்தது. ஆனால், பிரித்தானியரின் ஆரம்ப ஆட்சிக் காலத்தில் சாதிய முறைமையில் எந்தவொரு மாற்றமும் நிகழவில்லை. 17 ஏப்பிரல் 1845 இல், மட்டக்களப்பிலிருந்து சைவர் ஒருவர், மோணிங் ஸ்ரார் பத்திராதிபருக்கு எழுதிய ஒரு கடிதம் சாதிய முறைமைபற்றியும், அது எவ்வாறு செயற்பட்டது என்பதைப் பற்றியும் ஆழமான தகவலைத் தருவதாக உள்ளது:

> "எமது அதி கருணை வாய்ந்த முடிக்குரிய விக்டோரியா மகாராணியின் மகிழ்ச்சியான ஆட்சியின் கீழ் மேற்கொள்ளப்பட்ட மனித நேயமும், இரக்கமும் நிறைந்த செயல்களான, இருபது மில்லியன் ஸ்ரேலிங் பவுண்களைக் கொடுத்து மேற்கு இந்தியாவில் அடிமைகளை விடுவித்ததும், இலங்கையில் அடிமை வியாபாரத்தை அடியோடு ஒழித்தமையும், எல்லையற்ற புகழ்ச்சிக்கு ஏற்புடையதாகும். ஆனால் பத்திராதிபர் அவர்களே! இலங்கையில் அடிமை வியாபாரத்தைவிட மிகக் கொடுமை, குறிப்பாகத் தமிழர் மத்தியில் இழைக்கப்படுகின்றது. நான் குறிப்பிடுவது சாதி பார்ப்பதைத்தான். மேற்சொன்ன இடங்களிலுள்ள பெரும்பங்கினர்க்கு, அடிமைத் தளையில் இருப்பதைப் பார்க்கிலும் அதிகமான தீங்குகள் இந்த சாதியத்தினால் இழைக்கப்படுகின்றது. தாழ்ந்த சாதியைச் சேர்ந்த ஒருவர் விபத்திற் சிக்கிக் கொண்டால், அவருக்கு உயர் சாதியினர் உதவுவார்களா? அவர் கீழே விழுந்தால் அவரைத் தூக்கி விடுவார்களா? அவருடைய வீடு தீப்பற்றிக்கொண்டால் அதை அணைக்க முயற்சிப் பார்களா? அவரையும், அவருடைய உடமைகளையும் காப்பாற்ற முன்வரு வார்களா? அவர் தாகமாய் இருந்தால் தங்களுடைய கிணறுகளில் நீர் அள்ள அனுமதிப்பார்களா? தமது பாத்திரத்தில் பானம் செய்ய விடுவார்களா? அவர் நோயாளியானால் வைத்தியர் அவரைக் கவனிப்பாரா? நாவிதன் அவருக்கு வழிப்பானா? இல்லை. தாழ்ந்த சாதியினன் உயர் சாதியினரின் இல்லத்துக்குச் சென்றால் அதனிலிருந்து தூரத்தில் உட்காரவேண்டும். அவர்களுள் ஒருவரைச் சந்திக்க நேரும் பொழுதெல்லாம் தான் அந்தச் சாதியைச் சேர்ந்தவனென்றும், தீண்டத்தகாதவன் என்றும் சொல்ல வேண்டும். தனது சாதிக்கென விதிக்கப்பட்டதற்கு மாறாக நடப்பின் அவன் தண்டனைக்கு உட்படல் வேண்டும்."[57]

இந்தக் காலத்தில் தமிழர் மத்தியில் சாதிய முறைமை எவ்வளவு வேரூன்றியிருந்தது என்பதைக் காட்டும் பல விபரங்களில் இது ஒன்றாகும். சாதிய முறைமை பற்றிய பல விவாதங்களும், சாதி முரண்பாடு மோதல்களும் பிரித்தானிய ஆரம்ப ஆட்சிக் காலத்தில் நிகழ்ந்துள்ளன என்பது கவனத்துக்குரியது. உதாரண மாக, 8 ஜனவரி 1846, 22 ஜனவரி 1846, 12 பெப்ரவரி 1846, 23 ஏப்பிரல் 1846 மோணிங் ஸ்ரார் இதழ்களில் வெளியான ஒரு கட்டுரைத் தொடரில், சாதி முறைமையின் பிரச்சனைகள், அதன் மாயைகள், அதன் யதார்த்தமின்மை என்பவற்றைக் கூறி, அதன் மூலம் மக்களுக்கு அறிவு புகட்டி, அவர்களது மனப்பாங்குகளை மாற்றுவதற்கு முயற்சிக்கப்பட்டுள்ளது.

தீபகற்பத்திலுள்ள மிஷனரிப் பாடசாலைகளும் சாதிய முறைமையை கடுமையாகவும், உரத்தும் கண்டித்தன. இம் முறைமைக்கு எதிராக மோணிங் ஸ்ரார், புரட்டஸ்தாந்து மிஷனரிமார், மிஷனரிப் பாடசாலைகள் என்பன, மக்களின் மானப்பாங்குகளை மாற்றுவதற்குப் பாடுபட்டுள்ளன. ஆனால், இந்த மிஷனரிமாரே சாதியத்தை ஓரளவுக்கு "பேணியும்" வந்துள்ளனர் என்பதற்கும் சில சான்றுகள் உண்டு. குறிப்பாக, இவர்கள் தமது பாடசாலைகளில் தாழ்ந்த சாதி மாணவர்

களைவிட வெள்ளாள மாணவர்கள் இருப்பதையே விரும்பினர். வண. டபிள்யு. ஒட்லி (Rev. W. Odley) என்ற கத்தோலிக்க மிஷனரியின் 5 செப்ரெம்பர் 1845 அறிக்கை ஒன்றில்,

> "அதிக எண்ணிக்கையிலான தாழ்ந்த சாதி மாணவர்கள் சிறந்த பாட சாலைகளில் அனுமதிபெறத் தகுதி பெற்றிருக்கவில்லை."[58]

என்று கூறுகிறார். அமெரிக்கன் சிலோன் மிஷன், வெஸ்லியன் மிஷன், சேர்ச் மிஷனரி சொசயற்றி என்பவற்றினால் நடத்தப்பட்ட பிரபல பாடசாலைகள், குறிப்பாக இடைநிலைப் பாடசாலைகள் தாழ்ந்த சாதி மாணவரைச் சேர்க்கத் தயங்கின என ஒட்லி குறிப்பிடுவதுபோல் தோன்றுகின்றது. இவருடைய கூற்று புரட்டஸ்தாந்து மிஷனரிமாரின் உத்தியோகபூர்வமான கொள்கைளுக்கு எதிராகவுள்ளது. ஆனால், பின்வரும் அமெரிக்க சிலோன் மிஷன் (ACM) அறிக்கையில், உள்ள புள்ளி விபரத்தைப் பார்க்கையில் இக் கூற்று உண்மையெனத் தெரிகின்றது. அமெரிக்க சிலோன் மிஷன் விடுதிப்பாடசாலைகளில் தாழ்ந்த சாதி மாணவரைவிட வெள்ளாள மாணவர் அதிகமாக இருந்தனர் என்பதை இவ்வறிக்கை காட்டுகின்றது. இதற்கும் மேலாகப் பறையர், நளவர், பள்ளர் போன்ற 'தீண்டத்தகாத'சாதியினர் இப் பாடசாலைகளில் காணப்படவில்லை.[59] இச் சாதியினர் கல்வியில் அக்கறை கொள்ளாமலும், வாழ்க்கையின் பொருட்டு உழைக்க வேண்டியிருந்தமையாலும் இந்நிலை இருந்ததா அல்லது அவர்கள் உண்மையிலேயே மிஷனரிமாரினால் பாரபட்சமாக நடத்தப்பட்டனரா என்பது விவாதத்துக்குரியது.
1851 இல் அமெரிக்க சிலோன் மிஷனினால் இங்கிலாந்து அரசருக்கு அனுப்பப்பட்ட அறிக்கை பின்வருமாறு தெரிவிக்கின்றது.

> "இந்த மாகாணத்தில் இப்போது நிலவும் சாதியம், மூன்றரை நூற்றாண்டுகளாகப் போத்துக்கேய, டச்சு, பிரித்தானிய ஆட்சிக்கு மக்கள் உட்பட்டிருந்த இந்த நீண்ட காலத்தில், செயற்பட்ட பல காரணிகளால் பெரிதும் சீரடைந்துள்ளது. இந்த அரசுகள் யாவுமே, சாதியத்தை ஒழிக்காவிடினும் அதைப் பெரிதும் சீராக்க மிகவும் முயன்றுள்ளன. மக்களில் பலர் நீண்ட காலமாகவே கிறிஸ்தவத்தின் பல உண்மை களுடனும், வடிவங்களுடனும் பரிச்சயமாய் இருந்துள்ளனர். சாதியம் இப்போது எம்மிடையே காணப்பட்டாலும், இந்த ஏனைய காரணிகளினால் அதன் மூல அம்சங்களில் சில இப்போது காணப்படுவது அரிதாக வுள்ளது."[60]

தமிழ்ச் சமுதாயத்தில் சாதியம் மீதான மிஷனரிமாரின் தாக்கம் ஓரளவு தர்க்கத்துக்குரிய விஷயமாக இப்போதும் இருப்பினும், வெள்ளாளரின் நிர்வாக, பொருளாதார மாற்றங்களின் நிலை அதிக சர்ச்சைக்குரியதாக இல்லை. பத்தொன் பதாம் நூற்றாண்டின் இறுதிப் பகுதியில், நிலவுடமையாளரான வெள்ளாளரின் முக்கியத்துவம், குறிப்பிடுமளவுக்கு அதிகரிக்கலாயிற்று. தமிழ்ச் சமூகத்தின்

விடுதிப்பாடசாலைகளின் மாணவர் பட்டியல்

அமெரிக்க சிலோன் மிஷன் சாதியமைப்பு புள்ளிவிபரம் –ACM

இடம்	வேளாளர்	கோவியர்	மீனவர்	சலவைத் தொழிலாளர்	செட்டி	மொத்தம்
தெல்லிப்பளை	26	1	1	0	0	28
வட்டுக்கோட்டை	18	2	0	0	1	21
பண்டத்தரிப்பு	19	0	1	1	0	21
உடுவில்	19	2	0	0	3	24
மானிப்பாய்	13	0	0	0	1	14
மொத்தம்	95	5	2	1	5	108

ஆதாரம்: அமெரிக்கன் மிஷன் அறிக்கை 1824

மத்தியில் இவர்களே தமிழர் என்ற உணர்வின் பிதாமகராகவும், இறுதியில் இவர்களே தமிழ்த் தேசியவாதத்தை ஊட்டி வளர்ப்பதில் முன்னணியில் இருந்தவராகவும் காணப்படுகின்றனர். இலங்கைத் தமிழர் வாழ்க்கையின் ஒவ்வொரு அம்சத்திலும், வெள்ளாளரே பிரபல்யமானவராக இருந்திருக்கின்றனர். மீன்பிடிக்கும் சாதியினரைத் தவிர, ஏனைய சாதியினர் எண்ணிக்கையில் மிகக் குறைவாகவே காணப்பட்டனர். இருப்பினும், மீன்பிடிச் சாதியினர் வெள்ளாளரைவிட மிகவும் குறைந்த தொகை யினராகவே இருந்தனர். எவ்வாறெனினும், சாதிய அடிப்படை யிலான புள்ளிவிபரங்கள் எதுவும் இக் காலகட்டத்தில் இருந்ததாக அறிய முடியவில்லை.

மதமும், தமிழரும்

இலங்கையில் மேற்குலக சக்திகளின் மற்றைய பெருந்தாக்கம் மதத் துறையிலேயே உணரப்பட்டது. இதன் செல்வாக்கினால் யாழ்ப்பாணத் தீபகற்பத்திலும், நாட்டின் கரையோரப் பகுதிகளிலும் வாழ்ந்த மக்கள்தான் மிக அதிகமாகப் பாதிக்கப் பட்டவர்கள். போத்துக்கேயரைப் போலன்றி பிரித்தானிய குடியேற்றவாத அரசாங்கம், சைவ சமயத்துக்கு வெளிப்படையான பகைமையைக் கொண்டிருக்கவில்லை. இருந்த போதிலும் இவ் அரசு, தமிழ்ப் பிரதேசங்களில் கிறிஸ்தவத்தைப் பரப்புவதற்காகக் கல்வியைப் பயன்படுத்திய கிறிஸ்தவ பிரிவுகளுக்கு, அந்தச் செயற்பாடுகளுக்கான நிதியுதவியையும், நன்கொடைகளையும் அளித்து உதவியது.

டச்சுக்காரர் 1658 அளவில் யாழ்ப்பாணத்தை ஆக்கிரமித்திருக்கையில் றோமன் கத்தோலிக்க நடவடிக்கைகள் பின்னடைந்து, தமிழர் மத்தியில் புரட்டஸ்தாந்து மதம் பெருமளவில் பரவியது. றோமன் கத்தோலிக்கப் பாடசாலைகளும், ஆலயங் களும், டச்சுக்காரரின் புரட்டஸ்தாந்து ஆலயங்களினாலும், மதமாற்றுச் செயற்பாடு களினாலும் ஆக்கிரமிக்கப்பட்டன. 1716 இல், ஏறத்தாழ ஐம்பது ஆண்டு ஒல்லாந்த ஆக்கிரமிப்பின் பின்னர், 73,142 தமிழர்கள் கிறிஸ்தவமே தமது மதமெனப்

பிரகடனப்படுத்தினர். இவர்கள் வன்னி, மன்னார், மற்றும் யாழ்ப்பாண தீபகற்பம் ஆகிய இடங்களில் அதிகமாகவிருந்தனர். 1722 இல், இத் தொகை 139,388 ஆக அதிகரித்து, 1760 இல் 182,226 தமிழ் கிறிஸ்தவர் இருந்தனர். 1796 ல் பிரித்தானியரின் இருப்பின்போது, இத்தொகை வியக்கத்தக்க வகையில் வீழ்ந்தது. 1802 இல் தமிழ்ப் பிரதேசங்களில் 136,000 கிறிஸ்தவரும், இலங்கை முழுவதும் 342,000 புரட்டஸ்தாந்தினரும், இதைவிட அதிக தொகையிலான றோமன் கத்தோலிக்கரும் காணப்பட்டனர்.[61] 1806 அளவில் புரட்டஸ்தாந்து மதம் தமிழர் மத்தியில் அனேகமாக மறைந்தே விட்டிருந்தது. காடினர் (Gardiner) என்ற கத்தோலிக்க மதகுரு பின்வருமாறு குறிப்பிட்டுள்ளார்:

> "...... இருளில் நீண்டகாலம் அலைந்தபின்னர், ஒளியின் ஆரம்பக் கீற்றுக்களை இவர்கள் ஆனந்தமாகப் பின்பற்றுகின்றனர். மத அறிவின் அறிமுகங்களை இவர்கள் தம்மை மறந்து ஏற்று, அவற்றைத் தமக்குக் கற்பிக்கப் பிரயத்தனம் செய்யும் எவரையும் போற்றிக் கொண்டாடுகின்றனர்"[62]

என்னதான் இருப்பினும், காடினரின் இந்த நம்பிக்கைக்கு ஆதாரமே இருக்க வில்லை. தமது புதிய ஆட்சியாளர்கள் மதத்தையிட்டுச் சட்டை செய்யாததால், தம்மீது மதம் திணிக்கப்படவில்லை எனத் தமிழர் விரைவில் நம்பத் தொடங்கி விட்டனர். கிறிஸ்தவத்துக்கு மதம் மாறுவது எவ்வித பொருளாதார நலன்களையும் அளிக்காது, கிறிஸ்தவர்களுக்கு மட்டுமே வேலைவாய்ப்பு வழங்கப்படுவது இப்போ தெல்லாம் நடைமுறையில் இல்லை எனக் கண்ட இவர்கள், கிறிஸ்தவத்துக்கு மாறினால் எவ்விதச் சாதகமும் இல்லையென்பதை உறுதியாகப் புரிந்து கொண்டார்கள். எவ்வளவு விரைவில் மதம் மாறுவோர் தொகை அதிகரித்திருந்ததோ, அவ்வளவு விரைவில் அது இப்போ குறையலாயிற்று. உள்ளூர் மக்கள் கிறிஸ் தவத்தை முழுமையாகப் புறந்தள்ளினர் அல்லது டச்சு ஆதிக்கத்தின் முன்னர் தாம் தழுவிக்கொண்ட கத்தோலிக்கத்துக்கு மீண்டும் திரும்பினர் என்பதைப் பின்வரும் செய்தி குறிப்புணர்த்துகின்றது.

> "1802 இல் யாழ்ப்பாணத்துத் தமிழர் மத்தியிற் புரட்டஸ்தாந்துக் கிறிஸ்தவர் தொகை குறைந்தபட்சம் 136,000 ஆகவிருந்தது. 1806 இல் இலங்கைக்கு வந்த புச்சானன் (Buchanan) புரட்டஸ்தாந்து மதம் அழிந்துவிட்டது, சிறந்த பழைய தேவாலயங்கள் சிதைந்து கிடக்கின்றன என்றும், அந்த மாகாணத்துக்குப் பொறுப்பாகவிருந்த ஒரேயொரு இந்து வினாவிடை ஆசிரியரைத் தவிர, அவ் ஆலயங்களிற் பணிபுரிந்த குருமார் மறக்கப் பட்டிருந்தனர் என்றும் விபரித்துள்ளார்."[63]

தமிழ் புரட்டஸ்தாந்துக் கிறிஸ்தவர்கள் பலர் வெளிப்படையாகவே மீண்டும் றோமன் கத்தோலிக்கத்தைத் தழுவிக்கொள்ள, முழு மாவட்டமுமே கோவா கல்லூரியிலிருந்து வந்த குருமாரிடம் கையளிக்கப்பட்டது.[64]

சிங்கள மாவட்டங்களிலும் இதுபோன்று நிகழ்ந்தது - 1810 அளவில், 342,000 மாகவிருந்த புரட்டஸ்தாந்தினரின் தொகை அரைப்பங்குக்கும் மேலாகக் குறைந்தது.[65] 1808 இல் இதைக் கேள்வியுற்ற வைக்கவுண்ட் காசில்ரீ (Viscount Castlereagh) என்ற, இங்கிலாந்தின் அரசாங்கச் செயலாளர், இலங்கை தேசாதி பதியை, உள்ளூர் மக்கள் மத்தியில் கிறிஸ்தவத்தை மேம்படுத்துவதற்கு முழுச் சக்தியையும் அர்ப்பணிக்கும்படி தூண்டினார்.[66]

சேர் றொபட் பிறவுண்றிக் (Sir Robert Brownrigg) தேசாதிபதியின் காலத்தில் (1812) இங்கிலாந்தில் மத மறுமலர்ச்சி நிகழ்ந்து, அங்கு பலர் கிறிஸ்தவமல்லாத நாடுகளில், கிறிஸ்தவத்தையும், கல்வியையும் பரப்பவேண்டுமென ஆலோசனை வழங்கினர். நாடு முழுவதும் கிறிஸ்தவத்தைப் பரப்பும் நோக்கத்துடன், பிரித்தானிய புரட்டஸ்தாந்து மிஷனரிமார் இலங்கைக்கு வரலாயினர்.[67]

தமிழ்ப் பிரதேசங்களில் றோமன் கத்தோலிக்கர்

நாம் முன்னர் பார்த்தவாறு, றோமன் கத்தோலிக்கர், நாட்டிற் குறிப்பாக யாழ்ப்பாணத் தீபகற்பத்தில் ஏற்கெனவே இருந்தனர். பதினாறாம் நூற்றாண்டில் கத்தோலிக்க திருச்சபை இலங்கை முழுவதிலும் கிறிஸ்தவத்தைப் பரப்புவதற்கு முன்னோடியாக ஆரம்பித்த போத்துக்கேய காலத்திலிருந்தே இவர்கள் இருந்தனர். பிரித்தானியர் வருகையுடன் கத்தோலிக்கர் மீதான மதரீதியான ஆக்கினைகள் ஈற்றில் முடிவுக்கு வந்தன. இந்த ஆக்கினைகளை அனுமதித்த சட்டங்களில் மாற்றங்கள் எதுவும் செய்யப்படாத போதிலும் இவை கைக்கொள்ளப்படாது, கத்தோலிக்க மிஷனரிமார் தண்டனைக்கு அஞ்சாது போதகம் செய்ய அனுமதிக்கப்பட்டனர். 1806 அளவில், கத்தோலிக்கர் தமது மதத்தைப் பின்பற்றுவதற்கு ஓரளவு சுதந்திரம் கிடைத்தவராக புரட்டஸ்தாந்து மதத்துக்குக் கிடைக்கின்ற அதே சலுகைகளைத் தாமும் அனுபவிக்க ஆரம்பித்திருந்தனர். கோவாவிலிருந்து வந்த குருமார் இந்த மாற்றங்கள் நிகழும் காலத்தில் தொடர்ந்தும் சேவையாற்றிவர, கத்தோலிக்க சமூகங்கள் புதிதாகத் தோன்றின. புதிய கத்தோலிக்கத் தேவாலயங்கள் கட்டப்பட்டு, கத்தோலிக்க எழுத்தாக்கங்களும் சுதந்திரமாக புழக்கத்தில் வர அனுமதி கிடைத்தது. இவ்வகையில் மிஷன் வேலைகள் அனுசரணை பெற்றதால் இலங்கையில் கத்தோலிக்கர் தொகை அதிகரித்தது. மே 1845 இல், இலங்கை கொழும்பு, யாழ்ப்பாணம் என இரண்டு குருசபைகளாகப் பிரிக்கப்பட்டது. பிதா ஒறாசியோ பெற்றாச்சினி (Father Orazio Bettachini), கோஅஜுற்றராகவும் (coadjutor), பிதா கேற்றானோ அந்தொனியோ (Father Gatano Antonio), விக்கார் அப்போரிலிக் (Vicar Apostilic) ஆகவும், பதினாறாம் போப்பாண்டவர் கிறகோரியினால் (Gregory) நியமிக்கப்பட்டனர். கோஅஜுற்றருக்கு ஒரு குறிப்பிட்ட பிரதேசத்தின்மேல், குறிப்பாக யாழ்ப்பாணப் பிரதேசம் மீது அதிகாரம் இருந்தது.[68] யாழ்ப்பாணம் குருசபை வடக்கு, கிழக்கு, வடமேல், வடமத்திய மாகாணங்களைக் கொண்டிருந்தது. இது ஏறத்தாழ 13,545 சதுர மைல்களாகும். பிதா பெற்றாச்சினி முதலாவது விக்கார் அப்போறிரிக்காக யாழ்ப்பாணம் வந்தபோது, அந்த குருசபையில் கிட்டத்தட்ட 50,000 கத்தோலிக்கர் இருந்தனர்.[69] அவர் ஜுன் 1846 இல் யாழ்ப்பாணம் வந்தபோது, ஆண்களுக்கொன்று, பெண்களுக்கொன்று என இரு ஆங்கிலப் பாடசாலைகளை நிறுவினார்.[70] மேலும் சிறந்த, பாடசாலைகள் பல

தேவையாக இருந்தன. மக்களின் தேவையைப் பூர்த்தி செய்வதற்கு மிஷனரிமார் பற்றாக்குறை இருந்தது. ஆயினும் பெற்றாசினியின் காலத்தில் திருச்சபை கணிசமான வளர்ச்சி பெற்றது எனப் பின்வரும் குறிப்பு உணர்த்தியது.

> "சுவிசேஷ ஊழியர் அதிகரித்துள்ளனர். முன்னரைவிட அதிகமாகத் திருப்பலி கொடுக்கப்படுகின்றது. நோயாளர் பரிவுடன் கவனிக்கப் படுகின்றனர். மிஷனரிமார் ஒழுங்காக ஆலயத்துக்கு வருகை தருகின்றனர். பல ஆலயங்கள் கட்டப்பட்டும், திருத்தப்பட்டும் உள்ளன."[71]

கத்தோலிக்க திருச்சபை இலங்கையில், அதுவும் குறிப்பாகத் தமிழரைப் பொறுத்தவரையில், ஒரு புதிய சகாப்தத்தினுள் பிரவேசித்தது. ஆயினும் தீபகற்பத்துத் தமிழர் மத்தியில் மட்டுமே மிஷனரிச் செயற்பாடுகள் நடைபெற்றனபோல் தோன்று கின்றது. பிரித்தானியரின் ஆரம்ப ஆட்சிக்காலத்தில், இத்தகைய தீவிர கத்தோலிக்க நடவடிக்கைகள் வேறெந்தத் தமிழ்ப் பிரதேசத்திலும் நிகழ்ந்ததாகச் சான்றுகள் இல்லை. ஆயினும், மன்னாரில் பள்ளிமுனையில் மிஷனரிமார் நிலை கொண்டு மாந்தோட்டையின் மத்தியில் உள்ள பரப்பாங்கண்டலில் உள்ள ஒரு பாதிரியின் ஆதரவைப் பெற்றிருந்திருக்கின்றார்கள் எனத் தெரிகிறது.[72] ஆயினும், கத்தோலிக்க ஆலயங்கள் இருந்தமைக்கும், கிறிஸ்தவம் ஒழுங்காகக் கடைப் பிடிக்கப்பட்டதற்கும் சான்றுகள் எதுவும் இல்லை. 1850 வரை, இந்த இடங்களிலும், ஏனைய தமிழ்ப் பிரதேசங்களிலும் எந்த நடவடிக்கையும் நிகழவில்லை. கத்தோலிக்க மிஷன் இக் காலகட்டத்தில் பல்வேறு தடைகளுக்கு முகங்கொடுக்க வேண்டியிருந்தது. புரட்டஸ்தாந்து மதத்தினர் மத்தியில் வலுவான கத்தோலிக்க எதிர்ப்பு உணர்வுகள் நிலவின. இலங்கையரைக் கிறிஸ்தவராக்குவதற்கு இரு குழுக்களும் இணைந்து செயலாற்றுவதை விடுத்து, இவை ஒன்றையொன்று கசப்புடன் எதிர்த்தன. இவை ஒவ்வொன்றும், தனது கிறிஸ்தவப் பிரிவே உயர்ந்தது எனக் கருதியதுடன், சைவமக்களை எவ்வாறு தமது மதத்துக்கு மாற்ற முயன்றனரோ, அதேயளவு முனைப்புடன் மற்றைய குழுவினரையும் தமது பிரிவுக்கு மாற்றப் பாடுபட்டனர். உண்மையில் 'கத்தோலிக்க', 'புரட்டஸ்தாந்து' என்ற பதங்கள், 'அஞ்ஞானி' அல்லது 'புறமதத்தினன்' என்ற சொற்களைவிட அதிக வெறுப்புடன் பேசப்பட்டன. இப் பிரிவுகள், சைவ, பௌத்த மக்களை வெறுப்பதைவிடத் தம்முள் நிச்சயமாக ஒன்றையொன்று அதிகமான அளவு வெறுத்தன. புரட்டஸ்தாந்தினருக்கு வழங்கப்பட்டிருந்த பாரபட்சமான சலுகைகள் உத்தியோகபூர்வமாக பிரித்தானியரால் கைவிடப்பட்டிருந்தது. ஆயினும், நல்ல எண்ணமொன்று செயற்படுத்தப்படாமற் போனமைக்கு இது ஒரு சிறந்த உதாரணமாக இருந்தது.

> "இப்போதும் கிறிஸ்தவ மக்களில் பெரும்பங்கினர் கத்தோலிக்கர்கள்தான் என்ற உண்மை மறைக்கப்பட முடியாதது. புரட்டஸ்தாந்தினரின் மதம்மாற்று முயற்சிகளின் இலக்காகக் கத்தோலிக்க சமூகம் இருந்தது. 'பப்பிஸ்ற' (பியிளைவ) என்ற சொல், அஞ்ஞானி, புறமதத்தினன் என்ற சொற்களைப் போன்றே வெறுப்புக்குரியதாக இருந்தது. றோமன் கத்தோலிக்கத்துக்கு

> எதிரான டச்சுச் சட்டங்கள் தளர்த்தியமையும், தனிப்பட்ட சில இலங்கைத் தேசாதிபதிகளினால் றோமன் கத்தோலிக்கத்துக்குக் காட்டப்பட்ட தாராள மனப்பான்மையும், கத்தோலிக்க எதிர்ப்புணர்வை நிலையாகவும், பயனுள்ள வகையிலும் குறைக்கவில்லை. பிரித்தானியாவில் மிக வலிமையான அம்சமாக இருந்த கத்தோலிக்க எதிர்ப்புணர்வு, அதன் குடியேற்ற நாடுகளிலும் எதிரொலித்தது. இலங்கையைப் பொறுத்தமட்டில், கத்தோலிக்கருக்கு எதிரான பகைமையும், பாரபட்சமும் பிரித்தானிய அதிகாரிகள் மத்தியிற் பரவியிருந்தது என்பதிற் சந்தேகமேயில்லை."[73]

இருப்பினும் டச்சு, பிரித்தானிய ஆட்சியினரின் கீழ் பல்வகையான கட்டுப்பாடுகளை அனுபவித்திருந்த கத்தோலிக்கத் திருச்சபை எதிர்ப்பு மனப்பான்மை கொண்டு, புரட்டஸ்தாந்து மதத்தின் அனைத்து நடவடிக்கைகளிலிருந்தும் கத்தோலிக்கரைக் காப்பாற்ற முயற்சி செய்தது. பிரித்தானியரின் ஆரம்ப ஆட்சிக் காலத்தில், கத்தோலிக்கத்தை மீள நிறுவும் ஆரம்ப முயற்சிகள் தமிழரில் எவ்வகையான பாதிப்பையும் ஏற்படுத்தியதாகத் தோன்றவில்லை. பத்தொன்பதாவது நூற்றாண்டின் அரையிறுதிக் காலத்திற்கூட, குடியேற்ற அரசின் ஆதரவுடன் தமது பணியை ஆரம்பித்த புரட்டஸ்தாந்தினரைவிட, கத்தோலிக்க மிஷனரிமாரின் பணி குறைவான பலனையே அளித்தது.

தமிழ்ப் பிரதேசங்களில் புரட்டஸ்தாந்து மதத்தினர்

இலங்கையில் பிரித்தானியரின் ஆரம்ப ஆட்சிக் காலப் பகுதியின்போது, புரட்டஸ்தாந்து மதம் நிறுவப்பட்டமைபற்றி ஆராயலாம். குறிப்பாகத் தமிழ்ப் பிரதேசங்களில், முதலில் மதச் செயற்பாடுகளையும், இரண்டாவதாகக் கல்விச் செயற்பாடுகளையும் அவர்கள் எவ்வாறு மேற்கொண்டனர் என்பதை அவதானிக்கலாம்.

பிரித்தானியர் ஆக்கிரமிப்பைத் தொடர்ந்து வந்த புரட்டஸ்தாந்து மிஷனரிமாருள், இலண்டன் மிஷனரி சொசைட்டி (London Missionary Society)யால் 1804 இல் அனுப்பி வைக்கப்பட்ட மூன்று ஜெர்மனியர் இருந்தனர். அவர்களின் நடவடிக்கைகள் பெரும்பாலும் வெற்றியளிக்கவில்லை. 1812 லிருந்து 1818 வரை, வெஸ்லியன்ஸ் (Wesleyans), சேர்ச் மிஷனரி சொசைற்றி (The Church Missionary Society) (இங்கிலாந்து திருச்சபை - Church of England), அமெரிக்கன் சிலோன் மிஷன் (American Ceylon Mission - ACM) என்பவையே அடுத்து வந்த புரட்டஸ்தாந்து மிஷனரிகளாகும். இலங்கையில், தாம் யாவரும் புரட்டஸ்தாந்துக் கிறிஸ்தவம் என்ற பதாகையின் கீழ் இணைந்து வேலை செய்யவேண்டுமென்ற பரஸ்பர புரிந்துணர்வு இவர்கள் மத்தியில் இருந்தது. ஆயினும் பிறமதத்தினரைக் கிறிஸ்தவத்துக்கு மாற்றுவதிற் தமக்குப் போட்டியாக இவர்கள் வந்துவிட்டனரே என்று எண்ணிய கத்தோலிக்க மிஷனரிமாருடன் இவர்களுக்கு விரைவில் முரண்பாடு ஏற்பட்டது. புரட்டஸ்தாந்து மதத்தினர் மத்தியில் அந்நியோன்யமான புரிந்துணர்வு, சுமுகமான ஒத்துழைப்பு, உறவுகள் என்பன நிலவின. தங்களது ஒற்றுமையான கூட்டுச் செயற்பாட்டிற்தான் இலங்கையில் தமது வெற்றி தங்கியுள்ளது என்பதை அவர்கள் உணர்ந்திருந்தார்கள் என்பதிற் சந்தேகமேயில்லை.

வெஸ்லியன் மிஷனுக்கும், சேர்ச் மிஷனரி சொசைட்டி (Church Missionary Society - CMS) வசதிகள் மட்டுப்படுத்தபட்டவையாக இருந்தன. சிங்கள மாவட்டங்களே அவர்களது ஆரம்ப இலக்குகளாக இருந்தன. ஆயினும் அவர்கள் தமது ஆரம்ப முயற்சிகளை வன்னியிலும், கிழக்கு மாகாணத்திலும் மேற்கொண்டனர். இந்த வகையில் திருச்சபை மிஷனரி சொசைற்றியைவிட வெஸ்லியன்ஸ் முனைப்பாக இருந்தனர். எனவே தீபகற்பத்தில் இவர்களது செயற்பாடுகள் அமெரிக்கன் சிலோன் மிஷனைவிடத் தீவிரம் குறைந்தவையாக இருந்தன. அமெரிக்கன் சிலோன் மிஷன் ஒரே இடத்தில் தனது நடவடிக்கைகளை மேற்கொண்டதுடன், அதன் காரணமாக, இத்துறையில் தனது சகபாடிகளைவிட மிகச் சிறந்த பெறுபேறுகளை அடைந்தது.[74]

தமது மதத்தைப் பரப்புவதிலும், உள்ளூர்வாசிகளைக் கிறிஸ்தவத்துக்கு மாற்றுவதிலும் இந்த மிஷனரிமார் பல சவால்களுக்கு முகங்கொடுக்க வேண்டியிருந்தது. இவர்களுக்குப் பிரதான போட்டியாளராக கத்தோலிக்கத் திருச்சபையும், தாம் முன்பிருந்த மதத்துக்கோ அல்லது கத்தோலிக்கத்துக்கோ திரும்பவும் சென்றுவிட்டிருந்த உள்ளூர் வாசிகளும் இருந்தனர். இதற்கு மேலாக, சமயத்தைப் போதிப்பதற்கும், மக்களுடன் சிறந்த முறையிற் தொடர்புகளை ஏற்படுத்தவும், இவர்கள் தமிழைக் கற்கவேண்டியிருந்தது. தமிழ்க் கலாசாரம், சைவசமயம், அதன் தத்துவம் என்பனவற்றைப் புரிந்துகொள்ள வேண்டியுமிருந்தது. அதேசமயம், மக்களுக்குக் கல்வி புகட்டவேண்டிய பிரதான பணியையும் மேற்கொள்ள வேண்டியிருந்தது. இந்தப் பிரச்சனையைத் தீர்ப்பதற்கு இவர்கள் ஏறத்தாழ முப்பது ஆண்டுகள் கணிசமான தொகைப் பணத்தைப் பயன்படுத்திப் பாடுபட்டு உழைத்துள்ளனர். பத்தொன்பதாவது நூற்றாண்டின் இரண்டாவது தசாப்தத்திலேயே இது முடிவுக்கு வந்தது. நாம் முதலில் திருச்சபை மிஷனரி சங்கமும், வெஸ்லியன் மிஷனும் இந்தக் காலகட்டத்திற் தமது செயற்பாடுகளை எவ்வாறு ஆரம்பித்தன என்பதைப் பற்றியும்இ அதன் பின் இவர்களுடையதைவிடப் பயனளித்த அமெரிக்க சிலோன் மிஷனின் முயற்சிகள் பற்றியும்இ இறுதியில் சைவர்களின் சூழ்நிலைகள் பற்றியும் ஆராய்வோம்.

வெஸ்லியன் மிஷன் (Wesleyan Mission)

மிஷனரிமார் இலங்கைக்கு வந்தபோது போத்துக்கேய, டச்சுக்காரரின் பழைய ஆலயங்களும், சுவிசேஷ ஊழியக் கட்டிடங்களும் எதிர்பார்க்கப்படாத அளவு முக்கியத்துவத்தைப் பெற்றன. இவை அரசாங்கத்தினால் ஆலயங்களாகவும், பாடசாலைகளாகவும் அமெரிக்கன், வெஸ்லியன், இங்கிலாந்து மிஷனரியினருக்கு ஒதுக்கப்பட்டன.[75]

முதலாவது வெஸ்லியன் மிஷனரிகளான லிஞ்ச் (Lynch), ஸ்குவான்ஸ் (Squance), கிளவ் (Clough) ஆகியோர் 29 ஜுன் 1814 ல் காலியிலுள்ள பாம் புறொன்ற் (Palm Front) கரையை வந்தடைந்தனர்.[76] பின்னர் இவர்களைத் தொடர்ந்து பல மிஷனரிமார் வந்தனர். இவர்கள் 11 ஜுலை 1814 திங்களன்று[77] ஒரு மாநாட்டைக் கூட்டிச் சிலர் யாழ்ப்பாணம், மட்டக்களப்பு ஆகிய இடங்களில் தமிழர் மத்தியிலும் ஏனையோர் காலி, மாத்தறை ஆகிய இடங்களிற் சிங்களவர் மத்தியிலும் வேலை

செய்வதென ஒரு இணக்கப்பாட்டிற்கு வந்தனர். சகோதரர்கள் லிஞ்ச், ஸ்குவான்ஸ் யாழ்ப்பாணத்துக்குத் தெரிவுசெய்யப்பட, சகோதரர் பல்ற் (Pult) மட்டக் களப்புக்கும்இ சகோதரர் எர்ஸ்கின் (Erskine) மாத்தறைக்கும், சகோதரர் கிளவ்(Brother Clough) காலிக்கும் தெரிவு செய்யப்பட்டனர்.[78] 1 ஆகஸ்ற் 1814 இல் லிஞ்ச், ஸ்குவான்ஸ் இருவரும் கொழும்பிலிருந்து புறப்பட்டுக் கிராமங்களி னூடாகவும், காடுகளி னூடாகவும் பயணஞ்செய்து, யாழ்ப்பாணத்தை 10 ஆகஸ்ற் 1814 இல் அடைந்தனர்.[79] 1814-1816 வரையில் இவர்கள் தமிழைக் கற்பதில் தமது கவனத்தைச் செலுத்தி, ஓலைச்சுவடிகளில் பிரசங்கங்களை எழுதிப் பரப்பினர்.[80] கோட்டைக்குள் இருந்த ஆலயத்தில் ஆராதனைகள் நடந்தன. இந்தியாவிலிருந்து வந்த தமிழ்ப் பிரசங்கியான வண. கிறிஸ்ரியன் டேவிட் (Rev. Christian David) யாழ்ப்பாணத்தில் குடியேற்ற போதகராய் இருந்தார். இவருடைய உதவி சகோதரர்களுக்குக் கிடைத்தது. லிஞ்சும், ஸ்குவான்சும் யாழ்ப்பாணத்திற்கு வந்ததும் டேவிட் அவர்களைச் சென்று பார்த்து உதவியளிக்க முன்வந்தார். தனது பிரார்த்தனைக்கு இறைவன் செவி கொடுத் துள்ளார் என அவர் நம்பினார்.[81] 1 ஆகஸ்ற் 1816 இல் லிஞ்ச் முற்றவெளிக்கு முன்னாலிருந்த பழைய அனாதை இல்லத்தையும், லூதரன் ஆலயத்தையும் (Lutheren church) 646 றிக்ஸ் டொலர்களுக்கு (Rix Dollars) வாங்கினார். இதுவே வெஸ்லியன்ஸ் சபையினரால் வாங்கப்பட்ட முதற் சொத்தாகவும், இந் நிகழ்வு ஒரு புதிய அத்தியாயத்தின் ஆரம்பமாகவும் இருந்தது.[82] வெஸ்லியன்ஸ் மிஷனரிமார் தேசாதிபதியாலும், மக்களாலும் விரும்பி வரவேற்கப்பட்டனர் என்பதை இது காட்டுகின்றது. தமிழ் மக்கள் மத்தியில் கிறிஸ்தவ எதிர்ப்பு உணர்வுகள் இருக்க வில்லை. இந்த மூன்று நூற்றாண்டுகால ஐரோப்பியரின் ஆட்சியில், மிஷனரிமாரின் பல்வேறு செயற் பாடுகளுக்கு அவர்கள் பழக்கமடைந்ததுடன், அவர்கள் கிறிஸ்தவ மதமாற்றத்துக்கு எதிராகவும் செயற்படவில்லை. கிறிஸ்தவத்துக்கும், அதைக் கடைப்பிடிப்பதற்கும் எதிரான ஒருசில சம்பவங்கள் நிகழ்ந்தபோதும், பிரித்தானியரின் ஆரம்ப ஆட்சிக் காலத்தில் அமைப்புரீதியான கிறிஸ்தவ எதிர்ப்பு இயக்கங்கள் இருக்கவில்லை. 25 ஜூலை 1850 மோணிங் ஸ்ரார் பத்திரிகையில் வெளிவந்த வெஸ்லியன் மிஷனுடைய அறிக்கையில், தமது நோக்கங்களை அடைவதற்குக் கல்வியும், பாடசாலைகளும் முக்கியமென வலியுறுத்தியுள்ளனர்.

> “சைவ சமயத்தின் இறுக்கமான பிடிகளைப் பலவீனப்படுத்துவதற்கு, ஆங்கில மொழியில் அளிக்கப்படும் கற்பித்தல், அதி ஊக்கமளிக்கும் விஷயம் என்பதற்கு எமக்கு ஒருபோதுமே சான்று அற்ற நிலை இல்லை. இவ்வகையில் அளிக்கப்பட்ட கல்வி, உண்மையான மதமாற்றமாகவே தோன்றுகின்ற, உற்சாகமளிக்கும் சந்தர்ப்பங்களை நாம் அறிவோம். பயிற்சி பெறுபவரின் வயது, கற்பித்தலின் இயல்பு, திறந்ததும், வசையக் கூடியதுமான மனத்திற் பதியும் வகையிலான, இந்துத் தவறுகளுக் கெதிரான உண்மைகள், சுதந்திர சிந்தனை, மிகச் சரியான விளக்கம் என்பவற்றை அளிக்க உதவும் அந்நியமொழி, ஐரோப்பிய குருவின் மகிழ்ச்சிகரமான செல்வாக்கு, என்பவற்றுடன் அவர் குறிப்பாகக் கவனத்தை

ஈர்க்கும் இந்தத் தொடர்பில், இந்த ஆரம்ப சுதேசமொழி நிறுவனங்கள் மேலும் நலன்பெற பிரார்த்தனையுடன் பாடுபடுகின்றனர்."[83]

ஆங்கில மொழியில் கற்பிப்பது மிஷனரிமாரின் பிரதான கருமங்களில் ஒன்றாக இருந்தது. வேதாகமத்தின் போதனைகளைப் பரப்பி சைவத்தை தாழ்வடையச் செய்வதற்காக அவர்கள் சுதேசமொழியைக் கற்பதில் ஆர்வமாக இருந்தனர். இது இயல்பாகவே மிஷனரி பாடசாலைகளை நிறுவுவதற்கு வழி கோலியது. தமிழ், ஆங்கில வேதாகம வகுப்புக்களை நடத்த ஓய்வுநாட் பாடசாலைப் பயிற்சிகளையும் செயற்படுத்தி, சிறு பிரசுரங்களையும், வேதநூல்களையும் விநியோகித்தனர்.[84] மிஷனரிமார் மக்களுடன் கலந்து பழகி, அவர்களிற் பலரை மதம் மாற்றினர். 1849 வட இலங்கை வெஸ்லியன் மிஷன் அறிக்கையில் பின்வரும் விஷயங்கள் காணப்படுகின்றன. அங்கீகரிக்கப்பட்ட மிஷனரி அங்கத்தினர் - யாழ்ப்பாணம் 150, பருத்தித்துறை 13, திருகோணமலை 30, மட்டக்களப்பு 148, போதகர்கள் (ஆங்கிலேயர், உள்ளூர்) 7, வினாவிடை போதகர்கள் 4, உள்ளூர் பிரசங்கிகள் 15, பாடசாலை ஆசிரியர்கள் 39, பாடசாலை ஆசிரியைகள் 5, கல்வி பயிலும் மாணவர்கள் 1237, கல்வி பயிலும் மாணவிகள் 238.[85] இவ் அறிக்கை மிஷனரி வேலைகளில் ஈடுபட்டிருந்தவர்களின் துணிவையும், உற்சாகத்தையும் புலப்படுத்து கின்றது. இவர்கள் தமது பணியிற் தென்பட்ட மந்த கதியையிட்டு மனந்தளர்ந்ததாகத் தெரியவில்லை. மேலும், மிஷனின் ஆரம்பச் செயற்பாடுகளில் முனைப்புடன் பங்குபற்றிய உள்ளூர் மக்கள், மாணவர்கள் என்போரது தொகையைப் பார்க்கையில், தீபகற்பத்தில் மாத்திரமன்றி, கிழக்கு மாகாணத்திலும் அவர்களுடைய பணி வெற்றியளித்தது எனத் தெரிகின்றது. இவ்வகையில், மிஷனரிமாரின் ஊக்கம், அர்ப்பணிப்பு, கடும் உழைப்பு என்பவற்றினால் அவர்களது கடுமையான பணியின் முதலாவது கட்டம் வெற்றி அடைந்தது.

உள்ளூர் சைவர்களை மதம் மாற்றுவதிலும், கல்வி முயற்சிகளிலும் மிஷனரிமார் பெற்ற வெற்றியானது, தமிழர் மத்தியில் பெருந்தாக்கத்தை ஏற்படுத்திப் பத்தொன்பதாம் நூற்றாண்டின் அரையிறுதிப் பகுதியில், கிறிஸ்தவத்துக்கு எதிரான சைவ இயக்கங்கள் உருவாகக் காரணமாயிற்று. இவ் விஷயம் அடுத்த அத்தியாயத்தில் ஆராயப்படும்.

சேர்ச் மிஷனரி சொசைற்றி - சிஎம்எஸ் (The Church Missionary Cociety)

திருச்சபை மிஷனரி சங்கத்தினரும் யாழ்ப்பாணத் தீபகற்பத்தின் மாவட்டங்களில் குறிப்பாகக் கவனஞ் செலுத்தினர். தமிழர் மத்தியிலான அவர்களது செயற்பாடுகள் வெஸ்லியன் மிஷனரிமாரின் நடவடிக்கைகளை ஒத்ததாக இருந்ததுடன், அதே விதமான நடைமுறைச் சாத்தியமான அணுகுமுறைகளைக் கொண்டிருந்தன. ஆனால் வெஸ்லியன் மிஷனரிமாரைவிட இவர்களது செயற்பாடுகள் குறைவாகவே இருந்தன. திருச்சபை மிஷனரிமார் சங்கத்தினர் 1818 இல் இலங்கைக்கு வந்து, வெஸ்லியன்ஸ் களைப் போன்றே, வட இலங்கை (தமிழ்), தென்னிலங்கை (சிங்களம்) என இரண்டு மிஷன்களாகத் தமது செயற்பாடுகளைப் பிரித்துக் கொண்டனர்.[86]

அவர்கள் சுண்டிக்குளியில் பரி. யோவான் தேவாலயத்தையும் (St. John's Church), கோட்டையினுள் ஒரு தேவாலயத்தையும், நல்லூரில் ஒரு ஆலயத்தையும் நிறுவினர்.[87] திருச்சபை மிஷனரி சங்கத்தினரும் தமது ஆராதனைகளைத் தமிழிலும், ஆங்கிலத்திலும் நடத்தினர். அத்துடன் சுண்டிக்குளி ஆலயத்துடனான கல்வி நிறுவனங்களைத் தாபித்து, அவற்றின் மூலம் மக்களைக் கல்வியறிவு உள்ளவராய் ஆக்குவதில் உள்ள நலன்களை நன்கு உணர்ந்திருந்தனர். ஆயினும் இவர்கள், வெஸ்லியன், அமெரிக்க மிஷனரிமாரின் சேவையின் பின்னரே தமது பணியை ஆரம்பித்தனர்.

இருந்தபோதிலும், பிரித்தானியரின் ஆரம்ப ஆட்சிக்காலத்தில், யாழ்ப்பாணத் தீபகற்ப மக்கள் மத்தியில் கிறிஸ்தவத்தைப் பரப்புவதில் திருச்சபை மிஷனரி சங்கத்தினர் அதிக கரிசனையுடன் ஈடுபடவே செய்தனர். தமிழரைக் கிறிஸ் தவத்துக்கு மாற்றுவது திருச்சபையின் இடைவிடாக் கடமையாக இருந்தது. இச் செயல்கள் சம்பந்தமான திருச்சபை மிஷனரி சங்கத்தின் பின்வரும் அறிக்கை போதிய சான்றுகளைத் தருகின்றது.

> "நல்லூரில், வெவ்வேறு பாடசாலைப் பிள்ளைகள் உள்ளடங்கிய 250 பேரைக் கொண்ட சபையையும், காலையில் ஏறத்தாழ 150 பேரும், மாலையில் ஐம்பது அல்லது அறுபது பேரும்[88], நல்லூரிலும், சுண்டுக் குளியிலும் மாறி மாறித் தமிழ் ஆராதனைகள் நடத்தவும், சுண்டுக்குளியில் ஒவ்வொரு ஞாயிறு மாலையும் ஆராதனை நடத்தவும், இரு இடங்களுக்கும் தேவையானவற்றை வழங்கவும் ஒழுங்குகள் மேற்கொள்ளப்பட்டன. எல்லா இடங்களிலும் ஆராதிக்க வருபவர்களின் தொகை அதிகரித்துள்ளது. நித்திய வாழ்வைப்பற்றிய வார்த்தைகளில் போதுமான ஆர்வம் இருப்பதாய்த் தோன்றுகின்றது. ஆங்கில ஆராதனை, சுண்டுக்குளியில் மேற்கொள்ளப்படும் பணியில் மிக ஆர்வத்தை அளிக்கும் ஒரு பாகமாக உள்ளது. இவ் ஆராதனையில் கணிசமான தொகை சுதேசிகளும், பறங்கியரும், இங்கு வாழும் ஆங்கிலேயர் பலரும் பங்குபற்றினர்."[89]

சபையிலுள்ள இரு பகுதியினரையும் உள்ளடக்கவும், ஆங்கிலம் பேசாத மக்களை எவ்வளவு அதிக எண்ணிக்கையில் மதம் மாற்றமுடியுமோ அவ்வளவுக்கு மாற்றுவதற்கும், ஆராதனைகள் தமிழ், ஆங்கிலம் ஆகிய இரு மொழிகளிலும் நடாத்தப்பட்டன. ஆங்கிலத்தில் ஆராதனை நடத்தப்பட்டமை, யாழ்ப்பாணத்தில் பல ஆங்கிலேயர் வசித்தனர் என்பதையே இவ் அறிக்கை மேலும் காட்டுகின்றது. உள்ளூர் வாசிகள் ஆங்கிலேயப் பாரம்பரியம், மதம் ஏன், பொதுவாக ஆங்கிலேயக் கலாசாரத்தையே பின்பற்றுவதற்கு இவை தூண்டுதலாக இருந்திருக்கக் கூடும். காலை, மாலை ஆராதனைகள் மூலம் கிறிஸ்தவம் யாவரையும் சென்றடைவதற்கு உதவியாக இருந்திருக்கும். மேலும் இந்த வழிவகைகள் உள்ளூர் மக்கள், மேலும் பலரை மிஷனரி ஆராதனைகளில் ஈடுபடுத்தி கிறிஸ்தவத்தைப் பின்பற்றச் செய்தன என்பதில் சந்தேகமேயில்லை. இன்னுமொரு அறிக்கை பின்வருமாறு கூறுகின்றது.

> "தமிழில் போதிப்பது அசட்டை செய்யப்படவில்லை. எல்லா வகுப்புக்களும், தெய்வீக அறிவைப் பெறுவதற்காகத் தினமும் வேதபாடங்களைப் படிப்பதனால் ஏற்படும் பழக்கங்கள், சிந்தனைகள், செயல்கள் என்பனவற்றினால் ஆண்டவருடைய சத்தியத்தைப் பெற்றுப் பேணுவதற்கு வழியுள்ளது. இவ் வருடத்தில் ஐந்து பெண்கள் ஞானஸ்நானம் மூலம் சபையில் சேர்க்கப்பட்டுள்ளனர். இவர்களில் நான்குபேர் பன்னிரண்டிலிருந்து பதினான்கு வயதினராவர்."[90]

உள்ளூர்வாசிகள் போதனைகளைத் தெளிவாக விளங்கிக் கொள்வதற்காகக், கிறிஸ்தவ கோட்பாடு தமிழில் போதிக்கப்பட்டதென இவ் அறிக்கை கூறுகின்றது. மிஷனரிப் பாடசாலைகளில் வேதாகமப் பாடமும் மிக முக்கியமானதொன்றாக இருந்தது. மொத்தத்தில், தமிழ் இளைஞர்களைத் கிறிஸ்தவத்துக்கு மாற்றுவதே இந்தக் கல்வி முறையின் நோக்கமாக இருந்தது.

> "எம்மைச் சுற்றியுள்ள மக்களுக்கான எமது உழைப்பில், இளைஞர்களுக்குப் பயிற்சி அளிப்பது முக்கியமான இடத்தைப் பெறுகின்றது. நல்லூரில் மக்கள் தொகை கிட்டத்தட்ட 6000 ஆகும். கடந்த பல வருடங்களில் பாடசாலைகளில் கற்பிக்கப்பட்ட பிள்ளைகளின் எண்ணிக்கை ஓர் ஆயிரத்துக்கும் அதிகமாகும். எனவே நல்லூர் மக்களில் ஆறிலொரு பங்கினர் கிறிஸ்தவ கற்பித்தலையும், பண்பாடுகளையும் பெற்றுள்ளனர். அனேகமான பிள்ளைகள் வேதாகமத்தை நன்கு அறிந்துள்ளனர். தேவனின் வார்த்தைகளின் உண்மைகள், கோட்பாடுகள் பற்றி எந்த வினாவுக்கும் அவர்கள் அநேகமாக விடையிறுப்பர். கிறிஸ்தவ சத்தியம் அந்தளவுக்கு அவர்களின் பலருடைய மனங்களில் பதிந்துள்ளது. இது ஏனையவர்களிலும் கணிசமான தாக்கத்தை விளைவித்தது என்பதில் சந்தேகமில்லை. 12 அல்லது 15 வருடங்களின் முன் இசைய மறுத்த புறமதத்தினரைவிட இப்போதுள்ள விக்கிரக ஆராதனையாளர் எவ்வளவோ வேறுபட்டவராய் உள்ளனர்."[91]

உள்ளூர் மக்களையும், அவர்களது உளப்பாங்கு, சூழல் என்பவற்றையும் ஆராய்ந்து கிறிஸ்தவத்தைத் தழுவுவதற்கு அவர்களைத் தூண்டும் வகையில் தமது போதனைகளையும், நடைமுறையையும் வகுப்பதற்கு திருச்சபை மிஷனரி சங்கத்தினர் முயன்றனர் என்பதை இக் குறிப்புக்கள் காட்டுகின்றன. இருந்தபோதிலும், மக்கள் தெளிவாகக் கிறிஸ்தவத்தைப் புரிந்துகொள்வார்கள் என்ற மிஷனரிமாரின் நம்பிக்கை அவசரப்பட்டு எடுக்கப்பட்ட முடிவுபோலத் தோன்றுகின்றது. இதையிட்டு அடுத்துவரும் அத்தியாயத்தில் ஆராய்வோம். மிஷனரிமாரின் கிறிஸ்தவத்தைப் பரப்பும் முயற்சி நல்லூர், சுண்டுக்குளியுடன் நின்றுவிடவில்லை. யாழ்ப்பாணத்தைச் சுற்றியுள்ள இடங்களிலும், சிறைச்சாலை உட்பட, நாம் முன்னர் குறிப்பிட்டதுபோன்று மன்னார், முல்லைத்தீவிலும் இடம்பெற்றது. தீபகற்பத்தைச் சுற்றியுள்ள வெளியூர்களிலும், வன்னியிலும் உள்ள

மக்களுக்கு விசேடமான சந்தர்ப்பங்களில் ஆராதனைகள் நடத்துவதற்கு வெளியூர் நிலையங்கள் அமைக்கப்பட்டன. நாவற்குழி, கொழும்புத்துறை ஆகிய இடங்களில் இவை இருந்தன என்பதையும் அறிக்கை சொல்கின்றது.[92]

> "... சிறையில் நடைபெற்ற ஆராதனைகள் சகோதரர் ஓ நெயிலினால் (O'Neill) அவர்களது நிலையத்துக்கு மாற்றப்பட்டுள்ளன. (இது சுண்டுக்குளி மாவட்டத்தில்தான் உள்ளது) வினாவிடை ஆசிரியர் மார்க் (Mark) இதற்குப் பொறுப்பாக உள்ளார். ஞாயிறு மாலை 2 மணி ஆராதனைக்கு இவர் ஒழுங்காகச் சென்றிருந்தார். அங்கு வரும் சபையினர் பொதுவாக சிரத்தையும், ஆர்வமும் உள்ளவர்களாக இருந்தனர். வருகை தருபவர்களின் எண்ணிக்கை சராசரி முப்பத்தைந்திலிருந்து நாற்பதாகும்."[93]

யாழ்ப்பாணத் தீபகற்பத்திலும், அயற் கிராமங்களிலும், வன்னிப் பிரதேசத்தின் மூலைமுடுக்குகளிலும் தமிழ் மக்களிடையில் தமது மதத்தைப் பரப்ப, மிஷனரிமார் கடுமையாக உழைத்தனர் என நாம் இந்த அறிக்கைகளிலிருந்து முடிவுக்கு வரலாம்.

அமெரிக்கன் சிலோன் மிஷன் (The American Ceylon Mission)

மிஷனரிகளுள் மிக முக்கியமானதாகக் கருதப்படும் அமெரிக்கன் சிலோன் மிஷன் (ஏசிஎம்) வொரன் (Warren), றிச்சட்ஸ் (Richards), மெய்க்ஸ் (Meigs), புவர் (Poor) என்ற போதகர்களினால் 1816 இல் தாபிக்கப்பட்டது. பிரித்தானிய ஆட்சியின்போது அமெரிக்காவிலிருந்து இலங்கைக்கு வந்த ஒரே மிஷன் இதுவாகும். ஆரம்பத்தி லிருந்தே, அமெரிக்கன் சிலோன் மிஷன் தனது செயற்பாடுகளை, பிரத்தியேகமாக யாழ்ப்பாணத் தீபகற்பத்திலேயே மேற்கொண்டது. மதம், கல்வி என்பவற்றுடன் மருத்துவ சேவை, அச்சுத்தொழில் என்பவை இச் செயற் பாடுகளாகும்.[94] 1819 ன் இறுதியில் ஒரு தொகுதி அமெரிக்கன் மிஷனரிமார் வந்ததுடன், அவர்களைத் தொடர்ந்து 1833 - 1834 காலத்தில் இன்னுமோர் தொகுதியினர் வந்திருந்தனர். இவர்களில், அதிகாரம் பெற்ற ஆறு மிஷனரிமார், ஒரு வைத்தியர், ஓர் அச்சிடுபவர் என்போர் இருந்தனர். அந்தக் காலத்திலிருந்து ஏழு தொடக்கம் ஒன்பது வரையிலான அதிகாரம் பெற்ற மிஷனரிமாரும், வைத்தியர் ஒருவரும், அச்சிடுபவர் ஒருவரும் மிஷனில் இருந்தனர்.[95] பிரித்தானியரின் ஆரம்ப ஆட்சிக் காலத்தில் மிஷனுடைய மேற்பார்வையின் கீழ் தெல்லிப்பளை, வட்டுக்கோட்டை, உடுவில், மானிப்பாய், பண்டத்தரிப்பு, சாவகச்சேரி, வறணி, உடுப்பிட்டி ஆகிய இடங்களில் எட்டு நிலையங்கள் இருந்தன. இவற்றைவிட வெளியூர்களில் அச்சுவேலி, மூளாய், காரைதீவு, வேலணை, ஊர்காவற்றுறை, புங்குடுதீவு என்ற இடங்களில் ஆறு நிலையங்கள் இருந்தன.[96]

எப்போதெல்லாம் சந்தர்ப்பம் கிடைக்கின்றதோ அப்போதெல்லாம் சுவிசே ஷத்தைப் போதிப்பதே அமெரிக்கன் சிலோன் மிஷனின் நோக்கமாக இருந்தது. மத ஆராதனைகள் ஒவ்வொரு நிலையத்திலும் ஒழுங்காக நடத்தப்பட்டன. சில கிராமங்களில் வாரத்தில் இரண்டு மூன்று தடவை சமயக் கூட்டங்கள் நடத்தப்பட்டன. மிஷனரிமார் தனிப்பட்டவர்களுடனும், குழுக்களுடனும், தங்கள்

இல்லங்களிலும், வீதிகளிலுங்கூட சம்பிரதாயமற்ற வகையில் பிரசங்கம் செய்தனர். கிறிஸ்தவக் கொள்கைகளைச் சிறுவர், சிறுமியர் இருபாலாருக்கும் போதிப்பது இவர்களது இன்னுமோர் பிரதானமான நோக்கமாக இருந்தது. பொதுப் பாடசாலைகளிலும், தேர்ந்தெடுத்த சிறுவர்களுக்கு செமினரிகளிலும், சிறுமிகளுக்கு விடுதிப் பாடசாலை களிலும் ஆழமான கல்வி அளிக்கப்பட்டது. வேதநூல்கள், சிறுபிரசுரங்கள், பாடசாலைப் புத்தகங்கள் என்பன உள்ளூர் மொழியில் மீள்பதிப்புச் செய்யப்பட்டு மாவட்டம் முழுவதிலும் விநியோகிக்கப்பட்டன.[97] இந்த வேலைகளில் மிஷனரி மாருக்கு உதவுவதற்காக உபதேசிமார் வேலைக்கு அமர்த்தப்பட்டனர். இந்த வகையில் 1849 இல் மிஷனில் இருபது பேர் வேலையில் இருந்தனர்.[98]

வேதாகமமே எல்லாக் கற்பித்தலுக்கும் மையமாக இருந்ததுடன், ஒழுக்கம், மதம் என்பவற்றில் அதியுயர் அதிகாரம் கொண்டிருந்தது. ஞாயிற்றுக் கிழமைகளில் மாணவர் பொது வழிபாடுகளில் பங்குபற்றுவதுடன், ஏனைய வழமையான சபைச் செயற்பாடுகளிலும் கலந்துகொள்ள வேண்டுமென எதிர்பார்க்கப்பட்டனர். அமெரிக்கன் மிஷனரிமாரின் பிரயாசத்தினால் 1849 அளவில் 680 பேர் புதிதாக மதம் மாறியிருந்தனர். இவர்களில் 480 பேர் ஆண்களாவர். இவர்களில் 300 க்கும் மேற்பட்டவர்கள் வட்டுக்கோட்டை செமினரியிலும், ஏறத்தாழ 180 பேர் உடுவில் பெண்கள் விடுதிப் பாடசாலையிலும் கற்பிக்கப்பட்டனர்.[99] மக்களை மதம் மாற்றுவதிலும், கிறிஸ்தவத்தைப் பரப்புவதிலும் மிஷனரிமார் பயனளிக்கும் வகையிற் செயற்பட்டது மாத்திரமன்றி, தங்களது நோக்கங்களை அடையக் கணிசமான அளவு வளங்களையும் செலவு செய்தனர் என்பதை மேற்படி புள்ளிவிபரங்கள் தெரிவிக்கின்றன. உள்ளூர் வாசிகளினால் இவர்களுடைய தீவிர அர்ப்பணிப்பைப் புரிந்துகொள்ள முடியவில்லை. ஆனால் இந்த நோக்கத்திற்காகவே மிஷனரிமார் இங்கு வந்திருந்தனர். பத்தொன்பதாவது நூற்றாண்டின் அரையிறுதிப் பகுதியில் இந்த முயற்சிகள் மேலும் அதிகரித்தனவேயன்றிக் குறையவில்லை.

மேற் சொல்லப்பட்டவற்றுடன், மிஷனரி வேலைகளை முன்னெடுப்பதற்காக விசேட முகவர்களாகப் பின்வரும் சங்கங்கள் தாபிக்கப்பட்டன. யாழ்ப்பாணம் Friend-in-Need Society 1840 இல் உள்ளூர் வாசிகளுக்கு மருத்துவ வசதிகளை அளிப்பதற்காக நிறுவப்பட்டது. ஒரு பொது வைத்தியசாலையும், மருந்து விநியோகசாலையும் இதைத் தொடர்ந்து நிறுவப்பட்டன.[100] வேதாகம வகுப்புக்களை நடத்துவதையும், மக்களிடையில் அதைப்பற்றிய அறிவைப் பரப்புவதையும் நோக்கமாகக் கொண்ட யாழ்ப்பாணம் உபவேதாகமச் சங்கம் (Auxilliary Bible Society) அமைக்கப்பட்டது. இச் சங்கத்தின், 1847 ம் ஆண்டு அறிக்கையில் பழைய, புதிய ஏற்பாடுகளின் தமிழ் மொழியிலான மீள்பதிப்பு இச் சங்கத்தினால் மேற்கொள்ளப்பட்டது எனக் காணப்படுகின்றது.[101] மேலும் 1846 ம் வருடத்தில் நீதிமொழிகள் புத்தகத்தில் இருபது பிரதிகளும், ரோமருக்கு எழுதிய நிருபங்களில் இருபது பிரதிகளும் அச்சிடப்பட்டதுடன், 7372 வேதாகமப் புத்தகங்கள் முழுமையாகவும், பகுதிகளாகவும் ஆங்கில, தமிழ் மொழிகளில் விநியோகிக்கப்பட்டன.[102] யாழ்ப்பாணம் சுதேசிகள் அபிவிருத்திச் சங்கம் (Jaffna Native Improvement Society) என்ற மேலுமோர் சங்கம் 1843 இல் நிறுவப்பட்டது. அமெரிக்கன் சிலோன்

மிஷனையும், வகுப்பு சாதி வித்தியாசங்கள் பார்க்கப்படாது பறங்கியரையும், உள்ளூர் சமூகத்தினரையும் கொண்ட இச் சங்கம், பரஸ்பர அபிவிருத்தியை முன்னெடுப்பதை ஆரம்ப நோக்கமாகக் கொண்டிருந்தது.[103] இச் சங்கம் ஒரு நூலகத்தையும் நடத்தியது. ஆனால், நிதித் தட்டுப்பாடு காரணமாக இது வெற்றிகரமாக இயங்கவில்லைப் போற் தோன்றுகின்றது. மதரீதியான யாழ்ப்பாண சிறு பிரசுர சங்கம் (Jaffna Religious Tract Society) 1826 இல் தாபிக்கப்பட்டது. இச் சங்கத்தின் வருடாந்தச் செயற்குழுவின் 16 பெப்ரவரி 1847 அறிக்கையின்படி, இச் சங்கமானது மக்களின் ஒழுக்க நிலையைச் சீர்திருத்துவதில் அதிக கவனம் எடுத்தது எனக் கூறப்படுகின்றது.[104] இந்தச் சங்கம், மதரீதியான கட்டுரைகள், வேதநூல்கள், நாட்காட்டிகள் என்பவற்றை வெளியிட்டதுடன், கிறிஸ்தவ விசுவாசத்தை மேம் படுத்துவதற்காக அச்சுக்கூடம், புத்தகம் கட்டும் கூடம் என்பனவற்றைக் கொண்டிருந்தது.[105] மதம் சார்ந்த ஆயிரக்கணக்கான பிரதிகள் அச்சிடப்பட்டு 'சுதேசிகள்' மத்தியில் விநியோகிக்கப்பட்டன என அறிக்கை சொல்கின்றது. இந்த வெளியீடுகள் ஒழுங்கு முறையானவையாகவும், சிறந்த பிரசார சாதனங்களாகவும் இருந்தனபோற் தோன்றுகின்றது. ஈற்றில், யாழ்ப்பாண சுதேசிகள் சுவிசேஷச் சங்கம் (Jaffna Native Evangelical Society) 24 மே 1832 இல் உருவாக்கப்பட்டது. மிஷனரிச் செயற்பாடுகளை மேம்படுத்துவதற்கும், இயேசு கிறிஸ்துவின் சுவிசேஷத்தை வெளியிட்டு 'புறமதத்தார்' க்கு கிடைக்கச் செய்வதும் இச் சங்கத்தின் நோக்கமாக இருந்தது.[106] யாழ்ப்பாணத் தீபகற்பத்தோடு இருந்த தீவொன்றில் உள்ள வேலணை மக்களுக்குப் பாடசாலை, சேவைகள் என்பவற்றை இச்சங்கம் வழங்கியது. 1840 ஆண்டின் குடிமதிப்பின்படி, இச் சேவைகள் உள்ளூர் மக்களைச் சென்றடையும் வகையில் விரிவாக்கம் செய்யப்பட்டது. 2,988 ஆகக் கணிக்கப்பட்ட இத் தொகையில் 1,466 வயது வந்தவர்களும், 1522 பிள்ளைகளும் இருந்தனர்.[107] இப்படிப்பட்ட மதச் சங்கங்கள் (அனேகமாக கிறிஸ்தவ) யாழ்ப்பாணத் தீபகற்பத்து மக்களிடையே இயங்கின. ஆயினும், இக் காலகட்டத்தில் வேறெந்தத் தமிழ்ப் பிரதேசத்திலும் இவ்வாறு நடைபெற்றதற்கான ஆதாரம் இல்லை.

இந்த வகையில், உள்ளூர் மக்கள் இம் முயற்சிகளின் பலனாகப் பலவழிகளில் நன்மை பெற்றபோதும், பத்தொன்பதாவது நூற்றாண்டின் நடுப்பகுதியில், கல்விகற்ற உயர்மட்டத்தினர், குறிப்பாக சைவ உயர்மட்டத்தினர் கிறிஸ்தவ மதமாற்றம், கிறிஸ்தவ விரிவாக்கம் என்பன பற்றி வினா எழுப்ப ஆரம்பித்தனர். கிறிஸ்தவ எதிர்ப்புணர்வுகள் ஊற்றெடுக்க ஆரம்பித்து, இந்த நூற்றாண்டின் பிற்பகுதியில் கிறிஸ்தவ எதிர்ப்பியக்கமாக உருவெடுத்து, ஈற்றில் ஆறுமுக நாவலரால் வழிநடத்தப்பட்ட சைவ மறுமலர்ச்சி இயக்கமாக மேலெழுந்து, மிஷனரிமாரின் இந்தச் செயற்பாடுகளுக்கு எதிராகப் போராடும் நிலை ஏற்பட்டது. இந்த வளர்நிலைகளையும் மதம், கலாசார ஈடுபாடு, தேசபக்தி என்பன ஒன்று சேர்ந்து எவ்வாறு ஒரு பெருமைமிகு அடையாளத்துடனான தமிழுணர்வை ஊக்குவித்தன என்பதையும், அடுத்துவரும் அத்தியாயத்தில் விரிவாக ஆராய்வோம். இவற்றையும், விரிவான கல்வி முன்னேற்றத்தையும் ஆராய்வதற்கு முன்னர், பிரித்தானியரின் ஆரம்ப ஆட்சிக் காலகட்டத்தில் கிறிஸ்தவத்துக்கு எதிர்வினை எப்படியிருந்தது என்பதை இங்கு ஆராயலாம்.

சைவம்

இக் காலகட்டத்தில் மிஷனரிச் செயற்பாடுகளையிட்டு நிலவிய தமிழ் உணர்வு களைக் கோடிட்டுக் காட்டும், அமெரிக்கன் சிலோன் மிஷன் அறிக்கையில் பின் வருமாறு கூறப்பட்டுள்ளது.

> "மிஷனரிமாரின் சிறந்த குறிக்கோளையும், தங்கள் மத்தியில் அவர்கள் வந்து வசிப்பதில் தன்னல நோக்கங்கள் எதுவும் இல்லை என்பதனையும், முதலில் மக்களால் புரிந்துகொள்ள முடியவில்லை. டச்சுக்காரரின் மதப் பிரசார அதிகாரம் இப்போதும் அவர்களது நினைவில் இருந்தது. அதனால் வேதாகமத்தின் கருத்துக்கள், கோட்பாடுகள் என்பவை மூலம் மக்களை மதம்மாற்றிச் சீர்திருத்தம் செய்தல், தங்கள் பிள்ளைகளுக்குக் கற்பிக்கப் பட்ட கிறிஸ்தவம் என்பவற்றின் தேவையை அவர்களால் விளங்கிக்கொள்ள முடியவில்லை. மிஷனரிமார் தங்களது நிலையை உயர்த்திக் கொள்ளப் பணம் சம்பாதிப்பதற்காகவோ அல்லது செல்வம் சேர்ப்பதற்கு ஏதாவது திட்டத்தை முன்னெடுப்பதற்காகவோதான் இவ்வாறு செய்கின்றனர் என மக்களால் எண்ணாதிருக்க முடியவில்லை. வெவ்வேறு மிஷனரிமார் குடும்பங்கள் கைக்கொண்ட சுதந்திரமான தொடர்புகளும், குறிப்பாக மிஷனைச் சேர்ந்த பெண்மணிகள் விசேடமாக நடத்தப்பட்டதையும், இந்த மக்கள் தமது ஒழுக்கம், நடத்தை என்றவற்றுடன் ஒப்பிட்டு மிஷனரிமாரின் நடத்தையைத் தரக்குறைவாகவே பார்த்தனர். ஆயினும், இவர்கள் மிஷனரிமாருடன் நெருங்கிப் பழகி, அவர்களுடைய இரக்கத்துக்குப் பாத்திரமானபோது இந்த உணர்வுகள் படிப்படியாக மறையலாயின. சுதேசிப் பெற்றோரிடம் அவர்களது பிள்ளைகளை மிஷனின் வழிகாட்டலில் விடும்படியான யோசனை முன்வைக்கப்பட்டபோது, அவர்கள் தம் பிள்ளைகளை மிஷனரிமார் அடிமைகளாக்கப் போகின்றனரோ எனவும், ஆண்பிள்ளைகளைப் படையாட்களாக்கி, நாட்டின் உட்பிரதேசங்களுக்கோ அல்லது வெளிநாட்டுக்கோ அனுப்பப் போகின்றார்களோ எனவும் பயங்கரமாகக் கற்பனை செய்து கொண்டனர். பிறநாட்டைச் சேர்ந்தவர்கள், கருணையின் நிமித்தமாக மட்டும் தங்கள் பிள்ளைகளுக்கு உணவு, உடை, கல்வி என்பவற்றை வழங்க முன்வர வேண்டும் என்பதை அவர்களில் ஒருவராலும் விளங்கிக் கொள்ள முடியவில்லை".[108]

தமிழர் எவ்வளவு சந்தேகத்துடன் மிஷனரிமாரைப் பார்த்தனர் என்பதை இந்த அறிக்கை காட்டுகின்றது. இச் சந்தேகமே பிரித்தானியரின் ஆரம்ப ஆட்சிக் காலத்தில் மூன்று தசாப்பதங்களுக்குக் கிறிஸ்தவத்துக்கு மதம் மாற்றும் நடவடிக்கை பெரும்பாலும் வெற்றியளிக்காததற்குக் காரணமென மிஷனரிமார் கருதினர். அதே அறிக்கையில்,

> ".. புறமதங்களைக் கைக்கொண்டதனால் திருச்சபையில் இருந்து கிட்டத் தட்ட 100 அங்கத்தவர்கள் வெளியேற்றப் பட்டனர்."

எனக் கூறுவதுடன்,

> "எஞ்சியவர்களில் எத்தனைபேர் உண்மைக் கிறிஸ்தவர்களாக இருந்தனர் என்பது கடவுளுக்குத்தான் தெரியும்."

என்றும் கூறுகின்றது.

தமிழர் தொடர்ந்தும் தமது பாரம்பரிய நம்பிக்கைகளை அனுட்டித்தனர் என்பதற்கு மேலே காட்டப்பட்ட அறிக்கைப் பகுதியைவிட, இவ்விரு சிறு கூற்றுக்கள் அதிகமானவற்றை எமக்குத் தெரிவிக்கின்றன. பிரித்தானியர் டச்சுக்கராரரை வெளியேற்றிப் பதினைந்து வருடங்களுள், புரட்டஸ்தாந்தினர் எனக் கருதப்பட்ட பலர் மறுபடியும் சைவத்தை தழுவ ஆரம்பித்தனர் என்பது மேற்படி உண்மைக்குச் சான்றாகும். தம்மைப் புரட்டஸ்தாந்துக் கிறிஸ் தவர்கள் எனச் சொல்லிக் கொணடவர்கள், உண்மையிலேயே கிறிஸ்தவ விசுவாசம் கொண்டவர்களாகவோ, கிறிஸ்தவத்தை உணர்வுபூர்வமாகத் தழுவி யிவர்களாகவோ இருந்திருப்பின் இவர்களது மதமாற்றம் விளக்கமளிக்க முடியாதிருந்திருக்கும். மக்கள் மீண்டும் சைவத்தைத் தழுவினர் என்பது, அவர்கள் தமது பாரம்பரிய நம்பிக்கைகளில் உண்மையான பற்று வைத்திருந் தார்கள் என்பதைக் காட்டுகின்றது. இன்னுமோர் கிறிஸ்தவ அதிகாரத்துக்கு, அதாவது பிரித்தானிய அதிகாரத்துக்கு அவர்கள் உட்பட வேண்டியிருந் தமையினாலே இந்நிலை உருவாகியிருந்தது. டச்சுக்காரர் காலத்தில் உண்மையில் நிகழ்ந்தது என்னவெனில், மக்கள் கிறிஸ்தவத்தைக் கட்டாய மாகத் தழுவ வேண்டுமென்ற நிலை ஏற்பட்டதினாலேயே அவர்கள் வெளிப்படையில் மதம் மாறினர். ஆனால், அவர்கள் தமது பிரத்தியேக வாழ்வில் தமது பாரம்பரிய நம்பிக்கைகளைக் கைவிடாது, சைவ நியமங் களைத் தொடர்ந்தும் அனுசரிக்கலாயினர். வரலாற்றாசிரியர் அரசரட்ணம் சொல்கின்றார்:

> "சிங்களவர், தமிழர் இரு பகுதியினரிலுமே, கிறிஸ்தவ மயப்படுத்தப்பட்ட ஆளும் வர்க்கம், இரட்டை வாழ்க்கை வாழ்ந்தனர் என்பதற்கு எல்லாச் சான்றுகளும் உண்டுபோற் தோன்றுகின்றது. ஒருபுறத்தில் இவர்கள் நிறுவன மயப்படுத்தப்பட்ட சீர்திருந்திய திருச்சபையில் அங்கத்தவர்களாகவிருந்து, அதன் செயற்பாடுகளில் பங்குபற்றி, முக்கியஸ்தர் எவராவது ஆலயத்துக்கு வருகையில் அங்கு பிரசன்னமாயிருந்து தங்கள் பிள்ளைகளுக்கு ஞானஸ் நானம் கொடுத்து, அவர்களைத் திருச்சபைப் பாடசாலைகளுக்கு அனுப்பி, அவர்களுக்கு ஆலயத்திலேயே திருமணமும் செய்து வைத்தனர். இந்த வகையில், பதவிகளைப் பெறுவதற்கான அவர்களது முன்னுரிமை உறுதிப் படுத்தப்பட்டது. அதேசமயம் பாரம்பரியக் கொண்டாட்டங்களை, வீட்டுச் சடங்குகள் போலக் கைக்கொண்டு ஒரு பிரத்தியேக வாழ்வையும் தொடர்ந்தனர். அடக்கமாகக் கோவிலுக்குச் சென்று அவர்கள் வழிபடுவது அதிகரிக்கலாயிற்று."[109]

மேலும், சாமுவேல் நியூவெல் (Samuel Newell) என்ற அமெரிக்கன் மிஷனரி, தமிழர் மத்தியிலான கிறிஸ்தவம் பற்றிப் பின்வருமாறு கூறுகின்றார்.

> “புரட்டஸ்தாந்துக் கிறிஸ்தவரைக் கொண்ட ஒரேயொரு சபைதான் உள்ளது. அதுவும் யாழ்ப்பாண நகரிற்றான் உள்ளது. இவர்களையும், பிரதானமாக ரோமன் கத்தோலிக்கராயிருக்கும் ஒரு சில ஆயிரம் கத்தோலிக்கரையும்விட, தற்போதுள்ள சந்ததியினர் யாவரும் விக்கிரக ஆராதனை செய்பவர்களே.”[110]

அமெரிக்கன் சிலோன் மிஷனைச் சேர்ந்த இன்னொருவரான டானியல் புவர் (Daniel Poor) பின்வருமாறு கூறியுள்ளார்:

> “பல்லாண்டுகளாக மக்களை அழுத்தி, அவர்களின் ஆத்மாக்களை உலரச் செய்ததொரு வெளி அழுத்தம், பிரித்தானியர் ஆட்சி வந்ததும் அகன்ற போது, தாம் தமது இனிமையான விக்கிரக ஆராதனையை மீண்டும் மேற்கொள்ள அனுமதிக்கப்பட்டதை அவர்களால் நம்ப முடியவில்லை. ஆயினும், அது உண்மையெனத் தெரிந்ததும், பெயரளவில் மட்டுமே கிறிஸ்தவர்களாக இருந்தவர்கள் பெருவெள்ளம்போல, யாவற்றையும் தழுவிநிற்கும் விக்கிரக வழிபாட்டில் ஈடுபட்டு, கோவில் கட்டுவதிலும், அதை அலங்கரிப்பதிலும் முன்னெப்போதுமே இந்த மாகாணத்தில் இல்லாத வாறு செயற்பட்டனர். இது இப்போதும் வெவ்வேறு முன்னேற்ற நிலைகளில் காணப்படுகின்றது. நாம் 1816 இல் வந்தபோது இவ்வாறுதான் நிலைமைகள் இருந்தன.”[111]

அரசரட்ணத்தின் விளக்கமும், அமெரிக்கன் சிலோன் மிஷன் போதகரின் அறிக்கையும், டச்சுக்காரர் ஆட்சியில் தமிழர் புரட்டஸ்தாந்துக் கிறிஸ்தவத்தைத் தழுவியது ஒரு மேலோட்டமான சங்கதியாக இருந்தது எனச் சொல்கின்றன. மேலும், பிரித்தானியரின் ஆரம்ப ஆட்சிக்காலத்தில், தமிழ்ச் சமுதாயத்திலிருந்த ஒல்லாந்த சீர்திருத்தமடைந்த திருச்சபையும், அப்போது காணப்பட்ட சைவசமய மறுமலர்ச் சியும், மதம் பரப்புவதில் டச்சுக்காரரின் பெருந்தோல்வியை விளக்குகின்றன. இதைத் தொடர்ந்த காலத்தில், குறிப்பிடும்படியான அளவுகளில் மதமாற்றத்தைப் புரட்டஸ் தாந்து மிஷன்களால் ஏற்படுத்த முடியாமையை இது ஓரளவு விளக்கக்கூடும். பிரித்தானிய ஆட்சியில் கிறிஸ்தவ மதமாற்றம் கட்டாயமில்லாதிருந்தமையே, இந்துசமயம் தீபகற்பத்தில் மீளவும் தலையெடுக்கக் காரணமாக இருந்தது. கிறிஸ்தவ மதம் ஒருபோதும் அரசமதமாகப் பிரகடனப்படுத்தப்படவில்லை என்பதுடன், முன்னுரிமைகளையோ, பதவிகளையோ அடைவதற்குக் கிறிஸ்தவ மதம் ஒரு முற்தேவையாகவும் இருக்கவில்லை. கிறிஸ்தவம் அல்லாத நம்பிக்கை களைப் பின்பற்றவும், அனுட்டிக்கவும் எவ்விதத் தடைகளும் இடப்படவில்லை என்பதுடன், யாவரும் தத்தம் மதங்களை, தண்டனைக்குப் பயமின்றிப் பின்பற்றக் கூடிய சுதந்திரம் இருந்தது. இந்நிலை, உள்ளூர் மதங்களும், பாரம்பரியங்களும்

மறுபடியும் மலர வழிசெய்யவே, இந்த மதங்கள் பெரும் சமூக சக்திகளாகவும் மாறின. பிரித்தானியர் ஆட்சியின் கீழ் இந்த மறுமலர்ச்சி நிகழக் கூடியதாகவிருந்தது முக்கியமாகும். ஏனெனில் யாழ்ப்பாண உள்ளூர் பாரம்பரியமும், மத சுதந்திரத்தை அனுமதித்த பிரித்தானிய அரசின் கட்டுப்பாட்டுக்குள் இருந்த மிஷனரி முயற்சிகளும், வெளிவாரியான சவால்களுக்கும், செல்வாக்குகளுக்கும் உள்ளானபோது, இரண்டுமே இணைந்து, தொடர்ந்த விளைவுகளுக்குக் கூட்டுக் காரணங்களாகின.

தமிழரின் கல்வி

இலங்கையின் வடக்குக் கிழக்கு மாகாணங்களில் வாழ்ந்த தமிழரின் மத்தியில், இங்கிலாந்து, அமெரிக்க புரட்டஸ்தாந்து மிஷனரி இயக்கங்களினது செயற்பாடுகள், தமிழரை மத்திய காலத்திலிருந்து நவீன காலத்துக்கு இட்டுச் செல்லும் வகையிலான மாற்றங்களை ஆரம்பித்து வைத்தன. புரட்டஸ்தாந்து மிஷனரிமார் இலங்கையின் தமிழ்ப் பிரதேசங்களுக்கு வந்தபோது, நியாயபூர்வமானதும், விஞ்ஞான ரீதியிலான சிந்தனைகளையும் உடையவர்களாகவே இருந்தனர். உள்ளூர் மக்களில் அதன் தாக்கம் அளப்பரியதாக இருந்தது. தமிழர், தமது உள்ளூர் சூழலில், தமது பாரம்பரிய மதம், ஓலைச் சுவடிகளிலிருந்த எழுத்தாக்கங்கள் என்பனவற்றின் துணையுடன் அவற்றின் அடிப்படை விதிகளையும், பழங் கதைகளையும் மனப்பாடம் செய்தே தமது கல்வியைப் பெற்றிருந்தனர். இருந்தபோதிலும், எழுத்தை அடிப்படையாகக் கொண்ட வகுப்பறைகள் உள்ள கல்வியமைப்புக்கு அவர்கள் தம்மை இலகுவாகப் பழக்கப்படுத்திக் கொண்டனர். தமிழர், நவீன பகுப்பாய்வு முறையில் அமைந்த பாடங்களான புவியியல், வரலாறு, தூயகணிதம், மொழி, வானசாஸ்திரம், அட்சரகணிதம் என்பனவற்றுடன் மருத்துவத் தையுங்கூடக் கற்க ஆரம்பித்தனர். இது அவர்களுடைய கல்வியை மேம்படுத்திய தோடல்லாது, நவீன உலகில் முன்னேறுவதற்கு அவர்களை ஆயத்தப்படுத்திய துடன், அவர்கள் தம்மைப்பற்றிச் சிந்திப்பதற்கும், தமது திறமைகளை உணர்வதற்கு மான பலத்தையும், துணிவையும் அளித்தது.

எந்தச் செயற்பாடுகள் சுதேசிகளைக் கிறிஸ்தவத்துக்கு மாற்றுவதற்காக முன்வைக்கப் பட்டனவோ, அந்தச் செயற்பாடுகளே பிரித்தானிய ஆட்சி நிறுவப்பட்ட கையுடன், உள்ளூர் சைவமதப் பாரம்பரியத்தை மறுபடியும் மலரவைத்தன. நாம் ஏற்கெனவே கூறியவாறு கிறிஸ்தவ மிஷனரிமாரின் முயற்சிகளினாலேயே, தமிழ்ப் பிரதேசங்களில் தமிழர் பெரும்பாலும் கல்வி கற்றனர். யாழ்ப்பாண வெஸ்லியன் மிஷனைச் சேர்ந்த ஜேம்ஸ் லிஞ்சின் (James Lynch) கருத்தானது, பாடசாலைகள், ஆலயச் சபைகளை நிறுவ உதவும் என்பதாகும்.[112] எல்லா மிஷன்களுமே உள்ளூர் மக்களை வெற்றிகரமான முறையில் மதம் மாற்றுவதற்குக் கல்வி அத்தியாவசியம் எனக் கருதியபோதும், இத் துறையிலிருந்தவர்களின் அனுபவம் கிறிஸ்தவத்தைப் பரப்புவதற்கு கல்வி இன்றியமையாதது என்பதை வலியுறுத்தியது. மிஷன்கள் யாவுமே விரைவில் முனைப்புடன் பாடசாலைகளை நிறுவ ஆரம்பித்தன. மத நோக்கங்களை அடைவதற்குக் கல்வி முயற்சிகளே அதி முக்கியமெனக் காணப்பட்டதற்கு இது தெளிவான சான்றாகும். இச் செயற்பாடுகள் தமிழரில் பெரிய தாக்கத்தை ஏற்படுத்தி, அவர்களைத் தமது பரம்பரிய நம்பிக்கைகளையும்,

விழுமியங்களையும் மீள்மதிப்பீடு செய்யத் தூண்டின. இந்த வேளையிற்றான் தமிழர் தமது மதப் பாரம்பரியத்தைப் பேண முன்வந்தனர். இந்த முயற்சியே அவர்களைத் தமது தமிழ் அடையாளம் பற்றிய உணர்வு தோன்றுவதற்கான வழியிற் செல்லவும், அதன்வழி பின்னர், சுயநிர்ணய உரிமை நோக்கி முன்னேறவும் வழிவகுத்தது.

இக் கல்வி முயற்சிகள், பிரித்தானியரின் ஆரம்ப ஆட்சிக் காலகட்டத்தில் எவ்வாறு ஆரம்பித்தன, அவை எவ்வாறு அவ்வளவு விரைவில் விருத்தியடைந்தன என்பவற்றை ஆராய்வதற்கு முன்னர், இந்த ஆரம்ப கல்விச் செயற்பாடுகளும், முன்னெடுப்புக்களும் பெரும்பாலும் தமிழ்ப் பிரதேசங்களில் மட்டுமே நிகழ்ந்தன என்பதை நாம் மனதில் கொள்ளவேண்டும். இதன் காரணமாக, யாழ்ப்பாணத் தீபகற்பத்திலேயே கவனம் செலுத்தப்படும்.
அமெரிக்கன் சிலோன் மிஷனின் ஓர் ஆசிரியரான செல்லையாவின் கூற்றுப்படி:

> "மிஷனரிமார் முதலில் யாழ்ப்பாணத்துக்கு வந்தபோது, ஒருசில பாட சாலைகளே இருந்ததுடன், சிலரே ஓலைச் சுவடியில் வாசிக்க, எழுதக் கூடியவராக இருந்தனர். அத்துடன், மிகச் சிலரே அச்சிடப்பட்ட எழுத்துக் களை இலகுவாகவும், தங்கு தடையின்றியும் படிக்கக்கூடியவராக இருந்தனர். எனவே மிஷனரிமார், வாசிப்பவர் தொகையை அதிகரிப் பதற்காக, வெவ்வேறு கிராமங்களில் இலவச சுதேசமொழிப் பாடசாலை களை நிறுவினர்".[113]

டச்சுக்காரர் ஆட்சியின்போதும், மதமாற்றத்தைச் சிறப்பாக மேற்கொள்ளத் தமிழ்மொழிக் கல்வி பிரதானமான மார்க்கமாகக் கருதப்பட்டதால், செல்லையா ஆசிரியரின் கூற்றினை முழுமையாக ஏற்பது கடினமாகவுள்ளது. இக் காலத்தில் எல்லாத் தேவாலயங்களுடனுமே பாடசாலைகள் இணைக்கப்பட்டிருந்தன. டச்சுக்காரரான பல்தேயு (Baldaeus) இலங்கையை விட்டுச் செல்கையில், யாழ்ப்பாணத் தீபகற்பத்தில் 18,000 பாடசாலைப் பிள்ளைகள் இருந்தனர். இவர்களது பாடவிதானம் நிச்சயமாக மதரீதியாக இருந்தபோதும், இவர்களுக்கு ஓரளவு எண்கணிதம், வாசிப்பு, எழுத்து என்பனவற்றுடன் தமிழ் மொழியிற் கற்பித்தலும் அளிக்கப்பட்டது.[114] இதற்கு மேலாக, நாம் முன்னர் பார்த்தது போன்று, யாழ்ப்பாணத் தமிழர் காலாதிகாலமாக இடையறாததொரு சமூகரீதியான தமிழ்மொழிக் கல்விப் பாரம்பரியத்தைக் கொண்டிருந்தனர். மிஷனரிமாரின் மிகக் கடினமான பணியை யிட்டுச் ஆசிரியர் செல்லையா அனுதாபப்பட்டதனாற் போலும், மிஷனரிமாரின் கல்விப் பங்களிப்பை அவர் மிகைப்படுத்தியுள்ளார் என்பதை இவ் உண்மைகள் குறிப்புணர்த்துகின்றன. அது அவ்வாறிருந்த போதிலும், இந்த மிஷன்கள், குறிப்பாக அமெரிக்கன் சிலோன் மிஷன், திருச்சபை மிஷனரிச் சங்கம், வெஸ்லியன் மிஷன் ஆகியவை ஏனைய இடங்களைப் போலவே தமிழ்ப் பிரதேசங்களிலும் நவீன கல்வி முறையைப் புகுத்துவதில் முன்னோடிகளாக இருந்தனர் என்ற கருத்தில் வேறுபாட்டுக்கே இடமில்லை.

நாம் இந்த அத்தியாயத்தில் முன் குறிப்பிட்டது போன்று, யாழ்ப்பாணத்தில் நல்லூரிலும் (1818), கோப்பாயிலும் (1849), திருச்சபை மிஷனரி சங்கத்துக்கு இரு

நிலையங்கள் இருந்தன. வெஸ்லியன் மிஷன் இதைவிடப் பரந்த அளவில் யாழ்ப்பாணக் கரையோர நிலையங்களுடன், பருத்தித்துறை, திருகோணமலை, மட்டக்களப்பு ஆகிய இடங்களில் நிலையங்களை அமைத்திருந்தன.[115] இவ்விரு மிஷனரிக் குழுக்களும் வட இலங்கை தமிழ் மாகாணம், தென்னிலங்கை சிங்கள மாகாணம் என இலங்கைத் தீவை இரு மாகாணங்களாக 1819 இல் பிரித்துக் கொண்டனர். இது இலகுவான நிர்வாகத்திற்கும், செயற்பாடுகளை மேலும் சிறந்த முறையில் தொடர்வதற்கும் வசதியளித்தது.[116] அமெரிக்கன் மிஷனரிமார் தமது நடவடிக்கைகளை யாழ்ப்பாணத் தீபகற்பத்தினுள்ளேயே மட்டுப்படுத்திக் கொண்டனர். அவர்கள் 1816 இல் தெல்லிப்பளை, வட்டுக்கோட்டை என்னுமிடங்களில் இரண்டு நிலையங்களை நிறுவினர். 1820 இல் உடுவில், மானிப்பாய், பண்டத்தரிப்பிலும், பின்னர் சாவகச்சேரியிலும், உடுப்பிட்டியிலும் நிலையங்களை நிறுவினர்.[117] இந்த மிஷன்கள் யாவற்றுக்குமே, குடியேற்ற அரசாங்கத்தின் முனைப்பான ஆதரவும், ஊக்கமும் கிடைத்தன. 1818 அளவில், வெஸ்லியன் மிஷன், யாழ்ப்பாணம், கிழக்கு மாகாணங்களிலிருந்த அவர்களது நான்கு வட்டாரங்களில் இருபத்தியொரு ஆரம்பப் பாடசாலைகளை நிறுவியிருந்தனர்.[118] இவ் ஆரம்பப் பாடசாலைகள் தமிழர் மத்தியில் எழுத்தறிவை மேம்படுத்த உதவின.

குறிப்பிடக்கூடிய அளவில் ஆரம்பக் கல்வி அளிக்கப்பட்டதும், இடைநிலைக் கல்வி, உயர்நிலைக் கல்வி என்பவற்றுக்கான நிறுவனங்கள் அமைக்கப்பட வேண்டியது தவிர்க்கப்பட முடியாத ஒன்றாகிவிட்டது. ஆங்கிலக் கல்விக்கான தேவை, பொது வாகவும், அதிகரித்தும் காணப்பட்டதும், மிஷனமாரின் செயற்பாட்டுத் தேவைகளும் இடைநிலை, உயர்நிலைக் கல்வியை அளிப்பதற்குத் தூண்டுதலாக இருந்தன. இவற்றுக்கான அடித்தளங்கள் வடக்கிலே டானியல் புவரினாலும் (Daniel Poor), வெஸ்லியன் மிஷனைச் சேர்ந்த பீற்றர் பேசிவலினாலும் (Peter Percival) இடப்பட்டன. இவ்விரு அறிஞர்களினதும் கல்விச் செயற்பாடுகள் இக் காலகட்டத்துப் புரட்டஸ் தாந்துக் கல்வியின் முக்கியத்துவத்துக்குப் போதிய சான்றுகளாகும். மேலும், 1834 இல் நியமிக்கப்பட்டதும், தலைமைத்துவ பிரித்தானிய அதிகாரிகளைக் கொண்டது மான பாடசாலை ஆணைக்குழு, சேர்ச மிஷனரி சொசைற்றி பாடசாலைகளின் ஆங்கிலக் கல்வியே நிரந்தரமான பாடவிதானமாகும் வண்ணம் விடயங்களை ஒழுங்கமைத்தது. எங்கெல்லாம் கிறிஸ்தவ மிஷன்கள் நிறுவப் பட்டனவோ அங்கெல்லாம் அரசாங்கப் பாடசாலைகள் மூடப்பட்டுக் கிறிஸ்தவ மிஷன் பாடசாலைகள் மிகவும் சாதகமான நிலையிலும், அசைக்க முடியாத வகையிலும் நிறுவப்பட்டன. பொருளாதார அபி விருத்தியின் காரணமாக குடியேற்ற நிர்வாகத்தில் சிவில், நீதித்துறைகளில் வேலை வாய்ப்புக்கள் அதிகரித்தன. இந்த வளர்நிலைகளும், பெருந்தோட்டப் பொருளா தாரத்தின் ஆரம்பமும், அரசாங்கத்தினுடைய விதிமுறைகளும் ஒன்றாகச் செயற்பட்டு வேலை வாய்ப்புக்கு ஆங்கில அறிவை முற்தேவையாக்கியதுடன், பொதுவானதும், அதிகரித்ததுமான ஆங்கிலக் கல்விக்கான தேவையை நாட்டில் ஏற்படுத்தின. இதன் விளைவாகக் கிறிஸ்தவ மிஷன்கள் தமது வளங்களையும், சக்திகளையும் ஆங்கிலப் பாடசாலைகளை நிறுவுவதிற் பயன்படுத்தின.

இந்த நிலைமைகளில், அமெரிக்க சிலோன் மிஷனின் வழிமுறைகளையே வெஸ்லியன்சும், சேர்ச் மிஷனரி சொசைற்றியும் பின்பற்றினர். வெஸ்லியன் மிஷனின்

ஆங்கிலப் பாடசாலைகள் 1821 லும், அதையொட்டிய காலத்தில் யாழ்ப்பாணத்திலும், திருகோணமலையிலும் தாபிக்கப்பட்டன.[119] பீற்றர் பேசிவல், வடக்கில் இடைநிலை, உயர்நிலைப் பாடசாலைகளை நிறுவுவதில் முன்னின்று, 1834 இல் யாழ்ப்பாணத்தில் முதலாவது வெஸ்லியன் உயர்கல்வி நிறுவனத்தைத் தாபிக்க உதவினார். 1837 இல், அவர்களின் மிஷன் அமைந்திருந்த காணியில் சிறுவர்க்கான ஆங்கிலப் பாடசாலையில் 150 சிறுவர்கள் இருந்தனர்.[120] 1847 இல் இது மத்திய பாடசாலை எனப் பெயர் மாற்றப்பட்டு, பின்னர் வில்லியம் பாபரைத் (William Barbar) முதலாவது அதிபராகக் கொண்ட மத்திய கல்லூரி என வழங்கப்பட்டது.[121] இதைத் தொடர்ந்து பெரிய வெஸ்லியன் மிஷன் நிலையங்கள் எல்லாவற்றிலும் சுதேசிப் பிள்ளைகளுக்கான ஆங்கிலப் பாடசாலைகள் அமைக்கப்பட்டன.[122] ஏற்கெனவே 1841 அளவில் நிறுவப்பட்டிருந்து, மேலும் 1837 லிருந்து மட்டக்களப்பிலும், 1838 லிருந்து பருத்தித்துறை, திருகோணமலை ஆகிய இடங்களிலும் ஆங்கிலப் பாடசாலைகள் நிறுவப்பட்டன. ஏற்கெனவே 1841 அளவில் நிறுவப்பட்டிருந்த சென். போல் ஆண்களுக்கான ஆங்கிலப் பாடசாலை (St. Paul's English Boys' School), பிரதான ஆண்கள் பாடசாலைக்கு மாணவர்களை வழங்குகின்ற ஒரு ஆரம்பப் பாடசாலையாக இயங்கிக் கொண்டிருந்தது. பேசிவலினால் இடப்பட்ட அத்திவாரம், ஆங்கிலக் கல்வி விரிவாக்கம் பெற்ற பத்தொன்பதாவது நூற்றாண்டின் அரையிறுதிப் பகுதியில், வெஸ்லியன் மிஷன் வட்டாரங்களிலெல்லாம் பாடசாலைகள் பெருந்தொகையில் உருவாகத் தொடங்கின. 1853 இல் வில்லியம் வால்டன் (William Walton) வெஸ்லியன் பிரார்த்தனை மண்டபத்தில் வண்ணார்பண்ணை ஆங்கிலப் பாடசாலையைத் தொடங்கி வைத்தார். இப் பாடசாலை 1862 இல்[123] கில்னர் கல்லூரி எனப் பெயரிடப்பட்டது. பெண்கள் கல்வியைக் கவனத்திற் கொண்ட பேசிவல், 1834 இல், மிஷனின் யாழ்ப்பாண மத்திய நிலையத்தில் திருமதி பேசிவலின் தலைமையின் கீழ் முதலாவது வெஸ்லியன் மகளிர் விடுதிப் பாடசாலையை நிறுவக் காரணமாக இருந்தார். 1840 இல் செல்வி ருவிடி (Miss. Twiddy) என்ற ஆங்கிலப் பெண் நேரடியாக இங்கிலாந்திலிருந்து வந்து இப் பாடசாலையின் முதல் அதிபரானார்.[124] இப் பாடசாலை திருகோணமலையிலும், மட்டக்களப்பிலும் (1874) இருந்த அன்றைய வெஸ்லியன் மிஷன் மகளிர் பாடசாலைகளுடன் சேர்ந்து, மகளிர் கல்விக்கான பங்களிப்பில் பெரும் பங்களிப்பைச் செய்துள்ளது.[125] திருகோணமலையில் மேலுமோர் புதிய பாடசாலை ஆண்களுக்கென அமைக்கப்பட்டு உள்ளூர் வாசிகளின் அமோக ஆதரவைப் பெற்றது.[126] வெஸ்லியன் மிஷனின் கல்விச் செயற்பாடுகள் பத்தொன்பதாம் நூற்றாண்டின் அரையிறுதிப் பகுதியில் வியக்கத்தக்க வகையில் விரிவாக்கம் பெற்றது. அரசாங்கத்தின் கொள்கை மாற்றங்களும் இதற்குக் காரணமாகின.

மதமாற்றம் சம்பந்தமான புள்ளிவிபரங்களும், அச் செயற்பாடுகளில் ஈடுபட்ட மிஷனரிமாரின் கூற்றுக்களும், மிஷனரி முயற்சிகளினால் நிகழ்ந்த, தமிழரின் பொதுவான பதிற் செயல்களையும், உணர்வுகளையும் ஓரளவு புலப்படுத்துகின்றன. இவற்றைப் பார்க்கையில் தமிழரிடையில் காணப்பட்ட பதிற் செயல்களில் எவ்வித ஒருமைப்பாடோ, இறுக்கமோ இருக்கவில்லை எனத் தெரிகின்றது. ஆயினும் மிஷனரிமாரின் அமைப்புக்களால் அளிக்கப்பட்ட வசதி வாய்ப்புக்களைத் தமிழர்

ஏற்று, அவற்றைப் பயன்படுத்தியபோதும் அதன் காரணமாக அவர்கள் எப்போதுமே கிறிஸ்தவத்தைத் தமது மதமாக ஏற்றுக் கொள்ளவில்லை என்பதுடன், அவர்கள் ஒருபோதுமே பெருந்தொகுதியாகக் கிறிஸ்தவத்துக்கு மதமாற்றம் செய்யப் படவில்லை. வளர்ந்தவர்கள் மதம் மாறியது மிகக் குறைவு. அது அதிகமாக நிகழ்ந்தது மட்டக்களப்பு மாவட்டத்திலேயாகும். இங்கிருந்த கிறிஸ்தவ சமூகம் மிகவும் சிறியதாகவும், அதன் அங்கத்தவரில் பலர் செல்வாக்கு மிக்கவராகவும், முன்னணிப் பதவிகளில் இருந்ததனாலும் இது நிகழ்ந்திருக்கலாம். பெரும் பான்மையான மதமாற்றங்கள் பாடசாலைகளிலேயே நிகழ்ந்தன. அன்டர்சன் செயற்குழு அறிக்கை (Anderson Committee Report) குறிப்பிடுவதுபோன்று, 'வேறு வார்த்தைகளில் சொல்வதானால், மிஷனுடைய மதமாற்றுச் செல்வாக்கு பிரதான மாகப் பாடசாலைகள் ஊடாகவே பிரயோகிக்கப்பட்டது' என்பதாகும். அமெரிக்கன் சிலோன் மிஷனின் உடுவில் மகளிர் பாடசாலையும், வட்டுக்கோட்டை செமினரியுமே மதமாற்றத்தின் மிக முக்கிய நிலையங்களாக இருந்தன.

இந்த விஷயத்தில் அமெரிக்கன் சிலோன் மிஷனுடைய முயற்சிகள் இவ் அத்தியாயத்தில் பின்னர் ஆராயப்படும். பத்தொன்பதாம் நூற்றாண்டின் முதல் அரைப்பகுதியில், மதமாற்ற முயற்சியில் அமெரிக்கர்களைப் போன்று வெற்றி பெற்றிருக்காத வெஸ்லியன் மிஷனரிமார், அந்த நூற்றாண்டின் அரையிறுதிப் பகுதியில் அவர்களுடைய முன்னணி நிலையைத் தாமும் எட்டிவிட்டனர். 1838 ல், மொத்தம் 141 ஆகவிருந்த திருச்சபை அங்கத்துவம், பின்வரும் விகிதத்தில் பரந்து காணப்பட்டது. யாழ்ப்பாணம் 66, பருத்தித்துறை 22, மட்டக்களப்பு 28, திருகோணமலை 25. 1865 ம் ஆண்டளவில் அங்கத்தவர் தொகை மும்மடங்காகி 469 எனக் காணப்பட்டது.[127] அதன் பின் இரு தசாப்தங்களுள், கல்விச் செயற் பாடுகளின் விரிவாக்கத்துடனும், ஆங்கிலக் கல்வி பரப்புதலுடனும் குறிப்பாக 1870 இல் அறிமுகப்படுத்தப்பட்ட உதவி நன்கொடைத் திட்டத்துடனும் இத்தொகை இரட்டித்திருந்தது.

இந்த உதவிக்கொடைத் திட்டம், கிறிஸ்தவ மிஷனரிமாரின் கல்விச் செயற்பாடுகளுக்கு, குறிப்பாகக் கிழக்கு மாகாணத்தில் மேற்கொள்ளப்பட்ட வெஸ்லியன் முயற்சிகளின் அதிவிரைவான விரிவாக்கத்திற்கு உந்துசக்தியாக இருந்தது. வெஸ்லியன் மிஷன் பங்களிப்பு மிகவும் முக்கியமாக இருந்து, நவீன கல்வியை அடிப்படையாகக் கொண்ட பட்டதாரிகளை அட்சர கணிதம், நவீன வரலாறு, இயற்கைத் தத்துவம், இலக்கணம், புவியியல், தமிழ், ஆங்கிலம், எண்கணிதம், கிறிஸ்தவம், தமிழ் இலக்கியம் (நன்னூல், குறள்) ஆகிய பாடங்களில் உருவாக்கியது மட்டுமன்றித் தமிழிலக்கிய ஆர்வத்தை மறுமலர்ச்சி செய்யவும் உதவியது.[128] வண. பேசிவல் அவர்கள், அவரது தமிழ்ப் புலமை, இலக்கிய முயற்சிகள், குறிப்பாக வேதாகமத்தைத் தமிழில் மொழி பெயர்த்தமை என்பவற் றிற்காக என்றும் நினைவில் நிலையாக நிற்பவராகிவிட்டார். இவருடைய மொழி பெயர்ப்பில் இவருக்கு உதவியாக இருந்தவர் இவரது மாணவரான தமிழறிஞர் ஆறுமுக நாவலராவார். இந்த மொழிபெயர்ப்பு அதன் நளினத்துக்கும், மாண்புமிகு எழுத்தாற்றலுக்கும் புகழ் பெற்றதாகும். பேசிவல் அவர்கள் ஆங்கில-தமிழ் அகராதியை உருவாக்கியதுடன், மெதடிஸ்த வினாவிடை, மெதடிஸ்த மிஷன்

வழிபாட்டு முறைமை என்பவற்றைத் தமிழில் மொழிபெயர்த்தவரும் ஆவர்.[129] இவர் பெரும் மதிப்புக்குரிய அறிஞராகவும், மெதடிஸ்ற் மிஷனரிமாருக்குக் கிடைத்த அதிசிறந்த தமிழ் அறிஞராகவும் விளங்கினர்.[130]

வெஸ்லியன் மிஷனில் உருவாகிய, குறிப்பாக மத்திய கல்லூரியில் உருவாகித் தத்தம் துறைகளில் உச்சத்தை எட்டிய அறிஞர்களிற் சிலரை இங்கு குறிப்பிடுவது பயனுள்ளதாகும். மாபெரும் சைவசமய மறுமலர்ச்சியாளரான ஆறுமுக நாவலர், இந்து ஓகன் (The Hidnu Organ) (தமிழ்ப் பதிப்பு - இந்து சாதனம்) என்ற பத்திரிகையினதும், யாழ்ப்பாணம் இந்துக் கல்லூரியின் சைவபரிபாலன சபையினதும உருவாக்கக் கர்த்தாக்களில் ஒருவராக இருந்த இந்து ஓகனின் முதலாவது பத்திராதிபர் செல்லப்பாபிள்ளை, கிழக்கு மாகாணத்தின் பிரபல வைத்திய அதிகாரி யான மோகன் கொவிங்டன், மகாராணியின் அப்புக்காத்தாக (Queen Council) இருந்த பிரான்சிஸ் முத்துக்கிருஷ்ணன், திறமையும் மதிப்பும் மிக்க வைத்தியராகவிருந்த டபிள்யூ. ஜி. றொக்வூட் ஆகியோர் குறிப்பிடக்கூடியவர்கள்.[131]

திருச்சபை மிஷனரி சங்கமும் தமிழ்ப் பிரதேசங்களில் பாடசாலைகளையும், விடுதிப் பாடசாலைகளையும் நிறுவியபோதும், கல்வியிலும், சுவிசேஷத் துறையிலும் பத்தொன்பதாவது நூற்றாண்டின் முதல் அரைப்பகுதியிலான, வெஸ்லிய, அமெரிக்க பங்களிப்பைவிடக் கணிசமான அளவு குறைவானதாகவே இருந்துள்ளது. இந்த நிலைமை பத்தொன்பதாவது நூற்றாண்டின் அரையிறுதிப் பகுதியில் மாறியது. திருச்சபை மிஷனரி சங்கம், யாழ்ப்பாணத்துக்கு அருகில் நல்லூர் (1818), கோப்பாய் (1849) என்ற இடங்களில் இரு நிலையங்களை நிறுவியது. 1820 இல் இச் சங்கத்தினால் தாபிக்கப்பட்ட பாடசாலையில் இருபது மாணவர் இருந்தனர். மகளிர் கல்வி, ஆங்கிலக் கல்வி என்பவற்றில் இத் திருச்சபை மிஷன் சங்கத்தின் பங்கும் கருத்திற் கொள்ளப்பட வேண்டியதாகும். அவர்களுடைய முதலாவது பாடசாலை சுண்டுக்குளியில் 1842 இல் திறந்து வைக்கப்பட்டது. அவர்கள் தமது தாபித நாளை 1868 இல் கொண்டாடிய சமயம், அவர்கள் 397 மாணவிகளைக் கொண்ட ஏழு பாடசாலைகளை நிறுவியிருந்தனர்.[132] பத்து வருடங்களின் பின்னர், 1878 இல், அவர்களது நிலையங்களில் பதினான்கு மகளிர் பாடசாலைகளும், அவற்றில் 420 மாணவிகளும் இருந்தனர்.[133] ஏனைய மிஷன்களைப் போன்றே திருச்சபை மிஷனரிச் சங்கமும் தனது கல்வி, மத நடவடிக்கைகளை இரட்டிப்பாக்கியிருந்தது. அத்துடன், பத்தொன்பதாம் நூற்றாண்டின் பிற்பகுதியிலிருந்து தீவின் தலைசிறந்த கல்வி நிறுவனங்களுள் ஒன்றாக அபிவிருத்தி அடைந்ததுடன், இடைநிலைப் பாடசாலை மாணவிகளுக்கு ஆங்கில மொழி மூலம் கல்வியை வழங்கியது. திருச்சபை மிஷனரி சங்கத்தின் கல்வி நடவடிக்கைகள் சம்பந்தமான புள்ளிவிபரங்கள், பத்தொன்பதாம் நூற்றாண்டின் அரையிறுதிப் பகுதியில் வெஸ்லியன் மிஷனுடைய போக்கு எப்படி இருந்ததோ, அதேபோன்று இருந்தமையைக் காட்டுகின்றன. 1868 இல், திருச்சபை மிஷனரி சங்கம் 961 பாடசாலைகளைக் கொண்ட பத்தொன்பது ஆண்கள் பாடசாலைகளையும், 397 மாணவிகளைக் கொண்ட ஏழு மகளிர் பாடசாலைகளையும் தமது பொறுப்பில் வைத்திருந்தது.[134] 1878 இல், முப்பத்தியெட்டு ஆண்கள் பாடசாலைகளும், பதினான்கு மகளிர் பாடசாலைகளும், முறையே 2,152 ஆண் பிள்ளைகளையும், 420 மாணவிகளையும்[135] கொண்டிருந்ததுடன், 1897 இல்,

பாடசாலைகளின் மொத்தத் தொகை அறுபத்தியேழாகவும், மொத்த மாணவர் தொகை 3,324 ஆகவும் இருந்தது.[136]

ஆரம்பத்தில் அமெரிக்க சிலோன் மிஷன் மொத்தம் 633 மாணவரைக் கொண்ட பதினைந்து பாடசாலைகளை நிறுவியிருந்தது.[137] இந்த மிஷனால் நடத்தப்பட்ட ஆரம்பப் பாடசாலைகள் 1821 இல், இருபத்திநான்காக இருந்து, 1851 அளவில் எழுபத்தியேழாகவும், மாணவர்களின் மொத்தத் தொகை 3,548 ஆகவும் இருந்தன.[138] வெஸ்லியன் மிஷனையும், திருச்சபை மிஷனரிச் சங்கத்தையும் விட, யாழ்ப்பாணத் தீபகற்பத்தின் ஆரம்பப் பாடசாலைகளை நிறுவியதைப் பொறுத்தவரை இவர்கள் முன்னணியில் இருந்தனர். அத்துடன் அமெரிக்க சிலோன் மிஷன் இலவசக் கல்வியையும் அறிமுகப்படுத்தியது. எவ்விதக் கட்டணமும் அறிவிடப்படாமலே அவர்களுடைய பாடசாலைகளில் கற்பித்தல் நிகழ்ந்தது.[139] நாம் ஏற்கெனவே பார்த்தது போன்று, மக்கள் மத்தியில் ஆங்கிலக் கல்விக்கான பொதுவானதும், அதிகரித்ததுமான தேவை காணப்பட்டதும், மிஷன்களின் சுயதேவையும், இடை நிலை, உயர்நிலை கல்வித்துறைகளில் விரிவாக்கம் செய்வதற்கு அவர்களுக்குப் பிரதான உந்து சக்தியாக இருந்தன. ஆரம்பப் பாடசாலைகள் எழுத்தறிவு விகிதத்தை அதிகரித்தபோதும், மதமாற்றத்திற்காகப் பெரிதும் இயங்கவில்லை. ஒரு குறுகிய காலத்தினுள் இந்த உண்மையை அமெரிக்கன் சிலோன் மிஷன் தெளிவாக அறிந்து கொண்டது. எனவேதான் இது ஆரம்பத்தில் தெல்லிப்பளையிலும், வட்டுக் கோட்டையிலும் பின்னர் தமது ஏனைய நிலையங்களிலும் இருபாலாருக்கும் விடுதிப் பாடசாலைகளை நிறுவியது. கிறிஸ்தவச் சூழலில், மிஷனரிமாரின் தொடர்ச்சியான நேரடிக் கவனத்திலும், வழிநடத்தலிலும் பிள்ளைகளை வைத்திருந்து கல்வி புகட்டுவதே இந்தப் பாடசாலைகளை அவர்கள் நிறுவியதன் நோக்கமாக இருந்தது.[140] பிள்ளைகள் தமது பாரம்பரியச் சூழலில் இருந்தும், தமது பெற்றோரின் செல்வாக்கிலிருந்தும் விடுபட்டு கிறிஸ்தவப் போதனைக்குச் சாதகமாக இயங்கி, கிறிஸ்தவமே வெளிப்படுத்தலை அருளக்கூடிய ஒரேயொரு உண்மையான சமயம் என்ற முடிவுக்கு வந்து, அதை ஏற்றுக்கொள்வர் என நம்பப்பட்டது. இந்த எதிர்பார்ப்புக்கள் மூலம் சில மாற்றங்கள் நிகழவே செய்தன. இந்த விடுதிப் பாடசாலையின் மாணவர்கள் ஆங்கிலம், தமிழ் ஆகிய இரு மொழிகளிலுமே கற்பிக்கப்பட்டதுடன், அவர்களது கற்கை நெறிகள் வேதப்பாடம், கணிதம், இலக்கணம், புவியியல் ஆகிய பாடங்களையும் உள்ளடக்கின. இவற்றிற் சிறந்து விளங்கியவர்கள் உயர்கல்வியை மேலே தொடர அனுமதிக்கப்பட்டனர். சமஸ்கிருதம், ஐரோப்பிய இலக்கியம் அல்லது விஞ்ஞானம் என்ற இத் துறைகளில் இவர்கள் பெறக்கூடிய தராதரங்கள் அவர்களுக்கு அரசாங்கத்தில் ஆசிரியர்களாக, மொழி விளக்கமளிப்பவராக, மொழி பெயர்ப்பாளராக அல்லது சுதேசமொழிப் பிரசங்கிகளாக வேலை செய்யத் தகுதியை அளித்தன.[141]

அமெரிக்க சிலோன் மிஷனும் ஆங்கிலத்தில் இடைநிலைக் கல்வியை அளிப்பதில் முன்னின்றது. 1830 இல், முதலில் வருடாந்தம் கட்டணம் செலுத்தும் முறையிலமைந்த தனிக் கவனிப்புடனான கல்வி வசதியை அளித்தது. இப் பாடசாலை கடுமையான ஒழுங்கு விதிகளையும், கிறிஸ்தவ மயப்படுத்துவதில் அதிக ஆர்வமும் கொண்டிருந்தபோதும், இவர்கள் செய்த கல்விப் பங்களிப்பை

மக்கள் அதிகமாகப் பாராட்டியதனாலும், ஆங்கிலக் கல்வியில் அதிக மதிப்பு வைத்திருந்ததனாலும் அவர்கள் பொருளாதார ரீதியிலும், மதரீதியிலுங்கூட அதற்கான பங்களிப்பைச் செலுத்த ஆயத்தமாயிருந்தனர்.[142] அமெரிக்க சிலோன் மிஷனின் பிரதான நிலையங்கள் யாவற்றிலும் இலவச மகளிர் விடுதிப் பாட சாலைகள் நிறுவப்பட்டு, பின்னர் இவை, அவற்றின் வகையில் ஆசியாவில் முதன் முதலில் ஆரம்பிக்கப்பட்ட, மகளிர் கல்வி நிலையங்களாக உயர்ச்சி பெற்றன. பெண்கள் கல்விக்கு எதிராக நிலவிய உள்ளூர் மனப்பாங்குகளைக் களைவதில் இவை முக்கியமாயின. நாம் ஏற்கெனவே குறிப்பிட்டதுபோன்று, இவற்றால் எழுந்த தேவையை எல்லா மிஷன்களுமே பூர்த்தி செய்தன.

கோல்புறூக் ஆணைக்குழுவில் திட்டமிடப்பட்ட சீர்திருத்தங்களில் கல்வியே அச்சாணியாக இருந்தது. கல்வியின் மூலம் சமுதாயம் மாற்றம் அடைவதும், நவீனமயமாக்கப்படுவதும் எதிர்பார்க்கப்பட்டது. பிற்காலத்தில் பொதுவான வேலை களில் பொறுப்புள்ள பதவிகளில் மக்கள் அமர்வதற்கும், அவர்களுடைய தனித்துவமான உள்ளூர் அறிவும், புதிதாகக் கிடைத்த பொது அறிவும் சிறப்பாக இணைந்து தொழிற்படுவதற்கு இக் கல்விமுறை வழிவகுத்தது.

உடுவில் மகளிர் பாடசாலையும், வட்டுக்கோட்டை செமினரியும் முன் குறிப்பிட்டது போன்று, அமெரிக்க மிஷனரிமாரின் மதமாற்றத்துக்கு முக்கிய தளங்களாக விளங்கின. பத்தொன்பதாவது நூற்றாண்டின் நடுப்பகுதியில், உடுவில் பாடசாலையில் பயின்ற பெண்களில் பாதிப்பங்கினர் கிறிஸ்தவத்தைத் தழுவிக் கொண்டனர். இங்கு கற்றவர்களில் அரைப்பங்குக்கு மேலான தொகையினர் கிறிஸ்தவரையே மணந்து, தமது பிள்ளைகளைக் கிறிஸ்தவக் கொள்கைகளுக்கு இணங்க வளர்த்தனர்.[143] இலங்கையின் தமிழ் மக்கள் மத்தியில் கிறிஸ்தவக் கொள்கைகளை நிலைநாட்டுவதற்கு இப் பாடசாலை மிகவும் சக்தி வாய்ந்த சாதனமாகவிருந்தது. 1850 அளவில், வட்டுக்கோட்டை செமினரியில் அதன் ஆரம்பத்திலிருந்து 600 மாணவர்கள் கல்வி கற்றிருந்தனர். இவர்களில் 400 க்கும் அதிகமானோர் செமினரியில் தமது கல்வியைப் பூரணமாக முடித்திருந்தனர். மாணவர்களில் பாதிக்கு மேலானவர்கள் கிறிஸ்தவத்தைத் தழுவியவர்களாகவும், அவர்கள் யாவரும் கிறிஸ்தவக் கோட்பாடுகளில் பரிச்சயம் உடையவர்களாகவும் இருந்தனர்.[144] 1856 இல், செமினரி பட்டதாரிகளாக இருந்த 454 பேர்களில் 175 பேர்கள் அமெரிக்க சிலோன் மிஷனின் ஆலயங்களில் பணிபுரிந்ததுடன், அவர்களில் அரைப்பங்குக்குக் குறைந்த தொகையினர் மிஷன்களில் வேலை செய்தனர்.[145] ஆயினும், இப் பட்டதாரிகளின் கிறிஸ்தவ அர்ப்பணிப்பு பற்றி மிஷன்கள் சந்தேகம் கொண்டிருந்தன. பெருந்தொகையினர் (92) வெளியேற்றப்பட்டதுடன், பல பட்டதாரிகள் சைவப் பெண்களை மணந்து கொண்டனர். 1856 ல் கல்வி பயின்ற தொண்ணூற்றாறு மாணவர்களில் பதினொருவர் மட்டுமே திருச்சபை அங்கத் தவர்களாக இருந்தனர். வயது முதிர்ந்த மாணவர்கள் தயக்கமின்றிக் கிறிஸ்தவத்தைத் தழுவுவதிலும் பார்க்க, அரசாங்கத்தில் வேலை பெறுவதிலேயே அதிக ஆர்வம் காட்டியதைக் குறித்து விசனம் ஏற்பட்டது.[146] கனிஷ்ட மாணவர்கள் இயல்பாகவே, மூத்த மாணவர்களின் இந்த மனப்பாங்கினால் பாதிக்கப்பட்டனர். இதனால் கவலைக் குரிய நிலை ஏற்பட்டு, 1856 ல் வட்டுக்கோட்டை செமினரி மூடப்பட்டது.[147] சேர்ச்

மிஷனரிச் சொசைற்றியினால் முதலில் நல்லூரில் தாபிக்கப்பட்டுப் பின்னர் சுண்டிக்குளிக்கு இடமாற்றம் செய்யப்பட்ட செமினரிக்கும் 1851 ல் இதே நிலை ஏற்பட்டது.

பல்வேறு மிஷன் நிலையங்களில் கொண்டுவரப்பட்ட மதமாற்றங்கள் ஒருபோதுமே மிஷன்களுக்கு முழுமையான திருப்தியை அளிக்கவில்லை. இருபத்திநான்கு வருடங்கள் அமெரிக்க சிலோன் மிஷன் திடமாக உழைத்துங்கூட (1816-1839) திருச்சபை அங்கத்தினர் தொகை வெறும் 492 ஆகவே இருந்தது. இவர்களில் 127 பேர் முதல் பன்னிரண்டு வருடங்களில் மதமாற்றம் செய்யப் பட்டவர்களாகவும், எஞ்சிய 365 பேரும் இறுதிப் பன்னிரண்டு வருடங்களில் இணைந்தவராகவும் இருந்தனர்.[148] 1845 இல், புரட்டஸ்தாந்து மிஷன்கள் யாவற்றினதும் திருச்சபை அங்கத்தவர் தொகை 630 ஆகவிருந்தது. 1849 அளவில், இத்தொகை 357 ஆகக் குறைந்து, 1869 இல் ஓரளவு நிலையான தொகையான 498 ஐக் கொண்டிருந்தது. 1879 இல், இத்தொகை கிட்டத்தட்ட இரட்டித்து 891 ஐ எட்டியது.[149] கிறிஸ்தவ மதமாற்றத்தின் இந்த அதிகரிப்பு, தமிழர் அரசாங்க, தனியார் துறைகளில் வேலை பெறுவதில் மேலும் அதிக ஆர்வம் கொண்டிருந்ததாலேயன்றி, கிறிஸ்தவத்தைத் தழுவும் விருப்பினால் நிகழ்ந்ததல்ல. வெஸ்லியன் மிஷனையிட்டு முன்னர் கூறியதுபோன்று, மனப்பூர்வமான முயற்சிகள் மேற்கொள்ளப்பட்டபோதும், மத மாற்றங்கள் குறைந்த அளவிலேயே நிகழ்ந்தன. கிறிஸ்தவத்தைத் தழுவ வேண்டும் என்ற தேவையினால் மக்கள் பெரும்பாலும் ஆட்கொள்ளப்படவில்லை என்பதைப் புள்ளிவிபரங்கள் காட்டுகின்றன. பாடசாலைகளில் அனுமதிக்கப்பட்டோர் விபரம், மிஷனரிமாரின் அறிக்கைகள் என்பன மிஷன்களுடைய செயற்பாடுகள் எவ்வளவுக்குத் தமிழர்கள் மத்தியில் வரவேற்கப்பட்டன என்பதற்குப் போதிய ஆதாரங்களாக உள்ளன. அரசாங்கத்திலும், வர்த்தக தாபனங்களிலும் வேலையைப் பெற்றுக்கொள்ளும் தமிழரின் வேட்கையே, அவர்கள் மிஷனரிக் கல்வியைப் பெறவதற்கு காரணியாய் இருந்தது எனக் கருதமுடிகிறது.

தமிழரின் நலன்களுக்கு மேலும் பங்களிக்கும் வகையில் அமெரிக்கன் சிலோன் மிஷன் மானிப்பாயில் ஒரு மருந்துக் கிளையையும், வைத்தியசாலையையும் நிறுவிய துடன், சுதேசிகளுக்கு மருத்துவக் கல்வியையும் வழங்கியது. யாழ்ப் பாணத்தில் மாத்திரமன்று, இலங்கை முழுவதற்குமே இந்த மிஷன் இவ் விஷயத்தில் முன்னோடியாக இருந்தது. பின்வரும் அத்தியாயங்களில் இந்த முக்கிய உண்மை விரிவாக ஆராயப்படும். வட்டுக்கோட்டை செமினரியை அமெரிக்கன் சிலோன் மிஷன் உருவாக்கியபோது தமிழ் இலக்கியத்தை வளர்த்தல், திடமான ஆங்கில அறிவைக் கற்பித்தல் என்பன அதன் இரு பிரதான நோக்கங்களாக இருந்தன. நவீன அறிவை, குறிப்பாக விஞ்ஞான அறிவைப் பெறுவதற்கு ஆங்கில மொழியைப் புரிந்துகொள்வது அத்தியாவசியம் என்பதை மிஷனரிமார் திடமாக நம்பினர். எனவே, ஆங்கிலமே கல்வி நிறுவனங்களிற் குறிப்பாக உயர்கல்வி நிறுவனங்களில் கற்பிக்கப்பட்ட பாடங்களுள் அதி முக்கியமானதாக இருந்தது. வட்டுக்கோட்டை செமினரி, அதன் மேற்கத்திய பாணிக் கற்பித்தலினாலும், உயர்கல்விக்கு முக்கியத்துவம் வழங்கியதாலும் ஆங்கில மொழியில் வகுப்புக்களை நடாத்தியது. பத்தொன்பதாவது நூற்றாண்டின் நடுப்பகுதியில் நாடு முழுவதிலும் இது ஒன்றே இவ்வகையான கல்வி

நிறுவனமாக இருந்தது. அந்தக் காலகட்டத்தில் இந்த மிஷனரிமாரால் வழங்கப்பட்ட கல்வி யாழ்ப்பாணத் தமிழரை, நாட்டில் அதிகம் கற்றவர்களாகவும், மிகுந்த திறன் பெற்றவர்களாகவுமாக்கி, புலமைசார்ந்த தொழில்களிலும், ஏனைய தொழில்களிலும் பிரவேசிப்பதற்கு வாய்ப்புக்களை ஏற்படுத்தி நாட்டிலே மற்றெவரையும்விட முன்னணியில் இருக்கும் நிலைமையை வழங்கியது. அரசாங்கத்தின் எல்லா மட்டங்களிலுமுள்ள அதிகாரிகள் செமினரிப் பட்டதாரிகளின் தகமை, திறன் என்பனவற்றில் பெருமதிப்பு வைத்திருந்தார்கள். குடியேற்றச் செயலாளரும், லெப்டினன் ஆள்பதியுமாகிய சேர் ஜேம்ஸ் எமசன் ரெனன்ற் (Lieutenant James Emerson Tennent) பின்வருமாறு தன் அவதானிப்பைத் தெரிவிக்கின்றார்.

> "கற்கை நெறியானது பூரணமான ஒன்றாக இருந்ததனால் அது எட்டு ஆண்டுகள் நீடிக்கும் கல்வியாக இருந்தது. பிராமணிய முறையுடன் முரண்படும் அதன் மாணவரின் பயனையிட்டு விசேடமாகக் குறிப்பிடு வதுடன், பாடவிதானமானது, வரலாற்று சிறப்புக் கல்விகளின் எல்லாக் கிளைகளுடனும், கணிதம், பௌதீகம், விஞ்ஞானம் என்பவற்றின் அதியுயர்ந்த கிளைகளுடனும், கிறிஸ்தவ மார்க்கத்தின் உயர்ந்த கொள்கைகள், சான்றுகள் என்பனவற்றுடனான மிக அந்நியோன்னியமான புரிதலையும் கொண்டதாகவிருந்தது. மாணவர் வெளிப்படுத்திய அறிவு பிரமிப்பை ஏற்படுத்தியதுடன், கற்கைநெறி, தொடர்பு முறையின் வெற்றி என்பவற்றைப் பொறுத்தவரையில் இக் கல்லூரி நிறுவனம் பல ஐரோப்பியப் பல்கலைக் கழகங்களின் தரத்துக்குச் சமமானது என்று சொல்வது எவ்வகையிலும் மிகையான கூற்றல்ல."[150]

தமிழ் மொழி, தமிழ் இலக்கியம் என்பவற்றுக்கு முக்கியத்துவம் அளிக்கப்பட்டு அவற்றின் கற்றல் நவீனமயமாக்கப்பட்டதே செமினரிக் கல்வியின் குறிப்பிடத்தக்க அம்சமாகும். செமினரியை நிறுவியவர்களின் கூற்றுக்கு இணங்க,

> "தமிழ் மொழியானது சமஸ்கிருதம், ஹீப்றூ, கிரேக்கம் போன்ற மொழிகளை ஒத்தது என்பதுடன், அது சுயமூலம் கொண்டதும், நிறைவு பெற்றதுமான மொழியாக இருப்பதுடன், அதை அதற்காகவே விருத்தி செய்வது ஏற்புடையதாகும். ஆனால், இப்போது அனேகமாகக் கவனிப் பாரற்றுக் காணப்படும் தமிழ் கட்டுரையாக்கத்தைப் பொறுத்தவரையில், இவர்கள் தமது சொந்த மொழியான தமிழில் விவேகமாகவும், வலுவுடனும் எழுதவேண்டிய அவசியத்தின் மீது இவர்களது கவனம் செலுத்தப்படல் வேண்டும். அசல் சுதேச தமிழாக்கம், அதனுடைய அதியுயர்ந்த சாதுரிய நடை, மொழிமரபு என்பனவற்றுக்காக வாசிக்கப்படுகையில், ஒரு அன்னியரின் ஆக்கமோ, மொழிபெயர்ப்போ அதற்கு ஈடாகாது என்பதனால் அவை புறந்தள்ளப்படும். சுதேச எழுத்தாளர்களின் தரத்தை உயர்த்த வேண்டும். விஞ்ஞான அறிவின் வளத்தைப் பெற்றுள்ள அவர்களுடைய மனங்கள், ஐரோப்பிய கருத்தியல்களுக்கு உருவம் கொடுப்பது

மாத்திரமன்றி, அந்த வடிவங்களுக்கு அழகான சுதேச வடிவம் அமைக்கும் திறமையையும் இவர்கள் பெறவுங்கூடும் என்பது பிரதானப்படுத்தப்படல் வேண்டும் என்பதுடன், அவ்வாறு செய்வது கற்றலுக்கும், கிறிஸ்தவத்துக்கும் நலன் தருவதாகும்."[151]

பல்வகையான எழுத்தாக்கங்கள், இலக்கணம், ஒழுக்கவிதிச் சிறுநூல்கள் என்பன ஆங்கிலத்திலிருந்து தமிழுக்கும், தமிழிலிருந்து ஆங்கிலத்துக்கும் மொழிபெயர்க்கப்பட்டன. முதற் சில வருடங்களிற் தமிழ்க்கல்வி மொழிபெயர்ப்புப் பயிற்சிகளை மட்டுமே கொண்டிருந்தது. ஆயினும் பின்னர் தமிழ் ஆக்கங்களை ஆராய்வதற்கு வசதியளிக்கப்பட்டது. தமிழ்மொழியின் பேச்சு, இலக்கியம் என்பவற்றில் சிறந்த அறிவைப் பெற்றிருந்த சில மிஷனரிமார், தமிழ் இலக்கியப் பாரம்பரியத்தை மேலும் இரசிப்பவர்களாகி, தமிழ் எழுத்தாக்கங்களுள் முக்கியமானவை சிலவற்றைப் பாடவிதானத்திற் சேர்த்துக் கொள்ளவும் தீர்க்கமான நடவடிக்கைகளை மேற்கொண்டனர். 1830 அளவில், பாடவிதானத்தின் தமிழ்ப் பாடங்களில் உரைநடையிலான நன்னூற் சுருக்கம் (செய்யுள் மொழிக்கான இலக்கண நியமம்), ஔவையார் மூதுரை, திருக்குறள் எனும் பாரம்பரிய தமிழ் நூல்களுடன், கந்தபுராணம், தத்துவக் கட்டளை என்பவற்றின் சில பகுதிகளும் சேர்க்கப்பட்டன.[152] எல்லா செமினரி மாணவர்களும் தமிழ் மொழியையும் அதன் பாரம்பரிய இலக்கியச் செல்வங்களையும் கற்றனர் என்பது குறிப்பிடத்தக்கதாகும். ஏனெனில், முதற் தடவையாக, தமிழ் நூல்கள் மேற்கத்திய சமகாலக் கண்ணோட்டத்தில் ஆராயப்பட்டதுடன், மேற்கத்திய நியமத்துக்கு இணங்க அவற்றின் மதிப்பீடும், நூல் விமர்சனமும் செய்யப்பட்டன. அதாவது, முறையான கிறிஸ்தவ அடிப்படையில் ஆராயப்பட்டன. இது எதிர்பாராத விளைவுகளை ஏற்படுத்தியதொரு பரிசோதனையாகும். யாழ்ப்பாணத்தின் உயர்கல்வித்துறை மட்டத்தினர் தமது மக்கள் மத்தியில் மேற்கத்திய கருத்தியல்களையும், கருத்தாக்கங்களையும் பரப்பலாயினர். அவர்கள் ஆங்கில, தமிழ்த் துறைகளில் பத்திரிகைத் துறையை அபிவிருத்தி செய்து அதன்வழி, தமிழ் ஆய்வுகளினதும், தமிழ் மொழியின் நவீனமயப்படுதலினதும் மறுமலர்ச்சியை ஆரம்பித்து வைத்தனர். செமினரி மாணவர்கள் இக் கடும் முயற்சியின் முன்னோடிகளாவர். சி. வை. தாமோதரம்பிள்ளை, கரோல் விஸ்வநாதபிள்ளை, வைமன் கதிரவேற்பிள்ளை, ஆனல்ட் சதாசிவம்பிள்ளை, நெவின்ஸ் சிதம்பரப்பிள்ளை ஆகியோர் இவர்களிற் குறிப்பிடக் கூடியவர்கள். வட்டுக்கோட்டை செமினரி அதன் முப்பத்துமூன்று வருட காலத்தில் (1823-1855), வெஸ்லியன் மிஷன், திருச்சபை மிஷனரி சங்கம், கத்தோலிக்க மிஷன்கள் என்பவற்றுடன் இணைந்து ஒரு புதிய சந்ததியினராகிய கல்விபெற்ற இளைஞர்களை உருவாக்கியது. இச் சந்ததியினரே ஒரு புதிய உயர்மட்டமாக உருவாகியவர்கள். மேற்குலக விழுமியங்களால் உந்தப்பெற்ற இந்தக் குழுவினரே, நவீனமயப்படுத்தல், சமூகமாற்றம் என்பவற்றில் மிக முனைப்புடன் ஈடுபட்டவர்களாவர். இவற்றால் ஏற்பட்ட விளைவுகள் இலங்கை முழுவதும் உணரப்பட்டது. நாட்டை மத்திய காலத்திலிருந்து நவீன காலத்துக்குக் கொண்டுவர உதவியவர்கள் இவர்களேயாவர். நாட்டின் வடக்கு, கிழக்குப்

பிரதேசங்களிலுள்ள பதவிகளில் இவர்களே இயல்பாக மேலாதிக்கம் பெற்று, தீவு முழுவதற்குமான சிவில், இராணுவ, நீதி, வர்த்தக அமைப்புக்களில் அங்கம் வகித்தனர். யாழ்ப்பாணத் தீபகற்பம் அப்போது புவியியல், சமூக, கலாசார ரீதியில் பின்தங்கிய ஓர் இடமாக இருக்கவில்லை. இங்கு வாழ்ந்த உயர்மட்டக் கல்விமான்களின் பங்களிப்பின் பெறுபேறாக, யாழ்ப்பாணத் தீபகற்பம் பத்தொன் பதாவது நூற்றாண்டின் அரையிறுதியிலான பிரித்தானிய ஆட்சிக் காலத்தில் நிகழ்ந்த, நாட்டினது மத, சமூக, அரசியல், பொருளாதார அபிவிருத்திகளின் பிரதான நீரோட்டத்தினுள் உள்வாங்கப்பட்டிருந்தது.

கல்வி, மதமாற்றம் என்பன மட்டுமே அமெரிக்கன் மிஷனரிமார் இலங்கைத் தமிழருக்கு ஆற்றிய பங்களிப்பு ஆகா. 1834 இல், அவர்கள் மானிப்பாயில் ஒரு அச்சுக்கூடத்தையும் நிறுவி, அதனால் தமிழ் இலக்கியத்தை மேம்படுத்தினர். இந்த அச்சுக்கூடம் மூலமாக தமிழ்ப் பிரதேசம் ஒன்றிலே பத்திரிகைப் பாரம்பரியத்தை ஆரம்பித்த முதலாவது புரட்டஸ்தாந்து மிஷனாக அமெரிக்கன் சிலோன் மிஷன் மிளிர்ந்தது. இது இயங்கத் தொடங்கிய முதலிரண்டு வருடங்களில் இந்த ஒற்றை அச்சுக்கூடம், 230,310 பிரதிகளை, ஏறத்தாழ 3,284,400 பக்கங்களுடன் அச்சிட்டது.[153] 1850 வரையில் ஆங்கிலத்திலும், தமிழிலும் 130 மில்லியன் எண்ணிக்கைக்குக் குறையாத பக்கங்கள் வெளியிடப்பட்டன என்பதை வேறு புள்ளிவிபரங்கள் தெரிவிக்கின்றன. அமெரிக்கன் சிலோன் மிஷன் அறிக்கைகளில், எல்லா அச்சு வேலைகளுடன் புத்தகம் கட்டுதல், சஞ்சிகைகள் வெளியீடு என்பன சம்பந்தமான முழு விபரங்களும் காணப்படுகின்றன. அமெரிக்கன் சிலோன் மிஷனின் பாரிய, பெறுமதிவாய்ந்த பங்களிப்பினை வெளிக்காட்டுகின்றன. இந்தப் பங்களிப்பையும், அது எவ்வகையில் தமிழரின் சமூக, சமய, கலாசார, அரசியல் வாழ்வில் ஒரு பெரும் பங்கை வகித்தது என்பதையும் பின்வரும் அத்தியாயத்தில் ஆராய்வோம்.

கத்தோலிக்க மிஷன்கள் தமிழரின் கல்விக்குப் பங்காற்றியபோதும், அவர்கள் அதனை மட்டுப்படுத்தப்பட்ட வளங்களுடன், அரசாங்கத்திடமிருந்து எவ்வித நிதியுதவியும் இல்லாமலே செய்தனர். தமிழரின் கல்வியில் அவர்கள் அர்ப்பணிப்புடன் ஈடுபட்டபோதும், பிரித்தானிய ஆரம்ப ஆட்சிக்காலத்தில், கத்தோலிக்கத்தை மீண்டும் நிறுவுவதிற்றான் கத்தோலிக்க மிஷன்கள் அதிக ஆர்வங்காட்டின. பத்தொன்பதாவது நூற்றாண்டின் அரையிறுதிவரை, அவர்கள் கல்வி முயற்சிகளில் முனைப்புடன் ஈடுபடவில்லை. ஆயினும், புரட்டஸ்தாந்து மிஷனரிமாரின் ஆரம்பக் கல்வி முயற்சிகளை இவர்கள் பின்பற்றினர். இவ்வகையில், வண. பெற்றாசினி (Rev. Bettacchini) வட இலங்கையில் கல்வியை மேம்படுத்துவதற்காக யாழ்ப்பாணக் கத்தோலிக்க பாடசாலைகள் சங்கத்தை 1847 இல் நிறுவினார். இவருடைய உத்வேகம், யாழ்ப்பாணக் கத்தோலிக்க மக்களின் ஒத்துழைப்பின் ஆர்வத்துடன் 1850 இல், யாழ்ப்பாணக் கத்தோலிக்க ஆண்கள் பாடசாலையையும், யாழ்ப்பாணக் கத்தோலிக்கப் பெண்கள் பாடசாலையையும் நிறுவக் காரணமாயிற்று.[154] கத்தோலிக்க மிஷன்களின் அறிக்கைகளின்படி, இப் பாடசாலைகள் கத்தோலிக்கக் கோட்பாடுகளிலேயே பிரதான கவனம் செலுத்தியதால், மாணவருக்கு அளிக்கப்பட்ட கற்பித்தல் யாவும் கத்தோலிக்கக் கொள்கைகளைப் பற்றியதாக மட்டுமே இருந்தன. ஏனைய பாடங்களின் நவீன

அல்லது விஞ்ஞானக் கோட்பாடுகள் எவற்றிலும் எதுவகைக் கவனமும் செலுத்தப்படவில்லை. எனவே, இவர்களது பணியைவிட புரட்டஸ்தாந்து மிஷனரிமாரின் பணி அதி முக்கியத்துவத்தைப் பெறுகின்றது.

புரட்டஸ்தாந்து மிஷனரிமாரின் கல்வித் துறையிலான உதாரணத்தை விரைவில் சைவர்களும் பின்பற்றலாயினர். மிஷனரிமாரின் முயற்சிகளால் கவரப்பட்ட இவர்கள், ஆரம்பக் கல்வியை அளிப்பதற்கான மிஷனரிமாரின் முயற்சிகளுக்கு, குறிப்பாக யாழ்ப்பாணப் பிரதேசத்திற் சாதகமான வகையிற் செயற்பட்டனர். மிஷனரிமாரின் ஒழுங்குமுறையில் அமைந்த வழிகளைப் பின்பற்றித் தமிழ்ப் பிரதேசம் முழுவதுதிலும் ஆரம்பப் பாடசாலைகளை நிறுவினர். 1828 இல், 2,430 மாணவர்களை மொத்தத் தொகையாகக் கொண்ட 106 பாடசாலைகள் இருந்தன. ஆயினும், அரசாங்கத்தின் நிதியுதவி, தார்மீக ஆதரவு என்பன இல்லாமையாலும், ஆசிரியர் பற்றாக்குறையினாலும், இவர்களால் இடைநிலைப் பாடசாலைகளை உருவாக்க இயலவில்லை. ஆயினும், சைவ மறுமலர்ச்சியுடன், பத்தொன்பதாவது நூற்றாண்டின் நடுப்பகுதியில், இடைநிலைப் பாடசாலைகள் யாழ்ப்பாணத்தில் நிறுவப்பட்டன. இருப்பினும் இவை மிஷனரிப் பாடசாலைகளின் தரத்துக்குச் சமமானதாக இருக்கவில்லை. 1850 களிலான தமிழரின் கல்வி வளர்ச்சிக்குப் பெரும்பாலும் காரணமாக இருந்தது, ஆறுமுக நாவலரினதும், அவரைப் பின்பற்றியவர்களின் முயற்சிகளுமாகும். தமது மத, கலாசார விழுமியங்களைப் பேணிப் பாதுகாக்கவும், இந்துத் தமிழர் மத்தியில் கிறிஸ்தவம் பெருமளவில் விஸ்தரிக்கப்பட்டு, மேற்குலக விழுமியங்கள் பரப்பப்படுவதையும் தடுப்பதற்காகவுமான முயற்சியில், இக் காலகட்டத்தில் தமிழ்க் கல்வி சம்பந்தமான முனைப்பு மேலோங்கியது. கிறிஸ்தவ மிஷனரிமார் எவ்வாறு தமது மதத்தைப் பரப்புவதற்குக் கல்வியைப் பயன்படுத்தினரோ, அதே வகையில் சுதேச தமிழ் மறுமலர்ச்சியாளரும் செய்தனர். எனவே, தமது மதம், கலாசாரம் என்பவற்றை வளர்த்துப் பேணுவதற்கான இவர்களுடைய திட்டங்களும், இலக்குகளும், பத்தொன்பதாவது நூற்றாண்டின் நடுப்பகுதியில் கிறிஸ்தவ மிஷனரிமார் மேற்கொண்ட வழிமுறைகள் போன்றே இருந்தன. கிறிஸ்தவ மிஷனரிமாருக்கும், அவர்களுடைய மதமாற்ற முயற்சிகளுக்கும் எதிரான, பாரம்பரிய சைவ உயர்மட்டத்தினரின் போராட்டம், தமிழர் தம்மை ஒரு சமூகமாக உறுதியுடன் எண்ணுவதற்கு இட்டுச் சென்று, மொத்தத்தில் தமிழர் என்ற சுயவுணர்வை அதிகரிப்பதற்கு வழிவகுத்தது. கலாசார, மத, பொருளாதார பிரச்சனைகளுடன், அரசியற் பிரச்சனைகூட 1850 களில் மேலும் தீவிரமடைந்து, அவை பின்னர் நிகழவிருந்த முரண்பாடுகளையும், கொந்தளிப்புக்களையும் உணர்த்தும் சமிக்ஞைகளையும் காட்டின. விசேடமாகக் கிறிஸ்தவ மிஷனரிமார் சம்பந்தமாக மட்டுமல்லாது, பொதுவாக, மேற்கத்திய கலாசார செயற்பாடுகள் சம்பந்தமாகவும், அரசாங்கம், அதன் சட்ட முறைமை, பிரித்தானிய குடியேற்ற நிர்வாகம் என்பன சம்பந்தமாகவும் எழுந்த முரண்பாடுகளும், கருத்து வேறுபாடுகளுமே பின் நிகழவிருந்த சம்பவங்களாகும். இந்த முரண் பாடுகளே, பத்தொன்பதாம் நூற்றாண்டின் நடுப்பகுதியில் எழுச்சிபெற்ற உணர்ச்சி மேலிட்ட தமிழ்க் கலாசார விழிப்புணர்வுக்கு வித்திட்டன.

குறிப்புகள்

1. A.J. Wilson, The Break-up of Sri Lanka: The Sinhalese Tamil Conflict, C.Hurst & Co., London, 1988, p. 2.
2. C. Charles, Public Administration in Ceylon, London, Royal Institute of International Affairs, p. 101.
3. A. Selladurai, History of Adankappatu(Vanni), part III, Native Chiefdom AD 175–1895, Clombo, 2005, p. 26
4. A.J. Wilson, op. cit., p. 2.
5. A.J. Wilson, op. cit., p. 3.
6. *PAC,* op. cit., p. 58.
7. Ibid., p. 58.
8. *PAC,* op. cit., p. 58.
9. Ibid., p. 61.
10. Ibid., p. 61.
11. *PAC,* op. cit., p. 61.
12. Ibid., p.61.
13. *PAC,* op. cit., p.62.
14. S. Ararsaratnam. 'Sri Lankan Tamils Under Colonial Rule', in Sri Lankan Tamils: Ethnicity and Idenity, ed. By C. Manogarar & B. Pfaffenberger, Westview Press, Colorado, 1994, p. 45.
15. Reprint of the Forest Administration of Ceylon, Part 1, *Sessional Papers,* 1882, p. 1.
16. *PAC,* op. cit., p. 26.
17. Ibid., p. 26.
18. *PAC,* op. cit., p. 26.
19. Ibid., p. 26.
20. Ibid., p. 40.
21. K.M. de Silva, The Legislative Council in the 19 Century, in UCHU, 1981, p. 235.
22. Reprint of the Forest Administration of Ceylon, Part 1, *Sessional Papers,* 1882, p. 1.
23. *PAC,* p. 65.
24. Ibid., p. 65.
25. Ibid., p. 65.
26. S. Arasaratnam, 1994, op. cit., p. 46.
27. Ibid., p. 70.
28. *MS,* 27 Feb. 1831.
29. *MS,* 14 Oct. 1852.
30. Reprint of the Forest Administration of Ceylon, Part 1, *Sessional Papers,* 1882, p. 25
31. Ibid., p. 20.
32. *MS,* 27 Feb. 1851.
33. Reprint of the Forest Administration of Ceylon, op. cit., p. 25.
34. Ibid., p. 30.
35. Ibid., p. 30.
36. S. Arasaratnam, 1994, op. cit., pp. 46-47.
37. *MS,* 16 Nov. 1851.
38. *MS,* 16 Nov. 1851.
39. *MS,* 26 Nov. 1848.
40. *PAC,* op. cit., p.53.
41. *MS,* 28 June, 1848.
42. *MS,* 13 June, 1850.

43. *MS,* 2 Jan. 1847.
44. *MS,* 25 June, 1846.
45. *MS,* 10 June, 1847.
46. *MS,* 10 June, 1847.
47. MS. 16 Aug. 1854.
48. *PAC,* op. cit., p. 3.
49. *MS,* 24 July, 1845.
50. *ACM, 'ACM Report'.* in papers of the American Board of Commissioners for Foreign Missions: *Ceylon Mission,* Vol.3, 1836-1844, Woodbridge Research Publication Inc., 1842 (Complete collection of ACM report for Ceylon, since 1816 till 1921 collected from American Board of Commissioners for Foreign Missions, Produced by Woodbridge Research Publication, Inc., Boston on Microfilm, heavily used in this study).
51. B.K. Panditaratna & S. Selvanayagam, 'The Demography of Ceylon – An Introductory Survey' in UCHC, pp. 284-295.
52. Ibid., p. 285.
53. Ibid., p. 285.
54. Ibid., p. 286.
55. Ibid., p. 286.
56. *ACM Report,* Vol.3, sect., 446, 1863-1844.
57. *MS,* 17 Apr. 1845.
58. *Church Missionary Society Report*, 5 Sept. 1845 (The complete Church Missionary Society Report collected from the Archives of University of Birmingham and heavily used in this research).
59. *ACM Report,* Vol. 2, 1824-1835.
60. *ACM Report,* Vol. 5, Sect. 448, 1845-1854.
61. T.J. Emerson, Christianity in Ceylon, John Murray, London, 1950, p. 82, (This title will be used as CC as an abbreviation throughout the research).
62. Ibid., p. 82.
63. Ibid., p. 83.
64. Ibid., p. 83.
65. Ibid., p. 84.
66. Ibid., p. 84.
67. *PAC,* p. 42.
68. A. Mathias, The Catholic Church in Jaffna: 1875-1925, 1992, p. 21.
69. Ibid., p. 25.
70. Ibid., p. 24.
71. Ibid., p. 27.
72. Ibid., p. 25.
73. K.M. de Silva, 'The Government and Religion: Problems and Policies c. 1832-1920' in UCHC, pp. 194-5.
74. A. Mathias, CC, op. cit., p. 109.
75. Ibid., p. 112.
76. Jaffna Central College 1834-1934, Centennial Memorial ed., Ceylon Examiner Press, Colombo, 1936, p. 7.
77. Ibid., p. 7.
78. Ibid., p. 8.
79. Ibid., p. 8.
80. Ibid., p. 10.

81. Ibid., pp. 10-11.
82. Ibid., p. 11.
83. *MS,* 25 July, 1850.
84. Ibid.,
85. Ibid.,
86. K.M. de Silva in UCHU, op. cit., p. 188.
87. *MS,* 26 Oct. 1848.
88. Ibid.,
89. Ibid.,
90. *CMS Report,* Archives of the University of Birmingham, CCE/M8, 1844, p.304.
91. *CMS Report,* Archives of the University of Birmingham, CCE/M9, 1845, p.563.
92. *CMS Report,* op. cit., 1847, p. 383.
93. Ibid.,
94. 'Brief Sketch of the American Ceylon Mission', *ACM Report,* Vol. 5, 1845-1854, A.M. Press, Jaffna, 1849, p. 30.
95. Ibid., p. 3.
96. Ibid., p. 3.
97. Ibid., p. 3.
98. Ibid., p. 3.
99. Ibid., pp. 18-19.
100. *MS,* 27 June, 1850.
101. *MS,* 11 Mar. 1847.
102. Ibid.,
103. *MS,* 9 Aug. 1849.
104. *MS,* 11 Mar. 1847.
105. Ibid.,
106. *MS,* 28 Feb. 1850.
107. Ibid.,
108. 'Brief Sketch of the American Ceylon Mission' in *ACM Report,* Vol. 5, 1845-1854, 1849, pp. 9-10.
109. S. Arasaratnam, Christianity Traditional Cultures and Nationalism: the South Asian Experience, Bunker Memeorial Lectures Jaffna College, Bastion Press, Jaffna, 1978, p. 21.
110. H.A.I. Goonetileke, Images of Sri Lanka through American Eyes, US Information Service, 1976, p. 410.
111. S. Pathmanathan, 'Religion and Social Change in Northern Sri Lanka; 1796-1875: Protestant Missionary Activity and Hindu Responses', *The Journal of Modern Sri Lankan Studies,* Vol. 1, No.1, 1986, p. 18.
112. W.J.T. Small, A History of the Methodist Church in Ceylon, 1814-1964, Wesley Press, Colombo, 1964, p. 38.
113. J.V. Chelliah, A Century of English Education, The Story of the Batticotta Seminary and Jaffna College, The ACM Press, Tellipalai, 1922, p. 1.
114. P. Bandeaus, A True and Exact description of the Great Island of Ceylon, ed. By S.D. Saparamadu, transl. by P. Brohier, *The Historical Journal, Royal Asiatic Society* (Ceylon Branch), Colombo, Vol. 8, 1959, pp. 318-344.
115. *MS,* 25 July, 1850.
116. W.J.T. Small, op. cit., p.88.
117. *ACM Report,* Vol.6, 1864, 1851, p. 197.
118. W.J.T. Small, op. cit., p.110.
119. L.A. Wickramaratne, 'Education and Social Change, 1832-1900' in UCHC, Vol.III, p. 175.
120. W.J.T. Small, op. cit., p. 110.

121. Ibid., p. 215.
122. Ibid., p. 110.
123. Ibid., p. 110.
124. Ibid., p. 110.
125. Ibid., p. 110.
126. *MS,* 26 Dce 1850
127. W.J.T.Small, op. cit., pp.196-202
128. *MS,* 27 Jan. 1848
129. Jaffna Central College 1834-1934, Centenary Memorial ed., Ceylon Examiner Press, Colombo, 1936, p. 19.
130. Ibid.,
131. Ibid., p. 22.
132. The Centenary Volume of the Church Missionary Society in Ceylon, 1992, p. 91.
133. Ibid., p. 92.
134. W.J.T. Small, op. cit., p. 319.
135. *CVCMS,* p. 92.
136. Ibid., p. 95.
137. Ibid., p. 110.
138. *ACM Report,* Vol. 6, 1845-1854 Mar. 1851.
139. J.V. Chelliah, op. cit., p.3.
140. Ibid., p. 3.
141. Ibid., p. 6.
142. J.E. Tennent, Christianity in Ceylon, John Murray, London, 1850, p. 45.
143. Wesleyan Missionary Correspondence, Jaffna, 22 Apr. 1874 (The Wesleyan Methodist Missionary Society Archives Materials-Correspondence: North Ceylon, LH. 27-15/1, Collected from School of Oriental and African Studies, University of London).
144. S.Arasaratnam, Christianity, op. cit., p. 161.
145. Ibid., p. 154.
146. R. Anderson, Report of the Deputation to the India Missions Made to the American Board of Commissioners at a Special Meeting Held in Albany, New York, 1856, p. 17.
147. J.V. Chelliah, op. cit., p. 42.
148. *CVCMS,* op. cit., p. 103.
149. Ibid., p. 106.
150. Ibid., p. 42.
151. J.V. Chelliah, op. cit., 8-9.
152. Ibid., p. 22.
153. *ACM Report,* Jaffna, Vol. 2, 465, 1830-1836.
154. A. Mathias, op. cit., p. 71.

அத்தியாயம் எட்டு

தமிழரின் விழிப்புணர்வும், எழுச்சியும்: சமயம், பண்பாடு, மொழி, சமூகம், பொருளாதாரம் (கி.பி.1850 – கி.பி.1900)

கிறிஸ்தவ மிஷனரிமாரின் மதமாற்று முயற்சிகளினாலும், தம் மக்களிடையேயான மேற்கத்திய கலாச்சார ஊடுருவலினாலும், தமது மதநம்பிக்கையும், பாரம்பரிய கலாசார விழுமியங்களும் அழிக்கப்படுமென, இந்து-சைவத் தமிழ் அறிஞர் அஞ்சினர். இதன் விளைவாக, பதினாறாம் நூற்றாண்டிலிருந்து ஆரம்பித்த மேற்கத்திய ஆட்சிக் கால வரலாற்றில் முதற் தடவையாக இலங்கைத் தமிழர் தமது சொந்த சமய, பண்பாடு, மொழி ஆகியவற்றின் அடையாளத்தின் முக்கியத்துவத்தை உணர்ந்தவர்களாய், பொதுவாக, கிறிஸ்தவ மிஷனரிச் செயற் பாடுகளுக்கும், மேற்கத்திய கலாசார செல்வாக்குக்கும் மாறாகத் தமது எதிர்ப்பை வெளிக்காட்ட ஆரம்பித்தனர். இதே சமயத்தில் கிறிஸ்தவ மிஷனரிமார் சைவசமயத்தையும், அது உள்ளூர் மக்களால் கடைப்பிடிக்கப்பட்ட முறையையும் கண்டனம் செய்தனர். கிறிஸ்தவ மிஷனரிமாருக் கும் இந்து சைவ உயர்மட்டத் தினருக்கும் இடையில் ஒரு கசப்பான பகை வளரலாயிற்று. மக்களைத் தம்மோடு இணைத்துக்கொள்ளும் முயற்சியில் இருபகுதியினருமே, தத்தம் சமயத்தைப் போதிப்பதற்குப் பொதுமேடைகளைப் பயன்படுத்தினர். அத்துடன் இவர்கள், தமது மதங்களை வளர்ப்பதற்காகவும், எதிராளியின் மதத்தைப் பலவீனப்படுத்துவதற் காகவும், அச்சிடப்பட்ட சிறுபிரசுரங்கள், பத்திரிகைகள், புத்தகங்கள் என்பனவற்றை

வினியோகித்தனர். இரண்டு மதங்களுமே தத்தம் பிரச்சார நடவடிக்கைகளை அதிகரித்தன. மேலும் அதிகமான இந்து-சைவக் கோவில்கள் தோன்றியதுடன், சடங்குகள், விழாக்களின் எண்ணிக்கைகள் அதிகரித்தன. கிறிஸ்த வர்களும் தமது திருச்சபைச் செயற்பாடுகளை அதிகரித்தனர். இரு மதங்களுமே கல்வித் துறையில் பெரும் முதலீடுகளைச் செய்து பாடசாலைகளை நிறுவினர்.

இந்து-சைவத் தமிழர் மத்தியில் ஏற்பட்ட சமூகமாற்றத்திற்கு, புரட்டஸ்தாந்து மதம் ஆற்றிய பங்கு மிகவும் முக்கியமானது. இவர்களுடைய முயற்சிகளே இந்து சமயத்திற்குப் புத்துயிர் ஊட்டி, அதன்வழி மொழி, இலக்கிய, கலாசார மறுமலர்ச்சி ஏற்படத் தூண்டிய காரணிகளாகும். அத்துடன், இலங்கையில் வடக்கு, கிழக்கு, எங்கணும் பரவி வாழ்ந்த தமிழ்ச் சமூகம் இந்த மொழி, சமய, கலாசார, இலக்கியச் செயற்பாடுகளினால் முதன்முதலாக, ஒன்றுபட்டது என்று கூறுவதிற் தவறில்லை.

வரலாற்று ரீதியில் இலங்கையிற் பிரித்தானியர் ஆட்சிக் காலத்தில் நிகழ்ந்த மிஷனரிமாரின் மதப்பிரச்சாரத்துக்கு முன்பதாகவே தமிழ் சைவ மறுமலர்ச்சி ஏற்பட்டிருந்தது. போத்துக்கேயரின் அடக்குமுறை ஆட்சியின் வீழ்ச்சியைத் தொடர்ந்து, முதலில் ஒல்லாந்தினரினதும் பின்னர் பிரித்தானியரினதும் ஓரளவு தளர்வான கொள்கைகளின் காரணமாகத் தமிழ்ப் பிரதேசங்கள் எங்கும் பிரமிக்கத்தக்க வகையில் சைவக்கோவில்கள் புனருத்தாரணம் செய்யப்பட்டதுடன் புதிய கோவில்களை அமைக்கும் பணிகளும் அதிகரித்தன. கோவிற் திருவிழாக்களும், பண்டிகைகளும் மறுபடியும் கொண்டாடப்பட்டன. பத்தொன்பதாவது நூற்றாண்டின் ஆரம்பத்தில், பிரித்தானியர் ஆட்சியைக் கைப்பற்றிய சில தசாப்தங்களின் பின்னர், கிறிஸ்தவ மிஷனரிமார் தங்களது பிரசன்னத்தை மக்கள் உணரச் செய்தபோது, அவர்கள் மக்களின் இதயங்களில் பிடித்திருந்த இடத்தை மீட்பதற்காகவும், மக்களின் மனங்களைக் கிறிஸ்தவத்திலிருந்தும் விடுவிப்பதற்காகவும், சைவசமய மறுமலர்ச்சியாளர் பொங்கி எழுந்தனர். இவ்விரு மதங்களின் நோக்கங்களும் ஒன்றுக்கொன்று முரண்பட்டவையாக இருந்துங்கூட, இவர்களின் முயற்சிகளின் விளைவான கூட்டுப்பயன், சமூகமாற்றம் நிகழ உதவியது. இந்த மதப் போட்டிகளின் மத்தியில், உண்மையிலேயே சைவம் மீளவும் உயிர்த்தது. இவற்றினால் அதிகரித்த சைவசமயத்தின் சமய பண்பாட்டுப் பலம் இலங்கையின் வடக்கு, கிழக்கில் சிதறிக் கிடந்த தமிழரை ஒன்றிணைக்கும் சக்தியாக இருந்தது. இவ்வகையான சமய, பண்பாட்டு, மொழிரீதியான சுயவுணர்வு என்பனவே, பின்னர் விருத்தியடைந்து, இருபதாம் நூற்றாண்டின் ஆரம்பத்தில், தமிழ்த்தேசியவாத உணர்வு உருவாவதற்கு வழிகோலக் காரணமாகவிருந்தன.

இந்த, சுயஅடையாளம் அல்லது சுயவுணர்வின் உருவாக்கத்துக்கு முக்கிய காரணிகளாக இருந்த பல்வேறு சமய, பண்பாட்டு அம்சங்களை ஆராய்வதற்குப் பின்வரும் பிரதான விஷயங்கள் முக்கியமானவையாகும். கிறிஸ்தவ மிஷனரிமாரின் செயற்பாடுகள், அவற்றிற்கெதிரான சைவசமய மறுமலர்ச்சியாளரின் முயற்சிகள் சைவத்தின் பல்வேறு பண்பாட்டுச் செயற்பாடுகளில் வெளிப்பட்டமை, கோவில்களும், சைவப் பாடசாலைகளும் அமைக்கப்பட்டமை, சைவ-தமிழ் இலக்கிய மறுமலர்ச்சி ஏற்பட்டமை என்பனவற்றுடன் இறுதியாக, சமயம், பண்பாடு, மொழி அடிப்படையிலான அமைப்புக்கள் தோன்றியமை, இக் காலகட்டத்தில் தமிழ்ச் சுயவுணர்வு அதிகரிப்பதற்கு ஆற்றிய பங்குபற்றித் தெளிவுபடுத்தப்படுவது அவசியமாகும்.

பத்தொன்பதாம் நூற்றாண்டின் நடுப்பகுதியிலிருந்து, பெரும்பாலும் சைவ உயர் மட்டத்தினரின் மத, மொழி, பண்பாட்டு விழிப்புணர்வுக்குப் பதிற்செயலாக புரட்டஸ் தாந்து மிஷனரிமாரின் செயற்பாடுகளும் அதிகரித்தன. மொழி, சமய, பண்பாட்டுச் செயற்பாடுகளை விருத்திசெய்யச் சைவ-தமிழ்ப் பாடசாலைகள் உருவாக ஆரம்பித்த துடன், உள்ளூர் மக்களை மதம்மாற்றும் முயற்சிகளை முளையிலேயே கிள்ளவும், அவற்றுக்கு எதிராகப் போராடவும் கிறிஸ்தவ எதிர்ப்பு உணர்வுகள் எழுந்தன. ஆயினும், இந்த நடவடிக்கைகள் கிறிஸ்தவ மிஷனரிமாரை மேலும் முனைப்பாக இயங்குவதற்குத் தூண்டவே, யாழ்ப்பாணத் தீபகற்பத்திலும், வன்னிப் பெருநிலத் திலும், கிழக்கு மாகாணத்திலும் மேலும் கிறிஸ்தவ நிலையங்கள் அமைக்கப்பட்டன. சைவ மக்களைக் கிறிஸ்தவத்துக்கு மாற்றப் பிரச்சாரங்கள் நடத்தப்பட்டதுடன், மிஷனரிமார் சைவசமயத்தையும், அதன் அனுட்டானத்தையும் வெளிப்படையாகக் கண்டனஞ்செய்து, குற்றங்காணவும் செய்தனர். வன்னிப் பெருநிலத்திலும், கிழக்கு மாகாணத்திலும் மேற்கொள்ளப்பட்ட கிறிஸ்தவச் செயற்பாடுகள் இவ்வாறு கூறப்படு வதற்கு ஆதாரமாயுள்ளன. பத்தொன்பதாவது நூற்றாண்டின் ஆரம்பத்திலிருந்து நடுப் பகுதி வரையிலுமான கிறிஸ்தவ மிஷனரிமாரின் முயற்சிகள் யாழ்ப்பாணத் தீபகற் பத்திலேயே மேற்கொள்ளப்பட்டிருந்தன. எதிர்ப்பு அதிகரித்தபோது அவர்கள் தமது மத, கல்விச் செயற்பாடுகளை வன்னியிலும், கிழக்கு மாகாணத்திலும் மேலும் விரிவாக்கம் செய்தனர். அவர்கள் ஏற்கெனவே யாழ்ப்பாணத் தீபகற்பத்தில் நன்றாக நிலைகொண்டிருந்ததனால் இவ்வாறு செய்திருக்கக்கூடும். அதேசமயம் இச் செயல், சைவ மறுமலர்ச்சியாளர்களினதும், கிறிஸ்தவ எதிர்ப்பினதும் போராட்டங்கள் காரண மாகவும் மேற்கொள்ளப்பட்டிருக்கலாம். வீதிகள், போக்குவரத்து என்பவை திருத்த மடைந்தமையாலும், முன்னரைவிட இப்போது கிறிஸ்தவர்கள் இந்த இடங்களுக்குச் செல்லக்கூடியதாகவும் இருந்தது.

பொருளாதார வளர்ச்சி, கட்டுப்பாடற்ற சந்தை முறைமையின் விருத்தி, விவ சாயச் செயற்பாடுகள் என்பவற்றுடன் ஆசிரியர்கள், இலிகிதர்கள், சிவில் அதிகாரிகள் போன்ற பதவிகளுக்கான அரசாங்க வேலைவாய்ப்புக்கள், யாழ்ப்பாணத் தீபகற்பத் தில் குறைந்த அளவிற் காணப்பட்ட நிலம் காரணமாக தீபகற்பத்து மக்களை நிலமும், நீர்வளமும் அதிகமாகவும், மக்கள் தொகை குறைவாகவும் இருந்த இந்தப் பிரதேசங்களுக்குக் குடிபெயரச் செய்திருந்தன. தமிழர், முஸ்லீம்கள், இந்திய வியா பாரிகள் ஆகியோரின் வருகையினால் இப் பிரதேசங்களின் மக்கள் தொகை மேலும் அதிகரித்தது. இதனால் இதுவரையில் கவனிக்கப்படாததும், அதிக விருத்தி அடை யாமலும் இருந்த இந்த மாவட்டங்களில், கிறிஸ்தவ மிஷனரிமார் தமது செயற்பாடு களை முன்னெடுக்க முனைந்தனர். இந்தத் தொலைதூர இடங்களில் சைவ மறு மலர்ச்சியின் தாக்கம் இருக்காதெனவும், யாழ்ப்பாணத் தீபகற்பத்தில் தாங்கள் முகங்கொடுக்க வேண்டியிருந்த தடைகளின்றி இங்கு உள்;ர்வாசிகள் மத்தியில் தமது பணியைச் செய்யலாம் என்றும் கிறிஸ்தவர்கள் எண்ணியிருக்கலாம். எனவே, பத்தொன்பதாவது நூற்றாண்டின் அரையிறுதிப் பகுதியில் வன்னியிலும், கிழக்கு மாகாணத்திலும், கிறிஸ்தவ மதமும், கல்வியும் செல்வாக்குப் பெற்றன.

தமது மதச் செயற்பாடுகளை மேம்படுத்துவதற்கான இந்த மிஷனரிமாரின் முயற்சியை இங்கு சித்தரிப்பது பொருத்தமாகும். ஏனெனில் இவர்களது இந்த

முயற்சியே, இவர்கள் இந்தப் பிரதேசங்களில் மேற்கொண்ட மதப்பரப்பலுக்கு எதிராக சைவ மறுமலர்ச்சியாளர்களைத் தூண்டியது. தமது மக்கள் மதம் மாற்றப்படுவதைத் தடுப்பதற்கும், தமது சமயம், பண்பாடு என்பவற்றை மேலும் பாதுகாக்கவும், வடக்கு, கிழக்கு மாகாணத் தமிழர் எவ்வாறு கிறிஸ்தவ மிஷனரிமாரின் செயற்பாடுகளுக்கு எதிராக ஒன்றிணைந்தனர் என்பதையும் விளங்கிக்கொள்ள முடியும். அத்துடன், ஒரு பொதுநலனைப் பாதுகாக்கும் முயற்சியின் பயனாக எவ்வாறு தமிழர் ஓர் ஒன்றிணைந்த சமூகமாகினர் என்பதையும் இது காட்டும்.

வன்னியிலும், கிழக்கு மாகாணத்திலும் கிறிஸ்தவ மிஷனரிமாரும் தமிழரும்

வன்னி மாவட்டத்து மக்களை கிறிஸ்தவ மதத்துக்கு மாற்றுவதை, திருச்சபை மிஷனரிச் சங்கம் (Church Missionary Society - CMS), ஒரு விசேட திட்டமாக்கியது. யாழ்ப்பாணத் தீபகற்பத்தில், குறிப்பாக நல்லூர், சுண்டிக்குளி, கோப்பாய், கொக்குவில், பளை (முன்னைய அத்தியாயத்தில் விளக்கப்பட்டது போன்று) ஆகிய இடங்களில் தமது செயற்பாடுகளை நிலைப்படுத்திக் கொண்ட திருச்சபை மிஷனரிச் சங்கம், வன்னிப் பிரதேசத்தில் தமது நடவடிக்கைகளை விரிவுபடுத்தியது. இங்குள்ள மக்களின் நிலை பரிதாபத்திற்குரியது என்றும், அந் நிலையைத் தமக்குச் சாதகமாகப் பயன் படுத்தமுடியும் என்றும் மிஷனரிமார் எண்ணினர். மிஷனைச் சேர்ந்த திரு. ஜியோ டானியேல் (Geo Daniel) பின்வருமாறு அறிவித்தார்.

> "வன்னி மக்களை மதம் மாற்றுவதற்காகத் தான் கடவுளிடம் பிரார்த்திக்க வேண்டியவனாக இருந்தும், அவ்வாறு தானே அதைச் செய்யவில்லை என அறிக்கையிட்டு, அங்கு பிரசன்னமாய் இருந்தவர்களிடம், சபையின் ஊழியர் கள் சிறந்த பலாபலன்களால் ஆசீர்வதிக்கப்பட்டு, தமது பணியில் கடவுளின் வல்லமையையும், பிரசன்னத்தையும் உணரக்கூடியதாய் இருக்க வேண்டு மெனப் பிரார்த்திக்கும்படி கேட்டார்."[1]

பிரார்த்தனைக்கான இந்த அழைப்பு, வன்னித் தமிழர் மத்தியில் கிறிஸ்தவ விசுவாசத்தைப் பரப்புவதன்மூலம், அவர்களைக் கிறிஸ்தவத்துக்கு மாற்றுவதில் மிஷனரிமார் எவ்வளவு ஆர்வமாய் இருந்தனர் என்பதை மிகத் தெளிவாகத் தெரிவிக் கின்றது. ஊழியர், உள்ளூர் மக்களின் உதவியுடன் வன்னி மாவட்டத்தின் ஒவ்வொரு கிராமத்துக்கும், வீட்டுக்கும் சென்றனர் என்பதை மிஷனரியின் திட்ட அறிக்கை தெரிவிக்கின்றது. இந்தப் பிரதேசங்களில் பயணம் செய்வது அவர்களுக்கு மிகவும் சிரமமாகவிருந்தது. இப்பகுதிகளில் உள்ள சீரற்ற வீதிகள், அவற்றின் இருமருங்கும் உள்ள காடுகள் என்பனவற்றினால் இன்றுங்கூட அங்கு சில சமயங்களில் பயணம் செய்யமுடியாத நிலையுள்ளது. ஆபத்தான காட்டு விலங்குகளும், மலேரியா நோயின் அச்சுறுத்தலும் முன்னேற்றத்திற்குத் தடையாக இருந்தன. இப் பிரதேசத்து மக்கள் பெரும்பாலும் மதம்பற்றிய உணர்வு இல்லாமல் இருந்தது இவர்களுடைய சிரமங் களை மேலும் அதிகரித்தது. வன்னி மாவட்டத்தில் அதி தொலைவிலுள்ள கிராமங் களுக்கு, வண. பாட்லெற் (Rev. Bartlett)றுடன் சென்ற தேவசகாயம் என்னும் வவுனியா (விளாங்குளம்) மிஷன் உதவியாளர் இவ்வாறு சொன்னார்:

> "சுவிசேஷகாரருக்கு இந்த இடங்களில் இருந்த பெரும் சிரமம், மக்களினது பெரும் அறியாமையாகும். பலரைப் பொறுத்தவரையில் அவர்களுக்கு ஆத்மீக விஷயங்களையிட்டு எதுவுமே தெரியவில்லை. எனவே ஆத்மீக உண்மைகளை அவர்களுக்குப் புரியவைப்பது மிகவும் கடினமாகவுள்ளது."[2]

அடிப்படைத் தேவைகளே பூர்த்திசெய்யப்படாது கவனிப்பாரற்று இருந்த இந்தப் பிரதேசங்களின் மதத் தேவைகள் பூர்த்தி செய்யப்படவில்லை என்பது சொல்ல வேண்டியதில்லை. இக்காலத்தில், இந்தப் பிரதேசங்களில் சைவசமய, கல்விச் செயற்பாடுகள் எதுவுமே பிரவேசித்திருக்கவில்லை. சைவசமய மறுமலர்ச்சியாளரைவிட, கிறிஸ்தவ மிஷன்களும் அவர்களின் கல்வி முயற்சிகளும் இங்குள்ள மக்களுக்கு அறிவூட்டின எனச் சொல்வது நியாயமானதே. சின்னத்தம்பி என்பவர் கிளிநொச்சியில் பெருமளவு பணியை ஆற்றியிருந்தார். மேலும் தேவசகாயம் என்பவர் வவுனியாவில் கவனஞ் செலுத்தியிருந்தார். தனது அறிக்கையில் தேவசகாயம் கூறுவதாவது:

> "மிஷனரிமார் வவுனியா மாவட்டத்தில் (விளாங்குளம்) முப்பது கிராமங்களுக்குச் சென்றனர். அவர்கள் சென்றவிடமெல்லாம் மக்கள் அவர்களைச் சந்தோஷமாக வரவேற்றதுடன், சில பிறமதக் குடும்பங்கள் கிறிஸ்தவ மதத்தைப் பற்ற ஆவலாய் இருந்ததுபோற் தோன்றியது. முல்லைத்தீவு மாவட்டத்திலும் அவர்களுடைய சுவிசேஷச் செயற்பாடுகள் நடந்தன. அவை ஊக்கமளிப்பதாகக் காணப்பட்டன. நெடுங்கேணி, முல்லைத்தீவு மாவட்டங்களில், ஆபத்தானதும், பாதுகாப்பற்றதுமான காடுகளினூடாக அவர்கள் நூறு கிராமங்களுக்குச் சென்றனர். இவற்றில் பெரும்பாலான கிராமங்களில் சுவிசேஷம் முன்னொருபோதும் பிரசங்கிக்கப்பட்டிருக்கவில்லை. இவர்களுடைய செய்தியைச் சிலர் ஆர்வத்துடன் கேட்டனர். சில இடங்களில் எதிர்ப்பு இருக்கவே செய்தது. இந்தத் தூய்மையான மதத்தின்படி நடப்பது அவர்களால் இயலாத ஒன்று எனச் சொல்லப்பட்டது."[3]

பத்தொன்பதாவது நூற்றாண்டின் அரையிறுதிப் பகுதியிற் திருச்சபை மிஷனரிச் சங்கத்தினர் எவ்வாறு வன்னிப் பிரதேசத்தைக் கவனித்துக் கொண்டனரோ, அதே போன்று வெஸ்லியன் மிஷனரிச் சங்கத்தினர் மட்டக்களப்பு மாகாணத்தில் தமது முயற்சிகளை மேற்கொண்டனர். அமெரிக்கன் சிலோன் மிஷன் அறிக்கை இவ்வாறு தெரிவிக்கின்றது:

> "மட்டக்களப்பு நகரில் வெஸ்லியன் மிஷனின் கீழிருந்த புரட்டஸ்தாந்து திருச்சபை நன்னிலையில் இருக்கக் காணப்பட்டதுடன் அனேகமாக, செல்வாக்குடைய எல்லா சுதேசிகளையும், பறங்கியரையும் அங்கத்தவர்களாகக் கொண்டிருந்தது."[4]

முன்னைய அத்தியாயத்தில் குறிப்பிடப்பட்டது போன்று, கிழக்கு மாகாணத்தில் வெஸ்லியன் மிஷன் ஏற்கெனவே நிறுவப்பட்டிருந்தது. 1876 இல் மிஷனுடைய அறிக்கை அவர்களது நிலையைச் சுருக்கமாகத் தெரிவிக்கின்றது:

"இவ்வருடம் மட்டக்களப்பில் நடத்தப்பட்ட மாவட்ட சுதேசிகள் கூட்டத்துக்குச் சென்றுவிட்டு இப்போதுதான் திரும்பினோம். இந்த ஒன்றுகூடல் பயனளிப்பதாய் இருந்தது. அப்பிரதேசங்களின் நிலையங்களைத் தனித்து நோக்கும்போது அதிகம் அங்கு செய்யப்படாதது போல் தோன்றினாலும், ஒட்டுமொத்தமாகப் பார்க்கையில் முன்னேற்றத்தின் அறிகுறிகள் தெளிவாகத் தெரிகின்றன. சுதேச மிஷனரியின் ஏனைய செயற்பாடுகளைப் பொறுத்தவரையில், வருடாவருடம் வளர்ச்சியையும், முன்னேற்றத்தையும் காண்கின்றோம். மேலும் சொல்வதானால் குறிப்பாக இந்த மாவட்டத்தில், எமது பணிக்கு ஆதரவாக இருக்கும் மாவட்டக் கொள்கைகளுக்கும், நடைமுறைக்கும் நாம் நன்றியுடையவர்களாக உணர்கின்றோம்."[5]

இதே அறிக்கையில் மேலும் காணப்படுவதாவது:

"கிட்டத்தட்ட 24,000 மக்கள் உள்ள இத் திருகோணமலை மாவட்டத்தில் நாங்கள்தான் ஒரேயொரு புரட்டஸ்தாந்து மிஷனாக இருக்கின்றோம்...... எமக்கு மேலும் அதிகாரம் தேவை. இல்லையேல் இங்கு ஆற்றப்படும் வேலையின் வெற்றி ஈற்றில் காலவரையின்றிப் பின்தள்ளப்படும்."[6]

வெஸ்லியன் மிஷனுடைய 1876ம் ஆண்டு அறிக்கையில் காணப்படும் மேலிரண்டு பகுதிகளும் கிழக்கு மாகாணத்தில் கிறிஸ்தவ மதப் பரப்புதல், வெஸ்லியன் மிஷனுடைய கைகளிலேயே உறுதியாக இருந்ததென்றும், அங்கு அவர்களின் முன்னேற்றம் குறிப்பிடும்படியாகக் காணப்பட்டதென்றும் எமக்குப் போதுமான சான்றை அளிக்கின்றன. அதே வருடத்தில் வெளியான 'மோணிங் ஸ்ரார்' இதழும் அந்தக் கூற்றுக்களை ஆதாரப்படுத்துகின்றது:

"நீண்டகாலமாக இந்த மாவட்டம் இருளில் மூழ்கியிருந்தது. வெஸ்லியன் மிஷனரிமாரின் ஊக்கமிகு செயல்களினால் ஒளி பிறந்துள்ளது."[7]

1885 செப்டெம்பர் 3ம் திகதி 'மோணிங் ஸ்ராரில்' உள்ள அறிக்கையின்படி முல்லைத்தீவு மாவட்டமும் வெஸ்லியன் மிஷனின் கல்வி, மத முயற்சிகளுக்கு உட்படுத்தப்பட்டது எனத் தெரிகின்றது.[8] இருந்தபோதிலும், கிழக்கு மாகாணத்துடன் ஒப்பிடுகையில் வன்னியில் சுதேசிகள் கிறிஸ்தவ மதத்தைத் தழுவியது மிகக் குறைவாகும். இப் பிரதேசங்களில் கிறிஸ்தவ மிஷனரிச் சங்கம் குறைவான கவனத்தைச் செலுத்தியிருந்தமையும், யாழ்ப்பாணத் தீபகற்பத்தில் தாம் நிலையாக இருந்து அங்கு செய்தது போலன்றி, அமெரிக்கன் சிலோன் மிஷன் வருடம் ஒரு தடவை இந்த மக்களிடம் மதமாற்ற நடவடிக்கைகளுக்காகச் சென்றமையும் இதற்குக் காரணங்களாக இருக்கலாம். உண்மையில், கிழக்கு மாகாணத்தின் அனைத்து சுவிசேஷ வேலைகளும் வெஸ்லியன் மிஷன் பொறுப்பிலேயே விடப்பட்டிருந்தன. ஆயினும் பத்தொன்பதாவது நூற்றாண்டின் முதல் அரைப்பகுதியில், யாழ்ப்பாணத் தீபகற்பத்தில் அமெரிக்கன் சிலோன் மிஷன் ஈட்டிய பெறுபேறுகளைப் போன்று கிழக்கு

மாகாணத்தில் வெஸ்லியன் மிஷன் பெறவில்லை. 1871 இல் திருகோணமலை மாவட்டத்தில் 230 புரட்டஸ்தாந்து கிறிஸ்தவரும், 12668 இந்துக்களும் இருந்ததுடன், மட்டக்களப்பில் 52,097 இந்துக்களும், 480 புரட்டஸ்தாந்து கிறிஸ்தவரும் காணப் பட்டனர்.[9] இத் தொகை சிறியதாகத் தோன்றினாலும், மிஷனரிமாரின் ஆரம்பப் பணிக் காலத் தொகையைவிட பிரமிக்கும் வகையில் அதிகரித்திருந்தன.

பத்தொன்பதாவது நூற்றாண்டின் நடுப்பகுதியில் அமெரிக்கன் சிலோன் மிஷனும் சிறிய அளவில் வன்னியிலும், கிழக்குமாகாணத்திலும் தமது மத, கல்விச் செயற்பாடு களை விரிவாக்கம் செய்திருந்தது. பத்தொன்பதாவது நூற்றாண்டின் அரையிறுதிக் கால ஆரம்பத்தில் இப் பிரதேசங்களில் இவர்கள் மதம் பரப்பும் வேலையில் உற் சாகத்துடன் ஈடுபட்டனர் என்பதற்கு ஆதாரமுண்டு. அமெரிக்கன் சிலோன் மிஷனின் 1863 ஆண்டு, உடுப்பிட்டி-யாழ்ப்பாண அறிக்கையில், அவர்கள் வன்னிப் பிரதேசங் களான கிளிநொச்சி, முல்லைத்தீவு, வவுனியா, மன்னார் ஆகிய இடங்களுக்குச் சென்றனர் என்பது தெளிவாகின்றது. இந்த அறிக்கை பின்வருமாறு குறிப்பிடுகின்றது:

> "ஏப்பிரலில் நான் உங்களுக்கு எழுதிய பின்னர், திரு. சாண்டசும் (Sanders) நானும் இருபத்திமூன்று நாள் பயணமொன்றை வன்னியில் மேற்கொண்டி ருந்தோம். நாம் மே 28 புறப்பட்டு ஜூன் 19 திரும்பினோம். இரு வேதாகம புத்தக விநியோகத்தர்கள், இரண்டு வினாவிடை உபதேசிமார், மட்டக்களப்புப் பயிற்சிப் பாடசாலை இளைஞர் இருவர் ஆகியோர் எம்முடன் இந்த மாட்டு வண்டிப் பயணத்தில் இணைந்திருந்தனர். நாம் 227 மைல்கள் மாட்டுவண் டியிலும், மன்னாரிலிருந்து 70 மைல்கள் படகிலும் பயணித்து, அறுபத் தைந்து கிராமங்களுக்குச் சென்றோம். அங்கு நாம் ஏறத்தாழ 5000 மக்களைக் குழுக்களாகவும், தனித்தனியாகவும் சந்தித்து, அவர்களுக்கு உரையாற்றி யதுடன், பல இடங்களில் நாம் சந்தித்தவர்களுடன் பிரார்த்தித்தோம். 497 புத்தகங்கள் 10.6 ஸ்ரேலிங் பவுண்களுக்கு விற்கப்பட்டன. இவற்றில் 206, சுவிசேஷ நூல்களும் வேதாகமப் பகுதிகளுமாகும். சங்கத்தின் 175 சிறு பிரசுரங்களும், கிட்டத்தட்ட 26,000 பக்கங்களைக் கொண்ட துண்டுப் பிர சுரங்களும் இலவசமாக விநியோகிக்கப்பட்டன. இந்த ஊக்கமிகு முயற்சி கள் பெரும்பாலும் மன்னார், வவுனியா, முல்லைத்தீவுப் பிரதேசங்களில் மேற்கொள்ளப்பட்டன."[10]

அமெரிக்கன் சிலோன் மிஷனின் இன்னுமோர் 1864ம் ஆண்டு அறிக்கை கிழக்கு மாகாணத்திலுள்ள திருகோணமலை, மட்டக்களப்பு மாவட்டங்களில் நிகழ்ந்த செயற் பாடுகள்பற்றி விபரிக்கின்றது:

> "திரு. சாண்டஸ் (Sanders) உடன், சாவகச்சேரியிலிருந்து போதகர் ஹான்ட் (Hand), இரு வினாவிடை உபதேசிமார், ஒரு ஆசிரியர் என நான்கு சுதேசி களும், ஆனி 16 ம் திகதி வல்வெட்டித்துறையிலிருந்து மட்டக்களப்புக்குக் கடல்வழி பயணித்து, எமது மத்திய நிலையமான புளியந்தீவில் தங்கினர். நாம் புளியந்தீவிலும், சுற்றியுள்ள கிராமங்களிலும் பதினொரு நாட்கள் தரித்து,

எமது குறிக்கோள்களைக் கவனித்தோம். மட்டக்களப்பில் பதினொரு நாட்களும், திருகோணமலையில் நான்கு நாட்களும், கல்முனையில் இரண்டு நாட்களும் கழித்தோம். இக் காலத்தில் நாம் மக்களின் வீடுகளுக்குச் சென்று, அவர்களுக்குப் பரிசுத்த வேதாகமத்தை வழங்கி, அவர்கள் இயேசுவை ஏற்று விசுவாசிக்கப் போதித்தோம்."[11]

இந்த அறிக்கையின்படி, இவர்கள் அதிக நாட்கள் மட்டக்களப்பிலும், திருகோண மலையிலும் தங்கி, அங்கு 750 வீடுகள் வரையில் சென்று, பரிசுத்த சுவிசேஷங்களின் இயல்பையும், அவை கோருவதையும் 3265 வளர்ந்தவர்களுக்கு எடுத்துரைத்தனர்:

"416 பாகங்கள், இரு வேதாகமங்கள், ஒன்பது ஏற்பாடுகள் விற்கப்பட்ட துடன், அறுபத்தியெட்டுப் பாகங்கள் மக்களுக்கு இலவசமாக வழங்கப் பட்டன. பழைய ஏற்பாட்டின் தொண்ணூற்றி மூன்று பாகங்களும், மத்தேயு புதிய பதிப்பும், தேவைப்படுபவர்க்கு வழங்கப்படும் வகையில், மிஷனரி மாரின் இருப்பில் விடப்பட்டன. சாராசரியாக ஒவ்வொரு குடும்பம், அல்லது வீடு என்ற ரீதியில் ஒவ்வொரு பாகம் வழங்கப்பட்டு, இவை விநியோகிக்கப் பட்டன. இரு வேதாகமக் கூட்டங்கள் நடந்ததுடன், அங்கு அவர்கள் நற் கருணை ஆராதனையில் மகிழ்வுடன் பங்கேற்கவும், உதவவும் வாய்ப்பு அளிக்கப்பட்டது. இவற்றுடன் வெஸ்லியன் மிஷன் சங்கத்தின் இரு விழாக் கூட்டங்களும் நடாத்தப்பட்டன."[12]

மிஷனரிமார் இந்த ஆராதனைகளை வழங்குவதன் நோக்கத்தையும், அவர்கள் போதித்த மக்கள் இவற்றை எப்படி ஏற்றனர் என்பதனையும் வெளிக்காட்டும் கூற்றுக் கள் இதே அறிக்கையில் உண்டு:

"சில இடங்களில் எமது வருகை, எம்மால் இயன்றவரை நாம் காட்டிய சொல்வன்மை, மெய் ஈடுபாடு யாவுமே அவர்களுடைய கவனத்தைக் கவர்வ தற்கோ, சுவிசேஷத்தை விற்பதற்கோ போதவில்லை. ஆனால் மற்றைய இடங்களில் இதற்கு மாறாக, நாம் ஏராளமாக விற்று, கவனமாகக் கேட்ட திரளான சனங்களுக்குப் போதித்தோம். விசேடமாகக் கல்முனையில் முஸ்லிம்கள் பெருந்தொகையில் வாழ்கின்றனர். பொய்த் தீர்க்தரிசியைப் பின்பற்றும் இவர்கள் பழைய ஏற்பாட்டின் பிரதிகளைப் பெறுவதில் மகிழ்ச்சி அடைந்தனர். ஏறத்தாழ 80,000 பேரைக்கொண்ட மட்டக்களப்பு மக்கள் மத்தியிலுள்ள எல்லா வகுப்பினரிடமும் சென்றபோதும், குறிப்பிட்டுச் சொல் லும் அளவுக்கு நெருங்கக் கூடியவர்களாகவும், அன்புடன் உபசரிப்பவர் களாகவும் இருந்தனர். திருகோணமலை, கொட்டியாரம், தம்பலகாமம் ஆகிய இடங்களில் உள்ளவர்கள் யாழ்ப்பாணத்தில் பிறந்தவர்கள். ஆனால், திரு மணம், வியாபாரம், விவசாயம் என்ற காரணங்களினால் இவர்கள் இருப்பி டத்தை மாற்றிக் கொண்டவர்கள். இங்குள்ள மக்கள் கலப்பானவர்களாக வும், எப்போதும் மாற்றத்தை விரும்புபவர்களாகவும் இருந்தனர். திருகோண

மலையில் வேதாகமத்துக்கான தேவை ஊக்கமளிப்பதாக இருக்கவில்லை. இது குடியேற்ற அரசாங்கத்தின் இராணுவ நிலையமாக இருந்தது."[13]

அமெரிக்கன் சிலோன் மிஷன் வன்னியிலும், கிழக்கு மாகாணத்திற் பட்டிதொட்டி எங்கும் உள்ளூர் மக்கள் மத்தியிலும், எல்லா வகுப்பினரிடையிலும் விடா முயற்சியுடன் சுவிசேஷத்தைப் பரப்பியது என இவ் அறிக்கை மூலம் தெரிகிறது. மக்கள் கிறிஸ்தவத்தில் ஆர்வமில்லாதவர்களாக இருந்தபோதிலும் மிஷனரிமாரை அன்புடன் உபசரித்தனர் என்பது தெளிவாகின்றது. திருகோணமலை மக்கள் குறிப்பாகப் பாராமுகமாக இருந்தனர் என்பது தெரிகின்றது. அவர்கள் சைவ சமயத்தின் பலமான பாரம்பரியத்தைப் பின்பற்றியதுதான் இதற்குக் காரணம். மட்டக்களப்பு மக்கள் பாரம்பரியமாகச் சிவனையும், கிராமத் தெய்வங்களையும் வணங்கினர் என்பதை நாம் முன்பு ஆராய்ந்துள்ளோம். எனவே, ஒட்டுமொத்தமாகப் பார்க்கையில் புரட்டஸ்தாந்து மிஷனரிமார் மிக ஊக்கத்துடன் வேலை செய்தபோதும் அவர்களால் சிறிதளவே மதமாற்றத்தை ஏற்படுத்த முடிந்தது.

வன்னியிலும் கிழக்கு மாகாணத்திலும் குறைந்த அளவே மதமாற்றம் நிகழ்ந்த தற்கு நிச்சயமாக, சைவசமய உயர்மட்டத்தினரின் தூண்டலால் ஏற்பட்ட மறுமலர்ச்சிச் செயற்பாடுகளும், பண்பாட்டு விழிப்புணர்ச்சியுமே காரணமாகும். பத்தொன்பதாவது நூற்றாண்டின் நடுப்பகுதியிலிருந்து யாழ்ப்பாணத் தீபகற்பத்திலும் கிறிஸ்தவ எதிர்ப்புச் செயல்கள், மிஷனரிமாரின் மதம் பரப்பும் முயற்சிகளை முறியடிப்பதற்காகத் தோன்ற ஆரம்பித்திருந்தன. யாழ்ப்பாணத் தீபகற்பத்தில் ஆரம்பிக்கப்பட்ட இந்தச் சைவச் செயற்பாடுகள், பத்தொன்பதாவது நூற்றாண்டின் நடுப்பகுதியிலும் இறுதியிலும் ஏனைய தமிழ்ப் பிரதேசங்களுக்குப் பரவியபோது, அவற்றுக்கு எதிராகச் செயலாற்றும் பொருட்டு கிறிஸ்தவ மிஷனரிமார் வன்னியிலும், கிழக்கு மாகாணத்திலும் கவனஞ் செலுத்த ஆரம்பித்தனர். வன்னியிலும், குறிப்பாகக் கிழக்கு மாகாணத்திலும் கிறிஸ்தவ மிஷனரி முயற்சிகள் சாதகமற்ற விளைவுகைள எற்படுத்தியதற்கு இதுவும் ஒரு காரணமாக இருக்கலாம். இவ் விஷயத்தை நாம் இப்போது விரிவாக ஆராய்வோம்.

யாழ்ப்பாணத் தீபகற்பத்தில், கிறிஸ்தவ மிஷனரிமாரும், தமிழரும்

நாம் ஏற்கெனவே பார்த்தவாறு, பத்தொன்பதாவது நூற்றாண்டின் ஆரம்பத்திலிருந்து, யாழ்ப்பாணத் தீபகற்பம், மிஷனரிமாரின் கல்விச் செயற்பாடுகளினால் பெருமளவு நலன் பெற்றிருந்தது. ஆயினும் கிறிஸ்தவ மதமாற்று முயற்சிகள் வேகம் பெற்றபோது, (இடைநிலைப் பாடசாலைகள், விடுதிப்பாடசாலைகள் என்பவற்றை நிறுவியமை மற்றும் அவர்களது பல்வகைச் செயற்பாடுகள் என்பனவற்றினூடாக) கிறிஸ்தவர்களுக்கும், அவர்களுடைய கிறிஸ்தவ மதத்துக்கும் எதிரான வெளிப்படையான பகைமையும், விரோதமும் வளர்ந்தன. இக்காலகட்டத்தில் யாழ்ப்பாணத் தீபகற்பத்திலுள்ள மக்களை மதம் மாற்றுவதில் மிஷனரிமார் எவ்வளவு தூரம் வெற்றி பெற்றனர் என்பதை இச்சந்தர்ப்பத்தில் ஆராய்வது பயனுள்ளதாகும். இவ் ஆய்வு, சைவ விழிப்புணர்வு இவர்களுடைய முயற்சிக்கு எவ்வகையில் தடையாய் இருந்தது என்பதைக் கணிக்க உதவுவதோடு ஒரு தீர்க்கமான தமிழ் அடையாள உணர்வு தோற்றம் பெற்றதை மேலும் சிறப்பாக விளங்கிக்கொள்ளவும் உதவும்.

நாம் முன்னர் கூறியதுபோன்று, பத்தொன்பதாவது நூற்றாண்டின் ஆரம்பப் பகுதியில், நிதிவசதியும், ஆட்பலமும் இல்லாத காரணத்தினாற் புரட்டஸ்தாந்து மதத்துக்கோ, சைவத்துக்கோ முகங்கொடுத்துச் சமாளிக்க முடியாமையினால், கத்தோலிக்கம் அனேகமாகச் செயலிழந்திருந்தது. ஆயினும், பத்தொன்பதாவது நூற்றாண்டின் அரையிறுதிப் பகுதியிலிருந்து, கத்தோலிக்கத் திருச்சபை தனது பணியை விருத்திசெய்யவும், விரிவாக்கவும் முயன்றது. மதமாற்றங்கள் சிறிய அளவிலேயே மேற்கொள்ளப்பட்டபோதும், இந்துக்களுடன் ஒப்பிடுகையில் கத்தோலிக்கர் மிகச் சிறிய சமூகமாக இருந்தபோதும், யாழ்ப்பாணத் தீபகற்பத்திலும், வன்னி, கிழக்கு மாகாணத்திலுங்கூட, சமுதாயத்தின் தாழ்ந்த மட்டத்திலேயே மதமாற்றங்கள் ஏற்பட்டன என்பதை இங்கு கருத்திற் கொள்ளவேண்டும்.[14]

நல்லூர், சுண்டுக்குளி, கோப்பாய், பளை ஆகிய நிலையங்களுக்குள் மட்டுப்படுத்தப்பட்டிருந்த திருச்சபை மிஷனரிச் சங்கத்தின் முயற்சிகளே, புரட்டஸ்தாந்து மிஷனரிமாரின் மதமாற்று முயற்சிகளில் அதிக வெற்றி அளித்தவையாகும். 1868இல், திருச்சபையைச் சேர்ந்திருந்த பிள்ளைகளின் தொகை 677 ஆகவிருந்தது. 1880 இல் இத்தொகை 770 ஆக உயர்ந்து, 1897 இல் இந்த மிஷனுடன் இணைந்திருந்த உள்ளூர் கிறிஸ்தவ சமூக அங்கத்தினர் தொகை 1423 ஆகக் காணப்பட்டது.[15] 1871 இல், யாழ்ப்பாண மாவட்டத்தின் மக்கள் தொகையான 241,898 இல், புரட்டஸ்தாந்து கிறிஸ்தவரின் எண்ணிக்கை 1491 ஆகவிருந்தது.[16]

பத்தொன்பதாவது நூற்றாண்டின் முதல் அரைப்பகுதியில், வெற்றிகரமான மத மாற்றப் பணிகளில், அமெரிக்கன் சிலோன் மிஷனைவிடப் பின்தங்கியிருந்த வெஸ்லியன் மிஷன், பத்தொன்பதாவது நூற்றாண்டின் அரையிறுதிப் பகுதியிற், குறிப்பிடத்தக்க வெற்றிகளை ஈட்டியிருந்தது. 1838 முதல் 1866 வரையிலான இருபத்தியெட்டு வருடக்காலத்தில், மும்மடங்குக்குச் சற்று அதிகமானவர்கள் திருச்சபை அங்கத்தவராக இருந்தனர். (1865ல் 469 பேர்)[17]. 1887 அளவில், யாழ்ப்பாணத் தீபகற்பத்தினுள், மொத்தமாக 463 அங்கத்தவர்கள் மட்டுமே இருந்தனர்.[18] இவர்கள் கிழக்கு மாகாணத்திலேயே அதிக கவனஞ் செலுத்தியதன் காரணமாக இருந்திருக்கலாம். அங்கு 1871 இல் 457 ஆக இருந்த திருச்சபை அங்கத்தவர் தொகை 1892 இல் 600க்கும் அதிகமாக இருந்தது.[19] 1892ம் ஆண்டு வெஸ்லியன் மிஷன் அறிக்கை, வடக்கு கிழக்கின் மொத்த அங்கத்தவர் தொகை 1070 எனவும், பரீட்சார்த்த அங்கத்தவர் தொகை 537 எனவும் பதிவு செய்துள்ளது.[20]

அமெரிக்கன் சிலோன் மிஷனைப் பொறுத்தவரை, உடுவிலில் இருந்த மகளிர் பாடசாலையும், வட்டுக்கோட்டை செமினரியும், மதமாற்றத்துக்கு முக்கியமான இரு காரணிகளாக இருந்தன. பத்தொன்பதாவது நூற்றாண்டின் நடுப்பகுதி அளவில், உடுவில் பாடசாலையில் கல்விபெற்ற பெண்களில் ஏறத்தாழ அரைவாசிப் பங்கினர் கிறிஸ்தவத்தைத் தழுவிக்கொண்டனர். முன்னைய அத்தியாயத்தில் கூறியதுபோன்று 1847 அளவில், இந் நிலையத்தில் 204 பெண்கள் கல்வி பெற்றிருந்தனர். இதேவேளை, 1850 அளவில், வட்டுக்கோட்டை செமினரியில் கல்விகற்ற 600 மாணவர்களில் அரைப் பங்குக்கும் அதிகமானவர்கள் கிறிஸ்தவத்தை வெளிப்படையாக ஏற்றுத் தம்மைக் கிறிஸ்தவர் எனக் கூறிக்கொண்டனர். இருப்பினும் இதன்பின்னர் மதமாற்று வீதம் மிகவும் வீழ்ச்சியடைந்தது. அமெரிக்கன் மிஷன் திருச்சபையில் மேலும் குறைந்த

தொகையினரே இணைந்திருந்ததுடன், அவ்வாறிருந்தவர்கள் அவர்களால் வேலைக்கு அமர்த்தப்பட்டவர்களாகவோ அல்லது அவர்களிடத்தில் தொழில்வாய்ப்புப் பெறலாம் என்ற அக்கறை கொண்டவர்களாகவோதான் இருந்தனர். இதன் விளைவாக 1856 இல் செமினரி மூடப்பட்டது. சிலோன் மிஷனரிச் சங்கத்தின் சுண்டிக்குளி மிஷனரிக்கும் இதே கதி 1851 இல் ஏற்பட்டிருந்தது.

நாம் முன்னர் கூறியதுபோன்று, 1845 இல் அமெரிக்கன் திருச்சபைகள் அத்தனையிலும் மொத்த அங்கத்தவர் தொகை 630 ஆகவிருந்தது. 1849 இல் இத்தொகை 357 ஆக வீழ்ந்து, 1869ல் 498 ஆகவும், 1879 இல் 891 ஆகவும் அதிகரித்துப் பின்னர் 1886 இல் 376 ஆக திரும்பவும் வீழ்ச்சியடைந்தது.[21]

புரட்டஸ்தாந்து மிஷனரி அமைப்புக்களுக்கு, அவர்களுடைய கணிசமான மத மாற்ற முயற்சிகள் சொற்ப பலனையே அளித்தன என்பதை இந்தப் புள்ளிவிபரங்கள் தெளிவாகப் புலப்படுத்துகின்றன. மிஷனரிமாரினால் அளிக்கப்பட்ட கல்வி வாய்ப்புக்களை இந்துக்கள் வரவேற்று, பயன்படுத்தியபோதிலும், அதேயளவு ஆர்வத்துடன் அவர்கள் கிறிஸ்தவத்தைத் தழுவவில்லை. மாறாக, மிஷனரிப் பாடசாலைகள் அளித்த கல்வியானது அவர்களுக்கு அறிவையூட்டி, மதத்தைப்பற்றி முதன்முதலில் அவர்களை ஆழமாகவும் நியாயபூர்வமாகவும் சிந்திக்க இடமளித்தது. இதுவே அவர்களுக்கு ஈற்றில் தமது சமயம் பண்பாடு, மொழி என்பவை சார்ந்த விழுமியங்கள் போற்றிப் பாதுகாக்கப்பட வேண்டியவை என்ற உணர்வை அளித்தது எனக் கூறமுடியும். இத் தகைய சுய-உணர்வை அடைந்ததன் பயனாகவே சைவத் தமிழர் தமது மதத்தைப் பேணிக் காப்பாற்ற முனைப்புடன் செயற்பட்டு, ஈற்றில் பத்தொன்பதாவது நூற்றாண்டின் மத்திய காலத்தில் நிகழ்ந்த கிறிஸ்தவ மதமாற்று முயற்சிகளுக்குத் தடையாய் இயங்கினர். இதுவே உள்ளூர் மக்களைக் கிறிஸ்தவத்துக்கு மதம் மாற்றுவதில் மிஷனரிமார் வெற்றியடையாமைக்குப் பெரும் காரணமானது எனக் கொள்வதிற் தவறில்லை. தமிழர்களின் இறுக்கமான சாதிய, சீதன முறைமைகளும், இக்காலத்தில் கிறிஸ்தவம் பரவுவதற்குப் பெருந்தடைகளை ஏற்படுத்தின என்பது குறிப்பிடக் கூடியது. வெஸ்லியன் மிஷனைச் சேர்ந்த ஜோன் றோட்ஸின் (John Rhodes) கூற்று வருமாறு:

> "இவ்வளவு துன்பத்துக்குமான பொதுக் காரணங்களுள் இங்கே குறிப்பிடுவதும் ஒன்றாகும். கல்விகற்ற மனிதன் ஒருவன், அவனுடன் எவ்வகையிலும் இணைந்து இயங்கமுடியாத ஒரு மனைவியுடன் வாழநேர்வது மட்டுமல்லாமல், அவனுக்கான சீதனம் கானல் நீரைப்போன்று அவனுக்குக் கிடைக்காமலும் போய்விடுகின்றது. இறைவன் மட்டும் இந்தச் சாபக்கேடான திருமண முறைமையை அழித்தாரேயெனில், கிறிஸ்தவத்தைப் பரப்புவதற்குத் தடையாக நிற்கும் தடைகளில் எல்லாம் மிகப் பெரியதாக உள்ள இத் தடை நீங்கி, எமது ஆண்களின் மனதில் உள்ள அச்சத்துக்கான பிரதான காரணம் நிச்சயமாக மறைந்துவிடும்."[22]

வேறொரு மிஷனரியின் கடிதம், சாதி முறைமை கிறிஸ்தவ மதமாற்றத்துக்குத் தடையாக இருப்பதைப் பிரதானமாகச் சொல்கின்றது:

> "யாழ்ப்பாணச் சமூகத்தில் காணப்படும் ஒருவகை சாதிய முறைமையை, திருச்சபையிலிருந்து முழுமையாக ஒழிப்பது, மேலும் கடினமாக உள்ளது என்பது சந்தேகத்துக்கு இடமில்லாத உண்மையாகும். இது எமது நாட்டின் தீமையான மிதமிஞ்சிய மதுப்பாவனை போன்று உள்ளது. இதைத் தொடர்ந்து கவனித்து, தொடர்ந்து முயற்சி செய்தாலும் இதை ஒழிக்க நீண்டகாலம் செல்லும்..... ஆயினும், சாதியம் வகுத்துள்ள தீர்க்கமான விதிமுறைகள் சமூக வாழ்விலிருந்து அழிக்கப்படும்வரை சுதேச திருச்சபைகள் ஒருபோதுமே, சுய ஆதாரம், திறமை, நம்பகத்தன்மை என்பவற்றை அடையும் தரத்திற்கு உயரமாட்டா என்பதே எமது திடமான எண்ணமாகும்."[23]

யாழ்ப்பாணத் தீபகற்பத்தில், சமுதாயத்தின் உயர் பதவிகளில் இருந்த வேளாளர் மத்தியில் மதமாற்றம் மிக அதிகமாக மேற்கொள்ளப்பட்டது. மேற்படி கூற்றுக்கள் இவ்வகையான மதம் மாறிய கிறிஸ்தவர்களின் நடத்தையைக் குறித்தே பேசுகின்றன. சமுதாயத்தில் சமூக அந்தஸ்தை அடைவதற்கு, கிறிஸ்தவம் ஒரு பாதையாகப் பயன்படுத்தப்பட்டது மிகவும் குறைவு என்றே தோன்றுகின்றது. அவ்வகையில் அது பயன்படுத்தப்பட்டிருப்பின், மேலும் அதிக அளவில் மதமாற்றத்தை ஏற்படுத்துவது கைகூடியிருக்கக்கூடும். மிஷனரி முயற்சிகள் முதன் முதலில் மேற்கொள்ளப்பட்ட யாழ்ப்பாணத் தீபகற்பத்தில், அவை வெற்றியளிக்காது போன நிலையை, கிறிஸ்தவ மதமாற்றத்துக்குப் பெருந்தடையாய் இருந்த சைவ விழிப்புணர்வு மேலும் பாதித்தது. இதன் விளைவாக, கிறிஸ்தவ மிஷனரிமார் தமது செயற்பாடுகளை வன்னிக்கும், கிழக்கு மாகாணத்திற்கும் விஸ்தரித்தனர். ஆனால் யாழ்ப்பாணத் தீபகற்பத்தில் சைவ விழிப்புணர்வு அலைகள் பரவ ஆரம்பித்து, அவை இந்தத் தொலைவிடங்களையும் சென்றடைந்திருந்ததனால், மிஷனரிமாரின் முயற்சிகள் காலந்தாழ்த்திச் செய்யப்பட்டவையாய்ப் போயின. யாழ்ப்பாணத் தீபகற்பத்தின் சைவசமய இயக்கத்தினரும், கிழக்கு மாகாணங்களின் சைவ உயர்மட்டத்தினரும் ஒற்றுமையாகச் செயற்பட்டதனால் இந்த இடங்களிலும் சைவ விழிப்புணர்வு பரவியது. எனினும், கிறிஸ்தவ மதமாற்றம் யாழ்ப்பாணத் தீபகற்பத்தில் எவ்வளவு வெற்றியளித்ததோ அதற்கு மேலாகக் கிழக்கு மாகாணத்தில் நிகழவில்லை என்பது, இவ் அத்தியாயத்தில் முற்பகுதியில் தரப்பட்டுள்ள புள்ளிவிபரங்கள் மூலம் உண்மையெனத் தெரிகின்றது.

மிஷனரிமாரின் வெகுசன மதமாற்றம் பற்றிய நம்பிக்கை தேய்ந்துகொண்டு போகையில், அவர்கள் சைவசமயப் பிரமாணத்தையும், அதன் அனுட்டானத்தையும் மிகவும் தீவிரமாகக் கண்டனஞ் செய்வதில் இறங்கினர். இதே வேளை, சைவமக்களை மதம் மாற்றுவதற்குத் தூண்டும் வழிவகைகளை மிஷனரிமார் கைக்கொண்டபோது அம் முயற்சி, யாழ்ப்பாணத் தீபகற்பத்தின் சைவசமய மறுமலர்ச்சியாளர்களை மட்டுமன்றி, ஏனைய தமிழ்ப் பிரதேசங்களில் உள்ளவர்களையும் மேலும் வெகுளவே செய்தது. நவீன அறிவு, கல்வி என்பவற்றின் பரவல் சைவர்கள் மத்தியில் சுயசிந்தனையை உருவாக்கியதன் காரணமாக அவர்கள் விழிப்புணர்வு அடைந்தார்கள். இந்து நம்பிக்கைகளையும், அதன் நடைமுறைகளையும் மிஷனரிமார் வெளிப்படையாகவே தாக்குவதைக் கண்ட சைவர்கள் கிளர்ந்தெழுந்து சைவசமயத்தை மீளுயிர்ப்பிக்கவும், அதனைப் பாதுகாக்கவும் இயக்கமொன்றை ஆரம்பித்தனர். எந்த மிஷனரி

நிலையங்கள் இவர்களுடைய அறிவுத் திறன்களை ஊக்கி வளர்த்தனவோ, அதே நிறுவனங்களை இவர்கள் இப்போது எதிர்த்தனர்.

இந்தச் சந்தர்ப்பத்தில், சைவ விழிப்புணர்வுக்கு எதிராக எவ்வாறு மிஷனரிமார் இயங்கினர் என்பதையும், இப்படிப்பட்ட சாதகமற்ற சூழலில் தமது சமயத்தை மேம் படுத்துவதற்கு அவர்கள் மக்களை அணுகுவதற்கு என்னென்ன வழிவகைகளைப் பின்பற்றினர் என்பதையும் ஆராய்வது முக்கியமாகும். கிறிஸ்தவ மிஷனரிமாரின் வெறுப்புக்கும், பகைமைக்கும் எதிராகச் சைவ உயர்மட்டத்தினர் எவ்வாறு எதிர்வினை ஆற்றினர் என்பதை அடையாளங்கண்டு கொள்வதன் மூலம் அவர்கள் மேற்கொண்ட எதிர்ப்பு நடவடிக்கைகளை நாம் பின்னர் ஆராயலாம். தமிழ் சுயவுணர்வின் வளர்ச்சி பற்றியும், தமிழ்த் தேசியவாதத்தின் உருவாக்கம் பற்றியும் ஆராய்வதற்கு இந்த நிகழ்வுகளும், சந்தர்ப்பங்களும் முக்கியமானவையாகும்.

யாழ்ப்பாணத் தீபகற்பத்தில் அனேகமாக எல்லா கிறிஸ்தவ மிஷனரிமாரினாலும் ஆரம்பிக்கப்பட்ட சைவசமய எதிர்ப்புச் செயற்பாடுகள், பத்தொன்பதாவது நூற்றாண் டின் நடுப்பகுதியில் தீவிரமடைந்தன. பொதுக்கூட்டங்கள் நடத்துதல், வீடுவீடாகவும், கிராமம் கிராமமாகவும் சென்று மக்களுக்கு கிறிஸ்தவத்தைப் போதித்தல் என்பவற் றுடன், வேறுவகையான தந்திரங்களையும் கையாண்டனர். பத்திரிகைகள், மதநூல் கள், சிறுபிரசுரங்கள், துண்டுப்பிரசுரங்கள் ஆகியவற்றை வெளியிட்டு, அவற்றைப் பரவலாக மக்களிடையே உலவவிட்டனர். சைவசமயமும் அதன் பிரமாணம், சடங்கு கள், அனுட்டானங்கள் யாவுமே பொய்யெனவும், அவற்றை விட்டொழிக்க வேண்டு மென்றும், கிறிஸ்தவமதம் மூலமே இரட்சிப்படைய முடியுமெனவும், இவற்றில் செய்திகள் காணப்பட்டன. அச்சுக்கூடம் நிறுவப்பட்டதும், குறிப்பாக அமெரிக்கன் மிஷனரிமார் இதைப் பயன்படுத்தியதும், மிஷனரிமாரின் செயற்பாடுகளில் பிரதானமாகவிருந்தன. 1841 இல் அமெரிக்கன் சிலோன் மிஷன், தமிழிலும் ஆங்கிலத்திலும், மாதம் இருதடவை, மோணிங் ஸ்ரார்(உதய தாரகை) எனப்பெயர் கொண்ட பத்திரிகையை வெளியிட ஆரம்பித்தனர். 'கல்வி, விஞ்ஞானம், இலக்கியம் என்பவைக்கு இடமளிப்பதும், விவசாயம், அரசு, மதம் ஆகியவைபற்றிய கட்டுரைகளை வெளியிடுவதும், முக்கியமான செய்திகளின் சுருக்கத்தைத் தருவதுமே' இந்தப் பத்திரிகையின் நோக்கம் எனக் கூறப்பட்டிருந்தது. கல்விக் கண்ணோட்டத்துடன் பார்க்கையில், அவர்களுடைய எதிர்பார்ப்புக்கள் நிறைவேறின என்பதில் நிச்சயமாகச் சந்தேகமேயில்லை. தமிழ் சமூகத்திலுள்ள சாதாரண மானவர்களுக்கும், கல்வி பெற்றவர்களுக்கும் மத்தியில் காணப்பட்ட கல்விரீதியான இடைவெளியை இப்பத்திரிகை பாராட்டும் வகையில் நிரப்பியதோடல்லாமல், தமிழருக்கும், ஐரோப்பியருக்கும் இடையிலான இடைவெளியையும் நிரப்பியது.[24] இருந்தபோதிலும், 'மோணிங் ஸ்ராரின்' தமிழ்ப் பத்திராதிபர்கள், அர்ப்பணிப்புமிக்க புரட்டஸ்தாந்தினராக இருந்ததனால், தங்களுடைய பதவியைத் தமிழர் மத்தியில் கிறிஸ்தவத்தைப் பரப்புவதற்குச் சாதகமாகப் பயன்படுத்திக் கொண்டனர். இதே வேளை, புரட்டஸ்தாந்தினர் வேதாகமத்தை மொழிமாற்றம் செய்து தமிழர் மத்தியில் வினியோகிக்கப் பெருமுயற்சி செய்தனர். வேதாகமத்தை வாசிப்பவர்கள் 'உண்மை' களை உணர்ந்து 'தீமை' யைப் புறந்தள்ளி தமது ஒழுக்க நடத்தைகளில் 'சீர் திருத்தம்' பெறுவார்கள் என 'மோணிங் ஸ்ரார்' பத்திராதிபர்கள் திடமாக நம்பினர்.

இந்தப் புரட்ஸ்தாந்து பத்திராதிபர்கள், சைவசமயிகள் தமது புனித ஆகமங்களை வெளிப்படையான பொது ஆய்வுக்கும், தீர்ப்புக்கும் விடவேண்டுமென இடையறாது சவால் விடுத்தனர்.[25] எனவே மோணிங் ஸ்ரார் பத்திரிகையானது தனது பிரகடனப்படுத்தப்பட்ட கல்வி நோக்கங்களுடன், புரட்டஸ்தாந்தத்தை மேம்படுத்துவதற்காகச் சைவசமயத்தையும் அதன் கோட்பாடுகளையும் இழிவு செய்யவும் முன்வந்தது. இப்பத்திரிகையில் உள்ள ஒரு பத்திரிகையாளருடைய கூற்று இவ்வகையான செயல்களுக்கு உதாரணமாக உள்ளது:

> "சைவசமயத்தின் விநோதமான கோட்பாடுகளிலும், எண்ணங்களிலும், மனிதனொருவனின் ஒழுக்க நடத்தையைச் சீர்பெறச் செய்யவோ, பிறர்க்குரியாளனாக அவனை ஆக்குவதற்கோ ஒன்றுமேயில்லை...... உலகம் முழுவதுமே சைவசமயத்தைத் தழுவிக் கொண்டால் மக்களின் ஒழுக்கத்திலோ, மகிழ்ச்சியிலோ எவ்வித முன்னேற்றத்தையும் எதிர்பார்க்க முடியாது. ஒவ்வொரு மனிதனும் பெரும் பொய்யனாய், ஏமாற்றுக்காரனாக இருப்பதுடன், பிறன்மனை விழைபவனாகவும், ஏழைகளைத் துன்புறுத்துபவனாகவும், பேராசை, அகங்காரம் கொண்டவனாகவும், முன்பு எவ்வாறு பரிசுத்தமான விசுவாசம் இல்லாதிருந்தானோ, அப்படியே இப்போதும் இருப்பான்."[26]

புரட்ஸ்தாந்து மிஷனரிமார் சைவசமயக் கோட்பாடுகளை இழிவுபடுத்தியதுமல்லாது, அதன் தெய்வங்கள், சடங்குகள், கோவில்கள், யாத்திரைகள், திருநீறு அணிதல், கோவில்களில் புனித நூல்கள் பாராயணம் செய்தல், விரதமிருத்தல் என்பவற்றைத் தாழ்த்தி விமர்சிக்கவும் செய்தனர். இச்செயல்கள் சைவசமய வாழ்வின் பாரம்பரிய அம்சங்களாக இருந்ததுடன், குடும்பத்தின் நாளாந்த வாழ்வின் இணைந்ததொரு பாகமாகவும் இருந்தன. 1846 அக்டோபர் 22ம் திகதி 'மோணிங் ஸ்ரார்', இந்த சைவசமயச் செயற்பாடுகளைக் கேலிக்குரியவை எனக் கண்டனம் செய்தது. சைவசமயத்தின்படி மனிதருக்கு நித்திய வாழ்வைச் சிவபெருமான் அருளுவார் என்ற சைவசமயிகளின் நம்பிக்கையையும் இது பரிகசித்தது. இயேசு கிறிஸ்துவினூடாக மட்டுமே இரட்சிப்புக்கு இட்டுச் செல்லும் மார்க்கம் உண்டென இப்பத்திரிகை தொடர்ந்து போதித்தது.[27] இதே வருடத்தில், 'இந்துமத மறுப்பு' எனும் தலையங்கத்தின் கீழ் 'மோணிங் ஸ்ரார்', பிறகடவுள்களின் ஆராதனையையும், சைவசமயத்தின் விக்கிரக வணக்கத்தையும், கோவில் திருவிழாக்களையும், கோவில் நடனங்களையும், பக்தர்களுக்கும், ஏழைகளுக்கும் அன்னதானம் வழங்கப்படுவதையும் கடுமையாகக் கண்டனம் செய்தது.[28]

யாழ்ப்பாணத்திலே பிரபலமாயிருந்த நல்லூர்க் கந்தசுவாமி கோவிலின் அனுட்டானங்களையும் 'மோணிங் ஸ்ரார்' கடுமைாக விமர்சித்தது. அத்துடன், ஏனைய மதச்சடங்குகள், மற்றும் நடவடிக்கைகளான காவடி எடுத்தல், மேளதாளம், சுவாமி கும்பிடுதல் என்பனவற்றையும் கண்டனம் செய்தது.[29] சைவசமய வழிபாட்டுக்காரர் கட்டுப்பாடற்றவர் என்றும் கோவிலில் அவர்கள் வேண்டுமென்றே பிறரின் கவனத்தைத் திசை திருப்புபவர்கள் என்றும், குறிப்பாக இளைஞர் பெண்களைப் பாலியில்ரீதியாக சிரமப்படுத்துபவர்கள் என்றும் 'மோணிங் ஸ்ரார்' தொடர்ந்து எழுதியது.

"ஓ! இருளில் வாழும் இந்த மக்களின் பைத்தியந்தான் என்னே. தமது மூடத்தனமான சடங்கு, விழாக்களை இவர்கள் சாத்தானுக்கு நடாத்தும் அதேவேளை, கோவிலில் எல்லாவகைப் பாவங்களிலும் ஈடுபட்டு மகிழ் கின்றனரே. தயவுசெய்து இந்தப் பைத்தியக்காரத்தனத்தையும், மூடத்தனத் தையும் விடுத்து, உண்மையாகிய தேவனாகிய இயேசுவிடம் வந்து உங்கள் இரட்சிப்புக்காகப் பிரார்த்தியுங்கள்."[30]

இவ்வாறு, சைவசமயத்துக்கு எதிராகக் கிறிஸ்தவத்தைப் பரப்புவதற்கான தீவிரமான பிரச்சாரத்தை 'மோணிங் ஸ்ரார்' மேற்கொண்டது. இப் பத்திரிகை யாழ்ப்பாணத் தீபகற்பம் முழுவதும் பணம் பெற்று வினியோகிக்கப்பட்டதுமன்றி, ஏனைய தமிழ்ப் பிரதேசங்களிலும் கிறிஸ்தவத்தை விரிவாகப் பரப்புவதற்காக அனுப்பிவைக்கப்பட்டது. கிறிஸ்தவர்கள் சைவத்தை வெறுமனே கண்டனம் செய்வதில் மாத்திரம் திருப்தி அடையாமல், தமிழ் மக்களின் மதத்தை அடிப் படையாகக் கொண்ட கலாசார வாழ்வையும் தகர்க்கவேண்டுமென்ற கட்டாயத் துக்கும் உள்ளானார்கள் என்பதைக் கவனத்திற் கொள்ளவேண்டும். ஆயினும் மதரீதியான இந்தத் தாக்குதல்கள், கிறிஸ்தவச் செயற்பாடுகளையும், சைவத்துக்கு எதிரான செயல்களையும் மேலும் தீவிரமாக எதிர்கொள்வதற்கு சைவர்களைத் தூண்டுவதற்கே உதவின. சைவத்தமிழர் தமது மதத்தைப் பாதுகாக்க, புத்துயி ரளிக்கும் முயற்சிகளிலும் ஈடுபட்டமை அவர்களது மத, கலாசார உணர்வு பெருகவே உதவின. கத்தோலிக்கரும், பத்தொன்பதாவது நூற்றாண்டின் இறுதிப் பகுதியில், 'கத்தோலிக்கப் பாதுகாவலன்' என்றொரு பத்திரிகையை 1876 இல் வெளியிட்டுச் சைவத்தைக் கண்டனம் செய்தனர்.[31] சைவ-தமிழ் மறுமலர்ச்சி யாளரும், அறிஞருமான சி. வை. தாமோதரம்பிள்ளை 1876 இல் வெளியிட்ட 'சைவமகத்துவம்' எனும் நூலுக்கு எதிராகக் கத்தோலிக்க மிஷனரிமார் 1876 க்கும் 1877 க்கும் இடையில், 'சைவமகத்துவ திமிராபந்து சைவ மகத்துவம்' என்ற நூலை வெளியிட்டனர். அத்துடன் அவர்கள், தென்னிந்தியாவின் தமிழ் நாட்டைச் சேர்ந்த கத்தோலிக்க அறிஞரான அருளப்பா முதலியாரை அழைத்து வந்து, சைவத்தையும் அதைப் பின்பற்றும் யாழ்ப்பாண மக்களையும் கண்டனஞ் செய்ய வைத்தனர். இதற்கு எதிராக, சைவசமய மறுமலர்ச்சியாளர், தமது மதத்தைப் பாதுகாக்க அருளப்பா முதலியாரைப் பொது விவாதங்களுக்கு அழைத்தனர்.[32] இந்தக் காலத்திலிருந்து, கத்தோலிக்கப் பாதுகாவலன், சைவத்தைத் தாக்குவதில் இடையறாது ஈடுபட்டது. இவ்வேளையில் பகைமை பாராட்டிய கத்தோலிக்க மிஷன்கள், புரட்டஸ்தாந்தினருடன் கூட்டுச்சேர ஆரம்பித்தனர். எனவே இப்போது சைவசமய மறுமலர்ச்சியாளருக்கு புரடட்ஸ்தாந்தினர், கத்தோலிக்கர் என்ற இரு சாராருக்கும் எதிராக தமது மதத்தைப் பாதுகாக்க வேண்டியிருந்தது. இந்தச் சூழ்நிலை சைவத்தமிழரை ஒரு இக்கட்டான நிலைக்கு ஆளாக்கியது. அவர்கள் மதச் செயற்பாடுகளுக்குப் புத்துயிரூட்டி அவற்றை அதிகரிப்பதுடன், புறமத சக்திகளிடமிருந்து தமது சமயத்தை பாதுகாக்கும் தார்மீகக் கடமையையும் உடையவர்களாகினர். இருந்தபோதிலும் இந்நிலை, சைவத் தமிழுணர்வு விழிப்புற்று, அவர்களின் மதம், கலாசாரம் ஆகியவற்றின்

விழுமியங்களைப் பாதுகாக்கும் வேட்கையைக் கிளரச்செய்து, தமிழ் அடையாளம் என்ற உணர்வு, யாழ்ப்பாணத் தீபகற்பத்தில் மாத்திரமன்றி ஏனைய தமிழ்ப் பிரதேசங்களில் உள்ள வெகுசனங்களிடையேயும் பரவ வழியமைத்தது. எண்ணிக்கையில் குறைவாக இருந்த கல்வியறிவுபெற்ற சைவத்தமிழ் உயர்மட்டத்தினரிடையே ஆரம்பத்தில் உருவான சைவவிழிப்புணர்வு, சுயவுணர்வு என்பவை பின்னர் எவ்வாறு விரிவடைந்து வெகுசனங்களிடையே பரவியது என்பதை ஆராய்வோம்.

'மோணிங் ஸ்ரார்' சிறந்ததோர் பிரச்சார இயந்திரமாக இயங்கிய, பத்தொன்பதாவது நூற்றாண்டின் மத்திய காலத்தை நாம் பார்த்தோமேயானால், இதே நோக்கங்களைக் கொண்டு இயங்கிய வேறுபல வெளியீடுகளையும் நாம் காணலாம். உதாரணமாக, புரட்டஸ்தாந்து மிஷனரிமார் பல்வேறு சைவ எதிர்ப்புச் சிறுநூல்களை ஒழுங்கான அடிப்படையில் வெளியிட்டனர். அவை, 'கிறிஸ்துவின் இன்பத்துவம்', 'ஓய்வுநாள்', 'சித்தாந்தக் கலக்கு', 'புராணீகமதம்', 'சன்மார்க்கம் யாரிடத்தில', 'புதிய ஏற்பாடு', 'கிறிஸ்துவின் மகிமை' என்பனவாகும். இந்தச் சிறு நூல்கள் யாவும் சைவத்தைத் தாக்கிய அதேசமயம், கிறிஸ்தவ நம்பிக்கைகளைப் புகழவும், மேம்படுத்தவும் செய்தன.[33] சில வருடங்களின் பின்னர், ஆறுமுகநாவலர் தீவிரமாகச் செயற்பட்டபோது, 'சத்தியவேதப் பரீட்சை', 'சைவ மகத்துவத் திக்கரம்', 'சுப்பிரதீபம்' போன்றவை கிறிஸ்தவ சிறுபிரசுரங்களுக்குப் போட்டியாக வெளியிடப்பட்டன.[34] 'இந்துமத கண்டனம்', 'நிகர நிக்கரண நிக்கிரகம்', 'கலாக்கோஷ தோஷம்' போன்ற நூல்களை மிஷனரிமாரும் வெளியிட்டனர்.

சைவத்துக்கு எதிரான இவர்களின் எதிர்மறை விமரிசனங்கள், கண்டனங்கள், மறுப்புக்கள் யாவுமே ஒருதலைப் பட்சமானவை என்பதை அறியமுடிகிறது. - சைவ நெறி, பாரம்பரியம் என்பவற்றின் சிறந்தனவும், சிறப்பற்றனவும், நவீன நியாயவாதப் பார்வையில் கண்டிக்கப்பட்டன. கிறிஸ்தவர்கள் சைவசமயக் கோட் பாட்டையும், தத்துவத்தையும் எதிர்மறையாக விமர்சிக்கையில், அவற்றின் உள்ளார்ந்த அர்த்தங்களையும், விழுமியங்களையும் பாராட்டத் தவறிவிட்டனர். ஒருவேளை அவர்களுக்கு இவற்றையிட்டு புலமை இல்லாதிருந்திருக்கலாம். ஆனால் அவர்கள் தமது சொந்த மதத்தை உயர்த்துவதற்காகத் தங்களுடைய மத ஆசாரங்கள், பாரம்பரியங்களில் அனேகமானவை, சைவசமய ஆசாரங்கள், பாரம் பரியங்கள் என்பவற்றை மிகவும் ஒத்ததாக இருந்தமையை உணரத் தவறிவிட்டனர். ஆறுமுக நாவலரும், அவரைப் பின்பற்றியோரும் கிறிஸ்தவத்தையும் அதன் அனுட்டானங்களையும் விமர்சித்தபோது இந்த ஒற்றுமைகளைச் சுட்டிக்காட்டி, மிகத் தெளிவாக விளங்கப்படுத்தினர். நாம் சைவசமயிகளின் கிறிஸ்தவ மறுப்பை ஆராய்கையில் இந்த விமரிசனங்களின் விபரங்கள் உள்ளடக்கப்படும். இந்த வகையிலே, கிறிஸ்தவ பகைமைக்கு எதிரானதொரு நிலைப்பாட்டைக் கைக்கொண்ட தன்மூலம் சைவத்தைப் பாதுகாக்கவும் அதற்குப் புத்துயிர் அளிக்கவும், தமிழ்ச் சமுதாயம் முழுவதுமே தன்னை ஒரு அணியாக அமைத்துக் கொண்டது. மிருகபலி, காவடியாட்டம், கோவிற் செயற்பாடுகளில் சாதியம் அனுசரிக்கப்படல், மற்றும் பல்வேறு சடங்குகள், கொண்டாட்டங்கள் போன்ற புராதன, ஆதிச் சைவ நடைமுறைகளை மிஷனரிமார் சாடியபோது, அச் செயல் சைவசமய உயர்மட்டத்தினரைச் சில சீர்திருத்தங்களை

மேற்கொள்ளத் தூண்டியது. ஆனாலும், இவை உடனடியாக நிகழாது படிப்படியாகவே நிகழ்ந்தன.

சுருக்கமாகக் கூறின், இலங்கை மண்ணில் காலூன்றிய கிறிஸ்தவ மிஷனரிமார் பல வழிகளில் தமது மதத்தைத் தமிழ் மக்கள் மத்தியில் பரப்புவதற்கு மிக வலிமையாகப் பிரசாரம் செய்தபோதும், அவர்களுக்கு ஒரு மட்டுப்படுத்தப்பட்ட வெற்றியே கிட்டியிருந்தது. கல்விச் செயற்பாடுகள், சிறுவர் சிறுமியருக்கு விடுதிப் பாடசாலைகள் என அவர்கள் தமது முக்கிய உபாயத்தை மாற்றியபோதும், அவர்களின் முயற்சிகள் பெருமளவு வெற்றியளிக்கவில்லை. தமிழ்ப் பிரதேசங்கள் முழுவதும் மும்முரமாகப் பிரசாரம் செய்தும் பலனளிக்காது போகவே, அவர்கள் தமது கடைசி முயற்சியாகவே, வெகுசன மதமாற்றத்தை ஏற்படுத்துவதற்கு, பத்தொன்பதாவது நூற்றாண்டின் நடுப்பகுதியிலிருந்து சைவ எதிர்ப்புப் பிரச்சாரத்தில் மிகவும் ஆர்வத்துடன் ஈடுபட ஆரம்பித்தனர். சைவத் தமிழரைக் கிறிஸ்தவத்துக்கு மாற்ற அவர்கள் எடுத்த முயற்சிகள் பெரும்பாலும் வெற்றியளிக்கவில்லை என்பதனை புள்ளிவிபரங்கள் தெளிவாகத் தெரிவிக்கின்றன என்பதை இங்கு மறுபடியும் பார்க்க முடிகின்றது. மாறாக, இந்தத் தந்திரங்கள் அவர்களுக்கே பாதகமான முறையிற் திரும்பி, சைவத்தமிழ் உயர் மட்டத்தினர் தமது சமயத்தையும், சைவக் கலாசாரப் பாரம்பரியங்களையும் பாதுகாத்துப் பேணுவதற்கு எழுச்சி கொள்ள வைத்தன. சைவத்தின் சில அம்சங்கள் இதனால் சீர்திருத்தமடைந்த அதே சமயம், அதன் பாரம்பரியக் கலாசாரம் என்ற விதானத்தின் கீழ், சைவத்தமிழர் ஓர் இணைந்த சமுதாயமாக மாறுவதற்கு மேலும் வலுவான அடித்தளத்தை நிறுவவும் உதவியது.

நாவலராலும் அவரைத் தொடர்ந்தவர்களாலும் ஆரம்பிக்கப்பட்ட இந்தத் தமிழ் விழிப்புணர்வானது, பத்தொன்பதாவது நூற்றாண்டின் நடுப்பகுதியிலிருந்து மேலும் வலுவடைந்து தமிழர் மத்தியில் சுயவுணர்வு தோன்ற எவ்வாறு ஊக்கமளித்தது என்பதை இப்போது எம்மால் காணக்கூடியதாக உள்ளது. இந்தக் காலகட்டத்தில் தமிழ்ச் சமூகம் அனுபவித்த பல மாற்றங்களில் இந்த சமய, கலாசார விழிப்புணர்வும் பெரும் பங்கை வகித்தது. ஈற்றில் இந்த உணர்வே, தமிழரது அரசியல் அபிலாஷைகளிலும், தமிழ்த் தேசியவாதத்தின் தோற்றுவாயிலும் செல்வாக்குச் செலுத்தும் பெரும் சக்தியாக பரிணமிக்கக் காரணமாகவிருந்தது.

சைவத்தமிழரும், கிறிஸ்தவ எதிர்ப்புப் போராட்டமும்

போத்துக்கேய ஆட்சிக்காலத்தில், சைவக்கோவில்கள் பெருந்தொகையில் அழிக்கப்பட்டதும், மக்களைக் கத்தோலிக்கராக மாற்றுவதற்குப் போத்துக்கேயர் மேற்கொண்ட ஆக்கிரமிப்புமிக்க பிரசாரமும் சைவர்களின் கடும் எதிர்ப்பைச் சம்பாதித்தன. யாழ்ப்பாண இராச்சியத்தின் அரசனான முதலாம் சங்கிலியனின் ஆயுதப்படைகள் 1544 டிசம்பரில் நிகழ்ந்த பிரசித்திபெற்ற மன்னார் கொலைகளில் 600, 700 வரையிலான கத்தோலிக்கரைக் கொன்றன. இதற்கு எதிர்ச்செயலாக, போத்துக்கேயர் கரையோரப் பிரதேசத்தில் கிறிஸ்தவர் தொகையை அதிகரித்தனர். ஆனால், மேலும் பல கிறிஸ்தவ சங்காரங்கள் தொடர்ந்தன. இவற்றில் கோப்பாய்-யாழ்ப்பாணம் சங்காரம் இரண்டாவதாகும்.[35] ஏனைய எதிர்ப்பு நடவடிக்கைகளும்

நிகழ்ந்தன. சைவர்கள் புனிதமாகக் கருதிய பசுவை, வீட்டுக்கு ஒன்று என்ற வீதத்தில் தமது உணவிற்காக வழங்கவேண்டும் என்ற போத்துக்கேயத் தலைவனின் கட்டளையை, ஞானப்பிரகாசர் என்ற சைவத்தமிழர் வெளிப்படையாக மீறியது, இவற்றில் ஒன்றாகும். தனது எதிர்ப்பை மேலும் தெரியப்படுத்துவதற்காக இவர் தென்னிந்தியாவின் தமிழ் நாட்டிலுள்ள புனிதத் தலமாகிய சிதம்பரத்துக்குச் சென்று, ஒரு கோவிலையும், கேணியையும் அமைத்தார். இந்த நினைவுச் சின்னங்கள் இன்றுவரை சைவ மக்களால் பாதுகாக்கப்பட்டுப் போற்றப்படுகின்றன.[36] ஆயினும், இவ் எதிர்ப்புக்கள் மத்தியிலும், போத்துக்கேய ஆதிக்கம் திடமாக நிலைகொண்டு, சைவமும் ஏனைய பாரம்பரிய அனுட்டானங்களும் முரட்டுத்தனமாக மூழ்கடிக்கப் பட்டன. போத்துக்கேயரைத் தொடர்ந்து வந்த ஒல்லாந்தர், அவர்களைவிடச் சகிப்புத்தன்மை உள்ளவராய், உள்ளூர் மக்கள் தண்டனைக்குப் பயமின்றித் தமது மதத்தை அனுட்டிக்க அனுமதித்தனர். எனவேதான் இக் காலகட்டத்தில் கிறிஸ்தவ எதிர்ப்புச் செயற்பாடுகளின் சான்றுகள் எதுவும் காணப்படவில்லை. பிரித்தானியர் ஆட்சியின் ஆரம்பகாலத்தில், கிறிஸ்தவத்துக்கு எதிரான சிறு சம்பவங்கள் சில நிகழ்ந்தன. உதாரணமாக, இரு கிறிஸ்தவ எதிர்ப்புச் செய்யுட்கள் தோன்றின. முத்துக்குமார கவிராசர்(1780-1851) தனது ‘ஞானக்கும்மி’,[37] ‘இயேசுமத பரிகாரம்’ என்னும் செய்யுட்களில் கிறிஸ்தவத்தையும், கிறிஸ்தவரையும் தாக்கினார். குறிப்பாகக் கந்தபுராணத்தையும், சைவத்தையும், சைவமக்களையும் எதிர் மறையாக விமர்சித்த அமெரிக்கன் மிஷனரிமாரை இவர் சாடியிருந்தார்.[38] மிஷனரி மாருக்கும், சைவத்தமிழருக்கும் இடையே ஏற்பட்ட மோதல்களின் முதற்கட்டமாக இந்தச் சம்பவங்கள் இருந்திருக்கக்கூடும். முத்துக்குமார கவிராசருடைய இரண்டு செய்யுட்களுமே 1827 இல் மதராசில் (Madras) வெளியிடப்பட்டு, தமிழர் மத்தியில் பரவலாகப் புழங்க விடப்பட்டன. பின்னர் சைவத்தமிழர் மேற்கொண்ட இதைப் போன்ற செயற்பாடுகளுக்கு இதுவே முன்மாதிரியாக இருந்திருக்கலாம்.[39] ஆயினும், பிரித்தானிய ஆட்சியின்போது இலங்கையெங்கும் மதங்களுக்கான சுதந்திரம் பிரகடனப்படுத்தப்பட்டபோது, சைவசமயம் தீவிரமாகப் புத்துயிர் பெற்றது. சைவசமய அனுட்டானம், கோவிற் திருவிழாக்கள், கலாசாரக் கொண்டாட்டங்கள், சமயச் செயற்பாடுகள் என்பவை வழமையாகின. கோவில்கள் புனருத்தாரணம் செய்யப்பட்டு, தமிழ்ப் பிரதேசங்கள் எங்கிலும் புதிய கோவில்களும், கட்டடிடங் களும் அமைக்கப்பட்டன. 1814 இல் யாழ்ப்பாணத் தீபகற்பத்தில் மட்டுமே 329 இந்துக் கோவில்கள் இருந்தன. பிரித்தானியரின் ஆரம்ப ஆட்சிக்காலத்தில் இந்துசைவ மறுமலர்ச்சி எவ்வளவு வலுவாக இருந்ததென்பதை இது காட்டு கின்றது.[40] சைவசமய மறுமலர்ச்சியும், புதிதாகக் கல்விபெற்ற சைவ உயர் மட்டத்தினரும் ஒன்று சேர்ந்தபோது, பத்தொன்பதாம் நூற்றாண்டின் நடுப்பகுதியில், சைவமும், கலாசாரமும் செழித்து வளர்ந்தன. இது மிஷனரிமாருக்கு திகைப்பையும், அச்சத்தையும் உண்டு பண்ணியதால் அவர்களை மேலும் தீவிரமாக சைவ எதிர்ப்பு நடவடிக்கைகளில் ஈடுபட வைத்தது. இது இயல்பாகவே சைவத்தமிழர் மத்தியில் கிறிஸ்தவத்துக்கு எதிரான ஆத்திரத்தையூட்ட, அதனால் அவர்கள் கிறிஸ்தவச் செயற்பாடுகளையும், கிறிஸ்தவ மதத்தையும் வெளிப்படையாகவே தாக்கினர்.

நாம் இப்போது சைவசமய மறுமலர்ச்சியாளரின், கிறிஸ்தவ எதிர்ப்பு நடவடிக்கைகளையும், அவர்கள் தமது சமயத்தைப் பலப்படுத்த எடுத்த முயற்சிகளையும் ஆராய்வோம். சைவத்தமிழ் மக்களின் ஒன்றுபட்ட முயற்சியின் பயனாக முதன்முதலில் 1842 செப்ரெம்பரில் வண்ணார்பண்ணை இந்துக் கோவிலில் ஒரு கூட்டம் ஒழுங்கு செய்யப்பட்டது. இக் கூட்டத்தில் பங்குபற்றிய முக்கிய மானவர்களுள் சதாசிவம்பிள்ளை, சுவாமிநாத ஐயர், நடராஜா, விஸ்வநாத ஐயர், ஆறுமுகம்பிள்ளை, கந்தசுவாமிப்பிள்ளை, ஆறுமுகச்செட்டியார் என்பவர்கள் அடங்குவர்.[41] கிறிஸ்தவ மதத்தில் இளைஞர் இணைவதைத் தடுப்பதற்காக அவர்களுக்கு வேத, ஆகமப் பாடசாலைகள் நிறுவிக் கற்பிப்பதற்கான திட்டங்களை ஆராய்வதே இக் கூட்டத்தின் முக்கிய நோக்கமாக இருந்தது. 20 அக்டோபர் 1842 'மோணிங் ஸ்ரா'ருக்கு இந்து ஆதரவாளர் ஒருவர் எழுதிய கடிதத்தில், கிறிஸ்தவக் கோட்பாடு மிஷனரிமாரின் ஆக்கமே என்றும், சைவசமயத்தைப் பற்றிய அறிவு இல்லாததன் காரணத்தினாலேதான் தமிழர் மதம் மாறுகின்றனர் என்றும் பகிரங்கப் படுத்தியிருந்தார். 200 இந்து ஆண்கள் ஒன்றுகூடி மதம் மாறியவர்களுக்காகத் தமது அனுதாபத்தைத் தெரிவித்தனர். அதைத் தொடர்ந்த கூட்டத்தில், இத்தகைய மாணவர் மதமாற்றத்தைத் தவிர்ப்பதற்கு உதவும் வகையில் ஒரு பாடசாலையை ஆரம்பிப்பதற்குப் பணம் திரட்ட வேண்டுமெனத் தீர்மானிக்கப்பட்டது. இக் கூட்டங்களின்போது அச்சுக்கூடம் ஒன்றை வாங்குதல் ஏற்றுக்கொள்ளப்பட்டது. கிறிஸ்தவ மதத்தின் தவறுகளைச் சுட்டிக்காட்டும் சமயரீதியான பிரசுரங்களையும், கட்டுரைகளையும் வெளியிடுவதற்கு இந்த அச்சுக்கூடம் பயன்படவிருந்தது. சைவசமய எதிர்நடவடிக்கைகளை இவை தடுக்கும் என நம்பப்பட்டது.[42]

இதன் நோக்கம் உயர்ந்ததாக இருந்தும், இவ் உபாயம் கைகூட சில வருடங்கள் சென்றன. இக் காலத்தில் ஆறுமுகநாவலர், தான் கற்ற வெஸ்லியன் மிஷன் மெதடிஸ்ற் பாடசாலையில், கீழ் வகுப்புக்களில் ஆங்கில ஆசிரியராகவும், உயர்வகுப்புக்களில் தமிழ் ஆசிரியராகவும் பணிபுரிய ஆரம்பித்தார்.[43] சைவ உயர்மட்டத்தினரின் ஆரம்பக் கூட்டத்துடன் ஆறுமுகநாவலர் சம்பந்தப்பட்டிருந் ததைக் குறிக்கும் சான்றுகள் இல்லை. ஆனால் அவர் சைவசமயத்தின் நிலைபற்றித் தீவிர கவலை கொண்டவராகக் காணப்படுகின்றார். நாவலரின் பின்வரும் கூற்று அவரது அச்சத்தை வெளிக்காட்டுகின்றது:

> "சைவசமயத்தை வளர்த்தற்கு வேண்டும் முயற்சிகளை செய்யவில்லையே! இதற்கு யாது செய்யலாம். சைவசமய விருத்தியின் கண்ணுள்ளதாகிய பேராசையை அதை முடிப்பதற்குச் சிறிதும் சக்தியில்லாத எனக்குத் தந்தருளிய சிவபெருமான் சக்தியுடைய மற்றோர்களுக்குக் கொடுத்தரு ளினாரில்லையே என்று இரவும் பகலும் பெரும் கவலைகொண்டு பெருமூச்செறிதலிலும், யார்க்கும் பிதற்றுதலிலுமே பெரும்பாலும் என் காலத்தைப் போக்குவேனாயினன்."[44]

எப்படியிருந்தபோதும், ஆறுமுகநாவலர் இந்த நோக்கத்தின்பால் ஈர்க்கப்பட்டு, தனது சகமாணவர்களினதும், யாழ்ப்பாணச் சைவ வெள்ளாள தமிழ்ச் சமூகத்தின்

ஆறுமுக நாவலர்

அங்கத்தவர் சிலரின் துணையுடனும், தனது இலட்சியத்தை வென்றெடுக்கும் முயற்சிகளில் இறங்கினார். சைவ வெள்ளாளரும், செட்டிமாரும் (சமூகத்தில் வியாபாரிகளாகவும், அதி தனவந்தர்களாகவும் இருந்தவர்கள் - குறிப்பாகத் தென்னிந்தியர்கள்- நாட்டுக்கோட்டைச் செட்டிமார் எனப்படுபவர்கள்) நாவலரின் ஆதரவாளராக இருந்தனர்.[45] சைவ வெள்ளாளரே சமூகத்தின் பெரும்பான்மை யினராக, விசேடமாக யாழ்ப்பாணத் தீபகற்பத்தில் இருந்தவர்கள் என்பது இங்கு முக்கியமாகக் கவனிக்கப்படல் வேண்டும்.[46] தீபகற்பத்தின் போத்துக்கேய காலத்தில் கத்தோலிக்கத்தின் செல்வாக்குக்கு உட்பட்டிருந்த, கரையோரங்களில் வாழ்ந்த மீன்பிடிச் சாதியினர் போன்றோர் இருந்தபோதிலும், இவர்கள் எண்ணிக்கையில் குறைந்தவராயும், கல்வியறிவில்லா ஏழைகளாயும் இருந்தனர்.[47] சைவசமயப் போராட்டங்களில் இவர்களுடைய ஈடுபாடு, நாம் இப்போது சுட்டிக் காட்டவிருக்கும், சைவ வெள்ளாளரினதும், செட்டிமாரினதும் பங்குபற்றலைப்போல் குறிப்பிடக் கூடியதாக இருக்கவில்லை.

நாவலர் வெள்ளாள உயர்மட்ட, மத்தியவகுப்பு மக்களிற்தான் பிரதான சிரத்தையுடையவராய்த் தோன்றுவதால், நவீன அறிஞர்கள் பொதுவாக அவரை எதிர்மறையாக விமர்சிப்பதுண்டு. உண்மையில் பார்க்கும்போது, அவர் பணியாற்றிய காலமும், சூழலும் அவருக்கு இதைதத தவிர வேறு வழியை அளிக்கவில்லை என்பதை உணரலாம். வெள்ளாளச் சாதியினரைவிட ஏனைய சாதிகளிலிருந்து மிகச் சிலரே, நாவலருடன் அவருடைய திட்டங்களில் பங்குபற்ற ஆர்வமாயிருந்தனர். அவர்கள் மட்டுப்படுத்தப்பட்ட வளங்கள் கொண்டவராகவும், சிரத்தையற்றவராகவும் இருந்தனர். எனவே நாவலரை சில நவீன அறிஞர் சாடியது கேள்விக்குரிய

விஷயமாகும். இவர்களுக்கு மாறாக, சிவபாதசுந்தரம் 1950 இல் நாவலரின் வேளை வந்ததாக அவரைப் பின்வருமாறு சித்தரிக்கின்றார்:

> "ஸ்ரீலஸ்ரீ ஆறுமுகநாவலர் ஒரு நன்னிமித்த வேளையிற் பிறந்தவர். சைவசமயம் அவருக்காக இளைத்தேங்கியது. தமிழ்மொழி அவருக்காய் விடாய்த்திருந்தது. யாழ்ப்பாணம் அவருக்காய் ஏங்கிக் காத்திருந்தது. இரண்டு நூற்றாண்டுகளாகச் சைவசமயம் அந்நிய சக்திகளின் அசுரப்பிடியில் அகப்பட்டிருந்தது. தமிழ் இலக்கண இலக்கியங்கள் ஓலைச் சுவடிகளிற்றான் எழுதப்பட்டிருந்தது. யாழ்ப்பாணம் ஒரு தலைவனின்றி இருளிற் தவித்துக் கொண்டிருந்தது. இவற்றையெல்லாம் நாவலர் கண்டார். அவர்களுக்கு ஆறுதல் அருளினார்."[48]

சைவசமய விழிப்புணர்வு ஏற்படுவதற்கும், சைவத் தமிழிலக்கியம் மீண்டும் தழைப்பதற்கும் நாவலர் எத்தனை முக்கியம் வாய்ந்தவராய் இருந்தார் என்பதை மேற்படி சொற்சித்திரம் சொல்கின்றது. இன்னுமோர் ஆக்கத்தில், கிறிஸ்தவ மிஷனரிமாருக்கு எதிரான பிரச்சாரத்தில் நாவலரின் பயன்மிகுந்த பங்களிப்பினை, கணபதிப்பிள்ளை பின்வருமாறு வியந்துரைக்கின்றார்:

> "மிஷனரி நடவடிக்கைளுக்கு எதிரான, ஒழுங்கமைக்கப்பட்டதும், பயன் விளைவிக்கக் கூடியதுமான எதிர்ப்பு நாவலரின் பிரசாரத்திலிருந்தே வந்தன. இந்துக்களைப் பொறுத்தவரையில், கிறிஸ்தவம் அல்ல, கிறிஸ்தவத் தினால் விடுக்கப்பட்ட சவாலே நாவலைர இந்து சமயத்துக்கு அருளியது."[49]

இவ்விரு கூற்றுக்களுமே மிகைப்படுத்தப்பட்டவை என்று கருதப்படலாம். எவ்வா றாயினும், ஆரம்ப மூலாதாரங்களில் கண்ட சான்றுகள் சொல்லும் விடயங்களைப் பார்க்கையில், நாவலரின் இந்தப் போராட்டத்துக்கான பல்வேறு பணிகள் மிகப் பலமாக இருந்தன என்ற உண்மைக்கு மதிப்பளித்தே ஆகவேண்டும். கிறிஸ்தவ மிஷனரிமாரின் செயற்பாடுகளினால், சைவசமயத்துக்கும், தமிழ்க் கலாசாரத்துக்கும் ஏற்பட்ட ஆபத்தை எதிர்கொண்டு அவற்றைப் பாதுகாக்கும் இலட்சியத்திற்காக, தமிழ் உயர்மட்டக் கல்விமான்கள் மத்தியிலிருந்து வந்து தன்னை அர்ப்பணித்த முதல் போராளியாக நாவலர் இருந்தார். நாவலரைப் பற்றியும், அவரது நடவடிக்கைள் பற்றியும், ஆங்கிலத்திலும், தமிழிலும் எண்ணற்ற புலமைசார் ஆக்கங்கள் உள்ளன. எனவே அவரது சமய, கலாசார, மொழி, இலக்கியச் செயற்பாடுகளை நாம் விபரமாக ஆய்வுசெய்வது அவசியமற்றதாகும். இருந்த போதிலும், தமிழ்த் தேசியவாதத்தின் தோற்றத்திற்குக் காரணமாயிருந்த அதிமுக்கிய மான, அவரது சமய, கலாசார நடவடிக்கைகளை ஆராய்வது பொருத்தமாகும்.

நாவலர் தனது நோக்கங்களை அடைவதற்காகத் தன்னை முழுமையாக அர்ப்பணிக்கத் தயாராயிருந்தார் என்பதை நாம் முதலில் ஏற்றுக் கொள்ள வேண்டும். வெஸ்லியன் பாடசாலையில் அவர் ஆசிரியராகப் பெற்ற சம்பளம் ஒன்றே அவரது வருமானமாக இருந்தது. இருந்த போதிலும், அவர் தனது பதவியைத் துறந்தார்.

அவர் தொடர்ந்தும் ஆசிரியராகக் கடமையாற்றினால் அவரது சம்பளத்தை அதிகரிப்பதாகப் பேசிவல் வாய்ப்பளித்தபோதும், நாவலர் அதனை ஏற்கவில்லை. தமது திறமைகளுக்கு ஏற்ப மிக இலகுவாக ஒரு வேலையைத் தேடி வசதியாக வாழமுடியும் என நாவலர் தெரிந்திருந்தார். அவரிடம் ஆங்கிலம் கற்ற பலர் அவ்வாறு செய்திருந்தனர். ஆனால் அவர் அப்படிச் செய்ய விரும்பவில்லை. அவர் திருமணம் செய்யவும் விரும்பவில்லை. யாழ்ப்பாணத்து மணப்பெண் மாப்பிள்ளைக்கு வீடு, நிலம், தோட்டம், நகை யாவற்றையும் கொடுத்து, அதற்கு ஈடாக அவனுடைய சுதந்திரத்தைப் பறித்துக் கொள்கிறாள் என அவர் கூறியுள்ளார்.[50] செப்டெம்பர் 1848 இல் பேசிவலிடம் தாம் ஆற்றிய தொழிலைக் கைவிட்ட நாவலர் தனது இலட்சியத்துக்காகத் தன்னை முழுமையாக அர்ப்பணித்து, சைவசமயத்தின் நலனுக்காகத் தனது கல்வியைப் பயன்படுத்தவே அவர் விரும்பினார். மெதடிஸ்த கிறிஸ்தவச் சூழலில் ஏறத்தாழ பதினான்கு ஆண்டுகள் இருந்த நாவலர், மிஷனரிமாரின் தந்திரோபாயங்களையும், எவ்வாறு அவர்கள் கல்வியை மதமாற்றத்துக்கு ஒரு கருவியாகப் பயன்படுத்தி, தமது காரியத்தை முன்னெடுத்து, தமது மத நோக்கங்களை நிறைவேற்றினார்கள் என்பதனையும் நன்கறிந்திருந்தார். எனவே நாவலர் தாமும், அவற்றையொத்த தந்திரங்களையும், உபாயங்களையும் பயன்படுத்துவதென்ற திடமான தீர்மானத்துக்கு வந்திருந்தார். நாவலரின் அதி முக்கிய சாதனைகளை நாம் பார்ப்பதற்கு முன்னர், பேசிவலுடன் அவர் தொழிலாற்றிய காலத்தின் முடிவில் அவர் செய்த பங்களிப்பினைக் கவனிப்பது பயனளிக்கும். கிறிஸ்தவர்களின் போதனாமுறைகளைப் பின்பற்றி 1847 டிசம்பர் 18 ம் திகதியன்று, வண்ணார்பண்ணை வைத்தீஸ்வரன் கோவிலில், தமது முதல் உரையை ஆற்றியபோது பயன்படுத்தினார்:

> "தர்மப் பிரபுவாகிய வை. வைத்திலிங்கம் செட்டியாரால் நிறுவப்பட்ட வண்ணார்பண்ணை சிவன் கோவிலில், அவர் 18 மார்கழி 1847 இல் தனது அங்குரார்ப்பண உரையை ஆற்றினார். தனது கருத்துக்களைப் பரப்புவதற்கும், தனது இலட்சியங்களை வெல்வதற்கும் அவர், மகா விருட்சமாகிய சைவம் தழைப்பதற்கு அத்தியாவசியமாய் இருந்த மழைபோலும் உரையை நிகழ்த்தினார்."[51]

ஒவ்வொரு வெள்ளி மாலையிலும் இந்தக் கோவிலில் நாவலர் உரையாற்றினார். அந்தக் காலத்திலிருந்து நாவலர், சுற்றுவட்டாரமெல்லாம் பிரசங்கிப்பவராகி, நூல்களை வாசித்தும், போதித்தும் வந்தார். இவரது சில நண்பர்களும், மாணவர்களும் இவரது முயற்சிகளுக்கு உதவினர். ஒழுங்கமைதி கொண்டதும், ஆகமங்களை அடிப்படையாகக் கொண்டிருந்ததுமான அவரது பிரசங்கப்பாணி போகப்போக விருத்தியடைந்தது. அவருடைய பிரசங்கங்களுக்கான விஷயங்கள் அனேகமாக ஒழுக்கம் சார்ந்த, வழிபடுமுறை தழுவிய, ஆகமரீதியானவையாக இருந்ததுடன் விபசாரம், மதுபோதை என்ற தீமைகள், கொல்லாமையின் சிறப்பு, பெண்களின் நடத்தை, இலிங்கவழிபாடு, சைவசமயிகளின் கடமைகள், தர்மம், பசுக்காப்பு, சைவபூசை, சைவதீட்சை, கோவிற் திருவிழாக்கள், மாயை, அறியாமை, கோவிற்

திரவியங்களைக் கொள்ளையிடல், இறைவனின் ஏகம், பிரபஞ்சம் போன்ற பல பரந்த விடயங்களைக் கொண்டிருந்தன.[52] இந்த உரைகள், மக்கள் மத்தியில் உரையாற்றும் கலை அவருக்குக் கைவந்ததொன்று என்பதைப் புலப்படுத்தின. தனது உரைகளைக் கேட்போர் சைவ ஆகமத்தின் அடிப்படைகளை அறிந்து அவற்றைப் பின்பற்றினால், அவர்கள் சைவசமயத்தைப் பலப்படுத்திக் கிறிஸ்தவத்தைப் பலவீனப்படுத்துவர் என நாவலர் நம்பினார். அதே சமயம் கிறிஸ்தவத்தையும், சைவ சமயத்திற்கு எதிரான சைவசமயிகளின் பலவீனங்களையும், கோவிற் திருவிழாக் களில் காணப்படும் தவறான நடத்தைகளையும் நாவலர் கண்டித்தார்.[53] ஒழுங்கான முறையில் இவ்வுரைகள் பலவருடங்கள் தொடர்ந்தன. இவை யாழ்ப்பாணத் தமிழர் மத்தியில் சைவசமய மறுமலர்ச்சியையும், புத்தாக்கம்பெற்ற சமயவுணர்வையும் உருவாக்கின.[54] நாவலரது ஆரம்ப முயற்சிகளும், அவரது தொடர் உரைகளும் சைவக் கோட்பாட்டையும், பாரம்பரியங்களையும் தாக்கிய மிஷனரிமாரின் செயற் பாடுகளுக்குத் தடையாக இருந்திருக்கலாம். அதேசமயம் அவை, சைவசமயத்தின் வலிமைகளையிட்டு சைவசமயிகளுக்கு அறிவூட்டுவதாகவும் இருந்தன. கிறிஸ் தவத்தைத் தழுவுவதில் உள்ள பயனின்மையை, இவ்வுரைகள் சைவசமயிகளுக்கு உணர்த்தியும் இருக்கலாம். அவர்களுடைய சொந்தச் சடங்குகளான கோவில்களில் மிருகபலி கொடுத்தல், கோவில் நடனங்கள் போன்றவை ஏற்புடையவையா? என உணரச் செய்திருக்கலாம்.[55] இதன் விளைவாக, கிறிஸ்தவ எதிர்ப்பு நடவடிக்கைகள் தோன்றவாரம்பித்ததுடன் சைவத்தமிழர் தம்மைச் சீர்திருத்திக் கொள்ளவும், நாவலரின் நோக்கங்களை அடைவதற்காகத் தமது ஆதரவை வழங்கவும் உந்தப்பட்டனர்.

நல்லூர் கந்தசுவாமி கோவில் நடத்தப்பட்ட முறைபற்றி நாவலர் அவதூறாகப் பேசினார் எனக் கோவில் அதிகாரிகள் அவர்மேல் குற்றம் சுமத்தினர். அதேசமயம் தாம் யாழ்ப்பாணத்தில் இருப்பதற்கான நோக்கத்துக்கே பேசிவலின் சொந்தத் தமிழ்ப் பண்டிதரே வெற்றிகரமாகக் குழிபறிக்கின்றார் என மிஷனரிமார், குற்றஞ்சாட்டினர்.[56]

> "அப்படியிருக்க, எங்கள் சமயம் பொய் என்றும், அதனைப் பரப்பவிட மாட்டேன் என்றும் சபதங்கூறிச் சொல்லாலும், செயலாலும் காட்டுகின்ற இவரை உமக்குத் தமிழ் பண்டிதராக வைத்திருத்தல் தகாது."[57]

பேசிவல் இந்தப் பிரச்சனையையிட்டு நாவலருடன் பேசினார்.

> "ஒவ்வொரு வெள்ளி இரவும் அந்த சைவக்கோவிலில் நீர் பிரசங்கிப்பதாகக் கேள்வியுறுகின்றேன். அத்துடன் இடையிடை எமது மதத்தின் எதிரி போன்றும் நீர் பேசுவதாக அறிகின்றேன். என்ன காரியம்?"

நாவலர் பதிலளித்தார்,

> "என்னுடைய கடமைகளை நான் பூர்த்திசெய்வதில் எதாவது தவறுண்டா? அவ்வாறிருப்பின் தயைகூர்ந்து சொல்லுக!".

பேசிவல் எதையுமே பேசவில்லை. அவர் ஏனைய மிஷனரிமாரிடம், தனது பண்டிதர் இழத்தற்கரிய பெறுமதிமிக்க அறிஞர் எனச் சொன்னார்.[58] இவற்றுடன் சேர்ந்து, 'மோணிங் ஸ்ரார்' பத்திரிகையும் நாவலரின் கூட்டங்கள், பிரசங்கங்கள் என்பவற்றை யிட்டுத் தெரிவிக்கையில் அவரின் கூற்றுக்களைத் தவறாக வெளியிட்டது. நாவலர் அப் பத்திரிகைக்கு எழுதிய கடிதத்தில் அச் செய்திகளை ஆக்ரோஷமாகச் சாடியிருந்தார்.

> "நான் வாரந்தோறும் சைவசமயத்தின் பேரில் விற்பன்னிப்பதை உமது தாரகைக்கு எழுதிய ஒருவர், பேசாத சில காரியங்களையும் கட்டிப் புரளி செய்திருக்கின்றார். அப்படி இனிமேலும் என்னுடைய நடையில் தாக்கத் துக்கான புரளிகளைத் தாரகைக்கு எழுதுவார்களென்று அஞ்சவேண்டி இருக்கிறது. இனிமேல் அப்படி வந்தால் அப்படிப்பட்டவர்களை நான் கோட்டிலே துரசிற்பண்ண வேண்டிவரும"[59]

அப்போதிருந்து கிறிஸ்தவ மிஷனரிமாரும், 'மோணிங் ஸ்ராரும்' நாவலரையும் அவரது கிறிஸ்தவ எதிர்ப்புப்' பிரச்சாரத்தையும் குற்றஞ்சாட்டவும், தாக்கவும் செய்தனர். நாவலர் இதற்கெல்லாம் அஞ்சாது, வெளிப்டையாகவும், துணிவாகவும் தனது நிலை சரியென வாதிட்டு, சைவசமயத்தின் மீதான கிறிஸ்தவத் தாக்கு தல்களை எதிர்மறையாக விமரிசித்து, கண்டனஞ்செய்து தன் பிரயத்தனங்களில் தன்னை முழுமையாக ஈடுபடுத்திக் கொண்டார். இந்த வேளை வேதாகமத்தைத் தமிழுக்கு மாற்றும் பெரும்பணியை பேசிவல் நாவலரிடம் கையளித்திருந்தார். இது பூரணப்படுத்தப்பட்டு வெளியிடப்பட்டபோது, அவ் ஆக்கம் ஆறுமுகநாவலரின் தனித்துவமான திறமையினால் கம்பீரமான மொழிநடையில் அமைந்திருப்பதாக பிரித்தானிய வெளிநாட்டு வேதாகமச் சங்கத்தின் மதராஸ் (Madras) கிளை பாராட்டியிருந்தது.[60] இப்பணி, நிச்சயமாக நாவலருக்கு வேதாகமத்தையிட்ட பரந்த ஞானத்தை அளித்திருந்தது. அவர் அதனை, சைவசமயத்தை மேம்படுத்தும் வகையில் கிறிஸ்தவ கோட்பாட்டை விமர்சிப்பதற்குப் பயன்படுத்தினார். ஆயினும், நாவலர் பேசிவலுடனும், வெஸ்லிய மிஷனுடனும் இருந்த காலம் முடிவை நெருங்கியது. மிஷன்பாடசாலையில் அவருக்கிருந்த மதிப்பும், சென்னையில் வேதாகமம் வெளியிடப்பட்டபோது அவருக்குக் கிடைத்த புகழும், அவர் தன் வேலையைவிட்டு விலகுவதற்குத் தடையாக இருக்கவில்லை. இவ்வாறு செய்வ தனால் தனது ஒழுங்கான வருமானத்தை அவர் இழக்க வேண்டியிருந்தது. நாவலர் தனது சுயபெருமையையும், மகிமையையுமிட்டுப் பெரிதும் பொருட்படுத்தாது, தனது சைவசமய ஈடேற்றத் திட்டத்துக்கே தன்னை முற்றுமுழுதாக அர்ப்பணித்தார் என்பதை இச் செயல்மூலம் அறியமுடிகிறது. சைவ வைதீகம் உள்ளடக்கும் ஆகம இலக்கியங்களையும் நாவலர் உன்னிப்பாகக் கற்றார். அதற்காக அவர் சமஸ்கிருதத்தைக் கற்க வேண்டியிருந்தது. எனவே, அவர் இப்போது தமிழுலகில் நவீன சமய உரைகளை ஆற்றுவதற்குப் பயன்பட்ட மூன்று மொழிகளான தமிழ், சமஸ்கிருதம், ஆங்கிலம் என்பவற்றில் திறமை பெற்றதுடன், இம் மூன்று மொழிகளிலுமுள்ள மத இலக்கியங்களைத் தனது திட்டத்திற்காக எடுத்தாள்வதைப்

பின் செய்யவிருந்தார்.[61] இலகுவில் புரிந்து கொள்ளமுடியாத ஆகம இலக்கியங்களையிட்டு எவரையும்விட அதிகமாக அறிந்தவர் நாவலரே என்ற அபிப்பிராயம் உள்ளூர் சைவசமயிகளிடையில் விருத்தியடைந்ததில் வியப்பில்லை.[62] எனவே நாவலர் சைவம், தமிழர், தமிழ்க் கலாசாரம் என்பவற்றின்மீது வைத்திருந்த பக்தியும் அக்கறையும், சைவசமயம், கலாசாரம் என்பவற்றின் எல்லா அம்சங்களையும் பேணிப் பாதுகாக்கும் அவரது இலட்சியத்தில் ஏனையோரை இணையச் செய்தது. அவரது முன்னோடி முயற்சிகளும், சுய அர்ப்பணிப்பும் ஏனையோருக்கு ஒரு சிறந்த முன்மாதிரியாக விளங்கி, தமிழ்ச் சமூகங்களிடையில் சுயவுணர்வு தோன்றுவதற்கான திடமானதும், இலகுவில் அழிக்க முடியாததுமான அத்திவாரத்தை ஒருவித ஐயப்பாடுமின்றி உருவாக்கின. இந்த புத்துயிரளிக்கப்பட்ட இலட்சிய உணர்வும், அடையாள உணர்வும், தமிழருடைய வாழ்வில் ஒரு திருப்பு முனையாக அமைந்தன. அதன் பயனாகக் கிறிஸ்தவ எதிர்ப்பு ரூபத்திலிருந்த செயற்பாடுகள் உண்மையிற் சைவத்தமிழ்ப் பாடசாலைகள், சைவத்தமிழ் இலக்கிய மலர்ச்சி, சைவத்தமிழ்க் கலாசார விழிப்பு என்பன பத்தொன்பதாவது நூற்றாண்டின் அரையிறுதிப் பகுதியில் தோன்றுவதற்குக் காரணமாயின. இக் காலத்தில் நாவலரின் பெரிய திட்டங்கள் நிறைவேறின. செப்டெம்பர் 1848 இல், இளஞ்சந்ததியினருக்கு சைவ-தமிழ் அறிவைக் கற்பிப்பதற்கான சைவப்பிரகாச வித்தியாசாலை எனும் வேத, ஆகமப் பாடசாலை நிறுவப்பட்டதுடன், 1849 இல் அச்சுக்கூடமொன்றும் தாபிக்கப் பட்டது. இவையிரண்டு நிறுவனங்களும் வண்ணார்பண்ணையில் அமைந்தன.[63] ஜுலை 1849 இல் நாவலரும், அவரது மாணவரும் சகமாணவருமாகவிருந்த சதாசிவம்பிள்ளையும், சென்னைக்கு அச்சியந்திரமொன்றை வாங்குவதற்குச் சென்றனர். மானிப்பாயிலிருந்த அமெரிக்கன் மிஷனரியின் அச்சுக்கூடத்தைத் தவிர, இந்த வசதி இங்கு முன்பு இருக்கவில்லை. நாவலர் யாழ்ப்பாணம் திரும்பி அச்சுக்கூடத்தை நிறுவி, அதற்கு வித்தியா அனுபாலன இயந்திர சாலை எனப் பெயரிட்டார். ஆரம்பத்தில், நாவலர் சில வருடங்களாக நிகழ்த்திய பல பிரசங்கங்களையும், நூல்களையும் இவ் அச்சகம் வெளியிட்டது. பின்னர் நாவலர் சைவசமய நூல்களையும், தமிழ் இலக்கியங்களையும் மட்டுமல்லாமல், கிறிஸ்தவ எதிர்ப்புப் பிரசுரங்களையும் வெளியிடுவதற்கும் இந்த அச்சுக்கூடத்தைப் பயன்படுத்தினார்.

சைவத் தமிழ்ப் பாடசாலைகளில் சைவசமயத்தையும் அதன் கோட்பாடுகள், பாரம்பரியங்கள் என்பனவற்றையும் கற்பித்தல், கோவில்களிலும் பொதுமேடை களிலும் பிரசங்கங்களையும் உரைகளையும் ஆற்றுதல், கிறிஸ்தவ மதத்துக்கும் மிஷனரிமாருக்கும் எதிரான சிறு நூல்களையும், துண்டுப்பிரசுரங்களையும் வெளி யிடுதல், என்பவை, சைவசமயத்தையும் அதன் பாரம்பரியங்களையும் பாதுகாப் பதற்கு, நாவலரினாலும் அவரைப் பின்பற்றியவர்களினாலும் பயன்படுத்தப்பட்ட முக்கிய கருவிகளாக இருந்தன. தமிழர் மத்தியிலிருந்து கிறிஸ்தவத்தைக் களைந்தால் சைவம் பாதுகாக்கப்படும் என்பது நாவலரின் கருத்தாக இருந்தது. எனவே கிறிஸ்தவத்தைத் தாக்குவதற்கு நாவலர் இரு பெரும் தந்திரோபாயங்களைக் கையாண்டார். இவற்றில் முதலாவது கிறிஸ்தவ மிஷனரிமாருடன் விவாதங்களில் ஈடுபடுவது, இரண்டாவது மதப் பிரச்சாரங்களை வெளியிடுவது ஆகும். பிரசங்கிப்பது,

உரையாற்றுவது ஆகியவற்றை நாவலர் 1847ல் ஆரம்பித்துப் பல வருடங்களுக்கு அவற்றைத் தொடர்ந்து செய்தார். அவருடைய சகபாடிகளும், மாணவர்களும் அவரை அடியொற்றி மக்களுக்கு சைவசமயக் கோட்பாடுகள் அதன் பாரம்பரியங்கள் என்பவற்றைக் கற்பித்ததுடன், கிறிஸ்தவத் தாக்குதல்களுக்கு எதிராகச் சைவ த்தைப் பாதுகாத்தனர். நாவலரின் இந்த நடவடிக்கைகளுக்கு அவரது இரு சகாக்களான வெங்கடாசல ஐயரும், குமாரகார்த்திகேய ஐயரும் உறுதுணையாக இருந்தனர். இவர்களைப் போன்றே சதாசிவம்பிள்ளையும், தில்லைநாதபிள்ளையும் அமைப்பாளர், இணைப்பாளர் என்ற வகையில் உதவினர். பொதுமக்களும் கணிசமான ஆதரவையும், உற்சாகத்தையும் அளித்தபோதிலும் நாவலர் இவை போதுமெனக் கருதி வாளாதிருக்கவில்லை. அவர் எதிர்காலத்துக்கான திட்டத்தை வகுத்துக் கொண்டிருந்தார் என்பது பின்வரும் கூற்றில் இருந்து தெரிகின்றது:

> "தமிழ்க் கல்வியும், சைவமும் அபிவிருத்தியாவதற்குக் கருவிகள் முக்கிய ஸ்தலந்தோறும் வித்தியாசாலைகள் ஸ்தாபித்தும், சைவப் பிரசாரம் செய்வித் தலுமேயாகும். இவற்றின் பொருட்டு கிரமமாகக் கற்றுவல்ல உபாத்தியாயர் களும், சைவப்பிரசாரகர்களும் வேண்டப்படுவார்கள். ஆதலினாலே நல்லொ ழுக்கம், விவேகம், கல்வியில் விருப்பமும், இடையறா முயற்சியும், ஆரோக்கியமும் உடையவர்களில் பரீட்சிக்கப்பட்ட பிள்ளைகள் பலரைச் சேர்த்து அன்னம் வஸ்திரம் முதலியவை கொடுத்து உயர்வாகிய இலக்கண விளக்கங்களையும், சைவசாஸ்திரங்களையும் கற்பித்தல் வேண்டும்.அவர்களுள் தேர்ச்சியடைந்தவர்களை உபாத்தியாயர் களாகவும், சைவப் பிரசாரராகவும் நியமிக்கலாம்."[64]

சைவத்தையும், தமிழ் மொழியையும் நீண்டகாலத்துக்குப் பாதுகாக்கவும், விருத்தி செய்யவும், இளைய சந்ததியினருக்குக் கல்வி புகட்டப்படல் வேண்டுமென நாவலர் அறைகூவல் விடுத்தார். இருந்தபோதிலும், சில வருடங்களின் பின்னர், தனது இறுதி உரையில், சைவத்தின் எதிர்காலத்தையிட்டு அவரது அச்சத்தை வெளியிடுகின்றார்.

> "நான் உங்களிடத்தில் கைமாறு பெறுதலைச் சிறிதும் எண்ணாது முப்பத்திரண்டு வருடகாலம் உங்களுக்கு சைவசமயத்துண்மைகளைப் போதித்துள்ளேன். எனக்குப் பின் சைவசமயம் குன்றிப்போமென்று பாதிரிமார் சொல்கின்றார்கள். ஆதலால் நான் உயிரோடிருக்கும்போதே ஒரு சைவப்பிரசாரகாரரைத் தேடிக்கொள்ளுங்கள். இன்னும் என்னைப்போல் படித்தவர்களும் சன்மார்க்கருமாய் அநேகர் வருவார்கள். ஆனால் கைமாறு கருதாது சமயத்தைப் போதிக்க என்னைப்போல் ஒருவரும் வரார். இதுவே என்னுடைய கடைசிப் பிரசங்கம்."[65]

ஆயினும், நாவலர் இத்தனை தூரம் அஞ்சியிருக்கத் தேவையில்லை. ஏனெனில் அவரது மதப்பிரச்சாரம் அவரைப் பின்பற்றியோரால் பெரும் உற்சாகத்துடன்

தொடரப்பட்டது. கோப்பாய் சபாபதி நாவலர் (1844-1903) என்பவர் பெரும் ஆதரவாளராக இருந்து நாவலருக்குப் பின்னர் சைவத்தை மேம்படுத்துவதிற் புகழ் பெற்றவரானார். இவரும் தனது மத உரைகளிலும், பிரசங்கங்களிலும் கிறிஸ்தவ மிஷனரிமாரின் மதப்பரப்பலைத் தாக்கியதுடன், கிறிஸ்தவத்தைத் தழுவியவர் களைத் தொடர்ந்து கண்டனஞ் செய்தார். இவர் உணர்வின் அடிப்படையில், மரபுவழிக் கட்டமைப்பின் கொடுமுடியில் சைவத்துக்கு இடந்தந்து, சைவசமயத்தை யிட்டு மக்களுக்கு மேலும் துலாம்பரமாகவும், தெளிவாகவும் விளக்கமளித்தார். பின்வரும் கூற்றில் அவர் இதை விளக்குகின்றார்:

> "இன்னும் இவ்வுலகத்தில் மானுடர் ஒவ்வோர் தொடர்ச்சிபற்றிச் செய்து போற்றும் அபிமானங்கள் சாதியபிமானம், தேசாபிமானம் எனப் பலவகைப்படும். அவற்றுள் சாதியபிமானத்தை நோக்கத் தேசாபிமானம் உயர்ந்தது. தேசாபிமானத்தை நோக்கப் பாஷாபிமானம் உயர்ந்தது. சாதியபிமானம், தேசாபிமானம், பாஷாபிமானங்கள் உயிருக்குப் புறம் பாயுள்ள ஒவ்வோர் பொருள்பற்றி உயிர்களிடத்து விளங்கும் ஞானமாகும். ஆதலில் மனிதர் மற்றைய அபிமானங்களிலும் சமயாபிமானத்தையே அதிக சிரத்தையோடு பெரிதும் போற்றி ஒழுகுதல் வேண்டும்."[66]

மதவுணர்வுக்கு சபாபதி நாவலர் அதியுயர்ந்த இடத்தை அளிப்பதோடு நிற்காமல், ஏனையவற்றினின்றும் அதற்குத் தனியிடம் தருகின்றார். மற்றொரு தளத்திற் பார்க்கையில், ஏனையவற்றிற் காணப்படாத ஒருவகை உள்ளார்ந்த அல்லது சமயம் சார்ந்த முக்கியத்துவம் இதற்குண்டு. இக் காரணத்திற்காக அதை இவர் அதி உயர்ந்ததாகவும், அதி ஏற்புடையதாகவும் கருதுகின்றார். இந்த வகைப்படுத்தலுடன் நாம் உடன்படுகின்றோமா இல்லையா என்பது இங்கு முக்கியமல்ல. அவர் குறிப்பாக இந்த 'உணர்வு' என்ற விஷயத்தை, சாதாரண தமிழரின் அக (மத ரீதியிலானது), புற (உலக ரீதியானது) வாழ்வில் அது வகிக்கும் அதிமுக்கியத்துவத்தை அடையாளங் காட்டுகின்றார் என்பதே இங்கு முக்கியமாகும். இதற்கும் மேல் அவர் தமிழரை இந்த வகையில் சிந்திக்க வெளிப்படையாய் ஊக்கமளித்து, நாம் குறிப்பிடும் தமிழுணர்வைத் தூண்டியிருப்பார் என்பது நிதர்சனமாகும். செந்திநாத ஐயரும் (1848 -1924) இவரைப் போன்றே முனைப்புடன் ஈடுபட்டவராவர். முதலில் நாவலருக்கு உதவும் சிறுபாத்திரத்தை வகித்த இவர், பின்னர் கிறிஸ்தவருக்கு எதிராக மிகவும் முனைப்புடனும், தீவிரமாகவும் சைவத்தை ஆதரித்தார். நாவலரும், சபாபதி நாவலரும் இவருக்கு முன் செய்ததைப்போன்று, இவரும், யாழ்ப்பாணத்தில் மட்டுமன்றித் தமிழ்நாட்டிலும் சைவமேம்பாட்டுக்காக உழைத்தவர். கிறஸ்தவத்துக்கு எதிரான இவரது உரைகள் அளித்த பெரும் தாக்கத்தின் பயனாக இவருக்கு 'கிறிஸ்தவமத கண்டன கோளரி' என்னும் சிறப்புப் பட்டம் வழங்கப்பட்டது. வட்டுக்கோட்டை அம்பலவாண நாவலர், உடுவில் சங்கரசுப்பையர் என்பவர்களும் நாவலரைப் பின்பற்றி சமயப் பிரசங்கம் நிகழ்த்தும் பாரம்பரியத்தைத் தொடர்ந்த போதும், சைவத்தை விரிவாக்கம் செய்வதற்காக அதை வலுப்படுத்துவதிலேயே அதிக கவனஞ் செலுத்தினர்.

புராண உரைகளும், சைவத்துடன் தொடர்புடைய ஏனைய சொற்பொழிவுகளும் இக் காலத்தில் நிகழ்த்தப்பட்டு, அவை, சைவத்தை மேலுமதிக விசுவாசத்துடனும், விளக்கத்துடனும் அனுட்டிக்கப் பொதுமக்களை ஊக்குவிப்பதைக் குறிக்கோளாகக் கொண்டிருந்தன. கிறிஸ்தவ எதிர்ப்புப் பிரசாரம் ஒருபுறமும், புராண இலக்கியங் களைக் கோவில்களில் போதித்தல் மறுபுறமும் மேற்கொள்ளப்பட்டன. இது நாவலரின் எண்ணங்களிலும், இலக்குகளிலும் பொதுமக்களுக்கு இவ்வழியில் அறிவூட்டுவது என்பதாகும். எல்லா நிலையிலுமுள்ள மக்களும் இவற்றில் ஆர்வத்துடனும், முனைப்புடனும் பங்குபற்றினர் என்பதற்குச் சான்றுண்டு.[67] நாவலரது சீடர்களில் ஒருவரான, அவரது மருமகனும், மாணவனுமாகிய பொன்னம்பலபிள்ளை (1830-1902) ஒரு பிரசங்கி என்ற வகையில் நாவலரை உதாரணமாகக் கொண்டவர். இவர் எண்ணற்ற உரைகளை வழங்கினார். அவரின் பேச்சுவன்மைக்காகவும், கவர்ச்சிக்காகவும் மக்கள் பெருந்தொகையில் கூடினர். நாவலரின் பாரம்பரியத்தைப் பின்தொடர்ந்த இன்னுமொருவரான பண்டிதர் கணபதிப்பிள்ளை, பொன்னம்பல பிள்ளையைப் பின்வருமாறு புகழ்கின்றார்.

> "உச்சியில் இருந்து உள்ளங்கால் பரியந்தம், உள்ளங்காலில் இருந்து உச்சிபரியந்தம் பொன்னம்பலபிள்ளையின் உருவமே இலக்கியரசனையால் ஆனது. தனிக் கற்கண்டிற் செய்த பலகாரம் போல இலக்கியரசனை மயமாகவிருந்தார் பொன்னம்பலபிள்ளை."[68]

பொன்னம்பலபிள்ளை சமயச் சொற்பொழிவுகளை மட்டும் ஆற்றவில்லை. அவர், தலைசிறந்த தமிழ் இலக்கியங்களான இராமாயணம், சீவகசிந்தாமணி என்பவற்றைப் பற்றியும் பேசினார். இது மக்களைப் பெருமளவில் கவர்ந்தது.[69] மேலும் பலர் இந்த வழியை முனைப்புடன் தொடர்ந்தனர். கந்தர்மடத்தைச் சேர்ந்த சுவாமிநாத பண்டிதர், மட்டுவிலைச் சேர்ந்த எம். கே. வேற்பிள்ளை, புலோலியைச் சேர்ந்த என். கதிரவேற்பிள்ளை, தில்லைநாத நாவலர், ஊரெழுவைச் சேர்ந்த சிவபாதசுந்தரனார், சரவணமுத்துப்பிள்ளை, வேலணையூர் கந்தப்பிள்ளை ஆகியோர் அவர்களுள் தனியிடம் பெறுபவர்கள்.[70] இவ் அறிஞர்கள் யாவரும் இப் பணியை யாழ்ப்பாணத் தீபகற்பத்தில் மட்டுமன்றி, இலங்கையின் ஏனைய தமிழ்ப் பிரதேசங்களிலும், தென்னிந்தியாவில் தமிழ் நாட்டிலும் தொடர்ந்தனர். இதன்வழி அவர்கள், சைவ சமயத்தையும், தலைசிறந்த தமிழ் இலக்கிய இரசனையையும், குறிப்பிடு மளவுக்கு விரிவாக்கம் செய்தனர். திருகோணமலை முத்துக்குமாரசுவாமி கோவிலிற் சைவசமயத்தைப் பற்றிய ஓர் உரையும், கிறிஸ்தவ எதிர்ப்புச் சொற்பொழிவுகளும் நிகழ்ந்ததாக 1890 பெப்ரவரியில், 'இந்து சாதனம்' என்ற தேசியப்பத்திரிகை செய்தி வெளியிட்டது.[71] 26 மார்ச் 1890, 7 மே 1889 'இந்து சாதன' இதழ்கள், இந்த நிகழ்வுகள் எழுப்பிய விஷயங்களை ஆராய்ந்துள்ளன.[72] மட்டக்களப்பில் மேற்கொண்டு நிகழ்ந்த கலந்துரையாடல்களை 9 அக்டோபர் 1889 'இந்து சாதனம்' வெளியிட்டது.[73] 13 ஆகஸ்ட் 1890 இந்துசாதன இதழ் இவற்றையொத்த செயற்பாடுகள் கொழும்பில் நிகழ்ந்ததாக குறிப்பிடுகின்றது.[74] தமிழ்ப் பத்திரிகை களான 'இந்து சாதனமும்', 'இலங்கை நேசனும்' முறையே 1889 லும், 1877 லும்

முதன்முதலில் வெளியிடப்பட்டனவாகும். இவற்றைப்போன்ற, தமிழர்களின் சமகாலப் பிரச்சனைகள்பற்றிக் குரல் கொடுக்கும் வாய்ப்பை வழங்கும், உள்நாட்டுப் பத்திரிகைகள் இதற்கு முன்னர் இருக்கவில்லை. சைவசமயப் போராட்டம் இவற்றின் காலத்துக்கு முற்பட்டிருந்ததால், அந் நிகழ்வுகளையிட்டுத் தமிழர்களுக்குத் தெரிவிக்கப் பத்திரிகைகள் இல்லாதிருந்திருக்கும்.

இக் காலகட்டத்துக் கிறிஸ்தவ எதிர்ப்பு நடவடிக்கைகளுக்கு வெகுசன ஆதரவு இருந்தது என்பதைக் குறிப்புணர்த்தும் சான்றுகள் பெருமளவு உள்ளன. எல்லாச் சமயச் சொற்பொழிவுகளுக்கும், குழுநிலைக் கலந்துரையாடல்களுக்கும், கிறிஸ்தவ எதிர்ப்புப் பிரச்சார உரைகளுக்கும் செல்வதில் ஆர்வம் காட்டி, தமது சமயத்தையும், கலாசாரத்தையும் பாதுகாக்க வேண்டுமென்ற அழைப்புக்கு மக்கள் பூரண ஆதரவு நல்கினர். பொதுமக்களில் சிலர் தனியாகவும், கூட்டாகவும் கிறிஸ்தவ மிஷனரிமாருடன் மோதல்களில் ஈடுபட்டனர். வெஸ்லியன் மிஷனரிப் பங்களாவில் சைவர்களுக்கும் வெஸ்லியன் மிஷனரிமாருக்கும் இடையிலே நிகழ்ந்த சச்சரவை 'இலங்காபிமானி' இதழ் பின்வருமாறு சொல்கின்றது.

> "கொடுக்குக் கட்டிக்கொண்டு, வீதியில் இரு திக்கிலும் இருந்து வந்த சைவரையும், பிறர் சிலரையும் பிரவேசிக்கவொட்டாமல் தடைபண்ணிக் கொண்டார்கள். தெருவில் நின்ற சைவப் பிரபுக்களில் சிலர் பாதிரிமார்களையும், கிறிஸ்தவர்களையும் வாயிலெழுந்தபடி தூஷித்துக் கேலிபண்ணினார்கள்."[75]

சில வருடங்களின் பின்னர், 1891 'இந்துசாதனம்', சைவ இளைஞருக்கும் வெஸ்லியன் மிஷனரிமாருக்கும் இடையே நடந்த ஒரு வெளிப்படையான மோதலை அறிவித்துள்ளது.[76] இந்த மோதல் சைவத்தமிழரின் கோபத்தைக் கிளறி தமது சைவசமயத்தையும், பாரம்பரியங்களையும் அனுட்டிக்க வேண்டுமென்ற அவர்களின் வேட்கையை அதிகரிக்கவே உதவியது. இந்த தமிழ் மறுமலர்ச்சியின் காரணமாக எழுந்த எதிர்ப்பினால் கிறிஸ்தவர்களின் மதப்பிரசாரம் தோல்வியடைய மேலும் ஒரு தடவை மதமாற்றங்கள் தடைப்பட்டன. நாவலரின் முயற்சி, சிறிய அளவில் யாழ்ப்பாணத்தில் மேற்கொள்ளப்பட்டபோதும், அது விரைந்து ஏனைய தமிழ்ப் பிரதேசங்களுக்குப் பரவி, தமிழ் சுயவுணர்வைப் பலப்படுத்தி, அதனைத் தோற்கடிக்க முடியாது எனத் தோன்றுமளவுக்கு விரிவாக்கம் பெற்றது. நாவலரினாலும் அவரைப் பின்பற்றியவர்களினாலும் சமய மறுப்புக்கள், பிரசுரங்கள், நூல்கள் என்பன அவருடைய அச்சகத்தைப் பயன்படுத்தித் தமிழ் மக்கள் மத்தியில் பரந்த அளவில் விநியோகிக்கப்பட்டதுடன், சைவசமயப் பிரச்சாரங்களும், தலைசிறந்த சைவத் தமிழிலக்கியங்களின் பதிப்புக்களும் வெளியிடப்பட்டன.

1852 இல் நாவலர், நல்லூர் சி. வினாயகமூர்த்திச் செட்டியாருடன் இணைந்து, இருபது வருடங்களுக்கு முன்னர் முத்துக்குமாரக் கவிராயர் ஆக்கிய ஞானக்கும்மியை அச்சிட்டார். இவ் ஆக்கம், கிறிஸ்தவர், மிஷனரிமார் ஆகிய இரு சாராரையுமே கண்டனஞ் செய்ததனால், அவர்கள் மிகவும் கொதிப்படைந்திருந்தனர் என்பதை 'மோணிங் ஸ்ராரில்' ஞானக்கும்மியைத் தாக்கி எழுதியதிலிருந்து தெரிய வருகின்றது.

நாவலர், இதற்கு மறுப்பாக, 'வச்சிர தந்தம்' எனும் நூலை எழுதி அதனை வினாயகமூர்த்திச் செட்டியாரின் பெயரில்[77] வெளியிட்டதுடன், அதேபோன்று, 1853 இல் நக்கீரரின் திருமுருகாற்றுப் படையையும் வெளியிட்டார். இது முருகன்மேல் பாடப்பெற்ற பக்திச் செய்யுளாக, முருகக் கடவுள் பற்றிய தத்துவக் கருத்தாக்கங்களை நக்கீரர் விபரித்திருந்தார். ஆனால் கிறிஸ்தவர்களோ இதை வெறும் பொய்யெனக் கண்டனஞ்செய்து, மக்கள் அதனைப் பின்பற்றக்கூடாதெனக் கூறினர். நாவலர் அவர்களது கூற்றை இழிவுபடுத்துவதாகக் கருதி முருகனின் 'உண்மை' யான தத்துவக் கருத்தாக்கத்தை விளக்கிச் 'சுப்பிரபோதம' எனும் ஆக்கத்தை வெளியிட்டார்.[78]

நாவலர் 1854 இல் 'சைவப்பிரகாச சமாஜியர்' என்ற பெயரில் வெளியிட்ட சைவதூஷணப் பரிகாரம் மிஷனிரிமாருக்கு எதிரான மிகச் சிறந்த ஆயுதமாக விளங்கியது.[79] பத்தொன்பதாவது நூற்றண்டில் இது இரண்டு தடவை மீள்பதிப்புச் செய்யப்பட்டு மிகவும் பரந்த அளவிலான தமிழர்களால் பயன்படுத்தப்பட்டது.[80] வேதாகமத்தில் காணப்படும் சடங்காசாரங்களைச் சைவ ஆகமங்கள் விதிக்கும் சடங்காசாரங்களுடன் ஒப்பிட்டு நாவலர் ஆராய்ந்த விஷயங்களையே இது பெரும் பாகமாகக் கொண்டிருந்தது. ஆனால், மக்களை மதம் மாற்றுவதற்கான தங்களது முயற்சிகளில் கிறிஸ்தவ மிஷனரிமார் கடைப்பிடித்த வழிமுறைகளையிட்டு நாவலர் அதிகமாகச் சினமுற்றார். இந்த வெளியீட்டில் அவர்களது உபாயங்களை அவர் ஆக்ரோஷமாகத் தாக்குகின்றார்:

> "அந்தப் புன்மதத்தை இங்குள்ளவர்கள் அங்கீகரியாமை கண்டு சீவியத்திற்கு பெரும்பாலும் தேவையான இங்கிலிசுப் பாஷையை சூழ்ச்சியாக மேற்கொண்டும், பொருள் கொடுத்தும் சமய புத்தியில்லாத ஏழைகளை தம் வசப்படுத்துகின்றார்கள். மேலும் பணச் செருக்கினாலும் மதிமயக்கத்தினாலும் சற்றும் கூசாமல் சிவன் கடவுள் இல்லையென்றும் சைவசமயம் துன்மார்க்கம் என்றும் சைவர்கள் அஞ்ஞானிகள் என்றும், பிசாசின் அடிமைகள் என்றும், பெரும் தூஷணங்களைப் போதித்து, அச்சிற் பதிப்பித்துப் பரப்பி, சைவசமயத்தின் பெருமை விளங்காத பேதைகளை மயக்கிக் கெடுக்கிறார்கள்."[81]

இதற்குப் பதிலாக, தமிழ் புரட்டஸ்தாந்தவரான கரோல் விஸ்வநாதபிள்ளை, நாவலரின் வெளியீட்டுக்குப் பதிலாக 'சுப்பிரதீபம்' எனும் தலைப்பைக் கொண்ட பதிலை எழுதினார்.[82] இந்த மறுப்பு, பிறரை நம்பவைத்திருக்கக்கூடும். ஆனால் காலப்போக்கில் அது தன்னை ஆக்கியவரையே நம்பவைக்க முடியவில்லை என்பது, ஆக்கியோனே பின்னர் சைவத்தைத் தழுவியதனால் புலனாகின்றது.[83] நாவலர் கிறிஸ்தவ எதிர்ப்பையும், வைசமயக் கோட்பாட்டினையுமிட்டுக் கொண்டிருந்த வைரித்த கொள்கையைப் பின்வரும் அவரது கூற்று விளக்குகின்றது:

> "சிவனைத் தூஷிக்கும் மிஷனரிமாரை எதிர்ப்பதும், தூய்மையற்ற கிறிஸ்தவக் கோட்பாட்டை மறுப்பதும், மெய்மதமாகிய சைவத்தை நிலை நிறுத்தப் பாடுபடுவதும் எமது கடனாகும்."[84]

நாவலர் தொடர்ந்து மறுப்புக்கள், சிறுபிரசுரங்கள் ஆகியவற்றை வெளியிட்டு கிறிஸ்தவத்தைத் தாக்கி, அதன்வழி மதமாற்ற நடவடிக்கைகளையும், சைவ சமயத்துக்கு எதிரான கண்டனத்தையும் நிறுத்த முயன்றார். தமிழ் மக்களை மீண்டும் சைவ ஆகமங்களைக் கடைப்பிடிக்கச் செய்வதற்காகவும், சைவசமயத்தின் போதனைகளுக்கு இணங்க அவர்களைக் கட்டுப்பாட்டுடன் வாழும்படி வேண்டும் முயற்சிகளிலும் அவர் தொடர்ந்து ஈடுபட்டார். தனியொருவர் சீர்திருந்துவதற்கு ஏழு படிகளைக் கொண்டதொரு மார்க்கத்தை நாவலர் முன்வைத்தார். முதலாவதாக, அவர்கள் இந்த சத்திய விரதத்துக்குத் தடையான யாவற்றையும் அகற்றும்படி ஒவ்வொரு நாளும் சிவனைப் பக்தியுடன் பிரார்த்திக்க வேண்டும். இரண்டாவதாக இந்த முயற்சியில் ஈடுபடுவதனால் ஏற்படும் செலவுக்கு அவர்கள் பரஸ்பரம் தாராளமாக உதவவேண்டும். மூன்றாவதாக, அவர்கள் தான் வெளியிடும் நூல்களைப் பணங்கொடுத்து வாங்கி அவற்றை மீண்டும் மீண்டும் கவனமாகப் படிக்க வேண்டும். நான்காவதாக, அவர்கள் தாம் படித்தவற்றைப் பிறருக்குத் தெளிவாக விளக்கி அதன்வழி அவர்களைக் கிறிஸ்தவம் எனும் குழியில் விழாது பாதுகாக்க வேண்டும். ஐந்தாவதாக, எப்போதெல்லாம் மிஷனரிமாரும் அவர்களுடைய உபதேசிகளும் சிவனைத் தூற்றிக் கிறிஸ்தவக் கோட்பாட்டைப் பிரசங்கிக்கின்றனரோ, அப்போது அவர்களைத் திருப்திப்படுத்த எண்ணாது அவர்களுக்கு எதிராக நின்று, சிவன்மேல் குவிக்கும் தூற்றலை மறுத்து, அவர்களின் வாய்களை மூடச்செய்ய வேண்டும். ஆறாவதாக, அவர்களது பிள்ளைகளைப் பிறசமயத்தினரின் பிள்ளைகளுடன் சேரவிடாது, அவர்கஸளுக்கு உரிய வயதில் முறையாகத் தீட்சை பெறவைத்து, சைவநெறியை அவர்களுக்குக் கற்பித்தல் வேண்டும். ஏழாவதாக, சிறந்த அறிவுடன் குரு,லிங்க, சாதுக்கள் சங்கமம் என்பவற்றுக்கான பக்தியுடையவர்களைச் சைவசமய பிரசாரகர்களாகத் தெரிவுசெய்து, கோவில்களிலும், ஆசிரமங்களிலும், கிராமங்களின் ஏனைய இடங்களிலும் வாராந்தரப் போதனைகளை மேற்கொள்ளும்படி கேட்க வேண்டும். இந்த வகையில், தமிழ்ப் பிரதேசமெங்கும் சைவ ஒளியைப் பிரகாசிக்கச் செய்து, ஏனைய மதங்களின் இருளை அகற்றி, வெகுசனங்களை இரட்சிக்க வேண்டும் என அவர் இறுதியில் கூறினார்.

கிறிஸ்தவத்தையும், அதன் வெறுக்கத்தக்க மதமாற்று இலட்சியத்தையும் மிக வலுவாகவும், மிகக் கடுமையாகவும் சாடும் நாவலரின் இத்தகைய பல ஆக்கங்களுள் ஒரு சிறந்த உதாரணமாக, அவருடைய 'யாழ்ப்பாண சமய நிலை' எனும் நூல் உள்ளது.[85] இருப்பினும் அவர் சைவக்கோவில் நடவடிக்கைகளையும் கண்டிக்கத் தவறவில்லை. கோவில்களின் சைவப் பூசகர்களின் தவறான நடத்தை, ஊழல், மிருகபலி, மக்களின் கிறிஸ்தவத்தைத் தழுவும் விருப்பு என்பன போன்ற பலவற்றைச் சாடி, கோவில் நடவடிக்கைகளைச் சீரமைக்கவும், உயர்ந்தவும் முயன்றார். கிறிஸ்தவ கண்டனத்துக்கு இவை மேலும் ஆளாகின்ற பலவீன நிலையைப் போக்க முயன்றார்.

நாவலருடைய குறிக்கோள்களில் பங்கேற்ற ஏனைய முக்கிய சைவசமய மறுமலர்ச்சியாளர்களும் அவரது காலத்தில் இருந்தனர். சங்கர பண்டிதர், செந்திநாத ஐயர், குமாரசுவாமிப் புலவர் ஆகியோர் கிறிஸ்தவ எதிர்ப்பு முன்னணியில் இருந்தனர். நாவலரின் ஆரம்பப் பிரச்சார வேலைகளில் நெருங்கிப் பணியாற்றிய சங்கர பண்டிதர்,

பின் நாவலர் தனது இலட்சிய பணிகளாகிய இலக்கிய முயற்சிகள், சைவப் பாடசாலைகளை அமைத்தல் என்பனவற்றுடன், தென்னிந்தியாவில் தமிழ் நாட்டுக்குப் பயணம் செய்தல், இந்தியாவில் வேறு முயற்சிகளில் ஈடுபடுதல் ஆகியவற்றில் மும்முரமாக இருந்தபோது, இவர் தம்மை முழுமையாக இயக்கத்துக்கு அர்ப்பணித்துக் கொண்டார். 1864 தொடக்கம் 1870 வரையிலான ஆறு வருடங்கள் நாவலர் இந்தியாவில் வசித்தபோது, சங்கர பண்டிதர் 1864 இல், பரமத கண்டன சுயமத தாபன சங்கம் என்ற அமைப்பை உருவாக்குவதில் தலையாய பங்கை ஆற்றினார்.[86] பல சைவசமய மறுமலர்ச்சியாளரும், சைவத்தமிழ் மக்களும் இந்தச் சங்கத்தில் பங்குகொண்டு, சங்கர பண்டிதரின் கிறிஸ்தவ எதிர்ப்புக்கு ஆதர வளித்தனர். ‘இலங்காபிமானி’ என்ற தமிழ்ப் பத்திரிகை இச் சங்கத்தின் நோக் கங்களைச் சுருக்கமாக வெளியிட்டது.[87]

நாவலர் இந்தியாவில் இருக்கையில், கிறிஸ்தவ மிஷனரிமாரையும், அவர்களது மதமாற்று நடவடிக்கைளையும் எதிர்ப்பதையும், இலங்கைத் தமிழர் மத்தியில் சைவசமயத்தை மேம்படுத்தும் பணியையும் சங்கம் ஏற்றுக்கொண்டது. சங்கத்தின் செயற்பாடுகளை ‘இலங்காபிமானி’ பத்திரிகை தொடர்ந்து வெளியிட்டது. கிறிஸ்தவ மிஷனரிமாருக்கும், சைவமத மறுமலர்ச்சியாளருக்கும் இடையிலான மோதல்கள் இக்காலத்தில் மேலும் தீவிரமடைந்தன என்பதைக் குறிக்கின்ற சான்றுகள் உண்டு. நாவலரைப் போன்றே சங்கர பண்டிதரும் கிறிஸ்தவத்துக்கு எதிரான மறுப்புப் பிரசுரங்கள், துண்டுப் பிரசுரங்கள் என்பவற்றை வெளியிட்டும், பத்திரிகைக் கட்டுரைகள், புத்தகங்கள் என்பவற்றை எழுதியும் வந்தார். ‘கிறிஸ்துமதக் கண்டனம்’, ‘மிலேச்சமத விகர்ப்பமும் சற்பிரசங்கமும்’ போன்ற வெளியீடுகள் இவற்றிற்கு உதாரணமாகும். செந்திநாத ஐயரும் கிறிஸ்தவ மிஷனரிமாருக்கு எதிர்ப்பைத் தெரிவித்து பல துண்டுப் பிரசுரங்களை வெளியிட்டு, பெரும் பங்காற்றினார்.[88] ஒரு கத்தோலிக்கப் பாதிரியாருக்கும் அவரது மாணவனுக்கும் எதிரான இவரது கிறிஸ்தவ எதிர்ப்பு நடவடிக்கைகள் ‘இலங்கை நேசன்’ பத்திரிகையில் வெளியாகியுள்ளன.[89] இன்னுமோர் மறுமலர்ச்சியாளராக 1878லிருந்து குமாரசுவாமிப் புலவர் (1854-1922) ஏறத்தாழப் பத்து வருடகாலம் கிறிஸ்தவ மிஷனரிமாரை எதிர்த்து எழுதி வந்தார். இதன்பொருட்டு இவர் பல கட்டுரைகளை ‘இலங்கைநேசன்’, ‘உதயபானு’ ஆகிய தமிழ்ப் பத்திரிகைகளில் எழுதியுள்ளார். பத்தொன்பதாவது நூற்றாண்டின் இறுதியில் மதம்மாற்றுவதற்கான முனைப்பு மங்கிச் சைவசமயம் மலர்ச்சி பெற ஆரம்பிக்கையில் இவரது செயற்பாடுகளும் குறைந்தன.

கிழக்கிலங்கையில், குறிப்பாகத் திருகோணமலையில், இந்துசமய மறுமலர்ச்சியாளர்கள், 1890 ஜனவரியில் ‘சைவப்பிரகாச சமாஜம்’ என்ற சங்கத்தை உருவாக்கினர். இது யாழ்ப்பாணத்தில், 1864 இல் உருவாக்கப்பட்ட ‘பரமத கண்டன சுயமத தாபன சங்கத்தை’ ஒத்ததாகவிருந்தது. பல ஆசிரியர்கள், நீதிபதிகள், வைத்தியர்கள் என்பவர்களுடன் ஏனைய முக்கியமானவர்களும், பொதுமக்களும் இச் சங்கத்தில் முனைப்புடன் பங்காற்றினர்.[90] இதனது முன்னோடியைப் போன்றே கிறிஸ்தவ மிஷனரிமாரிடமிருந்து சைவசமயத்தைப் பாதுகாப்பதே இச் சங்கத்தின் முக்கிய இலக்காக இருந்தது. யாழ்ப்பாணத்துச் சங்கத்தைப் போன்றே இதுவும் பல்வேறு கிறிஸ்தவ எதிர்ப்பு மறுப்புக்கள், எதிர்மறை விமரிசனக் கட்டுரைகள்

என்பவற்றை வெளியிட்டது. இவற்றில் ஒன்று 'சைவப்பிரகாச சமாஜ வேதம்' ஆகும். இதிலே, சைவத்தை மேம்படுத்துவதற்குச் சகல வழிகளிலும் ஆதரவு தரவேண்டுமென மக்களிடம் விண்ணப்பிக்கப்பட்டிருந்தது.[91] பத்தொன்பதாம் நூற்றாண்டின் நடுப்பகுதியில் நாவலரால் ஆரம்பித்து வைக்கப்பட்ட சைவ ஆதரவும், கிறிஸ்தவ எதிர்ப்பும் கொண்ட இயக்கம், இவ்வாறு பல படிநிலைகளைக் கடந்து, ஈற்றில் அதன் பெருவளர்ச்சியானது கிறிஸ்தவ மிஷனரிமாரின் மதம்பரப்பும் நடவடிக்கைளின் தீவிரத்தைச் முழுமையாகவே செயலிழக்கச் செய்துவிட்டது. கிறிஸ்தவ மிஷனரிமாருக்கு இந்நிலை மிகவும் அதிருப்தியை அளித்திருந்தது. ஆனால் இது அவர்கள் எதிர்பார்த்திராத ஒன்று அல்ல என்பது 1849 ம் ஆண்டு அமெரிக்கன் மிஷன் அறிக்கை மூலம் தெரியவருகின்றது.

> "சுவிசேஷப் பிரசங்கம் அவர்களால் அதிகம் வரவேற்கப்படாதிருந்தது. ஏனெனில் அதை அவர்கள் சந்திக்கும் ஒவ்வொரு வேளையிலும் அதன் வசனமொன்று அவர்களைக் கண்டனஞ் செய்கின்றது. ஆயினும் இந்த உணர்வு, மிஷனரிமாரின் முயற்சிகளுக்குக் காட்டப்படும் முனைப்புமிகு எதிர்ப்பாகப் பல சமயங்களில் வெளிப்படவில்லை. ஆயினும் ஒரு கிறிஸ்தவ மதமாற்றம் நிகழ்கையில், சம்பந்தப்பட்டவரின் நண்பர்கள், சிலசமயம் தீவிர வெறுப்புக் கொள்வது இதற்கு விதிவிலக்காக உள்ளது."[92]

1897 அளவில் அமெரிக்கன் மிஷன் இவ்வாறு தன் அறிக்கையில் கூறுகின்றது:

> "சைவசமயம் கிறிஸ்தவ மண்ணில் வளர்ந்து இன்று கிறிஸ்தவத்தின் வழியில் ஒரு திடமான, வெளிப்புறப் பகையாக எழுந்து நிற்கின்றது. அதன் தலைவர்கள், மிஷன் நிறுவனங்களிற் கல்வி பெற்றவராய், இப்போது மிஷனுடைய அதே வழிகளை அடியொற்றித் தங்களது கல்லூரிகளை நிறுவிக் கிராமப் பாடசாலைகளை ஆரம்பித்து, கிராமங்களுள் பிரசங்கிகளை அனுப்பி மக்களைக் கூட்டிப் பிரசுரங்களை விநியோகித்து, ஏனைய எழுத்தாக்கங்களை விதைத்து வருகின்றனர். கிறிஸ்தவ ஆலயங்களில் ஆதரவாளர் தமது பணிக்கு அபாயம் ஏற்படுவதைக் கண்ணுற்றதால், பகைமை மேலும் அதிகமாகவுள்ளது."[93]

இவ் அறிக்கைகளில் முதலாவதைப் பார்க்கையில், நாவலர் தன் திட்டத்தை ஆரம்பித்த வேளையிலுங்கூட, கிறிஸ்தவ எதிர்ப்பு உணர்வுகளும், எதிர்ப்பும் எழுச்சிபெற்று, ஓரளவுக்கு அவை கிறிஸ்தவ மதமாற்று முயற்சிகளுக்குத் தடையாய் இருந்ததெனத் தெரியவருகின்றது. ஆனால் இரண்டாவது அறிக்கை யின்படி கிறிஸ்தவ மிஷனரி முயற்சிக்கான எதிர்ப்பு, எந்த இலட்சியத்துக்காக இலங்கையில் கிறிஸ்தவ மிஷன் தாபிக்கப்பட்டதோ, அதையே தோல்வியின் எல்லைக்குத் தள்ளும் அளவுக்கு தீவிரமடைந்திருந்தது எனத் தெளிவாகக் காட்டுகிறது. ஓரளவு இந்த நிலைமை, மாணவனே தன் ஆசிரியனை மறுதலித்தது போன்றாகும். எந்த மாணவரை அவர்கள் கொண்டாடினரோ அவரே அவர்களைத் தாக்குவதுபோல், தனக்கு அவர்கள்

கற்பித்த அறிவையும், திறன்களையும் பிரயோகித்து, தனதும் தமிழ்மக்களினதும் அடையாளத்தையும், இலட்சியத்தையும் நாவலர் உறுதிப்படுத்தியிருந்தார்.

சைவசமய விழிப்புணர்வானது ஆரம்பத்தில் யாழ்ப்பாணத் தீபகற்பத்திலே, கல்விகற்ற உயர்மட்டத்தினர் சிலரின் ஊக்கத்தால் உருவானது என்பதை நாம் இப்போது உணர்வது முக்கியமாகும். இந்த விழிப்புணர்வு பின்னர் விரிவாக்கம்பெற்று, தீபகற்பமெங்கும் பொதுமக்கள், சமயச் செயற்பாடுகளில் பங்குபற்ற ஆரம்பித்தனர். ஈற்றில் இது பத்தொன்பதாவது நூற்றாண்டின் பிற்பகுதியில், தீபகற்பத்தில் முனைப்பாகச் செயற்பட்ட பிரசங்கிகள், ஆசிரியர்கள், முக்கியமான சைவ அறிஞர்கள் என்பவர்களைக் கிழக்குமாகாண உயர்மட்டத்தினர் அதே நோக்கத்திற்காக அழைத்தபோது, கிழக்கு மாகாணத்திற்கும் விரிவடைந்தது. அத்துடன் முன்னர் குறிப்பிட்ட வெளியீடுகள், செய்திப் பத்திரிகைகள் தீபகற்பத்தில் மாத்திரமன்றி, ஏனைய தமிழ்ப் பிரதேசங்களிலும் வினியோகிக்கப்பட்டன. 'மோணிங் ஸ்ரார்', 'உதய தாரகை', 'ஹிந்து ஓகன்', 'இந்து சாதனம்', 'இலங்கை நேசன' ஆகிய இக்காலப் பத்திரிகைகளில், சைவமத மறுமலர்ச்சியாளரினதும், அவர்களின் ஆதரவாளர் களினதும் நடவடிக்கைகள் சம்பந்தமான செய்திகள் தொடர்ச்சியாக வெளிவந்தன. பத்தொன்பதாவது நூற்றாண்டின் இறுதியில் வடக்கு கிழக்குச் சமூகங்கள் சமய யாத்திரைகளிலும், திருவிழாக்களிலும் முனைப்புடன் பங்குபற்றின என்பதை இச் செய்திகள் காட்டுகின்றன. இலங்கையின் வடக்கு, கிழக்கிலுள்ள மக்கள் சைவசமயம் என்ற பதாகையின்கீழ் ஒரே சமூகமாக ஒன்றிணைந்தனர் என்பதே இங்கு முக்கியமாகும். உயர்மட்ட சைவர்களும், பொதுவாக தமிழ் மக்களும் மிஷனரிமாரின் கல்வித் திட்டங்களினால் பாரிய பயன்பெற்ற போதும், தம்மை மதம் மாற்றுவதற்கான கிறிஸ்தவ முயற்சிகளை அவர்கள் ஆதரிக்கவில்லை. மதரீதியான வம்சாவழிச் செல்வமும், வளமான கலாசார வாழ்க்கையும் அழியும் நிலைக்கு ஆளாவதைக் கண்டுணர்ந்த சைவசமய மறுமலர்ச்சியாளர்கள், தமது பேரன்புக்குரிய சமயம் அழிந்து போகாதிருப்பதற்கு அதை மீளமைக்கவும், பாதுகாக்கவும் உந்தப்பட்டனர். இச் சந்தர்ப்பத்திலேதான் கிறிஸ்தவ எதிர்ப்பியக்கம் தோன்றி, விருத்தியடைந்து, சைவத்தமிழர் விழிப்புணர்வுபெற ஆதாரமான பங்களிப்பைச் செய்து, தமிழர் என்றால் அதன் அர்த்தம் இதுதான் என்ற அபிமானம் அவர்களுக்கு ஏற்படக் காரணமாயின. இவை யாவுமே ஈற்றில், தமிழ்த் தேசியவாதம் தோன்றுவதற்குக் காரணமாயின என்பதில் ஓர் ஐயமுமில்லை.

மதுவிலக்கு இயக்கங்கள்

பத்தொன்பதாவது நூற்றாண்டின் இறுதிப் பகுதியில், மதுவிலக்கு இயக்கங்கள் இந்து-சைவமத மறுமலர்ச்சியின் இன்றியமையாத அங்கமாக இருந்தன. இருந்தபோதிலும் சைவத்தமிழரின் மதுவிலக்கு நடவடிக்கை ஒருபோதும் அரசியலுடன் நெருங்கிய சம்பந்தம் உள்ளதாக இருக்கவில்லை. ஆயினும் மதுவிலக்குப் போராட்டக்காரர் அரசாங்கத்தைக் கண்டித்து விமரிசித்த நிகழ்வுகளும் இருந்தன. மதுபோதையின் தீமைகளுடன் அரசாங்கத்தைச் சம்பந்தப்படுத்தியது இவற்றிற்கு உதாரணமாகும். இருந்தபோதிலும், அன்னிய தீய பழக்கங்களுக்கும், கிறிஸ்தவ விழுமியங்களுக்கும் எதிரான இந்தக் கண்டனங்கள் 'கிறிஸ்தவ

அரசாங்கத்தை' யிட்டுச் சாதுரியமான வகையில் மேற்கொள்ளப்பட்ட, தீவிரம் தவிர்க்கப்பட்ட விமரிசனங்களாகவே இருந்தன. மீட்டுப் பார்க்கையில், சமய மறுமலர்ச்சியும் அதன் கூட்டு இயக்கமான மதுவிலக்கு இயக்கமும், ஆசியாவின் எல்லாப் பாகங்களிலும் தேசியப் பெருமைகளை மீளக்கொண்டு வருவதில் இன்றியமையாததொரு அங்கமாக இருந்ததைக் காணமுடிகிறது. இலங்கைத் தமிழச் சமூகங்களில் நிகழ்ந்த இந்த நடவடிக்கைகளை ஆராய்வதற்கு இதுவரையில் எந்த அறிஞருமே முயற்சி மேற்கொள்ளாதிருப்பது ஆச்சரியமாக உள்ளது. இதற்கு மாறாகத் தமிழர் மத்தியில் மதுவிலக்கு இயக்கமே இருக்கவில்லை என்பதுபோல் அறிஞர்கள் குறிப்புணர்த்தியுள்ளனர். உதாரணமாக டி. சில்வாவின் கூற்று வருமாறு:

> "இருபதாம் நூற்றாண்டின் முதலாவது தசாப்தத்தில் மதுவிலக்குப் போராட்டம் மிகப் பெரிய அளவில் பரவியிருந்தது. இது விசேடமாக, மேற்கு, தெற்கு மாகாணங்களின் சிங்களப் பிரதேசங்களில் நிகழ்ந்தது."[94]

டி. சில்வாவின் கூற்று தவறானதாக, அல்லது அதிகபட்சம் அசிரத்தையான கூற்றாகத் தோற்றுகின்றது. ஏனெனில் பத்தொன்பதாவது நூற்றாண்டின் நடுப்பகுதியில் இலங்கையின் வடக்கு, கிழக்கில் மதுவிலக்கு இயக்கம் இருந்திருக்கிறது. இருந்தபோதிலும் சிங்கள மதுவிலக்கு இயக்கம், தமிழ் மதுவிலக்கு இயக்கத்திற்கு முன்னர் நிகழ்ந்ததாகவே கருதப்படுகின்றது. 1850 மோணிங் ஸ்ராரின் பின்வரும் செய்தி இதையே குறிக்கின்றது:

> "கொழும்பில் ஒரு மதுவிலக்கு இயக்கம் அமைக்கப்பட்டதெனக் கேள்வி யுற்றோம். அதைப் போன்றதொரு சங்கம் கண்டியிலும் உருவாக்கப்பட்டு, பலர் ஆவணங்களிற் கையொப்பம் இட்டுள்ளனர். இதைப்போன்ற நற் காரியத்தைச் செய்வதற்குத் திறன்படைத்த மக்கள் எவராவது யாழ்ப் பாணத்தில் இல்லையா?."[95]

இருந்தபோதிலும், 1850 இல் இந்த செய்தி வெளியிடப்பட்டபோது, யாழ்ப்பாணத்தில் மாணவர் மட்டத்தில் ஏற்கெனவே ஒரு மதுவிலக்குச் சங்கம் உருவாகியிருந்தது.

> "ஒரு இளைஞன் தன் தாயினால் விடுமுறைக் கல்வி நிலையத்துக்கு அனுப்பப்பட்டபோது, அங்குள்ள மாணவர்கள் ஏற்கெனவே உருவாக்கி யிருந்த மதுபான விலக்குச் சங்கத்தில், அவனும் இணைந்துகொண்டான். இந்த நிகழ்வு அவனுடைய தந்தையை அதைப் போன்றதொரு சங்கத்தை அமைக்கத் தூண்டியது."[96]

1850லிருந்து பல மதுவிலக்குச் சங்கங்கள் யாழ்ப்பாணத் தீபகற்பமெங்கணும் உருவாக்கப்பட்டன. இவை மானிப்பாய், தெல்லிப்பளை, சாவகச்சேரி, ஊர்கா வற்றுறை என்ற இடங்களில் அமைக்கப்பட்தாக டிசம்பர் 1851 மோணிங் ஸ்ரார், அறிவித்துள்ளது.[97] மதுவிலக்குச் சங்கங்கள் அச்சுவேலி,[98] கரவெட்டி,[99] உடுவில்,[100]

ஆகிய இடங்களிலும் உருவாக்கப்பட்டன. 'மதுவிலக்கு சங்கங்கள் எமது ஒவ்வொரு நிலையத்திலும், சில வெளியூர் நிலையங்களிலும் நிறுவப்பட்டன' என 1845-1854 அமெரிக்க மிஷன் அறிக்கை கூறுகின்றது.[101] தமிழ்ச் சமூகத்திலுள்ள பலர், தமது சக பிரசைகளின் குடிப்பழக்கத்தையும், மதுபான வியாபாரத்தையும், அரசாங்கத்தின் சாராயக் 'குத்தகைக்கு விடும் முறைமை' யையும் எதிர்த்தனர். வண. டி. புவர் இவ்வாறு கருத்துத் தெரிவித்தார்:

"அரசாங்கத்தின் கள்ளுக் குத்தகை முறைமை, எல்லா இடங்களிலும் செயற்படுவதை அவதானிக்கும்போது, அது சமூகத்தில் பெருமளவிலான மக்களுக்கு மதுப்பழக்கத்தை ஆரம்பித்து வைப்பதற்கு சிறந்தவொரு முறையாகக் கருதப்படலாம்."[102]

எல்லா மதுக்கடைகளுக்கும் அரசாங்க அனுமதிப் பத்திரம் அவசியமாக இருந்தது. இந்த முறைமை மூலம், அரசாங்கத்துக்குரிய வரிகள் கிடைக்கப்பெற்று அரசவருமானம் பெறுவதற்குரிய பெறுமதிமிக்க வழியாக அவை இருப்பதை உறுதி செய்தது. அரசாங்கம் உள்ளூர் மது உற்பத்தியைத் தனது தனியுரிமை ஆக்கி, வாடிக்கையாளருக்கு மலிவு விலையில் மதுபானத்தை விற்று, மது இறக்குமதியை மறைமுகமாகக் குறைத்து, இதனால் மேலும் அதிக வருமானத்தைப் பெற்றது. இதன் காரணமாக சராசரி அல்லது குறைவான வருமானமுள்ள எந்தவொரு உழைப்பாளியும் தனக்கு மிகவும் கட்டுப்படியான விலையில் மதுவை வாங்கக் கூடியதாகவிருந்தது. இதன் விளைவாக, எல்லா இடங்களிலும், தமிழ்ச் சமூகத்தின் எல்லா மட்டங்களிலும் அளவுக்கு மிஞ்சி மது அருந்துதல் இயல்பாகவே அதிகரித்தது.

கீழ்மட்ட, நடுத்தர உழைப்பாளிகள் உள்ளூர் மலிவு உற்பத்திப் பொருட்களை வாங்க, சிவில் அதிகாரிகள் உட்பட, உயர் வருமானம் பெறுவோர், அரசாங்கத்திடமிருந்து இறக்குமதி செய்யப்பட்ட மதுவை வாங்குவதற்குப் போதிய வருமானம் உடையவர்களாய் இருந்தனர். மோணிங் ஸ்ராரின்படி, வடக்கிலிருந்த பல அரசாங்க அதிகாரிகள், பிரபுக்கள், செல்வந்தர்கள் ஆகியோர் மதுப்பழக்கத்தின் காரணமாகப் பல்வேறு குற்றச் செயல்களில் ஈடுபட்டனர் எனத் தெரிகின்றது.[103] பத்தொன்பதாவது நூற்றாண்டின் இறுதிப் பகுதியில் மதுபான விற்பனை எந்த அளவுக்கு அதிகரித்தது என்பதைப் புள்ளிவிபரங்கள் புலப்படுத்துகின்றன.

ஜூலை 1866லிருந்து ஜூலை 1867 வரை மதுவிற்பனையாற் கிடைத்த மொத்தப் பெறுமதி 2950 ஸ்ரேலிங் பவுண்களாக இருந்தது.[104] இது 1871 இல் ஏறத்தாழ இரட்டிப்பாகி 6750 ஸ்ரேலிங் பவுண்களாக உயர்ந்தது.[105] 1895 இல் வடமாகாணத்தில் சாராயம், கள்ளு என்பவற்றால் அரசாங்கத்துக்குக் கிடைத்த வருமானம் 13,448 ஆகவிருந்து[106] 1896 இல் இத்தொகை 20,000 ஆக அதிகரித்தது.[107] இந்தப் புள்ளிவிபரங்கள் மதுபானத்தின் உள்ளூர் நுகர்வு பிரமிக்கத் தக்கவகையில் அதிகரித்தது என்பதை விளக்குகின்றது. இதற்குப் பதிற்செயலாக மதுவிலக்கு இயக்கம் தமிழர் மத்தியில் மிக முனைப்பாகக் காணப்பட்டது. சைவத்தமிழர், கிறிஸ்தவ மிஷனரிமார் இரு சாராருமே இம் முயற்சியில் ஈடுபட்டனர். ஆயினும்

மதுப்பழக்கம் மேற்கத்தியராலேயே ஊக்குவிக்கப்பட்டதென சைவத்தமிழர் குற்றஞ் சாட்டினர்.

> "நாம் ஐரோப்பியரிடமிருந்து இத் தீயபழக்கத்தைக் கற்றுக் கொண்டோம். எமது தமிழர் அவர்களது உடை, வாழ்க்கைமுறை என்பவற்றைப் பின்பற்றி அசைவ உணவு உண்ணவும், மது அருந்தவும் பழகிக்கொண்டனர். மேற்கத்திய வழிகளைப் பின்பற்றியோர், அதுதான் நவீன நாகரிகம் என நம்பினர். ஆனால் அவர்கள் விரைவில் துன்பத்தினுள் வீழ்ந்தனர். எனவே எல்லா இடங்களிலும் பல மதுவிலக்குச் சங்கங்களை அமைத்துத் தமிழரை இப் பேரழிவிலிருந்து பாதுகாத்தல் வேண்டும்."[108]

தமிழரை மதுப்பழக்கத்திலிருந்து பாதுகாக்கும் முயற்சியில் ஆரம்பிக்கப்பட்ட இந்தச் சங்கங்களின் செயற்பாடுகள் ஓரளவுக்குப் பிரித்தானிய நிர்வாகத்தினர்மீது வெறுப்பை ஏற்படுத்தின. இந்த வெறுப்பு இலங்கை அரசுக்கும், மக்களுக்குமிடையே முரண்பாட்டை ஏற்படுத்தக் காரணமாக இருந்திருக்கிறது. உண்மையிலேயே அதிகரித்த அளவிலான தேசிய சுயவுணர்வை உருவாக்க இட்டுச்சென்ற இன்னுமொரு காரணியாக ஓரளவுக்கு மதுவிலக்கு இயக்கம் இருந்திருக்கிறது. ஆயினும் இக் காலகட்டத்தில், மதுவிலக்கு இயக்கம் ஏற்படுத்திய உணர்வுகளை உறுதியான, ஒழுங்கமைக்கப்பட்ட அரசியல் செயற்பாடாக்குவதற்கு முயற்சி எதுவும் மேற்கொள்ளப்படவில்லை என்றே கூறவேண்டும்.

சைவத் தமிழ்ப் பாடசாலைகளின் தோற்றம்

நாவலருடைய திட்டங்களில் காணப்பட்ட முக்கிய அம்சங்களில் ஒன்று சைவத்தமிழ்ப் பாடசாலைகளின் உருவாக்கமாகும். மிஷனரிப் பாடசாலைகளுக்குப் போட்டியாகவும், இளைஞருக்கு கல்வியூட்டுவதும், அவர்களைக் கிறிஸ்தவப் பாடசாலைகளுக்குச் செல்லாது தடுப்பதும், அவர்களுடைய மனங்களில் சைவசமயக் கருத்தாக்கங்களையும், தமிழ்க் கலாசாரத்தையும் பதியச்செய்வதும் இப் பாடசாலைகளை அமைப்பதின் நோக்கமாக இருந்தது. பிரித்தானிய ஆட்சியின் ஆரம்ப காலத்தில் கிறிஸ்தவ மதப்பரப்புதலையிட்டு முரண்பாடு இருக்கவில்லை. ஏனெனில் மிஷனரிமார் தமது பிரதான இலக்குக் கல்வியே என்றதொரு அபிப்பிராயம் தமிழ் மக்களின் மனங்களில் எழுமாறு நடந்து கொண்டனர். இருந்தபோதும், மிஷனரிக் கல்வியில் கிறிஸ்தவத்தன்மை சந்தேகத்துக்கு இடமின்றி இருக்கவே செய்தது. மிஷனரிமார் ஆங்கிலப் பாடசாலைகளை நடத்திய அதேசமயம், அவற்றுக்குச் சமமாகத் தமது குறிக்கோள்களை அடைவதற்காக, தமிழைக் கற்பித்தல் மொழியாக எடுத்துக் கொண்டிருந்தனர். அமெரிக்கன் சிலோன் மிஷன், கோல்புறூக் ஆணைக்குழுவுக்கான தனது அறிக்கையில், 'தமிழர் மத்தியில் புத்தகம் வாசிப்போரை உருவாக்குவதே சுயமொழிப் பாடசாலைகளை நிறுவுவதற்கான தமது பிரதான நோக்கம்' எனக் கூறினர்.[109] இருந்தபோதிலும், இந்த மிஷன்கள் யாவற்றினதும் கொள்கைகள், நடவடிக்கைகள் என்பவற்றை ஆராய்கையில், 'கிறிஸ்துவையிட்டுச் சொல்வதற்கு' ஒரு மார்க்கமாகவே கல்வியைப் பயன்படுத்த

எண்ணினர் என்பது தெரியவருகின்றது. திருச்சபை மிஷனரிச் சங்கத்தைச் சேர்ந்த வண. நைற், இலண்டனிலுள்ள திருச்சபை மிஷனரிச் சங்கத்தின் செயலாளருக்கு எழுதிய கடிதத்தில் பின்வருமாறு தெரிவிக்கின்றார்:

> "சுவிசேஷத்தைப் பிரசங்கிப்பதற்கான வாய்ப்புக்கள் மெல்ல உருவா கின்றன. உண்மையில் நாம் நிறுவும் பாடசாலைகள் எல்லாவற்றிலும் இதையே எமது பிரதான குறிக்கோளாக நாம் கொள்ள விரும்புகின்றோம். பிள்ளைகளினூடாக அடிக்கடி நாம் அவர்களது பெற்றோரைச் சந்திக்கின்றோம். அதன்வழி சிறிது சிறிதாக அவர்களுக்கு எமது நற்செய்தியைச் சொல்லும் வாய்ப்புகள் கிட்டுகின்றன. அத்துடன் மக்கள் மத்தியில் எம்மைப்பற்றிய தப்பான அபிப்பிராயங்களைக் களைவதற்கும் இப் பாடசாலைகள், மெதுவாக, ஆனால் நிச்சயமாக உதவுகின்றன."[110]

உள்ளூர் மக்கள், அதுவும் குறிப்பாக மிஷனரிப் பாடசாலைகளில் கற்றவர்கள், கல்வியின் மூலமாக மதமாற்றத்தை ஏற்படுத்துவதே மிஷனரிமாரின் உண்மையான குறிக்கோள் என்பதை உணர அதிககாலம் எடுக்கவில்லை. 1843ல் அரசாங்கம் பல ஆரம்பப் பாடசாலைகளை மிஷனரிமாரின் ஆலோசனையின் பேரில் மூடியது. 1833 கோல்புறூக் ஆணைக்குழுவின் சீர்திருத்தத்தின்படி இப் பாடசாலைகளை நடத்துவதற்கான செலவைக் குறைப்பதற்கு என்ற போர்வையிலேயே இது செய்யப்பட்டது. என்ன நடக்கின்றது என்பது சிலருக்குத் தெரியவே செய்தது. அப்படித் தெளிவாக உணர்ந்தவர்களில் தானும் ஒருவன் என நாவலர் பின்வருமாறு உறுதி செய்கின்றார்:

> "சிலகாலத்திற்கு முன்னே கவர்மெண்டார் இத்தேசத்தில் சில இங்கிலிசுப் பள்ளிக்கூடங்களைத் தாபித்து சில வருடம் நடத்தினார்கள். அவைகளில் கிறிஸ்தவ சமயப் புத்தகம் ஒன்றும் படிப்பிக்கப்படவில்லை. அங்கே சைவப்பிள்ளைகள் எல்லோரும் விபூதி தரித்துக்கொண்டே படித்து வந்தனர். அதைக் கண்ட பாதிரிமார் கவர்மெண்டு பள்ளிக்கூடங்கள் நிலைபெற்றால் தங்கள் கருத்து வாய்க்காது என்று எண்ணி சில துரைமாரை தங்கள் வசப்படுத்தி கவர்மெண்டாருக்கு நியாயம் காட்டி எழுதுவித்து அப் பள்ளிக்கூடங்களை எடுப்பித்துவிட்டு அவைகளுக்கு கவர்மெண்டார் செலவழிக்கும் பணத்தை தங்கள் பள்ளிக்கூடங்களுக்கு ஆக்குவித்துக் கொண்டு அநீதியாக தங்கள் கருத்தையே நிறைவேற்றிக் கொண்டு வருகிறார்கள்."[111]

அதன் பின்னர், அரசாங்க ஆரம்பத் தமிழ்ப் பாடசாலைகள் மிஷனரி நிர்வாகத்தின் கீழ் வந்தன. இதன் விளைவாக, இப் பாடசாலையில் முன்பு படித்த சைவ மாணவர் மிஷனரிப் பாடசாலைகளுக்கு இயல்பாகவே மாற்றப்பட்டனர். 'மிஷனரிமார் செய்ததுபோன்று, நாமும் ஏன் சைவப்பாடசாலைகளை நிறுவி சைவசமயத்தைப் பரப்பக்கூடாது?'[112] என்று நாவலர் தன்னையே கேட்டுக்கொண்டார்.

இந்த எண்ணமே சைவ உயர்மட்டத்தினரை சைவப்பாடசாலைகளை நிறுவத் தூண்டியது. இவர்களுடைய ஆரம்ப முயற்சிகள் பெரும்பாலும் வெற்றியளிக் காமையால், நாவலரை, சைவத்தமிழ்ப் பாடசாலைகளுக்கான ஒரு திட்டத்தை வகுக்கத் தூண்டின. முக்கியமான இடங்களில் பாடசாலைகளை நிறுவி, தமிழ்க் கல்வியையும், சைவத்தையும் முன்னெடுப்பதற்கு சைவசமயப் பிரச்சாரத்தை ஒரு கருவியாகப் பயன்படுத்த வேண்டும் என்பது அவருடைய குறிக்கோளாக இருந்தது.[113] நாவலர் யாழ்ப்பாணத்தில் மாத்திரமன்று, ஏனைய தமிழ்ப் பிரதேசங்களிலுள்ள முக்கிய இடங்களிலும் தனது கவனத்தைச் செலுத்தினார். அவருடைய திட்டம் ஆாப்பாட்டமின்றி, அவரது இல்லத்திலேயே ஒரு சில ஆர்வமுள்ள மாணவர்களைக் கொண்டு முதற் பாடசாலையாக ஆரம்பித்தது:

> "நான் எனக்கு ஒழிவுள்ள காலத்தை கைமாறு வேண்டாது உலகத்தாருக்கு பயன்படக் கழிதல் வேண்டுமென்றின்று 1846 தை முதலாக சில பிள்ளைகளுக்கு இராத்திரியிலும், காலையிலும் தமிழ்க் கல்வி கற்பித்து வருகின்றேன்."[114]

சைவத்தைப் பரப்புவதிலும், தமிழ்க் கல்வியை மேம்படுத்துவதிலும் நாவலர் தன்னை அர்ப்பணித்திருந்தார். நாவலர் 1848 ஆவணியில் சைவப்பிரகாச வித்தியா சாலை என்னும் வேத, ஆகமப் பாடசாலையை தோற்றுவித்தார். அதே ஆண்டு செப்டெம்பரில் வெஸ்லியன் பாடசாலையைவிட்டு வெளியேறிச் சைவத் தமிழ் இலக்கியத்துடன், எழுத்து, வாசினை, எண்கணிதம், சமஸ்கிருதம், தமிழ், ஒழுக்க நெறி என்னும் பாடங்களை, மேற்கத்தியப் பாணியில் ஒரே வகுப்பறையில் போதிப் பதற்குத் தன்னை முழுமையாக அர்ப்பணித்துக் கொண்டார். அத்துடன், சந்ததி சந்ததியாக ஓலைச்சுவடிகளைப் பயன்படுத்திக் கற்ற பாரம்பரியத்துக்குப் பதிலாகத் தான் வெஸ்லியன்ஸ்களிடம் கற்ற நவீன கற்பித்தல் முறைகளை நாவலர் அறிமுகப்படுத்தினார். தமிழ் இளைஞர்களை நவீன அம்சங்களுக்கும், நியாய பூர்வமான சிந்தனைக்கும் அறிமுகப் படுத்துவதற்குமாக நாவலர் இந்த முயற்சியை மேற்கொண்டார். சைவப்பாடசாலைகளை நிறுவுவதனால் சைவசமயத்தை இளைஞர்கள் விளங்கிக் கொள்வது மாத்திரமன்றி தமிழ் மொழியையும், அதன் இலக்கியத்தின் பெருமையையும் அவர்கள் உணர்வார்கள் எனவும் அவர் நம்பினார். மிஷனரி பாடசாலைகளிற் கற்பிக்கப்படும் பாடங்களுக்குப் போட்டியாக இருக்கும் வகையில், பாடவிதானத்தில் வேறு பாடங்களையும் சேர்த்துக்கொண்டார். எல்லாத் தமிழ்க் கிராமங்களிலுமே அவர் இவ்வகையான பாடசாலைகளை நிறுவ விரும்பினார். ஆனால் அரசாங்கத்திடமிருந்து நிதியுதவி கிடைக்காமையினால் (அவரது பாட விதானத்தில் சமயம் சேர்க்கப்பட்டிருந்ததால்) அவருக்குப் பணத் தட்டுப்பாடு ஏற்பட்டு, அவர் ஆரம்பத்தில் திட்டமிட்டபடி பொதுமக்களின் உதவியுடனேயே தனது பாடசாலைகளை அமைக்கும் நிலைக்கு நிர்ப்பந்திக்கப்பட்டார்.[115]

இந்தியாவிலும், இலங்கையிலும் உள்ள அனேகமான ஆரம்பத் தமிழ்ப் பாடசாலைகள் கட்டணம் அறவிட்டபோதும் நாவலர் தனது பாடசாலைகளில் மாணவர்கள் சேர்வதை ஊக்குவிப்பதற்காக இலவசமாகவே கல்வியை வழங்கினார்.

அவரும் அவரது ஊழியர்களும் சுயவிருப்பில் தொழில்புரிய வேண்டியிருந்ததனால் நாவலரது பாடசாலைகள் பொதுமக்களினது ஆதரவிலும், அவரது சொந்தப் பங்களிப்பிலுமே தங்கியிருக்க நேர்ந்தது.[116] 1855 ஆவணியில் கோப்பாயில் மேலுமொரு பாடசாலையை நிறுவினார்.[117] அதன்பின் அவர் தமிழ்ச் சமூகத்திடம் பின்வருமாறு விண்ணப்பித்தார்:

> "நான் ஏற்கெனவே வண்ணார்பண்ணை, கோப்பாய், சிதம்பரம் ஆகிய இடங்களில் பாடசாலைகளை நிறுவியுள்ளது உங்களுக்குத் தெரியும். எனவே அவற்றையொத்த பாடசாலைகளை வடமாகாணத்திலும், ஏனைய தமிழ்ப் பிரதேசங்களிலும் நிறுவுவதுடன், சைவக் கோவில்களில் உரைகளை ஆற்றிக் கல்வியும், சமயமும் தழைக்கச் செய்யவேண்டுமென உங்களைப் பணிவுடன் வேண்டுகின்றேன்."[118]

நாவலர் தனது நடவடிக்கைகளை 1864ல் தமிழ் நாட்டிலுள்ள சிதம்பரத்துக்கு விஸ்தரித்தார். சிதம்பரத்திலுள்ள வரலாற்றுப் புகழ்மிக்க சைவக்கோவிலை, சைவசமயத்தினதும் அதன் பாரம்பரியங்களினதும் தாய்வீடாகவே நாவலர் கருதியதுடன், அந்தக் கலாசார மையத்தின் ஒரு நீட்சியே யாழ்ப்பாணம் என அவர் எப்போதுமே நம்பினார்.[119]

நாவலர் இச் சைவப்பாடசாலைகளைத் தாபித்துத் தமிழைப் போதனாமொழியாகப் பயன்படுத்தியபோதும், தமிழ்ச் சமூகத்துக்கு ஆங்கில மொழித்திறன் அவசியம் என

நாவலர் தொடக்கப் பள்ளி - சிதம்பரம்

நாவலர் உயர்பள்ளி - சிதம்பரம்

நம்பியதால், அந்த நோக்கத்திற்காக 1872 இல் வண்ணார்பண்ணையில் ஒரு சைவ ஆங்கிலப் பாடசாலையையும் நிறுவினார். ஆயினும் இரண்டு ஆண்டுகளின் பின்னர் இது மூடப்பட்டுப் பின்னர் யாழ்ப்பாணம் இந்து உயர் பாடசாலை என்ற பெயரில் 1890 இல் மீண்டும் தாபிக்கப்பட்டது. அதன் பின்னர் 1895 இல் இது யாழ்ப்பாணம் இந்துக் கல்லூரியாகியது.[120]

நாவலருடைய ஊக்கமிகு கல்வி முயற்சிகள் அவருடைய மாணவர்களையும், சகாக்களையும் உணர்வூட்டி அவருடைய பணியைத் தொடர வைத்தன. அப்படியானவர்களில், செந்தில்நாத ஐயர், சதாசிவம்பிள்ளை, சி. வை. தாமோதரம்பிள்ளை, பொன்னம்பலபிள்ளை, ஆறுமுகம்பிள்ளை என்போர் அடங்குவர். நாவலரது மாணவர்கள் தமது ஆசிரியரை முன்னுதாரணமாகக் கொண்டு அவரது கிறிஸ்தவ எதிர்ப்பு நடவடிக்கைகளில் உதவினர். கே. வேற்பிள்ளை, கோப்பாய் சபாபதி நாவலர், மாதகல் அருணாச்சல ஐயர், வண்ணார்பண்ணை சுவாமிநாதபண்டிதர், சாவகச்சேரி பொன்னம்பலபிள்ளை, கொக்குவில் சபாரத்தின முதலியார், சி. கணேசையர் ஐயர், ரி. கைலாசபிள்ளை, குமாரசுவாமிப் புலவர், எம். பொன்னையா பிள்ளை, நீர்வேலி வி. மயில்வாகனம்பிள்ளை, தெல்லிப்பளை எஸ். கதிரிப்பிள்ளை, மட்டுவில் சி. கணபதிப்பிள்ளை, மட்டக்களப்பு அ. பெரியதம்பிப்பிள்ளை ஆகியோர் முக்கியமான மாணவர்களாகும். இவர்கள் யாவருமே சைவத் தமிழராக இருந்ததுடன், சைவசமய தமிழ்க் கல்வியைத் தமிழ்ப் பிரதேசத்திற் குறிப்பாக யாழ்ப்பாணத் தீபகற்பத்தில் மேம்படுத்தும் செயற்பாடுகளில் முனைப்பாக இருந்தவர்கள். பத்தொன்பதாவது நூற்றாண்டின் பிற்பகுதியில் இவர்களுடைய நடவடிக்கைகள் ஏனைய தமிழ்ப் பிரதேசங்களுக்கும் விரிவடைந்தன.

நாவலரின் பின்னர், தமிழ்ப் பாடசாலைகளை நிறுவியவர்களில் மேலும் சில முக்கியமானவர்களை இங்கு குறிப்பிடுவது ஏற்புடையதாகவிருக்கும். சி. வை. தாமோதரம்பிள்ளை 1876 இல்[121] ஏழாலையில் ஒரு சைவத்தமிழ்ப் பாடசாலையை

நாவலர் மடம் - சிதம்பரம்

தாபித்தார். இவர்களின் இந்தப் பணியில் அருணாச்சல உபாத்தியாயர் என்பவர் முக்கியமானவர். இவர் பல ஆசிரியர்களை முறையாகப் பயிற்றுவித்ததுடன் பல சைவப் பாடசாலைகளையும் நிறுவியுள்ளார்.[122] காரைநகரில் 1885 இல் இவரால் நிறுவப்பட்ட பாடசாலை பின்னர் காரைநகர் இந்துக் கல்லூரியானது. அத்துடன் அவர் யாழ்ப்பாணத் தீபகற்பமெங்கும் உள்ள கிராமங்களுக்குச் சென்று மக்களைச் சந்தித்து, அவ்வக் கிராமங்களிலும் சைவத் தமிழ்ப் பாடசாலைகளை நிறுவச்சொல்லி ஊக்கமளித்தார். இதன் பெறுபேறாக பல புதிய பாடசாலைகள் இக் காலத்தில் உருவாகின. அவை, மட்டுவில் கமலாசனி வித்தியாசாலை, கரணவாய் மாணிக்க வித்தியாசாலை, அல்வாய் சைவப்பிரகாச வித்தியாசாலை, துன்னாலை காசிநாதர் வித்தியாசாலை, உடுப்பிட்டி சைவப்பிரகாச வித்தியாசாலை, வல்வை சிவகுரு வித்தியாசாலை, அனலைதீவு சதாசிவ வித்தியாசாலை என்பனவாகும். பத்தொன்பதாவது நூற்றாண்டின் முடிவில் நிறுவப்பட்ட இப்படியான பாடசாலைகள் மிக விரைவாக முன்னேறிக் கிழக்கு மாகாணம் வரையிற்கூட விரிவடைந்தன.[123] உதாரணமாக 1890 இல் சச்சிதானந்த பிரகாச சபை மண்டபத்தில் நடைபெற்ற கூட்டமொன்றில் திருகோணமலைத் தமிழ் இளைஞர்கள் பின்வருமாறு பிரகடனப்படுத்தியதாக அறிவிக்கப்பட்டுள்ளது:

> "யாழ்ப்பாணத் தீபகற்பத்தின் தமிழர், சைவதமிழ்க் கல்விமேல் கொண்டுள்ள அக்கறையாலும், சுயவுணர்வினாலும் பல சைவத் தமிழ்ப் பாடசாலைகளை நிறுவியுள்ளனர். இதை அவதானிக்கையில், நாமும் எமது சைவத்தமிழ்ப் பாரம்பரியத்தைப் பேணிக் காக்க அவர்களைப் போன்று செயலாற்றல் வேண்டும். எனவே, எமது குறிக்கோள்களை எய்துவதற்குத் தயவுசெய்து உங்கள் ஆதரவை நல்குங்கள்."[124]

ஒரு சைவத் தமிழ்ப் பாடசாலையையும், ஒரு சைவ ஆங்கிலப் பாடசாலையையும் கட்டுவதற்கு 30,000 ரூபாய்களுக்கு மேற் திரட்ட வேண்டுமென அவர்கள்

நாவலர் அச்சகம் - சென்னை

திட்டமிட்டனர். 1895 களிலிருந்து ஐந்து வருடங்களில் அவர்களுடைய இலக்குகள் எய்தப்பட்டு, பொதுமக்களின் ஆதரவுடன் இரண்டு பாடசாலைகளும் ஒழுங்காக நடாத்தப்பட்டன என 'ஹிந்து ஓகன்' செய்தி வெளியிட்டுள்ளது.[125] திருகோணமலை முத்துக்குமாரசுவாமி கோவிலில் நடந்த ஒரு கூட்டத்தில், ஏறத்தாழ 300 நலன்விரும்பிகளும், ஏனைய கிராமங்களிலுள்ள சைவ முனைப்பாளரும் கலந்துகொண்டு, ஒரு சைவப் பாடசாலையைக் கட்டுவதற்கென, 3,000 ரூபாய்களை நன்கொடையாகச் சேகரித்தனர். இதேபோன்று, மட்டக்களப்புப் பிரதேசத்திலும் சைவப்பாடசாலைகள் நிறுவப்பட்டன. புத்தளங்குடா சைவப்பிரகாச வித்தியாலயத்தில் அப் பாடசாலையின் தலைமையாசிரியர் சதாசிவ உபாத்தியாயரின் தலைமையில் நடைபெற்ற ஒரு கூட்டத்தில் சைவசமயக் கலந்துரையாடல்கள் நிகழ்ந்ததாக 'ஹிந்து ஓகன்' தெரிவிக்கின்றது.[126] இதன்மூலம் கிழக்கு மாகாணத்தில் மேலும் பல சைவத்தமிழ்ப் பாடசாலைகள் நிறுவப்பட்டதென அறியமுடிகின்றது. இவ்வாறு நாவலரின் முன்னோடி முயற்சியான சைவப்பாடசாலைகளை நிறுவும் திட்டம், பெரும்பாலும் அவரைப் பின்பற்றியோரின் பங்களிப்பினால் செழித்து, வளர்ச்சியடைந்து, இருபதாம் நூற்றாண்டின் ஆரம்பத்தில் 150 க்கும் அதிகமான ஆரம்ப, இடைநிலை சைவப்பாடசாலைகள் இலங்கையில் நிறுவப்பட்டன.[127]

தமிழர் மத்தியில் கிறிஸ்தவத்தைப் பரப்பும், கிறிஸ்தவ மிஷனரிமாரின் மதமாற்று நடவடிக்கைகளுக்குச் சைவர்களின் எதிர்ப்பு எவ்வளவுக்குப் பெருந்தடையாக இருந்ததோ அந்த அளவிற்கு நாவலர் வெளியிட்ட சமயப் பிரச்சாரமும் தடையாக இருந்தது. இதேசமயம், இருபதாம் நூற்றாண்டை நோக்கிச் சென்றுகொண்டிருந்த சைவத்தமிழ்ச் சமூகத்துக்கு, சைவத்தையும் அதன் பாரம்பரியங்களையும் மேம்படுத்தும் செயற்பாடுகள், மேலும் அறிவூட்டின. சைவத் தமிழ், சைவ ஆங்கிலப் பாடசாலைகளை நிறுவியமையும் இந்த வகையிலே முக்கிய

பங்களிப்பைச் செய்துள்ளது. ஒவ்வொரு பாடசாலையும் கிறிஸ்த்தவத்துக்கெதிரான தளமாக மாறியது மாத்திரமன்றி, சைவசமயம், அதன் பாரம்பரியம் ஆகியவற்றின் அடையாளமாகவும் விளங்கிது. இப் பாடசாலைகள் தமிழ்ச் சமூகத்தின் சமய, கலாசார, சமூக மையங்களாகவுமிருந்து முக்கிய பங்காற்றின. சமூகத்தின் மத்தியில் பெருமளவில் பல்வேறு கல்விசார்ந்த விளையாட்டு, கலாசார மாற்றம், சமூக ஒன்றிணைப்பு போன்ற கருத்தியல்கள், செயற்பாடுகள் மிகவும் உற்சாகத்துடன் முன்னெடுக்கப்பட்டன. இருந்தபோதிலும் சாதியத் தடைகள், சீதன முறைமை போன்ற பல்வேறு முட்டுக்கட்டைகள் இருந்த காரணத்தினால் இந்தக் கல்வி முயற்சிகளினால், சமுதாயத்தின் கட்டமைப்பு எந்த வகையிலும் முழுமையாக மாற்றமடையவில்லை. இது இப்படியிருந்தபோதும் பாரம்பரியம் பேணும் உண்மையான சைவ உயர்மட்டத்தினரை இக் கல்வி உருவாக்கியது. தங்களது கலாசாரப் பாரம்பரியத்தைப் பாதுகாப்பதே இவர்களது இலட்சியமாயிற்று. இன்றுள்ள நவீன சந்தர்ப்பத்தில் (20 ம் நூற்றாண்டின் இறுதிப்பகுதி), இது பழமைவாதம் பேணும் உணர்ச்சியின்பாற்பட்ட சிந்தனையாகப் பார்க்கப்படலாம். அன்றைய காலத்தில் நிலவிய சமூக, கலாசார, அரசியல் சூழ்நிலையில், அவர்களது இரு கண்கள் போன்றிருந்த சைவசமயம், தமிழ்க் கலாசாரம் என்பவற்றை அன்னிய சக்திகளிடமிருந்து பாதுகாப்பதற்கு, ஓரளவு உணர்ச்சியின்பாற்பட்ட அபிமானமும், பெருமையும் அத்தியாவசியமாக இருந்தன.

சைவத் தமிழ் இலக்கிய மறுமலர்ச்சி

பத்தொன்பதாவது நூற்றாண்டின் நடுப்பகுதியில் நாவலர் அச்சுக்கூடத்தை நிறுவியபோது சைவ இலக்கியம், தமிழ் சிறப்பிலக்கியம் இரண்டுமே புத்துயிர் பெற்றன. நாவலருக்கு முன்பு தமிழருக்குச் சொந்தமான அச்சுவசதிகள் எதுவும் இருக்கவில்லை. எனினும் சைவத் தமிழ் இலக்கியங்கள் சில தென்னிந்தியாவிலுள்ள தமிழ்நாட்டில் அச்சிட்டு வெளியிடப்பட்டன. இந்த வெளியீடுகள் தவறுகள் நிறைந்தவையாகக் காணப்பட்டதால், தவறற்ற, பூரணத்தன்மை வாய்ந்த நாவலரின் முயற்சி அறிஞர்களால் உயர்வாகப் பாராட்டப்பட்டது. செல்லரித்துப் போகும் ஓலைச் சுவடிப் பிரதிகளைச் சேகரித்து ஊக்கமுடன் அவற்றை வெளியிட்ட பெருமை நாவலரையே சாரும்.[128] அவருடைய பங்களிப்புக்களில் முக்கியமானவற்றுள் இதுவும் ஒன்றாகும். சைவத்தமிழ்ப் பாரம்பரியங்களைப் பாதுகாத்துப் பேணும் நடவடிக்கை களான அவருடைய கிறிஸ்தவ எதிர்ப்பு நடவடிக்கைகள் போன்று, சைவசமயக் கோட்பாடுகள் பற்றிய உரைகள்போன்று, சைவப் பாடசாலைகளை நிறுவியமை போன்று, இதுவும் இருந்தது. நாவலரது ஆரம்ப இலக்கிய முயற்சிகளின் முன் தமிழ்மொழி மிகவும் ஆபத்தான நிலையில் இருந்தது. சைவத் தமிழ் சிறப்பி லக்கியங்கள் பண்டிதர்களின் உடமையாகவே, கோவில் மற்றும் ஆசிரமங்களில்தான் வைக்கப்பட்டிருந்தன. எனவே பொதுவாக, இவை எல்லோருக்கும் கிடைக்கும் வகையில் இருக்கவில்லை. நாவலரே அவர்களை இணங்கச் செய்து அவர்களிட மிருந்து இலக்கிய ஆக்கங்களை இரவல்பெற்று, அவற்றைப் பிழைகளின்றிப் பதிப்புத்துப் பிரசுரிக்கக் கடுமையாக உழைத்தவர்.[129] நாவலருடைய முயற்சிகள் பற்றி அண்மைக் காலத்து ஆய்வாளரொருவர் எழுதியிருப்பதாவது:

"நாவலர் பெருமான் பகலெல்லாம் ஏடும் கையுமாக இருந்தார். எப்பொழுதும் ஏட்டுப் பிரதிகளை சுத்தமாக எழுதிக்கொண்டு இருந்தார். அவருக்கு கைலாயபிள்ளை, சதாசிவம்பிள்ளை போன்ற சிலர் பிரதிசெய்ய உதவுவதுண்டு. ஒவ்வொரு பிரதியையும் நாவலர் ஒன்றுக்கு ஐந்து தடவை பார்த்து ஒரு புள்ளிகூடப் பிசகாமல் திருத்தியே அச்சுக் கோப்பார்."[130]

யாழ்ப்பாணத்திலிருந்த சிறிய அச்சுக்கூடம் நாவலருடைய வெளியீட்டுத் தேவைகளுக்குப் போதாமல் இருக்கவே, அவர் சென்னையில், ஜுலை 1858 இல் ஒரு பெரிய அச்சுக்கூடத்தை நிறுவினார்.[131] நாவலரது முயற்சியின் பரந்துபட்ட வீச்சையும், அளவையும் மட்டுமன்றித் தமிழ் மக்களுக்கு இந்த வெளியீடுகள் மூலம் அறிவைப் பெருக்கிக் கொள்வதற்கு எவ்வளவு தாராளமான வாய்ப்புக்களை அளித்தார் என்பதும் இதனால் தெரிகின்றது. அறிவுத் தாகங்கொண்ட மக்களிடையில் அறிவைப் பரப்புவதில் நாவலர் எத்துணை ஊக்கமாக இருந்தார் என்பது அவரது பின்வரும் கூற்றிலிருந்து ஓரளவு தெரிகின்றது:

"வாருங்கள், வந்து கற்றுக்கொள்ளுங்கள்! என்ற வார்த்தைகளுடன் நாவலர் தனது அறிவுக் கேணியில் மொண்டு, ஊற்றுப்போல் பெருகி, அறிவுத் தாகம் கொண்டவர்களுக்கு உலக நிலைமை பற்றிய தகவல்களையும், புதிய அறிவையும் வழங்கினார்."[132]

சிறப்பிலக்கியங்களை மறுபதிப்புச் செய்தல், உரை விளக்கங்களை வெளியிடுதல், புதிய இலக்கியங்களை ஆக்குதல் என நாவலர் மூன்று பெரிய வெளியீட்டுத் திட்டங்களை மேற்கொண்டார். நாவலராலும் அவரைப் பின்பற்றியவர்களாலும் மேற்கொள்ளப்பட்ட முயற்சிகளை நாம் ஆராய்வது அவசியம். நாவலர் பல சிறப்பிலக்கியங்களை மறுபதிப்புச் செய்தார். கோவில் புராணம், கந்தபுராணம், சேதுபுராணம், பெரியபுராணம், பாரதம், நைடதம், தொல்காப்பியத்திலிருந்து இலக்கணம் என்பன இவையாகும். இத்துறையில் நாவலர் ஆற்றிய பணியை இலங்கைத் தமிழரும், தமிழ்நாட்டுத் தமிழரும் பாராட்டினர். இத் திட்டமானது பல அறிஞர்களினாலும், குறிப்பாக நாவலருடைய சகாக்களினாலும், மாணவர்களினாலும் தொடர்ந்து முன்னெடுக்கப்பட்ட ஒன்றாக இருந்தது. இவர்களுள் அதிமுக்கியமான சி. வை. தாமோதரம்பிள்ளை அவர்கள் கிறிஸ்தவராகப் பிறந்து, ஆரம்பத்தில் யாழ்ப்பாணத்தில் கிறிஸ்தவப் பாடசாலையில் கல்வி பயின்று, பின்னர் சைவசமயத்தைத் தழுவியவர் இவர் சென்னைப் பலகலைக்கழகத்தில் தனது உயர் கல்வியைத் தொடர்ந்து, அப் பல்கலைக்கழகத்தில் 1857 இல் பட்டம்பெற்ற முதல் பட்டதாரிகளில் ஒருவராகும்.

இதன் பின்னர் தொடர்ந்தும் இந்தியாவில் வசித்துக் குடியேற்ற அரசாங்கத்தில் வேலை பார்த்த தாமோதரம்பிள்ளை அவர்கள் அங்கிருந்த காலத்தில் இலக்கிய முயற்சிகளிலும் ஈடுபட்டார். பழந்தமிழ் ஓலைச்சுவடிகளைப் பதிப்பிப்பதில் இவர் பாரிய சிரமங்களைச் சந்திக்க வேண்டியிருந்தது. தமிழ் நாடெங்கிலும் பயணம் செய்து இவற்றைச் சேகரிக்கவும், அதிலுள்ளவற்றைப் புரியும்படி மாற்றவும்

இவருக்குப் பெருமளவு நேரமும், முயற்சியும் தேவைப்பட்டது. அவர் பின்வருமாறு குறிப்பிட்டார்:

"ஏடு எடுக்கும்போது ஓரம் சொரிகின்றது, கட்டு அவிழ்க்கும்போது இதழ் முறிகின்றது. ஒற்றை புரட்டும்போது துண்டுதுண்டாய்ப் பறக்கின்றது. இனி எழுத்துக்களோவென்றால் வாலும், தலையுமின்றி நாலுபுறமும் பாணக் கலப்பை மறுத்து மறுத்து உழுது கிடக்கிறது."[133]

சிறப்பிலக்கிய, பாரம்பரிய தமிழ் கையெழுத்துப் பிரதிகளைப் பேணிப் பாதுகாப்பதில் தாமோதரம்பிள்ளை காட்டிய அக்கறையையும் அவரது மேற்படி கூற்று தெரிவிக்கின்றது. அவை மீட்டெடுக்க முடியாமற் போவதற்கு முன்னர் அவற்றைப் பாதுகாக்க வேண்டியது மிக அவசரமாகச் செய்யப்பட வேண்டியதொன்று என அவர் குரல் கொடுத்தார்.

"கனவான்களே! இந்த ஏட்டுப் பிரதிகள் அழிந்து போகின்றனவே என்ற கவலை உங்களுக்கு இல்லையா? தமிழ் உங்கள் அன்னை என்பதை நீங்கள் உணரவில்லையா? உங்கள் அன்னைக்கு உதவும் வகையில் நீங்கள் எதையும் செய்கின்றீர்கள் இல்லை. தேசாபிமானம், மதாபிமானம், மொழியபிமானம் என்பன உங்களுக்கு இல்லையென்பதில் பெருமை கொள்கின்றீர்களா? தயவுசெய்து இவ் விஷயத்தையிட்டு சிரத்தையுடன் சிந்தியுங்கள்!"[134]

சி.வை. தாமோதரம்பிள்ளை

தமிழர் தேசிய, கலாசார உணர்வை மீளப்பெற அவர்களைத் தூண்டுவதிலும், ஊக்குவிப்பதிலும் தாமோதரம்பிள்ளை ஒரு கருவியாகச் செயற்பட்டார். அவருக்கு ஏட்டுப் பிரதிகளைக் கொடுத்தும், நிதியுதவி செய்தும் அவரது இலக்குகள் ஈடேற தமிழ் மக்கள் ஆதரவளித்தனர்.[135] அவர் தனது சொந்தப் பணத்தையும், நலன்விரும்பிகள் வழங்கிய நன்கொடைகளையும் பயன்படுத்தி மறுபதிப்புக்களை அச்சிட்டார். அவற்றினுள் அதிகம் பெறுமதி வாய்ந்தவை தொல்காப்பியம், இலக்கண விளக்கம், வீரசோழியம், கலித்தொகை, சூளாமணி, நீதிவிளக்கம், தணிகைப் புராணம், இறையனார் அகப்பொருள் என்பவையாகும். இந்தக் கையெழுத்துப் பிரதிகளையெல்லாம் அச்சிட்ட பதிப்புக்களாக்குவதற்குத் தாமோதரம்பிள்ளை எத்தனை சிரத்தையுடன் செயற்பட்டார் என்பது தெளிவாகும். ஏனைய பல அறிஞர்களான ரி. கனகசுந்தரம்பிள்ளை, குமாரசுவாமிப் புலவர், திருகோணமலை என். கே. சதாசிவம்பிள்ளை, யாழ்ப்பாணத்துச் சின்னத்தம்பி உபாத்தியாயர், யாழ்ப்பாணம் வேலுப்பிள்ளை, நல்லூர் கைலாசபிள்ளை என்பவர்கள் இவரின் மாபெரும் பணி நிறைவேற உதவினர்.[136] இந்த அறிஞர்களின் ஆக்கங்களைச் சுருக்கமாக ஆய்வது பொருத்தமாகும்.

கனகசுந்தரம்பிள்ளை தமிழ்நாட்டில் வசித்து, தாமோதரம்பிள்ளையுடன் ஆசிரியராகப் பணியாற்றி, அவருடைய இலக்கிய முயற்சிகளில் பங்கெடுத்து, கூடவே இருந்தார். அவர் தாமேதரம்பிள்ளையின் ஆக்கங்களைப் படித்து, அவற்றின் வெளியீடுபற்றி ஆலோசனை நல்கியதோடு ஏனையோரது இலக்கிய முயற்சிகளுக்கும் இவர் தனது ஆதரவை அளித்தார். இவர்கள் உ.வே. சாமிநாத ஐயர்(தமிழ் நாடு), நாராயணசாமி அய்யங்கார்(தமிழ் நாடு), குமாரசுவாமிப் புலவர்(யாழ்ப்பாணம்), ஆகியோராகும். இவர்கள் தாம் வெளியிட்ட பல்வேறு நூல்களில் கனகசுந்தரம்பிள்ளைக்கு தமது நன்றியைத் தெரிவித்துள்ளனர். தாமோதரம்பிள்ளையைப் போன்றே, குமாரசுவாமிப் புலவரும் பல தமிழ் சிறப்பிலக்கியங்களை மறுபதிப்புச் செய்தார். இவரது ஆக்கங்கள் நான்மணிக் கடிகை, யாப்பருங்கலம், வெண்பாப்பட்டியல் என்பவையாகும். இதேபோன்று, கணேசையர், காசிவாசி செந்திநாத ஐயர், சாமிநாத ஐயர், வைத்திலிங்கம், முத்துத்தம்பிப்பிள்ளை, கைலாசபிள்ளை என்போரும் தமிழ் சிறப்பிலக்கியங்களை வெளியிடுவதில் பங்காற்றியுள்ளனர். பத்தொன்பதாம் நூற்றாண்டின் பிற்பகுதியில் இவர்களில் சிலர் சொந்தமாக அச்சுக்கூடம் வைத்திருந்து, தங்களது சொந்த இலக்கியப் படைப்புக்களை வெளியிட்டனர். சிவஞான சித்தியார், திருக்கோவையார் எனும் நூல்கள் கைலாசபிள்ளையினால் வெளியிடப்பட்டவை. காளிதாச சரிதம், இலங்கைச் சரித்திர சூக்கணம், யாழ்ப்பாண சரிதம் எனும் நூல்கள் முத்துத்தம்பி பிள்ளையினால் வெளியிடப்பட்டவை. சபாபதி நாவலரும் பல படைப்புக்களை வெளியிட்டுள்ளார். பறாளை விநாயகர் பள்ளு என்பது இவற்றுள் மிகவும் குறிப்பிடக்கூடியதாகும். கதிரவேற்பிள்ளை கதிர்காமக் கலம்பகத்தையும், பொன்னம்பல பிள்ளை இரகுவம்சத்தையும் வெளியிட்டனர்.

விபுலானந்தர்

நாவலரின் காலத்தில், உரைகளை எழுதுவதும் வெளியிடுவதும் முக்கியத்துவம் பெற்றன. சாதாரண மக்களும் புரிந்துகொள்ளும் வகையில் புராண மற்றும் பழம் இலக்கியச் செய்யுள்களையும், உரைநடையையும் மேலும் தர்க்க ரீதியாகவும், எளிமையாகவும் விளக்குவதில், உரைகள் முக்கியத்துவம் பெற்றன. இறையனார், இளம்பூரணர், கல்லாடனார், அடியார்க்கு நல்லார், தெய்வச்சிலையார், பேராசிரியர், நச்சினார்க்கினியர் என்பவர்கள் யாவருமே இத்துறையில் நாவலரின் முன்னோடிகளாக விளங்கினர். பத்தொன்பதாம் நூற்றாண்டில் இந்தப் பாரம்பரியம் உருவாகி, நாவலர் காலத்தில் புத்துயிர் பெற்றது. பொதுமக்களுக்கும் சிறப்பிலக்கி யங்களான செய்யுள்களையும், உரைநடையையும் கற்பிக்க வேண்டுமென்பது நாவலரின் இலட்சியமாகவிருந்தது. திருக்கோவையார், சூடாமணி நிகண்டு, இலக்கணக் கொத்து, நன்னூல் விருத்தி என்பவை இவரது குறிப்பிடக்கூடிய ஆக்கங்களாகும். இந்த உரைகளை பேச்சில் நிகழ்த்துவதில் பொன்னம்பலபிள்ளை ஒரு விற்பன்னராக இருந்தார். இவருடன் கே. வேற்பிள்ளை, எஸ். பொன்னம்பலபிள்ளை, எஸ். கணேசையர் என்பவர்களும் முக்கியமானவர்களாக இருந்தனர். கே. கதிரவேற்பிள்ளையும், சிவசம்புப் புலவரும் நாவலரின் சமகாலத் தவர்களாக இருந்து அவரது பாதையில் தொடர்ந்து, பல்வேறு உரைகளை வெளி யிட்டனர். இதேசமயம் வல்வை வைத்திலிங்கம், என். கதிரவேற்பிள்ளை, சுப்பிர மணிய சாஸ்திரி, வி. சிதம்பரப்பிள்ளை, கே. அருளம்பலனார் என்போர் யாவருமே பத்தொன்பதாவது நூற்றாண்டின் இறுதிப் பகுதியில், இவ்வகையான செயற் பாடுகளில் பெரும்பங்கை ஆற்றினர்.[137] இக்காலப் பிற்கூறில் தமிழ்நாட்டு அண்ணா மலைப் பல்கலைக்கழகத்தில் பேராசிரியராக இருந்த சுவாமி விபுலானந்தர் தனது “யாழ் நூல்” எனும் இசை ஆய்வு நூலை வெளியிட்டார்.

சிறப்பிலக்கியங்களையும், உரை களையும் வெளியிடுவதுடன் சமகால இலக்கிய ஆக்கங்கள் விசேடமாக வசனநடை, கவிதை என்ற வடிவத்தில் தோன்றின. நாவலரின் காலத்துக்கு முன்னர் வசன ஆக்கங்கள் யாவும் உரையென்ற வடிவிலேயே காணப்பட்டன. வசனநடைக்கு உயர்ந்த இலக்கிய அந்தஸ்தை வழங்கும் வகையில் எழுதிய ஆரம்ப கர்த்தாக்களுள் நாவலர் ஒருவராக இருந்தார். பெரியபுராண வசனம், திருவிளையாடற்புராண வசனம், கந்த புராண வசனம் என்பவை அவரது பிரதான ஆக்கங்களாகும். இவற்றுள் கந்தபுராண வசனம் தனித்துவம் வாய்ந்த ஆக்கம் என்பதில் எதுவித ஐயமும் இல்லை. அதன் நடை எளிமையாக இருந்ததுடன் இந்தச் செய்யுட்கள் ஓசைநயம் மிக்கவை. போர்க்கலையில் பயன்படுத்தப்படும் ஆயுதங்களைப் பற்றி இது பேசுகின்ற வேளையில், அதன் ஊடுருவிப்பாயும் சமயச்சிறப்புத் தன்மைதான் இதன் தனித்துவமாகும். இத்துடன் நாவலர் இலக்கண வினாவிடையையும், பாடசாலைப் பிள்ளைகளுக்கான தமிழ் இலக்கணச் சுருக்கம், பாலபாடம் i,ii,iii,iv பாகங்கள், சைவவினாவிடை i, ii பாகங்கள் எனபனபோன்ற நூல்களையும் எழுதினார். பின்னர் எழுதப்பெற்ற இந்த ஆக்கங்கள் வினாவிடை வடிவத்தில் அமைக்கப்பட்டதனால், அவற்றைப் பின்பற்றுவது எளிதாகவிருந்தது.[138] நாவலரின் மாணவர்களில் பலர் அவருடைய இலக்கிய வழியில் தொடர்ந்து, தங்களது சுய ஆக்கங்களை வெளியிட்டனர். உதாரணமாக, கே. சிவபாதசுந்தரம் சைவக்கிரியை விளக்கம், சைவபோதம், கந்தபுராண விளக்கம் என்பவற்றை எழுதி வெளியிட்டார். இவ் வகையில் சோமசுந்தரப் புலவரும் பல ஆக்கங்களைப் படைத்துள்ளார். எனவே ஆறுமுக நாவலரால் ஆரம்பிக்கப்பட்ட இலக்கிய முயற்சிகள் அவரது சகாக்களாலும், மாணவர்களாலும் எடுத்தாளப்பட்டு, இந்தக் காலகட்டத்திலும் அதற்குப் பின்னரும், முக்கியமான சைவத் தமிழ் பண்பபாட்டுச் சக்தியாக விளங்கிற்று.

ஆயினும் இவை யாவற்றுக்கும் இன்னுமோர் அம்சமும் இருந்தது. நாவலர் சென்னையில் உரைகளாற்றியும், வெளியீடுகள் செய்தும் பல வருடங்களைக் கழித்தவர். சி. வை. தாமோதரம்பிள்ளை, வி. கனகசபைப்பிள்ளை, ரி. செல்லப்பா பிள்ளை, ரி. ஏ. இராஜரத்தினம்பிள்ளை, சபாபதி நாவலர், என். கதிரவேற்பிள்ளை போன்ற பலர் தென்னிந்தியாவில், அரசாங்க நிர்வாக சேவையில் உயர் பதவிகளை வகித்து அனேகமாக வாழ்நாள் முழுவதுமே, பெரும் அர்ப்பணிப்புடன் தமது ஆக்கங்களை வெளியிட்டார்கள்.[139] இவர்கள் இடையிடை யாழ்ப்பாணம் வந்து தங்களுடைய கிராமங்களிற் பாடசாலைகளை நிறுவியும், சென்னையில் முன்னேறு வதற்கான வழிகளைப் பிறருக்குக் காட்டியும் உதவினர். இவ்விரு பிரதேசங்களிலும் வாழ்ந்த மக்கள் ஒரே மொழியைப் பேசியதாலும், ஒரு பொதுவான கலாசாரப் பாரம்பரித்தைப் பேணியதாலும் இப் பிரதேசங்களிடையில் பாரம்பரியத் தொடர்புகள் இருந்தன என்பது உண்மையே. அதே வேளை பிரித்தானிய ஆட்சியில் இந்தியாவுக்குப் பிரயாணம் செய்வது இலகுவாக இருந்ததனால், முன்னைய வரலாற்றுப் பந்தங்கள் புத்துயிர் பெறுவதற்கு மாத்திரமன்றி, வேறு புதிய உறவுகளும் ஏற்படலாயின. இலங்கையில் நிகழ்ந்த மாற்றங்களைவிட வேறு வகையான மாபெரும் மாற்றங்களுக்கு ஆளாகிய தென்னிந்தியத் தமிழர் மத்தியில் வாழ்ந்த இலங்கைத் தமிழ் மக்கள் புதிய கருத்தியல்கள், சமூக இயக்கங்கள்

என்பவற்றின் இருவழிப் பரிவர்த்தனத்தில் ஈடுபட்டிருந்தனர். இதனால் ஒரு புதிய சகாப்தம் உருவாயிற்று. இந்த அறிஞர்கள் தமிழ்க் கலாசாரத்தின் பிரதான நீரோட்டத்தின் அங்கமாகத் தம்மைக் கருதியதுடன், எவ்வளவுக்கு அக் கலாசாரத் திலிருந்து பெற்றுக் கொண்டனரோ, அதேயளவுக்குக் கொடுப்பவர்களாகவும் செயற்பட்டனர்.

இச் சந்தர்ப்பத்தில் தமிழ் ஆய்வுகளுக்கும், கலாசாரத்துக்கும் கிறிஸ்தவ மிஷனரிமார் ஆற்றிய பங்கைத் தெளிவுபடுத்துவது அவசியமாகும். கலாசார விழிப் புணர்வு இந்து இயக்கமாக ஆரம்பத்திருந்தும், பிரதானமாக சைவ அறிஞர்களினால் வழிநடத்தப்பட்டிருந்தும், அதன் இலட்சணம் பத்தொன்பதாம் நூற்றாண்டில் மாற்றத்துக்கு உள்ளாகியிருந்தது. கால்ட்வெல் (Caldwell), பேசிவல் (Percival), பவர் (Bower), போப் (Pope), எலிஸ் (Ellis) போன்ற கிறிஸ்தவ அறிஞர்க்கு வழங்கப்பட்ட மதிப்பும், இந்த அறிஞர்களின் பிரயாசைகளும் அவர்களைப் பிரதான நீரோட்டத்தினுள் இணைத் திருந்தன. பத்தொன்பதாவது நூற்றாண்டின் ஆரம்ப காலத்தில் இந்தியாவிலும் இலங்கையிலுமிருந்த உளளூர்க் கிறிஸ்தவ அறிஞர்கள், உதாரணமாக எல். டி. சுவாமிக்கண்ணு பிள்ளை, ஞானப்பிரகாச அடிகளார், ரி. ஐஸக் தம்பையா போன்றோர் தமிழ் வளர்ச்சிக்கு முக்கிய பங்காற்றினர். குறிப்பாக, கால்ட்வெல்லின் (1814-1891) The comparative Grammar of Dravidian Languages (1856, திருத்தப்பட்ட 1875 மறுபதிப்பு), இந்தோ ஆரியன் மொழிகளுக்கும், திராவிட மொழிகளுக்கும் இடை யிலான ஒப்பீட்டில், திராவிட மொழிகளின் முக்கியத்துவம் பற்றிய கருத்தில் பெருமளவு பங்காற்றியுள்ளது.[140] தமிழ் மொழிக்கு மகத்தான வரலாறு உண்டெனும் கருத்தில் கோல்ட்வெல் மட்டுமே தனியொருவராக இருக்கவில்லை. திராவிட மேன்மையை முன்வைத்த வேறு ஐரோப்பிய மிஷனரிமாரும் இருக்கவே செய்தனர். ஆனாலும் கால்ட்வெல்லின் ஒப்பியல் இலக்கணம் (Comparative Grammar) அதற்கு சிகரம் வைத்ததுபோல் விளங்கியது. தமிழரின் மொழி சம்பந்தமான நவீன உணர்வின் ஊற்று இக் காலகட்டத்துக்கு உரியதாகும். மேற்குறிப்பிட்ட இந்த முன்னேற்ற ங்களும், பார்வைகளும், இலங்கையிலும் தாக்கத்தை ஏற்படுத்தின. தமிழ்மொழி, தமிழ்க் கலாசாரம் என்பன பற்றியதோர் ஆழமான அக்கறை பல்வேறு வகையில் வெளித்தோன்ற ஆரம்பித்திருந்தது. இவற்றைப் பாதுகாப்பதற்கும், மேம்படுத்து வதற்குமாகப் பல சங்கங்களும், சபைகளும் பத்தொன்பதாம் நூற்றாண்டின் இறுதிப் பகுதியில் தோன்றியமையும் இந் நிகழ்வுகளில் ஒன்றாகும்.

இந்த இலக்கிய விருத்திக் காலத்தில் இருந்த பத்திரிகைகளும், சஞ்சிகைகளும் தமிழ் மொழியையும் கலாசாரத்தையும் முன்னேற்றுவதில் மிக முக்கியமான பணி யாற்றின. இலங்கையிலும், தமிழ் நாட்டிலுமுள்ள தமிழர் மத்தியில், இத் தகவல் களைப் பரப்புவதில் இந்தச் சக்திகள் பிரதான பாத்திரத்தை வகித்தன. 1897 இல் முதலில் வெளியிடப்பட்ட 'சித்தாந்த தீபிகை', 'The Tamilian Antiquary' (1907) ஆகிய சஞ்சிகைகள், தமிழ்மொழி கலாசாரம் என்பவற்றின் மீது மக்கள் மத்தியில் வளர்ந்து வந்த ஈடுபாட்டைக் காட்டுகின்றன. இவ்விரண்டு சஞ்சிகைகளிலுமே இலங்கைத் தமிழ் அறிஞர்கள் முனைப்புடன் ஈடுபட்டிருந்தனர்.[141]

பத்திரிகைகள் வெளியிடுவதில் இலங்கைத் தமிழர் மத்தியிலும் தீவிரமான ஆர்வம் காணப்பட்டது. இவ்வகையில் நிறுவப்பட்ட அதிமுக்கிய சைவத் தமிழ்

பத்திரிகைகள், 'இலங்கை நேசன்' (1877), 'சைவ உதயபானு' (1880), 'இந்து ஓகன்' (1889), இதன் தமிழ் பதிப்பான 'இந்து சாதனம்' என்பவையாகும். இலங்கையில் சைவத் தமிழ்க் கலாசாரத்தை மேம்படுத்துவதில் இவை முக்கிய பங்கை வகித்தன.[142] சித்தாந்த தீபிகையின் பத்திராதிபரான ஜே. எம். நல்லசுவாமி, நாவலரினதும் The Tamil Antiquary யின் பத்திராதிபராயிருந்த டி. சவரிராயபிள்ளை என்ற கிறிஸ்தவரினதும் தீவிர நேசராகவிருந்தார் என்பது குறிப்பிடக்கூடியதாகும். இவ்விரு அறிஞர்களுமே தமிழ் ஆய்வுகளை மேம்படுத்துவதில் ஆர்வம் மிகுந்த வராக இருந்தனர். கிறிஸ்தவ மிஷனரி மாரினதும், சாதாரண கிறிஸ்தவர்களினதும் தமிழ் ஆய்வுகளின்பாலான ஈடுபாடு, இதுவரை மதத்தில் செலுத்தப்பட்ட அவர்களது கவனம் இப்போது மொழியிலும், இலக்கியத்திலும் செலுத்தப்பட்டது என்பதைக் காட்டுகின்றது. சைவசமயத்துக்கு இதுவரை வழங்கப்பட்டிருந்த முக்கியத்துவம் முன்பிருந்த தைவிடக் குறைந்தது. சைவத்தமிழ் இலக்கிய மலர்ச்சியுடன் நாம் கருத்திற் கொள்ளவேண்டிய வேறு வகையான வெளியீடுகளும் இருக்கவே செய்தன. இவற்றில் முதன்மையானவை இலங்கைத் தமிழரின் வரலாறு பற்றியவையாகும். கல்விபெற்ற தமிழர் தமது கடந்தகாலத்தை அறிவதற்கும், குடியேற்ற ஆட்சியிலான தமது சமகால நிலைமையை முன்னரைவிடச் சிறப்பாக விளங்கிக் கொள்ளவும் இவை உதவின. 1845 இல் மோணிங் ஸ்ரார் வரலாற்று எழுத்தாக்கங்களையிட்டுக் கருத்துத் தெரிவிக்கையில், 'வரலாற்றுரீதியான எழுத்தாக்க பாரம்பரியம் தமிழர், சிங்களவர் மத்தியிலெழுந்த தேசியவுணர்வுக்கு ஓரளவு ஆழமான அறிவைத் தந்திருக்கும் எனக் குறிப்பிட்டிருந்தது'[143]

இந்தப் பத்திரிகை இதே வருடத்தில் 'A Brief Historical View of Ceylon' என்ற தலைப்பில், ஒரு கட்டுரையை வெளியிட்டது. இதில் எல்லாளன் என்ற தமிழ் மன்னனுக்கும், துட்டகைமுனு என்ற சிங்கள அரசனுக்கும் இடையேயான வரலாற்றுப் போட்டி பதிவாகியுள்ளது.[144] மேலும் இரு கட்டுரைகளான, 'The Rule of Cholas at Polanaruwa in Ceylon'[145] 'The British took control of Jaffna' என்பவையும் வெளியிடப்பட்டன.[146] வேறு வரலாற்று ஆக்கங்களும் தனிப்பட்ட படைப்பாளி களினால் வெளியிடப்பட்டன. இவற்றுள் சைமன் காசிச் செட்டியின் On the History of Jaffna from the Earliest Period to the Dutch Conquest என்ற கட்டுரை 1847 இல், Ceylon Branch of the Royal Asiatic Society யில் வாசிக்கப்பட்டு, அந்தச் சங்கத்தின் சஞ்சிகையிலும் வெளியிடப்பட்டது.[147] வரலாற்று எழுத்தாக்கங்களுள் உதாரணமாக இருப்பவற்றுள் பின்வருவன அடங்கும். எஸ். ஜோனின் யாழ்ப்பாண சரிதம்,[148] வி. வி. சதாசிவம்பிள்ளையினால் 1884 இல் வெளியிடப்பட்ட யாழ்ப்பாண வைபவம்.[149] இங்கு குறிப்பிடுவதற்கு ஏற்புடையதான ஏனைய வெளியீடுகள் வருமாறு. 1848 ன் தமிழ் தேசவரைபடம்,[150] இந்து-தமிழ் நாட்காட்டி (1852),[151] எஸ். இரகுநாத ஐயரினால் 1889 இல் வெளியிடப்பட்ட தமிழ்ப் பஞ்சாங்கம்.[152] இந்த வெளியீடுகள் யாவும் தமிழ் அடையாள உணர்வைத் தூண்டி வளர்ப்பதற்கும், தமிழர் தமது கலாசாரம், பாரம்பரியம், மொழி, தேசம், மக்கள் என்பவற்றின் முக்கியத்துவத்தை மேலும் சிறப்பாக அறிந்துகொள்வதற்கும் உதவின. இவை யாவும் தேசியவாதத் தோற்றத்தில் இழைந்திருந்த அம்சங்களாகும்.

சுவாமி ஞானப்பிரகார்

சைவத்தமிழ் இலக்கிய மலர்ச்சி, தமிழ்ச் சமூகத்திற்கு, விசேடமாக இளைய தலைமுறையினருக்கு, இந்த அறிவைப் பயன்படுத்தித் தெளிவுபெறவும் சைவசமயத்தினதும், அதன் கலாசாரம், மொழி என்பவற்றின் விழுமியங்களை அறிந்து போற்றவும் வழி வகுத்தது. இதற்கு மேலாகத் தமது சொந்தச் சமயக் கோட்பாடுகள், பாரம்பரியங்கள் சம்பந்தமாக தமிழ்ச் சமூகத்தில் காணப்பட்ட இடைவெளியை இலட்சிய நோக்குகள்ள இந்த வெளியீடுகள் நிரப்பின. இந்த இலக்கிய ஆக்கங்கள் கிடைக்கின்ற வாய்ப்பு அதிகரித்தமையால் சைவத் தமிழ் பாடசாலை ஆசிரியர்கள், மாணவர்கள் என்பவர்களும் நலன் பெற்றனர். ஆகவே, ஒட்டுமொத்தமாகப் பார்க்கையில் இலக்கிய வெளியீடுகளின் பெருக்கம், தமிழ்ச் சமூகத்தின் எல்லா மட்டத்திலுமுள்ள மக்களுக்குப் பெரும்பயனை அளித்தது. இந்த நிலை, கலாசாரத் தூக்கத்தில் ஆழ்ந்திருந்த ஒரு சமூகத்தைத் தட்டியெழுப்பி, அவர்களது சமயம், கலாசாரம், மொழி என்பன சம்பந்தமான அவர்களது சுயவுணர்வை வலிமைபெற வைத்தது என்பதில் சந்தேகமில்லை. பொதுமக்கள் மத்தியில் பரவிய இத் தகவல்கள் அவர்கள் தமது சமகால நிலையை ஆழமாகப் புரிந்து கொள்ளவும், தமிழர் என்ற ரீதியில் தமக்கு புராதனமானதும், செழுமையானதுமான ஒரு கலாசாரப் பாரம்பரியம் உண்டென்பதை உணரவும் வைத்து, அவர்களது மனங்களிலும், ஆத்மாக்களிலும் அவற்றை ஒன்றிடச் செய்தன.

சைவத் தமிழ் அமைப்புக்கள்

சைவசமயம், தமிழ் மொழி, தமிழ்க் கலாசாரம் என்பவற்றின் ஆரோக்கியம் பற்றிய அக்கறை பல்வேறு வழிகளில் வெளிப்பட்டது. சைவத் தமிழ் கலாசாரத்தைப் பாதுகாக்கவும், மேம்படுத்தவும், விருத்தி செய்யவுமெனப் பல சங்கங்களும் சபைகளும் உருவாக்கப்பட்டன. இலங்கைத் தமிழ் சமூகத்தின் சமய, கலாசார, மொழியுணர்வுகள் பொதுவாக இந்தியாவிலும், குறிப்பாகத் தமிழ் நாட்டிலும்

எப்பொழுதுமே வளர்நிலைகளின் செல்வாக்குக்கு உட்பட்டவையாகவே இருந்தன. இதற்கிணங்க, பத்தொன்பாதாம் நூற்றாண்டில் ஏற்பட்ட பெரும் நிகழ்வுகள் தமிழ்ச் சமூகங்கள்மீது தம் தாக்கத்தை ஏற்படுத்தின. நவ-இந்து இயக்கங்களினது எழுச்சி இத்தகைமையை உடையது. 1828 இல் ராம் மோகன்ரா யினால் (Ram Mohan Roy-1774-1833) உருவாக்கப்பட்ட ‘பிரம்ம சமாஜம்’, தயானந்த சரஸ்வதியினால்(1824-1883) நிறுவப்பட்ட ‘ஆரிய சமாஜம்’,[153] இராமகிருஷ்ணருடன்(1836-1886) தோற்றம் பெற்ற ‘இராமகிருஷ்ண இயக்கம்’, 1897 இல் சுவாமி விவேகானந்தரினால்[154] அமைக்கப்பட்ட ‘இராமகிருஷ்ண மிஷன்’ சபை என்பவை வட இந்தியாவில் ஆரம்பிக்கப்பட்டவை. நாவலரின் காலத்தில் உருவாக்கப்பட்ட இரண்டு சங்கங்களின் பெயர்களைக் குறிப்பிடுவது ஏற்புடையதாகும். கேணல் எச். எஸ். ஓல்கொட் என்பவரால் நிறுவப்பட்ட ‘பிரம்மஞான சங்கம்’ (வேதாகமசங்கம்), இராமலிங்க சுவாமியினால் தோற்றுவிக்கப்பட்ட ‘சமரசசுத்த சன்மார்க்க சங்கம்’ என்பவை இவையாகும்.[155] வட இந்தியாவைத் தளமாகக் கொண்டிருந்த சமய இயக்கத்துக்கும், இலங்கை சைவத்தமிழ் இயக்கத்திற்கும் அக் காலகட்டத்தில் நேரடித் தொடர்பு இருந்தமைக்கான சான்று எதுவும் இல்லை. இருந்தபோதிலும், இவ்விரு சங்கங்களினது செயற்பாடுகளும், கருத்தியல்களும் நாவலரது சமய, கலாசார நடவடிக்கைகளில் ஓரளவுக்குச் செல்வாக்குச் செலுத்தின. பத்தொன்பதாவது நூற்றாண்டின் இறுதிப் பகுதியிலான தமிழ், சமய, கலாசார அமைப்புக்கள்மீதான இவற்றின் தாக்கம் மிகவும் தெளிவாகத் தெரிகின்றது. எனினும், வேதாகமச் சங்கம் சிங்களச் சமூகத்துடன் மட்டுமே நேரடியாகச் செயற்பட்டதேயன்றி, தமிழருடன் அல்ல. ஆனால் தென்னிந்தியாவில் எழுந்த சமய இயக்கங்களின் இயல்பான தாக்கம் நிச்சயமாக இருக்கவே செய்தது. உண்மையில் இவை நேரடியாகக்கூட இலங்கையிலுள்ள தமிழ், சமய, கலாசார நிறுவனங்களில் செல்வாக்குச் செலுத்தியிருக்கலாம். நாவலர் தமிழ் நாட்டில் தங்கியிருந்தபோது, அவர் இராமலிங்க சுவாமிகளுடன் நேரடியாகச் சம்பந்தப்பட்டிருந்தார் என்பதை நாம் அறிவோம். இது, அருட்பா-மருட்பா என்ற சர்ச்சையைப்(சைவ சித்தாந்தம் பற்றிய சர்ச்சை)[156] பற்றியதாக இருந்தது. இந்த ஒரு சந்தர்ப்பத்தைவிட, நாவலர் மேற்குறிப்பிட்ட இரு சங்கங்களினதும் நேரடிச் செல்வாக்குக்கு உட்பட்டிருக்கவில்லை.

சில அறிஞர் நாவலரின் செயற்பாடுகளை, ராம் மோகன்ராயின் பிரம்ம சமாஜத்தைவிட, தயானந்த சரஸ்வதியுடனும் அவரது அமைப்புடனுமே ஒப்பிட்டுப் பார்த்தனர். நாவலர் செய்ததைப் போன்றே இவ்விரு சங்கங்களும் இந்துசமயத்திலும் அதன் அனுட்டானத்திலும் காணப்பட்ட பொய்மை, ஊழல், குழப்பம் என்பவற்றைக் கண்டனஞ் செய்தன. இந்தியப் பெண்கள் மீதான ஆண்களின் மேலாதிக்கம், அடக்குமுறை என்பனவற்றைத் தடுக்கவும், பால்ய விவாகம், உடன்கட்டை ஏறுதல் போன்றவற்றிலிருந்து அவர்களை விடுதலையாக்கவும் ராம் மோகன்ராய் முயன்றார். இவர் இந்தியப் பெண்களின் விதவைகள் மறுமணத்தை ஆதரித்ததுடன், இறுக்கமான இந்து சாதிய முறைமையையும் வன்மையாகக் கண்டித்தார்.[157]

நாவலர் இந்தக் குறிப்பிட்ட சீர்திருத்த நடவடிக்கைகளின் செல்வாக்குக்கு உட்பட்டிருந்தமைக்கு சான்று எதுவும் இல்லை. சாதியுணர்வு சம்பந்தமான அவரது அக்கறை வெளியரங்கமான விவாதத்துக்கு உரியதாக இருந்தபோதும், பெண்களின்

மறுமணம் பற்றியோ, உடன்கட்டை ஏறுதல் பற்றியோ அவர் வெகுவாக அக்கறை கொள்ளவில்லை. இதற்குக் காரணம் இலங்கைத் தமிழ் சமூகத்தில் இவ்வாறான பாரம்பரியங்கள் இருக்கவில்லை என்பதாகும். ஆயினும் ராம் மோகன்ராய், நாவலர் இருவருமே கிறிஸ்தவ மதப்பரப்பலை எதிர்த்து, தமது சொந்த மதத்தை வெகு தீவிரத்துடன் பாதுகாத்தனர். அத்துடன் இவர்கள் இருவரும், ஆங்கில மொழிய றிவையும், விஞ்ஞானபூர்வமான மேற்கத்திய கல்வி முறைகளையும், மக்கள் கற்றறிய வேண்டுமென மக்களை உற்சாகப்படுத்தினர். மேலும் இவர்கள் இருவருமே பிரித்தானிய ஆட்சியாளர்மேல் நம்பிக்கையும், மதிப்பும் வைத்திருந்தனர். இதற்கு மாறாகத் தயானந்த சரஸ்வதி எல்லா வகையிலுமே தீவிர பிரித்தானிய எதிர்ப் பாளராக இருந்ததுடன்,[158] இந்தியாவில் சுயாட்சி வேண்டுமெனப் பிரசாரம் செய்தவர் ஆவார்.[159] இருந்தபோதிலும் நாவலரும், தயானந்தரும் கட்டுப்பாடு, நல்லொழுக்கம் என்பவற்றிலான சிரத்தையைக் கொண்டிருந்ததுடன், தமது வாழ்வை மேலும் சிறப்பான வகையில் சமூக இலட்சியங்களுக்கு அர்ப்பணிப்பதற்காக பிரம்மச் சாரிகளாக இருந்தனர். அத்துடன் இவர்கள் தமது சமயத்தில் பொய்மை எனக் காணப்பட்டவற்றையும், இந்து தத்துவத்தின் (நால்வகை வருணங்கள்) வருணாசிரம கோட்பாட்டையும் பின்பற்றுவதற்காக விமரிசிக்கப்பட்டவர்கள். தயானந்தரும், நாவலரும் இக் கோட்பாட்டை அனுசரித்தபோதும், அவர்கள் இறுக்கமான சாதியுணர்வு கொண்டவர்களாகத் தோன்றவில்லை. மாறாக, மக்கள் கட்டுப்பாடு, நல்லொழுக்கம், நன்னடத்தை கொண்டவர்களாக இருக்கவேண்டியதன் முக்கியத்துவத்தை வலியுறுத்தியவர்களாவர்.[160] சமூகத்துக்கான பணிகளை நடைமுறைப்படுத்துவதற்கு இந்த நான்கு பிரதான வருணங்கள் முக்கியமென இவர்கள் இருவருமே நம்பியபோதிலும், சமகாலச் சமூகத்தில் நிலவிய இறுக்கமான சாதிய முறைமையை இவர்கள் அங்கீகரிக்கவில்லை. ஈற்றில் கூறுவதானால், இவர்களிருவரும் இந்த நான்கு பிரதான வருணங்களும் இந்து சமயத்தின் இன்றியமையாத அம்சங்கள் எனவும், சிறந்த, நல்லொழுக்கமான இந்து சமுதாயத்தை உருவாக்குவதற்குக் கைக்கொள்ளப்பட வேண்டியவை எனவும் நம்பினர்.[161]

இந்தியாவிலுள்ள இச் சங்கங்களுடனான நேரடித் தொடர்பு குறைவாக இருந்தபோதும், அவை ஓரளவுக்கேனும் இலங்கைத் தமிழர்கள்மீது குறிப்பாக நாவலர்மீது செல்வாக்குச் செலுத்தின. நாவலர் அடிக்கடி தென்னிந்தியப் பயணம் மேற்கொண்டதனால் அவரால் அங்கு ஆங்கிலத்திலும், தமிழிலும் வெளியிடப்பட்ட தகவல்களைப் பெறமுடிந்தது. பத்தொன்பதாவது நூற்றாண்டின் இறுதிப் பகுதியில் நிகழ்ந்த இலங்கைத் தமிழ்ச் செயற்பாடுகளில் இச் செல்வாக்கு மிக வெளிப்படையாக உள்ளது. எனவே, இந்தியாவினது சமய, கலாசார, மொழி உணர்வுகள் இலங்கைத் தமிழர்களின் சமயம், கலாசாரம், மொழி ஆகிய உணர்வுகளில் தாக்கத்தை ஏற்படுத்தியதுமன்றி, இக் காலகட்டத்தில் உருவான தமிழ்த் தேசியவாதத்தையும் வலிமைப்படுத்தியது என்ற முடிவுக்கு வர இடமளிக்கின்றது.

நாவலரால் 1853 இல் உருவாக்கப்பட்ட சைவப் பிரகாச சபை, சைவக் கருத்தியல்களை விருத்தி செய்வதற்கும், அன்னிய சக்திகளிடத்திலிருந்து

சைவசமயத்தைப் பாதுகாக்கவும் தன்னை அர்ப்பணித்த முதலாவது சமய சபையாகவிருந்தது.[162] கே. எம். டி. சில்வா தனது University of Ceylon, History of Ceylon என்ற நூலில் பின்வருமாறு சொல்கின்றார்:

> "1853 ம் ஆண்டிலிருந்தே சைவப்பிரகாச சபையை ஆறுமுகநாவலர் நிறுவி, பின்னர் வண்ணார்பண்ணை சிவன் கோவில் மண்டபத்தைத் திறமையுடன் பயன்படுத்தி, ஒவ்வொரு வெள்ளியன்றும் தனது பிரபலமான உரைகளை அங்கு நிகழ்த்தினார். இவருடைய செல்வாக்கு, சைவ சமயத்தை அபிவிருத்தி செய்வதற்கான சைவபரிபாலன சபை (1888) தோன்றுவதற்குக் காரணமாகவிருந்தது. இச் சபையின் அங்கத்தவர்கள் கிறிஸ்தவ பாடசாலைகளில் கற்றவர்களாகவும், பிரம்மசமாஜம், ஆரியசமாஜம், இராமகிருஷ்ண பரமஹம்சர், வேதாகம சங்கம் என்ற சக்திகளினால் உருவான இந்துசமய மறுமலர்ச்சியின் ஆழமான செல்வாக்குக்கு ஆட்பட்டவர்களாகவும் இருந்தனர்."[163]

சைவபரிபாலன சபையையிட்டு நாம் ஆராயப் புகுமுன் இக் காலகட்டத்தில் இதே நோக்கங்களுக்காக வேறுசில சைவத் தமிழ் சபைகளும், சங்கங்களும் இயங்கியமைபற்றி இங்கு சுருக்கமாக் குறிப்பிட வேண்டும். 'கிறிஸ்தவமத கண்டன சபை', 'பரமத கண்டன சுயமத தாபன சங்கம்' போன்ற கிறிஸ்தவ எதிர்ப்பு அமைப்புக்கள் போன்றவற்றை நாம் ஏற்கெனவே ஆராய்ந்துள்ளோம். 'சைவபரிபாலன சபை'(1888) க்கு முன்னர், நாவலரின் குறிக்கோள்களைப் பகிர்ந்து அவற்றைத் தொடர்ந்திடும் பல்வேறு சைவத்தமிழ்ச் சங்கங்கள் இருந்தன. 'சைவ அபிமானிகள் சங்கம்', 'சைவ சித்தானந்த சபை', 'சைவ கலாவிருத்திச் சங்கம்', 'சைவ சித்தாந்த மத சமாஜம்' என்பன இவையாகும்.[164] இவை யாவுமே, பல்வேறு வழிகளில் சைவத்தமிழ் கல்வி, கலாசார, மொழி என்பவற்றை மேம்படுத்தி விருத்தி செய்யும் முயற்சிகளில் ஈடுபட்டன. ஆயினும், யாவற்றிலும் அதிக பலமானதும், முக்கிமானதுமாக இருந்தது 'சைவ பரிபாலன சபையாகும'. இது 1888லிருந்து தனது செயற்பாடுகளை இலங்கையின் வடக்கு கிழக்குப் பிரதேசங்களிலும், தெற்கிலும் குறிப்பாகக் கொழும்புக்கும் விஸ்தரித்தது.

சைவபரிபாலன சபை தோற்றுவிக்கப்பட்டதும், யாழ்ப்பாணத்தில் சம்பவித்த இரு வரலாற்று நிகழ்வுகளை இங்கு குறிப்பிடுவது பயன்தரலாம். 1889 இல் வண்ணார்பண்ணை சைவப் பிரகாச வித்தியாசாலையில் 'இந்து மகா சபை' என்ற தலைப்பில் ஒரு மாநாடு நடத்தப்பட்டது. இதற்கு யாழ்ப்பாணத் தீபகற்பத்தின் எல்லாப் பாகங்களிலிருந்தும் 1500 க்கும் அதிகமானவர்கள் பங்குற்றினர் எனக் கணிப்பிடப்பட்டது. தமிழ்ப் பிரதேசங்களிலுள்ள சைவக் கோவில்களின் நிர்வாகத்தையிட்டுக் கலந்துரையாடுவது இம் மாநாட்டின் நோக்கமாக இருந்தது.[165] மற்றைய நிகழ்வு, இராமகிஷ்ண பரமஹம்சரின் பக்தரான சுவாமி விவேகானந்தர் 1897 இல் யாழ்ப்பாணத்துக்கு வருகை தந்தமையாகும்.[166] சுவாமி விவேகானந்தரை சைவத் தமிழ்ச் சமூகம் சிறந்த முறையில் வரவேற்றது. யாழ்ப்பாண இந்துக் கல்லூரியில் நடந்த கூட்டத்தில் 15,000 க்கும் அதிகமான மக்கள் பல்வேறு

தமிழ்ப்பிரதேசங்களிலிருந்தும் வந்து கலந்துகொண்டனர் எனக் கணிக்கப்பட்டுள்ளது. ஹிந்து ஓகன் பத்திரிகை 'இரண்டு மைல் தூரத்துக்கு கடல்போல் ஒரே தலைமயமாகத் தோன்றியது'[167] எனச் செய்தி வெளியிட்டதுடன், பின்வருமாறும் தெரிவித்தது:

> "உன்னதமான பந்தலொன்று முன்னால் நிறுவப்பட்டிருந்ததுடன், விசேடமாக, பெரிய கடையிலிருந்து வரும் பாதையின் அந்தப் பகுதி அலங்கரிக்கப்பட்டும், ஒளியூட்டப்பட்டும் காணப்பட்டது. வீதியின் இருமருங்கும் நூற்றுக்கணக்கான வாழைகள் நாட்டப்பட்டு, வழி முழுவதுமே தோரணங்களினாலும், கொடிகளினாலும் அழகு செய்யப்பட்டிருந்தது"[168]

இவ்விரு நிகழ்வுகளுக்கும் சைவத் தமிழ்ச் சமூகம் அளித்த பாரிய ஆதரவு, அவர்களுடைய சமயம், கலாசாரம் என்பவற்றைப் பிராதானப்படுத்தும் நிகழ்வுகளில் அவர்கள் காட்டிய பெரும் ஊக்கத்தைப் புலப்படுத்துகின்றது. சைவசமயம், கலாசாரம் தோற்றிய தேசியவுணர்வு உச்சத்தை எட்டி, அது சமூக, அரசியல் அரங்குகளில் பிரவாகிக்க இருந்ததை இது வெளிப்படையாகத் தெரிவிக்கின்றது. இக் கூற்றை, சைவபரிபாலன சபை பற்றிய ஆய்வு சான்று பகர்கின்றது. இந்த வளர்நிலைகள் யாவற்றையும்விட, இலங்கையிற் சுவாமிகள் நிகழ்த்திய சொற்பொழிவு, உண்மையான மாற்றத்துக்கான சைவத்தமிழ்க் கோரிக்கைளைத் தூண்டி விட்டது. யாழ்ப்பாணத்தில் அவர் நிகழ்த்திய சொற்பொழிவின் ஒரு பகுதி, மார்ச் 1897 இந்து ஓகனில் வெளியிடப்பட்டுள்ளது.

> "எமது மதத்தில் ஒருசில கருத்தியல்கள் உண்டு. அது ஒவ்வொருவரையும் அரவணைப்பதல்லாது, எவரொருவரையும் புறந்தள்ளுவதன்று. எமது சாதிகளும், நிறுவனங்களும் எம் மதத்துடன் அவை தொடர்புடையதுபோற் தோன்றினாலும், அவை அவ்வாறில்லை. எம்மை ஒரு தேசிய இனமாகப் பாதுகாப்பதற்கு இந்த நிறுவனங்கள் அவசியமாக இருந்தன. எப்போது இந்தத் தற்பாதுகாப்புக்கான தேவை இல்லாதொழிகின்றதோ, அப்போதே அவை தம் இயல்பான மரணத்தைத் தழுவும். ஆனால், இப்போதுள்ள நிலையில் எவ்வளவுக்கு எனக்கு வயதாகின்றதோ, அவ்வளவுக்கு நான் இந்த, காலத்தால் மதிக்கப்பட்ட நிறுவனங்களையிட்டு, முன்னைவிடச் சிறப்பாக எண்ணுகின்றேன் போற் தோன்றுகின்றது. அவற்றில் பல உபயோகமற்றவை என்றும், பெறுமதியற்றவை என்றும் நான் நினைத்தது உண்டு. ஆனால் எவ்வளவுக்கு எனக்கு வயது அதிகரிக்கின்றதோ, அவ்வளவுக்கு அவற்றில் ஏதாவதொன்றைச் சபிப்பதில் சந்தேகம் கொள்கின்றேன். ஏனெனில் அவை ஒவ்வொன்றும் பல நூற்றாண்டு அனுபவங்களின் வடிவமாகும். நேற்றுப் பிறந்ததொரு குழந்தை, நாளை மறுநாள் அது மரணமடையும் என்ற விதியிருக்கும் நிலையில் என்னிடம் வந்து, எனது திட்டங்கள் யாவற்றையும் மாற்றிக் கொள்ளுமாறு கேட்டு, நானும் அதன் ஆலோசனைக்குச் செவிசாய்த்து, எனது

சூழல்களையெல்லாம் அதனுடைய எண்ணங்களுக்குப் பொருந்தும் வகையில் மாற்றிக் கொள்வேனேயாகில், நானே அறிவிலியன்றி வேறு யாருமல்ல. பல்வேறு நாடுகளிலிருந்து எமக்கு வரும் ஆலோசனைகளும் அத்தகையதேயாகும். அவர்களுக்குச் சொல்லுங்கள்! உங்களுடைய சமுதாயத்தை நீங்கள் நிலையானதாக்கிய பின்னர் நீங்கள் சொல்வதை நான் கேட்கிறேன். உங்களால் ஒரு கருத்தியலை இரண்டு நாட்களுக்குக் கூடத் தொடர இயலவில்லை. நீங்கள் சச்சரவிட்டுச் சண்டை பிடிக்கின் றீர்கள். இளவேனிற்காலத்து விட்டில்களைப்போல நீங்கள் பிறந்து, அவற்றைப் போல் ஐந்து நிமிடங்களுக்குள் மரிக்கின்றீர்கள். நீங்கள் குமிழிகளைப் போற்தோன்றி குமிழிகள் போலவே வெடித்துவிடுகிறீர்கள். முதலில் எங்களுடையதைப் போன்று நிலையானதொரு சமுதாயத்தை உருவாக்குங்கள். முதலில் பல நூற்றாண்டுகளுக்குத் தமது சக்தி குறையாதிருக்கின்ற சட்டங்களையும், நிறுவனங்களையும் உருவாக்குங்கள். அப்போது இந்த விஷயத்தையிட்டு உங்களுடன் பேசுவதற்கான காலம் வரும். அதுவரை என் சினேகிதனே, நீ ஒரு முட்டாள் குழந்தையே!"[169]

வலிமை, எதற்கும் ஈடுகொடுக்கும் தன்மை என்பவற்றைப் பிரதிபலிக்கும் ஒரு அபிப்பிராயத்தையே இந்தப் பேச்சு ஏற்படுத்துகின்றது. சுவாமி விவேகானந்தர் பெருமையுடனும், வலிமையுடனும் குரல்கொடுத்த இந்து மதத்தின் இலட்சணங்களே இவை. மிகவும் புராதனமான பாரம்பரியங்களையும், நிறுவனங்களையும் அவமதிக் கவும், குறைத்து மதிக்கவும் தலைப்பட்ட அந்நியர்களையே (இதனால் குறிப்பது கிறஸ்தவர்களையே) அவர் சிறுமைப்படுத்தினார். அவர்களைக் குழந்தைகளைப் போன்று சகித்து, அவர்கள் முதிர்ச்சி அடையும்வரை, அவர்களது கூற்றைப் பெரிதாகக் கொள்ளவேண்டியதில்லை. இருப்பினும், அவர் இந்து மதத்தையும், இந்து சாதிய முறைமை போன்றவற்றையும் வேறுபடுத்தியமையைத்தான் இங்கு நாம் குறிப்பாகக் கவனிக்க வேண்டும். அவர் கூற்றுப்படி, மக்களைப் பாதுகாப் பதற்கும், அவர்கள் ஒரு தேசியமாகத் தொடர்ந்திருப்பதற்கும், இந்த நிறுவனங்கள் அவசியமாக உள்ளன. இந்து சமயம் காலத்தால் அழியாதிருந்தது மாத்திரமன்றி, பல நூற்றாண்டுகளாக நிலையான ஒரு சமுதாயத்தை உருவாக்கிய ஞானத்தின் வடிவமான பாரம்பரியத்தைக் கொண்டதாகவும் இருக்கின்றது. இந்தக் கூட்டத்திற்குச் சமூகமளித்த ஆயிரக்கணக்கான தமிழ் மக்கள் பலரை இந்த உணர்வெழுச்சி பாதித்தது. சமய, தேசிய உணர்வுகளுக்கான அவரது சக்திமிக்க அறைகூவல், அவர்களைத் தமது அரசியல் எதிர்காலத்தையிட்டு மேலும் ஆழமாகச் சிந்திக்க வைத்திருக்கும் என முடிவுசெய்வது நியாயமானதே.

நாவலர் மறைந்து பத்து வருடங்களின் பின்னர் தாபிக்கப்பட்ட சைவபரிபாலன சபையில் பல முக்கியஸ்தர்களும், அறிஞர்களும் அங்கத்தவராக இருந்தனர். நாவலரின் மருமகனும், மாணவனுமாக இருந்த வித்துவ சிரோன்மணி பொன்னம் பலபிள்ளை இச் சபையின் முதற் தலைவரானார். இந்தச் சபையில் ரி. கைலாச பிள்ளை செயலாளராகவும், ரி. பொன்னம்பலபிள்ளை, வி. காசிப்பிள்ளை, எம். எஸ்.

பசுபதிச் செட்டியார், செல்லப்பாபிள்ளை, கனகசபைப்பிள்ளை, வி. முத்துவேற் பிள்ளை, எம் பசுபதி ஐயர், சபாபதிப்பிள்ளை ஆகியவர்கள் நிர்வாகசபை அங்கத்தவர்களாகவும் இருந்தனர்.[170] குறுகிய காலத்தினுள் இச் சபையின் பல கிளைகள் ஏனைய தமிழ்ப் பிரதேசங்களிலும், குறிப்பாகக் கிழக்கு மாகாணத்திலும், கொழும்பிலும் உருவாக்கப்பட்டன. கூட்டுறவு முறையில் மேற்கொள்ளப்பட்ட இம் முயற்சிகளின் இயல்பு நாவலரால் ஆரம்பிக்கப்பட்ட சிறியதொரு திட்டத்தைச் சக்திமிக்க அமைப்பாக விருத்தி செய்தது என்பதைக் காட்டுகின்றது. வேறு வார்த்தைகளிற் சொல்வதாயின், தமது சொந்த மதம், கலாசாரம், மொழி என்பனவற்றின் புராதன பாரம்பரிய விழுமியங்களைப் பாதுகாத்து மேம்படுத்துவதை இலங்கைத் தமிழர் தமது கடமையாக ஏற்றுக்கொண்டதைத் தமது ஒற்றுமையின் மூலம் வெளிக்காட்டினர் என்பதாகும். சைவசமயக் கோட்பாட்டின் உண்மையை முழுச் சமூகத்திற்கும் போதிப்பதே இச் சபையின் பிரதான நோக்கமாகவிருந்தது. இதை அடைவதற்காக அவர்கள் தமிழ்க் கிராமங்களில் ஆங்கில, தமிழ் பாடசாலைகளை நிறுவி, வெகுசனத்துக்குக் கல்வியூட்டியதுடன், சிறுநூல்கள், துண்டுப் பிரசுரங்கள் என்பனவற்றையும் பதிப்பித்து அவற்றை தமிழ்ப் பிரதேசமெங்கும் வினியோகித்தனர்.[171] பின்னர் இச்சபை தனது குறிக்கோள்களை விரிவுபடுத்திக் கொண்டது. 'ஹிந்து ஓகனில்' வெளியான பின்வரும் கூற்று இதைத் தெளிவாகக் காட்டுகின்றது.

> "சைவசமயத்தின் உண்மைகளையும், கொள்கைகளையும் எல்லா இடங்களுக்கும் சென்று போதிக்கக்கூடிய திறமைமிக்க ஊழியர்கள், இந்து சமூகத்தின் சமய, சமூக, அரசியல் ஆர்வங்களை வெளியிடுவதற்கான காலக்கிரமமான ஒரு பத்திரிகை, சமய, ஒழுக்கநெறி, விஞ்ஞானம் என்பன வற்றுடன் ஏனைய ஆக்கங்களையும் கொண்டதொரு பொது நூல்நிலையம், சமயம் சார்ந்ததும், சமயம் சாராததுமான உயர்மட்டக் கல்வியை அளிக்கக் கூடிய ஆங்கில உயர்பாடசாலை எனும் தேவைகள் வெகுகாலமாகவே இந்து சமூகத்தினால் உணரப்பட்டுள்ளன. இத் தேவைகளைப் பூர்த்தி செய்வதற்குச் 'சைவபரிபாலன சபை' மனமுவந்து முன்வந்துள்ளது. எமது இனத்தின் சமய, சமூக, அரசியல் நலன்களை இச்சபை சிறப்பாக முன்னெடுக்கும் என்பது ஆவலுடன் நம்பப்படுகின்றது. இவற்றை ஆரம்பிப் பதற்கு 60,000 ரூபாய்கள் சபைக்குத் தேவையென அதனால் கணிக்கப் பட்டுள்ளது. இதற்கிணங்கச் சபையின் பெயரால் அதைப் பிரதிநிதிப் படுத்தும் வகையில் நிர்வாக அங்கத்தினர் தேவைப்படும் நிதிக்கெனப் பணம் சேகரிக்க ஆரம்பித்துள்ளனர். எமது சமயம், நாடு, சமூகம் என்பவற்றின் நலன் விரும்பிகளும், நண்பர்களும் இப்போது சேகரிக்கப்படும் இந்த நிதிக்குத் தாராளமாக உதவி, மேற்படி சங்கத்தினால் முன் னெடுக்கப் படும் உயர்ந்த நோக்கம் கொண்ட திட்டத்துடன் தம்மை இணைத்துக் கொள்ளும் வண்ணம் வேண்டப்படுகின்றனர்".[172]

இந்தக் கூற்றில் தெரிவிக்கப்பட்ட சில விஷயங்கள் இங்கு எமது ஆய்வுக்குச் முக்கியமாக உள்ளன. ஆரம்பத்தில், இச் சபையின் பிரதானமானதும், முதலாவதுமான நோக்கம் சமய, கல்வி, கலாசாரம் என்ற துறைகளை மட்டுமே கொண்டதாக விருந்தது. ஆனால், சமயம், சமயம்சாராத விஞ்ஞான அறிவு என்பவற்றை தமிழ்ச் சமூகத்தினரிடை விரிவாக்கம் செய்வதற்கு ஒரு பத்திரிகையையும், ஒரு நூலகத்தையும் நிறுவ வேண்டுமென்பதில் சபை அக்கறை கொண்டிருந்தது என்பது இக் கூற்றினால் அறியப்படுகின்றது. சைவத் தமிழ் பாடசாலைகள் ஏற்கெனவே நன்கு நிறுவப்பட்டு, அவை மேலும் விரிவாக்கம் செய்யப்பட வேண்டும் என்பது அவர்களுடைய எண்ணமாக இருந்த நிலையில் இந்த மேலதிக குறிக்கோள் ஒருவகையில் தவிர்க்கமுடியாத நடவடிக்கையாய் இருந்தது. 1872 இல் நாவலரால் ஒரு சைவ ஆங்கிலப் பாடசாலை நிறுவப்பட்டு, இரண்டு ஆண்டுகளின் பின்னர் அது நிதிப்பற்றாக் குறையினாலும், வேறு சிரமங்களினாலும் மூடப்பட்டது. இருந்தபோதிலும் 'சைவ பரிபாலன சபை' 1890 இல் ஓர் இந்து ஆங்கில உயர்தரப் பாடசாலையை நிறுவி, பின் 1891 இல் அங்கே விடுதிச்சாலை வசதிகளை ஏற்பாடு செய்து ஈற்றில் 1895 இல் அது யாழ்ப்பாணம் இந்துக் கல்லூரியானபோது நாவலரின் கனவு பூரணமாக நிறைவேறியது.[173] வெளியீட்டுச் செயற்பாடுகளைப் பொறுத்தவரையில், ஆரம்பத்தில் சிறு நூல்களையும், துண்டுப் பிரசுரங்களையும் மட்டுமே வெளியிடச் சபை திட்டமிட்டிருந்தபோதும், பின்னர் இரு மொழிகளில் 'இந்து சாதனம்' (தமிழ்), 'ஹிந்து ஓகன்' (ஆங்கிலம்) ஆகிய பத்திரிகைகள் 1889 இல் சங்கத்தினால் வெளியிடப்பட்டு அதன் நடவடிக்கைகள் விரிவாக்கமடைந்தன. ஒரு சைவ ஆங்கிலப் பாடசாலையையும், ஒரு பத்திரிகையையும் நிறுவவேண்டுமென்ற நாவலரின் கனவை நாம் மீண்டும் கவனத்துக்கு எடுப்பது பயனுள்ளதாகும். நாவலர் தனது நாட்குறிப்பில் இந்தத் திட்டங்களையிட்டுக் குறித்திருந்தார் எனக் கைலாசபிள்ளை தனது நூலில் குறிப்பிடுகின்றார்.[174] இப்போது அது சைவபரிபாலன சபையின் ஆதரவில் நிச்சயமாக நிறைவேறியிருந்தன.

இச் சபை தனது நோக்கங்களான சமயம், கலாசாரம், கல்வி ஆகிய குறிக்கோள்களுடன் சமூகத்தை ஒட்டுமொத்தமாக உள்ளடக்கிய சமுதாய, அரசியல் நலன்களையும் பின்னர் தன்னுடன் இணைத்துக் கொண்டது. தமிழ்ச் சமூகமானது தனது முந்தைய, சமய கலாசார அக்கறைகளிலிருந்து இப்போது சமூக, அரசியல் சுயவுணர்வுசார்ந்த எண்ணங்களில் கவனத்தைத் திருப்பலாயிற்று. தமிழ் உயர்மட்டத்தினர் இந்த மாற்றத்துக்கு இசையத் தொடங்கியமை, சமூகத்தில் நிகழ்ந்ததொரு முக்கியமான திருப்பத்தைக் காட்டுகின்றது. இச் சபை, சைவ சமயத்தைச் சேராதவர்கள், மற்றும் சமூகத்தின் பெரும் பகுதியினர் எல்லோரிடமும், சமய எல்லைகளைக் கடந்து, தனது திட்டங்களை நிறைவேற்றுவதற்கான நிதியைத் திரட்டும் வேண்டுகோளை, தமிழ்ச் சமூகம் முழுவதையுமே தழுவுமளவுக்கு விடுவித்தது. பத்தொன்பதாவது நூற்றாண்டின் இறுதியிலிருந்து கிறிஸ்தவ உயர் மட்டத்தினரும், கிறிஸ்தவ தமிழ்ச் சமூகமும் இந்து சைவத் தமிழர்களுடன் இணைந்து, தமிழ்க் கல்வியையும், தமிழ் அரசியலையும் முன்னெடுப்பதற்கான தமது ஆதரவை அளித்தனர் என்பதையும் இந்நிகழ்வு குறிக்கின்றது. உதாரணமாகப் பெரும் எண்ணிக்கையிலான செல்வாக்கு மிக்க இந்துக்கள், தாமும் பல்வேறு

நிறுவனங்களில் அங்கத்தவர்களாகச் சேர்ந்து அதன்வழி சபையின் கொள்கை உருவாக்கத்திலும், நிர்வாகத்திலும் பங்குகொள்ள வேண்டுமென்ற அவர்களின் கோரிக்கை அதிகரித்ததன் காரணமாக, 9 அக்டோபர் 1898 இல் யாழ்ப்பாணம் இந்துக் கல்லூரி மண்டபத்தில் 'சைவபரிபாலன சபை' கூட்டமொன்றை நடத்தியது.

> "இது மேற்கொண்ட விஷயங்களின் வெற்றி தோல்வி இந்து சமூகத்தில் மட்டுமன்றிச் சாதி மத பேதமின்றி, ஒரு தேசியம் என்ற வகையிற், தமிழர் அனைவர் மீதும் பிரதிபலிக்கவே செய்யும். சபைக்கு ஆற்றவேண்டிய கடமையுணர்வு இந்துக்களுக்கு இருப்பது மட்டுமன்றி, பல கிறிஸ்தவ கனவான்களுடைய ஆதரவையும் பெற்றிருப்பதை அறிந்து நாம் மகிழ்ச்சி அடைகின்றோம். அவர்கள், சபை இதுவரை ஆற்றிய சேவையைப் பரந்த மனப்பான்மையுடனும், தேசியக் கண்ணோட்டத்துடனும் பார்க்கின்றனர்."[175]

சுருக்கமாக, இக்கூற்று, தமிழர்களை இந்துக்களாக (இதன்வழி கிறிஸ்தவர் களையும் அவர்களது மதத்தையும் புறந்தள்ளி) மட்டுமே கருதாது, தேசிய கண் ணோட்டத்தோடு எல்லாத் தமிழரையும் தன்னுள் ஒன்றிணைத்துக் கொண்டதாகவே கருத்திற் கொள்கின்றது. முன்னர் காணப்படாத ஒரு பரந்த தளத்தை அடிப்படையாகக் கொண்ட தமிழுணர்வை, சபையானது மேம்படுத்திப் பிரதிபலித்தது என்று கூறலாம். 'தமிழத்துவம்' என்ற இந்த உணர்வே இலங்கைத் தமிழ்த் தேசியவாதம் தோன்றுவதற்கு ஊக்க சக்தியாகச் செயற்பட்டது.

'சைவபரிபாலன சபை' இப் பரந்த கண்ணோட்டத்தை உருவாக்கியதும், மேலும் அதிகமான மக்கள் இதன் செயற்பாடுகளில் பங்கெடுக்கும் வண்ணம் தீபகற்பத்திலும் ஏனைய தமிழ்ப் பிரதேசங்களிலும் சபையின் கிளைகள் நிறுவப்பட்டன.[176] கிழக்கு மாகாணத்தில், திருகோணமலையில் சைவபரிபாலன சபையின் கிளையொன்று[177] அமைக்கப்பட்டதையும், அதேபோன்று 1893 இல், கொழும்பில் ஒரு கிளை[178] அமைக்கப்பட்டதையும், ஹிந்து ஓகன் தெரிவிக்கின்றது. எனவே, 'சைவ பரிபாலன சபை' அதன் ஆரம்பத்திலிருந்தே, தமிழர் மத்தியில் மிகவும் பிரதானமானதும், வலிமை மிக்கதுமான சக்தியாகியிருந்தது தெளிவாகின்றது. சமயம், கலாசாரம், கல்வி, சமூகம், பொருளாதாரம் ஆகிய விஷயங்களில் அது முழுத் தமிழ்ச் சமூகத்தினதும் சார்பில் ஈடுபட்டு, தமிழ்த் தேசியவாதம் உருவாவதில் முக்கியமான பங்கை வகித்தது.

மேற்குறிப்பிட்ட இந்த அமைப்புக்களைவிட, தமிழ் இலக்கியத்தை முன்னெடுப் பதற்கும், அறிவைப் பரப்புவதற்கும் மக்களை அறிவுரீதியாகவும், ஒழுக்கரீதியாகவும் தூண்டுவதற்கும் வேறு இலக்கிய அமைப்புக்களும் உருவாக்கப்பட்டன. இவ் வகையில், வண்ணார்பண்ணை வெஸ்லியன் மிஷன் ஆசிரியர்களாலும், மாணவர் களாலும் அமைக்கப்பட்ட 'யாழ்ப்பாண இலக்கியச் சங்கம்' (1852) முதலாவதாக இருந்திருக்கக்கூடும். சமூகம் முழுவதற்கும் அறிவைப் பரப்புவதற்கான வசதிகளை அளிப்பதே இச் சங்கத்தின் குறிக்கோளாக இருந்தது.[179] வண்ணார்பண்ணையில் 12, ஏப்பிரல் 1898 இல்,[180] சைவப்பிரகாச வித்தியாலயத்தைச் சேர்ந்த தமிழ் அறிஞர்களால் உருவாக்கப்பட்ட 'தமிழ்ச் சங்கம', வேறொரு முக்கிய அமைப்பாக

இருந்தது. தீபகற்பத்தின் எல்லாப் பாகங்களிலிருந்தும் பல அறிஞர்கள் இதன் ஆரம்பக் கூட்டத்துக்கு சமூகமளித்திருந்தனர். தமிழ் மாணவரின் ஆற்றலைக் கணிப்பதற்கான தமிழ்க் கல்விப் பரீட்சைகளை நடத்தி, அவற்றின் பெறுபேற்றின் அடிப்படையில் அவர்களுக்கு வெகுமதிகளும், பட்டங்களும் அளிப்பது இச் சங்கத்தின் பிரதான நோக்கமாக இருந்தது. இதே நோக்கங்களுக்காக ஒரு தமிழ்ச் சங்கம் 1901 இல் தமிழ் நாட்டில் மதுரையில், உருவாக்கப்பட்டது. தோற்றுவிக்கப் பட்ட காலத்திலிருந்தே இவ்விரு சங்கங்களும், தமிழ்க் கல்வி, கலாசாரம் என்பவற்றை மேம்படுத்துவதற்கும், விருத்திசெய்வதற்கும் மிகுந்த பங்களிப்பை ஆற்றின.

சைவபரிபாலனசபை, தமிழ்ச் சங்கம் இரண்டும் இணைந்து தமிழ் கலாசாரக் கல்வியை மேம்படுத்துவதிலும், பெருமளவிலான சமூக, அரசியல் விழிப்புணர்வை ஏற்படுத்துவதிலும் மேற்கொண்ட முயற்சிகள், சைவம் என்ற பதாகையின் கீழன்றி, தமிழ் 'இலட்சியம்' என்ற பதாகையின் கீழ், தமிழ் சமூகம் முழுவதையுமே தழுவி, இதன்வழி இருபதாம் நூற்றாண்டின் ஆரம்பப் பகுதியில் அவர்களது சமூக, அரசியல் அபிலாசைகளைத் தூண்டுவதில் முக்கிய பங்கினை ஆற்றியன.

சமூக, பொருளாதார நிலைமைகள்

இதற்கு முந்திய அத்தியாயத்தில், பிரித்தானிய கால ஆரம்ப கட்டத்திலான (1850 வரை) தமிழரின் சமூக-பொருளாதார வளர்நிலைபற்றி நாம் ஆராய்ந்தோம். தமிழரின் சமூக-பொருளாதார நிலைமை 1870 வரை, ஒப்பீட்டளவில் மாற்றத்திற்கு உள்ளாகவில்லை. 1870லிருந்து, சனத்தொகை பெருகி, நெடுஞ்சாலைகள், புகையிரதப் பாதைகள் என்பன அமைத்தல் விரிவாக்கமடைந்து, விவசாயம், நீர்ப்பாசனம், கைத்தொழில், வியாபாரம், கல்வி, வேலைவாய்ப்பு என்பன செழிக்கத் தொடங்கின. இக் காலகட்டத்தின் மையமாக விளங்கும், 1900 வரையிலான இந்த வளர்நிலைகளை இவ் அத்தியாயத்தில் மேற்கொண்டு நோக்குவது அவசியமாகும்.

துரிதமாக அதிகரித்த மக்கள்தொகைப் பெருக்கமும், நிலம் மற்றும் ஏனைய வளங்கள் மட்டுப்படுத்தப்பட்ட அளவிலே காணப்பட்டதும், யாழ்க்குடாநாட்டுத் தமிழரைப் பெருந்தொகையில் இடம்பெயர வைத்தன. அவர்கள் வன்னிப் பெருநிலப் பரப்புக்கும், கிழக்கு மாகாணத்தின் தமிழ்ப் பிரதேசங்களுக்கும், தெற்கிலும் மேற்கிலுமுள்ள சிங்களப் பிரதேசங்களுக்கும், இந்தியாவுக்கும், மலேசிய தீபகற்பத்துக்கும் இடம்பெயர்ந்தனர். நெடுஞ்சாலை, புகையிரதப் பாதைகள் அமைக்கப்பட்டது இடப்பெயர்வுக்கு இடமளித்தது. அதைப் போன்றே இந்த இடங்களில் நிலவிய விவசாய நிலைமைகள், நீர்ப்பாசன அபிவிருத்திகள், வர்த்தகச் செயற்பாடுகள், கல்விவாய்ப்புக்கள் என்பவற்றின் அபிவிருத்தியடைந்த சூழ் நிலைகளும் இந்த இடப்பெயர்வுக்குக் காரணமாகின. இவற்றின் விளைவாகப் பல்வேறு அரச, தனியார் துறைகளிலும் தொழில் வாய்ப்புகள் உருவாக்கப்பட்டு, அவற்றில் தமிழர் இடம்பெறுவதற்கு வரவேற்பு வழங்கப்பட்டது. தமிழர், சமூக-பொருளாதாரத் துறையில் பலம்பெற ஆரம்பிக்கையில் ஒரு பரந்த அளவிலான தமிழ்ச் சமூக ஒற்றுமையுணர்வு தோன்றலாயிற்று. இந்த உணர்வே, ஈற்றில் இருபதாம் நூற்றாண்டில், அரசியல்ரீதியான தமிழ் அடையாளம் மேலும் அதிக விருத்தி யடைவதற்கு வழி சமைத்தது.

தமிழர் சனத்தொகை

இலங்கையின் சனத்தொகையை கவனத்துக்கெடுக்காது, தமிழர் சனத் தொகையையிட்டு ஆராய்வது மிகவும் சிரமமாகும். 1871 குடிசனமதிப்பு நியாயமான அளவு சரியானதெனச் சொல்லப்படுகின்றது.[181] 1901 குடிசனமதிப்பு பல்வேறு தகைமையான தகவல்களைத் தந்ததுடன், முதற் தடவையாக இனவேறுபாடுகளை விடப் பிரதேச வேறுபாடுகளை அடிப்படையாகக் கொண்டிருந்தது. 1911 ஆண்டின் சனத்தொகைக் கணக்கெடுப்பு இன அடிப்படையில் அமைந்திருந்தது.

இந்தக் காலகட்டத்தில், இரு காரணங்களின் நிமித்தம் இலங்கைச் சனத்தொகையில் குறிப்பிட்டுச் சொல்லுமளவு அதிகரிப்புக் காணப்பட்டது. இவை இயற்கை அதிகரிப்பு, குடிவரவு என்பனவாகும். 1871 இல் இலங்கை முழுவதுமான சனத்தொகை 2,400,380 ஆகவிருந்து 1901 இல், 3,565,954 ஆகி,[182] இதன்வழி 1,165,574 எண்ணிக்கையால் அதிகரித்திருந்தது. பின்வரும் அட்டவணையில் காணப் படுவதுபோல், 1871-1881 மற்றும் 1891-1901 காலப்பகுதிகளில் குடிவரவில் ஏற்பட்ட அதிகரிப்பு இயற்கை அதிகரிப்பைவிடக் கூடியதாகவிருந்தது.[183]

இலங்கைச் சனத்தொகையின் இயல்பானதும், குடிவரவால் ஏற்பட்டதுமான அதிகரிப்பு 1871-1901

காலம்	குடிசனமதிப்பிற்கு இடைப்பட்ட காலஅதிகரிப்பு	பிறப்பு	இறப்பு	இயற்கை அதிகரிப்பு	குடிவரவால் ஏற்பட்ட அதிகரிப்பு
1871-1881	359,358	08,150	588,358	119,792	239,556
1881-1891	248,051	836,636	692,376	114,260	103,791
1891-1901	558,165	1,122,041	896,635	225,406	332,759

இத் தீவிர சனத்தொகை அதிகரிப்பு மக்களின் வாழ்க்கைத் தரத்தை படிப் படியாகவெனினும் உயர்த்துவதற்கு அரசாங்கத்தை நிர்பந்தித்தது. இந் நடவடிக்கை, பொதுவாக அடிப்படைச் சமூக சேவை விரிவாக்கத்தையும், குறிப்பாக மருத்துவ சேவைகளையும் உள்ளடக்கியது. நோய் வராது தடுக்கப்படல் வேண்டும் என்பதே இப் புதிய சேவைகள் உருவாவதன் பிரதான காரணிகளாக இருந்தன. இதனால், மேலும் பயனுள்ள வகையிலும், திருப்தியுடனும், பணியாற்றும் ஆட்பலத்தை உறுதி செய்யும் நிலை ஏற்பட்டது. ஒரு நீண்டகால அடிப்படையில், இந்த நடவடிக்கைகள் பொதுநலப் பகுதியின் செலவைக் குறைக்க உதவியிருக்கும். மக்கள் மத்தியில் திடீரெனப் பரவும் வியாதிகள் தோன்றியபின் அவற்றைக் கட்டுப்படுத்தவும், இல்லா தொழிக்கவும் ஏற்படும் செலவைவிட, வருமுன் காப்பது செலவைக் குறைத்திருக்கும்.

சராசரி பிறப்பு இறப்பு விகிதங்கள் 1871-1901

(ஆயிரத்துக்கு ஒன்று என்ற விகிதத்தில்)

காலம்	பிறப்பு விகிதம்	இறப்பு விகிதம்
1871-1881	27.4	22.4
1881-1891	29.0	24.0
1891-1902	34.1	27.3

1871 க்கும் 1891 க்கும் இடைப்பட்ட காலத்திலான பிறப்புக்கும் இறப்புக்கும் இடையிலான விகிதத்தில் சிறிதளவு மாற்றமே நிகழ்ந்ததென மேற்படி புள்ளிவிபரங்கள் தெரிவிக்கின்றன. பிறப்பு விகிதங்கள் இறப்பு விகிதத்தைவிட மிகவும் குறைந்த அளவிலேயே அதிகரித்தமையிலிருந்து, பெருந் தாக்கத்தை ஏற்படுத்துமளவுக்கு வாழ்க்கைத் தரமும், சமூக நலனும் சீர்திருத்தம் பெறவில்லை என்பதுபோற் தோன்றுகின்றது. இருந்தபோதிலும், இருபதாம் நூற்றாண்டின் ஆரம்பத்தில், குறிப்பிடுமளவுக்குப் பிறப்பு விகிதம் அதிகரித்துள்ளது.[184]

இலங்கைக்குத் தென்னிந்தியத் தொழிலாளர்கள் குடிபெயர்ந்து வந்ததும் சனத்தொகை அதிகரிப்புக்கு இன்னுமோர் காரணியாகவிருந்தது. மக்கள் பரம்பல் பாங்குகளில் இதுவோர் முக்கிய அம்சமாகும். இச் சந்தர்ப்பத்தில், 1901 குடிசன மதிப்பின்படி இலங்கையின் அத்தனை சமூகங்களினதும் சனத்தொகையை, இன அடிப்படையில் விபரமாகக் காட்டுவது பொருத்தமாகும்.[185]

1901 குடிசனமதிப்பு

சமூகம்	எண்ணிக்கை	நூற்றுவீதம்
கரையோரச் சிங்களவர்	1,458,320	40.9
கண்டிச் சிங்களவர்	872,487	24.5
இலங்கைத் தமிழர்களும், இந்தியத்தமிழர்களும்	951,740	26.7
இலங்கை முஸ்லீம்களும், இந்தியமுஸ்லீம்களும்	228,034	6.4
மலே இனத்தவர்	11,902	0.3
பறங்கியரும், யுறேசியன்சும்	23,482	0.7
ஐரோப்பியர்	6,300	0.2
வேடர்	3,971	0.1
ஏனையோர்	9,718	0.2
மொத்தம்	3,565,954	100.0

1901 குடிசனமதிப்பு, இலங்கைத் தமிழரையும் இந்தியத் தமிழரையும் வேறுவேறாகக் கணிக்கவில்லை. 1946 குடிமதிப்பு வரையில் இந்த வேறுபாடு கணிக்கப்படவில்லை. 1946 குடிசனமதிப்பின்போது, இலங்கைத் தமிழரைவிட இந்தியத் தமிழர் அதிகமாக இருந்தமை கவனிப்புக்குரியது. (இந்தியத் தமிழர் 780,589, இலங்கைத் தமிழர் 733,731). இலங்கையின் தீவிர சனத்தொகைப் பெருக்கத்தில் இந்தியத் தமிழரின் குடிப்பெயர்வு முக்கியமென்பதை இப் புள்ளிவிபரங்கள் நிரூபிக்கின்றன.

மக்கள்தொகை பெருகி விவசாயம், பெருந்தோட்டம், வியாபாரம் என்பன விருத்தியடைந்தபோது, மக்கள் இயல்பாகவே வாய்ப்புகள் கிடைக்கக்கூடிய வெவ்வேறு வளமான பிரதேசங்களுக்கு நகர்ந்தனர். இதன் காரணமாக சனநெருக்கம் மிகுந்த நகரங்கள் உருவாகின. குறிப்பாகத் தலைநகராகிய கொழும்பின் சனத்தொகை அடர்த்தி அதியுயர்ந்து காணப்பட்டது. மேற்குறிப்பிட்ட குடிசன மதிப்பின்படி, இங்கு சதுரமைல் ஒன்றுக்கு 500 பேர் இருந்தனர். மக்கள் ஐதாகக் காணப்பட்ட உலர்வலய மாவட்டங்களில், ஒரு சதுர மைலுக்கு 50 பேர் என்ற வீதத்தில் சனத்தொகை காணப்பட்டது. தமிழ்ப் பிரதேசங்களான மன்னார், வவுனியா மாவட்டங்கள் இதற்குள் அடங்கும். மலையகத்தின் அனேகமான மாவட்டங்களான கண்டி, நுவரெலியா என்பனவும், மாத்தறை, காலி, சிலாபம், யாழ்ப்பாணம் போன்ற மாவட்டங்களும் இடைத்தர அளவிலான சனத்தொகையை, அதாவது சதுரமைல் ஒன்றுக்கு 200 பேரைக் கொண்டிருந்தன. அதேவேளை மட்டக்களப்பு, திருகோணமலை, புத்தளம் ஆகிய மாவட்டங்கள் சதுரமைல் ஒன்றுக்கு 50 பேருக்கும் அதிகமான மக்களைக் கொண்டிருந்தன. கொழும்பில் காணப்பட்ட வேலை வாய்ப்புக்கள், பொருளாதாரச் செழிப்பு என்பன காரணமாகவே அங்கு சனத்தொகைச் செறிவு அதி உயர்வாக இருந்தது. பெருந்தோட்டத் துறையில் வேலை செய்வதற்காக இலங்கைக்குக் குடிபெயர்ந்த இந்தியர்களின் தொகை காரணமாக மலைநாட்டு மாவட்டங்களில் சனத்தொகைப் பெருக்கம் அதிகரித்தது. மட்டக்களப்பு, திருகோணமலை ஆகிய இடங்களுக்கு யாழ்ப்பாணத் தமிழர் விவசாயம் செய்வதற்காக இடம் பெயர்ந்ததனால் இந்த இடங்களில் சனத்தொகைப் பெருக்கம் அதிகரித்தது. மன்னார், வவுனியா, முல்லைத்தீவு மாவட்டங்களில் சனத்தொகை குறைவாகவே காணப்பட்டது. மலேரியா நோயும், போக்குவரத்துவசதி, மருத்துவ வசதி, போதுமான நீர்ப்பாசன முறைமைகள் இல்லாமை என்பன இதற்குக் காரணமாக இருந்திருக்கலாம். ஆயினும், இருபதாம் நூற்றாண்டின் ஆரம்பத்திற் புகையிரதப் பாதைகள் திறக்கப்பட்டபோது, இந்த இடங்களில் சனத்தொகைப் பெருக்கம் ஏற்பட்டது.

1901 குடிசனமதிப்பின்படி, யாழ்ப்பாணத் தீபகற்பத்தின் மக்கள்தொகைச் செறிவு சதுர மைல் ஒன்றுக்கு 200 க்கும் அதிகமாகவிருந்தது. 1871 ம் ஆண்டு குடிசனமதிப்பு, யாழ்ப்பாணக் கிராமங்களை நான்கு அல்லது ஐந்து பிரிவுகளாகக் கணித்தது. ஒவ்வொரு பிரிவும் சராசரி 75 குடும்பங்களைக் கொண்டிருந்தன.[186]

1871 இல் வடமாகாணத்தில் காணப்பட்ட தமிழர் சனத்தொகையையிட்டு 'மோணிங் ஸ்ரார்' எமக்குத் தேவையான தகவல்களைத் தருகின்றது. இந்தப் புள்ளிவிபரங்கள், இலங்கையின் மக்கள்தொகை புள்ளிவிபரங்கள் பற்றிய எந்த

வொரு இரண்டாம்நிலை ஆதாரங்களிலும் காணப்படவில்லை. மிஷன்கள் யாழ் பாணத்திலும், வன்னியிலும் தமது வேலைகளுக்காக ஒழுங்கு முறையான புள்ளி விபரச் சேகரிப்பை மேற்கொண்டிருந்தன. மோணிங் ஸ்ரார் இந்த மிஷன் அறிக்கை களிலிருந்து மேற்படி புள்ளி விபரங்களைப் பெற்றிருக்கலாம். இவை மிஷன்களுடைய சமய, கல்வி ஆர்வங்களுடன் மட்டுமே தொடர்புடையவையாய் இருக்காது, நாம் அத்தியாயம் மூன்றில் பார்த்தது போன்று, பொதுவான சனத்தொகையையும் உள்ளடக்கி உள்ளன. இக் கணிப்பின்படி, யாழ்ப்பாணத் தீபகற்பத்தின் சனத்தொகை 265,880 ஆகவும், மன்னாரில் 21,561 ஆகவும், முல்லைத்தீவில் 7,636 ஆகவும், வவுனியாவில் 7,634 ஆகவும் காணப்பட்டது. மொத்தச் சனத்தொகை 302,711 ஆகவிருந்தது.[187] 1901 குடிசனமதிப்பின்படி, மக்கள்தொகை யாழ்ப்பாணத் தீப கற்பத்தில் 300,851, மன்னாரில் 24,926, வவுனியாவில் 15,159 என்ற அளவில் காணப்பட்டது. 1901ம் ஆண்டு குடிசனமதிப்பில் முல்லைத்தீவின் சனத்தொகைப் புள்ளிவிபரம் எதுவும் இல்லை. மட்டக்களப்புச் சனத்தொகை 145,161 ஆகவும், திருகோணமலையில் 28,441 ஆகவும் இருந்தது. யாழ்ப்பாணத் தீபகற்பத்தின் தமிழர் இலங்கையின் ஏனைய பாகங்களுக்கும், வெளிநாடுகளுக்கும் இடம் பெயர்ந்தபோதிலும், 1901 இல் அங்கு சனத்தொகை 34,971 ஆல் அதிகரித்தது. வவுனியாவின் சனத்தொகை இருமடங்காகியதை இப் புள்ளி விபரங்கள் காட்டு கின்றன. இதற்கு விவசாயச் செழிப்பு, தொழில் முயற்சி என்பன காரணமாக இருக்கலாம்.

பத்தொன்பதாம், இருபதாம் நூற்றாண்டு காலங்களில் இலங்கையின் பொதுவான சனத்தொகை அதிகரிப்பிற் தமிழரும் ஒரு பாகமாக இருந்தபோதிலும், இலங்கையின் சனத்தொகை வளர்ச்சி நாடு முழுவதும் பரம்பலிலோ, வளர்ச்சி விகிதத்திலோ ஒரே தன்மைத்தாக இருக்கவில்லை. யாழ்ப்பாணத் தீபகற்பத்திற் சனத்தொகை வருடமொன்றுக்கு 0.7லிருந்து 0.9 சதவீதத்தினால் அதிகரித்தபோதும், இலங்கை முழுவதற்குமான சதவீத சனத்தொகை அதிகரிப்பிலும் பார்க்கக் குறைவாகவே இருந்தது. மக்கள் தெற்குநோக்கி இடம் பெயர்ந்தமையாலேதான் பெரும்பாலும் இவ்வாறிருந்தது. மக்கள் அடர்த்தி மிக அதிகமாகக் காணப்பட்ட பிரதேசங்களில் சனத்தொகை சதுரமைல் ஒன்றுக்கு 1700 பேராகவிருக்க, ஏனைய சில பிரதேசங்களில் சதுரமைல் ஒன்றுக்கு பதினைந்து பேர் மட்டுமே காணப்பட்டனர். பழைய கிராமப் பிரதேசங்கள் மிகவும் அதிக சனநெருக்கம் கொண்டவையாக இருந்தன. இலங்கை முழுவதிலுமே யாழ்ப்பாண நகரிற்தான் மக்கள் அடர்த்தி மிகவும் அதிகமாகவிருந்தது. 1921 குடிசனமதிப்பின்படி, இது பயிர்ச்செய்கைக்கு உட்பட்ட சதுரமைல் ஒன்றுக்கு 5,000 பேராக இருந்தது.[188] இவ்வகையான மேலதிக சனத்தொகை, இந்தப் பிரதேசத்தின் பொருளாதார, சமூக முறைமைகள்மேல் பெரும் அழுத்தத்தை ஏற்படுத்தி அதன் காரணமாக அங்கு வாழ் மக்களுக்கு நேரடியானதும், சாதகமற்றதுமான விளைவுகளை ஏற்படுத்தியது. இந்த மேலதிக சனத்தொகையும், நிலம் மற்றும் ஏனைய வளங்களின் மட்டுப்படுத்தப்பட்ட தன்மையுமே யாழ்ப் பாணத்தின் தொழில்முயற்சி மிக்கவர்களை கிழக்குக்கும், தெற்குக்கும் இடம்பெயர வைத்தன. இவர்கள் முதலில் கொழும்புக்கும், பின்னர் அங்கு நிலவிய அதிகரித்த பொருளதாரப் போட்டி காரணமாக ஏனைய சிங்களப் பிரதேசங்களுக்கும், மத்திய

மலைநாட்டு பெருந்தோட்ட நகரங்களுக்கும் இடம் பெயர்ந்தனர். இந் நிகழ்வுகளின் காரணமாக வடபுல வரலாற்றில் தீபகற்பத்துத் தமிழர் முதற் தடவையாகப் பெருநிலத்துத் தமிழருடனும், மலைநாட்டு இந்தியத் தமிழருடனும் மட்டுமல்லாது தென்னிலங்கையிலுள்ள சிங்களவருடனும் தொடர்புகளை ஏற்படுத்திக் கொண்டனர்.[189] 1899 ஆகஸ்ட் 10 ம் திகதி 'இந்து சாதனத்தில்' உள்ளதொரு செய்தி, தீபகற்பத்தின் சனநெரிசலையும், அதன் காரணமாகத் தவிர்க்கமுடியாத வகையில் தமிழர் இலங்கையின் ஏனைய பாகங்களுக்கும், வெளிநாடுகளுக்கும் இடம்பெயர நேர்ந்ததைத் தெளிவாகச் சித்தரிக்கின்றது.

> "யாழ்ப்பாணத் தீபகற்பம் மிகச் சிறியதாகவிருப்பதாலும், அதன் சனத்தொகை அதிகரிப்பினாலும், அங்கு மழைவீழ்ச்சி போதாமையாலும், நதிகளின்மையாலும், நிலம் மிக வறண்டதாய் வளமற்று இருப்பதனாலும், ஏனைய இயற்கை வளங்கள் இல்லாமையாலும், அங்குவாழும் மக்கள் தமது பிரதேசத்துக்கு வெளியே தொழில் தேடவேண்டியுள்ளனர். முன்னொரு காலம் இலங்கையின் மத்திய, தெற்குப் பாகங்களிலுள்ள கண்டி, கொழும்பு போன்ற இடங்கள் யாழ்ப்பாணத் தமிழருக்கு வேலைவாய்ப்பை வழங்கின. ஆனால் அண்மைக் காலமாக, கடந்த சில வருடங்களில், யாழ்ப்பாணத் தமிழர் வெளிநாடுகளில், மலேயா தீபகற்பத் திலுள்ள சிங்கப்பூர், பினாங், பிறாக், சிலாங்கூர், மலாக்கா போன்ற இடங்களில் தொழில் தேடியுள்ளனர்."[190]

குடிசனமதிப்பானது, அரசாங்கத்தால் அதன் நிர்வாகத் தேவைகளுக்காக மட்டுமே மேற்கொள்ளப் பட்டபோதும், அதன் உபவிளைவாகப் பல்வேறு இனங்களை உள்ளடக்கிய இலங்கை மக்கள் மத்தியில் இனரீதியான உணர்வை உருவாக்கியது. 1871 குடிசனமதிப்பைத் தொடர்ந்து, ஒப்சேவர் (Observer) (சிங்கள இனத்துக்குச் சார்பான தெற்கத்திய ஆங்கில நாளிதழ்)பத்திரிகையில் இனரீதியான அமைப்பு சம்பந்தமாக வெளிவந்த செய்திபற்றி 'மோணிங் ஸ்ராரில்' வெளியான கருத்து கவனத்துக்கு உரியதாகும்.

> "தெற்கிலே வெளியிடப்படும் ஒப்சேவர் பத்திரிகை, இலங்கை சிங்களநாடு எனப் பெயர் பெற்றுள்ளபோதும் இங்கு தமிழரே பெரும்பான்மையாக உள்ளனர் எனச் செய்தி வெளியிட்டுள்ளது. ஆனால் உண்மை நிலையோ அவ்வாறில்லை. ஏனெனில் 1871 குடிசனமதிப்பீட்டுக்கு இணங்க, இங்கு சிங்களவரே பெரும்பான்மையினராக உள்ளனர். எனவே இலங்கை ஒரு சிங்களநாடு எனச் சொல்வது சரியானதே. ஆனால் யாழ்ப்பாணத்தைப் பொறுத்தவரை! அது நிச்சயமாக, ஒரு 'தமிழ் நாடு' அல்லது ஒரு 'தமிழ் தேசம்'!"[191]

சிங்களவரும், தமிழரும் தம்மைத் தமது தேசத்துடன் அல்லாது தத்தம் இனக் குழுக்களுடன் அடையாளப்படுத்திக் கொள்ள ஆரம்பித்தனர் என இச் செய்தி

குறிப்புணர்த்துகின்றது. மேலும், ஒருவேளை அர்த்தமிக்க வகையில், 'தமிழ் தேசம்' என்ற பதத்தைப் பயன்படுத்துகின்றது. நிச்சயமாக, இப் பதம் தமது அரசியல் தேர்வுகளையிட்டுத் தமிழர்களை மேலும் ஆழமாகச் சிந்திக்கத் தூண்டியிருக்கும் என்பதில் சந்தேகமேயில்லை.

போக்குவரத்து அபிவிருத்தி

இலங்கையின் துரித சனத்தொகைப் பெருக்கம், விவசாய விரிவாக்கம், வர்த்தகம், கல்விரீதியான வெற்றி, சிவில் நீதிநிர்வாக முறைமை நிறுவப்பட்டமை என்பன யாவும், ஒரு சிவில் கட்டுமானத்தின் தேவையை உருவாக்கின. இலங்கை முழுவதற்குமான செயற்பாடுகளை இணைத்துப் பலப்படுத்துவதற்கு வீதிகள், பாலங்கள், நெடுஞ்சாலைகள், புகையிரதப் பாதைகள் என்பவற்றை அமைத்தல் மிக அவசியமாயிற்று. இருப்பினும் பத்தொன்பதாவது நூற்றாண்டின் ஆரம்பத்தில் எந்த வீதிகள் எங்கு அமைக்கப்படல் வேண்டும் என்பதைத் தீர்மானிப்பதில் வேறெந்தக் காரணிகளைவிட, இராணுவ நோக்கங்களும், வர்த்தக நோக்கங்களுமே முக்கியத்துவம் பெற்றிருந்தன. உதாரணமாக, பிரித்தானிய ஆட்சியின் ஆரம்ப காலத்தில் கொழும்பிலிருந்து கண்டிக்கு வீதிகள் அமைப்பதே அதி முக்கியத்துவம் பெற்றிருந்தது. இவ் வேலைகள் 1820 இல் பூர்த்தியடைந்தன.[192]

அண்மையில் ஆட்சிக்குட்படுத்தப்பட்ட கண்டிப் பிரதேசங்களில் தமது பிடியைப் பலப்படுத்துவதற்கு பிரித்தானியர் கொண்டிருந்த திடமான நோக்கத்தின் காரணமாக, அப் பிரதேசங்களிலேயே அவர்கள் அக்கறை கொண்டிருந்தனர் என்பதை விளங்கிக் கொள்ளலாம்.. இருப்பினும், படிப்படியாகக் கோப்பி, தேயிலைப் பயிர்ச் செய்கையின் வெற்றி காரணமாகப் போக்குவரத்து அபி விருத்தியில், இராணுவ நோக்கங்களைவிட வர்த்தக நோக்கங்களே முக்கியத் துவம் பெற்றன. பெருமளவு எண்ணிக்கையில் கோப்பி, தேயிலைப் பெருந் தோட்டங்கள் உருவானபோது, இலங்கையில் உபயோகத்திலிருந்த வீதிகளின் சீரற்ற நிலை தீவிர கவனத்திற்கு கொள்ளப்பட்டது.

1848 இல் வெளியிடப்பட்ட ஒரு விரிவான அறிக்கையில் தொமஸ் ஸ்கின்னர் (Thomas Skinner-இவரே இலங்கையின் முதலாவது உத்தியோகபூர்வமான சிவில் பொறியிலாளரும், வீதிகளுக்கான அத்தியட்சகருமாவர்), இலங்கையின் பிரதான வீதிகள்பற்றிக் கருத்துத் தெரிவிக்கையில், "இருக்கின்ற வீதிகளின் பல்வேறு பகுதிகள் கிரவலிடப்படாமலும், கற்கள் பதிக்கப்படாதும் இருப்பதனால் அவை, அதிகரித்துச் செல்லும் போக்குவரத்தின் அழுத்தத்தைத் தாங்க இயலாத நிலையில் உள்ளன" எனக் குறிப்பிட்டுக் காட்டுகின்றார்.[193] ஆயினும், அரசாங்கம் போக்கு வரத்துப் பிரச்சனையில் கணிசமான அளவு அக்கறை காட்டியிருந்தது. வீதிகளைச் சீராக்குவதிலும், விசேடமாக மதகுகள் அமைப்பதிலும், மண் வீதிகளுக்கு கிரவல் அல்லது கற்கள் பதிப்பதிலும் பெருமளவு பணம் செலவழிக்கப்பட்டிருந்தது. முன்னதாகப் புகையிரதப்பாதைக் காலம் 1863 அளவில் ஏற்படுவதற்கு அண்மித்த காலத்தில், ஏறத்தாழ இலங்கையின் அரைப்பங்கினதான 2,096 மைல்களைக் கொண்ட வீதிகள் கிரவலிடப்பட்டோ அல்லது கற்கள் பதிக்கப்பட்டதாகவோ இருந்தன.[194] இக் காலகட்டத்தில் அரசாங்கத்தால் மேற்கொள்ளப்பட்ட நிறுவன

ரீதியான மாற்றங்களின் காரணமாக ஓரளவுக்கு தொழில்நுட்பரீதியான சீர்திருத்தங்கள் செய்யப்பட்டிருந்தன.

'ரோயல் பொறியியலாளர்' என்று படைப்பிரிவினாலும், இராணுவ அதிகாரிகளினாலும் மேற்கொள்ளப்பட்ட வீதி அமைக்கும் பாரம்பரியம், ஒரு சிவில் பொறியிலாளரின் தலைமையின் கீழான ஒரு சிறிய சிவில் திணைக் களத்தினாலும், வீதிகளின் அத்தியட்சகராலும் மேற்கொள்ளப்பட்டன. பொதுவேலைத் திணைக் களத்தின் முன்னோடியாக இருந்த சிவில் பொறியியலாளரின் திணைக்களம் வீதிகள் அமைப்பதில் தொழில்நுட்பத் திறன் மிக்கது என்ற பெருமைக்கு ஏற்புடையதாகி, வீதிகள் அமைக்கும் பணி கணிசமான அளவு முன்னேற்றம் கண்டது. 1865-1900 காலப்பகுதியிலான இதன் முன்னேற்றத்தைக் கருத்திற் கொள்ளும்போது, வீதிகள், புகையிரதப் பாதைகளுடன் இணைப்பை ஏற்படுத்துவதுடன், தனிமைப்படுத்தப்பட்ட இடங்களுக்குப் பொருள் வினியோகம் செய்வதற்கான ஒரு வழியாகவும் இருக்கவேண்டும் என்ற எதிர்பார்ப்பு இருந்தது தெளிவாகின்றது. இக் காலகட்டத்தில் யாழ்ப்பாணத் தீபகற்பத்தின் வீதி முறைமை அதி துரிதமான அபிவிருத்தியை அடைந்தது.

யாழ்ப்பாணக் கலெக்டராக இருந்த திரு. டைக் (Dyke) 1833 இல் யாழ்ப்பாண அரசாங்க அதிபராக நியமனம் பெற்று 1867 இல் அவர் இறக்கும்வரையில் அப் பதவியில் இருந்தார். அவர் நியமிக்கப்பட்டபோது, ஒல்லாந்தரால் பயன்படுத்தப்பட்ட மணற் பாதைகளையும், ஒழுங்கைகளையும் தவிர வீதிகள் காணப்படவில்லை. வன்னி நிலப்பரப்பு இலங்கையின் ஏனைய பகுதிகளுடன் தொடர்பு அற்றதாக இருந்தது. இந்த மாகாணத்தைச் சீர்திருத்தவும், அபிவிருத்தி செய்யவும் டைக் திட்டமிட்டார். 1844 இல் போக்குவரத்துக் கட்டளைச்சட்டம் நிறைவேற்றப்பட்டதைத் தொடர்ந்து, அவர் தனது திட்டங்களைச் செயலாக்க ஆரம்பித்தார். படிப்படியாக, தீபகற்பத்தில் வீதிகள் இணைக்கப்பட்டன. 1869 இல் ருவைனம் (Twynam) அரசாங்க அதிபராக நியமனம் பெற்றார். இவரே தீபகற்பத்தைத் தீவுகளுடனும், பெருநிலப் பரப்புடனும் இணைக்கும் வகையில் பொருத்தமான தாம்போதிகள் அமைக்கப்படல் வேண்டும் என்பதை வலியுறுத்தினார். இது ஒரு அத்தியாவசிய தேவை என்பதை சேர் வில்லியம் கிறகோரி (Sir William Gregory) அங்கீகரிக்கும் வரையில் இவை ஒழுங்காக உருவாக்கம் பெறவில்லை. மத்தியவீதி திறக்கப்பட்டதும், யாழ்ப்பாணத்துக்கும் மத்திய மாகாணத்துக்கும் இடையிலான வியாபாரம் சாத்தியமாகியதுடன் மன்னார், அனுராதபுரம் ஊடான பழைய பாதை கைவிடப்பட்டது.[195] தீபகற்பத்திலும், ஏனைய இடங்களிலும் பாலங்களும் அமைக்கப்பட்டன. யாழ்ப்பாணத் தீபகற்பத்தை ஏனைய பகுதியுடன் இணைப்பதற்கு அவசியமான புகையிரதப்பாதையின் தேவை அரசாங்கத்தின் கவனத்துக்குக் கொண்டுவரப்பட்டு, இதை அமைப்பதற்கு 1872 இல் 6000 ரூபாய்கள் ஒதுக்கப்பட்டது.[196]

வீதிகள், பாலங்கள், நெடுஞ்சாலைகள் என்பன அமைக்கப்பட்டதுடன் யாழ்ப்பாணத் தீபகற்பம் முழுவதிலும் போக்குவரத்து மேலும் மேலும் இலகுவாயிற்று. இக் காலகட்டத்தில் மாட்டு வண்டிகளும், குதிரை வண்டிகளுமே பிரதான போக்குவரத்துச் சாதனங்களாக இருந்தன. மோணிங் ஸ்ராரில் வெளியான பின்வரும் செய்திக்கிணங்க, தீபகற்பத்து மக்கள் தபால் வண்டிகளைப் பெருமளவு பயன்படுத்தினர் என்பது தெரிகின்றது.

"ஞாயிறு தபால் சேவை, தபால் அதிபரினால் நிறுத்தப்பட்டு, பொதுமக்கள் ஞாயிறுகளில் கோப்பாய், புத்தூர், உடுப்பிட்டி, பருத்தித்துறை ஆகிய இடங்களுக்கு குதிரை வண்டிகளில் செல்லும் வகையில் ஒரு போக்குவரத்து வசதி, ஒழுங்கு செய்யப்பட்டுள்ளது. இதற்காகிய கட்டணம், சாதாரண கட்டணத்தின் 40 சதவீதமாகும்."[197]

மக்கள் யாழ்ப்பாணத் தீபகற்பத்தில் பிரதானமாக மாட்டு வண்டியில் மாத்திரமன்றி, தபால் வண்டி அல்லது குதிரை வண்டியிலும் பயணம் செய்தனர் என்பது இவ் அறிக்கைமூலம் தெரிகின்றது. பின்வரும் காரணங்களுக்காக மக்கள் ஞாயிற்றுக் கிழமைகளில் பயணம் செய்திருக்கலாம். தமது உற்பத்திப் பொருட்களைச் சந்தைகளில் விற்பதற்கும், பொழுதுபோக்குகள், கோவில் தரிசனம் போன்ற மதச் செயற்பாடுகள், விழாக்கள் என்பவற்றில் கலந்துகொள்வதற்காகவும், உறவினர்களைச் சென்று காண்பதற்கும் மக்கள் பயணம் மேற்கொண்டிருக்கலாம். ஊவே பாலங்கள், வீதிகள், நெடுஞ்சாலைகள் என்பனவற்றுடன் ஏற்பட்ட போக்குவரத்து வசதி, தீபகற்பத்து மக்களை ஒன்றிணைப்பதற்கும், அவர்களிடையே ஓர் உறவுப் பிணைப்பு அபிவிருத்தி அடையவும் ஓரளவாவது காரணமாக இருந்தது. யாழ்ப்பாணத் தீபகற்பத்திற் தபால்சேவை மிகச் சிறப்பாக இருந்ததையும், ஞாயிறு தவிர்ந்த ஏனைய நாட்களில் தபால் சேவைகள் இயங்கின என்பதையும் மேற்சொன்ன செய்திக் குறிப்புத் தெரிவிக்கின்றது. 1869 'மோணிங் ஸ்ராரில்' வெளியான இன்னுமோரு செய்திக்குறிப்பு இவ்வாறு தெரிவிக்கின்றது:

"கொழும்பிலிருந்து கண்டியூடாக யாழ்ப்பாணத்துக்கு வரும் தபால்கள், கொழும்பிலிருந்து மன்னாரூடாக யாழ்ப்பாணத்துக்கு வருமாறு மாற்றப்படும். கண்டியிலிருந்து யாழ்ப்பாணம் வரும் தபால்களும் கொழும்பினூடாக அனுப்பப்படும்."[198]

தீபகற்பத்தினுள்ளும், இலங்கையின் ஏனைய இடங்களிலும் தந்திக்கம்பித் தொடர்புகள் அமைக்கப்பட்டன.[199] ஆயினும் இவ் வேலை பத்தொன்பதாவது நூற்றாண்டின் பிற்பகுதிவரை பூரணமாகவில்லை.[200] சிறந்த தபால், தந்திச் சேவைகள் யாழ்ப்பாணத் தீபகற்பத்துத் தமிழரை மட்டுமல்லாது இலங்கை முழுவதும் உள்ள தமிழரை ஒன்றிணைத்து, அவர்கள் மத்தியிலான தொடர்புகளைப் பலப்படுத்தின. மேலும், யாழ்ப்பாணத்திலிருந்து கிழக்கு மாகாணத்துக்குச் செல்லும் வீதிகள் பத்தொன்பதாம் நூற்றாண்டில் அமைக்கப்பட்டன. 1876 வெஸ்லியன் மிஷன் அறிக்கையின்படி, யாழ்ப்பாணத்திலிருந்து திருகோணமலைக்குப் பயணம் செய்யும் கிறஸ்தவப் பாதிரி ஒருவர் பின்வருமாறு அறிவிக்கின்றார்:

"1876 பெப்ரவரி 19 ம் திகதி எனது மனைவியும் நானும் யாழ்ப்பாணத்திலிருந்து மாட்டுவண்டியில் புறப்பட்டு, எட்டுநாள் பயணத்தின் பின்னர், திகோணமலையை அடைந்தோம். 100 மைல்களுக்கும் அதிகமான தூரம் வீதி ஓரளவு நன்றாக இருந்தபோதும், இறுதி 50 மைல் மிகவும் கரடு முரடாக இருந்தது."[201]

இக்காலத்தில் கடற்பயணமும் வழக்கில் இருந்தது. தீபகற்பத்திலிருந்து பொருட்கள் படகுகள்மூலம் ஏற்றுமதி செய்யப்பட்டன. வியாபாரிகளும், அரசாங்க அதிகாரிகளும் அனேகமாகக் கப்பல்களில் பயணம் செய்தனர். உதாரணமாக, புகையிரதப்பாதை ஆணையாளர்கள் 'லேடி கோடன' என்ற கப்பலில் வந்து காங்கேசன்துறைத் துறைமுகத்தில் இறங்கினர். இக் கப்பல் கொழும்புத் துறைமுகத்திலிருந்து 1890 ஜூலை 22 ம் திகதி புறப்பட்டுத் திருகோணமலை ஊடாக காங்கேசன்துறைக்கு ஜூலை 25 ம் திகதி வந்தது. பின்னர், தீபகற்பத்தில் உற்பத்தியான பருத்தியை ஏற்றிக்கொண்டு கொழும்பை ஜூலை 27 ம் திகதி சென்றடைந்தது.[202] தென்னிந்திய செட்டி வியாபாரிகள்தான் பிரதானமான கடலோடிகளாக இருந்தனர்போல் தோன்றுகின்றது. தமது வியாபாரத் தேவைகளுக்காக இவர்கள் பம்பாயிலிருந்து ஒரு கப்பலைக் கொண்டுவந்து அதை யாழ்பபாணத்துக்கும் கொழும்புக்கும் இடையே பயன்படுத்தினர்.[203]

மேற்சொன்ன போக்குவரத்து வசதிகள் அனைத்தும் யாழ்ப்பாணத் தீபகற்பத்திலும், ஏனைய தமிழ்ப் பிரதேசங்களிலும், இலங்கையின் மற்றைய பாகங்களிலும் 1900 களின் ஆரம்பம்வரை வெகுவாகப் பயன்படுத்தப்பட்டன. 1900 களின் ஆரம்பத்தில் புகையிரதப் பாதைகள் அமைக்கப்பட்டு வெற்றிகரமாக அறிமுகப்படுத்தப்பட்ட புகையிரதசேவை, முன்பிருந்த போக்குவரத்து வசதி களைவிட முன்னிடத்தைப் பெற்றுக்கொண்டது. புகையிரதசேவை இயங்கத் தெடங்கியதைத் தொடர்ந்து, விரைவில் லொறிகள், ஒம்னிபஸ்கள் போன்ற மோட்டார் வாகனங்கள் 1920 களில் அறிமுகப் படுத்தப்பட்டன.[204]

புகையிரதசேவையே போக்குவரத்தில் ஒரு பெரும் முன்னேற்றத்தை ஏற்படுத்தியது. இச் சேவையை அறிமுகப்படுத்துவதற்குச் சனப்பெருக்கம் உட்படப் பல காரணங்கள் இருந்தபோதிலும், பிரதான உந்துசக்தி பொருளாதாரமாகவே இருந்தது. கோப்பி, தேயிலைப் பெருந்தோட்டக்காரரும், கைத்தொழிலை அபிவிருத்தி செய்வதில் ஆர்வம் கொண்ட ஐரோப்பிய வர்த்தக சமூகத்தினரும் இலங்கை முழுவதும் புகையிரதசேவை அமைக்கப்படல் வேண்டும் எனக் தீவிரமாகக் கோரினர். கொழும்பிலிருந்து கண்டிக்கு ஒரு புகையிரதப் பாதையை அமைக்கும் நோக்கத்துடன் 1845 இல் இலங்கை புகையிரதக் கம்பெனி ஒன்று உருவாக்கப் பட்டது. இப் பாதையை அமைக்கும் பணி 1867 இல் பூர்த்தியானபோது, அப் பாதை தொடர்ந்து விரிவாக்கம் பெற்றது. அரசாங்க நிதிக்களஞ்சியத்திற்கு ஈற்றில் வருவாயை வழங்கும் கோப்பி, இறப்பர், தேயிலைப் பெருந்தோட்டக்காரரை ஊக்குவிக்கும் வகையில் அரசாங்கம், முதலில் கொழும்பிலிருந்து மலைநாட்டுக்குப் புகையிரதப் பாதையை அமைத்தது. பின்னர் தெங்குப்பயிர்ச் செய்கையையும், வேறு பெரும் கைத்தொழில்களையும் ஊக்குவிக்கும் வகையிற் பிரதான தெற்குக் கரையோரப் பிரதேசங்களிற் புகையிரதப்பாதை அமைக்கும் வேலை ஆரம்பிக்கப் பட்டது. இயல்பாகவே, இப் புகையிரதசேவை பொதுமக்களுக்குப் பயனுள்ளதொரு போக்குவரத்துச் சேவையை வழங்கியது. வடமாகாணத்துக்குப் புகையிரதப்பாதை அமைக்கும் முயற்சி எதுவும் மேற்கொள்ளப்படவில்லை. மலைநாட்டிலும், தெற்குக் கரையோரத்திலும் காணப்பட்ட பெருந்தோட்டங்கள், அபிவிருத்தியடைந்துவரும் கைத்தொழில்கள் போன்று வடக்கில் இல்லாமை ஒருவேளை இதற்குக் காரணமாக

இருந்திருக்கலாம். வடக்கிற்குப் புகையிரதப்பாதை அமைப்பதற்கான செலவு, அப் பிரதேசத்திலிருந்து கிடைக்கக்கூடிய வருமானத்தைவிட அதிகம் என நம்பிய அரசாங்கம், இப் பாதையை அமைப்பதில் பெரும்பாலும் அசிரத்தை காட்டியது. 1894 'ஹிந்து ஓகன' பின்வருமாறு தெரிவிக்கின்றது:

"யாழ்ப்பாணத்துக்குப் புகையிரதசேவை அத்தியாவசியம் என வலியுறுத்திய மக்கள், தேசாதிபதி சேர் ஆதர் கோடனுக்கு ஒரு மனுவை அனுப்பினர். புகையிரத ஆணைக்குழுப் பொறியிலாளரின், இந்த வேலைக்கான விரிவான வரவுசெலவு அறிக்கையின் விளைவாக இறுதியாக இவ் விண்ணப்பத்தை நிராகரித்துவிட்டார்."[205]

இருந்தபோதிலும், தனது பதவியின் இறுதிக் காலத்தில் (1890 களில்) தேசாதிபதி, வடக்கிற்கு ஒரு புகையிரதச்சேவையை வழங்குவதற்கான சாத்தியத்தை ஆராய்வதற்கு ஓர் ஆணைக்குழுவை அமைத்து, அக் குழுவின் முடிவை அரசாங்கத்துக்கு ஓர் அறிக்கையாகச் சமர்ப்பிக்கும்படி பணித்தார்.[206] புதிய தேசாதிபதியான சேர் ஆதர் ஹவ்லொக் (Sir Arthur Havelock) யாழ்ப்பாணத்துக்கு 1890 செப்டெம்பரில் வருகைதந்து, அங்கு தமிழரின், புகையிரதசேவை விரிவாக்கத்திற்கான கோரிக்கையைக் கேட்டறிந்தபோது, இச் சேவையை அமைப்பதற்குத் தன்னால் முடிந்த அளவுக்கு ஆவன செய்வதாக உறுதியளித்தார். ஒரு புதிய ஆணைக்குழு அமைக்கப்பட்டு அதன் அங்கத்தவர்களான எப். ஆர். சான்டே, ரி. என். கிறிஸ்ரி, பொ. இராமநாதன், எச் போயிஸ், டபிள்யூ. சிமிஸ் ஆகியோர், யாழ்ப்பாணத்துக்கு அனுப்பிவைக்கப்பட்டு, நிலைமையை ஆராய்ந்து தேசாதிபதிக்கு அறிக்கை சமர்ப்பிக்கும்படி பணிக்கப்பட்டனர். ஆயினும், ஆணைக்குழுவினரில் சிலர் இங்கிலாந்திற் கூடி, யாழ்ப்பாணத்துக்குப் புகையிரதசேவையை விஸ்தரிப்பது பொருளாதார ரீதியாகச் சாத்தியமற்றதென முடிவு செய்து, இம் முடிவை தேசாதிபதிக்கு அறிவித்தனர். இதேசமயம், யாழ்ப்பாணத்துக்குப் புகையிரதசேவையை விஸ்தரிக்கும் பிரேரணை சட்டநிரூபண சபையில் முன்வைக்கப்பட்டது. உத்தியோகப்பற்றற்ற அங்கத்தவர்கள் இதற்கு வாக்களிக்க, இதை எதிர்த்து வாக்களித்த உத்தியோகபூர்வ அங்கத்தவர்களினால் பிரேரணை நிராகரிக்கப்பட்டது.[207]

ஒருகாலம், யாழ்ப்பாணத்திற்கான புகையிரதசேவையை நிறுவுவதற்கு உதவுவார் என நம்பப்பட்ட ஹவ்லொக், இத் திட்டம் சாத்தியமற்றது என்ற காரணத் தினால் அதைக் கைவிட்டதுமன்றி, தனக்குப் பின் பதவிக்கு வரவிருப்போருக்கும் இதையிட்டு எச்சரிக்கை செய்துமிருந்தார். 1893 இல், சட்டநிரூபண சபைக்கு வழங்கிய பிரியாவிடை உரையில், வடக்கிற்கு புகையிரதசேவையை அமைப்பது பொருளாதார தோல்வியை ஏற்படுத்தி, குடியேற்ற நாட்டுக்கு ஒரு சுமையாக இருக்கும் என எச்சரிக்கவும் செய்தார். ஈற்றில், எவரைத் தமிழர் தமது கோரிக்கையின் நாயகனாக எண்ணியிருந்தனரோ அவரே, சேர். ஆதர் கோடனைவிட, வடக்கிற்கு புகையிரத சேவையை விஸ்தரிப்பதற்கு அதிக முட்டுக்கட்டையாக இருந்தார்.[208] வடக்கிற்கான புகையிரத சேவையை அரசாங்கம் அமைக்கத் தனது பணத்தைச் செலவழிக்குமானால், அது பெருந்தோட்டப் பிரதேசங்களில் புகையிரதசேவை விஸ்தரிக்கப்படுவதற்கு தடையாக அமையும் என நம்பிய இலங்கைப் பெருந் தோட்டச் சொந்தக்காரரும் எதிர்ப்புத் தெரிவித்ததனால் இக் கோரிக்கை மேலும்

தடைப்பட்டது. பிரித்தானியாவிலுள்ள இலங்கைப் பெருந்தோட்ட முதலீட்டாளர்கள், ஓய்வுபெற்ற சேர். ஆதர் கோடனுடன் கூட்டுச்சேர்ந்து, வடக்கிற்குப் புகையிரதப்பாதை அமைப்பதற்கு எதிராக 'சிலோன் சொசயிற்றி' என்ற அமைப்பை உருவாக்கினர்.[209] இலங்கைத் தேசாதிபதிகளினதும், ஆணைக்குழுவினதும், பெருந்தோட்டச் சொந்தக்காரரினதும் இந்த மனப்பாங்கு தமிழரை ஆத்திரமூட்டியது. அவர்கள் தமது உணர்வுகளை உரத்த குரலில் அரசாங்கத்துக்குத் தெரிவித்தனர்.

இந்தியா, சிங்கப்பூர், மலேசியா, பெராக் போன்ற நாடுகளில் வாழ்ந்த தமிழருடன் இணைந்து இலங்கைத் தமிழர் மனுக்கள், தீர்மானங்கள் என்பனமூலம் வடக்கிற்கு புகையிரதப் பாதையை அமைக்கும்படி விண்ணப்பித்தனர். இந்த விஷயம் தொடர்ச்சியாகச் செய்திப் பத்திரிகைகளிலும் விவாதிக்கப்பட்டும் வந்தது. 'இந்து ஓகன்', 'மோணிங் ஸ்ரார்' இரண்டுமே இவ் விஷயம் சம்பந்தமான கட்டுரைகள், கடிதங்கள், குறிப்புகள் என்பவற்றை வெளியிட்டன. தமிழர் தமக்குத் தெரிந்த எல்லா வழிகளிலும் தமது கசப்புணர்வையும், எதிர்ப்பையும் அரசாங்கத்துக்குத் தெரிவித்தனர். ஹவ்லொக் தனது வாக்குறுதியை மீறியமையாலும், தமது கோரிக்கைக்கு எதிராகக் கூட்டுச் சக்திகள் செயற்பட்டதனாலும் ஆத்திரமடைந்த தமிழர் இந்தப் பிரச்சனையை ஆராய்வதற்கும், செயற்திட்டம் ஒன்றை வகுப்பதற்கும் யாழ்ப்பாணத்தில் ஒரு பொதுக்கூட்டத்தைக் கூட்டினர். இக் கூட்டம் 1885 அக்டோபர் 29 ம் திகதி நடைபெற்றது.[210] ஆனால் அக்காலத்தில் பதவியிலிருந்த தேசாதிபதியின் மனப்பாங்கினால் இக் கூட்டம் பெரும்பாலும் பயனற்றுப் போனதுபோல் தோன்றுகின்றது. இருந்தபோதிலும், 1898 'ஹிந்து ஓகன்' பத்திராதிபர் அறிக்கை சொல்வதைப் போன்று, தமிழர் தொடர்ச்சியாக ஏறத்தாழ 15 வருடங்கள் இவ்விஷயத்தையிட்டு நடவடிக்கை எடுக்கும்படி போராடினர்:

> "கடந்த பதினைந்து வருடங்களாக யாழ்ப்பாணத்து மக்கள், கொழும்பிலிருந்து யாழ்ப்பாணத்துக்கு ஒரு புகையிரதப் பாதையை அமைத்து, எங்களது தேவைகளைப் பூர்த்தி செய்வதற்காகத் தலைநகருக்குச் செல்வதற்கு வசதி செய்யும்படி அரசாங்கத்தை மன்றாடிக் கொண்டிருக்கின்றனர். ஆனால் அரசாங்க மந்திரிகள் அனுராதபுரம் மட்டுமே புகையிரத சேவையைத் திறப்பதற்குக் கட்டளையிட்டுள்ளனர். அனுராதபுரம் மட்டுமே புகையிரத சேவை திறக்கப்பட்டால், தமிழராகிய எம்மால் என்ன செய்ய முடியும்! மேலும், இலங்கையை நிர்வகித்த முன்னாள் தேசாதிபதி ஒருவர் ஒரு தடவை, இந்தத் தமிழர் ஏன்தான் கொழும்புக்கு வரவேண்டும் என வினவியதாகச் சொல்லப்படுகின்றது. இலங்கை அரசாங்கம் இந்த அளவுக்குத் தமிழரை வெறுத்தால், ஏன் எம்மை இந்திய அரசாங்கத்தின் நிர்வாகத்தின் கீழ் கொண்டு வருவதற்கு ஒழுங்குகள் மேற்கொள்ளக் கூடாது?"[211]

இச் செய்திக் குறிப்பு தமிழரின் விரக்தியைத் தெளிவாக வெளியிடுகின்றது. இந்த விரக்தியே, தம்மை இலங்கைக் குடியேற்ற அரசாங்கம் ஆட்சி செய்வதைவிட, இந்திய அரசாங்கம் ஆட்சி செய்வதையே விரும்புகின்றோம் என்று கூறும் அளவுக்கு

அவர்களைக் கொண்டு வந்திருந்தது. தமிழ்மக்கள், இலங்கையில் ஏனைய சமூகத்தினரிலிருந்து தாம் வேறுபட்டவர்களாக உணர்ந்தமையையே இந்த அறிக்கை மறைமுகமாக வெளிப்படுத்துகின்றது. இதே ஆசிரியர் தலையங்கத்தின் கீழ், அனுராதபுரத்துக்குப் புகையிரதபாதை திறக்கப்படின், அப் பாதையோரமாக வன்னிப் பெருநிலப் பரப்பில் தமிழ் விவசாய விரிவாக்கமும், குடியேற்றச் செயற்பாடுகளும் தடைப்படுவது மாத்திரமன்றி, சிங்களவர் இந்த இடங்களில் தமது விவசாயக் கருமங்களில் ஈடுபட்டு அவர்கள் அங்கு நிரந்தரமாகக் குடியேறுவதற்கு அது பொன்னான சந்தர்ப்பமாகிவிடும் என்றும் கவலை தெரிவிக்கப்படுகின்றது:

> "ஆனால் அரசாங்கம் இப்போது அனுராதபுரம் மட்டும் புகையிரதப் பாதை திறக்கப்பட வேண்டும் எனக் கட்டளையிட்டுள்ளது. இது 'எறும்பு புற்றெடுக்கப் பாம்பு குடியேறுவதுபோல' என்ற தமிழ்ப் பழமொழியை ஒத்துள்ளது. இவ்வாறு எமது குரல்களை அசட்டை செய்கின்றது. இது முறையா? நீதியா? அனுராதபுரம் மட்டுமே புகையிரதப்பாதை திறக்கப்படுவதனால் அது தெற்கிலுள்ள ஏதுமற்ற சிங்களவர்களை, தமிழர்கள் அங்கு செல்வதற்கு முன்னர் வன்னிக்குச் சென்று வன்னியின் செல்வத்தை அபகரிக்கத் தூண்டுகின்றது....."

மீண்டும்,

> "யாழ்ப்பாணத்துக்குப் புகையிரதப் பாதை திறக்கப்படுமானால், சனநெரிசலினால் வசிப்பதற்கு இடமின்றி மிகவும் கஷ்டப்படும் இங்குள்ள மக்கள், பெரும் பரப்பளவிலான வன்னிப் பிரதேசங்களுக்குச் சென்று, புதிய பிரதேசங்களைப் பயிர்ச்செய்கைக்கு உட்படுத்தி, அவற்றை வளமுள்ள நிலங்களாக மாற்றி அவற்றினால் பெரும் நலனடைவர். இந்த நோக்கத்திற்காக நாம் யாழ்ப்பாணத்துக்கு ஒரு புகையிரத சேவையைக் கேட்கையில், அரசாங்கமோ அதனை மறுத்து, அதற்குப் பதிலாக அதை அனுராதபுரத்திற்கு வழங்குகின்றது. இது குருநாகல், அனுராதபுரம் ஆகிய இடங்களில் சிங்களவர் குடியேறி, வன்னியிலும், அங்குள்ள ஏனைய பிரதேசங்களிலுமுள்ள, எமக்குச் சொந்தமானதும், எமது தேசத்துக்கு உரியதுமாகிய வளத்தை அபகரிக்கும் நிலையை ஏற்படுத்துகின்றது. எமது நிலங்களைச் சிங்களவர் அபகரித்த பின்னர் எமக்குப் புகையிரத பாதையைத் தருவதில் என்ன பயன்?"[212]

தமிழர், தமது பாரம்பரிய நிலங்கள் இலங்கையின் பெரும்பான்மை இனங்களுக்குத் திறந்து விடுவதையிட்டுக் கொதிப்படைந்தனர் என்பது தெளிவாகின்றது. இங்கு முக்கியம் என்னவெனில், தமிழர் தாம் அரசாங்கத்தினால் பாரபட்சமாக நடத்தப்படுவதாக உணர்ந்தது மாத்திரமன்றித் தமது நிலங்களைச் சிங்களவர் ஆக்கிரமிப்பது குறித்து மிகவும் கவலை கொண்டிருந்தனர் என்பதாகும். எனவே, சிங்களக் குடியேற்றத்துக்கான தமிழ் எதிர்ப்பு இருபதாம் நூற்றாண்டில்

கருக்கொண்ட ஒன்றல்ல, மாறாக அது பத்தொன்பதாம் நூற்றாண்டின் பிற்பகுதியில் உருவான ஒன்றாகும். இந்தக் கருத்தாக்கம், ஈற்றில் ஒரு சுயவுணர்வு உருவாகக் காரணமாகவிருந்தது. தமிழரைவிட வேறானதொரு அடையாளத்தைச் சிங்களவர் கொண்டிருந்தனர் என்பதனையும், சிங்களத் தேசியம் ஒன்றும், தமிழ்த் தேசியம் ஒன்றும் உண்டு என்பதனையும் தமிழர் உணர்ந்தார்கள் என்பது இச் சான்றின்மூலம் தெளிவாகத் தெரிகின்றது. தமிழர் மத்தியில் தேசியவாதம் உருவாவதற்கு இவ்வகைச் சிந்தனை மிக முக்கியமாக இருந்தது. சுயவுணர்வு நிலவிய இக் காலகட்டமே, தமிழ்த் தேசியவாதத்தின் தோற்றுவாய்களுக்கு இட்டுச் சென்றது எனக் கருதுவது நியாயமானதே.

அரசாங்கம் ஈற்றில் தமிழரின், புகையிரதப்பாதை அமைத்தலுக்கான கோரிக்கைக்குச் செவி சாய்த்தது. இலங்கையிலுள்ள தமிழர் மட்டுமே இதற்காகப் போராடவில்லை. சிங்கப்பூர், மலேசியா, பெராக் ஆகிய வெளிநாடுகளில் வாழ்ந்த இலங்கைத் தமிழரும் அரசாங்கத்தின் மனப்பாங்கையிட்டுக் கவலை தெரிவித்ததுடன், வடக்கிற்கான புகையிரதப்பாதை அமைப்பதை முழுமனதோடு ஆதரித்தனர். உண்மையில், பெராக்கில் வாழ்ந்த இலங்கைத் தமிழரின் 'சிலோன் யூனியன' என்ற அமைப்பு, யாழ்ப்பாணத்துக்கான புகையிரதப் பாதையின் தேவையையிட்டு ஒரு தீர்மானம் நிறைவேற்றியிருந்தது. ஏ. றொஸ என்பவரைத் தலைவராகக் கொண்டு நிறைவேற்றப்பட்ட தீர்மானம் உத்தியோகபூர்வமாக யாழ்ப்பாணப் புகையிரதக் கொமிற்றியின் செயலாளருக்கு அனுப்பி வைக்கப்பட்டது. அது வருமாறு அமைந்திருந்தது:

> "பெராக்கில் நிறுவப்பட்ட சிலோன் யூனியன், இலங்கை, இந்தியா, நீரிணைக் குடியேற்றங்கள் ஆகியவற்றில் பயணம் செய்தவர்களை அங்கத்தவர் களாகக் கொண்டுள்ளது. இவர்கள், ஒரு நாட்டுக்குப் புகையிரதத் தொடர்பு மூலம் கிடைக்ககககூடிய பல்வேறு அனுகூலங்களைச் சந்தேகத்துக்கு இடமின்றிக் கண்டறிந்தவராவர். இவர்கள், தலைநகருடன் நேரடித் தொடர்பை ஏற்படுத்தி வட இலங்கையைத் திறந்துவிடுவது, வடக்கிலுள்ள மக்களின் முன்னேற்றத்திற்கு அத்தியாவசியத் தேவையாகும் என்பதனைத் தமது வலிமையான அபிப்பிராயமாகக் கொண்டுள்ளார்கள். வடக்கிலுள்ள மக்கள், இப்போதும், கடந்த காலத்திலுங்கூட அனேகமாக எதுவித முன்னேற்றமும் இன்றியே உள்ளனர். கருத்துக்கு எடுக்கப்பட்ட திட்டம் நிறைவேறும்வரை சந்தேகத்துக்கு இடமின்றித் தொடர்ந்தும் போராடக் கூடியவர்கள் யாழ்ப்பாணப் புகையிரதக் கொமிற்றியில் இருப்பதைக் கண்டு, சிலோன் யூனியன் மகிழ்ச்சி அடைகின்றது."[213]

ஓர் இனம் அபாயத்துக்கு உள்ளாகையில் அல்லது பாரபட்சமாக நடத்தப் படுகையில், அந்த நாட்டில் வாழ்பவர்கள் மட்டுமன்றி, தமது தாய் நாட்டை ஆதரிக்க வேண்டுமென உணரும் வெளிநாடுகளில் வாழ்கின்ற அந்நாட்டு மக்களும், தம் நாட்டு மக்களின் உரிமைகளுக்காகப் போராடி, தமது தாய் நாட்டைப் பலப்படுத்த முயல்வார்கள் என்பதற்கு மேற்கூறிய தீர்மானம் ஒரு சிறந்த உதாரணமாகும்.

பிரித்தானியர் ஆட்சிக் காலத்தில் மலேசியாவில் வாழ்ந்த இலங்கைத் தமிழர்கள் தாமாக முன்வந்து ஒரு போர் விமானத்தை விலைக்கு வாங்கி அவ் விமானத்திற்கு 'Jaffna Plane' எனப் பெயரிட்டு பிரித்தானிய ஆட்சியளர்களுக்கு நன்கொடையாக வழங்கி முதலாவது உலகப் போரில் அவர்கள் வெல்வதற்கு உதவி செய்தனர். இவ்வாறான புலம் பெயர்ந்து வாழ்ந்த தமிழர்கள் தமது தாய்நாட்டின்மீது மிகவும் பற்றுள்ளவர்களாக இருந்துள்ளார்கள் என்பதற்கு இது ஒரு நல்ல எடுத்துக்காட்டாகும்.

ஹவ்லொக்கின் பின்னர் தேசாதிபதியாக வந்த சேர். ஜே. வெஸ்ற் றிட்ஜ்வே (Sir West Ridgeway) வடக்கிற்கான புகையிரத சேவையை அமைக்கும் கடினமான பணியில் விருப்புடன் செயற்பட்டார். 'ஹிந்து ஓகன்' இதுபற்றி வருமாறு கூறுகின்றது:

> "மாட்சிமைதங்கிய சேர். றிட்ஜ்வே அவர்கள் தூரதிருஷ்டியுள்ள ஒரு தலைமகனாகவும், துணிவுமிக்க நிர்வாகியாகவும் இலங்கையில் அழியா இடத்தைப் பெறுகின்றார். சேர். ஆதர் கோடனால் 'அலைக்கழிக்கும் கனவு' எனத் திடமாகத் தெரிவிக்கப்பட்டதும், இரண்டு வருடங்கள் முன்னர்தான் சேர். ஆதர். ஹவ்லொக்கினால் 'நடைமுறைப்படுத்த இயலாத் திட்டம்' எனக் கைவிடப்பட்டதுமான புகையிரதச் சேவையின் ஒரு பகுதியைப் பெற்றெடுத்தும், மிகுதியை அமைப்பதாக வாக்குறுதி அளித்தும், வடபால் மக்களின் இறவா நன்றியைச் சம்பாதித்தவர் இவர் ஆவர். இந்தப் பிரச்சனையையிட்டு ஒரு சாதகமான முடிவுக்கு விரைந்து வருவதற்கும், இந்த மகத்தான வடக்குப் புகையிரத சேவையை, இலங்கையில் தனது நிர்வாகத்தின்போது பிரத்தியட்சமாக்குவதற்கு, மாட்சிமை தங்கிய சேர். றிட்ஜ்வே அவர்களின் சிறப்பான திறமைகளும், போர்வீரனாக அவர் பெற்றிருந்த பயிற்சியும், அவரது பரந்த இந்திய அனுபவமும், வெகுவாகக் கைகொடுத்துள்ளன."[214]

Fighter Plane "THE JAFFNA"
Malayan No. 11. £2250 (F.E.)
Presented on December 22, 1915 by the Ceylon Jaffna Tamils of Malaya.
[Reproduced from Mr. Alma Baker's Souveni Malayan and Australian Battleplanes]

இதன் விளைவாக, 1900 இல் வடபால் புகையிரதப்பாதை நிர்மாண வேலை ஆரம்பிக்கப்பட்டு, ஏறக்குறைய ஐந்தாண்டுகளில் பூர்த்தியாயிற்று. நிர்மாண வேலையின் முதற்கட்டமாக காங்கேசன்துறையிலிருந்து சாவகச்சேரிவரை ஏறத்தாழ 20 மைல் பூர்த்தியாக்கப்பட்டு 1902 இல் திறந்து வைக்கப்பட்டது. சாவகச்சேரியிலிருந்து பளை வரையிலான பாதை 1902 செப்டெம்பரில் நிறைவு செய்யப்பட்டது. எஞ்சிய பாகம் 1905 ம் ஆண்டளவில் பூர்த்தியாகியது. இந்த நிர்மாண வேலையின் மொத்தச் செலவு அண்ணளவில் ரூபா. 811,062.00 ஆகும்.[215]

பத்தொன்பதாம் நூற்றாண்டின் இறுதித் தசாப்தத்தில் ஏனைய புகையிரதப் பாதைகள் பூர்த்தி செய்யப்பட்டன. கொழும்பிலிருந்து சிலாபம், புத்தளம் நோக்கிக் கரையோரமாக அமைக்கப்பட்ட புகையிரதப்பாதை, தென்னைப் பயிர்ச்செய்கையின் மையமாக விளங்கிய ஒரு பிரதேசத்திலிருந்து செல்லும் வசதியானதோரு பாதையாக விளங்கியது. இதேவேளை, குருநாகலுக்குச் செல்லும் வடபுகையிரதப் பாதை, இதுவரை தனித்துப் போயிருந்த வடமத்திய மாகாணத்துக்கூடாகச் சென்றது. மதவாச்சியில் இப் பாதை இரு கிளைகளாகப் பிரிந்து, ஒரு பாதை தலைமன்னாருக்கு மக்களையும், பொருட்களையும் கொண்டுசெல்லப் பயன்பட்டது. வடபால் புகையிரதப் பாதையில் மாகோவிலிருந்து ஆரம்பிக்கும் திருகோணமலை, மட்டக்களப்புப் புகையிரதப் பாதைகளும் அமைக்கப்பட்டன.[216]

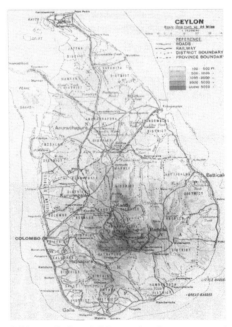

பிரித்தாணியர் ஆட்சிக்கால இலங்கை வரைபடம்

புகையிரதப் பாதைகளும், பிரித்தானிய குடியேற்ற அரசாங்கத்தின் புதுமையான நடைமுறைகளும் நாட்டைப் பல்வேறு வழிகளில் மாற்றின. இவற்றுள் பிரதான தாக்கமாக இருந்தது வடபால் தமிழரையும், வன்னிப் பெருநிலப்பரப்புத் தமிழரையும், கிழக்கு மாகாணத் தமிழரையும் இணைத்தது மட்டுமல்லாது, தமிழ் மக்கள் யாவரையும், இலங்கையடங்கிலும் வாழ்ந்த சிங்கள மக்களுடன் இணைத்து வைத்தமையாகும். இது இலங்கை வரலாற்றில் முதற் தடவையாக நிகழ்ந்த ஒன்றாகும். இதன் விளைவாக இலங்கைத் தமிழர் ஏனைய சிங்களப் பிரதேசங்களுக்குச் சுதந்திரமாகப் பயணம் செய்ய வாய்ப்புகள் கிடைத்தது. அவர்கள் பிரதானமாக தலைநகர் கொழும்புக்கும், மலைநாட்டிற்கும் பொருளாதார, வியாபார, தொழில் மற்றும் ஏனைய வாய்ப்புக்களைத் தேடிப் பெருமளவில் இடம் பெயர்ந்தனர். இதேவேளை, வடமாகாணத்திற் சனநெருக்கம் கூடிய இடங்களிலிருந்த ஆயிரக்கணக்கான மக்களும் வன்னிப் பெருநிலப் பரப்பிலும், கிழக்கு மாகாணத்திலும் தமது விவசாயம், வியாபாரம் எனபவற்றை விஸ்தரிக்கும் வாய்ப்புக்களைப் பெற்றனர். இவர்களில் அனேகமானோர் இந்த இடங்களையே தமது தாய் நிலங்களாகக் கொண்டு, அங்கு வரலாற்றுக் காலத்திலிருந்து குடியிருந்த மக்களுடன் நிரந்தரமாகக் குடியேறினர். இந்தத் தொடர்புகளும் உறவுகளும், பிரதான சிங்கள மாகாணங்களிலிருந்து பிறிதான, வடக்குக் கிழக்கு வாழ் சமூகம் ஒன்றினை உருவாக்க உதவின. இச் சமூகம் தனது தமிழ் வரலாற்றை மறவாத, ஒளிமயமானதோர் எதிர்காலத்துக்காக ஏங்கி நிற்கும் ஒரு சமூகமாக மாறியது. இவ்வாறானதோர் எதிர்காலத்துக்கான தேடல் இயல்பாகவே அரசியற் தன்மை பெறலாயிற்று. தமிழ் அடையாள வளர்நிலையிலான அரசியல் அம்சங்களை ஆராய்வதற்கு முன்னர் தமிழர் சமூகத்தின் பொருளாதார, கல்வி, தொழில் சம்பந்தமான அம்சங்களை ஆராய்ந்து, இதன்வழி எவ்வாறு பொருளாதார அபிவிருத்தி அரசியலில் முன்னேற்றத்தை உருவாக்கியது என்பதைக் காண்பது அவசியமாகும்.

பொருளாதார வளர்ச்சியும். சுபீட்சமும்

பிரித்தானிய ஆட்சியின் ஆரம்ப காலகட்டத்திலான தமிழரின் பொருளாதாரச் செயற்பாடுகள், அவர்கள் செல்வத்தைச் சேர்ப்பதற்கு வழிவகுத்தது. தமிழரின் பொருளாதார பலம் எவ்வாறு தமிழ் சமூக அமைப்பில் தாக்கத்தை ஏற்படுத்தியது என்பதை இந்த ஆய்வு எடுத்துக் காட்டும்.

முன்னர் பார்த்தது போன்று புகையிலையும், நெல்லும் பயிரிடலே தமிழரின் பிரதான தொழில்களாக இருந்தன. குறிப்பாக யாழ்ப்பாணத் தீபகற்பத்தில் சிறு தொழில்களான வெண்காயம், மிளகாய், பாக்கு, நிலக்கடலை, பனம்பொருள் என்பன காணப்பட்டன. இக் காலகட்டத்தில் புகையிலைப் பயிர்ச் செய்கை துரித அபிவிருத்தி அடைந்தது. இது, யாழ்ப்பாணச் சுருட்டு இலங்கையின் மேற்கு, தெற்குப் பாகங்களில் மாத்திரமன்றி, இந்தியாவில் திருவாங்கூரிலும், கொச்சினிலும் பெரும் கிராக்கியைப் பெற்றிருந்ததன் காரணத்திலாகும்.[217] புகையிலைப் பயிர்ச்செய்கை தொடங்கிய காலத்திலிருந்தே, அது இலங்கையின் தென், மேற்குப் பாகங்களுக்கு ஏற்றுமதி செய்யப்பட்டது. பத்தொன்பதாம் நூற்றாண்டின் ஆரம்பத்திலிருந்து யாழ்ப்பாணத்

துக்கும் திருவாங்கூருக்கும் இடையில் புகையிலை வியாபாரம் நடைபெற்றது. ஆயினும், பத்தொன்பதாம் நூற்றாண்டின் இறுதிப் பகுதியில், திருவாங்கூரில் யாழ்ப்பாணப் புகையிலைக்கான கிராக்கி பிரமிக்கத்தக்க வகையில் அதிகரித்தது.[218] புகையிலைத் தொழிலில் இது ஒரு பெரும் வளர்ச்சியை ஏற்படுத்தியது என்பது 'ஹிந்து ஓகனில்' வெளியாகிய செய்தியில் தெரியவருகின்றது:

> "இலங்கைத் தீவின் சுபீட்சத்திற்கும் நன்னிலைக்கும், ஒரு காலத்தில் கோப்பி எவ்வாறிருந்ததோ, இன்றைய தருணத்தில் தேயிலை எவ்வாறுள்ளதோ, அவ்வாறே புகையிலை யாழ்ப்பாணத் தீபகற்பத்தில் அன்றும், இன்றும் முக்கியமாக உள்ளது. புகையிலை இம் மாவட்டத்தின் நிலையான உற்பத்திப் பொருளாக இருப்பது மட்டுமல்லாது, அதன் பிரதான வருவாயாகவும் உள்ளது. யாழ்ப்பாணத் தீபகற்பத்தின் சனத்தொகையில் 90 சதவீதமானோர் நேரடியாகவோ, மறைமுகமாகவோ இத் தொழில் மூலமாகக் கிடைக்கும் வருவாயிற் தங்கியுள்ளனர்."[219]

யாழ்ப்பாணத் தமிழர் நெல் அல்லது வேறு உற்பத்திப் பொருட்களில் தங்கியிருக்காது, புகையிலை மூலமாகக் கிடைக்கும் வருமானத்திலேயே அதிகம் தங்கியிருந்தனர் என்பதை மேற்காணும் செய்தி உணர்த்துகின்றது. 1890 சிலோன் நீலப் புத்தகத்தை (Ceylon Blue Book) மேற்கோள் காட்டும் 'ஹிந்து ஓகன்', தீவு முழுவதும் 8,447,000 இறாத்தல் புகையிலை பயிரிடப்பட்டதெனக் காட்டுகின்றது. இதில் 5,707,000 இறாத்தல் புகையிலை வடமாகாணத்தில் விளைவிக்கப்பட்டது. அந்த நூலின்படி:

> "யாழ்ப்பாணத் தமிழரினால் வெற்றிகரமாகச் செய்கை பண்ணப்பட்ட சுகந்தம் மிகுந்த இந்தச் செடி மூலமாகவே நெல், உலர் தானிய விளைச்சல்கள் தவறி, பஞ்சம் ஏற்படும்போது, அதனால் பாதிக்கப்படாது வருடந்தோறும் இங்கு இறக்குமதியாகும் தானியங்களைப் பெருமளவில் வாங்குவதற்கான பணத்தை அவர்கள் ஈட்டினர். எவ்விதத் தாட்சண்யமும் இன்றி, அரசாங்கம் தனக்குரிய வரிகளை அறவிடுவதற்குத் தீர்மானித்தபோது, அவ் வரிகளைச் செலுத்துவதற்கும், புகையிலைச் செய்கையே உதவியது."[220]

இன்றுங்கூட நீர்ப்பாசன வளம் இல்லாத காரணத்தினால் யாழ்பாணத்துத் தீபகற்பத்தின் நெற்பயிர்ச் செய்கை முழுக்க முழுக்க பருவப்பெயர்ச்சி மழையிலேயே தங்கியுள்ளது என்பது கவனிக்கப்பட வேண்டிய விஷயம். இருப்பினும், புகையிலைப் பயிர்ச்செய்கை ஆழக்கிணற்று நீர்ப்பாசனத்தில் முழுமையாகத் தங்கியிருந்ததனால், தீபகற்பத்தில் புகையிலைச் செய்கை நிலையாக இருந்தது. வடமாகாணத்தில், விசேடமாக யாழ்ப்பாணத்திற் புகையிலை ஒரு நிலையான உற்பத்திப் பொருளாகவும், புகையிலை உற்பத்தி பிரதான தொழிலாக இருந்தபோதும் பெருமளவு புகையிலை கிழக்கு மாகாணத்திலிருந்தும்,

தெற்கு, மேற்கு மாகாணங்களின் சில பகுதிகளில் இருந்துங்கூட யாழ்ப்பாணத்திற்கு இறக்குமதியாகியது. யாழ்ப்பாணப் புகையிலை உற்பத்திப் பொருளுக்கு திருவாங்கூரில் அதிக கிராக்கி இருந்தமையாலேயே இலங்கையின் ஏனைய பாகங்களிலிருந்தும் யாழ்ப்பாணத்துக்கு புகையிலை இறக்குமதியாகியது. 'யாழ்ப்பாணம் சுருட்டு' நாட்டின் பல பாகங்களிலும் தயாரிக்கப்பட்டபோதும், திருவாங்கூருக்கு ஏற்றுமதி செய்வதற்காகப் பெருமளவு புகையிலை யாழ்ப்பாணத்திற் தேவைப்பட்டது. 'ஹிந்து ஓகனின்' ஆசிரியர் தலையங்கம் பின்வருமாறு விளக்குவதுபோல், 'யாழ்ப்பாணம் சுருட்டு' என்ற வியாபாரப் பெயர் திருவாங்கூரில் மட்டுமல்லாது, இலங்கையின் தெற்கிலும், மேற்கிலும்[221] பிரபலமாக இருந்தது கவனத்துக்குரியது.

> "1895 இல் இறக்குமதி செய்யப்பட்ட அளவு, விலை ரீதியில் 282,006 ரூபா பெறுமதியான 7,369 அந்தர்களாகும். 1894 இல், 259,899 ரூபா பெறுமதியான 4,829 அந்தர்கள் இறக்குமதி செய்யப்பட்டது. மூன்று இலட்சம் ரூபா பெறுமதியான புகையிலை வருடாந்தம் யாழ்ப்பாணத்துக்கு இறக்குமதி செய்யப்படுகின்றது என்பது இதனால் தெரிகின்றது. 'யாழ்ப்பாணம் சுருட்டுக்கள்' என அழைக்கப்படும் உற்பத்திப் பொருளை ஆக்குவதற்கு இது மூலப்பொருளாகப் பயன்படுகின்றது. இவை மேற்கு, மத்திய, தென் மாகாணங்களிலும், திருவாங்கூரிலும், கொச்சினிலும் நுகரப்படுகின்றன."[222]

புகையிலை உற்பத்தி அதிக அளவில் மேற்கொள்ளப்பட்டு, சுருட்டு உற்பத்தி யாழ்ப்பாணத் தீபகற்பத்துக்குச் செல்வத்தைக் கொண்டு வந்தது. அரசாங்கத்தின் வடக்கு நிர்வாக அறிக்கையில், யாழ்ப்பாணத்திலிருந்து திருவாங்கூருக்கு ஏற்றுமதி செய்யப்பட்ட புகையிலையின் அளவு காணப்படுகின்றது. இது பின்வருமாறு 'ஹிந்து ஓகன்' பத்திரிகையில் மேற்கோள் காட்டப்பட்டுள்ளது:

> "திருவாங்கூருக்கு 1894 இல், ரூபா. 1,225,393 பெறுமதியான 34,850 அந்தர்கள் ஏற்றுமதி செய்யப்பட, 1895 இல், ரூபா. 1,196,976 பெறுமதியான 53,241 அந்தர்கள் ஏற்றுமதி செய்ப்பட்டது. குடியேற்ற நாட்டின் ஏனைய பாகங்களுக்குக் கரையோரமாக 37,000 அந்தர்கள் ஏற்றுமதி செய்யப்பட்டன."[223]

தமிழரின் இரண்டாவது பிரதானமான விவசாய உற்பத்திப் பொருள் நெல்லாகும். ஆயினும், பருவப்பெயர்ச்சி மழை அடிக்கடி பொய்த்ததினால் நெல்லினால் கிடைக்கும் வருமானம் நிலையற்றதாக இருந்தது. குளங்கள், நதிகள் போன்ற நீர்வளங்கள் இல்லாமையினால் யாழ்ப்பாணத் தமிழர் இடர்களுக்கு ஆளாகினர். குளங்களிலிருந்தும், நதிகளிலிருந்தும் போதிய அளவு நீர் கிடைத்தமையால் வன்னி, கிழக்கு மாகாண நிலைமை வேறுபட்டிருந்தது. யாழ்ப்பாணத் தீபகற்பத்திலும் பார்க்க இங்கு நெற்செய்கை நிலைபெற்றிருந்தது. பிரித்தானியரின் ஆரம்ப ஆட்சிக்

காலத்தில் அரசாங்கம் நெற்செய்கையை அசட்டை செய்ததுடன் இந்தியாவிலிருந்து மலிவான அரிசியை இறக்குமதி செய்தது. இறக்குமதி செய்யப்பட்ட அரிசியில் தங்கியிருக்காத தமிழர், தொடர்ந்து நெற்செய்கையில் ஈடுபட்டனர். பத்தொன்பதாம் நூற்றாண்டின் பிற்பகுதியிற் தேசாதிபதி வில்லியம் கிறெகொரி (1872) யின் கீழான பிரித்தானிய குடியேற்ற அரசாங்கம், நீர்ப்பாசன முறைமையைப் புனருத்தாரணம் செய்ய முன்வந்து, புதிய நிர்மாண வேலைகளை மேற்கொண்டது. இதன் காரணமாக வன்னிப் பெருநிலப்பரப்பிலும், கிழக்கு மாகாணத்திலும் நெற்செய்கை அதிகரித்தது. 1864லான பின்வரும் புள்ளிவிபரம், வடமாகாணத்தில் மேற்கொள்ளப்பட்ட நெற்செய்கையின் அளவை, நீர்வளம் உள்ள கிழக்கு மாகாணம், சிங்கள மாகாணங்கள் என்பவற்றில் மேற்கொள்ளப்பட்ட நெற்செய்கையின் அளவுடன் ஒப்பீடு செய்கின்றது.

நெல் உற்பத்தி224

மாகாணம்	அளவு (புசல்களில்)
மேற்கு	105,66
வடமேற்கு	444,217
தெற்கு	820,750
வடக்கு	856,182
கிழக்கு	881,855

தேசாதிபதி கிறெகோரியின் நீர்ப்பாசனச் சீர்திருத்தங்களினால் நெல் உற்பத்தி அதிகரித்தது. புராதனமான, சிதைந்த நிலையிலுள்ள குளங்களை மீள அமைப்பதே கிறெகொரியின் முதல் வேலையாக இருந்தது. பின்னர் பாரிய, புதிய குளங்கள் அமைக்கப்பட்டன. இவ் வேலைகள் பெரும்பாலும் வன்னிப் பெருநிலப்பரப்பிலும், கிழக்கு மற்றும் சிங்கள மாகாணங்களிலும் நிகழ்ந்தன. 1860 களிலிருந்தே மட்டக்களப்பு மாகாணத்திற் பெரிய நீர்ப்பாசன வேலைகளும், நாட்டின் ஏனைய பாகங்களிற் சிறிய நீர்ப்பாசன வேலைகளும் மேற்கொள்ளப்பட்டபோதும், இந்த முயற்சிகள் உண்மையில் கிறெகொரியின் நிர்வாகத்தின் கீழேதான் வேகம் பெற்றன. பல நூற்றாண்டுகளாக வடமத்திய, மத்திய, கிழக்கு மாகாணங்களில் சிதைந்த நிலையிலிருந்த பெரிய குளங்கள் மீளமைக்கப்பட்டு, முன்பு ஆரம்பிக்கப்பட்டிருந்த வேலைகளும் பூர்த்தி செய்யப்பட்டன.[225]

1872 இல், கிழக்கு மாவட்டத்தில் திவுலானக் குளம் (அம்பாறை), சாகமம் குளம் (பொத்துவில்) என்பன கட்டி முடிக்கப்பட்டு முறையே 1647, 2738 ஏக்கர் நிலங்களுக்கு நீர்ப்பாசன வசதி அளிக்கப்பட்டது. 1891 இல் இறக்காமக்குளம் (பொத்துவில்) கட்டி முடிக்கப்பட்டது. 1870 இல் றுகம் குளம் (மட்டக்களப்பு), 1885ல் கட்டுக்கருணைக்குளம் (பாண்டிருப்பு), புலுகநாவ குளம் (பாண்டிருப்பு) என்பனவும் பூர்த்தியாக்கப்பட்டு முறையே 8162, 2744, 4222 ஏக்கர் நிலத்திற்கு

நீர்ப்பாசன வசதி அளிக்கப்பட்டது. மேலும், 1908 இல் வாகனேரிக்குளம் (கல்குடா), 1919 இல் உன்னிச்சைக்குளம் (மட்டக்களப்பு) என்பனவும் பூர்த்தியாக்கப்பட்டு முறையே 7680, 9247 ஏக்கர் நிலத்திற்கு நீர்ப்பாசன வசதி அளிக்கப்பட்டது. திருகோணமலை மாவட்டத்திலுள்ள கந்தளாய்க்குளம் (மூதூர்) 1869 இல், பூர்த்தியாக்கப்பட்டு 17,363 ஏக்கர் நிலத்திற்கு நீர்ப்பாசன வசதி அளிக்கப்பட்டது. அதேபோன்று அல்லைக்குளம் (மூதூர்) 1890 இல் பூர்த்தியாக்கப்பட்டு 12,413 ஏக்கர் நிலத்திற்கு நீர்ப்பாசன வசதி அளிக்கப்பட்டது.[226] எனவே பத்தொன்பதாம் நூற்றாண்டின் இறுதிப் பகுதியிலும், இருபதாம் நூற்றாண்டின் ஆரம்பப் பகுதியிலும் கிழக்கு மாகாணப் பிரதேசத்திலிருந்த பாரிய புராதனக் குளங்கள் புனருத்தாரணம் செய்யப்பட்டுப் பல ஆயிரக்கணக்கான ஏக்கர் நிலங்களுக்கு நீர்ப்பாசன வசதி அளிக்கப்பட்டதன் விளைவாக அங்கு நெற்பயிர்ச் செய்கையும், கரும்புச் செய்கையும் பலமடங்கு விருத்தி செய்யப்பட்டது. இதனால் அதிக நெல் உற்பத்தி செய்யப்படும் பிரதேசமாகக் கிழக்கு மாகாணம் மாறியது. இதேபோன்று வவுனியா மாவட்டத்தில், 1891 இல் பெரியகுளம் பூர்த்தியாக்கப்பட்டு 1919 ஏக்கர் நிலத்திற்கு நீர்ப்பாசன வசதியளிக்கப்பட்டது. முல்லைத்தீவு மாவட்டத்திலும் கணுக்கேணிக்குளம் 1905 இல், பூர்த்தியாக்கப்பட்டு 1208 ஏக்கர் நிலத்திற்கு நீர்ப்பாசன வசதி அளிக்கப்பட்டது. மன்னார் மாவட்டத்தில் கட்டுக்கரைக்குளம் (Giant's Tank) 1892 இல் பூர்த்தியாக்கப்பட்டு 15,074 ஏக்கர் நிலத்திற்கு நீர்ப்பாசன வசதி அளிக்கப்பட்டது. அதேபோன்று கிளிநொச்சி மாவட்டத்தில் இரணைமடுக்குளம் 1922 இல் பூர்த்தியாக்கப்பட்டு 18,264 ஏக்கர் நிலத்திற்கு நீர்ப்பாசன வசதி அளிக்கப்பட்டது.[227] இவ்வாறான பாரிய குளங்களைவிட சுமார் 82 க்கும் அதிகமான நடுத்தர அளவுக் குளங்களும், பல நூற்றுக்கணக்கான சிறிய குளங்களும், பத்தொன்பதாம் நூற்றாண்டின் இறுதிப் பகுதியிலும், இருபதாம் நூற்றாண்டின் முதல் அரைநூற்றாண்டுக் காலப்பகுதியிலும், வடகிழக்குப் பிரதேசங்களில் பூர்த்தியாக்கப்பட்டன. இதன் மூலம் பல ஆயிரக்கணக்கான ஏக்கர் நிலங்களுக்கு நீர்ப்பாசன வசதி அளிக்கப்பட்டமையால் நெல் உற்பத்தி அதிகரித்தமையைப் புள்ளிவிபரங்கள் காட்டி நிற்கின்றன.[228] இவைபற்றிய பூரண விபரங்களைப் பின்வரும் அட்டவணையிற் பார்க்கவும்.

1870லிருந்து 1887 வரை நீர்ப்பாசன வேலைகளில் செலவு செய்யப்பட்ட பணத்தின் அளவின் அட்டவணை 1890 வைகாசி 7 ம் திகதி 'ஹிந்து ஓகனில்' வெளியாகியது: [229]

வடமாகாணம் இத் திட்டத்தின் கீழ் கிடைத்த பலன்களில் உரிய பங்கைப் பெறவில்லை என்பதை இப் புள்ளிவிபரங்கள் தெரிவிக்கின்றன. மாந்தோட்டையிலுள்ள கரச்சி இராட்சதக் குளமும், அதன் கீழ் வருடாந்தம் பத்து இலட்சம் புசல்களுக்கு மேல் நெல் விளையக்கூடிய வளமான பெரும் பரப்பு நிலமும் இருந்தபோதும் இவ்வாறு நிகழ்ந்துள்ளது. தெற்கு, வடமத்திய, கிழக்கு, மேற்கு மாகாணங்கள் இத் திட்டத்தினால் கூடிய நலன்களை அடைந்தன. கடந்தகால நிலையையும், இன்றுள்ள நிலையையும் இங்கு ஒப்பிட்டுப் பார்த்தல் கவனத்துக்குரியதாகும். 'ஹிந்து ஓகனில்' வெளியிடப்பட்ட செய்தி ஒன்றில் வடமாகாணத்தில் நிர்மாணிக்கப்பட்ட நீர்ப்பாசன வசதிகள்பற்றிய நீர்ப்பாசனப்

பிரிவு	செலவுத் தொகை (ரூபாவில்)
மேல்மாகாணம	121,577.00
தென்மாகாணம்	839,005.00
மத்திய மாகாணம்	222,704.00
வடமத்திய மாகாணம்	942,104.00
வடமேல் மாகாணம	369,894.00
கிழக்கு மாகாணம்	783,862.00
வடமாகாணம்	79,565.00
ஊவாமாகாணம், சப்ரகமுவமாகாணம்	1,020,181.20
தீவு முழுவதும்	4,378,892.20

பொறியிலாளர் திரு. பாக்கரின் அறிக்கை காணப்படுகின்றது. 10,000 ஏக்கர் பரப்பளவில் உள்ள பதவியா(பட்டிவில்) குளம் 45,000 ஏக்கர்களுக்கு நீர்ப்பாசனம் அளிக்கக்கூடியதாக உள்ளது. இதைப் புனருத்தாரணம் செய்ய 42,000 ரூபா செலவாகும் எனக் கணிக்கப்பட்டிருந்தது. 20,000 ஏக்கர்களுக்கு நீர்ப்பாசனம் வழங்கக்கூடிய கரச்சிக் குளத்திட்டம் உள்ளது. இதைச் சீரமைப்பதற்கான தொகை 708,000 ரூபா என மதிப்பிடப்பட்டிருந்தது. 13,000 ஏக்கர்களுக்கு நீர்ப்பாசனம் அளிக்கக்கூடிய விளாங்குளம்(வவுனியா), நொச்சிமோட்டைக் குளம், கனகராயன் குளம், கிழக்கு நாயாறு ஆகியவை, பேராறு பள்ளத்தாக்கு, துவரையாறு, அக்கராயன் ஆறு, பாலியாறு, மேற்கு நாயாறு ஆகியவை பற்றிய அறிக்கைள் இருக்கின்றன. இத் திட்டம் பூர்த்தியாக்கப்படுகையில், இதன் கீழான பயிர்ச்செய்கைக்கு உட்படுத்தக்கூடிய நீர்ப்பாசன நிலம் தற்போதுள்ள வருடாந்த நெல் விளைச்சலுக்கு மேலதிகமாக 25 இலட்சம் புசலை வழங்கும் எனக் கணிக்கப்பட்டிருந்தது. இத் தொகை, வடமாகாண நுகர்வுக்காக இறக்குமதி செய்யப்படும் அளவைவிட இரட்டிப்பு மடங்குக்கும் மேலானதாகும். மேலும் மன்னார் பிரதேசத்திலுள்ள இராட்சதக் குளங்களான கட்டுக்கரைக் குளத்தினதும், மற்றைய குளங்களினதும் வேலையும் இக் காலத்தில் பூர்த்தி செய்யப்பட்டது எனப் பாக்கர் கூறுகின்றார்.[230] அரசாங்கத்தின் இந்தப் பிரம்மாண்டமான முயற்சி, நிலத்தை விலைக்கு வாங்கிப் பயிர்செய்ய தமிழ்மக்களுக்கு வாய்ப்புக்களை வழங்கியது. நீர்ப்பாசன வசதி வடக்கிலே நெற்பயிர்ச் செய்கையை மேலும் பொருளாதார ரீதியாகச் சாத்தியமாக்கி தமிழரைச் செல்வந்தர்களாக்க உதவியது. நெற்செய்கையினால் மாத்திரமன்றி வேறு பலவழிகளிலும் தமிழர் செல்வம் சேர்த்தார்கள்.

இச் சந்தர்ப்பத்தில், தமிழ் உயர் மட்டத்தினரால் ஊக்குவிக்கப்பட்ட யாழ்ப்பாணத் தீபகற்பத்துத் தமிழர் மேற்சொன்ன பிரதேசங்களுக்கு இடம்பெயர்ந்து நெல், தென்னை, வேறு விவசாயப் பயிர்கள் என்பனவற்றைச் செய்கைபண்ண ஆரம்பித்தனர். இதனால் இவர்கள் செல்வம் பெற்றதுமன்றி, இவர்களது இடப்பெயர்வு சனநெரிசல் மிகவும் அடர்த்தியாய் உள்ள யாழ்ப்பாணத்தின் மக்கள்தொகை

HYDRO DATA IRRIGATION WORKS - MAJOR RESERVOIRS IN NORTH-EAST PROVINCE

Name of Tank	Co-ordinates	Catchment Area Sq.mls.	F.S.L Ft. MSL	H.F.L Ft. MSL	B.T.L. Ft. MSL	F.S.D Ft.	Total Capacity Ac.ft.	Area at F.S.L Acs.	Total Irrigable area Acs.	Electorate	River Basin	Year of construction	Remarks
AMBARAI DISTRICT													
1.Ambalam Oya Tank	M/5(12.7 x 6.3)	13.5	135.0	141.0	147.0	25.0	35000	2112	3600	Amparai	Ambalan Oya	1959	
2.Divulane Tank	J/15(5.8 x 6.9)	15.2	118.7	126.1	129.0	18.7	2344	352	1647	Amparai	Andella Oya	1872	
3.Ekgal Aru Tank	M/5(7.6 x 7.1)	13.5	206.0	211.0	217.0	31.0	21500	1015	2020	Amparai	Gal Oya	1955	Gal Oya R.B. Including 1600 acs. under sugar Cane
4.Irakkamam Kulam	K/21(1.4 x 4.2)	7.8	57.72	64.12	65.0	14.9	15666	2030	-	Pottuvil	Gal Oya	1891	Gal Oya R.B. and supply augmented by Maruthadi anicut also. Irrigable area included under R.B. Gal Oya Scheme.
5.Namal Oya Tank	J/20(1.1 x 6.1)	20.0	285.5	291.2	296.0	35.5	37000	1600	4620	Amparai	Gal Oya	1961	
6.Navakiri Aru Reservoir	J/15(7.3 x 0.8)	70.0	114.0	121.0	123.0	19.0	42500	2760	(15000)	Amparai	Andella Oya	1951	Irrigable area included under Gal Oya L.B. Supply augmented from L.B. main Channel Gal Oya Scheme.
7.Pannalagama Tank	M/10(7.3 x 8.8)	18.0	250.0	-	-	35.0	22200	3980	3600	Pottuvil	Pannel Oya	1960	
8.Pallan Oya Tank	M/5(12.8 x 6.4)	36.5	255.0	258.2	265.0	55.0	93000	2480	5660	Amparai	Gal Oya	1957	Gal Oya R.B. including 2700 acs. under sugar cane.
9.Sagamam Tank	N/1(4.9 x 3.9)	5.0	56.0	59.0	61.0	16.0	6250	760	2738	Pottuvil	Pannel Oya	1872	Supply augmented from Ambalan Oya Tank also
10.Raufus Tank	N/1(4.9 x 1.8)	3.8	87.0	88.0	92.0	16.0	2766	348	1020	Pottuvil	Rufus Kulam Aru	1920	
11.Senanayake Samudara	J/25(1.6 x 1.0)	384.0	260.0	267.3	272.0	110.0	770000	19250	82475-LB 40000-RB	Amparai & Paddirippu	Gal Oya	1950	Power Install. Cap. 10.M.W.
BATTICALOA DISTRICT													
1.Kaddukkarnunai Tank	K/6(1.0x 0.2)	2.4	49.7RL	50.9	52.2	6.9	5024	891	2744	Paddiruppu	Manalpiddu	1885	Manalpiddi Aru Scheme Supply Augmented from inlet channel Puluganawa Tank
2.Puluganawa Tank	J/15(7.9 x 6.5)	10.1	101.3	104.5	109.3	20.5	1875	221	4222	Paddiruppu	Manalpiddu	1885	
3.Rugam Tank	J/9(10.3 x 4.25)	35.0	78.0	87.0	89.5	15.6	18835	2550	8162	Batticaloa	Mundeni Aru	1870	
4.Unnichchai Tank	J/10(2.6 x 2.5)	106.0	92.0	96.0	101.0	26.0	38330	2775	9247	Batticaloa	Magalwattuvan Aru	1919	
5.Vakaneri Tank	G/24(7.9 x 5.4)	4.3	53.5	55.7	58.5	19.1	12100	1200	7680	Kalkudah	Madudru Oya	1908	Supply augmented from Punanani Anicut also and supply water to Govt. Factory Valachchenai

TRINCOMALEE DISTRICT													
1.Allai Tank	G/3(12.8 x 2.5)	29.9	16.0	10.0	21.0	8.7	8400	1854	12413	Mutur	Mahaweli	1890	
2.Kanthalai Tank	G/2(5.95 x 1.2)	77.0	194.5	201.0	202.0 to 208.0	41.1	109500	5850	17363	Mutur	Mahaweli	1869	includes 5000 acs. under sugar cane. Supply augmented from Gal Oya and Aluth Oya throu gh Kantalai Yoda Ela
3.Mora Wewa	D/22(6.0 x 7.7)	36.5	182.0	186.5	192.0	28.0	31000	1950	4100	Mutur	Pankulam Aru	1962	
4.Vendarasan Kulam	G/2(6.45 x 2.7)	4.3	180.0	183.0	190.0	39.5	20200	1100	1162	Mutur	Mahaweli	-	Irrigable area under Kanthalai Scheme. Tank Was enlarged to supply also from Kanthalai Tank
VAVUNIYA DISTRICT													
1.Pavat Kulam	C/19(9.3 x 4.1)	115.0	233.5	237.3	243.0	19.3	27000	3000	3758	Vavuniya	Aruvi Aru	1957	
2.Periya Kulam	C/5(10.9 x 3.4)	5.9	112.6RL	116.3	117.6	12.6	602	146	1919	Vavuniya	Munderi Aru	1891	
MULLATIVU DISTRICT													
1.Kannukerni Tank	B/21(5.3 x 5.1)	26.2	112.0RL	116.5	120.0	12.0	2100	430	1208	Mullaitivu	Kadalikallu Aru	1905	
2.Muthu Iyankaddu Kulam	A/15(7.3 x 6.3)	6.6	127.0	132.0	138.0	22.0	41000	3600	6000	Mullaitivu	Per Aru	1968	
3.Thannimurrippu Kulam	D/1(2.3 x 7.9)	51.0	76.0RL	80.8	86.0	19.0	15000	1500	2364	Mullaitivu	Manal Aru	1959	
4.Vavuni Kulam	C/4(1.0 x 4.9)	88.0	142.0	144.6	149.0	24.0	35300	3150	6000	Mullaitivu	Pali Aru	1954	
MANNAR DISTRICT													
1.Giants Tank	G/12(7.8 x 7.2)	38.0	44.0	45.0	46.5	11.6	31250	5050	15074	Mannar	Aruvi Aru	1892	Supply augmented by In let channel from Tekkam (Malwattu Oya Flow also
KILINOCHCHI DISTRICT													
1.Akkarayan Kulam	A/18(13.5 x 4.0)	41.2	91.0RL	92.5	102.0	23.0	21300	2364	3006	Kilinochi	Akkarayan Aru	1956	
2.Kariyalai Nagapad-duvan Kulam	A/18(3.2 x 1.2)	53.1	28.0	30.0	34.0	10.0	7700	1540	1021	Kilinochi	Pallavarayankaddu Aru	1960	
3.Iranamadu Tank	A/19(8.4 x 6.6)	227.0	97.0	103.0	112.0	29.9	82000	5750	18264	Kilinochi	Kanagarayan Aru	1922	Karachchi Scheme. The first tank to be constructed by Irrigation department in 1922 other than restoration of earlier works
4.Udayarkaddu Kulam	A/20(4.3 x 5.4)	23.8	92.0	95.3	98.0	18.0	6505	766	1200	Kilinochi	Teruvil Aru	1969	

குறையவும் உதவியது. நெற்செய்கையையும், ஏனைய சிறு விவசாய உற்பத்தியையும் மேம்படுத்துவதற்காகத் தமிழ் உயர் மட்டத்தினர், 1887 இல் ‘யாழ்ப்பாண மட்டக்களப்பு வர்த்தகக் கம்பெனி’[231] யை உருவாக்கினர். இந்தக் கம்பெனியில் பங்குகளை வாங்குவதற்குத் தமிழர் ஊக்குவிக்கப்பட்டனர். இதற்குப் பதிலாகக் கம்பெனி, உதவி தேவைப்பட்ட தமிழருக்குப் புதிதாக அபிவிருத்தியடைந்த இந்தப் பிரதேசங்களில் விவசாய செயற்பாடுகளுக்கு உதவியது. தமிழர் ஒட்டுமொத்தமாக நலன்பெற வேண்டும் என்பதற்காக ஆறுமுக நாவலர் இம் முயற்சியில் முழுமையாக ஈடுபட்டு, இக் கம்பெனியில் தமிழர் அங்கத்தவர்களாவதுடன், பங்குகளை வாங்க வேண்டுமென்றும் தூண்டினார். தமிழ்ப் பத்திரிகையான ‘இலங்கை நேசனை’ இந்தப் பிரச்சாரத்துக்கு அவர் பயன்படுத்தினார்:

> “தமிழருக்கான இந்தப் பொன்னான வாய்ப்பிற் பங்குபற்றுங்கள்! அரிய சந்தர்ப்பம்! அரிய சந்தர்ப்பம்! யாழ்ப்பாணத்தவர்க்கு .... நெற்செய்கைக் கான இந்த வாய்ப்பை இப்போதே நீங்கள் பயன்படுத்தாவிடின், பின்னர் நீங்கள் வருந்த நேரிடும்!”[232]

யாழ்ப்பாணத்துத் தமிழர் இதனை மனதிற் கொண்டர்கள். 1877 டிசம்பர் 15 ம் திகதியன்று[233] நாவலர், வண்ணார்பண்ணை சைவப்பிரகாச வித்தியாலயத்தில் ஒரு கூட்டத்தைக் கூட்டினார். இதற்கு 400 பேரளவிற் சமுகமளித்தனர். இதில் பங்குபற்றியோருக்கு நாவலர் கம்பெனியின் நோக்கங்களையும், அதனால் ஏற்படக்கூடிய நலன்களையும் விளக்கி உரைத்ததன் பயனாகத் தமிழ் மக்கள் ஆயிரக்கணக்கான பங்குகளை வாங்கினர். நாவலர் தானே 200 க்கும் அதிகமான பங்குகளை வாங்கினார் என்பது கவனத்துக்குரியது. தனது நம்பிக்கையின் வலுவை தமிழ் மக்களுக்குப் புலப்படுத்துவதற்காக நாவலர் இவ்வாறு செய்திருக்கலாம். பொருளாதார சுபீட்சத்தை நாடி பல தமிழ் செல்வந்தர்களும், சாதாரண தமிழரும் (கூலியாட்கள் உட்பட) இப் புதிய அபிவிருத்தியடைந்த பிரதேசங்களுக்குச் சென்றனர். 1871, 1901 குடிசனமதிப்புக்கள், இந்த மக்கள் இடப்பெயர்வுகளுக்குச் சான்றாக உள்ளன. மேலும், யாழ்ப்பாணத் தீபகற்பத்தின் நெற்செய்கையினால் கிடைக்கும் வருமானம் சம்பந்தமான 1895 ம் ஆண்டுப் புள்ளிவிபரங்களை, 1864 ம் ஆண்டுப் புள்ளிவிபரங்களுடன் ஒப்பிடுகையில், வருமானம் வீழ்ச்சியடைந்ததைக் காட்டுகின்றது. 1895 ‘ஹிந்து ஒகனில்’ வெளியான வடமாகாண நிர்வாக அறிக்கையின்படி நெல் உற்பத்தி விபரங்கள் வருமாறு:

> “மாகாணத்தின் மொத்த நெல் உற்பத்தி 667,000 புசல்களாகும். இது யாழ்ப்பாணத்தில் 500,000 புசல்களும், மன்னாரில் 63,000 புசல்களும், முல்லைத்தீவில் 56,000 புசல்களும், வவுனியாவில் 48,000 புசல்களுமாகும்”[234]

1898 இல் வெளியிடப்பட்ட மேலுமோர் அரசாங்க நிர்வாக அறிக்கை, 1895 ம் ஆண்டுடன் ஒப்பிடுகையில், வன்னிப் பிரதேசத்தில் நெற்செய்கை குறிப்பிடக்கூடிய அளவு அதிகரித்துள்ளமையைக் காட்டுகின்றது.[235]

பிரதேசம்	நெல்உற்பத்தி (புசல்களில்)
மன்னார்	104,600
முல்லைத்தீவு	63,406
வவுனியா	92,900

யாழ்ப்பாணத்தில் நெற்செய்கை குறைந்தபோது, அது ஏனைய இடங்களில், அதிகரித்துள்ளதை இது தெளிவாகக் காட்டுகின்றது. மக்கள் யாழ்ப்பாணத்திலிருந்து வன்னிப் பிரதேசங்களுக்கும், கிழக்கு மாகாணத்திற்கும் இடம் பெயர்ந்த காரணத்தினால் இது இவ்வாறிருக்கக்கூடும். இதற்கும் மேலாக, யாழ்ப்பாணத்தில் புகையிலைக்கு ஏற்பட்ட கிராக்கி யாழ்ப்பாணத் தீபகற்பத்துத் தமிழரை, சிரமம் தரும் நெற்செய்கையை விடுத்து, புகையிலைச் செய்கையில் கவனஞ்செலுத்த வைத்தது. நிலம் மட்டுப்படுத்தப்பட்ட அளவிலே இருந்தமையும் தீபகற்பத்தில் நெற்செய்கை வீழ்ச்சி அடைந்தமைக்கு ஒரு காரணமாக இருந்திருக்கலாம். யாழ்ப்பாணம், கிழக்கு மாகாணத்திலிருந்து அதிகமாக நெல்லை இறக்குமதி செய்யலாயிற்று:

> "1894 இல், மட்டக்களப்பிலிருந்து யாழ்ப்பாணத் துறைமுகத்துக்கு இறக்குமதி செய்யப்பட்ட நெல் 101,384 புசல்களாகவிருக்க, 1893 இல் 91,573 புசல்களே இறக்குமதி செய்ப்பட்டிருந்தன."[236]

நீர்ப்பாசன அபிவிருத்தியினாலும், போக்குவரத்து வசதிகளினாலும் யாழ்ப்பாணத் தீபகற்பத்தில் நெற்செய்கை குறைவடைய, ஏனைய தமிழ்ப் பிரதேசங்களில் அது அதிகரித்தது என்பது தெளிவாகின்றது. தமிழ் உயர்மட்டத்தினரின் முயற்சியும், யாழ்ப்பாண மட்டக்களப்பு வர்த்தகக் கம்பெனியும், ஏனைய தமிழ்ப் பிரதேசங்கள் நெற்பயிர்த் தொழிலில் அபிவிருத்தியும், விரிவாக்கமும் பெறுவதற்குப் பங்களித்தன. குடியேற்ற அரசாங்கமும் தமிழரை இந்த இடங்களுக்குக் குடிபெயரச் செய்வதற்குக் காரணமாகவிருந்தது. முதற் பயிர்ச் செய்கைக்கான விதை நெல், விவசாய உபகரணங்கள், குடிசை அமைப்பதற்குத் தேவையான மரம் மற்றும் பொருட்கள் என்பனவற்றை இலவசமாக வழங்கி ஊக்கமளித்தது. புதிய இடங்களில் வாழ ஆரம்பிக்கையில் அவர்களுக்குச் சில உணவுப் பொருட்களை, விசேடமாக அரிசியை இலவசமாக வழங்கியது. ஓரளவு பணவுதவியும் கொடுக்கப்பட்டது. இத்துடன், தமக்கு வழங்கப்பட்ட நிலத்தை அரசாங்கத்திடமிருந்து விலைக்குப் பெற்றுக்கொள்ளும் நிலை வருமட்டும், குத்தகை இன்றி நிலத்தைப் பயிர்ச்செய்கை பண்ணவும் அவர்களால் முடிந்தது.[237] நிலமற்றிருந்த பல யாழ்ப்பாணத்து மக்கள், அரசாங்கம் அளித்த இந்த வாய்ப்பைப் பயன்படுத்திக் கொண்டனர் என்பது சொல்லாமலே புரியும். யாழ்ப்பாணத் தீப கற்பத்துடன் ஒப்பிடும்போது, இங்கு நிலம் மிக மலிவாகக் கிடைத்தது. உதாரணமாக, 1890 களில், வடமத்திய மாகாணத்திலுள்ள காலவேவ குடியேற்றத் திட்டத்தின்கீழ்

ஏக்கர் ஒன்று பத்து ரூபாவுக்கு விற்கப்பட்டது.[238] தீபகற்பத்தில், அங்கு நிலவிய நிலத்திற்கான கிராக்கியினால், ஒரு ஏக்கர் நிலத்தை மிகக் குறைந்த தொகையான பத்து ரூபாவுக்கு வாங்குவது முடியாதென்பது வெளிப்படையாகும். தனிப்பட்ட கொள்வனவுகாரரைவிட, யாழ்ப்பாண மட்டக்களப்புக் கம்பெனியும் இந்த வாய்ப்பைப் பயன்படுத்திப் பயிர்ச்செய்கைக்கும், குடியிருப்புக்கும் ஆயிரக்கணக்கான ஏக்கர் நிலத்தை வாங்குவதற்குச் சம்மதித்தது. உதாரணமாகக் கம்பெனியின் முக்கியமான அங்கத்தவர்கள் தேசாதிபதியை மட்டக்களப்பிற் சந்தித்துக் கந்தளாய்க் குளத்தின் கீழான நிலத்தை வாங்குவதற்குப் பேரம் பேசினர். உள்ள இருபத்துமூன்று ஆயிரம் ஏக்கர் நிலத்தில், உடனடியாகப் பத்தாயிரம் ஏக்கரைக் கையளிக்கச் சம்மதித்த தேசாதிபதி, அடுத்த இரண்டு வருட காலத்தில் மேலும் பத்தாயிரம் ஏக்கரைத் தருவதற்கும் வாக்குறுதி அளித்தார். ஏனையோருக்கு மூவாயிரம் ஏக்கர் நிலம் ஒதுக்கப்பட்டது. நிலத்தைத் தாமே செய்கைபண்ணிய ஏழை மக்கள் விவசாயக் கரும விரிவாக்கத்திலும், புதிதாக அபிவிருத்தி அடைந்த இந்தப் பிரதேசங்களிலும் எத்தனை ஈடுபாட்டுடன் இருந்தனரோ, மேற்படி கம்பெனியில் அங்கத்தவர்களாக இருந்த செல்வந்தர்களும் அத்தனை ஈடுபாடு மிக்கவராக இருந்தனர்.[239] இக் காலத்திலிருந்து சடுதியாகவும், வியக்கத்தக்க வகையிலும் அதிகரித்த நெற் செய்கை, 1900 க்குப் பின்னர் மேலும் வியக்கத்தக்க வகையில் அதிகரித்தது. வடபால் புகையிரதப் பாதை அமைக்கப்பட்டதே இதற்குக் காரணம் என்பதனை, இந்து சாதனத்தில் வெளியான இக்கூற்று தெளிவாகத் தெரிவிக்கின்றது:

"வன்னி பயிர்ச்செய்கைக்காகத் திறக்கப்படும்போது, ஏற்கெனவே நெற் செய்கைக்கு உட்பட்டிருந்த நிலங்கள் மாத்திரமன்றி அயல் நிலங்களிலும் நெல் செய்கை பண்ணப்படும். அப்போது அத்தியாவசியமான உணவுப் பொருட்களாகிய அரிசி, நெல் போன்றனவற்றிற்கு நாம் அயல் நாடாகிய இந்தியாவின் கையை எதிர்பார்க்க வேண்டியதில்லை. நெற் பயிர்ச் செய்கைக்கு மாத்திரமன்றி, தெங்குப் பயிர் செய்கைக்கும் நிலம் இருக்கும். அப்போது மலைநாட்டிற் தேயிலை, கோப்பிப் பயிர்ச் செய்கையினால் எவ்வாறு சிங்களவர் செழிப்படைந்தனரோ, எமது நாடும் நெல், தென்னைப் பயிர்ச் செய்கையினாற் செழிப்புறும்."[240]

'இந்து சாதனத்தின்' இந்தக் கூற்று, தமிழர் மத்தியில் வளர்ந்துவரும் பொருளாதாரச் சுயவுணர்வை வெளிப்படுத்துகின்றது என்பது இங்கு கவனிக்கத் தக்கது. இக் கூற்றுக்கள் தமிழரும், சிங்களவரும் வேறுபட்டவர்கள் என்பதை வெளிப்படையாகக் குறிக்கின்றன. எனவே இலங்கை ஒரு தனிநாடாகப் பார்க்கப்படவில்லை, இரு நாடுகளாகப் பார்க்கப்பட்டன. ஒரு சிங்கள நாடும், ஒரு தமிழ் நாடும் என்ற ரீதியில் பார்க்கப்பட்டது. இவ்வகையான சிந்தனை, சந்தேகத்துக்கு இடமின்றித் தமிழ்த் தேசியவாதத்தின் தோற்றத்தின் முன்னோடியாகும்.

இக் காலத்தில் மேற்கொள்ளப்பட்ட பிரதான பயிர்ச்செய்கைத் தொழில்களில் பனையும், தென்னையும் அவற்றின் உற்பத்திப் பொருட்களும், மரவளமும் இருந்தன. பிரித்தானியர் ஆட்சியின் ஆரம்ப காலத்தைவிட இக் காலகட்டத்தில்

இந்தத் தொழில்கள் மேலும் அதிகமாக வளர்ந்தன. 1893 இல் பனைமர ஏற்றுமதியின் பெறுமதி 34,004.35 ரூபா ஆகவும், பனங்கட்டியின் ஏற்றுமதிப் பெறுமதி 20,060.00 ரூபாகவும் இருந்தன. மாகாணத்தின் பல பாகங்களிலிருந்தும் 1891 இல் 122,559.00 ரூபா பெறுமதியான 9,029 அந்தர் பனந்தும்பு ஏற்றுமதியாகியது. 1892 இல் இது ரூ. 156,672.00 பெறுமதியான 12,177 அந்தரும் 1893ல் 115,665.00 ரூபா பெறுமதியான 8,743 அந்தரும் ஏற்றுமதியாகியது.[241] வடமாகாண மக்களுக்கு இந்த பனந்தும்புத் தொழில் அதிக வருவாயைத் தந்ததுபோற் தோன்றுகின்றது. ஏனெனில், 1894 'மோணிங் ஸ்ரார்'.[242] பத்திரிகைச் செய்திக்கு இணங்க, இது யாழ்ப்பாணம், ஊர்காவற்றுறை, காங்கேசன்துறை, பருத்தித்துறை, மன்னார், பேசாலை ஆகிய துறைமுகங்களிலிருந்து ஏற்றுமதி செய்யப்பட்டதாகத் தோன்றுகின்றது. தெங்குத் தொழில் இக் காலத்தில் மிகவும் முக்கியத்துவம் பெற்றது. குடியேற்ற அரசாங்கம் இலங்கையின் கரையோரம் முழுவதுமே தெங்குப் பயிர்ச் செய்கையை விஸ்தரிக்கும்படி மக்களை ஊக்குவித்தது. இந்த முயற்சிக்கு நெடுஞ்சாலை, புகையிரதப்பாதை என்பன திறக்கப்பட்டமை பாரிய அளவில் உதவியளித்தது. யாழ்ப்பாணத் தீபகற்பத்தில் நிலவிய நிலத் தட்டுப்பாடு காரணமாக மக்கள் அருகமைந்த பெருநிலப் பரப்பில் தென்னை பயிரிடும் வாய்ப்புகளைத் தேடினர். ஏக்கர் ஒன்றுக்கு இப் பயிர்ச் செய்கைக்கு ஏற்படும் செலவும், அதனால் கிடைக்கக்கூடிய வருமானமும் தொடர்பாக மக்களை ஊக்குவிக்கும் முகமாக 'ஹிந்து ஒகன்' ஒரு கட்டுரையை வெளியிட்டது. இதன்படி பளையை அண்டிய இடங்களில் ஏக்கர் ஒன்றின் விலை 100.00 ரூபாகவிருந்தது.[243] அக்காலத்தில் நிலவிய நில விலைபற்றி அறிய இது எமக்கு சிறந்த உதாரணமாகும். மேலும் பனை, தென்னை மரங்கள் கள் இறக்குவதற்கு அதிகமாகப் பயன்பட்டன. இதனாற் காணிச் சொந்தக்காரர்களுக்கு மட்டுமல்லாமல் மதுபான வியாபரிகளுக்கும், மதுபானக் குத்தகையாளருக்கும் பெருஞ் செல்வம் சேர்ந்தது. மதுவிலக்கு பற்றிய முந்திய அத்தியாயத்தில் கள்ளிலிருந்து கிடைத்த வருமானம் விபரமாக ஆராயப்பட்டுள்ளது. 1896 இல் இந்த வியாபாரம் மூலம் பெறப்பட்ட வருமானம் 82,100.00 ரூபா என்பதைத் தவிர அதையிட்டு இங்கு ஆராயவேண்டிய அவசியமில்லை.[244]

தமிழ் மக்களின் பாரம்பரிய பணப்பயிர்களுடன் மிளகாய், வெண்காயம், இஞ்சி, உழுந்து, வாழை போன்ற பல்வேறு பயிர்களும் உற்பத்தி செய்யப்பட்டன. அத்துடன் பத்தொன்பதாம் நூற்றாண்டின் இறுதிப் பகுதியில் திராட்சை உற்பத்தியும் யாழ்ப்பாணத் தீபகற்பத்தில் அறிமுகப்படுத்தப்பட்டு, கொழும்புச் சந்தையில் இவற்றின் பிரபலம் அதிகரிக்கலாயிற்று.[245] மீன், மீன்கருவாடு போன்ற கடலுணவு உற்பத்தித் தொழிலிலேயே முழுமையாகத் தங்கியிருந்த மீன்பிடிச் சாதியினருக்கு வருமானம் தரும் முக்கிய தொழிலாக இருந்தது. மாகாணத்திலிருந்து 1893 இல் ஏற்றுமதி செய்யப்பட்ட மீன் கருவாட்டின் பெறுமதி 408,519.00 ரூபாவாகும். உப்பு உற்பத்தி, முத்து குளிப்பு ஆகிய தொழில்களும் முக்கியத்துவம் பெற்றன. மறிச்சுக்கட்டியில் ஏறத்தாழ எண்பது படகுகள் நிறைய முத்துச் சிப்பிகள் ஏற்றப்பட்டதுடன், இக் காலத்தில் கிட்டத்தட்ட 6,000 பேர் இத் தொழில்களில் ஈடுபட்டிருந்தனர்.[246]

யாழ்ப்பாணத் தீபகற்பத்தின் பல பகுதிகளிலும் உப்பு உற்பத்தி செய்யப்பட்டு சேகரிக்கப்பட்டது. உதாரணமாக 1894 இல் 34,733.37 ரூபா பெறுமதியான 148,137 அந்தர் எடை உற்பத்தி செய்யப்பட்டது. யாழ்ப்பாணத்தில் 27,770 அந்தர் உப்பு நுகரப்பட்டது. மன்னாரிலும், முல்லைத்தீவிலும் 6876 அந்தர் உப்பு விற்கப்பட்டது. தொண்டைமனாறு களஞ்சியத்திலிருந்தும் உப்பு வெளிநாடுகளுக்கு ஏற்றுமதி செய்வதற்காக விற்பனை செய்யப்பட்டது. ரூ.12,090 பெறுமதியான 37,200 அந்தர் உப்பு இவ்வாறு விற்கப்பட்டதுடன், மட்டக்களப்புக்கு 23,000 அந்தர் அனுப்பப்பட்டது.[247] வன்னியிலும் கிழக்கு மாகாணத்திலும் விவசாய உற்பத்திப் பொருட்களை விட(பிரதானமாக நெல், தென்னை, பருத்தி, பல்வேறு உலர் தானியங்கள், மீன், மரம்) யானை வியாபாரமும் வருமானத்தை ஈட்டியது. யானை வியாபாரம் சம்பந்தமான புள்ளிவிபரங்கள் கைக்குக் கிடைக்கவில்லை. 1894 இல் இந்தியாவிலிருந்து இறக்குமதி செய்யப்பட்ட கால்நடைகளின் தொகை 9,328 ஆகவும் அதற்கு முந்திய வருடத்தில் 9,023 ஆகவும் காணப்பட்டது. தமிழரின் பொருளாதார வளர்ச்சியிற் கால்நடைகள் முக்கியத்துவம் பெற்றதை இப் புள்ளிவிபரங்கள் காட்டுகின்றன.

இவ்வாறு விவசாயம், வர்த்தகம் என்பன தமிழ் மக்களின் வருமானத்தை ஈட்டித்தரும் பெரும் வளங்களாக வளர்ந்து, இக் காலகட்டத்தில் தமிழரின் பொருளாதார நிலையைத் தொடர்ச்சியாக அதிகரித்துப் பலப்படுத்தின. இச் சந்தர்ப்பத்தில், மொத்த வரி வருமானம் பற்றிய, அரசாங்கத்தின் நிர்வாக அறிக்கையிலிருந்து ஒரு பகுதியை இங்கு தருவது பயனளிப்பதுடன் நிலைமையை விபரமான வகையில் மதிப்பீடு செய்யவும் உதவும். உதாரணமாக 1895 இல், வடமாகாணத்தின் மொத்த வரிவருமானம் 699,525.00 ரூபாவாகவிருக்க இது 1894 இல் 671,732.00 ரூபாவாகவிருந்தது. 1895 இல் அதிகரித்த வரிவருமானம் பிரதானமாக, பின்வரும் தலைப்புக்களின் கீழானதாக இருந்தது. சுங்கவரி மூலம் ரூ. 16,930.00, சாராய, கள்ளுக் குத்தகைகள் 13,148.00 ரூபா, உப்புக் குத்தகை 2,00.00 ரூபா, உப்புச் சில்லறை விற்பனை 4,078.00 ரூபா, ஆயம் 3,550.00 ரூபா, நில அளவைக்கூலி 2,771.00 ரூபா, களஞ்சியக் குத்தகை 2,253.00 ரூபா, காணி விற்பனை 6,121.00 ரூபாவாகவும் இருந்தன. 1895 இல் போக்குவரத்துக் கட்டளைச் சட்டத்தின் மூலம் மொத்தமாகக் கிடைத்த வருமானம் 75,209.28 ரூபாவாகும். யாழ்ப்பாணம் 61,792.68 ரூபாவும், மன்னார் 7,418.42 ரூபாவும், முல்லைத்தீவு 2,271.25 ரூபாவும், வவுனியா 3,926.93 ரூபாவும் பங்களித்திருந்தன. இந்த வருடத்திற்கான செலவுத் தொகை 85,765.22 ரூபாவாகவிருந்தது. யாழ்ப்பாணத்திற்கு 73,339.55 ரூபாவும், மன்னாருக்கு 6,758.00 ரூபாவும், முல்லைத்தீவுக்கு 2,515.81 ரூபாவும், வவுனியாவுக்கு 4,151.85 ரூபாவும் செலவாகியிருந்தது.[248] வீழ்ச்சியடைந்த வருமானம் குறிப்பாக: முத்திரைவரி 3,375.00 ரூபா, நீதித்துறை முத்திரை 3,125.00 ரூபா, மரம் 4,034.00 ரூபாவாகவிருந்தன. இப் புள்ளிவிபரங்கள், மக்களின் பொருளாதார வளர்ச்சிக்கும், சுபீட்சத்துக்கும் வருமானம் எங்கிருந்து கிடைத்தது என்பதையும், குடியேற்ற அரசாங்கம் வரியாகப் பெற்ற வருமானத்தையும் தெளிவாகக் காட்டுகின்றன. தமிழ் மக்கள் பல்வகையான வரிகளை அரசாங்கத்துக்குச் செலுத்த வேண்டியிருந்ததையும் இவை காட்டுகின்றன. இவ் வரிகளைச் செலுத்துவதற்கு அவர்கள் பல வழிகளிலும் சிரமப்பட்டதுடன், அடிக்கடி தமது கவலையைத்

தெரிவித்து, வரிச்சுமையைத் தளர்த்துமாறு பல சந்தர்ப்பங்களில் அரசாங்கத்துக்கு எதிராகப் போராடவும் செய்தனர்.

பல்வகையான வரிகளையிட்ட தமது கவலையை மக்கள் வெளிப்படுத்தினர். அவை, தலைவரி, நெல், புகையிலை, உப்பு, பல்வேறு தானியங்கள் என்பவற்றுக்கான வரிகளுடன், சந்தைவரி, நாய்வரி, முத்திரைவரி ஆகும். இருப்பினும், குறிப்பாகத் தலைவரி அவர்களுக்கு எரிச்சலையூட்டியது. ஏனெனில், சந்தைவரி போன்றே அதுவும் அவர்களது வருமானத்தில் பெரும் தாக்கத்தை ஏற்படுத்தியது. பல எதிர்ப்புக்களும், முறையீடுகளும் நிகழ்ந்ததற்கான சான்று அந்நாள் யாழ்ப்பாணப் பத்திரிகைகளில் காணக்கிடக்கின்றது:

> "இந்த வரி ஏற்கப்படக்கூடியதா அல்லது கொடுமையானதா, எமது தேசத்துக்கு அநீதியானதா, நீதியானதா என்பதை நாம் கருத்துக்கு எடுப்பது அத்தியாவசியமாகும்."[249]

ஈற்றில் மக்கள் தலைவரி செலுத்த மறுத்து, ஒத்துழையாமைக்காக அரசாங்கத்தினால் சிறையில் இடப்பட்டனர். இதே பத்திரிகை தனது ஆசிரியர் தலையங்கத்தில் இந்த விஷயங்களையிட்டுப் பின்வருமாறு கூறுகின்றது:

> "இருபது அல்லது இருபத்தைந்து வருடங்களுக்கு முன்னர் எமது நாட்டு மகன் ஒருவர் இந்த வரியைச் செலுத்த மறுத்ததால் சிறையிலிடப்பட்டார் என்பதை நாம் அறிவோம். இதே காரணத்திற்காக இப்போது நூற்றுக் கணக்கானவர்கள் சிறையிடப்பட்டுள்ளனர் என்பது நன்கறியப்பட்டதாகும். எனவே இந்த வரி ஏற்கப்பட முடியாத ஒன்றாகவும், எமது மக்களுக்குக் கொடுமை செய்வதாகவும் இருப்பது வெளிப்படையானது. ஒரு பிரசைக்குத் துன்பம் விளைவிப்பது ஒரு நல்ல அரசாங்கத்தின் கொள்கைகளுக்கு எதிரான செயல் ஆனதால், அதன்வழி இந்த வரியும் அநீதியானது என்றல்லவா தெரிகின்றது! இந்த வரியைச் செலுத்த மறுப்பவர்களுக்குப் பிடியாணை விடுக்கப்பட்டு, அவர்களைக் கள்வரையும், கொலைகாரரையும் பிடிப்பது போன்று பிடித்து, அச்சுறுத்திச் சிறையில் இடுகின்றனர்."[250]

கொழும்பைத் தளமாகக் கொண்டதொரு பத்திரிகையிலிருந்து மேற்கோள் காட்டப்பட்ட செய்தியொன்றும், புகையிலை வரியானது தமிழ் மக்களுக்கு அநீதியானது எனப் பின்வருமாறு தெரிவிக்கின்றது:

> "இந்த வரியின் அநீதியும் அடக்குமுறையும் அதன் உசிதத்தையும், பண நோக்கத்தையும் சிறிதும் கருத்துக்கெடுக்காமல் அதனை இரத்துச் செய்தலை உறுதிப்படுத்த வேண்டும்."[251]

பலவிதமான தானிய வரிகளையிட்டும் தமிழ்மக்கள் பாரதூரமான கவலை கொண்டிருந்தனர். பத்தொன்பதாவது நூற்றாண்டின் இறுதியில் அவர்கள் இந்த

விஷயத்தைச் சட்டநிரூபணசபையில் எழுப்பி, நீதி கோரவும் தீர்மானித்தனர். 'ஹிந்து ஓகன்' பத்திராதிபர் தலையங்கத்தில் பின்வரும் கூற்று வெளியிடப்பட்டது:

> "அரசாங்கத்தினால் அறவிடப்படும் பலவிதமான வரிகளுள், நாம் எமது தினசரி உணவிற்காகப் பயிரிடும் தானியங்கள் மீதான வரி மிகக் குரூரமானதாகும். எம் மத்தியில் உருவாக்கப்பட்ட சங்கமொன்று, இந்தப் பிரச்சனையைச் சட்டநிரூபண சபையின் முன்வைக்கும் நோக்கத்துடன் அதைப் பூரணமாக ஆராய முன்வந்துள்ளது. சங்கம் இந்தத் திட்டத்தைச் சிறப்பாக நிறைவேற்றும் வண்ணம், எவ்வளவுக்கு இயலுமோ அவ்வளவுக்கு மக்கள் முன்வந்து இப் பிரச்சனையையிட்டுத் தமது கருத்துக்களைத் தெரிவிப்பது அவசியமாகும்."[252]

'வடமாகாணச் சந்தைச் சட்டம' என்பதற்கு எதிராகவும் மக்கள் தமது பலத்த அதிருப்தியையும், கவலையையும் வெளியிட்டு அரசாங்கத்துக்குப் பெரும் எதிர்ப்பைத் தெரிவித்தனர். 'இந்து சாதனம்' இதையிட்டுப் பின்வருமாறு கூறியது:

> "வேறெந்த மாகாணத்திலும் இல்லாமல், இந்த மாகாணத்தில் மட்டும் இச் சட்டத்தைக் கொண்டுவருவது நியாயமற்றது எனவும், இந்த விஷயத்தில் ஆளுனர் ருவைனம் (Governor Twynam) செய்ததெல்லாம் கொடூரமும், அநீதியானதுமே என அரசாங்கத்தின் பிரசைகள், வடமாகாணச் சந்தைச் சட்டம் பற்றிக் குரல் எழுப்புகின்றனர்:"[253]

தமது உரிமைகளுக்காகவும், நியாயத்திற்காகவும் போராட மக்கள் அரசாங்கத்துக்கு எதிராகத் திரண்டு எழுந்தனர் என்பது தெளிவாகின்றது. அவர்கள் தமது அதிருப்தியைத் தெரிவிக்கும் வகையில், தேசாதிபதியின் வருகையைப் பகிஷ்கரிக்கத் தம்மைத் தயார் செய்தனர். 'இந்து சாதனம்' இதையிட்டு மீண்டும் கூறுவதாவது:

> "ஏற்கெனவே இருக்கின்ற வரிகள் பெரும் சுமையெனவும், அவற்றை மேலும் அதிகரிக்கக் கூடாதெனவும் எமது மக்கள் அரசாங்கத்திடம் விண்ணப்பித்தனர். இதற்கு அரசாங்கம் செவி சாய்க்கவில்லை. அப்படிப்பட்டவருக்கா நாம் எமது நன்றியைத் தெரிவிக்க வேண்டும்? ஆறுநாட்களாக இருந்த இராஜகாரிய சேவையை ஒரு மாதமளவுக்கு அதிகரித்த தேசாதிபதிக்கா நாம் வரவேற்பளிக்க வேண்டும்? அவரது சொந்த நாடாகிய இங்கிலாந்தில், தொழிலாளர்கள் நாளொன்றுக்கு ஒரு மணிநேரம் வேலையைக் குறைக்கும்படி போராட்டம் நடத்த, அவர்களது முதலாளிகள் அக் கோரிக்கையை நிராகரித்துள்ளனர். எங்களுக்குப் புகையிரத சேவையைத் தராது, அதனைத் தொடர்ச்சியாகப் பின்போட்டு வரும் இந்தத் தேசாதிபதியையா நாம் வரவேற்கவேண்டும்? தனது பிரசைகளுக்கு நல்லதைச் செய்த தேசாதிபதியே மக்களால்

வரவேற்கப்படுவதற்குத் தகுதியானவர். சேர். ஆதர். கோடன் (Sir Arthur Gordon) அரசாங்கத்தின் நலனை மட்டுமே எப்போதும் சிந்தித்தவரல்லாது, வடமாகாணத்தில் அவரது பிரசைகளாகிய எமது நலனையிட்டுச் சிறிதும் சிந்தித்தவரல்ல. எனவே நாம் அவரை வரவேற்கவேண்டிய அவசியம் இல்லை."[254]

வெளிநாட்டுப் பொருட்களை வாங்க மறுக்கும்படி மக்களைத் தமிழ்த் தேசியவாதிகள் கேட்டுக் கொண்டதுடன், அவர்களை உள்ளூர் உற்பத்திப் பொருட்களை வாங்கும்படி ஊக்குவித்து, ஆலோசனை வழங்கினர். தேசாபிமானம் என்ற தலைப்பில் 'ஹிந்து ஓகனில்' வெளியானதொரு கட்டுரையில் கூறப்பட்டுள்ளது:

"வெளிநாட்டுப் பொருட்களுக்கு வரியை அதிகரிக்கும்படி அரசாங்கத்தை வற்புறுத்துங்கள். இறக்குமதி செய்யப்பட்ட அப் பொருட்களை வாங்க மறுங்கள்..... தயவுசெய்து உள்ளூர் உற்பத்திகளை வாங்குங்கள்."[255]

இந்த வகையிலான மன வெளிப்பாடுகளும், கருத்துக்களும், தமிழ் அடையாள உணர்வைப் பலப்படுத்துவதற்குப் பாரிய அளவில் பங்களித்து, வெகுசனங்கள் மத்தியில் அரசியல் சிந்தனையை வளர்த்தன என்பது வெளிப்படையாகத் தெரிகின்றது. அத்துடன் மக்கள் உள்ளூர் அதிகாரிகளான முதலியார்களையும், விதானைமாரையும் வன்மையாகக் கண்டனஞ் செய்யவும், குற்றஞ்சாட்டவும் செய்தனர். உதாரணமாக 'ஹிந்து ஓகன்' ஊடாகத் தமிழ் மக்கள் தமது கசப்புணர்வைப் பின்வருமாறு வெளிப்படுத்தினர்:

"ஆதரவற்ற மக்களிடமிருந்து வரி கறக்கும் ஆளுனர்களுக்கு மகத்தான வரவேற்பு வழங்கியும், அவர்கள்மேல் பன்னீர் தெளித்து, பெரு விருந்தளித்து, வரவேற்புரை வாசித்து, அதன்வழி இங்குள்ள மக்கள் வசதியாக வாழ்கின்றனர் என்ற தோற்றத்தை உருவாக்கி, இதனால் எந்தவித உதவியையும் அரசாங்கம் செய்யாமல் தடுத்து, அநீதியான வரிகளைச் சுமத்தும் கையெழுத்திட்ட ஆணைகளைத் திரும்பத் திரும்ப அனுப்பி, இங்குள்ள எமது பெருமக்கள் கொடிய குற்றத்தைச் செய்கின்றனர். இங்குள்ள பத்திரிகைகள் இந்த விஷயத்தில் மௌனமாக, தமக்கு எதுவும் தெரியாததுபோல் நடித்து, இங்கு அரசாங்க அதிகாரிகள் செய்யும் யாவற்றையும் புகழ்கின்றன. இதனால் எமக்குக் கிடைக்கக்கூடிய நலன்கள் கிடையாது போகின்றன. இந்த நபர்கள் மட்டும் தமது தனிப்பட்ட, சுயநலன்களை மறந்து இந்த நாட்டின் நலனுக்காக உழைப்பார்களேயானால் எமது நாடு மீட்சிபெறும் என எதிர்பார்க்க முடியும்."[256]

இந்த உதாரணங்கள், தகவல்கள் யாவும் தமிழ் மக்கள் பிரித்தானிய குடியேற்ற அரசாங்கத்துக்கும், அவர்களின் பாரபட்சத்துக்கும், அநீதிக்கும், அதிகாரத்தில்

உள்ளவர்களால் கொடிய முறையில் நடத்தப்படுவதற்கும் எதிராகக் குரல் கொடுத்தனர் என்பதைத் தெளிவாகத் தெரிவிக்கின்றன. இந்த நிலைமையும், அதனால் விளைந்த மக்களின் மனோபாவமும் தவிர்க்க முடியாத வகையிலும், சந்தேகத்துக்கு இடமின்றியும் அவர்களை அரசியல் விடுதலை, சுதந்திரம் என்பவற்றை நாடச்செய்தன. மேலும், இவற்றினால் மக்கள் மத்தியில் வலுவான ஒற்றுமை உருவாகியது. பத்தொன்பதாவது நூற்றாண்டின் இறுதிப் பகுதியில் தமிழருக்குச் சொந்தமானதும், யாழ்ப்பாணத்தில் வெளிடப்பட்டதுமான செய்திப் பத்திரிகைகள், தீபகற்பத்தில் உள்ள இந்த விஷங்களில் மட்டுமே கவனம் செலுத்தின என்பதை இங்கு குறிப்பிடுவது பொருத்தமானதாகும். யாழ்ப்பாணத் தீபகற்பத்தில் மட்டுமே இந்த எதிர்ப்புணர்வு காணப்பட்டது என்பது இதன் அர்த்தமாகாது. இவ்வுணர்வு எல்லாத் தமிழ்ப் பிரதேசங்களிலும், மாகாணங்களிலும் காணப்பட்டது என்பது வெளிப்படையாகும். 1890 களில், குறிப்பாக இலங்கையின் வடக்கு, கிழக்குப் பாகங்களில் ஏற்பட்ட இப் பிரச்சனைகளால், தமிழ் ஒருமைப்பாடும், இணைந்து செயற்படுதலும் பெருமளவில் காணப்பட்டன என்பதைக் குறிப்பிடுவது முக்கியமாகும்.

தமிழ் மக்களின் ஒற்றுமை, பொருளாதார நன்னிலை என்பவற்றின் நலன் கருதி இக் காலகட்டத்தில் பல தமிழ்ச் சங்கங்களும், அமைப்புகளும் உருவாகின. நாம் முன்னர் பார்த்தது போன்று, ‘யாழ்ப்பாண மட்டக்களப்பு வர்த்தகக் கம்பெனி’ (1877) மேற்சொன்ன நோக்கங்களுக்கான பெரும் பங்கை ஆற்றியிருந்தது. அதைப் போன்றே, ‘யாழ்ப்பாணம் வர்த்தகக் கூட்டுறவுச் சங்கம்’ (1880), தமிழ் அமைப்புக்களில் மிகவும் பலம் வாய்ந்த ஒன்றாகவும், ஆயிரக்கணக்கான பங்குகளையும், பெரும் நிதியையும், பல அங்கத்தவர்களையும் கொண்டிருந்தது. விவசாயத்தையும், வியாபாரத்தையும் அபிவிருத்தி செய்து மேம்படுத்துவதே இதன் நோக்கமாக இருந்தது.[257] இவ்வகையான அமைப்புக்களின் அங்கத்தவர்கள், ஒரு சில பங்குகளையாவது வாங்குவதற்குரிய பணவசதி படைத்தவர்களாக இருந்திருத்தல் வேண்டும். இருந்தபோதிலும், நீண்டகால அடிப்படையில் முழுத் தமிழ்ச் சமூகமுமே இந்தச் சங்கங்களின் வர்த்தக, சந்தைப்படுத்தும் சேவைகளால் பலனடைந்தது.

இதைப் போன்றே 1889 இல் ஒரு பங்கு 100.00 ரூபா ரீதியில் 5,000 பங்குகளைக் கொண்ட ‘புகையிலைச் சங்கம்’ உருவாக்கப்பட்டது. ‘யாழ்ப்பாண வர்த்தகக் கூட்டுறவுச் சங்கத்தின்’ ஒரே சகோதரச் சங்கமாக 1891 இல் ‘அச்சுவேலி வர்த்தகக் கூட்டுறவுச் சங்கம’ உருவாகியது. இவற்றையொத்த வேறு சங்கங்களும் உருவாக்கப்பட்டு, தமிழரின் பொருளாதார சுபீட்சத்தைப் பாதுகாக்கவும், பலப்படுத்தவும் செய்து, ஈற்றில் மேலும் அதிக அளவில் தமிழ்ச் சுயவுணர்வு உருவாக வழிவகுத்தன. இந்த முயற்சிகள், செயற்பாடுகள் யாவுமே இலங்கைத் தமிழர்களின் அரசியல் அபிலாஷைகளின் முன்னோடியாகச் செயற்பட்டன.

முடிவாகச் சொல்வதானால், இந்த விவசாய, வர்த்தக தொழில்களாற் தமிழ் மக்கள் பொருளாதார சுபீட்சமும், பலமும் பெற்றனர் என்பதில் சந்தேகமே இல்லை. இந்தப் பலமும், அபிவிருத்தியும் தமிழரின் சமூகக் கட்டமைப்பில் தாக்கத்தை ஏற்படுத்தின. உதாரணமாக, இலங்கையில் பிரித்தானியர் ஆட்சியின்

ஆரம்பத்திலிருந்தே, பிரித்தானிய அரசாங்கத்தின் அதிகாரத் தரகர்களான முதலியார், உடையார், விதானைமார், அரச எழுது வினைஞர் போன்றோர்கள் தமது பதவிகளினால் கிடைக்கும் ஒழுங்கான வருமானத்தைப் பெற்றதுடன், தமது நிலம், சொத்து என்பன மூலமும் வருமானம் பெற்றனர். மேலும் பொருளாதார அபிவிருத்தி, வளர்ச்சி என்பன காரணமாக நிலவுடமையாளர்களான யாழ்ப்பாணத்து வெள்ளாளர் பாரிய நலன்களைப் பெற்றுக் குறிப்பிடுமளவுக்குச் செல்வம் சேர்த்துக் கொண்டனர். சனத்தொகையில் ஏற்பட்ட துரித வளர்ச்சி, சடுதியாகக் காணி விலையை அதிகரிக்கச் செய்து, நிலச் சொந்தக்காரரான வெள்ளாளரின் பலத்தை அதிகரித்தது. அத்துடன், ஏனைய தமிழ்ப் பிரதேசங்களுக்கும் பொருளாதாரம் விஸ்தரிக்கப்பட்டதும், சிங்களப் பிரதேசங்களில் ஏற்பட்ட வர்த்தக வாய்ப்புக்களும், அவர்களது செல்வத்தை மேலும் பெருக்க வழிவகுத்தன. இந்த நிலையான பொருளாதார நிலைமை தமிழ் மக்கள் மத்தியில் ஓர் உயர்மட்டச் சமூகத்தை உருவாக்கியது. உள்ளூர் அதிகாரத் தரகர்களின் செல்வாக்கும், பிரபலமும் பொதுவாக நிலவுடமையாளர்களின் கைக்கு மாறின. இதைத் தொடர்ந்து வெள்ளாள நிலவுடமையாளரைக் கொண்ட புதிய உயர்மட்டச் சமூகம் ஒன்று உருவாகிய காரணத்தினால், உள்ளூர் அதிகாரத் தரகர்கள் அரசாங்கத்துக்கு அளித்த ஆதரவு குன்றியது. இருந்தபோதிலும் வெள்ளாளர் அரசாங்கத்துடனான தமது தொடர்புகளில், தமிழ் மக்களின் நலன்களைப் பூர்த்திசெய்யும் வகையில் நடந்து கொண்டதாகத் தோன்றவில்லை. இறுதி அத்தியாயத்தில், நாம் தமிழ் அரசியல் வளர்நிலைகளை ஆராயும்போது இந்த விஷயம் மேலும் தெளிவாகும்.

இந் நிலைமை, மக்களைத் தமது பொருளாதார நன்னிலையைச் சீர்பெறச் செய்வதற்கு அரசாங்கத்துடன் நேரடியாகப் பேரம்பேச ஊக்குவித்து, அவர்களது அரசியல் அபிலாசைகளை வளர்த்தது. இதனால் ஏற்பட்ட இன்னுமேரு பெரிய தாக்கம் என்னவெனில், தமிழ் சமுதாயத்தின் எல்லா மட்டங்களிலும் இருந்த நிலமற்ற மக்கள் பலருக்கு, அவரவர் பொருளாதார நிலைக்கு ஏற்பப் புதிதாக அபிவிருத்தியடைந்த வன்னியிலும், கிழக்கு மாகாணத்திலும் சொந்தமாக நிலத்தைப் பெற்றுக் கொள்ளும் வாய்ப்புகளை ஏற்படுத்தி, இதன்வழி தமிழ் சமூகத்தின் உயர்மட்டத்தினரின் எண்ணிக்கையை அதிகரித்தமையாகும். இறுதியாக, பொருளாதார செயற்பாடுகள் பெருகி, மட்டுப்படுத்தப்பட்ட வளங்களின் அழுத்தம், குறிப்பாக நிலத்தட்டுப்பாடு, தீபகற்பத்தின் சனநெரிசல் ஆகிய காரணங்களால் யாழ்ப்பாணத்து முயற்சியாளர் வன்னி, கிழக்கு, தெற்கு ஆகிய இடங்களுக்கு இடம் பெயர்ந்தனர். இவர்கள் முதலில் கொழும்புக்கும், பின்னர் அங்கு அதிகரித்த பொருளாதாரப் போட்டி காரணமாக ஏனைய தெற்கத்திய சிங்களப் பிரதேசங்களுக்கும், மத்திய மலைநாட்டு பெருந்தோட்ட நகரங்களுக்கும் இடம் பெயர்ந்தனர்.[258] இந்த நடவடிக்கைகளாலும், இடப் பெயர்வுகளாலும் விளைந்த பிரதான பெறுபேறு என்னவெனில், வடதீபகற்பத்து மக்கள் பெருநிலப் பரப்பிலும், கிழக்கிலும் உள்ள தமிழர்களுடனும், மலைநாட்டிலுள்ள இந்தியத் தமிழருடனும் மாத்திரமன்றி இலங்கைச் சரித்திரத்தில் முதற் தடவையாக, அதிக அளவிலும், பரந்த அளவிலும் இலங்கையின் தெற்கில் வாழ்ந்த சிங்களவருடன் தொடர்புகளை ஏற்படுத்திக் கொண்டமையாகும். இந்த வளர்நிலைகள் யாவும், இருபதாம்

நூற்றாண்டின் உதயத்துடன் தமிழரின் அரசியல் முன்னேற்றத்துக்கான ஓர் அடித்தளத்தை உருவாக்கியன.

கல்வி முன்னேற்றம்

இந்த மாற்றங்கள் யாவற்றினாலும் தமிழ்ப் பகுதிகளில் நிலவிய சீரற்ற நிலவுடமை, யாழ்ப்பாணத் தீபகற்பக் கிராமங்களின் சனநெரிசல் என்பவற்றினால் உருவான பாரதூரமான பிரச்சனைகளைத் தீர்க்க இயலவில்லை. பத்தொன்பதாம் நூற்றாண்டின் இறுதிப் பகுதியில் கிராமத்து மக்களை ஈடுபடுத்தக்கூடிய நகரமயமாக்கலோ, இணைந்த தொழில்மயமாக்கலோ இல்லாமையால் அவர்களின் தேவைகளைப் பூர்த்திசெய்ய முடியவில்லை. எனவே கல்விமூலமாகக் கிடைக்கக்கூடிய வாய்ப்புக்களையே தமிழ் மக்கள் இறுக்கமாகப் பற்றிக் கொண்டனர். தீபகற்பத்தில் கல்வித் தகமையை, விசேடமாக ஆங்கிலக் கல்வித் தகமையை அடைதல் தொழில்மயமாக்கலுக்கும், பொருளாதார வளர்ச்சிக்கும் பிரதியீடாக அமைந்தது. கல்வியைத் தொடரும் முயற்சி, நிலத்தில் தொழில்புரிந்த மேலதிக மனிதவலுவை உள்வாங்கிக் கொள்ள, யாழ்ப்பாணத்துத் தமிழர் புதிய வாய்ப்புக்களைச் சாதகமான முறையில் பயன்படுத்த, உகந்த வகையிற் தயாராய் இருந்தனர். ஏனைய பிரதேசங்களிலுள்ள தமிழரும், கல்விமூலமாக முன்னேறும் வாய்ப்புகளைப் பயன்படுத்திக் கொண்டனர். இருந்தபோதிலும், வடக்கிலே கல்விக்கான கிராக்கி உயர்வாக இருந்தபோதும், வன்னியிலும், கிழக்கு மாகாணத்திலும் நிலைமை அதே போன்றிருக்கவில்லை. இவ்விடங்களில், போதியளவு நிலமும், குறைவான சனத்தொகையும் காணப்பட்டதுடன், எதையும் முன்னெடுப்பதற்குரிய கட்டுமானங்கள் மிகக் குறைவாகவோ அன்றி முழுமையாக இல்லாமலோ இருந்த காரணத்தினால், இங்கு முதலிடம் அளிக்கப்படும் விஷயங்கள் வேறாகவிருந்தன. இதற்கும் மேலாக, வடக்கிலே காணப்பட்ட கிறிஸ்தவ மிஷனரிமாரின் அர்ப்பணிப்புடனான கல்வி முயற்சிகள் இப் பிரதேசங்களுக்குப் பரவியிருக்கவில்லை. மேற்குறிப்பிட்ட சந்தர்ப்ப சூழ்நிலைகளுக்கு அமைய, தமிழரின் கல்வி முன்னேற்றம் இங்கு சுருக்கமாக ஆராயப்படும்.

1872ம் ஆண்டு அறிமுகப் படுத்தப்பட்ட கல்விக்கான நன்கொடைத் திட்டம், கிறிஸ்தவ மிஷனரிக் கல்விச் செயற்பாடுகளின் துரித முன்னேற்றத்துக்கு உந்துசக்தியாக அமைந்தது. 1875 அளவில் ஆரம்பக் கல்வி பெருமளவில் விஸ்தரிக்கப்பட்டு, அமெரிக்கன் சிலோன் மிஷன் ஒன்றே 6,588 பிள்ளைகள் கல்வி பயிலும் 121 பாடசாலைகளை உடையதாக இருந்தது.[259] அமெரிக்கன் மிஷனரிமார் இலவசக் கல்விமுறையை அறிமுகப்படுத்தினர். மாணவர்களிடமிருந்து கட்டணம் எதுவும் அறவிடப்படாமல் அவர்களுடைய பாடசாலைகளிற் கற்பித்தல் அளிக்கப்பட்டது. மேலும் பாடசாலைகளைத் திறக்கும்படி மக்கள் மிஷனரிமாருக்கு விண்ணப்பித்த பல சந்தர்ப்பங்கள் இருந்தன. ஆங்கிலக் கல்விக்கான பொதுவானதும் அதிகரித்ததுமான செல்வாக்கும்,, மிஷனரிமாரின் சொந்தத் தேவைகளும் இடைநிலை, உயர்நிலைக்கல்வி என்பவற்றை உருவாக்குவதற்கான மிஷனரிமாரின் முயற்சிகளுக்குப் பிரதான ஊக்குவிப்புச் சக்திகளாக இருந்தன. 1870 இல், அமெரிக்கன் சிலோன் மிஷனரிமாரின் நிர்வாகத்தின் கீழ் 1453 பிள்ளைகளைக்

கொண்ட 51 பொதுப் பாடசாலைகள் இருந்தன. 1875 இல் இத்தொகை 121 ஆக உயர்ந்து, 5,584 மாணவர்களைக் கொண்டதாக இருந்தது.[260] 1875லிருந்து பாடசாலைகளில் பிள்ளைகள் சேர்வது பிரமிக்கத்தக்க வகையில் அதிகரித்தது. இதன் விளைவாக, 1878 இல் அமெரிக்கன் சிலோன் மிஷனரி நிர்வாகத்தின் கீழ் 8,120 மாணவர்களைக் கொண்ட 135 பாடசாலைகள் இருந்தன.[261]

கல்விக்கான நன்கொடைத் திட்டம் வெஸ்லியன் மிஷனையும்,தமது கல்விச் செயற்பாடுகளைக் குறிப்பாக கிழக்கு மாகாணத்தில் விஸ்தரிக்க ஊக்குவித்தது. 1865 இல், வடமாகாணத்தில் வெஸ்லியன் மிஷன் 1,194 மாணவர்களைாகக் கொண்ட 32 பாடசாலைகளைக் கொண்டிருந்தது.[262] 1878 அளவில் அவர்கள், மொத்தமாக 9,734 மாணவர்கள் கற்கும் 140 பாடசாலைகளை நிர்வகித்தனர்.[263] 25 வருட காலத்தில்(1865-1889) பாடசாலைகளின் எண்ணிக்கை நாலரை மடங்காகப் பெருக, மாணவர் அனுமதியில் எட்டு மடங்கு அதிகரிப்பு காணப்பட்டது. கல்விச் சேவைகளில் இந்தக் கட்டம் ஒரு அசாதாரண துரித வளர்ச்சியைக் கண்டது.

திருச்சபை மிஷனரி சங்கத்தின் கல்வித் திட்டமும், இதே போக்கைக் காட்டுகின்றது. 1868 இல் அவர்களின் கட்டுப்பாட்டின்கீழ், 1,358 மாணவர்களைக் கொண்ட 26 பாடசாலைகள் இருந்தன.[264] 1878 இல் 2,572 மாணவர்களைக் கொண்ட 52 பாடசாலைகள் இருந்தன.[265] இத் தொகை மேலும் அதிகரித்து 1897 இல், 3,234 மாணவர்களைக் கொண்ட 67 பாடசாலைகள் இருந்தன.[266]

குறிப்பாக வடமாகாணத்தில், ஆரம்ப ஆங்கில சுயபாஷைக் கல்வியை அளிக்க மிஷனரிமார் எடுத்த முயற்சிகளுக்கு அங்குள்ள இந்துக்கள் பொதுவாகச் சாதகமான முறையிலே நடந்துகொண்டனர். ஆயினும் 1865 இல் நியமிக்கப்பட்ட சட்நிரூபணசபையின் தெரிவுக்குழு ஒன்று பரந்த அடிப்படையில், நாட்டின் கல்வி நிலையை ஆராய்ந்து சபைக்குத் தனது அறிக்கையைச் சமர்ப்பிக்கக் கேட்கப்பட்டிருந்தது.[267] பரந்த மனப்பாங்கும், பௌத்த, இந்துக் குழந்தையின் வளர்ச்சிக்கு உகந்த வகையில் கல்வி இருத்தல் வேண்டும் என்ற எண்ணமும் தெரிவுக்குழுவினருக்குத் தெரிந்திருந்தது போல் தோன்றுகின்றது. இக் குழுவின் சிபாரிசுக்கு இணங்கச் சிங்கள, தமிழ்க் கல்விக்கான பொறுப்பை அரசாங்கம் ஏற்றுக் கொண்டது. மதச்சார்பற்ற சிறந்த கல்வியை வழங்கும் பாடசாலைகளுக்கு நன்கொடை அளிக்கும் ஏற்பாடும் செய்யப்பட்டு, இதன்வழி, மிஷனரிமாரின் கட்டுப்பாட்டிலிருந்து பாடசாலைகளை சுவீகரிக்கும் வகையில் பொதுக் கல்வித் திணைக்களம் ஒன்று நிறுவப்பட்டது. அரச உதவித் திட்டத்துடன் கூடிய அரசின் இந்தத் தீர்மானம் தமிழர்களுக்கும் சிங்களவர்களுக்குமான சுயமொழிப் பாடசாலைகளின் உருவாக்கத்திற்கு காரணமாயிற்று. எழுபதுகளிலும், எண்பதுகளிலும் பிரதானமாக சிங்கள, தமிழ்ப் பாடசாலைகளுக்கு நன்கொடை வழங்கப்பட்டதால் பாடசாலைகளின் எண்ணிக்கை தொடர்ந்தும், துரிதமாகவும் அதிகரித்தன. ஆங்கிலமொழிப் பாடசாலைகள், அவற்றுக்கான ஆளணியைக் கொண்டிருந்த மிஷனரி நிர்வாகத்தில் விடப்பட்டன. 1870 இல் ஆரம்பிக்கப்பட்ட கொடுப்பனவு முறைமை, தனியார்துறை முகவர் மீண்டும் தமது கல்வி நடவடிக்கைகளை விஸ்தரிப்பதற்கு உந்து சக்தியாக அமைந்தது. அவற்றின் வளர்ச்சிவீதம் அரசாங்கப் பாடசாலைகளைவிட அதிகமாக இருந்தது. 1870 இல்

156 பாடசாலைகளையும், 8,726 மாணவர்களையும் நிர்வகித்த அரசாங்கம், 1875 இல் 276 பாடசாலைகளையும் 12,776 மாணவர்களையும் கொண்டிருந்தது. அரசாங்கம் அதன் நன்கொடை உதவித் திட்டத்தில் முதல் ஐந்து வருடங்களுள் 120 பாடசாலைகளையும், 4,050 மாணவர்களையும் அதிகமாகக் கொண்டிருந்தது. மறுபுறத்தில் தனியார் துறையினர் 1875 இல் 657 பாடசாலைகளையும் 41,343 மாணவர்களையும் கொண்டிருந்து, பின், 425 பாடசாலைகளையும், 33,142 மாணவர்களையும் அதிகமாகக் கொண்டிருந்தனர்.[268] 1879 இல் நன்கொடை உதவித் திட்டத்தின் கீழே 75,064 பிள்ளைகளின் தேவையைக் கவனிக்கும் 814 அரசாங்கப் பாடசாலைகள் இருந்தன. இந்த 1,186 பாடசாலைகளும் இலங்கை முழுவதும் பரந்து காணப்பட்டன. இவற்றில் வடமாகாணத்தில் 288 பாடசாலைகள், சனத்தொகையின் பதினான்கில் ஒரு பகுதிக்கும், கிழக்கு மாகாணத்தில் 93 பாடசாலைகள் சனத்தொகையின் இருபதிலொரு பகுதிக்கும் கல்வியளித்தன.[269] 1894 அளவில் இவ் எண்ணிக்கை நன்கொடை பெறும் 308 பாடசாலைகளாலும், நன்கொடை உதவிபெறாத 126 பாடசாலைகளாலும் என அதிகரித்து, மொத்தம் 23,241 மாணவர்களைக் கொண்ட 434 பாடசாலைகளாக அதிகரித்தது.[270] இத் துரித அதிகரிப்பிலான பாடசாலைகளின் எண்ணிக்கைப் பரம்பல் பின்னரும் தொடர்ந்தது. மேற்சொன்ன புள்ளிவிபரங்கள் தமிழர் மத்தியில் எத்தனை துரிதமாகக் கல்வி நிறுவனங்கள் அமைக்கப்பட்டன என்பதைக் காட்டுகின்றன. இத்துடன் பத்தொன்பதாவது நூற்றாண்டின் இறுதியிலிருந்து, இதற்கு முன்னைய அத்தியாயத்தில் ஆராய்ந்தது போன்று, சமயரீதியான சைவப் பாடசாலைகளும் குறிப்பிடத்தக்க வகையில் துரிதமாக அபிவிருத்தியடைந்தன.

பொருளாதாரத் தேவை, அரச நிறுவனங்களிலும், வர்த்தகத் துறையிலும் தொழில் தேடிக் கொள்வதற்கான விருப்பம் என்பவையே தொழிற் கல்வி, உயர்கல்வி என்பவற்றிற்கான தேவையை தமிழர் மத்தியில் ஏற்படுத்தின. இந்த வகையில் கிறிஸ்தவ மிஷனரிப் பாடசாலைகளான யாழ்ப்பாணக் கல்லூரி, மத்திய கல்லூரி, பரி. யோவான் கல்லூரி, உடுவில் மகளிர் கல்லூரி, வேம்படி மகளிர் பாடசாலைகள் என்பன பிரதான பங்கை வகித்தது போன்றே, சைவ ஆங்கிலப் பாடசாலையான யாழ்ப்பாண இந்துக் கல்லூரியும் சேவை ஆற்றியது. இருப்பினும், இப் பாடசாலைகள் ஆரம்ப, இடைநிலைக் கல்வியை மட்டுமே வழங்கின. பத்தொன்பதாவது நூற்றாண்டின் இறுதியில், கலைப் பட்டதாரி அல்லது சட்டத்துறையில் பட்டதாரிப் பட்டம் பெறுதற்கான உயர் கல்வியை எவராவது பெறுவதற்கு விரும்பினால் அவர்கள் இந்தியாவுக்கோ அல்லது இங்கிலாந்துக்கோ சென்று அவற்றைத் தொடர்வதுதான் ஒரே வழியாகவிருந்தது. இந்தியாவின் முதற் பல்கலைக்கழகங்கள் 1857 இல் தோன்றின என்பதைக் குறிப்பிடுவது இங்கு பொருத்தமாகும். இவை சென்னை, பம்பாய், கல்கத்தா பல்கலைக் கழகங்களாகும்.[271] வசதிமிக்க தமிழர் உயர் கல்வியைப் பெறுவதற்கு இது ஒரு வாய்ப்பாக இருந்தது. ஆனால் அவர்களின் எண்ணிக்கையோ மிகவும் குறைவாக இருந்தது. உதாரணமாக, 1885 இல், சென்னைப் பல்கலைக்கழகப் பிரவேசப் பரீட்சைக்கு யாழ்ப்பாணத்திலிருந்து தோற்றிய மாணவர்களுள் ஐந்து பேர் மட்டுமே தேர்ச்சியடைந்தனர்.[272] கல்கத்தா பல்கலைக் கழகத்தின் கலைமாணி பட்டம்

(Bachelor of Arts) மற்றும் கலைமாணி முதல்வருட (First in Arts) பிரவேசப் பரீட்சைக்குத் தோற்றிய மாணவர்களுள், யாழ்ப்பாணத்திலிருந்து 21 பேர் மட்டுமே தேறினர்.[273] உயர் கல்வித் துறையில் எவ்வளவு குறைந்த எண்ணிக்கையான தமிழர் பிரவேசித்தனர் என்பதை இப் புள்ளிவிபரம் காட்டுகின்றது. 1899 இல் கல்கத்தாப் பல்கலைக் கழகத்தின் கலைப்பட்டதாரி இறுதிப் பரீட்சையில், யாழ்ப்பாணக் கல்லூரியிலிருந்து ஆறுபேரும், இந்துக் கல்லூரியிலிருந்து நான்கு பேரும், மத்திய கல்லூரியிலிருந்து ஒருவரும் என மொத்தமாக பதினொரு மாணவர்கள் தேர்ச்சி அடைந்தனர்.[274] 1895 இல், இலங்கை முழுவதிலும் இருந்து கல்கத்தாப் பல்கலைக்கழக அனுமதிப் பரீட்சையில் 52 மாணவர்கள் சித்தியடைந்தனர். இவர்களில் யாழ்ப்பாணக் கல்லூரியிலிருந்து 19 பேரும், இந்துக் கல்லூரியிலிருந்து 10 பேரும், பரி. யோவான் கல்லூரியிலிருந்து ஒருவரும் இருந்தனர்.[275] இப் பெறுபேறுகள் மூலம் ஆரம்பித்து ஐந்து வருடங்களேயான இந்துக் கல்லூரி இலங்கையின் கல்வி நிறுவனங்களுள் முக்கிய இடத்தைப் பெற்றதன் சிறப்பை உணர்த்துகின்றது. கல்கத்தாப் பல்கலைக் கழகத்தின் பிரவேசப் பரீட்சைக்கு தோற்றுவித்த 16 மாணவர்களுள் இருவர் முதல் வகுப்பிலும், நான்கு பேர் இரண்டாம் வகுப்பிலும், நான்குபேர் மூன்றாம் வகுப்பிலும் தேறியிருந்தது இதற்குச் சான்றாகும்.[276] பரீட்சைக்குத் தோற்றியவர்களுள் தேறியவர்களின் சதவீதத்தைப் பார்க்கையில், யாழ்ப்பாணக் கல்லூரிகள் அனைத்திலும், யாழ்ப்பாண இந்துக் கல்லூரியே அதி உயர்ந்த புள்ளியைப் பெற்றிருந்தது. (40 சதவீதமே பெற்ற யாழ்ப்பாணக் கல்லூரியுடன் ஒப்பிடுகையில், யாழ்ப்பாண இந்துக் கல்லூரி 63 சதவீதத்தைப் பெற்றிருந்தது.) 1894 இல், இக் கல்லூரி கல்கத்தாப் பல்கலைக் கழகத்தினால் இணைக் கல்லூரியாக அங்கீகரிகப் பட்டபோது இதன் அந்தஸ்து உறுதி செய்யப்பட்டது. கலைப் பட்டதாரிப் பட்டத்தைப் பூர்த்தி செய்வதற்கு முற்பரீட்சைக்கான கல்வியை அளிப்பதற்கு இத்தால் அங்கீகாரம் வழங்கப்பட்டது. கல்கத்தாப் பல்கலைக் கழகத்தினால், ஒரு பல்கலைக் கழகமாக இப் பாடசாலை ஏற்றுக்கொள்ளப்பட்டமை வரலாற்றின் முதலாவது ‘தங்க மைல் கல்’ ஆகும்.[277] சில வருடங்களின் பின்னர் விக்ரோறியாக் கல்லூரி(1896)யும், மகாஜனக் கல்லூரியும், யாழ்ப்பாண இந்துக் கல்லூரியைப் போன்று கல்வி வாய்ப்புக்களை அளிக்கும் தகைமை பெற்றன.[278] ஆரம்பத்தில் இங்கிலாந்தில் நடத்தப்பட்ட கேம்பிரிஜ் பிரவேசப் பரீட்சை, பின்பு யாழ்ப்பாணத்திலும் தமிழருக்குத் தோற்றும் வசதியை அளித்து, அவர்கள் உயர்க் கல்வியை இங்கிலாந்தில் தொடரும் வாய்ப்பை வழங்கியது.[279]

தொழிற்கல்வி, தொழில்சார் கல்வி என்பவற்றைப் பொறுத்தவரையில் நூற்றாண்டின் நடுப்பகுதியில் அமெரிக்க சிலோன் மிஷனால் மானிப்பாயில் நிறுவப்பட்ட வைத்தியசாலை பின்பு, மருத்துவப் பயிற்சி அளித்து, ஒரு சிறிய தொகை மாணவர்களை வைத்தியர்களாகத் தகைமை பெறவைத்தது. இவர்கள் பொது வைத்திய அதிகாரிகளாகத் தொழில் புரிந்தனர்.[280] மருத்துவக் கலாநிதி சமுவெல் பிஸ்க் கிறீன் அவர்களே மானிப்பாயில் முதல் மருத்துவக் கல்லூரியை நிறுவியவர். இக் காலகட்டத்தில் அமெரிக்கன் சிலோன் மிஷன் தெல்லிப்பளையிலும், கொழும்பகம(கொழும்புத்துறை)விலும் தொழில்நுட்பக் கல்வி நிறுவனங்கள்

தாபித்தது. இங்கு மாணவர்களின் செய்முறைக் கல்விப் பயிற்சிக்காக, நீராவிச் சக்தியில் இயங்கும் இயந்திரங்களும், வேறு இயந்திரத் தொழில் உபகரணங்களும் அறிமுகப்படுத்தப்பட்டன. தளபாடம் செய்தல், உலோகத் தொழில், புத்தகம் கட்டுதல், அச்சுக்கலை, மேசன்கலை, தோல் பதனிடல் என்பன இங்கு வழங்கப்பட்ட கல்வியின் பிரதான துறைகளாக இருந்தன.[281] நவீன விவசாய முறைகளை நடைமுறைப்படுத்தி, மாணவர்களுக்குப் பயிற்சி அளிப்பதற்கு அரசாங்க ஊக்குவிப்புடன் விவசாயப் பாடசாலைகள் நிறுவப்பட்டன. இந்தக் கல்வி நிறுவனங்கள் யாழ்ப்பாணத்திலும், முல்லைத்தீவிலும், மட்டக்களப்பிலும் அமைந்திருந்தன.[282] வடக்கிலே மருத்துவ, சட்ட கல்லூரிகளும் முறையே 1870 லும், 1874 லும் நிறுவப்பட்டு, சிறிய தொகையினர் வழக்கறிஞராகவும், வைத்திராகவும் கல்விபெற வாய்ப்பளிக்கப்பட்டது.[283]

1931 இல் கொழும்பில் பல்கலைக்கழகக் கல்லூரி நிறுவப்படும்வரை, பூரண அந்தஸ்துக் கொண்ட பல்கலைக் கழகங்களை இலங்கையில் அமைக்கும் எண்ணம் எழவில்லை என்பது இங்கு கவனத்திற் கொள்ளப்படல் வேண்டும். இந்தப் பல்கலைக்கழகக் கல்லூரி ஈற்றில் 1942 இல் இலங்கைப் பல்கலைக் கழகமாயிற்று.[284] ஆயினும், இந்த முன்னேற்றத்துக்கு முன்னதாகத் தமிழரின் கல்வி முன்னேற்றம் ஓரளவுக்கு சீர்பெற்றது என நாம் சொல்லக்கூடியதாக இருந்தபோதும், கல்வியின் நலன்கள், குறிப்பாக உயர்கல்வி நலன்கள் மக்கள் அனைவருக்குமே கிடைத்தன எனக் கொள்ள முடியாது. இந்த ஆரம்ப நிலைகளிற் கல்வி முன்னேற்றம் தமிழ்ச் சமூகத்தில் ஓர் உயர் மட்டத்தினரைத் தோற்றுவித்தது என நாம் கூறமுடியும். உள்ளூரிலும் வெளிநாடுகளிலும் (இந்தியாவிலும், இங்கிலாந்திலும்) தமிழர் பெற்ற கல்வி பின்னர், தமது சமூகத்தையும், நாட்டையும் மேலும் மேம்படுத்துவதற்கு அதன் இளைய தலைமுறையினர் வாயிலாக நவீன மேற்கத்திய சிந்தனைகளையும், விஞ்ஞானரீதியான அணுகுமுறைகளையும் பயன்படுத்தத் தொடங்கியது. அவர்களது சாதனைகள் தமிழ் மக்களினதும், நாடு முழுவதற்குமானதும் சமூக, பொருளாதார, அரசியல் அபிவிருத்தியில் சாதகமான தாக்கத்தை எற்படுத்தமுடிந்தது. இக் கல்விச் சாதனைகளினால் ஏற்பட்ட இன்னுமோர் தாக்கம் என்னவெனில், நாம் முன்பு பார்த்தது போன்று, தமிழர் மத்தியில் காணப்பட்ட மற்றைய உயர்மட்டங்களுடன், மேலுமோர் உயர்மட்டம் உருவாக்கப்பட்டமையாகும். இதைப் போன்றே, சுயமொழிக் கல்வித் திட்டமும் தமிழர் மத்தியில் ஓர் உள்ளூர் உயர்மட்டத்தை உருவாக்க, ஆங்கிலக் கல்விபெற்ற உயர்மட்டத்தினர் இலங்கை முழுவதிலும், வெளிநாடுகளிலும் பரவித் தமது சொந்தப் பொருளாதார, தொழில்சார் சுபீட்ச நலன்களில் அக்கறை கொண்டிருந்தனர். இந்த உயர்மட்டத்தினரின் உருவாக்கம் பிரித்தானியரின் பங்களிப்பாகும். ஏனெனில் இவர்களே இலங்கைத் தமிழரின் அரசியல் வரலாற்றில் பெரும் பங்கை வகித்தவராவர். இந்தக் காலகட்டத்தில், ஆங்கிலக் கல்வி பெற்றிருந்த உயர்மட்டத்தினர் தமது வகுப்பு அந்தஸ்தையும், பெருமையையும் நிலைநிறுத்திக் கொள்வதற்காகத் தமிழரின் உரிமைகளை வென்றெடுப்பதற்குப் பதிலாக, பிரித்தானிய ஆட்சியினருக்கு விசுவாசமாகவும், தம்மையொத்த சிங்களவர்களுடன் சுமுகமான உறவுகளைப் பேணுபவர்களாகவும் காணப்படு

கின்றனர். கல்வியில் அடைந்த முன்னேற்றம் தமிழரை சிங்களப் பிரதேசங்களிலும், வெளிநாடுகளிலும் வேலை வாய்ப்புகளைத் தேட ஊக்குவித்தது. இந்த நிலை, யாழ்ப்பாணத்தின் மேலதிகச் சனத்தொகையை உள்வாங்கியது மட்டுமன்றி அரச, தனியார் இரு துறைகளிலுமே சிவில், எழுதுவினைஞர் பதவிகளில் பணிபுரிய அவர்களுக்கு வாய்ப்பளித்தது. இந்த நிலைமை, இருபதாம் நூற்றாண்டின் ஆரம்பத்தில் தமிழரின் சமூக-பொருளாதார, அரசியல் வாழ்க்கையில் முக்கியமான தாக்கத்தை ஏற்படுத்தியிருந்தது.

Dr. சாமுவேல் கிறீன்

தொழில்

பத்தொன்பதாம் நூற்றாண்டின் இறுதிக் காலாண்டுகளில் பொதுவேலைகளிலும், அரசாங்க செயற்பாடுகளிலும் ஏற்பட்ட பெரும் அதிகரிப்பின் காரணமாகப் பல்வேறு அரசாங்கத் திணைக்களங்கள் உருவாகின. காவற்றுறைத் திணைக்களம்(1865), நில அளவை, பொதுவேலைத் திணைக்களம்(1866), பொதுக் கல்வித் திணைக்களம்(1870), நீர்ப்பாசனச் சபை(1887), வனபரிபாலனத் திணைக்களம்(1889), காணி குடியிருப்புத் திணைக்களம்(1890), என்பன இவையாகும். இதே காலகட்டத்தில், பொதுச்சேவைகளில் பெருமளவுக்கு விசேட தனித் திணைக்களங்கள் தோன்றின. இவை தமது சொந்தத் திணைக்களத் தலைவர்களைக் கொண்ட, வேறான திணைக்களங்களாகவும், சுதந்திரமான அலகுகளாகவும் இருந்தன.(உதாரணமாக, தபால் திணைக்களம், சுங்கத் திணைக்களம், பதிவுகள் திணைக்களம், கலால் திணைக்களம்)[285] இத் திணைக்களங்கள் யாவற்றுக்கும் சிவில், எழுதுவினைஞர் அதிகாரிகள் தேவைப்பட்டனர். 1863 வரையில், திணைக்கள நியமனங்கள் எவ்வித பரீட்சையுமின்றித் தேசாதிபதியால் செய்யப்பட்டன. இருப்பினும், சில பதவிகளுக்குப்

பரீட்சைக்குத் தோற்றவேண்டியிருந்தது. 1870 அளவில், அனேகமான சிவில் சேவைப் பதவிகளுக்கு இந்த முறைமையே நிலைபெறலாயிற்று. இப் பரீட்சை, இங்கிலாந்திலும், இலங்கையிலும் ஒரே சமயத்தில் நடைபெற்றது. ஆயினும், பிரித்தானியப் பல்கலைக் கழகமொன்றில் கல்வி பெற்றிருக்காவிடின், இலங்கையர் இப் பரீட்சையிற் போட்டியிடுவது மிகமிகக் கடினமாக இருந்தது. இலங்கையின் அதிசிறந்த சிவில்சேவை அதிகாரிகளுள் ஒருவரும், தமிழருமான சேர். பொன்னம்பலம் அருணாசலம் இவ் வகையிலேயே தனது நியமனத்தைப் பெற்றுக்கொண்டார்.[286] பத்தொன்பதாம் நூற்றாண்டின் இறுதித் தசாப்தத்தில் இலங்கையர்களுக்கு சிவில்சேவை வாய்ப்புகள் அளிக்கப்பட்டு, அவர்கள் பல்வேறு பதவிகளில் அமரக்கூடியதாக இருந்தது. இருப்பினும், ஒரு சில இலங்கையரே உண்மையில் சிவில்சேவையில் பிரவேசித்தனர். உள்ளூர்ப் பகுதி ஆரம்பிக்கப் பட்டபோது, புதிய பதவிகள் சில உருவாக்கப்பட்ட போதிலும், பதவியில் நியமிக்கப்பட்ட இலங்கையர் மிகவும் சிறிய எண்ணிக்கையிலேயே காணப்பட்டனர். உதாரணமாக, 1868 இல் இலங்கைச் சிவில் சேவையில் 74 பிரித்தானியரும், 10 இலங்கையரும் இருந்தனர். ஆனால் 1881 இல், பிரித்தானியர் 84 பேராகவும், இலங்கையர் 7 பேராகவும் இருந்தனர்.[287] இது பொதுவாக, இலங்கையருக்கு சிவில்சேவைப் பதவிகள் மறுக்கப்பட்டு, அனேகமான வாய்ப்புகளும், பதவிகளும் பிரித்தானியருக்கே ஒதுக்கி வைக்கப்பட்டன என்பதைத் தெளிவாகக் காட்டுகின்றது.

இந் நிலைமையைக் கருத்திற் கொண்டு, பத்தொன்பதாம் நூற்றாண்டின் இறுதிப் பகுதியில், சிவில்சேவையை இலங்கையர் மயப்படுத்த வேண்டும் என்ற அழுத்தம் வலுப்பெற்று, 'இலங்கைத் தேசிய சங்கம்', குடியேற்ற அரசாங்கத்துக்கு எதிராகக் கடுமையாகப் போராடியது.[288] தமிழரும் இவ் விஷயத்தில் தமது கவலையைத் தெரிவித்தது, 'ஹிந்து ஓகனில்' வெளியான பின்வரும் கூற்றினால் தெரியவருகின்றது:

"இங்கு வாழும் ஐரோப்பியர்களும், அந்த ஐரோப்பியர்களின் வம்சாவழியினருமே உள்ளூர் இலங்கையர் உயர்பதவிகளில் (சிவில் சேவைகள்) அமர்த்துப்படுவதை எதிர்க்கின்றனர். சுதேசிகளுக்கு சிவில் சேவைகளில் பதவிகள் வழங்கப்படக்கூடாது என்பதற்கு எக் காரணத்தையும் எம்மால் காணமுடியவில்லை. இப்போது, இந்த வகைப் பதவிகளில் இருப்பவர் யாவருமே ஐரோப்பியராவர்."[289]

பிரித்தானியர் காலம் முழுவதுமே சிவில்சேவையைத் தவிர, இலங்கையின் எழுதுவினைஞர் பதவிகளும் அவற்றைப் போன்றவையும் அனேகமாக இலங்கையருக்கே பிரத்தியேகமாக வழங்கப்பட்டிருந்தன. நிர்வாகம் ஆங்கில மொழியிலேயே இருந்தவரை, உத்தியோகம் தேடும் அனைவரும் அம் மொழியில் திறமை பெற்றிருத்தல் முற்தேவையாக இருந்தது. திறமையின் அடிப்படையிலேயே பதவி உயர்வுகள் வழங்கப்பட்டன. எழுதுவினைஞர் சேவைகள், ஒரு மத்திய திட்டத்தின்கீழ் ஒழுங்கமைக்கப்பட்டு, குடியேற்றச் செயலாளரினால் நிர்வாகிக்கப்பட்ட சிவில்சேவையைப் போன்றே இயங்கியது. எல்லா அரசாங்கத் திணைக்களங்களுக்கும் இது எழுதுவினைஞர் சேவையை அளித்தது. இவற்றில்,

தபால் புகையிரத, சுங்கத் திணைக்களங்களுக்கான எழுதுவினைஞர்களுக்கு விசேடபயிற்சி தேவையாகவிருந்தது. நாட்டின் நிர்வாகம் சிறந்து விளங்குவதற்கு இம் முறைமை ஒரு முக்கிய காரணமாகவிருந்தது என்பதிற் சந்தேகமில்லை. பத்தொன்பதாம் நூற்றாண்டின் இறுதிப் பகுதியில் ஆங்கிலம் கற்ற பல இலங்கையர் இந்த எழுதுவினைஞர் ஆளணியில் இணைந்து கொண்டனர். உதாரணமாக, 1868 இல் 1,084 நியமனங்களில் 894 இலங்கையரால் வகிக்கப்பட்டன.[290]

இந்த எழுதுவினைஞர் சேவையில் இலங்கைத் தமிழர் தமது சகாக்களாகிய சிங்களவருடன் சம அளவிலேயே பங்குபற்றினர். 1877ல் எழுதுவினைஞர் பரீட்சைக்குத் தோற்றிய 249 பரீட்சார்த்திகளில் 35 பேர் சித்தியடைந்தனர். (கொழும்பில் 13, காலியில் 3, மட்டக்களப்பில் 2, அனுராதபுரத்தில் 2, மன்னாரில் 2, களுத்துறையில் 1, சிலாபத்தில் 1, முல்லைத்தீவில் 1, இரத்தினபுரியில் 1, பதுளையில் 1, யாழ்ப்பாணத்தில் 8 பேர்கள்). சித்தியடைந்தவர்களுள் தமிழரின் தொகை, ஏனைய சமூகத்தினரையும்விட அதிகமாக உள்ளது என்று தெரிகிறது.[291] 1897 லும் இதே நிலை காணப்பட்டது. அப்போது, மற்ற எந்தச் சமூகத்தினரையும்விட தமிழரே அதிகமான தொகையில் எழுதுவினைஞர் பரீட்சையில் வெற்றி பெற்றுள்ளனர் என 'மோணிங் ஸ்ரார்' செய்தி வெளியிட்டிருந்தது.[292]

ஆங்கிலப் பாடசாலையில் பட்டம்பெற்று, பொதுவாக அங்கீகரிக்கப்பட்ட சான்றிதழ்களைப் பெறுவதன்மூலம், பட்டதாரிகளுக்கு எண்ணற்ற வேலை வாய்ப்புகள் கிடைக்கக் கூடியதாவிருந்தது. பல்வேறு அரசாங்கத் திணைக்களங்களில் அனேகமான உயர் அந்தஸ்துப் பதவிகளைப் பொதுத்துறை வழங்கியது. இவை, குறிப்பாக வளர்ந்துவரும் நகரமாகிய கொழும்பிலும், மாகாணத் தலைநகரங்களாகிய காலி, கண்டி, யாழ்ப்பாணம், மட்டக்களப்பு என்னுமிடங்களில் கிடைத்தன. மிக ஆர்வத்துடன் நாடப்பட்ட இந்த பொதுத்துறை எழுதுவினைஞர் பதவிகளுக்கும், பொதுச்சேவைப் பதவிகளுக்கும் போட்டி மிகப் பலமாக இருந்தது. பொதுத்துறைப் பரீட்சையில் பெற்ற பெறுபேறுகளின் அடிப்படையிலேயே வெற்றியடைந்த பரீட்சார்த்திகள் தெரிவு செய்யப்பட்டனர். இந்தப் பரீட்சையைப் பல தமிழ் மாணவர் வெற்றிகரமாகப் பூர்த்தி செய்திருந்தனர். பொதுத்துறையுடன் தனியார் துறையும், ஆங்கிலக் கல்வியைப் பெற்றிருந்தவர்களுக்கு, எழுதுவினைஞர் பதவிகளிலிருந்து தொழில்நுட்ப நிர்வாகப் பதவிகள்வரை வழங்கின. அத்துடன், பத்தொன்பதாவது நூற்றாண்டின் இறுதியில், வேலைகளுக்கான வாய்ப்புகள், மலைநாட்டு மாகாணங்களின் பெருந்தோட்டத் துறையுடன் சம்பந்தப்பட்ட நகரங்களிலும், மாவட்டங்களிலும் கிடைத்தன. பட்டதாரிகளின் எண்ணிக்கை அதிகரிக்க, தமிழர் தீவின் தெற்குக் கோடிப் பகுதிகளில் வேலை வாய்ப்புக்களைத் தேடலாயினர். 1870 களிலிருந்து உயர்கல்வி இந்தியாவிலும், இலங்கையிலும் விரிவடைந்தபோது, இலட்சிய நோக்குடைய வசதி படைத்தவர்களுக்குப் பல்கலைக்கழக மட்டத்தில் தமது கல்வியை விஸ்தரிக்க வாய்ப்புக் கிடைத்தது.[293] செல்வந்தரின் பிள்ளைகளே இதனால் அதிக நலனடைந்தனர் என்பது இதன் அர்த்தமாகும். இவர்கள் உடையார், விதானைமார், முதலியார், நிலவுடைமையாளர், அரசாங்க அதிகாரிகள், தொழிற்றுறை நிபுணர், வர்த்தகர், வெளிநாட்டிலிருந்து வருமானம் பெற்றவர்கள் ஆகியோரின் பிள்ளைகள் ஆவார். கல்வித் தகைமைகளின்

மட்டம் அதிகரித்துச் செல்ல, அரசாங்க தனியார்துறைப் பதவிகளுக்குப் போட்டியும் அதிகரித்தது. வேலைக்கான போட்டி அதிகரித்தபோது, இலங்கையில் பதவிகளைத் தமிழர் பெறும் போக்கு வீழ்ச்சியடைந்தது. ஆயினும் இந்த வேளை, பிரித்தானிய ஆட்சியின் கீழிருந்த மலே சமஷ்டி அரசுகள், நீரிணைக் குடியிருப்புக்கள் ஆகியவற்றின் பொதுத்துறை விஸ்தரிக்கப்பட்டு, வேலைக்கு ஆட்கள் சேர்க்கப்பட்டனர். இதனால் பத்தொன்பதாம் நூற்றாண்டின் இறுதியிலிருந்து, ஆங்கிலக் கல்விபெற்ற தமிழருக்கு வேலைவாய்ப்புகள் கிடைத்தன. தமிழ் இளைஞர் மலேயாவில், பிரித்தானிய சிவில்சேவை அதிகாரிகளாக வேலை பெறக்கூடியதாக இருந்தனர். மலேயாவில் தோட்டத்துரைகளாக இருந்தவர்கள் பின்னர் தமிழரின் திறமைகளை நன்கறியலாயினர்.[294]

இதைவிட முக்கியம் என்னவெனில், 1870லிருந்ததான கல்வி விஸ்தரிப்பு, தமிழ்ப் பிரதேசங்களில் உள்ள பல்வேறு பாடசாலைகளில் நூற்றுக்கணக்கான ஆசிரியர் பதவிகளை உருவாக்கியது. இதனால் ஆசிரியர் பதவிகளைப் பெறும் வாய்ப்புகள் தமிழருக்குக் கிடைத்தன. ஆங்கிலக் கல்விபெற்ற தமிழர், இலங்கையெங்கிலும் உள்ள பல்வேறு ஆங்கிலப் பாடசாலைகளில் ஆசிரியப் பதவிகளைப் பெறமுடிந்தது. இதே நேரம், சுயமொழியில் கல்விபெற்ற தமிழர் தமிழ்ப் பிரதேசங்களிலும், பெருந்தோட்ட மலைநாட்டிலும் மட்டுமே வேலைபெற முடிந்தது.

மாற்றமடைந்த இந்த வேலைவாய்ப்பு நிலையின் ஒரு பெறுபேறு என்னவெனில், ஏற்கெனவே தமிழர் மத்தியில் ஏற்பட்டிருந்த பொருளாதார இணைப்புகள் மேலும் வலுவடைந்தன என்பதுதான். இதே வழியில் தமிழருக்கும் சிங்களவருக்குமான தொடர்புகளும் பலமடைந்தன. தமிழர் தமது தொடர்புகளை, விசேடமாக இந்தியாவுடன் குறிப்பாகத் தமிழ் நாட்டுடன் விஸ்தரித்துப் பலப்படுத்திக் கொண்டனர். இத் தொடர்புகள், இருபதாம் நூற்றாண்டின் ஆரம்பப் பகுதியில், அரசியல் நடவடிக்கைகளில் ஈடுபடுவதற்குத் தமிழரை ஊக்குவிப்பதில் செல்வாக்குச் செலுத்தின. தமிழருக்கும், பெரும்பான்மையினரான சிங்களவருக்கும் இடையேயான, பொருளாதாரம், வேலைவாய்ப்பு என்பவற்றிற்கான போட்டி ஏற்கெனவே பகைக்கும், பிரச்சனைக்கும் உரியதொரு விஷயமாகி, தமிழர் ஒத்த குரலில் தமது உணர்வுகளைத் தெரிவிக்கலாயினர் என்பதை இங்கு கவனிப்பது பயனளிப்பதாகும். அநீதி நிலவுகின்றது என்ற உணர்வைப் பின்வரும் மேற்கோள் சித்தரிக்கின்றது.

> "1889 பரீட்சையிற் சித்தியடைந்த யாழ்ப்பாணப் பரீட்சார்த்திகள் இப்போதும் வேலையற்றவராக இருக்க, 1891 இல் சித்தியடைந்த, கொழும்பையும் ஏனைய இடங்களையும் சேர்ந்தவருக்கு வேலை கிடைத்துள்ளது. தமிழரின் உரிமைகள் எவ்வகையில் அசட்டை செய்யப்படுகின்றது என்பதற்கு இது மேலுமோர் உதாரணமாகும். வடக்கின் எழுதுவினைஞர்களுக்கும், முந்திய பரீட்சார்த்திகளுக்கும் இழைக்கப்படும் அநீதியைச் சுட்டிக்காட்டி, மாட்சிமை தங்கிய தேசாதிபதிக்கு, ஒருமித்த குரலில் பிரதிநிதித்துவம் செய்யப்படவேண்டும் என்பதை இந்த உண்மைகள் வலியுறுத்துகின்றன. மேலும், சிங்கள மாகாணத்தில், முக்கியமான கச்சேரிகளில் சிங்களக் கனவான்கள் பயிற்சியாளராக நியமிக்கப்பட்டுள்ளனர். இக் கனவான்கள்

> பிரித்தானியப் பல்கலைக்கழகக் கல்வி பெற்றவரோ அல்லது சட்டத் தகைமையோ அல்லது விசேடமான பயிற்சியோ பெற்றவர்கள் அல்லர். இவர்கள் சராசரிக் கல்வியும், திறமையும் கொண்ட சாதாரணர்கள். தமிழர் மத்தியிலும் இப்படியான, நம்பிக்கையும் பொறுப்பும் உள்ள பதவிகளுக்கு ஏற்ற தகைமைகளை உடைய கனவான்கள் உள்ளதுடன், குறிப்பிட்ட சிங்களக் கனவான்களுடைய தகைமைகளைவிட இவர்களது தகைமைகள் குறைந்தவையல்ல. தமது சக பிரசைகளான சிங்களவருக்கு உள்ள உரிமைகளுக்கும், சலுகைகளுக்கும் தமிழரும் உரித்துடையவர்களாயின், வடக்கு, கிழக்கு மாகாணங்களைச் சேர்ந்த இவர்களுக்கு அரசாங்கம் எதற்காக பயிற்சி பெறுபவர்களாக அனுபவத்தைப் பெற வாய்ப்பளிக்கவில்லை?"[295]

இதுவரை அடங்கிய நிலையிலிருந்த, தமிழருக்கும் சிங்களவருக்கும் இடையிலான போட்டியும், பகைமையும் கொதிக்க ஆரம்பித்தன. இதேசமயம், சிங்களப் பிரதேசங்களிலான தமிழரின் பொருளாதார விஸ்தரிப்பு, உத்தியோகத்திற்கான போட்டியுடன் இணைந்து, சிங்களவரை விழித்தெழச் செய்து, பொருளாதாரப் பகையையும், கசப்பையும் உருவாக்கியது. சிங்களவர் அரசாங்கத்திடமிருந்து தம்மைவிட அதிகமான நலன்களையும், வாய்ப்புக்களையும் பெற்றதாகவும் தமிழர் உணர்ந்தனர். அத்துடன், மேலே குறிப்பிட்டதைப் போன்று, தொழில்வாய்ப்பில் சிங்களவருக்கு முதலிடம் வழங்கப்படுவதாகத் தமிழர் உணர்ந்தனர். உதாரணமாகப் புகையிரதப் பாதை அமைக்கும் அபிவிருத்தித் திட்டங்கள் சிங்களப் பகுதியிலேயே முதலில் ஆரம்பிக்கப்பட்டன. இந்த மனக்குறைகளும், மனத்தாங்கல்களும், இருபதாம் நூற்றாண்டின் ஆரம்பத்தில் தமிழரிடையே அரசியல் விழிப்புணர்வு வளர்ச்சியடைவதற்கு விளைநிலமாகச் செயற்பட்டன.

தமிழர் மத்தியில் நிலவிய இத் தொழில்வாய்ப்பு நிலைமை, பொதுவான பொருளாதார வளர்ச்சியிலும், விஸ்தரிப்பிலும் ஏற்கெனவே உயர்நிலையை எட்டியிருந்த தமிழரை மேலும் பலப்படுத்தும் போக்கைக் கொண்டிருந்தது. இந்த உயர் மட்டத்தினரில் அனேகமானோர், தமது பொருளாதார நடவடிக்கைகளுக்கு நம்பியிருந்த புதிய பிரதேசங்களான தெற்கையும், மலைநாட்டையும் தமது நிரந்தர வதிவிடங்களாக்கிக் கொண்டனர். கல்விபெற்ற வகுப்பினரான இந்தச் செல்வந்தர்களும், தொழிலதிபர்களும், போதிய அளவு முதலைச் சேர்த்துக் கொண்டதும், பின்னர் வர்த்தக முயற்சிகளில் முதலீடு செய்யலாயினர். இவ் வகையான முயற்சிகள் பிரதானமாக இலங்கையின் தெற்குப் பகுதியில் பெருந் தோட்டப் பயிர்ச் செய்கையிலும், தலைநகராகிய கொழும்பிலும் மேற்கொள்ளப் பட்டன. இருந்தபோதிலும், இவற்றினால் விளைந்த நிதிவளங்கள், கல்விபெற்ற மனிதவலுவுக்கு அல்லது வியாபார முயற்சிகளுக்கு மாற்றீடாக அமைந்ததேயன்றி, யாழ்தீபகற்பத்திலோ அல்லது வேறெந்தத் தமிழ்ப் பிரதேசத்திலோ, ஏதாவது பெரும் சமூக-பொருளாதார மீளமைப்பை உருவாக்குவதற்கு வழிகோலவில்லை. அவர்கள் ஈட்டிய செல்வம் கிராமமட்டத்து வாழ்க்கைத் தரத்தை உறுதிப்படுத்தவே

செலவிடப்பட்டது. மறுபுறத்தில், தெற்கில் முதலீடுகளைச் செய்த கல்விபெற்ற வகுப்பினர் மத்தியிலான பெருவசதி படைத்தோர், தமிழ்ச் சமூகத்தினரிடையே ஒரு புதிய உயர்மட்டத்தை உருவாக்கி, யாழ்தீபகற்பத்தில் வசிப்பதை விடுத்து, தெற்கிலேயே வாழ்ந்தனர். இவர்கள் தமது குடும்ப உறவுகளைப் பேணியபோதும், சிறு அளவிலான முதலீடுகளைத் தீபகற்பத்தில்(குறிப்பாகக் காணி சேர்ப்பதில்) செய்தபோதும், அங்கு இவற்றால் சமூக, பொருளாதார ரீதியான இவர்களது தாக்கம் குறைவானதாகவே இருந்தது. இந்த உயர் மட்டத்தினர் தமது அக்கறைகளையும், வாழ்வையும் தெற்கில், விசேடமாகக் கொழும்பில் ஏற்படுத்திக்கொண்டு மேற்கத்தியபாணி வாழ்க்கையைக் கடைப்பிடித்தனர். அதேவேளை, இவர்களின் உயர்ந்த கல்வித் தகைமைகளும், அறிவும், பணமும், தெற்கிலும் வெளிநாடுகளிலும் உள்ள பெருநகரங்களில் பெற்ற நகரமயமான மனப்பாங்கும் தமிழ்ச் சமூகத்தில் நிலவிய சாதிய முறைமையில் எவ்வித தாக்கத்தையுமே ஏற்படுத்தவில்லை. உண்மையில், கல்வியினால் கிடைத்த அந்தஸ்து, செல்வம், உத்தியோகம் என்பனவும், தெற்கின் ஏனைய உயர்மட்டத்தினருடன் இவர்களுக்கிருந்த தொடர்புகளும், சாதிய முறைமையில் சீர்திருத்தத்தைக் கொண்டு வருவதற்குப் பதிலாக, தமிழ்ச் சமூகத்தில் இன்னுமோர் சாதிய முறைமையை உருவாக்கி அதை நடைமுறைப்படுத்தவே பயன்பட்டது. இந்த வகுப்பு முறைமை, ஏற்கெனவே சமுதாயத்தில் உயர் நிலையிலிருந்த வெள்ளாளரை மேலும் பலப்படுத்தி, தமிழ்ச் சமூகத்தில் அவர்கள் ஓர் ஆதிக்க சக்தியாக மாற வழிவகுத்தது. கல்வியின் காரணமாக ஓரளவு சமூகச் சீர்திருத்தம் காணப்பட்ட போதிலும், இது சாதியை அல்லது வகுப்பை அடித்தளமாகக் கொண்டிருக்காது, தனிப்பட்ட மனிதரளவிலேயே இருந்து, சாதி, வகுப்பு என்பனவற்றின் கட்டுமானத்தில் காணப்பட்ட பரம்பரை மரபை எவ்வகையிலும் மாற்றவில்லை.[296]

மேலும், இந்த உயர் மட்டத்தினர் எப்போதாவது தீபகற்பத்துக்கு வருகை தந்தபோதிலும், இந்தப் பிரதேசத்தின் பழமைவாதிகளை இவர்களின் பிரசன்னம் பெரிதாகப் பாதிக்கவில்லை. இவர்களது செல்வாக்குச் சில குடும்பங்களின் தனிப்பட்ட சிலரிலேயே காணப்பட்டதன்றி, வெகுசன மத்தியில் பாதிப்பை ஏற்படுத்தவில்லை. இருந்தபோதிலும், விடுமுறை காலத்திலும், கொண்டாட்ட காலத்திலும் இவர்கள் அடிக்கடி மேற்கொண்ட வருகை குடும்ப உறவுகளைப் பலப்படுத்தியது. இவர்களுக்கும் தீபகற்பத்தில் உள்ளவர்களுக்கும் இடையே இருந்த முக்கியமான தொடர்பு, இவர்கள் தமது குடும்பங்களுக்கு அனுப்பிய பணம் ஒன்றே காரணம். இப் பணம் அக் குடும்பங்களின் வாழ்க்கைத் தரத்தை உயர்த்தவும், குடும்ப வீடுகளைச் சீரமைக்க உதவவும், குடும்பத்தின் அங்கத்தவர்களான சகோதர, சகோதரிகளுக்கு உயர்கல்வி வாய்ப்பை அளிக்கவும், குடும்பத்தின் பெண்கள் மணமுடிப்பதற்கு சீதனம், நன்கொடை போன்றவற்றிற்கு மொத்தமாக ஒரு தொகை கொடுப்பதற்கும் பயன்பட்டது. இதேவேளை வடக்கு, கிழக்குப் பிரதேசங்களில் ஆசிரியர், எழுதுவினைஞர், வர்த்தகர் என்ற தானங்களில் இருந்தவர்கள் மேலும் செல்வாக்கும், அதிகாரமும் கொண்டவர்களாகி உயர் மட்டத்தினராக விளங்கிய உடையார், விதானைமார், முதலியார் என்பவர்களை அந்தஸ்தில் முந்திக் கொண்டனர். மேலும், அடிப்படையில் நிலவுடமையாளரான வெள்ளாளர் மத்தியில்

உருவான இந்தக் கல்விபெற்ற வகுப்பினர், கிராமத் தமிழர் மத்தியில் ஒரு புதிய உயர்மட்டமாக உருவெடுத்தனர். கொழும்பையும், தெற்கையும் தளமாகக் கொண்டிருந்த, மேற்கத்திய மயமாகிவிட்ட தமிழர், தமிழர் மத்தியில் மட்டுமன்றி, பொதுவாக இலங்கையிலேயே மேன்மேலும் செல்வாக்கும், அதிகாரமும் பெற்றபோதும், அவர்களுடைய அரசியல் அதிகார அடித்தளம் இந்த உள்ளூர்த் தமிழ் உயர் மட்டத்தினரிற்றான் முழுக்க, முழுக்கத் தங்கியிருந்தது. இருபதாம் நூற்றாண்டின் ஆரம்பத்திலிருந்தும், ஏன் அதற்கு முன்னதாகக்கூட, தமிழரின் பெயரில் மேற்கொள்ளப்பட்ட முன்னெடுப்புக்களை கருத்திற் கொள்ளும்போது, இந்த அரசியல் விளையாட்டில் இவ்விரு தமிழ் உயர்மட்டத்தினரே பிரதான பாத்திரங்களாகத் தோன்றுகின்றனர். குறிப்பாக இலங்கையில் தமிழரின் சார்பில் இவ்விரு உயர் மட்டத்தினரும் காட்டிய ஈடுபாட்டில், இருபதாம் நூற்றாண்டின் முதலிரு தசாப்பதங்களும் குறிப்பிடுமளவுக்கு முக்கியத்துவம் வாய்ந்தவையாகும். இக் கால கட்டமே, இந்த ஆய்வின் இறுதிப் பகுதியாக அமையும். மேலும், இருபதாம் நூற்றாண்டின் ஆரம்பத்திலிருந்து, தமிழர்களதும், தமிழ்ப் பிரதேசங்களதும் சமயம், கலாசாரம், மொழி, சமூகம், பொருளாதாரம் இவற்றின் நிலைமைகள் மேன் மேலும் விருத்தியும், எழுச்சியும் அடைந்து செல்வதையே புள்ளிவிபரங்கள் காட்டி நிற்கின்றன. அடுத்துவரும் காலப்பகுதிகளிலே இந்நிலைமைகள் அனைத்திலும் அரசியல் தலையீடும் தவிர்க்க முடியாத ஒரு அம்சமாகி விடுவதையும் அவதானிக்க முடிகிறது. எனவே, சமயம், கலாசாரம், மொழி, கல்வி, தொழில், பொருளாதாரம் சார்ந்த தொடர்ச்சியான அபிவிருத்திகளை ஆராய்வதைத் தவிர்த்து, அரசியல் எழுச்சியும், விழிப்புணர்வும் தீவிரம் அடைந்து செல்வதால் அவைபற்றிய நிலைமைகள் அடுத்த அத்தியாயத்தில் ஆராயப்படும். தேவை ஏற்படும்போது, தமிழரின் சமயம், கலாசாரம், மொழி, கல்வி, தொழில், பொருளாதாரம் பற்றிய நிலைமைகள் இவ் அத்தியாயத்தில் கலந்துரையாடப்படும்.

குறிப்புகள்

1. The Ninth Annual Report of the Jaffna CMS, Native Association 1891–92, Strong and Asbury Printers, Jaffna, 1892, p. 8.
2. Ibid., p. 8.
3. Ibid., p. 13.
4. *ACM Report*, Vol. 7, reel 451, 1857–1871, 20 October, 1864, p. 5.
5. Wesleyan Mission Report, Trincomalee, 23 June, 1876.
6. Ibid.
7. *MS*, 15 June, 1876.
8. *MS*, 3 September, 1885.
9. W.J.T. Small, The History of the Methodist Church in Ceylon 1814–1964, Wesley Press, Colombo, 1964, p. 103.
10. *ACM Report*, Vol. 6, reel 450, 1857–1871, Jaffna, 30 June, 1863, (Some of the Pages of ACM Report are Unreadable).
11. *ACM Report*, Vol. 7, reel 451, 1857–1871, Batticaloa, 20 October, 1864, (Page No. unreadable).
12. Ibid., p. 14.
13. Ibid., (Page No. unreadable).

14. K.S. Latouretle, A History of the Expansion of Christianity, Vol. VI, London, 1947, p. 218.
15. W.J.T. Small, op. cit, pp. 295–299.
16. Centenary Volume of the Church Missionary Society in Ceylon, pp. 92–98.
17. Ibid., pp. 196–202.
18. Ibid., p. 103.
19. Wesleyan Mission Report, Jaffna, 1892.
20. Wesleyan Mission Report, 1893.
21. *ACM Report*, Vol. 7, reel 451, 1857–1871, p. 106.
22. Wesleyan Missionary Correspondence, John Rhodes, Jaffna, April 18, 1868.
23. *ACM Report*, Letter of the Deputation headed by Rufus Anderson, Vol. 6, Part 2, reel 450, 1845–1860, 1855, pp. 109–110.
24. *Utaya Tarakai (Morning Star)*, Vol. 1, American Mission Press, Jaffna, 1841, (Date unreadable).
25. *MS*, Vol. 3, 1843, (Date unreadable in microfilm).
26. *MS*, Vol. 2, 1842, (Date unreadable in microfilm).
27. *MS*, 22 October, 1846.
28. *MS*, 25 June, 1846.
29. *MS*, 14 August, 1851.
30. *MS*, 14 August, 1841.
31. A. Sivanesachelvan, 'Vehusana Thodarpu Pinnaniyil Navalar' in K. Kailasapathy, ed., Navalar Nootrandu Malar, Arumuga Navalar Sabhai (Arumuga Navalar Centenary Volume), Arumuga Navalar Sabhai, Jaffna, 1979, p. 85.
32. *Illankai Nesan* (a pro-Saiva Tamil newspaper), 12 July, 1878.
33. Indu Mata Kantana Sabhai (Soicety for the Refutation of Hinduism), *Indu Mata Kantanam* (Refutation of the Hindu Religion), Trincomalee, 1891, p. 2.
34. Indu Mata Kantana Sabhai (Society for the Refutation of Hinduism), Kakala Kosathesam, Jaffna, 1891, p. 5.
35. A. Mathias, The Catholic Church in Jaffna 1875–1925, op. cit, p. 36.
36. K. Muthukumaraswamy, Arumuga Navalar, 2nd ed., Colombo, 1965, p. 3.
37. K. Muthukumaraswamy, (ed), Muthukamarakaviracar Pirapantattirattu, Chunnakam, 1952.
38. ACM Report, Vol. 2, reel 445, 1830–1836, Jaffna, 1830, pp. 23–24.
39. Dennis D. Hudson, 'Arumuga Navalar and the Hindu Renaissance among the Tamil' in Kenneth W. Jones, ed., The Religious Controversy in British India: Dialogues in South Asian Languages, State University of New York Press, New York, 1992, p. 30.
40. K. Arumainayakam, 'Pattonpatham Nurrantin Caiva Marumalarcci', p. 73 cited in S. Pathmanathan, 'Religion and Social Change in Northern Sri Lanka, 1795–1875: Protestant Missionary Activities and the Hindu Response', *Journal of Modern Sri Lankan Studies*, Vol. 1, No. 1, 1986, pp. 15–42.
41. V. Kankarattinam, Arumuga Navalar Caritiram, Jaffna 1882, reprinted in 1960, p.10.
42. *MS*, 20 October, 1842, (Volume 2 of the MS of 1842 contained the outcomes of these Meetings together with editorial comments).
43. V. Muttukumaraswamy, Arumuga Navalar: The Champion Reformer of the Hindus (1822–1879, rev. ed., Jaffna, 965, p. 7.
44. T. Kailasapillai, op. cit, p. 20, (tr.).
45. S. Thanansayarasasingam, Navalar Panikal, Inthu Manavar Sangam, University of Ceylon, Peradeniya, 1969, p. 18.
46. D.M. Rasanagaiam, Jaffna Tamils, Kalai Nilayam Ltd., Colombo, (no pub. date), p. 118.
47. J.E. Tennent, Christianity in Ceylon, London, 1850, p. 11.
48. S. Shivapadasundaram, Arumuga Navalar, Saiva Pirakasa Press, Jaffna, 1950, p. 1.
49. S. Kanapathipillai, Navalar, Jaffna, 1968, p. 2, (tr.).

50. T. Kailasapillai, Arumuga Navalar Carittiram, Saiva Pirakasa Vidyasalai, Cithamparam, 1916, pp. 23–24, (The above statement originally derived from Arumuga Navalar's Saiva Samayekalukku Oru Vikkiyapanam, April 1868, Cithamparam).
51. Ibid., p. 25, (tr.).
52. V. Muttukumaraswamy, op. cit, p. 20.
53. V. Kanakarattinam, Arumuga Navalar Carittiram Jaffna, 1882, repr. 1968, p. 18.
54. Ibid. m pp. 20–24.
55. T. Kailasapillai, op. cit, p.23.
56. Ibid., p. 18.
57. V. Kanakarattinam, op. cit., pp. 18–19, (tr.).
58. Ibid., pp. 18–19.
59. *MS*, 9 March, 1948.
60. S. Kulendran, 'The Tentative Version of the Bible of the "Navalar Version", Tamil Culutre, Vol. 7, 1958, pp. 229–250.
61. It is noteworthy here to mention that the title of Navalar (The Learned) was awarded by the Tiruvavatuturai Atinam Monastery (in Tanjore district, for Navalar's intimate knowledge of the Agamas and for his efforts on behalf of Saiva Orthodoxy, T. Kailasapillai, 1916, p. 34.
62. V. Kanagaratnam, op. cit, pp. 8–10.
63. N. Ranjithamalar, 'Navalar Valkaiyil Mukkiya Sampavankal (Important Events of Navalar's Life)' in K. Kailasapathy, ed., Arumuga Navalar Centenary Volume, Thirumakal Press, Shunnakam, 1979, p. 300.
64. T. Kailasapillai, 1916, op. cit, p.55, (tr.).
65. Ibid., p. 32, (tr.).
66. Gnana Amirtam, Changanai: Illakadevi Press, p. 14, (tr.).
67. *UT*, 13 January, 1848, (tr.).
68. S. Kanapathipillai, Kanthapurana Kalacharam, Shanmuganatha Press, Jaffna, 1959, p. 26, (tr.).
69. Ibid., p. 28.
70. G. Yokeswary, Navalar Gnana Paramparai (unpublished MA thesis submitted to the University of Jaffna), 1979, pp. 86–96.
71. *IC*, 12 February, 1890, (tr.).
72. *IC*, 26 March, 1890, (tr).
73. *IC*, 9 October, 1889, (tr.).
74. *IC*, 13 August, 1890, (tr.).
75. Ilankapimani, 18 November, 1864, (tr.).
76. *HO*, 8 July, 1891.
77. V. Kanakarattinam, op. cit., p. 300.
78. 'Cupirapotam' (1853) reprinted in T. Kailasapillai, ed. Arumuga Navalar Pirapantnttirattu, Vol. 1, 3rd ed., published by C. Ponnusvami (Cennapattanam: Vittyanupalana Vantiracalai), Nallur, 1954, pp. 3–16.
79. Arumuga Navalar, Caivathusana Parikaram, Vittiyanupalana Accakam, Chennai, 1854, pp. 1–70.
80. Arumuga Navalar, Caivatusana Parikaram, Jubilee Printers, Chennai, 1890.
81. Ibid., p. 3, (tr.).
82. D. Carroll, Cuppiratipami, Jaffna: 1857, pp. 1–60.
83. T. Kanakarattinam, Arumuga Navalar Carittiram, op. cit., p. 36.
84. Arumuga Navalar, Caivatusana Parikaram, p. 10, (tr.).
85. Arumuga Navalar. 'Yalpana Samaya Nilai' (October, 1872), in T. Kailasapillai, ed. Arumuga Navalar Pirapantha Thirattu (Collection of Arumuga Navalar's original works), Vithiyanupalana Yanthirasalai, Jaffna, 1921, pp. 28–68.

86. G. Yogeswary, Navalar Gnama Paramparai (School of Navalar), p. 103.
87. Letter to *Ilankapimani newspaper*, 18 November, 1864.
88. C. Senthinatha Iyar, Thundupirasura Thokuthi (collection of pamphlets) further publication details unavailable.
89. *IN*, 13 & 29 July 1878.
90. Saivapirakasa Samajam, Saivapirakasa Samaja Vethamy, Saivapirakasa Yanthirasalai, Jaffna, 1891.
91. Ibid.
92. Brief Discourse of *ACMs Report*, American Mission Press, Jaffna, 1849, p. 16.
93. *Report of the ACM* 1897, Strong and Ashbury, Jaffna, 1897, p. 5.
94. K.M. de Silva, *UCHC* op. cit., p. 259.
95. *MS,* 22 August, 1850.
96. *MS,* 27 February, 1845.
97. *MS,* 25 December, 1851.
98. *MS,* 13 May, 1852.
99. *MS,* 9 September, 1852.
100. *MS,* December, 1853 (date unreadable on microfilm).
101. *ACM Report*, Vol. 5, reel 447, 1845–1854, 1853.
102. *MS,* 13 April, 1848.
103. *MS,* 25 December, 1851.
104. *MS,* 4 July, 1867.
105. *MS,* 4 May, 1871.
106. *HO*, 19 August, 1896.
107. Ibid.
108. Ibid.
109. R. Ruberu, Education in Colonial Ceylon, Kandy, 1962, p. 163.
110. Ibid., p. 153 & pp. 166–67.
111. T. Kailasapillai, Yalpalana Samaya Nilai, p. 42, (tr.).
112. Sri Suthanantha Parathiyar, Navalar Peruman, Puthucheri, 1948, p. 33.
113. T. Kailasapillai, op. cit., p. 55.
114. T. Kailasapillai, Arumuga Navalar Caritiram, p. 24, (tr.).
115. Ibid., p. 63.
116. K. Lakshman, Kalvithuraiyil Theerkkatharisanam (Vision of Eduction), Navalar Maha Nattu Vila Malar, Jaffna, 1969, p. 21.
117. *MS,* 23 August, 1855.
118. Arumuga Navalar, Letters and Correspondence (1870), Nalloor, cited in T. Kailasapillai, op. cit., p. 65, (tr.).
119. G. Yogeswary, op. cit., p. 15.
120. *HO*, 2 October, 1895.
121. G. Yogeswary, op. cit., p. 48.
122. S. Kanapathipillai, Saiva Aciriyarkalai Thottuviththa S. Arunachalam (S.Arunachalam Who produced many Saiva teachers), p. 20.
123. G. Yogeswary, op. cit., pp. 52–56.
124. *HO*, 26 March, 1890.
125. *HO*, 2 February, 1895.
126. *HO*, 8 December, 1884.
127. D. Hudson, op. cit., p. 48.
128. K. Kailasapathy, Navalar Vakuththa Puthu Pathai (The legacy of Navalar's new way), Navalar Maha Nattu Vila Malar, Jaffna, 1969, p. 19.

129. N. Ratnasapapathy, Achalar Arumuga Navalar (Navalar as a Printer), Navalar Maha Nattu Vila Malar, 1969, p. 138.
130. Suththanantha Parathiyar, op. cit., p. 77, (tr.).
131. N. Ranjithamalar, op. cit., p. 301.
132. Suththanantha Parathiyar, op. cit., p. 77, (tr.).
133. C.W. Thamotharam Pillai, Thamotharam, Kalithokai Pathippurai, Co-operative Tamil Printing and Selling Society, Jaffna, 1971, pp. 45–46, (tr.).
134. Ibid., p. 68, (tr.).
135. Ibid., p. 67.
136. Ibid., p. 69.
137. G. Yogeswary, op. cit., pp. 173–185.
138. S. Shivapadasundaram, Arumuga Navalar, Saiva Pirakasa Press, Jaffna, 1950, p. 18.
139. K. Kailasapathy, 'Cultural and Linguistic Consciousness of the Tamil Community' in Ethnicity and Social Change in Sri Lanka, The Social Scientists Association, Colombo, 1985, pp. 165–166.
140. Ibid., pp. 164–166.
141. Ibid., p. 168.
142. A. Sivanesachelvan, op. cit., p. 85.
143. *MS*, 16 January, 1845.
144. *MS*, 13 February, 1845.
145. *MS*, 10 July, 1845.
146. *MS*, 13 November, 1845.
147. *Journal of the RASCB* (1847) Vol. 1, No. 3, 1847, pp. 69–79, cited in K. Indrapala Dravidian Settlement in Ceylon and the Beginnings of the Kingdom of Jaffna (Ph.D. Unpublished thesis) University of London.
148. Ibid., p.8.
149. Ibid., p.8.
150. *MS*, 10 December, 1848.
151. *MS*, 25 September, 1852.
152. *MS*, 7 March, 1889.
153. V. Sivasamy, 'Intiya Marumalarchchi Pinnaniyal Navalar' in Arumuga Navalar Centenary Volume, op. cit., pp. 259–262.
154. Swami Virupakshananda, The Ramakrishna Movement in Sri Lanka, Caxton Printing Works, Colombo, 1978, p. 6.
155. V. Sivasamy, op. cit., p. 265.
156. K. Ramaswamy, 'Poliyarudpamaruppu' in Arumuga Navalar Pirapanta Thirattu, op. cit., pp. 80–109.
157. V. Sivasamy, op. cit., p. 261.
158. B. Majumdar, History of Indian Social and Political Ideas from Rammohan Roy to Dayananda, Calcutta, 1957, p. 246.
159. Ibid., p. 262.
160. Arumuga Navalar, Palapadam IV, Cithamparam, 1865, pp. 81–95.
161. Ibid., p. 262.
162. S. Nicholapillai, A Catholic Hindu encounter: relation between Roman Catholics and Hindus in Jaffna, Sri Lanka 1900–1926, Ceylon Printers, Colombo, 1994, p. 36.
163. K.M. de Silva, 'The Government and Religion: Problems and Policies (C 1832–C 1910)' in *UCHC*, p. 209.
164. N. Supramaniyam, Navalarum T. Kailasapillaiyum (Navalar and T. Kailasapillai), Arumuga Navalar Centenary Volume, op. cit., p. 181.
165. *HO*, 26 March, 1890.

166. *HO*, 3 February, 1897.
167. *HO*, 26 March, 1897.
168. Ibid.
169. *HO*, 3 March, 1897.
170. *HO*, 11 September, 1889.
171. Ibid.
172. *HO*, 9 October, 1889.
173. *HO*, 2 October, 1895.
174. T. Kailasapillai, op. cit., p. 84.
175. *HO*, 12 October, 1898.
176. *HO*, 26 December, 1890.
177. *HO*, 7 May, 1890.
178. *HO*, 10 July, 1895.
179. *MS,* 12 October, 1852.
180. *HO*, 4 May 1898.
181. B.L. Panditaratna and S. Selvanayakam, 'The Demography of Ceylon – An Introductory Survey' in UCHC, Chapter II, p. 286.
182. B.L. Panditaratna and S. Selvanayakam, op. cit., p. 287.
183. Ibid., (Based on Government Census Report).
184. B.L. Panditaratna and S. Selvanayakam, op. cit., p. 288.
185. B.L. Panditaratna and S. Selvanayakam, op. cit, p. 299.
186. *MS,* 5 January, 1871.
187. *MS,* 6 June, 1881.
188. S. Arasaratnam, 'Sri Lankan Tamils: Under Colonial Rule' in C. Manogaran & B. Pfaffenberger, eds., The Sri Lanka Tamils: ethnicity and Idenitity, West View Press, Colorado, 1994, pp. 45–46.
189. A.J. Wilson, The Break-up Sri Lanka, The Sinhalese-Tamil Conflict, C. Hurst and Co., Publishing, London, 1988, p. 45.
190. *IC*, 10 August, 1899, (tr.).
191. *MS,* 20 November, 1873.
192. L.A. Wickremeratne, 'The Development of Transportation in Ceylon, C. 1800–1947', In *UCHC*, p. 303.
193. P.M. Bingham, History of the Public Works Department of Ceylon, (No date of Publication), p. 1.
194. P.M. Bingham, op. cit., p. 47.
195. *HO*, 28 July, 1897.
196. *MS,* 4 January, 1872.
197. *MS,* 5 October, 1880.
198. *MS,* 2 February, 1869.
199. *MS,* 2 March, 1868.
200. *MS,* 27 August, 1899.
201. Wesleyan Mission Report, Trincomalee, 25 March, 1856.
202. *HO*, 13 August, 1890.
203. *MS,* 4 January, 1900.
204. The Ceylon Blue Book, 1930, p. 1.
205. *HO*, 10 February, 1894.
206. Ibid.
207. *HO*, 6 July, 1898.
208. Ibid.

209. *MS,* 20 March, 1899.
210. *MS,* 5 November, 1885.
211. IC, 30 March, 1890, (tr.).
212. IC, 30 March, 1890, (tr.).
213. *HO,* 8 May, 1895.
214. *HO,* 6 July, 1898.
215. *HO,* 30 November, 1905.
216. L.A. Wickremeratne, The Development of Transportation in Ceylon, *UCHC*, op. cit., p. 311.
217. *HO,* 18 May, 1898.
218. *HO,* 28 October, 1891.
219. Ibid.
220. Ibid.
221. 'Northern Province Administrative Report of the Government' in HO, 19 August, 1989.
222. *HO,* 19 August, 1896.
223. *HO,* 19 August, 1896.
224. *MS,* February, 1864 (date unreadable).
225. C. Collins, Public Administration in Ceylon, op. cit., p. 85.
226. K. Shanmugarajah, Irrigation Projects in North-East of Sri Lanka, India, 2000, pp 160–161
227. Ibid.,
228. Ibid., pp. 160–179.
229. *HO,* 7 May, 1890.
230. *HO,* 13 August, 1890.
231. *IN,* 12 December, 1877.
232. Ibid., (tr.).
233. Ibid., 26 December, 1877.
234. *HO,* 24 July, 1895.
235. *HO,* 20 July, 1898.
236. *HO,* 20 July, 1898.
237. *HO,* 8 July, 1891.
238. *HO,* 8 July, 1891.
239. *MS,* 15 Nov, 1877.
240. *IC*, 10 May, 1901, (tr.).
241. *HO,* 7 August, 1895.
242. *MS,* 30 August, 1894.
243. *HO,* 9 October, 1889.
244. *HO,* 20 October, 1896.
245. *HO,* 7 June, 1900.
246. *HO,* 28 February, 1902.
247. *HO,* 7 August, 1895.
248. *HO,* 19 August, 1896.
249. IC, 27 January, 1902, (tr.).
250. IC, 29 January, 1902, (tr.).
251. *HO,* 10 June, 1891.
252. IC, 11 June, 1890, (tr.).
253. IC, 16 September, 1891, (tr.).
254. IC, 7 May, 1890, (tr.).
255. *HO,* 11 September, 1889.
256. *HO,* 11 September, 1889.

257. *MS,* 7 September, 1882.
258. S. Arasaratnam, 'Sri Lankan's Tamils: under colonial rule', in C. Manogaran and B. Pfaffenberger, op. cit., p. 48.
259. G.A. Piyaratna, American Education in Ceylon, 1816–1875, An Assessment of its Impact, (PhD Thesis, 1968), University of Michigan, Ann Arbor, 1971, p. 174.
260. *CVCMS*, pp. 95–97.
261. G.A. Piyaratna, Ibid., p. 174.
262. Report of the American Mission in Ceylon in 1878, Strong and Asbury Printers Jaffna, 1879, p. 5.
263. Wesleyan Missionary Correspondents, Jaffna, 10 August, 1975.
264. W.J.T. Small, op. cit., p. 139.
265. CVCMS, p. 92.
266. Ibid., p. 95.
267. Education in Ceylon: a centenary volume, The Ministry of Educational and Cultural Affairs, Colombo, 1969, p. 465.
268. Education in Ceylon: a Centenary volume, op. cit., p. 467.
269. Ibid., p. 468.
270. *HO,* 7 August, 1895.
271. Jaffna College Miscellany, Strong and Asbury Printers, Jaffna, 1891, pp. 66–67.
272. Sanmarkapothini, 1885 (date and page unreadable).
273. *MS,* 21 March, 1901.
274. *MS,* 15 June, 1899.
275. *HO*, 8 May, 1895.
276. *HO*, 8 May, 1895.
277. *HO*, 8 December, 1897.
278. *HO*, 6 January, 1897.
279. *PAC*, p. 91.
280. *MS,* 18 November, 1875.
281. *HO*. 11 November, 1891.
282. *MS,* 3 March, 1887.
283. K.M. de Silva, A History of Sri Lanka, Oxford University Press, Madras, 1981, p. 322.
284. *PAC*, p. 92.
285. *PAC*, pp. 94–95.
286. Ibid., p. 100.
287. K.M. de Silva, The Development of the Administrative System, 1833–c, 1910, UCHC, p. 222.
288. K.M. de Silva, op. cit.
289. *IC*, 9 October, 1889, (tr.).
290. K.M. de Silva, op. cit., UCHC, p. 222.
291. *MS,* 1 February, 1877.
292. *MS,* 6 June, 1879.
293. S. Arasaratnam, op. cit., p. 48.
294. Durai Raja Singham, A Hundred Years of Ceylonese in Malaysia and Singapore 1867–1967, cited in S. Arasaratnam, op. cit., p. 49.
295. *HO*, 25 November, 1891.
296. S. Arasaratnam, op. cit., p. 50.

அத்தியாயம் ஒன்பது

பிரித்தானியர் அதிகாரமும், தமிழரின் ஆட்சியுரிமை நிராகரிப்பும் (கி.பி.1833 – கி.பி.1948)

இலங்கையின் நவீன அரசியல் வரலாறு, 1831-1833 காலத்தில் கோல்புறூக், கமறோன் சீர்திருத்தங்களின் அறிமுகத்துடன் ஆரம்பிக்கின்றது. பத்தொன்பதாவது நூற்றாண்டின் ஆரம்ப காலத்திலிருந்து அரசியல் வளர்நிலைகள், சமூக, பொருளாதார மாற்றங்களுக்குச் சமாந்தரமாக நிகழ்ந்துள்ளன. இருப்பினும், 1831 வரையில் எவ்வித பெரிய மாற்றங்களும் நிகழவில்லை. அக்காலத்திலிருந்து கல்வியிலும், தொழில்வாய்ப்பிலும் நிகழ்ந்த சமூக-பொருளாதார மாற்றங்கள், சனத்தொகை பொதுநலசேவைகள் என்பவற்றின் வளர்ச்சி, நெடுஞ்சாலைகள், தொடர்பு முறைமைகள் நிறுவப்பட்டமை என்பவற்றுடன், இறக்குமதி ஏற்றுமதி முயற்சிகளுடன் அதிகரித்துச் சென்ற கைத்தொழில் வர்த்தக வியாபாரச் செயற்பாடுகளும், சாம்ராச்சியத்தின் சமூக பொருளாதார அரசியல் கொள்கைகளை நடைமுறைப்படுத்தும் முகமாக, இலங்கைக்கு ஒரு சிறந்த நிர்வாக நீதித்துறைக் கட்டுமானத்தை நிறுவவேண்டிய தேவையை அரசாங்கத்துக்கு ஏற்படுத்தியது. அரசியலமைப்பு ஒன்றும், சட்டநிரூபணசபை, சட்டநிர்வாகசபை முறைமையொன்றும் அறிமுகப்படுத்தப்பட்டு, இத் தேவை பூர்த்தி செய்யப்பட்டது. சட்டநிரூபணசபை, சட்டநிர்வாக சபை என்பனவற்றினால் ஏற்பட்ட பெரும் சீர்திருத்தத்தையும் அதைத் தொடர்ந்த வளர்நிலைகளையும், இங்கு சுருக்கமாக ஆராய்வது அத்தியாவசியமாகும். அத்துடன், இச் சபைகளின் ஆரம்பத்திலிருந்து இலங்கைத் தமிழர் இவற்றில் எவ்வாறு சம்பந்தப்பட்டிருந்தனர் என்பதையும், இந்த அரசியல் அனுபவம்

அவர்களை இதைவிட அதிகமான அரசியல் அபிலாஷைகளைக் கொள்ளத் தூண்டின என்பதையும் ஆய்வதற்கு இந்த ஆராய்ச்சி அத்தியா வசியமாகும். எல்லாவற்றிற்கும் மேலாக, மேற்படி அரசியற் சீர்திருத்தம் தமிழரின் பூர்வீக பாரம்பரிய பிரதேசத்தை எவ்வாறு சீர்குலைத்தது என்பதுபற்றி அறிந்து கொள்வதற்கும் இவ் ஆய்வு மிக இன்றியமையாததாகும்.

கோல்புறூக் கமறோன் 1833 அரசியல், நிர்வாக சீர்திருத்தத்தின் பயனாக இலங்கை ஒரு நவீன காலத்தில் அடியெடுத்து வைத்ததனை மறுப்பதற்கில்லை. நாட்டில் பல்வேறுபட்ட அபிவிருத்திகளும், முன்னேற்றமும் நிகழ்ந்தன. அத்துடன், தமிழரின் அரசியல் வாழ்வில் கோல்புறூக் கமறோன் சீர்திருத்தம் ஒரு பாரிய உடனடித் தாக்கத்தையும் ஏற்படுத்தத் தவற வில்லை. வரலாற்றுக் காலத்திலிருந்து, தமிழரின் பாரம்பரிய பிரதேசமாக இருந்த வடக்கு கிழக்குப் பிரதேசம், முதன்முதலில் அதன் தனித்துவமான நிர்வாகக் கட்டமைப்பிலிருந்து நீக்கப்பட்டு, பிரித்தானியரின் நிர்வாக வசதியின் பொருட்டு அறிமுகப்படுத்தப்பட்ட மத்திய நிர்வாகம் என்ற புதிய அமைப்பு முறைக்குள் அகப்பட்டுத் தனது தனித்துவத்தை இழந்தது. அந்நியரான போத்துக் கீசர், டச்சுக்காரரின் ஆட்சியின்போதுகூட தமிழரின் பாரம்பரிய பிரதேசமாகிய வடக்கும், கிழக்கும் ஒரே நிர்வாகத்தின் கீழேதான் நிர்வகிக்கப்பட்டது என்பது இங்கு குறிப்பிடத்தக்கது. மேலும் இதுபற்றி, 1796 இல், பிரித்தானிய அரசாங்க ஊழியராக இருந்த எச். கிளைகோன் (H. Cleghorn) என்பவர் இலங்கையின் வடக்கு, கிழக்குப் பிரதேங்களில், பிரித்தானியரின் ஆரம்ப ஆட்சிக்காலத்தில், தமிழர் தாயகபூமி இருந்தமையைச் சுட்டிக் காட்டியுள்ளார். அவர் கூறியதாவது:

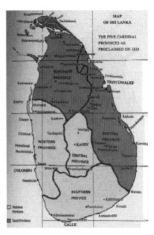

பாரம்பரியத் தமிழ்ப் பிரதேசம்
இலங்கை வரைபடம்

> "இரு வேறுபட்ட தேசங்கள், மிகப் புராதன காலத்திலிருந்தே நாட்டின் உடைமைகளைத் தமக்குள் பிரித்துக் கொண்டிருந்தன. இவற்றில் முதலாவது, நாட்டின் உட்பகுதியிலும், வளவை ஆற்றிலிருந்து சிலாபம் வரையிலான தெற்கு, மேற்குப் பகுதிகளிலும் சிங்களவர் வசித்தனர். இரண்டாவதாக, வடக்கையும், கிழக்கையும் தமது உடமையாகக் கொண்டிருந்த மலபார்கள் (தமிழர்). இவ்விரு தேசங்களும் அவற்றினது சமயம், மொழி, பழக்கவழக்கங்கள் என்பவற்றில் முற்றிலும் மாறுபட்டவை."[1]

மேற்படி கிளைகோனின் கூற்றை உறுதி செய்வதாக 1857 இல், ஜோன் அறோசிமித் (John Arrowsmith) என்பவரால் வெளியிடப்பட்ட வரைபடம் அமை கின்றது. இவ் வரைபடத்தில் இலங்கையின் வடபிரதேசமும், கிழக்குப் பிரதேசமும்

தமிழ் ஊர்ப் பெயர்களைக் கொண்டு அடையாளம் காணப்பட்டுப் பிரித்துக் காட்டப்பட்டுள்ளது. மேலும், 1844 இல் வெளியிடப்பட்ட government ordinance அறிக்கையும் இதனைத் தெளிவுபடுத்துகின்றது.[2] ஏற்கனவே பிறிதோர் இடத்தில் குறிப்பிட்டதன்படி, தமிழரின் பாரம்பரியப் பிரதேசமாக வரலாற்றுக் காலத்திலிருந்து, இலங்கையின் வடமேற்குப் பிரதேசமாகிய புத்தளப் பகுதி, மேலைத் தேசத்தவர்களின் ஆதிக்கத்தின் விளைவாகவும், வர்த்தக நடவடிக்கைகளாலும், எண்ணிக்கையில் பல சிங்களவரும், முஸ்லிம்களும் குடியேறியதன் விளைவாகவும், தமிழரின் எண்ணிக்கை குறைவடைந்து, தமிழர் பாரம்பரியப் பிரதேசம் என்ற அடையாளத்தை கி.பி. பதினேழாம் நூற்றாண்டிலிருந்து இழக்கத் தொடங்கியதை அவதானிக்க முடிகிறது. பிரித்தானியர் ஆட்சியின்போது இந்நிலைமை மேலும் அதிகரித்ததோடு, தெற்கில் ஏற்பட்ட சனத்தொகை அதிகரிப்பின் விளைவாக சிங்கள மக்கள் ஆயிரக் கணக்கில் புத்தளப் பகுதியில் வந்து குடியேறினர். அத்தோடு, வர்த்தகம் செழிப்படைந்ததன் விளைவாகவும், தெங்குப் பயிர்ச்செய்கை அதிகரித்ததன் விளைவாகவும், சிங்கள மக்களோடு முஸ்லிம் மக்களும் இப் பிரதேசத்தில் செறிவாகக் குடியேறினர். இதன் காரணமாக, புத்தளத்திலிருந்த பூர்வீகத் தமிழரில் பலர் சிங்கள இனத்தவரோடும், முஸ்லிம் இனத்தவரோடும் இரண்டறக் கலந்து, சிங்களவர்களாகவும், முஸ்லிம்களாகவும் மாறினர். இந்நிலைமை தமிழரின் பாரம்பரியப் பிரதேசமாகிய புத்தளம் பகுதியை, அதன் பூர்விக நிலையிலிருந்து மாற்றி, சிங்கள, முஸ்லிம் பிரதேசமாக மாற்றியதையும் அவதானிக்க முடிகிறது. இந் நிலைமை மேலைத்தேச ஆக்கிரமிப்புக்காரராகிய போத்துக்கீசர், டச்சுக்காரர் ஆட்சியில் மிக ஆரம்ப நிலையிலேயே காணப்பட்டது. ஆனால் பிரித்தானியரின் ஆட்சிக் காலத்தில், குறிப்பாக 1833களில், கோல் புறூக் சீர்திருத்தத்தின் விளைவாக அறிமுகப்படுத்தப்பட்ட மத்திய நிர்வாக (centralized administration) முறையினாலும், தெங்கு உற்பத்தியின் அபிவிருத்தியினாலும், தமிழர் தமது பாரம்பரியப் பிரதேசமான இலங்கையின் வடமேற்குப் பிரதேசமாகிய புத்தளம் பிரதேசத்தை நிரந்தரமாக இழந்தனர் என்பதே உண்மையாகும். எல்லாவற்றிற்கும் மேலாக, 1833ம் ஆண்டுச் சீர்திருத்தத்தின் விளைவாக, வரலாற்றுக் காலத்திலிருந்து தமிழரின் பாரம்பரிய பிரதேசமாக இருந்து வந்த வடக்கையும், கிழக்கையும் தமிழர் இன்றுவரை நிரந்தரமாக இழந்து நிற்கவேண்டிய நிலைக்கு இட்டுச் சென்றவர்கள் பிரித்தானியரேயாகும். இவ்வாறு பிரித்தானிய அதிகார

இலங்கை வரைபடம் பிரித்தானியர் ஆட்சிக் காலம்

வர்க்கத்தினால் தமிழரின் பாரம்பரிய பிரதேசங்கள் இலங்கையின் வரை படத்திலிருந்து அடியோடு நீக்கப்பட்டதன் விளைவே, இன்று தமிழரின் சகலவிதமான துன்பங்களுக்கும், அழிவுகளுக்கும் அடிப்படையாக அமைந்தது. தமிழரின் வடக்கு கிழக்குப் பிரதேசங்கள் ஒரு தனியான தமிழர் தேசம் என்பதைக் கிளைகோன் அவர்கள் 1796ஆம் ஆண்டு தனது பூரண ஆய்வு அறிக்கையில் தெளிவாக எடுத்துக் காட்டியபோதும், பிரித்தானிய அதிகாரிகள் தமது நிர்வாக வசதிக்காகவும், பாதுகாப்பிற்காகவும், பொருளாதார நலன்களுக்காகவும், மேற்படி பிரதேசங்களில் தமிழ் தேசிய அடையாளத்தைச் சீர்குலைத்து, அவற்றைச் சிங்களத் தேசத்தோடு இரண்டறக் கலக்க வைத்தனர். அவ்வாறு நிகழாமல், பிரித்தானியர், தமிழரின் பாரம்பரியப் பிரதேசத்தைப் பற்றியும், தமிழரின் எதிர்காலத்தைப் பற்றியும் அக்கறை கொண்டிருந்திருந்தால், அவர்கள் தொடர்ந்தும் மேற்படி பிரதேசங்களை முன்பிருந்தவாறே தனித் தமிழ்ப் பிரதேசங்களாகவும், அதனைத் தனி நிர்வாக அலகாகவும் செயற்பட வைத்திருக்கலாம். அவ்வாறு செய்திருப்பின் தொடர்ந்து வந்த அவர்களது ஆட்சிக் காலங்களில் கொண்டுவரபட்ட அரசியற் சீர் திருத்தங்களின்போது ஏற்பட்ட அரச சபைகளின் பிரதிநிதிகளுக்கான தெரிவுப் போட்டிகளிலிருந்தும், அவற்றின் மூலம் எழுந்த அரசியற் பிரச்சனைகளிலிருந்தும் தமிழர் விடுபட்டிருக்கலாம். அத்தோடு, பிரித்தானியர் 1948 இல் இலங்கைக்குச் சுதந்திரம் வழங்கியபோது மேற்படி தமிழ்ப் பிரதேசமும் சுதந்திரம் அடைந்திருக்கும். மேலும் பல்லாயிரக் கணக்கான தமிழ் மக்களும், சிங்கள மக்களும் தமது உயிர்களை இழக்கவேண்டிய நிர்ப்பந்தமும், பல கோடி மதிப்புள்ள சொத்துக்களை இழக்கவேண்டிய நிலையும் ஏற்பட்டிருக்காது. பிரித்தானியரின் ஏகாதிபத்திய வெறியும், பாதுகாப்பு மற்றும் பொருளாதார நலன்களுமே தமிழரின் பாரம்பரிய தமிழ்த் தேசத்தையும், சுதந்திரத்தையும் அவர்களை இழக்கச் செய்ததுடன், அவர்களது ஒட்டுமொத்த வாழ்க்கையையும் சீர்குலைத்தன என்ற முடிவுக்கு வருவதை எவரும் மறுக்கமாட்டார்கள்.

பிரித்தானியர் 1833 இல் செய்த வரலாற்றுத் தவறையே 1948லிருந்து ஆட்சிக்கு வந்த சிங்கள அரசுகளும் தொடர்ந்து செய்து கொண்டிருக்கின்றன. ஒரு இனத்தி னதும், ஒரு தேசத்தினதும், சனநாயக உரிமைகளை மறுத்து, அவற்றின் வாழும் உரிமைகளை மறுத்து, சர்வாதிகாரத்தனமாக அவ் இனத்தையும், அதன் தேசத்தை யும் அடக்கி ஆண்ட எந்தவொரு அதிகார வர்க்கமும் உலகில் வெற்றியடைந்ததாக வரலாறு இல்லை என்பதனை இலங்கையின் சிங்கள அரசியல்வாதிகளும், ஆளும் வர்க்கமும் மிகவும் கவனமாகவும், ஆழமாகவும் சிந்திக்கவேண்டிய ஒரு இக்கட்டான காலம் இது என்பதனை மேற்படி வரலாற்று அனுபவம் காட்டி நிற்கின்றது.

சட்ட நிர்வாக, சட்ட நிரூபண சபைகளின் அறிமுகமும், தமிழரும்

சீர்திருத்தமானது, தேசாதிபதியின் சபை (பிரித்தானியர் முதலில் இலங்கையை ஆக்கிரமித்தபோது அறிமுகப்படுத்தியது) ஒழிப்பையும், சட்டநிர்வாக சபை, சட்டநிரூபண சபை ஆகியவற்றின் உருவாக்கத்தையும் சிபாரிசு செய்தது. இவ்விரு சபைகளும் 1833 மார்ச் மாதம் 10ஆம் திகதியன்று அங்குரார்ப்பணம் செய்யப் பட்டபோது, தேசாதிபதி ஹோட்டனுக்கு ஒரு புதிய ஆணையும், அறிவுறுத்தல்களும்

வழங்கப்பட்டன.[3] ஐந்து பேர்களைக் கொண்டதொரு சட்ட நிர்வாக சபைக்கு ஏற்பாடு வழங்கப்பட்டது. படைகளின் கட்டளையதிகாரி, குடியேற்றச் செயலாளர், மன்னரின் வழக்கறிஞர், குடியேற்றப் பொருளாளர், மேல்மாகாண அரசாங்க அதிபர் ஆகியோர் இதில் அங்கத்துவம் வகித்தனர். இருபதாம் நூற்றாண்டின் இரண்டாம் தசாப்தம்வரை இந்த ஒழுங்கு, மாற்றத்துக்கு உள்ளாகாது தொடர்ந்தது. இருந்தபோதிலும், இவ்விரு புதிய சபைகளுள், இலங்கையின் அரசியல் அபிவிருத்திக்குச் சட்டநிரூபணசபையே அதிக முக்கியத்துவம் வாய்ந்ததாக இருந்தது. இச்சபை, பிரதம நீதியரசர், தரைப்படைகளின் கட்டளையதிகாரி, கணக்காளர் நாயகம், குடியேற்றவாதச் செயலாளர், மேல்மாகாண அரசாங்க அதிபர், குடியேற்ற பொருளாளர், நிலஅளவை நாயகம், கொழும்பின் சுங்க கலெக்டர் ஆகியோரைக் கொண்டிருந்தது. இயலுமான அளவில், சமவிகிதத்ததில், மதிப்புக்குரிய ஐரோப்பிய வர்த்தகர்கள் அல்லது ஐரோப்பிய உள்ளூர்வாசிகள் என்பவர்களுடன் சுதேசிகள் மத்தியிலான 'உயர் வகுப்பு' மக்கள் மத்தியிலிருந்து, ஆறு உத்தியோகப்பற்றற்ற அங்கத்தினர்கள் நியமிக்கப்பட வேண்டியிருந்தது.[4] சட்டநிரூபணசபையின் கட்டுமானமும், 1910 வரையில் பெருமளவுக்கு மாற்றத்துக்கு உள்ளாகாதிருந்தது. கண்டிய, முஸ்லீம் பிரதிநிதிகளுக்கும் இடம் அளிப்பதற்காக 1889இல் இச்சபையின் உத்தியோகப்பற்றற்ற அங்கத்தவர் தொகை ஆறிலிருந்து எட்டாக உயர்த்தப்பட்டது. மூன்று வருடகாலத்துக்கு அங்கத்தவர்கள் நியமிக்கப்பட வேண்டுமென்பது, ஐந்து வருட காலமாக மாற்றமும் செய்யப்பட்டது.[5]

குடியேற்ற சட்டநிரூபண சபை ஒன்றை நிறுவுவதற்கு எப்போதுமே உள்ள அத்தியாவசிய காரணம் குடியேற்றநாட்டு வாசிகள் பிரதிநிதித்துவப்படல் வேண்டும் என்பதாகும். அரச செயலாளருக்கு, நம்பகமானதும், மிகச் சரியானதுமான தகவல்கள் கிடைப்பதற்கான மாற்றுவழிகள் இருக்க வேண்டும் என்பதனாலும், குடியேற்ற நாட்டின் பிரச்சனைகளையிட்டு உள்ளூர் அபிப்பிராயத்தைக் கணிக்கவும், தேசாதிபதியினால் முன்வைக்கப்படும் திருத்தங்களை மதிப்பீடு செய்யவுமே, குடியேற்றநாட்டு வாசிகளின் பிரதிநிதித்துவம் அவசியமாயிற்று. இச்சபை அறிமுகப் படுத்தப்பட்டதன் பின்னர், அது மேலும் பிரதிநிதித்துவம் கொண்டதாகி, 1910 லும், 1920 லும், கரையோரச் சிங்களவர், வடக்கு கிழக்கு மேற்கு மாகாண இலங்கைத் தமிழர், இந்தியத்தமிழர், முஸ்லீம்கள், பறங்கியர், ஐரோப்பியர் ஆகிய இனங்களிடையே சமநிலையிலான இன அமைப்பைப் பேணுவதற்கான நடைமுறைகள் அறிமுகப் படுத்தப்பட்டன. இருப்பினும், சட்டசபையின் உத்தியோகப்பற்றற்ற அங்கத்தவர்களின் பிரதிநிதித்துவத்துடன், தேசாதிபதியே தொடர்ந்து இலங்கையை ஆளும் பொறுப்பைக் கொண்டிருந்தார். உள்ளூர் வாசிகளின் அனுபவமின்மை, முதிர்ச்சியற்ற அரசியல் அணுகுமுறை, என்பன காரணமாக கோல்புறூக், சட்டநிரூபணசபைக்குப் பிரதிநிதிகள், தேர்வு நியமனமூலமே மேற்கொள்ளப்பட வேண்டுமெனச் சிபாரிசு செய்தார். இதற்கிணங்க, ஆறு உத்தியோகப்பற்றற்ற அங்கத்தவர்கள் இன அடிப்படையில் தெரிவு செய்யப்பட்டனர். ஆரம்பத்தில் இந்த அங்கத்துவ விகிதம் மரபுவழியில், மூன்று ஐரோப்பியர்கள், மற்றும் சிங்கள, தமிழ், பறங்கிய இனங்களிலிருந்து தலா ஒரு அங்கத்தவர் என வகுக்கப்பட்டது. 1889 இல் கண்டிச் சிங்களவர் ஒருவர், முஸ்லீம்

ஒருவர், அங்கத்தவர்களாக தெரிவாக ஏற்பாடு செய்யப்பட்டது. இந்த நிலை 1910 வரையில் தொடர்ந்தது. பொதுவாக, அரசாங்கத்துக்கும் சபைக்கும் இடையில் சுமுக உறவு நிலவியது. எப்போதாவது, நிதிசம்பந்தமான வேறுபாடுகள், குறிப்பாக நிதிக் கஞ்சத்தனம் காரணமாக, உத்தியோகப்பற்றற்ற அங்கத்தவர்கள் விரும்பிய அளவுகளில் வேலைகளுக்கான செலவுக்கு அரசாங்கம் பணம் ஒதுக்கீடு செய்யத் தயங்கியபோது ஏற்படவே செய்தன. இச் சந்தர்ப்பத்தில், உத்தியோகப்பற்றற்ற தமிழ் அங்கத்தவர்கள் எவ்வாறு தமிழர்களின் அரசியல் முன்னேற்றத்துக்காக தமது அரசியற் பாத்திரத்தை வகித்தனர் என்பதை ஆராய்வது பயனுள்ளதாகும். அதே வேளையில், இலங்கைத் தமிழர்கள் எவ்வாறு இந்த அரசியல் நடைமுறையில் ஈடுபட்டிருந்தனர் என்பதையும், அவர்களின் அரசியல் இலட்சியங்களுக்கு எது தூண்டுகோலாக இருந்தது என்பதையும் விளங்கிக்கொள்வது முக்கியமாகும். இந்த விஷயங்களை அடையாளம் காண்பதற்காக, சட்டநிரூபண சபையில், தமிழர்களின் ஆரம்பப் பங்களிப்பு சுருக்கமாக எடுத்துக் காட்டப்படும். மேலும், குடியேற்ற அரசாங்கத்தினால் புதிய சீர்திருத்தங்கள் அறிமுகப்படுத்தப்பட்ட 1879லிருந்து 1910 வரையிலான காலகட்டம் பின்னர் கவனத்துக்கு எடுக்கப்படும். இந்த இனரீதியான பிரதிநிதித்துவத்துக்கு எதிராக உள்ளூர் இலங்கை மக்களிடையே காணப்பட்ட இனரீதியான வெறுப்புணர்வு சம்பந்தமாகவும் கவனம் செலுத்தப்படும்.

சட்டநிரூபண சபையும, தமிழ் பிரதிநிதித்துவமும்

குடியேற்றவாத அரசாங்கம் சட்டநிரூபண சபையை அறிமுகப்படுத்தியபோது, அவர்கள் தமிழ் இனத்தைப் பிரதிநிதிப்படுத்துவதற்கு உயர்வர்க்க, பணம்படைத்த கல்விமான்களான தமிழரைத் தேடினர். இந்தப் பதவிக்கு ஆறுமுகநாதபிள்ளை குமாரசுவாமியை அதி பொருத்தமான வேட்பாளராகக் கண்டனர்.

ஆ. குமாரசுவாமி உடுப்பிட்டிக்கு அண்மையிலுள்ள கெருடாவில் கிராமத்தில் 1783ம் ஆண்டு பிறந்தார். கொழும்புக்கு அவர் வந்தபோது இவரது பண்புமிக்க நடத்தை, திறமை, வியாபார நுண்ணறிவு என்பனவற்றினால், நகரத்தின் முன்னணித் தமிழர்களின் நன்மதிப்பை விரைவில் சம்பாதித்துக் கொண்டார். 1808 இல், முதலில் இவர் தேசாதிபதி தொமஸ் மெயிற்லன்டுக்கு மொழிபெயர்ப்பாளராகப் பணிபுரிந்தார். பின்னர் 1810 இல், ஒரு தமிழரினால் வகிக்கக்கூடிய அதியுயர்ந்த பதவியாகிய தேசாதிபதியின் “பிரதம தமிழ் மொழிபெயர்ப்பாளர்” பதவிக்குத் தெரிவு செய்யப் பட்டார். தலைநகரில் தமிழருக்குத் தலைமை தாங்குவதற்கு ஏனைய பல்வேறு போட்டியாளர்களைவிடப் பொருத்தமான வேட்பாளராகவும் கொழும்பு நகர மக்கள் இவரை விரும்பியதால் 1830 இல் இந்தப் பதவிக்கு இவர் அதிக பெரும்பான்மை வாக்குகளால் தெரிவு செய்யப்பட்டார்.[6] இதனால் இவர் கொழும்பில் மட்டுமன்றி, பொதுவாக தமிழ் இனத்தவர் மத்தியிலும் முக்கியஸ்தரானார். 1833 இல் புதிதாக உருவாக்கப்பட்ட சட்டநிரூபணசபைக்கு உத்தியோகப்பற்றற்ற அங்கத்தவராக இவரது பெயர் சிபாரிசு செய்யப்பட்டபோது, இவர் தமிழருக்கு மேலும் பெருமை சேர்த்து, அவர்களின் அரசியல் அபிலாஷைகளை ஊக்குவித்தார். 1835 மே மாதம் 30 ம் திகதி வரையில் உத்தியோகப்பற்றற்ற அங்கத்தவர்கள் நியமிக்கப்படவில்லை. சபையின் அடுத்த அமர்வுக்கு முன்னர் இவர் அமரராகி விட்டார்.[7] ஆ. குமாரசுவாமியின்

சாதனைகளும், தமிழர் மத்தியிலான முக்கியத் துவமும், அரசாங்கத்திலும், ஏன், சிங்கள இனத்தவர் மத்தியிற்கூட தமிழருக்குப் பெருமையைத் தேடித் தந்தன. ஆ. குமாரசுவாமியின் மறைவுக்குப் பின்னர், சட்டசபையில் அவரது பதவி கிட்டத்தட்ட இரு ஆண்டுகள் வெற்றிடமாகவே இருந்தது. இந்த நீண்டகால முடிவில் தமிழர் திரு. சைமன் காசிச் செட்டியை, வெற்றிடமான பதவிக்கு நியமித்ததும், அவர் தனது பதவியில் 1838 ஜுன் 29ம் திகதி சத்தியப் பிரமாணம் செய்துகொண்டார்.[8] மேற்படி காலகட்டத்தில் ஆ. குமாரசுவாமி அவர்கள் கொழும்பிலுள்ள தமிழருக்கு தலைமை தாங்கும் பொறுப்பைத் தாங்கியபோதும், 1833ம் ஆண்டு, கோல்புறூக் சீர்திருத்தத் தின்போது, தமிழரின் பாரம்பரியப் பிரதேசமாகிய வடக்கு, கிழக்குப் பிரதேசங்கள் தனி நிர்வாக அமைப்பாக இருந்து, தனித்தனி மாகாணங்களாகப் பிரிக்கப்பட்டு, மத்திய நிர்வாக அமைப்பினுள் கொண்டுவரப்பட்டன. குமாரசுவாமி அவர்கள் ஏன் இவ்விடயம் பற்றி அக் காலகட்டத்தில் பிரித்தானிய அதிகாரிகளின் கவனத்திற்குக் கொண்டு வரவில்லை என்றும், தூரநோக்கிற் சிந்திக்கவில்லை என்றும், எண்ணவேண்டி யுள்ளது. கொழும்பை அடித்தளமாகக் கொண்ட தமிழ்த் தலைவர்கள் விட்ட தவறுகளே பிரித்தானியருக்கும், அதன் பின்னர், சிங்களத் தலைவர்களுக்கும் அவர்களது அரசியல் அபிலாசைகளை நிறைவேற்றுவதற்குச் சாதகமாக அமைந் திருக்கின்றன. இந்த வகையில் ஆ. குமாரசுவாமி அவர்கள் ஒரு ஆரம்பகர்த்தாவாக இருந்திருக்கின்றார் என்று வரலாற்று மாணவர் கருதுவதிற் தவறில்லை.

சைமன் காசிச் செட்டியின் பின்னர் சட்டநிரூபணசபையில் அதி முக்கிய மானவராகத் திகழ்ந்தவர் முத்துக் குமாரசுவாமி ஆவர். இவர் 1862லிருந்து 1879 இல் காலமாகும் வரையில் பதினேழு வருட காலம் சட்டநிரூபணசபையில் பதவியில் இருந்தார். முத்துக் குமாரசுவாமி, தனது சமூக-அரசியல் அறிவுத் திறத்தினாலும், சட்டத் திறமையினாலும் (இவர் இங்கிலாந்தில் கல்விகற்று வழக்கறிஞராகத் தகைமை பெற்றவர்), உள்ளூர் பாரம்பரியங்கள், கலாச்சாரம், வரலாறு என்பன பற்றிய அறி வினாலும், சட்டநிரூபணசபையில் பதவி வகித்து அதைப் பெருமைப்படுத்தினார். அச் சபையில் அவர் பிரசித்திபெற்ற சொற்பொழிவாளராகவும் இருந்தார். தமிழ் அறிஞர் வைத்திலிங்கம் இவரைப்பற்றிச் சொன்னதாவது:

> "ஒரு சொற்பொழிவாளர் என்ற வகையில் முத்துக் குமாரசுவாமி ஈடு இணை யற்றவர். அவர் 'கிழக்கின் வெள்ளிநாக்குப் படைத்த சொற் பொழிவாளர்' (Silver-tongued orator of the east) எனப் பிரபலம் பெற்றவர். சட்டநிரூபணசபை அவரின் வளமானதும், தாராளமானதுமான பேச்சாற்ற லினால் ரீங்கரித்தது. மக்களின் உரிமைக்காக ஞானத்துடனும், அச்ச மின்றியும் போராடியவர். முடிவற்ற அறிவாற்றல் வளங்களைக் கொண்டவர். நீதியின்மேல் தாகமும், அரசியல் விவகாரத்திலும், நல்லாட்சியிலும் ஒரு தத்துவரீதியான பார்வையைக் கொண்டு, இணையற்று விளங்கியவர்."[9]

முத்துக் குமாரசுவாமி ஒரு நேர்மையான அரசியல்வாதியாக இருந்தார் என் பதையும், அவர் தனது அபிப்பிராயங்களைப் பயமின்றி வெளியிட்டதுமன்றி, சட்ட நிரூபணசபையின் நடவடிக்கைக்காக, பொதுமக்களின் குறைகளை அச் சபையின்

கவனத்துக்குக் கொண்டு வந்தார். 1878லும், 1879லும் வடமாகாணத்தில் பேரழிவை ஏற்படுத்திய கலரா கொள்ளை நோயின்போது டபிள்யூ. சி. துவைனத்தின் கீழான சுகாதாரத் திணைக்களத்தின் அசட்டையினாலும், தவறான நிர்வாகத் தினாலும், மக்களின் சௌக்கியமும், செல்வமும் பெருமளவிற் பாதிக்கப்பட்டது. ஆறுமுக நாவலர் இப் பிரச்சனையை பலத்த குரலில் எழுப்பி, தவறான நிர்வாகம் சம்பந்தமான உண்மைகளையும், புள்ளிவிபரங்களையும் முத்துக்குமாரசுவாமியிடம் கையளிக்க, அவர் இந்த விஷயத்தை சட்டநிரூபணசபையில் டபிள்யூ. சி. துவைனத்துக்கு எதிராகக் கொண்டு வந்தார்.[10] இவ் வகையில், முத்துக்குமாரசுவாமி பல்வேறு பிரச்சனை களையும், பொதுமக்களின் துயர்களையும் சட்டசபையில் எழுப்பி, மக்களின் உரிமைக் காக வாதாடினார். மோணிங் ஸ்ரார் (Morning Star), கத்தோலிக்க பாதுகாவலன் (The Catholic Guardian), தி எக்ஸாமினர் (The Examiner), த சிலோன் ஒப்சேவர் (The Ceylon Observer), த சிலோன் றிவியூ (The Ceylon Review) போன்ற செய்திப் பத்திரிகைகள், இந்தச் சம்பவங்களையிட்டுச் செய்தி வெளியிட்டு முத்துக்குமார சுவாமியைப் பாராட்டின. அவருடைய பிரபலமும், புகழும் தமிழ்ச் சமூகத்தைப் பெருமையடையச் செய்து, மக்களின் உரிமைகளுக்காகப் போராடும் தன்னம்பிக் கையையும், துணிவையும், எதிர்கால அரசியல்வாதிகளுக்கு அளித்தன. இலங்கையில் மக்கள், வருங்கால அரசியற் பிரமுகர்கள் ஆகிய இரு சாராருக்குமே அவர் சிறந்த முன்மாதிரியாகத் திகழ்ந்தார்.

கொழும்பு வர்த்தகரான சைமன் காசிச் செட்டி (Simon Casei Chetty) அவர்கள் 1838–1845 வரையில் சட்டநிரூபண–பையில் அங்கம் வகித்தபோதும் அவரால் தமிழரின் வடக்கு, கிழக்குப் பிரதேசங்களின் பிரச்சனைகளை முன்னெடுத்துச் செல்ல முடிய வில்லை. முத்துக் குமாரசுவாமி அவர்கள் தமிழரின் பல்வேறு சமூகப் பிரச்சனைகளை சபைக்கு எடுத்துச் சென்றபோதும், அவர் ஓர் இலங்கைத் தேசியவாதி யாகவே காணப்பட்டார். அத்தோடு அவர் அங்கத்த வராக இருந்த காலப்பகுதியில் அதிக வருடங்கள் இங்கிலாந்தில் கழித்திருக்கிறார்.[11] எனவே, வடக்கு, கிழக்கு பிரதேச மக்களையோ, இப் பிரதேச அபி விருத்திகள் பற்றியோ அனேகமாகப் பாராமுக மாகவே இருந்திருக்கின்றார் என்றே கொள்ள வேண்டும்.

சைமன் காசிசெட்டி

பொன்னம்பல முதலியாரின் மகனும், முத்துக் குமாரசுவாமியின் மருமகனுமான பொ. இராமநாதன், உயர்வாகக் கணிக்கப்பட்ட போட்டியாளர்கள் மத்தியி லிருந்து, முத்துக் குமாரசுவாமியின் பதவி வெற்றி டத்துக்கு நியமிக்கப்பட்டார். இந்த மட்டத்திலே நிலவிய போட்டி மனப்பான்மை, தமிழர் எவ்வளவுக்கு அரசியல் நடைமுறைகளில் ஆழ்ந்த ஈடுபாடு கொண்டிருந்தனர் என்பதை விளக்குவதில் முக்கியமாகின்றது.

இலங்கையின் வடக்கிலும், கிழக்கிலும், கொழும்பிலும் வாழ்ந்த உள்ளூர் தமிழ்மக்கள், சட்ட நிரூபண சபைக்குத் தமிழ்ப் பிரதிநிதிகளைத் தேர்ந்தெடுப்பதில் மிகவும் துடிப்பாகப் பங்குபற்றினர். தமிழ் மக்களினது சமய, கலாசார, மொழிப்

பாரம்பரியங்களின் நலனைக் கருத்திற் கொண்டு, மிகப் பொருத்தமான வேட்பாளரைத் தேர்ந்தெடுப்பதில், ஆறுமுக நாவலரும், உள்ளூர் உயர் மட்டத்தினரும் உற்சாகமாக அக்கறை செலுத்தினர். விசேடமாக நாவலர், எவ்வளவுக்கு அதிகமாகத் தமிழ் மக்களை அரசியலில் பங்குபெறச் செய்யமுடியுமோ அவ்வளவுக்கு அவர்களை ஈடுபடச்செய்யப் பாடுபட்டார். ஆறுமுக நாவலரின் பல்வகைத்தான பணிகள் யாவும் எவராலுமே அவரைப்போல் செயற்பட முடியாதவையாக இருந்தன. முன்னைய அத்தியாயங்களில் நாம் பார்த்ததுபோன்று, ஊதியம் எதிர்பாரா ஆசிரியர், பாட சாலைகளின் தாபகர், நிர்வாகி, அச்சுக்கூட உரிமையாளர், புத்தக வெளியீட்டாளர், விமர்சகர், உரையாசிரியர், பத்திராதிபர், மொழிபெயர்ப்பாளர், புலவர், அரிய எழுத்துச்சுவடிச் சேகரிப்பாளர், பேச்சாளர், வாதத்திறமை மிக்க எழுத்தாளர், சிறுபிரசுர வெளியீட்டாளர், புத்தக ஆசிரியர், விண்ணப்பதாரர், கொள்ளைநோய் பஞ்ச காலத்தில் மக்கள்துயர் களைபவர், மனுக்கள் மூலம் மக்களின் துன்பங்களை வெளிப்படுத்தியவர், பொதுக்கூட்டங்களையும், விவாதங்களையும் ஒழுங்கு செய்தவர், வழக்காளி, அடிக்கடி இந்தியாவுக்குப் பயணம் செய்தவர், என பல்வேறு வகையில் அவர் செயற்பட்டதை நாம் எடுத்துக் காட்டமுடியும். மனித இனத்தை மேம்படுத்தவும், தமிழரின் சமய, கலாசார, மொழி, சமூக விழுமியங்களைப் பாதுகாக்கவும், நவீன உலகில் தமிழர் மேலும் சிறந்து வாழ்வதற்கு அவர்களைத் தயார் செய்யவும், இவை யாவற்றையும் நாவலர் ஒன்றிணைத்துச் செயற்பட்டார். மேற்குறிப்பிட்ட துறைகளுடன் மட்டும் நாவலரின் சாதனைகள் நின்றுவிடவில்லை. அவர் தனது கடைசிக் காலத்தில், தமிழ்ச் சமூகத்தின் நிலையை உயர்த்துவதற்காக, சமூக, அரசியற் கருமங்களிலும் ஈடுபட்டிருந்தார். 1874 இல் இருந்து, தென்னிந்தியாவில் அவர் இராமலிங்க வள்ளலாருடன் நிகழ்த்திய நீண்ட சமய வாதங்களின் பின்னர் அவர் நாடு திரும்பி, தமிழரைப் பாதிக்கின்ற சமூக, அரசியற் பிரச்சனைகளுக்காகத் தம்மை அர்ப்பணித்துக் கொண்டார்.[12] நாவலரது சமூக, அரசியல் செயல்முனைப்பு, இந்தியாவில் தமிழர் மத்தியிலான சமூக கருமங்களில் இராமலிங்க வள்ளலார் கொண்டிருந்த ஈடுபாட்டின் செல்வாக்கின் காரணமாக ஏற்பட்டிருக்கவும் கூடும். ஆனால் இங்கு முக்கியமாகக் கவனிக்கப்பட வேண்டியது என்னவெனில், நாவலர் தனது சமூக, அரசியற் பாத்திரத்தை மேலும் விஸ்தரித்துக் கொண்டார் என்பதாகும். உதாரணமாக, 1876 லும், 1877 லும் கொடும் வரட்சி காரணமாக தீபகற்பத்தில் ஏழ்மை நிலவியபோது, பாதிக்கப்பட்ட மக்களுக்கு, உணவளிப்பதில் சளைக்காது பாடுபட்டார்.[13] அவர்கள் கலாரா கொள்ளை நோயினாலும் பாதிக்கப்பட்டிருந்தபோது நாவலர் இதனைச் செல்வந்தர்களின் கவனத்துக்குக் கொண்டுவந்து, அவர்களுடன் இணைந்து இந்த நோயை அழிக்க அயராது உழைத்தார்.[14] இந்த மக்களின் நிலையையிட்டுக் கவனக்குறைவாக இருந்த அரசாங்க அதிபர் டபிள்யூ. சி. துவைனத்துக்கு எதிராக இவ் விஷயத்தில் குரல் எழுப்பவும் செய்தார்.[15] 1878 ஜனவரி 15 ம் திகதியன்று தேசாதிபதி ஜேம்ஸ் லோங்டன் (Sir James Longden) யாழ்ப்பாணத்துக்கு வருகை தந்தபோது அவரிடம், துவைனத்தை யாழ்ப் பாணத்திலிருந்து மாற்றஞ் செய்யும்படி நாவலர் மனுவொன்றை அளித்தார்.[16] முன்னர் இங்கு குறிப்பிட்டது போன்று, சட்டநிரூபணசபையில் தமிழரின் பிரதிநிதியாகவிருந்த சேர். மு. முத்துக்குமாரசுவாமிக்கு, துவைனத்தின் தவறான நிர்வாகத்தையிட்ட

தகவல்களை வழங்கி, அதன்வழி அவர் இந்தப் பிரச்சனையை சட்டநிரூபணசபையில் எழுப்பவும் நாவலர் வழிவகுத்தார்.[17]

நாவலர், தமிழ் மக்களின் சமூகநலனில் தீவிரமாக ஈடுபட்டிருந்தார் என்பதனை இந்த உதாரணங்கள் தெளிவாகக் காட்டுகின்றன. அறிஞர்கள் சிலர் நாவலர் தனது சமூகச் செயற்பாடுகளை தீபகற்பத்தில் மட்டுமே மேற்கொண்டார் எனக் கண்டனம் தெரிவித்துள்ளனர். அவர்கள், நாவலர் செயற்பட்ட சந்தர்ப்ப சூழ்நிலைகளையும், காலகட்டத்தையும் கருத்திற் கொள்ளத் தவறியமையால் அவர்களது கண்டனம் பொருத்தமற்றதாகவே தோன்றுகின்றது. உண்மையில், நாடு முழுவதிலும் சமூகச் செயற்பாட்டில் முனைப்பாக இருந்தவர்களுக்கு நாவலர் ஒரு முன்மாதிரியாக இருந்தார். மேலும் நாவலர் தனது சமூகப் பணியில் சாதி, சமயத்தைக் கருத்திற் கொள்ளாது, சமூக இடர்களினால் பாதிக்கப்பட்டவர்களை முதலில், மனிதர் என்ற கண்ணோட்டத்துடனேயே கவனித்தார். இவரது இந்த மனப்பாங்கு மக்களுக்கு ஒரு முன்னுதாரணமாக இருந்தது. குறிப்பாக, தமிழ்ச் சமூகத்தில் நிலவிய சாதி, சமயம் என்பவற்றிற்கு முக்கியத்துவம் வழங்கப் பிரயத்தனப் பட்டவர்களுக்கு உதாரணமாகவிருந்தது. மேலும், நவீன அறிஞர் சிலர், நாவலர் தனது கல்வி, சமய நடவடிக்கைகளில் சாதியம், சமூக அந்தஸ்து என்பவற்றைக் கவனத்திற் கொண்டார் எனக் கண்டனம் தெரிவித்துள்ளனர். இருந்தபோதும், நாவலர் மக்களின் சமய, கலாசாரப் பாரம்பரியங்களைச் சீர்திருத்தம் செய்ய முயற்சித்தபோது, அவர் பயம், பாரபட்சம் என்பன இன்றி, தவறான நடத்தை, அறியாமை, பொய்மை, கபடம் என்பவற்றைக் கடைப்பிடித்தவர்களைக் கண்டித்தார். சைவத்திலும், அதன் பிரமாணங்களிலும் அசைக்கமுடியாத நம்பிக்கையைக் கொண்டிருந்த நாவலரை, அந்த நம்பிக்கை சைவசமயத்தின் அடிப்படையான வருணாசிரம தர்மத்தைக் கடைப்பிடிக்கச் செய்தது. (வருணாசிரம தர்மம் பிராமணர், ஷத்திரியர், வைசியர், சூத்திரர் என்ற நால்வகை சாதிகளைக் கூறுகின்றது. இச் சாதிகள் ஒவ்வொன்றுக்கும், அவர்கள் இறை இரட்சிப்பை அடைவதற்கான பிரத்தியேகக் கடமைகள் வகுக்கப்பட்டுள்ளன.)

நாவலர், தான், சைவ தர்மத்தில் கொண்டிருந்த நம்பிக்கையின் காரணமாக, இந்தக் கருத்துக்களைப் பலமாகப் பின்பற்றினார் என்பதினால் அவ்வகையான கொள்கைகளுக்காக அவரைக் கண்டனம் செய்வது சிரமமாகின்றது. அப்படியிருந்துங்கூட அவரது சமூக செயற்பாடுகள் சாதி, சமயப் பிரச்சனைகளைப் பெரிதாகத் தூக்கிப் பிடிக்கவில்லை. எனவே அறிஞர்கள் தெரிவிக்கும் கண்டனம் சந்தேகத்துக்குரியது. இங்கு முக்கியம் என்னவெனில், நாவலர் இக் காலகட்டத்தில், தமிழ் மக்கள் அனைவரையும், சாதி சமய வகுப்பு என்ற பேதங்களின்றி ஒன்றிணைத்து, அவர்களின் பிரச்சனைகளத் தீர்ப்பதில், அவர்களைப் பங்குபெறச் செய்யும்படி ஊக்குவித்தார் என்பதாகும். நாவலரின் சீர்திருத்தப் பணிகளின் சிறப்புக் காரணமாக, அவரது செயற்பாடுகளையிட்டு, எவ்வித சமய, சாதிய, நம்பிக்கை சார்போ, பாரபட்சமோ இன்றி, இலங்கை நேசன், த மோணிங் ஸ்ரார், தி எக்ஸாமினர், கத்தோலிக்க பாதுகாவலன் போன்ற செய்திப் பத்திரிகைகள் யாவுமே கட்டுரைகளை வெளியிட்டன. எனவே, தமிழர்கள் மத்தியில் காணப்பட்ட பல்வேறு குழுக்களை, ஒரு, ஒருமித்த தனித்தமிழ்க் குரலாக ஒன்றிணைப்பதில் நாவலர் பங்களித்தார் எனக்

கருதப்படக்கூடியதாக உள்ளது. அத்துடன், துவைனத்தின் தவறான நிர்வாகத்தையிட்டு நாவலர் தேசாதிபதிக்கு முறையீடு செய்தமையும், துவைனத்தின் விஷயத்தை சட்டநிரூபணசபையில் எழுப்புவதற்கு மு. குமாரசுவாமியைத் தூண்டியமையும், தமிழ்மக்கள் சட்டநிரூபணசபையின் முக்கியத்துவத்தை அறிவதற்கும், அச் சபையில் தமிழரின் நலனைப் பிரதிநிதிப்படுத்த வேண்டியதன் அவசியத்தை உணரவும் வழிவகுத்தமைக்குச் சிறந்த உதாரணமாகவும், முன்மாதிரியாகவும் நாவலரின் செயற்பாடுகள் உள்ளன. இதன் பெறுபேறாக, 1879 இல் மு. குமாரசுவாமியின் பதவி வெற்றிடத்தை நிரப்புவதற்கான பிரதிநிதியைத் தேர்ந்தெடுப்பதில் தமிழர் அதிக கவனஞ் செலுத்தினர்.

நாவலர் பொதுவாக சமய, சாதிய, நம்பிக்கை என்ற விஷயங்களைத் தமது சமூக செயற்பாடுகளில் கருத்துக்கு எடுக்காதபோதிலும், சட்டநிரூபணசபைக்கு இந்துசமயப் பிரதிநிதியைத் தேர்வு செய்வதில் கவனமாக இருந்தார்போற் தோன்றுகின்றது. எதற்காக இவ்வாறு முரண்பட்டதொரு மனப்பாங்கு காணப்பட்டது என்பதை அடையாளங் காண்பதற்கு நாம் அதனை ஆராய்வோம். இந்தப் பதவிக்கான இரு வேட்பாளர்களுள் ஒருவர், இந்துவான பொ. இராமநாதன் (முத்துக்குமார சுவாமியின் மருமகன்) சுப்பிரீம்கோட் வழக்கறிஞர், மற்றவர் கிறிஸ்தவரான சி. பிறிற்றோ, வழக்கறிஞர். இவர்கள் இருவருமே ஒரே குடும்பத்தைச் சேர்ந்தவர்கள் என்பது சுவாரஸ்யமானது.[18]

இலங்கையில் இந்துக்களும், பௌத்தர்களும் மக்கள் தொகையில் பெரும்பான்மையினராக இருந்தமையை நாவலர் கவனத்திற் கொண்டதனால், பொ. இராமநாதனை தான் தெரிவுசெய்தமைக்கு மக்களின் ஒப்புதலைப் பெறுவதற்கு அவர் மலையையும் புரட்டத் தயாராயிருந்தார்.[19] எனவே, றோமன் கத்தோலிக்கராகிய பிறிற்றோவிலும் பார்க்க இந்துவான இராமநாதனை நியமிக்கும்படி தமிழர் கோரியதில் நியாயமிருந்தது. இருப்பினும் நாவலரின் அபிமான வேட்பாளர், கொழும்பைத் தளமாகக் கொண்டிருந்த ஆ. குமாரசுவாமியின் குடும்பத்தைச் சேர்ந்தவராயிருந்த காரணத்தினால் தமிழ்ச் சமூகத்தில் அவர் அதிகம் அறியப்பட்டிருக்கவில்லை. மறுபுறத்தில், தனது போட்டியாளரைவிட மூத்தவரா யிருந்த பிறிற்றோ, தமிழ்ச் சமூகத்தில் மிக உயர்வாக மதிக்கப்பட்டவர். அவர் தனது ஆரம்பக் கல்வியை கொழும்பு அகடமியில் பெற்றவர். அங்கு அவர் கணிதப் பரிசு, மற்றும் ரேனர் பரிசுகளை (Turnour Prizes) ஈட்டியவர்.[20] கல்கத்தா பல்கலைக் கழகத்தில் பி. ஏ பட்டத்தைப் பெற்ற முதல் இலங்கையர் இவராகும். கொழும்பில் சிலகாலம் கற்பித்தலில் ஈடுபட்டுவிட்டு, சட்டப்பட்டம் பெற்று, விரைந்து பதவி உயர்வுகளை அடைந்து மட்டக்களப்பு மாவட்ட நீதிபதியானார்.[21] 1871 டிசம்பரில், கொழும்பு மாநகரசபையின், பரி. பவுல் (St. Paul) வட்டாரப் பிரதிநிதியாகத் தேர்ந்தெடுக்கப்பட்டார். இவற்றைவிட, பிறிற்றோ ஒரு பிரபல சமூக சேவகராக இருந்ததுடன், செய்திப் பத்திரிகைகளில் அவரது செயற்பாடுகளுக்கு அதிக முக்கியத்துவம் வழங்கப்பட்டிருந்தது. யாழ்ப்பாணத்தில் பஞ்சமும், சமூக இடர்களும் ஏற்பட்டபோது நாவலருடன் நெருங்கிச் செயற்பட்டவர். கத்தோலிக்கப் பாதுகாவலன் செய்திப் பத்திரிகையின் பத்திகள் மூலம் ஏழைகளுக்கான நிவாரண நிதியை உருவாக்கியவர். சிறாம்பியடியில் வி. பொன்னம்பலத்துக்குச் சொந்தமான தென்னந்

தோட்டத்தில் தினமும், ஏழைகளுக்கும், உணவு தேவைப்பட்டோர்க்கும் அரிசிக் கஞ்சி வழங்கப்பட்டது. ஏழைகளுக்கான இந்த நிவாரண ஏற்பாடு ‘கஞ்சித்தொட்டித் தருமம்’ என மக்கள் மத்தியில் அறியப்பட்டிருந்தது.[22] இதே வேளை, இராம நாதனுடைய ஒரே தகுதி, அவர் மதிப்புமிக்க குடும்பத்தில் பிறந்த சைவராக இருந்தது மட்டுமே. எனவே தமிழர்களையும், தேசாதிபதியையும் இவரை நியமிக்கச் செய்வதற்கு, நாவலர் பிரம்மப்பிரயத்தனம் செய்யவேண்டியிருந்தது.

அந்த நாட்களில் இலங்கை சட்டசபையில் பிரதிநிதித்துவப் பதவிகளுக்கு சனநாயக முறையிலான தேர்தல் நடைபெறவில்லை. தேசாதிபதி தனது சொந்த விருப்பத்தின்பேரில், இந்தப் பதவிக்கு தான் பொருத்தமானவர் எனக் கருதும் எவரையும் நியமனம் செய்யக்கூடியதாக இருந்தது. வழமையாக, பொதுமக்களின் அபிப்பிராயத்தை உணரக்கூடிய நிறைவேற்றுசபை இந்த விஷயங்களில் தேசாதி பதிக்கு ஆலோசனை வழங்கியது. எனவே நாவலர் தாண்டவேண்டிய தடைகள் எண்ணற்றவையாக இருந்தன. த மோணிங் ஸ்ரார், தி எக்ஸாமினர், த கதலிக் காடியன் என்ற பத்திரிகைகள் யாவுமே பொ. இராமநாதன் வேட்பாளராவதை எதிர்த்தன. இவற்றின் நிலையை தமிழ்ப் பத்திரிகையொன்றின் ஆசிரியத் தலையங்கத்தின் பின்வரும் வரிகள் விளக்குகின்றன:

> “நாவலர் உரைகளையும், போதனைகளையும் நிகழ்த்தியிருந்தும் சைவம் நோய்பிடித்த நிலையில் உள்ளது. இராமநாதன் துரையை (உயர்பதவியில் இருப்போரைக் குறிக்கும் மரியாதைக்குரிய சொல்) சட்டநிரூபண சபைக்குத் தெரிவுசெய்யும் தற்போதைய முயற்சி, சைவசமயத்திலுள்ள பிரிவினை களை இல்லாதொழிக்குமோ?”[23]

அந்தச் சமயத்தில் இந்துக்களின் அபிப்பிராயத்தை வெளியிடுவதற்குச் செய்திப் பத்திரிகைகள் எதுவும் இருக்கவில்லை. சைவ உதயபானு என்ற பத்திரிகை பின்னரே ஆரம்பிக்கப்பட்டது. எனவே, செய்தி ஊடகம் எதிராகச் செயற்பட்டதனால் நாவலர் தனக்கிருந்த ஒரே வழியைப் பயன்படுத்தும் நிலைக்குத் தள்ளப்பட்டார். பொது மேடைகளே அவருக்கிருந்த ஒரே வழியாகவிருந்தது. பல சமய உரையாடல் களுக்கும், விவாதங்களுக்கும் எவ்வாறு சிவன்கோவில் மண்டபம் ஒரு இடமாக இருந்ததோ, அதேபோன்று, இக்காலத்தில் உள்ளூர் வாசிகள் தமது சமூக, அரசியல் பிரச்சனைகளை அலசுவதற்கு நாவலரின் பாடசாலைகளும், வளாகமும் மக்கள் கூடும் இடங்களாகவிருந்தன. நாவலர் முதலில் இந்த அங்குரார்ப்பணக் கூட்டங் களையிட்டுக் கவனமாகத் திட்டமிட்டுவிட்டு, பின்னர் மோணிங் ஸ்ரார் மூலமும், ஏனைய பத்திரிகைகள் வாயிலாகவும் அறிவிப்பு விடுத்தார்.

1879 மே 22 ம் திகதியன்று, நாவலருடைய சைவப் பிரகாச வித்தியாசாலையில் ஏறத்தாழ மூவாயிரம் பேர் வரை பிரசன்னமாயிருந்த கூட்டத்தில், யாழ்பாண உயர்மட்டப் பிரதிநிதிகளும் கலந்துகொண்டிருந்தனர்.[24] நாவலர் தனது பேச்சில், இராமநாதனைப் பலமாக ஆதரித்து, சபையோரைத் தனது கோரிக்கையின் பக்கமாக ஈர்த்துக் கொண்டார். அவர் தனது உரையில், ஆ. குமாரசுவாமியினதும், முத்துக் குமாரசுவாமியினதும் புகழ்மிகு அந்தஸ்தையும், சட்டநிரூபணசபையில் அவர்கள்

ஆற்றிய அரும் சேவைகளையும் பிரதானப்படுத்தியதுடன், இராமநாதனின் ஆங்கிலப் புலமையையும், பரந்த கல்வியறிவையும் குறிப்பிட்டு, உயர்ந்த கொள்கையுடைய தமிழராகிய இவர் ஆட்சியாளரினாலும், ஆளப்படுகின்றவர் களாலும் எவ்வளவு அதிகமாக மதிக்கப்படுகின்றனர் என்பதனையும் எடுத்துரைத்தார்:

> "கனவான்களே, நான் கூறுவதைக் கவனமாகக் கேட்பீர்களாகில், பொ. இராமநாதனையே உங்கள் வெற்றிகரமான வேட்பாளாராக ஏற்றுக் கொள்வீர்கள் என நான் நிச்சயமாக நம்புகின்றேன். பொ. இராமநாதனின் மேல் நம்பிக்கையற்றவர் ஒருவராவது இங்கில்லை என நான் நிச்சயமாக நம்புகின்றேன். அவர் அரசாங்கத்தின் நன்மதிப்பைப் பெருமளவில் பெற்றுள்ளார் என்ற எனது எண்ணத்தை நீங்கள் ஏற்றுக் கொள்வீர்கள் என நான் நம்புகின்றேன். இவரை எமது பிரதிநிதியாக நாம் தெரிவுசெய்யும் பட்சத்தில் எமது நலன்கள் பாதிப்படையா. தனது கூட்டாளிகளைத் தெரிவு செய்வதில் கவனமற்ற ஒருவரையோ, அதிகாரபீடத்தின் நம்பிக்கையைப் பெற்றிராத ஒருவரையோ, நியமிக்கும்படி தேசாதிபதியைக் கோருவது எமக்கு அழகல்ல. இந்த வார்த்தைகளுடன் நான் தீர்மானத்தை முன்மொழி கின்றேன். இங்கு கூடியிருக்கும், சமூகத்தின் முன்னணி அங்கத்தவர் களாகிய நாம், பொ. இராமநாதன் இலங்கைத் தமிழ்ச் சமூகத்தை, இயலுமான அளவுக்கு மிகச் சிறந்த முறையில் பிரதிநிதிப்படுத்துவதற்கு அவசியமான தகைமைகளைக் கொண்டவர் என ஏகமனதான அபிப் பிராயத்தை உடையோம். அவர் உயர்ந்த சமூக அந்தஸ்தும், சொந்த வருமானமும் கொண்டவர். அதி ஏற்புடைய வேட்பாளர் இவரே என இக் கூட்டம் ஏற்றுக் கொள்கின்றது."[25]

இத்தீர்மானம், திருவாங்கூர் சேவையில், சுப்ரீம்கோட் நீதிபதியாகவும், பொலிஸ் அத்தியட்சகராவுமிருந்த பொன்னம்பலபிள்ளையினால் வழிமொழியப்பட்டு, மனுவானது நாவலரினாலும், ஏனைய பலரினாலும் கையெழுத்திடப்பட்டு தேசாதிபதிக்கு முன் வைக்கப்பட்டது. சுருக்கமாகவும், அதி இராஜதந்திர பதப்பிரயோகத்துடனும், முத்துக் குமாரசுவாமியினால் ஏற்பட்ட வெற்றிடத்தை நிரப்ப இராமநாதனே ஏற்புடையவர் என்பதனை இம் மனுவில் நாவலர் விவாதித்திருந்தார். அத்துடன், சுப்ரீம்கோட் வழக்கறிஞரான அவரது புகழ்மிகு அந்தஸ்தையும், குமாரசுவாமியின் மருமகன் அவர் என்பதையும் மட்டுமல்லாது, அவரது உன்னதமான ஒழுக்கத்தையும், உள்ளூர் பழக்கவழக்கங்கள் பிரச்சனைகள் என்பனபற்றி அவருக்குள்ள பரிச்சயத்தையும் விதந்துரைத்திருந்தார். சுருங்கக்கூறின், தமிழ்ச் சமூகத்தின் நலன்களைப் பிரதிநிதிப் படுத்துவதற்கு இராமநாதனே மிகச் சிறந்த வேட்பாளர் என்ற எண்ணம் தேசாதிபதியின் மனதில் ஏற்படும் வண்ணம் அவரின் மனு அமைந்திருந்தது.[26]

கிறிஸ்தோபர் பிறிற்றோவும் அவரது ஆதரவாளர்களும் தீபகற்பத்தில் மட்டுமன்றி, கிழக்கு மாகாணத்திலும், மேலும் தொலைவிலுள்ள புத்தளம், காலி, கம்பளை போன்ற தென்பிரதேசங்களிலும் தீவிர பிரச்சாரம் செய்தனர். நாவலர் யாழ்ப்பாணத்தில் ஒரு கூட்டத்தை ஒழுங்குசெய்து அதற்குத் தீபகற்பம் முழுவதிலு

மான மக்களை அழைத்தபோது, பிறிற்றோவும் அவரது ஆதரவாளரும் யாழ்ப்பாணத்தில் மட்டுமன்றி கோப்பாய், மல்லாகம், சாவகச்சேரி, பருத்தித்துறை போன்ற இடங்களிலும் கூட்டங்களை ஏற்பாடு செய்தனர். பருத்தித்துறை, புலோலி, அல்வாய், வல்வெட்டித் துறையுடன், வடமராட்சியின் ஏனைய கிராமங்களைச் சேர்ந்த மக்கள் 1879 மே 19 ம் திகதியன்று நீதிமன்ற வளாகத்தில் கூடியிருந்தபோது (ஏறத்தாழ இங்கு முந்நூறு பேர் பிரசன்னமாகவிருந்தனர்), பிரக்கிராசி என். மயில்வாகனம் தலைவராகத் தெரிவுசெய்யப்பட்ட கூட்டத்தில் தேசாதிபதிக்கு மனுச்செய்வதென்றும் தீர்மானிக்கப் பட்டது. ஏனைய வேட்பாளர்களின் தனிப்பட்ட குறைகளை விபரிப்பது பண்பல்ல என விவாதித்து, திரு. பிறிற்றோ தமிழர்களில் பெரும்பான்மையினருக்கு அதிசிறந்த பிரதிநிதியாக இருப்பது மட்டுமன்றி, தேசாதிபதியின் நோக்கங்களைச் சிறந்த முறையில் திருப்தி செய்வார் எனவும் சொல்லப்பட்டது.[27]

இருந்தபோதிலும், நாவலரின் வாதத்தை ஏற்றுக்கொண்ட தேசாதிபதி, முத்துக் குமாரசுவாமி விட்டுச்சென்ற வெற்றிடத்தை நிரப்புவதற்கு, இராமநாதனை சட்ட நிரூபணசபைக்கு உத்தியோகப்பற்றற்ற அங்கத்தவராக நியமித்தார். இதன் மூலம், அயராது ஐந்து தசாப்தங்கள் தேசத்துக்குச் சேவையாற்றுவதற்கான ஆரம்பத்தை இராமநாதனுக்கு நாவலர் வழங்கியிருந்தார். அரசியல் அரங்கில் தனது பணிவான ஆரம்பத்தை உணர்ந்திருந்த இராமநாதன், முன்மாதிரியாக விளங்கிய பெருமைமிகு குடும்பம் ஒன்றின் வம்சத்துக்கு இருக்கக்கூடிய நன்றிமறவாப் பண்பின் காரணமாக, 1884 பெப்ரவரி 11 ம் திகதி, சட்டநிரூபணசபையில் நாவலரை, 'இந்துக்களின் சீர்திருத்த நாயகன்' என விபரித்தார்.[28]

இங்கு எமது நோக்கம் என்னவெனில், முதலாவதாக, நாவலரும் மக்களும் என்ன காரணங்களுக்காக இராமநாதனை ஆதரித்தனர் என்பதையும், இரண்டாவதாக, தமிழ்மக்கள்மீது இந்த நிகழ்வுகள் ஏற்படுத்திய தாக்கத்தையும், மூன்றாவதாக, இந் நிகழ்வுகளில் மக்களின் வெகுசனரீதியான பங்குபற்றல், அவர்களது அரசியல் எதிர்காலத்தில் என்ன விளைவுகளை ஏற்படுத்தியது என்பவற்றை அடையாளம் காண்பதுமாகும். இவற்றில் முதலாவது விஷயத்தைப் பொறுத்தவரை, பிறிற்றோதான் அப் பதவிக்கு மிகப் பொருத்தமான வேட்பாளர் என்பதனை நாவலர் தெளிவாகத் தெரிந்திருந்தார். 1876-1877 இல் யாழ்ப்பாணத்தில் நிலவிய வரட்சி, கலரா கொள்ளை நோய் ஆகிவற்றின்போது, பிறிற்றோ நாவலருடன் நெருக்கமாகப் பணிபுரிந்தபோது, அவருடைய தனித்துவமான தகைமைகளும், அனுபவமும், அவரது சமூகப் பணிகளும், ஆர்வங்களும் வெளிப்படையாகத் தெரிந்திருந்தன. தமிழரும் சிங்கள வரும் இலங்கையின் பெரும்பான்மைச் சமூகங்கள் என்பதுடன் அவர்களது, சமய, கலாசார, பாரம்பரிய விழுமியங்கள் சைவ, பௌத்த பிரதிநிதிகளினால் மட்டுமே பாதுகாக்கப்படும் என நாவலர் நம்பியதனாலேதான் கிறிஸ்தவரான பிறிற்றோவின் வேட்பு மனுவை நாவலர் புறந்தள்ளினார். எனவே நாவலர், தனது இந்த நம்பிக்கையை முன்னிறுத்தி, அதைத் தனது பேச்சுக்களிலும், கூற்றுக்களிலும் தெளிவாகக் குறிப்பிட்டார். இராமநாதன் பிறிற்றோவைவிடப் பலவீனமான வேட்பாளராக இருந்தபோதிலும், முத்துக்குமாரசுவாமியின் தனித்துவமான புகழைப் பிரயோகித்து, இராமநாதனுடைய குறையை நிரப்பி, தமிழ் மக்களினதும், தேசாதிபதியினதும் மனங்களில் இராமநாதனையிட்டு உயர்வான மதிப்பு ஏற்படும் வண்ணம் நாவலர்

முயன்றார். நாவலரின் பார்வைக் கோணத்தைப் பார்க்கையில், தமிழ்ச் சமூகத்தின் பெரும்பான்மையினர் சைவர்களாக இருந்தமையால், அவர்களின் பிரதிநிதி அவர்களின் விழுமியங்களுடனும், ஆர்வங்களுடனும் பரிச்சயமிக்க ஒரு சைவனாக இருத்தல் வேண்டும் என்ற அவரது வாதம் நியாயமானதாகும். சட்டநிரூபணசபையில் ஏற்கெனவே ஐரோப்பிய, பறங்கிய சமூகங்களைச் சேர்ந்த கிறிஸ்தவர்கள் இருந்தமையால், கிறிஸ்தவ சமூகத்தின் நலன்களைக் கவனிக்க அவர்கள் இருந்தனர் எனவும் வாதிடக்கூடியதாக இருந்தது. இதே அடிப்படையில், சட்டநிரூபணசபையில் சிங்கள இனத்தினரின் நலன்களைப் பாதுகாக்க ஏற்கெனவே பௌத்த பிரதிநிதி ஒருவர் இருந்தார். பிறிற்றோ தெரிவுசெய்யப்படும் பட்சத்தில் சைவ சமூகத்தைப் பிரதிநிதித்துவப்படுத்தும் வகையில் எவரும் இருக்கமாட்டார்கள். எனவே, ஒரு சைவராகவிருந்து, சைவப் பாரம்பரியங்களுக்கேற்ப வாழ்ந்த இராமநாதனை நாவலர் ஆதிரித்தமை புரிந்து கொள்ளக்கூடியதாகும். ஒட்டுமொத்தமாக தமிழ் இந்துச் சமூகத்தின் நலன் கருதுமிடத்து, இராமநாதனை ஆதரிப்பதைவிட, நாவலருக்கு வேறு வழியிருக்கவில்லை. உண்மையில், இனரீதியாகப் பிரநிதிகளை நியமித்த குடியேற்ற அரசாங்கத்தின் நடைமுறையிலிருந்த நோக்கமும் இதுவேயாகும்.

இதிற் சம்பந்தப்பட்ட இன்னுமோர் விஷயம் என்னவெனில், நாட்டினது அரசியல் முறைமையுடன் தமிழர் பரிச்சயப்பட ஆரம்பித்தனர் என்பதாகும். வளர்ந்துவந்த இந்த விழிப்புணர்வு, இலங்கையின் அரசியல் நிலையையிட்டுச் சிந்திக்கத் தூண்டியதுடன், மேலும், இதனால் அவர்கள் தமது எதிர்கால அரசியற் தேர்வுகளையும், அந்தஸ்தையும் கற்பனை செய்ய ஆரம்பித்திருந்தனர். இதைவிட, இந்த வளர் நிலைகள் அவர்களது சமய, கலாசார, பாரம்பரிய, சமூக, அரசியல் பந்தங்களை மேலும் பலப்படுத்தின. இது, அவர்களது எதிர்கால அரசியல் முன்னெடுப்புக்களுக்கு அவர்களைத் தயார் செய்வதற்கான, தமிழ்ச் சமூகத்தின் ஒன்றிணைப்பை உருவாக்கப் பெருமளவு உதவியது.

இராமநாதன் 1879 தொடக்கம் 1892 வரை சட்டநிரூபண சபையில் பிரதிநிதியாக இருந்துள்ளார். அவர் தனது 28 வயதில் அரசியல் வாழ்க்கையைத் தொடங்கியவர். செல்வம் படைத்த, கொழும்புவாழ் தமிழர். இலங்கையில் அரசியல் விழிப்புணர்ச்சி ஏற்பட்ட ஒரு முக்கியமான காலகட்டத்தில் சட்டநிரூபண சபையில் அங்கம் வகித்தவர். சிங்கள தேசியவாதம் முனைப்புடன் எழுச்சிபெற்ற காலத்தில் பதவி வகித்தவர். சட்நிரூபண சபையில், தபாலகம், வங்கி, இரயில்வே போன்ற பாரிய பொது வேலை கட்டமைப்புக்கள் வடபிரதேசத்தில் அபிவிருத்தி செய்யப்பட வேண்டும் எனத் திருத்தங்கள் கொண்டு வரப்பட்டபோது பதவியில் இருந்தவர். ஆனால், தமிழரின் பாரம்பரியப் பிரதேசங்களான வடக்கு, கிழக்குப் பிரதேசங்களில் செய்யவேண்டிய மேற்படி அபிவிருத்திகள் சம்பந்தமாகவோ அல்லது புதிய தொழிற்சாலைகளை மேற்படி பிரதேசங்களில் அமைப்பது பற்றியோ, இராமநாதன் அவர்கள் முயற்சி செய்தமைக்கான எதுவித ஆதாரங்களும் இல்லை. அவருடைய 13 வருட கால பதவிக் காலத்தில், தமிழரின் அரசியல், பொருளாதார நிலைமைகளில் பாரிய மாற்றம் எதனையும் அவரால் கொண்டுவர முடியவில்லை. இதற்கான அடிப்படைக் காரணம், இராமநாதன் அவர்கள், இலங்கையின் செல்வம் படைத்த சிங்கள, தமிழ் மக்களின் பிரதிநிதியாகவே சட்டநிரூபண சபையில் அங்கம் வகித்திருப்பதாகவும்,

அவர் தனது சொந்த இனமான தமிழரின் அரசியல், பொருளாதார எதிர்காலத்தில் அவ்வளவு அக்கறை கொண்டிருக்கவில்லை எனவும் அரசியற் பேராசிரியர் வில்சன் (Professor Wilson) அவர்கள் கருதுகின்றார். அத்தோடு, இராமநாதன் பிரித்தானிய அரசிடமிருந்து தனது எதிர்கால சுபீட்சம் சம்பந்தமாக அதிகம் எதிர்பார்த்திருக் கின்றார் என்பதனையும் அக்காலத்தில் தேசாதிபதியாக இருந்த சேர். ஆதர் கோடன் (Sir Arthur Gordon) அவர்கள் இராமநாதனுக்கு எழுதிய கடிதத்தின் மூலமாக வெளிப்படுகின்றது.

> “உமக்கான உயர் பதவியை (சேர் பட்டம்) நான் கேட்டுள்ளேன். அதற்கான சிபாரிசு அடுத்த ஆண்டளவில் என்னால் செய்யப்படுமிடத்து அது கவனிக்கப்படுமென நம்புவதற்கு காரணமுண்டு.”[29]

இக் கடிதத்தின்படி, 1889 இல் இராமநாதன் அவர்களுக்குப் பிரித்தானிய அரசினால் சேர் பட்டம் (knighthood) வழங்கப்பட்டது. 1892 இல் ஏற்பட்ட சட்ட சீர்திருத்தத்தின்படி சட்ட நிரூபண சபையில் அங்கம் வகிப்பவர்களின் காலம் 5 ஆண்டுகளாக மாற்றப் பட்டதன் விளைவாக இராமநாதன் அவர்கள் தனது அங்கத்துவத்தை இழக்க நேர்ந்தது. அவர் இதன் பின்னர் 1892 இல் இலங்கையின் சொலிசிற்றர் ஜெனரலாக (Solicitor-General of Ceylon) பிரித்தானிய அரசினால் நியமிக்கப்பட்டார். மேலும், 1902 இல் கிங்ஸ் கவுன்சிலராக (King’s Councilor) நியமிக்கப்பட்டார். 1903 இல் அப் பதவியிலிருந்து ஓய்வுபெற்று, அமெரிக்க பயணங்களை முடித்துக் கொண்டு அவர் தஞ்சாவூரில் (self-exile) இருந்தார்.[30] தமிழருடைய ஒட்டுமொத்தமான பிரச்சனைகளை உள்வாங்கி, அவற்றிற்கான தீர்வுகளை பிரித்தானிய அரசாங்கத் திடமிருந்து பெற்றுக் கொடுக்க இராமநாதன் தவறிவிட்டார் என்பதனையே மேற்படி விடயங்கள் காட்டி நிற்கின்றன. அவர் தமிழரின் உண்மையான வழிகாட்டியாக இருந்திருந்தால், அவர் தனது சொந்த விருப்புக்களைவிட்டு, முற்றுமுழுதுமாகத் தன்னைத் தனது இனத்து மக்களுக்காகவும், தமிழ்த் தேசத்திற்காகவும் அர்ப்பணித்திருப்பார். எல்லாவற்றிற்கும் மேலாக, இராமநாதன் அவர்கள் இலங்கைத் தேசியவாத உணர்வுகொண்ட ஒருவராகத்தான் இருந்திருக்கின்றார் என்பதையும் அவதானிக்க முடிகிறது. ஆறுமுகநாவலரும், அவரது குழுவினரும், தமிழருடைய சமய, கலாசார, மொழி உணர்வுகளை மக்கள் மத்தியில் ஊட்டி வளர்ப்பதற்கு 1850களிலிருந்து பெரும் பாடுபட்டனர் என்பது இதற்கு முந்திய அத்தியாயத்தில் மிகத் தெளிவாகக் கூறப்பட்டுள்ளது. மேலும், நாவலர் இராமநாதனை சட்ட நிரூபண சபைக்குத் தெரிவு செய்ததன் அடிப்படை நோக்கமும் அதுவாகவே இருந்தது என்றும் கூறப்பட்டது. ஆனால், இராமநாதன், நாவலர் குழுவினுடைய எதிர்பார்ப்புக் களைப் பெரிதாக நிறைவேற்றியதாகத் தெரியவில்லை. மாறாக, இராமநாதன் அவர்கள் இலங்கை தேசிய சங்கத்தை (Ceylon National Association) ஆரம்பித்து அவரே அதன் முதற் தலைவராக, அரசியல் யாப்பு சீர்திருத்தத்திற்கும், அதன் மூலம் அதிக உள்ளூர் பிரதிநிதிகளை சட்டநிரூபண சபையில் அங்கத்துவம் வகிக்கவுமே பாடுபட்டிருக்கிறார். அவரது 10 பெப்ரவரி 1890 மகஜர் (memorandum) இதனையே எடுத்துக் காட்டுகின்றது.[31]

கே. எம். டி. சில்வா இது பற்றி பின்வருமாறு கூறுகின்றார்

"இலங்கைத் தேசிய சங்கத்தையிட்டு அக்கறையற்றவராக உள்ளார். அரசியல் செயற்பாடுகளில் தலையிடாமல் இருப்பதில் அவர் மிக அவதானமாக இருந்தார்."[32]

அவர் மேலும் கூறுவதாவது:

"இருபதாம் நூற்றாண்டின் ஆரம்ப ஆண்டுகளில் சங்கமானது தனது, வளைந்து கொடுக்காத சுயகௌரவ உணர்வினால் தொடர்ந்தும் இறுகிப்போயிருந்தது."[33]

சுருங்கக் கூறின், பிரித்தானிய அரசு, இலங்கையில் சமூக, பொருளாதார, அரசியல் விடயங்களில் பல மாற்றங்களையும், அபிவிருத்திகளையும் செய்துகொண்டிருந்த மேற்படி காலகட்டத்தில், வடக்கு, கிழக்குப் பிரதேசங்களும், தமிழரும் அரசியல் அனாதைகளாகவே விடப்பட்டிருக்கின்றனர் என்பதனையே மேற்படி நிலைமைகள் காட்டுகின்றன.

உத்தியோகப்பற்றற்ற அங்கத்தவர்கள் ஐந்து வருடங்களுக்கு மட்டுமே பதவியில் இருக்கமுடியும் என்ற கொள்கையை அரசாங்கம் அறிமுகப் படுத்தும்வரை, பொ. இராமநாதன் சட்டநிரூபணசபையில் தமது பதவியை ஏறத்தாழ 13 வருடங்கள் வகித்தார். அதன்பின்னர் அவர் தனது பதவியிலிருந்து விலக, 1893 இல் அவருடைய சகோதரர் பொ. குமாரசுவாமி சபைக்குப் பிரதிநிதியாக நியமிக்கப்பட்டார். பொ. குமாரசுவாமியின் பதவிக் காலத்தில், வடக்கிற்குப் புகையிரதப் பாதையை விஸ்தரிப்பது பெரும் சர்ச்சைக்குரிய விஷயமாகி விட்டிருந்தது. குமாரசுவாமி பல தடவைகள் யாழ்ப்பாணத்துக்கு வருகை தந்து, யாழ்ப்பாணத்துக்குப் புகையிரதப் பாதையை விஸ்தரிப்பது சம்பந்தமானதும், யாழ்ப்பாணத்திலும், சாவகச்சேரியிலும் பொது வைத்தியசாலைகளை அமைப்பது பற்றியதுமான மக்களின் குறைகளைக் கேட்டறிந்தார். ஹிந்து ஓகன் ஆசிரியர் தலையங்கம் இவ்வாறமைந்தது:

"திரு. குமாரசுவாமியின் வருகையினால் யாழ்ப்பாணம் பெருமளவு நன்மை பெறும் என்பதில் எமக்குச் சந்தேகமேயில்லை. ஏனெனில் அவர் தனது தொகுதி மக்களின் குறைகளையும், தேவைகளையும் முழுமையாக அறிந்தவராய் அவர் கொழும்பு திரும்புகின்றார்."[34]

இதே ஆசிரியர் தலையங்கம் திரு. குமாரசுவாமிக்கு யாழ்ப்பாணம், வடமராட்சி, தென்மராட்சி ஆகிய இடங்களில் அளிக்கப்பட்ட வரவேற்பையும் தெரிவிக்கின்றது.[35] தமிழரின் பிரதிநிதிகளாக நியமிக்கப்பட்டவர்கள், தமிழ் மக்களுக்கும் அரசாங்கத் துக்கும் இடையில் ஒரு பாலமாகச் செயற்பட்டு, சமூகத்தின் பிரச்சனைகளைத் தீர்த்தனர் என்பதை நாம் மீண்டும் காணக்கூடியதாக உள்ளது. இப்போது, தமிழர்

அரசாங்கத்தின் நிர்வாகக் கட்டுமானத்துடன் நன்கு பரிச்சயமாகி விட்டிருந்தனர். இப் பரிச்சயம் அவர்களை அரசியல் நடைமுறையில் முனைப்புடன் பங்கெடுக்கச் செய்து, அதன் பெறுபேறாக, அண்மித்த எதிர்காலத்தில் தமது அரசியல் உரிமைகளுக்குப் போராடுவதற்கான தன்னம்பிக்கையை அவர்கள் பெறக்கூடியதாக இருந்தது.

குமாரசுவாமி தனது ஐந்துவருடப் பதவிக்காலத்தை 1897 இல் பூர்த்தி செய்யும்போது, யாழ்ப்பாணத்து மக்கள், சாதி சமய வித்தியாசமின்றி, அவரை மீண்டும் சபைக்கு நியமிக்குமாறு அபரிதமான ஆதரவைக் காட்டி அரசாங்கத்தை வற்புறுத்தினர்:

> "இந்த மாவட்டத்தின் தமிழர் என நாம் சொல்கின்றோம். ஏனெனில், முறையாகக் கூட்டப்பட்ட அந்தக் கூட்டத்தில் தமிழ்ச் சமூகத்தினது அத்தனை பகுதியினருமே கலந்து தத்தம் பல்வேறுபட்ட நலன்களைப் பிரதிநிதித்துவப் படுத்தியிருந்தனர்."[36]

தமிழ்ச் சமூகம், சாதிய மற்றும் ஏனைய சமூகத் தடைகளைத் தாண்டி ஒருமித்தது என்பதை எம்மால் காணக்கூடியதாக உள்ளது. இதைப் போன்றதொரு கூட்டம் முல்லைத்தீவு பொதுவேலைத் திணைக்கள விடுதியில் 1897 நவம்பர் 20ம் திகதியன்று கூட்டப்பட்டபோது, பல அரசாங்க அதிகாரிகளும், முன்னணி விவசாயிகளும் அங்கு கூடி, குமாரசுவாமிக்குத் தமது ஆதரவைத் தெரிவித்தனர்.[37] இதைப் போன்ற ஏனைய கூட்டங்களையிட்டு ஹிந்து ஒகன் செய்தி வெளி யிட்டிருந்தது. அவற்றின்படி, திருகோணமலை சைவப்பாடசாலையில் அதிகாரிகள், முதலியார்கள், வன்னியர்கள், வர்த்தகர்கள், விவசாயிகள் ஆகியோருடன் வேறு பலரும் ஒன்றுகூடி, குமாரசுவாமியை ஆதரிக்கத் தீர்மானித்தனர். இன்னுமோர் கூட்டம் 1897 டிசம்பர் 1ம் திகதி, மட்டக்களப்பு மாவட்ட நீதிமன்ற இல்லத்தில் கூட்டப்பட்டு அங்கு, எல்லா மட்டத்தைச் சேர்ந்த மக்களும் பங்குபற்றி, குமாரசுவாமி மீள்நியமனம் செய்யப்படுவதற்கு தமது ஏகோபித்த ஆதரவைத் தெரிவித்தனர்.[38]

குமாரசுவாமிக்குக் கிடைத்த இந்த அபரிமிதமான ஆதரவு, தமிழ்ச் சமூகம் தனது பிரதேச வேறுபாடுகளினாலோ, மற்றும் சாதி, சமய வித்தியாசங்களினாலோ பேதப்படாமல், ஒரே பதாகையின் கீழ் இணைந்தமையைக் காட்டுகின்றது. எல்லோரும் ஒன்றுபட்ட இந்தச் சூழல், ஒரு தனிச் சமூகத்தின் நலன்களுக்கான அவர்களுடைய ஒற்றுமையை உறுதிப்படுத்தி, அவர்கள் தமது அரசியல் சுதந் திரத்தை வெல்வதற்கான தமது அரசியல் உரிமைகளை நிலைநிறுத்த வழி வகுத்தது.

பொ. குமாரசுவாமியை சட்டசபைக்குத் தெரிவதற்கான தமிழரின் ஒற்றுமை ஒருவேளை, குடியேற்ற அரசாங்கத்திற்கு ஒரு எச்சரிக்கையாகக் காணப்பட்டிருக்கக் கூடும். எவ்வாறிருந்தபோதும், தேசாதிபதி, தமிழரின் விருப்பை வெறுமனே புறந்தள்ளி, கொழும்பைத் தளமாகக் கொண்டிருந்த கிறிஸ்தவத் தமிழரான டாக்டர். றொக்வூட்டை நியமித்தார். பொது வைத்தியராக இருந்த இவர் தமிழ்ச் சமூகத்தினால் அதிகம் அறியப்படாதவராய், ஆனால், குடியேற்ற அதிகாரவர்க்கத்தின் மத்தியில் செல்வாக்கு மிக்கவராக இருந்தார்.[39] அரசாங்கத்தால் வேண்டுமென்றே மேற்

கொள்ளப்பட்ட இச் செய்கை, தமிழ்ச் சமூகத்தின் மத்தியில் குழப்பம், கோபம், விரக்தி என்பனவற்றை ஏற்படுத்தியது. தமிழர் பல்வேறு கூட்டங்களைத் தமிழ்ப் பிரதேசங்களில் ஒழுங்குசெய்து குமாரசுவாமிக்கு ஆதரவாகத் தமது குரலை எழுப்பியபோதும், தேசாதிபதி டாக்டர். றொக்வூட்டின் நியமனத்தைத் தொடரவே செய்து, தேசாதிபதிக்கு எதிராகவும், அரசாங்கத்துக்கு எதிராகவும் அரசியல் ஆட்சேபணை உருவாகக் காரணமாயிருந்தார். தமிழரின் கவலையை ஹிந்து ஓகன் ஆசிரியர் தலையங்கம் ஒன்று பின்வருமாறு தெரிவிக்கின்றது:

"தேசாதிபதி இவ்வாறு சுயமாக, தனது சொந்த விருப்பத்தில் இந்த நியமனத்தைச் செய்ததற்குக் காரணம் அவருக்கு அரசியலமைப்பின்படி அதற்கான உரிமை உள்ளதனாலேயாகும். இந்த உரிமை தேசாதிபதிக்கே தொடர்ந்தும் இருக்குமானால், சட்டநிரூபண சபையில் தமிழ் மக்களின் விருப்பங்கள் எவ்வாறு பூர்த்தியாகும்? இந்த உரிமை இப்போது எமக்குக் கிடைக்காவிடின், பின் எப்போது அது எமக்குக் கிடைக்கப் போகின்றது? தமிழ் மக்களின் அபிப்பிராயத்தைக் கருத்துக்கு எடுக்காது தேசாதிபதி இந்தச் செயலைச் செய்துள்ளதனால், மக்களின் விருப்பத்திற்கிணங்க ஒரு பிரதிநிதியை நாம் தெரிவு செய்வதற்கான வழிவகையை நாம் ஏற்படுத்துவது முக்கியமானதாகவும், அவசியமானதாகவும் உள்ளது."[40]

தமிழர், குடியேற்ற அரசாங்கத்தையும், தமது அபிப்பிராயத்துக்கு முற்றிலும் மாறுபட்ட வகையில் ஒரு தமிழ்ப் பிரதிநிதியை நியமனம் செய்த அவர்களுடைய பொருத்தமற்ற தீர்மானத்தையும், திடமாக எதிர்த்தனர் என்பதற்கு இது முக்கிய சான்றாகும். தமிழ் மக்கள் தங்கள் உரிமைக்காகப் போராடவும், அச்சமின்றி அரசாங்கத்தை வெளியரங்கமாகக் கண்டனஞ் செய்யவும் ஆயத்தமாயிருந்தனர் என்பதை இது மீண்டும் தெளிவாகக் காட்டுகின்றது. இந்த வகையான அரசியற் சூழலும், மனநிலையுமே, அண்மிய எதிர்காலத்தில் தமிழ் தேசியவாதம் தோன்றுவதற்கு வழிவகுத்தன.

இந்தியா தனது சட்டநிரூபணசபையில் நலனடைந்ததுபோல், எதிர்காலத்தில் தமிழரும் தமது அரசியல் விஷயங்களையிட்டுத் தாமே தீர்மானிக்கும் வகையில், தாம் ஒரே சமூகமாக ஒன்றிணைய வேண்டியதன் அவசியத்தை இப்போது உணர்ந்தனர் என்பதனையும் இதே ஆசிரியர் தலையங்கம் கூறியது:

"சட்ட நிரூபண சபைக்கான தமது பிரதிநிதியைத் தாமே தேர்ந்தெடுக்கும் சலுகையை இந்தியர் வென்றெடுத்துள்ளனர். துரதிர்ஷ்டவசமாக, எம்மிடையே முயற்சியும், ஒற்றுமையும் இல்லாத காரணத்தினால் அதே சலுகையை நாம் பெறவில்லை. எமது அரசியல் உரிமைகளை வென்றெடுக்க தமிழர் என்ற ரீதியில் நாம் ஒன்றிணைந்து கடுமையாக உழைத்தல் வேண்டும்."[41]

தமிழர் தமது அரசியல் உரிமைகளை வெல்வதற்கு ஒன்றிணையத் தயாராய் இருந்தனர் என்பது மாத்திரமன்றி, அவர்கள் தமது அரசியல் தலைவிதியைத்

தீர்மானிக்க, இந்திய அரசியல் வளர்நிலைகளை முன்மாதிரியாகக் கொள்ள ஆரம்பித்தனர் என்பதையும் எம்மால் காணமுடிகின்றது. இந்த வகையிலான அரசியல் உணர்வு, இலங்கையின் எந்தவொரு அரசாங்கத்துக்கும் நிச்சயம் ஒரு பெரும் சவாலாக இருந்து, பின்னர் அதுவே தமிழ் தேசியவாதம் உருவாவதற்கு வழி வகுத்தது.

தமிழரின் அரசியல் நிலைமையை மோசமாக்க மட்டுமே வழிசெய்யும் வகையில், தேசாதிபதி பின்னர் றொக்வூட்டை (தனது ஐந்துவருட பதவிக்கால முடிவுக்கு வந்துவிட்டிருந்தார்) மேலும் ஓர் ஐந்துவருட காலத்துக்கு தமிழ் பிரதிநிதியாக நியமனம் செய்தார். இது, நிச்சயமாக, ஒருவர் இப் பதவியில் ஐந்து வருடங்களுக்கு மட்டுமே இருக்கமுடியும் என்ற அவர்களது சொந்தக் கொள்கைக்கு எதிராக இருந்தது.[42] தேசாதிபதி ஏற்கெனவே தங்கள் விருப்பங்களை அசட்டை செய்து றொக்வூட்டை மீள்நியமனம் செய்திருந்தபோதும், இப்போது, பல உள்ளூர் உயர்மட்டத்தினர் சட்டநிரூபண சபைக்கு ஒரு தமிழ்ப் பிரதிநிதியை முன்மொழிவதில் ஆர்வம் காட்டியிருந்தனர். பின்னர் தேசாதிபதி டபிள்யூ. என். எஸ். அசரப்பாவை, றொக்வூட்டின் இடத்துக்கு 4 மாத காலத்துக்கு நியமித்து தமிழர்களின் விரோதத்தை அதிகரித்தார். றொக்வூட் மருத்துவ சிகிச்சை பெறுவதற்காக நான்கு மாதங்கள் வெளிநாடு சென்றிருந்தார்.[43] இந்தச் சந்தர்ப்பத்தில், மிகவும் பாரதூரமான பிரச்சனையாகிவிட்ட இந்த விஷயத்தையிட்டு தமிழர் அரசாங்கத்துக்கு எதிராகப் பலத்த குரலில் போராடினர். இறுதியாக 1904 இல், தமிழ் மக்களின் அபரிதமான ஆதரவைப் பெற்றிருந்த ஏ. கனகசபை என்பவரை தமிழ்ப் பிரதிநிதியாகத் தேசாதிபதி நியமித்தார்.[44] கனகசபை ஒரு சைவராக மட்டும் இருந்ததல்லாது, யாழ்பாணக் குடும்பம் ஒன்றில் உதித்தவராவர். ஆனால் இதுவரையில் தமிழ் பிரதிநிதிகளாக இருந்த யாவருமே கொழும்பைத் தளமாகக் கொண்ட தமிழ் உயர் மட்டத்தினராவர். தமிழரின் கேந்திர நிலையமான யாழ்ப்பாணத்திலிருந்து நேரடியாகவே சபைக்கு ஒரு தமிழ் பிரதிநிதி நியமிக்கப்பட்டது இதுவே முதற் தடவையாகும். கொழும்பைத் தளமாகக் கொண்ட உயர்மட்டத்தினரின் முக்கியத்துவம் இப்போது குறைந்து, யாழ்ப்பாண உயர்மட்டத்தினர், தமிழ் அரசியல் விஷயங்களில் முன்னிடம் வகித்ததைக் இது காட்டியது. எவ்வளவுதான் முக்கியமும், பிரபலமும் பெற்றிருந்தபோதும், எவ்வளவுதான் அரசாங்கத்துடன் நெருக்கமான தொடர்புகளைக் கொண்டிருந்தபோதும், தமிழரின் அரசியல் எதிர்காலத்தைத் தீர்மானிக்கும் நிலையில் கொழும்புவாழ் உயர்மட்டத்தினர் மேலும் இருக்கவில்லை எனத் தெரிகிறது. இதற்குப் பதிலாக, வடமாகாண உயர்மட்டத்தினரே, தமிழரின் அரசியல் எதிர்காலம் எடுக்கவேண்டிய பாதையைத் தீர்மானிப்பவர்களாய் இருந்தனர். இந்த அரசியற் சூழ்நிலைகளில், இருபதாம் நூற்றாண்டின் முதலிரு தசாப்தங்களிலும், கொழும்பு வாழ் உயர்மட்டத்தினரின் ஆதரவோடு, வட மாகாண உயர் மட்டத்தினர், தமது அரசியல் உரிமைகளுக்காக மேலும் போராடி, ஈற்றில் அரசியலமைப்புச் சீர்திருத்தம் கோருமளவுக்குச் சென்றுள்ளனர். முக்கியத்துவம் நிறைந்த அரசியலமைப்புச் சீர்திருத்தக் காலத்தில், தமிழரும் சிங்களவரும், ஓர் ஐக்கிய இலங்கையின் கீழான சுயாட்சி பெற ஒன்றிணைந்து போராடினர். இருந்தபோதிலும், ஒவ்வொரு இனத்தினதும், அவற்றின் தலைவர்களினதும் ஆர்வங்கள் சம்பந்தமான போட்டிகள்

இருந்தன என்னும்போது, இந்த வளர்நிலைகளினால் அவர்களிடையே தவிர்க்க முடியாத பகைமையும், மோதலும் உருவாகின. தமிழ் தேசியவாதத்தின் தோற்றத்தில் இவை ஆற்றிய பங்கு குறித்து இந்த அத்தியாயத்தின் இறுதியில் மேலும் ஆராயப்படும். ஆயினும், அதற்கு முன்னர், தமிழர் தமது அரசியல் நோக்கங்களை அடைவதற்கு எவ்வாறு அவர்கள் அரசியல்ரீதியாக வளர்ச்சி அடைந்தனர் என்பதனைச் சுருக்கமாகச் சொல்வது முக்கியமாகும்.

உள்ளூர் சுயாட்சியும், தமிழர் கோரிக்கைகளும்

உள்ளூர் அமைப்புக்கள் தமது சொந்தக் கருமங்களை நிர்வகிப்பதுடன் மட்டுமல்லாது, நாட்டின் அரசியற் தலைமைக்கான பயிற்சிக் களமாகவும் இருத்தல் வேண்டும் என்பது குடியேற்ற அரசாங்கத்தின் நோக்கமாக இருந்தது. 1853 இல், அம்மைநோய் திடீரெனத் தோன்றியபோது, சுகாதார நிவர்த்திகளை உறுதி செய்வதற்காக உள்ளூர் சுகாதார சபைகள் நிறுவப்பட்டன.[45] மேலுமோர் முன்னேற்ற கரமான நடவடிக்கையாக 1865 இல் மாநகரசபைக் கட்டளைச் சட்டம் நிறைவேற்றப் பட்டு, அதன்வழி 1866 இல் கொழும்பிலும், கண்டியிலும், 1867 இல், காலியிலும் மாநாகரசபைகள் அமைக்கப்பட்டன.[46] உள்ளூர் ஆட்சியின் அடுத்த பெரும் படியாக, 1876 இல் உள்ளூர் சுகாதார சபைகள், சீர்திருத்தக் கட்டளைச்சட்டம் நிறைவேற்றப்பட்டது. இந்த நோக்கத்திற்காக அரசாங்கத்தினால் பிரகடனப்படுத்தப் பட்ட நகரங்களுக்கு இந்தக் கட்டளைச்சட்டம் ஒரு யாப்பை அளித்தது. இச் சபைகள், தேர்ந்தெடுக்கப்பட்ட மூன்று அங்கத்தவர்களையும், மூன்று நியமன அங்கத்தவர்களையும் கொண்டு அரசாங்க அதிபரின் தலைமையில் இயங்கின. முன்பு மாநகரசபைகளுக்கு அளிக்கப்பட்ட அனேகமான அதிகாரங்கள் இச் சபைகளுக்கு அளிக்கப்பட்டன. இந்த வடிவங்களிலான உள்ளூராட்சி வெற்றி கரமாகச் செயற்பட்டதுடன், எவ்வித மாற்றங்களுமின்றிப் பல வருடங்களுக்கு 1920 வரை தொடர்ந்தது. 1920 இல், அதிக சனநாயக வடிவங்களைக் கொண்ட உள்ளூராட்சிக்கான ஏற்பாடு செய்யப்பட்டு, முன்னைய உள்ளூர் சபை, சுகாதார சபை நகரங்கள் என்பவற்றிற்குப் பதிலாக, படிப்படியாக, தேர்ந்தெடுக்கப்பட்ட தலைவர்களைக் கொண்ட நகரசபைகள் கொண்டுவரப்பட்டன.

மேற்குறிப்பிட்ட கட்டளைச் சட்டத்தின் கீழான சலுகை, யாழ்ப்பாணத் தீபகற்பத் துக்கும், குறிப்பாக யாழ்ப்பாண நகருக்கும் மறுக்கப்பட்டது. தமது சுய திருப்திக் கேற்ற வகையில், தமது சொந்தக் கருமங்களை நிர்வகிக்கும் வகையிலான சுயாட்சியைப் பெறுவதற்கு அங்கலாய்ப்புடன் இருந்த யாழ்ப்பாணத்துத் தமிழ் மக்கள், குறிப்பாக இதனால் கவலையடைந்திருந்தனர். தாம் அனுகூலமற்ற நிலையில் உள்ளதாகவும், அரசாங்கத்தின் இவ்வகையான பாரபட்சமான, தன்னிச்சையான நடவடிக்கையினால் தமது அரசியல் உரிமைகள் மறுக்கப்படுவதாகவும் நம்பிய தமிழ் மக்களின் அரசியல் உணர்வுகளை அரசாங்கத்தின் இந்த நடவடிக்கை மேலும் கிளரச் செய்து, அவர்கள் தமது சனநாயக உரிமைகளுக்காக மேலும் அதிகரித்த கோரிக்கைகளை முன்வைக்க வழிவகுத்தது.

ஆயினும், உள்ளூர் சபை நிறுவப்படுவதை எதிர்த்த சில உள்ளூர் மக்களும் இருக்கவே செய்தனர். யாழ்ப்பாணத்துக்கு இப்பேர்ப்பட்ட சபையொன்றை மறுக்கும்

கொள்கை கொண்ட அரசாங்கத்துக்கு இந்நிலை உதவியது. இதற்கும் மேலாக, அரசாங்க அதிபர் டபிள்யூ. சி. துவைனம் இந்த எண்ணத்தை முற்றுமுழுதாக எதிர்த்தார். கௌரவ. பொ. குமாரசுவாமி இந்தப் பிரச்சனையை 1895 இல் சட்ட நிரூபணசபையின் இறுதி அமர்வின்போது எழுப்பினார்:

> "வடமாகாணத்தில் எதற்காக கிராம சபைகளோ, உள்ளூர் சபைகளோ இதுவரை அறிமுகப்படுத்தப்படவில்லை எனக் கேட்கப்பட்டபோது, இதற்குத் தேசாதிபதியின் பதில், யாழ்ப்பாண அரசாங்க அதிபர் இந்த அமைப்பை அறிமுகப்படுத்துவதற்கு எதிர்ப்புத் தெரிவிப்பதனால், அவற்றை அவர்மேல் திணிப்பது உகந்ததாகவோ சாத்தியமானதாகவோ இல்லை என்பதாகவே எப்போதும் உள்ளது."[47]

உள்ளூர் சபையை அமைப்பதற்கான அரசாங்க அதிபரின் எதிர்ப்பு, அவர் தீபகற்பத்துத் தமிழர்மேல் கொண்டிருந்த வெறுப்பின் காரணமாக இருந்திருக்கலாம். முன் அத்தியாயத்தில் குறிப்பிட்டதுபோல், அவர் மக்களிடமிருந்து பல்வேறு நியாயமற்ற வரிகளையும் அறவிட்டதுடன், யாழ்ப்பாணத்தில் உள்ளூர் சபை அறிமுகப்படுத்தப்படின் அது தனது நிர்வாகக் கட்டுப்பாட்டுக்கு இடையூறாகலாம் என அவர் நினைத்திருக்கவும் கூடும். பொதுமக்களில் சிலர், ஏற்கெனவே அரசாங்க வரிகளினால் பாதிக்கப் பட்டிருந்தமையால், உள்ளூர்ச் சபை அமைக்கப்படும் பட்சத்தில் அது தனது வருமானத்திற்காகவும், அபிவிருத்தி வேலைகளுக்காகவும் மேலதிகமான வரிகளைக் கொண்டுவரக்கூடும் என அஞ்சினர். ஆயினும், முனைப்பாளர், உள்ளூர் சபை நிறுவப்படல் வேண்டுமென அரசாங்கத்தைத் தொடர்ந்தும் உரிமையுடன் கோரினர். அவர்களுடைய கோரிக்கையைத் தெளிவாகவும், நியாயப்படுத்தியும், 'யாழ்ப்பாணத்துக்கு ஒரு உள்ளூர் சபை தேவை' என்ற தலைப்பின்கீழ் ஹிந்து ஓகன், பத்திராதிபர் தலையங்கம் வெளியிட்டது:

> "சுகாதாரத்தின் நலனை மட்டுமல்லாது, சுய ஆட்சியின்பால் அக்கறை கொண்டு நாம், யாழ்ப்பாணம் உள்ளூராட்சி சபையை நிறுவவேண்டியதன் அவசியத்தை வற்புறுத்தி இப் பத்திகளில் இவ் விஷயத்தைப் பற்றி அடிக்கடி பிரஸ்தாபித்துள்ளோம். ஆனால் எமது அரசாங்க அதிபர், தந்தை அரசின் மாட்சிமைதங்கிய மகாராணியின் உள்ளூர் இலங்கைக் குடிமக்களின் நிலைமையைச் சீர்திருத்தம் செய்வதற்குத் தேவையான எல்லா நிறுவனங்களினதும் அறிமுகப்படுத்தலை எதிர்த்து, எமது குரலை வனாந்தரத்தில் ஒலித்த குரலாக்கிவிட்டார். குடியேற்ற நாட்டின் ஏனைய மாகாணங்களில் எல்லா கிராம சபைகளும், கிராம நியாய சபைகளும் அறிமுகப்படுத்தப் பட்டுள்ளன. இலங்கையில் மூன்று நகரங்கள், சனத்தொகை ரீதியில் யாழ்ப்பாண நகரத்தின் முக்கியத்துவத்தை இவற்றில் பெற்றிராத இரண்டு நகரங்கள் உட்பட, மாநகர சபைகளைப் பெற்றுள்ளன. மேலும், மட்டக்களப்பு, கம்பளை, சிலாபம் போன்ற இரண்டாம், மூன்றாந்தர நகரங்கள், உள்ளூராட்சி சபைகள் கட்டளைச் சட்டத்தின் கீழ் இயங்குகையில், வடமாகாணம்

மாத்திரமே இலங்கையில் மட்டுமன்றி, பிரித்தானியச் சாம்ராச்சியத்திலேயே, மாநகரசபை அல்லது உள்ளூராட்சி சபை என்ற சுயாட்சி நலனை அனுபவிக்காத ஒரேயொரு நகரமாக உள்ளது."[48]

தமிழ் அரசியல் ஆவல்களும், அபிலாசைகளும் சுயநிர்ணயத்தை நோக்கி இறுக்கம் பெற்றது இதனால் தெளிவாகின்றது. இந்த வகையான அரசியல் உணர்வும், திடசித்தமுமே தமிழரை, தமிழ்த் தேசியவாதத்தையிட்ட கருத்துக் களைக் கைக்கொள்வதற்கு மேலும் தூண்டின எனலாம்.

யாழ்ப்பாணத்தில் 1901 பங்குனி 2ம் திகதி, மாவட்ட நீதிமன்ற இல்லத்தில் கூட்டப்பட்ட கூட்டம், அப்போது நிலவிய மனோநிலையை தெளிவாகச் சித்தரிக்கின்றது. ஏறத்தாழ இரண்டாயிரம் மக்கள் பங்குபற்றிய இந்தக் கூட்டத்தில், நீண்ட கலந்துரையாடலின் பின்னர், தமக்கென உள்ளூராட்சி சபை வேண்டும் என்ற கருத்தை முன்வைப்பதில் ஒருமுகமான ஆதரவு தெரிவிக்கப்பட்டது.[49] செய்திப் பத்திரிகைகளான ஹிந்து ஓகன், த பேற்றியற், மோணிங் ஸ்ரார், என்பனவற்றுடன் கொழும்புப் பத்திரிகைகளான தி இன்டிபென்டன்ற், தி ஒப்சேவர் என்பனவும், யாழ்ப்பாணப் பிரதேசத்தின் அபிவிருத்திக்கும், பொது நிர்வாகச் சீர்திருத்தத்துக்கும், உள்ளூராட்சி சபையொன்று அத்தியாவசியம் எனத் தீர்மானித்திருந்தன. மேலும், கல்விபெற்ற தமிழ் உயர்மட்ட அங்கத்தவராகிய, குறிப்பாக நீதிபதி. ரி. செல்லப்பா பிள்ளை, வழக்கறிஞர் எஸ். கனகசபை, இந்துக் கல்லூரி அதிபர் ரி. செல்வத் துரை, பிரக்கிராசி வி. காசிப்பிள்ளை ஆகியோரும், வேறுபலரும், யாழ்ப்பாணத்துக்கு ஓர் உள்ளூராட்சி சபையின் அத்தியாவசியத்தை வலியுறுத்தியும், அதற்கு ஆதரவாக எழுதியும், பேச்சுக்கள் நிகழ்த்தியும் தமது கோரிக்கையை முன்வைத்தனர்.[50]

ஈற்றில், தொடர்ந்தும் அதிகரித்துக் கொண்டே சென்ற கோரிக்கைக் குரல் காரணமாக, 1906 இல் உள்ளூராட்சி சபை கட்டளைச் சட்டத்தின் கீழ், யாழ்ப்பாணம் உள்ளூராட்சி சபை அரசாங்கத்தினால் வழங்கப்பட்டது. அரசாங்க அதிபர் எம். பிஷரின் (M.Fisher) கீழ் இச் சபையின் அங்குரார்ப்பணக் கூட்டம் நடத்தப்பட்டு, அதன் அங்கத்தவர்களும் தேர்ந்தெடுக்கப்பட்டனர். இச் சாதனையின் முக்கியத் துவத்தை ஒரு செய்திப் பத்திரிகை வருமாறு சுருக்கமாகக் குறிப்பிடுகின்றது:

"யாழ்ப்பாண நகரத்துக்கு ஒரு நகரசபையை அல்லது உள்ளூராட்சி சபையை நிறுவுவதற்கான இந்த நடவடிக்கை, யாழ்ப்பாண மக்களுக்கு ஒரு சிறிய அளவில் சுயாட்சியின் சுவையை வழங்கும்."[51]

இந்த சுயாட்சிக்கான 'சுவை', சந்தேகத்துக்கு இடமின்றி, தமிழரை மேலும் வெற்றிகளை ஈட்ட ஊக்குவித்து, யாழ்ப்பாண இராச்சியத்தின் பாரம்பரிய பெருமையை மீளவும் நினைவில் வலியுறுத்தியிருக்கும்.

தமிழ் அடையாளமும், அரசியல் உணர்வும்

தமிழர் மத்தியில் சமயம், கலாசாரம், மொழி என்ற ரீதியில் வளர்ந்துவரும் அடையாள உணர்வு அவர்களை விழித்தெழச் செய்து அதன்வழி பின்னர்

பத்தொன்பதாம் நூற்றாண்டின் இறுதித் தசாப்தத்திலும், இருபதாம் நூற்றாண்டின் ஆரம்பத்திலும், அரசியல் போராட்டத்துக்கான மனநிலையை ஏற்படுத்தக் காரணமாக விருந்தது. சட்டநிரூபண சபையில் அவர்கள் பங்குபற்றியதும், தமது அரசியல் உரிமைகளுக்கான, குறிப்பாக சுயாட்சிக்கான அவர்களது கோரிக்கை களும், அவர்களது அரசியற் திறன்களைக் கூர்மைப்படுத்தியதுமன்றி, இதைவிட அதிகமான அரசியல் வெற்றிகளை ஈட்டவும் அவர்களுக்கு ஊக்கமளித்தன. அக்காலத்துப் பல்வேறு செய்திப் பத்திரிகைகள், பொதுமேடைப் பேச்சுக்கள், பொதுப் பிரசாரம், இவை சம்பந்தப்பட்ட ஏனைய நடவடிக்கைகள் என்பன மூலமாகப் பொங்கும் நிலையிலிருந்த அரசியல் நிலைமையை, உணரக்கூடியதாக இருந்தது. இதேவேளை, சிங்களத் தேசியவாத வளர்ச்சி,[52] இந்திய, குறிப்பாக தென்னிந்திய திராவிட இயக்கம், அவர்களது பிரித்தானிய ஆட்சிக்கு எதிரான போராட்டம்,[53] என்பனவற்றுடன், ஆசியாவிலும், வேறிடங்களிலும்,[54] உள்ள விடுதலை இயக்கங்கள் என்பன ஓரளவுக்கு, வளரும் தமிழ் அரசியல் அடையாள உணர் வையும், புதிதாக உருவாகிவரும் தேசியவாதத்தையும் மேலும் பலப்படுத்தின என்பதும் உண்மை.

இருபதாம் நூற்றாண்டின் ஆரம்பத்தில், தமிழ் அரசியல் அபிலாஷைகள் சம்பந்தமான விஷயங்கள், பிரதானமாக த மோணிங் ஸ்ரார், பேற்றியற், ஹிந்து ஓகன், இலங்காபிமானி போன்ற செய்திப் பத்திரிகைகளிலும், குறிப்பாக அவற்றின் ஆசிரியர் தலையங்கத்திலும் விவாதிக்கப்பட்டன. இருப்பினும், அனேகமான பத்திரிகைகள், தமிழர் தேசியவாதத்தைவிட இலங்கைத் தேசியவாதத்தின் பிரச்சனைகளிலேயே கவனஞ் செலுத்தின. ஹிந்து ஓகனும், அதன் தமிழ்ப் பதிப்பாகிய இந்து சாதனமும் மாத்திரமே தமிழ் அரசியல் அபிலாஷைகள் சம்பந்தமான கட்டுரைகளையும், கூற்றுக்களையும் இடைவிடாது பிரசுரித்தன. இவை தமிழ்ச் சமூகத்தை, தேசாபிமான உணர்ச்சியைத் தழுவக்கோரி வெளிப்படையாக உற்சாகமளித்தன. இதற்குப் பிந்திய வருடங்களில் (1922 லிருந்து) தேசாபிமானி பத்திரிகையும் இவ்வாறான விஷயங்களில் கவனஞ் செலுத்தியது. ஒரு சில உதாரணங்களை இங்கு தருவது பொருத்தமாகும். 1889ன் ஹிந்து ஓகன் தனது ஆசிரியத் தலையங்கத்தில், தேசாபிமானம் எனும் தலைப்பின் கீழ், ஒரு சமூகமானது சுயமரியாதை கொண்டதாயும், தான் பிறந்து வளர்ந்த இடங்களின்மேல் அன்பு கொண்டதாயும் இருத்தல் அவசியம் எனப் பின்வரும் வகையில் வாதிட்டிருந்தது:

> "ஒரு குறிப்பிட்ட நாட்டில் பிறந்து வளர்ந்து, அந் நாட்டின் பண்புகளுக்கு ஆட்பட்டிருக்கும் ஒருவர் அந்த நாட்டின்மேல் தேசாபிமானம் கொண்டிருத்தல் வேண்டும் என்பது அவசியம். அத்தகைய தேசாபிமானம் இல்லாதுவிடின், அந்த நாடு பாதுகாப்பிழந்து பாழ்பட்டுவிடும். எமது இல்லத்தை நாம் நாளும் பேணி, தேவையேற்படும்போது திருத்தங்களை மேற்கொள்ளதுவிடின், அது எவ்வாறு சிதைவடையுமோ அவ்வாறேதான், ஒரு நாடும், சரியான தருணத் தில் அதன் பாதுகாப்புக்கு அவசியமான சீர்திருத்தங்கள் மேற்கொள்ளப் படாதுவிடின் அழிந்துபோம்."[55]

பத்திரிகை ஆசிரியரின் மேற்படி கூற்றை நாம் ஊன்றிக் கவனிப்போமாயின், தனது தேசியப்பண்பைப் பேணிப் பாதுகாப்பது தமிழ்ச் சமூகத்தின் தலையாய கடமை என்பதை அது குறிப்புணர்த்துவது புரியும். மேலோட்டமாகப் பார்க்கையில் அது ஒரு பொதுவான கூற்றாக, தேசியம் அல்லது பிரதேசவாரிப் பிரதேசம் என்ற கருத்தை முன்வைக்காது, முழு இலங்கைக்கான தேசியத்தையே ஆசிரியர் குறிக்கின்றார் என்ற முடிவுக்கு எம்மால் வர இயலும். ஆனால், அன்றைய அரசியல் நிகழ்வுகளையும், இலங்கைத் தமிழர் மத்தியில் நிலவிய சந்தர்ப்ப சூழ்நிலை களையும் கருத்துக்கு எடுக்கையில், ஆசிரியர் முழு இலங்கையையுமே கருதினார் என முடிவுசெய்வது தவறாகும். இதற்கு மாறாக, தமிழ்த் தேசியம் என்ற கருத்தாக்கமே அவரது நோக்கமாக உள்ளது. தமிழ் மொழியை வாசிக்க, எழுத, புரிந்துகொள்ளக்கூடிய தமிழரை இவ்வகையான தேசாபிமான உணர்வு தட்டி யெழுப்பியது என்று கூறுவதில் தவறில்லை. அரசியல் சுதந்திரம் அடைவதற்கு அவை அவர்களை ஊக்குவித்தது. இதே ஆசிரியர் தலையங்கம், அரசியல் அந்தஸ்து அதிகமாக அபிவிருத்தியடைந்த வேறு நாடுகளைக் குறிப்பிட்டுத் தொடர்ந்தது.

> "ஆங்கிலேயர், பிரெஞ்சுக்காரர், ஜெர்மானியர், அமெரிக்கர், யப்பானியர் மேலும் பல வேறு நாட்டவர்கள் தமது நாடுகளை, தமது சொந்த வீடுபோலப் பாவிக்கின்றனர். இதன் பெறுபேறாக அந்த நாடுகள் கல்வி, விஞ்ஞான ஆராய்ச்சி, கைத்தொழில், வர்த்தகம், விவசாயம், போர்க்கலை என்பவற்றில் விருத்தியும், உன்னதமும் அடைந்திருப்பதுடன், வீரம், ஆண்மை, சாதனைகள், செல்வம் ஆகியவற்றை வெளிக்காட்டியதுடன், அரசாட்சி செய்வதிலும், நாகரிகத்திலும், ஏனைய விஷயங்களிலும் தமது உயர்திறனைக் காட்டியுள்ளனர். எமது தேசத்தவர்க்குத் தேசாபிமானம் இல்லை. இதனால் எமது நாடு ஏனைய நாடுகளைவிடக் கீழ்நிலையை அடைந்துள்ளது. இந்த நிலைமையைச் சீர்திருத்த நாம் யாவரும் ஒன்றிணைந்து பாடுபடல் வேண்டும்."[56]

இவ் வகையான கருத்துக்கள், வாசிக்கும் திறன்கொண்ட தமிழரை உசுப்பி, அவர்களை ஓரளவுக்கேனும் தேசியரீதியில் சிந்திக்க நிச்சயமாகத் தூண்டியிருக்கும். இந்தப் பத்திரிகையில் இதைப் போன்ற ஆசிரியத் தலையங்கங்கள், கட்டுரைகள், பேச்சுக்கள் என்பன இடையறாது வெளிவந்தன. இவை தேசாபிமானத்தை மேம்படுத்துவதை மட்டுமே பேசவில்லை. தமிழ்ச் சமூகத்தின பெரும் பலவீனங்களாக அவற்றினால் காணப்பட்ட ஆர்வ முரண்பாடுகள், ஒற்றுமையின்மை போன்ற, தமிழ் மக்களை ஒரு தேசியமாக இணைய வைப்பதைத் தடுக்கும் விஷயங்களையிட்டும் வலுவாகக் குரல் எழுப்பின.

> "நாம் ஒன்றிணையவில்லை. நாம் பிரிந்து நிற்கின்றோம். மறுபடியும் ஒற்றுமையை ஏற்படுத்துவது மிகவும் கடினம். ஒற்றுமையின்மை காரணமாக ஏற்பட்ட அழிவின் பாதிப்புக்களினால் நாம் வருந்துகின்றோம். ஒருகாலம் பெருமையுடன் நாம் ஆண்ட நாட்டை அந்நியருக்கு விட்டுக் கொடுத்து விட்டோம்.... எமது

> கைத்தொழில்கள் யாவற்றையும் நாம் அந்நியருக்கு விட்டுக் கொடுத் தமையால் எங்கள் வாழ்வைப் பாழாக்கியுள்ளோம். நம் நாட்டின் பிரச்சனை களையிட்டு எமது மக்கள் ஒன்றுகூடிக் கலந்துரை யாடுவது கிடையாது. எமது சுதந்திரங்கள் யாவற்றையும் நாம் சரணளித்து விட்டு, சித்தசுவாதீனம் இழந்தவராய் நிற்கின்றோம். அரசாங்கத்தில் உள்ள வர்களின் கொடுமை களை வெளியரங்கப்படுத்தத் துணிவற்ற ஊமைகளாய் உள்ளோம். இலஞ்சம் வாங்குபவர்களைப் பகிரங்கப்படுத்தப் பயப்படும் கோழைகளாகி விட்டோம். ஆங்கிலேயரின் ஏமாற்று வார்த்தைகளை நம்பும் மூடர்களாகிவிட்டோம்."[57]

இக் கூற்று, வெகுசனங்களை விழிப்புறச் செய்து, அவர்கள் தமது சுதந்திரத் தையும், அந்தஸ்தையும் மீண்டும் அடைய முயற்சித்தது மாத்திரமன்று, அவர்களது அறியாமையையும், துணிவின்மையையும் கண்டிக்கின்றது. முத்து குமாரசுவாமியின் மகனாகிய கலாநிதி. ஆனந்த குமாரசுவாமி யாழ்ப்பாணத்துக்கு 1906 இல் வருகை தந்தார். இவர் தனது ஆங்கிலேயத் தாயாருடன் மேற்குலகில் வளர்ந்தவர். இருபதாம் நூற்றாண்டின் இரண்டாம் தசாப்தத்தில் இவர் எழுதிய The Mirror of Gesture (1917), The Dance of Shiva (1918), போன்ற புத்தகங்கள் மூலம், உலகளாவிய அளவில் புகழ்பெற்ற அறிஞராக இருந்தார். இவர் யாழ்ப்பாணப் பொதுமக்களினால், விசேடமாக சைவபரிபாலன சபையினால் வரவேற்கப்பட்டு, 1906 மே 14ம் திகதியன்று யாழ்பாணம் இந்துக் கல்லூரியில் ஒரு கூட்டம் ஒழுங்கு செய்யப்பட்டது. குமாரசுவாமி தனது பேச்சுத் திறமை மூலம், தமிழ்க் கலாசாரம், பாரம்பரியங்கள் என்பவற்றைப் பாதுகாக்க வேண்டியதன் அவசியத்துக்கு பெரும் முக்கியத்துவம் அளித்து, மேற்கத்திய கலாசாரத்தைப் பின்பற்ற வேண்டாமெனத் தமிழருக்கு ஆலோசனை வழங்கினார்.[58] இது, தமிழரின் கலாசார அடையாளத்தை வலுப்படுத்தியதுமன்றி, மேற்கத்தியமயமாதல் எதிர்க்கப்படல் வேண்டுமென்ற எண்ணத்தையும் வளர்த்தது.

மேற்கத்திய எதிர்ப்பு மனப்பாங்குகள் வளர்ந்து, அந்நிய பொருள் இறக்குமதியை எதிர்ப்பதோடு உள்ளூர் உற்பத்திப் பொருட்களை ஆதரித்து, சமூகத்தின் எல்லா மட்டத்தினரும் தமது சொந்தக் கால்களில் நிற்கவேண்டுமென எல்லாப் பத்திரிகை களும் கட்டுரைகளை எழுதி உற்சாகப்படுத்தின. இந்தக் கோரிக்கை பொதுவாக மக்களுக்கு மட்டும் விடுக்கப்படாது, விசேடமாக வர்த்தகர்கள், வியாபாரிகள், செல்வந்தர், மாணவர் ஆகியோருக்கும் விடுக்கப்பட்டது:

> எமக்குப் பின்வரும் சந்ததியினரின் நலனையிட்டு நாம் அக்கறை செலுத்த வேண்டாமா? ஒவ்வொரு வருடமும் எமக்குத் தேவையான பொருட்களை வாங்குவதற்கு நாம் பல இலட்சங்கள் செலவு செய்கின்றோம். இப் பொருட்கள் அந்நியரால் உற்பத்தி செய்யப்படுவதனால் இவற்றுக்காக நாம் செலவிடும் அத்தனை பணமும் அந்நிய நாடுகளுக்கே போகின்றது. வருடாந்தம் இலட்சக்கணக்கில் பணம் வெளியில் சென்றால் குபேரபுரிகூட அழியாது போகாதா? எமது மாணவர்கள் தேசிய இயக்கத்தில் சேர வேண்டாமா? உங்களின் தேசாபிமானத்தை வளர்ப்பதற்கான பிரதான அப்பியாசமே தேசிய இயக்கம். நீங்கள் பிறந்த மண்ணுக்கு உங்கள்

கடமையைச் செய்யுங்கள். பெருந்தொகைகளில் வெவ்வேறு இடங்களுக்குச் சென்று எல்லா வகையான முயற்சிகளிலும் ஈடுபடுங்கள். வர்த்தகர்களே! அந்நியர் இங்கு ஈட்டும் முதலீட்டை நீங்கள் எமது நாட்டுக்குத் திருப்பு வதனால் அதிக இலாபத்தைப் பெறமாட்டீர்களா? உங்களில் செல்வந்தராக இருப்போர் தமது பணத்தை முதலீடு செய்து இயந்திரங்கள் வாங்கி, உள்ளூர் மக்களுக்குத் தொழில் வழங்கி, உள்ளூர் உற்பத்தியை அதிகரிக்க வேண்டாமா? பொது மக்களே! தேசிய இயக்கத்தினால் ஏற்படக் கூடிய நலனை உணர்ந்து, நீங்கள் அந்நிய பொருட்களைத் தொடுவதில்லை எனத் தீர்மானிப்பீர்களேயானால், வர்த்தகர்கள் தாம் வாங்கும் அந்நிய உற்பத்திப் பொருட்களை யாருக்கு விற்கமுடியும்? உங்களது தேசம் முன்னேற வேண்டுமாயின் இப்போதே விழித்தெழுங்கள்!"[59]

ஒரு பலம்வாய்ந்த தேசிய பொருளாதார அடிப்படையைக் கட்டியெழுப்பி அதன் மூலம் தமிழரின் அரசியல் சுதந்திரத்தைப் பெறும்வகையில் இந்த விண்ணப்பம் பரந்த சமூக அளவில் இருப்பதை மேற்படி கூற்று தெளிவாகத் தெரிவிக்கின்றது.

இதேவேளை சிங்களத் தேசிய அடையாளமும், பத்தொன்பதாவது நூற்றாண்டின் கால் இறுதிப் பகுதியில், மதுவிலக்கு இயக்கத்துடன் ஆரம்பித்துத் துரித வளர்ச்சியடைந்திருந்தது. இந்த இயக்கமே, சிங்களத் தேசியவுணர்வை மீட்பதற்கான ஒன்றுகூடும் இடமாக இருந்து, இருபதாம் நூற்றாண்டின் முதற் தசாப்தத்தில்[60] பரந்து, விரிவடைந்திருந்தது.(விசேடமாக மேற்கு, தெற்கு சிங்கள மாகாணங்களில்). மதுவிலக்கு இயக்கங்களுக்கான வெகுசன ஆதரவு உணர்வுபூர்வமாக இருந்தது. இதுவே காலப்போக்கில் ஒரு அரசியல் இயக்கமாக உருவாகியது. பத்தொன்பதாம் நூற்றாண்டின் கால் இறுதிப் பகுதியில் இருபெரும் சிங்கள அமைப்புக்கள் உருவாகியிருந்தன. அவை, 1882 இல் உருவாக்கப்பட்ட இலங்கை விவசாய சங்கம், 1897 இல் உருவாக்கப்பட்ட சிலாபம் சங்கம் என்பனவாகும். இலங்கை விவசாய சங்கம், முதலில், இலங்கையின் பெருந்தோட்டங்களின் நலன்களைப் பாதுகாக்கத் தோன்றியதெனினும், ஈற்றில், 1888 இல் அது இலங்கைத் தேசிய சங்கமாக மாறி, சிங்கள தேசியவாதத்தில் ஒரு முக்கியமான பாத்திரத்தை வகித்தது.[61]

சிலாபம் சங்கம், குறிப்பாக சிங்களத் தேசியவாதத்தின் நலன்களை மேம் படுத்துவதற்காக, சட்டநிரூபணசபையில் தேசிய ஆர்வங்களைப் பிரதிநிதிப்படுத்த, தெரிவுசெய்யப்பட்ட அங்கத்தவர்களை பெறுவதற்கான முயற்சியை மையமாகக் கொண்டு அரசியற் போராட்டத்தை நடத்தி வலுவாக முயன்றதுபோற் தோன்று கின்றது. பல சிங்கள முனைப்பாளர், சிங்கள தேசிய நலன்களையே மனதிற் கொண் டிருந்தனர் என்பதனைத் தமிழ்த் தலைமை மேலும் மேலும் உணரத் தலைப் பட்டிருப்பர் என்பது நிச்சயமே. சிங்கள பௌத்த முனைப்பாளரான அநகாரிக தர்ம பாலாவும் அவரது சகாக்களும், நூற்றாண்டின் இறுதியில், சிங்களத் தேசிய வாதத்தை மீட்பதற்கான பிரசாரத்தை ஆரம்பித்தபோது, இது மேலும் தெளி வாகியது.[62] சிங்களத் தேசியவாதத்தின் இந்த எழுச்சி, சிங்களச் சார்புடைய அரசியல் அமைப்புக்களின் வளர்ச்சி, என்பனவும் தமிழ்த் தேசியவாதம் தோன்று வதற்கான பிரதான காரணங்களாக இருந்தன.

சமய, கலாசார, சமூக அம்சங்களை அடிப்படையாகக் கொண்டு, பத்தொன் பதாம் நூற்றாண்டின் நடுப் பகுதியிலேயே தோற்றம் பெற்றிருந்த இந்தியத் தேசிய வாதம் ஈற்றில், நோக்கங்கள் ஒன்றிணைய, 1885 இல் இந்திய தேசிய காங்கிரஸ் என அழைக்கப்பட்ட அரசியல் அமைப்பாக உருவெடுத்தது.[63] பம்பாயில் அது உருவாக்கப்பட்ட காலத்திலிருந்து, இந்தியா முழுவதுமான அதன் பிரதிநிதிகள், மிதமான அளவிலான பல அரசியல் நடவடிக்கைகளை ஆரம்பித்தனர். ஆயினும், இந்த மிதவாதப் போக்கு பாலகங்காதரதிலகர் (Balagangathara Tilak) போன்றவர்கள் 'சுயாட்சி' கோரியபோது, மிகவும் தீவிரமடைந்தது. திலக், அரவிந்த கோஷ் போன்றவர்கள் இந்தியா முழுவதிலும் தேசியவாதக் கருத்துக்களைப் பரப்புவதில் ஈடுபட்டிருந்தனர். உதாரணமாக, அவர்கள், இறக்குமதி செய்யப்பட்ட பிரித்தானிய உற்பத்திப் பொருட்களை வாங்குவதை நிறுத்தி, இந்தியாவின் உள்ளூர் உற்பத்திப் பொருட்களை உபயோகிக்கும்படி மக்களைத் தூண்டினர். இவ்வாறு இந்தியத் தேசியவாதம் வளர்ச்சிபெற்று, இலங்கைத் தமிழரை அரசியல் நடவடிக்கைகளில் ஈடுபட ஊக்குவித்தது. இதேசமயம் தென்னிந்தியாவில், குறிப்பாகத் தமிழ்நாட்டில் இந்த அரசியல் விழிப்புணர்வு நன்கு வேரூன்றியிருந்தது. சென்னை தேசிய சங்கம் ஆடி 1852 இல் தாபிக்கப்பட்டது.[64] சென்னை மகாஜன சபை 1884 இல் நிறுவப்பட்டது.[65] இவை தமிழ்நாட்டில், தமிழரின் தேசிய விடுதலையில் முனைப்பாக ஈடுபடத் தொடங்கின. இந்திய தேசிய காங்கிரசைவிட ஒரு வருடம் முன்னதாக உருவான சென்னை மகாஜன சபை, இந்தியா முழுமையையும் தழுவிய அமைப்புடன் நெருக்கமாகச் செயற்படுவதைத் தனது நடைமுறையாகக் கொண்டது. அவர்கள் தமது சொந்த வருடாந்த மாநாடுகளை நடத்தியதுடன், இந்திய தேசிய காங்கிரசின் மாநாடுகளில் பங்குபற்றியும், சென்னையில் நிலவிய அரசியல் மனநிலையை வளர்த்துக் கொண்டனர். சபையினது இந்த பிரதேச, தேசிய ஆர்வங்கள் பிற்காலத்தில், திராவிடர் நலன்களை மட்டுமே மையப்படுத்தும் வகையில் மாறின. இருப்பினும், 1916 இல் ஜஸ்ரிஸ் கட்சியின், (தென்னிந்திய லிபரல் பெடரேஷனின்) உருவாக்கம், ஈற்றில் அதே வருடம், ஹோம் றூல் லீக் உருவாகக் காரணமாகியது. தமிழரின் அரசியல் அபிலாஷைகளை வெகுவலுவாக முன்வைத்த, தனிப்பட்ட, திராவிட சார்புள்ள அமைப்பாக இது இருந்தது. இந்த இந்திய தேசிய இயக்கங் களைவிட, 1905 ருஷ்ய யப்பான் போரில், யப்பான் ஈட்டிய வெற்றி பொதுவாக ஆசியர்களை ஊக்குவித்து, இவர்களைத் தமது சுதந்திரத்துக்காக பிரித்தானியரை எதிர்த்துப் போராடுவதற்கான திடசித்தத்தையும், நம்பிக்கையையும் அளித்தது.[66] இக் காலத்தில், இந்த வளர்நிலைகள், நிகழ்ச்சிகள் யாவுமே தொடர்ச்சியாகவும், பூரணமாகவும் இலங்கையின் ஆங்கில, தமிழ் செய்திப் பத்திரிகைகளில் வெளியிடப் பட்டன. த மோணிங் ஸ்ராரும், அதன் தமிழ்ப் பதிப்பான உதய தாரகையும், ஹிந்து ஓகனும் அதன் தமிழ்ப் பதிப்பான இந்து சாதனமும், இந்தத் தகவல்களை தமிழர் மத்தியில் பரப்புவதில் முக்கியமான பாத்திரத்தை வகித்தன. அன்ரனி ஸ்மித் குறிப்பிடுவதுபோல்:

> "தேசியவாதத்துக்கான ஊடகம் முதலில் செய்திப் பத்திரிகையாகவும், பின்னர் வானொலி, தொலைக்காட்சியாகவும் இருந்தது. தேசியவாதத்தின் எழுச்சிக்கும், உள்ளூர் பத்திரிகைத் துறையின் செழிப்புக்கும், ஓரளவு

ஒழுங்கான இணைத்தொடர்பு உள்ளமையை அவதானிக்கக் கூடியதாக உள்ளது."[67]

தமிழ், சமூக அரசியல் அமைப்புக்கள்

ஒரு தேசத்தின் மக்களின் நலனை அடிப்படையாகக் கொண்ட சமூக அமைப்புக்கள், அரசியல் அமைப்புக்களின் முன்னோடிகளாக அமையும் பாங்கைக் கொண்டுள்ளன. எனவே, தமிழ் சமய, கலாசார, மொழி என்பனவற்றை வளர்க்கும் சங்கங்களும், பொருளாதார வர்த்தக அமைப்புகளும் (இவற்றையிட்டு இதற்கு முந்திய அத்தியாயத்தில் நாம் ஏற்கெனவே குறிப்பிட்டுள்ளோம்), அனேகமாக, பத்தொன்பதாவது நூற்றாண்டின் இறுதித் தசாப்தங்களிலும், இருபதாம் நூற்றாண்டின் ஆரம்பத்திலும், தமிழ் அரசியல் அமைப்புகள் தோன்றக் காரணமாக இருந்துள்ளன.

இந்திய தேசியக் காங்கிரசும், தென்னிந்திய திராவிட இயக்கங்களும், தமிழ் அரசியல் இயக்கங்கள் உருவாவதற்குப் பாரிய பங்கை அளித்துள்ளன. சைவபரிபாலன சபை, இந்து மகா சபை, தமிழ்ச் சங்கம் என்பன சமய, கலாசார, மொழி ஆகியவற்றின் காரணமாக உருவாக்கப்பட்ட போதிலும், அவை தமிழ் அரசியல் அபிவிருத்திக்கான ஆர்வங்களிலும் ஓரளவு கவனம் செலுத்தியுள்ளன. ஆயினும் இவை தமிழ் அரசியல் பிரச்சனைகளுக்காக எப்போதுமே முழுமையாகப் பேசியதில்லை.

தமிழரின் சமூக, அரசியல் முன்னேற்றத்தின் நலன்கருதி, யாழ்ப்பாணச் சங்கம் 1905 இல் உருவாக்கப்பட்டு, ஏனைய தமிழ் சமூக, அரசியல் அமைப்புக்களின் முன்னோடியாக விளங்கியது. 1906 ஹிந்து ஓகனில், இந்தச் சங்கத்தின் பிரதான நோக்கம் பின்வருமாறு கூறப்பட்டது:

> "தமிழ் மக்கள் அனுபவித்துவரும் குறைகளை அரசாங்கத்தின் முன்வைத்து அவற்றைத் தீர்க்கும் முகமாக, இங்கு யாழ்ப்பாணத்தில் ஒரு சங்கம் நிறுவப்படல் வேண்டுமென்பது பலரின் நீண்டகால விருப்பமாக இருந்துள்ளது. இந்த விருப்பம் ஒருவழியாக நிறைவேறியது எமக்குப் பெருமகிழ்ச்சியை அளிக்கின்றது. கடந்த டிசம்பர் மாதம் 6ம் திகதியன்று, பல தேசாபிமானிகள் ஒன்று சேர்ந்து, யாழ்ப்பாணம் மத்திய கல்லூரி மண்டபத்தில் யாழ்ப்பாணச் சங்கத்தை உருவாக்கியுள்ளனர். இச் சங்கம் பூரண ஒற்றுமையுடனும், முழுமனதோடும், சாதி சமய பாகுபாடுகளின்றிச் செயற்படுமேயானால், அரசியல் அரங்கத்தில் அது பெரும் மாற்றங்களை ஏற்படுத்துவதுடன் மாத்திரமன்றி, எமது சமூக நிலையிலும் பெரும் நன்மைகளையும் கொண்டுவரும். ஒற்றுமையே பலம்."[68]

இதே பத்திரிகை, யாழ்ப்பாணத் தமிழர் சங்கம் என்னும் தலைப்பின்கீழ் தகவல்களைக் கொண்டிருப்பதுடன், அங்கத்தவர்களின் பெயர்களையும் குறிப்பிட்டுள்ளது. கும்பகோணம் கல்லூரி முன்னாள் ஆசிரியர் ஜேம்ஸ் ஹென்ஸ்மன் தலைவராகவும், வழக்கறிஞர் ஹோமர் வன்னியசிங்கம், வழக்கறிஞர் எஸ். காசிப்பிள்ளை

ஆகியோர் உப தலைவர்களாகவும் இருந்தனர். இச் சங்கம், பிரதானமாக தமிழர்களின் சமூக, அரசியல் அபிலாசைகளில் அக்கறை கொண்டிருந்தது என்பதை மேற்படி செய்தி தெளிவாகத் தெரிவிக்கின்றது. எந்தவொரு தனிப்பட்ட சமய, சாதி, நம்பிக்கை என்பவற்றுக்கு சலுகை வழங்காத வகையில் அங்கத்தவர்களைக் கொண்டிருத்தல் வேண்டும் என்பது அவர்களது மற்றைய பிரதானமான நோக்கமாக இருந்தது. ஆயினும் இச் சங்கத்தின் நிர்வாகக் குழுவினர் பெரும்பாலும் கிறிஸ்தவர்களாகவே இருந்தனர். இச் சங்கம் உருவாக்கப்பட்ட காலத்திலிருந்து, மேலும் அரசியல் அதிகாரத்தைப் பெறும் முகமாக, அரசியலமைப்பு சீர்திருத்தப்பட வேண்டுமென இடைவிடாது போராடியது. 1921 இல், பிரதான தமிழ் அரசியல் அமைப்பான தமிழர் மகாஜன சபை தோற்றுவிக்கப்படும் வரையில் இது நிகழ்ந்தது. தமிழருக்கு அளித்த வாக்குறுதிகளை சிங்கள உயர்மட்டத்தினர் மீறிவிட்டனர் என உணர்ந்த தமிழர், அவர்களுடன் ஏற்பட்ட முரண்பாடு காரணத்தினால், இலங்கைத் தேசிய காங்கிரசில் இருந்து வெளியேறி இந்த அமைப்பை உருவாக்கினர்.

1906ம் ஆண்டு, இன்னுமோர் அமைப்பான சமூக சீர்திருத்தச் சங்கமும், யாழ்ப்பாணத்தில் இதே ஆண்டில் தோற்றுவிக்கப்பட்ட இந்து வாலிபர் சங்கத்தின் ஆதரவில் அமைக்கப்பட்டது. இச் சங்கம் தமிழ் கலாசாரப் பாரம்பரியங்களை மேம்படுத்துவதில் அதிக கவனஞ் செலுத்தியபோதும், அது தமிழ் அரசியல் விஷயங்களில், குறிப்பாக தமிழ் மதுவிலக்கு இயக்கத்துக்கு ஆதரவளிப்பதிலும், பிறநாட்டு இறக்குமதியையும், மேற்கத்திய கலாசாரமயமாதலை எதிர்ப்பதிலும், அரசாங்கத்தின் தலைவரி, மரணதண்டனை என்பனவற்றுக்கு எதிராகப் போராடுவதிலும் ஈடுபட்டது.[69] இந்த அமைப்பு ஆரம்பத்தில், அதன் முதல் தலைவர் ஆனந்த குமாரசுவாமியினால் நிறுவப்பட்ட இலங்கை சமூக சீர்திருத்தச் சங்கத்தின் சகோதரச் சங்கமாக இணைந்திருந்தது. கோப்பாயைச் சேர்ந்த சமாதான நீதவான் ஏ. மயில்வாகனம் இதன் முதல் தலைவராக இருந்தார்.[70]

சமூக, பொருளாதார விஷயங்களில் அனேகமாக ஈடுபட்டிருந்த வேறு சில அமைப்புகளையும் இங்கு குறிப்பிடுதல் பயனுள்ளதாகும். தமிழரின் சார்பில் முனைப்பான அரசியல் பாத்திரத்தை வகித்த யாழ்பாணச் சங்கத்துக்கு இவை ஆதரவளித்தமையும் குறிப்பிடக்கூடியது. இவை, ஐக்கிய நாணய சங்கம்(1913),[71] யாழ்ப்பாணக் கூட்டுறவுச் சங்கம் (1918),[72] திருகோணமலை மாதர் ஐக்கிய சங்கம் (1920)[73], மட்டக்களப்பு சங்கம் (1920),[74] முல்லைத்தீவு மகாஜன சபை (1921),[75] ஆகும். இவற்றுள் முல்லைத்தீவு மகாஜன சபை 1921[76]ல் உருவாக்கப்பட்ட தமிழர் மகாஜன சபையிலிருந்து தோன்றியிருக்கலாம். தமிழரால் நிறுவப்பட்ட அரசியல் அமைப்புக்களுள் தமிழர் மகாஜன சபையே அதி தீவிரமானது. இவ் அத்தியாயத்தின் அடுத்த பகுதியில், தமிழ்த் தேசியவாதத்தின் மைய அரசியல் பிரச்சனை சம்பந்தமாக இச் சபையைப் பற்றி ஆராயப்படும்.

இந்த சமூக, பொருளாதார அமைப்புக்கள் முழுத் தமிழ் மக்களிடையேயும் தோற்றம் பெற்றமை, அவற்றின் ஒருமித்த சமூக, பொருளாதார ஆர்வங்களும், அவற்றின் பரஸ்பர ஒற்றுமையும், ஒருமைப்பாடும், அவற்றின் முனைப்பான அரசியற் செயற்பாட்டுக்கு சாதகமானதொரு சூழ்நிலையை உருவாக்க உதவின என்பதை எம்மால் காணக்கூடியதாக உள்ளது. இப்பேர்ப்பட்ட சூழ்நிலையில் யாழ்ப்பாணத்

ஆனந்த குமாரசுவாமி

தமிழர் சங்கம், தமிழர் யாவரினதும் ஒருமித்த அரசியல் குரலாக இயங்கி, தமிழரின் அரசியல் உரிமைகளையும், சுதந்திரத்தையும் மீள வென்றெடுக்க ஒரு ஸ்திரமான நிலையை எடுக்கக் கூடியதாகவும் இருந்தது. இந்த அமைப்பு, இருபதாம் நூற்றாண்டின் முதலிரு தசாப்தங்களிலும் செயற்பட்டது. தொடர்ந்து தமிழர் மகாஜன சபை ஒரு பரந்துபட்ட தமிழர் அரசியல் முன்னணியாக உருவெடுத்து, யாழப்பாணச் சங்கத்தின் பணிகளை பெரும்பாலும் கையேற்றுக் கொண்டது.

இந்த வளர்நிலைகளையிட்டு மேலும் விபரமாகப் பார்ப்பதற்கு முன்னர், இலங்கைத் தமிழ் தேசியவாத மானது, பிரதானமான தமிழ்ப் பிரதேசங்களில் வாழ்ந்த உள்ளூர் உயர் மட்டத்தினரினாலேதான் ஆரம்பத்தில் வழிநடத்தப்பட்டது என்பதை நாம் மனதிற் கொள்வது அவசியம். கொழும்பிலும், ஏனைய தெற்குப் பிரதேசங்களிலும் நிலைகொண்டுவிட்ட தமிழ் உயர் மட்டத்தினர், இலங்கையின் அனைத்து சமூகங்களையும் உள்ளடக்கும் இலங்கை தேசியவாதத்தை ஆதரித்தனர். எனவே இவர்களுக்கும், இவர்களையொத்த சிங்களவர்க்கும் நெருங்கிய தொடர்பு இருந்ததுடன், இவர்கள் குடியேற்ற ஆட்சியிலிருந்து சுதந்திரத்தை மீள வென்றெடுப்பதற்காக சிங்களவர்களுடன் தோளோடு தோள் சேர்ந்து உழைத்தனர். சிங்களவருக்கும் தமிழருக்கும் இடையில் ஒரு பெரிய பிளவு ஏற்படும்வரையில் இது தொடர்ந்தது.

1910ம் ஆண்டு அரசியலமைப்புச் சீர்திருத்தமும் : தமிழரும், சிங்களவரும்

1833 இல் உருவாக்கப்பட்ட கோல்புறூக் அரசியலமைப்பு, சட்டநிர்வாகசபை, சட்டநிரூபணசபை ஆகியவற்றை உருவாக்கி, அவை, ஒரு சில சிறு திருத்தங்களைப் பெற்று கிட்டத்தட்ட எண்பது ஆண்டுகள் அதிகாரத்தில் இருந்தது. வருடங்கள் கழிய, சட்டநிரூபணசபையின் செல்வாக்கும், அதிகாரமும் அதிகரித்துச் சென்ற போதும், அது குடியேற்ற அதிகாரிகளின் பெரும்பான்மைக் கட்டுப்பாட்டினுள் தான் இருந்தது. எனவே, சட்டநிரூபணசபையின் உத்தியோகப்பற்றற்ற அங்கத்தவர், கொள்கை, சட்டம், நிதி எனும் பெரும் விஷயங்களில் தமக்குக் கூடிய செல்வாக்கு இருக்கும் வகையில், தமது எண்ணிக்கையை அதிகரிக்குமாறு அரசாங்கத்துக்கு அழுத்தம் கொடுத்தனர். அப்போது சில தருணங்களில் அவர்கள் தமது கருத்தை மிக வெளிப்படையாகவே தெரிவித்தனர். இருந்தபோதிலும், நிதியைப் பொறுத்த வரையில்தான் சபையினது அதிகூடிய தாக்கம் இருந்திருக்க வேண்டும். தேசாதிபதியின் உடன்பாடின்றி எந்தவொரு ஏற்பாடும் மேற்கொள்ளப்பட முடியாதெனினும், எல்லா நிதிப் பிரச்சனைகளும் சபைக்கு முன்வைக்கப்படுதல் வழமையான நடைமுறையாகி விட்டிருந்தது. பிரேரிக்கப்படும் நிதி ஏற்பாடுகள் யாவும், இறுதியாகத் தேசாதிபதியினால் அங்கீகரிக்கப்படுவதற்கு முன்னர், பொது விவாதத்திற்காக,

சட்டசபையின் முன் வைக்கப்படல் வேண்டுமென்பது அரச செயலாளரின் விருப்ப மாக இருந்தமையால், இந்நிலமை அவரால் ஏற்றுக்கொள்ளப்பட்ட ஒன்றாகவும் இருந்தது. சேர். ஹென்றி மக்கலம்(1907-13) இந்த நடைமுறையை மேலும் முன்னெடுத்து ஒரு நிதி செயற்குழுவை உருவாக்கினார்.[77] புதிய சபையின்கீழ் தொடர்ந்து இயங்கிய இந்தக் குழுவில், எல்லா உத்தியோகப்பற்றற்ற அங்கத் தவர்களும், குடியேற்ற செயலாளர், வரி கட்டுப்பாட்டாளர், பொருளாளர் ஆகியோரும் இடம் பெற்றனர். நாட்டின் நிதி முகாமைத்துவத்தில் இப் புதிய சபை பல வருடங்களுக்கு மிக முக்கிய பாத்திரத்தை வகித்ததுடன், அதன் உத்தியயோகப் பற்றற்ற அங்கத் தவருக்கு, விசேடமாக சுதேசி அங்கத்தினருக்கு, நாட்டின் நிதி அலுவல்களில் மேலும் நேரடியாகப் பங்குபற்ற வாய்ப்புகளை ஏற்படுத்தியது. நாட்டை ஆட்சி செய்வதில் மேலும் அதிகமான பங்கு கிடைக்கவேண்டுமென்ற உள்ளூர் விருப்பம் தொடர்ந்திருந்து, 1905 இல் இவ் விஷயம், அரச செயலாளருக்கும், பொது அபிப்பிராயத்தைப் பிரதிபலித்த தலைவர்கள், அரசியல் சீர்திருத்தத்தில் ஆர்வம் கொண்டிருந்த அமைப்புக்கள் என்போருக்கும் இடையில் கலந்துரையாடப்பட்டது. அரசியலமைப்பைப் பொறுத்த வரை, பத்தொன்பதாம் நூற்றாண்டின் இறுதிவரை, சட்நிரூபணசபையின் எந்தவொரு உத்தியோகப்பற்றற்ற அங்கத்தவருமே, அரசியல் சீர்திருத்தத்தில் ஒரு சிறு அளவு ஆர்வங்கூடக் காட்டவில்லை. தமிழ்ப் பிரதிநிதி மட்டும் இதற்கு விதிவிலக்காக, சட்டநிரூபண சபையில் ஒரு சுதந்திரமான அணுகு முறையில் இயங்கி, தேசிய அரங்கிலுங்கூட பெரும்பாலும் வழிநடத்தியுள்ளார்.[78] இருபதாம் நூற்றாண்டின் முதலாவது தசாப் தத்தில் தமிழர் அரசியல் சீர்திருத்தத் திற்காகப் போராட ஆரம்பித்தார்கள். இந்த வலியுறுத்தல் நியாயமானதாகும். அத்துடன் பின்வரும் கூற்றுக்கள் இக்கருத்தைத் தெளிவாக ஆதரிக்கின்றன:

"மாநாகர சபையைப் போன்றே, சட்டநிரூபண சபைக்கான பிரதிநிதிகளும் தேர்ந்தெடுக்கப்படல் வேண்டும். அவர்களுக்கு வாக்குரிமை அளிக்கும் ஒழுங்குவிதிகளின் கீழ், தமது இனத்தின் பிரதிநிதிகளைத் தேர்ந்தெடுக்கும் வகையில், மாற்றங்கள் அல்லது சீர்திருத்தங்கள் செய்யப்படல் வேண்டு மென்று நாம் தேசாதிபதியிடம் எதிர்பார்ப்பதுடன், அவரைக் கோரவும் செய்கின்றோம்."[79]

"எமது சொந்த அரசியல் நலனுக்காக, எமது சட்டநிரூபண சபையையும் அதன் அரசியல் அமைப்பையும் நாம் சீர்திருத்த விரும்பின், நாம் நிச்சய மாக அரசாங்கத்துக்கு அடிக்கடி அழுத்தம் கொடுத்தல் வேண்டும். நாம் மௌனமாக இருந்தாலோ அன்றி ஆட்சியாளருக்கு எமது உணர்வுகளை வெளிப்படுத்தாமலோ இருந்தால், எமது அரசியல் உரிமைகள் ஒருபோதுமே எமக்குக் கிடைக்காது."[80]

தமிழரை உதாரணமாகக் கொண்டு பின்னர் சிங்களவரும் இதையொத்த போராட்டங்களில் ஈடுபட்டனர். உதாரணமாக திரு. ஜேம்ஸ் பீரிஸ் இவ் விஷயத்தில்,

நன்கு நியாயப்படுத்தப்பட்ட நீண்டதொரு மனுவை 1908 இல் முன்வைத்தார்.[81] இதைத் தொடர்ந்து, தமிழ் சிங்கள அரசியல் அமைப்புக்களின் பல மனுக்கள் அரச செயலாளருக்கு அனுப்பி வைக்கப்பட்டன. 1909 இல் இந்த அமைப்புக்களால் கோரப்பட்ட பெரும் சீர்திருத்தத்தின்படி, பிரதேச அடிப்படையில், பதினாறுக்கும் பதினெட்டுக்கும் இடையிலான எண்ணிக்கையில் உத்தியோகப்பற்றற்ற அங்கத் தினரைத் தேர்ந்தெடுத்தல் வேண்டுமென்றும், உத்தியோகபூர்வ அங்கத்தினரின் எண்ணிக்கை, உத்தியோகப்பற்றற்ற அங்கத்தினரின் எண்ணிக்கையைவிட அதிக மாக இருக்கக்கூடாது என்றும் பிரேரிக்கப்பட்டது.[82] இருப்பினும், தேசாதிபதி, ஒரு நீண்ட, அவதானமிக்க பதிலை அனுப்பியிருந்தார். குடியேற்றநாட்டின் நிலைமையைக் கருத்துக்கு எடுக்கையில், மனுவில் கோரப்பட்டவாறு தேர்ந்தெடுக்கப்படுவோர், மக்களை முழுமையாகப் பிரதிநிதிப்படுத்த மாட்டார்கள் எனவும், ஆங்கிலக் கல்வி பெற்ற வகுப்பினர் மத்தியிலிருந்து தேர்ந்தெடுக்கப்படும் பிரதிநிதிகளைவிட, உத்தியோக பூர்வ அங்கத்தினரே (குறிப்பாக அரசாங்க அதிபர்கள்), அதிக பிரதிநிதித்துவத்தை வகித்து, மக்களின் நலனைப் பாதுகாப்பர் எனவும் அதிற் தெரிவித்திருந்தார்.

அரச செயலாளரின் பார்வையும் இக் கருத்துடன் பெரும்பாலும் ஒத்திருந் தமையால், பிரதேசவாரிப் பிரதிநிதித்துவத்தைப் புறந்தள்ளி, இனவாரிப் பிரதிநிதித் துவத்தை தக்க வைத்துக்கொண்ட ஒரு புதிய அரசியலமைப்பு அறிமுகப்படுத்தப் பட்டது. இதன்கீழ் தேர்தல் முறைமையொன்று அறிமுகப்படுத்தப் பட்டிருந்தபோதும், அது மிகவும் கட்டுப்படுத்தப்பட்ட அடிப்படையைக் கொண்டதாய், கல்வி, தொழில்சார் நிபுணத்துவம், செல்வம், சொத்து என்பவற்றை உடையவரே வாக்களிக்கக்கூடிய தன்மையதாய் இருந்தது. இந்தப் புதிய முறைமையின் கீழான தேர்தல் 1910 இல் நடைபெறவிருந்தது.[83] இருந்தபோதிலும், பத்து உத்தியோகப் பற்றற்ற ஆசனங் களுள், நான்கு மட்டுமே தேர்தல் அடிப்படையில் செய்யப்படும் எனப் பிரகடனம் செய்யப்பட்டது. அந்த நான்கு ஆசனங்களுக்கு, இரு ஐரோப்பியர்கள், ஒரு பறங்கியர், ஒரு இலங்கைக் கல்விமான் என்போர் தெரிவு செய்யப்படவிருந்தனர். தேசாதி பதியினால் நியமிக்கப்படவிருந்த ஏனைய ஆறு உத்தியோகப்பற்றற்ற அங்கத்தவர், இரு கரையோரச் சிங்களவர், ஒரு கண்டிச் சிங்களவர், இரண்டு இலங்கைத் தமிழர், ஒரு முஸ்லீம் என்ற அடிப்படையில் அமைந்தனர்.[84]

இந்தச் சீர்திருத்தத்தின் பெரிய தாக்கம் என்னவெனில் சட்டநிரூபணசபையின் உத்தியோகப்பற்றற்ற அங்கத்தவர்களின் எண்ணிக்கை, கோல்புறூக் அரசிய லமைப்புக் காலத்திலிருந்து 1910லான மக்கலம் சீர்திருத்தக் காலம்வரை, ஆறிலிருந்து பத்தாக அதிகரித்தமையாகும். முதற் தடவையாக, சட்டநிரூபணசபையில் கிழக்கு மாகாணத்தைப் பிரதிநிதித்துவப்படுத்தும் வாய்ப்பு மட்டக்களப்பு மக்களுக்கு அளிக்கப்பட்டு, தமிழரும் சிங்களவரும் சபையில் பெரும்பாலும் சமநிலையைப் பெற்றனர். இலங்கைக் கல்விமான்களுக்காக, தமிழரான பொ. இராமநாதன் தெரிவு செய்யப்பட்டமை இப் புதிய சபையின் சுவாரஸ்யமான அம்சங்களுள் ஒன்றாகும். இச் சீர்திருத்தங்கள் நிர்வாகத்தைப் பொறுத்தவரையில் பெரும் மாற்றங்களை ஏற்படுத்தவில்லை என்பதுடன், புதிய அரசியலமைப்பு அரசாங்கத்தின் கொள்கையில் புரட்சிகரமான மாற்றம் எதையும் கொண்டுவரவில்லை. இருந்தபோதிலும், இந்த அரசியல் சபையில் மேற்கொள்ளப்பட வேண்டிய அரசியலமைப்புச் சீர்திருத்தத்

துக்கான தேவைகளும், தேர்ந்தெடுக்கப்பட்ட பதவிகளின் மட்டுப்படுத்தப்பட்ட அறிமுகமும், தமிழ் அரசியல் அபிலாசைகளை ஓரளவேனும் ஊக்குவித்திருக்க வேண்டும். கல்விபெற்ற இலங்கையரின் பிரதிநிதியாக இராமநாதன் தெரிவுசெய்யப்பட்டமை தமிழர்கள் மத்தியில் பெருமையை ஏற்படுத்தி, ஒருவகையில் அவர்களை, தமது அன்றைய நம்பிக்கையற்ற நிலைமைகளையும், தமது மகோன்னதமான கடந்த காலத்தையும் ஒப்பிட்டுச் சிந்திக்க வைத்தது. மேலும், தென்னிந்தியாவில் திராவிட தேசிய இயக்கத்தின் வளர்ச்சியும், இந்திய தேசியக் காங்கிரசின் அரசியல் நடவடிக்கைகளும், ரஷ்யாவை யப்பான் வெற்றிகொண்டதும், ஏனைய உலக அரசியல் நிகழ்வுகளும், தமிழ் உயர் மட்டத்தினரையும், தமிழ்ச் சமூகத்தையும் அவர்களது அரசியல் செயற்பாடுகளில் தொடர ஊக்குவித்தன. இருப்பினும், தமிழ், சிங்கள சமூகத்தினர் மத்தியில் மேலாதிக்கம் பெற்றிருந்த மிதவாத உயர்மட்டத்தினர், இலங்கைத் தேசியவாதத்தின் நோக்கங்களுக்குச் சார்பாக இருந்தாரே அன்றி, தமிழ், சிங்கள இலட்சியங்களைக் குறிப்பாக ஊக்குவிக்கவில்லை. இந்தியாவிலும் இதே வகையில் இந்திய தேசியக் காங்கிரசின் பரந்த நோக்கங்களே முதலிடத்தைப் பெற்றிருந்தன.

இச் சந்தர்ப்பத்தில், தமிழரும் சிங்களவரும், பெரும் மோதல் முரண்பாடுகளின்றி ஒத்திசைந்து வாழ்ந்தனரா என்பதை ஆராய்வது முக்கியமாகும். பொ. இராமநாதனின் விஷயத்தில், சிங்களவர் தமிழர் இரு சாராரினாலுமே ஒரு தமிழர் தெரிவானதை நாம் காண்கின்றோம். இருந்தபோதிலும், இந்த ஆதரவு கரையோரச் சிங்களவரிலும் பார்க்க, கண்டிச் சிங்களவரிடத்திலிருந்தே அதிகமாகக் கிடைத்தது. ஒருவேளை கே. எம். டி. சில்வா பின்வருமாறு சொல்வதுபோல்:

“சாதியப் பகைமை தொடர்ந்தும் சிங்களவர் மத்தியில் பிரிவை ஏற்படுத்தியதுடன், அவர்களிடையே ஒருமைப்பாடும், கூட்டுறவும் இல்லாமைக்குப் பிரதானமான காரணமாகவும் கருதப்பட்டது.”[85]

கண்டிச் சிங்களவருக்கும் (கோவிகம அல்லது விவசாய சாதி), கரையோரச் சிங்களவர் (கரவ அல்லது மீன்பிடிச்சாதி)களுக்கும் இடையே காணப்பட்ட இறுக்கமான சாதியப் போட்டியே, சேர். பொன்னம்பலம் இராமநாதன் வெற்றியடைவதில் முக்கிய பங்கை வகித்திருக்கக்கூடும் என்பதை இக்கூற்று தெளிவாகச் சித்தரிக்கின்றது. அத்தோடு, தமிழரில் அனேகமானோர் ஆங்கிலம் கற்றவர்களாக இருந்ததன் பலனாக அவர்களில் பெரும்பான்மையானோர் வாக்களிக்கத் தகுதி பெற்றிருந்தனர். ஆகவே அவர்கள் நிச்சயமாகத தமிழரான இராமநாதன் அவர்களுக்கே தமது வாக்குகளை அளிக்கும் நிலையில் இருந்திருப்பார்கள். இதிலிருந்து, தமிழருக்கும் சிங்களவருக்கும் இடையே வெளிப்படையான இனப்பகையோ அல்லது முரண்பாடோ எதுவும் இருக்கவில்லை என நாம் கருதமுடியும். ஆயினும், இரு பகுதியிலும் நிலவிய உண்மையான நிலையை நாம் தீர்மானிப்பதற்கு இக் கருதுகோளை நாம் மேலும் விரிவாக ஆராய்தல் அவசியம்.

1910 இல், தலைநகர் கொழும்பு முழுவதிலும், இலங்கையின் ஏனைய பிரதேசங்களிலும், விசேடமாக யாழ்ப்பாணத்திலும், கல்விகற்ற இலங்கையர் பிரதிநிதித்துவத்தையிட்டு, பல அரசியல் கூட்டங்கள் நிகழ்ந்தன. இவற்றில் மிகப் பெரிய இரண்டு கூட்டங்கள் கொழும்பில் நடைபெற்றன. இவற்றில் ஒன்று,

டாக்டர். பெர்னான்டோவின் ஆதரவாளரால், நவம்பர் 17ம் திகதி, பொன்ஜியன் மண்டபத்தில் ஒழுங்கு செய்யப்பட்டது. மற்றையது இராமநாதனுடைய ஆதர வாளரினால், கார்த்திகை 20ம் திகதியன்று பொதுமக்கள் மண்டபத்தில் கூட்டப் பட்டது.[86] டாக்டர். பெர்னான்டோவுக்கான கூட்டத்தில் ஆயிரக்கணக்கான மக்கள் கலந்துகொண்டனர். டாக்டரின் ஆதரவாளர் சிலரால் இராமநாதனுக்கு எதிராக நிகழ்த்தப்பட்ட வெறுப்பைத் தூண்டும் பேச்சுக்களினால் இவர்களில் சிலர் கூட்டத்தைவிட்டு வெளியேறினர். இவர்கள் தமிழராக இருந்திருக்கக்கூடும். ஏனெனில் செய்தியாக வெளியிடப்பட்ட பின்வரும் இரு கூற்றுக்கள் எந்தத் தமிழரையும் கோபமூட்டக் கூடியதாக இருந்தமையாகும். முதலாவதாக:

சேர் பொன். இராமநாதன்

> "இராமநாதன் பாரம்பரியமும், பண்பும் கொண்ட இந்துத் தமிழர்தான். ஆனால் அவரில் மேற்கத்திய வாழ்க்கைப் பாணி எதுவும் தெரியவில்லை."

இரண்டாவதாக,

> "அவர் (இராமநாதன்) தமிழில்தான் சிந்திக்கின்றாரன்றி, ஆங்கிலத்தில் சிந்திப்பதில்லை."[87]

இதே பத்திரிகைச் செய்தி வருமாறு கருத்துத் தெரிவித்தது:

> "எவருமே மேற்படி கூற்றுகளை ஏற்றுக்கொள்ள மாட்டார்கள். ஏனெனில் அவரது சக்திமிக்க பேச்சுவன்மையும், ஆங்கிலப் புலமையும் அவரையிட்டு யாவரையும் பெருமையுடன் பேசுவதற்கு ஊக்குவித்தன. அவர் தமிழ்க்

காலாசாரத்தையும், பாரம்பரியங்களையும் கைக்கொள்வது தமிழினத்தைப் பெருமை கொள்ளச் செய்கின்றது."[88]

இக் கூற்றுக்களிலிருந்து சமயம், கலாசாரம், மொழி, இனம் மீதுள்ள பகைமை, தமிழரின்மேல் அவர்களது சகாக்களான சிங்களவரினால் வெளியரங்கமாகக் காண்பிக்கப்பட்டது என்பதை அறியமுடிகிறது. இப்போது நாம் எமது கருத்தைத் தமிழரின் மீதும், யாழ்ப்பாணம் றிட்ஜ்வே மண்டபத்தில் (இந்துசாதனம் பத்திரிகையின்படி இக்கூட்டம் யாழ்ப்பாணச் சங்கத்தினால் ஒழுங்கு செய்யப்பட்டது.)[89] அவர்களின் கூட்டத்தில் அவர்கள் காண்பித்த மனப்பாங்குகள் மீதும் செலுத்துவோமானால், எமக்குத் தமிழரின் உண்மை மனச்சார்பு தெரியவரும்.

தேர்தலில் வாக்களிப்பதற்காக மக்கள் மத்தியில் காணப்பட்ட ஆர்வத்தை யிட்டுக் கருத்துத் தெரிவித்த இந்துசாதனம், டாக்டர். மாக்கஸ் பெர்னான்டோ ஒரு அரச மருத்துவராக மட்டுமே அறியப்பட்டிருக்கையில், இராமநாதனையிட்டு யாவரும் அறிந்துள்ளனர்.[90] இராமநாதன் ஒரு பிரசித்திபெற்ற குடும்பத்தில் உதித்தது மாத்திரமன்றி, சட்டநிரூபணசபையில் ஏறத்தாழ பதின்மூன்று வருடங்கள் தமிழரின் பிரதிநிதியாக சேவையாற்றியவர். சபையில் அவர், தமிழ், சிங்கள இனங்கள் இரண்டின் நலனுக்காகவும், முழுச் சமுதாயத்தின் மேம்பாட்டுக்காகவும், தனது செல்வம், சுகம் இரண்டையுமே தியாகம் செய்து, புகழ் பெற்றவர்.[91] சட்ட நிரூபணசபையில் அவரது பதவிக்காலம் முடிவுற்றபோது, அவர் இலங்கை நீதித் துறையின், பெருமைமிக்க வழக்கறிஞர், சட்டமா அதிபர் என்ற பதவிகளில் சேவை புரிந்தவர்[92] எனவே இப் பதவிக்கு இராமநாதனே பொருத்தமான வேட்பாளர் என்பதில் எச் சந்தேகமுமே இல்லை. இதை மனதிற் கொண்டு, அதிகூடிய தகைமையும், அதிகூடிய தராதரங்களையும் பெற்றிருந்த வேட்பாளருக்கே மக்கள் ஆதரவளிக்க வேண்டும் என்று இந்துசாதனம் எழுதியது. மேலும், பத்திராதிபர் தலையங்கம் பின்வருமாறு வேண்டுகோள் விடுத்தது.

> "இந்த விஷயத்தில் ஒருவரது சமயத்திற்கான விசுவாசமோ, இனத்துக்கான விசுவாசமோ கருத்துக்கு எடுக்கப்படல் கூடாது. பொருத்தமானவர் எவரோ அவரே தேர்ந்தெடுக்கப்படல் வேண்டும். விருப்பு, சாதி, சமயம் என்பன வற்றைக் கருத்திற் கொள்ளாது, ஒவ்வொருவரும் தானே சிந்தித்து, தனது சம்மதத்தை அளிப்பார்களேயானால், இராமநாதனே தெரிந்தெடுக்கப்படுவார் என நம்புகின்றோம்."[93]

இராமநாதனுக்கு தமிழ் மக்கள் வாக்களித்ததில் சமயம், கலாசாரம், மொழி அல்லது இனக் காரணிகள் பங்கு வகிக்கவில்லை என்ற முடிவை மேற்காணும் கூற்று ஆதரிப்பதாகத் தோன்றுகின்றது. இனப் பகைமைகளை பற்ற வைப்பதற்கு இங்கு எந்த முயற்சியுமே மேற்கொள்ளப் படவில்லை. மாறாக, இவ் ஆசிரியர் தலையங்கம், கல்விகற்ற இலங்கையர் ஒருவரைத் தேர்ந்தெடுக்க வேண்டிய ஒரே அடிப்படை, அவரது தகைமையே என்பதனைப் பிரதானப்படுத்துகின்றது. ஏற்கெனவே சுட்டிக் காட்டியபடி, கொழும்புக் கூட்டத்தில், சிங்களப் பிரதிநிதிக்குச் சார்பாக, இனவேறுபாடு பெரிய

விஷயமாக எழுப்பப்பட்டிருந்தது. எனவே இராமநாதன் சிங்கள, தமிழ் என்ற இரு பகுதி வாக்காளர்களினால் தேர்ந்தெடுக்கப்பட்டமை, அவர்களிடையே இனப் பகைமை இருக்கவில்லை என்பதை அர்த்தப்படுத்துவதாகாது. மேலும், இந்த ஊமைப்பகை, 1915 முஸ்லீம்—சிங்களக் கலவரத்தின்போதும், 1920 மனிங் அரசியலமைப்புச் சீர் திருத்தத்தின்போதும், வலுவடைந்தது. எனவே, சட்டநிரூபணசபைப் பிரதிநிதிகளுக்கான தேர்தல், நாட்டின் அரசியலில் தமிழரை ஈடுபடத் தூண்டியதுடன், இலங்கை முழுவதிலு மான தேர்தலில் பங்குபற்றும் வாய்ப்பை அவர்களுக்கு அளித்து, ஈற்றில் இத் தேர்தல்கள், சிங்களவருக்கும் தமிழருக்கும் இடையில் இனக் குழப்பத்திற்கான சூழ்நிலையை உருவாக்கியதுடன், ஓரளவுக்கு, பொதுவாக இலங்கையின் பல்லினங்கள் மத்தியிலும் அச் சூழ்நிலையை உருவாக்கின.

இந்தக் கருத்துக்கான ஆதாரத்தை நாம் வேறெங்கும் தேடவேண்டிய அவசியம் இல்லை என்பதற்கு, 1915 இல் இலங்கையில், சிங்கள வெகுசனங்கள் தமிழ்ப்பேசும் முஸ்லீம் இனத்தவரை எவ்வளவு முரட்டுத்தனமாகத் தாக்கினர் என்பதே போதுமானதாகும். இக் கலவரங்கள் கண்டியில் ஆரம்பித்து, வடமத்திய, வடக்கு, கிழக்கு, மாகாணங்கள் தவிர்ந்த, ஏனைய இடங்களுக்குப் பரவின. முஸ்லீம் வீடுகள், சொத்துக்கள், கடைகள், மசூதிகள் அழிக்கப்பட்டு, பல முஸ்லீம்கள் தாக்கப் பட்டனர். கொலை செய்யப்பட்டனர்.[94] முஸ்லிம் மக்களுக்கு எதிராக சிங்கள மக்களால் இழைக்கப்பட்ட அழிவுகள் சம்பந்தமாக ஏ. மஜீத் என்ற முஸ்லிம் இனத்தவர் 8 டிசம்பர் இல் குடியேற்ற அலுவலகத்துக்கு (Colonial Office) எழுதிய முறையீட்டில் பின்வருமாறு குறிப்பிடுகின்றார்:

> "மூன்று நாட்களாக முஸ்லிம் மக்கள் பல இடங்களில், காடுகளில் ஒளித்திருந்து, சிங்கள மக்கள் அவர்களின் குருதிக்காகத் தாகமெடுத்த நிலையில், முஸ்லிம் இனம் வேதனையை அனுபவித்தது. முஸ்லிம் தற்பாதுகாப்பாளர்களின் தியாகத்தினாலும், தோட்டத்துரைமார், அரச அதிகாரிகள் ஆகியோரின் உடனடித் தலையீட்டினாலும், பல இடங்களிலும் பரந்திருந்த பள்ளிவாசல்களில் பெரும்பான்மையானவை காப்பாற்றப்பட்டன. பெரும் எண்ணிக்கையிலான வர்த்தக நிலையங்களும், கடைகளும் கொள்ளையிடப்பட்டன. கொலைகள், தீ வைத்தல், பாலியல் வலோத்காரம் என்பன எண்ணிக்கையில் அடங்கா".[95]

இருப்பினும், இலங்கையில் முதற் தடவையாகப் பிரயோகிக்கப்பட்ட மாஷல் சட்டத்தினால் இக்கலவரங்கள் அரசாங்கத்தினால் அடக்கப்பட்டன.[96] மாஷல் சட்டம் ஏழு சிங்கள மாகாணங்களிலுமே பிரயோகிக்கப்பட்டதன்றி, பாதிப்படையாத தமிழர் பிரதேசங்களான வடக்கு, கிழக்கு மாகாணங்களில் அச்சட்டம் அமுல்படுத்தப் படவில்லை என தேசாதிபதி அவர்கள், அரச செயலாளருக்கு 14 யூலை 1915இல் எழுதிய அறிக்கயைிற் குறிப்பிட்டுள்ளார்.[97] இந்த இனக் கலவரங்களுக்கு, சமய மோதல்கள், வியாபார, வர்த்தகப் போட்டி உட்பட, பல்வேறு காரணங்கள் இருந்தன. இவ் வகையான செயற்பாடுகள் எவருக்கும் எதிராக நடக்கலாம் என்பதனைக் குடியேற்ற அரசாங் கத்துக்குக் காட்டி எச்சரிக்கை செய்வதற்காக சிங்களவர் இவற்றைச் செய்தனர் என்றுகூட

சிலர் வாதிட்டனர்.[98] இருந்தபோதிலும், இந்தக் கலவரங்களுக்கான காரணங்களை ஆராய்வது இங்கு அதிகம் முக்கியமல்ல. ஆனால், இக் கலவரங்களினால் ஏற்பட்ட விளைவுகளை ஆராய்வது அவசியம். முதலாவதாக, சிங்கள இனத்தின் பகைமை அல்லது சிங்களத் தேசியவாதம் குறிப்பிடக்கூடிய அளவுக்கு வலிமை பெற்றுவிட்டதை உணர்த்துமுகமாக, ஒரு தமிழ்ப்பேசும் சமூகத்தினுள் சிறுபான்மையாக இருந்த ஒரு சமூகத்துக்கு எதிராக, சிங்களவர் இவற்றை ஆரம்பித்தனர். இந்த நிகழ்வுகள் நிச்சயமாக, இலங்கையிலுள்ள முஸ்லீம் சமூகத்தைப் பாதித்தது மட்டுமல்லாது, தமிழ்ச் சமூகத்திலும் தாக்கத்தை ஏற்படுத்தின. மேலும், பொ. இராமநதன் சிங்கள சமூகத்தை ஆதரித்து, அதையிட்டுச் சட்டநிரூபணசபையில் பேசியதுடன், இங்கிலாந்துக்கே சென்று அங்கு மன்னரிடம், சிங்கள மக்கள் மாஷல் சட்டத்தினாலும், முஸ்லீம்களுக்கு நட்டஈடு வழங்கும்படி அத்தியட்சர்களினால் வற்புறுத்தப்படுவதனாலும், பெருமளவு துன்புறுகின்றனர் என்பதை வாதிட்டு உரைத்தார்.[99] இதன் விளைவாக, பாதிக்கப்பட்டிருந்த முஸ்லீம் மக்கள், தமது தமிழ்ச் சகோதரர், தமது துயரமான நிலையில் தம்மைக் கைவிட்டுவிட்டதாக உணர்ந்திருக்கக்கூடும். இராமநாதன் ஏற்படுத்திய இந்தக் கறை, முஸ்லீம் மக்கள் மத்தியில், ஒருவேளை, மறக்கப்படாதிருக்கக்கூடும். ஏனெனில் இதன்பின்னர் அவர்கள் தமிழர்களைச் சந்தேகத்துடன் பார்க்கும் போக்கு காணப்பட்டது. இதன்பின் தமிழர், தாமும் ஒருநாள் முஸ்லீம் மக்களைப் போன்றே சிங்களவருக்கு இலக்காகலாம் என உணர்ந்து, சிங்களச் சமூகத்துக்குப் பயப்பட ஆரம்பித்ததே இக்கலவரங்களினால் ஏற்பட்ட மிகப்பெரிய பாதிப்பாகவும் இருக்கக்கூடும். இக் கலவரங்கள், பல்லினச் சமூகங்களிடையே குழப்பத்தை ஏற்படுத்தி, அவர்கள் மத்தியிலான இனத்துவ, சமூக உணர்வுகளை தடம்புரளச் செய்தன என்பதை எம்மால் பார்க்கக்கூடியதாக உள்ளது. ஈற்றில் இதனால் தமிழர், தமது அரசியல் எதிர்காலத்தைத் தாமே தீர்மானிப்பதற்குத் தள்ளப்படும் நிலைமைக்கு ஆளாகியிருந்தனர்.

மேற்கூறப்பட்ட விஷயங்களின் அடிப்படையில் சில முக்கியமான விஷயங்களை நாம் அவதானிக்க முடியும். முதலாவதாக, மேற்படி அரசியல் சீர்திருத்தத்தின்படி, சட்டநிரூபண சபையில் சிங்களப் பிரதிநிதிகளும், தமிழ்ப் பிரதிநிதிகளும் சம எண்ணிக்கையிலேயே இடம் பெற்றிருந்தனர். சிங்கள மக்கள் பெரும்பான்மையினராக இருந்தும், இன அடிப்படையிலோ, இன விகிதாசார அடிப்படையிலோ பிரதிநிதித்துவம் வழங்கப்பட்டிருக்கவில்லை என்பது குறிப்பிடத்தக்கது. மேலும், கிழக்குப் பிரதேச மக்களும் இலங்கை அரசியலில் பங்குபற்ற வாய்ப்பு அளிக்கும் வகையில் அவர்களுக்கு ஒரு தமிழ்ப் பிரதிநிதித்துவம் வழங்கப்பட்டிருந்தது. மொத்தத்தில், மேற்படி அரசியல் சீர்திருத்தத்திற்கு இணங்க தமிழரும், சிங்களவரும் சம எண்ணிக்கையான பிரதிநிதிகளையே சட்ட நிரூபணசபையில் கொண்டிருந்தனர். இலங்கையில் சிங்களவரும், தமிழரும் சம அந்தஸ்துடைய ஆரம்ப இனங்கள் (founding races) என்பதனையே இந்த நிலை காட்டி நிற்கின்றது. ஆனால், அடுத்துச் செய்யப்பட்ட 1920–1924ம் ஆண்டு மனிங் சீர்திருத்தத்தம் இந்த நிலையில் மாற்றத்தை ஏற்படுத்தியபோது தமிழர், தாமும் இலங்கையின் ஆரம்ப இனங்களில் ஒன்று என்ற உணர்வுடன் வாழ்ந்த நிலை பிரித்தானிய ஆட்சியாளரால் மாற்றப்பட்டு, சிறுபான்மை இனம் என்ற நிலைக்குத் தள்ளப்பட்டனர். இதையிட்டு மேலும் விரிவாக ஆராய்வதற்கு முன்னர், சட்டநிரூபண சபையில் கல்விகற்ற இலங்கையருக்கு

ஒதுக்கப்பட்ட பிரதிநிதித்துவம் பற்றி சற்று நோக்குவோம். இராமநாதன் கல்விகற்ற இலங்கையருக்கெனப் பிரதிநிதியாகத் தெரிவு செய்யப்பட்டமை, அவர் சிங்களவர், தமிழர் ஆகிய இரு இனங்களுக்குமே பொதுவான பிரதிநிதித்துவம் ஆகும். ஆனால், இராமநாதனின் பங்களிப்பு மேற்படி உயர் மட்டத்திலுள்ள வர்க்கத்தினர் சார்ந்ததாகவே காணப்பட்டதேயன்றி, அவர் ஒட்டுமொத்த தமிழ் மக்களின் அபிலாஷைகளை நிறைவேற்றும் ஒருவராக சட்ட நிரூபண சபையில் அங்கத்துவம் வகிக்கவில்லை. வடக்கு, கிழக்குத் தமிழ் மக்கள் இராமநாதன் அவர்களைத் தமது அரசியல் வழிகாட்டியாகவும், தலைவராகவும் போற்றி மதிக்கின்ற நிலைமை அக் கால கட்டத்திலும், அதன் பின்னரும் காணப்பட்டதை அவதானிக்க முடிகிறது. இதற்கான அடிப்படைக் காரணம் அவர் தமிழக் கலாசாரத்தையும், சைவத்தையும் பேணிக் காத்ததுடன், தமிழரின் கல்வி மேம்பாட்டிலும் அக்கறையுடன் செயற்பட்டமேயாகும். இதற்கு, இராமநாதன் அவர்களால் கொழும்பு நகரில் கட்டப்பட்ட பொன்னம் பலவாணேஸ்வர சிவன் கோவில், யாழ்ப்பாணம் மருதனாமடத்தில் தாபிக்கப்பட்ட இராமநாதன் மகளிர் கல்லூரி, திருநெல்வேலியில் அமைக்கப்பட்ட பரமேஸ்வரா ஆண்கள் உயர் கல்லூரி என்பவற்றை உதாரணமாகக் கொள்ளலாம். ஆனால், இராமநாதன் அவர்கள் தமிழர் அல்லது தமிழர் தேசம் சார்பாகச் செய்யவேண்டிய முக்கிய கடமைகளான பொருளாதார அபிவிருத்தித் திட்டங்களையோ அன்றி அவர்களது அரசியல் மேம்பாட்டுக்கான செயற்பாடுகளையோ, குறிப்பிட்டுச் சொல்லும் அளவில் நிறைவேற்றியமைக்கோ அல்லது அவற்றிற்கான பங்களிப்பைச் செய்தமைக்கோ எதுவித ஆதாரங்களும் இல்லை. மேலும் கூறுவதானால், இராமநாதன் அவர்களுக்கு இரண்டாவது தடவையாகவும் அரசியலில் சந்தர்ப்பம் கிடைத்தபோதும், அவர் தமிழருக்கு எதிர்காலத்தில் அரசியலில் பேராபத்து நேர விருப்பதை, தூரநோக்குக் கொண்டு அவதானித்து, அதைத் தடுப்பதற்கான பாதுகாப்பு நடவடிக்கைகளையோ, பரிகாரங்களையோ செய்வதற்குத் தவறிவிட்டார் என்று கருதுவது சரியானதேயாகும்.

இராமநாதன் அவர்களின் பங்களிப்பானது, வெறுமனே அரசியற் தீர்வு வேண்டியும், சட்ட நிரூபண சபையில் இலங்கையருக்கு அதிக பிரதிநிதித்துவம் இருக்கவேண்டும் எனக் குரல் கொடுப்பதிலுமே அதிகமாகக் காணப்பட்டதனையே அவதானிக்க முடிகின்றது. இருந்தும், அவ்வாறான அரசியற் சீர்திருத்தங்கள் சிங்கள மக்களின் பிரதிநிதிகளையே சட்ட நிரூபணசபையில் பெரும்பான்மை அங்கத்தினர் ஆக்கின. மேலும், இன அடிப்படையிலான பிரதிநிதித்துவம் ஒழிக்கப்பட்டு, பிரதேசவாரிப் பிரதிநிதித்துவம் சட்டநிரூபண சபைக்கு 1931 டொனமூர் சீர்திருத்தத்தில் அறிமுகப்படுத்தப்பட்டபோது, இராமநாதன் அவர்கள் இன அடிப்படையிலான சீர்திருத்தம் கோரிப் போராடிய முயற்சிகளெல்லாம் பயனற்றவையாகப் போய்விட்டன. ஒட்டு மொத்தத்தில், இராமநாதன் அவர்களின் அரசியல் வாழ்க்கை, அவரது சொந்த அபிலாசைகளை அதிகமாக நிறைவேற்றியதே தவிர, தமிழ் மக்களின் எதிர்காலத்தைப் பொறுத்தவரை, எதுவித சாதகமான தாக்கங்களையும் ஏற்படுத்தவில்லை என்பதையே அவதானிக்க முடிகிறது. ஓர் இனத்தின், அரசியல் தூரநோக்குக் கொண்டிராத தலைவர்களால் அந்த இனத்திற்கு எதுவித சுபீட்சமும் கிட்டுவதில்லை என்பதற்கு இராமநாதன் அவர்கள் ஒரு சிறந்த உதாரணம் எனக் கொள்வதில் தவறில்லை.

1920ம் ஆண்டு அரசியலமைப்புச் சீர்திருத்தமும், சிங்களவருக்கும் தமிழருக்கும் இடையேயான முதற் பிளவும்

1910ம் ஆண்டு அரசியலமைப்பு சிங்களவரையோ, தமிழரையோ திருப்திப் படுத்தவில்லை. அவர்களது அரசியல் அபிலாசைகளை எவ்விதத்திலும் அது ஆதரிக் கவில்லை என்பதே இதன் காரணமாகும். இருந்தபோதிலும், இவ் அரசியலமைப்பு, தொழில், வர்த்தகச் செயற்பாடுகள் என்பன பிரமிக்கத்தக்க வகையில் வளர்ச்சி யடைந்திருந்த காலத்தில் வந்தது. பொதுவாக இந்தியாவைவிட இலங்கையில் சிறந்த வாழ்க்கைத் தரமும், சிறந்த கல்வியறிவு வீதமும் இருந்தபோதும், இந்தியா அரசியலில் கூடிய முன்னேற்றம் கண்டிருந்தது.[100] முதலாம் உலக யுத்தத்தின்போது, சீர்திருத்தத்திற்கான கோரிக்கைகள் தணிந்திருந்தன. ஆனால் முஸ்லீம் கலவரத் தின்போது அரசாங்கம் மாஷல் சட்டத்தை அமுல்படுத்தி, பலரைக் கைது செய்த போது, அவை தூண்டப்பட்டு, 1917 இல் இலங்கைச் சீர்திருத்த லீக் (Ceylon Reform League) நிறுவப்படக் காரணமாகின.[101இ102]

1888 இல் தோன்றிய இலங்கைத் தேசியச் சங்கம், நீண்டகாலம் செயலற் றிருந்து, சீர்திருத்தக் கலவரங்கள் ஏற்பட்டபோதே தன் வலுவை மீளப்பெற்று, அரசியலில் ஈடுபட ஆரம்பித்தது.[103] இந்த அமைப்பும், இலங்கைச் சீர்திருத்த லீக்கும், கொழும்பைத் தளமாகக் கொண்டிருந்த சிங்கள, தமிழ் உயர்மட்டத் தினரைக் கொண்டிருந்து, இவை அரசியலமைப்புச் சீர்திருத்தத்தைக் கருவியாகக் கொண்டு, சுயாட்சி என்னும் இலக்கை அடைவதற்குப் பாடுபட்டன. இலங்கைத் தேசிய சங்கத்தையிட்டு அதன் சமகாலத்தில் வெளிவந்த கட்டுரையொன்று, அதன் இலக்குகளையும், நோக்கங்களையும் சிறப்பாகவும், சுருக்கமாகவும் தருகின்றது:

> “இலங்கைத் தேசிய சங்கம் ஆரம்பித்துக் கிட்டத்தட்ட இரண்டு ஆண்டு களாகின்றன. இக் குறுகிய காலத்தினுள் அது ஆற்றிய பயன்மிக்க பணியின் அளவைக்கொண்டு, சங்கத்தின் அவசியத்தைக் கணிக்க முடியும். இலங்கையின் உள்ளூர்வாசிகளின் விருப்பங்களையும், அபிலாசைகளையும் தெரிவிப்பதற்கு அதை நாம் ஒரு சாதனமாக உறுதிப்படுத்தியுள்ளோம். அதை இத் தேசத்தின் ஒரு சக்தியாக்கி, செயற்படுத்தக்கூடிய ஒரு பரந்த அரசியலமைப்பு அடிப் படையில் நிலைக்கச் செய்வது, சரியானதும், மண்ணின் உண்மை மைந்தர் களாகிய எமது கடமையாகவும் உள்ளது. எல்லாச் சமயங்களின் முன்னணி முனைப்பாளர்களையும், எல்லாக் குழுக்களினதும், வகுப்புக்களினதும் முன்னணி அங்கத்தினர்களையும் பொது நன்மைக்காக ஒன்றிணைப்பதன் மூலம், இச்சங்கம் எல்லாவிதமான குழு, வகுப்பு வெறுப்புகளையும் விலகச் செய்யும். மக்கள் அபிப்பிராயத்தை இது ஒருமித்த குரலாக்கும். இது யாவருக்கும், பொதுநன்மைக்காக சுயதியாகம் செய்யும் பழக்கத்தை ஏற்படுத்தி, ஈற்றில் பிரதிநிதித்துவ நிறுவனங்களின் வழிமுறைகளுடனும், தொழிற்பாட்டினுடனும் நாட்டைப் பெருமளவில் பரிச்சயப்படுத்தவும் செய்யும்.”[104]

இந்த அமைப்பு, ஒன்றுபட்டதொரு இலங்கை என்ற கனவை அடித்தளமாகக் கொண்டு கட்டியமைக்கப் பட்டதென்பதும், நாட்டைக் குடியேற்ற ஆட்சியிலிருந்து மீட்பதே அதன் இறுதி இலக்காக இருந்ததென்பதும், இந்தக் கூற்றுக்களினால் தெளிவாகச் சித்தரிக்கப்படுகின்றது. இதே பத்திரிகைக் கட்டுரை தொடர்ந்தும் கூறுவதாவது:

> "குறைகளை அகற்றுவதற்கு ஆட்சியாளர்களே நடவடிக்கை எடுக்காதுவிடின், அதைச் செய்வதற்கு நாமே நடவடிக்கை எடுக்காமலிருப்பதற்கு எந்தக் காரணமும் கிடையாது. ஆட்சியாளர்கள் குறைகளைத் தீர்க்கத் தவறியபோது அவற்றை நிவர்த்திக்கத் தாமே முயற்சி மேற்கொள்ளாத மக்கள் எவரையும் எனக்குத் தெரியாது. தம்மைத் தாமே விடுவிக்கும் முயற்சியில் தோற்றுப் போன மக்கள் எவரையும் எனக்குத் தெரியாது."[105]

இலங்கைத் தேசியச் சங்கத்தின் முதலாவது தலைவராக பொ. இராமநாதன் இருந்தார்.[106] அவரது ஊக்குவிக்கும், அறிவூட்டும், சக்திமிக்க தலைமையின் கீழ் இச் சங்கம் உற்சாகமிகு செயற்பாடுகளின் மையமாகவிருந்து, 1919 இல் அவரது சகோதரர் அருணாச்சலத்தினால்[107] தோற்றுவிக்கப்பட்ட இலங்கைத் தேசியக் காங்கிரஸ், இச் சங்கத்தின் பொறுப்புக்களை ஏற்கும்வரை, நாட்டின் அதி செயற்திறன் மிக்க அமைப்பாக இருந்தது. இருந்தபோதிலும், ஹிந்து ஓகன் கூறுவதுபோன்று, 1915 முஸ்லீம் கலவரங்கள்[108] வரை, இச் சங்கம் சிறப்பாக இயங்காத நிலையிலேயே இருந்துள்ளது. மறுபுறத்தில், இலங்கை சீர்திருத்த லீக், அரசியலமைப்புச் சீர்திருத்தத்தை முன்னெடுக்கும் நோக்கத்தையே பிரதானமாகக் கொண்டு 1917 இல் உருவாக்கப்பட்டது. இதன் அனேகமான அங்கத்தினர் சிங்கள உயர்மட்டத்தினராக இருந்ததுடன், சீர்திருத்தத்துக்கான அவர்களது கோரிக்கைகளும், இலங்கைத் தேசியக் காங்கிரசின் கோரிக்கைகளை ஒத்ததாகவே இருந்தன.[109] இலங்கைத் தேசியச் சங்கத்தினைத் தோற்றுவிப்பதில் முன்னின்று உழைத்தவர்களில், அருணாசலம் அவர்கள் கொழும்புத் தமிழராகவும், ஜேம்ஸ் பீரிஸ் அவர்கள் கொழும்புக் கரையோரச் சிங்களவராகவும் இருந்தனர். இச்சங்கத்தில் அங்கத்தினராக இருந்தவர்கள் கொழும்பைச் சேர்ந்த மேற்தட்டு வர்க்கத்தினராகும். இவர்கள் யாவருமே இந்திய தேசியக் காங்கிரஸையும், அதன் சுயராச்சியக் கொள்கையையும் தமது முன்மாதிரியாக ஏற்றிருந்தபோதிலும், அன்றைய அரசியல் சூழ்நிலையில் அரசியல் சீர்திருத்தம் மூலம் தமது இலக்கை அடைய முற்பட்டமையையே, மேற்படி காங்கிரஸின் கொள்கைகளும், அவர்கள் பிரித்தானிய அரசுக்கு அனுப்பிய விண்ணப்பங்களும் காட்டி நிற்கின்றன. இவர்கள் தமது இலக்கை அடைவதற்கு, சட்டநிரூபண சபையில் அதிக எண்ணிக்கையிலான அங்கத்தினரைப் பெறும் திட்டத்தினையே முக்கிய குறிக்கோளாகக் கொண் டிருந்தனர். இந்நிலையில் சிங்கள உயர்மட்டத்தினர், தமது இனம் பெரும்பான்மை யினராக இருப்பதனால், அதிக எண்ணிக்கையிலான அங்கத்துவத்தையே வேண்டி நின்றனர். அதனை அடைவதற்குப் பிரதேசவாரிப் பிரதிநிதித்துவம் அவர்களுக்குச் சாதகமாக இருந்ததன் விளைவாக அதனையே பிரித்தானிய அரசிடம் முன

வைத்தனர். மேற்படி நிலைமைகளை விளங்கிக் கொள்வதற்கு, இலங்கை சீர்திருத்த லீக், இலங்கைத் தேசியக் காங்கிரஸ் ஆகியவற்றின், முறையே 20 ஜுன் 1917, 15 டிசம்பர் 1917 திகதிகளில் குடியேற்ற நாட்டுச் செயலாளருக்கு அனுப்பிய விண்ணப்பங்கள் மிக முக்கியமானவை ஆதலினால் அவை இங்கே அப்படியே இணைக்கப்படுகின்றன (493-ம் பக்கம் பார்க்கவும்).

ஆனால், தமிழரைப் பிரதிநிதித்துவப் படுத்திய யாழ்ப்பாணச் சங்கம் முதலில் இலங்கைத் தேசியக் காங்கிரஸின் சீர்திருத்தத்தை ஏற்றுக் கொள்ளவில்லை. கோல்புறூக் சீர்திருத்தத்தின்போது அறிமுகப்படுத்தப்பட்ட இனவாரியான பிரதி நிதித்துவமே சிறுபான்மைத் தமிழருக்கு சட்டநிரூபண சபையில் அதிக எண்ணிக்கை யிலான பிரதிநிதித்துவத்தை வழங்கும் என வாதாடியது. அச் சங்கத்தினால் 2 ஜனவரி 1918இல் குடியேற்ற நாட்டுச் செயலாளருக்கு அனுப்பிய விண்ணப்பம், சங்கத்தின் போக்கைத் தெளிவாகக் காட்டும் தன்மையினால், இங்கு தரப்படுகின்றது. இச்சந்தர்ப்பத்தில் தேசாதிபதி மனிங் அவர்கள், மேற்படி சீர்திருத்தம் சம்பந்தமாக குடியேற்றச் செயலாளருக்கு, மார்ச் 1917இல் அனுப்பிய விண்ணப்பமும் இங்கு இணைக்கப்படுகின்றது.

இவ்விரு அரசியல் அமைப்புகளுமே 1915லிருந்து அரசியலமைப்புச் சீர்திருத் தத்துக்காக முனைப்புடன் செயற்பட்டு, இந்தப் பிரச்சனைகளையிட்டுக் கலந்துரையாட எண்ணற்ற கூட்டங்களை ஒழுங்கு செய்தன. இச்சந்தர்ப்பத்தில், இனத்துவ அல்லது பிரதேசரீதியான அரசியல் அமைப்புகளான யாழ்ப்பாணச் சங்கம், சிலாபச் சங்கம், நீர்கொழும்புச் சங்கம் என்பன, இத் தேசியச் சங்கங்களினாலும், அவற்றின் மிதவாதத் தலைவர்களினாலும் உந்தப்பட்டு, தமது குழுசார் ஆர்வங்களை ஒருவாறு அடக்கி வைத்து, தேசிய நலனுக்காக அவர்களுடன் இணைந்து, சீர்திருத்தத்துக்கான பிரேரணை ஒன்றைத் தயாரித்தன.[110]

இலங்கைத் தேசியக் காங்கிரசினாலும், இலங்கை சீர்திருத்த லீக்கினாலும் முன்வைக்கப்பட்ட அரசியற் சீர்திருத்தப் பிரேரணையின் பிரதான இலக்குகள், சட்ட நிரூபணசபையில் சுதேசிகள் பிரதிநிதித்துவத்தை அதிகரிப்பதும், முன்னரைப்போன்று இன அடிப்படையில் அல்லாது, பிரதேச அடிப்படையில் மக்களால் பிரதிநிதிகள் தேர்ந்தெடுக்கப்படக்கூடிய முழுமையான தேர்தல் முறைமையை அறிமுகப்படுத் துவதுமாக இருந்தன. சட்டநிர்வாகசபைக்கு தேர்ந்தெடுக்கப்பட்ட சுதேசிப் பிரதிநிதிகள், உள்ளூர் மாநகர சபைகளுக்கான முழுப் பொறுப்பைக் கொண்டவர்களாக இடம் பெறல் வேண்டும் என்பதுடன், பொதுத்துறையின் சகல உயர்பதவிகளும் உள்ளூர் மக்களுக்கு ஒதுக்கப்படல் வேண்டும் என்பதும் அதன் நோக்கமாக இருந்தது.[111] இந்தப் பிரேரணையை மீள்பார்வை செய்வதற்கு 1917 டிசம்பர் 5ம் திகதி, கொழும் பில், அருணாச்சலத்தைத் தலைவராகக் கொண்டு இன்னுமோரு கூட்டம் நடத்தப் பட்டது. தமிழர், சிங்களவர் இரு பகுதியினருமே தத்தம் அமைப்புக்களால் இங்கு பிரதிநிதித்துவப் பட்டிருந் ததுடன், அரசாங்கம் தமது கோரிக்கையை ஏற்றுக் கொள்ளும் பட்சத்தில், பிரதிநிதித்துவம் பின்வரும் வகையில் கட்டமைக்கப்படல் வேண்டுமெனத் தாம் எதிர்பார்ப்பதாக அவர்கள் அறிவித்தனர்:

Enclosure in No. 1.

The Right Honourable
Walter Hume Long, M.P., LL.D.,
His Majesty's Principal Secretary of State
for the Colonies, London.

Colombo, Ceylon, 20th June, 1917.

Right Honourable Sir,

I have the honour to inform you that, in response to a general feeling that the system of Crown Colony administration, now over a hundred years old in this island, has long outgrown its usefulness, the Ceylon Reform League has been established in order to secure such reforms as will give the people an effective share in the administration and government of the island. The names of the gentlemen who form the committee of the League appear in annexure A hereto.

2. The defects in the administration of the island which the League seeks to have remedied, and the measures suggested to this end, are outlined in an address delivered by the President, Sir Ponnambalam Arunachalam, before the Ceylon National Association, which the League commends to your favourable consideration. Six copies of the address* are herewith forwarded.

3. The Royal Commissioners, on whose recommendation our political and judicial system was reorganized in 1833, said: "The peculiar circumstances of Ceylon, both physical and moral, seem to point it out to the British Government as the fittest spot in our Eastern dominions in which to plant the germ of European civilization, whence we may not unreasonably hope that it will hereafter spread over the whole of those vast territories."†

4. The League deeply regrets that this hope has not been realized, though over three-quarters of a century have elapsed. India, to whom Ceylon was to be the model, and even Java (under the Netherlands Government), have outstripped her in political advancement. The Philippine Islands, taken from Spain by the United States of America in 1998, have in less than two decades been by the United States Government fitted for, and granted, complete autonomy. But no serious and sustained attempt has been made here to foster the growth of political life and to fit Ceylon to be a self-reliant, self-respecting unit of the British Empire.

5. The Legislative Council has, in respect of popular representation, power, and responsibility, undergone little improvement since its institution in 1833. The only changes have been the concession of two elected members, and the addition of four nominated members to represent the permanent population, who (including 27,000 burghers) number over four millions, and the substitution of two elected for three nominated representatives of European British subjects, a small community of 7,500 already indirectly represented by ten officials exclusive of the Governor. These changes have made no appreciable difference in the representation of the Ceylonese population or in the powers of the unofficial members. They can exercise little or no control over the administration, owing to the existence of a permanent official majority in the Legislative Council and to the unofficials being wholly unrepresented in the Executive Council. Fourteen years ago the Governor, Sir West Ridgeway, strongly pressed on your predecessor, Mr. Joseph Chamberlain, the appointment of two unofficials to the Executive Council. That recommendation remains unfulfilled. But a wholly unnecessary addition of two officials has been made, increasing their strength to eight. In India there are Indian members in every Executive Council and in the Council of the Secretary of State, and every Legislative Council, except the Viceroy's, has an unofficial majority. For want of similar opportunities no Ceylonese has a voice in the inception or shaping of measures in the Executive Council, nor can opposition avail against the official majority in the Legislative Council. The unfortunate events of 1915 have shown how little British officials in Ceylon are in touch with the people, and how urgent is the need for safeguards against disastrous official blunders.

6. Municipalities and local boards, first established in 1865 and 1876, have made no progress, and are practically Government departments. The small beginnings of rural self-government in 1871, when the ancient system of village councils was revived in order to restore to the people the administration of village affairs, have come to naught. In the towns, as in the villages, local self-government has been arrested and strangled in its growth by paralysing official control. The League attaches the highest importance to the full development of local self-government. As de Tocqueville has well said: "Local assemblies of citizens constitute the strength of free nations. Town meetings are to liberty what primary schools are to science. They bring it within the people's reach, they teach men how to use and enjoy it. A nation may establish a system of free government, but without the spirit of municipal institutions (*institutions communales*) it cannot have the spirit of liberty." Is this not the great lesson taught to the world by the history and the example of Great Britain?

7. The claims of the Ceylonese to high appointments in the public service have been most inadequately recognized, leaving a galling sense of disappointment

---

* Not printed. † Report of Royal Commissioners, 31st January, 1833, page 274 of Ramanathan's Law Reports, 1820-1833.

and humiliation. The League will not take up your time with detailed facts, figures, and suggestions, but would refer you under this head, as under the heads touched on in the two previous paragraphs, to Sir P. Arunachalam's address.

8. The League desires to invite your special attention to the vital question of education. In all civilized countries this is regarded as the root of national life and progress, but in Ceylon in the eye of Government it occupies a subordinate place and receives scanty attention. The responsibility of Government for the public education has been largely shifted to private bodies and individuals, too often ill-equipped for the discharge of their important duties, whose diversity of aim and practice, moreover, introduces an atmosphere of competition by no means favourable to the interests of education. The expenditure on education is scarcely five per cent. of the public revenue, against thirty-two per cent. spent in the Philippines by the United States Government. This niggardliness is responsible for the unsatisfactory state of education in the island. Elementary education advances but slowly and languidly. Higher education is non existent. A few secondary schools, miscalled colleges, represent the acme of educational effort; and in them instruction in science and manual arts is generally crude and feeble and vocational training wholly absent. Manufactures and industries, latent wealth for the country and an Imperial asset, remain undeveloped. Neglected and wasted, too, is that industrial and artistic skill which is conspicuous in the few arts and crafts that have survived, and which, in the centuries that preceded the advent of the British, extorted the admiration of European nations by the production of "the best and handsomest artillery in the world" and "the finest firelocks."* The lack of a university, deplored but not remedied by successive Governors, stunts the education of the youth of the country and impedes the growth of culture. Who can estimate the loss we have suffered for lack of such a fountain of intellectual and moral life?

9. The League is strongly of opinion that the measures indicated below are immediately necessary for the remedying of the evils under which the people of Ceylon labour : —

(1) The principle of local representation on an elective basis should be introduced into the Legislative Council, with adequate representation of all parts of the island and of all interests therein, with safeguards for the rights of minorities, with an elected majority in the Council, and a president elected by and from the Council

(2) Two Ceylonese unofficials should have seats in the Executive Council, and the number of official members should be reduced to three, including the presiding Governor.

(3) Municipalities and local boards should have elected majorities and elected chairmen and be established in all towns, and have representatives in the Legislative Council.

(4) District and village councils on an elective basis should deal with rural administration throughout the island, and have representatives in the Legislative Council.

(5) All appointments below that of the Governor should be open to the Ceylonese. The Chief Justice and the Attorney-General should, as a rule, be selected from the leaders of the Ceylon Bar. In the Civil Service the judicial branch should be recruited from the members of the legal profession by a Board including the Judges of the Supreme Court. Greatly increased facilities should be given for the admission and advancement of the Ceylonese in the administrative branch of the Civil Service and in other departments. In the scientific departments every facility of training (if necessary, abroad) should be given to Ceylonese to qualify for the highest appointments.

(6) Education should be recognized as the primary and direct duty of the State. At least twenty-five per cent. of the revenue should be allotted to it for the full development of education on modern lines—education, primary and secondary, vernacular and English, scientific, industrial, and professional—and the immediate establishment of a well-equipped university.

(7) Ceylon should be represented by a Ceylonese in the Imperial Council when it is formed.

10. It has been suggested that with a devastating war in progress the time is inopportune for political changes. The League would fain have deferred their representations till the conclusion of the War. But the League cannot be blind to what is going on in the world around them, and especially to the great schemes of political and social reconstruction which, with superb courage and foresight, England is undertaking at home and abroad, in spite of the overpowering demands of the War. She is attacking controversial and difficult problems which have baffled statesmen for generations—Home Rule for Ireland, parliamentary reform (involving woman's suffrage, universal suffrage for men, plural voting, proportional representation, redistribution of seats, the constitution of the House of Lords), tariff reform, educational reform, liquor prohibition, bounties to farmers, minimum wage for labourers, etc. She has just concluded an eventful session of the Imperial Conference dealing with far-reaching constitutional changes of the Empire, bearing on the destinies of India and the Colonies.

11. The impelling force in all this has been that spirit of liberty and of self-development on national lines, of which England has ever been the champion and which is the watchword of the Allied Powers. Mr. Balfour, in addressing the Canadian Parliament at Ottawa on the 29th May, said:—"Wherever you find democracy and the spirit of liberty abroad and that great spirit of self-development on national lines, there you find the friends of the Allies and the enemies of the Central Powers. We are convinced of only one form of Government, by whatever name it may be called, viz., where the ultimate control is in the hands of the people. We have staked our last dollar on this; and if democracy fails us, we are bankrupt indeed. But we know that democracy will not fail us."

12. The League feels confident that the Imperial Government will not hesitate to grant to the people of Ceylon the small instalment of freedom indicated in paragraph 9, to manage their own lives, make their own mistakes, gain strength by knowledge and experience, and acquire that self-confidence and self-respect which are indispensable to national progress and success. Thus alone can Ceylon, recovering her individuality and renewing her life, proud of her ancient traditions and ideals, work out her development on her own lines, and be enabled to contribute to the strength and solidarity of the Empire.

I have, &c.,
W. A. de Silva,
Honorary Secretary of the Ceylon Reform League.

Annexure A (referred to in paragraph 1).

Ceylon Reform League.

Committee:

President:

Sir Ponnambalam Arunachalam, Kt., M.A. (Cantab.), President of the Royal Asiatic Society (Ceylon Branch), late Ceylon C.S., and Member of the Executive and Legislative Councils.

Honorary Secretary:

W. A. de Silva, J.P., Landed Proprietor, General Manager of Buddhist Schools in Ceylon, President of the Bauddharaksha Sabha, Member of the Council of the Royal Asiatic Society (Ceylon Branch).

Honorary Treasurer:

F. R. Senanayake, B.A. (Cantab.), Member of the Municipal Council of Colombo, Director of the Bank of Colombo, Landed Proprietor.

Other Members:

H. L. de Mel, J.P., Member of the Municipal Council of Colombo, President of the Low Country Products Association (1916), Landed Proprietor and Merchant.

B. F. de Silva, Advocate of the Supreme Court of Ceylon.

J. W. de Silva, Barrister-at-law.

C. Gnanaskaram, J.P., and Landed Proprietor.

Dr. C. A. HEWAVITARANE, M.R.C.S. (England), L.R.C.P. (London).
A. St. V. JAYAWARDENE, Barrister-at-law, Member of the General Council of Advocates, President of the Ceylon National Association (1916).
AMADORIS MENDIS, Merchant and Landed Proprietor.
JAMES PIERIS, LL.M., B.A. (Cantab.), J.P., President of the Ceylon Social Service League, Member of the Municipal Council of Colombo (1898-1908), President of the Low Country Products Association (1908), President of the Ceylon National Association (1915).
Dr. E. V. RATNAM, F.R.C.S. (Edin.), President of the British Medical Association (Ceylon Branch), Member of the Municipal Council of Colombo.
E. J. SAMARAWICKRAME, Barrister-at-law, Member of the General Council of Advocates, President of the Ceylon National Association, President of the Low Country Products Association (1915).
O. B. WIJEYASEKERE, Merchant and Landed Proprietor, Managing Director of the Bank of Colombo.
D. R. WIJAYAWARDENE, B.A., LL.B. (Cantab.), Honorary Secretary of the Ceylon National Association and the Ceylon Social Service League.

Enclosure 2 in No. 6.

To the Right Honourable Walter H. Long, M.P.,
His Majesty's Principal Secretary of State
for the Colonies.

SIR, Colombo, Ceylon, 15th December, 1917.
THE humble memorial of the undersigned inhabitants of the Island of Ceylon respectfully sheweth :

1. Your memorialists, gratefully acknowledging the blessings of British rule, beg leave to submit that the system of Crown Colony Administration which has prevailed in this Island for over a century, is unsuited to its present conditions and needs and is detrimental to its welfare and progress. The only justification for entrusting officials with autocratic power is efficiency of administration and the contentment of the people. Events—especially those connected with the riots of 1915—have clearly shown that these ends have not been attained, and that for years there has been a lack of touch between the British officials and the people and a disregard by the former of public opinion and sentiment. These circumstances render it necessary that there should be greater control over the officials than can be exercised by the Secretary of State for the Colonies, who must largely rely on " the

man on the spot." The memorialists are, therefore, convinced that the welfare of the Island demands that the people should have an effective share in the administration and government of the Island.

2. The memorialists also view with concern the demands, made by the Self-governing Dominions and supported by the new Imperialist School and by the Empire Resources Development Committee, to have a share in the government of the Crown Colonies and to control their inhabitants and resources. This policy has been provided with an effective machinery in the Imperial Conference, in which Ceylon has no voice. It has created new masters for her in the Dominions, whose Premiers are to take part along with the Home Government in determining her fate. The memorialists feel that the only safeguard against this policy, as well as the only security for efficient administration, for the welfare and progress of the people and the stability of British rule, is the obtaining of responsible government as early as possible and, meanwhile, a substantial and progressive advance towards that goal.

3. The Legislative Council of Ceylon was established, on the recommendation of a Royal Commission, in the year 1833, when the population was about one-fourth of what it is now, and the country was undeveloped and its trade inappreciable. "Such a Council," the Commissioners admitted, "is not proposed as an institution calculated in itself to provide effectually for the legislation of the Island at a more advanced stage of its progress. . . . . . It would eventually constitute an essential part of any colonial legislature for which the Island may be prepared." They added: "The peculiar circumstances of Ceylon, both physical and moral, seem to point it out to the British Government as the fittest spot in our Eastern dominions in which to plant the germ of European civilization, whence we may not unreasonably hope that it will hereafter spread over the whole of these vast territories" (Report of the Royal Commissioners, 1832). It was not till 1861 that Legislative Councils were first established in India.

4. It will be observed from the figures hereafter given that Ceylon has, even under its present constitution, made progress in many directions during the last eighty four years, in trade, education, wealth, and in institutions, private and public, that mark the advancement of a people. Whether the volume of trade per head of population, the stability of the public finances, the expansion of the general revenue, or the progressive wealth and consequence of the people, be taken as the standard of comparison, Ceylon is in advance of the neighbouring continent. Tried by the important test of education, the position of Ceylon is far superior. According to the census of 1911, she has nearly four times the proportion of male and ten times that of female literates which India has. (Indian literates 106 per 1,000 males, 10 per 1,000 females; Ceylon 404 per 1,000 males, 106 per 1,000 females.)

5. Ceylon, through no fault of her people, has been permitted to lag so far behind that she does not possess even the Constitution which India is about to abandon as inadequate. Indian Legislative Councils have a large number of elected members, and all except the Viceroy's Council have substantial unofficial majorities, while no Executive Council, nor the Council of the Secretary of State for India, is complete without Indian members. These reformed councils have worked for a decade with success. While India and Egypt, despite unrest and political upheavals, have steadily received liberal concessions, and while India is to receive a still more generous measure of representative government, the claims of loyal Ceylon alone have been ignored and her hopes delayed and disappointed.

6. British rule stands pledged to extend to the people the widest measure of political influence which they are by education and other claims qualified to exercise. A glance at the tabular statement given below will show that Colonies far behind her in size, population, and wealth, such as Jamaica and Mauritius, enjoy privileges of election and representation to an extent denied to Ceylon.

	Jamaica.	*Mauritius.*	*Ceylon.*
Area, square miles	4,450	720	25,000
Population	890,000	380,000	4,450,000
Revenue	£1,318,000	£800,000	£3,500,000
Trade	£4,500,000	£6,500,000	£29,000,000
Legislative Council :			
Total Members	30	27	22
Elected Members	14	10	4
Executive Council :			
Officials	5	4	8
Unofficials	4	—	—

13

7. In respect of the Legislative Council the reforms sought by the memorialists are the abolition of the official majority, of racial representation, and of the nomination of unofficial members by the Governor, and, in their stead, a large increase in the number of the elected members on a territorial basis. The existing division of the Island into provinces lends itself to this departure from the racial basis without abruptness. The Western, Southern, and North-Western Provinces are mainly inhabited by the low-country Sinhalese; the Central, Sabaragamuwa, Uva, and North Central Provinces by the Kandyan Sinhalese; the Northern and Eastern by indigenous Tamils, while the bulk of the Indian Tamil population is to be found in the Kandyan provinces.

8. Ceylon is not unused to representative institutions. Her historical records, among the most ancient and authentic in the world, testify that under her own native kings for two thousand years the Island enjoyed a popular constitution resting on a representative basis. Every village (*gama*) had its own council (*gansabhawa*), which has persisted through all the vicissitudes of foreign dominion and remains a part of the modern constitution. The Village Councils in a district (*rata*) returned delegates to the District Council (*ratasabhawa*), which lingered in the Island till 1830. Above these stood the Supreme Council of the Ministers of the State, and the King, who was considered the elected supreme magistrate. In the year 1809 Sir Alexander Johnstone, Chief Justice and First Minister of His Majesty's Council in Ceylon, after a personal investigation at the request of the Governor into the history and conditions of the people, recommended to the Secretary of State, *inter alia*, the creation of a Legislative Assembly on the lines of the British Parliament, including representatives elected by each province. Sir Alexander Johnstone's note, published in the Ceylon Literary Register, Vol. I., page 263, shows that his recommendations were accepted by the Secretary of State, and would have been wholly given effect to but for a change of Government in England. At the present time there are representative institutions in the Island with elected members, such as municipal councils, local boards, district road committees, village councils, etc., which are vested with important functions, including the expenditure of money. The capacity to assimilate Western culture, methods and institutions has been a striking feature of the people of this Island, and has frequently been the subject of notice in books on Ceylon.

9. The present constitution of the Legislative Council remains, with slight modification, what it was in 1833. The elective element is practically non-existent. It is true that there are now two elected members to represent Europeans, one for the Burghers and one for the Ceylonese educated on Western lines. But there remains a vast population of over four millions without a single representative chosen by the people. The helplessness of unofficial members, in a council with a majority of officials, to give effect to the people's views was emphasized in Parliament by the Secretary of State for India, and has been frequently illustrated in Ceylon. On the other hand, nominated members have often served to give a semblance of popular assent to unpopular Government measures and to defeat the vigilance of Downing Street.

10. The memorialists submit for your favourable consideration the following scheme for the constitution of the Ceylon Legislative Council. The population of Ceylon at the last census (1911) was 4,106,350, of which (in round numbers) 1,717,000 were low-country Sinhalese and nearly a million Kandyans; a little over a million were Tamils, about equally distributed between indigenous and Indian; and 280,000 Mohammedans, of whom twelve per cent. Indian. The Europeans numbered 7,600, of whom ninety per cent. were British; and the Burghers 27,000. The Europeans, Burghers, and Mohammedans together number 314,000. They will under the scheme keep their distinctive representation, as they might feel aggrieved if what they consider their vested interests were taken away abruptly. The Europeans and Burghers will accordingly retain their special electorates and members; the Mohammedans their special representative, but elected and not nominated. For the remainder of the population, numbering 3,800,000, racial representation will be replaced by territorial, and on the basis of a single electorate. It is hoped that the three minorities will, in time, consent to join this electorate.

11. The elected members, it is suggested, should be as follows. The electorate for the provinces (except in the city of Colombo) would exclude Europeans, Burghers, and Mohammedans; and the qualification would be literacy in English, Sinhalese, or Tamil, with a small property qualification varying according to the conditions of each province.

14

PROPOSED LEGISLATIVE COUNCIL.

Province.	No. of Members
Western Province—	
City of Colombo	1
The rest of the Province	3
Southern Province	2
Central Province	2
Northern Province	3
Eastern Province	1
Uva Province	1
Sabaragamuwa Province	1
North-Western Province	2
North Central Province	1
Europeans	2
Burghers	1
Mohammedans	1
Total elected members	21
Official members	12
Total members in the Legislative Council	33

as against the present number 22, of whom 4 elected, 12 official (including the Governor President) and 6 nominated unofficials.

12. The President, it is submitted, should not be the Governor, but there should be a Speaker elected by the Council. The Royal Commissioners of 1831 specially recorded their disapproval of the Governor being President, as "involving him in the discussions of the Council and exposing its members to influences unfavourable to the independent discharge of their legislative functions." The wisdom of this recommendation has been proved in the history of the Council. It needs exceptional detachment and breadth of view, tact, and courtesy, such as Sir John Anderson has shown, to reconcile the people to a Governor, or any *ex officio* President.

13. As for the reform of the Executive Council, it was in 1903 the subject of a unanimous resolution of the Legislative Council and of a despatch to the Secretary of State from Governor Sir West Ridgeway, who recommended the appointment of two unofficial members to the Executive Council "as tending to satisfy the public opinion which is in favour of more effective representation in the government of the Colony," and "as it would formally place at the disposal of the Government advice and information which is not always possible to obtain from official sources." How invaluable would such information and advice have been during the events of 1915! The Executive Council now consists of eight officials, an unnecessarily large number and not making for efficiency; it includes executive officers whose acts it is the duty of the Council to supervise and control. The Executive Councils of the vast Presidencies of Madras, Bengal, and Bombay have only four members each. The memorialists are of opinion that in Ceylon the number of members should be reduced to four, exclusive of the presiding Governor, and that two of these should be unofficials elected by the unofficial members of the Legislative Council.

14. The memorialists beg to be permitted to make a brief reference to the important subjects of local self-government, education, and the employment of Ceylonese in the higher ranks of the public service. On the subject of local self-government they would point out that the Commission recently appointed by His Excellency the Governor has in its recommendations failed to provide what the memorialists consider essential for the due working and usefulness of local bodies (including municipalities), viz., a majority of elected members and an elected chairman. In India it has been long recognized that without these essentials there is little chance of the institutions affording any effective training to the people in the management of local affairs or of promoting real interest in local administration, that there is no sufficient inducement to good men to give up their time and attention to the transaction of public business, that Government control should be exercised

15

rather from without than from within, and that this system opens to officials a fairer field for the exercise of administrative tact and directive energy than the more automatic system which it supersedes.

15. The memorialists desire to draw special attention to the highly unsatisfactory condition of education in the Island, though it is the root of all national life and progress, and to the necessity for a wide extension of elementary and secondary education, the immediate establishment of a university, and an adequate contribution from the Island's revenue to carry out these objects effectively.

16. As to the employment of Ceylonese in the higher ranks of the public service, the memorialists complain that, though in theory the Ceylonese have equal and even preferent rights to high appointments, in practice Europeans are almost invariably preferred. The memorialists beg that steps may be taken to ensure that the practice conforms to the theory. It is not merely that a just distribution of places of honour and emolument, by satisfying legitimate ambitions, promotes the contentment of a people. The experience and knowledge gained in the higher branches of the public service is carried away by every retiring European official and is absolutely lost to Ceylon to its great detriment.

17. The memorialists, in conclusion, beg that Ceylon may be represented by a Ceylonese at future meetings of the Imperial Conference to enable her to safeguard her position in the conflict of interests among the members of the Empire, and that the Imperial Government will be pleased to declare to the people of Ceylon, as they have declared to the people of India, that the goal of British policy is the establishment of responsible government in Ceylon as an integral part of the British Empire. and to grant the reforms asked for as a first step towards that goal.

18. It is the hope and prayer of the memorialists that the terrible War which is now being waged will end in a complete victory for Great Britain and her Allies. In the world-wide Empire of our Sovereign, with all its vast and varied interests in every part of the globe, there are many matters which press for consideration, and various schemes of political reconstruction are engaging the attention of the Governments and peoples of England and other parts of the Empire, and the memorialists have deemed it their duty to submit to you their views and prayers.

19. The memorialists are grateful to you for the assurance given to the Ceylon Reform League and the Ceylon National Association that you will discuss personally with His Excellency the Governor the whole question of the Constitution of Ceylon. They are firmly convinced that the granting of their prayers will be deeply appreciated by a loyal and progressive people conspicuous for their devotion to the Throne, and will promote the efficiency of the administration, increase the happiness and contentment of the people, and strengthen the foundations of British rule.

And your memorialists as in duty bound will ever pray.

This memorial, adopted at a conference held on the 15th of December, 1917, at Colombo, of the various political associations in the Island, is signed by us on behalf of the conference.

P. ARUNACHALAM,
Chairman of the Conference.
W. A. DE SILVA,
D. R. WIJEWARDENE,
Secretaries.

"சட்டநிருபணசபை 21 உள்ளூர் பிரதிநிதிகள் கொண்டதாகவும், அவர்களில் நான்குபேர் இன அடிப்படையிலும், எஞ்சிய 17 பேர் பிரதேச அடிப்படையிலும் இருத்தல் வேண்டும் எனவும் எதிர்பார்க்கப்படுகின்றது. இன

அடிப்படையில் உள்ள அங்கத்தினர், இரு ஐரோப்பியர், ஒரு பறங்கியர், ஒரு முஸ்லிம் என்ற முறையில் இருத்தல் வேண்டும். பிரதேச அடிப்படை யிலான அங்கத்தினர், வடமாகாணத்துக்கு மூன்று பேரும், கிழக்கு மாகாணத் துக்கு ஒருவரும், 13 பேர் சிங்கள மாகாணங்களுக்கும் என இருத்தல் வேண்டும். (எல்லாமாக தமிழருக்கு நான்கு ஆசனங்களும், சிங்களவருக்கு 13 ஆசனங்களும்.)[112]

Enclosure in No. 8.

To the Right Honourable Walter H. Long, M.P., His Majesty's Principal Secretary of State for the Colonies.

The humble Memorial of the Jaffna Association, Jaffna, Ceylon.

Respectfully sheweth,

1. That your memorialists, representing the Tamils of the Northern Province, the chief centre of the permanent Tamil population of this island, passed the following resolution at a general meeting of the Jaffna Association held on 2nd January, 1918 :—

"That in the opinion of this Association the scheme of constitutional reform contained in the joint memorial of the Ceylon National Association and the Ceylon Reform League, adopted at the Conference held in Colombo on the 15th December, 1917, is not acceptable to the Tamil community, and that a memorial be forwarded to the Right Honourable the Secretary of State for the Colonies, praying, among other administrative reforms, for the reform of the Executive and Legislative Councils of the island on an extended elective basis, whilst maintaining, as far as possible, the existing proportion of Sinhalese and Tamil representation in the Legislative Council."

2. The feeling is shared by the permanent population of this island that the system of Crown Colony administration which has prevailed in Ceylon for over a century is unsuited to present conditions, and that, for the purpose of securing the efficient administration of the island on lines consistent with the people's present advancement and future progress, a larger association of the people's representatives in the Legislative and Executive Councils, and the provision of more liberal educational and administrative measures have become necessary.

3. The Ceylon National Association and the Ceylon Reform League have already forwarded for your consideration a joint memorial praying for constitutional reform. That memorial sets forth in detail the arguments which will satisfy you that most of the reforms asked for can no longer be withheld without causing dissatisfaction among the people of Ceylon whose loyalty to the throne and person of the Sovereign is well known.

4. The memorialists beg respectfully to submit that they are in agreement with most of the general principles of the reforms asked for by the National Association and the Reform League. But they cannot agree with some of the details of the scheme put forward in that memorial.

5. The memorialists, while urging the desirability of reducing the present number of members of the Executive Council, and the necessity of introducing into this Council two Unofficial Members, submit that one of these members should be elected by the Unofficial Members of the Legislative Council, that the other should be

---

*No. 6.

17

nominated by the Governor from among the Ceylonese, and that the nominated member should be of a different race to that of the elected member.

6. The memorialists feel convinced that the Governor should continue to be the President of the Legislative Council, as it would enable the head of the administration to be in personal touch with the feeling of the Council and of its individual members.

7. The memorialists agree with the Ceylon Reform League and the National Association in asking for increased unofficial representation with an unofficial majority in the Legislative Council. They beg leave to suggest that a large majority of the Unofficial Members should be elected by the people themselves, but it is submitted that the existing Sinhalese and Tamil nominated seats should be retained to represent interests which might have no adequate representation on the territorial basis of election. It is further submitted that the time has come for the conferring of additional privileges on the Unofficial Members, such as the right of initiating proposals involving the expenditure of public money.

8. The memorialists, however, most respectfully submit that the scheme formulated in the eleventh paragraph of the memorial of the National Association and the Reform League is not acceptable to this Association, as it is likely to increase the number of Sinhalese members out of all proportion to the existing ratio of communal representation in the Legislative Council. Though the Tamils number a little less than half the Sinhalese population of Ceylon, yet the former, in view of their importance as a community, are now represented in the Legislative Council by two nominated members as against three Sinhalese members. The memoralists beg to submit that, under any system of election, territorial or communal, the existing proportion of Tamil representatives to Sinhalese representatives should, as far as possible, be maintained.

9. The scheme above referred to allots to those Provinces of Ceylon inhabited mainly by the Sinhalese thirteen members, whereas it allots to the Provinces peopled chiefly by the Tamils, namely, the Northern and Eastern Provinces, only four members. Under ordinary circumstances, the thirteen seats in the Sinhalese Districts will be filled by Sinhalese, and the four in the Tamil Districts by Tamils. This scheme not only enhances the proportion of Sinhalese to Tamil representation in the Council as stated above, but it enables the Sinhalese members to outnumber all the other Unofficial Members by giving to the former thirteen seats as against the eight seats allotted to the Europeans, Burghers, Tamils, and Muhammedans. This proportion of Sinhalese to Tamil representation in the Legislative Council is in excess even of the numerical strength of the Sinhalese community.

10. The memorialists submit that the Tamils of Ceylon have hitherto, in spite of their inferiority in numbers, maintained a position of equality with their Sinhalese brethren, whether in official or unofficial life. Of the Unofficial Members in the present Legislative Council of Ceylon, three are Sinhalese and three Tamils. In almost all departments of Government the number of Sinhalese and Tamil officers is very nearly equal, and this is especially the case in the professions of law and medicine, where the Ceylonese most distinguish themselves. In literacy, the permanent Tamil population of Ceylon maintain a leading position with proportionately a larger number of graduates and undergraduates. Another test of the prominent position of the permanent Tamil population of Ceylon is to be found in the list of their qualified voters for the election of the Ceylonese member under the present franchise, which requires high qualifications, including a knowledge of the English language. Though the Sinhalese (Low-Country and Kandyan) number, according to the latest return of the Registrar-General, 2,892,900, and the Tamils, 1,314,000, yet the Sinhalese voters throughout the island number 1,748, and the Tamil voters 1,846. Almost the whole of the latter belong to the permanent Tamil population, which is nearly half the number of the Tamils in the island.

11. The memorialists, therefore, respectfully submit that in any scheme of Constitutional reform which may be introduced into Ceylon, the Government should not be guided by the numerical strength of the different communities alone. And in support of their position they would instance the fact that the European community in Ceylon, numbering 7,600, are represented by two members.

12. The memorialists submit the following scheme in regard to Sinhalese and Tamil representation in the Legislative Council for your favourable consideration :

18

	No. of Members.
Elected members.	
North Ceylon (comprising the Districts of Jaffna, Mannar, Mullaitivu, Batticaloa, and Trincomalie)	4
Low-Country Districts (comprising the Districts of Colombo, Negombo, Kalutara, Galle, Matara, Hambantota, Chillaw, and Puttalam (one of whom to be elected by the City of Colombo)	5
Up-Country Districts (comprising the Districts of Kandy, Matale, Badulla, Newara Eliya, Ratnapura, Kegalle, Kurunegalla, and Anuradhapura...	2
Nominated members.	
Sinhalese	3
Tamils	2

13. The memorialists also desire to submit that the Government of Ceylon has not been generous in the employment of the sons of the soil in offices of trust and responsibility, and it has systematically withheld high revenue and administrative appointments even from Ceylonese civil servants of proved ability, administrative capacity, and unimpeachable honesty. They, therefore, urge the necessity of a more liberal and sympathetic policy being pursued in this respect, as is being done in India.

14. It is also submitted that, though Ceylon has been more than a century under British rule, the Government has not been liberal in its expenditure on education, and more especially on higher education. Although the want of a local university has been long felt by the Ceylonese, it has not been established. The memorialists respectfully submit the urgent need for the establishment of a Ceylon university for the development of higher education.

15. The memorialists beg to point out that the permanent Tamil inhabitants of Ceylon are the descendants of those who settled down more than twenty centuries ago in the northern and eastern parts of this island. The northern Province of Ceylon, the chief town of which is Jaffna, which was also the capital of the ancient Tamil Kingdom of that name, contains about half the permanent Tamil population of the island. The Tamils of this Province are now resident also in other parts of the island occupying responsible positions under Government, besides being engaged in mercantile and agricultural pursuits.

16. The memorialists submit that the Indian Tamils who form nearly half the Tamil population of the island, and the permanent Tamil population resident in the other Provinces, will not be properly represented in the Legislative Council under the scheme of territorial representation suggested by the National Association and the Reform League, in view of the fact that the western and central Provinces where they chiefly reside will ordinarily return Sinhalese members, who would not be competent to represent the interests of these classes. The Indian Tamils are composed of the immigrant labourers engaged in tea, rubber, and other plantations, and traders, who carry on extensive business in all parts of the island, especially in Colombo.

17. In conclusion, the memorialists assure you of their deep sense of loyalty to His Majesty the King, under whose protection they not only live and enjoy various privileges, but have to develop their future progress. They earnestly pray that the horrible War which is devastating the world, and threatening mankind at large, may soon terminate in a glorious victory to the British and Allied arms, and the complete defeat of the unscrupulous enemy, so that every part of the British Empire, with renovated energy, and in a spirit of brotherhood, may enter on a career of self-development, not only, for its individual benefit, but for the common cause of the Empire.

And your memorialists, as in duty bound, will ever pray.

A. Kanagasabin,
President.

G. C. Jhambyns,
C. Arulambalam,
Honorary Secretaries,
Jaffna Association.

Jaffna,
2nd January, 1918.

15217

No. 29.

THE GOVERNOR to the SECRETARY OF STATE.

(Received 10th March, 1919.)

(Confidential.)

My Lord,   Queen's House, Colombo, 7th February, 1919.

In continuation of my despatch No. 12, of the 10th January, 1919,* I have the honour to forward herewith two copies of a print containing the Presidential address and the several resolutions† passed at the "Ceylon Reform Conference" held at Colombo on the 13th and 14th December, 1918.

2. I also enclose a list of the delegates to the Conference, together with a summary of the nationalities to which they belong. It will be seen that the important Burgher community was represented by only one delegate, whose presence has been the subject of considerable adverse comment by the responsible men of that community; that only three Mohammedans were present; and that the great majority—eighty-seven out of one hundred and eleven—of the delegates are low-country Sinhalese, nearly all of whom reside in the Western Province.

3. I would also point out that no less than fifty-seven out of the one hundred and eleven delegates belong to the legal profession. It is also interesting to note that at least twenty-five out of the eighty-seven low-country Sinhalese belong to the Karawa or Fisher caste, the members of which, though frequently possessed of considerable wealth, command no respect and possess little influence among the mass of the Sinhalese population—as has recently been brought prominently to my notice by the fact that the appointment of a Karawa caste man, admittedly an efficient and worthy officer, to be a mudaliyar in the Southern Province, has resulted in vigorous protests from the peasantry, who belong to the Goigama caste, and threats of resignation *en masse* by the minor headmen.

4. Among the Sinhalese of other castes I notice several names which will have become familiar to you from papers connected with the riots of 1915—Dr. Hewavitarne, several members of the notoriously disloyal Corea family, several of the Dias family (for which see the papers as to the Panadure riots), D. S. Senanayake, popularly supposed to be one of the persons who financed the organization of the riots, and Muttukrishna, the editor of a seditious daily newspaper.

5. In brief, it may be said that very few of the persons present at the Conference are men of standing in the country, and the Conference as a body has no claim to represent the opinions of the people of Ceylon. So far as it represents anything beyond the individual opinions of the members, it is the views of a small section of the Colombo Bar and of a small body of Western-educated men, mostly of low caste, who appear to be endeavouring to secure by political agitation a public prominence which they would otherwise have no hope of attaining.

6. On the other hand, it may be admitted that the section of the low-country Sinhalese who are so prominent in this agitation contains amongst it individuals who are progressive business men, and who are anxious to find themselves in a position to take a part in Government affairs, which is unlikely under present conditions, and in view of their, for the most part, uninfluential positions in the community and the want of respect among the higher castes which they inspire.

Their object is to obtain access to the Legislative Council by election, since by nomination such a consummation is improbable. The elective principle, under a broad franchise to include the majority of the castes to which they for the most part belong, would, they believe, result in some cases in their return to the Legislative Council.

7. I have taken the opportunity since I have been in Ceylon of discussing this particular point with the higher castes of the Sinhalese population, and among them with those who are considerable landholders and of position and influence. They, in their position, are naturally hardly complacent that the low-country Sinhalese should find themselves represented in Legislative Council for the most part by a class with which they have little or nothing in common, and which they regard with little respect, as representing a section of the community which, though numerous, is not held in much esteem. There is the same difficulty which must arise in countries where caste prejudice exists, and from what I can gather here it is even unlikely that, if the elective principle were to be established, those of the higher castes desirous of representing their communities would consent to contest a constituency where a man of lower caste was also standing. I do not wish it to be understood that I support these views, but I merely bring them forward as showing the extent to which caste prejudice seems likely to go, and to emphasize what I think may be the result of the inauguration of the elective system, namely, that, unless the higher caste men will sink their prejudices and come forward for election, when I think a certain number of them would be elected, there would be a Council composed, on the elected side, largely of men of the lower castes, who would not carry with them the respect of the general community, and in whom the community, at any rate at first, would have no confidence.

8. It is possible, and even likely, when the elective principle had been established for some time (and, assuming that the lower caste men had succeeded in entering the Council in numbers), that the actions of these members, by arousing the feelings of the higher caste and of the landed and more influential people, might conduce to a determination on the part of the latter either to endeavour to obtain admission to the Council and to stand for election or to place their reliance on Government to protect their interests when assailed.

9. I have met with parallel circumstances in Jamaica, where, owing to the supineness of the better classes and their repugnance to be associated with certain members on the Elected side of the Council, men of no standing in the community and with no stake in the country, have been elected as their representatives; and where again those affected have claimed the protection of Government for their interests. But I found no difficulty there, as I should find none here, in pointing out that unless they were prepared to protect their own interests by standing for election to the Council it would and must be accepted that the member returned for their constituency represented the views of the majority in that constituency.

10. I feel consequently that, whatever may be the standing in the community of the few who are agitating for reform, there is little necessity to pay too much attention to the situation set out above.

11. The point at issue, however, is whether the reform of the Council is really demanded by the majority of the community.

To this question I should answer "No," for the main reason that the *majority* of the community is inarticulate, and even if approachable on such a subject would have no views.

12. I would not, however, on that count decide that reform is not desirable. I am in agreement up to a point that the elective system could be introduced, but I am not prepared to say that the advantages claimed for it by its partisans are likely to be fully realized in the present conditions of this community.

There is, in my opinion, little Parliamentary sense in the present partly nominated Unofficial, and partly Elected, Council, very little independence of thought and less of action, and too great a fear of Press and other criticism, and I doubt whether the introduction of the elective system will lead to much improvement.

13. But, with proper precautions to preserve to the Government powers to legislate in matters of paramount importance, I see no reason to object to an elective system based mainly on territorial representation, keeping at the same time the means for giving representation in the Council, by nomination to the Unofficial side, to the European, Burgher, Kandyan, and Mohammedan communities, and possibly also by nomination to the Government side. I am not ready yet to put forward a scheme for final decision, and shall not be until the various communities who desire to place their views before me have formulated and submitted them to me.

14. I desire to criticize the several resolutions of the National Conference on Constitutional Reforms, as forwarded to you in my despatch of 10th January of this year.

Resolution II.—"This Conference is of opinion that the system of Crown Colony administration, which has prevailed in this island for over a hundred years is unsuited to its needs and conditions, and inconsistent with British ideals, hinders the development and progress of the people, and is detrimental to their welfare; and that a reform of the Constitution and Administration is imperatively required, and a vigorous development of self-governing institutions, with a view to the realization of responsible government in the country as an integral part of the British Empire."

I do not agree with this statement. The system of Crown Colony Government in this island has been, as you are well aware, beneficent in its nature, and has made for the great development of the resources of the island and for its progress. The community, as a whole, may become fitted by education in constitutional methods in the future to advance towards more liberal ways of self-government, but it is by no means in that condition at present.

Resolution III.—"This Conference is of opinion that reforms more liberal than those deemed necessary for India by the Secretary of State for India and the Viceroy, and set forth in their report of 22nd April, 1918, should be immediately granted to Ceylon, which, while akin to India in race and culture, has conditions more favourable for political development."

With this I entirely disagree. The conditions which are stated to be more favourable than in India for political development may exist, but that is comparative; and I doubt if the masses of the population here have any more advanced ideas as to what is meant by "political development" in any form than the masses in India may have.

Resolution IV.—"That the Legislative Council of Ceylon should be enlarged and reconstituted so as to contain a substantial majority of members elected upon the basis of a territorial electorate with a broad franchise, with due safeguards for minorities."

The enlargement of the Council to enable the nine Provinces each to send up a member to Legislative Council I think may be reasonable, together with representation of the European, Burgher, Kandyan, Mohammedan, and possibly the Indian, communities, but I would not propose a substantial majority of Elected Members; on the contrary, I should consider such a proposal undesirable at first, and at any rate until the reformed Council had progressed in its ideas of Parliamentary methods, even if then. As to the "broad franchise," this, I think, is advisable, if only for the reason that it would prevent the possibility of wholesale corruption at the elections; a contingency which I am given to understand would be by no means improbable if the franchise were more limited.

Resolution V.—"That the Executive Council of Ceylon should be so reformed that half the number of its members shall be Ceylonese Elected Members of the Legislative Council, who shall be in charge of Departments."

To this I do not agree. The proposal is in effect to create Ministers in charge of Departments to sit in the Executive Council (analogous to the Cabinet), to be elected from the Elected side (analogous to the Opposition). I am of opinion that it would be most inadvisable to have as a member of the Executive Council of the Colony an Elected Member of the Legislative Council. I speak from experience of the Legislative Council of Jamaica, where such a proposal would have been unworkable and most undesirable, but where the Parliamentary sense was much more highly developed than it is in Ceylon. I would, however, agree, and it is possible that I shall later on propose, that Unofficial nominated Members from the Government side of the Legislative Council should sit upon the Executive Council, and probably as an alternative that there shall be members of the Executive Council who shall not even be members of the Legislative Council. But with the resolution as it stands I wholly disagree.

Resolution VI.—"That a proportion of not less than thirty-three per cent., increasing annually by two per cent. up to seventy-five per cent., of the higher appointments in Ceylon Civil Service and other branches of the public service should be filled by Ceylonese."

37

That there shall be appointments of Ceylonese to the higher posts of the Ceylon Civil Service and to other branches of the public service I agree, and there are Ceylonese officers so appointed at this moment; and when officers prove by their merit that they are fitted for such appointments there will be no hesitation in appointing them. But that such appointments should arbitrarily be filled by Ceylonese up to seventy-five per cent., whether men fitted or not can be found, requires no argument from me to enforce my dissent from such a proposition.

Resolution VII.—" That there should be complete popular control of Municipal Councils and other local bodies in Ceylon, urban and rural, with elected Chairmen and elected majorities."

With this I disagree. As in political, so in Municipal and Local Board matters, the Ceylonese will require years of apprenticeship to understand their responsibilities. The gradual development of Municipal and Local Board government will educate the people to what is required of them, and proposals for the further development of these institutions are before me now; but to hand over those bodies to the people to manage for themselves at this juncture would be unwise and impracticable. It is by gradual education upon Municipal Councils and Local Boards that the masses in Ceylon will begin to understand political development, but at the present moment there is little such understanding amongst them.

The remainder of the resolutions require no comment from me.

I would add, in conclusion, that I am not opposed to the proposal for a moderate step in advance for wider representation in the Legislative Council, not because I think the conditions here urgently demand it, but because, since the infection of political reform from India has reached Ceylon (and so far as a comparison between the general enlightenment of the people of Southern Madras and the people of Ceylon is possible I conclude that Ceylon has the advantage), I believe it would be difficult to give adequate reasons for refusing some political advancement to Ceylon when a less advanced community in South India was shown to be about to reap all the benefits of a reform scheme now under consideration.

As I have already remarked, I have under consideration a proposal for altering the constitution of the Legislative Council, but I am not yet in a position to set out my final proposal; nor shall I be until I have received the views of the various communities interested in the matter, and I do not propose to deal with the subject finally until I have been able fully to discuss it with those whose views should guide me in forming a correct conclusion upon so important a subject.

I have, &c.,
W. H. MANNING,
Governor.

எனவே, இந்தத் தேர்தல் முறைமைக்கு இணங்க, முன்னைய அரசியல் சீர்திருத்தங்களுடன் ஒப்பிடுகையில், சபையில் தமிழ்ப் பிரதிநிதித்துவம் மோசமாகக் குறைக்கப்படவிருந்தது. இதனால், ஏற்கனவே கூறப்பட்டதுபோல் தமிழர் இப் பிரேரணைக்கு தமது எதிர்ப்பைத் தெரிவித்து, இன அடிப்படையிலான பிரதிநிதித் துவத்தை வேண்டினர். இருந்தபோதிலும், அவர்களுடைய கோரிக்கைகள் நிராகரிக்கப்பட்டு, தமிழ்ப் பிரச்சனை தீர்க்கப்படாமலே கூட்டம் முடிந்தது.[113] ஒரு வருடத்தின் பின், ஏற்கனவே கூறப்பட்டதுபோன்று, 1918 நவம்பர் 13, 14ம் திகதிகளில், இதேபோன்ற கூட்டங்கள், இதே கொழும்பு உயர் மட்டத்தினரால் ஒழுங்கு செய்யப்பட்டு, அவற்றில் பரந்த பிரதிநிதித்துவ அடிப்படையிலான அமைப்புகள், அரசியல்வாதிகள், பொதுமக்கள் ஆகியோர் பங்குபற்றினர். இந்த முக்கியமான கூட்டங்களில், அக்கிராசனராக இருந்த அருணாசலம், ஜேம்ஸ் பீரிஸ், இருவருமே,

முன்வைக்கப்பட்ட சீர்திருத்தப் பிரேரணை சம்பந்தமான வேறுபாடுகள், அபிப்பிராய பேதங்கள் யாவற்றையும் அனுசரித்து, எல்லா இனங்களினதும் பொதுவான நலனை முன்னிட்டு, சுயாட்சிக்கான தமது போராட்டத்தை மக்கள் ஏற்கவேண்டுமென அவர்களை இணங்க வைத்ததுடன், ஒன்றுபட்டதோர் இலங்கைக்கான தமது இலட்சியக் கனவை வலியுறுத்தி, விளங்க வைத்தனர். இதே கூட்டத்தில், இந்த இலக்கை அடைவதற்கு, இந்தியாவைப் போன்று ஒரு பொதுவான, ஒன்றுபட்ட அரசியல் இயக்கம் அவசியம் என்ற தமது கருத்தை அருணாசலம் வெளியிட்டதுடன், பிரேரணையை ஆதரிப்பதில் பொதுவாகத் தயக்கம் காட்டிய தமிழ் உயர் மட்டத்தினரையும், தமிழ் மக்களையும், தமது கருத்துக்கு இசைய வைப்பதற்கும், ஊக்குவிப்பதற்கும் தன்னால் இயன்றவரை முயன்றார். நிர்பந்தத்தின்பேரில், முறையே, ஜேம்ஸ் பீரிசுடனும், ஈ. ஜே. சமரவிக்கிரமவுடனும் (இலங்கைச் சீர்திருத்த லீக் தலைவர்), தமிழர்களின் யாழ்ப்பாணச் சங்கத்துடனும் பேச்சுவார்த்தை நடத்தினார்.[114] புதிய சீர்திருத்த ஏற்பாடுகளின் கீழ் இரு சமூகங்களுக்குமான சம நிலையைப் பேணுவதற்கு, பிரதானமாகச் சிங்களப் பிரதேசமாக மாற்றப்பட்ட, குறிப்பிடக்கூடிய தொகை தமிழரைக் கொண்டிருக்கும் வடமேல் மாகாணத்தில், புத்தளம், சிலாபம் பகுதித் தமிழருக்கான விசேடமாக ஓர் ஆசனம் பற்றிய விஷயம், இப் பேச்சுவார்த்தையின் மையமாக இருந்தது. சிலோன் ஒப்சேவர் பத்திரிகையில் சில வருடங்களின் பின்னர் வெளியான அருணாசலத்தின் ஒரு பேட்டியில், அவரால் வருமாறு தெளிவாகச் சொல்லப்பட்டது:

> "தமது நிலை பாதுகாக்கப்படும் வரையில், காங்கிரஸ் கட்சியில் சேர்வதற்கு ஆரம்பத்தில் தமிழர் மறுத்தனர். சிங்களத் தலைவர்களான ஜேம்ஸ் பீரிஸ், ஈ. ஜே. சமரவிக்கிரம இருவராலும், தமிழருக்கு சிங்களப் பெரும்பான்மையினரால் நீதியானதும், தாராளமானதுமான ஏற்பாடுகள் வழங்கப்படும் என உறுதியளிக்கப்பட்ட பின்னர், எனது சொந்தச் செல்வாக்கினாலேயே தமிழர் இதிற் சேர்வதற்கு இணங்கினர்".

மேலும் அவர் கூறியதாக மேற்கோள் காட்டப்படுகின்றார்:

> "1918 டிசம்பரில் இந்தக் கனவான்கள் அளித்த வாக்குறுதியின் பேரில், முக்கியமானதும், செல்வாக்குமிக்கதுமான அமைப்பான யாழ்ப்பாணச் சங்கத்துக்கு, எழுத்தில் ஒரு உறுதிமொழி வழங்கப்பட்டது. நானே இந்த உறுதிமொழிக்கு உத்தரவாதம் அளித்தேன்."[115]

சிங்கள உயர்மட்டத்தினரால் அருணாசலத்துக்கும், தமிழர்களுக்கும் அளிக்கப்பட்ட உறுதிமொழி, 1918 டிசம்பர் 7ம் திகதியிடப்பட்ட, ஜேம்ஸ் பீரிஸ், ஈ. ஜே. சமரவிக்கிரம இருவரிடமிருந்து வந்த கடிதத்தில் மேலும் தெளிவுசெய்யப்படுகின்றது:

> "இலங்கைத் தேசிய சங்கம், இலங்கைச் சீர்திருத்தச் சங்கம் என்பவற்றின் தலைவர்கள் என்ற முறையில், யாழ்ப்பாணச் சங்கத்தினால் முன்வைக்கப்

படும் எந்தவொரு திட்டத்தையும், அது, தீர்மானங்கள் உள்ளடக்கும் பல்வேறு கொள்கைளிலிருந்தும் வேறுபடாத பட்சத்தில், நாம் ஏற்றுக் கொள்வோம் என உறுதிமொழி அளிக்கின்றோம். யாழ்ப்பாணச் சங்கம், உண்மையில் நியாயமற்ற எதனையும் வற்புறுத்தாது என நாம் நிச்சயமாக நம்புகின்றோம். அத் தேர்தல் தொகுதி, பிரதேசத்தை அடிப்படையாகக் கொண்டிருக்கும் வரையில், மேல் மாகாணத்தில் தமிழருக்கென ஆசனத்தை ஒதுக்குவதிற்கான ஏற்பாட்டை நாம் முனைப்புடன் ஆதரிப்போம் என உறுதி யளிக்கத் தயாராய் உள்ளோம்."[116]

எனவே, மேல் மாகாணத்திற்கான ஆசனம் தமிழருக்கு ஒதுக்கப்படுமெனத் தமிழருக்கு உறுதிமொழிகள் அளிக்கப்பட்டதெனத் தெளிவாகத் தெரிகின்றது. சட்டநிருபணசபையின் தமிழ்ப் பிரதிநிதியாகவிருந்த ஏ. சபாபதிக்கு அனுப்பப்பட்ட ஒரு கடிதத்திலும் அவர்கள் வாக்குறுதிகளை அளித்திருந்தனர்:

"இந்த வாக்குறுதியினால், உங்களுக்கு வடமாகாணத்தில் மூன்று ஆசனங்களும், கிழக்கு மாகாணத்தில் இரு ஆசனங்களும் (உங்களால் முடிந்தால் இவ் எண்ணி க்கையை நீங்கள் அதிகரிக்கலாம்), தமிழருக்கு ஏனைய மாகாணங் களிலும், கொழும்பு மாநாகர சபையிலும் இருக்கின்ற சந்தர்ப்பங்களுடன், மேல் மாகாணத்தில் பிரதேச தொகுதி அடிப்படையில் ஓர் ஆசனம் ஒதுக்கப்படவுள்ளதும் சாத்திய மாகின்றது."[117]

சிங்கள உயர்மட்டத்தினர் தமிழரின் நலன்களும் அரசியல் உரிமைகளும் புதிய சீர்திருத்தங்களினால் பாதுகாக்கப்படும் என "வாக்குறுதி" அளித்தனர் என்பதை இக்கூற்றுக்கள் உறுதி செய்கின்றன. அத்துடன், தமிழர் அருணாசலத்திலும், அவருடைய நேர்மைமீதும் கொண்டிருந்த அசைக்கமுடியாத நம்பிக்கையினாலும், மதிப்பினாலும், அவர் இப்பேச்சுவார்த்தைகளுக்குச் சாட்சியாகவும், மத்தியஸ் தராகவும் இருந்தமை யாலும், ஈற்றில் இணங்கினர்.

1919 நவம்பர் 11ம் திகதியன்று இலங்கைத் தேசியக் காங்கிரஸ் நிறுவப்பட்ட போது, இந்திய காங்கிரஸைப்போன்று, இலங்கைக்குத் தனியானதொரு அரசியல் இயக்கத்தை உருவாக்க வேண்டுமென்ற அருணாசலத்தின் கனவு நிறைவேறியது.[118] இந்த நிகழ்வு பின்வருமாறு தெரிவிக்கப்பட்டது:

"நீண்ட காலமாகவே நாம் கொண்டிருந்த இலக்குகளையும், நம்பிக்கை களையும் இலங்கையராகிய நாம் இன்று ஈட்டியுள்ளோம். இலங்கைத் தேசியக் காங்கிரஸ் இன்று அங்குரார்ப்பணம் செய்யப்பட்டமை எம் எல்லோ ருக்கும் பெரும் மகிழ்ச்சியை அளிக்கின்றது. இந் நாட்டின் வரலாற்றில், விசேடமான நாள் எனச் சொல்லப்படக்கூடிய இந் நிகழ்வில் பங்குபற்றக் கூடியதாகவிருப்பது, எமக்கெல்லாம் பெரிய வரப்பிரசாதமாக உள்ளது. எனவே நாமெல்லோரும், பொது நன்மை எனும் இலக்கை அடைவதற்கு, சாதி, சமயம், ஏனைய வேறுபாடுகள் சம்பந்தமான முற் தப்பபிப்பிராயங் களைக் கடந்து, நாமெல்லோரும் சமமானவரே என்பதை ஏற்றுக்கொண்டு, இந்தக் காங்கிரஸின் ஊடாக உழைப்போமாக."[119]

தமிழர் மகிழ்ச்சியுடனும், நம்பிக்கையுடனும், தமது சிங்களச் சகோதரர்களை ஏற்று, பொதுவான இலக்கை அடைவதற்கு ஒன்றுபட்டனர் என்பதைத் தமிழ்ப் பத்திரிகைளில் வெளியான இச் செய்தி குறிக்கின்றது.

இந்த அரசியற் சூழ்நிலையில், தமிழர், சிங்களவர் ஆகிய இரு சாராருமே, தமக்கு சட்டநிரூபணசபையிலும், இலங்கை அடங்கலுக்குமான முழுக் கட்டுப்பாடும் அளிக்கும் என எதிர்பார்க்கப்பட்ட அரசியலமைப்புச் சீர்திருத்தத்திற்காக மேலும் தீவிரமாகப் போராட ஆரம்பித்தனர்.[120] எச். ஜே. சி. பெரேரா, இலங்கைத் தேசாதி பதியை இந்தியாவில் சந்தித்து, அரசியலமைப்புச் சீர்திருத்தம்பற்றிக் கலந்துரை யாடியதன் பின்னர், இப் போராட்டம் மேலும் சூடு பிடித்திருக்கலாம். "இலங்கைக்கு சுயாட்சி வழங்கவேண்டும் என முன்னர் திட்டமிட்டிருந்த இலங்கைக்குப் பொறுப்பான அமைச்சர் திரு. மிலான், இப்போது தனது மனதை மாற்றிக் கொண்டார்" என அவர் இலங்கைத் தேசியக் காங்கிரசுக்குத் தெரிவித்தார்.[121] இந்த ஒன்றிணைந்த போராட்டம், தமிழருக்கும் சிங்களவருக்கும் இடையே காணப்பட்ட ஒற்றுமைக்குச் சான்றாகும். இதையிட்டு இந்து சாதனம் கூறுவதாவது:

> "இந்த நாட்டின் மக்களாகிய சிங்களவரும், தமிழரும் நாட்டின் நன்மையைப் பெரிதாகக் கருதி, தமது வேறுபாடுகளை மறந்து, தேசிய காங்கிரஸின் தீர்மானங்களுக்கிணங்க செயற்பட முடிவு செய்துள்ளனர். உலகத்தில் நாகரிகம் நிலவும் இக் காலத்தில், அதன் பயனாக, பல இனங்கள் மத்தியில் விடுதலை வேட்கை வளர்ந்து வருகின்ற வேளையில், இலங்கையிலுள்ள நாமும் சுதந்திரத்தை விரும்புவது குற்றச்செயல் அல்ல. நாகரிகமடையாத சில இனங்கள்கூட, ஆட்சியாளரிடமிருந்து பலவகையான சுதந்திரங்களைப் பெறும் இக் காலத்தில், ஆதியிலிருந்தே நாகரிகத்தின் உச்சியிலிருந்த நாம், எமது சுதந்திரத்திற்காக எமது ஆட்சியாளரிடம் கோரிக்கைகளை விடுப்பது எமக்கு விநோதமாகத் தோன்றவில்லை."[122]

தமிழரும் சிங்களவரும் ஒன்றுபட்ட முன்னணியானதும், இலங்கைத் தேசியக் காங்கிரஸின் உருவாக்கமும், அரசியல் இயக்கங்களில் பங்குபற்றிய, அனேகமானோர், ஏன், இலங்கைப் பொதுமக்களுங்கூட, தாம் விரைவில் விடுதலையடைந்த ஒரு தேசமாவோம் என நம்பியிருக்கச் செய்திருக்க வேண்டும்.

இந்தியாவில் எவ்வாறு, இந்திய தேசியக் காங்கிரஸ் பிரித்தானிய ஆட்சிக்கு ஒரு ஆபத்தாகவிருந்ததோ, அதே போன்று இலங்கையிலும் இலங்கைத் தேசியக் காங்கிரஸினால் பிரித்தானிய ஆட்சிக்கு ஆபத்து நேரக்கூடும் எனத் தேசாதிபதி மனிங் உணர்ந்திருக்க வேண்டும். இலங்கைத் தேசியக் காங்கிரஸின் கீழ் ஒன்றுபட முன்னர், சிங்கள அரசியற் தலைமை, பிரதேச பிரதிநிதித்துவத்தை விரும்ப, தமிழர் இனரீதியான பிரதிநிதித்துவத்தை ஆதரித்தமையையும் அவர் உணர்ந்திருத்தல் வேண்டும். கண்டியச் சிங்களவரும், கரையோரச் சிங்களவருக்கும் இடையே இருந்த சாதியப் பகைமைபற்றியும் அவர் அறிந்திருத்தல் வேண்டும். 1920 இல், சிறுபான்மை ஒன்றின் விருப்பத்தை அனுசரிப்பதற்காக, தேசாதிபதி மனிங், சிங்களவர் மத்தியில் உள்ள வேறுபாடுகளையும், சிங்களவருக்கும் தமிழருக்கும் இடையிலான வேறுபாடு

களையும், தனக்குச் சாதகமான வகையில் பயன்படுத்தி, கண்டிய சிங்களவருக்குக் கூடுதலான பிரதிநிதித்துவம் வழங்கப்படும் வகையில், இனரீதியான பிரதிநிதித் துவத்தைத் தொடர்ந்தும் கொள்கையாகக் கொண்டதொரு அரசியலமைப்பு ஒழுங்கை அறிமுகம் செய்தார். பிரதேச அடிப்படையிலான பிரதிநிதித்துவத்தை சிங்களவரும், தமிழரும் ஏற்றுக்கொண்டு, அதையே இரு இனங்களும் கோரி, அவற்றைத் தேசாதி பதிக்கு அறிக்கையாகச் சமர்ப்பித்திருந்தபோதும் இந்த அரசியலமைப்புத் திட்டம் தயாரிக்கப்பட்டிருந்தது. இனரீதி, பிரதேசரீதி என்னும் இருவகைப் பிரதிநிதித் துவங்களையும் கலந்ததொரு பிரதிநிதித்துவத்தை மனிங் அமுல்படுத்தினார் என்றே கூறமுடியும். தேசிய ஒருமைப்பாட்டு உணர்வை நசுக்கிவைத்து, தமது ஆட்சியைத் தக்க வைத்துக்கொள்வதற்காக, வேண்டுமென்றே திட்டமிட்டு, பிரித்தானியரின் பழைய சாம்ராச்சிய "பிரித்தாளும்" கொள்கையைப் பயன்படுத்தி, மனிங் இவ்வாறு செய்தார்போல் தோன்றுகின்றது. இக்கருத்தை டி. சில்வாவின் கூற்றுக்கள் ஆதரிக் கின்றன:

> "உண்மையான அரசியற் சீர்திருத்த ஏற்பாடுகளுக்கான தேவையை மனிங் முற்றுமுழுதாக உணராதிருந்தார். அரசியலமைப்புக் கட்டுமானத்தில் செய்யப்படும் மாற்றம், இலங்கையில் பிரித்தானியர் ஆட்சிக்குக் குந்தக மாகும் எனவும், எனவே அதைத் தலையைக் கொடுத்தாவது தவிர்க்க வேண்டுமெனவும் அவர் உண்மையாகவே நம்பினார். மனிங் இலங்கைக்கு வருகை தரும் காலத்தில், இலங்கைத் தேசியக் காங்கிரஸ் அதன் ஆரம்ப உருவாக்க நிலையில் இருந்தது. இதன் நடவடிக்கைகளை இவர் காமாலைக் கண்களுடனயே கண்டார். புதிதாக நிறுவப்பட்ட அமைப்பு, கட்டியங் கூறுவது போலிருந்த அரசியல் மாற்றக் கற்பனைக் காட்சிகள், அவருடைய பழமை உணர்வுகளை உரசின. "அரசியலமைப்புச் சீர் திருத்தம் கோரியவர்கள்", தமது உழைப்பின் வெற்றியைக் கொண்டாடிக் கொண்டிருந்த அதேவேளையில், மனிங் அச் சீர்திருத்தங்களைக் கவிழ்க்கத் திட்டம் தீட்டிக் கொண்டிருந்தார்."[123]

நிகழ்வுகள் இவ்வாறு மாறியபோது, கரையோரச் சிங்களவர், மேல்மாகாணத்தில் தமிழருக்கென ஓர் ஆசனத்தை ஒதுக்குவதாக 1918 இல் தாம் அளித்த வாக்குறுதி களை ஆதரிக்க விருப்பமின்மையைக் காட்ட ஆரம்பித்தனர். 1921 இந்து சாதனத்தில் அதன் ஆசிரியர், "சிங்களவருக்கும் தமிழருக்குமிடையில் பிளவு" என்ற தலைப்பின் கீழ், மேல்மாகாணத்தில் தமிழருக்கு ஓர் ஆசனத்தை ஒதுக்கச் சிங்களத் தலைவர்கள் முற்றுமுழுதாக மறுத்துவிட்டனர் என்பதைத் தெளிவாகக் கூறுகின்றார்:

> "1918 டிசம்பரில், தமிழரின் விடுதலைக்காக அவர்களுடன் இணைந்து உதவுவதாக சிங்களத் தலைவர்கள் உறுதிமொழி அளித்திருந்தனர். இரு பகுதியினருமே கடந்த சில வருடங்களாக ஒருமித்துச் செயற்பட்டுள்ளனர். இப்போது இந்த ஒற்றுமை உடைகின்ற அபாயம் ஏற்பட்டுள்ளது. சில வாரங்களுக்கு முன்னர் கொழும்பில் நடத்தப்பட்ட தேசியக் காங்கிரஸ்

கூட்டத்தில், மேல்மாகாணத்துக்குத் தமிழர் பிரதிநிதி ஒருவரை நியமிக்க வேண்டி அரசாங்கத்தைக் கோரவேண்டும் எனச் சில தமிழ்க் கனவான்கள் கூறியபோது, அனேகமான சிங்களத் தலைவர்கள் இதற்கு மறுத்துவிட்டனர். இச்செயல் தமிழர் மத்தியில் பெரும் மனவருத்தத்தையும், சிங்களவருக்கு எதிரான கடும் பகைமையையும் ஏற்படுத்தியுள்ளது. சிங்களவர் இந்த வகையிலே தமது வாக்குறுதிகளை மீறுவர் என எவருமே கற்பனை செய்ததில்லை".[124]

1921 ஆகஸ்ட் 20ம் திகதி மோணிங் ஸ்ராரும் இப்பிரச்சனையை எழுப்பியது:

"மேல்மாகாணத்தில் தமிழருக்கு ஓர் ஆசனம் ஒதுக்கப்படும் என முன்பு சிங்களத் தலைவர்கள், தமிழ்த் தலைவர்களுக்கு அளித்த வாக்குறுதி, சில நாட்களுக்கு முன் நடந்த இலங்கைத் தேசியக் காங்கிரஸ் செயற் குழுக் கூட்டத்தில் மீறப்பட்டுள்ளது. மாறுகின்ற காலத்தையும், சந்தர்ப்ப சூழ்நிலை களையும் அனுசரித்தே மாற்றங்கள் செய்யப்பட வேண்டு மாதலின், முன்னர் செய்துகொண்ட ஒப்பந்தங்களை நிறைவேற்ற வேண்டிய அவசியம் இல்லை யென ஒரு தலைவர் அறிவித்துள்ளார்."[125]

எனவே, சிங்களத் தலைவர்கள் தமது வாக்குறுதிகளை மீறி, தேசாதிபதி தனது சொந்த நிகழ்ச்சி நிரலை நடைமுறைப்படுத்துவதற்கு, ஒரு சந்தர்ப்பத்தை வழங்கினர் என்பது இப்போது தெளிவானது. இதைத் தொடர்ந்து மனிங் 1921இல், இனரீதி, பிரதேசவாரி, இரண்டுமே கலந்த தொகுதிகளை அடிப்படையாகக் கொண்ட, மட்டுப் படுத்தப்பட்ட தேர்தல் முறைமை ஒன்றைக் கொண்டுவரும் திருத்தங்களை அறிமுகப் படுத்தினார். இம் மாற்றம், சட்டநிரூபண சபையில் உத்தியோகப்பற்றற்ற அங்கத் தவர்களாக நான்கு சிங்களவரையும் ஒரு தமிழரையும், மேலும், மூன்று ஐரோப்பிர், இரண்டு பறங்கியர், ஒரு இந்தியர், இரண்டு முஸ்லிம் ஆகியோரை உள்ளடக்கிய சீர்திருத்தப்பட்ட சட்டநிரூபண சபையாக இருந்தது. நாம் முன்பு கூறியுள்ளது போன்று, சிங்களவரும் தமிழரும் அதிக அளவிலான பிரதிநிதித்துவச் சமநிலை பெற்றிருந்த பழைய சட்டநிரூபணசபையுடன் ஒப்பிடுகையில், இது தமிழருக்குச் சாதகமற்றதாகவே காணப்பட்டது.[126]

ஹிந்து ஒகனும் இந்த நிகழ்ச்சிகளையிட்டு[127] தனது ஆசிரியர் தலையங்கத்தில் குறிப்பிட்டுள்ளமை, சிங்களத் தலைவர்களினால் ஒருகாலம் அளிக்கப்பட்ட வாக்குறுதி களும், உறுதிமொழிகளும், வெறும் மாயையே என்பது வெளிப்படையான உண்மை என்பதனைக் காட்டுகின்றது. இங்கு பணயமாக இருந்த பிரதான அரசியற் பிரச்சனை, மேல் மாகாணத் தமிழருக்கு ஒரு விசேட ஆசனத்தை ஒதுக்குவதும், அதற்கான ஒப்புதலுமேயாகும் ஆனால் சிங்களவர் தமது வாக்குறுதிகளைக் கைவிட்டு, மேல் மாகாணத்தைக் கைப்பற்றிக் கொண்டனர்.[128]

நாட்டின் அரசியல் வரலாற்றில் இதுவரை சந்தித்திராத தீவிரமான விஷயமாக, இந்த நிகழ்வுகள் சிங்களவருக்கும் தமிழருக்குமிடையில் ஆழமானதோர் பிளவை ஏற்படுத்தியவையாக இருந்தது. தொடர்ந்து ஏற்பட்ட பல ஏதுநிலைகள் இந்தக்

கருத்துக்கு வலுவூட்டுகின்றன. முதலில் பொ. அருணாசலமும் அவரது சகாக்களும் இலங்கைத் தேசியக் காங்கிரஸிலிருந்து நிரந்தரமாகப் பதவி விலகினர். இரண்டாவதாக, தமிழ் இனத்தின் அரசியல் போராட்டத்துக்கு மேலும் சிறந்த சேவையை ஆற்றுவதற்காக அவர்கள் தமிழ் மகாஜன சபை என்ற புதிய அரசியல் இயக்கத்தை உருவாக்கினர். இந்த இரு நிகழ்வுகளும், இலங்கைத் தேசியவாதத்துக்கும் சிங்கள தமிழ் ஒற்றுமைக்கும் தன்னை அர்ப்பணித்ததாக எண்ணப்பட்ட இலங்கைத் தேசியக் காங்கிரசுக்கு மட்டும் ஒரு மரண அடியாக நிற்காது, தமிழரையும் சிங்களவரையும் நிரந்தரமாகவே பிரித்து, இறுதியில் இலங்கைத் தேசியவாதத்துக்கே அழிவைக் கொண்டுவரக்கூடிய மரண அடியாக இருந்தது. எனவே, சிங்களவரும் தமிழரும் ஒன்றுபட்டுத் திட்டமிட்டு உருவாக்கிய எதுவோ, அது இப்போது சிதைந்து, அழிந்து, இறுதியாக, பிரிவினைப் பாங்கிலமைந்த வெவ்வேறான தமிழ், சிங்கள தேசியவாத இயக்கங்கள் எழுந்தன. அருணாசலம் இந்த அதிமுக்கிய நிகழ்வின் தாக்கத்தை பின்வருமாறு சித்தரிக்கின்றார்:

> “சிங்கள தமிழ் அரசியற் பிரச்சனை தற்போது இலங்கையர் மத்தியில் பெருமளவு குழப்பத்தை ஏற்படுத்துகின்றது.... வாக்குறுதியின் ஞானத்தையோ, சாத்தியத்தையோ, அதற்கு மற்றவர்கள் கட்டுப்பட்டவர்களோ அல்லவோ என்பனவற்றையிட்டு எமக்குத் தகவல் தருபவர் என்னதான் கருத்தைக் கொண்டிருந்தாலும், இந்த இரு கனவான்களும் தமது வாக்குறுதிகளுக்குக் கட்டுப்பட்டவர்கள் என்பதும், அவற்றை அவர்கள் மதிப்பதுடன், தம்மைப் பின்பற்றியவர்களையும் அதை மதிக்கும்படி தமது செல்வாக்கைப் பிரயோகிக்க வேண்டுமென்பதிலும், அவசியமென்பதிலும் கேள்விக்கு இடமேயில்லை என்பது ஒரு சாதாரண மனதுக்கும் தெரியும். ஆனால் அவர்கள் அவற்றை மறுதலித்துவிட்டனர்... இனிமேலும் இந்தச் சிங்களத் தலைவர்களை நம்புவதற்குத் தமிழர் மறுத்து, தமது நலன்களைப் பாதுகாப்பதற்காக சுதந்திரமான நடவடிக்கை எடுக்கத் தீர்மானித்ததில் ஏதாவது ஆச்சரியமுண்டா?... எனது சொந்தக் கடமை தெளிவாக உள்ளது. நான் வாக்குறுதியைக் கைக்கொள்ளத்தான் வேண்டும்.”[129]

அருணாச்சலம் இதற்குமேலும் இலங்கைத் தேசியக் காங்கிரஸையோ, இலங்கைத் தேசியவாதத்தையோ ஆதரிக்கவில்லை என்பதைத் தெரிவிக்கும் வகையில் அவரது இந்த சக்திமிக்க கூற்று முக்கியமானது. இதற்குப் பின்னரும், தமது சிங்களச் சகாக்களை நம்புவதற்கோ, இலங்கைத் தேசியவாதத்திற்காக வேலைசெய்யவோ தமிழர் தயாராக இருக்கவில்லை என்பதனை அவருடைய கூற்றிலிருந்து எம்மால் தீர்மானிக்க முடிகின்றது. இது சந்தேகத்துக்கு இடமின்றி உண்மையானதாகும். ஏனெனில், தமிழர் விசேடமாக, தமது அரசியல் நலன்களைப் பாதுகாப்பதற்காக, ஏற்கெனவே இலங்கைத் தேசியக் காங்கிரஸிலிருந்து விலகி, தமிழர் மகாஜன சபையை உருவாக்கியிருந்தனர். இந்நிகழ்வு, தமிழ்த் தேசிய வாதத்தின் பிறப்பை வெளிப்படையாக பிரித்தானிய அதிகாரவர்க்கத்திற்கும், சிங்களத் தேசத்திற்கும் அறிவித்த நிகழ்வாக வரலாற்றில் இடம் பிடித்தது.

1921 ஆகஸ்ட் 15ம் திகதியன்று யாழ்ப்பாணத்தில் நடந்த கூட்டத்தில் நிறுவப்பட்ட தமிழர் மகாஜன சபை, ஒட்டுமொத்தமான தமிழரின் அரசியல் அபிலாசைகளை அடைவதற்காக, வாழ்வின் எல்லா மட்டங்களிலும் உள்ள தமிழரை ஒரே பதாகையின் கீழ் கொண்டு வந்திருந்தது. த. சிலோன் ஒப்சேவர் இந்த மாநாட்டை யிட்டு விபரமாகச் செய்தி வெளியிட்டு, மக்களின் உற்சாகத்தைப் பின்வருமாறு விபரித்தது:

> "இலங்கைத் தமிழரின் சமூக, பொருளாதார நலனைப் பாதுகாப்பதை இலக்காகக் கொண்ட ஒரு தமிழ் மகாஜன சபையை உருவாக்க, இலங்கையின் அனைத்து மாவட்டங்களிலிருந் தான தமிழ்ப் பிரதிநிதி களைக் கொண்ட மாநாடு ஒன்று, திங்கட்கிழமை 4.30 மணிக்கு றிட்ஜ்வே மண்டபத்தில் நடைபெற்றது. மக்கள் அதிக தொகையில் காணப்பட்டதால் கூட்டத்தைத் திறந்த வெளியில் நடத்தத் தீர்மானிக்கப் பட்டது. சேர். பொ. அருணாசலம், சேர். ஏ. கனக சபை ஆகியோர் வருகையின் போது, குறிப்பிடக் கூடிய அளவுக்கு உற்சாகம் கரைபுரண்டது. கனகசபை தலைமை வகிப்பதற்கு ஏகமனதாகத் தேர்ந்தெடுக்கப்பட்டு, நன்கு கிரகிக்கப் பட்ட, உணர்ச்சியூட்டும் உரையை ஆற்றினார். கௌரவ டபிள்யூ. துரைசாமி முதலாவது தீர்மானத்தைப் பின்வருமாறு முன்மொழிந்தார்."

> "தமிழரின் அரசியல், சமூகம், கல்வி, பொருளாதாரம், பொது நலன் ஆகியவற்றை மேம்படுத்துவதற்கு தமிழ் மகாஜன சபை என அழைக்கப் படும் ஒரு சங்கம், இலங்கையின் எல்லாப் பாகங்களிலும் அதன் கிளை களுடன் உருவாக்கப்படல் வேண்டுமென, இலங்கையின் பல பாகங்களிலும் இருந்து வந்து கலந்துகொண்ட, தமிழரின் இந்தப் பொதுக்கூட்டம் தீர்மானிக் கிறது."[130]

இதே கூட்டத்தையிட்டு பின்வருமாறு உதய தாரகை தனது ஆசிரியர் தலையங்கத்தில் வருமாறு தெரிவிக்கின்றது:

> "இலங்கையின் ஒவ்வொரு இனரீதியான சங்கமும், நாட்டின் சுயாட்சியினால் தனது இனத்துக்குக் கிடைக்கவேண்டிய நலன்களை அடைவதற்காக உழைக்கின்றது. எமது தமிழ் மகாஜன சபையினது நோக்கமும் இதுவே யாகும்."[131]

சிங்கள உயர்மட்டத்தின் மறுதலிப்பையிட்டுப் பேசிய ஜே. வி. செல்லையாவை அது பின்வருமாறு மேற்கோள் காட்டுகின்றது:

> "சிங்களச் சிங்கமும், தமிழ் ஆட்டுக்குட்டியும் அக்கம் பக்கமாகப் படுக்க லாம். ஆனால் பின்னையது முன்னையதினால் விழுங்கப்படக் கூடாது."[132]

சேர் பொன். அருணாசலம்

இந்த உவமை, தமிழரும் சிங்களவரும் ஒன்றாக வாழ்வது சாத்தியமற்றது என்பதுடன், பின்னரான அரசியல் நிகழ்வுகளைப் பார்க்குமிடத்து, இந்தக் கருத்தில் ஓர் எதிர்வுகூறும் உண்மை இருந்திருக்கலாம் போலவும் தோன்றுகின்றது. இவ்விரு இனங்களும் வெவ்வேறு மொழிகளைப் பேசி, திட்டமான வேறுபாட்டைக் கொண்ட கலாசாரங்களின் பாரம்பரியத்தைக் கொண்டவர்கள் என்பதை ஏற்றுக்கொள்கையில், மேற்சொல்லப்பட்ட கருத்து வெளிப்படையான ஒன்றேயாகும். பல நூற்றாண்டுகளாக, அவை ஒவ்வொன்றும், புராதன வரலாற்றையும், தெளிவாக வரையறுக்கப்பட்ட புவியியல் அமைப்பையும் கொண்ட, வெவ்வேறு தனியரசுகளாக இருந்துள்ளன. குடியேற்றவாதம் கைப்பற்றியமை, அந்நியருக்கு அடிமையானமை, என்பனவற்றின் காரணமாக அவையிரண்டும் ஒரே நுகத்தடியின் கீழ் பிணைக்கப்பட வேண்டி ஏற்பட்டது. எனவே தமிழருக்கும் சிங்களவருக்கும் இடையிலான அரசியல் விவாகரத்து தவிர்க்கமுடியாத ஒன்றென்றே தோன்றுகின்றது.

இலங்கைத் தமிழ் லீக்கின் (அருணாசலத்தினாலும்[133] அவரது சகாக்களினாலும் 1923 இல் நிறுவப்பட்டது) முதலாவது கூட்டத்தில் அருணாசலம் அவர்கள் நிகழ்த்திய முன்னுரை, இந்த ஆராய்ச்சியை முடிவுசெய்வதற்கு, பெறுமதியான கருத்துகளை வழங்குகின்றது. அவற்றில் அவர் முக்கியத்துவம் அளித்தவை வருமாறு:

> "லீக்கின் செயல்கள், நோக்கம், இலட்சியங்கள் என்பவற்றையிட்டுச் செயற்குழு அறிக்கை பூரணமாக விளக்குவதனால் அவற்றையிட்டு நான் நீண்டநேரம் பேசவேண்டிய தேவையில்லை. அரசியற் தேவையினாற்றான் இந்த லீக் உருவானது. ஆனால் அரசியல்தான் அதன் இருப்புக்கான ஒரே காரணம் அல்ல. என்னைப் பொறுத்தவரை அதனுடைய இலட்சியங்கள் பன்மடங்கு உயர்ந்தவையாகும். காலங்காலமாகத் தமிழரைத் தமிழராக்கிய அத் தமிழ் இலட்சியங்களை வாழவைத்து, வளர்க்க வேண்டுமென்பதும், முன்னையதான இந்த இலட்சியங்களை, "தமிழ் அகம்" என்னும் தமிழ்த் தேசத்தின் ஒருமைப்பாட்டையும், ஒற்றுமையையும் மேம்படுத்துவதற்காக, இலங்கை, தென்னிந்தியா, தமிழ் குடியேற்ற நாடுகள் முழுவதிலும் வாழவைத்து, வளர்ப்பதும் முக்கியமாகும். ஆனால் எல்லா இனங்களையும், சமயங்களையும் சேர்ந்த எமது சகோதரருக்குச் சேவைசெய்யும் வாய்ப்பையும், பெருமைமிகு கடமையையும் தமிழர் கைவிடப் போவதில்லை. ஆனால் எவராலும் நாம் வெருட்டப் படுவதையோ, அச்சுறுத்தப் படுவதையோ நாம் வன்மையாகக் கண்டிக்கின்றோம். எவருக்குமே அடிமையாக இருப்பதை நாம் வெறுக்கின்றோம். எம்மை நாமே

> பாதுகாப்பதற்காக எம்மைப் பலப்படுத்துவது எமது எண்ணம். ஐரோப்பியர், ஏற்கனவே அவர்கள் அதிகாரம், பெருமை என்பவற்றையெல்லாம் ஈட்டியிருந்தும், அவர்களுடைய இலங்கை வர்த்தக சங்கம், பெருந்தோட்டக்காரர் சங்கம், ஐரோப்பியர் சங்கம், இலங்கைச் சங்கம் என்பவை மேலும் சீர்திருத்தப்படவேண்டிய தேவையுண்டு என உணர்கின்றனர். அவர்களைவிட நாம் அதிகமாக உணர்தல் அவசியம். இனிமேலும் பாராமுகமாக இருக்க எமக்குக் கட்டுப்படியாகாது. உள்ளூர் தேசாபிமானத்தையும், உள்ளூர் ஆர்வங்களையும் மேம்படுத்துவதற்கு யாழ்ப்பாணச் சங்கமும், இலங்கை முழுவதும் பரந்துபட்டுக் காணப்படும் ஏனைய சிறிய சங்கங்களும், பாராட்டப்படும் வகையில் பொருத்த மானவையாகும். இவை எல்லாவற்றையும் கொண்டு சினேகபூர்வமாகவும், முழுமனதோடும் செயலாற்றுவதே எமது குறிக்கோளாகும்."[134]

இலங்கைத் தமிழரின் வரலாற்றில் அருணாசலத்தின் பேச்சு ஒரு முக்கிய அடையாளச் சின்னமாகும். தமிழ்த் தேசியவாதத்தின் பிறப்புக்கான ஒரு அறிவித்தலாக அதைக் கருதுமளவுக்கு அப்பேச்சு இருப்பதுடன், தமிழகம் என்ற ஆட்சியுரிமைப் பிரதேசத்தைக் குறிப்பிடுவதனால் அது முக்கியமானதாகவும் உள்ளது. பத்தொன்பதாவது நூற்றாண்டின் நடுப்பகுதியில் கருக்கொண்டு, அதே நூற்றாண்டின் அரையிறுதிப் பகுதியில் பல்வேறு சமயம், கலாசாரம், மொழி, பொருளாதார இயக்கங்களினால் ஊட்டம் பெற்று, 1923களின் ஆரம்பத்தில் தமிழ்த் தேசியவாதம் பிறந்தது. இப் பிறப்பு பெருநகரமாகிய கொழும்பின் பிரகாசம், பிரபலம் என்பவற்றின் மத்தியில் நிகழாது, அக்காலத்தில் இலங்கைத் தீவின் பிற்பட்ட இடம் எனக் கருதப்பட்ட, தமிழ் பிரதேசத்தின் இதயபூமியில் நிகழ்ந்ததன் காரணமாக, அது கவனத்தைப் பெறவில்லை எனலாம். உண்மையிலேயே, தமிழ்த தேசியவாதத்தின் வளர்ச்சிகூட, 1970களில் தமிழ்த் தேசியவாதம் வயதுக்கு வரும்வரை, கவனிக்கப்படாதே இருந்தது.

மேற்கண்டவாறு, தமிழருக்கும் சிங்களவருக்கும் இடையில் எரிந்து கொண்டிருந்த, சட்டநிரூபணசபை அங்கத்துவப் போட்டிப் பரீட்சையை மனிங் அவர்கள், தொடர்ந்து எண்ணெய் ஊற்றித் தீவிரமடையச் செய்தார். இரு இனங்களுக்கும் இடையிலான பகைமையை வளர்ப்பதன் மூலம், அவ்விரு இனங்களினதும் தேசிய எழுச்சியினை மழுங்கடிக்கச் செய்து, பிரித்தானியரின் ஆதிக்கத்தை இலங்கையில் தொடர்ந்தும் தக்கவைக்க முடியும் என மனிங் நம்பியிருக்க வேண்டும். இவ்வேளையில், 1921ம் ஆண்டு நடைமுறைக்கு வந்த அரசியற் திட்டத்தைத் திருத்தவேண்டுமென்று சிங்களவராலும், தமிழராலும் பல கோரிக்கைகள் முன்வைக்கப்பட்டன. மனிங் இச் சந்தர்ப்பத்தைப் பயன்படுத்தத் தவறவில்லை. 1924இல், புதிய அரசியற் சீர்திருத்தச் சட்டத்தை அமுல்படுத்தி, 49 அங்கத்தினரைக் கொண்ட சட்ட நிரூபண சபையாக மாற்றியமைத்தார். இச் சபையில் 12 உத்தியோகபூர்வ அங்கத்தவரும், 37 உத்தியோகப்பற்றற்ற அங்கத்தவரும் இடம் பெற்றனர். இந்த 37 உத்தியோகப்பற்றற்ற அங்கத்தவரில் 23 பேர், பிரதேசவாரியாக அமைந்த தொகுதிகளிலிருந்து தெரிவு செய்யப்பட்டார்கள். 11 பேர் இனவாரியாகத்

தெரிவு செய்யப்பட்டார்கள். 3 பேர் நியமனம் மூலம் தெரிவு செய்யப்பட்டனர்.[135] சட்டநிரூபண சபைக்குப் பிரதேசவாரியாகவும், இனவாரியாகவும் தெரிவு செய்யப்பட்ட 23 அங்கத்தவருள் 16 பேர் சிங்களப் பிரதிநிதிகளாகவும், 7 பேர் மட்டுமே தமிழ்ப் பிரதிநிதிகளாகக் காணப்பட்டனர். மனிங் தேசாதிபதியின் இப் பிரித்தாளும் கொள்கையினூடாக, தமிழரின் பிரதிநிதித்துவ உரிமை மிகவும் பாதிக்கப்பட்டு, அவர்களின் எதிர்கால அரசியல் சீர்குலைய வழிகோலியது.

அருணாசலம் அவர்கள் 1875 இல் இலங்கையின் நிர்வாக சேவையில் தன்னை இணைத்துக் கொண்டதிலிருந்து, பல உயர் பதவிகளில் கடமையாற்றிப் பிரித்தானிய அரசின் நன்மதிப்பைப் பெற்றவர். 1906 இல் நிர்வாக சேவையில் இருந்தபோதே, சட்டநிரூபண சபையில் உத்தியோகப்பற்றற்ற அங்கத்தவராகத் தேசாதிபதியினால் நியமிக்கப்பட்டவர். பின்னர், 1912 இல், நிறைவேற்றுச் சபை (Executive Council) அங்கத்தவராகவும் தேசாதிபதியினால் நியமிக்கப்பட்டவர். 1913 இல், நிர்வாக சேவை பதிவாளர் நாயகம் (Registrar General of Civil Service) என்ற உயர்பதவி வகித்து, நிர்வாக சேவையிலிருந்து ஓய்வு பெற்றவர். 1913 இல், பிரித்தானிய அரசினால் சேர் பட்டம் (Knighthood) வழங்கப்பட்டுக் கௌரவிக்கப்பட்டவர். தலைசிறந்த நிர்வாக சேவை அதிகாரியாகப் பதவிவகித்த அருணாசலம் அவர்கள், அரச சேவையில் இருக்கும்போதே, இலங்கைத் தொழிலாளர் நலன் லீக் என்ற சமூக நிறுவனத்தைத் தாபித்து, அதன் முதற் தலைவராக இருந்து தொழிலாளர் நலன்களுக்காக உழைத்தவர்.[136] 1915 இல், அருணாசலம் அவர்கள், தனது சகபாடி சேர். ஜேம்ஸ் பீரீசுடன் இணைந்து இலங்கை சமூகசேவை லீக் (Ceylon Social Service League) என்ற அமைப்பைத் தாபித்தவர். அவர் வெகுசனங்களுக்கான கல்வி, மருத்துவ வசதிகளுக்கான ஏற்பாடு, சிறந்த வீட்டு வசதி, கட்டாயக் காப்புறுதி முறைமை, வறியவர்க்கான அதி உச்ச வேதனம் என்பவற்றிற்காகக் குரலெழுப்பியவர். இலங்கைக்கு ஒரு பல்கலைக் கழகம் அவசியமெனக்கூட கோரிக்கை விடுத்தவர். ஏற்கனவே குறிப்பிட்டதுபோல், இலங்கைத் தேசியக் காங்கிரஸின் உருவாக்க கர்த்தாக்களில் ஒருவராகவும், அதன் தலைவராகவும் இருந்தவர். இவ்வளவு வல்லமையும், திறமையும் கொண்ட அருணாச்சலம் அவர்களால், இலங்கையில் தமிழ் மக்களும், தமிழ்த் தேசமும் கடினமான ஓர் அரசியல் சூழ்நிலைக்கு விரைவாக ஆளாகவிருப்பதை உணர்ந்து கொள்ள முடியாமற் போயிற்று என ஆச்சரியப்பட வேண்டியுள்ளது. தமிழரின் பாரம்பரிய பிரதேசமான, இலங்கையின் வடமேற்குப் பகுதியிலுள்ள புத்தளம், சிலாபம், நீர்கொழும்பு ஆகிய பிரதேசங்கள் பிரித்தானியர் ஆட்சிக் காலத்தில் சிங்கள மயமாக்கப்பட்டுக் கொண்டிருப்பதை அருணாச்சலம் அவர்கள் உன்னிப்பாகக் கவனித்திருக்க வேண்டும். அவ்வாறான ஒரு சூழ்நிலையில் தான் அவர் வடமேற்கு மாகாணத்தின் பிரதிநிதித்துவத்துக்காகக் கடுமையாகப் பாடுபட்டார் என்று கொள்ளமுடிகிறது. அல்லாவிடில் அருணாசலம் அவர்கள் வடக்கு, கிழக்குப் பிரதேசத்திற்கான ஒரு அரசியற் தீர்வுத் திட்டத்திற்காகப் பாடுபட்டிருப்பார் என்று கொள்வதில் தவறு இருக்கமுடியாது. இதற்கு அடிப்படைக் காரணம், அருணாசலம் அவர்களும், முன்னாள் தமிழ் அரசியற் தலைவர்கள்போல், ஆரம்பத்தில், சிங்களவருக்கும், தமிழருக்கும் தனித்தனியான அரசியல் பிரிவுகள் இருக்கவேண்டும் என எண்ணாது, இலங்கைத் தீவு முழுவதையும் உள்ளடக்கும் ஓர் அரசியற் பிரிவைத்தான் ஆதரித்தவராகக் காணப்பட்டார். இதன் விளைவாகத்தான் முதலில் அவர்

தன் சகபாடியுடன் இணைந்து 1919 இல் இலங்கைத் தேசியக் காங்கிரஸைத் தாபித்து, அதன் முதற் தலைவராகவும் செயற்பட்டார் எனக் கொள்ள முடிகிறது. ஆனால் அவர் சிங்களத் தலைவர்களினால் ஏமாற்றப்பட்டார். அப்போதுதான் அவருடைய அறிவுக்கண் திறந்து கொண்டது. தமிழர், இலங்கையில் சிறுபான்மையினர் என்றும், அவர்களுடைய அரசியற் பிரச்சனை ஓர் இனப் பிரச்சனையல்ல மாறாக அது ஒரு தேசியப் பிரச்சனை என்றும் உணர ஆரம்பித்தார். இவ்உணர்வலைகள் தமிழ் மக்கள் மத்தியிலும், யாழ்ப்பாணச் சங்கத்தினர் மத்தியிலும் ஆழமாக வேரூன்றி, தமிழ்த் தேசியவாதத்தின் பிறப்பை உறுதிப்படுத்தியது. அருணாசலம் அவர்கள், தமிழரின் அரசியற் பிரச்சனையை, தமிழ் தேசிய பிரச்சனையையாக விளங்கி, அதனை ஏற்றுச் செயற்பட ஆரம்பித்த சிறிது காலத்தில், 1924இல் மரணமடைந்தார். இருந்தும், அருணாசலம் அவர்களின் அரசியல் விழிப்புணர்விலும், அவரால் 1923 இல் ஆரம்பிக்கப்பட்ட தமிழர் மகாஜன சபையின் நோக்கத்திலும், இலங்கை முழுவதுமுள்ள தமிழரை ஒன்று திரட்டி, அவர்களுக்கு ஓர் அரசியல் விடிவை ஈட்டிக் கொடுக்கவேண்டும் என்ற வேட்கை இருந்ததாகவே காணப்படுகின்றது. இக்கட்டான காலகட்டத்தில், தமிழருடைய தேசிய நலனுக்காக வாதாடுவதற்குத் தமிழர் மத்தியில் சரியான, நேர்மையான அரசியற் தலைவர்கள் இருக்கவில்லை. இச் சந்தர்ப்பத்தில் டொனமூர் அரசியற் திட்டம் எவ்வளவிற்கு தமிழரின் அரசியல் எதிர்காலத்தில் பாதிப்புக்களை ஏற்படுத்தியது என்பதை மேற்கொண்டு ஆராய்தல் அவசியமாகும்.

இலங்கையின் பல்வேறு சீர்திருத்த இயங்கங்களும், குறிப்பாகச் சிறுபான்மை இனத்தவரும், அரசியற் தலைவர்களும் அரசியற் சீர்திருத்தம் கோரித் தேசாதிபதிக்கும், பிரித்தானிய அரசுக்கும் தொடர்ந்து விண்ணப்பித்து வந்தனர்.[137] 1924ம் ஆண்டின் அரசியற் திட்டத்தின் குறைபாடுகளை உணர்ந்துகொண்ட அக்காலத்துத் தேசாதிபதியாகவிருந்த சேர் ஹியூ கிளிபோட் (Sir Hugh Clifford) அவர்கள் மேற்படி அரசியற் திட்டத்தின் குறைபாடுகளை ஆராய்ந்து தேவையான மாற்றங்களைச் செய்வதற்கு ஒரு விசாரணைக் குழுவினை நியமிக்க வேண்டுமெனப் பிரித்தானிய அரசாங்கத்தை வேண்டிக்கொண்டார்.[138,139] இதன் விளைவாக 1927ம் ஆண்டு நவம்பர் மாதம் 13ம் திகதி டொனமூர் பிரபு தலைமையிலான குழுவினர் இலங்கையை வந்தடைந்தனர்.[140]

டொனமூர் ஆணைக்குழுவினர் மக்களின் அபிப்பிராயங்களை அறிவதற்காக 34 இடங்களில் கூட்டங்களை நடத்தியிருக்கின்றனர். இலங்கையின் பல பாகங்களுக்கும் சென்று, குறிப்பாகக் கொழும்பு, யாழ்ப்பாணம், மட்டக்களப்பு, கண்டி, காலி ஆகிய முக்கிய நகரங்களுக்குச் சென்று பொதுமக்களையும், பிரதிநிதிகளையும், அவர்கள் சார்ந்திருந்த சங்கங்களையும் அழைத்து ஆலோனைகளையும், அபிப்பிராயங் களையும் அறிந்தனர்.[141]இலங்கையில் இருக்கும்போது பல பிரதிநிதிக் குழுக்களையும் சந்தித்து ஆலோசனை நடத்தி 141 சான்றுகளைப் பெற்றுள்ளனர்.[142]

1924ம் ஆண்டு அரசியற் திட்டத்தின் கீழ் அமைந்த சட்டநிரூபணசபையின் அங்கத்தவர், ஆட்சியில் பங்கு இல்லாத அதிகாரம் பெற்றிருந்ததுதான் அச்சபையின் பிரதான குறைபாடு என்பதனை ஆணைக்குழுவினர் அறிந்துகொண்டனர். எனவே, அதிகாரத்துடன், ஓரளவு ஆட்சியில் பொறுப்பும் அவர்களுக்கு இருக்கும்படியான தொரு புதிய அரசியற் திட்டத்தினை டொனமூர் ஆணைக்குழுவினர் சிபாரிசு செய்தனர்.

பிரதிநிதித்துவம் பெற்ற அங்கத்தவர், நிர்வாகத்திலும், சட்டநிரூபண விடயங்களிலும் அதிகாரம் பெறக்கூடியதாக ஓர் ஆட்சிமுறையை வகுத்தனர். மேலும், உத்தியோகப்பற்றற்ற அங்கத்தவர் நிர்வாகத்தில் பயிற்சி பெறுவதற்காக, புதிய முறையிலமைந்த ஒரு நிர்வாகக் குழு முறையையும் அறிமுகப்படுத்தினர். இதுவரையும், கல்விகற்ற உயர்மட்ட மக்களுக்கு மட்டும் வழங்கப்பட்டிருந்த வாக்குரிமையை மாற்றி, 21 வயதிற்கு மேற்பட்ட ஆண், பெண் இருபாலருக்குமான சர்வசன வாக்குரிமையை வழங்கினர்.[143] அத்தோடு, அரசியற் சீர்திருத்தத்தின்போது அறிமுகப்படுத்தப்பட்டு, நடைமுறையிலிருந்து வந்த சட்டநிரூபண, சட்டநிர்வாக சபைகளை மாற்றி, அரசாங்க சபை என்னும் புதிய அமைப்பை ஏற்படுத்தி, அச் சபையே சட்டநிரூபண, சட்டநிர்வாக விடயங்களைக் கவனிக்கவும் ஒழுங்கு செய்யப்பட்டது. எல்லாவற்றிற்கும் மேலாக, இதுவரை இருந்துவந்த இன அடிப்படையிலான, இனவாரிப் பிரதிநிதித்துவத்தை ஒழித்து, பிரதேசவாரியாக அரசாங்க சபைக்குப் பிரதிநிதிகளைத் தெரிவுசெய்யும், பிரதேசவாரிப் பிரதிநிதித்துவம் அமுல் படுத்தப்பட்டது. 2.6.1927இல் தேசாதிபதியினால் பிரித்தானிய குடியேற்ற நாட்டுச் செயலாளருக்கு மேற்படி சீர்திருத்தம் பற்றிக் கூறப்பட்ட முக்கியமான விடயத்தைமட்டும் இங்கே குறிப்பிடுவது பொருத்தமாகும்.

இப்புதிய அரசியற் சீர்திருத்தங்களின்படி தேசாதிபதியே அரசின் தலைவராகவும், முப்படைகளுக்கும் தளபதியாகவும் தொடர்ந்து பதவி வகித்தார். நிர்வாகத்தினைப் பொறுத்தவரையில் கொள்கைகள், நிர்வாக நடவடிக்கைகள், பரிபாலனம் போன்றவற்றில், தேசாதிபதி பிரதான நிர்வாகியாக இருந்த நிலை மாறி, டொனமூர் அரசியற் திட்டத்தின் கீழ், மிகக் குறைவான விடயங்களிலேயே நேரடிப் பொறுப்பு வகிக்கும் நிலையில் இருந்தார். ஆனால், அரசாங்க அதிகாரிகளின் பொறுப்பிலிருந்த திணைக்களங்களான பொதுசேவை, பாதுகாப்பு, வெளிநாட்டு விடயங்கள், சட்டம், நிதி போன்றவற்றிற்குரிய உத்தியோகத்தர் நேரடியாகத் தேசாதிபதிக்குப் பதில் சொல்ல வேண்டியவராக இருந்தனர். மேலும், சட்டத்துறையைப் பொறுத்தவரையில் அரசாங்க சபையின் ஆலோசனையுடனும், அனுமதியுடனும் தேசாதிபதியே சட்டங்களை இயற்றும் பொறுப்பைக் கொண்டிருந்தார். தேசாதிபதி ஒப்புதல் வழங்கும்வரை எந்தச் சட்டத்தையும் நடைமுறைக்குக் கொண்டுவர முடியாது. தேசாதிபதி, சில சிக்கலான மசோதாக்களை மன்னரின் அனுமதி பெறுவதற்காகத் தாமதமாக்கும் அதிகாரத்தையும் பெற்றிருந்தார். டொனமூர் அரசியற் திட்டத்தின் கீழ், 10 பேர் கொண்ட அமைச்சரவை முதன்முதலாக நடைமுறைக்கு வந்தது. அரசாங்கசபை அங்கத்தவர் 7 நிர்வாகக் குழுக்களாகப் பிரிக்கப்பட்டு, உள்நாட்டு அலுவல்கள், விவசாயம், உள்ளூராட்சி, சுகாதாரம், கல்வி, பொதுவேலை, போக்குவரத்து ஆகிய முக்கிய துறைகளுக்குப் பொறுப்பாகவிருந்தனர். ஏனைய முக்கிய துறைகளான பகிரங்க சேவை, வெளிநாட்டு விடயங்கள், பாதுகாப்பு என்பன மூன்று உத்தியோகத்திரின் கீழ் இருந்தன. வெளிநாட்டு விடயங்கள், பாதுகாப்பு போன்றன பிரதம காரியதரிசியின் கீழும், சட்ட ஒழுங்குகள் சட்டக் காரியதரிசியின் கீழும், நிதி, நிதிக்காரியதரிசியின் கீழும் இருந்தன. இந்த மூவருடன், மேற்படி 7 நிர்வாகக் குழுக்களின் தலைவர்களும் சேர்ந்து 10 பேர்கொண்ட அமைச்சரவை அமைக்கப்பட்டது. இவர்களின் கீழே மேற்படி 10 முக்கிய பிரிவுகளும், அரசாங்க சபையின் ஆதரவுடன் அலுவல்களைக் கவனிக்க ஒழுங்குகள் செய்யப்பட்டன. மேலும், பொதுச்சேவைப் பதவிகளுக்கு ஆட்சேர்ப்பதற்கும், அவர்களுக்குப் பதவியுயர்வு அளிப்பதற்குமென

சுதந்திரமானதும், நிரந்தரமுமானதொரு பொதுச்சேவை ஆணைக்குழுவும் டொனமூர் அரசியற் திட்டத்தினால் அறிமுகப்படுத்தப்பட்டது.

டொனமூர் அரசியற் திட்டத்தின் கீழ் அறிமுகப்படுத்தப்பட்ட அரசாங்கசபை, சட்டம், நிர்வாகம் ஆகிய இரு கடமைகளையும் நிறைவேற்றுவதற்காக அமைக்கப்பட்டது. இச்சபை 61 அங்கத் தவரைக் கொண்டிருந்தது. இவர்களுள் 50 அங்கத்தவர் சர்வசன வாக்குரிமை மூலம், பிரதேச அடிப்படையில் நிர்ணயிக்கப்பட்ட தேர்தல் தொகுதிகளிலிருந்து தெரிவு செய்யப்பட்டனர். 8 பேர் சிறுபான்மை யோரின் நல உரிமைகளைப் பாதுகாப்பதற்காகத் தேசாதிபதியால் நியமிக்கப் பட்டனர். இவர்களுள், 4 ஐரோப்பியர், 2 பறங்கியர், 1 மலேயர், 1 இந்திய வர்த்தக வகுப்பைச் சேர்ந்தவர் அடங்குவர். இவர்களோடு பிரதம காரியதரிசி, சட்டத் துறைக் காரியதரிசி, நிதிக் காரியதரிசி ஆகிய மூவரும் சேர்த்துக் கொள்ளப் பட்டனர். இந்த மூன்று காரியதரிசி களுக்கும், ஏனைய 58 உறுப்பினரைப் போன்று அரசாங்கசபையில் வாக்களிக்கும் உரிமை இருக்கவில்லை. ஆனால் ஆலோசனை கூறுவதற்கு உரிமை வழங்கப்பட்டிருந்தது.

1924ம் ஆண்டு அரசியற் திட்டத்தின் கீழ் வாக்களிக்கத் தகுதியானோர் தொகை 2,04,996ஆகவிருந்தது. புதிய அரசியற் திட்டத்தின் கீழ், இத்தொகை 18,50,000 ஆக அதிகரித்தது.[144]வாக்காளர் 50 தேர்தல் தொகுதிகளிலிருந்து அங்கத்தவரைத் தெரிவுசெய்தனர். அத் தொகுதிகள் பின்வருமாறு பிரிக்கப்பட்டிருந்தன.[145]மேற்கு மாகாணம்–14, மத்திய மாகாணம்–8, தெற்கு மாகாணம்–7, வடமாகாணம்–4, கிழக்கு மாகாணம்–2, வடமேல் மாகாணம்–6, வடமத்திய மாகாணம்–1, ஊவா மாகாணம் –3, சப்பிரகமுவ மாகாணம்–5 என மொத்தமாக 50 பிரிவுகள். மேற்கூறப்பட்ட 50 தொகுதிகளிலிருந்து 50 பிரதிநிதிகள் மக்களால் தெரிவு செய்யப் படுவதற்கான விதிமுறைகளை டொனமூர் அரசியற் திட்டம் கொண்டிருந்தது. 1931ம் ஆண்டு, 50 தொகுதிகளுக்கான தேர்தலில் 38 சிங்களப் பிரதிநிதிகளும், 3 தமிழ்ப் பிரதிநிதிகளும், 2 பிரித்தானியர், 2 இந்தியத் தமிழர், 1 முஸ்லிம் எனப் பிரதிநிதிகள் மக்களால் தெரிவு செய்யப்பட்டனர். வடமாகாணத்திற்கு 7 பிரதிநிதித்துவம் வழங்கப்பட்டிருந்தும் 1931ம் ஆண்டுத் தேர்தல் பகிஷ்கரிக்கப்பட்டதன் விளைவாக தமிழர் பிரதிநிதித் துவம் 4 ஆகக் குறைந்தது.[146]ஆனால், வடமாகாணத் தமிழரால், ஹண்டி பேரின்பநாயகத்தைத் தலைவராகக் கொண்ட யாழ்ப்பாண இளைஞர் காங்கிரஸ் (Jaffna Youth Congress) தேர்தலைப் பகிஷ்கரித்தமை தவறானது என்றும், வடமாகாணத் தேர்தலை திரும்பவும் நடத்தும் படியும், 4,500 தமிழ் மக்கள் கையெழுத்திட்ட மனு ஒன்று 14 ஜுலை 1932லும், பின்னர் 13 மார்ச் 1933லும் அனுப்பி வைக்கப்பட்டன.[147] தமிழ்ப் பிரதிநிதிகளால் அனுப்பப்பட்ட மனுவை இங்கு அப்படியே இணைப்பதன் மூலம் தேர்தல் பகிஷகரிப்புப் பற்றிய பின்னணியினைத் தெளிவாக விளங்கிக்கொள்ள முடியும்.

கன்டி பேரின்பநாயகம்

ADMINISTRATION REPORT OF THE GOVERNMENT AGENT, NORTHERN PROVINCE, FOR 1931.

I.—HISTORY OF THE YEAR.

CEYLON started the great experiment of working its new constitution with Jaffna standing aloof and with only one of the five Northern Province seats in the State Council occupied. The Donoughmore Scheme had always been opposed by the Jaffna Tamils but after the failure of Sir Ponnambalam Ramanathan's mission to the Colonial Office to oppose the scheme, the political leaders acquiesced in the decision to try the new constitution. If there was any talk of non-co-operation it was among those who had yet to make their influence felt. Numerous candidates came forward to nurse the constituencies and keen contests were anticipated in every division.

The Youth League, however, composed chiefly of teachers and students, broached the idea of a boycott of the State Council which took shape after the annual meeting in April presided over by the Indian politician, Mrs. Kamaladevi Chattopadhyaya.

Nevertheless canvassing and other preparations for the general election went on merrily and Jaffna was taken by surprise when the rumour spread that a boycott was likely to be effective. Nomination day was Monday, May 4. On the Saturday and Sunday conferences took place between the leaders of the Youth League and the prospective candidates and eventually all but two agreed not to hand in their nominations. However almost all those who had intended to stand came to the Kachcheri at the time for nominations and several were prepared to be nominated in opposition should anyone who did not agree with the boycott be nominated. It was not until five minutes to one that Mr. Saravanamuttu finally decided not to stand and the boycotters, so far as the peninsula was concerned, achieved their object.

They made strenuous efforts to persuade Mr. Anantham to withdraw his candidature for Mannar-Mullaittivu but failed and Mr. Anantham was duly elected though the boycott candidate who contested the seat ran him close.

After a time some moderate leaders called a meeting at Manippai to repudiate the boycott; but the meeting was not a success. Later attempts were made by some of the Chairmen of Village Committees to pass resolutions condemning the boycott. These were carried at Puloli, Manippai, Puttur, and Pandatarippu but rejected at Kokuvil and Chavakachcheri; elsewhere the Committees passed no resolution.

Having succeeded in their political efforts the boycotters turned their attention to an economic boycott and urged people to begin by smoking Jaffna cheroots instead of cigarettes and by using jaggery and coconut oil instead of sugar and kerosene oil. Two boutiques gave up stocking cigarettes for a month or so, the boycotters having bought up their stocks and made a bonfire of them on the road. But as the boycotters did not succeed in persuading other boutiques to follow suit these two resumed dealing in cigarettes. A dispute between the local wholesale agent of the cigarette firms and some of the retailers resulted in some retailers being without stocks about the same time but this had nothing to do with the boycott. So far as is known there has been no diminution in the use of sugar and

On May 20 a serious caste riot broke out at Changanai as the result of the Chandars of Pirampattai attempting to prevent the cremation of a Pallar. The police were very roughly handled and one rioter was killed. Inspector Stewart handled the situation with great courage and restraint and the conduct of the police under him was most commendable. Five of the ringleaders have since been convicted in the District Court and sentenced two to four years' and the rest to two years' rigorous imprisonment. Appeals are pending.

In spite of the serious consequences of this outbreak of caste feeling the Chandars of Pirampattai again on July 28 interfered with a Pallar funeral, drove away the Pallars when they were on the point of cremating the body and interred it in a shallow grave. On this occasion the writer and the Police Magistrate accompanied the police to the scene. The Chandars had disappeared: but after the body had been disinterred and cremated a number of people stated to have attacked the Pallars were immediately arrested in the village. As a result of this second outbreak punitive police were stationed at Pirampattai for three months from August 15.

Mr. G. Subramaniam, Chief Mudaliyar and Maniagar of the Jaffna Division, was made a Justice of the Peace for the Northern Province on the occasion of the King's Birthday in recognition of the tact and ability with which he performs the duties of these two important offices.

In September the Metropolitan, Dr. Westcott, Bishop of Calcutta, accompanied by the Bishop of Colombo visited Jaffna.

In November Miss Page who had for twenty-six years been Principal of the Church Mission Society Girls' School, Chundikuli, retired. She has played a very important part in the education of girls in Jaffna.

In December a number of local option polls were held as the result of which Jaffna will no longer be a dry area after October 1, 1932.

On December 5 the triennial elections for the Urban District Council took place; two sitting members and one new member had already been returned unopposed, at the election only one sitting member, the then Chairman, retained his seat, the other four members elected were new though one had been on the Council some years ago.

The retiring Chairman, Mr. R. Sivagurunathar, and his Council are to be warmly congratulated on carrying through the electric light installation before they went out of office. The street lighting had been tested a few days previously and the scheme started working regularly on December 14.

தமிழரின் கோரிக்கையை ஏற்று, தேசாதிபதி அவர்கள் வடமாகாணத்திற்கான 4 தேர்தல் தொகுதிகளில் 1934ம் ஆண்டு தேர்தல் நடத்த அனுமதித்ததன்பேரில், 4 பிரதிநிதிகள் அரச சபைக்குத் தெரிவுசெய்யப்பட்டனர்.[148] அரசாங்க சபைக்கான இரண்டாவது தேர்தல் மார்ச் 1936ம் ஆண்டில் நடைபெற்றது. இத் தேர்தலில் 38 சிங்களப் பிரதிநிதிகளும், 7 தமிழ்ப் பிரதிநிதிகளும், 2 இந்தியத் தமிழ்ப் பிரதிநிதிகளும், 2 ஐரோப்பியப் பிரதிநிதிகளும், 1 முஸ்லிம் பிரதிநிதியுமாக, 50 பேர் தெரிவுசெய்யப்பட்டனர்.[149]

1931ம் ஆண்டு டொனமூர் அரசியற் சீர்திருத்தம் அமுலுக்கு வந்த காலத்தில், சிங்கள அரசியற் பிரதிநிதிகளுக்கும், தமிழ் அரசியற் பிரதிநிதிகளுக்குமிடையில் இப் புதிய அரசியற் திட்டம் குறித்துப் பல்வேறுபட்ட பிரச்சனைகளும், கருத்து முரண்பாடுகளும், இனக் குமுறல்களும், பிளவுகளும் எழுச்சிபெறத் தொடங்கின. இந்நிலைமைக்கு டொனமூர் அரசியற் சீர்திருத்தமே வழிகோலியது என்று கொள்ள முடிகிறது.

அத்தோடு தமிழரின் அரசியல் எதிர்காலம் அல்லது அவர்களுடைய அரசியல் அந்தஸ்து, எவ்வாறு டொனமூர் அரசியல் சீர்திருத்தத்தின் விளைவாகச் சீர்குலைந்தது என்று ஆராய்வது இச்சந்தர்ப்பத்தில் அவசியமாகின்றது. சட்டநிரூபண சபையில் அங்கத்துவம் வகித்த சிங்களப் பிரதிநிதிகளில் பெரும்பான்மையானோர், இனவாரிப் பிரதிநிதித்துவம் நீக்கப்பட்டு, பிரதேசவாரிப் பிரதிநிதித்துவம் நடைமுறைப்படுத்தப்பட வேண்டுமெனத் தேசாதிபதியிடத்தும், பிரித்தானிய அரசிடத்தும் கோரிக்கைளை முன்வைத்தனர். இவ்வாறு பிரதேசவாரிப் பிரதிநிதித்துவம் அமுலுக்கு வந்தால் சபையில் சிங்களப் பிரதிநிதிகள் பெரும்பான்மை பலம் பெறுவார்கள் என்பது அவர்களுக்கு நன்கு தெரிந்திருந்தது. அதே வேளையில், சர்வசன வாக்குரிமையின் அறிமுகத்தின் விளைவாக ஏற்படக்கூடிய நிரந்தர சிங்கள ஆதிக்கத்தையிட்டும், அதனால் சிறுபான்மையினரின் நலன்களுக்கு நிகழக்கூடிய பாதகத்தையிட்டும், தமிழ்த் தலைவர்கள் மிகவும் அச்சமும் பதற்றமும் அடைந்திருந்தனர். பிரதேசவாரியான பிரதிநிதித்துவத்தை ஆதரிக்கும் டொனமூர் அறிக்கையின்மேல் அவர்கள் கசப்பும், விரோதமும் கொண்டிருந்தனர்.[150] டொனமூர் அரசியற் திட்டம் இனவாரிப் பிரதிநிதித்துவத்தை நீக்க எடுக்கும் நடவடிக்கையையிட்டும், ஆண், பெண் இருபாலருக்குமான சர்வசன வாக்குரிமை அளிக்கப்பட இருப்பதையிட்டும், இராமநாதன் அவர்கள் தனது கடுமையான எதிர்ப்பை டொனமூர் அரசியற் குழுவினர்க்கு தெரிவித்தார். அவர் டொனமூர் சீர்திருத்தத்திற்கு எதிராக ஆட்சேபித்து வெளியிட்ட அறிக்கைகள் 27.08.1930 தொடக்கம் 17.12.1930 வரையில் ஈழகேசரி வார இதழில் தொடர்ச்சியாக வெளியிடப்பட்டன. அத்தோடு அவர் பிரித்தானியாவுக்கு விஜயம் மேற்கொண்டு பிரித்தானிய அரசிடம் இதையிட்டு முறையிட்டார்.[151]ஆனால், இராமநாதன் அவர்களின் விஜயம் எதுவித சாதகமான பலனையும் அளிக்கவில்லை. இனவாரிப் பிரதிநிதித்துவ முறைமை ஒழிப்பும், அதனுடன் இணைந்த சர்வசன வாக்குரிமைக்கான பிரேரணையும் சிங்களவருக்கு 50 வீதத்திற்கும் அதிகமான ஆசனங்களை அளித்து சிறுபான்மையினரின் மரணத்துக்கு வழிவகுக்கும் என, அகில இலங்கைத் தமிழ் லீக் (All Ceylon Tamil League) முதலில் டொனமூர் திட்டத்தை எதிர்த்தது.[152] வடமாகாணத்திலுள்ள யாழ்ப்பாணச் சங்கம் (Jaffna Association) டொனமூர் அரசியல் யாப்பு திருத்தி அமைக்கப்பட்டுச் சிறுபான்மையினருக்கு, குறிப்பாக இலங்கைத் தமிழருக்கு உரிய முறையில் பிரதிநிதித்துவம் வழங்கப்படவேண்டுமெனக் குடியேற்றநாட்டுச் செயலாளருக்கு மனு அனுப்பியது. அதனை உள்ளவாறே இங்கே இணைப்பதன் மூலம் தமிழரின் அன்றைய அரசியல் நிலைப்பாட்டை அறிந்துகொள்ள உதவியாகவிருக்கும்.

The Rt. Hon. The Secretary of State for the Colonies.

Sir,

We, the President and Secretaries of the Jaffna Association, the oldest political Association of Ceylon Tamils, beg to submit the following, for and on behalf of the said Association under mandate granted to us by the said Association on June 8, 1935, in general session assembled.

1. To say that Ceylon is not communally-minded is to state a political untruth. That it should not be so minded is quite a different proposition. The communal factor in Ceylon political life has been recognised by the Donoughmore Commissioners and has a place in the present Constitution. This does not mean that the communal feeling and the inclination to set up communal claims are to be perpetuated. At the same time the best political fore thought would leave it to a progressive future to evolve a coherent Ceylonese people with no communal aims but with a united corporate mind. Sound political wisdom recognizes that this ideal of all communities being fused into the formation of one people, the Ceylonese, has to be the result of a process of development and not a situation into which they are to be precipitated. Recognizing therefore, the communal infirmity of the unregenerate political soul, we venture to suggest how best the present Constitution can be modified by making the minimum of concessions to communal frailty and striving for the maximum of non-communal, corporate, Ceylonese, self-governing stability.

2. This cannot be attained by the Constitution as it stands. Indeed, the Constitution in its working up to the present, has illustrated the dangerous possibility of one section of the Ceylonese people possessing all the political power exercisable to the disregard, if not to the utter detriment, of the interests of communities not numerically strong. It has been estimated that the Sinhalese who had 32 per cent of power under the old Constitution have *69 per cent under the present*. The 23 per cent of power possessed by the officials under the old system has passed in full to the Sinhalese, and 12 out of 43 per cent of power possessed by the minorities has gone to swell the Sinhalese possession of it.

3. Everybody is agreed that the Constitution needs reform, while only a few are for he complete supercession of it by a new one. In, however, suggesting reforms, the two noteworthy attempts of which we have knowledge have stressed the capacity of the Sinhalese people for a far greater, much wider, less endurable degree of dominance than what they already enjoy under the existing state of affairs. A perusal of what is known as Corea's Bill, and of the document known as the Minsters' Memorandum, will amply support this statement. It is significant that neither document pays any regard to the claims of the Tamils or of the minorities in its demand for a redistribution of power. Full advantage has been taken by the authors of both documents of the basic fallacy of the Donoughmore Commissioners, namely, that the Tamils of Ceylon are merged, submerged, in the general Ceylonese people, and the general Ceylonese people are made out to be mainly the Sinhalese. This is false to history.

4. That a redistribution of political power is fair and equitable is beyond dispute. The problem is how best this can be achieved without placing any one community in a position of paramountcy and overlordship. We desire to put on record at this stage, that between the Sinhalese masses and those of the Tamils of Ceylon an admirable degree of cordiality and confidence exists sufficient to disarm any sense of mutual distrust. But the fear remains of Pharaohs rising up who may not know Josephs. Our confidence in persons cannot take the place of a trust in principles. Personal friendships, personal regard and personal obligations are for the present and temporary, while for the benefit of those that come after us there must be precision in principles.

5. We are conscious, gratefully conscious, of the protective powers vested in the Governor and of the exploitable possibilities of fairness and justice in the position of the Officers of State. Nevertheless, we must admit that these powers and possibilities are for emergencies, just for the prevention of political catastrophes. The Tamils cannot shed their history and be content merely to exist on sufference. They claim to feel and this claim is instinct with the potentialities of their historic past - that they have an important contribution to make to the concept of citizenship in Ceylon and to the political well-being of the people as a whole. They are unwilling to be robbed of their share in the evolution of the larger destinies that are in store for the Ceylonese. It is not so much to avert civic extinction as to be living, active participants in the processes of the making of Ceylon's future that the Tamils are solicitous of securing a larger measure of association with their Sinhalese and other brethren in the things that appertain to the ushering in of united Ceylon.

6. The Tamils are not Sinhalese. They are as distinct a people, with as distinct, and as distinguished, a history as the Sinhalese. The Tamils have not lost their ethnic individuality, and neither before nor after the Donoughmore Scheme have the Tamils sunk their personality as a people in the commonness of a Ceylonese conception—the main characteristic of which at present is Sinhalese. Of the total population of about 5,400,000,

The Sinhalese number 3,016,154,
The Ceylon Tamils number 600,000, and
The Indian Tamils number 700,000.

The nearly 600,000 Ceylon Tamils, most of whom are found in the Northern and the Eastern Provinces, and in other parts of Ceylon, are one people, notwithstanding diversities of religious adherence or adoption of varieties of costume. *That this 600,000 is not adequately represented in the State Council is the main theme of this memorandum.*

7. The following tabular arrangement will show the proportion of representation under the constitution as it now stands:-

Representation	Number	Percentage
Officials	3	....
Europeans	4	7 percent
Sinhalese	41	69 „
Ceylon Tamils	6	10 „
Indians	3	5 „
Moors	1	2 „
Burghers	2	3 „
Malays	1	2 „
	58	100

A striking feature of the composition of the present council is the fact that Europeans hold two Kandyan seats and a Ceylon Tamil one Colombo seat - a fact potent with possibilities which may be exploited in the progressive stage of the evolution of thoroughly non-communal Ceylon. This is a distant vision.

8. From time to time various suggestions have been before the thinking public of Ceylon for the betterment of a state of things which cannot but portend the peril of tyranny of numbers. It is proposed that representation, leaving the officials in the present position of advisory non-voters, might be in the following proportion: 50 percent Sinhalese, 25 percent Ceylon Tamils and 25 percent minorities. This has the advantage of minimising the danger of numerical oppression and dominance by one community, and may be effected (a) by reducing the quota of population for an electoral division in the Northern and the Eastern Provinces, (b) by reservation of seats and (c) by nomination by the Governor.

9. The fundamental basis on which the distribution of political power should be made is to recognise that Ceylon was, previous to its coming under European rule, composed of three independent kingdoms, viz: The Kandyan Kingdom, The Tamil Kingdom and the Low Country Kingdom. Europeans, Indians, Burghers, Moors and Malays have also come and their stake in the country should also be recognised. The Donoughmore Commissioners have been wrongly tutored in Ceylon History with the purpose of undermining the influence of the Ceylon Tamils. The Tamils had a kingdom of their own in Ceylon which was more ancient than that founded by Wijaya and his followers. The Tamils ruled in Ceylon for thousands of years side by side with the Sinhalese.

10. Until the Constitution is reformed on some such lines as indicated above, the Ceylon Tamils cannot be advised to agree to any piecemeal alteration of the Dono. Scheme, giving the majority community more power enabling them to do more harm to the other communities.

WHEREFORE WE PRAY THAT

1. The Constitution may be so amended as to prevent any one section of the Ceylonese from being in a position of dominance over others.
2. If the existing safeguards for the protection of minorities are to be interfered with, then, there should be substituted for them compensatory protective provisions.
3. The Public Services Commission be kept free from the chances of political influence.

We beg to remain, Sir,
Your Obedient Servants,

Secretaries. President.

Jaffna,
8-6-35.

தமிழ்ப் பிரதிநிதிகள் இவ்வாறான எதிர்ப்புகளைக் காட்டியபோதிலும், டொனமூர் குழுவினரின் அரசியற் திட்டம் 1931 இல் நடைமுறைக்கு வந்தது.[153] இலங்கைத் தமிழரின் முன்னணித் தலைவர்களான அருணாசலம், இராமநாதன் ஆகியோர் மறைந்த பின்னர் ஏற்பட்ட வெற்றிடத்தில், 1920 இல் உருவாக்கப்பட்ட யாழ்ப்பாணம் இளைஞர் காங்கிரஸ், (Jaffna Youth Congress) இடம்பிடித்துக் கொண்டது.[154] இந்த அமைப்பு 1931ம் ஆண்டுத் தேர்தலைப் பகிஷ்கரித்தமையை, டொனமூர் ஆணைக் குழுவினரின் சிபாரிசுகளைவிட, சுயாட்சிக்கு இட்டுச் செல்லக்கூடியதான வழி முறையை அவாவிய சிங்கள அரசியல்வாதிகள், வரவேற்றனர்.[155] வடமாகாணத் தமிழர் பிரித்தானிய அரசைக் கேட்டுக்கொண்டதற்கு இணங்க யாழ்ப்பாணத் தொகுதிகளில் 1934இல் நடத்தப்பட்ட தேர்தலில், விரைவில் தமிழரின் அரசியற் பிரசாரத் தலைமையை ஏற்கவிருந்தவரும், பருத்தித்துறைத் தொகுதிக்குத் தெரிவாகியவருமான ஜி. ஜி. பொன்னம்பலம் அவர்கள், அரசசபையில் இடம் பெற்றார். இவர் தனது இளவயதிலேயே அரசியலில் பிரவேசித்தவர். புலமைப்பரிசில் பெற்றுக் கேம்பிரிட்ஜ் பல்கலைக் கழகத்தில் இயற்கை விஞ்ஞானத் துறையில் பட்டம் பெற்றுப் பின்னர் இங்கிலாந்திலேயே பாரிஸ்டரராகி, இலங்கைத் திரும்பி மிகவும் பிரபலமிக்க குற்றவியல் சட்டவியலாளராகக் கடமையாற்றியவர். இவர் சிறந்ததொரு அரசியல்வாதியாகவும், ஆற்றல்கொண்ட பேச்சாளராகவும் இருந்த துடன் வல்லமை மிக்க வாதத்திறன் படைத்தவராகவும் இருந்தார்.

டொனமூர் சட்ட யாப்பின் திருத்தத்தின்படி இலங்கையின் ஏழு மாகாணங் களுக்கான பிரதிநிதிகளைத் தேர்ந்தெடுப்பதற்கான, 1936ம் ஆண்டின், இரண்டாவது அரசாங்க சபைக்கான தேர்தல் முடிவுகள் சிறுபான்மையினரான தமிழருக்குப் பாரிய அரசியற் பின்னடைவுகளை ஏற்படுத்தியது. 1833ம் ஆண்டு கோல்புறூக் அரசியற் திட்டத்தின்படி பெரும்பான்மையினரான சிங்களவருக்கும், சிறுபான்மையினரான தமிழருக்கும் சம அளவிலான பிரதிநிதித்துவமே தெரிவின் அடிப்படையில் இன வாரியாக வழங்கப்பட்டது பற்றி ஏற்கெனவே குறிப்பிடப் பட்டுள்ளது. அதன்பின்னர் 1910ம் ஆண்டு மக்கலம் சீர்திருத்தத்தின்போது, சட்டநிரூபண சபையின் உத்தியோகப் பற்றற்ற அங்கத்தவராக, 3 சிங்களப் பிரதிநிதிகளும், 2 தமிழ்ப் பிரதிநிதிகளும் தெரிவுசெய்யப்பட்டனர். சிங்களப் பிரதிநிதித்துவம் ஒரு பிரதிநிதியினால் அதிகரித்த போதும், கரையோரச் சிங்களவர், கண்டிச் சிங்களவர், இலங்கைத்தமிழர் என்ற இனரீதியில் இவ்வாறான பிரதி நிதித்துவம் பாரிய தாக்கங்களை ஏற்படுத்தவில்லை. கரையோரச் சிங்களவர் எண்ணிக்கையில் அதிகமாக இருந்தமையால், மேற்படி பிரதிநிதித்துவம் தமிழ ராலும், சிங்களவராலும் ஏற்றுக் கொள்ளப்பட்டது. ஆனால், 1920ம் ஆண்டு மனிங் சீர்திருத்தத்தில், இனவாரிப் பிரதிநிதித்துவமும், பிரதேசவாரிப் பிரதிநிதித்துவமும் கலந்த ஓர் அரசியற் சீர்திருத்தம் முன்வைக்கப்பட்டது. இதன் விளைவாக 1921ம் ஆண்டின் சட்டநிரூபண சபையில் சிங்களப் பிரதிநிதிகளாக நான்கு பேரும், தமிழ்ப் பிரதிநிதியாக ஒருவரும் தெரிவுசெய்யப்பட்டனர். இவைபற்றிய பாரிய அரசியற் தாக்கங்கள் ஏற்கனவே குறிப்பிடப்பட்டுள்ளன. மேலும், 1924ம் ஆண்டுச் சீர் திருத்தத்தின்படி, சட்டநிரூபண சபைக்குத் தெரிவுசெய்யப்பட்ட 23 பிரதி நிதிகளில் 16 பேர் சிங்களவராகவும், 7 பேர் தமிழராகவும் காணப்பட்டனர். ஆனால், 1931ம் ஆண்டு டொனமூர் சீர்திருத்தத்தின்படி, 1936ம் ஆண்டு நடைபெற்ற பொதுத்தேர்தலில்

அரசாங்க சபைக்கு தெரிவுசெய்யப்பட்ட 50 பிரதிநிதிகளுள் 38 சிங்களவரும், 7 இலங்கைத் தமிழரும், 2 இந்தியத் தமிழரும், 2 ஐரோப்பியரும், 1 முஸ்லீமும் இடம் பெற்றிருந்தனர்.[156] எனவே, புதிய அரசியற் சீர்திருத்தத்தின் விளைவாக அரசாங்க சபையில் தமிழரின் பிரதிநிதித்துவம் ஐந்தில் ஒன்றாகக் குறைந்துள்ளது. சிங்களப் பிரதிநிதிகள் அரசாங்க சபையின் மேற்படி பெரும்பான்மையைப் பயன்படுத்திப் 10 பேர் கொண்ட அமைச்சரவையை அமைத்தார்கள். இந்த அமைச்சரவையில் ஒரு தமிழ்ப் பிரதிநிதிகூட இடம்பெறவில்லை. ஏற்கனவே பிறிதோர் இடத்தில் குறிப்பிடப் பட்டதன்படி, 7 நிர்வாகக் குழுவினதும் தலைவர்களே அமைச்சர்களாகத் தேசாதி பதியால் தெரிவு செய்யப்படுவதாக டொனமூர் அறிக்கையில் விதந்துரைக்கப்பட்டது. மேற்படி நிர்வாகக் குழுக்களில் சிங்களப் பிரதிநிதிகள் பெரும்பான்மையாக இருந்ததன் விளைவாக, சிங்களப் பிரதிநிதிகளே நிர்வாகக் குழுக்களின் தலைவர்களாக அரசாங்க சபைப் பிரதிநிதிகளால் தெரிவு செய்யப்பட்டனர். எனவே டொனமூர் அறிமுகப்படுத்திய அமைச்சரவையில், சகல அமைச்சரும் சிங்களப் பிரதிநிதிகளாக இருந்தனர். இதுபற்றி பேராசியர் சிவராசா பின்வருமாறு கூறுகின்றார்.

> "முன்னரே நன்கு திட்டமிட்ட தந்திரோபாயத்தின்படி, சிங்கள இனத்த வரையே அரசாங்க சபை தனது அமைச்சரவைக்குத் தேர்ந்தெடுத்தது. இதுவே பின்னர் "முழுச் சிங்கள அமைச்சரவை" என அழைக்கப்பட்டது.[157]"

மேலும் இதுபற்றி ஜேன் றசல் (Jane Russell) பின்வருமாறு கூறுகின்றார்.

> "இதன் விளைவாக, சிங்களவர் ஆதிக்கம் பெறுவதிலேயே குறியாக உள்ளனர் என்ற எண்ணத்தில் இயல்பாகவே சிறுபான்மையினர், மேலும் உறுதிப்பாடு அடைந்தனர்."[158]

சிங்களப் பிரதிநிதிகள் தமக்குச் சாதகமாக அமைந்த அரசியற் திட்டத்தை ஆதரிப்பதற்காகவும், பிரித்தானிய அரசைத் திருப்திப் படுத்துவதற்காகவும், தமிழராகிய, டபிள்யு. துரைச்சாமி என்பவரை அரசாங்க சபையின் சபாநாயகராக நியமித்தனர்.[159] அத்தோடு, ஜி. ஜி. பொன்னம்பலம், ஆர். சிறீ பத்மநாதன், ஏ. மகாதேவா ஆகிய தமிழரை அமைச்சரவையின் நிறைவேற்றுக் குழுவுக்குத் துணை அமைச்சர்களாகத் தெரிவுசெய்தனர்.[160]உண்மையில் மேற்குறிப்பிட்ட தமிழர், அப் பதவிகளுக்கு ஆசைப்படாமல், அமைச்சரவையில் தமிழ்ப் பிரதிநிதிகளுக்கு இடம் தரப்படவில்லை என்பதனையிட்டு பிரித்தானிய அரசுடன் வாதாடியிருக்க வேண்டும். தமிழ்த் தலைவர்கள் தமிழரின் அரசியல் எதிர்காலம் குறித்துத் தூரநோக்குடன் செயற்படாது, தமது சொந்த அபிலாசைகளிலும், பதவிகளிலுமே கண்ணாக இருந்துள்ளனர் என்பதனை 18.04.37 ஈழகேசரியில் வெளிவந்த கட்டுரை துல்லியமாகக் காட்டுகின்றது.[161]

இலங்கைச் சனத்தொகையில் சுமார் 50 வீதம் சனத்தொகையைக் கொண்டிருந்த சிங்கள மக்கள் இருந்த நிலையிலும், இலங்கை புவியியல் ரீதியாக மூன்றில் இரண்டு பங்கு பிரதேசத்தைச் சிங்கள மக்கள் கொண்டிருந்த நிலையிலும், டொனமூர்

இனம்	தொகை	சதவீதம்
ஐரோப்பியர்	9,153	00.2
பறங்கியர்	32,315	00.6
சிங்களவர்	3,473,030	65.4
தமிழர்	1,417,477	26.8
முஸ்லீம்கள்	325,913	06.1
மலேயர்	15,977	00.3
ஏனையோர்	32,564	00.6
மொத்தம்	5,306,429	100.0[162]

ஆணைக்குழுவினர் சர்வசனவாக்குரிமை வழங்கியமையும், பிரதேசவாரிப் பிரதிநிதித் துவத்தை அறிமுகப்படுத்தியமையும், இயல்பாகவே சிங்களத் தலைவர்களிடம், அரைப்பங்கினதான பொறுப்பைக் கொண்டதொரு அரசாங்கத்தைக் கொடுத்ததாகவே மேற்படி பிரதிநிதித்துவ விகிதாசாரம் காட்டி நிற்கின்றது. அத்தோடு, எதிர்காலத்தில் இலங்கையின் பூரண ஆட்சியதிகாரம் பெரும்பான்மையினராகிய சிங்கள மக்க ளிடத்திற் செல்வதற்கான ஓர் இலகுவான வழியையும் ஏற்படுத்திக் கொடுத்தது. இதன் விளைவாகச் சிறுபான்மையினரான தமிழரின் அரசியற் சுதந்திரமும், அவர்களின் பூரண சுயாட்சி உரிமையும் நிரந்தரமாகப் பறிக்கப்படுவதற்கான திடமான அத்தி வாரத்தை டொனமூர் ஆணைக்குழுவினர் அமைக்க உதவினர் என்றே கூறவேண்டும். டொனமூர் ஆணைக்குழுவின் அரசியற் திட்டம், தமிழரின் அரசியலில், தொடர்ந்து வந்த காலங்களில் ஏற்பட்ட அரசியற் சீர்குலைவுக்குக் காரணமாக அமைந்தது.

1944–45 சோல்பரி ஆணைக்குழுவின் அரசியற் சீர்திருத்தம்

1936ம் ஆண்டு காலப்பகுதியிலிருந்து 1944 ம் ஆண்டு வரையில், சோல்பரி பிரபுவின் (Lord Soulbury) தலைமையின் கீழ் மன்னர் ஆணைக்குழு (Royal Commission) ஒன்றைப் பிரித்தானிய அரசு நியமித்தது. இலங்கை அரசியல் யாப்பைத் திருத்தி அமைத்து அனுப்பும்வரையிலான 8 வருட காலப்பகுதியில் தமிழரின் அரசியலில் முக்கியமாக இடம்பெற்ற விடயமாக (balanced representation) சமபிரதிநிதித்துவம் இடம் பெற்றது. கொழும்பைத் தளமாகக் கொண்டிருந்த தமிழ் அரசியற் தலைவர்கள், சோல்பரி அரசியல் யாப்புச் சீர்திருத்தக் காலத்தில் சமபிரதிநிதித்துவக் கோரிக்கையை முன்வைத்தனர். அதே காலப்பகுதியில், வடமாகாண அரசியற் தலைவர்கள், இறைமையுள்ள ஒரு தனியான அரசியல் நிர்வாகம் வேண்டுமெனப் பிரித்தானிய அரசிடம் கோரிக்கையை முன்வைத்தனர். தமிழரின் கோரிக்கைக்கு முன்பதாகவே 1927 இல், மத்திய மாகாணத்தில், குறிப்பாகக் கண்டிப் பிரதேச அரசியற் தலைவர்கள், தமக்குத் தனியரசு வேண்டுமெனக் குடியேற்றநாட்டுச் செயலாளருக்கு மகஜர் அனுப்பியிருந்தனர் என்பது குறிப்பிடத்தக்கது.[163] தமிழ்ப் பிரதேசத்திற்கு சமஷ்டி அமைப்பு முறை அரசியல் யாப்பு தேவையென 1938இல், யாழ்ப்பாணத்திலிருந்து திரு. பி. சின்னத்துரை என்பவர் வேண்டி நின்றமைபற்றி இந்துசாதனத்தில் வெளிவந்த ஒரு கட்டுரையை இச் சந்தர்ப்பத்தில் தருவது பொருத்தமாகும்.[164]

Reprint from the "Hindu Organ" of 6-1-38.

A FEDERAL CONSTITUTION FOR CEYLON

1. There shall be a Federal System of Government in Ceylon based on the Swiss Model or the Indian Provinces.

2. The objects of a Federal Government for Ceylon are:—

(a) To relieve the central Government of all provincial, regional or local affairs and lighten its work and restrict its activities to all-Ceylon matters and of national importance

(b) To preserve the individuality of the main communities and to allow full expression for their growth unhampered by the dictation or domination of any group by another.

(c) To enable all communities to co-operate willingly, self-respectingly and genuinely with one another without any touch of inferiority or superiority complex in all Ceylon matters.

(d) To give opportunities to a larger number of public men to serve the country and improve the conditions of the people of different regions.

(e) To develop all the provinces or regions simultaneously, particularly the outlying distant provinces and Districts which have hitherto remained neglected under the unitary government.

(f) To create a Ceylonese nation by common consent free from fear or suspicion among any of the communities and to drive out narrow communalism or racialis m.

3. Ceylon shall be divided into three autonomous provinces based on racial and linguistic grounds, climatic and natural features, and historical and other grounds, which shall in some measure correspond to (1) the Kandyan Provinces, (2) The Low Country Provinces and (3) the Tamil Provinces which actually existed as separate kingdoms with their kings and separate rule until the advent of the Europeans into Ceylon. These territories are respectively populated with different racial elements, and represent the hill country, the Low country and the dry zone areas of Ceylon.

4. Ceylon shall remain permanently a self-governing country under the British crown.

5. The three federating provinces shall be autonomous provinces having each a Provincial Council with power to administer all provincial subjects that may be prescribed by a competent authority.

6. There shall be a Federal Central Council composed of equal number of members from each of the Federating three Provinces. It shall have power to administer only the federal or all-Ceylon affairs that may be prescribed by an expert authority.

7. Each Province is to have a Provincial Governor. There shall be a Governor-General for Ceylon. A provincial Governor is to receive the salary of a Government Agent. The Governor-General shall receive the present salary.

8. All the nine Government Agents shall be abolished. All Assistant Government Agents shall in future be called the Government Agents or Collectors. There shall be a Chief Secretary for each Province.

9. Each Provincial Council shall have 25 elected members on an adult

2

franchise under territorial representation.

10. The Federal Central Council shall, by direct or indirect election be composed of 30 members—10 from each of the federating provinces.

11. Each Provincial Council shall elect its own Speaker and Chief Minister. Each Province shall not have more than 5 Ministers.

12. The Federal Central Council shall elect its own Speaker and Chief Minister. There shall not be more than 7 Ministers.

13. The Chief Minister, both in the Provincial and Federal Councils, shall have power to choose other Ministers. But in the Federal Ministry, the Chief Minister shall choose 2 Ministers from each of the three federating provinces.

14. The Speakers and the Ministers, both under Provincial and Federal, shall receive a salary not more than Rs. 500 p. m. and other non-ministerial members and officers shall receive a salary of Rs. 250 p. m.

15. Governors shall be invested with powers to protect the minorities and to prevent discriminatory legislation.

16. Each Province is to have its own Supreme Court. There shall be a Federal Court.

17. There shall be a Public Services Commission in each of the Provinces and also for the Federal Centre. The Provincial Public Services Commission shall consist of three persons nominated by the Provincial Governor of whom one shall be the Provincial Chief Secretary. The Federal Central Public Services Commission shall be composed of one member for each of the federating provinces plus the Chief Secretary. All recruitments shall be by open competitive examination. Vive voce shall not be a subject. No Minister or member shall interfere with the selection of officers.

18. All officers recruited to the Federal or Provincial services shall have passed in Sinhalese and Tamil (both) in addition to English. No exception will be made in any case.

19. All members elected to the Provincial or Federal Central Council shall be proficient in English, Tamil and Sinhalese. Otherwise they shall be disqualified. Any member can speak in English, Tamil or Sinhalese but record will be made in English.

20. The Provincial and the Federal subjects may be roughly classified as follows:—

Provincial Subjects

1. Agriculture.
2. Excise.
3. Police.
4. Local Government.
5. Prisons.
6. Trusts.
7. Branch roads.
8. Forest and Salt.
9. Courts.
10. Ports other than Colombo.
11. Emigration.
12. Trade and Industry.

Federal Subjects

1. External Affairs.
2. Army, Navy and Air force.
3. Public Debt.
4. All main roads, canals and other communications and public works.
5. Education.
6. Commerce.
7. All subjects not otherwise classified as Provincial.

21. The Provincial and the Federal subjects, the fixing of provincial boundaries, the allocation of revenue for Provincial and Federal subjects, the meeting of deficit in Provinces from the Federal Revenue, and all allied matters shall be determined by an expert committee.

"FEDERAL"

We condemn the joint territorial electorates among a non-homogenous population, and it is this which is wholly responsible for the present chaos in Government and the Country and also for the greatest disunity among all the Communities. It serves to suppress all the Minorities. It is a political fraud of the worst type committed on minorities.

Having regard to the complexities and political ambitions and differences of various communities and to the historical past, we are of the considered view that only a Federal System of Government can bring about a peaceful settlement of the differences among the various communities in this Island. The form of Government that is to be set up in Ceylon must have some resemblance to the Government that existed at the time when the Europeans conquerred and established their rule.

We remain, Sir,

Your most obedient servants,

Jaffna, 25-7-38.
CEYLON.

P. Chinnadurai
others

SIGNATURE	NAME & ADDRESS

மேலும், இதைவிட திரு. ஆ. கணபதிப்பிள்ளை என்பவர் All Ceylon Aboriginal Inhabitants' (Tamil) Association சங்கத்திலிருந்து தமிழிலும், ஆங்கிலத்திலும் குடியேற்றநாட்டுச் செயலாளருக்கு அனுப்பிய ஆவணங்களும் மேலதிக விபரங்களைத் தருவதனால் அவையும் அப்படியே இணைக்கப்படுகின்றன.[165]

Tamil-Ceylon State Council and Sinhalese-Ceylon State Council.

Ceylon and India are one country. Ceylon forms the Southern part of India. The Tamils of Ceylon who are Dravidians and the Indian Dravidians are of one race. The Tamils are all Dravidians. The Sinhalese have therefore no right to treat the Indians as separate from the Ceylon Tamils.

2. The whole of Ceylon was originally a Tamil Country. The Tamils also called Dravidians were the aboriginal inhabitants of Ceylon and ruled over the whole land.

3. The Sinhalese came to Ceylon from Central Asia by way of Bengal. They (Sinhalese) are therefore *foreigners* to Ceylon. The Indian Dravidians (Tamils) belong to the same race and are entitled to the same rights as the Dravidians of Ceylon.

4. At the time when the Europeans (Portuguese) took possession of Ceylon, it (Ceylon) was a small continent divided into three (3) separate and independent countries called Pallavam, Malaiyakam, and Oorukunam. The Northern part of Ceylon was Pallavam, the middle part, (also called the Kandyan Provinces) was Malaiyakam and the Southern part was Oorukunam.

5. As the Portuguese got possession of Pallavam from its Tamil King Sankily, it must be restored to the Dravidians (Tamils) whenever such restoration becomes necessary. As the English took Malaiyakam from Kannasamy, a Dravidian

(2)

King who ruled over it, the Dravidians are entitled to have it restored to themselves. Kannasamy was also called Sri Vickrama Raja Sinkam. Malaiyakam originally belonged to the Tamils. The first king of Malaiyakam was a Dravidian, so was its last King. But the predecessors of Kannasamy, its last king, were also Dravidians. The descendants of Kannasamy, the last king of Malaiyakam, are, to this day (1-3-1940) in receipt of a pension from the Government of Ceylon. The grant of such a pension also proves that Malaiyakam was the country of the Tamils. As Oorukunam was taken by the Portuguese from the Sinhalese King Dharma Parakiramavaku, it must be restored to the Sinhalese.

6. As Malaiyakam and Pallavam were Tamil countries, they must be called Tamil-Ceylon and must come under the rule of the Tamils within the British Empire and not under the Sinhalese. As the Portuguese got Oorukunam from the Sinhalese, it must be called Sinhalese-Ceylon and come under the rule of the Sinhalese, although it (Oorukunam) was also originally a Tamil Country.

7. The English Government must continue to rule over the whole of Ceylon according to the system they adopted in ruling over it until 1896. But if they refuse to rule in that manner, they must be pleased to grant a separate State Council and a separate English Governor to Tamil Ceylon and similarly a separate State Council and a separate English Governor to Sinhalese Ceylon. On no account must the Tamils and the Sinhalese be forced to have one Common State Council and Governor.

8. Not one out of ten thousand Tamils has learnt English well. This matter of granting a separate Council and Governor to the Tamils must not be decided on the votes of the English Educated Tamils. It must be determined by a plebiscite of the whole Tamil population.

(3)

9. Several hundred years before the System of Democratic Government was adopted in Europe, there was this form of Government in some countries in India as Malavam, Pandy, Chola, Ayoththi, etc.

10. The real leaders of the Tamils are the Tamil farmers and Tamil merchants educated in Tamil. This and other similar matters must therefore be principally determined by the farmers and the merchants and not by the English Educated Tamils who are mostly office seekers and title hunters.

11. The undersigned Tamil Association therefore request that the English Government may be pleased to grant to the Tamils a Separate State Council and a Separate English Governor.

M. Kanapathipillai
Secretary
ALL CEYLON ABORIGINAL INHABITANTS' ASSOCIATION,
JAFFNA.
(Ceylon)

Jaffna,
1 - 3 - 40.

மேலும், நவம்பர் 1940ம் ஆண்டு டெல்லியில் நடைபெற்ற மாநாட்டில் All Ceylon Aboriginal Inhabitants' (Tamil) Association இலங்கை, யாழ்ப்பாணப் பிரதிநிதிகள் முன் வைத்த கோரிக்கையை மேற்படி சங்கத்தின் செயலாளர், குடியயேற்ற நாடுகளின் அரச செயலாளருக்கு அனுப்பிய ஆவணத்தையும் இங்கு இணைப்பதன் மூலம், தமிழரின் அரசியற் பிரச்சனையைத் தெளிவாக விளங்கிக் கொள்ள முடியும்.[166]

THE DRAVIDIANS AND THE SINHALESE IN CEYLON.

TAMIL DELEGATES FOR THE DELHI CONFERENCE OF NOVEMBER, 1940.

From The All-Ceylon Aboriginal Inhabitants' (Tamils') Association, Jaffna, Ceylon.

To,

The Right Honourable,
The Secretary of States for the Colonies,
Downing Street, London, England.

Subject : Tamil Delegates to the forth-coming Delhi Conference, of November 1940.

Sir.

With reference to our letters of the 16th February 1938, the 30th March 1940 and other correspondences, we, the members of the All-Ceylon Aboriginal Inhabitants' (Tamils') Association, beg to place the following facts before you, the Government and the Ceylon-Indian Trades Relations Conference to be held in Delhi, India, in November 1940 :—

1. Ceylon and India were and are one and the same country. The Tamils of Ceylon (Dravidians) and the South Indians were and are one and the same people. Ceylon formed a continuation of India, though there is now a very small Canal, between Ceylon and India. Just as the sea between the Island of Delft (Neduntivu) and Ceylon does not prevent Delft from being treated as a part of Ceylon, so the

— 2 —

small Palk canal between Ceylon and India need not be a barrier for Ceylon to be considered part and parcel of India.

2. The original inhabitants of Ceylon and the original Kings who ruled over Ceylon were all Tamils (Dravidians).

3. The Sinhalese people came later to Ceylon from foreign and distant countries (Persia etc.) by way of Bengal and are foreigners to Ceylon. The Sinhalese who are foreigners to Ceylon have no right whatever to prevent the Indians from coming to Ceylon. If they think that the Indians injure their interests in Ceylon, they (Sinhalese) should return to the country whence they came to Ceylon.

4. If anybody challenges the facts that the Tamils (Dravidians) were the original inhabitants of Ceylon, that Tamil Kings ruled over Ceylon before the arrival of the Sinhalese in Ceylon, that the first and the last Kings of Ceylon were Dravidians (Tamils), that the civilization of the Dravidians was the most ancient and that the Sinhalese came to Ceylon from foreign and distant countries by way of Bengal, we are prepared to prove them before a Commission of three European Judges of the Supreme Court of Ceylon.

5. Four million Sinhalese people are unable to threaten four hundred million (400 million) Tamils of Ceylon and the Indians. If the British Government should ever be graciously pleased to withdraw from Ceylon, the Sinhalese people will find it very difficult to live in Ceylon without the goodwill of the Tamils of Ceylon and the Indians. The Sinhalese who are in a minority cannot afford to displease the Tamils of Ceylon and the Indians who are in a majority.

— 3 —

6. The three Sinhalese Delegates chosen by the Sinhalese Board of Sinhalese Ministers of Sinhalese-Ceylon, will represent only the views of the Sinhalese race of Sinhalese-Ceylon at the above-said conference, leaving the interests of the Tamils of Tamil-Ceylon and the Indians unrepresented. We think that all talk by the Sinhalese Ministers of Sinhalese-Ceylon that the Conference will be an informal one may be a camouflage to mislead the Tamils of Tamil-Ceylon and the Indians.

7. The circumstances of England and other Western countries are entirely different from those prevailing in Ceylon. The party system in England is based on difference of political views, whereas the political parties in Ceylon are formed on birth or racial distinctions. The Donoughmore Commissioners, we think, were therefore gravely mistaken in framing the constitution of Ceylon on the lines of the English Constitution. Any future Constitution of Ceylon should be framed by a commission composed of equal number of representatives of Tamil-Ceylon and Sinhalese-Ceylon.

8. All the members of the Donoughmore Commission who framed the present constitution of Ceylon were Europeans, ignorant of the peculiar circumstances of the six races of Ceylon. It was their scheme that brought into the present State Council of Ceylon, about 38 Sinhalese members as against 10 Tamils of Ceylon and India and led to the formation of a purely Sinhalese Board of Ministers. Not one **Non-Sinhalese** was allowed to become a Minister of Ceylon. This is the unjust result of the inexperience of the Donoughmore Commissioners. We have already requested you to cancel the above Donoughmore Consti-

— 4 —

tution and to frame a new constitution acceptable to the Tamils of Ceylon and others. It was this Sinhalese Board of Sinhalese Ministers, born of the inexperienced Donoughmore Commissioners that chose the three Sinhalese Ministers, as Delegates of Ceylon to the said Delhi Conference. All the representatives of the other five races that inhabit Ceylon, when put together, constitute only about a third of the Sinhalese representatives in the State Council of Ceylon. Thus the Donoughmore Commissioners invested the Sinhalese with full power to make unjust laws against the Indians and the Tamils of Ceylon. We beg that the Donoughmore Constitution be cancelled at once.

9. As most of the members of the present State Council of Ceylon have been Sinhalese since 1931, they have been able, not only to pass many laws, rules, ordinances, etc., adverse to the interests of the Indians and the Tamils of Ceylon, but also to injure them materially, notwithstanding the protests of the Non-Sinhalese representatives in the State Council. The presence of a few members who represent the Indians and the Tamiis of Ceylon, serves, therefore, no useful purpose in the present State Council of Ceylon. The Representatives of the Tamils of Ceylon and the Indians need not attend the State Council of Ceylon when their protests are not heeded by the members of the Sinhalese race and H. E. The Governor of Ceylon.

10. The Veto power of the Governor has not been used generally to protect the interests of the Ceylon Indians and the Tamils of Ceylon. It was the above communal Board of Sinhalese Ministers that has done much harm to the Ceylon-Indians and the

— 5 —

Tamils of Ceylon. These facts prove conclusively that the three Sinhalese Delegates may not do justice to the cause of the Ceylon-Indians and the Tamils of Ceylon and that the Tamils and the Indians must represent themselves before the said Delhi Conference.

11. The said three Sinhalese Delegates can represent only the views of the Sinhalese race of Sinhalese-Ceylon before the said Conference and have no right whatever to claim that they are the true representatives of the Government of the Tamils of Tamil-Ceylon and the Ceylon-Indians.

12. Some of the Statements mentioned in this letter and other letters, tracts, documents, books, etc., are hearsays, opinions, inferences, suspicions, etc., and may not be correct.

13. We annex herewith some documents and copies of letters which will throw more light upon the questions that have been raised in this letter.

14. Our letter of the 30th March 1940 requested you to give a separate State Council and a separate English Governor to Tamil-Ceylon and similarly, a separate State Council and a separate English Governor to Sinhalese-Ceylon. On no account should the Tamils of Ceylon be forced to have one common State Council and one common English Governor with the Sinhalese. A copy of the above letter of the 30th March 1940 is hereto annexed. (Vide Tract of 1-3-1940 annexed hereto).

15. Malaiyakam (or Maya Rata or Kandyan Provinces or Central Ceylon) belongs to Tamil-Ceylon and the Sinhalese have no right in Malaiyakam which is the country of the Dravidians. About 120 years ago, the English Government took Maya Rata (Malaiyakam) from His Majesty the late Dravidian King of

— 6 —

Kandyan Provinces. (Vide tract annexed hereto). The Indian Dravidian labourers work in the estates of European Planters in the Kandyan Provinces. The Sinhalese who are foreigners to the Kandyan Provinces, have no right to say that franchise should not be given to the Dravidian labourers or that crown lands should not be sold to the said Dravidians. We do say that crown lands in Central Ceylon should not be sold to the Sinhalese and that Sinhalese who are foreigners to Central Ceylon have no right to be voters in Central Ceylon. The Donoughmore Commission, it is humbly submitted, has created enmity between the Tamils of Ceylon and the Indians on the one hand and the Sinhalese on the other.

16. The tracts and copies of letters annexed hereto, prove well that Malaiyakam (Central Ceylon or the Kandyan Provinces), and Pallavam (North-Ceylon) are the countries of the Dravidians and that they (Dravidians) have every right to buy crown lands in any part in Malaiyakam (Kandyan Provinces) and Pallavam or to be voters in Central Ceylon (Kandyan Provinces) and North-Ceylon (Pallavam) or to do anything they like in any part in Tamil-Ceylon (Kandyan Provinces and Pallavam). Kandy, Ratnapura, Badulla, Kurunegala, Hatton, Gampola, Nawalapitiya, NuwaraEliya, Talawakelle, Haputale, Bandarawela, Balangoda, Avissawella, Matale, and other places are towns in the Kandyan Provinces (or Mayarata or Malaiyakam or Central Ceylon). Colombo, Kalutara, Panadura, Moratuwa, Galle, Matara and other places are towns in Oorukuna Rata (Oorukunam or South Ceylon). Jaffna, Mullaitivu, Vavuniya, Madawachchi, Manthai, (Mantota), Anuradhapura, Pollanaruwa, (Pulaththiyan Nakar), Mannar, Trincomalie, Batticaloa, Kalmunai and other places are

— 7 —

towns in Pallavam (or North-Ceylon). Malaiyakam and Pallavam are Tamil-Ceylon and Oorukunam is Sinhalese-Ceylon.

17. Some foreigners wrongly think that the Tamils of Ceylon and the Sinhalese of Ceylon live together in South-Ceylon. It is not so. The Tamils of Ceylon inhabit North-Ceylon and the Sinhalese of Ceylon inhabit South-Ceylon. North-Ceylon which is wholly inhabited by the Tamils of Ceylon is also known by the name of Tamil-Ceylon. South-Ceylon which is wholly inhabited by the Sinhalese of Ceylon is also called by the name of Sinhalese-Ceylon. The Sinhalese may, if necessary, prevent the Indians from entering into their (Sinhalese) country (South-Ceylon or Sinhalese-Ceylon) and have no right to prevent the Indians from entering into Tamil-Ceylon (Central and North-Ceylon). Mayarata (or Kandyan Provinces, or Central-Ceylon, or Malaiyakam), is Tamil-Ceylon because the first Kings (Sayampan, Maliyavan, Ravana, Makotharan, Kulodara, Makakalasena and others) of the Kandyan Provinces (or Mayarata) and the last Kings (Kannasami (or Sri Wickrama Rajasingam), and his predecessors) of the Kandyan Provinces (or Malaiyakam) were all Dravidians. The descendants of the last Dravidian King (Kannasamy) of the Kandyan Provinces are getting pension even to-day from the Government of Ceylon. This is a living proof that Central Ceylon (Kandyan Provinces) is the country of the Dravidians. How can the Sinhalese prevent the Indian Dravidians from being voters in their (Dravidians') own country (Central Ceylon) without the consent of the Dravidians of Ceylon and the Ceylon Indians? The Sinhalese have no right to claim that Central Ceylon is the country of the Sinhalese (Vide documents annexed hereto). and that they (Sinhalese)

— 8 —

should be voters in the Kandyan Provinces (Central Ceylon).

18. All the reports and the recommendations of Sir Herbert Stanley, the Donoughmore Commissioners and other Europeans, who are not natives of Ceylon or India and who did not know well the ancient Politics, History, Geography, etc., of Central Ceylon, Ceylon and India should be entirely rejected, when the questions of Indian franchise etc. are considered by the above conference in Delhi. We beg to inform you that we have decided to reject them (reports and recommendations mentioned above) entirely. Self-determination is our birth-right. All the foreigners and all the Europeans who have not 50 years' experience in Ceylon, we think, are utterly unfit to decide the questions of Indian franchise, the rights of Indians to reside and to be voters in Central Ceylon, to buy crown lands in Tamil-Ceylon, to enter into Ceylon, etc. When the Indian Dravidian labourers are voters in their (Dravidians') own country (Central Ceylon), how can the Sinhalese (foreigners), Sir Herbert Stanley and other Europeans prevent them (said Dravidians) from being voters in their own country (Central Ceylon)?

19. We humbly request that the British Government, the Government of India and the people of India be graciously pleased to call on the said Sinhalese delegates,

(a) to revoke all the rules, regulations, laws, ordinances, etc., enacted by them (Sinhalese of the State Council of Ceylon) against the Indians and the Tamils of Ceylon,

(b) to reinstate all the daily paid Indian labourers and other Indians whom they have discontinued from service,

— 9 —

(c) to restore to the Indians the lands, houses, etc., of which they have been dispossessed,

(d) to get an assurance from the Sinhalese delegates that no laws, rules, ordinances, etc., adverse to the interests of the Indians and the Tamils of Ceylon will, in future, be made by the Sinhalese members of the State Council without the previous consent of the Governments of India, and Madras, the people of India, the Ceylon-Indians and the Tamils of Ceylon,

(e) to ask the Sinhalese delegates to wait to model the constitution of Ceylon on the lines of the Constitution of India, when the latter has been finally framed and settled,

(f) to open all the ports in North-Ceylon and East-Ceylon for passenger traffic,

(g) to discuss at the said and other conferences in Delhi, Travancore, Cochin and other places in India all matters connected not only with the copra of Ceylon, in which alone, the Sinhalese, we think, seem to be interested, but also with the tobacco industry of North-Ceylon and East-Ceylon with a view of enhancing its sale throughout India,

(h) to stop the making of laws, rules, regulations, ordinances, etc., in order to prevent the Indians from entering into Ceylon. (We are preparing another memorandum to forward to you which will convince you that the Sinhalese were not and will not be justified in making laws in order to prevent the Indians from coming freely to North-Ceylon (Tamil-Ceylon) and

(i) to agree to federate Ceylon with Madras, in case a separate State Council and a separate English Governor are not given to the Tamils of Tamil-Ceylon (North-Ceylon) and the Ceylon Indians.

— 10 —

We therefore most humbly request that three members of the All-Ceylon Aboriginal Inhabitants' (Tamils') Association (The President, The Secretary and The Treasurer) and three members of the Ceylon-Indian Congress (The President, The Secretary and The Treasurer) be appointed on the delegation to the forthcoming conference at Delhi. We humbly beg to inform you that no agreement arrived at the above Conference without our six representatives mentioned above, will ever be accepted by us and that we will make all honourable endeavours to reject them in toto.

     We beg to remain,
      Sir,
   Your most obedient and humble Servants,
   On behalf of the above Association.

M. Kanapathippillai

    M. Kanapathipillai
     Secretary,
  The All-Ceylon Aboriginal Inhabitants'
    (Tamils'), Association,
     Jaffna, Ceylon.

Jaffna, Ceylon,
15th September, 1940.

மேற்படி அறிக்கைகளிலிருந்து சில முக்கியமான விடயங்களை அறிந்துகொள்ள முடிகின்றது. வடமாகாணத்திலுள்ள தமிழர், தமது அரசியற் பிரச்சனைகளை மிகவும் தூரநோக்கில் அணுகி, அப் பிரச்சனைகளுக்கு நிரந்தரமான அரசியற் தீர்வொன்றைப் பிரித்தானிய ஆட்சியாளரிடமிருந்து பெற்றுவிட வேண்டுமென்று முயற்சித்தனர். காரணம், தமிழருடைய பூரண இறைமையையும், சுதந்திரமும் பாதுகாக்கத் தவறும் பட்சத்தில், எதிர்காலத்தில் நிரந்தரமான அழிவையும், சீர்குலைவுகளையும் தமிழர் சந்திக்க நேரிடும் என்று தெளிவாக அவர்கள் உணர்ந்திருந்தமையாகும். இதற்கு மாறாக, கொழும்புவாழ்

தமிழ் அரசியற் தலைவர்கள், தற்கால அரசியல் சீர்திருத்தம் மூலம், தமிழருக்குப் பிரதிநிதிகள் சபையில் சமபிரதிநிதித்துவம் பெறுவதால், அப் பிரதிநிதித்துவத்தினால், தாம் தமது அரசியல் அபிலாசைகளை அடைந்துவிடலாம் என எண்ணியிருக்கின்றனர். அதிக பிரதிநிதித்துவம் பெறுவதனால் மட்டும் தமிழரின் அரசியல் உரிமைகளும், சுதந்திரமும் பாதுகாக்கப்படும் என அவர்கள் எண்ணியது அவர்களின் மிகக் குறுகிய அரசியற் பார்வையையே காட்டுகின்றது. சோல்பரி யாப்புத் தயாரிக்கப்பட்ட வேளையில், ஜி. ஜி. பொன்னம்பலம் 50—50 சமபிரதிநிதித்துவத்துக்காக வாதாடினார். மாகாதேவா, செல்வநாயகம், நாகநாதன் போன்றவர்களும், கொழும்புவாழ் தமிழ் அரசியற் தலைவர்களும், பொன்னம்பலம் அவர்களுக்குப் பக்கபலமாக இருந்தனர். பொன்னம்பலம் அவர்களின் திட்டம் நிறைவேறாது என எண்ணிய மகாதேவா சிங்களத் தலைவர்களுக்குத் துணைபோனார். செல்வநாயகம், நாகநாதன் போன்றோர், இலங்கை சுதந்திரம் அடைந்த பின்னர் சமஷ்டிக்காகப் போராடினர். ஆனால், ஏற்கனவே 1938, 1940களில் வடமாகாணத் தமிழர் சமஷ்டி அரசு கோரிப் பிரித்தானிய அரசுக்கு விண்ணப்பித்திருக்கின்றனர். செல்வநாயகம், நாகநாதன் போன்றோர், இலங்கைக்கு புதிய அரசியல் யாப்பு 1947 இல் அறிமுகப்படுத்தப் படுகையில் அல்லது இலங்கை 1948 இல் சுதந்திரம் அடைந்தபோது, தமிழருக்காக சமஷ்டி அரசை பிரித்தானிய அரசிடம் ஏன் கோரவில்லை என அரசியல், வரலாற்று மாணவர் ஒருவர் சிந்திப்பதிற் தவறில்லை. 50:50 சமபிரதிநிதித்துவத்தை பிரித்தானிய அரசு ஒருபோதும் வழங்கமாட்டாது என்பதுபற்றி அவர்களால் ஏன் சிந்திக்க முடியாமற் போயிற்று? சோல்பரி அரசியற் திட்டம் அரசாங்க சபையில் முன்வைக்கப்பட்டபோது, ஒருசிலரைத் தவிர, சகல தமிழ்ப் பிரதிநிதிகளும் அதற்குச் சார்பாக வாக்களித்துள்ளனர். அத்தோடு, டி. எஸ். சேனநாயக்காவின் ஐக்கியத் தேசியக் கட்சி அரசாங்கத்தில் எல்லோரும் அங்கம் வகித்ததோடு, அமைச்சர் பதவிகளையும் பெற்றிருக்கின்றனர். எல்லாவற்றையும் விட, சோல்பரி ஆணைக்குழுவினால் 50:50 சமபிரதிநிதித்துவம் நிராகரிக்கப்பட்டபோது, தமிழரின் அரசியல் எதிர்காலம் குறித்து எடுக்கவேண்டிய அடுத்த நடவடிக்கைகளுக்கான எதுவித அரசியற் கொள்கைளோ, திட்டங்களோ அவர்களிடத்தில் இருக்கவில்லை. ஒட்டு மொத்தத்தில் கூறுவதானால், அக் காலத்து தமிழ் அரசியற் தலைவர்கள், தமிழரின் அரசியலையிட்டு தூரநோக்குடன் சிந்திக்கவில்லை என்பதுடன், தமிழரின் அரசியலைப் பகுதிநேரத் தொழிலாகவே எடுத்துக் கொண்டிருக்கின்றனர். எல்லாவற்றையும் விட, கொழும்புவாழ் அரசியற் தலைவர்களுக்கு, தமது நிலைப்பாட்டை, தமது அரசியல் எதிர்காலத்தை உரியமுறையில் பாதுகாப்பதற்கும், கொழும்பில் மேல்மட்ட வாழ்க்கையை அனுபவிப்பதற்கும், சிங்கள அரசியற் தலைவர்களுடன் சினேகபூர்வமான உறவை வளர்த்துக் கொள்வதற்கும், சிங்கள அரசியலோடு இணைந்து செயற்படுவதற்குமே அவர்களது அப்போதைய நிலை மிகச் சௌகரியமாகக் காணப்பட்டது என்றே கொள்ளமுடிகிறது. பொன்னம்பலம், செல்வநாயகம், மகாதேவா, நாகநாதன் போன்ற அன்றைய கொழும்புவாழ் அரசியற் தலைவர்கள்மேல் தமிழருக்கு இருந்த நாயக ஆராதனை காரணமாக, அவர்களால் வடமாகாணத் தமிழ்த் தலைவர்களும், தூரநோக்குடைய ஏனைய அரசியற் தலைவர்களும் அன்றைய காலகட்டத்தில் முன்வைத்த சமஷ்டி அரசியல் அமைப்பு முறை கருத்திற் கொள்ளப்படவில்லை.

கொழும்புவாழ் தமிழ் அரசியற் தலைவர்களுக்கு தமிழரின் நிலைப்பாடு மிகச் சாதகமாக அமைந்துவிட்டது. சிறுபான்மையினரின் சமபிரதிநிதித்துவம் கோரிய விடயத்தில் மிக முக்கிய பாத்திரத்தை வகித்தவராக ஜி. ஜி. பொன்னம்பலம் அவர்கள் திகழ்ந்தார். இக் காலகட்டத்தில் அவர் சமபிரதிநிதித்துவம் என்ற கோரிக்கையை முன்வைத்து, அதுவே சிங்கள ஆதிக்கத்திலிருந்து இன, சமய ரீதியாக சிறுபான்மையிருக்கு மிகச் சிறந்த பாதுகாப்பை வழங்கும் என வாதாடினார். ஐம்பதுக்கு ஐம்பது எனப் பிரபலமாக அறியப்பட்ட இந்தக் கோரிக்கையின்படி, எதிர்காலத்தில் ஏற்படவிருக்கும் அரசியற் சீர்திருத்தத்தம் சிங்கள இனத்தினருக்கு சட்டநிரூபண சபையில் உள்ள ஆசனங்களில் அரைவாசி எண்ணிக்கையும் மிகுதி அரைப்பங்கு சிறுபான்மையினருக்கும் கிடைக்க வழிசெய்யும் என அவருடைய கோரிக்கை அமைந்தது.

1923 இல் பொன்னம்பலம் அருணாசலம், தமிழரின் அரசியல் விடிவுக்கு, அவர்களுக்கு தனியான அரசியல் சுதந்திரம் வேண்டும் என்ற சிந்தனையை மிகவும் தீவிரமாக முன்வைத்தார். ஆனால், 1923களிலிருந்து 1936கள் வரையில் அருணாசலத்தின் இலட்சியத்தை வென்றெடுக்கத் தூரநோக்குள்ள தமிழ் அரசியற் தலைவர்கள் இருக்கவில்லை.ஜீ.ஜீ.பொன்னம்பலம் அவர்கள், மேற்படி அருணாசலம் அவர்களின் அரசியல் தூரநோக்குமிக்க இலட்சியத்தை முன்னெடுக்காது, தேசாதிபதி மனிங் அவர்களின் இனவாரி பிரதிநிதித்துவமே பல்லின மக்கள் வாழும் இலங்கைக்கும், சிறுபான்மையினரின் அரசியல் உரிமைகளை, குறிப்பாகத் தமிழரின் உரிமைகளைப் பாதுகாப்பதற்கும் உகந்தது என்ற கொள்கையைத் தெரிவுசெய்தார் என்றே எண்ணத் தோன்றுகின்றது.

தேசாதிபதி மனிங் அவர்கள் 1.3.1922இல் குடியேற்ற நாடுகளின் செயலாளருக்கு அனுப்பிய அறிக்கையில் பின்வருமாறு குறிப்பிடுகின்றார்:

> "சட்டநிரூபண சபையின் கூறுகள் ஒழுங்கமைக்கப்பட்ட விதமானது, அரசாங்கம், சபைக் கட்டளைச் சட்டத்தின் 52 வது ஷரத்தின் கீழ் அல்லாது எந்தத் திட்டத்தையும் நிறைவேற்ற முடியாது என்ற நிலைப்பாட்டிலுள்ள அதே வேளையில், எதிர்க் கட்சியிலுள்ள உத்தியோகப்பற்றற்ற அங்கத்தவரின் ஒருமித்த எதிர்ப்பு எழும் பட்சத்தில், எந்தவொரு தனிப்பட்ட இனமுமே தனது விருப்பை ஏனைய இனங்களின்மேல் திணிக்க முடியாது."[167]

52வது ஷரத்தின்படி, எந்தவொரு மசோதாவையாவது நிறைவேற்றுதல் அதி முக்கியமானது எனத் தேசாதிபதி கருதும் பட்சத்தில், அந்த மசோதாவை நிறைவேற்றுவதற்கு, உத்தியோகப்பற்றற்ற அங்கத்தவரின் வாக்குகளைக் கருத்துக்கெடுக்காது, உத்தியோகபூர்வ அங்கத்தவரினதும், நியமன அங்கத்தவரினதும் வாக்குகளை மட்டுமே கருத்துக்கு எடுக்கவேண்டும். அரசாங்கத்தின் இந்த நிலையைத் தாம் ஏற்றுக்கொள்வதாக குடியேற்ற நாடுகளின் செயலாளர் 11 ஜனவரி 1923 இல் அனுப்பிய கடிதத்தில் பதிலளித்துள்ளார்:

> "குடியேற்ற நாட்டின் (இலங்கையின்) தற்போதைய நிலைமைகளையும், மக்கள் இனங்களாகப் பிரிந்து காணப்படும் நிலையிலும், தொகுதிகள்

எவ்வாறு அமைந்திருந்தபோதும், வரையறை அற்ற ஒரு காலத்துக்குப் பிரதிநிதித்துவம் இனவாரியாகவே நிச்சயமாக இருத்தல் வேண்டும். தெரிவுசெய்யப்பட்ட அங்கத்தவர் யாவருமே பிரதேசவாரித் தொகுதி களிலிருந்து பிரதிநிதித்துவம் வகிக்கும் பட்சத்தில் அது அடிப்படையில் இனவாரிப் பிரதிநிதித்துவமாகவே இருக்கும்."[168]

இந்த இரு கூற்றுக்களும் ஜி. ஜி. பொன்னம்பலம் அவர்களின் ஐம்பதுக்கு ஐம்பது கோரிக்கையின் மூலாதாரங்களாக அமையவிருந்தன. குடியேற்ற நாடுகளின் செயலாளரிடமிருந்து, 1920லிருந்து 1923 வரையிலான அரசியல் சீர்திருத்தங்கள் பற்றிய இறுதியான முடிவு 22 ஜனவரி 1924இல் கடிதமூலம் உறுதிப்படுத்தப்பட்டது:

"இலங்கையிலுள்ள பல இனங்கள், இப்போது இருக்கின்றமைபோல் தோன்றும், தமக்கிடையே உள்ள, பல முக்கியமான வேறுபடும் நலன்களுக்கான அக்கறைகளையிட்டு அந்த இனங்கள் தமது உறுதிப்பாட்டில் இருக்கும் காலம் வரை, சட்டநிரூபணசபையில் இனவாரிப் பிரதிநிதித்துவத்தைத் தொடர ஏதாவது ஏற்பாடு செய்தே ஆகவேண்டுமென நான் அஞ்சுகின்றேன்."[169]

மேற்படி, குடியேற்ற நாடுகளுக்கான செயலாளரின் கூற்றும், தேசாதிபதி மனிங் அவர்கள் 1923-24 அரசியலமைப்புச் சீர்திருத்தத்தில் இனவாரிப் பிரதிநிதித்துவத்துக்கு இடம் அளித்ததும், ஜி. ஜி. பொன்னம்பலம் அவர்கள் தனது ஐம்பதுக்கு ஐம்பது கோரிக்கைக்கு ஆதாரமாகவும், நம்பிக்கைக்கு உரியதாகவும் கருதியிருக்க வேண்டும். இதன் அடிப்படையில் பொன்னம்பலம் அவர்கள் முதலில் சிறுபான்மையினரின் அரசியற் தலைவர்களை ஒன்றிணைக்கும் முயற்சியில் ஈடுபட்டார். நியமன அங்கத்தவரான மலேய முஸ்லிம் அங்கத்தவர் ரி. பி. ஜெயா, ஹற்றனுக்கான இந்தியத் தமிழ் அங்கத்தவர் கே. நடேச ஐயர் இருவரும் பொன்னம்பலம் அவர்களுக்குப் பலமான ஆதரவாளராக இருந்தனர். பறங்கிய, ஐரோப்பிய அங்கத்தவரும் ஐம்பதுக்கு ஐம்பது கோரிக்கையை ஆதரித்தனர்.[170] ஆனால், பொன்னம்பலம் அவர்கள், சிறுபான்மையினருக்குரிய 50 வீதமான பிரதிநிதித்துவத்தை விகிதாசார (prorata basis) அடிப்படையில் முஸ்லிம்களுக்கு வழங்கப் பின்வாங்கியதன் விளைவாக முஸ்லிம் லீக் தனது ஆதரவை இறுதியில் விலக்கிக் கொண்டது.[171]

பெரும்பான்மையான சிங்கள அரசியற் தலைவர்கள் பிரதேசவாரிப் பிரதிநிதித்துவத்தையே, தமது முழு அரசியல் இலாபம் கருதி வேண்டிநின்ற காரணத்தினால், இன அடிப்படையில் சிறுபான்மையினருக்கு சம பிரதிநிதித்துவத்தை வழங்கக்கூடிய பொன்னம்பலம் அவர்களின் ஐம்பதுக்கு ஐம்பது கோரிக்கையை முழுமையாக நிராகரித்தனர். இருந்தபோதிலும், அக்கால சிங்கள அரசியல் தலைமைத்துவத்தில் முக்கிய அங்கம் வகித்த எஸ். டபிள்யு. ஆர். டி. பண்டாரநாயக்காவும், அவரது சகாக்களும் பொன்னம்பலத்துடன் சமரசம் பேச முன்வந்தனர். அதாவது, பிரதேசவாரி விகிதாசாரத்தின் அடிப்படையில் ஐம்பதுக்கு ஐம்பது கோரிக்கைக்குப் பதிலாக, அறுபதுக்கு நாற்பது என்ற விகிதாசாரத்தில்

சிறுபான்மையினருக்குப் பிரதிநிதித்துவத்தை வழங்குவதற்கும், அது சம்பந்தமாகப் பேசுவதற்குரிய இடத்தினைக் கருத்திற் கொள்வதற்கும், பொன்னம்பலம் அவர்களுடன் இணங்க முன்வந்தனர்.[172] ஆனால், பொன்னம்பலம் அவர்கள் தனது கோரிக்கையில் மிகவும் விடாப்பிடியாக நின்றுகொண்டார். இச் சந்தர்ப்பத்தில் அன்றைய தேசாதிபதியாக இருந்த சேர். அன்ட்ரூ கல்டிகொட் (Sir Andrew Caldecott) அவர்கள் பொன்ம்பலம் அவர்களின் மேற்குறிப்பிட்ட விகிதாசாரக் கோரிக்கைக்கு ஆதரவு வழங்காது, அதற்கு எதிராகவே காணப்பட்டார்.[173] அத்தோடு, 1938இல் வைற்ஹோல் (Whitehall) நிர்வாகத்தினருக்குக் கல்டிகொட் அனுப்பிய கடிதத்தில் அரசாங்க சபைக்கு மேலதிகமாக 10 பிரதிநிதிகளை வழங்குவது இலங்கைத் தமிழருக்கும், கண்டிச் சிங்களவருக்கும், ஏனைய பின்தங்கிய பிரதேசங்களில் உள்ளவர்க்கும் நன்மை அளிக்கக்கூடியதாக இருக்கும் என்ற தனது கருத்தைத் தெரிவித்தார்.[174] ஆனால் பொன்னம்பலம் அவர்கள் தனது ஐம்பதுக்கு ஐம்பது கோரிக்கையைத் தவிர வேறெதையுமே ஏற்கும் நிலையில் இருந்ததாகத் தெரியவில்லை. வைற்ஹோல், பழமைவாதிகளான சிங்கள அரசியல் வகுப்பினருக்கு அதிக அதிகாரத்தை வழங்கும் நோக்கத்துடன் இயங்கும் என்பதனைப் பொன்னம்பலம் அவர்கள் ஊகிக்கத் தவறிவிட்டார். ஏனெனில் அந்த வகுப்பினரே, இலங்கையிலுள்ள தமது வர்த்தக நலன்களைப் பாதுகாப்பதற்கும், தமது, கேந்திர முக்கியத்துவம் கொண்ட கடற்படை, விமானப்படை வசதிகளைத் தொடர்ந்தும் இலங்கையில் வைத்திருப்பதற்கும் நம்பிக்கை வாய்ந்தவர்கள் எனப் பிரித்தானியர் கருதியமையே வைற்ஹோல் நிர்வகத்தின் நடத்தைக்குக் காரணங்களாகவிருந்தன.[175] தனது சாம்ராச்சியத்தின் கிழக்குப் பிராந்திய நிலையங்களுடனான தொடர்புகளைப் பேணுவதற்கு வசதியாக சூயஸ் கால்வாயைத் தனது கட்டுப்பாட்டில் வைத்திருப்பதற்கு, மேற்படி படைகளை இலங்கையில் வைத்திருப்பது பிரித்தானியாவுக்கு அத்தியாவசியமாக இருந்தது. அத்தோடு 50 வீதத்துக்கும் அதிகமான பெரும்பான்மையான சிங்கள மக்களைக் கொண்டுள்ள இலங்கையில் 50 வீதத்திற்கும் குறைந்த ஏனைய சிறுபான்மையினருக்கு ஐம்பதுக்கு ஐம்பது பிரதிநிதித்துவத்தைத் தனது வாதத் திறமையால் வாதாடிப் பெறலாமென பொன்னம்பலம் அவர்கள் எண்ணிச் செயற்பட்டமை அரசியல் சாணக்கியம் ஆகாது. அதற்குப் பதிலாக, ஏற்கனவே வடமாகாணத் தமிழரால் முன்வைக்கப்பட்ட சமஷ்டி ஆட்சி முறையையோ அல்லது ஜின்னா அவர்கள் முஸ்லிம் மக்களுக்கு ஒரு தனிநாடு வேண்டும் என்று இந்தியாவின் காங்கிரஸ் தலைவர்களுடனும், பிரித்தானியாவுடனும் விடாப்பிடியாக வாதாடியதுபோல், தமிழருக்கும், அவர்களது பாரம்பரியப் பிரதேசத்தில் ஒரு பூரண சுயாட்சி கேட்டு வாதாடியிருக்கலாம். பொன்னம்பலம் அவர்கள் தனது திறமையின்மேல் கொண்ட அளவுகடந்த நம்பிக்கையும், பிரித்தானிய அரசு தன் கோரிக்கையைச் செவிமடுக்கும் என்ற அவரது தவறான எதிர்பார்ப்பும், அரசியல் முதிர்ச்சியின்மையும், தூரநோக்கின்மையும், அவர் தனது ஐம்பதுக்கு ஐம்பது என்ற வாய்ப்பாட்டை இறுக்கமாகப் பற்றிப் பிடித்திருந்தமையும், அவர் தன் முயற்சியில் முழுத்தோல்வி அடைந்தமைக்குக் காரணங்களாக அமைந்தன என்று கொள்வதில் தவறில்லை. மேலும், சிறுபான்மையினருக்கு 50 வீத பிரதிநிதித்துவம் வேண்டுமெனப் பொன்னம்பலம் அவர்கள் வாதாடியபோது, மேலும் ஒரு முக்கியமான விடயத்தைக் கருத்திற் கொள்ளத் தவறிவிட்டார். அதாவது, ஐம்பதுக்கு ஐம்பது கோரிக்கை ஏற்கப்பட்டால், சிறுபான்மையினராக உள்ள இந்தியத் தமிழரும், முஸ்லிம் மக்களும்

பெரும்பான்மையினரின் பக்கமாகச் சாரும் பொழுது, இலங்கைத் தமிழர் பிரதிநிதித்துவம் எந்த வகையிலும், தமிழரது தேவைகளுக்காகப் பிரதிநிதிகள் சபையில் குரலெழுப்பக்கூடிய ஒரு பலமான பிரதிநிதித்துவமாக இருக்கவும் மாட்டாது என்பதாகும். ஆனால், பொன்னம்பலம் அவர்கள் 1936–1947 காலப்பகுதிகளில், சம பிரதிநிதித்துவமே தமிழரின் அரசியல் விடிவுக்கு ஒரே வழியெனத் தமிழ் அரசியற் தலைவர்களை நம்ப வைத்தார்.[176] 1940களில், அரசாங்க சபையின் வடமாகாண அங்கத்தவரில் முக்கியமானவர்களான அருணாசலம், இராமநாதன் குடும்பத்தினராகிய அருணாசலம் மகாதேவா, எஸ். நடேசன் உட்பட ஏனைய, சிறுபான்மை இனத்தவரான மட்டக்களப்பு அரசசபைப் பிரதிநிதி எம். எம். சுப்பிரமணியம், தலவாக்கொல்லை அரசசபைப் பிரதிநிதி எஸ். பி. வைத்திலிங்கம், இலங்கை முஸ்லிம் லீக் அங்கத்தவரும், அரசசபைப் பிரதிநிதியுமான ரி. பி. ஜாயா, கொழும்பு மாநகர சபையின் மூத்த உறுப்பினர் என். எச். எம். அப்துல் காதர், இந்திய இனத்தின் அரசசபைப் பிரதிநிதி ஐ. எக்ஸ். பெரேரா, இலங்கை இந்தியச் சங்கத்தைச் சேர்ந்த ஜி. ஆர். மேத்தா, இலங்கை முஸ்லிம் லீக் உபதலைவர் டாக்டர் எம். சி. எம். கலீல் போன்றோர் பொன்னம்பலம் அவர்களது கோரிக்கைக்கு ஆதரவு வழங்கிக் கையொப்பமிட்ட, 20 பக்கங்கள் கொண்ட ஒரு மனு குடியேற்ற நாட்டுச் செயலாளருக்கு 8 ஜுன் 1935இல் அனுப்பப்பட்டிருந்தது.[177] அரசசபையில் அங்கத்துவம் வகிக்காத தலைவர்களில் எஸ். ஜே. வி. செல்வநாயகம், டாக்டர். ஈ. எம் வி. நாகநாதன் போன்றோரும் தம் ஆதரவை வழங்கினர். அரச பதவி வகித்தவர்களும், ஏனைய தொழில்களில் இருந்தோரும் பொன்னம்பலம் அவர்களது கோரிக்கையை ஏற்றுக் கொண்டனர். அத்தோடு, பொன்னம்பலம் அவர்களுக்கு அக் காலத்தில் முன்னணியில் நின்று செயற்பட்ட தமிழரின் அரசியல் அமைப்புக்களான யாழ்ப்பாணச் சங்கம், அகில இலங்கைத் தமிழ்க் காங்கிரஸ் போன்றவற்றின் ஆதரவும் இருந்தது..[178] இந்தியத் தமிழர் பிரதிநிதிகளின் ஆதரவும், முஸ்லிம் மற்றும் ஐரோப்பிய பிரதிநிதிகளின் ஆதரவும் தனக்குக் கிடைக்குமென அவர் எதிர்பார்த்திருக்க வேண்டும். 1940–44களில் வைற்ஹோல் இரண்டு முக்கியமான பிரகடனங்களை வெளியிட்டது. முதலாவது, அரசியற் சீர்திருத்தம் ஒன்று மேற்கொள்ளப்படும் என்பதாகும். இரண்டாவது, அரசாங்கத்தின் அமைச்சரவை, உள்ளக சுய ஆட்சி அரசாங்கம் (Internal self-goverment) ஒன்றுக்கான திட்டத்தைத் தயாரிக்கவேண்டும் என்பதாகும்.[179] அவ்வாறு தயாரிக்கும் நகல் திட்டம் அரசாங்க அமைப்பின் மூன்றில் இரண்டு பெரும்பான்மையைப் பெறவேண்டும் என்றும் வேண்டப்பட்டது. இவ்வேளையில் பொன்னம்பலம் அவர்கள் தனது ஐம்பதுக்கு ஐம்பது கோரிக்கையை ஏற்றுக்கொள்ள வைப்பதற்குத் தனது சகல காரணங்களையும் சபையிலும், வெளியிலும் முன்வைத்தமையை அறியமுடிகிறது. இச் சந்தர்ப்பத்தில், 1942இல், சேர் பரண் ஜயதிலக அரசசபையின் தலைவர் பதவியிலிருந்து விலக, அந்த இடத்திற்கு டி. எஸ். சேனநாயக்க அவர்கள் நியமிக்கப்பட்டார். பிரித்தானிய அரசியல் யாப்பில் ஆழ்ந்த அறிவும், புலமையும் மிக்க, அந்நேரம் யுனிவேசிற்றி கொலிஜ் (University College) அதிபராகவும், அதன் பின்னர் இலங்கைப் பல்கலைக் கழகத்தின் உபவேந்தராகவும் இருந்த சேர். ஐவர் ஜெனிங்ஸ் அவர்களது உதவியையும், அனுசரணையையும், மிக விவேகமான முறையில் டி. எஸ். சேனநாயக்கா அவர்கள் பெற்றுக் கொண்டார். இந்நிலைமை பொன்னம்பலம் அவர்களுக்குப் பெருஞ் சவாலாக அமைந்தது. டி. எஸ். சேனநாயக்கா மிகவும் சாதுரியமாக, சிறுபான்மையினரின்

கூட்டணியை உடைப்பதில் வெற்றி கண்டார். முதலில் தமிழர் பிரதிநிதியான அருணாசலம் மகாதேவாவை உள்நாட்டலுவல் அமைச்சராகத் தெரிவுசெய்தார்.[180] இதன் மூலம், சிறுபான்மையினரின் மத்தியிலிருந்தும் ஒரு பிரதிநிதியைத் தான் அமைச்சரவையில் சேர்த்துள்ளமையை வைற்ஹோலுக்கு அவர் நியாயமாகக் காண்பிக்கக்கூடியதாக இருந்தது. இந் நிகழ்வு பொன்னம்பலத்தின் கோரிக்கைக்கு விழுந்த முதல் அடியாகக் காணப்படுகின்றது. இரண்டாவதாக, டி. எஸ் சேனநாயக்கா, சிறுபான்மையினரின் உரிமைகளையும் உள்ளடக்கக்கூடிய, வெஸ்ற்மினிஸ்ரர் பாராளுமன்ற முன்னுதாரணத்தைப் பின்பற்றி அரசியல் யாப்பு ஒன்றை வரையும்படி சேர். ஐவர் ஜென்னிங்ஸைக் கேட்டுக்கொண்டார். அமைச்சரவைக்கான நகல் திட்டம் (Draft scheme of the Board of Ministers) என்ற பெயரில், வைற்ஹோல் எதிர்பார்த்த, உள்ளக சுய ஆட்சி அரசாங்கம் (Internal Self-government) என்ற கட்டமைப்பினுள் முக்கியமான ஷரத்துக்களை இத் திட்டம் கொண்டிருந்தது.[181,182] பொன்னம்பலம் அவர்களும், குறிப்பாக இலங்கைத் தமிழர், மற்றும் சிறுபான்மையினரின் அங்கத்துவம் தொடர்பான சமபிரதிநிதித்துவத்தை நியாயப்படுத்தி அரசியல் நகல் திட்டமொன்றைத் தயாரித்து வைத்திருந்தார். உள்நாட்டு அலுவல்கள் அமைச்சராக இருந்த அருணாசலம் மகாதேவா அவர்கள் ஆரம்பத்தில் பொன்னம்பலத்தின் கோரிக்கைக்கு ஆதரவு வழங்கியபோதும், சோல்பரி சீர்திருத்தம் தயாரிக்கப்பட்ட காலத்தில், அதன்மேல் நம்பிக்கையற்றவராகக் காணப்பட்டார். அதனால் தமிழ்ப் பிரதிநிதிகள் சிலரையும், கொழும்பிலுள்ள சில மிதவாதத் தமிழர்களையும் தன்பக்கம் சேர்த்துக் கொண்டு, தாமும் ஒரு நகல் திட்டத்தைத் தயாரித்தார். மகாதேவா அவர்களின் நகல் திட்டத்தில் முக்கியமாக, அறுபதுக்கு நாற்பது என்ற பிரதிநிதித்துவ விகிதாசாரம் பிரதான இடத்தைப் பெற்றிருந்தது.[183,184] ஆணைக்குழுவின் கட்டளையின் பேரில், சோல்பரி பிரபு தலைமையில் ஒரு தூதுக்குழு 1944ம் ஆண்டு டிசம்பர் மாதம் இலங்கைக்கு வந்தபோது, சம்பந்தப்பட்டவர்கள் அனைவரும் தத்தம் நகல் திட்டங்களைச் சமர்ப்பித்தனர்.

1944–1948 காலப்பகுதியில் பொன்னம்பலம் அவர்களுக்கு, எஸ். ஜே. வி. செல்வநாயகம், டாக்டர். ஈ. எம். வி. நாகநாதன், எஸ். சிவசுப்பிரமணியம் ஆகியோர் பக்கத்துணையாக இருந்தனர். இவர்களுடன், கொழும்பிலும், யாழ்ப்பாணத்திலும் உள்ள முக்கிய தமிழ்த் தலைவர்களும் சேர்ந்து, அகில இலங்கைத் தமிழ்க் காங்கிரஸ் (All Ceylon Tamil Congress) என்ற அரசியற் கட்சியை முதன்முதலில் ஆரம்பித்தனர். இதற்கு ஏழு வருடங்களுக்கு முன்பே எஸ். டபிள்யு. ஆர். டி. பண்டாரநாயக்காவினால் சிங்கள மகா சபை (Sinhala Maha Sabha - Great Council for the Sinhalese) ஆரம்பிக்கப்பட்டமையும் இங்கு குறிப்பிடத்தக்கது.[185] சிங்கள மகாசபையோ, இடதுசாரிக் கட்சிகளோ எதுவித நகல் திட்டங்களைத் தயாரிக்கவுமில்லை, சோல்பரி ஆணைக்குழுவின் முன் சாட்சியம் அளிக்கச் செல்லவும் இல்லை என்பதும் குறிப்பிடத்தக்கது.

சோல்பரி ஆணைக்குழுவினர் 1944 டிசம்பர் மாதத்திலிருந்து, 1945 ஆண்டு ஏப்பிரல் மாதம்வரை இலங்கையில் தங்கி, பல இடங்களுக்கும் சென்று, சம்பந்தப்பட்டவர்களையும், சாட்சிகளையும் விசாரணை செய்தனர்.[186] இந்நிலையில், ஆணைக்குழு மேற்கூறப்பட்ட அமைச்சரவை நகல் திட்டம், பொன்னம்பலம், மகாதேவா ஆகியோரின் நகல் திட்டங்களையும் பரிசீலனை செய்தது. ஏற்கனவே நடைமுறையிலிருந்த டொனமூர் அரசியற் திட்டத்தை எந்த ஒரு பகுதியினரும் ஏற்காத

காரணத்தினால் சோல்பரி அதனை நிராகரித்தார். அகில இலங்கைத் தமிழ்க் காங்கிரசின் சார்பாக பொன்னம்பலம் அவர்களால் சமர்ப்பிக்கப்பட்ட நகல் திட்டம், அரசாங்க சபையில் 12 வாக்குகளை மட்டுமே பெற்றிருந்ததால் சோல்பரி அதனையும் நிராகரித்தார். சோல்பரி ஆணைக்குழு சம்பந்தப்பட்ட விடயத்தின் தாற்பரியத்தை முழுமையாக ஆராயாது, மிகச் சாதாரணமாக அதைக் கருதியதே இதற்கான காரணமாகும். ஐம்பதுக்கு ஐம்பது விகிதத்தில் ஆசனங்களை வழங்கினால், இயல்பாகவே இலங்கையில் பெரும்பான்மையினராக உள்ள சிங்களவரை அது வெகுளச் செய்யும். சிறுபான்மையினர் தமது கோரிக்கையில் ஐக்கியப்பட்டிருக்க வில்லை என்பதுடன் குறிப்பாக முஸ்லிம் இனத்தவர் அதனை எதிர்த்தனர்.[187] மகாதேவா அவர்களின் நகல் திட்டமும் நிராகரிக்கப்பட்டது. இந் நிலைமையில் சோல்பரி ஆணைக்குழுவினர், அரசாங்க சபையில் மூன்றில் இரண்டு பங்கு பெரும்பான்மை வாக்குகளினால் ஏற்கப்பட்ட, ஐவர் ஜென்னிங்ஸ் அவர்களினால் தயாரிக்கப்பட்ட நகல் திட்டத்தையே ஏற்கவேண்டிய நிலையில் இருந்தனர். மேலும், அந்த நகல் திட்டத்தில் பல முக்கிய மாற்றங்களையும் சோல்பரி ஆணைக்குழுவினர் செய்து, தமது அரசியல் திட்டத்தை வெளியிட்டனர். சோல்பரி ஆணைக்குழுவின் அறிக்கை 170 பக்கங்களைக் கொண்டதாக வெளியிடப்பட்டது.[188]அவ் அறிக்கையில் மிக முக்கியமான அம்சங்கள் மட்டும் இங்கே தரப்படுகின்றன.

1. நிர்வாகக்குழு முறையிலான ஆட்சியை நீக்கிவிட்டு 10 அமைச்சர்களையும், 10 துணை அமைச்சர்களையும் கொண்ட அமைச்சரவையை அமைத்தல். பிரதம மந்திரியைத் தேசாதிபதியே நியமித்தல் வேண்டும்.

2. பிரதேசவாரியாகத் தெரிவு செய்யப்பட்ட 95 அங்கத்தவரையும், சிறுபான்மையினருக்கு, அபிவிருத்தியடையாத பிரதேசங்களுக்குப் பிரதிநிதித்துவம் வழங்குவதற்காக 6 நியமன அங்கத்தவரையும் கொண்ட ஒரு பாராளுமன்றத்தை அமைத்தல் வேண்டும்.

3. இரண்டாவது சபையாக செனற் சபை (Senate Council) ஒன்றினை அமைத்தல் வேண்டும்.

4. உள்நாட்டு நிர்வாக விடயங்களில் தேசாதிபதிக்கு விசேட அதிகாரங்கள் 1943ம் ஆண்டின் அரசியற் பிரகடனத்தின் பிரகாரம் இருத்தல் வேண்டும்.

5. அரசாங்க சேவையும், நீதிபரிபாலன சேவையும், முறையே அரசாங்க சேவை ஆணைக்குழு, நீதிச்சேவை ஆணைக்குழு என்பனவற்றின் கீழ் செயற்பட வேண்டும்.

6. தேர்தல் தொகுதிகளைப் பிரிக்கும் ஆணைக்குழுவிற்கு கூடிய அதிகாரம் வழங்குவதுடன், பல அங்கத்தவர் கொண்ட தேர்தல் தொகுதிகள் உருவாக்கப்படல் வேண்டும்.

7. சிறுபான்மையோரின் உரிமைகளுக்கு உத்தரவாதம் அளிக்கப்படல் வேண்டும்.

8. இலங்கை அரசுக்கு டொமினியன் அந்தஸ்து வழங்கப்பட்டதும், மலையகத்திலுள்ள இந்தியத் தமிழரின் பிரசாவுரிமை பற்றியும், வாக்குரிமை பற்றியும் அந்த அரசு முடிவு எடுக்கும்.

9. 18 வயதுக்கு மேற்பட்டோருக்கு சர்வசன வாக்குரிமை வழங்கப்படல் வேண்டும்.

10. உள்நாட்டுப் பாதுகாப்பு, வெளிநாட்டு விவகாரம், வர்த்தகம் போன்ற விடயங்களில் தேசாதிபதிக்கு விசேட அதிகாரங்கள் வழங்கப்பட வேண்டும்.

மேற்படி சோல்பரி ஆணைக் குழுவினரின் அரசியற் திட்டத்தைப் பொன்னம்பலமும், தமிழ்ப் பிரதிநிதிகளும் முழுமையாக எதிர்த்தனர். சிறுபான்மையினரின் அரசியல் உரிமைகளுக்கு கூடுதலானதும், உறுதியானதுமான உத்தரவாதம் அளிக்கும்வரை, சோல்பரி ஆணைக்குழுவினரின் அரசியல் திட்டத்தை நடைமுறைப்படுத்தக் கூடாது என வாதிடுவதற்காக, பொன்னம்பலம் அவர்கள் இறுதிநேரத்தில் பிரித்தானியா சென்று, வைற்ஹோல் நிர்வாகத்தினரிடம் முறையிட்டார்.[189] ஜி. ஜி. பொன்னம்பலம் அவர்கள், இலங்கைக்கு முன்மொழியப்பட்ட சோல்பரி அரசியல் யாப்பு - ஒரு பரிசீலனை: தமிழ் சிறுபான்மையினர் விஷயம் (An Examination of the Soulburry Constitution proposed for Ceylon: The Tamil Minority Case) என்ற 27 பக்கங்கள் கொண்ட தனது அறிக்கையை அக்டோபர் 1945ல் பிரித்தானிய அரசுக் குடியேற்றநாட்டுச் செயலாளரிடம் கையளித்து நியாயம் கோரினார். பிரித்தானிய அரசு நிச்சயம் தனது முறையீட்டை ஏற்றுக்கொள்ளும் எனப் பொன்னம்பலம் அவர்கள் எதிர்பார்த்தார். ஆனால் அவருடைய எதிர்பார்ப்பு தோல்வியில் முடிந்தது. கீழ்க் காணும் ஆவணங்கள் இதனை நிரூபிக்கின்றன.[190]

55541/30/45 Ceylon. **16th November, 1945.**

Mr. Hall has asked me to thank you for your letter of the 3rd November and to express to you his regret that a reply should have been delayed.

He has been interested to read your memorandum on the Soulbury Constitution, but feels that since His Majesty's Government's offer of a new constitution on the basis set out in the recent White Paper has now been accepted in the State Council by a majority of 51 to 3, which included a considerable proportion of minority representatives of whom some were Tamils, no really useful purpose would be served by any further detailed discussion.

E. MELVILLE.

Private Secretary.

G.G. Ponnambalam, Esq.

பொன்னம்பலம் அவர்கள் பிரித்தானியாவில் இருந்த வேளை, டி. எஸ். சேனநாயக்கா சோல்பரி திட்டத்தை அரசாங்க சபையில் சமர்ப்பித்து, அதனை நடைமுறைப்படுத்துவதற்கு பிரதிநிதிகளிடம் ஆதரவு கேட்டு விவாதங்களை முன்வைத்தார். மூன்றில் இரண்டு பங்கு வாக்குகளே சோல்பரி அரசியல் திட்டத்தை நிறைவேற்ற அவசியமானது. ஏற்கனவே குடியேற்ற நாடுகளுக்கான செயலாளரின் கடிதத்தில் குறிப்பிடப்பட்டது போன்று 90 வீதத்துக்கும் அதிகமான வாக்குகளால் அவ் அரசியற் திட்டம் அசராங்க சபையில் நிறைவேற்றப்பட்டது. இதில் முக்கியமான விடயம், டபிள்யு. டி. தகநாயக்காவையும், இந்தியத் தமிழரின் பிதிநிதியான ஐ. எக்ஸ். பெரேராவையும் தவிர, ஏனைய அத்தனை சிங்களப் பிரதிநிதிகளும், தமிழ்ப் பிரதிநிதிகளும் சார்பாக வாக்களித்தமையாகும்.[191] பொன்னம்பலம் அவர்கள் பிரித்தானியாவிலிருந்து திரும்பி இலங்கை வந்தபோது, தமிழ்ப் பிரதிநிதிகளில் அளவற்ற ஆத்திரம் அடைந்திருப்பார். தமிழ் மக்களும் பிரித்தானிய அரசின் மீதும், தமது தமிழ்ப் பிரதிநிதிகள்மேலும் மிக வெறுப்புக் கொண்டவர்களாகவும் காணப்பட்டிருப்பர். தமிழ் பிரதிநிதிகள் ஏன் சோல்பரி அரசியற் திட்டத்துக்கு வாக்களித்தார்கள் என்பது இன்றுவரையும் ஒரு மர்மமான விடயமாகவே இருக்கின்றது. ஆனால், அக் காலகட்டத்தில் வெளிவந்த பல்வேறு பத்திரிகைச் செய்திகள், பொன்னம்பலம் அவர்கள்மீதும், அவரின் கொழும்புவாழ் தமிழ் அரசியற் தலைவர்களினதும் நடவடிக்கைகள் மீதும் சந்தேகத்துக்கு இடமளிக்கக் கூடிய வகையில் காணப்படுகின்றன. தமிழரின் அரசியல் எதிர்காலத்தைவிட அத் தலைவர்களினது சொந்த அபிலாசைகளும், பதவி மோகமுமே சோல்பரி அரசியற் திட்டத்தை அவர்கள் ஏற்றுக் கொண்டமைக்கும், சிங்கள அரசுக்குத் தமது ஒத்துழைப்பை வழங்கியமைக்கும் காரணம் என்பதனை அவர்களின் பின்னைய நடவடிக்கைகள் காட்டி நிற்கின்றன. பிரித்தானிய அரசு, சேனநாயக்காவின்மேல் கொண்ட நம்பிக்கையினாலும், சோல்பரி அரசியற் திட்டம் அரசாங்க சபையில் பெரும்பான்மை வாக்குகளைப் பெற்று நிறைவேற்றப் பட்டமையாலும், இலங்கைக்கு 1946 ம் ஆண்டு, முழுப் பொறுப்பு வாய்ந்த அரசு (Full Responsible Government) என்ற அந்தஸ்தை வழங்கியது.[192] 1947 களில் உலக மகாயுத்தம் முடிவுக்கு வந்த வேளையில், பிரித்தானிய அரசாங்கம் தனது குடியேற்ற நாடுகளுக்கு டொமினியன் அந்தஸ்து வழங்குவதென வைற்ஹோல் முடிவு எடுத்திருந்தது. இதன் அடிப்படையில் 1947 ஆகஸ்ட் மாதம் இந்தியாவுக்கும், பாக்கிஸ்தானுக்கும் சுதந்திரம் வழங்கப்பட்டது.[193] இலங்கை அரசுக்கும் பிரித்தானிய அரசிற்கும் 1947இல் நடைபெற்ற பேச்சுவார்த்தைகளின் பிரகாரம், 1948 பெப்ரவரியில் இலங்கைக்கு டொமினியன் அந்தஸ்து வழங்கப்பட்டது.[194]

இச் சந்தர்ப்பத்தில், சோல்பரி அரசியற் திட்டத்தின் கீழ், 1947 இல் நடைபெற்ற தேர்தலில், பிரதிநிதிகள் சபைக்கு எவ்வாறு பல்வேறு சமூகங்களிலிருந்தும் பிரதிநிதிகள் தெரிவு செய்யப்பட்டனர் என்பதனை நோக்குவதன் மூலம், தமிழரின் அரசியல் அந்தஸ்து எவ்வாறு மேலும் சீர்குலைக்கப்பட்டது என்புதனை அறிந்துகொள்ள முடியும். 68 சிங்களப் பிரதிநிதிகளும், 13 இலங்கைத் தமிழர் பிரதிநிதிகளும், 7 இந்தியத் தமிழர் பிரதிநிதிகளும், 6 முஸ்லிம் பிரதிநிதிகளும், ஒரு பறங்கியர் பிரதிநிதியும் என மொத்தமாக 95 பிரதிநிதிகள் தெரிவு செய்யப்பட்டனர். அத்தோடு ஐந்து ஐரோப்பியரும், ஒரு பறங்கியரும் பிரதிநிதிகளாகத் தேசாதிபதியினால்

தெரிவு செய்யப்பட்டனர். இன அடிப்படையில் பார்த்தால், 68 சிங்களப் பிரதிநிதிகளும், 32 சிறுபான்மையினப் பிரதிநிதிகளுமாக 101 உறுப்பினர் பிரதிநிதிகள் சபைக்குத் தெரிவு செய்யப்பட்டனர்.[195] இச் சந்தர்ப்பத்தில் 1947ம் ஆண்டுப் பொதுத்தேர்தல் முடிவுகள் பற்றிய ஒரு ஆவணத்தையும் அப்படியே இவ்விடத்தில் இணைப்பதால் அத் தேர்தல் பற்றி பூரண விபரங்களைக் காணமுடியும்.[196]

TRADCOM
9433

2nd Floor,
Hongkong Bank Building,
P.O. Box 745, Colombo.

36/2/47
200

CET/RBF

29th September, 1947.

Sir,

I have the honour to report that the elections to the first Parliament of Ceylon, which have taken place during the period 23rd August to 22nd September, 1947, have now resulted in a majority for the United National Party who have obtained 42 seats out of the total of 95 polled for. The United National Party have not, however, obtained a clear majority over all other parties combined although numerically they are stronger than any other individual party returned. Detailed results of the election are as follows:

Party	Candidates	Seats Sought	Seats Won	Seats Lost	Deposits Forfeited	Polled by Winners	Polled by Losers	Total Polled
U.N.P.	98	76	42	34	18	487,851	256,203	744,054
L.S.S.P.	28	28	10	18	3	101,763	102,257	204,020
B.L.P.	10	10	5	5	2	96,142	17,051	113,193
Communist	13	13	3	10	6	37,363	32,998	70,361
Independents	178	75	20	55	92	183,556	343,455	497,011
Ind.Socialist	7	7	1	6	1	19,753	22,557	42,310
Tamil Congress	9	9	7	2	0	75,251	7,248	82,499
Indian Congress	7	7	6	1	0	70,893	1,337	72,230
Labour	9	9	1	8	7	23,470	15,462	38,932
Swaraj	3	3	0	3	3	-	1,383	1,383
United Lanka	2	2	0	2	1	-	3,953	3,953
Spoilt ballot papers								44,383
Totals	361	-	95	-	133	1,066,042	808,914	1,924,309

Under Secretary,
Export Promotion Department,
Board of Trade,
23 Old Queen Street,
LONDON, S.W.1.

இப்பிரதிநிதித்துவத்தை, பொன்னம்பலம் அவர்கள் சிறுபான்மையினருக்காக சோல்பரி ஆணைக்குழுவின் முன் வைத்த ஐம்பதுக்கு ஐம்பது கோரிக்கையுடன் ஒப்பிடும்போது, சுமார் 68:32 என்ற விகித அடிப்படையில் காணப்படுகின்றது. இவ் வேளையில் சோல்பரி ஆணைக்குழு இலங்கைக்கு வருமுனனர், பொன்னம் பலத்திற்கும் எஸ். டபிள்யு. ஆர். டி. பண்டாரநாயக்கா தலைமையிலான லிபரல் (liberal) சிங்களத் தலைவர்களுக்கும் இடையில் நடைபெற்ற மகாநாட்டில் ஐம்பதுக்கு ஐம்பது என்ற கோரிக்கைக்குப் பதிலாக, சிங்களவருக்கு 60 வீதமும், சிறுபான்மையினருக்கு 40 வீதமும் வழங்குவதற்குக்கூட விரும்புவதாக மேற்படி தலைவர்கள் பொன்னம்பலம் அவர்களுக்குத் தெரிவித்திருந்தனர்.[197] ஆனால், பொன்னம்பலம் அவர்கள், தன் விடாப்பிடியான கொள்கையினாலும், பிரித்தானிய அரசின்மேல் வைத்த நம்பிக்கையாலும் அதற்கு உடன்படவில்லை. பொன்னம்பலம் அவர்களின் ஐம்பதுக்கு ஐம்பது கோரிக்கை இறுதியில் பயனற்றுப் போனதோடு, தமிழரின் பிரதிநிதித்துவமும், அரசியல் அந்தஸ்தும், மிகவும் இழிவான நிலைக்குள் தள்ளப்பட்டதனை, சோல்பரி அரசியற் திட்டத்தின் கீழ் நடைபெற்ற 1947ம் ஆண்டுத் தேர்தல் மிகவும் தெளிவாகக் காட்டுகின்றது. மேலும், பொன்னம்பலம் அவர்களும், தமிழ்த் தலைவர்களும் இந்தத் தேர்தலுக்குப் பின்னர், சிறுபான்மையினருக்கு ஐம்பதுக்கு ஐம்பது சமபிரதிநிதித்துவம் என்ற கொள்கையையோ அல்லது கோரிக்கையையோ ஒருபோதும் முன்வைக்கவில்லை. அதற்குப் பின், அவர்களுக்குத் தமிழரின் அரசியல் நிலைபற்றி எதுவித அரசியற் திட்டங்களும், கொள்கைளும் இருக்கவில்லை. அதிகமான தமிழ்ப் பிரதிநிதிகள் கொழும்பை அடித்தளமாகக் கொண்ட மத்தியதர, மேற்தட்டு வர்க்கத்தினர் ஆவர். அவர்கள் தமது சொந்தப் பதவிகளிலும், அந்தஸ்திலுமே அதிக அக்கறை கொண்டவராக இருந்திருக்கின்றனர். உதாரணமாக ஐக்கிய தேசிய அரசாங்கம், 1947 தேர்தலில் வடமாகாணத்தில் வெற்றி பெற்று, பாராளுமன்றத்தைக் கூட்டி, அமைச்சரவையை அமைத்தபோது, பிற்காலத்தில் அடங்காத் தமிழன் எனத் தனக்குத் தானே பெயர் சூடிக்கொண்ட சி. சுந்தரலிங்கம் கியூ. சி அவர்கள் வவுனியாத் தொகுதிக்கு சுயேட்சைப் பிரதிநிதியாகத் தெரிவு செய்யப்பட்டு, சேனநாயக்க அமைச்சரவையில் வர்த்தக அமைச்சராக நியமிக்கப்பட்டார்.[198] தமிழர்களின் ஒட்டு மொத்தமான அரசியற் சுதந்திரத்தில் அவர்களுக்குத் தீவிரமான அக்கறை இருக்கவில்லை என்பதனை, 1947ம் ஆண்டுத் தேர்தலுக்குப் பின், தமது சமபிரதிநிதித்துவக் கொள்கையை உதறித் தள்ளிவிட்டு, 1948இல் இலங்கை சுதந்திரம் அடைந்தபோது, பொன்னம்பலம் அவர்கள் உட்பட, பல தமிழ்ப் பிரதிநிதிகள் சேனநாயக்காவின் ஐக்கிய தேசியக் கட்சிக்கு ஆதரவு வழங்கியுள்ளனர். ஐம்பதுக்கு ஐம்பது கேட்ட ஜி. ஜி. பொன்னம்பலம் அவர்களே 1948இல், சேனநாயக்கா அரசில் கைத்தொழில் அமைச்சராகவும் பதவி ஏற்றுக்கொண்டார்.[199] 15 வருடங்களுக்கு மேலாகத் தனது ஐம்பதுக்கு ஐம்பது கற்பனைவாதக் கோரிக்கையில் விடாப்பிடியாக நின்ற ஜி. ஜி. பொன்னம்பலம் அவர்கள், தனது கோரிக்கை தோல்விகண்ட அடுத்த நிமிடமே, தனது அரசியல் எதிரிகளிடம் தஞ்சம் புகுந்திருப்பது அவரது விநோதமான அரசியற் போக்கையும், அரசியற் தூரநோக்கின்மையையும் படம் பிடித்துக் காட்டுகின்றது. அது மட்டுமல்லாமல் தானும், தனது சகாக்களும் 1947 பொதுத்

தேர்தலில் வெற்றியீட்டிய மகிழ்ச்சியில், 10,000க்கும் அதிகமான மக்கள் கூடியிருந்த கூட்டத்தில், தமக்குக் கிடைத்த வெற்றி தமிழ் மக்களுக்குக் கிடைத்த வெற்றியெனக் கூறுகின்றார். அத்தோடு, சிங்கள அரசாங்கத்துடன் ஒத்துழைப்பதற்குத் தாம் தயார் என்றும் பறை சாற்றுகின்றார். இது சம்பந்தமான ஒரு பத்திரிகைச் செய்தியை அப்படியே இங்கு இணைப்பது மிகவும் பொருத்தமாகும்.[200] இலங்கைச் சிறுபான்மையினருக்கான சமபிரதிநிதித்துவம் என்பது பற்றியும், தமிழ் அரசியற் தலைவர்களின் நிலைப்பாடு பற்றியும், ஜி. ஜி. பொன்னம்பலம் அவர்கள் தனது அரசியற் கூட்டத்தில் ஆற்றிய உரையொன்று 5.2.1946 ஹிந்து ஓகனில் வெளியிடப்பட்டது. அதில் உள்ள முக்கிய விடயம் வருமாறு:

> "தமிழர், தமது விட்டுக்கொடுக்க முடியாத உரிமைகளைப் பாதுகாக்கும் அதேசமயம், இலங்கையிலுள்ள ஏனைய இனத்தவரோடு சேர்ந்து பொதுநலனுக்காக உழைக்கும் வகையில் ஒரு கொள்கையையும், திட்டத்தையும் அவர்கள் முன்வைப்பது அத்தியாவசியமாகின்றது. எனவே நான் இனங்களுக்கிடையிலான ஒரு *இளகுநிலை ஒத்துழைப்பு* நிலவவேண்டுமென முன்மொழியத் தீர்மானிக்கின்றேன். வறிய வெகுசனத் தமிழரில் பெரும்பான்மையினர்க்கு நலனளிக்கும் இந்தத் திட்டம் ஒரு சமூகநலக் கொள்கையையும் உள்ளடக்கும் என்பதுடன் அது பெருமளவிலான வெகுசன சிங்கள மக்களாலும் ஏற்றுக் கொள்ளப்படும்."[201]

'Tamils are ready to co-[illegible]e'

JAFFNA, Friday.

MR. G. G. PONNAMBALAM, in the course of his address to a gathering of over 10,000 people at the esplanade after his election, said that the result of the polls was a great victory for the masses.

He was happy to realise that his work during the past fifteen years had borne fruit. They, the Tamils, were always prepared to co-operate with the patriotic and progressive sections of all communities. That election showed that there was no distinction of caste or creed. Hindus, Roman Catholics, Muslims, other Christians and Sinhalese had supported him.

To the voters, who voted against him, he assured them that he would be their representative in the true sense of the term. He also thanked the Government Agent and officers of the Police Force for conducting the election in a peaceful and impartial manner.

Mr. S. J. V. Chelvanayagam, K.C., speaking next, said that that day was a very proud day for the Tamils. That day they had their answer to the question whether the Tamils were a spent force.

Speeches were also made by Mr. K. Kanagaratnam, retired Auditor-General, and Mr. A. Sivapalan and Mr. V. Kumaraswamy, Members of Parliament.

Mr. and Mrs. Ponnambalam and children went to the Nallur Kandaswamy Temple and worshipped. On their return, he was taken in procession along the principal streets in his constituency.

The results were announced by Mr. P. J. Hudson, Government Agent, Northern Province.

பொன்னம்பலம் அவர்கள் தனது ஐம்பதுக்கு ஐம்பது கோரிக்கையை அறவே கைவிட்டு, தமிழரின் பொருளாதார நலன்களுக்காகவும், அபிவிருத்திக் காகவும் சிங்கள அரசுடன் இணைந்து, பொறுப்புடன் இயங்கப் போவதாக தமது அரசியல் பிரதிநிதி களுக்கும், தமிழ் மக்களுக்கும் அறிவித்திருக்கின்றார்.[202] இது பொன்னம்பலம் அவர்களது அரசியல் நேர்மை யின்மையையும், ஐக்கிய தேசியக் கட்சி அரசில் அமைச்சர் பதவிக்கு அவர் ஏற்கனவே அடிகோலி விட்டார் என்பதையும் காட்டுகின்றது. ஏனைய தமிழ்ப் பிரதிநிதிகளுக்கும் தமது ஆசைகளைப் பூர்த்தி செய்ய இது ஒரு நல்ல சந்தர்ப்பமாக அமைந்தது. டி. எஸ். சேனநாயக்கா, சோல்பரி ஆணைக்குழுவினரைத் தனியாகச் சந்தித்தமையும், அவர் தனது பிரதி நிதியாக ஓ. கே. குணதிலகாவை அனுப்பி வைற் ஹோல் அதிகாரிகளுடன் பேச்சுவார்த்தை நடத்தி

யமையும், சோல்பரி அரசியற் சீர்திருத்தத்திற்கு சார்பாகத் தமிழ்ப் பிரதிநிதிகள் வாக்களித்தமையும், சோல்பரி அறிக்கை அரசாங்க சபையில் சமர்ப்பிக்கப்பட்டு, வாக்களிப்புக்கு விடப்பட்ட சமயத்திலே, ஜி. ஜி. பொன்னம்பலம் அவர்கள் பிரித்தானியாவில் வைற்ஹோல் அதிகாரிகளுடன் பேச்சு நடாத்திக் கொண்டிருந் தமையும், ஐம்பதுக்கு ஐம்பது சமபிரதிநிதித்துவ கோரிக்கையை அடியோடு கைவிட்டு, சேனநாயக்கா அரசாங்கத்துடன் அவர் இணைந்தமையும், அமைச்சர் பதவி பெற்றமையையும் அவதானிக்கும் அரசியல் மாணவர் ஒருவருக்கு, மேற்படி தமிழ் அரசியற் தலைவர்களது நடத்தைகள் இயல்பாகவே சந்தேகத்தை எழுப்பக் கூடியவை. இந்தியா இரத்தம் சிந்தி, நீண்டகாலம் போராடியே தனது சுதந்திரத்தைப் பிரித்தானியாவிடமிருந்து பெற்றுக் கொண்டது. சுதந்திரப் போராட்டம் என்றால் என்னவென்றே தெரியாத இலங்கையருக்கு, பிரித்தானியா டொமினியன் அந்தஸ்து வழங்கப் போகின்றது என்பது டி. எஸ். சேனநாயக்காவுக்கு ஏற்கனவே நன்கு தெரிந்திருந்தமையை பிரித்தானிய ஆவணங்களினூடாக அறியமுடிகிறது. இச்சந் தர்ப்பத்தில், விவேகமும், திறமையும், தூரநோக்கும் கொண்ட டி. எஸ். சேனநாயக்கா தமிழர் தலைவரான பொன்னம்பலம் அவர்களுடன் நிச்சயம் பேச்சுவார்த்தை நடத்தியிருப்பார். இலங்கைக்குச் சுதந்திரம் கிடைக்காது என்ற நோக்கில், அரசியற் சீர்திருத்தங்களுக்காக இலங்கை அரசியற் தலைவர்கள் வாதாடிக் கொண்டிருந்த வேளை, 1945இல் முடிவுக்கு வந்த உலக மகாயுத்தத்தின் பின், இலங்கைக்குப் பூரண சுதந்திரம் வழங்கப்படவுள்ளது என்ற செய்தி, அவர்களுக்கு நிச்சயம் ஆச்சரியத்தையும், மகிழ்ச்சியையும் ஏற்படுத்தியிருக்கும். இச் சந்தர்ப்பத்தை டி. எஸ். சேனநாயக்காவோ, ஜி. ஜி. பொன்னம்பலமோ நழுவ விட்டிருக்க மாட்டார்கள் என்பதிற் சந்தேகமே இருக்க முடியாது. டி. எஸ் சேனநாயக்கா, இரகசிய வாக்குறுதி களை பொன்னம்பலம் அவர்களுக்கும், ஏனைய தமிழ்த் தலைவர்களுக்கும் வழங்கி, முதலில் சுதந்திரத்தைப் பெறுவோம், பின்னர் எமது உள்நாட்டுப் பிரச்சனையை நமக்குள் பேசித் தீர்த்துக் கொள்வோம் என்றும், அரசாங்க சபையில் தமிழ்த் தலைவர்களுக்கு முக்கிய பதவிகள் வழங்கப்படுமென்றும் நிச்சயமாக வாக்குறுதி அளித்திருப்பார். ஜி. ஜி. பொன்னம்பலம் அவர்கள் ஒரு குற்றவியல் நியாயவாதி என்பது இலங்கையில் அக்காலத்தில் இருந்தவர்களுக்கு நன்கு தெரியும். மிகவும் சிக்கலான குற்றவியல் வழக்குகளை அவர் தனது வாதத் திறமையினாலும், யாருமே எதிர்பாராத வகையில் வினாக்களை எழுப்பி எதிராளியைத் திணறடித்தும், மிகவும் வேறுபட்ட அணுகுமுறையைக் கைக்கொண்டு வெற்றி அடைவது அனைவருக்கும் தெரிந்த விடயம். அதேவிதமான தந்திரோபாயத்தைத்தான் அவர் 1946ம், 1947ம் ஆண்டுக் காலப் பகுதிகளில், தமிழரின் அரசியல் சம்பந்தமான விவகாரங்களிலும் பிரயோகித்திருக்கின்றார் என்று அறிய இடமுள்ளது. எனவே, டி. எஸ். சேனநாயக்கா வுக்கும், ஜி. ஜி. பொன்னம்பலத்திற்கும் இடையே தனிப்பட்ட முறையில் நடைபெற்ற பரஸ்பர பேச்சு வர்த்தைகள், செய்யப்பட்ட உடன்படிக்கைகள், அளிக்கப்பட்ட வாக்குறுதிகள் ஆகியவையே, தமிழ்த் தலைவர்களும், பொன்னம்பலம் அவர்களும் அன்றைய காலகட்டத்தில் அவ்வாறு நடந்துகொண்டமைக்குக் காரணமாக அமைந் திருக்கக் கூடுமா என்பதனை எதிர்கால வரலாற்று ஆராய்ச்சி மாணவரே கண்டு பிடித்தல் வேண்டும். எது எப்படியிருந்த போதும், பிரித்தானியாவிலுள்ள கேம்பிரிஜ்

பல்கலைக் கழகத்தில் பயின்று பல பட்டங்களையும் பெற்று, மாகராணியின் நியாயவாதிகள் சபையில் அங்கம் வகிக்கின்ற உயர் நிலையினை நியாயவாதத் துறையில் ஈட்டி, தலைசிறந்த குற்றவியல் வழக்கறிஞராகப் பரிணமித்த ஜி. ஜி. பொன்னம்பலம் அவர்கள், எட்டாம் வகுப்பு வரையுமே கல்வி கற்றிருந்த சதாரண டி. எஸ். சேனநாயக்காவிடம், தமிழரின் அரசியலைப் பொறுத்தவரை, முற்றுமுழுதாகத் தோற்றுப்போனார் என்றே கருதவேண்டியுள்ளது.

இதே காலப்பகுதியில், பர்மாவுக்கும் சுதந்திரம் வழங்கப்பட்டது.[203] பிரித்தானிய அரசின் இந்த நடவடிக்கைகள் இலங்கைக்கும் சுதந்திரத்தை வழங்குவதற்கான முன்னறிவிப்பைக் கொடுத்ததைக் காட்டி நிற்கின்றன. மேலும், இலங்கைக்கு முழுமையான பொறுப்புள்ள அரச அந்தஸ்து வழங்கப்படும் என வைற்ஹோல், டி. எஸ். சேனநாயக்காவுக்கு 18 ஜூலை 1947இல் அறிவித்திருந்ததும் இங்கு குறிப்பிடத் தக்கது.[204] மேற்படி சந்தர்ப்பத்தைப் பயன்படுத்தி சேனநாயக்கா அவர்கள் ஓ. ஈ. குணதிலகவை பிரித்தானியாவுக்கு அனுப்பி வைற்ஹோலுடன் ஆலோசனை நடத்தினார். அதன் விளைவாக 1948 பெப்ரவரியில் இலங்கைக்கு டொமினியன் அந்தஸ்து வழங்கப்பட்டு, இலங்கை சுதந்திர நாடாகப் பிரகடனப்படுத்தப்பட்டது.[205]

இந் நிலையில் ஜி. ஜி. பொன்னம்பலம் அவர்களும், தமிழ்த் தலைவர்களும் ஐம்பதுக்கு ஐம்பது சமபிரதிநிதித்துவத்திற்கு வாதாடி, அவர்களது கோரிக்கைகள் முற்றாக மறுக்கப்பட்டு, தமிழரின் அரசியல் எதிர்காலம் மிகவும் ஆபத்துக்குள்ளாகிய வேளையில், அவர்களுடைய அரசியல் நடவடிக்கைகள் மிகவும் அதிர்ச்சி தருவதாகக் காணப்படுகின்றது. காந்தியும், நேருவும் இந்தியாவின் ஒருமைப் பாட்டிற்கும், சுதந்திரத்துக்கமாகப் போராடி சுதந்திரம் பெறமுனைந்த வேளையில், ஜின்னா அவர்கள் தனது திறமையினாலும், அர்ப்பணிப்பினாலும், உறுதியான கொள்கையினாலும், இந்தியாவிலிருந்து பாக்கிஸ்தானைப் பிரித்து, தனி நாடாக முஸ்லிம் மக்களுக்குப் பெற்றுக் கொடுத்தார். இது இலங்கைத் தலைவர்கள் கண் முன்னால் நடந்த விடயமாகும். இச் சந்தர்ப்பத்தில், பாக்கிஸ்தான் ஒரு தனி நாடாகப் பிரிந்து போவதற்கு அதற்கு இருந்த அந்தஸ்தையும், உரிமையையும் விட, இலங்கையில், தமிழரின் வடக்கு, கிழக்குப் பாரம்பரியப் பிரதேசம் பூரண சுயாட்சி பெறுவதற்கும், சுதந்திரம் அடைவதற்கும், சனநாயக அடிப்படையிலான, முழுமையான அந்தஸ்தையும், உரிமையையும் கொண்டிருந்தது. அவ்வாறு இருந்தும் கூட, ஜி. ஜி. பொன்னம்பலம் அவர்களோ, தமிழ்ப் பிரதிநிதிகளோ அல்லது தமிழ் அரசியற் தலைவர்களோ, தமிழரின் பாரம்பரிய ஆட்சிப் பிரதேசமாகிய வடக்குக் கிழக்கை, இலங்கையிலிருந்து பிரித்து, தமிழரின் ஆட்சியில் விடும்படி பிரித்தானிய அரசைக் கேட்கவே இல்லை. மாறாக, "இளகுநிலை ஒத்துழைப்பு" (Responsive Co-operation) என்ற சொல்லைப் பிரயோகித்து, சிங்கள அரசுடன் இணைந்து அமைச்சுப் பதவிகளையும் பெற்று, ஒட்டுமொத்தமாகத் தமிழரின் அரசியற் சுதந்திரத்தை, சிங்கள அரசியற் தலைவர்களுக்கும், பிரித்தானிய அரசிற்கும், தமிழ்த் தலைவர்கள் விலைபேசி விற்றுள்ளார்கள் என வரலாறு கூறி நிற்கின்றது.

இது இவ்வாறிருக்க, சோல்பரி ஆணைக்குழுவின் அரசியற் சீர்திருத்தமும், அதன் அமுல்படுத்துதலும், தமிழரின் அரசியற் சுதந்திரத்தை முழுமையாகச் சீர்குலைத்து விட்டிருந்தன. அத்தோடு, சோல்பரி அரசியற் திட்டத்தின் கீழ், பெரும்பான்மை

இனத்தவருக்கு வழங்கப்பட்ட சுதந்திரம், தமிழர், இனம், கல்வி, வேலைவாய்ப்பு, பொருளாதாரம், அரசியல் என்ற அத்தனை துறைகளிலும் அடக்கப்பட்டு, ஒடுக்கப்பட்டு, அவர்களின் உயிர்களும், உடமைகளும் தொடர்ச்சியாக இன்றுவரையிலும் சிங்கள அரசினாலும், அதன் ஆயுதப் படைகளினாலும் அழிக்கப்படுவதற்கு, அடிப்படைக் காரணமாக மட்டுமன்றி உடனடிக் காரணமாகவும் இருந்துள்ளது. அத்தோடு, பிரித்தானியரின் ஆரம்ப ஆட்சிக் காலத்திலிருந்து ஏற்பட்ட பல்வேறு சமூக, அரசியற் காரணங்களினால், தமிழர் தமது பாரம்பரிய பிரதேசமாகிய வடமேல் மாகாணத்தை நிரந்தரமாக இழந்தனர் என்பதுபற்றி ஏற்கனவே கூறப்பட்டுள்ளது. சோல்பரி அரசியற் திட்டத்தின் பெறுபேறாக, பெரும்பான்மையினரிடம் இலங்கை ஒப்படைக்கப்பட்டதன் விளைவாக, தமிழரின் பாரம்பரிய பிரதேசங்களாகிய கிழக்கு இலங்கையும், வன்னிப் பிரதேசத்தின் தெற்குப் பகுதிகளும், திட்டமிட்ட சிங்களக் குடியேற்றத்தின் மூலம் சிங்கள மயமாக்கப்பட்டுக் கொண்டிருக்கின்றன. இலங்கைத் தீவில் வரலாற்றுக் காலந்தொட்டு, தனியான வரலாற்றுப் பாரம்பரிய பிரதேசங்களையும், தனியான ஆட்சியமைப்பு அரசுகளையும், தனித்துவமான சமய, மொழி, கலை, கலாசார விழுமியங்களையும் கொண்டு வாழ்ந்த, இரண்டு தேசங்களின் மக்களாகிய பெரும்பான்மை சிங்களவருக்கும், சிறுபான்மைத் தமிழருக்கும், பன்முக அமைப்பு முறைமையைக் கொண்ட, பிரித்தானியாவின் வெஸ்ற்மினிஸ்ரர் பாராளுமன்ற ஆட்சி நடைமுறையில், பெரும்பான்மை மக்கள் பலத்தைக் கொண்டு தீர்மானிக்கப்படும் அரசியல் யாப்பு முறைமையை, இலங்கைக்கு அறிமுகப்படுத்தியமை எவ்வகையிலும் பொருத்தமற்ற செயலாகும். மேலும், சோல்பரி ஆணைக்குழுவினர் இலங்கையின் பல்வேறு இடங்களுக்கும் சென்று பல்வேறுபட்ட மக்களையும், அரசியற் தலைவர்களையும், சமூக அமைப்புக்களையும் சந்தித்தமை பற்றி ஏற்கனவே குறிப்பிடப்பட்டது. அக் குழுவினர் யாழ்ப்பாணத்துக்கும் சென்று, அங்கு பருத்தித்துறையிலுள்ள வாடிவீடொன்றில் பல அரசியற் தலைவர்களையும், சமூக அமைப்புப் பிரதிநிதிகளையும் சந்தித்துப் பேசியிருக்கின்றனர். அப்பொழுது தமிழ்த் தரப்பினர் தமிழரின் அரசியல் நிலையை உரிய முறையில், சோல்பரி பிரபுவுக்கும், குழுவினருக்கும் விளங்க வைத்தனர். அப்பொழுது சோல்பரி ஆணைக்குழுவினர் தமிழர் முன்வைத்த பிரச்சனைகளை நன்றாகப் புரிந்து கொண்டபின், தமிழரின் அரசியற் பிரச்சனைக்கு அரசியற் தீர்வு காணும் பொருட்டு, முக்கியமான ஷரத்து தமது அரசியல் யாப்பில் இடம்பெறும் என வாக்குறுதி அளித்துள்ளனர். மேற்படி கூட்டத்தில் கலந்துகொண்ட தமிழர் ஒருவர் நேரடியாக இவ் ஆய்வாளருக்கு வழங்கிய பேட்டி உள்ளது. அத்தலைவர், இன்றும் உயிரோடு இருப்பதால் அவர் பெயரை இங்கு குறிப்பிட முடியாதுள்ளது. பேட்டி இந்தியாவில் 1997இல் வழங்கப்பட்டது)

இவ்வாறு வாக்குறுதி அளித்த சோல்பரி பிரபு, கொழும்பு சென்றதும் தமிழருக்கு அளித்த வாக்குறுதியை நிறைவேற்றத் தவறிவிட்டதாக மேற்குறிப்பிட்ட தமிழ்த் தலைவர் கூறியிருந்தார். டி. எஸ். சேனநாயக்கா சேர் ஐவர் ஜெனிங்ஸ் உதவியுடன் பெரும்பான்மை மக்களுக்குச் சாதகமான பலவேறுபட்ட தவறான தரவுகளையும், புள்ளி விபரங்களையும் உள்ளடக்கித் தயாரித்த அறிக்கையை, சோல்பரி ஆணைக்குழுவினர் முன்னிலையில் சமர்ப்பித்து, அந் நகல் திட்டத்தை சோல்பரி ஆணைக்குழுவினர் ஏற்கும் நிலைக்கு அவர்களை நிர்ப்பந்திருத்தார் என்றும்

Dr. V. நாகநாதன்

மேற்குறிப்பிட்ட தமிழர் கூறியிருந்தார். இலண்டன் தேசிய ஆவணக் காப்பகத்தில் கிடைக்கப்பெற்ற ஒரு பத்திரிகைச் செய்தியில், அகில இலங்கைத் தமிழ்க் காங்கிரஸின் இணைச் செயலாளர், டாக்டர் ஈ. எம். வி. நாகநாதன் எழுதிய கட்டுரை ஒன்றில், தவறான புள்ளிவிபரங்களை உள்ளடக்கிய, அரசாங்கசபை அமைச்சர்களின் நகல் திட்டத்தை சோல்பரி ஆணைக்குழுவினர் ஏற்று, அதன் அடிப்படையில் சோல்பரி அரசியற் திட்டத்தைத் தயாரித்துள்ளனர் என்ற கருத்துப்பட எழுதியுள்ளார். இவ் விடயம், மேற் குறிப்பிடப்பட்ட நேர்முகச் செவ்விக்கு ஆதாரமாக இருப்பதனால் அதனை அப்படியே இங்கு இணைப்பது அத்தியாவசியமாகின்றது.[206](561ம் பக்கம் பார்க்கவும்)

இவற்றைவிட, 1947இல் நடந்த முதலாவது தேர்தல் முடிவுகள் சிறுபான்மையினருக்கு மிகவும் பாதகமாக அமைந்ததுடன், அது சோல்பரி அரசியல் யாப்புக்கு விழுந்த முதல் தார்மீக அடியாகும். இறுதியாகப் பார்க்கையில் தமிழ்த் தலைவர்கள் சிங்களத் தலைவர்களால் ஏமாற்றப்பட்டனர் என்றே தோன்றுகின்றது. சுதந்திரத்தின் பின்னதான அரசியல் நிகழ்வுகள், தமிழருக்குச் சிங்களவர் வழங்கிய வாக்குறுதிகள் நிறைவேற்றப்படாது போன சந்தர்ப்பங்களாலும், சிங்கள அரசியல்வாதிகளின் முனைப்பான ஏமாற்றுத்தனத்தாலும் நிறைந்து காணப்படுகின்றன. சோல்பரி பிரபு அவர்கள் 1963ம் ஆண்டில், பி. எச். பாமரின், "இலங்கை: பிளவுபட்டதோர் தேசம்" (B. H. Farmer's, Ceylon: A divided Nation) என்ற நூலுக்கு எழுதிய முன்னுரையை இங்கு குறிப்பிடுதல் பொருத்தமாகும்:

"சோல்பரி ஆணைக்குழுவினருக்கு, காலங்காலமாக இரு இனங்களுக்கும் இடையில் நிலவிய பகைமையையிட்டு, ஒரு மேலோட்டமான அறிவே இருந்தது நிச்சயம். நூற்றாண்டுகள் பழமையான வரலாற்றுப் பிரச்சனைகள், இன்றைய இலங்கையர் மேல் சுமத்தியுள்ள, வெறுக்கத்தக்க பாதிப்புக்களை விளக்கும், பாமரின் இந்த நூல், அப்போதே கிடைத்திருப்பின், ஆணைக்குழுவினர் தமது திட்டம் ஒரு தீர்வைக் கொண்டுவரும் என அதிகம் நம்பிக்கை கொண்டிருந்திருக்க மாட்டார்கள்."[207]

மேற்குறிப்பிட்ட, சோல்பரி பிரபுவின் கூற்று, ஏற்கனவே குறிப்பிடப்பட்ட செவிவழிச் செய்தியை ஓரளவேனும் நிரூபிப்பதாகவும் உள்ளது. தமிழ் அரசியற் தலைவர்கள் தம்மால் முடிந்தவரை சோல்பரி பிரபுவுக்கும், பிரித்தானிய அரசுக்கும், தமிழரின் அரசியல் நிலைமைகளை எடுத்துக் கூறியிருந்தபோதிலும், பிரித்தானிய அரசு இலங்கைமீது தமக்கிருந்த அதிகாரத்தைப் பிரயோகித்து, சிங்கள பெரும்பான்மை இனத்துக்கும், பிரித்தானியாவுக்கும் சாதகமான சோல்பரி அரசியல் யாப்பை அமுல்படுத்தியது. தமிழ் அரசியற் தலைவர்கள், தாம் ஏமாற்றப்பட்ட ஒரு நிலையில், தவிர்க்க இயலாதவாறு சிங்கள அரசியற் தலைவர்களிடம் தஞ்சம்புக நேரிட்டது.

CHARTER OF SLAVERY FOR MINORITIES

Tamil Congress Denounces Reforms Report

"THE last word on the subject of our freedom does not rest with the Soulbury Commissioners and will not depend altogether on their report," writes Dr. E. M. V. Naganathan, Joint Secretary of the All-Ceylon Tamil Congress. "The All-Ceylon Tamil Congress delegation in London will do their utmost to remove the glaring callousness of this report in its application to the self-respect and liberty of the Tamil people and other minorities.

"It is the duty here in Ceylon of all members of the Tamil race to close their ranks and to make a determined and united effort to see that the grant of self-government shall not benefit only one community and shall not be the origin of humiliation to others in this land. The All-Ceylon Tamil Congress is pledged to work for Poorna Swarajyam, which means complete self-government in which every single citizen of Ceylon will share.

"We do not grudge the Sinhalese community the grant of self-government to them; in fact, we welcome it, but we cannot allow to pass unchallenged a scheme of reforms which while conferring self-government to the Sinhalese people is at the same time a charter of slavery for the other inhabitants in this land.

"The All-Ceylon Tamil Congress Committee will meet shortly and give a lead to all lovers of freedom and self-respect as to the measures that they should take to resist this monstrous report and prevent its implementation, but whatever happens we cannot and will not surrender.

"To any student of literary research acquainted with the methods of internal evidence it will be clearly obvious that the Soulbury Commissioners have decided on the nature of their recommendations in advance and have subsequently attempted to fit in their arguments to their preconceived conclusions. The whole of this sorry effort teems with facile assertions, pious hopes and puerile attempts to brush aside obstinate facts and to circumvent stark realities.

"It is not possible at this short space available to expose the distorted reasoning and irrational conclusions arrived at by the Commissioners, nor even to enumerate some of the obviously careless misstatements of documented facts which were supplied to the Commissioners and which they have been negligent enough to misquote in their report. The All-Ceylon Tamil Congress will in the course of the next few weeks send a clear and convincing exposition on all these points to His Majesty's Government and will publish them for the benefit of the Ceylon public.

"The Soulbury Report is mechanically stereotyped on the Westminster model without an intelligent consideration of the completely different conditions existing in Ceylon. The Commissioners also betray a complete lack of a philosophical understanding of the reasons underlying the growth of British parliamentary institutions and traditions in their own country. In fact, it is slavishly based on the Ministers' reforms proposals under which the communal caucus now in office planned to capture complete and permanent power for itself [illegible] under the respectable cloak of British parliamentary institutions [illegible]

எனவே, 1947களிலிருந்து இன்றுவரை, தமிழரின் அழிவுக்கும், அரசியற் சீர்குலைவுக்கும் சோல்பரி ஆணைக்குழுவினரும், பிரித்தானிய அதிகார வர்க்கமுமே முழுப் பொறுப்பாளிகள் என்பதனை, நேர்மையுள்ள அரசியல்வாதிகளும், ஏனையோரும் நிச்சயம் ஏற்றுக்கொள்வர் என்பதில் சந்தேகம் இருக்கமுடியாது.

குறிப்புகள்

1. H. Cleghorn, 'Administration of Justice and Revenue on the Island of Ceylon under the Dutch Government', *Walker and Bowland Papers*, National Library Scotland, Edinburgh, acc., 2228.1.181.
2. See the map.
3. C. Collins, *Public Administration in Ceylon*, Royal Institute of International Affairs, London, 1951, p. 58.
4. Ibid., p. 61.
5. Ibid., p. 108.

6. M. Vythilingam, *The Life of Sir Ponnambalam Ramanathan*, Commemorative Society, Colombo, 1971, p. 30.
7. Ibid., p. 46.
8. Ibid., p. 47.
9. Ibid., p. 121.
10. *MS*, 16 June, 1879.
11. A.J. Wilson (2000), op. cit., p. 44.
12. *IN*, 30 January, 1877.
13. *IN*, 11 July, 1877.
14. *Examiner*, 11 September, 1877.
15. *IN*, 27 June, 1877.
16. *Jaffna Catholic Guardian*, 26 January, 1878.
17. *MS*, 16 January, 1879.
18. *CP*, 31 May, 1879.
19. T. Kailasapillai, *Arumuga Navalar Pirapantha Thirattu*, Vidyanupalana Yanthirasalai, Jaffna, 1921, p. 38.
20. Report of the Director of Public Instruction for 1860, Colombo, 1861.
21. *MS*, 3 March, 1870.
22. *Examiner*, 30 August, 1877.
23. *IN*, 28 May, 1879.
24. *MS*, 5 June, 1879.
25. Ibid.
26. Ibid.
27. *CP*, 24 May, 1879.
28. S. Thanansayarajasingam, *Navalar Panikal*, National Printers, Kandy, 1969, p. 81.
29. A.J. Wilson (2000), op. cit., p. 46.
30. Ibid. p. 47.
31. Ibid., p. 46.
32. Ibid.
33. Ibid.
34. *HO*, 2 October, 1895.
35. Ibid.
36. *HO*, 12 November, 1897.
37. *HO*, 16 December, 1897.
38. *HO*, 29 December, 1897.
39. *HO*, 2 March, 1898.
40. *IC*, 2 March, 1898 (tr.).
41. Ibid.
42. *IC*, 12 March, 1902.
43. *IC*, 22 April, 1904.
44. *IC*, 17 February, 1905.
45. C. Colins, op. cit, p. 87.
46. Ibid., p. 88.
47. *UT*, 10 July, 1895.
48. Ibid.
49. *UT*, 21 March, 1901.
50. *IC*, 14 February, 1900.
51. *UT*, 12 July, 1906 (tr.).

பிரித்தானியர் அதிகாரமும், தமிழரின் ஆட்சியுரிமை நிராகரிப்பும் 563

52. K.M. de Silva, *Managing Ethnic Tensions in Multi-Ethnic Societies: Sri Lanka*, 1880–1985, University Press of America, New York, 1986. p. 29.
53. R. Suntharalingam, *Politics and Nationalist Awakening in South India*, 1852–1891, University of Arizona Press, 1974, pp. 197–198.
54. J.H. Carlton, *Nationalism*: A Religion, Macmillan, New York, 1960, p. 157.
55. *IC*, 11 September, 1889, (tr.).
56. Ibid.
57. *IC*, 11 June, 1890, (tr.).
58. *HO*, 24 May, 1906.
59. *IC*, 10 July, 1907, (ur).
60. K. Jeyawardena, *The Rise of Labour Movement in Ceylon*, Duke University Press: England, 1972, pp. 86–87.
61. K.M. de Silva, '*Nineteenth Century Origins of Nationalism in Ceylon*' in UCHC, Volume Three, University of Ceylon, Peredenya 1973, p. 260.
62. A.J. Wilson, *The Break Up Sri Lanka. The Sinhalese-Tamil Conflict*, C. Hurst and Co., Publishing, London, 1988, p. 60.
63. N. Rajendran, *The National Movement in Tamil Nadu, 1905–14: Agitational Politics and State Coercion*, Oxford University Press: Madras 1994, p. 12.
64. R. Suntharalingam op. cit., p. 197.
65. N. Rajendran, op. cit., 11.
66. J. Nehru, *Glimpses on World History*, Bombay, 1962, p. 479.
67. A.D. Smith, Theories of Nationalism, Gerald Duckworth, London. 1971, p. 21.
68. Hindu Organ. 1906.
69. *IC*, 10 January, 1906.
70. Ibid.
71. *IC*, 26 August, 1913.
72. *IC*, 27 August, 1918.
73. *IC*, 8 December, 1920.
74. CML, 5 September, 1921.
75. *IC*, 11 June, 1890.
76. *IC*, 11 June, 1890.
77. C. Collin, op. cit., p. 111.
78. K.M. de Silva, op. cit, p. 368.
79. *IC*, 27 October, 1907, (tr.).
80. *IC*, 04 October, 1908.
81. CSP, I of 1910, Document 2.
82. CSP, II of 1910, Document 3.
83. A.J. Wilson, op. cit., p. 361.
84. *IC*, 14 January, 1911.
85. K.M. de Silva, A History of Sri Lanka, Oxford University Press, Delhi, 1981, p. 379.
86. *IC*, 21 December, 1910.
87. *IC*, 21 December, 1910 (tr.).
88. Ibid.
89. *IC*, 12 September, 1910.
90. *IC*, 26 September, 1910.
91. *IC*, 15 December, 1909.
92. *IC*, 08 May, 1902.
93. *IC*, 26 September, 1910, (tr.).

94. *IC*, 25 July, 1915.
95. *Ceylon Correspondence*, No. 712, 8 December, 1915, National Archives, London.
96. Ibid.
97. Enclosure 2, published as No. 6 (8167), January, 1916, National Archives, London.
98. *IC*, 14 October, 1915.
99. *IC*, 12 February, 1916.
100. C. Collin, op. cit., p. 114.
101. *IC*, 23 December, 1917.
102. Ceylon Correspondence, CO54/39905/1. National Archives, London.
103. *IC*, 14 October, 1915.
104. *HO*, 11 June, 1890.
105. Ibid.
106. M. Vythilingam, op. cit., 394.
107. Ibid.
108. *IC*, 14 October, 1915.
109. *IC*, 11 July, 1917.
110. *IC*, 23 December, ?
111. Ibid.
112. *IC*, 23 December, 1917 (tr.).
113. *IC*, 23 December, 1917.
114. *CO*, 27 August. 1921 and K.M. de Silva, 'Formation and Character of the Ceylon National Congress 1917–1919'. CJHSS.x. p. 93.
115. *CO*, 27 August, 1921.
116. The above letter cited ia M. Vythilingam op. cit., Volume II, p. 524.
117. Ibid., p. 525.
118. *IC*, 03 December, 1919.
119. *IC*, 03 December, 1919(tr.).
120. *IC*, 03 November, 1920.
121. *IC*, 28 October, 1919.
122. *IC*, 03 November, 1920, (tr.).
123. K.M. de Silva. op. cit, 1981, 390; also see, as cited by de Silva, 'Sir Ponnambalam Arunachalam leaves the Congress', CJHSS, n.s., II(2), 1972. pp. 97–117 and 'The Ceylon National Congress in Disarray; the Triumph of Sir William Manning, 1921–24', CJHSS, n.s., III(1), 1973, pp. 16–35.
124. *IC*, 27 July, 1921, (tr.).
125. *MS*, 20 August, 1921.
126. K.M. de Silva, 'Pre Reformed the Nationalist Movement in the Early Twentieth Century' in UCHC, p. 398.
127. *HO,*27 August, 1921.
128. K.M. de Silva, op. cit, p. 399.
129. *CO*, 27, August, 1921.
130. *CO*, 17, August, 1921.
131. *UT*, 27, August, 1921.(tr.).
132. Ibid.
133. A.J. Wilson, op. cit., p. 8.
134. J.C. Wedgwood, *Speeches and Writings of Sir Ponnambalam Arunachalam*, Vol. 1, H.W. Cave & Co., Colombo, pp. 313–314; this speech also reported in CML, 17 September, 1923.
135. A. Sivarajah (2006), op. cit., pp. 39–40.

136. J.T. Rutnam, Sir Ponnambalam Arunachalam, 1853–1924, (Colombo, 1953).
137. Report of the Governor Clifford to the Secretary of State Colonies, CO/54/786/6 National Archives, London, 26 July, 1927.
138. Report of Governor Clifford to the Secretary of State Colonies, CO/54/786/6, National Archives, London, 26 July, 1934.
139. Ibid.
140. Press Comminuque CO/54/886/6, National Archives, London, 1927.
141. Ibid.
142. A. Sivarajah, Ilankai Araciyal (Ceylon Politics), Colombo, 2006, p. 44.
143. Ceylon Correspondence, Dispatched from the Governor of Ceylon to the Secretary of State for the Colonies, National Archives, London, 2 June, 1929, p. 29.
144. Ibid., p. 47.
145. Electoral District Under the New Constitution, National Archives, London, Co/54/900/8, p. 6.
146. Ibid.
147. Ceylon Correspondence, CO/54/900/7, National Archives, London, pp. 16–17.
148. Ceylon Correspondence, CO/ 54/908/7, National Archives, London.
149. A. Sivarajah, Politics of Tamil Nationalism in Sri Lanka, New Delhi, 1996, p. 32.
150. K.M. de Silva, Managing Ethnic Tensions in Multi-ethnic Societies Sri Lanka 1880–1985, New York, University Press of America, p. 53.
151. A. Sivarajah (1996), op. cit., p. 31.
152. Russell, Jane, Communal Politics under the Donoughmore Constitution 1931–1947, (Dehiwela, 1928), p. 20.
153. A. Sivarajah (1996), op. cit., p. 31.
154. A Memorial Volume, Handy Perinbanayagam Commemoration Society, Jaffna, 1980, p. 1.
155. *The Daily News*, 5 May, 1931, *The Ceylon Independent*, 12 May, 1931.
156. Ceylon Correspondence List of Elected Members of the State Council, Ceylon 1936, National Archives, London, CO/54/926, pp. 6–7.
157. A. Sivarajah (1996), op. cit., p. 32.
158. Russell, Jane (1928), op. cit., p. 206.
159. *Eelakesari*, 22 March, 1936.
160. A. Sivarajah (1996), op. cit., p. 32.
161. *Eelakesari*, 18 April, 1937.
162. Ceylon Correspondence Governor to the Secretary to the Colonies, National Archives, London, Co/54/926/1–932, p. 48.
163. Ceylon Correspondence Memorandum from the Governor of Ceylon to the Secretary of State for Colonies, National Archives, London, CO/54/833/5, 26 July, 1927.
164. Ibid., Co/54/954, p. 33, Hindu Organ, 6 January, 1938.
165. Ceylon Correspodence, National Archives, London, CO/54/973/14, 1 March, 1940, pp. 23–25.
166. Ibid., CO/54/980/6, 12 September, 1940, pp. 9–18.
167. A.J. Wilson, Sri Lankan Tamil Nationalism: its Origins and Development in the Nineteenth and Twentieth Centuries, Penguin Books, New Delhi, 2001, p. 57.
168. Ibid., p. 52.
169. Ibid., p. 57.
170. A. Sivarajah (1996), op. cit., pp. 32–33.
171. Vasundhara Mohan, Identity Crisis of Sri Lankan Muslim, M Publications, Delhi, 1987, p. 26.
172. A.J. Wilson (2000), op. cit., p. 68.
173. Ceylon Correspondence Dispatched from the Governor of Ceylon to the Secretary of State for the Colonies, National Archives, London, CO/54/954/13, June, 1938, p. 3.

174. A.J. Wilson (2000), op. cit., p. 68.
175. Ceylon Correspondence Memorandum for Transmission to His Majesty's Government of Ceylon, National Archives, London, CO/54/10004/1, May, 1948, pp. 8–12.
176. A.J. Wilson (2000), op. cit., p. 69.
177. Ceylon Correspondence Memorandum, National Archives, London, CO/54/926/1, 8 June, 1936, pp. 64–84.
178. *Eelakesari*, 19 June, 1938.
179. Ceylon Correspondence Ceylon Constitution for the Colonies, National Archives, London, CO/54/987/6. June 1944, pp. 6–7.
180. A.J. Wilson (2000), op. cit., p. 71.
181. Sessional Papers, xii of 1946, p. 71.
182. Ceylon Correspondence Proposal by Board of Ministers for a New Constitution: the Ceylon Constitution, National Archives, London, CO/54/983/3, 986/5, pp. 330–340.
183. *Eelakesari*, 1 October, 1944.
184. Ceylon Correspondence Memorandum from Mahadeva to the Secretary of the Colonies, National Archives, London, CO/54/926, pp. 64–83.
185. A.J. Wilson (2000)), op. cit., p. 74.
186. Ceylon Correspondence Ceylon Constitution Memorandum by the Secretary of State for the Colonies, National Archives, London, CO/54/986/7, 27 August, 1945, p. 173.
187. A.J. Wilson (2000), Op. cit., p. 75.
188. Ceylon Correspondence Soulbery Report 1945, National Archives, London, CO/54/966/6, pp. 802–970.
189. Ceylon Correspondence, National Archives, London, CO/54/986/12, 1945, p. 532.
190. Ceylon Correspondence, National Archives, London, CO/54/987/16, p. 77.
191. Ceylon Correspondence, National Archives, London, Motion by D.S. Senanaike, CO/54/986/6, 6 October, 1945, p. 76.
192. A. Sivarajah (1996), op. cit., p. 33.
193. A.J. Wilson (2000), op. cit., p. 78.
194. *Eelakesari*, 10 February, 1948.
195. A.J. Wilson (2000), op. cit., p. 72.
196. Ceylon Correspondence, National Archives, London, CO/54/988/3, p. 19.
197. Eelakesari, 1 October, 1944.
198. The Life Record of Suntharalingam (Personal Collections of G. Suntharalingam).
199. *Eelakesari*, 12 September, 1948.
200. Ceylon Correspondence, National Archives, London, CO/54/993/4, p. 13.
201. Hindu Organ., 5 February, 1946.
202. Eelakesari, 30 June, 1946.
203. *UCHC*, op. cit., p. 532.
204. Ibid., p. 533.
205. Ceylon Correspondence Message from King George VI to the People of Ceylon on the Independence Day 4 February, 1948, CO/54/988/3, p. 22, National Archives, London.
206. Ceylon Correspondence, CO/54/986, Part I–V, March, 1945, p. 1076, National Archives, London.
207. M. Gunasingam, Sri Lankan Tamil Nationalism: a study of its origins, Sydney, 1999, p. 6.

அத்தியாயம் பத்து

சுதந்திரத்தின்பின் இலங்கை அரசின் அரசியல் நடவடிக்கைகளும், தமிழ்த் தேசியத்தின் எழுச்சியும் (கி.பி.1948 – கி.பி.1983)

தவறான புள்ளி விபரங்களையும், தரவுகளையும், பொய்யான வாக்குறுதிகளையும் உள்ளடக்கி, டி. எஸ். சேனநாயக்காவினதும், அவரது மந்திரி சபையினதும் ஆலோசனையின் பேரில், சேர். ஐவர். ஜெனிங்ஸ் அவர்களால் தயாரிக்கப்பட்ட 1947 ஆம் ஆண்டு அரசியற் சீர்திருத்தம், பிரித்தானிய ஆட்சியாளரின் அனுமதியுடன் சோல்பரி பிரபுவினால் அங்கீகாரம் வழங்கப்பட்டு, நடைமுறைப்படுத்தப்பட்டது என்பது இதற்கு முன்னைய அத்தியாயத்தில் ஆதாரங்களுடன் விரிவாக ஆராயப்பட்டது. சோல்பரி அரசியற் திட்டம் அமுல்படுத்தப்பட்டு, அதன் அடிப்படையில் நடைபெற்ற 1947 ஆம் ஆண்டுத் தேர்தலில், சோல்பரி பிரபு எதிர்பார்த்த சிறுபான்மையினருக்கான பிரதிநிதித்துவத்தின் எண்ணிக்கை மிகவும் பாதகமான முடிவுகளையே கொண்டிருந்தது. இதுவே சோல்பரி அரசியற் சீர்திருத்தத்துக்கு விழுந்த முதல் மரண அடி என்பதும் ஏற்கனவே கூறப்பட்டுள்ளது. இருப்பினும், தமிழ் அரசியற் தலைவர்கள் டி. எஸ். சேனநாயக்காவின் ஐக்கிய தேசியக் கட்சி அரசாங்கத்திற்குத் தமது ஆதரவை வழங்கி தமிழ்த் தேசத்திற்குத் துரோகம் இழைத்தமை பற்றியும், அமைச்சுப் பதவிகளையும், துணை அமைச்சுப் பதவிகளையும், மூத்தோர் சபையில் பதவிகளையும் பெற்றமை பற்றியும் ஆராயப்பட்டது. ஆனால், பிரித்தானிய அதிகார வர்க்கமோ, சோல்பரி பிரபுவோ,

சோல்பரி ஆணைக் குழுவினரோ அல்லது சிறுபான்மை இனத்தவரோ, குறிப்பாகத் தமிழ் அரசியற் தலைவர்களோ, என்றுமே எதிர்பார்த்திராதபடி, 1948 ஆம் ஆண்டு பெப்ரவரி மாதம் இலங்கைக்குச் சுதந்திரம் (டொமினியன் அந்தஸ்து) வழங்கப்பட்டதை அடுத்து, டி. எஸ். சேனநாயக்காவின் அரசியல் அதிரடி நடவடிக்கைகள் பெரும் அதிர்ச்சியை ஏற்படுத்திய நிகழ்வுகளாக அமைந்தன. சிறுபான்மையினரின் அரசியல் உரிமைகளும், நலன்களும் பாதுகாக்கப்படும் என சோல்பரி அரசியல் யாப்பில் விதந்துரைக்கப்பட்ட போதிலும், டி. எஸ். சேனநாயக்கா, தான் ஏற்கனவே திட்டமிட்டபடி, 1948 க்குப் பின் கூட்டப்பட்ட இரண்டாவது பாராளுமன்றத் தொடரிலே, மலையகத் தோட்டங்களில் வேலைசெய்யும் இந்தியத் தமிழ் மக்களின் பிரசாவுரிமையைப் பறித்த நிகழ்வு, சோல்பரி ஆணைக்குழுவினரின் அரசியற் சீர்திருத்தம் முற்றாகத் தோல்வியைத் தழுவிக் கொண்டது என்பதனை எடுத்துக் காட்டியது. பெரும்பான்மை சிங்கள அரசின், இந் நிகழ்வுடன் ஆரம்பித்த, சிறுபான்மையினருக்கு எதிரான பாரபட்ச அரசியல் நடவடிக்கைகள் இன்றுவரை தொடர்ச்சியாக நிகழ்ந்த வண்ணமே இருப்பதை உலகம் அறியும். எனவே இவ் இறுதி அத்தியாயம், 1948 இல் இலங்கை சுதந்திரம் அடைந்ததிலிருந்து 1976 ஆம் ஆண்டு, தமிழ் அரசியற் கட்சிகளின் தலைவர்கள் தமிழீழப் பிரகடனத்தை வட்டுக்கோட்டை மாகாநாட்டில் பிரகடனப்படுத்திய வரை ஏற்பட்ட முக்கியமான அரசியல் நிகழ்வுகளையும், அதனைத் தொடர்ந்து 1983 வரை அவை எவ்வாறு தமிழத் தேசியவாதத்தின் எழுச்சியையும், அதன் முன்னெடுப்பையும் விரைவுபடுத்தின என்பதனையும் உள்ளடக்கியதாக அமையும்.

மேற்படி காலகட்ட அரசியல் வரலாறுபற்றிப் போராசிரியர்களான, ஏ. ஜே. வில்சன், அம்பலவாணர் சிவராசா, கே. எம். டி. சில்வா, மைக்கேல் றொபட்ஸ் போன்ற புலமைசார் அறிஞர்கள் பல நூல்களையும், கட்டுரைகளையும் ஏற்கனவே எழுதி வெளியிட்டுள்ளதால், இவ் அத்தியாயத்தில் மிக முக்கியமான அரசியல் நிகழ்வுகள் மட்டுமே, இந் நூலின் பூரணத்துவம் கருதி, விவரிக்கப்படும். 1947 தொடக்கம் 1956 வரையிலான, தமிழர் பற்றிய வரலாறு முதன்மை ஆதாரங்களின் அடிப்படையில் இதுவரை முறையாக ஆராயப்படாமையால், மேற்படி காலகட்ட அரசியல் நிலைமைகள் பற்றிச் சற்று ஆழமாக ஆராயப்படும். இச் சந்தர்ப்பத்தில் இக் காலகட்ட அரசியல் நிலைமையினைத் தெளிவாகப் புரிந்துகொள்வதற்கு, அக் காலத் தமிழரின் சமூக, பொருளாதாரப் பின்னணி பற்றி நோக்குவது மிக அவசியமாகும்.

இலங்கைப் பூர்வீகத் தமிழர்

இலங்கைத் தமிழர் இலங்கையின் வடக்கு, கிழக்கு மாகணங்களிலேயே பிரதானமாகச் செறிந்து வாழ்கின்றனர். இந்த மாகாணங்களில் வாழும் தமிழர் இனம், மதம், மொழி, கலாசாரம் ஆகியவற்றால் ஒத்தவர் என்ற போதிலும், அவர்களின் பொருளாதார நிலை, பாரம்பரிய சட்டங்கள், வழமை என்பவற்றிலும், விசேடமாக பொருளாதாரக் கட்டுமானங்களிலும், சில வேறுபாடுகளைக் கொண்டுள்ளனர் என்பது ஏற்கனவே ஆராயப்பட்டுள்ளது. கிழக்கு மாகாணத்தில் பிரதானமாக மட்டக்களப்பு, திருகோணமலை மாவட்டங்களில் தமிழர் வாழ்கின்றனர். திருகோணமலை

மாவட்டத்தைப் பொறுத்தமட்டில் அதன் சமூக கட்டமைப்பு யாழ்ப்பாணம், மட்டக்களப்பு ஆகிய இரு மாவட்டங்களினதும் இயல்புகளுக்கு இடைப்பட்ட ஒரு நிலையில் அமைந்ததாகத் தோன்றுகின்றது. மட்டக்களப்பு மாவட்டம் விவசாயத்தையே பிரதானமாகக் கொண்டிருக்க, யாழ்ப்பாண மாவட்டமோ, புகையிலை, மிளகாய், வெண்காயம் போன்ற பணப் பயிர்களுடன், சிறிய அளவிலதான நெற்செய்கையையும் கொண்டுள்ளது. யாழ்ப்பாணத் தமிழர் இலங்கையின் முக்கிய நகரங்களில், விசேடமாகக் கொழும்பு நகரில் வர்த்தக வியாபாரத் துறையிலும் அதிகமாக ஈடுபட்டுள்ளனர். கிழக்கு மாகாணம் கல்வித் துறையில் பின்னடைந்த நிலையில் இருந்தமையால், பொதுச் சேவைத் துறையில் அவர்களுக்குக் கிடைக்க வேண்டிய பங்கு கிடையாமற் போயிற்று. யாழ்ப்பாணத்தில் ஏனைய இடங்கைளைவிடச் சிறந்த கல்வி வசதிகள் இருந்த காரணத்தினால் யாழ்ப்பாணத் தமிழர், பிரித்தானிய ஆட்சிக் காலப் பிற்பகுதியிலும், இலங்கை சுதந்திரம் பெற்ற காலத்தின் பின்னரும், பொதுச் சேவைத் துறையில் ஆதிக்கம் பெற்றிருந்தனர். உதாரணமாக, 1921 ஆம் ஆண்டு கணக்கெடுப்பின்படி, தமிழர், சிங்களவர், பறங்கியர், முஸ்லிம்கள் இன்னும் பிறர், பின்வரும் எண்ணிக்கையில் அரசாங்க சேவைகளில், குறிப்பாக உயர் பதவிகளில் இருந்திருக்கின்றனர். இப் புள்ளி விபரங்களிலிருந்து, அன்றைய காலகட்டத்தில் விருப்புக்குரிய தொழில்களில், பல்வேறு இனத்தைச் சேர்ந்தவர்கள் எந்த அளவிற்கு இடம் பெற்றிருந்திருக்கின்றனர் என்பதை அறியமுடியும். 1948 இல் இலங்கை சுதந்திரம் அடைந்தபின் இந் நிலைமையில் பெரும் மாற்றம் ஏற்பட்டிருக்கிறது என்பதற்கான காரணங்கள் பின்னர் ஆராயப்படும். அதாவது, சிங்கள மக்களுக்கு, பல்வேறு உயர் பதவிகளுக்கான அதிக வாய்ப்பு வழங்கப்பட்டுள்ளதைப் புள்ளி விபரங்கள் காட்டிநிற்கின்றன.[1]

வடமாகாணத் தமிழர் மத்தியில், குறிப்பாக யாழ்ப்பாணக் குடாநாட்டில், சமுதாயத்தின் அதி உச்ச வகுப்பினரான வெள்ளாளச் சாதியினரே ஆங்கிலக்

விருப்புப் பதவிகளில் இனவாரியான எண்ணிக்கை – 1921

இனம்	விருப்புக்குரிய தொழில்களில் ஆண்கள்	மொத்த இலங்கையர் (20 வயதிற்கு மேற்பட்ட ஆண்கள்)
கரையோரச் சிங்களவர்	912	509,909
கண்டிச் சிங்களவர்	75	281,045
மொத்தச் சிங்களவர்	987	790,954
இலங்கைத் தமிழர்	684	139,361
பறங்கியர்	380	83,070
முஸ்லீம்கள்	40	7,852
ஏனையோர் (மலாயர் உட்பட)	51	18,970
மொத்த இலங்கையர்	2142	1,40,207

கல்வித் துறையிலும், நில உடமையிலும் மேலாதிக்கம் பெற்றிருந்தனர். இதே போன்றதொரு நிலையே ஓரளவுக்குச் சிங்களவர் சமுதாயத்திலும் நிலவியது. அச் சமுதாயத்தில், கொயிகம (Goyiagama) எனும் அதியுயர் மட்ட வகுப்பினரே உத்தி யோகபூர்வ அதிகாரத்திலும், கௌரவ அந்தஸ்திலும் மேலாதிக்கம் செலுத்தினர். ஆனால், இக் காலகட்டத்தில், தமிழர் மத்தியில் காணப்பட்டமை போலன்றிச் சிங்களவர் சமுதாயத்தில், கரையார் (Karawas), சலாகம (Salagama), போன்ற சாதியினர் கொயிகம சிங்களவருடன் போட்டியிட்டு, சமூக, பொருளாதார முன்னேற் றத்தை ஈட்டிக் கொண்டனர். பிரித்தானிய ஆட்சியாளரினால் அறிமுகப்படுத்தப்பட்ட

சனத்தொகைப் பரம்பல் — 1921–1946

புவியியல் வலயங்கள்	மாவட்டங்கள்	1921	1946
தேற்கு மேற்கு	கொழும்பு	923,143	1,420,332
	களுத்துறை	323,704	456,572
	காலி	313,118	459,785
	மாத்தறை	238,509	351,947
	மொத்தம்	1,798,474	2,688.609
மலைநாடு	கண்டி	433,993	711,449
	மாத்தளை	116,584	155.720
	நுவரேலியா	167,162	268,121
	பதுளை	233,864	372,238
	இரத்தினபுரி	202,975	343,620
	கேகாலை	268,839	401,762
	மொத்தம்	1,423,417	2,252,910
கிழக்குக் கரையோரம்	மட்டக்களப்பு	158,709	203,186
	திருகோணமலை	3,412	75,926
	மொத்தம்	192,821	279,112
யாழ்மாவட்டம்	யாழ்ப்பாணம்	330,541	424,768
உலர் வலயம்	மன்னார்	25,582	31,538
	வவுனியா	18,706	23,246
	அனுராதபுரம்	96,525	139,534
	குருணாகல்	354,197	485,042
	புத்தளம்	35,610	43,033
	சிலாபம்	102,374	139,764
	அம்பாந்தோட்டை	119,607	149,686
	மொத்தம்	752,601	1,011,893

முதலாளித்துவ உற்பத்தி முறைமையின் காரணமாக, சமுதாயத்தில் மேல் நடுத்தட்டு வகுப்பினராக உயர்ச்சி அடைந்த தமிழரும், பெரும்பாலும் வெள்ளாளச் சாதியைச் சேர்ந்தவராகவே காணப்பட்டனர். வெள்ளாளச் சாதியினர், நிலப் பிரபுக்கள், உயர் பதவிகளிலும், தொழில்சார் நடுநிலைப் பதவிகளிலும் உள்ளோர், வர்த்தகர்கள், வட்டிக்குப் பணம் கொடுப்போர், நடுத்தர விவசாயிகள், கடை முதலாளிகள் என்போரைக் கொண்டிருந்தனர். நில உடமையிலும், கல்வியிலும் பெற்றிருந்த முன்னேற்றத்தின் காரணமாக வெள்ளாளர் அரசியலிலும் தமது மேலாதிக்கத்தைத் தொடர்ந்து பேணி, 1977 வரை, தமிழரின் அரசியலில், கட்சித் தலைமையைக் கட்டுப்படுத்தும் நிலையிலிருந்தனர்.[2]

மேற்காணப்படும் புள்ளிவிபரங்கள் 1946 ஆம் ஆண்டு, இலங்கையின் மொத்தச் சனத்தொகையை வலயம், மாவட்டம் என்ற அடிப்படையில் காட்டுகின்றன. மேலும், சமூக அல்லது இனவாரி அடிப்படையில் 1946 ஆம் ஆண்டு சனத்தொகைப் புள்ளிவிபரங்கள், 1948 ஆம் ஆண்டிலிருந்து இடம்பெற்ற அரசியல் நடவடிக்கைகளை விளங்கிக் கொள்வதற்கு மிகவும் முக்கியமானவையாகும்.

இனவாரியான இலங்கைச் சனத்தொகை – 1946[3]

இனம்	தொகை	நூற்றுவீதம்
கரையோரச் சிங்களவர்	2,902,509	43.6
கண்டிச் சிங்களவர்	1,718,998	25.8
இலங்கைத் தமிழர்	733,731	11.0
இந்தியத் தமிழர்	780,589	11.7
இலங்கை முஸ்லிம்	373,559	5.6
இந்திய முஸ்லிம்	35,624	0.6
மலே இனத்தவர்	22,508	0.3
பறங்கி, யுறேசியன்	41,926	0.6
ஐரோப்பியர்	5,418	0.1
வேடர்	2,361	0.0
ஏனையோர்	4,11	60.7
மொத்தம்	6,658,339	100.00

குறிப்பாக, 1946 ஆம் ஆண்டு, இலங்கைச் சனத்தொகையில் சிங்கள மக்கள் 70 வீதமாகவும், தமிழர் 22.7 வீதமாகவும் காணப்படுகின்றனர். மேலும், இலங்கைத் தமிழரைவிட இந்தியத் தமிழர் எண்ணிக்கையில் கூடுதலாக, அதாவது 1946 இல், இலங்கை சுதந்திரம் அடைவதற்கு முன்னர், இருந்திருக்கின்றனர்.

மலையகத் தமிழர்

இவ் ஆய்வு இலங்கையின் பூர்வீகத் தமிழர் பற்றிய ஓர் ஆய்வாகும். ஆனால், இலங்கையில், தமிழ் மொழியைப் பேசுகின்ற முஸ்லிம் இனத்தவரும் வாழ்கின்றனர். ஆனால், அவர்கள் இலங்கைத் தமிழ்த் தேசியத்தின் வரையறைக்குள் இருந்து

விலகிக் காணப்படுவதால், அவர்களைப் பற்றிய ஆய்வு இங்கு இடம் பெறவில்லை. இவர்களைவிட, 1840 களிலிருந்து, பிரித்தானியப் பெருந்தோட்டச் செய்கையாளரால், இலங்கையின் மலையகப் பிரதேசங்களில் உருவாக்கப்பட்ட கோப்பி, தேயிலை, இரப்பர் தோட்டங்களில் வேலை செய்யும் பொருட்டுத் தென்னிந்தியாவிலிருந்து, குறிப்பாகத் தமிழ் நாட்டிலிருந்து, வரவழைக்கப்பட்ட, தமிழ் மொழி பேசுகின்ற தொழிலாளர் முக்கியமானவர்களாகும். இவர்கள் இலங்கையின் பூர்வீகத் தமிழருடன் வரலாறு, சமயம், மொழி, கலை, கலாசாரம், சமூகம், அரசியல் ரீதியாக நெருங்கிய, ஒன்றுபட்ட உறவுகளை உடையவர்கள். இவர்கள் இலங்கைத் தமிழ்த் தேசியக் கோட்பாட்டின் வரையறைக்குள் பலவகையாலும் நெருக்கமான ஒற்றுமைகளைக் கொண்டுள்ளபோதும், புவியியல் ரீதியாகவும், வரலாற்று ரீதியாகவும் வேறுபட்ட நிலையில் காணப்படுகின்றனர். இருப்பினும் இவர்கள், 1830 கள்முதல், தமிழ் நாட்டிலிருந்து இலங்கைக்கு வந்து மலையகப் பகுதிகளில் உள்ள பெருந்தோட்டங்களில் தொடர்ச்சியாகத் தொழில் புரிந்து, இலங்கைப் பிரசாவுரிமையையும், தேர்தலில் வாக்களிக்கும் அந்தஸ்தையும் பெற்று வாழந்து வருகின்றனர். 1948 ஆம் ஆண்டில் இலங்கை சுதந்திரம் அடைந்ததன் பின்னர், மலையகத் தமிழரின் பிரச்சனை பெரும் அரசியற் பிரச்சனையாக உருவெடுத்தது. தொடர்ந்து வந்த காலங்களிலும் மலையகத் தமிழர், இலங்கை அரசியலில், குறிப்பாக இலங்கைத் தமிழர் அரசியலில் மிக முக்கிய பங்கெடுத்துக் கொள்கின்றார்கள். மேலும், 1977, 1981, 1983 களில் இலங்கைத் தமிழருக்கு எதிராக, சிங்களத் தேசியவாதிகளால் கட்டவிழ்த்து விடப்பட்ட இனப் படுகொலைகளின்போது, மலையகத் தமிழரும் கடுமையாகப் பாதிக்கப்பட்டனர். குறிப்பிட்டளவு மலையகத் தமிழர், மலையகப் பிரதேசங்களிலிருந்து குடிபெயர்ந்து தமிழரின் பிரதேசங்களில், குறிப்பாக வன்னிப் பிரதேசங்களில் குடியேறி, அங்கு தொடர்நது வாழ்ந்து வருகின்றனர். எதிர்காலத்திலும் அவ்வாறான இனப் படுகொலைகள் உருவாகும் பட்சத்தில், மலையகத் தமிழர் மேலும் தமிழ்ப் பிரதேசங்களுக்கு சென்று வாழவேண்டிய நிலைக்குத் தள்ளப்படலாம். எனவே, மலையகத் தமிழர் விரும்பியோ, விரும்பாமலோ, இலங்கைத் தமிழருடன் வாழவேண்டிய நிர்ப்பந்தமும், தமிழர் பிரதேசங்களில் தமது வாழ்வுக்கு உத்தரவாதம் பெறவேண்டிய ஒரு சூழ்நிலையும் ஏற்படக்கூடிய ஒரு சந்தர்ப்பத்தை எதிர்நோக்க வேண்டியவர்களாகவுமே காணப்படுகின்றனர். இவ்வாறான சூழ்நிலையின் மத்தியில், மலையகத் தமிழர், இலங்கைத் தமிழர் தேசியத்தினுள் தவிர்க்க முடியாதவாறு உள்வாங்கப்பட்டே ஆகவேண்டும். எல்லாவற்றிற்கும் மேலாக, 1840 களில் தமிழ் நாட்டிலிருந்து இலங்கையின் மலையகப் பிரதேசங்களிலுள்ள தோட்டங்களில் தொழில் செய்வதன் பொருட்டு, குடிபெயர்ந்து சென்ற அத் தமிழ் மக்களே, இலங்கையின் பூர்விகத் தமிழ் மக்கள் என இன்றுகூடப் பலர், குறிப்பாக மேலைத் தேசத்தவர் நம்பிக் கொண்டிருக்கின்ற அறியாமையையும் தெளிவுபடுத்த வேண்டிய நிலைமையும் உள்ளது. இதன் அடிப்படையில் மலையகத் தமிழர் பற்றிய சுருக்கமான வரலாற்றுப் பின்னணியை இங்கு குறிப்பிடுவது மிக முக்கியமாகின்றது.

1830 களிலிருந்து அல்லது 1883 ம் ஆண்டு டொனமூர் அரசியற் சீர்திருத்தத்துடன் இலங்கையில் முதலாளித்துவப் பொருளாதாரம் மிக விரைவாக

வளரலாயிற்று.[4] 1840 களில், கோப்பிப் பெருந்தோட்டங்கள் உருவாகத் தொடங்கிய காலத்தில், கண்டிப் பிரதேசம் மெல்ல மெல்ல வெளியார் செல்வாக்குக்கு உட்பட ஆரம்பித்தது. பதினேழாம் நூற்றாண்டில் கண்டி இராச்சியத்தில் சிம்மாசனம் ஏறிய தென்னிந்திய நாயக்கர் மூலம் தென்னிந்தியப் பண்பாடு, பொருளாதாரம், அரசியல் என்பன கண்டிப் பிரதேசத்தில் பரவின. 1815 ஆம் ஆண்டிலிருந்து பிரித்தானியர் கண்டிப் பிரதேசத்தினைக் கைப்பற்றியதன் விளைவாக மலையகப் பிரதேசங்களில் கோப்பிப் பெருந்தோட்டப் பயிர்ச்செய்கை விரிவடைந்தது. மேற்கிந்திய கோப்பிப் பெருந்தோட்டங்கள் வீழ்ச்சியடைந்ததன் விளைவாக ஐரோப்பாவில் கோப்பிக்கு பெரும் கிராக்கி ஏற்பட்டவே[5] பிரித்தானிய தனியார் முதலீட்டாளர் முதலீடு செய்வதற்குப் புதிய இடங்களைத் தேடத் தொடங்கினர். அரசியல் ஸ்திரமும், ஒன்றுபடுத்தப்பட்ட நிர்வாகக் கட்டமைப்பும், உகந்த தட்பவெட்ப நிலையும் கொண்டிருந்த இலங்கை, கோப்பிப் பயிர்ச் செய்கையில் முதலீடு செய்வதற்கு மிகச் சிறந்த இடமாகத் தோன்றியது. இதன் விளைவாக, பணப்பயிர்ச் செய்கையை அடிப்படையாகக் கொண்ட பெருந்தோட்டப் பயிர்ச்செய்கை இலங்கையில் அறிமுகப்படுத்தப்பட்டு, இலங்கை உலகச் சந்தையுடன் நெருக்கமாக இணைந்தது. பிரித்தானிய காலனிய ஆட்சியாளரால், கோப்பிப் பயிர்ச்செய்கைக்கான முதலும், உடல் உழைப்பும், நவீன தொழில் முயற்சியின் கீழ் இணைக்கப்பட்டு, ஒழுங்கமைக்கப்பட்டன. இலங்கையில் பத்தொன்பதாம் நூற்றாண்டின் பெருந்தோட்டத்துறை வளர்ச்சியில், முதலும், முயற்சியும், முதலில் பிரித்தானிய அதிகாரிகளிடமிருந்தும், பின்னர் பிரித்தானிய முயற்சியாளரிடமிருந்துமே வந்தன. இலங்கை அரசு, தனது 1840 ஆம் ஆண்டு இல. 12, 1841 ஆம் ஆண்டு இல. 9, காணிக் கட்டளைச் சட்டங்கள் மூலம், முதலீட்டாளருக்கு சட்டபூர்வமானதும், சுதந்திரமானதுமான காணி உரிமையை வழங்கி, திடமான சட்டப் பாதுகாப்பை வழங்கியது.[6]

பெருந்தோட்டப் பயிர்ச்செய்கைப் பொருளாதாரம் இயல்பாகவே, தோட்டங்களில் தொழில் செய்வதற்குப் பெருந்தொகையான தொழிலாளருக்கான தேவையை மிகவும் அதிகமாக்கியது. மரங்களைத் தறிக்கவும், காடுகளைத் துப்பரவு செய்யவும், பெருந்தோட்டப் பயிரைச் செய்கை பண்ணவும் தொழிலாளர் தேவைப்பட்டனர். கோப்பி பயிரானதும், அதைப் பறிப்பதற்கும், கொண்டு செல்வதற்கும் தொழிலாளர் தேவைப்பட்டனர். 1830 களில், கோப்பிப் பயிர்ச்செய்கை ஆரம்பநிலையில் இருந்தபோது சிறிய எண்ணிக்கையிலான கோப்பித் தோட்ங்களே இருந்தன. அப்போது சில இடங்களில் வாழ்ந்த சிங்களவர் அங்கு வேலை செய்ததுண்டு.[7] ஆயினும் பிரித்தானியத் தோட்டத்துரைமாருக்கு தொழிலாளர் பற்றாக்குறை மிகவும் சிரமத்தைக் கொடுத்தது.

இக் காலகட்டத்தில், இந்தியாவில் ஏற்பட்ட சனத்தொகைப் பெருக்கம், அதிகரித்துச் சென்ற பொருளாதார நெருக்கடி, மழையின்மை காரணமாக ஏற்பட்ட பின்னடைவு என்பனவற்றால் அங்குள்ள மக்கள் வறுமையின் பிடிக்குள் அகப்பட்டு வருமானத்தைத் தேடி அலைவதைக் கண்ட பிரித்தானியத் தோட்த்துரைமார் இச் சந்தர்ப்பத்தை நன்கு பயன்படுத்திக் கொண்டனர். பிரதானமாகத் தமிழ் நாட்டிலிருந்து தொழிலாளரைத் திரட்டுவதில் பல அனுகூலங்கள் அவர்களுக்கு இருந்தன.

முதலாவதாக, இந்தியத் தொழிலாளர் பல மாதங்களுக்காவது தோட்டங்களில் நிரந்தரமாகத் தங்கி வசிப்பார்கள் என்ற காரணத்தினால் அவர்களுடைய உழைப்பு அக் காலத்தில் கிடைக்கும் என்பது நிச்சயமாக இருந்தது. இரண்டாவதாக, இந்தியத் தொழிலாளரை மிக மலிவாக வேலைக்கு அமர்த்தக் கூடியதாகவிருந்தது. மூன்றாவதாக, அவர்கள் தமது சொந்த நாட்டிலிருந்து வெளியேறி அந்நிய நாட்டில் வாழ்வதனால் அவர்களை இலகுவாகக் கட்டுப்பாடு செய்ய முடிந்தது. நான்காவதாக, இந்தியாவிலிருந்து இலங்கைக்கு வருவதற்கு அக் காலகட்டத்தில் இந்தியருக்குக் கட்டுப்பாடுகள் இருக்கவில்லை. இதன் விளைவாக, தென்னிந்தியாவில் வாழந்த, எழுத்தறிவற்ற, தமக்காகக் குரலெழுப்பத் தெரியாத, மிக வறுமைப்பட்ட மக்களே இலங்கைக்குக் குடிபெயர்ந்தவர்களில் பெரும் பங்கினராக இருந்தனர். இவ்வாறு

மன்னார், கொழும்பு வழியாக
குடிவரவு 1880–1899
(முழுமையான எண்ணிக்கையில்)[9]

வருடம்	மன்னார் வழியாக வந்தவர்கள்	கொழும்பு வழியாக வந்தவர்கள்
1880	20,800	
1881	27,400	
1882	26,600	
1883	15,600	
1884	20,500	
1885	24,000	
1886	18,000	
1887	24,000	
1888	51,000	
1889	34,100	4,970
1890	40,700	15,000
1891	47,700	26,000
1892	45,600	37,300
1893	34,500	20,400
1894	29,100	21,100
1895	31,400	50,200
1896	28,300	60,500
1897	27,500	95,600
1898	17,400	73,800
1899	3,500	23,700

இலங்கை அரசின் அரசியல் நடவடிக்கைகளும், தமிழ்த் தேசியத்தின் எழுச்சியும்

தென்னிந்தியாவிலிருந்து வந்த இந்தியத் தொழிலாளர்களில் பெரும்பான்மையினர் திருச்சி, திருநெல்வேலி, மதுரை, தஞ்சாவூர், சேலம், ஆர்க்காடு போன்ற தமிழ்ப் பிரதேசங்களிலிருந்து வந்தவர்களாவர்.[8] 1880 தொடக்கம் 1900 வரை, தென்னிந்தியாவிலிருந்து இலங்கையின் வடபகுதி வழியாகவும், கொழும்பு வழியாகவும் மலையகத்தை வந்தடைந்த இந்தியத் தொழிலாளர்களின் எண்ணிக்கை, 1900 ஆம் ஆண்டு, கொழும்பு குடிவரவு திணைக்கள அறிக்கை மூலமும், 1900 ஆம் ஆண்டு மன்னார் அரச அதிபரின் அறிக்கைகளிலிருந்தும் பெறமுடிகிறது.

1887 ஆம் ஆண்டிலிருந்து, தேயிலைப் பயிர்ச் செய்கையும் தீவிரமாக விரிவடைந்தமையால் தொழிலாளர் குடிவரவு அதிகரித்துள்ளது. இக் காலகட்டத்தில் ஏறத்தாழ 568,330 ஏக்கர் நிலம் தேயிலைப் பயிர்ச்செய்கைக்கு உட்படுத்தப்பட்டது.[10] மேலும், 1904 - 1910 காலப்பகுதியில், இலங்கையில், புதிய வர்த்தகப் பயிரான இரப்பர் பயிரிடப்பட்டு அச் செய்கை மிகவும் துரிதகதியில் வளர்ச்சியடைந்தது. மோட்டார் கார் உற்பத்தியில் காணப்பட்ட முன்னேற்றமே உலகச் சந்தையில் இரப்பருக்கு அதிக தேவையை உருவாக்கியிருந்தது. இதனால், இரப்பர் செய்கையில் முதலீடு அதிகரித்து, 1904 ஆம் ஆண்டில் 25,000 ஏக்கரளவில் செய்கை பண்ணப்பட்ட இரப்பர் 1910 ஆம் ஆண்டில் 203,000 ஏக்கராக அதிகரித்தது.[11] இந்த அபிவிருத்திகள், தவிர்க்கமுடியாத வகையில் தொழிலாளருக்கான தேவையை மேலும் அதிகரித்தன. ஆரம்பத்தில் வளர்ந்தோரே இப் பெருந்தோட்ட வேலைகளுக்கு தொழிலாளராகக் கொண்டு வரப்பட்டனர். தோட்டத் தொழிலாளர் குடிவரவு எண்ணிக்கை, பின்வரும் வகையில் 1900 லிருந்து 1909 வரை அதிகரித்துள்ளது.[12]

வருடம்	குடிவரவாளர் எண்ணிக்கை
1900	101,600
1901	39,100
1902	28,600
1903	40,100
1904	51,400
1905	109,200
1906	70,900
1907	தகவல்கள் கிடைக்கவில்லை
1908	73,800
1909	66,700

1880 களிலிருந்து 1909 வரையில் தென்னிந்தியாவிலிருந்து இலங்கை வந்து, மலையகப் பிரதேசத்திலுள்ள கோப்பி, இரப்பர், தேயிலைத் தோட்டங்களில் வேலை செய்தவர்களின் எண்ணிக்கையை பல்வேறுபட்ட அறிக்கைகளிலிருந்து கிடைக்கப்பெற்ற விபரங்கள் மூலம் இயன்றளவு எடுத்துக் காட்ட முடிந்தது. இதற்கு மேலாக, இலங்கை சனத்தொகைக் கணிப்பீட்டு புள்ளிவிபரங்களில் உள்ள

மலையகத் தொழிலாளரின் எண்ணிக்கையை இங்கு நோக்குவது அவசியமாகும். குடிபெயர்ந்து வந்த மலையகத் தோட்டத் தொழிலாளர் பற்றிய விபரங்கள் மேற்கூறப்பட்ட அறிக்கைகளில் எவ்வளவு தூரம் பதிவாகியுள்ளன என்பது கேள்விக்கு இடமானது. அத்தோடு, குடிபெயர்ந்து மலையகத் தோட்டங்களில் வேலை செய்ய வந்த தென்னிந்தியர்களின் குடும்ப அங்கத்தவர் மேற்படி புள்ளிவிபரங்களில் சேர்க்கப்பட்டனரா என்பதுபற்றித் தெளிவாக அறியமுடியவில்லை. அத்துடன் 1840 களிலிருந்து தென்னிந்திய மக்கள் மலையகத் தோட்டங்களில் வேலை செய்வதற்காகத் தொடர்ச்சியாக வந்து நிரந்தரமாக அங்கு வாழ்ந்துள்ளார்கள். எனவே, அவர்களின் சனத்தொகை எண்ணிக்கை அதிக அளவில் பெருகியிருக்கும். அந்த வகையில், இலங்கை சனத்தொகைத் திணைக்களத்தின் சனத்தொகைக் கணக்கெடுப்பின் புள்ளிவிபரங்களில் உள்ள தரவுகளை மிகச் சுருக்கமாக இங்கு நோக்குவது அவசியமாகும்.

இந்தியத் தமிழ் தோட்டத் தொழிலாளர்
சனத்தொகை வளர்ச்சி[13]

வருடம்	குடித்தொகை
1827	10,000
1847	50,000
1877	146,000
1911	457,000
1921	493,944
1931	692,540
1946	665,853
1961	949,684

இலங்கையின் 1946 ஆம் ஆண்டு குடிசனமதிப்பு அறிக்கையின்படி, இந்தியத் தமிழரின் மொத்த எண்ணிக்கை 780,589 ஆக இருந்தது. ஆனால், மேலே காட்டியுள்ள புள்ளிவிபரப்படி, 1946 இல் இலங்கைக்குக் குடிபெயர்ந்த இந்தியரின் எண்ணிக்கை 665,853 எனக் குறிப்பிடப்பட்டுள்ளது. இந்த வேறுபாட்டுக்குக் காரணம், ஒருவேளை கொடிக்காராவால் (முழனமையசய) தொகுக்கப்பட்ட புள்ளிவிபர அறிக்கை, இந்தியத் தமிழரின் மொத்த எண்ணிக்கையின் அடிப்படையில் தொகுக்கப்படாது, குடிவரவு தொழிலாளர் என்ற அடிப்படையில் தயாரிக்கப்பட்டமையாக இருக்கலாம். இதே 1946 குடிசனமதிப்பு அறிக்கை இலங்கைத் தமிழரின் மொத்த எண்ணிக்கை 733,731 மட்டுமே எனக் காட்டுகின்றது. இதில் சுவாரஸ்யமான விடயம் என்னவெனில் 1946 இல் இந்தியத் தமிழரின் தொகை இலங்கைத் தமிழரின் தொகையைவிட அதிகமாக இருப்பதுதான். இந்த விடயமே, இலங்கை 1948 பெப்ரவரியில் சுதந்திரம் பெற்றதும், அதி தீவிரமான பிரச்சனையாக உருவெடுத்தது.

மேற்படி வரைபடத்தில் காட்டப்பட்டுள்ள மலையக மாகாணங்களில் வாழ்ந்த தென்னிந்தியத் தமிழரின் வாழ்க்கைத்தரம் மிகவும் தாழ்ந்ததாகவே ஆரம்ப

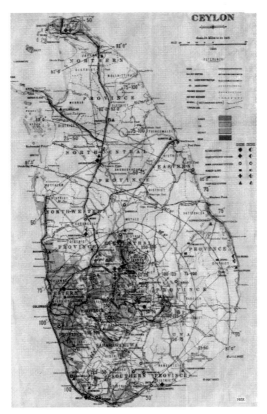

இலங்கை வரைபடம் பிரித்தானியர் ஆட்சிக்காலம்
(மலையகப் பிரதேசம்)

காலகட்டங்களில் காணப்பட்டது. இருப்பினும், இத் தொழிலாளருக்கு வழங்கப்பட்ட வேதனம், அவர்கள் இந்தியாவில் பெற்றதனைவிட அதிகமாக இருந்தது.[14] ஆரம்ப காலங்களில், தென்னிந்தியாவிலிருந்து வந்த தொழிலாளர் இலங்கையைத் தமது நிரந்தர வதிவிடமாக்கிக் கொள்ளவில்லை. ஆனால், பத்தொன்பதாம் நூற்றாண்டின் இறுதிக் காலகட்டங்களில் ஆரம்பிக்கப்பட்ட தேயிலைப் பயிர்ச்செய்கை, கோப்பிப் பயிரைப் போன்றல்லாது, வருடம் முழுவதுமே தொழில் பெறும் வாய்ப்பை அவர்களுக்கு அளித்ததன் விளைவாக, அவர்கள் இலங்கையைத் தமது நிரந்தர வதிவிடமாக்கிக் கொண்டனர். இந்த இந்தியத் தமிழர் மதம், மொழி, கலாசாரம் என்பவற்றில் சிங்களவரிலிருந்து வேறுபட்டிருந்தமையால் அவர்கள் சிங்களக் கிராமங்களிலிருந்து அந்நியப்பட்டவர்களாகவே வாழந்தனர். இலங்கையின் மக்கள் இனத் தொகுப்பமைப்பில் இந்தப் புதிய அம்சம் ஏற்படுத்திய தாக்கம், அது புவியியல் ரீதியில் ஓரிடத்தில் மிகச் செறிவாகவும், அதிகமாகவும் இருந்தமையால் மேலும் தீவிரமாக இருந்தது. கொடிக்கார அவர்கள் சுட்டிக் காட்டியமைபோன்று,

> “தோட்டத் தொழிலாளர் பெரும்பாலும் தமது அரசியல், சமூக வாழ்வில், தனியானதும், தனிமைப் படுத்தப்பட்டதுமான ஒரு, தோட்டத் தொழிலாளர் இனமாக, சிங்களவருடன் எதுவித தொடர்பும் அற்றவராய் வாழ்ந்தனர்.”[15]

புதிய நிர்வாக முறைமை அறிமுகமும், ஆங்கிலப் பாடசாலைகள் நிறுவப்பட்டமையும், மக்களுக்கு தொழில் வாய்ப்புக்களை ஏற்படுத்தின. இந்த மாற்றங்களின் விளைவாக, காலகதியில், இன, மொழித் தடைகளை மீறியவாறு, புதிய நடுத்தர வர்க்கம் ஒன்று தோன்றியது. இந்த வகுப்பினர், தோட்டச் சொந்தக்காரர், வர்த்தகர், போக்குவரத்து முகவர், நியாயாவாதிகள், வைத்தியர், ஆசிரியர், அரசாங்க ஊழியர் உள்ளிட்டவராய் இருந்தனர். புதிய முயற்சிகளின் வாயிலாக செல்வத்தைச் சேர்த்துக் கொள்ளக் கூடியவர்கள் பெருந்தோட்டங்களை வாங்க ஆரம்பித்தனர். படிப்படியாக, தேயிலைத் தோட்ங்களில் சிறிய எண்ணிக்கையிலும், இரப்பர் தோட்டங்களில் பாதிக்கு மேற்பட்ட எண்ணிக்கையிலும், அனேகமான தென்னந் தோட்டங்களும் இலங்கையர் உடமைகளாகின.[16]

சுதந்திர இலங்கையின் அரசியல் நடவடிக்கைகளையும், அவை சோல்பரி அரசியல் யாப்புக்கு எவ்வகையில் முரணானவை என்பதுபற்றியும், அதன் விளைவாகத் தமிழா் தேசியவாத எழுச்சி வலுப்பெற்றது என்பது பற்றியும், தமிழ் அரசியற் தலைவர்கள் எவ்வாறு அச் சூழ்நிலையில் தமது அரசியலை முன்னெடுத்தார்கள் என்பதுபற்றியும், ஆராய்வதற்கான அடித்தளம் ஒன்றிற்கு இவ் வரலாறு மிக முக்கியமாகிறது.

நவீன உலகை உந்திச் செல்லும் சக்திகளில், தேசியவாதம் என்ற கருத்துரு ஒன்றாக இருப்பினும், அதற்கு திட்டவட்டமானதோர் வரைவிலக்கணம் இல்லை. காள்ரன் ஜே. எச். ஹேயிஸ் (Carlton. J. H. Hayes) அவர்கள் சொல்வதுபோல்,

> “தேசியவாதம் என்பது, தேசப்பற்றும் தேசிய உணர்வும் இணைந்த ஒன்றாக இருப்பதுடன், தேசியத் தேசப்பற்றே, மனிதனுக்குள்ள ஏனைய விசுவாசம் அனைத்திலும் பார்க்கப் பிரதான ஆதிக்கம் வகிக்கும் ஒன்றாகும்.”[17]

ஜோன் கென்னடி, மேற்கத்திய தேசியவாதத்தையும், ஆசிய தேசியவாதத்தையும் வேறுபடுத்தும் வகையில் வருமாறு தன் விவாதத்தை முன்வைக்கின்றார்.

> “மேற்குலகின் தீமையான பாதிப்புக்களால் கறைபடாத வண்ணம், ஆசிய சமூகத்தின் பாரம்பரிய தர்மங்களும், சாதனைகளும் மறுமலர்ச்சி பெறுவதற்காக உழைப்பவரே ஆசியத் தேசியவாதி.”[18]

ஒருவர் தனது தேசத்தின்மீதும், அத் தேசத்தின் உயர்வான பாரம்பரியங்கள் மீதும் அளவிறந்த பற்றுக் கொண்டவராக இருப்பது, பொதுவாக, எல்லா மனிதருக்கும் உரியதான மனிதப் பண்பாகும் என்பதனையே காள்ரன் அவர்கள் கூற முனைகின்றார். ஆனால், கென்னடி அவர்கள், காள்ரன் கூறிய ஒரு பொது நியதியிலிருந்து சற்று

ஆழமாகச் சென்று, மேலைத் தேசங்களில் காணப்படும் தேசியவாதத்திற்கும், கீழைத்தேய நாடுகளான, ஆசியாவில் காணப்படும் தேசியவாதத்திற்கும் இடையில் வேறுபாடுகள் இருப்பதாகவும், நோக்குவதை அவதானிக்க முடிகிறது. ஆசியத் தேசியவாதம், ஐரோப்பிய ஆதிக்கத்திலிருந்தும், ஐரோப்பிய மதம், மொழி, கலாசாரம் போன்றவற்றிலிருந்தும், தமது பாரம்பரிய விழுமியங்களையும், தேச சுதந்திரத்தையும் மீட்டெடுத்து, அவற்றைத் தொடர்ந்தும் பாதுகாப்பதன் பொருட்டும், எழுச்சி பெற்றவை என அவர் கருதுகின்றார். இந்த அடிப்படையிற்தான், இலங்கையில் தமிழர் தேசியவாதம் கருக்கொண்டு, வளர்ச்சி பெற்றதைக் காணமுடிகிறது. ஏற்கனவே முன்னைய அத்தியாயங்களில் கலந்துரையாடப்பட்டது போன்று, 1850 களிலிருந்து, ஆங்கிலக் கல்விபெற்ற தமிழ் அறிஞர்களினால், தமிழரின் மதம், மொழி, கலாசாரம் ஆகிய பாரம்பரியப் பண்பாட்டு விழுமியங்களை, மேலைத்தேச ஆக்கிரமிப்பாளரிடமிருந்தும், கிறிஸ்தவ மதத்தினிடத்துமிருந்தும் பாதுகாப்பதன் பொருட்டுத் தூண்டப்பட்டு, எழுச்சி பெற்று, வளர்ந்த ஒரு கலாசாரத் தேசியவாதமாகத்தான் தமிழ்த் தேசியவாதம் முதலிலே எழுச்சி பெற்றுள்ளது.

இருபதாம் நூற்றாண்டின் ஆரம்ப காலத்தில் தோற்றம் பெற்ற 'யாழ்ப்பாணச் சங்கம்' (1905), 'தமிழர் மகாஜன சபை' (1921), 'யாழ்ப்பாண வாலிபர் காங்கிரஸ்'(1924) ஆகிய தமிழ் அரசியல் அமைப்புகள், தாமும் இலங்கை ஆட்சியில் பங்கெடுத்துக் கொள்வதற்காக, அரசியற் சீர்திருத்தங்கள் கோரி, பிரித்தானிய அதிகார வர்க்கத்துடன் கிளர்ச்சிகளில் இறங்கின. இக் காலகட்டங்களிலிருந்து 1940 கள் வரையில், தமிழ் அரசியற் தலைவர்கள், தமது அரசியல் உரிமைகளை வென்றெடுப்பதற்காக, தொடர்ச்சியாக அரசியற் சீர்திருத்தக் கிளர்ச்சிகளில் இறங்கியமை பற்றியும், அந் நிகழ்வுகள் எவ்வாறு தமிழ்த் தேசியவாதத்தின் எழுச்சிக்கு வழிகோலின என்பது பற்றியும், ஏற்கனவே முன்னைய அத்தியாயங்களில் ஆராயப்பட்டது. மேலும், 1944 ம் ஆண்டிலிருந்து, தமிழ் அரசியற் தலைவர்கள், பெரும்பான்மையினருக்கு வழங்கப்பட்டது போன்று, சிறுபான்மையினருக்கும், சிறுபான்மையினரில் பெரும்பான்மை வகிக்கும், இலங்கையின் பூர்வீகத் தமிழருக்கும் ஆட்சியில் சமபிரதிநிதித்துவம் தரப்படவேண்டும் என்று பல வழிகளிலும் தமது வாதங்களை முன்வைத்தனர். அத்தோடு, தமிழருக்கு, அவர்களது பாரம்பரிய பிரதேசத்தில், தனியான ஆட்சி அலகு தரப்படவேண்டும் என்ற கொள்கைகளை முன்வைத்தமை பற்றியும் ஏற்கனவே எடுத்துரைக்கப்பட்டுள்ளது. அரசுரிமைக்கான, இவ்வாறான தொடர்ச்சியான வாதங்களும், பிரதிவாதங்களும் தமிழரின் தேசிய எழுச்சியின் படிக்கற்களாக அமைந்திருப்பதைப் பார்க்கலாம்.

துரதிர்ஷ்டவசமாக, 1947 ஆம் ஆண்டில் அறிமுகப்படுத்தப்பட்ட சோல்பரி அரசியல் யாப்பு, பெரும்பான்மை மக்களின் அரசியற் தலைவர்களிடம் நாட்டை ஆளும் பொறுப்பை ஒப்படைத்தது. பிரித்தானிய வெஸ்ற்மின்ஸ்ரர் பாராளுமன்ற அமைப்பு முறையில் தயாரிக்கப்பட்ட சோல்பரி அரசியல் யாப்பு, எந்தவகையிலும் இலங்கை போன்ற பல்லின மக்கள் வாழும் ஒரு நாட்டிற்குப் பொருத்தமாக அமையமாட்டாது என்பது பற்றியும் ஏற்கனவே ஆராயப்பட்டது. சிறுபான்மையினரின் அரசியல் நலன்கள், அரசியல் உரிமைகள் என்பவை பற்றி எவ்வாறான கோட்பாடுகளையும், நடைமுறைகளையும் கருத்திற் கொண்டு சோல்பரி பிரபுவும்,

அவரது ஆணைக் குழுவினரும் சோல்பரி அரசியற் திட்டத்தை அமுல்படுத்தினார்களோ, அவர்களது அத்தனை திட்டங்களும், கருத்துக்களும், நம்பிக்கைகளும் நிறைவேற்றப்படாது, புறந்தள்ளப்பட்டது. 1948 ஆம் ஆண்டு, இலங்கைக்கு டொமினியன் அந்தஸ்து வழங்கப்படவிருப்பதை, 1947 லேயே நன்கு அறிந்திருந்த டி. எஸ். சேனநாயக்காவும், அவரது அமைச்சரவையும், தமிழ் அரசியற் தலைவர்களினதும், ஏனைய சிறுபான்மையின அரசியற் தலைவர்களினதும் ஆதரவைப் பெற்று, பிரித்தானிய அதிகார வர்க்கத்துக்குத் தன்மேல் நம்பிக்கை ஏற்படும்படி செய்வதன் பொருட்டு, அவர் மிகவும் திட்டமிட்டுத் தமது அரசியற் செயற்பாடுகளை நடைமுறைப்படுத்தியிருந்தார் என்பதனை, 1947 ஆம் ஆண்டுத் தேர்தலும், அதனைத் தொடர்ந்து அமைக்கப்பட்ட பாராளுமன்றமும், சுதந்திரத்திற்குப் பின்னர் நடைபெற்ற அரசியல் நிகழ்வுகளும் தெளிவாக எடுத்துக் காட்டுகின்றன. தமிழ் அரசியற் தலைவர்கள் எவ்வாறு 1947 ஆம் ஆண்டுத் தேர்தலில் டி. எஸ். சேனநாயக்காவினாலும், அவரது குழுவினராலும் தந்திரமாக ஏமாற்றப்பட்டனர் என்பது பற்றியும், தமிழ் காங்கிரஸ் கட்சியின் தலைவரான ஜி. ஜி. பொன்னம்பலம் அவர்களும், ஏனைய தெரிவு செய்யப்பட்ட தமிழ்ப் பாராளுமன்ற உறுப்பினர்களும் எவ்வாறு, ஒட்டுமொத்தமாக, தமது சமபிரதிநிதித்துவக் கோரிக்கையைக் கைவிட்டு, 'இளகுநிலை ஒத்துழைப்பு' (Responsive cooperation) என்ற மாயை வார்த்தையினால் தமிழ்த் தேசத்தையே ஒட்டுமொத்தமாக ஏமாற்றினார்கள் என்பது பற்றியும், இதற்கு முன்னைய அத்தியாயத்தில் மிகவும் தெளிவாக எடுத்துரைக்கப் பட்டுள்ளது. சுருக்கமாகக் கூறின், ஆறுமுக நாவலர் அவர்களால் 1850 களிலிருந்து ஆரம்பித்து வைக்கப்பட்ட, தமிழர் கலாசார தேசிய விழிப்புணாவும், எழுச்சியும், இருபதாம் நூற்றாண்டின் ஆரம்ப காலகட்டம் வரை தொடர்ச்சியாகப் பல சாதகமான பாதிப்புக்களை ஏற்படுத்தியிருந்தன. 1920 களிலிருந்து, சேர். பொன். அருணாசலம் அவர்களால் தோற்றுவிக்கப்பட்ட அல்லது கருப்பெற்ற, தமிழர் தேசியவாத எழுச்சி, 1924 களில் அவரது மறைவுடன் ஒரு தேக்கநிலையை அடைந்தது. அதன் பின்னர், கொழும்பைத் தமது வாழ்விடமாகக் கொண்ட தமிழ் அரசியற் தலைவர்கள், தமிழரின் அரசியல் எதிர்காலத்தையிட்டு எதுவித தூரநோக்கும் இன்றிச் செயற்பட்டமையே, தமிழர் தமது அரசியல் தேசியத்தை 1948 இல் வென்றெடுக்க முடியாமல் போனதற்கான காரணமாக அமைந்ததை வரலாறு காட்டுகின்றது. இருந்தும், 1930 களிலிருந்து, இடம்பெற்ற பல்வேறு அரசியல் நிகழ்வுகள், குறிப்பாக சமபிரதிநிதித்துவக் கோரிக்கை, வடக்கு, கிழக்கிற்கான ஆட்சியுரிமைக் கோரிக்கை என்பன தமிழர் தேசிய எழுச்சியினை வேகப்படுத்திய செயல்களாக அமைந்திருக்கின்றன என்று கூறுவதில் தவறில்லை. 1948 இல் இலங்கை சுதந்திரம் அடைந்ததன் பின்னரான அரசியல் நடவடிக்கைகள் தமிழர் தேசிய எழுச்சியினை மேலும் மிக வேகமாக விரிவுபடுத்திச் சென்றன. சுதந்திரத்தின் பின்னதான அரசியல் நடவடிக்கைகள், சிறுபான்மையினரைப் பொறுத்தவரையில் எவ்வாறு சோல்பரி அரசியல் யாப்புக்கு முரணாகச் செயற்படுத்தப்பட்டன என்பதனையும், தமிழ் அரசியற் தலைவர்களின் தொடர்ச்சியான அரசியல் நடவக்கை ஈற்றில், இலங்கைப் பெரும்பான்மை அரசின் நடவடிக்கைகள் காரணமாகத் தவிர்க்க முடியாதவாறு 1970 களில் இருந்து தமிழரின்

சுதந்திரப் போராட்டத்துக்கு இட்டுச் சென்றது என்பதுபற்றியும் தொடர்ந்து ஆராய்வது அவசியமாகின்றது.

1947 ஆம் ஆண்டு நடைபெற்ற பொதுத் தேர்தல் முடிவுகளின்படி, இலங்கைத் தமிழர் பிரதிநிதிகளாக 12 பேரும், இந்தியத் தமிழர் பிரதிநிதிகளாக 7 பேரும் பாராளுமன்றத்திற்கு, சோல்பரி அரசியற் திட்டத்தின் கீழ் தெரிவு செய்யப்பட்டனர். இலங்கைத் தமிழர், தமிழ் காங்கிரஸ் கட்சியின் கீழும், இந்தியத் தமிழர், இலங்கைத் தொழிலாளர் காங்கிரஸ் கட்சியின் கீழும், தேர்தலில் போட்டியிட்டிருந்தனர். தமிழர் சார்பாகத் தெரிவுசெய்யப்பட்ட 20 பிரதிநிதிகளின் விபரங்களை இங்கு குறிப்பிடுவது அத்தியாவசியமாகின்றது. ஏனெனில், இவர்கள்தான் சோல்பரி அரசியல் யாப்பின் கீழ் முதன்முதலில் தெரிவுசெய்யப்பட்டுப் பாராளுமன்றம் சென்றவர்களாவர். அத்துடன் இலங்கை 1948 இல் சுதந்திரமடைந்தபோது மேற்படி பாராளுமன்றப் பிரதிநிதிகள்தான் தொடர்ந்தும் பாராளுமன்றத்தில் இருந்தார்கள். இந்தியத் தமிழரின்

1947 தேர்தலில் பாராளுமன்றத்துக்குத் தெரிவான தமிழ்ப் பிரதிநிதிகள் விபரம்[19]

பெயர்	தொகுதி	அரசியற்கட்சி
இலங்கைத் தமிழர்		
1. பொன்னம்பலம் கணபதிப்பிள்ளை காங்கேசர்	யாழ்ப்பாணம்	தமிழ்க்காங்கிரஸ்
2. செல்வநாயகம் சாமுவேல் ஜேம்ஸ் வேலுப்பிள்ளை	காங்கேசன்துறை	தமிழ்க்காங்கிரஸ்
3. கனகரத்தினம் கந்தையா	வட்டுக்கோட்டை	தமிழ்க்காங்கிரஸ்
4. குமாரசாமி வேலுப்பிள்ளை	சாவகச்சேரி	தமிழ்க்காங்கிரஸ்
5. தம்பிஜயா அல்பிரட் லியோ	ஊர்காவற்துறை	தமிழ்க்காங்கிரஸ்
6. இராமலிங்கம் தாமோதரம்பிள்ளை	பருத்தித்துறை	தமிழ்க்காங்கிரஸ்
7. சிவபாலன் சுப்பிரமணியம்	திருகோணமலை	தமிழ்க்காங்கிரஸ்
8. எதிர்மனசிங்கம் உடையார்	பாண்டிருப்பு	தமிழ்க்காங்கிரஸ்
9. சிற்றம்பலம் கதிரவேலு	மன்னார்	சுயேட்சை
10. நல்லையா வல்லிபுரம்	கல்குடா	தமிழ்க்காங்கிரஸ்
11. வன்னியசிங்கம் குமாரசாமி	கோப்பாய்	தமிழ்க்காங்கிரஸ்
12. சுந்தரலிங்கம் செல்லப்பா	வவுனியா	சுயேட்சை
13. Dr. E.M.V. நாகநாதன்	கொழும்பு	நியமனம்
இந்தியத் தமிழர்		
1. குமாரவேலு கருப்பையா	கொட்டகல	இலங்கைத்தொழிலாளர் காங்கிரஸ்
2. நடராசா கந்தப்பிள்ளை வேலுப்பிள்ளை	பண்டாரவளை	இலங்கைத்தொழிலாளர் காங்கிரஸ
3. இராஜலிங்கம் காளிமுத்து	நாவலப்பிட்டி	இலங்கைத்தொழிலாளர் காங்கிரஸ்
4. இராமலிங்கம் தேசிகர்	அழுத்நுவர	இலங்கைத்தொழிலாளர் காங்கிரஸ்
5. சுப்பையா சங்கரலிங்கம் முனியாண்டிபிள்ளை	பதுளை	இலங்கைத்தொழிலாளர் காங்கிரஸ்
6. தொண்டைமான் சௌமியமூர்த்தி	நுவரேலியா	இலங்கைத்தொழிலாளர் காங்கிரஸ்
7. வேலுப்பிள்ளை கண்ணப்பன்	தலவாக்கொல்ல	இலங்கைத்தொழிலாளர் காங்கிரஸ்

பிரசாவுரிமையும், வாக்குரிமையும் ஐக்கிய தேசியக் கட்சியினால், சட்ட மூலம் பறிக்கப்பட்டபொழுது பாராளுமன்றத்தில் இருந்தவர்களும் இவர்கள்தான். அவ்வாறான மசோதாவுக்கு சாதகமாகப் பலரும், பாதகமாகச் சிலரும் வாக்களித்து, அச் சட்டத்தை நிறைவேற்றத் துணைபோனவர்களும் இவர்களேதான். எனவே, மேற்படி தமிழ்ப் பிரதிநிதிகளைப் பற்றிய விபரங்களைக் குறிப்பிடவேண்டியது மிக அவசியமாகின்றது. மேலதிகமாக இரண்டு தமிழ்ப் பிரதிநிதிகள் சில தொகுதிகளுக்கு நியமிக்கப்பட்டும் உள்ளனர். இந்த இருவரும், நியமன அடிப்படையில் மேலதிக அங்கத்துவம் என்ற அடிப்படையில் தெரிவு செய்யப்பட்டார்கள்.

மேற்படி இலங்கைத் தமிழர் பிரதிநிதித்துவம் 13 ஆகவும், இந்தியத் தமிழர் பிரதிநிதித்துவம் 7 ஆகவும், மொத்தம் 20 பிரதிநிதித்துவத்தையும், முஸ்லிம் பிரதிநிதிகள், குறிப்பாக கிழக்கு மாகாணத்திலும், கொழும்பிலுமாக மொத்தம் 6 பிரதிநிதித்துவத்தையும், பறங்கியர் 1 பிரதிநிதித்துவத்தையும் பெற்று, மொத்தமாக 27 பிரதிநிதித்துவம் சிறுபான்மையினருக்குக் கிடைத்தது. பெரும்பான்மை சிங்கள மக்களின் பிரதிநிதிகளாக 68 பிரதிநிதிகள் தெரிவு செய்யப்பட்டனர். சிங்கள அமைச்சர் சபையின் நகல் திட்டத்தை ஏற்றுக்கொண்ட சோல்பரி ஆணைக்குழுவினர், அது சிறுபான்மை இனத்தவருக்குப் போதுமான பிரதிநிதித்துவத்தை வழங்குமென நம்பினார்கள். இந்தக் நோக்கத்தை நிறைவேற்றுவதற்கு இரண்டு கொள்கைகள் கடைப்பிடிக்கப்பட்டன. முழுக்க முழுக்க எண்ணிக்கையின் அடிப்படையிலான பிதிநிதித்துவம் அவற்றில் ஒன்றாக இருக்க, ஒவ்வொரு ஆயிரம் சதுர மைல் பிரதேசத்திற்கும் ஒரு பிரதிநிதித்துவம் என்பது மற்றைய கொள்கையாக இருந்தது. இரண்டாவது கொள்கையை அவர்கள் 'பிரதேசங்களுக்கு முக்கியத்துவம்' (weightage to areas) வழங்குதல் என அழைத்தனர். இவை சனத்தொகை குறைவாகக் கொண்ட சிங்கள மாகாணங்களாக இருந்தமையால், அவர்களது 'பிரதேசங்களுக்கு முக்கியத்துவம்' வழங்கும் கொள்கை நாடு முழுவதும் ஒரே சீராக அமுல்படுத்தப்பட்டபோது, அது ஏற்கெனவே மேலதிக பிரதிநதித்துவத்தைக் கொண்டிருந்த சிங்களப் பெரும்பான்மை இனத்துக்கு, மேலும் அதிக பிரதிநிதித்துவத்தை வழங்கியதைப் பின்னர் கண்டு கொள்ளவிருந்தனர். இலங்கையின் சனத்தொகையில் கால் பங்குக்கும் அதிகமான இலங்கைத் தமிழருக்கும், முஸ்லிம்களுக்கும், 101 பிரதிநிதிகளைக் கொண்ட பாராளுமன்றத்தில் ஆகக் குறைந்தது 25 பிரதிநிதித்துவம் கிடைக்க வேண்டியதாக இருக்க, அவர்களுக்குக் கிடைத்ததோ 20 பிரதிநிதித்துவம் மட்டுமேயாகும். ஆனால் இலங்கையின் சனத்தொகையில் ஏறத்தாழ 60 வீதமாக இருந்த சிங்களவருக்கு, தெரிவு செய்யப்பட்ட பிரதிநிதித்துவத்தில் 75 வீதமும், பாராளுமன்றத்தின் மொத்தப் பிரதிநிதித்துவத்தில் 70 வீதமும் கிடைத்திருந்தது.[20] பிரதிநிதித்துவம் கிடைக்காதவருக்கும், போதுமான தொகை பிரதிநிதித்துவம் கிடைக்காதவர்களின் நலனை அனுசரித்தும், தேசாதிபதியினால் நியமிக்கப்பட்ட 6 அங்கத்தவர் சபையில் இருந்தனர். இவர்களில் 5 பேர் பிரித்தானியராகவும், ஒருவர் பறங்கியராகவும் இருந்தனர். எனவே, இந்த வகையில் 101 பிரதிநிதிகளைக் கொண்ட பாராளுமன்றத்தில் இனவாரியாக சிங்களவருக்கு 68 பிரிதிநிதித்துவம் கிடைத்திருக்க, சிறுபான்மை இனத்தினருக்கு 33 பிரதிநிதித்துவம் கிடைத்திருந்தது.

(தெரிவு செய்யப்பட்ட அங்கத்தவர் 27 ஆகவும், நியமிக்கப்பட்ட அங்கத்தவர் 6 ஆகவும், மொத்தமாக 33 பிரதிநிதித்துவம்.)[21]

முன்னைய அத்தியாயத்தில் குறிப்பிட்டது போன்று, ஈற்றில் பொன்னம்பலம் அவர்களது ஐம்பதுக்கு ஐம்பது கோரிக்கை, கிட்டத்தட்ட 68:32 என்ற விகிதாசாரத்தால் குறைக்கப்பட்டிருந்தது. மேலும், சோல்பரி பிரபு பிரதேசவாரிப் பிரதிநிதித்துவ முறை மூலம் எதிர்பார்த்த பிரதிநிதித்துவம் சிறுபான்மையினருக்கு, குறிப்பாகத் தமிழருக்குக் கிடைக்காமல் போயிருக்கிறது. டி. எஸ் சேனநாயக்காவின் அமைச்சரவை சேர் ஐவர் ஜென்னிங்ஸ் அவர்களின் உதவியுடன் சோல்பரி ஆணைக்குழுவினருக்கு சமர்ப்பித்த நகல் திட்டத்தில் உள்ள புள்ளி விபரங்கள் தவறான தரவுகளைக் கொண்டிருந்தன என்பதே மேற்படி விடயத்திலிருந்து தெரியவருகின்றது.

இச் சந்தர்ப்பத்தில் டி. எஸ். சேனநாயக்கா, 1947 ஆம் ஆண்டுத் தேர்தலில் வெற்றி பெற்றதுடன், இலங்கைக்கு டொமினியன் அந்தஸ்து பெறும் நோக்கத்துடன், சிறுபான்மையினரை, குறிப்பாகத் தமிழ்ப் பிரதிநிதிகளைத் தனது அரசாங்கத்துக்கு ஆதரவு வழங்கவைக்கும் தனது திட்டங்களை நடைமுறைப்படுத்தக் கடும் பிரயத்தனம் மேற்கொண்டார். முதலில் அவர் முஸ்லிம் பிரதிநிதிகளின் ஆதரவைப் பெற்றார். அடுத்து, தமிழ்ப் பிரதிநிதிகளின் ஆதரவைத் திரட்டுவதற்குத் தமிழ்க் காங்கிரஸின் ஆதரவை நாடினார். சி. சுந்தரலிங்கம் அவர்கள் ஏற்கெனவே வவுனியாத் தொகுதிக்கு சுயேட்சை அங்கத்தவராகத் தெரிவுசெய்யப்பட்டு, வர்த்தக அமைச்சராக அமைச்சரவையில் இடம் பெற்றுக்கொண்டார். 1943, 1944 தேர்தல்களில் வவுனியா தொகுதியில் போட்டியிட்டுத் தோல்வியுற்றதன் விளைவாகவும், தமிழ் காங்கிரஸின் ஜி. ஜி. பொன்னம்பலம், எஸ். ஜே. வி. செல்வநாயகம் போன்றோர் தனது தோல்விக்குக் காரணமாக இருந்தனர் என்ற காரணத்தினாலும், அவர் 1947 தேர்தலில் வவுனியாத் தொகுதியில் சுயேட்சை அபேட்சகராகப் போட்டியிட்டு வென்றதோடு அமைச்சர் பதவியையும் பெற்றுக்கொண்டார்.[22] எது எவ்வாறிருப்பினும், தமிழருக்கு ஒரு நிரந்தரமான அரசியல் தீர்வு கோரிப் போராட வேண்டிய வேளையில், சுந்தரலிங்கம் அவர்கள் சிங்கள அரசியற் தலைவர்களிடம் விலை போயிருக்கின்றாரே என்பது ஆச்சரியத்தை ஏற்படுத்துகின்றது.

இவ்வாறானதொரு அரசாங்கம் ஈற்றில் 1947 செப்படெம்பர் மாதத்தில் அமைக்கப்பட்டபோது, வடமாகாணத்திலிருந்து இரண்டு தமிழ்ப் பிரதிநிதிகளும், கிழக்கு மாகாணத்தின் பெரும்பான்மை தமிழ்ப் பிரதிநிதிகளும், இலங்கை முஸ்லிம் அங்கத்தவரும், ஆறு நியமன அங்கத்தவரும், பிரதம மந்திரிக்குத் தமது ஆதரவை வழங்கினர். பாராளுமன்றமானது, சிங்களவர், சிறுபான்மையினர் கூட்டு என்ற இனவாரி அடிப்படையில் இரண்டாகப் பிரிந்து நிற்காமல், பெரும்பாலும் கட்சி அடிப்படையிலேயே பிரிந்து நிற்கக் காணப்பட்டது. பொன்னம்பலம் அவர்களின் கோரிக்கை ஏற்றுக்கொள்ளப்படும் பட்சத்தில், சிங்களப் பெரும்பான்மையினர், ஏதோவொரு சிறுபான்மையினரின் ஆதரவைப் பெற்று, ஏனைய சிறுபான்மையினரை, குறிப்பாகத் தமிழரைப் பழிவாங்கக்கூடுமென சோல்பரி ஆணைக்குழுவினர் கொண்டிருந்த அச்சத்தை மறுதலிப்பதாகவே பாரளுமன்றம் அமைந்தது. சோல்பரி ஆணைக்குழுவினரின் எதிர்பார்ப்பு எவ்வாறாகத்தான் இருந்தபோதும், ஐம்பதுக்கு

ஐம்பது பிரதிநிதித்துவம் வழங்கப்படாதிருந்துங்கூட, அவர்கள் எது நடக்கக்கூடாதென எதிர்பார்த்தனரோ அது நடக்கவே செய்திருந்தது.

டி. எஸ். சேனநாயக்கா, பிரித்தானிய அரசு தன்மேல் நம்பிக்கை கொள்ளவேண்டும் என்பதற்காக, சிறுபான்மைத் தமிழரைத் தம்பக்கம் இழுக்க வேண்டிய கட்டாய நிலையிற் காணப்பட்டார். இலங்கைக்குப் பூரண சுதந்திரம் வழங்கப்பட இருப்பதாகவும், சகல சிறுபான்மையினரும் இந்த முக்கியமான காலகட்டத்தில், பெரும்பான்மைப் பலமற்ற தனது அரசுக்கு உதவி, எப்படியாவது பிரித்தானிய அரசிடமிருந்து சுதந்திரம் பெற்று, நாட்டை அந்நிய ஆதிக்கத்திலிருந்து விடுவிக்க எல்லாச் சமூகத்தினரும் ஒத்துழைப்பு நல்க முன்வரவேண்டுமென அவர் சிறுபான்மைப் பிரதிநிதிகளுக்கு அழைப்பு விடுத்தார். முஸ்லிம், இந்தியத் தமிழ்ப் பிரதிநிதிகள் தமது ஆதரவுக்கான வாக்குறுதியை அவருக்கு ஏற்கனவே அளித்திருந்தனர். இடதுசாரிக் கட்சிகள், இலங்கைக்குச் சுதந்திரம் கிடைப்பதைச் சாதகமாகக் கருதி, டி. எஸ். சேனநாயக்கா அவர்களுக்குத் தமது மறைமுகமான ஆதரவை வழங்கியிருக்கலாம். அத்துடன், 21 சுயேச்சை பாராளுமன்றப் பிரதிநிதிகளும் அவரது இடைக்கால உள்ளக சுய ஆட்சி அரசாங்கத்துக்குத் தமது ஆதரவை நல்கினர். அரசாங்கத்துக்குப் போதிய ஆதரவு கிடைக்காத பட்சத்தில், உறுதியான பெரும்பான்மை அதற்கு இல்லை என்ற காரணத்தைக் காட்டிப் பாராளுமன்றத்தைக் கலைக்கப் போவதாக, டி. எஸ். சேனநாயக்கா அரசிலிருந்து வதந்தி கிளம்பியிருந்தது.[23] ஒரு தேர்தலை எதிர்கொள்ள விரும்பாத மேற்படி சுயேட்சைப் பிரதிநிதிகள் தமது ஆதரவை வழங்கினர் எனப் பேராசிரியர் வில்சன் தமிழ்த் தேசியவாதம் பற்றிய நூலில் குறிப்பிடுகின்றார்.

மேற்படி பாராளுமன்றப் பிரதிநிதிகள் டி. எஸ். சேனநாயக்காவின் இடைக்கால உள்ளக சுய ஆட்சிக்கு (Interim Internal Self-government) தமது ஆதரவை வழங்கினர். இந்த நிலையில், பிரித்தானிய அரசு, 1948 பெப்பரவரி 4 ம் திகதி இலங்கைக்குச் சுதந்திரம் வழங்கியது.

ஜி.ஜி. பொன்னம்பலம்

கொழும்புவாழ் தமிழ்ப் பிரதிநிதிகளையும், ஏனைய தமிழ்ப் பிரதிநிதிகள் சிலரையும் இந்தச் சூழ்நிலை இக்கட்டான நிலையினுள் தள்ளியிருக்கும் எனக் கருதலாம். சோல்பரி அரசியல் யாப்பையும், சிங்கள அரசின் மேலாதிக்கத்தையும் முழுமூச்சாக எதிர்த்த ஜி. ஜி. பொன்னம்பலம் அவர்களின் செய்கை தமிழர் தரப்பில் பாரிய தாக்கதை ஏற்படுத்தியது. அதாவது, 1948 பெப்ரவரி 4ம் திகதி இலங்கைக்கு சுதந்திரம் வழங்கப்பட்டதன் பின், ஏற்கனவே 1946 பெப்ரவரி 5ம் திகதி தேர்தல் கூட்டத்தில் பொன்னம்பலம் அவர்கள் தமிழர் மத்தியில்

முன்வைத்த 'இளகுநிலை ஒத்துழைப்பு' என்ற கொள்கையின் அடிப்படையில் தனது ஆதரவை டி. எஸ். சேனநாயக்காவுக்கு வழங்கியதோடு, 1948 ஆம் ஆண்டின் இறுதிப் பகுதியில் அமைச்சுப் பதவியையும் ஏற்றுக்கொண்டார்.[24] பிரித்தானியாவின் புகழ்மிகு பல்கலைக் கழகத்தில் சட்டத்துறையிலும், விஞ்ஞானத் துறையிலும் உயர்கல்வி பெற்று, தலைசிறந்த சிவில், குற்றவியல் வழக்கறிஞராகவும், மகாராணியின் வழக்கறிஞராகவும் உயர்ச்சி பெற்ற, சி. சுந்தரலிங்கம், ஜி. ஜி. பொன்னம்பலம் ஆகிய இரு தமிழ் அரசியல் தலைவர்களும், எட்டாம் வகுப்பு வரையுமே கல்வி கற்றிருந்த, இலங்கையின் முதற் பிரதம மந்திரி டி. எஸ் சேனநாயக்காவிடம் அரசியல் போர்க்களத்தில் தோல்வி கண்டதோடு, மிகவும் சுலபமாக ஏமாற்றப்பட்டனர் என அரசியல் வரலாறு காட்டுவதை மறுக்க முடியாது.

சோல்பரி அரசியல் யாப்பின்படி, 30 பேரைக் கொண்ட மூதவை அறிமுகப் படுத்தப்பட்டிருந்தது. அவர்களில் 15 பேர் பாராளுமன்ற உறுப்பினரால் தெரிவுசெய்யப்படும் முறையும், ஏனைய 15 பேர், சிறுபான்மையினரின் உரிமைகளைப் பாதுகாப்பதற்காகத் தேசாதிபதியால் தெரிவுசெய்யப்படும் முறையும் நடைமுறைப்படுத்தப்பட்டது. இந்த வாய்ப்பைப் பயன்படுத்திய டி. எஸ். சேனநாயக்கா, மேற்படி 30 பேர் கொண்ட மூதவையில் சில சிறுபான்மை அங்கத்தவருக்குப் பொறுப்புள்ள பதவிகளை வழங்கி, அவர்களின் ஆதரவையும் பெற்றுக் கொண்டார். பிரதிநிதிகள் சபையிலும், மூதவையிலும் அங்கத்துவம் வகித்த சிறுபான்மையினத்தவரில் கணிசமான பங்கினருக்கு, அமைச்சர், துணையமைச்சர் பதவிகளையும், வேறு பொறுப்புமிக்க பதவிகளையும் வழங்கியதன் மூலம், டி. எஸ். சேனநாயக்கா அவர்கள், எதிர்காலத்தில் தான் மேற்கொள்ளவிருந்த அரசியல் நடவடிக்கைகளுக்கு எதிர்ப்புக்கள் அதிகம் எழாதபடிக்கு, தனது அரசாங்கத்திற்குச் சாதகமான சூழ்நிலையை ஏற்படுத்திக் கொண்டார் என்பதனையும் அதற்குப் பின்னதான அரசியல் நிகழ்வுகள் காட்டிநிற்கின்றன.

சோல்பரி ஆணைக்குழு, தேசாதிபதியால் நியமிக்கப்பட்ட 15 பேரைக் கொண்ட இரண்டாவது அவை ஒன்றை, சிறுபான்மை இனத்தவரின் நிலையைப் பலப்படுத்துவதற்காக அறிமுகப்படுத்தியது. சுதந்திரமான பொதுச்சேவை ஆணைக்குழு ஒன்றையும், நீதிச்சேவை ஆணைக்குழு ஒன்றையும் அறிமுகப்படுத்துவதற்கான, அமைச்சரவையின் நகல் திட்டத்தையும் சோல்பரி ஆணைக்குழுவினர் அங்கீகரித்திருந்தனர். இவ் ஆணைக் குழுக்களின் உறுப்பினர், தேசாதிபதியினால், அவரது விருப்பிற்கிணங்க நியமிக்கப்படவிருந்தனர். இறுதியாக, சிறுபான்மை இனத்தினருக்கு எதிராகச் சட்டமியற்றப்படுவதைத் தடுப்பதற்காக, ஆணைக்குழு, 29 வது ஷரத்தை, விசேடமாக 29(2) எனும் ஷரத்தை அங்கீகரித்திருந்தது. இந்த ஏற்பாடுகள் யாவும், பாராளுமன்றத்தின் பெரும்பான்மைச் சிங்களப் பிரதிநிதிகள் ஒத்தபடி சிறுபான்மையினருக்கு எதிராகச் செயற்படுவதை முழுமையாகத் தடுக்க முடியாதிருந்த போதிலும், பாரபட்சமற்ற ஒரு தேசாதிபதியைக் கொண்ட, பாரபட்சமற்ற இடைக்கால உள்ளக சுய ஆட்சி சட்ட வரையறைக்குள் நடைமுறைப் படுத்தப்படின் அவை பயனளிப்தாய் அமைந்திருந்தன. ஆனால், இந்த நிலை இலங்கைக்கு 1948 பெப்ரவரி 4ம் திகதி சுதந்திரம் கிடைத்ததும் முற்றுமுழுதாக மாறியிருந்தது.

14 அக்டோபர் 1947 இல், சோல்பரி அரசியற் திட்டத்தின்படி கூட்டப்பட்ட முதலாவது பாராளுமன்றக் கூட்டத் தொடரில் ஆரம்பித்து, பல்வேறுபட்ட அபிவிருத்தித் திட்டங்கள், நிர்வாகக் கட்டுமானங்கள், நிதி ஒதுக்கீடுகள் சம்பந்தமான பல்வேறுபட்ட அரசியல் நடவடிக்கைகள் முன்வைக்கப்பட்டு, வாதப் பிரதிவாதங்கள் நடைபெற்று, அமுல்படுத்தப்பட்டு வந்தன என்பது, முதலாவது பாராளுமன்ற ஹன்ஸாட்டிலிருந்து 1948 ஆம் ஆண்டின் இறுதி வரையிலான ஹன்ஸாட் பிரதிகளை உன்னிப்பாக ஆய்வு செய்தபோது காணப்பட்டது. இவ்வாறான நடவடிக்கைகள் மூலம், பாராளுமன்றப் பிரதிநிதிகளும், மூதவை உறுப்பினரும், மிக ஆர்வத்தோடு பாராளுமன்றக் கூட்டத் தொடர்களில் பங்கு பற்றியிருந்தமையைக் காணமுடிகிறது.

இச் சந்தர்ப்பத்தில், இலங்கைக்குச் சுதந்திரம் வழங்கப்படும் எனவும், அது 1948 ஆம் ஆண்டின் முற்பகுதியில் வழங்கப்படும் எனவும் ஏற்கனவே பிரித்தானிய அரசு டி. எஸ். சேனநாயக்காவுக்கு அறிவித்திருந்தது. இலங்கை சுதந்திரம் அடையும் நாளில், பிரித்தானிய ஏகாதிபத்தியக் கொடிக்குப் பதிலாக இலங்கையின் தேசியக் கொடியை ஏற்றவேண்டும் என்றும், அது சிங்கக் கொடியாகவே இருக்கவேண்டுமெனவும் டி. எஸ். சேனநாயக்கா அவர்கள் திட்டமிட்டிருந்தார். இதுபற்றிய விவாதம் பாராளுமன்றத்தில் 1948 ஆம் ஆண்டு சனவரி மாதத்தில் தீவிரமடைந்தது[25] டி. எஸ். சேனநாயக்கா, ஜே. ஆர். ஜெயவர்த்தன, ஏ. ஈ. குணசிங்க போன்றோர், சிங்கக் கொடியையே சகலரும் தேசியக் கொடியாக ஏற்கவேண்டுமெனப் பல வாதப்பிரதிவாதங்களை முன்வைத்தனர். இவ் வேளையில் யாழ்ப்பாண இராச்சியம், அதன் தேசியக் கொடி, கண்டி இராச்சியம், அதன் தேசியக் கொடி போன்ற வரலாற்று விடயங்கள் யாவும் பாராளுமன்றத்தில் விவாதிக்கப்பட்டன. எஸ் ஜே. வி. செல்வநாயகம், ஜி. ஜி. பொன்னம்பலம், சி. வன்னியசிங்கம், சி. சுந்தரலிங்கம் போன்ற தமிழ்ப் பிரதிநிதிகள், இலங்கைத் தேசியக் கொடி, இலங்கையின் முக்கிய சமூகத்தவரான, சிங்களவர், தமிழர், முஸ்லிம்கள் ஆகியவர்களை உள்ளடக்கியதாக அமைய வேண்டுமென வாதாடினர். இதுபற்றி செல்வநாயகம் அவர்கள் பாராளுமன்ற விவாதத்தின்போது பின்வருமாறு குறிப்பிடுகின்றார்:

> "இலங்கையின் தேசியக்கொடி, சிங்களவரின் சிங்கக் கொடியையும், தமிழரின் நந்திக் கொடியையும், முஸ்லிம்களின் பிறை, நட்சத்திரக் கொடியையும் கொண்டதாக அமையவேண்டும்."[26]

இதுபற்றி ஜி. ஜி. பொன்னம்பலம் அவர்கள் பின்வருமாறு குறிப்பிட்டார்:

> "மூவர்ணங்களையும் தேசியக் கொடியிற் சேர்த்து அதன்வழி நாமும் புதிதாக வென்றெடுத்த விடுதலையிலும் சுதந்திரத்திலும் பங்குபற்றுகின்றோம் என நாம் உணர உதவுங்கள்."[27]

மேலும் சி. வன்னியசிங்கம் இதையிட்டுப் பேசுகையில்:

"........செம்மஞ்சள், சிவப்பு, வெள்ளை ஆகிய மூவர்ணங்களின் பின்னணியில், மத்தியில் மஞ்சள் நிறத்தில் சிங்க இலச்சினை கொண்டதோர் கொடியை இலங்கையின் தேசியக் கொடியாக அங்கீகரிக்கின்றது."[28]

சி. சுந்தரலிங்கம் அவர்கள் இவ்விடயம் பற்றித் தீவிரமான விவாதங்களைப் பாராளுமன்றத்தில் முன்வைத்தார். இச் சந்தர்ப்பத்தில், யாழ்ப்பாணத் தமிழ் மக்களும், திருகோணமலைத் தமிழ் மக்களும் தமக்கு அனுப்பிய தந்தியைப் பாராளுமன்றத்தின் கவனத்திற்குக் கொண்டு வந்திருந்தார். அது பின்வருமாறு அமைந்திருந்தது:

"யாழ்ப்பாணத்துத் தமிழர் ஒரு பொதுக்கூட்டத்தில் பின்வருமாறு அரசாங்கத்தையும், பாராளுமன்றத்தையும் வேண்டுகின்றனர். தமிழரையும், சிறுபான்மையினரையும் பிரதிநிதித்துப்படுத்தும் வகையில், தேசியக்கொடியில் ஓர் இலச்சினையை அல்லது வர்ணங்களைச் சேர்த்துக் கொள்வது, இலங்கை மக்கள் அனைவரது மத்தியிலும், சாமாதனம், நல்லெண்ணம், ஒற்றுமை என்பவை நிலவுவதற்கு, நியாயமானதும், விரும்பத்தக்கதும் ஆகும்."[29]

இவ்வாறான பலதரப்பட்ட வாதப் பிரதிவாதங்களுக்கு மத்தியில், டி. எஸ் சேனநாயக்கா தனது வாதத்தை முன்வைத்தார்:

"நான் சிங்கக்கொடி ஏற்றப்படவேண்டும் என விரும்புவதற்கான பிரதான காரணம் என்னவெனில், நாம் எமது தேசத்தைத் தோற்று, மக்கள் இங்கிலாந்தின் அரசரைத் தமது அரசராக ஏற்றுக் கொண்ட சமயத்தில், இறுதிக் கண்டியரசன் சிம்மாசனத்திலிருந்து அகற்றப்பட்டு, அவனது சிங்கக் கொடி கீழே இறக்கப்பட்டது. இப்போது நாட்டின் ஆட்சியதிகாரத்தை மீளளிக்கையில் அதனுடன் கூடவே அந்தக் கொடியையும் இங்கிலாந்து மீளளிக்க வேண்டுமென நான் விரும்புகின்றேன். நாம் சுதந்திர தினத்தன்று சிங்கக்கொடியை ஏற்ற எண்ணுவதற்கு இதுவே பிரதான காரணமாகும்."

மேலும் தொடர்ந்து அவர் கூறியது வருமாறு:

"இந்தக் கொடியை ஏற்றிய பின், அதில் மாற்றம் செய்யப்படவேண்டும் என்பது யாவரது விருப்பமாக இருக்கும் பட்சத்தில் அவ் விருப்பத்திற்குப் பொருத்தமானதொரு கொடியை ஏற்றலாம். சிங்கக்

C. சுந்தரலிங்கம்

இலங்கை சுதந்திரம் அடைந்த போது ஏற்றப்பட்ட - சிங்கக்கொடி

> கொடியை ஏற்றியபின், அதற்குப் பதிலாக வேறொரு கொடியை ஏற்றுவதில் எனக்கு ஆட்சேபணை கிடையாது."[30]

மட்டக்களப்புப் பிரதிநிதி முதலியார் ஏ. எல். சின்னலெப்பை அவர்கள் பாராளுமன்றத்தில் இதற்கான மசோதாவை முன்வைக்க, டி. எஸ். சேனநாயக்கா முன்மொழிந்த பிரேரணை சபையில் ஏற்கப்பட்டு, 1948 பெப்ரவரி நான்காம் திகதி இலங்கையின் சுதந்திரதினக் கொண்டாட்டத்தின்போது சிங்கக்கொடி ஏற்றப்பட்டது.

மேலும், டி. எஸ். சேனநாயக்கா அவர்கள், 1948 மார்ச் ஆறாம் திகதியன்று, எஸ் டபிள்யூ. ஆர். டி. பண்டாரநாயக்கா தலைமையில், ஏழு பேரைக் கொண்ட தேசியக்கொடி செயற்குழுவை, இலங்கைத் தேசியக்கொடி விடயம் சம்பந்தமாகத் தனக்கு ஆலோசனை வழங்குவதற்கு நியமித்தார். இரண்டு வருட காலமாக நிகழந்த பல ஆலோசனைக் கூட்டங்களின் முடிவில், செயற்குழு தனது இறுதி அறிக்கையை 13 மாசி 1950 இல் கையளித்தது.
அது வருமாறு அமைந்திருந்தது:

> "பீதாம்பரச் சிவப்புப் பின்னணியில் பொன்னிறச் சிங்கம் கொடியில் அப்படியே இருக்க, சிவப்புப் பின்னணியில் நான்கு மூலைகளிலும் இருந்த முனைகள் அகற்றப்பட்டு அவற்றுக்குப் பதிலாக நான்கு பொன்னிற அரச இலைகள் இடம்பெறும். ஒரே அளவினதான இரண்டு செங்குத்தான கோடுகள், ஒன்று செம்மஞ்சள் நிறத்திலும் ஒன்று பச்சை நிறத்திலும், தமிழர், முஸ்லிம் ஆகிய

இலங்கையின் தேசியக்கொடி

இரண்டு சிறுபான்மை இனத்தையும் பிரதிநிதித்துவப்படுத்தும் வகையில், கொடியின் அளவுக்கு 1:5 என்ற விகிதாசார அளவில் இடம்பெறும்."

மேற்படி விவாதிக்கப்பட்ட இலங்கைத் தேசியக்கொடி விடயத்தில் சிங்கள அரசியல் தலைவர்கள் மிகவும் தீவிரமாகவும், விடாப்பிடியாகவும், தேசியத்தின் மீதான தமது விருப்பை, உரிமையை, அதிகாரத்தை நிறுவியிருக்கின்றனர். சிறுபான்மையினப் பிரதிநிதிகள் பலவகையான நியாயங்களை இத் தேசியக்கொடி விடயத்தில் சுட்டிக் காட்டியபோதும், சிங்கள அரசியற் தலைவர்கள், குறிப்பாக டி. எஸ். சேனநாயக்கா, ஜே. ஆர். ஜெயவர்த்தன போன்றவர்கள், சிங்களத் தேசியத்தின் மீதான தமது தீவிர பற்றையும், தமது பெரும்பான்மைப் பலத்தையும் வெளிக்காட்டியிருக்கின்றனர். சிறுபான்மையினர் கோரும் எந்த நியாயமான உரிமைகளுக்கும், சிங்களத் தேசியம் என்ற கோட்பாட்டிற்குள் நின்று சுற்றிச் சுழலும் சிங்கள அரசியல் தலைவர்கள், அந்த நியாயமான கோரிக்கைகளை சிறுபான்மையினருக்கு ஒருபோதும் வழங்க மாட்டார்கள் என்பதற்கு இந்த நிகழ்வு ஓர் ஆரம்ப உதாரணமாக விளங்குகிறது. மேலும், தமிழ் அரசியல் தலைவர்களுக்கு இது ஓர் எச்சரிக்கையாகவும் விடப்பட்டுள்ளது. எனவே, சிங்கள அரசியல்வாதிகள், தமது அரசியல் நகல் திட்டத்தை வெகு சாதுரியமாக 1947 இல் அறிமுகப்படுத்தியதிலிருந்து, இன்றுவரை, எதுவித நியாயமான சனநாயக உரிமைகளையும் தமிழருக்கு வழங்க முன்வரவில்லை என்ற அரசியல் அத்தியாயத்தின் ஆரம்பமாக மேற்படி தேசியக்கொடி விடயத்தைக் காணமுடிகிறது.

ஆனால், இலங்கைக்கு சுதந்திரம் கிடைக்கும் வரையில், டி. எஸ். சேனநாயக்கா அவர்கள் இந்தியத் தமிழரின் பிரசாவுரிமை பற்றிய விவாதங்களைப் பெரிதாக முன்வைக்கவில்லை. சகல சிறுபான்மைப் பிரதிநிதிகளையும் பல்வேறு வகைகளில் திருப்திப்படுத்திய பின், மாசி 1948 இல் இலங்கைக்கு சுதந்திரம் கிடைத்த பின்னரே அவர் இந்தியத் தமிழர் பிரசாவுரிமை பற்றிய பிரச்சனையைப் பாராளுமன்றத்தின் முன் கொண்டு வருவதை, ஹன்ஸாட் மூலம் அறியமுடிகிறது. இவ் விடயம் பற்றி 1945 களிலிருந்து கலந்துரையாடப்பட்ட போதும், 1948 மாசி 4ம் திகதி இலங்கைக்கு சுதந்திரம் கிடைத்ததிலிருந்து 14.10.1948 இல் புதிய பாராளுமன்றம் கூட்டப்பட்டது வரையில், இப் பிரச்சனை சம்பந்தமான விவாதங்களை டி. எஸ். சேனநாயக்கா அரசு முன்னெடுக்கவில்லை. சகல இனத்தவரினதும் ஒத்துழைப்பை பல்வேறு நடைமுறைகள் மூலம் சம்பாதித்துக் கொண்டு, சிறுபான்மையினப் பிரதிநிதிகளுக்கு அமைச்சுப் பதவிகளையும், துணையமைச்சுப் பதவிகளையும், மூத்தோர் அவையில் அங்கத்துவம் போன்றவற்றையும் வழங்கி, அவர்களைத் திருப்திப்படுத்தி, பிரித்தானிய அரசின் மதிப்பையும், நம்பிக்கையையும் பெற்று, முதலில் இலங்கைக்கு சுதந்திரம் கிடைக்க வழி செய்த பின்னர், இந்தியத் தமிழரின் பிரசாவுரிமைப் பிரச்சனையைப் பாராளுமன்றத்தின் முன் வைப்பதே, டி. எஸ். சேனநாயக்கா அவர்களின் அரசியல் சாணக்கியம் என்று தெரிகிறது.

சோல்பரி ஆணைக்குழுவினர், அரசியல் யாப்பை அறிமுகப்படுத்தியபோது பிரசாவுரிமை பற்றிப் பின்வரும் முடிவை எடுத்திருந்தனர்.

"தற்போதுள்ள, வாக்குரிமை, தேர்தல் என்பன சம்பந்தமான சட்டங்கள், சில தற்காலிகத் திருத்தங்களுடனேயே, திருத்தியமைக்கப்பட்ட நகல் திட்டத்துடன் சேர்க்கப்பட்டுள்ளன. எனவே, சோல்பரி ஆணைக்குழுவின் சிபாரிசுக்கு இணங்க, இச் சட்டங்களைச் சீரமைக்கும் பணி, இலங்கையின் புதிய பாரளுமன்றத்தினதாகும்."[31]

ஆணைக்குழுவானது, இந்தியத் தமிழரின் வாக்குரிமை, பிரசாவுரிமை பற்றிய விடயங்களில், இலங்கைக்கு சுதந்திரம் கிடைப்பதற்கு முன்னர் எதுவித நடவடிக்கையும் எடுப்பதற்கு விரும்பவில்லை என்பதனையே மேற்படி கூற்று காட்டுகின்றது. இந்த விடயம், புதிய சட்டசபையினது பணியாகும் என்பதே அவர்களினது சிபாரிசாக இருந்தது. ஆனால், இறுதியாக எடுக்கப்பட்ட முடிவோ, பொன்னம்பலம் அவர்களுக்கும், அவருக்கு ஆதரவளித்த பல்வேறு இலங்கைத் தமிழருக்கும், மாபெரும் ஏமாற்றத்தையே அளித்தது.

சோல்பரி ஆணைக்குழுவினரின் சிபாரிசுக்கு இணங்க, டி. எஸ். சேனநாயக்கா, தான் ஏற்கனவே திட்டமிட்டபடி, 1948 ஆகஸ்ட் 4 ஆம் திகதி 'இந்தியர் பிரசாவுரிமை மசோதா' வை பாரளுமன்றத்தின் இரண்டாவது கூட்டத் தொடரில் முன்வைத்தார்.[32] இதைத் தொடர்ந்து மிகவும் காரசாரமான வாதப் பிரதிவாதங்கள் டிசம்பர் 1948 வரையில் இடம்பெற்றன. டி. எஸ். சேனநாயக்கா, டட்லி சேனநாயக்கா, எஸ். டபிள்யூ. ஆர். டி. பண்டாரநாயக்கா, ஜே. ஆர். ஜெயவர்த்தன போன்றவர்களும், மற்றும் பல ஐக்கிய தேசியக் கட்சிப் பிரதிநிதிகளும், இந்தியத் தொழிலாளருக்குப் பிரசாவுரிமை வழங்குவதில் தமது விருப்பின்மையை வெளிப்படையாகவே பாராளுமன்ற விவாதங்களின்போது தெரிவித்தனர். தமிழராகிய திரு. சி. சுந்தரலிங்கம் அவர்களும் தான் சார்ந்திருந்த அரசை ஆதரிக்கவேண்டிய ஒரு நிலைப்பாட்டிற் காணப்பட்டார். இடதுசாரிகளான கொல்வின். ஆர். டி. சில்வா, என். எம். பெரேரா போன்றவர்களும், ஏனைய இடதுசாரிப் பிரதிநிதிகளும் இந்தியத் தமிழருக்குப் பிரசாவுரிமை மறுக்கப்படுவதை மிகத் தீவிரமாக எதிர்த்தனர். இவ் விடயத்தில் என். எம். பெரேரா பாராளுமன்ற விவாதத்தின்போது, கேள்வி ஒன்றுக்குப் பதிலளிக்கையில் பின்வருமாறு கூறுகின்றார்.

" இந்தியர்களை உங்கள் நாட்டவராக நீங்கள் ஏன் நடத்தக் கூடாது? சிங்களவரை மட்டுமே உங்கள் நாட்டவராக நீங்கள் நடத்தவேண்டும்? இந்தியர் இங்கு வாழ்வதற்கும், தொழில் புரிவதற்கும், ஏன் சாவதற்கும் தயாராக இருக்கும் பட்சத்தில், அவர்களுக்கு பிரசாவுரிமை வழங்கப்படுவது ஆகக் குறைந்த பட்ச நீதியாகும். அவர்கள் மனிதரைப் போன்று நடத்தப்படல் வேண்டுமே அல்லாது, வெறுமனே வேண்டத்தகாதவர்களாக நடத்தப்படல் ஆகாது."[33]

முஸ்லிம் பிரதிநிதிகளும், குறிப்பாக ரி. பி. ஜாயா, எம். எஸ். இஸ்மாயில், ஏ. சின்னலெப்பை போன்றவர்களும் அரசுக்கு இவ்விடயத்தில் தமது ஆதரவை அளித்தனர். இவர்களைவிட, இலங்கைத் தமிழ் பிரதிநிதிகளும், ஒரு சில இந்தியத்

தமிழ்ப் பிரதிநிதிகளும், குறிப்பாக, ஜி. ஜி. பொன்னம்பலம், சி. சுந்தரலிங்கம், கே. கனகரட்ணம், வி. நல்லையா, எஸ். யு. எதிர்மன்னசிங்கம், ரி. ராமலிங்கம், ஏ. எல். தம்பிஜயா போன்றவர்கள்கூட இவ்விடயத்தில் அரசுக்கு ஆதரவு வழங்கினர்.[34] தமிழ்ப் பிரதிநிதிகளில், குறிப்பாக, எஸ். ஜே. வி. செல்வநாயகம், பி. குமாரசிறி, கே. ராஜலிங்கம், டி. ராமானுஜம், எஸ். சிவபாலன், எம். சுப்பையா, எஸ். தொண்டைமான், சி. வன்னியசிங்கம், வி. வேலுப்பிள்ளை போன்றவர்கள் தமது தீவிர எதிர்ப்பைத் தெரிவித்தனர்.[35] இறுதியாக இந்தியர் பிரசாவுரிமை மசோதா பாராளுமன்றத்தில் வாக்கெடுப்பிற்கு விடப்பட்டபோது, 52 பிரதிநிதிகள் சாதகமாகவும், 32 பிரதிநிதிகள் எதிர்த்தும் வாக்களித்தனர். 20 பெரும்பான்மை வாக்குகளால் மேற்படி மசோதா பாராளுமன்றத்தில் 1948 டிசம்பர் 10 ம் திகதி நிறைவேற்றப்பட்டது.

மேற்படி விபரங்களிலிருந்து சில விடயங்களை அவதானிக்க முடிகிறது. ஐக்கிய தேசியக் கட்சி அரசாங்கத்தின், குறிப்பாக, டி. எஸ். சேனநாயக்காவின் மேற்படி பிரசாவுரிமை சம்பந்தமான மசோதாவுக்கு ஐக்கிய தேசியக் கட்சியினர் வாக்களித்தமை பற்றி இங்கு கருத்தில்கொள்ள வேண்டிய அவசியம் இல்லை. பெரும்பான்மையான ஆளுங்கட்சிப் பிரதிநிதிகள், இந்தியத் தமிழர் இலங்கையைவிட்டு, அவர்களின் தாய்நாடாகிய இந்தியாவுக்குச் செல்வதையே விரும்பியிருந்தனர். ஆனால், நான்கு அல்லது ஐந்து சந்ததிகளுக்கு முன்பு, இந்தியாவிலிருந்து வந்த தமிழ்ச் செட்டிகளின் பரம்பரையில் தோன்றி, பின்னர் தமது கிறிஸ்தவப் பெயர்களை சிங்களப் பெயர்களாக மாற்றி, பௌத்த சிங்களத் தேசியவாதிகளாகத் தம்மைச் சிங்கள மக்களுக்குக் காட்டிக்கொண்ட எஸ். டபிள்யு. ஆர். டி. பண்டாரநாயக்காவும், ஜே. ஆர். ஜெயவர்த்தனாவும் தமது சகோதரர்களுக்கு எதிராக முழுமூச்சுடன் செயற்பட்டு அவர்களது பிரசாவுரிமையைப் பறிப்பதில் தீவிரம் காட்டியமை குறித்துச் சிந்திக்க வேண்டியுள்ளது.[36] யஸ்மின் குணரத்தன (Yasmine Guneratne), கே. எம். டி. சில்வா (K. M. De Silva), ஹோவாட் றிகின்ஸ் (Howard Wriggins), ஆகியோரும் இது சம்பந்தமான ஆய்வுகளை நடத்தியும், எழுதியும் உள்ளார்கள். இந்திரபாலா அவர்கள் தனது சமீபத்திய நூலில் இது பற்றி விரிவாகக் குறிப்பிட்டுள்ளார். இடதுசாரிப் பிரதிநிதிகள் இயல்பாகவே தொழிலாளரின் நலன்களையும், உரிமைகளையும் பேணி, மதித்து நடப்பவர்கள் என்ற ரீதியிலும், முன்பு குறிப்பிட்ட இடதுசாரிப் பிரதிநிதிகள், உயர்ந்த கல்விமான்களாக இருந்ததன் விளைவாகவும் அவர்கள், 150 வருடங்களுக்கு மேலாக இலங்கைக்காக உழைத்த இந்தியத் தமிழர்களை மனிதாபிமானக் கண்ணோட்டத்துடனும், அரசியற் கண்ணோட்டத்துடனும் பார்த்துள்ளனர் என்பதே உண்மையாகும். முஸ்லிம்

C.W. தொண்டமான்

பிரதிநிதிகள் இயல்பாகவே, வியாபாரத் துறையில் இந்தியத் தமிழர் தமக்குப் போட்டியாக இருப்பதை என்றுமே விரும்பவில்லை. அதன் காரணமாகவும், அரசாங்கத்தின் நன்மதிப்பைப் பெறவேண்டும் என்ற நோக்கிலும், மேற்படி விடயத்தில் அவர்கள் அரசுக்குச் சார்பாக இருந்துள்ளனர் எனக் கொள்வதிற் தவறில்லை.

ஆனால் தமிழரின் அதிமுக்கியம் வாய்ந்த தலைவனாகிய ஜி. ஜி. பொன்னம்பலம், இந்தியத் தமிழரின் பிரசாவுரிமையைப் பறிப்பதற்குத் துணை போயிருக்கின்றாரே என்பது அரசியல் வரலாற்றாளருக்கு அதிகபட்ச அதிர்ச்சியையும், வெறுப்பையும், விரக்தியையும் ஏற்படுத்தவே செய்யும். இந்தியத் தமிழரின் பிரசாவுரிமையைப் பறிக்கையில் அவர்கள் வாக்களிக்கும் உரிமையையும் இழக்க நேரிடும். அன்றைய காலகட்டத்தில் இலங்கைத் தமிழரைவிட இந்தியத் தமிழர் எண்ணிக்கையில் அதிகமாக இருந்திருக்கின்றார்கள் என்பதுபற்றி ஏற்கனவே புள்ளிவிபரங்கள் மூலம் காட்டப்பட்டுள்ளது. எனவே, அவர்கள் வாக்குரிமை இழக்கையில், அதன் விளைவாக சுமார் 50 வீதமான பாராளுமன்றப் பிரதிநிதித்துவத்தைத் தமிழர் ஒட்டுமொத்தமாக இழப்பார்கள் என்ற விடயம், மேலைத்தேச விஞ்ஞானக் கல்வி பெற்ற, ஒரு தலைசிறந்த குற்றவியல் வழக்கறிஞருக்குத் தெரியாமற் போயிருக்குமா எனச் சகலரும் வியப்பதில் நியாயமுண்டு. சிறுபான்மையினருக்கு ஐம்பதுக்கு ஐம்பது சமபிரதிநிதித்துவம் இலங்கைப் பாராளுமன்றத்தில் வேண்டுமென்று சுமார் 12 வருடங்களுக்கு மேலாகப் போராடி, பிரித்தானியாவரை சென்று வாதாடிய ஜி. ஜி. பொன்னம்பலம் அவர்களின் அரசியல் நடவடிக்கையை வரலாற்று அரசியல் ஆய்வாளர் எங்ஙனம் மதிப்பிடுவார்கள் என்பதற்கான விடையை இன்றைய தமிழரின் நிலை காண்பித்து நிற்கின்றது. எல்லாவற்றிற்கும் மேலாக, இந்தியத் தமிழரின் பிரசாவுரிமையைப் பறிப்பதற்கும் சிங்களப் பெரும்பான்மை அரசுக்குத் துணைபோனதோடு மட்டுமல்லாமல், அம் மசோதா பாராளுமன்றத்தில் நிறைவேற்றும் பொருட்டு வாக்களிப்புக்கு விடப்பட்டபோது, பொன்னம்பலம் அவர்கள் அதற்குச் சாதகமாக வாக்களித்திருக்கின்றார். அறிவியல் பூர்வமாக நோக்கினால் பொன்னம்பலம் அவர்களின் இச் செயல், அவருக்கு எதுவித அரசியற் தூரநோக்கோ அல்லது தேசப்பற்றோ இருந்திருக்கவில்லை என்பதாகவே கொள்ள வேண்டியுள்ளது.

சி. சுந்தரலிங்கம் அவர்களது அரசியல் நிலைப்பாடு பற்றி ஏற்கனவே கூறப்பட்டுள்ளது. சுமார் 3 மாதங்களுக்கு மேலாக விவாதிக்கப்பட்ட இந்தியத் தமிழரின் பிரசாவுரிமை தொடர்பான மசோதாவின்போது, ஜி. ஜி. பொன்னம்பலம் அவர்கள் எதுவித கருத்தும் தெரிவிக்காது எவ்வாறு மௌனம் சாதித்தாரோ, அதேபோன்று சுந்தரலிங்கம் அவர்களும் இந்த விடயத்தில் மௌனம் சாதித்தார். அரசின் அமைச்சராக அவர் இருந்தமையினால் அவரால் இவ் விடயத்தில் அரசாங்கத்திற்கு எதிராக எதுவும் பேசமுடியவில்லை என்றே கருத முடிகின்றது. ஆனால், சுந்தரலிங்கம் அவர்கள், மேற்படி மசோதா பாராளுமன்றத்தில் வாக்கெடுப்புக்கு விடப்பட்ட சமயம் பாராளுமன்றத்தில் பிரசன்னமாக இருக்கவில்லை என்பதும், அம் மசோதா பாராளுமன்றத்தில் நிறைவேற்றப்பட்ட பின்னரே, அவர் பாராளுமன்றத்தில் பிரசன்னமளித்தார் என்பதனையும், ஹன்ஸாட் மூலமாக அறியமுடிகிறது.[37] மேலும், எதிர்காலத்தில் அரசியல் வரலாற்று மாணவர், நிச்சயம்

நடந்த உண்மைகளை உலகத்திற்கு சொல்வார்கள் என்றும், இதனால் எதிர்காலச் சந்ததியினர் தங்கள்மேல் பழிசுமத்துவர் என்றும் இத்தனை தலைசிறந்த கல்விமானாலும், வழக்கறிஞூராலும் ஏன் சிந்திக்க முடியாமற் போய்விட்டது?

ஆனால், சுந்தரலிங்கம் அவர்களது மனச்சாட்சி அவரை நிச்சயம் உறுத்திக் கொண்டே இருந்திருக்க வேண்டும். இலங்கை சுதந்திரம் அடைந்த பின்னர், இலங்கைக்கான தேசியக் கொடி தயாரிக்கும் விடயத்தில் கருத்து முரண்பாடுகள் ஏற்பட்ட வேளை, 1950 களில் சுந்தரலிங்கம் அவர்கள் தனது பாராளுமன்றப் பிரதிநிதித்துவத்தைத் துறந்து, மறுபடியும் வவுனியாத் தொகுதிக்குப் போட்டியின்றித் தெரிவு செய்யப்பட்டு, மீண்டும் பாராளுமன்றத்தில் அமர்ந்து கொண்டார்.[38] தமிழரின் முக்கியமான விடயமான அரசியல் அந்தஸ்து பறிபோன காலகட்டத்தில் அரசுக்குச் சாதகமாக இருந்துவிட்டு, ஒரு தேசியக்கொடி தயாரிக்கும் விடயத்தில் சுந்தரலிங்கம் அவர்கள் தனது எதிர்ப்பைக் காட்டி, தான் செய்த அரசியல் தவறைச் சீர்செய்து, தமிழரின் ஆதரவைப் பெறவேண்டும் என்ற நோக்கிலேயே, தேசியக்கொடி விடயத்தில் அவர் அவ்வாறு நடந்து கொண்டிருந்தாரோ என்று சந்தேகிக்கத் தோன்றுகின்றது. இலங்கைத் தமிழர் மன்னிக்கும் மனப்பான்மை கொண்டவரென்றும், அமைதியான சுபாவம் உடையவரென்றும், தீவிர முயற்சியாளர் என்றும், கல்வி கற்ற சமூகத்தினர் என்றும், பல சமூகவியல் ஆய்வாளரால் பொதுவாகக் கருதப்படுபவர். ஆனால், அவர்களிடமிருந்த ஒரு பெரிய குறைபாடு என்னவெனில் அவர்கள் உள்ளூர் அரசியல் தலைவர்களைப் பெரிதாக மதிப்பதில்லை என்பதுதான். கொழும்புவாழ் மேற்தட்டு வர்க்கத் தமிழர் ஆங்கிலத்திலும், சிங்களத்திலும் நன்றாகப் பேசக்கூடியவர்களாக இருந்தனர். அதிலும், தலைசிறந்த தமிழ் சிவில், குற்றவியல் வழக்கறிஞர் என்றால் அவர்களைப் போற்றுகின்ற மனப்பாங்கு கொண்டவராக ஏனைய தமிழர் இருந்தனர். கொழும்புவாழ் தமிழ்த் தலைவர்களான ஜி. ஜி. பொன்னம்பலம் அவர்களும், சி. சுந்தரலிங்கம் அவர்களும் தமிழரின் அரசியலில் ஆரம்ப காலத்திலிருந்து 1956 கள் வரை முன்னணியில் இருந்தமைக்கும், அக்காலத் தமிழர் அவர்களை அதீதமாகப் போற்றியதே காரணமாக அமைந்திருக்க வேண்டும். 1952 ம், 1956 ம் பொதுத் தேர்தல்களில் சி. சுந்தரலிங்கம் அவர்களைத் தமிழ் மக்கள் வவுனியாத் தொகுதியில் தெரிவு செய்து பாராளுமன்றத்தில் பிரதிநிதித்துவம் பெற வைத்தமைக்கும், 1952 களில் அவரைப் பெரும்பாலான தமிழர் ‘அடங்காத் தமிழன்’ என ஆராதிக்கும் வகையில் அழைத்தமைக்கும், மேற்குறிப்பிட்ட மனப்பாங்கே காரணமாக இருந்திருக்க வேண்டும். பல வருடங்களாக தமிழரின் அரசியலில் முன்னணி வகித்திருந்தும் அவர்களது அரசியல் விடிவுக்கு உருப்படியாக எதுவுமே செய்யாதிருந்துவிட்டுத் தனது இறுதிக் காலகட்டத்தில் அவர், 1954 இல், ‘Motion for Restored Ceylon Free State’ என்னும் மசோதாவைப் பாராளுமன்றத்தில் முன்மொழிந்தார். இது இலங்கை அரசியலில் எதுவித பாரிய தாக்கத்தையும் ஏற்படுத்தவில்லை.[39] மேலும், 1954 இல் ‘சிங்களம் மட்டும்’ எனப் பேசப்பட்ட, சிங்கள மொழியே இலங்கையின் ஒரே உத்தியோகபூர்வ மொழியாக சட்டம் மூலம் அந்தஸ்து வழங்கப்பட்ட விடயத்தில், அவர் தனது பாராளுமன்றப் பிரதிநிதித்துவத்தை ராஜினாமா செய்தார்.[40] இவைகள் காலங்கடந்த அரசியல் நடவடிக்கைளாகவே காணப்படுகின்றன. ஆனால், தமிழ்

மக்கள் தமது அரசியல் நிலைமை பற்றி மிகத் தீவிரமாகச் சிந்திக்க ஆரம்பித்தபோது, திருவாளர்கள் சுந்தரலிங்கம், பொன்னம்பலம் போன்ற அரசியற் தலைவர்களை அவர்கள் அரசியலில் இருந்து நிரந்தரமாக விலக்கி வைத்துள்ளனர். 1960 களில், சுந்தரலிங்கம் அவர்கள் கடுமையாக முயன்றும் அவரால் பாராளுமன்றப் பிரதிநிதித்துவத்தை தேர்தல்கள் மூலம் மீண்டும் பெறவே முடியாமற் போய்விட்டது. இதுவே, தமிழ்க் காங்கிரஸ் கட்சிக்கும், ஜி. ஜி. பொன்னம்பலம் அவர்களுக்கும் நிகழ்ந்துள்ளது. இந்த வரலாற்று அனுபவங்களும், அறிவும், அரசியலைத் தமது சொந்த நலன்களுக்காகப் பயன்படுத்தும் அரசியற் தலைவர்களுக்கு நல்ல பாடமாக அமையும் என்பதில் சந்தேகமில்லை.

இந்தியத் தமிழர் பிரசாவுரிமை மசோதா விவாதத்தில் பாராளுமன்றத்தில் அதை எதிர்த்துக் குரலெழுப்பிய இரண்டு முக்கியமான தலைவர்களுள் ஒருவர் எஸ். ஜே. வி. செல்வநாயகம் அவர்கள், மற்றையவர் சி. தொண்டமான் அவர்கள்.[41] இந்தியத் தமிழர் பிரசாவுரிமை, சட்டம் மூலம் பறிக்கப்படுவதால் எதிர்காலத்தில் ஏற்படப்போகும் நிரந்தரமான பாதிப்புக்களை நன்கு உணர்ந்திருந்த இரு தலைவர்களும், மூன்று மாதங்களுக்கு மேலாகத் தொடர்ந்து நடைபெற்ற, இரண்டாவது பாராளுமன்றத் தொடர் கூட்டத்தில், மணித்தியாலக் கணக்கில், தமது வாதப் பிரதிவாதங்களை, ஏற்கனவே குறிப்பிட்ட தமிழ்ப் பிரதிநிதிகளின் உதவியுடன் உரிய முறையில் முன்வைத்த போதிலும், இறுதியில் அம் மசோதா பராளுமன்றத்தில் நிறைவேற்றப்பட்டு, இந்தியத் தமிழரின் பிரசாவுரிமை பறிக்கப்பட்டது. இதன் உடனடியான தாக்கம், 1948 ஆம் ஆண்டு நடைபெற்ற, இலங்கையின் இரண்டாவது பாராளுமன்றத் தேர்தலில் தெளிவாக வெளிப்பட்டது. 1948 ஆம் ஆண்டின் இறுதியில், இந்தியத் தமிழரின் பிரசாவுரிமை பறிக்கப்பட்டதன் எதிர் விளைவாக, செல்வநாயகம் அவர்களும், திருவாளர்கள் வன்னியசிங்கம், நாகநாதன் போன்ற அரசியற் தலைவர்களும் தமிழர் காங்கிரஸிலிருந்து விலகி, 'இலங்கை தமிழ் அரசுக் கட்சி' (Ilankai Thamil Arasu Kadchi - ITAK or Tamil Federal Party - FP) என்ற அரசியல் கட்சியை டிசம்பர் 1949 இல் ஆரம்பித்தார்கள்.[42] 1952 ஆம் ஆண்டு நடைபெற்ற பாராளுமன்றத் தேர்தலில், மேற்படி கட்சி 2 பிரதிநிதித்துவத்தையும், தமிழ்க் காங்கிரஸ் 4 பிரதிநிதித்துவத்தையும் பெற்றன. 1947 ஆம் ஆண்டுத் தேர்தலில், 13 பிரதிநிதித்துவத்தைப் பெற்ற இலங்கைத் தமிழரின் அரசியற் கட்சிகள், தற்பொழுது 6 பிரதிநிதித்துவத்தை மட்டுமே பெற்றிருந்தனர்.[43] அத்தோடு இந்தியத் தமிழரின் பிரசாவுரிமை பறிக்கப்பட்டதன் விளைவாக, அவர்கள் தேர்தலில் வாக்களிக்கும் உரிமையையும் இழந்தார்கள். இதன் விளைவாக, இந்தியத் தமிழர் சார்பில் 1947 ஆம் ஆண்டுத் தேர்தலில் போட்டியிட்ட இலங்கைத் தொழிலாளர் காங்கிரஸ், 1952 ஆம் ஆண்டுத் தேர்தலில் போட்டியிடுவதற்கான அரசியல் அந்தஸ்தை இழந்ததன் காரணமாக, ஒரு பிரதிநிதிகூட இந்தியத் தமிழர் சார்பில் பாராளுமன்றம் செல்ல முடியவில்லை. 1947 ஆம் ஆண்டுத் தேர்தலில் 7 பாராளுமன்றப் பிரதிநிதித்துவத்தைப் பெற்றிருந்த இலங்கைத் தொழிலாளர் காங்கிரஸ், 1952 ஆம் ஆண்டுத் தேர்தலில் பங்குபற்ற முடியாத நிலைக்குத் தள்ளப்பட்டிருந்தனர். இந் நிலைமை 1977 தேர்தல் வரை தொடர்ந்து காணப்பட்டது.

மேலே கூறப்பட்ட அரசியல் நடவடிக்கைகளின் பின்னணியிலிருந்து நோக்கும்போது, சோல்பரி ஆணைக்குழுவினர் சிறுபான்மையினரின் உரிமைகளைப் பாதுகாக்கும் என எதிர்பார்த்து அறிமுகப்படுத்திய, புதிய அரசியல் யாப்பின் 29(2) வது பிரிவு, முற்றுமுழுதாகப் பயனற்றுப் போயுள்ளதைக் காணமுடிகிறது. இதன் விளைவாக, பிரதேசவாரிப் பிரதிநிதித்துவ முறை மூலம், சிறுபான்மையினரின், குறிப்பாகத் தமிழரின் பிரதிநிதித்துவம், நியாயமான முறையில் நடைபெறும் என்ற சோல்பரி ஆணைக்குழுவினரின் மற்றுமோர் எதிர்பார்ப்பும் முற்று முழுதாக தகர்த்தெறியப்பட்டது. சுருங்கக் கூறின், இலங்கைத் தமிழர், இந்தியத் தமிழர் ஆகியோரின் உரிமைகளின் பாதுகாப்பு சம்பந்தமாக சோல்பரி ஆணைக்குழுவினர் தவறான எண்ணங்களையே கொண்டிருந்தனர். தமிழ் மக்களின் நியாயமான உணர்வுகளைப் புறக்கணித்து அவர்கள் டி. எஸ். சேனநாயக்காவையும், சிங்களப் பெரும்பான்மை அரசியற் தலைவர்களையும் நம்பியதன் விளைவே, இன்றைய இலங்கையின் பரிதாபமான அரசியல் நிலைக்கு அடிப்படைக் காரணமாக அமைந்தன.

1936 களிலிருந்து ஜி. ஜி. பொன்னம்பலம் அவர்களால் முன்வைக்கப்பட்ட ஐம்பதுக்கு ஐம்பது கோரிக்கையும், அது தொடர்பான வாதப் பிரதிவாதங்களும், அரச சபையிலும், மக்கள் மத்தியிலும், பொது மேடைகளிலும் இடம் பெற்றன. அக் காலத்துப் பத்திரிகைகள் இது தொடர்பான செய்திகளைத் தமிழிலும், ஆங்கிலத்திலும் தொடர்ச்சியாக வெளியிட்ட வண்ணம் இருந்தன. இவ்வாறான, சிறுபான்மையினருக்கான அரசியல் சம உரிமைப் போராட்டம், தமிழர் மத்தியில் தேசியவாத உணர்வைத் தூண்டுவதற்குக் காரணமாயிருந்திருக்கின்றது. ஏற்கனவே முன்னைய அத்தியாயத்தில் குறிப்பிட்டதுபோன்று, தமிழருக்கென, சமஷ்டி முறையிலமைந்த தனியான அரசு தேவையென யாழ்ப்பாணப் பிரதேசத்திலிருந்து, அரசியற் தலைவர்கள், இலங்கைத் தேசாதிபதிக்கும், பிரித்தானிய அரசுக்கும், எழுதி அனுப்பிய விண்ணப்பம், தமிழரை அவர்களது தேசிய நலனில் அக்கறை கொள்ளச் செய்து, அவர்களுடைய தமிழ்த் தேசிய உணர்வினை மேலும் தீவிரப்படுத்தியிருக்கும் என்பதிற் சந்தேகமில்லை. தமிழ் அரசியற் தலைவர்களின் நீண்டகாலக் கோரிக்கையான ஐம்பதுக்கு ஐம்பது சமபிரதிநிதித்துவக் கோரிக்கையை சோல்பரி ஆணைக்குழுவினர் ஏற்க மறுத்தமையும், மாறாக, பிரித்தானிய அரசு, வெஸ்ற்மினிஸ்ரர் பாராளுமன்ற முன்மாதிரியைப் பின்பற்றி, சிங்கள பெரும்பான்மை அரசின் அமைச்சரவை முன்வைத்த அரசியல் யாப்பு நகல் திட்டத்தை ஏற்று, அதனையே நடைமுறைப்படுத்துமாறு சோல்பரி ஆணைக்குழுவினருக்குக் கட்டளை பிறப்பித்திருந்தமையும், தமிழ் மக்களிடையே அதிருப்தியை ஏற்படுத்தக் காரணமாயிருந்துள்ளன. தமிழ் அரசியற் தலைவர்கள் தமது மேற்படி கோரிக்கையைக் கைவிட்டு, சோல்பரி அரசியல் யாப்பின் அமுல்படுத்தலுக்குச் சார்பாக, சிங்களப் பெரும்பான்மை அரசுக்கு ஆதரவு வழங்கியமை, தமிழர் மத்தியில் விரக்தியை உருவாக்கி, அதன் விளைவாக அவர்கள் தமது அரசியல் எதிர்காலம் பற்றித் தீவிரமாகச் சிந்திக்கத் தொடங்கியிருப்பர். அத்தோடு, தமிழ் மக்கள், தமது உயர்வான அரசியல் தலைவர்கள் என எண்ணிய ஜி. ஜி. பொன்னம்பலம் அவர்களும், ஏனைய தமிழ்

அரசியல் தலைவர்களும், இலங்கையின் தேசிய அபிவிருத்தி கருதி, சிங்களப் பெரும்பான்மை அரசுடன் ஒத்துழைக்க முனைந்தமையும், ஜி. ஜி. பொன்னம்பலம் அவர்கள் அமைச்சரவையில் இணைந்து அமைச்சர் பதவி பெற்றறமையும், தமிழரின் விரக்தியை மேலும் அதிகரிக்கச் செய்திருக்கும். மறுபுறத்தில், இவ் விரக்தி நிலைப்பாடு தமிழ்த் தேசியவாத எழுச்சிக்கு உந்துதலாக அமைந்திருக்கும் என்பதிற் சந்தேகமிருக்க முடியாது.

எவ்வாறு இருந்தபோதிலும், முழு இலங்கையையும் தழுவும் அரசமைப்பு என்ற அடிப்படையில் தமிழர் கொண்டிருந்த தேசிய உணர்வை அவர்கள் கைவிட்டு, தாம், தேசியமொன்றின் அனைத்து இலட்சணங்களையும் உடைய தனித்துவமான இனக் குழு என்றும், அதன்வழி தமக்கெனத் தனியானதொரு தேசிய அடையாளம் உண்டு என்று எண்ணும் நிலைக்கு அவர்களுடைய உணர்வைத் தூண்டியதில் பொன்னம்பலம் அவர்களுக்கு முக்கிய பங்குண்டு. இருந்தபோதிலும் இம் முயற்சியில் அவர் பெருமளவுக்குத் தன்னை அர்ப்பணிக்கவில்லை என்பது குறிப்பிடத்தக்கது. ஆனால் இந்த உணர்வை நெறிப்படுத்தி முன்னெடுத்துச் செல்லும் பணியைத் தமிழ் அரசுக் கட்சி போன்ற உத்வேகமும் பலமும் கொண்ட சக்திகளே ஆற்றவேண்டியிருந்தது.

அத்துடன், ஏற்கனவே கலந்துரையாடப்பட்ட, இலங்கையின் தேசியக்கொடி சம்பந்தமான வாதப்பிரதிவாதங்களில், தமிழ் அரசியல் தலைவர்கள் தங்களின், வரலாற்றுப் பின்னணியையும், தமிழரின் யாழ்ப்பாண அரசு, வன்னி அரசு போன்றவற்றின் சுதந்திரமான நிலைகளையும் எடுத்துக் காட்டி, தமிழர் ஒரு தனியான தேசியம் என்ற வாதத்தை முன்வைத்தனர். இருந்தபோதிலும், தாம் இலங்கையின் தேசிய நீரோட்டத்தில் இணைந்து ஒத்துழைக்க வேண்டுமானால், தமது இனத்தின் அடையாளத்தையும் தேசியக்கொடியில் இடம்பெறச் செய்யவேண்டும் என்று கேட்டுக்கொண்டனர். தமிழ்த் தலைவர்களின் இவ்வாறான கருத்துகள் நிச்சயமாகத் தமிழ் மக்கள் மத்தியில் சென்றடைந்திருக்கும். சிங்கள அரசியல் தலைவர்கள், சிங்கக்கொடியைத் தேசியக்கொடியாக ஏற்று, இலங்கையின் சுதந்திர தினத்தன்று அதனை ஏற்றுவதற்குத் தீவிரமாகச் செயற்பட்டனர். இவ் வேளையில் வடக்கு, கிழக்குத் தமிழர் தமது அபிலாஷைகளையும் இலங்கை அரசுக்குத் தெரிவித்தனர். இருந்தபோதிலும் சிங்களப் பெரும்பான்மை அரசு தமது எண்ணத்தையே, தேசியக்கொடிப் பிரச்சனையில் நிறைவேற்றியது. இந் நிகழ்வுகள் தமிழரின் உணர்வுகளை மிகவும் பாதித்திருக்கும். அவ்வாறான உணர்வலைகள், அவர்களைத் தமது தேசியம்பற்றி நிச்சயம் எழுச்சிகொள்ளச் செய்திருக்கும் என்பதிற் சந்தேகமில்லை.

S.J.V. செல்வநாயகம்

இலங்கை சுதந்திரம் அடைந்த 1948 ஆம் ஆண்டின் இறுதிப் பகுதியில், இரண்டாவது

இலங்கை அரசின் அரசியல் நடவடிக்கைகளும், தமிழ்த் தேசியத்தின் எழுச்சியும் 597

பாராளுமன்றக் கூட்டத் தொடரில் இந்தியத் தமிழரின் பிரசாவுரிமையைப் பறிப்பதன் பொருட்டு, சிங்களப் பெரும்பான்மை அரசாங்கம், பாராளுமன்றத்தில் அம்மசோதாவை முன்மொழிந்து அதனைப் பெரும்பான்மைச் சிங்களப் பிரதிநிதிகளின் வாக்களிப்பினாலும், சில சிறுபான்மைத் தமிழரின் சாதகமான வாக்களிப்பினாலும் நிறைவேற்றி, இந்தியத் தமிழரின் பிரசாவுரிமையைப் பறித்து, அவர்களை நாடற்றவர்களாக்கிய நிகழ்வு, இலங்கைத் தமிழர் மத்தியிற் பெரும் பீதியையும், அச்சத்தையும் நிச்சயம் ஏற்படுத்தியிருக்கும். இதன் விளைவாகவே, எஸ். ஜே. வி. செல்வநாயகம் அவர்கள், சிங்கள அரசுடன் சேர்ந்து இயங்கும் தமிழ்க் காங்கிரஸ் கட்சியிலிருந்து தமது சாகாக்களுடன் விலகி, தமிரசுக் கட்சியை 1949 ஆம் ஆண்டு ஆரம்பிக்க வேண்டிய நிலை ஏற்பட்டது. தமிழரின் அரசியல் அபிலாசைகளை சனநாயகரீதியில் வென்றெடுக்கும் நோக்கில் தமிழரசுக் கட்சி தோற்றுவிக்கப்பட்டமையானது தமிழ்த் தேசியவாதத்தின் ஒரு மைல் கல்லாக அமைந்தமையைக் காணமுடிகிறது.

1952 ஆம் ஆண்டுத் தேர்தலில் மீண்டும் ஐக்கிய தேசியக் கட்சி வெற்றி பெற்று, பாராளுமன்றத்தை அமைத்தது. தமிழ்க் காங்கிரஸ் கட்சி, ஐக்கிய தேசியக் கட்சி வலதுசாரி அணியின் ஒரு அங்கமாக இருந்தபோதும் அது தன்னைத் தனியானதொரு கட்சியாகவே பேணிக்கொண்டது. தமிழரசுக் கட்சிப் பிரதிநிதிகள் 1952 லிருந்து தமிழரின் அரசியல் உரிமைக்காகக் குரல் கொடுத்தும், தொடர்ச்சியாகப் போராட்டங்களை நடாத்தியும், தமிழரின் சனநாயக உரிமைகளை வென்றெடுக்கவும், தமிழரின் தேசியப் பிரச்சனை சமஷ்டி முறையில் தீர்க்கப்பட வேண்டுமென்றும் அகிம்சை வழியிற் போராட்டங்களை நிகழ்த்தினர். 1952 ஆம் ஆண்டில், தமிழரசுக் கட்சி சமஷ்டிக் கோரிக்கையை அரசின் முன்வைத்ததும், ஏற்கனவே குறிப்பிட்டதுபோல, சி. சுந்தரலிங்கம் அவர்கள் Motion for restored Ceylon Free State மசோதாவை முன்வைத்ததும், தமிழரின் சுதந்திர தாகத்தில் பெரும் தாக்கத்தை ஏற்படுத்தின.

இவ் அத்தியாயத்தில் விபரிக்கப்பட்ட, 1947 லிருந்து 1952 வரையிலான தமிழர் அரசியல் தொடர்பான வரலாற்றுப் பின்னணியையிட்டு, இதுவரையும் ஆய்வு செய்த அறிஞர்கள் தெளிவான முறையில் விளக்கங்கள் தரத் தறியமையால் அவ்விடயங்கள் பற்றி, அதிகாரபூர்வமான ஆவணங்களின் உதவியுடன் மிகவும் விரிவாக இங்கு ஆராயப்பட்டுள்ளன. 1952 களிலிருந்து 1987 வரையிலான, தமிழர் சம்பந்தப்பட்ட பல்வேறுபட்ட அரசியற் பிரச்சனைகளும், பல அரசியல் வரலாற்று அறிஞரினால் ஆய்வு செய்யப்பட்டு, பல நூல்களும், கட்டுரைகளும் வெளிவந்துள்ளன. இதன் காரணத்தினால், மேற்படி காலகட்டத் தமிழர் அரசியல் நிலைமைகள் பொறுத்து மிக முக்கியமான வரலாற்றுச் சம்பவங்களைப் பிரதானமாக எடுத்துக் காட்டி, அந் நிகழ்வுகள் எவ்வளவு தூரம் தமிழரின் தேசியவாத எழுச்சிக்கும், தமிழரின் தேசிய விடுதலைப் போராட்டத்திற்கும் பங்களிப்புச் செய்தன என்பதுபற்றிச் சுருக்கமானதொரு வரலாற்றுப் பின்னணியைத் தொடர்வது பொருத்தமானதாகும்.

1952-1956 காலப்பகுதியில் சில முக்கியமான அரசியல் சம்பவங்கள் இலங்கை அரசியலிலும், குறிப்பாகத் தமிழர் அரசியலிலும் நடைபெற்றன. 1952 தேர்தலுக்குச்

சில மாதங்களுக்கு முன்னர், சிங்களப் பெரும்பான்மை மக்களால் 'தேசபிதா' என அழைக்கப்பட்ட டி. எஸ். சேனநாயக்கா அவர்கள் காலமானார். அவருடைய மகன் டட்லி சேனநாயக்கா பிரதம மந்திரியாகப் பதவியேற்றுக் கொண்டார். தமிழ்க் காங்கிரஸ் கட்சியினர் 1952 தேர்தலில் நான்கு பிரதிநிதித்துவத்தைப் பெற்றதோடு, டட்லி சேனநாயக்கா அரசாங்கத்திற்கு தமது வெளிப்படையான ஆதரவையும் பாராளுமன்றத்தில் வழங்க முன்வந்தனர். இதனால், பொன்னம்பலம் அவர்கள் மீண்டும் அமைச்சராக நியமிக்கப்பட்டார். டட்லி சேனநாயக்காவுக்கும், அவருடைய உறவினரான சேர் ஜோன் கொத்லாவலவுக்கும் எழுந்த அரசியற் கொள்கை பற்றிய தகராறில் டட்லி சேனநாயக்கா தனது பதவியை ராஜினாமா செய்ய, அந்த இடத்திற்கு கொத்தலாவல தெரிவு செய்யப்பட்டார். கொத்தலாவல பிரதம மந்திரியாக வந்ததும் 1953 இல் பொன்னம்பலம் அவர்களின் அமைச்சுப் பதவி பறிக்கப்பட்டது. இந்த நிகழ்வுடன் தமிழ்க் காங்கிரஸின் அரசியற் செல்வாக்கு தமிழர் மத்தியில் சரியும் நிலைக்குத் தள்ளப்பட்டது. 1952 ஆம் ஆண்டுத் தேர்தலில், இலங்கைத் தமிழரசுக் கட்சி, இரண்டு பாராளுமன்றப் பிரதிநிதித்துவத்தையே பெற்றிருந்தது. எஸ். ஜே. வி. செல்வநாயகம் அவர்கள் காங்கேசன்துறைத் தொகுதியில் தொடர்ந்தும் 1952 இல் போட்டியிட்டார். இச் சந்தர்ப்பத்தில், யாழ்ப்பாணம் பரமேஸ்வரா கல்லூரியின் அதிபராக இருந்த எஸ். நடேசன் (சேர். பொன்னம்பலம் இராமநாதனின் மருமகன்) யாழ்ப்பாணத்து மக்கள் மத்தியில் செல்வாக்குப் பெற்றிருந்தமையாலும், ஐக்கிய தேசியக் கட்சியின் சார்பாக போட்டியிடுவதால் அவருக்கு அமைச்சுப் பதவி கிடைக்கும் என வடமாகாணத் தமிழர் நம்பியதன் விளைவாகவும், எஸ். நடேசன் அவர்கள் தேர்தலில் வெற்றி பெற்றார். தேர்தலில் தோல்வியடைந்த செல்வநாயகம், தொடர்ந்தும் தமிழரின் அரசியல் உரிமைகளை வென்றெடுப்பதற்காகப் பாராளுமன்றத்திற்கு வெளியிலிருந்து போராட்டங்களை நடத்தினார். வன்னியசிங்கம் அவர்கள்,

திரு. வன்னியசிங்கம்

D.S. செனநாயக்கா

தமிழரசுக் கட்சியின் உப தலைவராகவும் செல்வநாயகம் அவர்களின் வலது கரமாகவும் பாராளுமன்றத்தில் செயற்பட்டார். அத்தோடு நாகநாதன் அவர்களும் வன்னியசிங்கம்

அவர்களுடன் இணைந்து செயற்பட்டார். கிழக்கு மாகாணத்தில், திருகோணமலைத் தொகுதியில் தமிழரசுக் கட்சி சார்பில் போட்டியிட்ட தமிழ்ப் பிரதிநிதியின் ஆதரவும் செல்வநாயகம் அவர்களுக்குக் கிடைத்திருந்தது. மட்டக்களப்புத் தொகுதியில் வெற்றிபெற்ற தமிழ்ப் பிரதிநிதியின் ஆதரவும் செல்வநாயகம் அவர்களுக்குக் கிடைத்தபோதும், பின்னர் அவர் ஐக்கிய தேசியக் கட்சியில் இணைந்தமையால் அதனை இழக்க நேரிட்டது. இடதுசாரிக் கட்சிகளின் பெரும்பான்மையான பிரதிநிதிகள், சிறுபான்மைத் தமிழரின் உரிமைப் பிரச்சனையில், தமிழரசுக் கட்சிக்குத் தமது ஆதரவைப் பெரும்பாலான சந்தர்ப்பங்களில் வழங்கினர்.[44] 1951 ஜுலை 12 இல் எஸ். டபிள்யூ. ஆர். டி. பண்டாரநாயக்கா, தனது உள்ளூராட்சி அமைச்சுப் பதவியையும் சுகாதார அமைச்சுப் பதவியையும், பாராளுமன்றத் தலைவர் பதவியையும் ராஜினாமாச் செய்தார். 1951 ஜுலை 15 அன்று அவர் அரசாங்கத்திலிருந்து விலகி, தீவிர வலதுசாரிக் கட்சியான ஐக்கிய தேசியக் கட்சிக்கும், தீவிர இடதுசாரிக் மார்க்சிஸ்ற் கட்சிகளுக்கும் இடைநிலைப்பட்ட, 'நடுநிலை'க் கட்சியொன்றை ஆரம்பிக்கப் போவதாக அறிவித்தார்.[45] எனவே, பண்டாரநாயக்கா அவர்கள் 1951 ஆம் ஆண்டின் செப்டம்பர் மாத முற்பகுதியில் 'சிறீலங்கா சுதந்திரக் கட்சியை' அங்குரார்ப்பணம் செய்தபோது, முதன் முறையாக வாக்காளருக்கு சனநாயகரீதியிலான ஒரு மாற்றுவழி கிடைத்தது. இருந்தபோதிலும், 1952 ஆம் ஆண்டுத் தேர்தலில், ஐக்கிய தேசியக் கட்சி 81 தொகுதிகளில் போட்டியிட்டு 54 பாராளுமன்றப் பிரதிநிதித்துவத்தைப் பெற்றுநிற்க, சிறீலங்கா சுதந்திரக் கட்சி 48 தொகுதிகளில் போட்டியிட்டு 9 பாராளுமன்றப் பிரதிநிதித்துவத்தையே பெற்றது.[46]

மேற்படி இலங்கைப் பாராளுமன்ற அரசியற் பின்னணியை வைத்துக் கொண்டு, மேற்படி காலகட்டத்தில் இலங்கைத் தமிழர் தொடர்பாக இடம்பெற்ற முக்கிய சம்பவங்களை நோக்குவது இலகுவானதாகும். 1952 களிலிருந்து 1956 கள் வரையில், சிறுபான்மைத் தமிழர் தொடர்பாக, மிக முக்கியமான நான்கு சம்பவங்கள் இடம் பெற்றன. இவற்றில் முதலாவதும், முக்கியமானது, தமிழரசுக் கட்சி சமஷ்டி அரசு முறையைக் கோரி தனது கொள்கைகளை முன்வைத்தமை. இரண்டாவதாக, தனிச்சிங்கள மசோதாவை தமிழரசுக் கட்சி, தமிழ்க் காங்கிரஸ் கட்சி, ஏனைய சுயேச்சைத் தமிழ்ப் பிரதிநிதிகள் ஆகியன மிகவும் கடுமையாக எதிர்த்தமையாகும். மூன்றாவதாக, தமிழ்ப் பிரதேசங்களில் திட்டமிட்ட சிங்களக் குடியேற்றத்துக்கு எதிராக, தமிழ் அரசியற் தலைவர்கள் ஆட்சேபனை தெரிவித்தமையாகும். நான்காவதாக, இந்தியத் தமிழரின் பிரசாவுரிமை, வாக்குரிமை தொடர்பாக குரல் கொடுத்தமையாகும். தமிழ்ப் பிரதேசங்களில் திட்டமிட்ட சிங்களக் குடியேற்றம் பற்றி இவ் அத்தியாயத்தில் தனியாக ஆராய இருப்பதால், ஏனைய மூன்று விடயங்கள் பற்றித் தொடர்ந்து சுருக்கமாக விபரிக்கப்படும்.

ஏற்கனவே குறிப்பிட்டதுபோல, இந்தியத் தமிழர், பிரதானமாகத் தோட்டத் தொழிலாளராக இருந்ததுடன், வெளித் தொடர்பின்றித் தத்தம் பெருந்தோட்ட எல்லைகளின் உள்ளேயே தனிமைப்பட்டவராய் வாழ்ந்தனர். இவர்கள் இலங்கைத் தமிழரிடமிருந்து சமூக ரீதியில் மட்டுமன்று புவியியல் ரீதியிலும் பிரிந்தே வாழந்தனர். ஆர். கேணி (R. Kearney) அவர்கள் கூறுவதுபோல்:

> "மொழி, சமயம் என்பவை இவ் இரண்டு இனத்துக்கும் பொதுவாக இருந்தபோதிலும், வேறுபட்ட வரலாற்றுப் பின்னணி, பொருளாதார நிலை, சாதி என்பவற்றுடன், இலகுவில் விளக்கமுடியாத சுய அடையாள உணர்வு போன்ற காரணிகள், இவ்விரு இனங்களும் ஐக்கியப்படுவதைப் பாதித்துள்ளன."[47]

இந்த வேறுபாடுகள் இருந்தபோதிலும், தமிழரசுக் கட்சி ஆரம்பித்த உடனடிக் காரணம், இந்தியத் தமிழரின் உரிமைகளைப் பாதுகாப்பதற்காகவே எனத் தெரியருகின்றது. 1948 ஆம் ஆண்டிலும் 1949 ஆம் ஆண்டிலும் இந்தியத் தமிழரின் பிரசாவுரிமை சட்டபூர்வமாகப் பறிக்கப்பட்டபோது, டி. எஸ். சேனநாயக்கா, 1948, 1949 ஆண்டுகளில் அறிமுகப்படுத்திய இந்தியத் தமிழர் பிரசாவுரிமை சட்ட ஏற்பாடுகளுக்கிணங்க, அவர்கள் தம்மைப் பிரசைகளாகப் பதிவு செய்திருப்பின், குடிவரவைக் கட்டப்படுத்தவதற்காக 1948 இறுதியில் அமுல்படுத்தப்பட்ட பிரசாவுரிமைச் சட்டத்தின்படி, அவர்களில் பலர் வாக்காளர் பட்டியலில் சேர்க்கப்படுவதற்குத் தகுதி பெற்று அவ்வாறு வக்காளர் பட்டியலில் இடம் பெற்றிருப்பர். இந்திய அரசாங்கத்துடன் இலங்கை அரசு பல பேச்சுவார்த்தைகளை நடத்தியும் இந்தியத் தமிழர் எதுவித பலனையும் அடையவில்லை. தமிழரசுக் கட்சியும், செல்வநாயகம் அவர்களும் இந்தியத் தமிழரின் பிரசாவுரிமை அவர்களுக்கு மீண்டும் வழங்கப்பட வேண்டுமெனப் பாராளுமன்றத்திலும், பொதுமேடைகளிலும் இந்தியத் தமிழருக்காகத் தொடர்ந்தும் குரல் கொடுத்துப் போராடினர். செல்வநாயகம் அவர்கள், 1949 இல் தமிழரசுக் கட்சியைத் தாபித்த பொழுது, கட்சியின் கொள்கைகளை முன்னெடுப்பதற்காக 'சுதந்திரன்' என்னும் தமிழ் வாரப் பத்திரிகையையும் ஆரம்பித்தார். அப் பத்திரிகை இந்தியத் தமிழரின் உரிமைகள் குறித்த செய்திகளுக்கு முன்னுரிமை கொடுத்துத் தொடர்ச்சியாக பிரசுரித்து வந்தது. இந்தியத் தமிழர், இலங்கைத் தமிழருடன் All-island Tamil Front என்ற அடிப்படையில் ஒன்றிணைந்து போராடவேண்டும் என்றும் அறைகூவல் விடுத்தார். 1977 களில் புதிய அரசியல் யாப்பு அறிமுகப்படுத்தப்பட்டு, இந்தியத் தமிழரின் பிரசாவுரிமை பிரச்சனை, இலங்கை அரசியலில், குறிப்பாக தமிழர் அரசியலில், மிகவும் தீவிரமடைந்த பிரச்சனையாக உருவெடுத்தது. 1952-1956 காலப்பகுதிகளில், தமிழரசுக் கட்சியும், செல்வநாயகம் அவர்களும் நிகழ்த்திய போராட்டங்கள், ஒட்டுமொத்தத்தில் தமிழரின் தேசியவாத எழுச்சிக்குப் பாரிய பங்களிப்பை வழங்கிய முக்கிய அம்சமாக இருந்தமையைக் காணமுடிகிறது.

மேற்படி காலகட்டத்தில், தமிழரசுக் கட்சி முன்வைத்த சமஷ்டி ஆட்சி முறைக் கோரிக்கை, தமிழரின் அதிமுக்கிய அரசியற் பிரச்சனையாகவும், இலங்கை அரசாங்கத்தின் பிரச்சனையாகவும் இடம் பெறத் தொடங்கியது.

செல்வநாயகமும் அவரது அரசியற் சகாக்களும், பொன்னம்பலம் அவர்கள் இந்தியத் தமிழரின் பிரசாவுரிமை பறிபோக ஆதரவு வழங்கியதன் காரணமாகவும், தமிழரின் அரசியல் உரிமைகளைப் பாதுகாப்பதற்காகவும், தமிரசுக் கட்சியின் கீழ் மாற்று அரசியற் திட்டங்களை மேற்கொண்டதன் விளைவாகவுமே சமஷ்டிக் கொள்கை அவர்களால் முன்வைக்கப்பட்டது. செல்வநாயகம் அவர்களாலும்,

தமிழரசுக் கட்சியாலும் 1950 களில் முன்வைக்கப்பட்ட தமிழ்ப் பேசும் மக்களுக்கான சுயாட்சி அரசு என்ற மாற்றுத் திட்டம், தமிழ் மொழி, தமிழரின் பாரம்பரிய பிரதேசம் எனும் இரண்டையும், இவை ஒரு தேசத்தின் அதி முக்கியமான அம்சங்கள் என்ற வகையில், ஒன்றிணைத்தது. இலங்கைத் தமிழர் இப் பிரதேசத்திலேயே வாழ்ந்தமையால், அவர்கள் தமது வாழ்வாதார உரிமைக்காக சிங்கள பெரும்பான்மை அரசுகளுடன் போராடுவது நியாயமானதாக இருந்தது. இச் சந்தர்ப்பத்தில், தமிழரசுக் கட்சித் தலைவர்கள் திருகோணமயையில், 1952 இல் கூட்டிய மாகாநாட்டில், ஏழு முக்கிய தீர்மானங்களை நிறைவேற்றினர்.[48]

சமஷ்டி அரசு முறை வழியில், எவராலும் பறிக்கப்பட முடியாத ஒரு தேசத்தை உடமையாக்கிக் கொள்வது அவற்றில் பிரதான இடத்தை வகித்தது. அத்துடன் தமிழரசின் தலைநகரமாகத் திருகோணமலையே அமையும் எனவும் பிரகடனப்படுத்தப்பட்டது. இது கிழக்கு மாகாணத் தமிழருக்கும், வடமாகாணத் தமிழருக்குமிடையே அரசியல் ரீதியான மிகவும் இறுக்கமான இணைப்பை ஏற்படுத்த உதவியது. 1951 தொடங்கி 1972 களில் தமிழரசுக் கட்சி ஏனைய தமிழ்க் கட்சிகளுடன் இணைந்து தமிழ்க் கோரிக்கையை முன்னெடுக்கும் வரை சமஷ்டிக் கோரிக்கைக்காகத் தொடர்ந்து ஜனநாயக வழிமுறைகளில் பல்வேறு போராட்டங்களை சாத்வீக முறையில் நடத்தினர்.

1952 ஆம் ஆண்டுத் தேர்தல் பிரச்சாரத்தின் போது, தமிழரசுக் கட்சிக்கு எதிரணியிலிருந்த ஜி. ஜி. பொன்னம்பலம் அவர்கள், தமிழரசுக் கட்சியினர், தமது கட்சிக்கு ஆங்கிலத்தில் சமஷ்டிக் கட்சி என்றும், தமிழில் இலங்கைத் தமிழரசுக் கட்சி என்றும் இரு வேறுபட்ட பெயர்களைச் சூட்டி, இரட்டை வேடமிடுகின்றனர் என நிறுவ முயன்றார். இலங்கைத் தமிழரசுக் கட்சி என்னும் பெயரில் உள்ள 'அரசு' என்ற சொல் தமிழில், 'தனியரசு' என அர்த்தப்படுமே அல்லாது, அதன் ஆங்கிலப் பெயர் குறிப்பது போன்று 'சுயாட்சிப் பிரதேசம்' அல்ல என எடுத்துரைத்தார். சாவகச்சேரியில் நடந்த ஒரு தேர்தல் கூட்டத்தில், தமிழரசுக் கட்சியினர், பூரண இறைமையை உடைய அரசைக் குறிக்கின்ற 'தமிழ் அரசு' என்ற பதத்தைக் கொண்ட பெயரைத் தமிழ் மக்களை ஏமாற்றுவதற்காகப் பயன்படுத்துகின்றனர் எனக் குற்றம் சாட்டினார். பேராசிரியர் வில்சன் இந்த விடயத்தையிட்டுப் பின்வருமாறு எழுதினார்:

> "(தமிழரசுக் கட்சியின்) மத்தியகுழு, தமிழ் மக்களின் உணர்ச்சிகளைத் தூண்டிவிடும் அதே சமயம் தனது கட்சியின் ஆங்கிலப் பெயரை வைத்துக்கொண்டு, சிங்களத் தலைமையுடன் பிரச்சனையைத் தீர்க்கப் பார்க்கின்றது எனக் குற்றம் சுமத்திய பொன்னம்பலம், சமஷ்டிமுறை உருவாக்கிய இக்கட்டான நிலையைத் தெளிவாக்கினார்."[49]

சிங்கள ஆதிக்கத்துக்கு எதிராகத் தூண்டப்பட்ட தமிழ்த்தேசியம், அது கோரும் சமஷ்டி முறையிலமைந்த சுய ஆட்சிக் கோரிக்கை தோல்வியடையும் பட்சத்தில், அதற்குப் பதிலாக, சுதந்திர தனிநாடுக் கோரிக்கையை முன்னெடுக்கும் சாத்தியத்தையும் தன்னுள்ளே கொண்டதாகத்தான் இருந்தது. பொன்னம்பலம்

அவர்கள், தமிழரைத் தமிழரசுக்கட்சி ஏமாற்றுவதாக சுமத்திய குற்றச்சாட்டுக்குப் பதில் சொல்லும் வகையில் செல்வநாயகம் அவர்கள், தமிழரசு என்பது, அது பூரண இறைமையைக் கொண்டதாகவோ அல்லது சுய ஆட்சியாகவோ, எப்படித்தான் இருந்தாலும், அது தமிழ்த் தேசத்தையே குறிக்கும் எனப் பதிலளித்ததுடன், தமிழரசுக்கட்சி என்பது கட்சியின் பெயரல்ல, அது கட்சியை விளக்கும் ஒரு பதம் எனவும் கூறினார்.[50]

இந்த வாதத்தைப் புறந்தள்ளிய பொன்னம்பலம் அவர்கள், ஏற்கெனவே உள்ள உள்ளூராட்சி மன்றங்களைவிட ஓரளவு அதிகாரம் கூடிய மாகாண சபையை மட்டுமே பெறுகின்ற தனது இலக்கை மறைத்துக் கொண்டு, தமிழரசுக்கட்சி, தமிழரைத் தன்னிடத்தில் கவர்ந்து கொள்வதற்காகவே, தனது பிரசாரத்தை தமிழ் அரசுக்கான பிரச்சாரம் என வேடம் புனைந்துள்ளது என மேலும் குற்றம் சுமத்தினார்.

மேற்கூறப்பட்ட வாதப் பிரதிவாதங்கள் இரண்டு முக்கியமான தாக்கங்களைத் தமிழ் மக்கள் மத்தியில் ஏற்படுத்தின. அவர்கள் சமஷ்டிக் கோட்பாட்டையிட்டு ஒரு மயக்கமான, குழப்பமான விளக்கத்தையே பெற்றிருப்பார்கள் என்பது முதலாவதாகும். அடுத்து, மேற்படி அரசியற் தலைவர்கள் பாராளுமன்றத்திலும், பொதுமேடைகளிலும் சமஷ்டிக் கோட்பாடு சம்பந்தமாகப் பேசிய விடயங்களும், பத்திரிகைகள் வாயிலாக அறியப்பட்ட கருத்துக்களும் தமிழ் மக்கள் மத்தியிற் பரவி, அதன் தாக்கம், தமிழர் தமது அரசியல் நிலைப்பாடுபற்றித் தீவிரமாகச் சிந்திப்பதற்கும், தமிழ்த் தேசியவாதத்தை முன்னெடுப்பதற்கான படிக்கற்களாகவும் அமைந்தன. செல்வநாயகம் அவர்கள் 1952 ஆம் ஆண்டு பாராளுமன்றத் தேர்தலில் காங்கேசன்துறைத் தொகுதியில் தோல்வியடைந்தமைக்கும், தமிழரசுக்கட்சி அத்தேர்தலில் ஏழு தொகுதிகளில் போட்டியிட்டு, இரண்டு தொகுதிகளில் மட்டுமே வெற்றி பெற்றதற்கும், மக்கள் மத்தியிலே சமஷ்டி ஆட்சிபற்றி நிலவிய குழப்பமான, நம்பிக்கையற்ற நிலையே காரணமாகும்.[51]

இருந்தபோதிலும், 1956 ஆம் ஆண்டுத் தேர்தலில் தமிழரசுக் கட்சி எட்டுத் தொகுதிகளில் வெற்றிபெற, பொன்னம்பலம் அவர்களின் தமிழ்க் காங்கிரஸ் கட்சி ஒரு தொகுதியிலேயே வெற்றிபெற முடிந்தது.[52] பெரும்பான்மையான தமிழ் மக்கள் செல்வநாயகம் அவர்கள் முன்வைத்த சமஷ்டி ஆட்சி முறையை ஏற்றுக்கொண்டனர் என்பதனையும், தமிழ்த்தேசிய எழுச்சி அவர்கள் மத்தியில் மிகவும் வளர்ந்துள்ளதையும் இத் தேர்தல் முடிவுகள் தெளிவாகக் காட்டுகின்றன. அது மட்டுமல்லாமல், அவர்கள் தமிழ்க் காங்கிரஸ் கட்சியினதும், பொன்னம்பலம் அவர்களினதும் நடவடிக்கைகளாலும், இரு பகுதியினரிலும் நம்பிக்கையீனமும், விரக்தியும் அடைந்திருந்தமையையும் இவை தெளிவாகக் காட்டுகின்றன. மேலும் தமிழரசுக்கட்சியும் அதன் தலைவர்களும் சமஷ்டிக் கோரிக்கைபற்றி தமிழர் பிரதேசங்களிலுள்ள சகல தமிழ் மக்கள் மத்தியிலும் விளக்கம் அளித்து அவர்களின் ஆதரவைப் பெற்றுக்கொண்டனர் என்பதனையும் மேற்படி தேர்தல் முடிவுகள் காட்டி நிற்கின்றன. எனவே, செல்வநாயகம் தலைமையிலான தமிழரசுக்கட்சி, மக்கள் இயக்கமாக வளர்ச்சியடைந்திருப்பதையும், தமிழ் மக்கள் தமது அரசியல் விடிவுக்காகவும், சுதந்திரத்துக்காகவும் தமது ஆதரவை வழங்கத் தயார் நிலையில்

இருப்பதையுமே இத் தேர்தல் முடிவுகள் மேலும் காட்டுகின்றன. ஹவாட் றிகின்ஸ் (Haward Wriggins) இதையிட்டுப் பின்வருமாறு கூறுகின்றார்:

> "செல்வநாயகம், தமிழ்த் தலைவர்கள் அத்தனை பேரையும் விட, தான் நினைப்பதை வெளிப்படையாகக் கூறுவதிலும், தளராத கொள்கையுடைய ஒருவராகவும் இருந்ததுடன், கடந்த காலத்தில் ஐக்கிய தேசியக் கட்சி அளிக்க முன்வந்த பதவி யாவற்றையும் புறந்தள்ளியவர். முதலாவது சுதந்திரமான பாராளுமன்றம் ஆரம்பிக்கப்பட்ட காலத்திலிருந்தே, தற்போதைய ஒற்றையாட்சி முறை, பல இனங்களைக் கொண்ட இலங்கைக்குப் பொருத்தமற்றதெனவும், சமஷ்டிமுறையிலான அரச அமைப்பு ஒன்றினால் மட்டுமே தமிழ்ப் பேசும் சிறுபான்மையினரின் உரிமைகளுக்குப் பாதுகாப்பு வழங்க முடியும் என்றும் தொடர்ந்து நிலைநிறுத்தியுள்ளார். சிங்கள மொழிச் சட்டத்தினால் தமக்கு பேராபத்து ஏற்படப்போகின்றது என தமிழர்கள் உணர்ந்தபோது அவர்கள் இயல்பாகவே, சிறந்த மனிதர் எனத் தாம் அறிந்த ஒருவரிடமே வழிகாட்டலைக் கோரிநின்றனர்."[53]

தமிழரசுக் கட்சியினர் சமஷ்டிக் கோரிக்கையை முன்வைத்த காலப்பகுதிகளில் (1952 - 1956) சிங்கள் சுயபாஷை (Swabasha Movement) இயக்கம் மிகவும் மும்முரமாக இலங்கை அரசியலில் இடம் பெற்றது. சிங்கள சுயபாஷை இயக்கம் 1940 களிலிருந்தே ஆங்கில மொழிக்கு எதிராக எழுந்த ஒன்றாகும். இது பின்னர் தமிழ் மொழிக்கு எதிரானதாக மாறி, 1951 களிலிருந்து மிக தீவிரமான அரசியல் பிரச்சனையாக உருவெடுத்திருந்தது. பின்னர் ஜனாதிபதியாக பதவியேற்ற ஜே. ஆர். ஜெயவர்த்தனா, குறிப்பிட்ட சில ஆண்டுகளுக்குள் சிங்கள மொழியை இலங்கையின் உத்தியோகபூர்வ மொழியாக்க வேண்டும் என்ற மசோதாவை 24 மே 1944 ல் அரசசபையில் முன்வைத்திருந்தார். அங்கு அவர் பின்வருமாறு தனது பிரேரணயை ஆதரித்துப் பேசியிருந்தார்:

> "முழு உலகத்திலுமே மூன்று மில்லியன் மக்களால் மட்டுமே பேசப்படும் மொழியாகிய சிங்கள மொழிக்குச் சமமான அந்தஸ்து தமிழ் மொழிக்கு வழங்கப்படின் சிங்கள மொழி பாதிப்புக்குள்ளாகும் என நான் பெரிதும் அஞ்சினேன். இந்தியாவில் நாற்பது மில்லியனுக்கும் அதிகமான மக்களால் பயன்படுத்தப்படும் தமிழ் இலக்கியம், தமிழ்த் திரைப்படங்கள், தமிழ்க் கலாசாரம் என்பவற்றின் செல்வாக்கு சிங்கள மொழியின் எதிர்காலத்துக்குப் பாதகமாகும் என நான் எண்ணினேன்."[54]

இதே கருத்தை, எஸ். டபிள்யூ. ஆர். டி. பண்டாரநாயக்கா அவர்கள், 1955 ஆம் ஆண்டு சிங்களம் மட்டும் சட்ட மசோதா விவாதத்தின் போது தெரிவித்ததை 8 நவம்பர் 1955 'டெய்லி நியூஸ்' பத்திரிகை பின்வருமாறு வெளியிட்டிருந்தது.

"அவர்களுடைய இனத்துக்கே (தமிழருக்கு) உரித்தான நூல்கள், கலாசாரம், பற்றுறுதி, வலிமை என்பனவற்றுடன், (தமிழுக்கும் சம அந்தஸ்து வழங்கப்படின்) தமிழர் விரைவில் எம்மீது ஆதிக்கம் செலுத்தும் சக்தியாகிவிடுவர்."

S.W.R.D. பண்டாரநாயக்கா

அரச சபையின் தமிழ் உறுப்பினர் இந்த மசோதாவுக்கு எதிர்ப்புத் தெரிவித்தமையினால், தமிழ் மொழியும் உத்தியோகபூர்வ மொழியாக இருக்கவேண்டுமெனத் திருத்தம் மேற்கொள்ளப்பட்டது. சிங்கள மக்களின் சுயபாஷை இயக்கம் பிரதானமாக, கீழ் நடுத்தர வர்க்கத்தினராலேயே முன்னெடுக்கப்பட்டது. இவர்கள் பின்னர், சிங்களம், தமிழ் மொழிகள் இரண்டுக்குமே உத்தியோகபூர்வ அந்தஸ்து வழங்கவேண்டுமென்ற தமது முன்னைய நிலைப்பாட்டை மாற்றிக் கொண்டு சிங்களம் மட்டும் என்ற கொள்கையை முன்வைத்தனர்.

1951 களில் தமிழரசுக்கட்சி சமஷ்டிக் கோரிக்கையை முன்வைத்தபோது, அகில இலங்கை பௌத்த காங்கிரஸ் (All Ceylon Buddhist Congress) போன்ற சிங்கள இயக்கங்கள் சிங்களம் மட்டும் கொள்கைக்காக மிகவும் தீவிரமாகச் செயற்பட்டன. 1953 - 1956 காலப் பகுதியில் இடைக்காலப் பிரதமர் சேர். ஜோன். கொத்தலாவலவுக்கும், எஸ். டபிள்யூ. ஆர். டி. பண்டாரநாயக்காவுக்கும் இடையில் ஏற்பட்ட ஓர் அரசியல் முரண்பாட்டின் காரணமாக, பண்டாரநாயக்கா 1951 ஆம் ஆண்டில் ஐக்கிய தேசியக் கட்சியிலிருந்து விலகி, சிறீலங்கா சுதந்திரக் கட்சி என்ற புதிய கட்சியை ஆரம்பித்திருந்தார். இந்த இரண்டு தலைவர்களுக்கும் இடையிலான அரசியற்போட்டியினால் ஏற்கனவே எரியும் நிலையிலிருந்த சிங்களம் மட்டும் பிரச்சனை மேலும் தீவிரமடைந்தது. யாழ்ப்பாணத்தில் நடைபெற்ற ஒரு விருந்துபசாரத்தில், அரசியற் சட்டத்தில் தமிழ் மொழி, சிங்கள மொழி இரண்டுக்குமே சம அந்தஸ்து அளிக்கும் வகையில் திருத்தம் செய்யத் தான் நடவடிக்கை எடுப்பேன் என கொத்தலாவல அறிவித்திருந்தார். அவரது இந்தக் கூற்றுக்கு சிங்கள மக்கள் தமது கண்டனத்தைத் தெரிவித்ததால், சிங்களம் மட்டுமே உத்தியோகபூர்வ மொழியாக்கப்பட வேண்டும் என்ற அவர்களுடைய உறுதியான நிலை மேலும் வலுவடைந்தது.

ஏற்கனவே ஐக்கிய தேசியக் கட்சியிலிருந்து விலகி, வவுனியாத் தொகுதியிலிருந்து 1952 ஆம் ஆண்டுத் தேர்தலில் சுயேட்சைப் பிரதிநிதியாகத் தெரிவு செய்யப்பட்ட சி. சுந்தரலிங்கம் அவர்கள் சிங்களம் மட்டும் மசோதாவை மிகவும் கடுமையாக எதிர்த்தார். சிங்களம் மட்டும் சட்டம் பிரகடனப்படுத்தப்பட்டால் தமிழர் தமக்கெனத் தனியான அரசை அமைக்கின்ற நிலை ஏற்படும் எனப் பாராளுமன்ற விவாதத்தின்போது எச்சரிக்கை செய்தார்.[55] ஜி. ஜி. பொன்னம்பலமும்

அதே கருத்தையே தெரிவித்தார். ஐக்கிய தேசியக் கட்சியில் அங்கம் வகித்த எஸ். நடேசன், வி. குமாரசுவாமி ஆகியோர் சிங்களம் மட்டும் மசோதாவைக் கடுமையாக எதிர்த்ததுடன், தமிழ் மொழி புறக்கணிக்கப்படின் தாம் ஐக்கிய தேசியக் கட்சியிலிருந்து விலகுவதாகவும் எச்சரிக்கை செய்தனர்.[56] இடதுசாரிகளில் பெரும்பான்மையான பிரதிநிதிகளும், உதாரணமாக என். எம். பெரேரா போன்றோரும் சிங்களம், தமிழ் இரண்டுமே அரசமொழிகளாக இருத்தல் வேண்டும் என்ற கருத்தினைப் பாராளுமன்றத்தில் முன்வைத்தனர். மேற்குறிப்பிட்டவர்களின், சிங்களம் மட்டும் மசோதாவுக்கு எதிரான வாதங்கள் யாவும், செல்வநாயகம் அவர்களின் சமஷ்டிக் கோரிக்கைக்கும், தமிழர் தமது மொழி, பாரம்பரிய பிரதேசம் என்பன சம்பந்தமான பிரச்சனைகளை சமஷ்டி அரசமைப்பு மூலம் மட்டுமே தீர்க்கமுடியும் என்ற கொள்கைளுக்கும் மேலும் வலுச் சேர்த்தன. தமிழ்மக்கள், செல்வநாயகம் அவர்களையும், தமிழரசுக் கட்சியினரையும் மிகவும் ஆர்வத்துடன் வரவேற்றனர். இவ்வாறான நிகழ்வுகள் தமிழ்த் தேசியவாத எழுச்சியை மேலும் விரைவுபடுத்தின.

சிங்களப் பிரதேசங்களில் சிங்களம் மட்டும் என்ற கொள்கை மிகத் தீவிரடைந்தபோது, பண்டாரநாயக்கா அவர்களது சிறீலங்கா சுதந்திரக் கட்சி, இதுவரை சிங்கள மொழிக்கும் தமிழ் மொழிக்கும் உத்தியோகபூர்வ அந்தஸ்து வழங்க வேண்டுமென்ற நிலைப்பாட்டிலிருந்து, சிங்கள மக்களின் விருப்புக்கு இசையவேண்டிய நிலையில், தனது நிலையை மாற்றிக் கொண்டது. 1955 இல் இக் கட்சி, தமிழ் மொழிக்கு உரிய அங்கீகாரத்துடனான, சிங்களம் மட்டும் கொள்கையை முன்வைத்தது. இதன் விளைவாக, சேர். ஜோன். கொத்தலாவல வடக்கில் தமிழருக்கு, சிங்களம், தமிழ் இரண்டுக்குமே சம அந்தஸ்து வழங்கப்படும் என அளித்த வாக்குறுதியையும மீறி, ஐக்கிய தேசியக் கட்சி சிங்களம் மட்டும் என்னும் தீர்மானத்தை நிறைவேற்றியது.

இதன் விளைவாக, சிங்களம் மட்டும் சட்டம் பாராளுமன்றத்தில் 1956 ஆம் ஆண்டு வெற்றிகரமாக நிறைவேற்றப்பட்டது.[57] இதனால் பல தமிழர் சிங்கள மொழித் தேர்ச்சியின்மை காரணமாக தமது உத்தியோகங்களை இழந்தனர். உத்தியோகபூர்வக் கடிதங்களும், ஏனைய தொடர்புகளும் சிங்கள மொழியிலேய அமைந்ததால் தமிழர் சிங்களம் கற்க நிர்ப்பந்திக்கப்பட்டனர். ஏற்கனவே கொதித்துக் கொண்டிருந்த தமிழ் மக்களது உணர்வுகளை மொழிப் பிரச்சனை மேலும் தீவிரப்படுத்தியது. தமிழர் தமது கசப்புணர்வையும், கோபத்தையும் வெளியிடும் வகையில், பாராளுமன்ற விவாதங்கள், எதிர்ப்பு ஆர்ப்பாட்டங்கள், ஊர்வலங்கள் உள்ளிட்ட அரசாங்கத்துக்கு எதிரான நடவடிக்கைகளை மேற்கொண்டதுடன், தமிழ்ப் பிரதேசங்களில் சாத்வீகப் போராட்டம், சத்தியாக்கிரகம் முதலியவற்றையும் நிகழ்த்தினர்.

சிங்களப் பிரதேசங்களில் தீவிரமடைந்த தமிழின எதிர்ப்பு உணர்வு தமிழ் மக்கள் மத்தியில் பீதியை விளைவித்தது. தமது கலாசார பாரம்பரியத்தையும், தனித்துவமான அடையாளத்தையும் இழப்பதற்கு தாம் நிர்ப்பந்திக்கப்டுவதாக அவர்கள் உணர்ந்தனர். தமது கோரிக்கைகளில் தமிழ் மொழிக்கு முதலிடம் அளித்திருந்த தமிழரசுக்கட்சியினர், பாராளுமன்றத்தில் உத்தியோகபூர்வ மொழி

தமிழர்கள் உண்ணாவிரதம் காலிமுகத்திடல் -
கொழும்பு - (1956)

தமிழர்கள் உண்ணாவிரதம் கலைக்கப்பட்டது
காலிமுகத்திடல் - கொழும்பு

மசோதா ஏற்கப்பட்டபோது, பாராளுமன்றத்திற்கு சில நூறு யார் தொலைவில் அதற்கு முன்னாலுள்ள காலிமுகத் திடலில் அமர்ந்து சத்தியாக்கிரகம் நடத்துவதன் மூலம் தமது எதிர்ப்பை வெளிப்படுத்தினர். சத்தியாக்கிரகத்தின் குறிக்கோள் நிறைவேறவில்லை. இதற்கு மாறாக, கொழும்பு நகரிலும், கல்லோயா குடியேற்றத் திட்டத்திலும் இனக்கலவரம் பரவியது. பாராளுமன்றத்துக்கு முன்பாக நடந்த தமிழரின் சத்தியாக்கிரகத்தை இலங்கை அரசு அசட்டை செய்த அதே சமயம் பாராளுமன்றத்தின் முன்பாகவே சிங்கள அடியாட்கள் சத்தியாக்கிரகிகளைத் தாக்கினர். அந்த இடத்தில் மேலும் அவர்களுக்குத் தீங்கு விளைவிக்கக்கூடிய சிங்களவரின் கூட்டம் அதிகரிக்கவே, சத்தியாக்கிரகப் போராட்டம் அன்றே கைவிடப்பட்டது.[58]

சிங்களம் மட்டும் சட்டத்தை உருவாக்கிய எஸ். டபிள்யூ. ஆர். டி. பண்டாரநாயக்காவின் மறைவின் பின்னர் பிரதம மந்திரியாக இருந்த அவரது மனைவி சிறிமாவோ பண்டாரநாயக்கா, 1961 ல் அச் சட்டத்தை, தமிழ்ப் பிரதேசங்கள் உட்பட, நாடு முழுவதும் அமுல்படுத்துவதற்கு நடவடிக்கை எடுத்தார். இதற்கு எதிர்

நடவடிக்கையாக, வடக்கு, கிழக்கு மாகாணங்களில் நிர்வாக மொழியாகவும், நீதிமன்ற மொழியாகவும் சிங்களம் அமுல்படுத்தப்படுவதை எதிர்த்து, வெகுசனத் தமிழரின் ஆதரவுடன் அஹிம்சைவழி சத்தியாக்கிரகப் போராட்ட நடவடிக்கையில் தமிழரசுக்கட்சி இறங்கியது. இதன் மூலம் அரசாங்கக் கச்சேரிகளின் இயக்கத்தை முடக்குவது அதன் நோக்கமாக இருந்தது. கச்சேரியில் பணிபுரியும் அரச பணியாளர் தமது அலுவலகங்களுள் பிரவேசிக்க இயலாத வகையில் கச்சேரி வாசலிலேயே மறியல் சத்தியாக்கிரகப் போராட்ட வழியைப் பயன்படுத்தினர்.[59]

தமிழரசுக்கட்சியின் சத்தியாக்கிரக மறியல் போராட்டத்தினால் பாதிக்கப்பட்ட இடங்களில், 1961 இல், அரசாங்கம் அவசரகால நிலையை அமுல்படுத்தியது. ஏறத்தாழ இரண்டு மாதங்களாகத் தொடர்ந்த இந்தப் போராட்ட நடவடிக்கையை அடக்க அரசாங்கம் இராணுவத்தினரைப் பயன்படுத்தி மறியல் போராட்டத்தை முன்னின்று நடத்திய தமிழ்ப் பாராளுமன்றப் பிரதிநிதிகளை அவசரகால சட்டத்தின் கீழ் கைதுசெய்து, தடுப்புக் காவலில் வைத்தது. அவர்களைக் கைதுசெய்தபின், இராணுவத்தினர் அஹிம்சாவழியில் மறியல் போராட்டத்தில் ஈடுபட்டிருந்தவர்களை அங்கிருந்து அகற்றும் முயற்சியில் கடுமையாகத் தாக்கினர். இந்நிலையில்

தனிச்சிங்கள மொழிச் சட்டத்திற்கு எதிரான தமிழர்களின்
சத்தியாக்கிரகப் போராட்டம் - யாழ்ப்பாணம் - (1961)

இலங்கை காவல் படையினர் தமிழரின் சத்தியாக்கிரகப்
போராட்டத்தைத் தடை செய்தல் - யாழ்ப்பாணம்

தமிழ் சத்தியாக்கிரகிகள் அரச வாகனத்தை தடுத்தல் - யாழ்ப்பாணம்

அரசாங்கம் தமிழரசுக்கட்சியைத் தடை செய்ததுடன் தனது உத்தியோகபூர்வ மொழிச் சட்டத்தைத் தொடர்ந்தும் அமுல்படுத்தியது

1957 இல், நாடெங்கிலும் தமிழரால் முன்னெடுக்கப்பட்ட சத்தியாக்கிரகப் போராட்டம், ஒத்துழையாமைப் போராட்டம் போன்றவற்றால் நாட்டின் முன்னேற்றம் பாதிக்கப்பட்டபோது, அவற்றால் விளையக்கூடிய ஆபத்தை உணர்ந்த பண்டாரநாயக்கா, செல்வநாயகத்துடன் ஜுலை 1957 இல், பண்டா-செல்வா ஒப்பந்தம் எனப் பிரபலம் பெற்ற உடன்படிக்கையைச் செய்து கொண்டார். இச் சந்தர்ப்பத்தைத் தனக்குச் சாதகமாகப் பயன்படுத்திய எதிர்க்கட்சித் தலைவராக இருந்த ஜே. ஆர். ஜெயவர்த்தன இந்த உடன்படிக்கைக்கு எதிர்ப்புத் தெரிவிக்கும் முகமாகவும், சிங்கள வெகுசனத்தின் தமிழின எதிர்ப்பு உணர்வுகளைத் தூண்டுவதற்காகவும் கண்டி நகருக்கு பாதயாத்திரை ஒன்றை மேற்கொண்டார். அத்துடன், ஐக்கிய தேசியக் கட்சியின் பத்திரிகையிலும், துண்டுப் பிரசுரங்களிலும், பண்டாரநாயக்கா உடன்படிக்கையில் கையெழுத்திட்டதன் மூலம் நாட்டைத் தமிழருக்கு விற்றுவிட்டார் எனத் தீவிரமான பிரசாரம் மேற்கொள்ளப்பட்டது.[60]

1958 ஆம் ஆண்டு முற்பகுதிகளில், இலங்கை அரசு யாழ்ப்பாணத்திற்கு ஒரு குறிப்பிட்ட தொகை பஸ் வண்டிகளை அனுப்பி வைத்தது. இவற்றின் இலக்கத் தகடுகளில், முன்பு உபயோகத்திலிருந்து ஆங்கில எழுத்துக்களுக்குப் பதிலாக, சிங்கள சிறீ எழுத்து புகுத்தப்பட்டிருந்தது.

சிங்களம் மட்டும் சட்டம் முழுமையாக அமுல்செய்யப்படும் என்ற தனது திடமான முடிவைத் தமிழருக்கு அறிய வைப்பதற்கு அரசினால் மேற்கொள்ளப்பட்ட திட்டமிட்ட முயற்சியாக இச் செயல் அமைந்திருந்தது. ஏற்கனவே சிங்களம் மட்டும் சட்டத்தினால் அதிருப்தியினால் கொதித்துப் போயிருந்த தமிழ்த் தலைவர்களும், பொதுமக்களும், அந்த இலக்கத் தகடுகளில் உள்ள சிங்கள சிறீ எழுத்தைத் தார் பூசி அழித்ததுடன், அதற்குப் பிரதியீடாக தமிழ் சிறீ எழுத்தைப் புகுத்தினர். இந்த நடவடிக்கை உடனடியாகவே வடக்கு, கிழக்கு எங்கும் பரவியதுடன் தமிழ் மக்கள்

தமிழர்கள் சிங்கள சிறீக்கு எதிரான
போராட்டம் - யாழ்ப்பாணம் - (1961)

சிங்கள சிறீயை எதிர்த்து போராட்டம் நடத்தியவர்களை அரச
காவல்படையினர் சிறைப்பிடித்தல் - யாழ்ப்பாணம் - (1961)

அவற்றுக்குப் பேராதரவும் அளித்தனர். சந்தேகத்துக்கு இடமின்றி, தமிழர், சிங்கள ஆதிக்கத்துக்கு எதிரான பாதையில் இறங்கிவிட்டனர் என்பதையே இந் நிகழ்வுகள் புலப்படுத்தின. 1958 மே மாதம் வவுனியாவில் நடந்த தமிழரசுக் கட்சியின் வருடாந்த மகாநாட்டில் பண்டா-செல்வா ஒப்பந்தம் அறவே கைவிடப்பட்டநிலையில், எதிர்ப்பு நடவடிக்கைகளுடன், அஹிம்சை வழியிலான நேரடிப் போராட்டங்களையும் நடத்துவதெனவும் தீர்மானம் நிறைவேற்றப்பட்டது. இவற்றின் விளைவாக 1958 ஜூன், ஜூலை மாதங்களில் பெருமளவிலான கலவரங்களும், இரத்தக்களரியும் நிகழ்ந்தன.[61]

தெற்கில் சிங்களப் பிரதேசத்தில் வாழ்ந்த மக்களின்மேல் சிங்கள இனவெறிக் காடையரினால் இன அழிப்பு மேற்கொள்ளப்பட்டது. தமிழர் பலர் கொல்லப்பட்டனர். தமிழ்ப் பெண்கள் பாலியல் பலாத்காரம் செய்யப்பட்டனர். அவர்களின் சொத்துக்களும் உடைமைகளும் கொள்ளையடிக்கப்பட்டதுடன்

தீக்கிரையாக்கப்பட்டன. இவற்றின் காரணமாக பெருமளவிலான தமிழர் தாம் ஒரு அந்நிய நாட்டில் இருப்பது போன்று உணர்ந்தவராய், இடம்பெயர்ந்து, தமது பாரம்பரியத் தாயகமான வடக்கு, கிழக்குப் பிரதேசங்களுக்கு, பாதுகாப்பும் புகலிடமும் தேடிச் சென்றனர். சிங்களவரால் 1956, 1958 ஆண்டுகளில் கட்டவிழ்த்துவிடப்பட்ட இன அழிப்பு, அடிப்படையில் தமிழ் மொழி சார்ந்தது. ஆனால், தமிழர், தமது மொழியையும் தமது பாரம்பரியப் பிரதேசத்தையும் ஒருங்கிணைத்துப் பார்த்து, தமக்கென ஒரு தனியான தேசத்தை அமைக்கவேண்டிய தேவைக்கு முக்கியத்துவம் அளிப்பதற்கு இந்த இன அழிப்பு நடவடிக்கை அவர்களைத் தூண்டிது என்பதே உண்மை.

மார்ச் 1960 தேர்தலின் பின்னர், தமிழரசுக் கட்சிக்கு தனது பலத்தைப் பிரயோகிக்கக் கூடியதொரு வாய்ப்புக் கிடைத்தது.[62] தேர்தல் பெறுபேறுகள் எந்தக் கட்சிக்குமே அறுதிப் பெரும்பான்மை அளிக்காத நிலையில், அரசை அமைக்கப் போட்டியிட்ட ஐக்கிய தேசியக் கட்சியும், சிறீலங்கா சுதந்திரக் கட்சியும், தமிழரசுக் கட்சியின் தயவை நாடவேண்டிய நிலை ஏற்பட்டது. தமிழரசுக் கட்சி அதன் அரசியல் நடவடிக்கைகளில் ஒன்றாக, நிறைவேற்றப்படாத பண்டா-செல்வா ஒப்பந்தத்தின் அடிப்படையில், தனது மிகக் குறைந்த கோரிக்கைகளை பிரதம மந்திரி டட்லி சேனநாயக்காவிடம் முன்வைத்தது. அவை வருமாறு: (1) மாவட்டசபைகள் அமைத்தல் (2) தமிழ் மொழியை தேசிய சிறுபான்மையினத்தின் மொழியாக அங்கீகரித்தல் (3) இலங்கைப் பிரசாவுரிமைச் சட்ட சீர்திருத்தம் (4) பாராளுமன்றத்தின் நியமன உறுப்பினருள் ஆறு பேர் இந்தியப் பிரதிநிதிகளாக இருத்தல்.[63] இதன் விளைவாக டட்லி-செல்வா ஒப்பந்தம் பிரதம மந்திரி டட்லி சேனநாயக்காவாலும், தமிழரசுக் கட்சியின் தலைவர் செல்வநாயகத்தாலும் கைச்சாத்திடப்பட்டது.[64] இருப்பினும், முன்னர் ஐக்கிய தேசியக் கட்சி, பண்டா-செல்வா ஒப்பந்தத்துக்கு எதிராக பிரசாரம் செய்திருந்தமையால், டட்லி சேனநாயக்காவால் தமிழரசுக் கட்சியின் கோரிக்கைகளை நிறைவேற்ற முடியவில்லை. இதன் விளைவாக பாராளுமன்ற அங்குரார்ப்பணத்தின் போது, தமிழரசுக் கட்சி, ஐக்கிய தேசியக் கட்சிக்கு எதிராக வாக்களிக்கவே, டட்லி சேனநாயக்கா அரசு கவிழ்ந்தது. 1960 ஜுலை பொதுத் தேர்தலில், படுகொலை செய்யப்பட்ட முன்னாள் பிரதமர் எஸ். டபிள்யூ. ஆர். டி. பண்டாரநாயக்காவின் மனைவி சிறிமாவோ பண்டாரநாயக்கா தலைமையிலான சிறீலங்கா சுதந்திரக் கட்சி, அறுதிப் பெரும்பான்மையுடனான வெற்றியை ஈட்டியது. 1960 தொடக்கம் 1965 வரையிலான அவரது அரசாங்கம், அவருடைய கட்சி முன்னர் தமிழரசுக் கட்சியுடன் ஒப்பந்தம் செய்தவற்றுக்கு முற்றிலும் எதிரான வகையில், சிங்களம் மட்டும் சட்டத்தைப் பூரணமாக 1961 ஜனவரி 1ம் திகதியிலிருந்து அமுல்படுத்தியது.[65] நாட்டின் சகல நீதிமன்றங்களிலும், வடக்கு, கிழக்கு தமிழ்ப் பிரதேசங்களிலுள்ள நீதிமன்றங்கள் உட்பட, சிங்கள மொழி மட்டுமே உத்தியோக கரும மொழியாக இருக்க வேண்டும் என்ற சட்டத்தையும், தமிழரசுக் கட்சிக்குப் பெரும் ஏமாற்றத்தை அளிக்கும் வகையில் அமுல்படுத்தியது.

அரசாங்கத்தின் தமிழருக்கு எதிரான இந்த நடவடிக்கைகளுக்கு எதிராக தமிழரசுக் கட்சியும், தமிழ் மக்களும பெரும் ஆப்பாட்டங்களை நிகழ்த்தினர். இந்த

நிலைமை தமிழரின் தேசியவாத எழுச்சியை மேலும் தீவிரமடையச் செய்தது. தமிழரசுக் கட்சி, அஹிம்சைவழிப் போராட்டம் மூலம், தனது எதிர்ப் பிரசார நடவடிக்கைகளில் ஈடுபட்டு, இதுவரை உயர் மட்டத்தினரால் முன்னெடுக்கப்பட்ட தமிழர் அரசியலை வெகுசன அரசியலாக மாற்றிக் கொண்டது. மேலும், சிங்கள ஆதிக்கத்துக்கு எதிராக எழுந்த தமிழ்த் தேசியவாதத்தின் வளர்ச்சிக்கு உந்து சக்தியையும் தமிழரசுக் கட்சி அளித்தது. அத்துடன், அது தமிழ் மொழியின் மறுமலர்ச்சியின் ஆரம்பத்துக்கு உறுதுணையாக இருந்ததுடன், இலங்கைத் தமிழர் அனைவரையும் தனது கட்சியின் கீழ் ஐக்கியப்படச் செய்தது. எல்லாவற்றிற்கும் மேலாக, இதுவரை சமஷ்டிக் கோரிக்கையை முன்வைத்துப் போராடிய தமிழ்த் தலைவர்களையும், தமிழ் மக்களையும் ஒட்டுமொத்தமாக, சுயநிர்ணய உரிமைக்காகப் போராடும் நிலைக்குத் தள்ளியது. சிங்கள அரசின் நடவடிக்கைகளால் தமிழ் மொழிக்கு எதிராக மேற்கொள்ளப்பட்ட நடவடிக்கைகள் தமிழ்த் தேசியவாத எழுச்சியில் பிரதானமான பங்கை வகித்தன எனக் கூறுவதில் தவறில்லை. தேசியவாத உணர்வுகள் உருவாவதில் மொழி மிக முக்கியமான பங்கை வகிக்கின்றது. உதாரணமாக, ஜே. எச். ஹேயிஸ், 'ஒரு தேசியத்தின் கலாசார குணாதிசயங்களுள் மொழி என்பது, இப்போதும், எப்போதும், முதன்மையானது.' என வாதிடுகின்றார்.

1956, 1958 மேற்கொள்ளப்பட்ட தமிழின அழிப்பு தமிழரை அவர்களது பாதுகாப்புக்காக தமது பாரம்பரியப் பிரதேசங்களை நோக்கி இடம்பெயர வைத்த நிகழ்வுகள், தமிழ் மொழிப் பிரச்சனையுடன், தமிழரின் பாரம்பரியப் பிரதேசங்களில் தமிழருக்கெனத் தனியான சுய ஆட்சி அவசியம் என்ற எண்ணத்தையும் ஒருங்கிணைக்க வைத்தன. தமிழரசுக் கட்சியின் பிரதான கொள்கைத் திட்டங்களிலும், அது பண்டாரநாயக்காவுடனும், டட்லி சேனநாயக்காவுடனும் செய்து கொண்ட உடன்படிக்கைகளிலும், தமிழரது பாரம்பரியப் பிரதேசங்களாகிய வடக்கு, கிழக்கில் எதுவிதக் குடியேற்றங்களும் இடம் பெறக்கூடாது என்பதனை முன்வைத்திருந்தனர். இந்தியத் தமிழரின் பிரசாவுரிமை பறிக்கப்பட்ட விடயத்தில், தமிழ்க் காங்கிரஸ் பிரதிநிதிகள் சிங்களப் பெரும்பான்மை அரசுக்கு ஆதரவு வழங்கியமை, தமிழ்ப் பிரதேசங்களில் சிங்களக் குடியேற்றத்தை நிறுவ சிங்கள அரசாங்கத்துக்கு மேலும் ஊக்கத்தை அளித்தது. இந்தியத் தமிழரின் பிரசாவுரிமை பறிக்கப்பட்டதன் உடனடி விளைவாகப் பாராளுமன்றத்தில் தமிழர் ஏழு பிரதிநிதித்துவங்களை இழந்ததுடன், 50 வீதத்துக்கு குறைவான பிரதிநிதித்துவத்தையே கொண்டிருந்தனர். தமிழ்ப் பிரதேசங்களில் அரசாங்கத்தின் திட்டமிட்ட குடியேற்றத்தின் மூலம், தமிழரின் பாராளுமன்றப் பிரதிநிதித்துவத்தைக் குறைக்கவும், அவர்களைப் பாராளுமன்றத்தில் வலுவிழக்கச் செய்யவும், தமிழரின் பாரம்பரிய பிரதேசம் என்ற கோட்பாட்டை இல்லாதொழிப்பதுமே சிங்கள பெரும்பான்மை அரசுகளின் நோக்கமாக இருந்தது.[66]
இதையிட்டு செல்வநாயகம் அவர்கள் பின்வருமாறு குற்றம் சுமத்தினார்.

"கடந்த மூவாயிரம் ஆண்டுகளாகத் தமிழர் வடக்கு கிழக்கு மாகாணங்களைத் தமது சொந்தமாகக் கொண்டுள்ளனர். இப்போது,

சிங்களவர், தமது ஏழு மாகாணங்களுடனும் திருப்பதியடையாது, எமது நிலங்களையும் பறிக்க முயல்கின்றனர்."[67]

டட்லி சேனநாயக்கா

சிங்களப் பெரும்பான்மையினரின் எதிர்கால நடவடிக்கைகளை செல்வநாயகம் அவர்கள் மிகச் சரியாகவே கணித்திருந்தார். முதலில் இந்தியத் தமிழரின் பிரசாவுரிமையைப் பறித்தார்கள். பின்னர் தமிழரின் பாரம்பரிய தாயகப் பிரதேசங்களைத் தமதாக்கினார்கள். அதையடுத்து சிங்களம் மட்டும் சட்டத்தை அமுல்படுத்தியதுடன், தமது புத்த சமயத்துக்கு அரசியலமைப்பில் முதலிடம் அளித்தார்கள். மேலும், சிங்களவர் தமிழர் மேல் ஆதிக்கம் செலுத்துவதற்கு எதுவித தார்மீக உரிமையையும் கொண்டிருக்கவில்லை என்பதனை அவர் வலியுறுத்தினார். டி. எஸ். சேனநாயக்கா, டட்லி சேனநாயக்கா, சேர். ஜோன் கொத்தலாவல ஆகியோர், பிரித்தானியர் இலங்கைக்கு சுதந்திரம் வழங்கிய காலத்தில், அவர்கள் மேல் வைத்திருந்த நம்பிக்கைக்குத் துரோகம் இழைத்தனர் என 1956 தேர்தலுக்கு முன்னதான காலத்தில் செல்வநாயகம் அவர்கள் வாதாடினார்.[68] சிங்களத் தலைவர்கள், சிறுபான்மையினரை அடக்கி வைக்கமாட்டார்கள் என்ற நம்பிக்கையில், இலங்கையின் ஆட்சிப் பொறுப்பை பிரித்தானியர் அவர்களிடம் ஒப்படைத்தார்கள். ஆனால், சிங்களத் தலைவர்கள் அதனைத் தமக்குச் சாதகமாகப் பயன்படுத்தி, தமது பெரும்பான்மை எண்ணிக்கைப் பலத்தினால் தமிழரின் சட்டபூர்வமான உரிமைகளை மறுத்தனர்.[69]

சிங்களவரைக் குடியேற்றும் முயற்சி தமிழ்ப் பிரதேசங்களில் முதன்முதலில் கிழக்கு மாகாணத்தின் தமிழ்ப் பிரதேசங்களான கல்லோயா, கந்தளாய் போன்ற இடங்களிலேயே மேற்கொள்ளப்பட்டன. ஆரம்பத்தில், அரசாங்கத்தின் மீள்குடியேற்றத் திட்டம், நாட்டின் பொருளாதாரத்தையும், அதன் மக்களையும் அபிவிருத்தி செய்யவும், வேலையில்லா நிலையைக் குறைக்கவும், சனநெரிசல் மிக்க மேற்குக் கரையோரப் பிரதேச மக்களை, பயிர்ச் செய்கை மேற்கொள்வதற்கு வளமான நிலமும், போதிய நீர்வசதியும் கொண்ட, மக்கள் குறைவாக வாழும் இடங்களுக்குக் குடிப்பரம்பல் செய்வதற்கும் நடைமுறைப்படுத்தப்பட்டது. வடமத்தியப் பிரதேசமும், அதன் அயல் பிரதேசங்களும் இவ்வாறான மீள்குடியேற்ற நோக்கங்களுக்குப் பொருத்தமானவையாகத் தோன்றின. இவை புவியியல் ரீதியாகவும், வரலாற்று ரீதியாகவும், தமிழ், சிங்கள ஆட்சியுரிமைப் பிரதேங்களுக் கிடையிலான எல்லைகளாக அமைந்திருந்ததுடன், 1932 இல் இருந்தே குடியேற்றத் துக்காக, சிங்கள அரசால் குறி வைக்கப்பட்டவையாகவும் இருந்திருக்கின்றன.[70]

1951 வரையிலான காலப்பகுதியில், சுமார் 24 குடியேற்றத் திட்டங்கள் மேற்படி பிரதேசங்களில் நிகழ்ந்தன.[71] இத் திட்டங்கள் அரசால் முன்பே நன்கு திட்டமிட்டபடி, அண்மைக்காலம் வரையில் தொடர்ந்து முன்னெடுக்கப்பட்டன. கல்லோயாவில் ஆரம்பிக்கப்பட்ட இத்திட்டங்கள், பகுதி, பகுதியாக 1977 களிலிருந்து, பாரிய

இலங்கை அரசின் அரசியல் நடவடிக்கைகளும், தமிழ்த் தேசியத்தின் எழுச்சியும் 613

அளவில், நன்கு பிரபலமான துரித மாகவலி அபிவிருத்தித் திட்டம் வரையில் முன்னெடுக்கப்பட்டன. இத்தகைய குடியேற்றத் திட்டங்கள் மூலம், தங்களது நிலங்களில் நிகழ்ந்த அத்துமீறிய குடியேற்றம், பாராளுமன்றத்தில் தமிழரின் பிரதநிதித்துவத்தைக் குறைப்பதற்கும், அவர்களுடைய பாரம்பரிய தாய் நிலங்களைப் பறிமுதல் செய்து, தமிழரின் தேசியவாத உணர்வினை இல்லாதொழிப்பதற்காகவுமே, வெளிப்படையாக மேற்கொள்ளப்பட்டன எனத் தமிழர் தீவிரமாக நம்பினர். கல்லோயாத் திட்டம், கந்தளாய் திட்டம், மகாவலித் திட்டம் என்பன மூலமாக, சில தமிழ்ப் பாரம்பரிய பிரதேசங்கள் மறைந்தொழிந்ததுடன், அவற்றில் சில, சிங்களப் பிரதேங்களுடன் இணைக்கப்பட்டதுடன், புதிதாகச் சில சிங்களப் பிரதேசங்கள் உருவாக்கப்பட்டும் காணப்பட்டன.[72]

பாரம்பரிய தமிழர் தாய்நிலங்களின் ஒருமைப்பாட்டை இல்லாது ஒழிப்பதே அரசின் குடியேற்றத் திட்டத்தின் உச்ச நோக்கம் என்பது தமிழர் மத்தியில் தெளிவாகியது. இந்த நடவடிக்கைகளும், ஆபத்துகளும், விரக்தியுமே தமிழரைக் கிளர்ச்சியடைய வைத்தன. சிங்கள அரசிடமிருந்தும், சிங்கள மக்களிடமிருந்தும் தமது நிலங்களை மீட்பதற்கும், பாதுகாப்பதற்கும், ஜனநாயக ரீதியில் போராடவைத்து, அது முடியாது போகவே, ஈற்றில் தமிழர் தமது தேசியத்தை வென்றெடுப்பதற்காக ஆயுதம் ஏந்திப் போராடும் நிலைக்கு அவர்களைத் தள்ளியது.

1956 இன் பின்னர், தமிழ்க் காங்கிரஸ் கட்சி அதன் தலைவர் ஜி. ஜி. பொன்னம்பலம், அவர்களின் கொள்கைகள், நடவடிக்கைகள் என்பனவற்றின் காரணமாக, தமிழ் அரசியலிலிருந்து பின்தள்ளப்பட்டது. தமிழரசுக் கட்சியும், அதன் தலைவர் செல்வநாயகமும், அதன் முக்கிய அங்கத்தவரும், தமிழர் அரசியலில் முன்னிடம் வகித்தனர். இந்தியத் தமிழரின் பிரசாவுரிமைப் பிரச்சனை, தேசியக்கொடிப் பிரச்சனை, சமஷ்டிக் கொள்கை, மொழிசார்ந்த உரிமைப் பிரச்சனைகள், குறிப்பாக தமிழ் மொழிக்குச் சம அந்தஸ்து வழங்கப்படவேண்டும், தமிழ்ப் பல்கலைக் கழகம் உருவாக்கப்பட்டு அங்கு தமிழ் மொழியிற் கற்பித்தல் நடைபெறவேண்டும், தமிழ்ப் பிரதேசங்களில் உள்ள மோட்டார் வாகனங்களுக்கு தமிழில் இலக்கத் தகடுகள் இருக்கவேண்டும், வடக்கு, கிழக்கில் நிர்வாக அலுவல்கள் தமிழ் மொழியில் இடம்பெற வேண்டும் என்ற கொள்கைகளினாலும், மேலும் வடக்கு, கிழக்குப் பாரம்பரிய பிரதேசங்களில் சிங்களக் குடியேற்றத்துக்கு எதிரான போராட்ட நடவடிக்கைகளினாலும், வடக்கு, கிழக்குத் தமிழர் மத்தியில் தமிழரசுக் கட்சியும் அதன் பிரதிநிதிகளும் மிகவும் பிரபலம் அடைந்தனர். 1956 ஆம் ஆண்டுத் தேர்தலில் தமிழ்க் காங்கிரஸ், குறிப்பாக ஜி. ஜி. பொன்னம்பலம் அவர்கள் ஒரு பிரதிநிதித்துவத்தைப் பெற, தமிழரசுக் கட்சியினர் எட்டுப் பிரதிநிதித்துவங்களைப் பெற்றனர்.[73]

1952 ஆம் ஆண்டுத் தேர்தலில் தோல்வியுற்ற செல்வநாயகம் அவர்கள், அவரது தளராத கொள்கை காரணமாக மீண்டும் பாராளுமன்றத்துக்குத் தமிழ் மக்களால் தெரிவுசெய்யப்பட்டார். ஏற்கெனவே பிரதிநிதிகளாக விளங்கிய தமிழரசுக் கட்சியின் முக்கிய அங்கதினராகிய சி. வன்னியசிங்கம், நாகநாதன் போன்றோரும், வட மாகாணத்திலிருந்து தெரிவு செய்யப்பட்ட புதிய பிரதிநிதிகளாக அ. அமிர்தலிங்கம், வி. நவரத்தினம், வி. என். நவரத்தினம் போன்ற யாழ்ப்பாணம் வாழ் தமிழ்ப்

தமிழ்த் தலைவர்களின் கூட்டம்

பிரதிநிதிகளும், கிழக்கு மாகாணத்திலிருந்து ஆர். இராஜதுரை, நேமிநாதன் போன்ற கிழக்குப் பிரதேசவாழ் பிரதிநிதிகளும், செல்வநாயகம் அவர்களுக்கும், அவர் முன்னெடுத்த தமிழர் உரிமைப் போராட்டங்களுக்கும் தமது முழு ஆதரவை வழங்கினர்.

ஏற்கெனவே பிறிதோர் இடத்தில் குறிப்பிட்டது போன்று 1947 தொடக்கம் 1953 வரையிலான அமைச்சரவைகளில் குறைந்த பட்சம் இரண்டு அல்லது மூன்று இலங்கைத் தமிழர் ஐக்கிய தேசியக் கட்சியின் சார்பாக அமைச்சரவையில் இடம் பெற்றிருந்தனர். ஆனால், 1956 தொடக்கம் 1965 வரை ஒரு தமிழரேனும் அமைச்சரவையில் இடம் பெறவில்லை. 1970 இல் மூதவையில் அங்கம் வகித்த செ. குமாரசூரியர் அவர்கள் சிறீலங்கா சுதந்திரக் கட்சியின் சார்பில் அமைச்சராக நியமிக்கப்பட்டார். இவ்வாறு அமைச்சரவையில் அங்கம் வகித்த தமிழ் அமைச்சர்கள் யாவரும், சிங்களப் பெரும்பான்மை அரசுகளின் ஆதரவாளராக இருந்தமையினால் அவர்களால் தமிழருடைய அரசியல் உரிமைப் போராட்டங்களில் எதுவித பங்களிப்பையும் செய்ய முடியாமற் போய்விட்டது. ஆனாலும், பொருளாதார அபிவிருத்தித் திட்டங்கள் சம்பந்தமாக, மேற்படி அமைச்சர்கள் சில பங்களிப்புக்களைச் செய்துள்ளனர் என்பது குறிப்பிடத் தக்கது. குறிப்பாக ஜி. ஜி. பொன்னம்பலம், சி. சுந்தரலிங்கம் போன்றோர், ஆரம்பகால சிங்கள அரசுகளில் அமைச்சர்களாக இருந்த காலகட்டத்தில், வடமாகாணத்தில், காங்கேசன்துறையில் சிமெந்துத் தொழிற்சாலையையும், பரந்தனில் இரசாயனத் தொழிற்சாலையையும் நிறுவக் காரணமாய் இருந்தனர் என்பதுடன் அவற்றால் வடக்கு, கிழக்குப் பிரதேச மக்கள் பலருக்கு வேலை வாய்ப்பை வழங்கியும், பொருளாதார அபிவிருத்திகளை ஏற்படுத்தியும் உதவியிருந்தனர் என்பதனையும் குறிப்பிடவேண்டும்.

ஜே. ஆர். ஜெயவர்த்தனா

1965 தேர்தலில் எந்தவொரு கட்சியுமே அறுதிப் பெரும்பான்மை பாராளுமன்ற ஆசனங்களைப் பெற்றிராத நிலையில் தமிழரசுக் கட்சி மீண்டும் ஒரு தடவை தனது பலத்தைப் பயன்படுத்தும் வாய்ப்பைப் பெற்றது.[74] அரசாங்கத்தை அமைப்பதில் தமிழரசுக் கட்சியின் ஆதரவு அவசியமாக இருந்தது.

டட்லி சேனநாயக்கா அளித்த வாக்குறுதியில் நம்பிக்கை வைத்த செல்வநாயகம் அவர்கள் டட்லி சேனநாயக்காவின் ஐக்கிய தேசியக் கட்சிக்கு தமிழரசுக் கட்சியின் ஆதரவை வழங்கினார். ஆனால் இதனைத் தமிழ் மக்கள் ஏற்கவில்லை. சிங்களக் கடும் போக்காளர் தமிழரின் ஆகக் குறைந்தபட்சக் கோரிக்கையைக்கூட நிச்சயமாக எதிர்பார்ப்பார்கள் எனத் தமிழ் மக்கள் திடமாக நம்பினர். தமிழரசுக் கட்சியால் 1966 ஆம் ஆண்டில் தமிழ்மொழி உபயோக ஏற்பாடு சட்டத்தை நிறைவேற்ற முடிந்தது. இது வடக்கு, கிழக்கு மாகாணங்களில் நீதிமன்ற நிர்வாக மொழியாக இடம்பெற வழிவகுத்தது.[75] ஆனால், டட்லி-செல்வா உடன்படிக்கையில் உள்ள ஏனைய கோரிக்கைகளை டட்லி சேனநாயாக்காவால் நிறைவேற்ற இயலவில்லை. ஐக்கிய தேசியக் கட்சியின் முக்கிய அங்கத்தவர் சிலரும், குறிப்பாக ஜே. ஆர். ஜெயவர்த்தனாவும், மிகவும் கடும் எதிர்ப்பைத் தெரிவித்ததனர். தமிழர் எதிர்பார்த்தபடியே, தமிழரசுக் கட்சி தனது ஆதரவை நீக்கிக்கொள்ள வேண்டிய நிர்ப்பந்தத்துக்கு உள்ளாகியது. ஒருகாலம், பண்டாரநாயக்கா அவர்களால், தமிழரசுக் கட்சியின் 'மூளை' என வர்ணிக்கப்பட்ட ஊர்காவற்றுறை உறுப்பினர் வி. நவரத்தினம், தமிழரசுக் கட்சி ஐக்கிய தேசியக் கட்சிக்கு அளித்த ஆதரவுக்குத் தனது கடும் எதிர்ப்பைத் தெரிவித்து கட்சியிலிருந்து விலகி, 'தமிழர் சுயாட்சிக் கழகம்' என்ற தனது அரசியல் கட்சியை ஆரம்பித்தார். திடமான கொள்கைப் பிடிப்பும், நேர்மையும், தமிழர் அரசியலுக்குத் தளராத அர்ப்பணிப்பும் கொண்ட நவரத்தினம் அவர்களைத் தமிழ்த் தேசியவாத இயக்கத்தின் முன்னோடிகளில் ஒருவராக சிலாகிக்க முடியும்.

இளைஞர் காங்கிரஸால் இலக்கிய மறுமலர்ச்சி இயக்கம் 1920 களிலிருந்து 1930 களின் நடுப்பகுதி வரை உருவாக்கப் பட்டிருந்தது. 1924 இல் நடைபெற்ற அதன் முதலாவது மகாநாட்டில், 'தமிழ் இலக்கிய மறுமலர்ச்சியின் அவசியம' என்ற விடயத்தை ஆராயவேண்டும் எனத் தீர்மானம் நிறைவேற்றப் பட்டது. தொடர்ந்து வந்த மகாநாடுகளில், இவ் விடயத்தையிட்டு ஆராய்வ தற்கு ஒரு நாள் ஒதுக்கப்பட்டது. இந்த இலக்கிய முயற்சிகள் அரசியற் பரப்பில் குறிப்பிடக்கூடிய தாக்கம் எதனையும் ஏற்படுத்தாவிடினும், அவை படைப்பு இலக்கியத்தை ஊக்குவித்தன. எனப் பேராசிரியர் கைலாசபதி அவர்கள் இதையிட்டு எழுதியிருந்தார்.[76]

பேராசிரியர். சு. வித்தியானந்தன்

1920–1948 காலத்தின் நிகழ்வுகளைத் தொடர்ந்து தீவிரமானதொரு தமிழ் கலாசார

பேராசிரியர். க. கைலாசபதி

இயக்கம் எழுந்தது. பேராதனைப் பல்கலைக் கழகம் என அறியப்படும் இலங்கைப் பல்கலைக் கழகத்தில் கல்வித்துறைப் போராசிரியாக இருந்த, அறிஞரும் தேசப்பற்றாளருமாகிய வணக்கத் துக்குரிய டாக்டர். சேவியர் ஸ்ரனிஸ்லோஸ் தனிநாயாகம் அடிகள், 1948 லிருந்து 1970 வரையிலான காலத்தில், இக் கலாசார இயக்கத்தின் வழிகாட்டும் ஒளியாகத் திகழ்ந்தார். தனிநாயகம் அடிகள் பல்கலைக்கழகத்தின் இளம் கல்வி மான்களைத் தமிழரின் ஒடுக்கப்படும் கலாசாரத்தையிட்டும், அவர்களது கவலைக்குரிய நிலைபற்றியும் சிந்திக்கும் வகையிற் தூண்டினார். இதன் விளைவாக அவர்களுடைய சிந்தனைப் பரப்பில் உதித்த புதிய விடயங்கள், அவரால் சென்னையில் (1956–66) வெளியிடப்பட்ட 'தமிழ்க் கலாசாரம்' என்ற கால ஏட்டில் பிரசுரிக்கப்பட்ட கட்டுரைகளில் பிரதிபலித்தன. இக் கட்டுரைகள் இலங்கைத் தமிழர் ஒடுக்கப்படும் விடயத்துக்கு முக்கியத்துவம் வழங்கியிருந்தன. இவை, தமிழரை இவ் விடயத்தையிட்டு ஆழமாகச் சிந்திப்பதற்குத் தூண்டுகோலாக அமைந்தன. 1960 களில், மலேசியாப் பல்கலைக் கழகத்தில் இந்தியக் கல்வித் துறைக்குப் பேராசியராகக் கடமையாற்ற நியமனம் பெற்ற தனிநாயகம் அடிகள், தமிழ் ஆராய்ச்சியை முன்னெடுப்பதற்கான பணிக்குத் தனது சேவையை அர்ப்பணித்தார். புகழ்மிக்க 'அனைத்துலகத் தமிழாராய்ச்சி மகாநாடு' (International Tamil Conference) என்ற விடயத்தை ஆரம்பித்து வைத்த பெருமை அவரையே சாரும். 'தமிழ் ஆராய்ச்சிக்கான அனைத்துலகக் கழகம்' (International Association of Tamil Research) அவரால் ஆரம்பிக்கப்பட்டு, அனைத்துலகத் தமிழராய்ச்சி மகாநாடுகள் தொடர்ந்தும் ஊக்கத்துடன் நடத்தப்பட்டமைக்கும் அவருடைய இடடையறா முயற்சியே காரணமாக இருந்தது. இந்த ஆராய்ச்சி மாகாநாடுகள், சர்வதேச அறிஞரின் கவனத்தை ஈர்த்ததுடன், தமிழ் ஆராய்ச்சியின் முன்னேற்ற நிலைக்கும் உதவின. இவர்களுள் பேராசிரியர் க. கணபதிப்பிள்ளை அவர்கள் முக்கியமானவராகத் திகழ்ந்தார். இவர் எழுதிய 'சங்கிலி' (1956) நாடகம் பலரின் பாராட்டையும் பெற்றது. நாட்டுக் கூத்துக் கலைக்கு தன்னை அர்ப்பணித்த கலாநிதி. சு. வித்தியானந்தன் அத் துறையை மேம்படுத்த பெருமளவு பங்களிப்புச் செய்தார்.

தனிநாயகம் அடிகளார்

கலைப்புலவர் கே. நவரத்தினம் அவர்கள் எழுதிய 'Tamil Element in Ceylon Culture' என்ற

நூலும், எச். டபிள்யூ. தம்பையா அவர்கள் ஆக்கிய 'The Laws and Customs of the Tamils in Ceylon' என்ற நூலும், குறிப்பிட்டுச் சொல்லப்பட வேண்டிய இரண்டு சிறந்த ஆக்கங்களாகும். மேலும், சிறந்த கல்விமான்களான பேராசிரியர். க. இந்திரபாலா, பேராசிரியர். எஸ் பத்மநாதன் ஆகிய இருவரும், முறையே ஆக்கி அளித்த 'Dravidian Settlements in Ceylon and the Beginning of the Kingdom of Jaffna', 'The Kingdom of Jaffna' என்ற ஆய்வு நூல்கள், அவை தோன்றிய காலத்துடன் முக்கிய தொடர்பை உடையனவாய் காணப்பட்டன.

1948 லிருந்து 1970 வரையில் தோன்றிய வளமான ஆக்க இலக்கியத்தின் இடத்தை விரைவில் போராட்ட இலக்கியம் பிடித்துக் கொண்டது. இந்த மாற்றத்தையிட்டுப் பேராசிரியர் கைலாசபதி அவர்கள் பின்வருமாறு கூறுகின்றார்:

"1948 லிருந்து 1970 வரையிலான இலக்கிய உணர்வெழுச்சி தன் காலத்தை முடித்துக் கொண்டதுபோல் தோன்றுகின்றது. சமுதாயத்தின் உயர் மட்டத்தில் தோன்றிய இவ்வெழுச்சி சமுதாயம் முழுவதையுமே ஏதோவோர் வகையில் தொடவே செய்தது. மொழி, கலாசார உணர்வுகள் ஒருவேளை முழுச் சமுதாயத்திற்கும் பொதுவாகக் காணப்பட்டபோதும், அவற்றின் முக்கியத்துவமும், தொடர்பும் வெவ்வேறு சமுதாயக் குழுவினராலும், வர்க்கத்தினராலும் வெவ்வேறு வகைகளில் உணரப்பட்டன. மேலும், ஆரம்பத்தில் வெறுமனே உணர்ச்சிவசமான, குறியீட்டு வகையினதாக இருந்த இவை, பின்னர் மக்களின் அன்றாட சமூக, பொருளாதார, அரசியற் பிரச்சனைகளை உள்ளடக்கியதாகப் பரிணமித்தன."[77]

மேற்படி புலமைசார் இலக்கியங்கள், சிறுபான்மைத் தமிழரின் உரிமைகள் சிங்கள அரசினால் பறிக்கப்பட்டுக் கொண்டிருந்த காலத்தில் எழுந்தவை. தமிழரின் உன்னதமான கடந்த காலம், அவர்களின் தமிழ் அரசு, தமிழ் மொழி, கலாசாரம், பாரம்பரியப் பிரதேசம் போன்ற விடயங்கள் சம்பந்தமாகப் பாராளுமன்றத்தில் விவாதப் பிரதிவாதங்கள் நடைபெற்று, தமிழர் அச்சுறுத்தலுக்கு உள்ளாக்கப்பட்டுக் கொண்டிருந்த வேளையில், இவ்விலக்கியங்கள் அவர்களின் தேசியவாத உணர்வினைக் கிளறிவிட்ட காரணிகளாகக் காணப்பட்டன. இவற்றின் விளைவாக, தமிழ்க் கல்விமான்களும், தமிழ் அரசியற் தலைவர்களும், தமிழ் மாணவரும், விடுதலை வேட்கை கொண்டவர்களும், தமிழரின் இந்த நிலைமைக்கு அடிப்படைக் காரணம் என்னவென அறிவதற்காக, தமிழரின் வரலாற்றுப் பின்னணியை அறிய முற்பட்டனர். பதினேழாம், பதினெட்டாம் நூற்றாண்டுக் காலங்களில் எழுந்த யாழ்ப்பாண வைபவமாலை, கையலாயமாலை, வையாபாடல் போன்ற ஆரம்ப தமிழர் வரலாறு பற்றிக் கூறும் நூல்களையும், இருபதாம் நூற்றாண்டின் ஆரம்பத்தில் முதலியார் சி.

பேராசிரியர். க. கணபதிப்பிள்ளை

இராசநாயகம் (1870-1940) அவர்களின் Tamils of Ceylon in 1920 என்ற ஆக்கத்தையும், ஏ. முத்துத்தம்பிப்பிள்ளை, கே. வேலுப்பிள்ளை அவர்களின் நூல்களையும், அவர்கள் ஆர்வத்துடன் ஆய்வு செய்தனர். மேற்படி நூல்கள் அடிப்படையில் ஆய்வையும், துறைசார் புலமையையும் கொண்டவையாக இருக்கவில்லை. ஆயினும், பத்தொன்பதாம் நூற்றாண்டின் அரையிறுதிப் பகுதியில் ஆறுமுக நாவலர் அவர்களால் ஆரம்பித்து வைக்கப்பட்ட தமிழ் இலக்கிய விழிப்புணர்வினை, இருபதாம் நூற்றாண்டின் ஆரம்பத்தில் எழுந்த மேற்படி வரலாற்று நூல்கள், இரண்டு மூன்று தசாப்தங்களாகத் தொடர்ந்து தக்க வைத்திருந்தன. பின்னர், 1940 களிலிருந்து 1970 கள் வரையில் வெளிவந்த மேற்கூறப்பட்ட நூல்கள் தமிழரின் தேசியவாத உணர்வுக்கு உந்து சக்தியாக இருந்து, தமிழ்த் தேசியவாத எழுச்சிக்குப் பெரும் பங்காற்றின என்று கூறுவது பொருத்தமானதாகும்.

தமிழர் அரசியல் 1970 இல் புதியதொரு சகாப்தத்தைத் தரிசித்தது. திருமதி. சிறிமாவோ பண்டாரநாயக்காவின், சிறீலங்கா சுதந்திரக் கட்சியும், மாக்சிஸ்ற் கட்சிகளின் கூட்டணி, ஐக்கிய தேசியக் கட்சியை 1970 தேர்தலில் மோசமான தோல்வியைத் தழுவ வைத்தது. திருமதி பண்டாரநாயக்கா பிரதமராகப் பதவி வகித்த ஐக்கிய முன்னணி அரசில், ஒரு சிரேஷ்ட அமைச்சராக இருந்த, அரசியலில் நடைமுறை அனுபவம் அற்ற அவரது மருமகன் பிலிக்ஸ் டயஸ் பண்டாரநாயக்கா அவர்கள், தமிழரின் பிரச்சனைகளையிட்டு உணர்வற்றவராக இருந்தார். இவர்கள் இருவருமே தமிழ்த் தேசியவாதம் வலுக்க, அவர்களை அறியாமலே உதவிய ஆரம்ப கர்த்தாக்கள் ஆவர்.

சிறிமாவோ-மார்க்ஸிஸ்ற் ஐக்கிய முன்னணிக்கு தமிழரசுக் கட்சியின் ஆதரவு தேவைப்படாத நிலையில், அதனால் 1972 இல் உருவாக்கப்பட் புதிய அரசியலமைப்பு, தமிழரசுக் கட்சியின் பிரதான இலட்சியமான, தமிழ் பிரதேசங்களுக்கான சுய ஆட்சியை அடைவதற்கான முயற்சிகளுக்குத் தடையாய் இருந்தமையால், தமிழரசுக் கட்சியினர் விரக்தி அடைந்திருந்தனர். மேலும், இந்தப் புதிய அரசியலமைப்பு தமிழருக்கும் சிங்களவருக்குமிடையே நிலவிய இனப் பகைமையை மேலும் தீவிரமாக்கியது.

சிறிமாவோ பண்டாரநாயக்கா

புதிய அரசியலமைப்பானது, சிங்கள மொழியை மட்டுமே உத்தியோககரும மொழியாக பிரகடனப்படுத்தியதுடன், பெரும்பான்மை சிங்கள மக்களின் புத்த சமயத்திற்கு அரசியலமைப்பில் விசேட அந்தஸ்தையும் வழங்கியிருந்தது. மேலும் அது, பாராளுமன்றத்தின் இரண்டாவது அவையான மூதவையையும் இல்லாமல் ஒழித்தது. சிறுபான்மையினருக்கு பாதகமான சட்ட மூலங்களைப் பாராளுமன்றத்தில் பெரும்பான்மை சிங்கள இனத்தவர் நிறைவேற்றுவதைத் தடுப்பதற்காகவே மூதவை ஆரம்பத்திலேயே

அறிமுகப்படுத்தப் பட்டிருந்தது. போதியளவு பிரதிநிதித்துவம் இல்லாத பிரிவினர் மத்தியிலிருந்து பிரதிநிதிகள் நியமிக்கப்படும் முறைமையையும் இந்த 1972 ஆம் ஆண்டுப் புதிய அரசியலமைப்பு இல்லாமற் செய்தது. இவற்றுக்கெல்லாம் சிகரம் வைப்பதுபோல், சோல்பரி ஆணைக்குழுவினரால், சிறுபான்மையினரின் நலன்களைப் பாதுகாப்பதற்காக அறிமுகப்படுத்திய 29(2) பிரிவுச் சட்ட ஷரத்து அரசியலமைப்பிலிருந்து அகற்றப்பட்டது. இதற்குப் பதிலாக அடிப்படை உரிமைகள் (Fundamental Rights) என்ற ஷரத்து அறிமுகப்படுத்தப் பட்டது.

பிரதிநிதிகள் சபையால் சமஷ்டி ஆட்சிக் கோரிக்கை நிராகரிக்கப்பட்டபோது, அச் சபையின் கருமங்களில் பங்குபற்றாது, தமிழரசுக் கட்சி அதனைப் புறக்கணித்தது. தமிழ் மக்களை ஒன்றுபடுத்தி, அவர்களை புதிய அரசியலமைப்பிலிருந்து பாதுகாப்பதற்காக, தமிழ்க் காங்கிரஸ் கட்சியும், ஏனைய தமிழர் அமைப்புக்களும் ஒன்றிணைந்து தமிழர் ஐக்கிய முன்னணி என்ற அரசியல் கட்சியை 1972 இல் உருவாக்கினர்.

இந்த கட்சியின் பெயர் பின்னர், தமிழர் விடுதலைக் கூட்டணி எனப் பெயர் மாற்றப்பட்டது. இந்த மாற்றம் பெயரில் மாத்திரமன்றி, இக் கட்சியின் கொள்கைகளை பிரசித்தப்படுத்தும் வகையிலும் அமைந்தது. அதாவது, சுய ஆட்சிக் கொள்கையிலிருந்து இப்பொழுது தனி நாடு கோரிக்கைக்கு அதன் கொள்கைகள் மாறியிருந்தன என்பதாகும். தமிழர் விடுதலைக் கூட்டணியினர், ஐக்கிய முன்னணியை அதன் அரசியலமைப்பில், தமிழரின் நியாயமான கோரிக்கைகளை உள்ளடக்குமாறு கேட்டுக்கொண்ட முயற்சிகள் தோல்வியடைந்த நிலையில், முதன் முதலாக, தமிழருக்கெனத் தனியான சுதந்திர நாடு ஒன்றை உருவாக்குவதையிட்டுப் பேச ஆரம்பித்தனர்.

ஏற்கனவே விளக்கியபடி, சோல்பரி ஆணைக்குழுவினர் எதிர்பார்த்தற்கு இணங்க சிங்களப் பெரும்பான்மை அரசு, தமிழ்ச் சிறுபான்மையினரின் எந்த உரிமையையும்

தமிழ் அரசியல் தலைவர்கள்

பாதுகாப்பதற்கான நடவடிக்கைகளை மேற்கொள்ளவில்லை. இதற்கு எதிர்மாறாக, இந்தியத் தமிழரின் பிரசாவுரிமையைப் பறித்ததன் மூலம், தமிழரின் ஏழு பாராளுமன்றப் பிரதிநிதித்துவங்களை இல்லாதொழித்து அவர்களின் மொழி அந்தஸ்தும், மொழி உரிமையும் நிச்சயமற்ற ஒரு நிலைமைக்கு கொண்டுசெல்லப்பட்டன. சிங்களப் பெரும்பான்மையினரின் புத்த சமயத்திற்கு வழங்கப்பட்ட உத்தியோகபூர்வ விசேட அந்தஸ்து தமிழரின் சைவ சமயத்திற்கு மறுக்கப்பட்டது. தமிழரின் பாரம்பரிய பிரதேசங்களில், திட்டமிட்ட சிங்களக் குடியேற்றங்களை ஏற்படுத்தி, தமிழரின் வாழும் உரிமையைப் பறித்ததோடு, தமிழ்ப் பிரதேசங்களில் தமிழ்க் கட்சிகளுக்குக் கிடைக்கக்கூடிய வாக்குப் பலத்தையும் குறைத்தது. மேலும், தமிழ்ப் பிரதேச எல்லைகளில் திட்டமிட்ட சிங்களக் குடியேற்றத்தின் மூலம் புதிய சிங்களத் தேர்தல் தொகுதிகளை உருவாக்கியது. இதற்குச் சிறந்த உதாரணம் கிழக்கிலுள்ள அம்பாறைத் தேர்தல் தொகுதியாகும். மூதவையை ஒழித்ததன் மூலம் சிறுபான்மையினரின் உரிமைகள் மேற்படி அவையினால் பாதுகாக்கப்படுமென சோல்பரி ஆணைக்குழுவினர் எதிர்பார்த்தமை தவறாகிப் போனது. பாராளுமன்றத்தில் போதிய பிரதிநிதித்துவம் இல்லாத பகுதியினருக்காக சோல்பரி ஆணைக்குழுவினரால் அறிமுகப்படுத்தப்பட்ட நியமன உறுப்பினர் முறைமை இல்லாமற் போய்விட்டது. எல்லாவற்றிற்கும் மேலாக, சிறுபான்மையினரின் நலன்களையும், உரிமைகளையும் பாதுகாப்பதன் பொருட்டு சோல்பரி ஆணைக்குழுவினரால் அறிமுகப்படுத்தப்பட்ட, 29(2) பிரிவை இல்லாதொழித்து அதற்குப் பதிலாக, அடிப்படை உரிமைகள் என்ற பரந்த அளவிலான ஒரு ஷரத்தை அறிமுகப்படுத்தி, சிறுபான்மையினர் மத்தியில் நிரந்தரமான பாதுகாப்பற்ற நிலையை சிங்களப் பெரும்பான்மை அரசு ஏற்படுத்தியது.

இறுதியாக, பெரும்பான்மை சிங்களக் கட்சிகளோடு இடதுசாரிக் கட்சிகள், அவற்றின் கொள்கை அடிப்படையில், இணைந்து கொள்ளமாட்டா என சோல்பரி ஆணைக்குழுவினர் எதிர்பார்த்ததன் விளைவாக, ஜி. ஜி. பொன்னம்பலம் அவர்களின் ஐம்பதுக்கு ஐம்பது கோரிக்கையை ஏற்க மறுத்திருந்தனர். மேற்படி இடதுசாரிக் கட்சிப் பிரதிநிதிகள் இருப்பதனால் அவர்களின் ஆதரவு சிறுபான்மைக் கட்சியினருக்கு இருக்கும் என்றும், அத்துடன், சிறுபான்மையினரான முஸ்லிம்களும், இந்தியத் தமிழரும், இலங்கைத் தமிழரின் சிறுபான்மைக் கட்சிகளுக்கு ஆதரவாக இருப்பர் என்றும் சோல்பரி ஆணைக்குழுவினர் எதிர்பார்த்ததன் விளைவாகவே, அவர்கள் சிங்களப் பெரும்பான்மை அமைச்சரவையினால் தயாரிக்கப்பட்ட நகல் திட்டத்தை அடிப்படையாகக் கொண்டு, தமது அரசியலமைப்பை அமுல்படுத்தினர். உதாரணமாக, 1960, 1970 ஆண்டுகளின் தேர்தல்களின் பின்னர் இடதுசாரிக் கட்சிகள் சிறீலங்கா சுதந்திரக் கட்சியுடன் இணைந்து, ஐக்கிய முன்னணி என்ற அடிப்படையில் அரசை அமைக்க உதவின. 1970, 1977 ஆண்டுகளின் தேர்தல்களை அடுத்தும், அவற்றிற்கு முன்னைய தேர்தல்களின் பின்னரும் சிறீலங்கா சுதந்திரக் கட்சியும், ஐக்கிய தேசியக் கட்சியும் முஸ்லிம் பிரதிநிதிகளின் ஆதரவைப் பெற்று தமது அரசைப் பலப்படுத்தத் தவறவில்லை. 1977 களில் இந்தியத் தமிழருக்கு வாக்களிக்கும் உரிமை கிடைத்ததன் விளைவாக அவர்களும் பெரும்பான்மை சிங்களக் கட்சிகளுக்கு தமது ஆதரவை வழங்கி வருவதை அவதானிக்க முடிகிறது.

எனவே, மொத்தத்தில், சிறுபான்மைத் தமிழரின், குறிப்பாக இலங்கைத் தமிழரின் அரசியல் உரிமைகளைப் பொறுத்தவரை, சோல்பரிக்குழுவினர் சிபாரிசு செய்த அத்தனை விதிமுறைகளும், இலங்கைக்கு 1948 இல் சுதந்திரம் கிடைத்த காலத்திலிருந்து மீறப்பட்டும், மறுக்கப்பட்டும் வந்திருக்கின்றன என்பதைத் தெளிவாகக் காணமுடிகிறது.

அரசியலமைப்பு, சட்டவிதிகள் என்பவற்றில் ஏற்பட்ட மாற்றங்களுடன், கொள்கை, நிர்வாகம் என்பன சம்பந்தமான நடைமுறைகளிலும் பெரிய மாற்றங்கள் நிகழ்ந்தன. பல்கலைக்கழக அனுமதி நடைமுறையில், ஐக்கிய முன்னணி அரசால், 1970 இல், தரப்படுத்தல் (standardization) என்னும் முறைமை அறிமுகப்படுத்தப்பட்டது. இதன்படி, தமிழ் மாணவர் ஒருவர் பல்கலைக்கழக அனுமதி பெறுவதற்கு, பிரவேசப் பரீட்சையில் மேலதிகப் புள்ளிகளைப் பெறவேண்டியிருந்தது. இதையிட்டு கே. எம். டி. சில்வா, கொல்வின் ஆர். டி. சில்வா இருவரும் சிறப்பான விளக்கம் அளித்துள்ளனர். இதையிட்டு கே. எம். டி. சில்வா பின்வருமாறு கூறினார்

> "தமிழ் மாணவர் மருத்துவத் துறையில் அனுமதி பெறுவதற்கு, மொத்த 400 புள்ளிகளில் 250 புள்ளிகளைப் பெறவேண்டியிருக்க, சிங்கள மாணவர் 229 புள்ளிகள் மட்டுமே பெறவேண்டியிருந்தது. சிங்கள மாணவரும், தமிழ் மாணவரும் ஒரே பரீட்சையை ஆங்கில மொழியில் எழுதியபோதும், இதே முறைமை கடைப்பிடிக்கப்பட்டமை முன்னயைதைவிட மோசமாக இருந்தது. சுருங்கக் கூறின், ஒரே மொழியில் பரீட்சைக்குத் தோற்றும், இரு வேறு இனத்து மாணவர், வேறுபட்ட தகைமைப் புள்ளிகளைப் பெறவேண்டியிருந்தனர்."[78]

1977 இல் அறிமுகப்படுத்தப்பட்ட 'மாவட்ட அடிப்படையிலான ஒதுக்கீடு முறை', இலங்கைத் தமிழருக்கு மேலும் பாதகமாக இருந்தது. கே. எம். டி. சில்வா இதையிட்டு பின்வருமாறு கருத்துத் தெரிவித்தார்.

> "1977 ஆண்டளவில், பல்கலைக்கழக அனுமதி விடயம் தமிழ்த் தலைவர்களுக்கும் அரசாங்கத்துக்கும் இடையிலான முரண்பாட்டில் முக்கியமாக இருந்தது. இது தமக்கு எதிரான பாரபட்சம் எனக் கருதிய தமிழ் மாணவர் தமிழர் விடுதலைக் கூட்டணியின் புரட்சிக் கிளையை உருவாக்கினர். பலர் தமிழ் ஈழத் தனியரசை அமைக்க வன்முறை பயன்படுத்தல் வேண்டுமென ஆலோசனை தெரிவித்தனர். இங்கிதமற்ற நடைமுறைகளும், சிறுபான்மையினரின் நலன்களையிட்டு உணர்ச்சியற்று இருப்பதும், இனங்களுக்கிடையில் நிலவும் முறுகல் நிலையைத் தீவிரப்படுத்தும் என்பதற்கு, இது ஒரு யதார்த்தமான பாடமாக இருந்தது."[79]

ஜனாதிபதி ஜே. ஆர். ஜெயவர்த்தன, 'றிபியூன்' வார சஞ்சிகைக்கு, 1979 ஆகஸ்ட் மாதம் பேட்டி அளிக்கையில், தெரிவித்த கருத்து, சிறிமாவோ

பண்டாரநாயக்கா இவ்விடயத்தில் கடைப்பிடித்த கொள்கைளை நியாயப்படுத்துவது போல் அமைந்தது. அது பின்வருமாறு:

> "நாம் மொழி, இனம் என்ற அடிப்படையிலான தரப்படுத்தலை ஒழித்துவிட்டோம். இப்போது அது, அபிவிருத்தியடைந்த, அபிவிருத்தி அடையாத மாவட்டங்கள், என்ற அடிப்படையிலான தரப்படுத்தலாக உள்ளது. இவர்கள் (தமிழர்) சொல்வது நியாயமற்றது. தரப்படுத்தல் தமிழருக்கு மட்டுமன்றி, சிங்களவருக்கும் நியாயமற்றது."[80]

யாழ்ப்பாணம் முழுக்க முழுக்கத் தமிழரைக் கொண்டிருக்க, கொழும்பில் கணிசமான தொகை தமிழர் வாழ்ந்தனர். எனவே, அபிவிருத்தியடைந்த, அபிவிருத்தியடையாத மாவட்டங்கள் என்ற அடிப்படையிலான தரப்படுத்தல், பெரும்பான்மையான சிங்கள மாவட்டங்கள் அபிவிருத்தியடையாத நிலையில் இருந்தமையால், சிங்களவருக்கே சாதகமாக இருந்தது.

இதைவிட, பொதுச்சேவைத் துறையில் வெளிப்படையாகவே கடைப்பிடிக்கப்பட்ட தொழில் வாய்ப்பிலான பாரபட்சம் நிலைமையை மேலும் மோசமாக்கியது. பொருளாதார வல்லுனர் எஸ். டபிள்யூ. ஆர். டி. ஏ. அமரசிங்க தனது, (Ethnic Representation in Central Government Employment and Sinhala-Tamil Relations in Sri Lanka) என்ற கட்டுரையில் தெரிவிப்பதாவது:

> "பத்து வீதத்துக்கும் குறைந்த இடங்களையே கூடியபட்சம் தமிழருக்கு அளிக்கும் தற்போதைய ஆட்சேர்ப்பு நடைமுறை, தொடர்ந்தும் கடைப்பிடிக்கப்படுமாயின், இனங்களுக்கிடையிலான முறுகலை அது அனேகமாக நிச்சயம் தீவிரமடையச் செய்யும்."[81]

பெரும்பான்மை சிங்கள அரசுகளால் தமிழர் வெளிப்படையாகவே பாரபட்சமாக நடத்தபடுகின்றனர் எனக் கூறும், மேற்கோள் காட்டப்பட்ட மூன்று அறிஞருமே, சிங்கள இனத்தவர் என்பது கவனிக்கப்பட வேண்டிய ஒன்றாகும். அத்துடன், ஆர். என். கேணி அவர்கள் பின்வருமாறு தொவிக்கின்றார்:

> "விரைந்து மோசமடைந்து செல்லும் வேலைவாய்ப்பு நிலைமை, விசேடமாக தமிழ் இளைஞரால் தீவிரமாக உணரப்பட்டது. இவர்கள் பொதுவான வேலைவாய்ப்பு இன்மையினால் பாதிக்கப்பட்டதுடன், கிடைக்கக்கூடிய சில வேலைகளைப் பெறுவதில் இவர்கள் பாரபட்சத்துக்கும், சாதகமற்ற நிலைக்கும் ஆளாக வேண்டியிருந்தது."[82]

இலங்கையில் பிரித்தானியரின் ஆட்சியின்போது, தமிழருக்கு அவர்களுடைய எண்ணிக்கைக்கும் உரிய விகிதத்தில் வேலைவாய்ப்பு ஒதுக்கீடு செய்யப்படாமல், மிக அதிகமாக வழங்கப்பட்டதானால், தமிழ்ச் சமுதாயம் தம்மைவிட சாதகமான வாய்ப்புக்களைக் கொண்டுள்ளது என்பது, சிங்களவரால் எப்போதுமே

முன்வைக்கப்படும் ஒரு வாதமாகும். இதற்குக் காரணம், குறிப்பாக யாழ்ப்பாணக் குடாநாட்டில், மிகத் தரமான கல்லூரிகள் ஆரம்பிக்கப்பட்டதன் விளைவாக, தமிழர் விருப்புடன் ஆங்கிலக் கல்வியைக் கற்றதன் காரணமாக, நிர்வாகசேவையிலும், ஏனைய, அரச, தனியார் துறைகளிலும் வேலைவாய்ப்பைப் பெற்றனர். ஆனால், இலங்கை சுதந்திரம் அடைந்ததற்குப் பின்னர், இந்நிலைமையில் பெரும் சரிவு ஏற்படுவதைப் புள்ளிவிபரங்கள் மூலம் அறியமுடிகிறது. உதாரணமாக, 1948 இல் உயர் சிவில் சேவையில் இருந்த 154 சிவில் உத்தியோகத்தரில் 38 தமிழர் (24.7 வீதம்) காணப்பட்டனர். ஆனால், 1981 ஆம் ஆண்டில், இலங்கை சிவில் சேவைக்குப் பதிலாக, சிறீலங்கா நிர்வாக சேவை அறிமுகப்படுத்தப் பட்டபோது, 1545 நிர்வாகப் பதவிகளில் 203 தமிழர் இருந்தனர். அதாவது மொத்த எண்ணிக்கையில் 13.1 வீதமாக இருந்தனர். ஆனால் 1948 இல் 53.9 வீதமாக இருந்த சிங்களவரின் எண்ணிக்கை, 1981 இல், 85.2 வீதமாக அதிகரித்திருந்தது.[83]

சோல்பரி ஆணைக்குழுவினர், நிர்வாகசேவை, நீதிச்சேவை ஆகியவற்றுக்கு ஆணைக்குழுக்களை நியமித்தமைக்கு அடிப்படைக் காரணம், பொதுச்சேவைக்கு நியமனம் வழங்குவதிலும், நீதி சம்பந்தப்பட்ட தீர்ப்புக்களிலும், இனங்களுக்கிடையே எதுவித பாரபட்சமும் இடம்பெறக் கூடாது என்பதற்காவேயாகும். ஆனால், மேற்படி தரவுகள் மூலம் 1948 களிலிருந்து, பெரும்பான்மை சிங்கள அரசாங்கங்கள், அரசாங்க சேவை நியமனங்களில் தமிழ்ச் சிறுபான்மையினருக்கு மிகவும் அநீதியை இழைத்துள்ளன என்பது மிகவும் துல்லியமாகத் தெரியவருகிறது. ஐக்கிய முன்னணி அரசு 1977 இல் புதிய அரசியலமைப்பை அறிமுகம் செய்ய முயற்சித்தபோது தமிழ் அரசியற் தலைவர்கள், தமிழரைத் திருப்திப்படுத்தக் கூடிய சமஷ்டி முறையிலமைந்த அரசியல் சீர்திருத்தத்திற்கு பேச்சுவார்த்தை மூலம் தீர்வொன்றைக் காண்பதற்கு, தமது விருப்பத்தை அரசுக்குத் தெரியப்படுத்தினர். அத் தீர்வினால், வடக்கு, கிழக்குத் தமிழரின் பாரம்பரிய பிரதேசத்திற்கு, பிரதேச சுய ஆட்சி வழங்கவேண்டுமென அரசிடம் கேட்டுக்கொண்டனர். ஆனால், திருமதி பண்டாரநாயக்காவும், பிலிக்ஸ் டயஸ் பண்டாரநாயக்காவும் தமிழ் அரசியல் தலைவர்களின் கோரிக்கையை நிராகரித்தனர். அத்தோடு, இதுவரை காலமும் தமிழ் மக்களின் நியாயமான கோரிக்கைகளை ஆதரித்து, இடதுசாரிக் கொள்கைகளை வரித்துக்கொண்ட, கல்விமான்களாகப் பாராளுமன்றத்தில் அங்கம் வகித்த கலாநிதி. என். எம். பெரேரா, கொல்வின் ஆர். டி சில்வா, லெஸ்லி குணவர்த்தன, பீற்றர் கெனமன் ஆகியோர், ஐக்கிய முன்னணி அரசாங்கத்தின் முடிவுக்குத் தமது ஆதரவை அளித்தமையால், அதனைத் தொடர்ந்து நிகழ்ந்த அனர்த்தங்களுக்கும் பொறுப்பானவர்களாகின்றனர்.

1974 இல், யாழ்ப்பாணத்தில் நடத்தப்பட்ட அனைத்துலகத் தமிழாராய்ச்சி மாகாநாட்டின் போது நிகழந்த சம்பவங்கள், நிலைமையை மேலும் மோசமாக்கிய முக்கியமான காரணிகளாகக் காணப்படுகின்றது. இந்த மாகாநாடு, அருட்திரு. தனிநாயகம் அடிகளார், பேராசிரியர்கள் எஸ். வித்தியானந்தன், பொன். பூலோகசிங்கம், சச்சிதானந்தன் ஆகியோருடன் சிறிலங்கா பல்கலைக் கழகத்தின் யாழ்ப்பாண வளாகத்தைச் சேர்ந்த பல கல்விமான்கள் போன்றோரால் நடத்தப்பட்டது. சிறிலங்கா அரசின் கடுமையான அழுத்தத்தின் மத்தியில் இம் மகாநாடு 1974

ஜனவரி 3ம் திகதியிலிருந்து 10ம் திகதி வரை நிகழ்ந்தது. மகாநாட்டின் இறுதி நாளன்று காவற்றுறையினர், விழாவைக் கொண்டாடிக் கொண்டிருந்த கூட்டத்தினர் மீது கண்ணீர்ப்புகை, கைக்குண்டு, குண்டாந்தடி தாக்குதல் மேற்கொண்டதுடன், துவக்குப் பிடிகளாலும் அவர்களைத் தாக்கியதை இந் நூலின் ஆசிரியர் நேரில் கண்டுள்ளார். ஓய்வுபெற்ற உச்சநீதிமன்ற நீதவான்களான ஓ. எல். டி. கிறெஸ்ரர், வி. மாணிக்கவாசகர், தென்னிந்திய திருச்சபையின் யாழ்ப்பாண ஆயர் சபாபதி குலேந்திரன் ஆகியோர் அங்கம் வகித்த, சுதந்திர ஆணைக்குழுவினர், இந்த தாக்குதல்களைக் கண்டித்துள்ளனர்.[84] மேலும், காவற்றுறை அதிகாரி ஒருவர் மின்சாரத் தொடுப்பு ஒன்றின் மேல் துப்பாக்கிப் பிரயோகம் செய்தமையால், விழாவைக் கொண்டாடிக் கொண்டிருந்த மக்களில், ஒன்பது பேர் மரணித்ததாகவும் இவ் ஆணைக்குழு அறிவித்தது. எதிர்பார்க்கப்பட்டவாறே, இதையிட்டு எந்த நடவடிக்கையையும் அரசாங்கம் எடுக்காமையால், கொதிப்படைந்த தமிழ் இளைஞர் அதன் பின்னரே ஆயுதப் போராட்டத்தை மேற்கொண்டனர்.

பிரதான தமிழ் அரசியல் கட்சிகள் அனைத்தும், திருகோணமலையில் 14 மே 1972 அன்று மாகாநாடு ஒன்றைக் கூட்டியபோது, நம்பிக்கையிழந்த நிலையில் இருந்த தமிழ் இளைஞர் தமது பலத்த ஆதரவை அவர்களுக்கு வழங்கினர். இங்கு தமிழர் ஐக்கிய முன்னணி அங்குரார்ப்பணம் செய்து வைக்கப்பட்டது. இதில், சௌ. தொண்டைமானின் கட்சியாகிய இலங்கைத் தொழிலாளர் காங்கிரஸ் இணைந்தமை குறிப்பிடக்கூடிய அம்சமாகும். மேலும், ஜி. ஜி. பொன்னம்பலம், பல வருடங்களாக தமிழரின் அபிமானத்துக்குரிய தலைவராகவும், சக்திவாய்ந்த பாரளுமன்றப் பிரதிநிதியாகவும் விளங்கிய எம். சிவசிதம்பரம், வவுனியா பாராளுமன்ற உறுப்பினர், தா. சிவசிதம்பரம் ஆகியோரை உள்ளடக்கிய அகில இலங்கைத் தமிழ்க் காங்கிரஸ் கட்சியும் இதிலே இணைந்து கொண்டது. இச் சந்தர்ப்பத்திற்கூட, தமிழ் அரசியற் தலைவர்கள், சமஷ்டி முறையிலமைந்த, மத்தியநிர்வாகமுறை அற்றதோர் ஆட்சியைக் கோரியபோதும், தமிழ் இளைஞர் தமிழருக்குத் தனியான தேசம் நிறுவப்படவேண்டும் என வலியுறுத்தினர். எம். சிவசிதம்பரம், அ. அமிர்தலிங்கம், இருவருமே 1970 பொதுத் தேர்தலில் தமது பாராளுமன்றப் பிரதிநிதித்துவத்தை இழந்ததன் விளைவாக, முழுநேரமும், வடக்கு, கிழக்கு பிரதேசங்களிலுள்ள ஒவ்வொரு கிராமத்துக்கும் சென்று, தமிழரின் அரசியல் நிலைப்பாட்டைத் தமிழ் மக்களுக்குப் புரியவைத்தனர். ஏனைய தமிழ்ப் பிரதிநிதிகள், பாராளுமன்றத்துக்கு உள்ளேயும், வெளியேயும், தமது அரசியல் நிலைப்பாட்டை மிகவும் தெளிவாக எடுத்து விளக்கினர். ஆனால், சிங்களப் பெரும்பான்மை அரசு தமிழ் அரசியல் தலைவர்களின் கோரிக்கையை நிராகரித்து, தமது அரசியற் திருத்தத்தை நடைமுறைப்படுத்துவதில் விடாப்பிடியாக இருந்தது. அரசியலமைப்பு பேரவை (Constituent Assembly) தமிழர் கூட்டணியின் தீர்மானத்தை ஆராயாமல் ஒதுக்கும் பட்சத்தில், மேற்கொண்டு என்ன நடவடிக்கை எடுக்க வேண்டுமென்ற முடிவை எடுக்கின்ற அதிகாரத்தையும், அந்த முடிவையிட்டு அரசியலமைப்புச் சபைக்கும், கட்சியின் அங்கத்தவருக்கும் அறிவிக்கும் பொறுப்பையும், கூட்டணியின் தலைவர் செல்வநாயகம் அவர்களிடமே வழங்க வேண்டுமென, 21 ஜுன் 1971 இல் யாழ்ப்பாணத்தில் கூட்டப்பட்ட கட்சி பொதுச்சபைக் கூட்டத்தில் தீர்மானம்

நிறைவேற்றப்பட்டது. இதன் பின்னர், விடயங்கள் தீவிரமடைய தமிழர் பிரிந்து செல்வதற்கான யுத்தத்தை நோக்கி விரைந்தனர்.[85] இப் புதிய அரசியற் திட்டம்பற்றிச் சுருக்கமான ஏற்கனவே குறிப்பிட்டபோதிலும், அதில் உள்ள முக்கியமான அம்சம், தமிழ் மக்களை ஒட்டுமொத்தமாக அதிகபட்ச விரக்தி யிலும், வெறுப்பிலும், ஆத்திரத்திலும் அது ஆழ்த்தியது என்பதாகும். அதாவது, இதுவரை காலமும், நடைமுறையிலிருந்த இலங்கை என்ற பெயரை மாற்றி, சிறீலங்கா என்ற புதிய பெயரை மேற்படி அரசியற் திருத்தச் சட்டம் மூலம், அரசு அமுல்படுத்தியது. சிறீலங்கா என்ற பெயர், சிங்கள இனத்தோடும், சிங்கள மொழியோடும் அதிக பிணைப்பைக் கொண்ட ஒரு சொற்பதமாகும்.

அ. அமிர்தலிங்கம்

எனவே, இலங்கை என்பது சிங்கள மக்களுக்குத்தான் சொந்தமானது, தமிழருக்கு இங்கு இடமில்லை என்பதனைத் தெளிவாக எடுத்துக் காட்டுகின்றது. இவற்றின் விளைவாக, தமிழ்த் தலைவர்கள் தமது அரசியல் எதிர்காலத்தையிட்டு, ஒரு தீர்க்கமான முடிவுக்கு வரவேண்டியதொரு இக்கட்டான நிலைக்குள் தள்ளப்பட்டனர். செல்வநாயகம் அவர்கள், 2 அக்டோபர் 1973 அன்று, தேசிய அரச பேரவையிலிருந்து தனது பிரதிநிதித்துவத்தை ராஜினாமா செய்து, அங்கு அரசாங்கத்துக்கு ஒரு சவால் விடுத்தார்.

தமிழர் ஊர்வலம் - யாழ்ப்பாணம்

தனது பதவி விலகலால் நடைபெறும் இடைத்தேர்தலில், அரசின் இந்த புதிய அரசியலமைப்பை தமிழ் மக்கள் ஏற்கின்றனரா அல்லது நிராகரிக்கின்றனரா என்பதை அறிவதற்கு, தனக்கு எதிராக அரச சார்பில் ஒரு அபேட்சகரை நிறுத்தவேண்டும் என அச் சந்தர்ப்பத்தில் அவர் பின்வருமாறு சவால் விடுத்தார்:

"நான் தோற்பேனாயின், எனது கொள்கையை நான் கைவிடுகின்றேன். அரசாங்கம் தோற்குமாயின், அது, தமது கொள்கையையும், அரசியலமைப்பையும் தமிழ் மக்கள் ஆதரிக்கின்றனர், எனக் கூறுவதை நிறுத்தவேண்டும்."[86]

செல்வநாயகம் அவர்களின் இந்தச் சவால், மேலும் முக்கியம் பெறும் வகையில், தொடரவிருக்கும் நிகழ்வுகளின் எதிர்வுகூறல் போன்று தோன்றியது. இருபத்து மூன்று ஆண்டுகளுக்கு முன்னர், தமிழரசுக் கட்சி ஆரம்பிக்கப்பட்ட காலத்திலிருந்து, முதல் தடைவையாக, அது சுயநிர்ணய உரிமை கோரும் கொள்கைக்குத் தன்னை மாற்றிக் கொள்ளும் சமிக்ஞையை காட்டியது. இதே சந்தர்ப்பத்தில், செல்வநாயகம் அவர்கள் பின்வரும், கனதிமிக்க செய்தியைப் பிரகடனப்படுத்தினார்:

"நடந்த நிகழ்வுகளைக் கவனத்திற் கொள்கையில், இலங்கைத் தமிழர், தாம் இலங்கையில் ஓர் அடிமை இனமாக இருப்பதா அல்லது சுதந்திரமான மக்களாக வாழ்வதா என்ற அவர்களின் எதிர்காலத்தைத் தீர்மானிப்பதற்கான உரிமை அவர்களுக்கு வழங்கப்பட வேண்டும்."[87]

ஆனால் அரசாங்கமானது, மேற்படி இடைத் தேர்தலை நடத்தாது, மூன்று வருடங்களாக இழுத்தடித்தது. ஈற்றில், பெப்ரவரி 1975 இல், காங்கேசன்துறை இடைத்தேர்தல் நடைபெற்று, செல்வநாயகம் அவர்கள் தமிழ் மக்களின் அமோக ஆதரவுடன், மீண்டும் பாராளுமன்றம் சென்றார். அரசாங்கத்தின் சார்பில் போட்டியிட்ட, பொதுவுடமைக் கட்சி வேட்பாளர், வி. பொன்னம்பலம் அவர்கள் தோல்வியைத் தழுவிக் கொண்டார்.

1973 ஆம் ஆண்டு மல்லாகத்தில் நடைபெற்ற, தமிழரசுக் கட்சியின் 12வது தேசிய மாகாநாட்டில், தமிழ்ப் பேசும் மக்களின் விடிவுக்கு ஒரு புதிய சிந்தனை தீர்மானமாக நிறைவேற்றப்பட்டது. கட்சி உயர்பீடம், தமிழருக்கெனத் தனிநாடு கோருவதென எடுத்த முடிவுக்கு, இந்த மாகாநாட்டில் அங்கீகாரம் வழங்கப்பட்டு, உறுதி செய்யப்பட்டது. அத் தீர்மானம் பின்வருமாறு அமைந்தது:

"இலங்கைவாழ் தமிழ் பேசும் மக்கள், தமது மொழி, கலாசாரம், பிரதேசம் என்பவற்றுடன், தாம் ஒரு தனியான தேசமாகப் பிரிந்து வாழவேண்டும் என்ற தீவிரமான விருப்பையும் கொண்டிருப்பதனால், அவர்கள் எல்லா வகையிலும், ஒரு தனியான தேசமாக இருப்பதற்கு முழுமையான தகுதியைக் கொண்டுள்ளனர். அவர்களுக்கு ஒரேயொரு வழிதான் உண்டு..... சர்வதேசத்தினால் அங்கீகரிக்கப்பட்டதான, ஒவ்வொரு

தேசத்திற்கும் உள்ள சுயநிர்ணய உரிமையின் அடிப்படையில், அவர்கள் தமது சட்டபூர்வமான சொந்தத் தாயகத்தில் சுய ஆட்சியை நிறுவுவதே அவ் வழியாகும்."[88]

இதன் பின்னர், எப்போதெல்லாம் சந்தர்ப்பம் கிடைத்ததோ, அப்போதெல்லம், கட்சியினது புதிய வழி ஒவ்வொரு மேடையிலும் முழங்கப்பட்டது. ஆயினும், தமிழரசுக் கட்சியைப் பொறுத்தவரையில், அது சமரசத்திற்கான தனது கதவை மூடிக்கொள்ளவில்லை.

ஆனால், 1973 இல், தமிழ் இளைஞர் குழுவொன்று, முன்னாள் யாழ்ப்பாண நகரபிதாவும், யாழ்ப்பாணத் தொகுதியின் முன்னாள் பாராளுமன்றப் பிரதிநிதியும், சிறீலங்கா சுதந்திரக் கட்சியின் யாழ்ப்பாண அமைப்பாளருமான அல்பிரட் துரையப்பாவைப் படுகொலை செய்தது. மேலும், 1974 இல், நான்காவது அனைத்துலகத் தமிழாராய்ச்சி மகாநாட்டின் இறுதி நாளன்று நடந்த சம்பவங்கள், தமிழ் இளைஞரின் ஆத்திரத்தை மேலும் தீவிரமடையச் செய்திருந்தன. அவர்கள் தொடர்ந்தும் காவற்றுறை அதிகாரிகளையும், புலனாய்வாளரையும், தாக்கி, கொலையும் செய்தனர்.

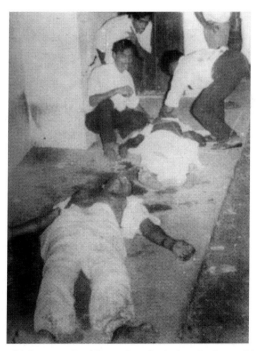

தமிழாராய்ச்சி மகாநாட்டின்போது கொல்லப்பட்டவர்கள் - யாழ்ப்பாணம்

தமிழாராய்ச்சி மகாநாட்டில்
இறந்தவர்களுக்கு நினைவஞ்சலி

நினைவுத் தூபியை இலங்கை
அரசப்படைகள் உடைத்த காட்சி
- யாழ்ப்பாணம்

அத்துடன், அவர்கள் தமிழர் போராட்டங்களை விரிவுபடுத்தும்படியும் தமிழ் அரசியல் தலைவர்களுக்கு தொடர்ந்து அழுத்தம் கொடுத்தனர். 1972 லிருந்து நடைமுறைப்படுத்தப்பட்ட தரப்படுத்தலினால் ஆயிரக் கணக்கான தமிழ் இளைஞர் பாதிக்கப்பட்டனர். அவர்களுக்குப் பல்கலைக்கழக அனுமதி மறுக்கப்பட்டது. இதன் விளைவாக வேலையில்லாத் திண்டாட்டம் அவர்களை வாட்டியது. பெரும்பான்மை சிங்கள அரசின் அடக்குமுறையும், பொருளாதாரக் கட்டுப்பாட்டு கொள்கையும், பல்வேறுபட்ட சமூக, பொருளாதார, அரசியல் நெருக்கடிகளுக்குள் அவர்களைப் பலாத்காரமாகத் தள்ளின. ஏற்கனவே குறிப்பிட்டது போன்று, 1973 இல் தமிழ் அரசியல் தலைவர்கள், சிங்கள பெரும்பான்மை அரசுக்கு சமரசத்திற்கான சந்தர்ப்பத்தை வழங்கியபோதும், அரசு அதையிட்டு எவ்வித அக்கறையையும் காட்டவில்லை. இதன் விளைவாக, தமிழ் அரசியற் தலைவர்கள், அனைத்து தமிழ் அரசியற் கட்சிகளையும் உள்ளடக்கி, 'தமிழர் ஐக்கிய முன்னணி' என்ற பெயரை மாற்றி, அதற்குப் பதிலாக 'தமிழர் ஐக்கிய விடுதலை முன்னணி' என்ற பெயரின் கீழ் ஒன்றிணைந்தனர். சிங்கள பெரும்பான்மை அரசின் பெரும்பான்மைப்பலம் என்ற அடிப்படையிலான இனவாதப் போக்கு, சர்வாதிகாரம் கொண்டதாக மேலும், மேலும் அதிகரித்துச் செல்வதைத் தமிழ் இளைஞரால் ஜீரணிக்க முடியாது அவர்கள் தொடர்ந்தும் தமிழ் அரசியற் தலைவர்களுக்கு அழுத்தங்களைக் கொடுத்தனர். இதன் விளைவாகத் தமிழர் ஐக்கிய விடுதலைக் கூட்டணி செல்வநாயகம் அவர்கள் தலைமையில், 14 மே 1976 இல் தமது முதல் மகாநாட்டைக் கூட்டியது. இம் மகாநாட்டில் இந் நூலாசிரியருக்கும், தமிழ் மாணவர் பேரவை சார்பில் கலந்து கொள்கின்ற வாய்ப்புக் கிடைத்தது. இந்த மகாநாடு பின்வரும் அழைப்பை விடுத்தது:

இலங்கை அரசின் அரசியல் நடவடிக்கைகளும், தமிழ்த் தேசியத்தின் எழுச்சியும் 629

> "பொதுவாக தமிழ்த் தேசமும், குறிப்பாக தமிழ் இளைஞரும் தம்மை இந்தப் புனிதப் போராட்டத்தில் இணைத்து, சுதந்திர சமதர்ம தமிழ் ஈழம் என்ற இலட்சியத்தை அடையும்வரை சளைக்காது போராட முன்வரவேண்டும்."[89]

தமது தேசத்துக்காக போராட்டத்தில் இறங்குவதற்கு அணிதிரண்டிருந்த இளைஞர், இத் தீர்மானத்தின் ஒவ்வொரு சொல்லையும் அப்படியே மனதில் வரித்துக் கொண்டனர். பாராளுமன்ற முறைமையிலும், சிவில் அரசியல்வாதிகளிலும் அவர்களுக்கு நம்பிக்கை அற்றுப் போய்விட்டிருந்தது. ஆயுதப் போராட்டமே ஒரே வழியென்று நம்பிய அவர்களை, 'பணிந்து போகும் ஒரு மக்களாக வாழ்வதைவிட, செயற்படும் போதே சாவது மேல்' என்ற எண்ணமே உந்துசக்தியாக ஊக்குவித்தது.

செல்வநாயகம் அவர்கள், இறப்பதற்குச் சில மாதங்களுக்கு முன்னர், தேசிய அரச பேரவையில் நிகழ்திய உரை, அவர் தனித் தமிழ் நாடு அமைப்பதனை முழுமையாக ஆதரித்தார் என்பதனைத் தெட்டத் தெளிவாகக் காட்டுகின்றது. 19 நவம்பர் 1976 அன்று, ஒரு மசோதாவின் மீதான இரண்டாவது விவாதத்தின்போது, ஐக்கிய இலங்கை என்ற கோட்பாட்டில் தன்னால் நம்பிக்கை கொள்ள முடியாதிருப்பதை, நெஞ்சைத் தொடும் வகையில் அவர் ஒப்புக் கொண்டிருந்தார். தமிழ்ப் பேசும் மக்களின் 'இழந்த உரிமைகளை' மீட்பதையே பிரதான இலட்சியமாகக் கொண்டிருந்த அவரது 'சமஷ்டி இயக்கம்' இறுதியில் தோற்றுவிட்டதை அவர் உணர்ந்தார் போலத் தோன்றுகின்றது. அவர் தனது உரையை பின்வருமாறு முடித்திருந்தார்:

> "சமஷ்டி அரசியலமைப்புக்கான கோரிக்கையை நாம் கைகழுவி விட்டோம். எமது இயக்கம் முழுக்கமுழுக்க சாத்வீகமானதாகவே இருக்கும் ... (...) சிங்கள மக்கள் ஒரு நாள் எமது கோரிக்கையை ஏற்றுக் கொள்வார்கள் என்பதும், நாம் எமக்கெனத் தனியான ஒரு தேசத்தை இந்தத் தீவின் ஏனைய பகுதியிலிருந்து பிறிதாக நிறுவுவோம் என்பதும், எமக்குத் தெரியும்."[90]

பெப்ரவரி 1977 இல், ஜி. ஜி. பொன்னம்பலத்தின் மறைவைத் தொடர்ந்து, ஏப்பிரல் 1977 இல், தமிழரின் நன்மதிப்பையும், நம்பிக்கையையும் பெற்று, 1949 களிலிருந்து, தமிழரின் அரசியல் உரிமைகளுக்காகவும், விடிவிற்காகவும், தொடர்ந்து போராடிய செல்வநாயகம் அவர்கள், காலமானார். அதன் பின்னர் ஐக்கிய விடுதலை முன்னணியின் தலைவராக அ. அமிர்தலிங்கம் அவர்கள் பதவியேற்றுக் கொண்டார். தமிழர் விடுதலைக் கூட்டணி, தனிநாடு நிறுவுவதைத் தனது இலட்சியமாகப் பிரகடனத்தைச் செய்திருந்தபோதும், 1977 பொதுத் தேர்தலில் போட்டியிடத் தீர்மானித்தது. தமிழீழக் கோரிக்கையை முன்வைத்து, தமிழரின் பூரண ஆணையைப் பெறுவதற்காக மேற்படி தேர்தலில் போட்டியிடுவதாகக் கூறி, தமிழ் இளைஞரை தமிழ் அரசியற் தலைவர்கள் சமாதானப்படுத்தினர். எதிர்பார்ப்புக்களுக்கு இணங்க, வடமாகாணத்தின் பதினான்கு தொகுதிகளிலும் தமிழர் விடுதலைக் கூட்டணி வெற்றியீட்டியதுடன், கிழக்கு மாகாணத்தின் பதினொரு தொகுதிகளில் நான்கு

ஆசனங்களைப் பெற்றது. இதே தேர்தலில், ஐக்கிய தேசியக் கட்சி, முன்னொருபோதும் கண்டிராத வகையில், பாராளுமன்றத்தின் 168 மொத்த ஆசனங்களில் 139 ஆசனங்களைப் பெற்று அறுதிப் பெரும்பான்மையை ஈட்டியிருந்தது. தமிழர் விடுதலைக் கூட்டணி, பாராளுமன்றத்தில் அதிக ஆசனங்களைப் பெற்றிருந்த இரண்டாவது கட்சியாக இருந்த நிலையில் அதற்கு எதிர்க்கட்சி அந்தஸ்தும், அதன் தலைவருக்கு எதிர்க்கட்சித் தலைவர் பதவியும் கிடைத்தன. புதிய எதிர்க்கட்சித் தலைவரான அ. அமிர்தலிங்கம் அவர்கள், தனது பாரளுமன்ற உரையில் பின்வருமாறு தனது கட்சியின் நிலையை வலியுறுத்தியிருந்தார்:

> "சுயநிர்ணய உரிமையின் அடிப்படையில், தமிழ்த் தேசத்தின் விடுதலைக்காக உழைத்து தமிழீழத்தை நிறுவுவதற்காகவே, தமிழர் விடுதலைக் கூட்டணி உறுப்பினர் இத் தேசிய அரச பேரவைக்குத் தேர்ந்தெடுக்கப்பட்டனர்."[91]

இச் சந்தர்பத்தில், 16.08.1977 லிலே, யாழ்ப்பாணத்திலுள்ள கல்லூரி ஒன்றில் இடம்பெற்ற களியாட்டு விழாவில் மாணவருக்கும் சிறீலங்கா காவற்றுறையினருக்கும் இடையில் ஏற்பட்ட மோதல் காரணமாக, தெற்கில் இனக்கலவரம் வெடித்தது.[92] பல தமிழர் காயப்படுத்தப்பட்டனர். கொல்லப்பட்டனர். அவர்களின் சொத்துக்கள் சூறை யாடப்பட்டன. மலையகத்திலும் இக் கலவரம் பரவியது. 1956, 1958 களுக்குப் பின் வெடித்த மூன்றாவது இனக்கலவரமாக இது காணப்படுகின்றது. பல தமிழர், தெற்கிலி ருந்தும், மலையகப் பகுதிகளிலிருந்தும், பாதுகாப்புத் தேடி, வடக்கிற்கும், கிழக்கிற்கும் இடம் பெயர்ந்தார்கள். இந் நிகழ்வு தமிழ் இளைஞரின் விடுதலை வேட்கைத் தீயில் மேலும் எண்ணெய் ஊற்றியது போன்றிருந்தது. மேலும், வடக்கு, கிழக்குப் பிரதேசமே தமிழ் மக்களின் தாயகம் என்பதனையும், சிங்கள தேசம் மிகவும் வெளிப்படையாகக் கூறிவைத்தது. 1977 களிலிருந்து தமிழர் விடுதலைக் கூட்டணியும், அதன் தலைவர் களும் பின் தள்ளப்பட்டு, தமிழ்த் தேசிய விடுதலையை வென்றெடுக்க, சிங்கள அரசுக்கும், சிங்கள இராணுவத்திற்கும் எதிராக ஆயுதம் ஏந்திப் போராட தமிழ் இளைஞர் இணைந்து எழுந்தனர். இதுவே தமிழ்த் தேசியவாதத்தின் உச்சக் கட்டமாக உருவெடுத்தது. அத்தோடு, செல்வநாயகம் அவர்கள் தமிழீழத்தை நிறுவும் இலட்சி யத்தை மிகவும் தெளிவாகப் பிரகடனப்படுத்திவிட்டு மறைந்த நிலையில், அமிர்தலிங் கம் அவர்களின் தலைமையிலான தமிழர் விடுதலைக் கூட்டணியினர், அரசுடன் ஜன நாயக வழியில் தமிழர் பிரச்சனையைப் பேசித் தீர்க்கலாம் என்ற நம்பிக்கையிலிருந்து வழுவாதவராய் உண்ணாவிரதப் போராட்டங்களை நடத்தினர். அவர்களுக்கு மேற்படி இனக் கலவரம் ஒரு செய்தியை எடுத்துக் கூறியது. தமிழருக்கு வடக்கு, கிழக்குத்தான் தாயகம், சிங்கள தேசத்தில் அவர்களுக்கு இடமில்லை என்பதே அச் செய்தியாகும். இருந்தும், ஆயுதம் ஏந்திப் போராடும் நிலையில் தமிழர் விடுதலைக் கூட்டணித் தலை வர்கள் இருந்திருக்க நியாயமில்லை. குறைந்த பட்சம் அவர்கள் தமிழ் இளைஞரின் பின்னால் அவர்களுக்கு உந்து சக்தியாக இருந்திருக்கலாம் என, தமிழர் உரிமைப் போராட்டத்தை ஆதரிக்கும் ஒருவர் சிந்திப்பதில் தவறில்லை. ஆனால், தமிழர் விடுதலைக் கூட்டணியினர் தமிழ் இளைஞரைத் தமது பக்கம் எப்படியாவது இழுத்து

விடலாம் என எண்ணியிருந்திருக்கவும் கூடும். ஆனால், நீதியானதும், நியாயமானதும் என ஏற்றுக்கொண்ட தமிழ்த் தேசிய விடுதலைப் போராட்டத்தினின்றும், சுதந்திர தமிழீழம் நிறுவும் இலட்சியத்திலிருந்தும், தமிழ் இளைஞர் ஆரம்பத்திலிருந்து மாறவே இல்லை என்பதனை அவர்களின் தொடர்ச்சியான செயற்பாடுகள் தெளிவாகக் காட்டின.

இச் சந்தர்ப்பத்தில், சிறிலங்கா அரசு தமிழ் இளைஞரின் சுதந்திரப் போராட்டத்தை ஆயுத பலத்தினாலும், அடக்குமுறையாலும், சட்டதிட்டங்களினாலும் அடக்கிவிட முனைப்புடன் செயற்பட்டது. இதன் விளைவாக, 1979 ஜூலையில், அரசாங்கம் 'பயங்கரவாதத் தடைச் சட்டம்' எனும் மசோதாவை பாராளுமன்றத்தில் நிறைவேற்றியது. இச் சட்டத்தின் கீழ் கைது செய்யப்படும் எவரும் 18 மாதங்களுக்கு எதுவித விசாரணையுமின்றித் தடுத்து வைக்கப்பட இச் சட்டம் அனுமதி வழங்கியது. இதன் விளைவாக பல தமிழ் இளைஞர் சந்தேகத்தின் பேரில் கைது செய்யப்பட்டு, பல்வேறு சித்திரவதைகளுக்கு உட்படுத்தப்பட்டனர். மேற்படி சட்டம் சிறீலங்கா இராணுவத்தினருக்கு மிக அனுகூலமானதாக இருந்தது. இச் சட்டத்தால் தமிழ் இளைஞரை அடக்கியொடுக்கி, தமிழர் விடுதலைப் போராட்டத்தை வேருடன் அழித்துவிடலாம் என ஜே. ஆர். ஜெயவர்த்தனாவும், அவரது அரசாங்கமும் கணக்கிட்டது. ஆனால், தமிழ் இளைஞரின் போராட்ட வேகம் மேலும், மேலும் அதிகரித்தது. ஆயிரமாயிரம் இளைஞரும், யுவதிகளும் விடுதலைப் போராட்டத்தில் குதித்தனர்.

இந் நிலையில், யாழ்ப்பாண வளாகம் 1977 இல், யாழ்ப்பாண பல்கலைக் கழகமாகத் தரம் உயர்த்தப்பட்டது. பல தலைசிறந்த கல்விமான்கள் தெற்குப் பல்கலைக் கழகங்களிலிருந்தும், உலகின் பல பாகங்களிலிருந்தும் தமது சொந்த நாட்டிற்கும், இளந் தலைமுறையினருக்கும், கல்வியை வழங்கிச் சேவைபுரிய விருப்பத்துடன் வந்து இணைந்தனர். பேராசிரியர்கள் கைலாசபதி, இந்திரபாலா, மகேஸ்வரன், கணேசலிங்கம், கைலாசநாதக் குருக்கள், செல்வநாயகம் போன்ற தலைசிறந்த பேராசிரியர்கள், யாழ்ப்பாண வளாகம் 1974 இல் பரமேஸ்வராக் கல்லூரியிலும், யாழ்ப்பாணக் கல்லூரியிலும் ஆரம்பித்தபோதே தமது கல்விச் சேவையை அளிக்கத் தொடங்கி, இவ் வளாகம் மிகக் குறுகிய காலத்தில், யாழ்ப்பாணப் பல்கலைக் கழகமாகத் தரமுயர்த்தப்படும் அளவுக்குப் பாடுபட்டு உழைத்தவர்கள் என்பதனைத் தமிழ்த் தேசம் என்றும் மறக்காது. 1977 இல் நடைபெற்ற இனக் கலவரத்தோடு, யாழ் வளாகத்தில் கல்வி பயின்ற சிங்கள மாணவர் தெற்கிலுள்ள பல்கலைக் கழகங்களுக்குச் சென்றுவிட்டிருந்தனர். யாழ்ப்பாண வளாகம் பல்கலைக் கழகமாகத் தரம் உயர்த்தப்பட்டதோடு பேராசிரியர் வித்தியானந்தன் துணைவேந்தராகப் பதவி ஏற்றிருந்தார். அக் காலகட்டத்தில் மேலும் பல கல்விமான்கள் தெற்குப் பல்கலைக்கழகங்களிலிருந்தும், உலகின் பல பாகங்களிலிருந்தும் வந்து சேர்ந்தனர். பேராசியர்கள் சிவஞானசுந்தரம், ரொனி ராஜரட்ணம், சிறீதரன், செல்வநாயகம் போன்ற தலைசிறந்த கல்விமான்கள் இவர்களுள் குறிப்பிடத் தக்கவர்களாகும். கலை, விஞ்ஞான பீடம், நுண்கலைப் பீடம், மருத்துவ பீடம், கலை அரங்கு, புதிய வளமான நூல்நிலையம், ஆண்களுக்கும் பெண்களுக்கும் விடுதிகள், விளையாட்டு மைதானங்கள் எனச் சகல வசதிகளையும் உள்ளடக்கிய ஒரு பல்கலைக் கழகமாக யாழ்ப்பாணப் பல்கலைக்கழகம் மலர்ந்தது. அதே வேளையில், தமிழர் தேசிய

விடுதலைப் போராட்டச் சிந்தனைக்கும், வளர்ச்சிக்கும், எழுச்சிக்கும் யாழ்ப்பாணப் பல்கலைக்கழகம் ஒரு மையப் பீடமாக அமைந்தது. 1977 ஆம் ஆண்டு தமிழருக்கு எதிரான இனக்கலவரம், தமிழ் இளைஞரையும், யுவதிகளையும் விடுதலைப் போராட்டத்தில் பங்கேற்க மேலும் ஊக்குவித்தது. இவ் வேளையில் தமிழ் இளைஞரும், யுவதிகளும் நடாத்துகின்ற பல்வேறுபட்ட போரியல் உத்திகள், ஜே. ஆர். ஜெயவர்த்தனாவையும், சிங்கள பெரும்பான்மை அரசையும் சிக்கலானதொரு சூழ்நிலைக்கு நிச்சயம் ஆளாக்கியிருக்கும். இந்நிலையில், 1981 இல் ஜெயவர்த்தனா அரசாங்கம், மாவட்ட அபிவிருத்தி சபைகள் மூலம் தமிழரைத் திருப்திப்படுத்தலாம் எனத் தப்புக்கணக்கு போட்டது. இதே ஆண்டில், மாவட்டசபை மசோதா பாராளுமன்றத்தில் கொண்டுவரப்பட்டு, அதற்கான தேர்தல் 1981 ஜூலையில் நடைபெறும் என அரசாங்கம் அறிவித்தது.[93] தமிழர் கூட்டணித் தலைவர்களும் மேற்படி மாவட்ட சபைத் தேர்தலில் நிற்பதெனத் தீர்மானித்து, தேர்தல் பிரசாரங்களில் ஈடுபட்டனர். யாழ்ப்பாணப் பல்கலைக்கழகக் கல்விமான்கள், மாவட்டசபை மசோதா தமிழரின் அரசியற் பிரச்சனையைத் தீர்க்க உதவமாட்டாது என்று கூறியபோதும், தமிழர் கூட்டணியினர் மாவட்டசபை மசோதாவை ஆதரித்தனர். இறுதியில் இந்த மாவட்ட சபைத் திட்டத்தை அமுல்படுத்த முடியாமல் போயிற்று. இக் காலகட்டத்தில், யாழ் மாவட்ட ஐக்கிய தேசியக் கட்சியின் முதன்மை வேட்பாளர், ஆ. தியாகராஜா தமிழ் இளைஞரால் சுட்டுக் கொல்லப்பட்டார். இன்னுமோர் சம்பவத்தில் இரண்டு காவற்றுறையினரும் சுட்டுக் கொல்லப்பட்டனர்.[94] இவற்றின் விளைவாக யாழ்நகரில் 1981 மே மாதம் கலவரம் மூண்டது. தமிழரின் 95 ஆயிரம் நூல்களையும், கையெழுத்துப் பிரதிகள், ஓலைச்சுவடிகள் போன்ற அரிய பொக்கிஷங்களையும் கொண்டிருந்த யாழ் நூலகம் சிங்களப் படையினரால் எரித்துச் சாம்பராக்கப்பட்டது.[95] யாழ்ப்பாணத்திலிருந்து வெளிவரும் ஈழநாதம் பத்திரிகையின் காரியாலயம், யாழ் சந்தை என்பவற்றுடன் ஆயிரத்துக்கும் அதிகமான வர்த்தக நிலையங்கள் என்பன தீக்கிரையாக்கப்பட்டன. இச் சம்பவங்களின்போது, ஐக்கிய தேசியக் கட்சி அமைச்சர்களான சிறில் மத்தியூ, காமினி திசநாயக்கா போன்றவர்கள் யாழ்ப்பாணத்தில் இருந்தார்கள் எனவும், மேற்படி அழிப்பு நடவடிக்கைகளின் பின்னணியில் அவர்களே செயற்பட்டார்கள் எனவும் பல ஆதாரங்கள் ஏற்கனவே வெளியாகியுள்ளன. 1981 மே மாத கலவரங்களைத் தொடர்ந்து சிங்கள, தமிழ் இனங்களுக்கிடையில் முறுகல் நிலை தீவிரமடைந்து, வன்முறைகள் தெற்குக்கும் பரவின. இந்தத் தடவை தமிழருக்கு எதிராகக் கட்டவிழ்த்து விடப்பட்ட இன அழிப்பு ஏற்கனவே திட்டமிட்டவையாகவும், பிரதானமாகத் தமிழர் அதிகமாகக் குடியிருந்த இடங்களை இலக்கு வைத்தவையாகவும் காணப்பட்டன. கொள்கையற்ற சிங்கள அரசியல் பிரமுகர்களால் ஏவப்பட்ட சிங்களக் காடையர் தமிழரை மோசமாகத் தாக்கியதுடன் அவர்களுடைய வீடுகள், சொத்துக்கள் என்பனவற்றைக் கொள்ளையடித்தும், தீவைத்தும் அழித்தனர். 1983 ஆம் ஆண்டின் ஜூலை மாத இறுதியில் இரண்டாயிரத்துக்கும் அதிகமான அப்பாவித் தமிழர் கொல்லப்பட்டும், எரியூட்டப்பட்டும் இறந்தனர். பல தமிழ்ப் பெண்கள் சிங்களக் காடையரால் பாலியியல் பலாத்காரத்துக்கு ஆளாக்கப்பட்டனர். பல மில்லியன்கள் பெறுமதியான வர்த்தக நிலையங்கள், கடைகள், தொழிற்சாலைகள் தீக்கிரையாக்கப்பட்டும், பாரிய அழிவுகளுக்கும் உள்ளாக்கப்பட்டன. ஒரு இலட்சத்துக்கும் அதிகமான தமிழர்

ஏதிலிகளாக்கப்பட்டனர். நாற்பதினாயிரத்துக்கும் அதிகமான தமிழர் இந்தியாவிலும், உலகின் வேறு பகுதிகளிலும் தஞ்சம் புகும் நிலையேற்பட்டது. இந்த 1983 ஜூலை தமிழின அழிப்புக் கட்டவிழ்த்து விடப்பட்டமைக்கு, யாழ்ப்பாணத்தில் 13 இராணுவத்தினர், பதுங்கியிருந்து தாக்கியவர்களால் கொல்லப்பட்டமையே காரணம் எனத் தகவல்கள் கூறுகின்றன.

25 ஜூலை 1983 அன்று, வெலிக்கடை அதிபாதுகாப்புச் சிறையில் அடைக்கப்பட் டிருந்த 37 தமிழ்க் கைதிகள் அவர்களது சக சிங்களக் கைதிகளினால் அலவாங்கு களினால் தாக்கப்பட்டும், கத்திகளினால் வெட்டப்பட்டும் மிகக் குரூரமாகக் கொல்லப்பட்டமை இந்த தமிழின அழிப்பின் மிகமோசமான ஒரு சம்பவமாகக் காணப்பட்டது. இக் கொடிய கொலைகள் சிறைக் காவலர்கள் கண் முன்னாலேயே

1983 இனக்கலவரத்தில் தமிழர்கள் கொல்லப்படுதல் - கொழும்பு

1983 இனக்கலவரத்தினால் பாதிக்கப்பட்ட தமிழ் அகதிகள் - கொழும்பு

நடந்தன. நம்பவே முடியாத வகையில் இதே சிறையில் ஒரு நாளின் பின்னர் பதினெட்டு தமிழ் கைதிகள் 27 ம் திகதியன்று, முதலில் கொலைகள் நடந்த அதே வகையில் கொலை செய்யப்பட்டனர்.[96]

அதியுயர் பாதுகாப்பு சிறையொன்றில் அப்பாவித் தமிழர் மீது ஏவி விடப்பட்ட இந்த திட்டமிட்ட கொலைகளையிட்டு முழு உலகமுமே அதிர்ச்சியினால் மலைத்துப் போயிற்று. இந்தத் தமிழின அழிப்பையிட்டு ஜி. ஒபேயசேகரா அவர்கள் பின்வருமாறு கூறினார்:

> “சிறுபான்மை இனத்தவரின் வீடுகளும், வர்த்தக நிலையங்களும், இலக்குத் தவறாது, நன்கு வழிநடத்தப்பட்ட குழுக்களால் கொள்ளையடிக்கப்பட்டன. இதன்போது அவதானிக்கப்பட்ட அரக்கத்தனம் நம்பமுடியாதது. வீடுகளும், கடைகளும் தீக்கிரையாக்கப்பட்டன. மோட்டார் கார்கள் மீது பெற்றோல் ஊற்றப்பட்டுக் கொளுத்தப்பட்டன. சில சந்தர்ப்பங்களில் உள்ளேயிருந்த பயணிகளுடனேயே அவை எரிக்கப்பட்டன. சிலர் கண்டதுண்டமாக வெட்டிக் கொல்லப்பட்டனர். சிலர் உயிருடனேயே தீ மூட்டப்பட்டனர்!”[97]

சிங்கள பெரும்பான்மை இனத்தவரால் அப்பாவித் தமிழர்மீது மிகக் குரூரமான வகையில் தமிழின அழிப்பு மேற்கொள்ளப்பட்டு, ஆயிரக் கணக்கான தமிழர் ஒரே நாளில் ஏதிலிகளாக்கப்பட்டு, இந்தியாவிலும், வேறு நாடுகளிலும் அடைக்கலம் புக நிர்ப்பந்திக்கப்பட்டனர். மேலும் தென்னிலங்கையில் வாழ்ந்த பல்லாயிரக் கணக்கான இலங்கைத் தமிழரும், மலையகத்து இந்தியத் தமிழரும், கப்பல்களில் ஏற்றப்பட்டு, அகதிகளாக வடக்கு, கிழக்குப் பிரதேசங்களுக்கு அனுப்பி வைக்கப்பட்டனர்.

மிகக் குறுகிய கால இடைவெளியில், சிறீலங்காவின் ஐக்கியத்தையும், பிரதேச ஒருமைப்பாட்டையும் ஏற்றுச் சத்தியப் பிரமாணம் செய்யத் தவறும் பாராளுமன்றப் பிரதிநிதிகள் தமது பிரதிநிதித்துவ உரிமையை இழக்க நேரிடும் என்ற, அரசியலமைப்பு திருத்தம் மேற்கொள்ளப்பட்டது. தமிழர் விடுதலைக் கூட்டணி பாராளுமன்ற உறுப்பினர்கள் இச் சத்தியப் பிரமாணத்தைச் செய்ய மறுத்தமையால், அவர்கள் தமது பராளுமன்றப் பிரதிநிதித்துவ உரிமையை இழந்தனர். இதனால் அவர்கள் தமது நடவடிக்கைகளைப் பாராளுமன்றத்தில் முன்னெடுக்கும் வாய்ப்பு இல்லாது போயிற்று.

1983 ஜுலை தமிழின அழிப்பினூடாக, சிங்கள தேசம், இறுதியாக ஒரு செய்தியை, தமிழ் அரசியல் தலைவர்களுக்கும், தமிழ்த் தேசத்திற்கும், உலகிற்கும் அறிவித்தது. மிதவாத தமிழ் அரசியல் தலைவர்கள், தமிழரின் உரிமைகளுக்காக, சிங்கள பெரும்பான்மை அரசுடன் ஜனநாயக வழிமுறைகளில் போராடுவதனால் எதுவித நியாயமான தீர்வையும் எட்டப் போவதில்லை என்பது முதலாவது செய்தியாகும். சிறுபான்மைத் தமிழருக்கு, எதிர்காலத்தில் தமிழீழ விடுதலைப் போராட்டத்தோடும், அதை முன்னின்று நடாத்தும் இளைஞரோடும் இணைந்து, தமது தேசத்தின் விடு தலைக்காகப் போராடுவதைத் தவிர வேறெந்த வழிகளும் இல்லையென்பதை மிகவும் தெளிவாக இரண்டாவது செய்தி அறிவித்தது. தமிழர் தமது வரலாற்றுப் பாரம்பரிய பிரதேசமும், அவர்களது சொந்தமானதுமான வடக்கு, கிழக்கில்தான் வாழந்தாக வேண்டுமே அல்லாது சிங்களப் பெரும்பான்மையினர் வாழ்கின்ற தென்னிலங்கையில்

இலங்கை அரசின் அரசியல் நடவடிக்கைகளும், தமிழ்த் தேசியத்தின் எழுச்சியும் 635

அல்ல என்ற செய்தியை, குறிப்பாகத் தமிழருக்கும், சிறப்பாக சர்வதேசத்திற்கும் உரத்துக் கூறியமை மூன்றாவது செய்தியாகும். இறுதியாக, சிறீலங்கா ஒரு நாடு, அங்கு இரண்டு தேசங்கள் இருக்கின்றன. அவற்றில் ஒன்று சிங்கள தேசம், மற்றையது தமிழ்த்தேசம் என்பதனைச் சிங்களதேசம் தனது செயல்களால் காட்டிவிட்டது.

1970 களிலிருந்து, தமிழ் இளைஞரும், யுவதிகளும், மிகத் தெளிவாக, மேற் கூறப்பட்ட அத்தனை செய்திகளையும், தமிழ் அரசியற் தலைவர்களுக்கும், தமிழ் மக்களுக்கும் தொடர்ச்சியாகக் கூறி வந்துள்ளனர். ஆனால் ஜனநாயகப் பாரம்பரியத் தில் வளர்ந்த தமிழ் அரசியற் தலைவர்களாலும், அமைதியான வாழ்க்கை நடத்திப் பழக்கப்பட்டுப் போன தமிழ் மக்களாலும், இளம் தலைமுறையினரின் மேற்படி செய்திகளையோ, கருத்துக்களையோ, ஆரம்பத்தில் ஏற்க முடியவில்லை. 1956, 1958 ஆண்டுகளின் தமிழின அழிப்புக்களும், தொடர்ந்து இடம்பெற்ற, சிங்களப் பெரும்பான்மை அரசுகளின் தமிழருக்கு எதிரான நடவடிக்கைகளும், தமிழ் அரசியல் தலைவர்களையும், தமிழ் மக்களையும், இளைஞரின் கருத்துக்களுக்குச் செவி சாய்க்க வேண்டிய நிர்ப்பந்தத்துக்கு கொண்டு வந்தன. 1970 களிலிருந்து தமிழ் அரசியற் தலைவர்கள், தமிழரின் அரசியல் விடிவுக்கு, தமிழீழமே ஒரே வழி என்ற முடிவுக்கு வந்தனர். இருந்தும் அவர்கள் பெரும்பான்மைச் சிங்கள அரசாங்கத்துடன் பேச்சுவார்த்தை நடத்தி, சமஷ்டி முறையில், தமிழரின் அரசியற் பிரச்சனைக்குத் தீர்வு காணலாம் என்ற நம்பிக்கையில், தொடர்ந்து அதற்கான முயற்சிகளைச் செய்தனர். ஆனால், 1977 ஆம் ஆண்டுத் தமிழின அழிப்பும், 1983 இல் தமிழருக்கு எதிராகக் கட்டவிழ்த்துவிடப்பட்ட, நன்கு திட்டமிடப்பட்ட தமிழின அழிப்பு நடவடிக்கையும், தமிழ் அரசியல் தலைவர்களையும், தமிழ் மக்களையும், தமிழரின் அரசியல் எதிர்காலத்தையிட்டுத் தீவிரமாகச் சிந்திக்க வைத்தன.

1970 களிலிருந்து, தமிழ்த் தேசத்தை சிங்கள பேரினவாத அரசிடமிருந்து காப்பாற்றி, தமிழ்த் தேசத்தின் சுதந்திரத்தையும், அதன் நிரந்தரமான பாது காப்பையும் உறுதிப்படுத்தப் பல போராளிகள் பல்வேறு குழுக்களாக ஆரம்பத்தில் தோற்றம் பெற்றனர். அவர்களுள் பிரதானமாக, தமிழீழ விடுதலைப் புலிகள், தமிழீழ மக்கள் விடுதலை இயக்கம், ஈழம் மக்கள் புரட்சிகர முன்னணி, ஈழ மாணவர் புரட்சி அமைப்பு, என்பன காணப்பட்டன. தமிழ் ஈழ விடுதலை இயக்கங்கள் யாவுமே, தமது இறுதி இலட்சியமாக தமிழ்த்தேச விடுதலையையும், அதன் சுதந்திரத்தையுமே வரித்திருந்தன. இவற்றில் சில இயக்கங்கள் மறைந்துவிட்டன. சில இயக்கங்கள் தமது கொள்கைளை மாற்றிக் கொண்டுள்ளன. மேற்படி இயக்கங்களில் அங்கம் வகித்த பலர், தமிழ் ஈழ தேசிய விடுதலைப் போராட்டத்தையும், தமிழ்த் தேசத்தின் சுதந்திரத்தையும், தமது இறுதி இலட்சியமாகக் கொண்டு, தாம் கொண்ட கொள்கையிலிருந்து, ஆரம்பத்திலிருந்து இன்றுவரை மாறாது போராடி வருகின்ற தமிழீழ விடுதலைப் புலிகள் இயக்கத்துடன் சேர்ந்து போராடி வருகின்றனர்.

மு. சிவசிதம்பரம்

அகில இலங்கை தமிழ்க் காங்கிரசின் முக்கிய உறுப்பினரும், பின்னர் தமிழர் விடுதலைக் கூட்டணியின் பிரதான உறுப்பினராகவும், நீண்டகாலம் தமிழ் மக்களின், உடுப்பிட்டித் தொகுதிப் பராளுமன்றப் பிரதிநிதியாகவும், சிறந்த அரசியல் ஞானமும், பேச்சு வன்மையும், மொழி ஆற்றலும் கொண்ட, தமிழ் மக்களின் மனங்களை ஆகர்ஷித்த தலைவருமான மு. சிவசிதம்பரம் அவர்களை, இந் நூலாசிரியர் இந்தியாவில் (சென்னையில்) சந்திக்கின்ற ஒரு வாய்ப்பு 20 சித்திரை 2000 ஆண்டிற் கிடைத்தது.

சென்னைப் பல்கலைக்கழக தென்னாசியத் துறைத் தலைவரான பேராசிரியர் சூரியநாராயணனும் இச் சந்தர்ப்பத்தில் இந் நூலாசிரியருடன் கூட இருந்தார். முதுமையடைந்திருந்தபோதும், அரசியல் சம்பந்தப்பட்ட பலவேறு பிரச்சனை களையும் ஆராயக்கூடிய நிலையில் சிவசிதம்பரம் அவர்கள் இருந்தார். தமிழர் நிலை குறித்துக் கலந்துரையாடப்பட்ட இச் சந்தர்ப்பத்தில், நூலாசிரியர் சிவசிதம்பரம் அவர்களிடம் இரண்டு வினாக்களைக் கேட்டார்.
அதாவது, முதலாவது வினாவாக,

> "நீங்கள் நீண்ட காலம் தமிழர் அரசியலில் ஈடுபட்டவர், உங்களுக்கு நிறைய அனுபவம் உண்டு. அண்மையில் நீங்கள் தமிழ் ஈழ விடுதலைப் புலிகளின் நடவடிக்கையால் பாதிக்கப்பட்டு, நாட்டைவிட்டு வெளியேறி, இந்தியாவில் மிகக் குறைந்த வசதிகளுடன் வசிக்கின்றீர்கள். எனவே தங்களுக்கு விடுதலைப் புலிகள் இயக்கத்தின் மீதும், குறிப்பாக அதன் தலைவர் பிரபாகரன் மீதும் ஆத்திரமும், வெறுப்பும் ஏற்பட்டிருக்கும் அல்லவா?",

என்றும், அடுத்த வினாவாக,

"தமிழீழ விடுதலைப் புலிகளின் அரசியல் இலட்சியம் வெற்றிபெறும் என நீங்கள் எண்ணுகின்றீர்களா?"
என்றும் கேட்டார்.

சிவசிதம்பரம் அவர்கள் சற்று அமைதியாக இருந்துவிட்டு, கண்கள் நீரில் குளமான நிலையில், மிக அமைதியாக,

> "தமிழ் மக்களுக்கு இப்பதான் ஒரு நல்ல தலைமைத்துவம் கிடைத்திருக்கின்றது. அது யாரிடமுமே எக்காரணம் கொண்டும் விலை போகாத தலைமைத்துவம்...."

அவர் மேலும் சற்று அமைதியாக இருந்துவிட்டு, சற்றுக் குரலை உயர்த்தி,

> "நான் இந்த உலகில் யாருக்கும் இதுவரை தலைதாழ்த்தவில்லை .... But I'm prepared to *take off my hat* to Pirabakaran!"

என்று சொல்லி முடித்துவிட்டு மீண்டும் அமைதியானார்.
நூலாசிரியர், மிகவும் பணிவாக ஒரு வேண்டுகோளை அவரிடம் விடுத்தார்.

"நீங்கள் கூறிய விடயத்தை, செய்தியாக வெளியிட அனுமதி தருவீர்களா?"

அதற்கு அவர்,

"இச் செய்தியை நீங்கள் தமிழ் மக்களுக்கு மட்டுமல்ல உலகத்துக்கே சொல்லுங்கள்!"

எனச் சற்று உரத்த குரலிலே கூறினார் தலைவர் சிவசிதம்பரம்
இந்த அத்தியாயத்தை நிறைவு செய்வதற்கு, போராசிரியர். ஜேம்ஸ். ஜி. கெலாஸ் அவர்கள், தேசியவாதத்தையிட்டு ஒரு கலந்துரையாடலின் போது கூறியதை இங்கே தருவது பொருத்தமானதாகும்.

"ஒரு தேசம் என்பது வரலாறு, கலாசாரம், பொது வம்சாவழி என்ற பந்தங்களினால் இணைக்கப்பட்ட ஒரு இனமாக தம்மையிட்டு உணரும் ஒரு மக்கள் தொகுதியாகும். தேசங்கள், ஒரு ஆட்சியுரிமைப் பிரதேசம், ஒரு மொழி, ஒரு மதம், பொது வம்சாவழி (எப்போதுமே இவை யாவும் இருக்காதபோதிலும்) என்பனவற்றையும் உள்ளடக்கக் கூடிய புறவய இலட்சணங்களையும், அகவய இலட்சணங்களான, அவற்றிலும் அதிமுக்கியமான, தமது தேசியம் பற்றிய மக்களின் பற்றையும், பிரக்ஞையையும் கொண்டவையாகும். இறுதியாக அது, தம் நாட்டுக்காகத் தம்முயிரையும் போக்கத் தயாராகவுள்ள மக்களின் அதியுயர்ந்த விசுவாசமாகும்."[98]

உலகத்தின் மிகச் சக்திவாய்ந்த போராளித் தலைவருள் ஒருவராக அங்கீகரிக்கப்பட்டுள்ள வே. பிரபாகரனின் தலைமையின் கீழான விடுதலைப் புலிகள் இயக்கத்தில் இணைந்து நிற்கும் 'தம் நாட்டுக்காகத் தம்முயிரையும் போக்கத் தயாராகவுள்ள', 'அதியுயர் விசுவாசம்' கொண்ட இளம் தமிழரின் உச்ச விசுவாசமே, தமிழ்த் தேசியவாதத்தின் தற்போதைய படிநிலையாகக் காணப்படுகின்றது. இந்த நிலையைக் குறித்தானதொரு ஆழமானதும், புறவயப்பட்டதுமான ஆய்வு முயற்சியில் அறிஞர்கள் ஈடுபடுவதற்கு நீண்ட காலம் எடுக்கும்.

குறிப்புகள்

1. Roberts, Michael, Elite Formation and Elites 1832–1931, UCHC, Vol. 3, Part III, Chapter 1., p. 284.
2. B.L. Panditaratna and S. Selvanagakam, The Demography of Ceylon: An Introductory Survey, UCHC, Vol. 3, Part III, Chapter II, 1973, p. 292.
3. Ibid., p. 299.
4. I.H. Vanden Drie Sen. 1953.
5. L.A. Mills, Ceylon Under British Rule 1795–1932, London, 1964.
6. K.M. de Silva, Studies in British Land Policy in Ceylon, The Ceylon Journal of Historical and Social Studies, Vol. 7, No. 1, pp. 28–29.

7. M.M. Roberts, 'Indian Estate Labour in Ceylon During the Coffee Period (1830–1880), The Indian Economic and Social History Review ,Vol. III, No. 1, pp. 1–2.
8. Ceylon Labour Commission in Trichinopoly, Annual Services, 1905–1920.
9. Returns of Immigrants in the Part of Colombo by the Superintendent of Immigration, Colombo (1889–1900), Ceylon Administration Report by Mannar District, Annual Series, 1880–1990.
10. Central Bank of Ceylon, Annual Report, 1984, p. 9.
11. D. Vesumperuma, Indian Immigrant Plantation Workers in SriLanka: A Historical Perspective 1880–1910, Lelenia, 1986, p. 104.
12. Assistant Government Agent, Mannar District (Annual Series, 1880–1900: Ceylon Administration Report, Ceylon Government Gazette, Biannual Publication, Collector of Customs, Colombo.
13. S.U. Kodikara, Indo-Ceylon Relations Since Independence (Colombo: The Ceylon Institute of World Affairs, 1965.
14. B. Bastiampillai, 'Social Conditions of the Indian Immigrant Labour in Ceylon in the Nineteenth Century in the Proceeding of the First International Conference Seminar of Tamil Studies Vol. 1, University of Malaysia, 1968, p. 682.
15. S.U. Kodikara, op. cit., 1965, p. 13.
16. G.C. Mendis, Ceylon Today and Yesterday, Colombo, Lake House, 1963, p. 130.
17. Carlton, J.H. Hayes, Essays on Nationalism, New York, The MacMillian Co., 1926, p. 6.
18. J. Kennedy, Asian Nationalism in the Twentieth Century, New York, 1968, p. 13.
19. Parliamentary Debates (Hansard), Vol. 1, No. 1, 14 October 1947, pp. v–vi, 1947.
20. Ceylon Correspondence: National Archives–London. CO 54/987/1, pp. 1–6A.
21. Ibid., p. v–vi.
22. C. Sundralingam, The Life Record of Sundralingam, Private Papers, p. 3, 1977.
23. A.J. Wilson (2000), op. cit., p. 78.
24. Parliamentary Debates, op. cit.
25. Parliamentary Debates, 16 January 1948, pp. 34, 48–3520.
26. Ibid., p. 3456.
27. Ibid., p. 3494.
28. Ibid., p. 3460.
29. Ibid., p. 3476.
30. Ibid., p. 3498.
31. Ceylon Correspondence, CO/54/55541/45, Part II, 1945, National Archives London.
32. Ceylon Parliamentary Debates, 4 August 1948.
33. Ibid., 10 December 1948, p. 580.
34. Ibid., p. 592.
35. Ibid., p. 592.
36. Rutnam, James T, The House of Nilaperumal, Tribune, 19 July, 1957 and Tomb, Mudalyar's Legacy, Tribune, 30 August 1957.
37. Ceylon Parliamentary Debates, op. cit., p. 592.
38. The Life Record of C. Suntharalingam, Private Papers of C. Suntharalingam, p. 1, 1977.
39. Ibid., p. 3.
40. Ibid., p. 3.
41. Ceylon Parliamentary Debates, 1948–1949.
42. A.J. Wilson (1994), op. cit., p. 8.
43. A.J. Wilson (2000), op. cit., p. 80.
44. A.J. Wilson (1994), op. cit., pp. 40–41.
45. Ceylon Daily News, 16 July, 1951.
46. A. Sivarajah (1996), op. cit., p. 48.

47. R.N. Kerney, Communalism and Language in the Politics of Ceylon, Duke University Press, 1967, p. 100.
48. Silver Jubilee Volume in the Section ITAK Resolution, pp. 7–10.
49. A.J. Wilson (1994), op. cit., p. 42.
50. Ibid., p. 42.
51. Phandnis, Urmila, 'Electoral Dynamics and Ethnic Minorities in Sri Lanka', Paper Presented for the Research Committee on Elections in Developing Countries, World Congress of Sociology, Delhi, 18–22 Aug. 1986, p. 191.
52. Ibid., p. 19.
53. Wriggins, W. Howard, Ceylon: Dilemmas of a New Nations, Princeton University Press, 1960, p. 334.
54. Russell, Jane, op. cit., p. 286.
55. A.J. Wilson (1994), op. cit., p. 56.
56. Ibid., p. 57.
57. A.J. Wilson, The Break-up of Sri Lanka: the Sinhalese Tamil Conflict, Hurst & Co., London, 1988, p. 128.
58. Tarzie, Vittachi, Emergency 58: The Story of the Ceylon Riots, London, 1958, p. 20.
59. R.N. Kearney, op. cit., p. 110.
60. A.J. Wilson (2000), op. cit., p. 86.
61. Ibid., p. 20.
62. Department of Election, Result of Parliamentary General Election in Ceylon, Colombo, Dept. of Government Printers, 1970.
63. Ceylon Parliamentary Debates, op. cit., VOC. 60, No. 5, 1965.
64. A. Sivarajah (1996), op. cit., p. 123.
65. A.J. Wilson, op. cit., p. 94.
66. Times of Ceylon, 17 July, 1955.
67. Ibid., 16 July, 1956.
68. Ceylon Daily News, 27 March, 1956.
69. Ibid., 27 March, 1956.
70. B.H. Farmer, 'Peasant Colonisation in Ceylon' in Pacific Affairs, Vol. 25, No. 4, Dec. 1952, p. 39.
71. Ibid., p. 58.
72. S.J. Tambiah, Buddhism Betrayed? Religion, Politics and Violence in Sri Lanka, The University of Chicago Press, Chicago, 1992, p. 68.
73. Phandnis, Urimila, op. cit., p. 19.
74. A. Sivarajah (1994), op. cit., 1965.
75. A.J. Wilson (2000), op. cit., p. 98.
76. Ibid., p. 33.
77. Ibid., p. 34.
78. Ibid., p. 102.
79. Ibid., p. 103.
80. Tribune, Aug. 1979.
81. A.J. Wilson (2000), op. cit., p. 103.
82. R.N. Kearney, op. cit., pp. 49–50.
83. S.W.R. de A. Samarasinghe, Ethnic Representation in Central Government Employment and Sinhala – Tamil Relations in Sri Lanka: 1948–1981, in Robert B. Goldman and A.J. Wilson, (eds.), from Independence to Statehood, London, 1948, p. 177.
84. A.J. Wilson (2000), op. cit., p. 107.

85. Ibid., p. 104.
86. Ibid., p. 105.
87. Ibid., p. 105.
88. Ibid., p. 105.
89. A.J. Wilson (1994), op. cit., p. 128.
90. Ibid., p. 129.
91. A. Amirthalingam, National State Assembly Debates Official Report, Vol. 23, No. 1 Aug. 1977, Colombo, p. 792.
92. Suthanthiran (Tamil News Paper), 16 August, 1977.
93. Ibid., July, 1981.
94. Ibid., 95. Gunaratne, Rohan, Indian Intervention in Sri Lanka: The Role of India's Agencies, Colombo, 1993, p. 72.
96. In Security of Tamils in Sri Lanka, Tamil Information Centre, Madras, 1983, pp. 5–6.
97. G. Obeyasekara, 'Political Violence and Future of Democracy in Sri Lanka', Colombo, The Ethnic Conflict, p. 70.
98. J.G. Kellas, The Politics of Nationalism and Ethnicity, London, 1991, p. 3.

முடிவுரை

இலங்கையின் தலைசிறந்த சிங்கள தமிழ் வரலாற்று ஆசிரியரும், தொல்லியளாரும், மொழியியலாளரும், இதே துறைசார்ந்த இந்திய அறிஞரும், அமெரிக்க பிரித்தானிய அறிஞரும் இலங்கையின் பூர்வீக வரலாறு பற்றி அறிய பல அகழ்வாராய்ச்சிகளையும், ஆய்வுகளையும் கடந்த 30 வருடங்களுக்கு மேலாக மேற்கொண்டு வருகின்றனர். இவ் அகழ்வாராய்ச்சிகள் இலங்கையின் பல்வேறு இடங்களில் நடைபெற்று அவை சம்பந்தமான ஆய்வின் முடிவுகள் பல வெளிவந்திருக்கின்றன. பல அகழ்வாராய்ச்சிகள் இடைநிறுத்தப்பட்டும், முடிவுகள் வெளிவராமலும் காணப்படுகின்றன. குறிப்பாக இலங்கையின் வடபிரதேசத்தில் நிகழ்ந்த ஆய்வுகள் இடைநிறுத்தப்பட்டு அவ் ஆய்வின் முடிவுகள் வெளிவராதவாறு நிகழ்ந்த சம்பவங்கள் பல உண்டு. கல்வித் துறை சார்ந்த நேர்மையான அறிஞர் எதுவித பாரபட்சமுமின்றி தமது ஆய்வின் முடிவுகளை வெளிப்படையாகக் கூறியிருக்கிறார்கள் என்பதனை அவர்களின் வெளியீடுகள் மூலமாக அறிய முடிகிறது.

அகழ்வாராய்ச்சிகள் மூலம் கண்டு பிடிக்கப்பட்ட தொல்லியல் சான்றுகளின் அடிப்படையில் இலங்கையின் புராதன வரலாறு பற்றியும், பூர்வீக மக்கள் பற்றியும் பல உண்மைகள் வெளிக்கொண்டு வரப்பட்டுள்ளன. ஆனால் பழைய கற்கால மனிதர் பற்றி அவர்கள் தொன்மை, இனம் என்பன பற்றி அறிந்து கொள்வதில் பல சிரமங்கள் காணப்படுகின்றன. இருந்தபோதிலும் இலங்கையின் பூர்வீக மக்கள் திராவிடக் மொழிக் குடும்பத்தைச் சார்ந்த, திராவிடக் கலாசாரமாகிய 'பெருங்கற் பண்பாட்டு'க்குரிய மக்கள் இனம் என்பதனை மேற்படி அறிஞர்கள் பொதுவாக ஏற்றுக்கொண்டுள்ளார்கள். மேலும் தென் இந்தியாவில் குறிப்பாகத் திராவிட மொழி பேசப்படுகின்ற தமிழ்நாடு, கேரளம், கன்னடம், ஆந்திரப் பிரதேசங்களில் காணப்படு கின்ற பூர்வீக மக்கள் இனத்திற்கும் அவர்களின் பண்பாட்டிற்கும், இலங்கையின் பூர்வீக இனத்திற்கும் அவர்களின் பண்பாட்டுக்குமிடையில் மிக நெருங்கிய தொடர்பு கள் இருப்பதாகவும் அவர்களின் ஆய்வின் முடிபுகள் காட்டிநிற்கின்றன.

இந்தியத் துணைக் கண்டத்தில் இருந்து, குறிப்பாகத் தென்னிந்தியாவின் நிலப் பரப்பில் இருந்து இயற்கை அனர்த்தத்தின் விளைவாக பல்லாயிரம் ஆண்டுகளுக்கு முன்பு இலங்கை பிரிந்து ஒரு தீவாக மாறியிருக்கின்றது என்பதனைப் புவியிய லாளரும், தொல்லியலாரும் பொதுவாக ஏற்றுக்கொண்டு இருக்கின்றார்கள். இந்த அடிப்படையில் நோக்கும்போது தென்னிந்திய பூர்வீக மக்களும், இலங்கையின் பூர்வீக மக்களும் ஒரே இனம் என்பது தெளிவாகிறது. பண்பாட்டு ரீதியாகவும், மொழியியல் ரீதியாகவும், மத ரீதியாகவும் நோக்கும்போது இவ்விடயம் தொடர்பில் மேற்படி ஆய்வின் முடிவுகள் மேலும் தெளிவை ஏற்படுத்துகின்றன. சுருங்கக் கூறின் இலங்கையின் பூர்வீக மக்கள் திராவிட மொழிக் குடும்பத்தின் மொழிகளில் ஒன்றாகிய தமிழ் மொழி பேசுகின்ற திராவிடப் பண்பாட்டைக் கொண்ட மக்கள் என்பதனையே காணமுடிகிறது. ஆனால் இலங்கையின் பூர்வீக மக்கள் சிங்கள மொழி பேசுகின்ற ஆரிய மொழிக் குடும்பத்தைச் சேர்ந்தவர்கள் என்றும் அவர்கள் வடஇந்தியாவில் இருந்து வந்த ஆரிய இன மக்கள் என்றும் பாளி, சிங்கள இலக்கியங்களும், வரலாற்று நூல்களும் கூறுகின்றன. ஆனால் இவ்வாறான கூற்றுக்களுக்கு எதுவித தொல்லியல் சான்றுகளும் இலங்கையில் இதுவரை கிடைக்கவில்லை என்றே கூற வேண்டியுள்ளது.

இலங்கையின் புராதன வரலாற்றுக் குறிப்புக்களை உள்ளடக்கிய பௌத்த மதம் சார்ந்த நூல்களாகிய கி.பி. நான்காம், ஐந்தாம் நூற்றாண்டுகளில் எழுதப்பட்ட தீபவம்சம், மகாவம்சம் ஆகிய இரு நூல்களில் உள்ள வரலாற்றுக் குறிப்புக்களின் அடிப்படையை வைத்துக்கொண்டும், வட இந்திய மொழிகளாகிய சமஸ்கிருதம், பாளி என்பவற்றில் காணப்படும் புராதன கல்வெட்டுக்களின் அடிப்படையிலுமே இலங்கையின் பூர்வீக மக்கள் சிங்கள மக்கள் என்ற முடிவினைச் சிங்கள வரலாற்றா சிரியர் முன்வைத்துள்ளனர். குறிப்பாக கி.பி. ஐந்தாம் நூற்றாண்டில் எழுதப்பட்ட மகாவம்சம் இவ்விடயத்தில் முதன்மை ஆவணமாக வரலாற்று ஆசிரியர் கொள்கின் றனர். மகாவம்சம் கி.மு. ஐந்தாம் நூற்றாண்டு காலப் பகுதிகளில் வட இந்தியாவில் இருந்து நாடு கடத்தப்பட்டு இலங்கை வந்தடைந்த விஜயனின் கதையுடன் வரலாற்றைத் தொடங்குகிறது.

அத்தோடு புத்தர் இலங்கைக்கு மூன்று தடவைகள் வந்ததாகவும், மௌரியப் பேரரசன் அசோகனால் மகிந்ததேரரின் தலைமையில் அனுப்பப்பட்ட தூதுக்குழு கி.மு. மூன்றாம் நூற்றாண்டு காலப்பகுதியில் இலங்கை வந்ததாகவும், தொடர்ந்து பௌத்த மதம் இலங்கையில் நிலைபெற்றதாகவும் பல்வேறுபட்ட செய்திகளைத் தருகின்றது. மகிந்தரின் தலைமையில் பௌத்த தூதுக் குழு வந்தமை, பௌத்தமதம் இலங்கையில் நிலை நாட்டப்பட்டமை, அதே கால அனுராதபுர இராச்சிய மன்னனாகிய தேவநம்பிய திச பௌத்தமதத்ததைத் தழுவிக்கொண்டமை என்பன பற்றியும் வேறு வரலாற்று ஆவணங்களினூடாகவும், எழுத்தாதாரங்களினூடாகவும் அறிய முடிகிறது. எனவேதான் இலங்கையின் வரலாற்றுக் காலம் கி.மு. மூன்றாம் நூற்றாண்டுகளுடன் பொதுவாக ஆரம்பிக்கிறது என்று வரலாற்றாசிரியர் கொள்வர். ஆனால் கி.மு. ஐந்தாம் நூற்றாண்டில் விஜயன் தன் பரிவாரங்களுடன் இலங்கை வந்தமை பற்றியும், ஆட்சி செய்தமை பற்றியும் அறிய எந்தவித நம்பகமான வரலாற்று ஆதாரங்களும் இல்லை. மகாவம்சத்தை எழுதிய பௌத்த துறவியாகிய மகாநாம அவர்கள், அவர் கால மாகிய கி.பி. ஐந்தாம் நூற்றாண்டுக் காலப்பகுதியில் இந்தியாவில் பௌத்த மதம்

ஆதரவை இழந்துகொண்டிருந்த வேளையில் இலங்கையில் எவ்வாறாயினும் பௌத்த மதத்தை நிலை நாட்டவேண்டும் என்ற மதப்பற்றின் காரணமாகவுமே விஜயன் கதை யுடன் தமது மகாவம்ச நூலை எழுதும் வேலையைத் தொடங்கியிருக்கிறார் என்று கொள்வதிற்தவறில்லை. வடஇந்தியாவில் தோற்றம்பெற்ற, வடஇந்திய மொழி களோடு தொடர்புடைய பௌத்தமதத்தை, அவ் வடஇந்திய இனமக்களோடு தொடர்பு படுத்துவதன்மூலம், தான் தனது இலட்சியத்தை அடைய முடியும் என எண்ணியதன் விளைவாகவே விஜயனின் கதையுடன் அவர் தனது நூலை எழுதத் தொடங்கி யுள்ளார் என்று கருதமுடிகிறது.

ஆனால் இவற்றில் உள்ள முக்கிய விடயம் யாதெனில் பௌத்த மதம் வருமுன்பே இலங்கையில் சைவசமயம் நிலைபெற்று இருந்திருக்கின்றது. பௌத்தம் வருமுன் அனுராதபுர இராச்சிய மன்னர்கள் சைவ சமயத்தைச் சார்ந்தவர்களாக, இருந்திருக் கிறார்கள். அத்தோடு பௌத்த மதம் இலங்கைக்கு அறிமுகப்படுத்தப்பட்டபோது அனுரதபுர அரசு மிகவும் பலமுள்ள ஓர் அரசாக இருந்திருக்கிறது. ஒரு பலமுள்ள அரசு தோற்றம் பெறப் பல நூற்றாண்டுகாலம் எடுத்திருக்கும். கி.மு. ஐந்தாம் நூற் றாண்டளவில் வந்த விஜயன் எவ்வாறு ஒரு அரசமைப்பை அவ்வளவு விரைவாக ஆரம்பத்தில் இருந்து கட்டி எழுப்பி, பின்னர் கி.மு. மூன்றாம் நூற்றாண்டளவில் பௌத்த மதம் இலங்கைக்கு வரும்போது அனுரதபுர இராச்சியம் பலமுள்ள அரசாக எவ்வாறு இருந்திருக்க முடியும்? என அறிவியல் பூர்வமாகச் சிந்திக்கும்போது, அனுரதபுர இராச்சியம் கி.மு. ஐந்தாம் நூற்றாண்டுகளுக்கு முன், பல நூற்றாண்டு களுக்கு முன்பே ஆரம்பிக்கப்பட்டு எழுச்சி பெற்றிருக்கவேண்டும். அவ்வாறெனின் அதனைத் தோற்றுவித்தவர்கள் திராவிட இன மக்களாகிய தமிழர்தான் என்ற முடிவிற்கு வரவேண்டியுள்ளது. அத்தோடு பூர்வீக இன மக்களாகத் தமிழர் இருந்ததன் விளைவாகத் தமிழ் பண்பாடும், சைவமுமே புராதன இலங்கையில் இருந்திருக்கிறது என்பது வெளிப்படை. இதுவரை வெளிக் கொணரப்பட்ட தொல்லியல் சான்றுகள் இதற்கு ஆதாரமாக காணப்படுகின்றன என்பதனை மறுப்பதற்கில்லை.

ஒரு தனித்துவமான இனம் என்பதனை தீர்மானிக்கும் அடிப்படைக் காரணிகளாக, அவ் இனத்தின் பண்பாடும், மொழியும், மதமும் மிக முக்கியத்துவம் பெறுகின்றன. புராதன இலங்கையில் வாழ்ந்த திராவிட இனமக்கள் பௌத்தமத வருகையாலும், பௌத்தமதம் சார்ந்த வட இந்திய மொழிகளின் வருகையாலும், பௌத்தகலாசாரப் பாரம்பரியத்தையும், பௌத்த மதத்தையும் அம் மதம் சார்ந்த கலாசாரத்தையும், மொழியையும் தழுவியிருக்கிறார்கள் என்பதனையே தொல்லியற் சான்றுகள் காட்டி நிற்கின்றன. உதாரணமாக தமிழரின் பாரம்பரிய பிரதேசமாகக் காணப்படுகின்ற வடஇகிழக்குப் பிரதேசங்களில் கி.மு. முதல் இரு நூற்றாண்டுகளிலிலுருந்து பௌத்த மதம் அப்பிரதேச மக்களின் மதமாகச் செல்வாக்குப்பெற்றுக் காணப்பட்டிருக்கின்றது என்பதனை தொல்லியற் சான்றுக்ள காட்டி நிற்கின்றன. எனவே வடக்குக் கிழக்குப் பிரதேசங்களில் வரலாற்றுத் தொடக்க காலத்தில் பௌத்த மதம் அம்மக்கள் மத்தி யில் செல்வாக்குப் பெற்று இருந்திருகிறதென்பதனைக் காரணம் காட்டி அம்மக்களைச் சிங்கள மக்கள் என்ற ஒரு முடிவுக்கு வர முடியுமா? இலங்கையின் வடமேற்குப் பிரதேசமாகிய புத்தளம், நீர்கொழும்புப் பகுதிகளில், புராதன காலம் தொட்டுத் திராவிட மக்கள் வாழ்ந்திருக்கிறார்கள் என்பதனைத் தொல்லியல் ஆய்வுகள் நிரூபித்திருக்

கின்றன. ஆனால் கடந்த 150 வருடங்களுக்கு மேலாக மேற்படி பிரதேசங்களில் நிகழ்ந்த சமூக பொருளாதார நடவடிக்கைகளினாலும், மாற்றங்களினாலும், அப்பிரதேச மக்கள் பெரும்பான்மையாக சிங்கள மொழி பேசுகின்ற சிங்கள மக்களாக மாறியிருக் கின்றார்கள். மேலும் அந்நியர்களான போத்துக்கீசர் இலங்கையை ஆக்கிரமித்து ஆட்சி செய்தபோது யாழ்ப்பாணக் குடாநாட்டில் உள்ள பெரும்பான்மையான சைவ மக்கள் விரும்பியோ விரும்பாமலோ கத்தோலிக்கராக மாறியிருக்கிறார்கள். இது சம்பந்தமாக மேலும் ஒரு சிறந்த உதாரணம், கடந்த ஐந்து தலைமுறைக்கு முன்பு தமிழ்நாட்டில் இருந்து இலங்கைக்கு வந்த இரு முக்கிய கிறிஸ்தவ செட்டிக் குடும்பங்களின் வாரிசுகள் தீவிர பௌத்த சிங்கள தேசியவாதிகளாகவும், நாட்டின் பிரதமர்களாகவும், ஜனாதிபதிகளாகவும் இருந்திருக்கின்றார்கள். இவ்வாறான நிலை மைகளை அறிந்துகொள்வதன் மூலம் இந் நிலைமைதான் புராதன இலங்கை முழு வதற்கும் பொதுவான ஒரு நிலைமை என்ற முடிவிற்கு வருவதிற் தவறு இருக்க முடியாது. வரலாற்றுக் காலத்திலிருந்து தொடங்கிய பௌத்தமதச் செல்வாக்கும், கலாசாரமும் சமஸ்கிருத பாளி மொழிகளின் ஊடுருவல்களும், இலங்கையின் பூர்வீகத் திராவிடப் பண்பாட்டைக் கொண்ட மக்கள் மத்தியில் மிகத் தீவிரமாகப் பரவிய நிகழ்வும், சமஸ்கிருத, பாளி, தமிழ் ஆகிய மொழிகளிலிருந்து உருவாகிய சிங்களமொழியின் எழுச்சியும், இடம்பெற்ற நிகழ்வாகவே கி.பி. மூன்றாம் நூற்றாண்டு களிலிருந்து ஒன்பதாம் நூற்றாண்டுகள் வரை இலங்கையில் காணப்படும் வரலா றாகும். நவீன விஞ்ஞானமுறையில் வரலாற்றைக் கற்கும் இளம் தலைமுறையினர் கல்வித்துறை நேர்மையுடன் மேற்படிக் காலகட்ட வரலாற்றை காய்தல் உவத்த லின்றி ஆழ்ந்தும், அகன்றும் ஆய்வுசெய்து உண்மையான வரலாற்றை எழுதி மேலும் இவைபற்றிய தெளிவை ஏற்படுத்த வேண்டிய கட்டாயமான பொறுப்புள்ளவர்கள் என்பதனை அவர்கள் உணர்ந்து, ஆவன செய்யும் பட்சத்தில் இலங்கையில் புரை யோடியிருக்கும் இன முரண்பாட்டை ஒரு நல்ல முடிவிற்குக் கொண்டுவர முடியும் என்பதனை இச் சந்தர்ப்பத்தில் கூறுவது பொருத்தமானதாகும்.

கி.பி. பத்தாம் நூற்றாண்டைத் தொடர்ந்து, இலங்கையில் சோழர் ஆதிக்கம் ஏற்பட்டதன் விளைவாக இரு முக்கிய நிகழ்வுகள் நடைபெற்றன. முதலாவது சிங்கள இனமக்கள் எனத் தம்மை அடையாளப்படுத்திக் கொண்டவர்கள் தமது அரச அமைப் புக்களை அனுரதபுரம், பொலனறுவை ஆகிய புராதன இராச்சிய மையங்களில் இருந்து தெற்குநோக்கி நகர்த்தியமையாகும். இரண்டாவது தமிழர் தமது அரசு அமைப்புக்களை வட, கிழக்கு பிரதேசங்களை நோக்கி நகர்த்தியமையாகும். இதன் விளைவாக அனுரதபுர, பொலனறுவை புராதன இராச்சிய மையங்கள் கைவிடப்பட்டு இப்பிரதேசங்கள் காடு சூழ்ந்த பிரதேசங்களாக மாறி சிங்கள இன மக்களையும், தமிழின மக்களையும் அடுத்து வரப்போகின்ற நான்கு, ஐந்து நூற்றாண்டுகளுக்குத் தற்காலிகமாகப் பிரித்து வைத்தது. இதன் பலனாக சிங்கள மக்கள் தமது பிரதேசங் களில் அரசை அமைத்து தமது பௌத்த மதம், பௌத்த கலாசாம், சிங்கள மொழி என்பவற்றைப் பேணித் தனித்துவமாக வாழத்தொடங்கினர். தமிழர் தமது பாரம்பரிய பிரதேசங்களாகிய வடக்கு, கிழக்கு, வடமேற்குப் பிரதேசங்களில் அரச அமைப்புக் களை அமைத்து புதிதாக எழுச்சி பெற்ற யாழ்ப்பாண இராச்சிய அமைப்பின் கீழ் தமது தமிழ் மொழி, கலாசாரம் சைவசமயம் என்பவற்றைப் பேணி ஒரு தனித்துவமான இனமாக வாழத் தலைப்பட்டனர்.

ஆனால் இந்நிலைமை நீண்டகாலம் நிலைக்கவில்லை. போத்துக்கீசரின் ஆக்கிரமிப்பு நடவடிக்கைகளால் சிங்கள அரசுகளும், தமிழ் அரசுகளும் தமது செல்வாக்கினை இழந்து போத்துக்கீசரின் மேலாண்மையை ஏற்றுக்கொண்டன. ஆனால் கண்டி இராச்சியம் தொடர்ந்தும் தனது நிலையினை அந்நிய ஆக்கிரமிப்பு ஏற்படாதவாறு தக்க வைத்துக்கொண்டது. போத்துக்கீசரின் வருகையின் விளைவாகத் தமிழர் தமது அரசை நிரந்தரமாக இழந்தார்கள். தமிழ்ப் பிரதேசங்களில் அந்நிய மதமான கத்தோலிக்க மதம் மிகவும் பலாத்காரமாகப் பரப்பப்பட்டது. இதன் விளைவாகத் தமிழர் தமது சைவசமயத்தைவிட்டு கத்தோலிக்க மதத்தையும், கத்தோலிக்க கலாசாரத்தையும் பின்பற்ற வேண்டிய நிலைக்குத் தள்ளப்பட்டனர். எல்லாவற்றிற்கும் மேலாக தமிழ்ப் பிரதேசங்களில் உள்ள தமிழருடைய பொருளாதார வளங்கள் பூரணமாக போத்துக்கீசரினால் பயன்படுத்தப்பட்டு அதன் மூலம் அவர்கள் பெரும் செல்வத்தைத் பெற்றதன் விளைவாக தமிழர் மிக வறுமையான நிலைக்குத் தள்ளப்பட்டார்கள். தமிழர் தமது ஆட்சி அதிகாரத்தையும், தமது மதத்தையும், தமது பொருளாதார கட்டுமானத்தையும் செல்வங்களையும் ஒட்டுமொத்தமாக இழந்து தமது சொந்த மண்ணிலேயே அடிமைகளாக்கப்பட்டார்கள். இதற்குப் போத்துக்கீசர் மட்டும் காரணமிலலை. தமிழ் ஆளும் வர்க்கத்தினரிடையே இருந்த போட்டிகளும், பொறாமைகளும், காட்டிக் கொடுப்பனவுகளும், விலைபோகும் நிலைமைகளும், ஒற்றுமையின்மை, தேசப்பற்றின்மை, சாதிக் கொடுமை, சமுதாய ஏற்றத்தாழ்வு என்பன, காரணமாக இருந்திருக்கின்றன என்பதுவும் கசப்பான வரலாற்று உண்மைகளாகும். பதினாறாம் நூற்றாண்டில் போத்துக்கீசரிடம் தமிழரும், தமிழ்ப் பிரதேசங்களும் அடிமைப்பட்டதிலிருந்து இன்றுவரை அதேநிலைமையே தமிழர் பொறுத்தும், தமிழ்ப் பிரதேசங்கள் பொறுத்தும் காணப்படுகின்றது. தமிழ் அரசியல்வாதிகளும், அதிகாரத்தில் உள்ளவர்களும் மேற்படி வரலாற்று அனுபவங்களை உள்ளார்ந்த ரீதியாக உள்வாங்கித் தேசப்பற்றுடன் செயற்படாதவரை இந்நிலைமையை யாராலும் தடுக்கமுடியாது. அத்தோடு தமிழ் மக்கள்தான் தமக்கு இவ் அடிமை வாழ்க்கை, அகதி நிலைமை வேண்டுமா? அல்லது தாமும் ஏனைய இனங்கள் போன்று சுதந்திரமாக தமது மண்ணில் வாழவேண்டுமா? என்று இறுதியாகத் தீர்மானித்துச் செயற்படவேண்டியவர்கள இவர்களேதான்.

போத்துக்கீசரைத் தொடர்ந்து டச்சுக்காரர் இலங்கையை ஆக்கிரமித்தனர். 150 வருடங்களாக இவர்கள் இலங்கையை ஆக்கிரமித்து ஆட்சி செய்தனர். போத்துக்கீசர் போன்றே இவர்களும் எவ்வெவ் வழிகளிலெல்லாம் செல்வம் சேர்க்கமுடியுமோ அவ்வவ் வழிகளிலெல்லம் சேர்த்தனர். சுருங்கச் சொல்வதானால் போத்துக்கீசர் தமிழர்களின் இரத்தத்தை உறிஞ்சிக் குடித்தார்கள். ஆனால் டச்சுககாரர் எஞ்சியிருந்த தமிழர்களின் இரத்தத்தை உறிஞ்சிக் குடித்ததோடு, தமிழர்களின் சதையையும் விட்டுவைக்கவில்லை. இதன் விளைவாக தமிழர்கள் மேலும் வறுமைக்குள் தள்ளப்பட்டனர். மேலும் பலாத்காரமாக கத்தோலிக்கர்களாக்கப்பட்ட தமிழர் மத்தியில் டச்சுக்காரர் தமது புதிய கிறிஸ்தவக் கோட்பாடாகிய புரட்டஸ்தாந்து மதக் கோட்பாட்டை பரப்பினர். ஏற்கெனவே போத்துக்கீச ஆக்கிரமிப்பாளர்களினால் நொந்து போயிருந்த தமிழ் மக்கள் டச்சுக்காரரின் தீவிர பொருளாதரச் சுரண்டல்களினாலும், புதியமதப் பரப்பல் நடவடிக்கைகளினாலும்

மிகவும் பாதிக்கப்பட்டனர் என்பதற்கு டச்சு ஆவணங்களே ஆதாரங்களாக உள்ளன. மொத்தத்தில் மேற்படி இரு அந்நிய ஆட்சியாளர்களும் கத்தோலிக்க புரட்டஸ்தாந்து மதக்கொள்கைகளையும், மேலைத்தேய கலாசாரங்களையும் தமிழர் மத்தியில் திணித்தமை மட்டுமே அவர்கள் செய்த பங்களிப்பாகக் காணப்படுவதோடு அதன் தாக்கம் இன்றுவரை அம்மக்கள் மத்தியிற் காணப்படுகிறது. இருந்தும் மேற்படி இரு ஆட்சியாளர்களின் காலத்திலும் கிறிஸ்தவ மிஷனரிமார் பாடசாலைகளை நிறுவி, மதக் கல்வியோடு மேலும் சில அடிப்படைப் பாடங்களையும் அக்கால மாணவர்களுக்கு வழங்கியிருந்தனர். தமிழ் சமூகம் இவ்வாறான ஓர் அமைப்பு ரீதியான நிறுவனத்தின் கீழ் மேலைத்தேசச் சிந்தனையுடன் கல்வி கற்கின்ற ஒரு வாய்ப்பை முதன்முதலிற் பெற்றமை அடுத்து வந்த காலப்பகுதியாகிய பிரித்தானிய காலனித்துவ ஆட்சியில் அவர்களால் மேற்கொள்ளப்பட்ட நீதி, நிர்வாக, பொருளாதார கட்டுமானங்களையும், நவீன கற்கை நெறிமுறைகளையும் ஏற்று அவைகளினூடாக சமூக முன்னேற்றமடைவதற்கு தம்மைத் தயார் நிலையில் வைத்திருக்க உதவியிருந்தன என்பதனையும் மறுப்பதற்கில்லை.

1796 களிலிருந்து பிரித்தானிய காலனித்துவ ஆட்சி இலங்கையில் தொடர்ந்ததில் இருந்து பல்வேறு நடவடிக்கைகளும், மாற்றங்களும், புதிய முயற்சிகளும் பொதுவாக இலங்கையிலும் குறிப்பாக தமிழர் பிரதேசங்களிலும், தமிழர் மத்தியிலும் ஏற்பட்டன. டச்சுக்காரரைப்போல் பிரித்தானியரும் புரட்டஸ்தாந்து மதத்தைத் தொடர்ந்தும் தமிழர் மத்தியில் பரப்புவதில் பல்வேறு மிஷனரிகள் மூலமாக அதிக சிரத்தை எடுத்தனர். மதத்தைப் பரப்புவதற்கு கல்வியை ஒரு கருவியாகப் பயன்படுத்தினர். இதன் விளைவாக ஆங்கிலக் கல்வியும், தமிழ்க் கல்வியும் தமிழர் மத்தியில் முக்கிய இடத்தினைப் பெற்றது. தமிழ்ப்பிரதேசங்களில் குறிப்பாக யாழ்ப்பாணக் குடாநாட்டில் நிலவிய சாதிக் கொடுமை, சீதனக் கொடுமை, நிலத்தட்டுப்பாடு, சமுதாய ஏற்றத்தாழ்வுகள் போன்றவை தமிழரைக் கல்வியில் நாட்டம் கொள்ளவைக்கத் தவறவில்லை. கல்வி கற்று பரீட்சையிற் தேறுவதன் மூலம் இலங்கை அரச துறைகளிலும், தனியார் துறைகளிலும் இந்தியா, மலேயா போன்ற இடங்களிலும் வேலை வாய்ப்பு பெறமுடியும் என்ற ஆர்வத்தால் தமிழர் தமது பிள்ளைகளின் கல்வியில் முதலீடு செய்தனர். கல்வி கற்ற பல தமிழர் பிரத்தானிய அரச, தனியார் துறைகளிலும், இலங்கை, இந்தியா, மலேயா போன்ற நாடுகளிலும் வேலை வாய்ப்பைப் பெற்று நிரந்தர வருமானம் பெறத் தொடங்கினர். இதன் விளைவாக சமுதாய அபிவிருத்தியும், எழுச்சியும் பல்வேறு துறைகளிலும் ஏற்பட்டது. தமிழ்ச் சமுதாயம் கல்வி கற்ற ஒரு சமுதாயமாக மாற்றமடையத் தொடங்கியது. ஆனால் இவ்வாறான ஒரு வாய்ப்பு பின்தங்கிய தமிழ்ப் பிரதேசங்களுக்குப் பரவலாகக் கிடைக்கவில்லை என்பது உண்மை. மேலும் கல்வித் துறையில் பிரித்தானியர் காட்டிய ஆர்வத்தினால் தமிழ்ப் பிரதேசங்களில் பல நூற்றுக்கணக்கான ஆரம்பப் பள்ளிகளும், உயர்தரப்பள்ளிகளும் தொடங்கப்பட்டன. பல்வேறுபட்ட மிஷனரிகள் இதன் அச்சாணிகளாக இயங்கின. கிறிஸ்தவ ஆங்கிலப் பாடசாலைகளை மிஷனரிகள் தொடங்கியது போன்று, தமிழரும் சைவ ஆங்கிலப் பாடசாலைகளைத் தொடங்கினர். இதன் விளைவாக சைவ சமயமும், தமிழ் மொழியும் புத்துயிர் பெற்றன. பிரித்தானியர் சமயப் பொறுமையைக்

கடைப்பிடித்ததன் விளைவாகப் பல்வேறு சைவக் கோவில்களும், மண்டபங்களும் தமிழ்ப் பிரதேசங்களில் பெருகின. கல்வியில் ஏற்பட்ட மலர்ச்சி, சமயம், கலை, கலாசாரம், மொழி, இலக்கியம், பொருளாதாரம், அரசியல் போன்ற பல துறைகளிலும் பல சாதகமான பலன்களை ஏற்படுத்தின. பிரித்தானிய ஆட்சியாளரின் ஆரம்ப ஆட்சி முறையில் நிதி, நீதி, நிர்வாகம் துறைசார்ந்த கட்டுமானங்கள் மிகக் கச்சிதமாக ஏற்படுத்தப்பட்டு செயற்படுத்தப்பட்டதன் விளைவாக நாட்டின் பொருளாதார நிலைமையும், சட்டமும், ஒழுங்கும், பரிபாலனமும் மிக ஒழுங்குற இடம்பெற்றன. அபிவிருத்தியடைந்த தமிழ்ச் சமுதாயம் ஒரு முன்னேற்றப் பாதையில் காலடி எடுத்துவைத்து நடக்கத் தொடங்கியது. இவ்வாறான ஒரு அமைதியான, செழிப்பான சூழ்நிலையில் சனப் பெருக்கம் மிகவும் அதிக எண்ணிக்கையில் இடம்பெறத் தொடங்கியது. மேலும் தெருக்கள், பாலங்கள், சுகாதார வசதிகள் என்பனவும் உரிய முறையில் அபிவிருத்தியடைந்தது. மேற்படி காரணங்களினால் வட, கிழக்கில் உள்ள தமிழர் தெற்கில் உள்ள சிங்கள மக்களோடு தொடர்பு கொண்டு புரிந்துணர்வுகளை ஏற்படுத்தவும் வழி சமைத்துக்கொடுத்தது. இவ்வாறாக பல்வேறு சாதகமான தாக்கங்களும், விளைவுகளும் பிரித்தானியர் ஆட்சிக் காலத்தில் ஏற்பட்டபோதும் சில முக்கியமான பாதகமான நடவடிக்கைகளை பிரித்தானிய ஆட்சியாளர்கள் தமிழர் மத்தியில் ஏற்படுத்தத் தவறவில்லை. மிஷனரிமாரின் கிறிஸ்தவ மதமாற்றக் கொள்கையினாலும், மேலைத்தேயக் கலாசாரப் பரம்பலாலும் அச்சமும், பதற்றமுமடைந்த தமிழர், குறிப்பாக ஆங்கிலம் கற்ற கல்விமான்கள், மேற்படி விடயங்கள் சம்பந்தமாக தமது எதிர்ப்பு நடவடிக்கைகளில் ஈடுபட்டனர். அத்தோடு அரச வரிகளுக்கு எதிராகவும் கிளர்ந்தெழுந்தனர். இவ்வாறான சமய, கலாசார, பொருளாதார எதிர்ப்பு நடவடிக்கைகள் தமிழரின் சுய உணர்வைத் தூண்டும் அடிப்படைக் காரணிகளாக அமைந்தன. சமூக, சமய, சலாசார, மொழி சார்ந்த எதிர்ப்பு நடவடிக்கைகளினால் ஏற்பட்ட சுயவெழுச்சி தமிழரை அரசியற் துறை சார்ந்த தமிழ்த் தேசிய எழுச்சிக்கு இட்டுச்சென்றது. தமிழ்த் தேசிய எழுச்சி தமிழர் மத்தியில் ஏற்பட்டமைக்கு பிரித்தானிய அதிகாரவர்க்கத்தின் அரசியற் சீர்திருத்தங்களும், அரசியல் நடவடிக்கைகளுமே அடிப்படைக் காரணங்களாக அமைந்தன.

1833ம் ஆண்டு அறிமுகப்படுத்தப் பட்ட கோல்புறூக் அரசியற் சீர்திருத்தத்தின் விளைவாக அதுவரை காலமும் ஒரே நிர்வாக அலகின் கீழ் தனியாக நிர்வகிக்கப் பட்டுவந்த வடக்குக், கிழக்குப் பிரதேசங்கள் தனித்தனி மாகாணங்களாகப் பிரிக்கப்பட்டு கொழும்பை மையமாகக் கொண்ட நிர்வாக அமைப்பு முறையின் கீழ் வந்தது. இந்நிகழ்வு தமிழரின் பிரதேச ரீதியான ஒருமைப்பாட்டைக் குலைத்து அவர்களின் தேசிய அடையாயத்தைக் கேள்விக்குறியாக்கியது. அதனைத் தொடர்ந்துவந்த அரசியற் சீர்திருத்தங்களில் 1921–24 மனிங் சீர்திருத்தம் முதன் முதலில் தமிழருக்கும், சிங்களவருக்கும் இடையில் ஒரு நிரந்தர பிளவை ஏற்படுத்தக் காரணமாக அமைந்தது. மேலும் 1931ம் ஆண்டு டொனமூர் சீர்திருத்தம் சர்வசன வாக்குரிமையையும் வழங்கி, இதுவரை இருந்துவந்த இனரீதிப் பிரதிநிதித்துவத்தை ஒழித்து, பிரதேசரீதிப் பிரதிநிதித்துவத்தை அறிமுகப்படுத்தியது. இதன்விளைவாக பெரும்பான்மை இனமான சிங்கள இனத்தைச் சார்ந்த அரசியற் தலைவர்கள்

அதிகமாக அரசாங்க சபையில் அங்கத்துவம் பெற முடிந்தது. இந்நிகழ்வு தமிழருக்கும், தமிழ் அரசியல் தலைவர்களுக்கும் மிக மனவெறுப்பையும், ஆத்திரத்தையும் ஏற்படுத்தியது. மேலும் 1947ம் ஆண்டு சோல்பரி அரசியல் யாப்பு அறிமுகப்படுத்தப் பட்ட காலத்தில் தமிழரின் சகல கோரிக்கைகளும் மறுக்கப்பட்டு பெரும்பான்மை மக்களின் பிரதிநிதிகளுக்குச் சார்பானதுமஇ அவர்களின் மந்திரி சபையினால் தயாரிக்கப்பட்டதுமான நகற் திட்டத்தையே சோல்பரிக் குழுவினர் ஏற்று அச் சீர் திருத்தமே சிங்களப் பெரும்பான்மை பாராளுமன்றத்தினால் அங்கீகரிக்கப்பட்டு நிறைவேற்றப்பட்டது. அத்தோடு மட்டுமல்லாது இரு தேசியங்கள் வாழுகின்ற ஒரு நாட்டில், குறிப்பாகச் சிங்களவர் பெரும்பான்மையாகவும் தமிழர் சிறுபான்மையின ராகவும் இருக்கின்ற ஒரு நாட்டில் பிரித்தானியாவில் நடைமுறையிலுள்ள வெஸ்ற்மினிஸ்ரர் போன்ற ஓர் அரசியல் அமைப்பை பிரித்தானிய அதிகார வர்க்கம் வலிந்து நடைமுறைப்படுத்தியது.

புதிய அரசியலமைப்பின் அடிப்படையில் இடம்பெற்ற 1947 பராளுமன்றத் தேர்தலில் சிங்களக் கட்சிகள் அதிக பெரும்பான்மைப் பிரதிநிதித்துவத்தைப் பெற்று அதிகாரத்தை தம் வசமாக்கின. இறுதியாக 1948ல் பிரித்தானியா இலங்கைக்கு சுதந்திரம் வழங்கியபோது அதே பெரும்பான்மை அரசிடம் நாட்டைக் கையளித்து தமிழரை அரசியல் அகதி நிலையில் விட்டுச் சென்றது. பிரித்தானிய அரசாங்கம் தமிழ்ச் சிறுபான்மையினருக்கு இழைத்த நம்பிக்கைத் துரோகமே கடந்த அரை நூற்றாண்டிற்கு மேலாக சிறுபான்மைத் தமிழரின் பல்லாயிரக் கணக்கான உயிரிழப்புக்களுக்கும், சொத்தழிவுகளுக்கும் பல்வேறுபட்ட துன்பங்களுக்கும் அடிப்படைக் காரணமாகும். தவறான புள்ளி விபரங்களை சிங்கள அரசியற் தலைவர்கள் தயாரித்து அதனைப் பிரித்தானிய அதிகார வர்க்கத்திற்கு சமர்ப்பித்து பெரும்பான்மை என்ற ஒரே பலத்தின் அடிப்படையில் நாட்டின் முழு அதிகாரத்தையும் பெற்றுக்கொண்டனர். தமிழ் அரசியற் தலைவர்கள் அக்காலகட்டத்தில் எது வித அரசியற் தூரநோக்கு இன்றி தமது சொந்த சுயலாபங்களையே கருத்திற் கொண்டதன் விளைவாக சிங்களப் பெரும்பான்மை அரசியற் தலைவர்களிடம் அரசியற் தஞ்சம்கோரினார்கள். பிரித்தானிய அதிகார வர்க்கமோ சோல்பரிக் குழுவினரோ சிறுபான்மையினரின் அரசியல் உரிமைகள் பாதுகாக்கப்படும் என்ற அடிப்படையில் போடப்பட்ட ஷரத்துக்கள் எல்லாம் 1948ம் ஆண்டில் இலங்கை சுதந்திரம் அடைந்த ஒரு சில மாதங்களுக்குள்ளேயே கைவிடப்பட்டன.

1948ம் ஆண்டிலிருந்து இந்தியத் தமிழ் மக்களின் வாக்குரிமையும் பிரசா உரிமையையும் பறிக்கப்பட்டன. தமிழரின் பாரம்பரிய பிரதேசங்களில் திட்டமிட்ட சிங்களக் குடியேற்றங்கள் தீவிரமாகச் செயற்படுத்தப்பட்டன. இவ்விரு நிகழ்வுகளும் தமிழரின் பாராளுமன்றப் பலத்தையும் தமிழ்ச் சிறுபான்மையினரின் பாரம்பரிய பிரதேசத்தையும் மிக மோசமாகப் பாதித்தன. இதனைத் தொடர்ந்து 1956 ல் நடைமுறைப்படுத்தப்பட்ட "சிங்களம் மட்டும்" சட்டத்தின் மூலம் சிங்களம் அரச கருமமொழியாகவுமஇ தேசிய மொழியாகவும் அமுற்படுத்திய நிகழ்வும் அதனைத்தொடர்ந்து பௌத்த மதத்தை அரசமதமாக்கிய நிகழ்வும் தமிழரின் மொழி, மதம் சார்ந்த தேசிய அந்தஸ்தும், தேசிய அடையாளமும் கேள்விக்குறியாக்கப் பட்டன. அரசின் பாரபட்ச நடவடிக்கைகளினால் தமிழருக்கு தொழில் வாய்ப்பு அரச

நிறுவனங்களில் கணிசமான அளவு மறுக்கப்பட்டன. கல்வியில் தரப்படுத்தல் முறை, கோட்டா முறை போன்றவற்றை சிங்கள அரசாங்கம் அறிமுகப்படுத்தி தமிழ் மாணவர்களின் உயர் கல்வி வாய்ப்பும் கணிசமான விகிதம் மறுக்கப்படட்டது. கூட்டங்கள் கூட்டுவது, மகாநாடு நடத்துவது, பேச்சுச் சுதந்திரம், எழுத்துச் சுதந்திரம் போன்ற சகல சனநாயக உரிமைகளும் தமிழருக்குப் பெருமளவில் மறுக்கப்பட்டன. தமிழ் அரசியற் தலைவர்கள் தமது அரசியல் உரிமைகளுக்காக சனநாயக வழிகளில் பல்வேறுபட்ட சாத்வீகப் போராட்டங்களை நடத்தியபோதெல்லாம் அப் போராட்டங்கள் யாவும் அரச ஆயுத படைகளினால் தாக்கப்பட்டும், கலைக்கப்பட்டும், போராட்டக்காரர் சிறைப்படுத்தப்பட்டும் செயலிழக்கச் செய்யப்பட்டன. தமது அரசியல் உரிமைகளை பெறுவதற்காக தமிழ் அரசியற் தலைவர்கள் சிங்கள பெரும்பான்மை அரசுடன் பல்வேறுபட்ட பேச்சுவார்த்தைகளில் ஈடுபட்டு பல தடவைகள் ஒப்பந்தங்களை எழுதிக் கைச்சாத்திட்டபோதும் அவ் ஒப்பந்தங்களெல்லாம் இறுதியில் கிழித்தெறியப்பட்டன. பெரும்பான்மைபலம், அதன் மூலம் பெறப்பட்ட அரச அதிகாரம், அவ் அதிகாரத்தின் காவல் அரணான முப்படைகளின் பலம் என்பவற்றை வைத்துக் கொண்டு சிங்கள அரசு தமிழர்களையும், தமிழ் அரசியற் தலைவர்களையும், அவர்கள் உரிமைப் போராட்டங்களையும் பல்வேறு வழிகளில் நசுக்கியது. எல்லாவற்றிற்கும் மேலாக 1956 களிலிருந்து தொடர்ச்சியாக தமிழருக்கெதிரான இனக்கலவரங்களைத் தென்னிலங்கையிற் கட்டவிழ்த்துவிட்டு பல்லாயிரக்கணக்கான தமிழரின் உயிர்களைப் பறித்து, பெண்களை மானபங்கப்படுத்தி, அவர்களின் வீடுகள், சொத்துக்கள் கொள்ளையிடப்பட்டும் தீக்கிரையாக்கியும் சொந்த நாட்டிலேயே அவர்களை அகதிகளாக்கியது.

இவ்வாறான ஒரு மோசமான இன அழிப்பு நடவடிக்கையில் ஈடுபடும் இலங்கை பெரும்பான்மை அரசு ஒருபோதும் தமிழரின் சுயநிர்ணய உரிமையை அங்கீகரிக்கப் போவதில்லை என இறுதியாக உணர்ந்த அரசியற் தலைவர்கள் 1976ல் ஒன்றி ணைந்து, தமிழ் ஈழம் அமைப்பதே தமிழருக்கு ஒரே வழி எனும் தீர்க்கமான முடி விற்கு வந்தனர். இது ஒரு காலம் கடந்த ஞானம் என்றே கொள்ள முடிகிறது. 1977ம் ஆண்டு பாராளுமன்றத் தேர்தலில் தமிழ் ஈழக் கோரிக்கையை முன்வைத்து தமிழ்த் தலைவர்கள் தேர்தலிற் குதித்தனர். தமிழ்மக்கள் ஒட்டுமொத்தமாக தமது ஆணையை தமிழ் அரசியற் தலைவர்களுக்கு வழங்கினர். தமிழரின் உரிமைகளை வென்றெடுப்பதற்காக 30 வருடங்களுக்கு மேலாகத் தொடர்ந்து போராட்டம் நடத்திய தமிழரின் தலைவர் செல்வநாயகம் அவர்கள் 1977ல் மறைந்த பின் 1977ல் தமிழ் அரசியற் தலைவர்கள் அமிர்தலிங்கம் தலைமையில் மீண்டும் தமது மிதவாத அரசியல் நடவடிக்கைகளிலேயே ஈடுபட்டனர். தனியான தமிழ் ஈழம் என்ற கொள்கை யின் அடிப்படையில் அம் மக்களின் ஆணையைப் பெற்ற அரசியற் தலைவர்கள் 1977 தேர்தல் வெற்றியைத் தொடர்ந்து மாவட்ட அடிப்படையில் தமிழரின் அரசியற் பிரச்சினைக்குத் தீர்வுகாண அரசுடன் பேரம்பேசத் தலைப்பட்டனர்.

ஏற்கெனவே தொழில், கல்வி வாய்ப்புக்கள் மறுக்கப்பட்டு விரக்தியின் விளிம்பில் இருந்த தமிழ் இளைஞர்களும் யுவதிகளும் மேற்படி தமிழ் அரசியற் தலைவர்களின் நடவடிக்கைகளுக்கெதிராகக் கிளர்ந்தெழுந்தனர். தமிழ் அரசியற் தலைவர்கள்

இளைஞர்களையும் யுவதிகளையும் சமாதானப்படுத்தி தமது அரசியலை நடத்தலாம் எனக் கனவு கண்டனர். 1977 ற்குப் பிறகு வந்த தேர்தலிலும் தமிழ் மக்கள் தமது இறுதி ஆணையினை தமிழ் அரசியற் தலைவர்களுக்கு வழங்கினர். தமிழ் ஈழக் கோரிக்கையை நசுக்கத் திட்டமிட்ட அரசு இலங்கையின் தேசிய ஒருமைப்பாட்டிற்கு பாராளுமன்றப் பிரதிநிதிகள் விசுவாசமாக இருக்க வேண்டும் என்ற சட்டத்தைப் பராளுமன்றத்தில் அமுற்படுத்தினர். ஒரு பக்கம் சிங்கள அரசின் இச் சட்ட மூலமும், மறுபுறம் தமிழ் இளைஞர், யுவதிகளின் தமிழ் ஈழம் தொடர்பான தீவிரக் கொள்கையும், அழுத்தங்களும் தமிழ் அரசியற் தலைவர்களை ஒரு சிக்கலான நிலைக்குத் தள்ளின. ஆனால் தமிழ் ஈழக் கோரிக்கையை முன்வைத்து மக்கள் ஆணை பெற்று பாராளுமன்றம் சென்ற தமிழ் அரசியற் தலைவர்கள், அதற்கெதிராக இலங்கை தேசிய ஒருமைப்பாட்டுக் கொள்கைக்கு ஆதரவாகச் சத்தியப் பிரமாணம் செய்யமுடியாமற் போகவே அவர்கள் தமது பாராளுமன்ற அங்கத்துவத்தைத் இழக்கவேண்டி ஏற்பட்டது.

தமிழரின் சகல சனநாயக உரிமைகளும் ஏற்கெனவே மறுக்கப்பட்டு இறுதியாகப் பாராளுமன்றத்தில் தமிழர் சார்பாக அங்கத்துவம் பெறும் அரசியல் அந்தஸ்தையும் தமிழர் இழந்து கையறுநிலைக்குள்ளாகினர். இந் நிலையில் 1983ல் இலங்கைத் தமிழருக்கெதிராக தென்னிலங்கையில் கட்டவிழ்த்துவிடப்பட்ட அரச பயங்கரவாதம் குழந்தைகள், சிறுவர்கள், முதியவர்கள் என்ற பேதமின்றிப் பல்லாயிரக் கணக்கான தமிழரின் உயிர்களைக் குடித்தது. தமிழ்ப்பெண்கள் பகிரங்கமாகக் கற்பழிக்கப் பட்டார்கள். தமிழரின் சொத்துக்கள் சூறையாடப்பட்டன. வீடுகள், கடைகள் உட்படத் தமிழரின் கோடிக்கணக்கான சொத்துக்கள் தீக்கிரையாக்கப்பட்டன. பல்லாயிரக்கணக் கான தமிழர் தமிழ்நாட்டுக்கு அகதிகளாகச் சென்றனர். மேலும் பல்லாயிரக் கணக் கானவர்கள் ஏதிலிகளாக அமெரிக்கா, அவுஸ்திரேலியா மற்றும் ஐரோப்பிய நாடுகளுக் கும் சென்று தஞ்சம் கோரினர். அவ்வாறு போக முடியாதவர்கள் கப்பலில் ஏற்றப்பட்டு வடக்கிற்கும் கிழக்கிற்கும் அகதிகளாக அனுப்பப்பட்டனர்.

மேற்படி நிகழ்வுபற்றி ஒரேயொரு முக்கியவிடயந்தான் கூறமுடியும். அதாவது தமிழரின் தேசம் வேறு, சிங்களவர் தேசம் வேறு என்பதாகும். இவ்விரு தேசத்தவரும் சேர்ந்து வாழமுடியாது. எனவே தமிழர் அவர்களது தேசமாகிய வடக்கு கிழக்கிற்குத் தான் போய் வாழ வேண்டும் என்ற செய்தியைச் சிங்களதேசம் தமிழ் தேசத்திற்கும், உலகத்திற்கும் வெளிப்படையாகப் பறைசாற்றிய செய்தியாக இந்நிகழ்வு காணப்படு கிறது.

பெரும்பான்மை சிங்கள அரசு பேசுகின்ற மொழியிலேயே தமிழ்ச் சிறுபான்மை யினரும் பேசுவதன் மூலந்தான் பெரும்பான்மைச் சிங்கள அரசிற்கு தமிழ்ச் சிறுபான்மையினரின் நிலைமையை புரியவைக்கமுடியும் என்ற நோக்கில் தமிழ் இளைஞர்களும், யுவதிகளும் ஆயுதங்களைக் கையில் எடுத்திருக்கிறார்கள். அத்தோடு யாழ்ப்பாண இராச்சிய ஆட்சிக் காலத்தில் நந்திக் (பசு) கொடியே தமிழரின் தேசியக் கொடியாக இருந்தது. அது அமைதியின் சின்னமாகும். அத் தேசியக் கொடியை இறக்கி தமிழர் ஆட்சியைப் பறித்தவர்கள் அந்நியர்களான போத்துக்கீசர் ஆவர். இறுதி அந்நிய ஆட்சியாளரான பிரித்தானியர் நாட்டைவிட்டுப் போகும்போது தமிழரின் ஆட்சி உரிமையை மீளவும் தமிழரிடம் வழங்கியிருக்க

வேண்டும். அது அன்றைய சூழ்நிலையில் நடக்காமற் போனது ஒரு துரதிஷ்டமான சம்பவம். ஆனால் இன்று தமிழரின் நந்தி தேசியக் கொடி மாற்றப்பட்டு அதற்கு முற்றிலும் எதிர்மறையான குணாதிசயங்கள் கொண்ட புலிச் சின்னத்தையுடைய தமிழ்த் தேசியக் கொடியே தமிழ்த் தேசத்தில் பறக்கவிடப்பட்டுள்ளது. இதற்கான பொறுப்பை பெரும்பான்மை சிங்கள அரசே ஏற்கவேண்டும். சிங்களப் பெரும்பான்மை அரசும், சிங்கள அரசியற் தலைவர்களும் இதய சுத்தியோடும், அரசியற் தூரநோக்கோடும், மனிதாபிமானத்தோடும் இலங்கைத் தமிழரின் அரசியல் சுயநிர்ணய உரிமையை அணுகி, அதனை மதித்து வெகு விரைவாக நடவடிக்கை எடுக்கத் தவறும் பட்சத்தில் இரு இனங்களும் தவிர்க்கமுடியாதவாறு பாரிய அழிவுகளையே சந்திக்கும்.

முன்னாள் அவுஸ்திரேலிய நீதியரசரும், அனைத்துலக ஜூரிமார் ஆணைக் குழுவின் முன்னாள் தலைவருமான ஜோன் டவுட் அவர்கள் 20.5.2008 ல் இடம்பெற்ற 'இலங்கை இனச்சிக்கலில் அனைத்துலகப் பரிமாணம்' என்ற நூல் வெளியீட்டு விழாவில் கலந்து கொண்டு பேசியபொழுது

> "இலங்கைக்கு இரு அரசுகள் தேவை என்பதையும் அந்த இரு அரசுகளும் கூட்டுறவுடன் வாழ்வதற்கான கட்டமைப்புக்கள் உருவாக்கப்பட வேண்டும் என்பதையும், அதனை அனைத்துலக சமூகம் அங்கீகரிக்க வேண்டும்"

என்று கூறிய மேற்படிவிடயத்தை குறிப்பிட்டு இவ்வாய்வை நிறைவு செய்வது மிகப் பொருத்தமானதாகும்.

SELECTED BIBLIOGRAPHY

Primary Sources

Arumuga Pillai, C., Kristu Samaya Bhedam, (a controversial tract against Christianity), Jaffna 1889, 14170.d.10.(1), Indian Office Library, British Library; London.

Arumuga Pillai, C., Viviliya Nul Varalaru, (an anti-christian tract upon the origin of the bible, Jaffna, 1898, 14170.d.10.(1), Indian Office Library, British Library; London.

American Ceylon Mission Report, Vol. 4, reel 444, 1815 – Vol. 9, reel 465, 1919 (a complete collection of microfilm), Research publication Inc., Woodbridge, conn. Filmed from the holding of Houghton Library, Harvard University; Cambridge, M.A.

Brief Sketch of the American Ceylon Mission, Jaffna 1845-1850, 4193. bb.40., British Museum Library; London.

Census Report, The Census of Ceylon 1891 in three Volumes, Complied by Lionel Lee, Colombo, 1892, C.S.B/3/2., British Museum Library; London.

Census Report, The Census of Ceylon 1901. P. Arunachalam, p.17, (Ceylon Papers laid before the Legislative Council), 1901, C.S.B/3/2., British Museum Library; London.

Ceylon Miscellaneous Blue Book, 1825-1927, 910.13.S2, -910.17.S2, Rhodes House Library, University of Oxford; London.

Church Missionary Society., Ceylon Mission, Vol. I, 1813-1909 (original Papers), CCE/019/11 – CCE/M11/501-579, Archives, University of Brimingham; London.

Church Missionary Society., Jaffna, annual report, 1891-1894, 14170.9.49(3), South Asian Manuscripts and records Section of the British Library; London.

Handbook of the Thesavalamai, or The Customary Law of the "Province of Jaffna", Being a summary of the decisions of the Hon'ble the Supreme Court of Ceylon and the text of the Thesavalamai with an introduction and the tex, 05319.9.19, by S. Katiresu, p. 50, XXXii, S.Ragunath & Co.; Jaffna, 1907, British Museum Library; London.

Hindu Matam, Hindu Matame Unmai, (a Saiva tract in Tamil), Jaffna, 1984, 14170.d.25(2), India Office Library, British Library; London.

Hindu Mata Khandana Sabhai, Nikra Nikarana Nikkirakam, (a series of tract against popular Hinduism, Jaffna, 1891, 14170.c.29(1), South Asian Manuscripts and records Section of the British Library; London.

Jaffna Central College 1834-1934, centenary Memorial edition with plates, Colombo, 1936, 08355.F37., British Museum Library; London.

Jaffna College Miscellany, Jaffna, 1891-1895, 3801.90., British Museum Library; London.

Jaffna Railway, The Proposed Jaffna Railway expression of Public Opinion as shown by extracts from several Newspapers in the Island, Times of Ceylon, Steam Press, Colombo, 1890, 8235.L.46, British Museum Library, London.

Kiristu Mata Khandana Sabhai (a letter from the anti-christian society to the Christian mission), Jaffna, 1887, 14170.9.40 (1), South Asian Manuscripts and Records Section of the British Library; London.

Mamsa Bhojana Vilakku (a tract against the use of animal food, giving opinions of English authors), Jaffna 1889, 14170.1.1., South Asian Manuscripts and Records Section of the British Library; London.

Mlechchha Mata Khandana Sabhai, Mlechchha Mata Khandana Sabhai Kakalakosam (an anti-christian tract), Jaffna, 1891, 14170.9.49(2), India Office Library, British Library; London.

Mlechchha Matandhakara bhaskram, (a tract against Christianity), Jaffna, 1891, 14170.a.49(1), South Asian Manuscripts and Records Section of the British Library; London.

Saiva Paripalana Sabhai, Saiva Dushana Pariharam, (a answer to the Christian adversaries of the Saiva system, Chennai, 1890, 14170.c.40, South Asian Manuscript and Records Section of the British Library; London.

Sessional Papers, Ceylon Legislative Council 1833-1890, No. 4, p.18-474, Rhodes House Library, University of Oxford; London.

V. Vivekananda Swami, A Lecture on Theosophy Delivered in Ceylon, Jaffna, 1897, 14170.e.28(2), South Asian Maunscripts and records Sectionof the British Library; London.

Weslyan Methodist Missionary Society, Minutes and Correspondences, Ceylon (in micro fiche), Synod Minutes, Ceylon , 1821-1945, LH-2714/1, Correspondence, Ceylon, 1814-1867, LH-2715/1, 1868-1945, North Ceylon, LH-2715/1, in School of Oriental and African Studies Library, University of London.

Collections of Primary sources from National Archives of Sri Lanka, Archives of Goa, Archives of Cennai, National Archives of Lisbon, National Library of Lisbon, Private Research Library and Historical Collection Archives- Lisbon, National Archives –Netherlands, British National Archives, British Library, University Libraries -Oxford ,Cambridge, School of Oriental and African Studies ,Birmingham, Harvard University Library, American Mission Library-USA and National Library –Australia.

JOURNAL ARTICALS

"Baron van Imhoff and Dutch Policy in Ceylon 1736-1740"; Bijfragen Tot de Taal-, Land- en Volkenkunde CLXXXVIII, 4. Leiden, 1963, pp. 454-468.

Cheran, R., "Cultural Politics of Tamil Nationalism"; Asia Bulletin, Vol. XII, 1, Spring, pp. 42-56.

"Dutch Commercial Policy in Ceylon and its Effects on Indo-Ceylon Trade 1690-1750"; Indian Economic and Social History Review, IV, 2, New Delhi, 1967, pp. 109-130.

"Dutch Sovereignty in Ceylon : a historical survey of its problems"; Ceylon Journal of Historical and Social Studies, I. Peradeniya, pp. 105-121.

"Elements of Social and Economic Change in Dutch Maritime Ceylon (Sri Lanka) 1658-1796"; Indian Economic and Social History Review, XXII, I, New Delhi, 1985, pp. 35-54.

Farmer, B.H., "The Social Basis of Nationalism in Ceylon"; Journal of Asian Studies, 24, 1965, pp. 431-439.

Gunatileke, G., "Some Socio-Economic Aspects of Communal Problems"; Logos, 16, 1977, pp. 17-39.

Hellman, D., "Arumuga Navalar: religious reformer or national leader of eelam"; Indian Economic and Social History Review, 26, (2), 1989, pp. 235-257.

"Historical Foundation of the Economy of the Tamils of North Sri Lanka"; Chelvanavakam Memorial Lectures, Jaffna, 1982, pp. 1-23.

Hubbard ,William., "Fellow-Prisoner of Knox in Kandy, 1660-1703"; University of Ceylon Review, VI, I. Peradeniya, 1963, pp. 30-39.

Jacob, L.M., "Challenges to National Integration in Sri Lanka: some perspectives on tamil problems"; South Asian Affairs, (Jipur), 1, 1982, pp. 1-15.

Jacob, L.M., "Constitutional Development and the Tamil Minority in Sri Lanka"; South Asian Studies, 13, 1978, pp. 66-79.

Kearney, R.N., "Language and the Rise of Tamil Separatism in Sri Lanka"; Asian Survey, 18. 1978, pp. 521-534.

Kearney, R.N., "Sinhalese Nationalism and Social Conflict in Ceylon"; Pacific Affairs, 37, 1964, pp. 125-136

"Oratorians and Predikants: the catholic church in Ceylon under Dutch rule"; Ceylon Journal of Historical and Social Studies, 1,2, Peradeniya, 1958, pp. 216-222.

Pathmanathan,S., "Feudal Policy in Medieval of the Cheiftancies of the Vanni", in ; CJHSS, Vol.2.No.2 [?].

Pathmanathan, S., "Religion and Social Change in Northern Sri Lanka, 1796-1875: protestant missionary activity and the hindu response"; Journal of Modern Sri Lankan Studies, Vol. I (1), 1986, pp. 15-42.

Pfaffenberger, B., "Caste in Tamil Culture"; Foreign and Comparative Studies: South Asian Series, no. 7, Syracuse University, 1982.

Pfaffenberger, B., "The Cultural Dimensions of Tamil Separation in Sri Lanka"; Asian Survey, 21, 1981, pp. 1145-1157.

Phadnis, U., "Ethnicity and Nation-Building in South Asia: a case study of Sri Lanka"; Lanka Quarterly, 35, 1979, pp. 329-350.

"Protestants: the first phase, 1650-1800; Christianity, Traditional Cultures and Nationalism: The South Asian Experience". Bunker Memorial Lecutres, Jaffna, 1978, pp. 13-28

"Reverend Phillipus Baldaeus: his pastoral work in Ceylon, 1656-1655"; Ceylon Journal of Historical and Social Studies, III, 1, Peradeniya, 1960, pp. 27-37.

"Social History of a Dominant Caste Society: the vellalar of north Ceylon in the 18th century"; Indian Economic and Social History Review, XVIII, 3&4, New Delhi, 1982, pp. 377-391.

"Sri Lanka's Tamils: under colonial rule; The Sri Lankan Tamils", eds., C. Manogaran and B. Pfaffenberger. Boulder, Colo.: Westview Press, 1994, pp. 28-53.

Tambiah, S.J., "The politics of Language in India and Ceylon", Modern Asian Studies, 1, 1967, pp. 215-240.

Thaninayagam, X.S., "Language Rights in Ceylon"; Tamil Culture, 5, 1956, pp. 217-230.

"The Administrative Organization of the Dutch East India Company in Ceylon"; Ceylon Journal of Historical and Social Studies, VIII, 2, Peradeniya. 1965, pp. 1-13

"The First Century of Protestant Christianity in Jaffna"; Indian Church History Review, XIX, 1, Bombay, 1985, pp. 39-54.

"The Indigenous Ruling Class Under Colonial Rule in Dutch Maritime Ceylon"; Indian Economic and Social History Review, VIII, 1, 3&4, New Delhi, 1982, pp. 377-391.

"The Kingdom of Kandy: aspects of its external relations and commerce"; Ceylon Journal of Historical and Social Studies, III, 2, Peradeniya, 1960 pp. 109-127.

"The Vanniar of North Ceylon: a study of feudal power and central authority"; Ceylon Journal of Historical and Social Studies, X, I, Peradeniya, 1969, pp. 101-112.

"Vimala Dharma Surya II (1678-1707) and His Relations with the Dutch"; Ceylon Journal of Historical and Social Studies, VI, , Peradeniya, 1963, pp. 59-70.

Weerawardena, I.D.S., "Minority Problems in Ceylon"; Tamil Culture, 5, 1956, pp. 217-230.

Wilson, A.J., "Cultural and Language Rights in the Multinational Society"; Tamil Culture, 7, 1958, pp. 22-32.

Wilson, A.J., "Minority Safeguards in the Ceylon Constitution"; CJHSS, 1, 1958, pp. 73-95.

Wilson, A.J., "The Tamil Consciousness";Lanka Guardian, 1979, pp. 16-19.

Wilson, A.J., " The Tamil Question in Ceylon"; Bulletin of the International Commission of Jurists, 12, 1961, pp. 9-12.

BOOKS

Abeyasekera, C., and Gunasinghe, N., (eds), Facets of Ethnicity in Sri Lanka, Social Scientists Association; Colombo, 1967.

Abeyasinghe, Tikiri., Jaffna under the Portuguese, Lake House Book Publishers; Colombo, 1986, p.66.

Anthonisz, R.G., The Dutch in Ceylon: an account of their early visits to the island, their conquests and their rule over the maritime regions during a century and a half (with maps and illustrations and an appendix containing the diary kept during their occupation of Kandy in 1765), Asian Educational Services; New Delhi, 2003, p.198.

Arasaratnam, S., Ceylon and the Dutch, 1600-1800: external influences and internal change in early modern Sri Lanka, (Collected Studies Series, CS525), Variorum; Great Britain, 1996, p.53.

Arasaratnam, S., Ceylon, Prentice Hall; Englewood Cliff, N.J., 1964.

Arasaratnam, S., Christianity, Traditional Cultures and Nationalism: the south asian experience, Bunker Memorial Lectures, Bastian Press; Jaffna, 1978.

Arasaratnam, S., The Historical Foundations of the Economy of the Tamils of North Sri Lanka, Chelvanavakam Memorial Lectures; Jaffna, 1982.

Arasaratnam, Sinnappah., Dutch Power in Ceylon 1658-1687, Navrang; New Delhi, 1988, p.256.

Arumugam, S., Some Ancient Hindu Temples of Sri Lanka, Colombo, 1982.

Arumuga Navalar., Elakkana Surukkam, reprinted by Arumuga Navalar Saivapirakasa Vidyasalai Arakkattalai; Cithamparam, 1995.

Arumuga Navalar., Nithyakarma Vithi, reprinted by Arumuga Navalar Saivapirakasa Vidyasalai Arakkattalai; Cithamparam,1996.

Arumuga Navalar., Palapadam I, II, III, IV, reprinted by Arumuga Navalar Saivapirakasa Vidyasalai Arakkattalai; Cithamparam, 1994.

Arumuga Navalar., Saivathusana Parikaram, 8th ed., Vidyanupalana Press; Chennai, (Most of the Arumuga Navalar publications were collected from the India Office Library, British Library, London, Saivapirakasa Vidyasalai Arakattalai, Cithamparam, and the Arumuga Navalar Printing Press, Madras), 1956.

Arumuga Navalar., Saivavinavidai I, II, reprinted by Arumuga Navalar Saivapirakasa Vidyasalai Arakattalai; Cithamparam, 1993.

Arunachala, Kavirajar., Arumuga Navalaravarkal Carittiram, 2nd ed., by S. Kanapathipillai, Kalanithi Yanthirasalai; Point Pedro, 1934.

Balasundra Nayakar, P., Marudpa Marupu, Saiva Chittanta Sabhai; Madras, 1904.

Balding, J.W., One Hundred Years in Ceylon: centenary volume of the church missionary society in Ceylon, 1818-1918, Diocesan Press; Madras, 1922.

Barnett, M.R., The Politics of Cultural Nationalism in South India, Princeton University Press; New Jersey, 1976.

Chattopadhyaya, H.P., Ethnic Unrest in Modern Sri Lanka: an account of tamil-sinhalese race relations, M.D. Publications; New Delhi, 1994.

Cheldvadurai, M. and Pfaffenburger, B., The Sri Lanka Tamils: ethnicity and Idenity, Westview Press; Oxford, 1994.

Chellaih, J.V., A Century of English Education: the story of Batticotta Seminary and Jaffna College, American Ceylon Mission press; Jaffna, 1922.

Collins, C., Public Administration in Ceylon, Royal Institute of International Affairs; London, 1951.

Committee for Rational Development, Sri Lanka., The Ethnic Conflict: myths, realities and perspectives, Navarang; New Delhi, 1984.

Cosme, O.M. da Silva., Fidalgos in the kingdom of Jafanapatam (Sri Lanka) 1543-1658: the portuguese in Jaffna, Harwoods Publishers; Colombo, 1994, p.136.

De Queyroz, Fernao., The temporal and Spiritual Conquestof Ceylon Vol.I Book 1-2, Asian Educational Services; New Delhi, 1992, p.392.

De Queyroz, Fernao., The temporal and Spiritual Conquestof Ceylon Vol.II Book 3-4, Asian Educational Services; New Delhi, 1992, p.810.

De Queyroz, Fernao., The temporal and Spiritual Conquestof Ceylon Vol. III Book 5-6, Asian Educational Services; New Delhi, 1992, p.1274.

De Silva, Chandra Richard., The Portuguese in Ceylon 1617-1638, H.W. Cave & Company; Colombo, c.1972, p.267.

De Silva, G.P.S.H., A Statistical Survey of Elections to the Legislature of Sri Lanka 1911-1977, Marga Institute; Colombo, 1979, p.439.

De Silva, K.M., History of Sri Lanka, Vol. II (c.1500- c.1800), University of Peradeniya; Sri Lanka, 1995, p.614.

De Silva, K.M., History of Ceylon, Vol. III, University of Ceylon; Sri Lanka, 1973, p.579.

De Silva, K.M., A History of Sri Lanka, Oxford University Press; New Delhi, 1981.

De Silva, K.M., Managing Ethnic Tensions in Multi-ethnic Societies: Sri Lanka 1880-1985, University Press of America; Lanham, 1986.

De Silva, K.M., Social Policy and Missionary Organisations in Ceylon, 1840-1855, Royal Commonwealth Society of Imperial Studies; London, 1965.

De Silva.,K.M., "Traditional Homelands" of the Tamils: separatist ideology in Sri Lanka, an historical appraisal, International Centre for Ethnic Studies; Sri Lanka, 1994.

De Silva, K.M., ed., University of Ceylon: history of Ceylon, Vol.3, Apothecaries Co.; Colombo, 1973.

Dharmadasa, K.N.O., Language, religion and Ethnic Assertiveness: the growth of Sinhalese nationalism in Sri Lanka, The University of Michigan Press; Ann Arbor, 1992.

Ethnicity and Social Change in Sri Lanka: papers presented at a seminar organised by the social scientists association, Dec.1979, Dehiwala; Navamaga Printers, 1985, p.256.

Farmer, B.H., Ceylon: a divided nation, Institute of Race Relation, Oxford University Press; London, 1963.

Ferguson, Donald., The Earliest Dutch Visits to Ceylon, Asian Educational Service; New Delhi, 1998, p.538.

Geiger, Wilhelm., Culavamsa: being the more recent part of the mahavamsa, - part II, Asian Educational Services; New Delhi, 2003, p.365.

Geiger, Wilhelm., The Mahavamsa or the Great Chronicle of Ceylon, Asian Educational Services; New Delhi, 2006, p.300.

Gellner, E., Nation and Nationalism, Basil Blackwells; Oxford, 1983.

Gnanaprakasar, Swamy., A Critical History of Jaffna: the tamil era, Asian Educational Services; New Delhi, 2003, p.172.

Gommans, Jos et.al., Dutch Sources on South Asia c.1600-1825, vol.I:bibliography and archival guide to the Hague (the Netherlands), Manohar Publishers & Distributors; New Delhi, 2001, p.424.

Goonelilleke, H.A.I., Images of Sri Lanka Through American Eyes, U.S. Information Service; 1976.

Gunasingam, Murugar., Sri Lankan Tamil Nationalism: a study of its origins, MV Publicatio; Sydney, 1999, p. 240.

Gunasingam, Murugar., Primary Sources for History of the Sri Lankan Tamils: a world-wide search, MV Publications; Sydney, 2005. P.368.

Handy Perinbanayagam Commemoration Society, Handy Perinbanayagam: a memorial volume, Jaffna youth congress and selections from his writings and speeches, Thirumakal Press; Jaffna, 1980, p.176.

Hayes, J.C., Nationalism: a religions, Macmillan; New York, 1960.

Heraclides, A., The Self-determination of Minorities in International Politics, Frank Cass; Portland, 1991.

History of Ceylon, from the Earliest Times to 1600 A.D.: as related by Joao De Barros and Diogo Do Couto, translated and edited by Donald Ferguson, Richards Acting Government Printer; Colombo, 1909, p.445p.

Hundred Years of the Irrigation Department: centenary commemoration volume 1900-2000, Tharanjee Prints; Sri Lanka, 2000, p.509.

Hutchinson, J., Modern Nationalism, Fontana Press, London, 1994.

Indrapala, K., The Evolution of an Ethnic Identity: the tamils in Sri Lanka c.300 BCE to c.1200 CE, MV Publications; Sydney, 2005, p.400.

International Council on Archives Guide to the Sources of Asian History:- Sri Lanka II (vol.1), National Archives of Sri Lanka; Colombo, 1996,p.170.

Iriyagolla, G., Tamil Claims to Land: fact and fiction, Institute of Public Affairs; Colombo, 1985.

Jones, K.W., (ed)., Religious Controversy in British India, State University of New York Press; Albany, N.Y., 1992.

Kailasapathy, K., (ed)., Arumuga Navalar Nootrandu Malar, Arumuga Navalar Sabhai, Thrumakal Press,; Chunnakam, 1979.

Kailasapathy, K., "Cultural and Linguistic Consciousness of the Tamil Community" in Ethnicity and Social Changes in Sri Lanka, The Scientists Association; Colombo, 1985.

Kailasapathy, T., Arumuga Navalar Pirapanitha Thirattu, Vidyanpalana Yathirasalai; Jaffna, 1921.

Kaliyanasunthra Mudaliyar, V.N., Kathiravetpillai Avarkal Carittiram, Saivacittanta Sabaiyar; Chennai, 1908.

Kanesiyar, S., Eelanattu Thamil Pulavar Carittiram, Thirumakal Achakam; Chunnakam, 1939.

Kathiravetpillai,N.,SaivapooshanaCanthirikai,3rdedition,Vidyatathnagara Atchiyanthirasalai; Chennai, 1929.

Kellas, J.G., The Politics of Nationalism and Ethnicity, Macmillan Educational; London, 1991.

Kohn, H., Nationalism: its meaning and history, Van Nostrand; Princeton N.J., 1965.

Latourette, K.S., AHistory of the Expansion of Christianity, London, 1947.

Monogaran, C. and Pfaffenburger, B., The Sri Lankan Tamils: ethnicity and identity, Westview Press; Colorado, 1994.

Manogaran, Chelvadurai., Ethnic Conflict and reconciliation in Sri Lanka, University of Hawaii Press; 1987, p.232.

Matthias, A., The Catholic Church in Jaffna: 1875-1925, Good Shepherd Centre; Jaffna, 1992.

Mendis, G.C., The Early History of Ceylon and its Relations with India and other Foreign Countries, YMCA Publishing House; Calcutta, 1948. Ministry of Education; 1969.

Mootootamby , Pillay A., Jaffna History, Asian Educational Services; New Delhi, 2001, p.158.

Muttucumaraswamy, V., Some Eminent Tamils: writers and other leading figures, (19th and 20th centuries), Dept. of Hindu Religious and Cultural Affairs; Colombo, 1992.

Muttucumaraswamy, V., Sri La Sri Arumuga Navalar: the champion reformer of the hindus, a biographical study (1822-1879), revised ed., Ranjana Printers; Colombo, 1965.

Nadarajah, F.X.C., Eelaththu Nadodip Padalkal, Aseerwatham Achchakam; Yalppanam, 1962.

Nadarajah, F.X.C., Mattakalappu Makkal Valkkaium, Hindu Youth Front; Batticaloa, 1980.

Native Christian, Subra Theepam, Ripley and Strong Printers, Jaffna, 1857.

Navaratnam, C.S., A Short History of Hinduism in Ceylon and Three Essays on the Tamils: Sri Shanmuganatha Press; Jaffna, 1964.

Navaratnam, C.S., Tamil Elements in Ceylon Culture, Eelakesari Ponniah Memorial Publications Society; Tellippalai, 1959.

Neil, William., The Cleghorn Papers: a footnote to history being the diary, 1795-1796 of Hugh Cleghorn of Stravithie, A&C Black Ltd.; London, 1927, p.294.

Nicholas, C.W. and Paranavitana, S.A., Concise History of Ceylon, Ceylon University Press Board; Colombo, 1961.

Nithiyananthan, V., "An Analysis of Economic Factors Behind the Origins and Development of Tamil Nationalism in Sri Lanka", in Ethnicity and Social Changes in Sri Lanka, Social Scientists Association; Colombo, 1987.

Pandey, D., The Arya Samaj and Indian Nationalism (1875-1920), I.S. Chand and Co.; New Delhi, 1972.

Paranavitana, Karunasena Dias., The Archives of the Dutch East India Company Administration in Ceylon 1640-1796, University of New South Wales; Sydney, 1994, p.352.

Pathmanathan, S., Hindu Culture: temple art and architecture, The Dept. of Hindu Religious & Cultural Affairs; Colombo, 2001, p.442.

Pathmanathan, S., Hindu Temples of Sri Lanka, Kumaran Book House; Colombo, 2006, p.470.

Pathmanathan, S., Hinduism in Sri Lanka,All Ceylon Hindu Congress; Colombo, 2005, p.476.

Pathmanathan, S., Tamil Inscriptions in Sri Lanka, Department of Hindu Religious and Cultural Affairs; Colombo, 2006, p.584.

Pathmanathan, S., The Kingdom of Jaffna, Colombo, 1978.

Pathmanathan, S., The Laws and Customs of the Srilanka Tamils, Kumaran Book House; Colombo, 2001, p.396.

Perera, Father S.G., A History of Ceylon I: the potuguese and the dutch periods 1505-1796, The Associated Newspapers of Ceylon Ltd; Colombo, [?], p.215.

Pieris, P.E., Ceylon and the Portuguese 1505-1658, Luzac & Co.; London, 1920, p.243.

Pillai, K.K., South India and Ceylon, University of Madras; Madras, 1963.

Poolokasingam, P., Eelam Tanta Navalar, Kantalukum; Chennai, 1993.

Pryaratne, C.H., American Education in Ceylon, 1816-1875: an assessment of its impact, University of Michigan Press; Ann Arbor, 1971.

Pushparajah, S., Eela Porattathil Enathu Saatchiyam : an authentic accounct of an eye-witness of eelam struggle I tamil, Adaiyalam; Tamil Nadu, 2006, p.676.

Raghavan, M.D., Tamil Culture in Ceylon, A General Introduction, Kalai Nilayam Limited; Colombo, [?].

Ragupathy, P., Early Settlements in Jaffna: an archaeological survey, Madras, 1987.

Rajaruthnam, T.A., The Life of C.W. Thamotharampillai: the well known tamil scholar, V.N. Jubilee Press; Madras, 1902.

Rajendran, N., The National Movement in Tamil Nadu, 1905-1914: agitational politics and state coercion, Oxford University Press; Madras, 1994.

Ramamurti, P., The Freedom Struggle and the Dravidian Movement, Oriental Longman; 1987.

Rasanayakam, C., Ancient Jaffna, Everymans Publishers,; Madras, 1926.

Rasanaygam, C., History of Jaffna, Asian Educational Services; New Delhi, 1933, p.267.

Roberts, M., (ed)., Collective Identities: nationalism and protest in modern Sri Lanka, Marga Institute; Colombo, 1979.

Roberts, M., "Elites, Nationalism and the Nationalist Movement in British Ceylon" in Ceylon Nationalism: documents of the Ceylon National Congress and National Politics in Ceylon, 1929-1950, Vol. 1, XXVII-CXLVII. 1977.

Roberts, M., Exploring Confrontation in Sri Lanka: politics, culture and history, Harwood Academic Publishers; Switzerland, 1994.

Saiva Paripalana Sabhai., Sivathuroka Kandana Thandam, Madras Ribbion Printers; Madras 1896.

Selladurai, Aruna., Adankappattu (Vanni) History Part I- B.C.-A.D., Aruna Publications; Colombo, 2004, p.146.

Selladurai, Aruna., History of Adankappattu Pandara Vanni Yan (A.D. 1750-1895), Aruna Publications; Colombo, 2002, p.152.

Selladurai, Aruna., Adankappattu (Vanni) History Part III Native Chieftains (A.D. 1750-1895), Aruna Publications; Colombo, 2005, p.134.

Sharan, S., and Vivekananda, F., Asia – The 21st Critical Century: the question of subnationalism in South Asia, case studies from Sri Lanka, India, Pakistan, Bangladesh, Bethany Books; Sweden, 1996.

Shivapadasundram, S., Arumuga Navalar, Saivapirakasa Press; Jaffna, 1950.

Sitrampalam, S.K., Yalpana Irachchyam, University of Jaffna; Thirunelvel, 1992.

Sivarajah, A., The Politics of Tamil Nationalism in Sri Lanka, South Asian Publishers; New Delhi, 1996.

Sivathamby, Karthigesu., Sri Lankan Tamil Society and Politics, New Century Book House Pty. Ltd.; India, 1995, p.189.

Sivathamby, K., Tamilian Nationalism and Social Conflicts – An Effort to Understand the Current Ethnic Crisis, Handy Perinbanayakam Memorial Publications; Jaffna, 1985.

Small, W.J.T., (ed)., History of the Methodist Church in Ceylon, 1814-1964, Wesley Press; Colombo.

Smith, A.D. and Hutchinson, J., Modern Nationalism, Oxford University Press; Oxford, 1994.

Smith, A.D. and Hutchinson, J., Nationalism, Oxford University Press, Oxford, 1994.

Social Scientists' Association., Ethnicity and Social Change in Sri Lanka, Navamaga Printers; Dehiwela, 1985.

Spencer, J., (ed)., Sri Lanka: history and the roots of conflict, Routledge; London, 1990.

Subrahmanyam, Sanjay., The Career and Legend of VASCO DA GAMA, Foundation Books Pvt. Ltd.; New Delhi, 1997, p.400.

Suntharalingam, R., Politics and the Nationalist Awakening in South India, 1852-1891, University of Arizona Press; 1974.

Tambiah, H.W., The Laws and Customs of the Tamils of Jaffna, Revised edition, Women's Education & Research Centre; Colombo, 2000, p. 259.

Tambiah, S.J., Buddhism Betrayed? Reliogion, Politics and Violence in Sri Lanka, University of Chicago Press; Chicago, 1992.

Tambiah, S.J., Sri Lanka: ethnic fratricide and the dismantling of democracy, Tauris; London, 1986.

Tennent, J.E., History of Christianity in Ceylon, John Murray; London, 1850.

Thananjayarajasingham, S., Navalar Panikal, Inthu Manavar Sangam, University of Ceylon, National Printers; Kandy, 1969.

The Social Scientists' Association., Ethnic and Social Change in Sri Lanka, Colombo, 1979.

Virupakashananda, Swamy., The Ramakrishna Movement in Sri Lanka, Ramakrishna Mission; Batticaloa, 1978.

Vythilingam, M., The Life of Sir Ponnambalam Ramanathan, Vol. II, Commemorative Society; Colombo, 1971.

Water for People and Nature: Sanmugam Arumugam Commemoration volume, edited by D L O Mendis and Bhadra Kamaladasa (Sri Lanka Water Heritage: history of water conservation Vol. 2), Sri Lanka Water Heritage; 2003, p.260.

Wedgewood, J.C., Speeches and Writings of Sir Ponnambalam Arunachalam, Vol, I, H.W. Cave & Co.; Colombo.

Wickremeratne, L.A., "Education and Social Change, 1832- c. 1900" in De Silva, K.M. (ed)., University of Ceylon: History of Ceylon, Apothecaries Co.; Colombo, 165-186, 1973.

Wilson, A.J., S.J.V. Chelvanayakam and the Crisis of Sri Lankan Tamil Nationalism, 1947-1977: a political biography, University of Hawaii Press; Honolulu, 1994.

Wilson, A.J., The Break-up of Sri Lanka: the Sinhalese-tamil conflict, Hurst & Company; London, 1988.

Wilson, Jeyaratnam A., Sri Lankan Tamil Nationalism: its origins and development in the nineteenth and twentieth centuries (with a chapter by A.J.V. Chandrakanthan),Penguin Books India (P) Ltd.; 2001, p.65.

Wriggins, W.H., Ceylon: dilemmas of a new nation, Princeton; New Jersey, 1979.

Young, R.F. and Johnanesan, S., The Bible Troubled Hindu-Christian Controversies of Nineteenth Century Ceylon, Vienna, 1995.

Newspapers

Ceylon Morning Leader - Published in the Dawn of the Twentieth Century in English, Colombo.

Ceylon Observer (1834) - Published by Group of Colombo Merchants, Colombo.

Ceylon Patriot (1863) - Published by Ripley and Strong Press, Manipay, but within a short period publishing ceased (Tamil edition called Illankabimani).

Hindu Organ (1889) - Published by Saiva Paripalana Sabhai in English, Saiva Pirakasa Yantra Office, Jaffna.

Ilankai Necan (1877) - Published by Saiva Pirakasa Yantra Salai, Vannarpannai, Jaffna.

Intu Catanam (1889) - Published by Saiva Paripalana Sabhai in Tamil, Saiva Pirakasa Yantra Office, Jaffna.

Jaffna Catholic Guardian (1876) - Published by Catholic Mission at St. Joseph's Catholic Press, Karayoor, (Tamil edition called Kattolika patakavalan).

Morning Star (1841) - Published by American Ceylon Mission in English, Manipay.

Utaya Banu (1880) - Published by V. Velupillai, Saiva Pirakasa Yantra Office, Jaffna in 1881 its name was changed to Saiva Utaya Banu.

Utaya Tarakai (1864) - Published by American Ceylon Mission in Tamil, Manipay.

The above Newspapers were mainly collected from Colombo Archives, Colombo; British Library, London; and Marai Malai Adikal, Library, Madras.

சுட்டிகள்

1910ம் ஆண்டு அரசியலமைப்புச் சீர்திருத்தம், 481
 நிதி செயற்குழு, 482
 பீரிஸ், ஜேம்ஸ்,482
 கோல்புறூக் அரசியலமைப்பு, 483
 1910லான மக்கலம் சீர்திருத்தம், 483
 திராவிட தேசிய இயக்கம், 484
 பெர்னான்டோ, 485
1920ம் ஆண்டு அரசியலமைப்புச் சீர்திருத்தம், 490
 இலங்கைச் சீர்திருத்த லீக், 490
 இலங்கை தேசிய சங்கம், 490
 முதற் பிளவு, 490
1944–45 சோல்பரி ஆணைக்குழுவின் அரசியற் சீர்திருத்தம்
 All Ceylon Aboriginal In habitants' (Tamil) Association, 534
 ஐக்கிய தேசியக் கட்சி, 545
 டொனமூர் அரசியற் திட்டம் நிராகரிப்பு, 550
 50–50 சமபிரதிநிதித்துவம், 545
 அறிக்கை, 551
 தமிழரின் அரசியற் சுதந்திரம், 555
அய்யப் பொழில். *பார்க்க* வணிக கணத்தினர்
அன்டர்சன் செயற்குழு அறிக்கை, 324
அனுராதபுர அரசு, 44
அனுராதபுர, 3
அபயசலாமேகன், 100
அனைத்துலகத் தமிழாராய்ச்சி மகாநாடு, 616
அமைப்புக்கள்
 ஆரிய சமாஜம், 389
 இலங்கை சைவத்தமிழ் இயக்கம், 389
 'இராமகிருஷ்ண இயக்கம், 389
 'இராமகிருஷ்ண மிஷன், 389
 கிறிஸ்தவமத கண்டன சபை, 391
 பிரம்ம சமாஜம், 389
 பிரம்மஞான சங்கம், 389
 பரமத கண்டன சுயமத தாபன சங்கம், 391
 சமரசசுத்த சன்மார்க்க சங்கம், 389
 சைவ கலாவிருத்திச் சங்கம், 391
 சைவ அபிமானிகள் சங்கம், 391
 சைவ சித்தானந்த சபை, 391
 சைவ சித்தாந்த மத சமாஜம், 391
 சைவப் பிரகாச சபை, 390
 சைவபரிபாலன சபை, 391
அதிகாரி வரி. *பார்க்க* வரி
அம்பலவாணர் சிவராசா, 568
அமிர்தலிங்கம், அ., 613
அடங்காத் தமிழன். *பார்க்க* சுந்தரலிங்கம், சி.
அபேசிங்க, 206

அமெரிக்கன் மிஷன், 369
அமெரிக்கன் சிலோன் மிஷன்
 உடுவில் செமினரி, 346
 சுவிசேஷம், நோக்கம், 314
 யாழ்ப்பாண சுதேசிகள் சுவிசேஷச் சங்கம், 316
 யாழ்ப்பாண சிறு பிரசுர சங்கம், 316
 யாழ்ப்பாணம் உபவேதாகமச் சங்கம், 315
 யாழ்ப்பாணம் Friend-in-Need Society, 315
 யாழ்ப்பாணம் சுதேசிகள் அபிவிருத்திச் சங்கம், 315
 வட்டுக்கோட்டை செமினரி, 315
 வேதாகமம், 315
அசோகன், பேரரசன். *பார்க்க* பௌத்தமதம்
அரசியற் சீர்திருத்தம்
அல்ச்சின், எவ். ஆர்., 33
ஆகில இலங்கை பௌத்த காங்கிரஸ், 604
ஆன், கப்பல். *பார்க்க* நொபட் நொக்ஸ்
ஆரிய சமாஜம். *பார்க்க* அமைப்புக்கள்
ஆரியச் சக்கரவர்த்தி வம்சம், 124
 கனகசூரிய சிங்கை ஆரியன், 131
 குலசேகர சிங்கை ஆரியன், 131
 குணபூஷண சிங்கை ஆரியன், 131
 குணவீர சிங்கை ஆரியன், 131
 சங்கிலி, முதலாம், 135
 செயவீர சிங்கை ஆரியன், 131
 செகராசசேகரன், 131
 சேது, 85
 பராரசசேகரன், 131
 மார்த்தாண்ட சிங்கை ஆரியன், 131
 வரோதய சிங்கை ஆரியன், 131
 விக்கிரம சிங்கை ஆரியன், 131
 வீரோதய சிங்கை ஆரியன், 131
ஆரியசக்கரவர்த்தி வம்சம், 102
ஆனையிறவில், 219
ஆனைக் கோட்டை, 32
ஆங்கிலேய - டச்சு உடன்படிக்கை, 177
ஆங்கிலேய வர்த்தகக் கம்பனி, ஊடுருவல், 233
ஆங்கிலேயக் கிழக்கிந்தியக் கம்பெனி, 212
ஆள்வரி. *பார்க்க* வரி
ஆறுமுகநாவலர், 458
 ஆங்கில-தமிழ் அகராதி, 324
 மெதடிஸ்த மிஷன் வழிபாட்டு முறைமை, 324
 மெதடிஸ்த வினாவிடை, 324
இஸ்மாயில், எம். எஸ்., 590
இந்து மகா சபை. *பார்க்க* தமிழ், சமூக அரசியல் அமைப்புக்கள், 391
இந்து மதம், 54
 சைவ மதம், 54
 நாயன்மார், 81
இந்து வாலிபர் சங்கம், 480
இந்தியத் தமிழ் தோட்டத் தொழிலாளர் சனத்தொகை, 576
இந்திரபாலா, கே., **V**
இப்பன்கட்டுவ, 32
இபின் பட்டுட்டா, 132
இஆழ்ப்பானாயந் பட்டினம், 122
இருண்ட காலம், 25
இலங்காபிமானி, 365
இலங்கை சைவத்தமிழ் இயக்கம். *பார்க்க* அமைப்புக்கள்
இலங்கை தமிழ் அரசுக் கட்சி, 594
இலங்கை தமிழ் அரசுக் கட்சி, 594
இலங்கைத் தொழிலாளர் காங்கிரஸ் கட்சி, 581
இலங்கைத் தொழிலாளர் காங்கிரஸ், 624
ஈழ மாணவர் புரட்சி அமைப்பு, 635

ஈழ மாணவர் புரட்சி அமைப்பு, 635
ஈழம் மக்கள் புரட்சிகர முன்னணி, 635
ஈழம் மக்கள் புரட்சிகர முன்னணி, 635
உக்கிரசிங்கன், 122
உத்தியோகபூர்வ மொழி மசோதா, 603
உள்ளூர் சுயாட்சி, 471
   உள்ளூர் சுகாதார சபைகள், 471
   உள்ளூர் சுகாதார சபைகள், சீர்திருத்தக் கட்டளைச்சட்டம், 471
   நகரசபைகள், 471
உவில்லியம் ஜோன்ஸ், 39
உற்பத்தி வரி. *பார்க்க வரி*
ஊர்கள், 101
எதிர்மன்னசிங்க குமரன், 135
எதிர்மனசிங்கன், 170
எறிவீரபட்டணம், 104
ஏகபோக வர்த்தக உரிமை, 222
ஐயர், செந்திநாத, 368
ஐந்நூற்றுவர். *பார்க்க வணிக கணங்கள்*
ஐக்கிய நாணய சங்கம். *பார்க்க தமிழ், சமூக அரசியல் அமைப்புக்கள்*
ஐக்கிய கிழக்கிந்தியக் கம்பெனி, 212
ஐக்கிய தேசியக் கட்சி, 545
ஓவர்கூத, 257
கஜபாகு, 88
கனகசூரிய சிங்கை ஆரியன், 131
கனகசூரிய சிங்கை ஆரியன், 131
கந்தரோடை, 34
கத்தோலிக்க மிஷனரிமார், 308
கச்சேரி, 285
களப்பிரர், 69
கற்காலம். *பார்க்க புராதன வரலாற்றுக் காலம்*

கறுவா வர்த்தகம், 217
கல்வி முன்னேற்றம், 431
கடல் வர்த்தகம், 134
கண்டி
   கோப்பிப் பயிர்ச்செய்கை, 573
   நாயக்கர், 573
கணபதிப்பிள்ளை, ஆ., 531
காடினர், 305
காரைதீவு, 61
காசி நயினார், 167
காசிப்பிள்ளை, எஸ், 479
காசில்றீ, வைக்கவுண்ட், 306
கான்ரன் ஜே. எச். ஹேயிஸ், 578
கியால்பான தேசம் 122
கிளைகோன், எச்., 452
கிளிநொச்சி, 341
கிறிஸ்தவ மிஷன், 8
கிறிஸ்தவ எதிர்ப்புப் போராட்டம், 353
   இந்துசைவ மறுமலர்ச்சி, 354
   கந்தபுராணம், 354
   நாவலர், ஆறுமுக, 360
   நாவலர், கோப்பாய் சபாபதி, 363
   முத்துக்குமார கவிராசர், 354
   ஞானக்கும்மி, 354
   இயேசுமத பரிகாரம், 354
   வேத, ஆகமப் பாடசாலைகள், 355
   ஐயர, செந்திநாத், 368
கிறிஸ்தவமத கண்டன சபை. *பார்க்க அமைப்புக்கள்*
கீறல் குறிகள், 41
கீழக்கரை, 159
குமாரகணம், 83
குமாரசிறி, பி., 591
குமாரண கணத்துப் பேரூரார், 84
குலோத்துங்கன், மூன்றாம், 127
குலசேகர சிங்கை ஆரியன், 131
குலசேகர சிங்கை ஆரியன், 131
குலசேகரன் பாண்டியன், 130

குணபூஷண சிங்கை ஆரியன்.
 பார்க்க ஆரியச் சக்ரவர்த்தி வம்சம்,
 135
குணபூஷண சிங்கை ஆரியன், 133
குணசிங்கம், எம்., 18
குணவர்த்தனா, லெஸ்லி, 43
குணவீர சிங்கை ஆரியன். பார்க்க
 ஆரியச் சக்ரவர்த்தி வம்சம் ,
 131
குணவீர சிங்கை ஆரியன், 131
குணரத்தன, யஸ்மின், 591
கைலாயமாலை, 16
கெய்கர், 49
கொட்டகம, 133
கொழும்புச் செமினரி, 251
கோனிகாம், ரொபின், 33
கோகில-சந்தேஸய, 134
கோப்பிப் பயிர்ச்செய்கை, 291
கோவா, 136
கோல்புறூக் ஆணைக்குழு, 287
கோல்புறூக், கமரோன்
 சீர்திருத்தங்கள், 451
சங்ககாலம்
 பட்டினப்பாலை, 88
சங்கிலி, முதலாம். பார்க்க ஆரியச்
 சக்கரவர்த்தி வம்சம்
சமூக சீர்திருத்தச் சங்கம். பார்க்க
 தமிழ், சமூக அரசியல்
 அமைப்புக்கள்
சமூக, பொருளாதார நிலைமைகள்
 கல்வி, 397
 கைத்தொழில், 397
 நீர்ப்பாசனம், 397
 வியாபாரம், 397
 விவசாயம், 397
 வேலைவாய்ப்பு, 397
சனநாயக முறை, 383
சாதிப்பிரிவுகள், 237
சத்தியாக்கிரகம், 605
சதுர்வேதி மங்கலம், 101

சமரசசுத்த சன்மார்க்க சங்கம்.
 பார்க்க அமைப்புக்கள்
சட்ட நிர்வாக சபை, 455
 குடியேற்றப் பொருளாளர், 455
 குடியேற்றச் செயலாளர், 455
 படைகளின் கட்டளையதிகாரி, 455
 மன்னரின் வழக்கறிஞர், 455
 மேல்மாகாண அரசாங்க அதிபர்,
 455
சட்ட நிர்வாக, சட்ட நிரூபண
 சபைகள், 454
 தேசாதிபதியின் சபை, 454
சட்ட நிர்வாகசபை, 284
 இராச சட்டத்தரணி, 284
 குடியேற்றப் பொருளாளர், 284
 குடியேற்றச் செயலாளர், 284
 படைகளின் கட்டளையதிகாரி, 284
 மத்திய மகாண அரசாங்க
 அதிபர், 284
சட்டநிரூபண சபையும், தமிழ்
 பிரதிநிதித்துவமும், 456
 ஆறுமுகநாவலர், 391
 இராமநாதன், பொ., 463
 குமாரசுவாமி, முத்துக், 458
 குமாரசுவாமி,
 ஆறுமுகநாதபிள்ளை, 456
 சைமன் காசிச் செட்டி, 458
 வள்ளலார், இராமலிங்க, 459
சமோரின், 168
சின்னலெப், ஏ., 590
சின்னலெப்பை, முதலியார் ஏ. எல்.,
 588
சிகிரியா, 32
சிங்கள மொழி. பார்க்க மொழிகள்,
சிங்கள வம்சம், 94
 ஆறாம் பராக்கிரமபாகு, 134
 இரண்டாம் பராக்கிரமபாகு, 120
 கஜபாகு மன்னன், 88
 நிஸ்ஸங்கமல்லன், 95
 பாராக்கிரமபாகு, 100

புவனேகபாகு. *பார்க்க செண்பகப்*
 பெருமாள், 135
மூன்றாம் விக்கிரமபாகு, 134
முதலாம் பராக்கிரமபாகு, 94
முதலாம் விஜயபாகு, 107
விக்கிரமபாகு, 94
ஜயபாகு, 94
சிங்கள வரலாற்று நூல்கள்
 கோகில-சந்தேஸய, 134
 நிக்காயஸங்க்ரஹய, 134
 ராஜாவலிய, 134
சிங்கள் சுயபாஷை இயக்கம், 603
சிங்களத் தேசியம், 589
சிங்களவர், 309
சிவபாதசுந்தரம், 357
சிவபாலன் எஸ்., 591
சிவனொளிபாத மலை, 133
சிவசிதம்பரம், எம்., 635
சிறிமாவோ-மார்க்ஸிஸ்ற் ஐக்கிய
 முன்னணி, 618
சிறீலங்கா சுதந்திரக் கட்சி, 604
சில்வா, கொல்வின் ஆர். டி, 621
சுந்தரலிங்கம், சி., 555
 அடங்காத் தமிழன், 555
 சிங்களம் மட்டும், 593
சுப்பையா, எம்., 591
செயவீர சிங்கை ஆரியன், 131
செனரதன், 170
செகராசசேகரன். *பார்க்க ஆரியச்*
 சக்ரவர்த்தி வம்சம்; முதலாம்
 சங்கிலி மன்னன்
சேவியர் ஸ்ரனிஸ்லோஸ்
 தனிநாயாகம் அடிகள், 616
செல்லையா, ஜே. வி., 514
செல்வநாயகம், எஸ். ஜே. வி., 550
செல்லப்பாபிள்ளை, ரி., 473
செண்பகப் பெருமாள், 135
சேனநாயக்கா, டி. எஸ்., 568
 இளகுநிலை ஒத்துழைப்பு, 585
 தேசபிதா, 598

சேனைப் பயிர்ச்செய்கை, 290
சேது. *பார்க்க ஆரியச் சக்ரவர்த்தி*
 வம்சம்
சேதுசமுத்திரம், 37
சேதுசமுத்திரம், 37
சேர். தொமஸ் மெயிற்லன்ட், 286
சேர்ச் மிஷனரி சொசைட்டி, 309
'சேது' நாணயங்கள், 85
சைவ கலாவிருத்திச் சங்கம். *பார்க்க*
 அமைப்புக்கள்
சைவ மக்கள்
 இலக்கியம், மறுமலர்ச்சி, 380
 ஆறுமுக நாவலர். *பார்க்க*
  கிறிஸ்தவ எதிர்ப்புப்
  போராட்டம்
 பாடசாலைகள், தோற்றம், 378
 கோல்புரூக் ஆணைக்குழு, 374
 சைவ ஆங்கிலப் பாடசாலை,
  379
 சைவப்பிரகாச வித்தியாசாலை,
  378
 யாழ்ப்பாணம் இந்து உயர்
  பாடசாலை, 377
 யாழ்ப்பாணம் இந்துக் கல்லூரி,
  378
சைவ அபிமானிகள் சங்கம். *பார்க்க*
 அமைப்புக்கள்
சைவ சித்தானந்த சபை. *பார்க்க*
 அமைப்புக்கள்
சைவ சித்தாந்த மத சமாஜம்.
 பார்க்க அமைப்புக்கள்
சைவப் பிரகாச சபை. *பார்க்க*
 அமைப்புக்கள
சைவபரிபாலன சபை. *பார்க்க*
 அமைப்புக்கள்; தமிழ், சமூக
 அரசியல் அமைப்புக்கள்
சோழ - லங்கேஸ்வர, 100
சோழகங்கன், 126
சோழப் பேரரசு
 பொலன்னறுவை, தலைநகர், 137

மூன்றாம் ராஜராஜன், 128
மூன்றாம் குலோத்துங்கன், 127
சோல்பரி அரசியற் திட்டம், 545
சோல்பரி பிரபு, 550
சோல்பரி ஆணைக்குழு, 551
செள.
ஞானப்பிரகாசர், 16
டட்லி-செல்வா ஒப்பந்தம், 610
டச்சு ஐக்கிய கிழக்கிந்தியக்
கம்பனி, 214
டி. சில்வா, கொல்வின் ஆர்., 590
டொனமூர் அரசியலமைப்பு, 287
த அசவெடோ, அந்தோனியோ த
மிராண்டா, 159
த குவைறோஸ், பெனாஓ, 206
த பிரகன்சா, கொன்ஸ்தாந்தினோ,
164
த செயிசாஸ், லங் கறேற், 180
த ரெமுடோ, டொம் ஜோஐ், 166
த ச நொறன்கா,
கொன்ஸ்தாந்தினோ, 170
த ஒலிவேறா, பிலிப், 171
தர்மபாலா, அநகாரிக, 477
தலைவரி. *பார்க்க* வரி
தம்பபண்ணி, 38
தம்பிஐயா, ஏ. எல்., 591
தமிழ் காங்கிரஸ், 583
தமிழ் மக்கள் தொகை, 300
இயற்கை அதிகரிப்பு, 398
குடிவரவு, 398
தமிழ் அடையாளம்
சட்டநிரூபண சபையில் பங்கு,
474
தென்னிந்திய திராவிட இயக்கம்,
474
தமிழ் ஆராய்ச்சிக்கான
அனைத்துலகக் கழகம், 616
தமிழ் அரசியல் அமைப்புகள்
தமிழர் மகாஜன சபை, 579
யாழ்ப்பாணச்சங்கம, 579

யாழ்ப்பாண வாலிபர் காங்கிரஸ்,
579
தமிழ் சங்கம். *பார்க்க* தமிழ், சமூக
அரசியல் அமைப்புக்கள்
தமிழ். *பார்க்க* மொழிகள்
தமிழ், சமூக அரசியல்
அமைப்புக்கள்
இந்து மகா சபை, 479
இந்து வாலிபர் சங்கம், 395
ஐக்கிய நாணய சங்கம, 480
காசிப்பிள்ளை, வி., 393
சமூக சீர்திருத்தச் சங்கம், 480
சென்னை மகாஜன சபை, 478
சைவபரிபாலன சபை, 394
சைவபரிபாலன சபை, 479
தமிழ் சங்கம், 479
திருகோணமலை மாதர் ஐக்கிய
சங்கம், 480
மயில்வாகனம், ஏ., 480
மட்டக்களப்பு சங்கம், 480
முல்லைத்தீவு மகாஜன சபை,
480
யாழ்ப்பாணக் கூட்டுறவுச் சங்கம்,
480
யாழ்ப்பாணத் தமிழர் சங்கம், 479
யாழ்ப்பாணச் சங்கம், 479
ஹென்ஸ்மன், ஜேம்ஸ், 479
ஹோமர் வன்னியசிங்கம், 479
தமிழ்தூபம், 114
தமிழ்ச் செமினரி, 250
தமிழ்ச் சமுதாயம், 190
தமிழர்
யாழ்ப்பாணத் தீபகற்பம், 321
வன்னியிலும், கிழக்கு மாகாணம்,
345
தமிழர் ஐக்கிய முன்னணி, 624
தமிழர் மகாஜன சபை. *பார்க்க*
தமிழ் அரசியல் அமைப்புகள் 579
தமிழர் தேசியவாதம், 579
தமிழர் சுயாட்சிக் கழகம், 615

தமிழர்களின் விழிப்புணர்வு, 343
தமிழீழ மக்கள் விடுதலை இயக்கம், 632
தமிழீழ விடுதலைப் புலிகள், 635
தமிழீழம், 568
    இனக்கலவரம், 632
தமிழரசுக் கட்சி, 624
தஞ்சாவூர் நாயக்கர்கள், 170
தரணியகல, ஸிரான், 33
தானிய வரி. *பார்க்க வரி*
தாம்ரபர்ணி. *பார்க்க தம்பபண்ணி*
திசையாயிரத்து ஐந்நூற்றுவர். *பார்க்க வணிக கணங்கள்*
திருக்கேதீஸ்வரர் கோவில், 80
திருகோணமலை, 37
தீபவம்சம், 71
துரித மாகவலி அபிவிருத்தித் திட்டம், 613
தேசவழமைச் சட்டம், 199
தேசவழமை, சட்டநிர்வாகமுறை, 193
தொழில்வரி. *பார்க்க வரி*
தொண்டைமான், 624
தொண்டமான், சி., 591
தொண்டேஸ்வரர் கோவில், 187
நல்லூர் உடன்படிக்கை, 136
நல்லமாப்பாணர், டொன் பிலிப், 250
நான்கு நாட்டார், 83
நாகதீப, 76
நிஸ்ஸங்கமல்லன், 120
நிக்காயஸங்க்ரஹய, 134
நிலவரி. *பார்க்க வரி*
நீலப் புத்தகங்கள், 300
நெசவு உற்பத்தி
    பருத்தி உற்பத்தி, 266
    கைக்கோளர், 264
    சாயம், 264
        சாயவேர், 264
பஸ்தியாம்பிள்ளை, பி., 17
பழையகாயல், 159
பத்தலமேயு டயஸ், 154

பற்றேவியா அரசும், 221
பல்தேயு பாதிரியார், 243
பல்லவ கிரந்த எழுத்து முறை, 82
பண்டா-செல்வா ஒப்பந்தம், 608
பண்டாரநாயக்கா, பிலிக்ஸ் டயஸ, 618
பண்டாரநாயக்கா, ஸேனக, 32
பண்டாரநாயக்கா, சிறிமாவோ, 610
பண்டாரநாயக்கா, எஸ். டபிள்யு. ஆர். டி., 550
பணப்பயிர்கள், 266
பாக்கு நீரிணை, 37
பாக்கு, 222
பாபர், வில்லியம், 323
பாதயாத்திரை, 608
பாளி நூல்கள்
    சூளவம்சம், 47
    மகாவம்சம், 47
பாராக்கிரமபாகு, முதலாம், 137
பாண்டிய வம்சம்
    மாறவர்மன் குலசேகரன், 130
    ஜடாவர்மன் வீரபாண்டியன், 130
பிரித்தானியரின் ஆரம்ப ஆட்சிக்காலம், 279
    ஒல்லாந்தர் ஆதிக்கப் படர்ச்சி, 279
    மொகலாயப் பேரரசு வீழ்ச்சி, 279
பிரெஞ்சு வர்த்தகக் கம்பனி, 233
பிரெஞ்சுக் கிழக்கிந்திய வர்த்தக நிறுவனம், 212
பிரான்சிஸ் தேவாலயம், 172
பிரம்ம சமாஜம். *பார்க்க அமைப்புக்கள்*
பிரம்மஞான சங்கம். *பார்க்க அமைப்புக்கள்*
புகையிலை ஏற்றுமதி வரி. *பார்க்க வரி*
புகையிரதசேவை விரிவாக்கத்திற்கான கோரிக்கை, 407
பாமர், பி. எச்., 560

புவனேகபாகு, 162
புராதனத் தமிழர், 5
பெக்லி, விமலா, 32
பெற்றான்சர், பீந்றோ, 169
பெற்றாசினி, வண, 331
   யாழ்ப்பாணக் கத்தோலிக்க
   பாடசாலைகள் சங்கம், 331
   யாழ்ப்பாணக் கத்தோலிக்க
   ஆண்கள் பாடசாலை, 331
   யாழ்ப்பாணக் கத்தோலிக்கப்
   பெண்கள் பாடசாலை, 331
பேராசிரியர் ரோமிலா தாபர், 40
பொதுவுரி நீதிமன்றம், 286
பொடே, மாபெல் ஹெனெஸ், 49
பொருளாதார வளர்ச்சியும்,
   சுபீட்சமும், 413
பொறியியற் பிரிவு, 293
பௌத்தமதம்
   அசோகன், பேரரசன், 44
மன்னார், 34
மன்னார் கடல், 132
மன்னார் வளைகுடா, 158
மகாஜன சபை, முல்லைத்தீவு, 480
மகாநாமதேரர், 46
மத்திய நிர்வாகம், 452
மத்திய மிஷன் நிலையம், 327
   வெஸ்லியன் மகளிர் விடுதிப்
   பாடசாலை, 323
மதுரை நாயக்கர்கள், 198
மதுவிலக்கு இயக்கங்கள், 310
   மதுப்பழக்கம், 373
மட்டக்களப்பு பூர்வீக சரித்திரம், 116
மட்டக்களப்பு சங்கம். *பார்க்க தமிழ்,*
   சமூக அரசியல் அமைப்புக்கள்,
   480
மட்டக்களப்பு, 37
மட்டக்களப்புத் துறைமுகம்,, 220
மர அரியும் ஆலை, 267
மணிக்கிராமம், 86
மலையகத் தமிழர், 572

இந்தியத் தமிழர், 571
இரப்பர் தோட்டங்கள், 572
தமிழ்த் தேசியம், 571
கண்டிப் பிரதேசம், 573
   கோப்பிப் பெருந்தோட்டம், 573
   தென்னிந்திய நாயக்கர், 573
   கண்டி இராச்சியத்தில்
   சிம்மாசனம், 573
   குடிவரவு திணைக்கள அறிக்கை,
   575
   தேயிலைப் பயிர்ச் செய்கை, 575
   மலையகப் பகுதிகளில் உள்ள
   பெருந்தோட்டம், 572
   வன்னிப் பிரதேசம், 572
மார்த்தாண்ட சிங்கை ஆரியன், 131
மார்த்தாண்ட சிங்கை ஆரியன், 134
மாதர் ஐக்கிய சங்கம், 480
மாவட்ட அடிப்படையிலான ஒதுக்கீடு
   முறை, 621
மாறவர்மன் குலசேகர பாண்டயன்,
   131
முத்துக்கிருஷ்ணன், பிரான்சிஸ், 325
மொழிகள்
   சிங்களம், 15
   ஹெளா, 67
   எழு, 67
   தமிழ், 41
   பிராகிருத, 41
   பாளி, 42
யன் சுருடர், 257
யாப்பாண பட்டனம். *பார்க்க*
   யாழ்ப்பாணம்
யானை வர்த்தகம், 259
யாட்பாணதேசம். *பார்க்க*
   யாழ்ப்பாணம்
யாழ்ப்பாண இளைஞர் காங்கிரஸ்,
   520
யாழ்ப்பாண வைபவமாலை, 47
யாழ்ப்பாண மாதர் தையல்வேலைச்
   சங்கம், 292

சுட்டிகள் 675

யாழ்ப்பாணக் கல்லூரி, 433
யாழ்ப்பாணத் தமிழர் சங்கம் 489
யாழ்ப்பாணம்
  இஆழ்ப்பானாயந் பட்டினம், 122
  கியால்பான தேசம், 122
  யாழ்ப்பாணம், 122
  யாட்பாணம், 122
  யாள்ப்பாணம், 122
  யாப்பாண பட்டனம், 122
  யாட்பாணதேசம், 122
  யாபா பட்டுன, 122
  ஜாபான படவ, 122
லூயி, டொம், 170
லோறன்ஸ் பில், 225
வன்னி
  அடங்காப்பற்று வன்னி, 144
  கிளிநொச்சி, 76
  மன்னார், 76
  மட்டக்களப்பு, 34
  முல்லைத்தீவு, 76
  வவுனியா, 76
வரி
  அதிகாரிவரி, 273
  ஆள்வரி, 268
  உற்பத்தி வரி, 273
  தானிய வரி, 273
  தலைவரி, 259
  நிலவரி, 194
  புகையிலை ஏற்றுமதி வரி, 262
  விற்பனைவரி, 263
வட்டுக்கோட்டை மாகாநாடு, 568
வரோதய சிங்கை ஆரியன், 131
வரோதய சிங்கை ஆரியன், 131
வளநாடு, 101
வரலாற்று நூல்கள், 118
  கயிலாயமாலை, 118
  மட்டக்களப்பு பூர்வீக சரித்திரம், 118
  வையாபாடல், 118
  யாழ்ப்பாண வைபவ மாலை, 118

வரலாற்றுக் காலம், 1
  நவீன வரலாற்றுக் காலம், 30
  புராதன வரலாற்றுக் காலம், 30
  மத்திய வரலாற்றுக் காலம், 30
வண. பிரான்சிஸ் சேவியர், 182
வணிக கணங்கள்
  ஐந்நூற்றுவர், 103
  குமாரகணம், 83
  திசையாயிரத்து ஐந்நூற்றுவர், 103
  நான்கு நாட்டார், 83
வாசனைத்திரவியம், 155
வாஸ்கோ த காமா, 154
வான் இம் கொப். (*பார்க்க* Van Im Hoff), 254
விஜயநகரப் பேரரசு, 120
விக்கிரம சிங்கை ஆரியன், 131
விக்கிரம சலாகமேக ஈஸ்வரம், 111
விக்கிரம சலாமேகப் பெரும்பள்ளி, 113
விற்பனைவரி. *பார்க்க* வரி
வில்லியம் வால்டன், 323
வித்தியானந்தன், கலாநிதி. சு., 616
விதானைமார், 238
விமலதர்மசூரியன், 226
வீரோதய சிங்கை ஆரியன், 131
வெஸ்றிங், 282
வெஸ்லியன் மிஷன், 303
  எர்ஸ்கின், 310
  ஓய்வுநாட் பாடசாலைப் பயிற்சி, 311
  கிளவ், 309
  லிஞ்ச், 309
  டேவிட், வண. கிறிஸ்ரியன், 310
  வேதாகம வகுப்பு, 311
  ஸ்குவான்ஸ், 309
வேளைக்காரப் படை, 100
வேலுப்பிள்ளை, வி., 591
வையாபாடல், 47
நிக்லாப் வன் கோயென்ஸ். (*பார்க்க* van Goens, Rijcklof), 180

ரோமன் கத்தோலிக்கர், 306
ஜனநாத மங்கலம், 98
ஜாயா, ரி. பி., 590
ஜெயவர்த்தன, ஜே. ஆர்., 586
ஜெனிங்ஸ், சேர். ஐவர்., 567
ஜோன்ஸ், உவில்லியம், 39
ஸ்பானியா, 154
ஸ்பானிய-போத்துக்கீச
  உடன்படிக்கை, 211
ஸெனிவரத்தன், ஸூதர்ஸன், 34
ஹன்ஸாட் பிரதி, 586
ஹென்ஸ்மன், ஜேம்ஸ். *பார்க்க தமிழ்,*
  சமூக அரசியல் அமைப்புக்கள் 479
ஹோமர் வன்னியசிங்கம். *பார்க்க*
  தமிழ், சமூக அரசியல்
  அமைப்புக்கள்